ലങ്കായുദ്ധം

1974 ൽ ജനിച്ച്, ഐ. ഐ. എം. (കൊൽക്കത്ത) യിൽ പഠിച്ച്, വിരസമായ ബാങ്ക ജോലിയിൽ നിന്ന് ആഹ്ലാദകരമായ സാഹിത്യജീവിതത്തിലേക്ക് തിരിഞ്ഞയാളാണ് അമീഷ്. പതിനാല്ല വർഷം നീണ്ട ഫിനാഷ്യൽ സർവ്വീസ് കൈവിടാനും എഴുത്തിൽ ശ്രദ്ധ കേന്ദ്രീകരിക്കാനും 'മെലൂഹയിലെ ചിരഞ്ജീവികൾ' (ശിവത്രയത്തിലെ ആദ്യപുസ്തകം) എന്ന കന്നിപുസ്തകം അദ്ദേഹത്തിന് പ്രോത്സാഹനമായി മാറി. ചരിത്രത്തില്ലം ഐതിഹ്യവിജ്ഞാനീയത്തില്ലം ദർശനത്തില്ലം അഭിനിവേശവും ലോകത്തിലെ എല്ലാ മതങ്ങളിലും സൗന്ദര്യം കണ്ടെത്തുന്ന മനോഭാവവുമുള്ള വ്യക്തിയാണ് അമീഷ്. അമീഷിന്റെ പുസ്തകങ്ങൾ ആറു ലക്ഷത്തിലധികം പ്രതികൾ വിറ്റഴിക്കപ്പെട്ടുകയും ഇരുപതിലധികം ഭാഷകളിലേക്ക് വിവർത്തനം ചെയ്യപ്പെട്ടുകയും ചെയ്തു. ഭാര്യയായ പ്രീതിയോട്ടം പുത്രനായ നീലിനോട്ടമൊപ്പം മുംബൈയിൽ താമസിക്കുകയാണ് അമീഷ്.

www.authoramish.com
www.facebook.com/authoramish
www.instagram.com/authoramish
www.twitter.com/authoramish

കബനി സി: തൃശ്ശൂരിൽ ജനനം. സിവിക് ചന്ദ്രന്റെയും ശ്രീദേവിയുടെയും മകൾ. ഇംഗ്ലീഷിൽ ബിരുദവും, ബിരുദാനന്തര ബിരുദവും. ലാന്റ് റവന്യ വകുപ്പിൽ ഡെപ്യൂട്ടി കളക്ടർ. തിരുവനന്തപുരത്തു താമസം. 'ആ മരം ഈ മരം കടലാസ് മരം' എന്ന ലേഖന സമാഹാരം പ്രസിദ്ധീകരിച്ചിട്ടുണ്ട്. അമീഷിന്റെ 'രാവണൻ-ആര്യാവർത്തത്തിന്റെ ശത്രു' അടക്കം നാല്പതിലധികം വിവർത്തനങ്ങൾ. ആനുകാലികങ്ങളിൽ ലേഖനങ്ങളും കുറിപ്പുകളും എഴുതുന്നു.

അമീഷിന്റെ മറ്റു പുസ്തകങ്ങൾ

ശിവത്രയം

ഇന്ത്യൻ പ്രസാധന ചരിത്രത്തിൽ ഏറ്റവും വേഗം വിൽക്കപ്പെടുന്ന
പുസ്തക പരമ്പര

മെലൂഹയിലെ ചിരഞ്ജീവികൾ (ശിവത്രയത്തിന്റെ ആദ്യ ഭാഗം)

നാഗന്മാരുടെ രഹസ്യം (ശിവത്രയത്തിന്റെ രണ്ടാം ഭാഗം)

വായുപുത്രന്മാരുടെ ശപഥം (ശിവത്രയത്തിന്റെ മൂന്നാം ഭാഗം)

രാമചന്ദ്ര പരമ്പര

ഇന്ത്യൻ പ്രസാധന ചരിത്രത്തിൽ രണ്ടാമതായി ഏറ്റവും വേഗം
വിൽക്കപ്പെടുന്ന പുസ്തക പരമ്പര

രാമൻ-ഇക്ഷ്വാകു വംശത്തിന്റെ ഇളമുറക്കാരൻ (പരമ്പരയിലെ ഒന്നാം പുസ്തകം)

സീത-മിഥിലയിലെ വീരനായിക (പരമ്പരയിലെ രണ്ടാം പുസ്തകം)

രാവണൻ-ആര്യാവർത്തത്തിന്റെ ശത്രു (പരമ്പരയിലെ മൂന്നാമത്തെ പുസ്തകം)

ലേഖനം

അനശ്വര ഭാരതം: യുവരാഷ്ട്രം, സനാതന സംസ്കാരം

ഭാരതീയ പുരാവൃത്തങ്ങൾ

“അമീഷിന്റെ രചനകൾ ഇന്ത്യയുടെ സമ്പന്നമായ ഭൂതകാലത്തെയും സംസ്കാരത്തെയും കുറിച്ച് അത്യധികമായ ജിജ്ഞാസ ഉളവാക്കിയിട്ടുണ്ട്.”

– നരേന്ദ്ര മോദി *(ഇന്ത്യയുടെ ബഹുമാനപ്പെട്ട പ്രധാനമന്ത്രി)*

“അമീഷിന്റെ പുസ്തകങ്ങൾ ശ്രദ്ധയാകർഷിക്കുന്നതും ആകർഷകവും വിജ്ഞാനപ്രദവുമാണ്.”

– അമിതാഭ് ബച്ചൻ *(നടൻ, ജീവിക്കുന്ന ഇതിഹാസം)*

“ഇന്ത്യൻ സാഹിത്യത്തിലെ ഏറ്റവും വലിയ റോക്ക്സ്റ്റാറാണ് അമീഷ്.”

– ശേഖർ കപൂർ *(പ്രശസ്ത സിനിമാ സംവിധായകൻ)*

“അമീഷ് വർണ്ണനകളിൽ സൂക്ഷ്മതയുള്ള എഴുത്തുകാരനാണ്. ശ്രദ്ധ പിടിച്ചു പറ്റുന്ന ആഖ്യാനചാതുരി അദ്ദേഹത്തിനുണ്ട്.”

-ശശി തരൂർ *(എം പി, എഴുത്തുകാരൻ)*

“അമീഷ് അദ്ദേഹത്തിന്റെ തലമുറയിലെ ഏറ്റവും മൗലികതയുള്ള ചിന്തകരിൽ ഒരാളാണ്.”

– അർണബ് ഗോസ്വാമി *(മുതിർന്ന പത്രപ്രവർത്തകൻ, എം ഡി-റിപ്പബ്ലിക്ക് ടിവി)*

“പൗരാണിക കാലത്തെക്കുറിച്ച് അസാധാരണവും മൗലീകവും ഭ്രമിപ്പിക്കുന്നതുമായ ദർശനമുള്ള, അഗാധമായ ചിന്താശീലമുള്ള മനസ്സിനുടമയാണ് അമീഷ്.”

– ശേഖർ ഗുപ്ത *(മുതിർന്ന പത്രപ്രവർത്തകൻ, എഴുത്തുകാരൻ)*

“പുത്തൻ ഇന്ത്യയെ മനസ്സിലാക്കാൻ നിങ്ങൾ അമീഷിനെ വായിക്കേണ്ടതുണ്ട്.”

– സ്വപൻ ദാസ്ഗുപ്ത *(എം പി, മുതിർന്ന പത്രപ്രവർത്തകൻ)*

“ഇന്ത്യയിലെ ഏറ്റവും മികച്ച കഥയെഴുത്തുകാരിൽ ഒരാൾ.”

– വീർ സാംഘ്വി *(മുതിർന്ന പത്രപ്രവർത്തകൻ, എഴുത്തുകാരൻ)*

“ലിംഗം, ജാതി തുടങ്ങി എല്ലാ തരം വേർതിരിവുകളെക്കുറിച്ചുമുള്ള വിശാലവും പുരോഗമനപരവുമായ തത്വസംഹിതയുടെ ഒരു പ്രവാഹം അമീഷിന്റെ പുസ്തകങ്ങളിലുണ്ട്. യഥാർത്ഥ തത്വചിന്താ ഗാംഭീര്യമുള്ള ഏക

ഇന്ത്യൻ ബെസ്റ്റ് സെല്ലിംഗ് എഴുത്തുകാരനാണ് അദ്ദേഹം. ആഴത്തിലുള്ള ഗവേഷണത്തിന്റെയും അഗാധമായ ചിന്തയുടെയും പിൻബലമുള്ളതാണ് അദ്ദേഹത്തിന്റെ എല്ലാ കൃതികളും."

– സന്ദീപൻ ദേബ് *(മുതിർന്ന പത്രപ്രവർത്തകൻ, എഡിറ്റോറിയൽ ഡയറക്ടർ-സ്വരാജ്യ)*

"അമീഷിന്റെ സ്വാധീനം അദ്ദേഹത്തിന്റെ പുസ്തകങ്ങൾക്കും അപ്പുറമാണ്. അദ്ദേഹത്തിന്റെ പുസ്തകങ്ങൾ സാഹിത്യത്തിനും അതീതമാണ്. അദ്ദേഹത്തിന്റെ സാഹിത്യം ഭക്തിയിൽ അടിത്തറയിട്ട തത്വചിന്തയിൽ മുഴുകിയിരിക്കുന്നു. അത് അദ്ദേഹത്തിന്റെ ഇന്ത്യയോടുള്ള സ്നേഹത്തിനു ശക്തി പകരുന്നു."

– ഗൗതം ചിക്കർമാനെ *(മുതിർന്ന പത്രപ്രവർത്തകൻ, എഴുത്തുകാരൻ)*

"അമീഷ് സാഹിത്യ പ്രതിഭാസമാണ്."

– അനിൽ ധാർക്കർ *(മുതിർന്ന പത്രപ്രവർത്തകൻ, എഴുത്തുകാരൻ)*

രാമചന്ദ്ര പരമ്പര പുസ്തകം 4

ലങ്കായുദ്ധം

അമീഷ്

വിവർത്തനം: കബനി സി

ekadā

ekadā

First published in English as *War of Lanka* in 2022 by HarperCollins *Publishers* India

Published in Malayalam as *Lankayuddham* in 2023 by Eka, an imprint of Westland Books, a division of Nasadiya Technologies Private Limited

Published in 2026 by Ekadā, an imprint of Westland Books, a division of Nasadiya Technologies Private Limited

No. 269/2B, First Floor, 'Irai Arul', Vimalraj Street, Nethaji Nagar, Alapakkam Main Road, Maduravoyal, Chennai 600095

Westland, the Westland logo, Ekadā and the Ekadā logo are the trademarks of Nasadiya Technologies Private Limited, or its affiliates.

Translated by Kabani C.

Amish Tripathi asserts the moral right to be identified as the author of this work.

ISBN: 9789357768375

10 9 8 7 6 5 4

This is a work of fiction. Names, characters, organisations, places, events and incidents are either products of the author's imagination or used fictitiously.

Typeset by Jojy Philip, New Delhi

Printed at Nutech Print Services Pvt. Ltd

ഓം നമഃശിവായ

പ്രപഞ്ചം ശിവഭഗവാനു മുമ്പിൽ കുമ്പിടുന്നു

ഞാൻ ശിവഭഗവാനു മുമ്പിൽ കുമ്പിടുന്നു

എന്റെ അച്ഛന്, മൺ മറഞ്ഞു പോയ വി. കെ. ത്രിപതിയ്ക്ക്
എന്റെ ചെറിയ മകൻ നീലിനും

നടക്കുന്നതെങ്ങിനെയെന്നു പഠിക്കാൻ ഞാൻ ഏന്തി വലിഞ്ഞു നിന്ന് അദ്ദേഹത്തിന്റെ കൈ പിടിക്കാറുണ്ട്. അദ്ദേഹത്തെ ആലിംഗനം ചെയ്യാൻ കുനിയാറുണ്ട്, അതെന്റെ ഹൃദയത്തെ ഉയരങ്ങളിലേക്കുയർത്തുന്നു.

ഞാനദ്ദേഹത്തോട് ചോദ്യങ്ങൾ ചോദിക്കാറുണ്ട്, അദ്ദേഹമാണെന്നെ ഏറ്റവും മികച്ച രീതീയിൽ പഠിപ്പിച്ചിട്ടുള്ളത്.

ഞാനദ്ദേഹത്തിന് പുസ്തകങ്ങൾ വായിക്കാൻ കൊടുത്തു, അദ്ദേഹത്തിന്റെ അറിവിന്റെ ചക്രവാളം വികസിപ്പിക്കാൻ,

എന്നെ കുറിച്ച് അദ്ദേഹം അഭിമാനം കൊള്ളാൻ ഞാൻ പരിശ്രമിച്ചു.
എന്റെ മകനു പിന്തുടരാനുള്ള മാതൃകയാകാൻ ഞാൻ ശ്രമിക്കുന്നുണ്ട്.
അനുഗ്രഹീതനാണു ഞാൻ.
ബന്ധങ്ങളിൽ ഏറ്റവും പരിപാവനമായതിന്റെ കൂടെയാണു ഞാൻ
തലമുറകൾക്കപ്പുറം പരന്നു കിടക്കുന്ന ബന്ധം
എന്റെ അച്ഛനുമായുള്ളത്, എന്റെ മകനുമായുള്ളത്.
ആ വാക്കുകൾ എക്കാലവും ആത്മാവിനുള്ളിൽ പ്രതിധ്വനിക്കും.
അച്ഛൻ മകനോടു പറഞ്ഞത്:
ഞാൻ നിന്നെച്ചൊല്ലി അഭിമാനം കൊള്ളുന്നു, എന്നും എപ്പോഴും.
മകൻ അച്ഛനോടു പറഞ്ഞത്:
ഞാൻ അങ്ങയെ സ്നേഹിക്കുന്നു, എന്നും എപ്പോഴും.

മരണമാണ് മനുഷ്യനു ലഭിക്കാവുന്ന ഏറ്റവും മഹത്തരമായ അനുഗ്രഹം.

—സോക്രട്ടീസ്

ഇനിയൊരിക്കലും മരിക്കേണ്ടി വരാത്തതാണ് നേരായും ഏറ്റവും
വലിയ അനുഗ്രഹം. ജനനമരണചക്രങ്ങളുടെ നൈരന്തര്യത്തിൽ
നിന്നുമുള്ള മോക്ഷം, നിർവ്വാണം.

നല്ലതു ചെയ്യൂ
മറ്റുള്ളവരെ സഹായിക്കൂ
നല്ല കർമ്മങ്ങൾ ചെയ്യൂ
മൂല്യവത്തായ ജീവിതം നയിക്കൂ.
അതിലൂടെ ഏറ്റവും മഹത്തരമായ അനുഗ്രഹം നേടൂ:
എല്ലാ മരണങ്ങളെയും അവസാനിപ്പിക്കുന്ന മരണം.

പ്രധാനപ്പെട്ട കഥാപാത്രങ്ങളും ഗോത്രങ്ങളും

അകമ്പനൻ: കള്ളക്കടത്തുകാരൻ, രാവണന്റെ ഏറ്റവുമടുത്ത സഹായികളിലൊരാൾ

അരിഷ്ടനേമി: മലയപുത്രന്മാരുടെ സേനാപതി;വിശ്വാമിത്രന്റെ വലംകൈ

അന്നപൂർണ്ണാദേവി;മലയപുത്രന്മാരുടെ തലസ്ഥാനമായ അഗസ്ത്യകൂടത്തിൽ ജീവിച്ചിരുന്ന സംഗീത വിദുഷി

അശ്വപതി: വടക്കുപടിഞ്ഞാറുള്ള കേകയ സാമ്രാജ്യത്തിന്റെ അധിപതി;കൈകേയിയുടെ പിതാവ്, ദശരഥന്റെ വിശ്വസ്തമിത്രം

ഭരതൻ: രാമന്റെ അർദ്ധ സഹോദരൻ;ദശരഥന്റെയും കൈകേയിയുടെയും മകൻ

ദശരഥൻ: കോസലത്തിന്റെ ചക്രവർത്തിയും സപ്തസിന്ധുവിന്റെ അധിപതിയും. രാമന്റെയും ഭരതന്റെയും ലക്ഷ്മണന്റെയും ശത്രുഘ്നന്റെയും പിതാവ്

ഹനുമാൻ: നാഗൻ. വായുപുത്ര ഗോത്രത്തിലെ അംഗം

ഇന്ദ്രജിത്ത്: രാവണന്റെയും മണ്ഡോദരിയുടെയും മകൻ

ജനകൻ: മിഥിലയുടെ രാജാവ്;സീതയുടെ പിതാവ്

ജടായു: മലയപുത്രന്മാരുടെ ധീരനായകരിലൊരാൾ;സീതയുടെയും രാമന്റെയും നാഗനായ കൂട്ടുകാരൻ

കൈകസി: വൈശ്രവ മഹർഷിയുടെ ആദ്യ ഭാര്യ;രാവണന്റെയും കുംഭകർണ്ണന്റെയും മാതാവ്

കന്യാകുമാരി: കന്യകയായ ദേവി. തിരഞ്ഞെടുക്കപ്പെട്ട പെൺകുട്ടികളുടെ ദേഹത്തിൽ ദേവി കുടിയിരിക്കുകയും, അവരെ ദേവിമാരായി പൂജിക്കുകയും ചെയ്തിരുന്നു.

ഖരൻ: ലങ്കയുടെ സൈന്യത്തിലെ സേനാപതിമാരിലൊരാൾ. സമീചിയുടെ കാമുകൻ

ക്രകചബാഹു: ചിൽക്കയിലെ രാജപ്രതിനിധി

കുബേരൻ: ലങ്കയിലെ വർത്തകപ്രമാണി

കുംഭകർണ്ണൻ: രാവണന്റെ സഹോദരൻ;നാഗൻ

കുശധ്വജൻ: സങ്കിസയിലെ രാജാവ്: ജനകന്റെ അനുജൻ

ലക്ഷ്മണൻ: ദശരഥന്റെ ഇരട്ടക്കുട്ടികളിലൊരാൾ; രാമന്റെ അർദ്ധസഹോദരൻ

മലയപുത്രന്മാർ: വിഷ്ണുവിന്റെ ആറാമത്തെ അവതാരമായ പരശുരാമന്റെ പിൻഗാമികളുടെ ഗോത്രം

മണ്ഡോദരി: രാവണന്റെ ഭാര്യ

മരൻ: സ്വതന്ത്രനായ വാടകക്കൊലയാളി

മാരീചൻ: കൈകസിയുടെ സഹോദരൻ;രാവണന്റെയും കുംഭകർണ്ണന്റെയും അമ്മാവൻ;രാവണന്റെ ഏറ്റവുമടുത്ത കൂട്ടാളികളിലൊരാൾ

നാഗന്മാർ: വൈകല്യങ്ങളോടെ ജനിക്കുന്ന മനുഷ്യർ

നന്ദിനി: വിശ്വാമിത്രന്റെയും വസിഷ്ഠന്റെയും ഗുരുകുലത്തിലെ കൂട്ടുകാരി. ഭൃംഗയിൽ നിന്നുള്ളവൾ

പൃഥ്വി: തോടീ ഗ്രാമത്തിലെ വ്യാപാരി

രാവണൻ: വൈശ്രവ മഹർഷിയുടെ പുത്രൻ, കുംഭകർണ്ണന്റെ സഹോദരൻ, ശൂർപ്പണഖയുടെയും വിഭീഷണന്റെയും അർദ്ധസഹോദരൻ

രാമൻ: ചക്രവർത്തിയായ ദശരഥന്റെയും അദ്ദേഹത്തിന്റെ പട്ടമഹിഷി കൗസല്യയുടെയും പുത്രൻ. ദശരഥന്റെ നാലു മക്കളിൽ മൂത്തയാൾ. സീതയുടെ ഭർത്താവ്

സമീചി: മിഥിലയുടെ ക്രമസമാധാനം പാലിക്കുന്നവൾ, ഖരന്റെ കാമുകി

ശത്രുഘ്നൻ: ലക്ഷ്മണന്റെ ഇരട്ട സഹോദരൻ, ദശരഥന്റെയും സുമിത്രയുടെയും പുത്രൻ, രാമന്റെ അർദ്ധ സഹോദരൻ

ശോചികേശൻ: തോടീ ഗ്രാമത്തിലെ ഭ്രപ്രഭു

ശൂർപ്പണഖ: രാവണന്റെ അർദ്ധസഹോദരി

സീത: മിഥിലയിലെ രാജാവ് ജനകന്റെയും രാജ്ഞി സുനൈനയുടെയും പുത്രി, മിഥിലയുടെ പ്രധാനമന്ത്രി, രാമന്റെ ഭാര്യ

സുകർമ്മൻ: തോടീ ഗ്രാമവാസി, ശോചികേശന്റെ പുത്രൻ

സുരസ: വ്യാപാരിയായ നാരദന്റെ ജോലിക്കാരി. ബ്രഹ്മചര്യവ്രതം അനുഷ്ഠിക്കുന്ന ഹനുമാനെ ആഴത്തിൽ പ്രണയിച്ചു.

സൂര്യവംശക്കാർ: സൂര്യഭഗവാന്റെ പിൻഗാമികൾ. ചക്രവർത്തിയായ ഇക്ഷ്വാകു സ്ഥാപിച്ച രാജവംശം

വാനരന്മാർ: തുംഗഭദ്രാനദിയോരത്തുള്ള കിഷ്കിന്ധയെന്ന ശക്തമായ സാമ്രാജ്യം ഭരിച്ചവർ

ബാലി: കിഷ്കിന്ധയിലെ രാജാവ്

വസിഷ്ഠൻ: അയോദ്ധ്യയുടെ ആത്മീയ ഗുരുവും രാജപുരോഹിതനും. അയോദ്ധ്യയിലെ നാലു രാജകുമാരന്മാരുടെയും ഗുരു

വായുപുത്രന്മാർ: മുൻ മഹാദേവനായ രുദ്രഭഗവാന്റെ പിന്മുറക്കാരുടെ ഗോത്രം

വേദവതി: തോടീ ഗ്രാമവാസി, പൃഥിയുടെ ഭാര്യ

വിഭീഷണൻ: രാവണന്റെ അർദ്ധ സഹോദരൻ

വൈശ്രവൻ: ആദരണീയനായ മഹർഷി. രാവണന്റെയും കുംഭകർണ്ണന്റെയും ശൂർപ്പണഖയുടെയും വിഭീഷണന്റെയും പിതാവ്

വിശ്വാമിത്രൻ: മലയപുത്രൻമാരുടെ നായകൻ, രാമന്റെയും ലക്ഷ്മണന്റെയും ഗുരു

ആഖ്യാന ഘടനയെക്കുറിച്ചൊരു കുറിപ്പ്

ഈ പുസ്തകം നിങ്ങൾ കയ്യിലെടുത്തിട്ടുണ്ടെങ്കിൽ രാമചന്ദ്ര പരമ്പരയിലെ മറ്റു മൂന്നു പുസ്തകങ്ങളും നിങ്ങൾ വായിച്ചിട്ടുണ്ടാകാൻ എല്ലാ സാദ്ധ്യതയുമുണ്ട്. അവ നിങ്ങൾക്ക് ഇഷ്ടപ്പെട്ടിരിക്കാനും (ഞാനങ്ങിനെ ആശിക്കുന്നു!)

നിങ്ങളുടെ തുടരുന്ന സ്നേഹത്തിനും പിന്തുണക്കും നന്ദി.

ഒരു കലാകാരനെ സംബന്ധിച്ചിടത്തോളം ഏറ്റവും വില പിടിച്ച സമ്മാനം തന്നതിനും: നിങ്ങളുടെ സമയം. ഈ പുസ്തകം നിങ്ങളുടെ പ്രതീക്ഷകൾക്കൊത്തുയരുമെന്ന് ഞാൻ പ്രത്യാശിക്കുന്നു.

ചിലർ ബഹുരേഖീയ ആഖ്യാനമെന്നു (മൾട്ടിലിനിയർ) വിളിക്കുന്ന കഥപറച്ചിൽ രീതി (അതിനു ഹൈപ്പർ ലിങ്കെന്നും പറയും) എന്നെ ഏറെ പ്രചോദിപ്പിക്കുന്നുണ്ടെന്ന് നിങ്ങളിൽ ചിലർക്കെങ്കിലുമറിയാം. അത്തരം ആഖ്യാനത്തിൽ നിരവധി കഥാപാത്രങ്ങളുണ്ടാകും. അവരെയെല്ലാം ഒരുമിച്ചു കൊണ്ടു വരുന്ന ഒരു ബന്ധവും. രാമചന്ദ്രപരമ്പരയിലെ മൂന്നു പ്രധാന കഥാപാത്രങ്ങൾ രാമനും സീതയും രാവണനുമാണ്. ഓരോ കഥാപാത്രത്തിനും അവരെ അവരാക്കി വാർത്തെടുത്ത ജീവിതാനുഭവങ്ങളുണ്ട്. ഓരോരുത്തർക്കും അവരവരുടെ സാഹസകൃത്യങ്ങളും അതിനെ ആണിയടിച്ചുറപ്പിക്കുന്ന പിൻകഥകളുമുണ്ട്. അവസാനം ആ കഥകളെല്ലാം തന്നെ സീതയെ കവർന്നെടുക്കുന്നതിൽ ചെന്നു ചേരുന്നു.

ആദ്യത്തെ പുസ്തകം രാമന്റെ കഥയിലൂടെ സഞ്ചരിച്ചപ്പോൾ രണ്ടാമത്തേത് സീതയുടെ കഥയാണു പറഞ്ഞത്. മൂന്നാമത്തേതാകട്ടെ രാവണന്റെ കഥയുടെ ആഴങ്ങളിലേക്കാണു പോയത്. നാലാമത്തേതിൽ ഈ കഥകളെല്ലാം ഒറ്റക്കഥയായി മാറുന്നു. അതാണ്, രാമചന്ദ്ര

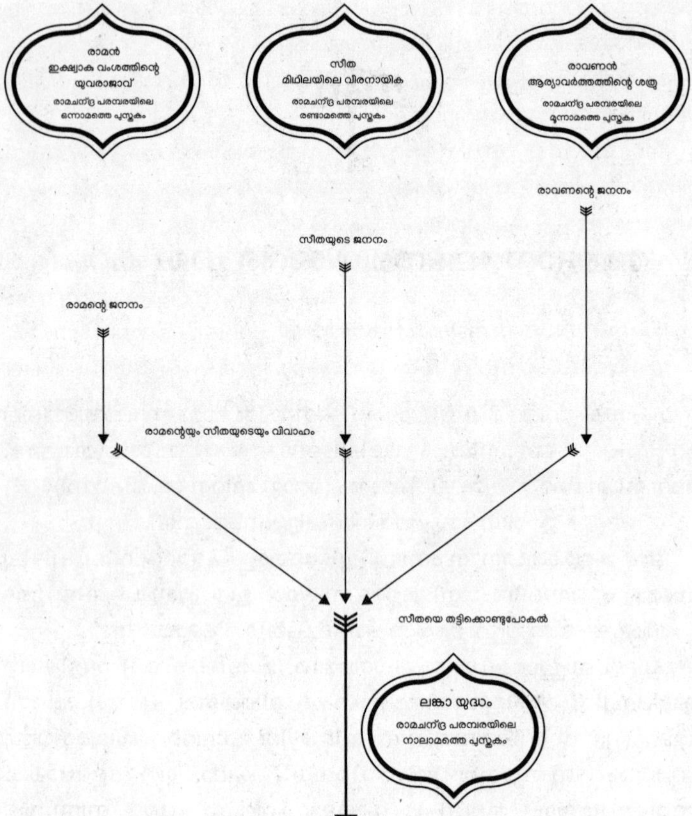

പരമ്പരയിലെ ആ നാലാമത്തെ പുസ്തകമാണ് ഇപ്പോൾ നിങ്ങളുടെ കയ്യിലുള്ളത്.

മൂന്നു പുസ്തകങ്ങൾ ബഹുരേഖീയ ആഖ്യാനത്തിൽ എഴുതുകയെന്നാൽ എളുപ്പമല്ലാത്തതും ധാരാളം സമയമാവശ്യമുള്ളതുമായ കാര്യമാണെന്ന് എനിക്കറിയാമായിരുന്നു. പക്ഷേ, തുറന്നു പറയട്ടെ, അത് പരിപൂർണ്ണമായും ആവേശകരമായിരുന്നു. അത്ര തന്നെ ആവേശവും ആഹ്ലാദവും നിങ്ങൾക്കും അനുഭവപ്പെടുമെന്ന് ഞാൻ പ്രത്യാശിക്കുന്നു. രാമനെയും സീതയെയും രാവണനെയും കഥാപാത്രങ്ങളായി അറിയാൻ

കഴിഞ്ഞത്, അവരുടെ ലോകങ്ങളിലേക്ക് ചേക്കേറാനും ഈ മഹത്തായ ഇതിഹാസത്തെ പ്രകാശിപ്പിക്കുന്ന കഥകളുടെയും ഇതിവൃത്തങ്ങളുടെയും കുടുക്കുവഴികൾ കടക്കാനും എന്നെ സഹായിച്ചു. ഞാൻ അക്കാര്യത്തിൽ അങ്ങേയറ്റം അനുഗൃഹീതനാണ്.

ബഹുരേഖീയ ആഖ്യാനമാണെന്നതു കൊണ്ടു തന്നെ ഞാൻ ആദ്യത്തെ പുസ്തകത്തിലും (രാമൻ-ഇക്ഷ്വാകു കുലത്തിന്റെ ഇളമുറക്കാരൻ) രണ്ടാമത്തെ പുസ്തകത്തിലും (സീത-മിഥിലയിലെ യോദ്ധാവ്) മൂന്നാമത്തെ പുസ്തകത്തിലും (രാവണൻ-ആര്യാവർത്തത്തിന്റെ ശത്രു) കഥകളെ കൂട്ടിക്കെട്ടുന്ന സൂചനകൾ അവശേഷിപ്പിച്ചിട്ടുണ്ട്. അവയിൽ ഏതാണ്ടെല്ലാം തന്നെ നാലാമത്തേതിൽ അനാവരണം ചെയ്യപ്പെടുന്നുണ്ട്.

'ലങ്കായുദ്ധം' എന്ന പുസ്തകത്തിന്റെ വായന നിങ്ങൾ ആസ്വദിക്കുമെന്ന് ഞാൻ പ്രത്യാശിക്കുന്നു. താഴെക്കാണുന്ന ഫേസ്ബുക്ക്, ഇൻസ്റ്റഗ്രാം, ട്വിറ്റർ അക്കൗണ്ടുകളിൽ നിങ്ങളുടെ പ്രതികരണം എന്നെ അറിയിക്കാവുന്നതാണ്.

സ്നേഹത്തോടെ അമീഷ്.

കടപ്പാട്

നിങ്ങൾ മറ്റു കാര്യങ്ങൾ ആസൂത്രണം ചെയ്യുമ്പോൾ സംഭവിക്കുന്നതാണ് ജീവിതം. അത് ഒരേ സമയം നാലു കാര്യങ്ങളാണ് ഇപ്പോൾ എന്നെ കൊണ്ടു ചെയ്യിക്കുന്നത്. ഞാൻ ഭാരത സർക്കാരിന്റെ സാംസ്കാരിക നയതന്ത്ര വകുപ്പുമായി ബന്ധപ്പെട്ടു പ്രവർത്തിക്കുന്നുണ്ട്. രണ്ടാമതായി ഞാൻ ടിവി ഡോക്യുമെൻററികൾ അവതരിപ്പിക്കുന്നുണ്ട്. എന്റെ തന്നെ ഒരു പുസ്തകം ചലച്ചിത്രമാക്കാനുള്ള ശ്രമത്തിലുമാണ്. ഇതിനെല്ലാമപ്പുറം എഴുത്തു തന്നെയാണ് എന്റെ പ്രധാന വഴി. ജീവിതം ദുഷ്കരവും കഠിനവുമാകുമ്പോഴും അതെന്നെ മുമ്പോട്ടു കൊണ്ടു പോകുന്നുണ്ട്. എന്നെ എഴുത്തിൽ സഹായിക്കുന്നവരോടെല്ലാം നന്ദി പറയുന്നു, അവരാണെന്നെ താങ്ങിനിർത്തുന്നത്.

എന്റെ മകനായ നീൽ. എന്റെ ആത്മാവിന്റെ ലക്ഷ്യവും എന്റെ പരമമായ ആനന്ദവും ഏറ്റവും മികച്ച നേട്ടവും. അവന് മാതൃകയാകാൻ ഞാൻ പരിശ്രമിക്കുന്നുണ്ട്.

ഉഷ, ഭാവന, അനീഷ്, മീത, ആഷിഷ്, ഡൊണേറ്റ-എന്റെ അമ്മയ്ക്കും കൂടപ്പിറപ്പുകൾക്കും അവരുടെ ഭാര്യമാർക്കും നന്ദി. എന്നത്തെയും പോലെ അവരാണ് ഇതിന്റെ ആദ്യത്തെ കരടു വായിച്ചത്. ഞങ്ങൾ പരസ്പര സഹായത്തിനുണ്ടെന്നതു തന്നെ വലിയ കാര്യമാണ്.

എന്റെ കുടുംബത്തിലെ മറ്റുള്ളവർ-ഷെർനാസ്, പ്രീതി, സ്മിത, അനുജ്, റുത, മിതാംശ്, ഡാനിയൽ, ഐഡൻ, കേയ, അനിക, അഷ്ന. എന്നോട് അവർക്കുള്ള സ്ഥായിയായ സ്നേഹത്തിനും വിശ്വാസത്തിനും നന്ദി.

എന്റെ ജോലിയും ജീവിതവും മുമ്പോട്ടു കൊണ്ടു പോകുന്ന അമനും ശിവാനിക്കും നന്ദി.

ഹാർപ്പർ കോളിൻസിലെ ടീമംഗങ്ങൾ. എന്റെ എഡിറ്റർ സ്വാതി, മാർക്കറ്റിംഗ് ടീമായ ഷബ്നവും, ആകൃതിയും; സെയിൽസ് ടീമായ ഗോകുലും വികാസും രാഹുലും എന്റെ പബ്ലിഷറായ ഉദയൻ, ഹാർപ്പർ കോളിൻസ് ഇന്ത്യയുടെ മികച്ച സി.ഇ.ഓ. ആനന്ദ്. ഇത് അവരുമായി ചേർന്നുള്ള എന്റെ ആദ്യത്തെ പുസ്തകമാണ്. ഞാൻ ഈ പുതിയ യാത്ര നന്നായി ആസ്വദിക്കുന്നുണ്ട്. ഇനിയും കൂടുതൽ പുസ്തകങ്ങൾ വരട്ടെ.

എന്റെ മുമ്പത്തെ പബ്ലിഷറുടെ സിഇഓ ആയ ഗൗതം, എഡിറ്റർമാരായ കാർത്തികയും ദീപ്തിയും (അവരാണ് ഈ പുസ്തകത്തിന്റെ ആദ്യത്തെ കരട് എഡിറ്റു ചെയ്തത്), മാർക്കറ്റിംഗ് മാനേജരായ നേഹ, വെസ്റ്റ്ലാൻഡ് ടീം. നിർഭാഗ്യകരമായ സാഹചര്യങ്ങളിൽ ഞങ്ങൾ വഴി പിരിഞ്ഞിട്ടുണ്ടാകാമെങ്കിലും എല്ലാവരും എനിക്ക് കുടുംബാംഗങ്ങൾ തന്നെയാണ്.

വിജയ്, ശുഭാംഗി, പദ്മ, ദിവ്യ, അനുജ്, യുക്ത, എന്റെ ഓഫീസിലെ മറ്റുള്ള സഹപ്രവർത്തകർ. അവർ എന്റെ ജോലികൾ പങ്കിടുകയും എനിക്ക് എഴുതാനുള്ള നേരം തരികയും ചെയ്യുന്നുണ്ട്.

ഹേമൽ, നേഹ, രോഹൻ, ഹിതേഷ്, ശിഖ, ശ്രീറാം, വിനീത്, ഹർഷ്, അക്ഷത, സാറ, പ്രകാശ്, സുജിത്, ഒക്ടോബസ് സംഘത്തിലെ ശേഷിച്ചവർ. ഈ പുസ്തകത്തിന്റെ പുറംചിത്രം അതിമനോഹരമായി ചെയ്തതിനു നന്ദി! അവർ തന്നെയാണ് ഇതിന്റെ പരസ്യചിത്രം ചെയ്തതും സാമൂഹ്യമാധ്യമങ്ങളിലെ പ്രചരണം കൈകാര്യം ചെയ്തതും. ഞാനവരുടെ കൂടെ ഏറെ കാലം ജോലി ചെയ്തിട്ടുണ്ട്. വീഞ്ഞു പോലെ ആ ബന്ധത്തിന് പഴക്കം കൂടുന്തോറും വീര്യം കൂടുന്നു!

മായാങ്ക്, ദീപിക, സ്നേഹ, നരേഷ്, വിശാൽ, പരിഥി, ഗുഞ്ജൻ, മോസ് ആർട് ടീമിലെ മറ്റുള്ളവർ. അവരാണ് മാധ്യമങ്ങളും വിപണിയുമായുള്ള ബന്ധം കൈകാര്യം ചെയ്തത്. ഞാൻ കണ്ടിട്ടുള്ളതിൽ വെച്ച് ഏറ്റവും മികച്ച മീഡിയ മാനേജർമാരാണ് ഇവർ.

മികച്ച ഡിസൈനറും ചിന്തകനുമായ ആഷിഷ് മങ്കദാണ് എന്റെ പുസ്തങ്ങളുമായി ബന്ധപ്പെട്ട കലാഘടകങ്ങൾ ചിട്ടപ്പെടുത്തുന്നത്. പുതിയ വെബ്സൈറ്റ് തയ്യാറാക്കിയതും അദ്ദേഹം തന്നെ.

ഈ പുസ്കത്തിന്റെ അകംചട്ടയിൽ ഉപയോഗിച്ചിട്ടുള്ള എഴുത്തുകാരന്റെ ചിത്രങ്ങൾ എടുത്തത് സത്യയും കൂട്ടരുമാണ്. സാധാരണക്കാരനായ ഒരാളെ മെച്ചപ്പെട്ട രീതിയിൽ പ്രദർശിപ്പിക്കാൻ അവർക്ക് തീർച്ചയായും കഴിഞ്ഞിട്ടുണ്ട്.

പബ്ലിഷിംഗ് ഇൻഡസ്ട്രിയിലെ മാന്ത്രികയായ പ്രീതിയാണ് എന്റെ പുസ്തകങ്ങളുടെ അന്താരാഷ്ട്ര ഇടപാടുകൾ കൈകാര്യം ചെയ്യുന്നത്.

കാലെബ്, ക്ഷിതിജ്, സന്ദീപ്, അഖിൽ, അവരുടെ സംഘത്തിലെ മറ്റാളുകൾ-നിയമോപദേശത്തിന് നന്ദി.

മൃണാളിനിയെന്ന മികച്ച സംസ്കൃത പണ്ഡിതയ്ക്ക്. ഗവേഷണത്തിന് എന്നെ സഹായിക്കുന്നതിനു നന്ദി.

സഞ്ജയ്, അർച്ചന, ഒളിവിയർ, പ്രാഞ്ജല, സന്ദീപ്, രവിചന്ദ്രൻ, വിനീത്, സോംനാഥ്, കൻവർ പ്രീത്, ജസീന, നസീമ-ലണ്ടനിലെ നെഹ്റു സെന്ററിലെ എന്റെ സഹപ്രവർത്തകരുടെ സ്നേഹത്തിനും പിന്തുണക്കും നന്ദി. ഈയ്യിടുത്ത് നമുക്കു നഷ്ടപ്പെട്ടു പോയ അമൂല്യരത്നമായ നെഹ്റു സെന്ററിലെ മുൻ അംഗം ബി വി നാരായണയെയും ഓർക്കുന്നു.

അത്യാവേശത്തോടെ എന്റെ പുസ്തകങ്ങൾ വായിക്കുന്ന ആദിത്യയ്ക്ക്, ഇപ്പോൾ അദ്ദേഹമെന്റെ സുഹൃത്തും സഹായിയുമാണ്.

അവസാനമായി, പക്ഷേ ഏറ്റവും പ്രാധാന്യത്തോടെ, ഞാൻ നിങ്ങൾ, വായനക്കാർക്ക് നന്ദി പറയുന്നു. നിങ്ങളുടെ തുടർച്ചയായ സ്നേഹവും പിന്തുണയും ധാരണയും പ്രോത്സാഹനവുമാണ് എന്നെ മുമ്പോട്ടു നയിക്കുന്നത്. വളരെയധികം നന്ദി. ശിവഭഗവാൻ നിങ്ങളെയെല്ലാം അനുഗ്രഹിക്കട്ടെ.

അദ്ധ്യായം 1

ക്രിസ്തുവിനു മുമ്പ് 3400-ാമാണ്ട്.

ലങ്കാധിപനായ രാവണന്റെ ഉടലു മുഴുവനുമുള്ള മുറിവുകളിൽ നിന്ന് ധാരധാരയായി രക്തമൊഴുകുന്നുണ്ട്.

അയാൾ കുതിച്ചോടുകയാണ്. അയാൾ പ്രണയിക്കുന്ന സ്ത്രീയുടെ പേര് ഉച്ചത്തിൽ വിളിച്ചു പറയുന്നുണ്ട്. അയാൾ ആകെ പ്രണയിച്ചിട്ടുള്ള സ്ത്രീ.

"വേദവതീ! വേദവതീ!"

അയാൾ ശ്വാസം അണയ്ക്കുന്നുണ്ട്. നാഭിയിലെ നിത്യവേദന പെട്ടെന്ന് അസഹനീയമായി മാറിയിട്ടുണ്ട്. കണ്ണുനീർത്തുള്ളികൾ അടർന്നു വീഴുന്നുണ്ട്. അയാൾക്ക് വന്യമൃഗങ്ങളുടെ ഒച്ച കേൾക്കാം-ചെന്നായ്ക്കളുടെ ഓരിയിടൽ, കഴുകന്മാരുടെ കരച്ചിൽ, കടവാതിലുകളുടെ ചീറൽ. അയാൾക്കവയെ കാണാനാകുന്നില്ലെങ്കിലും. തോടീ ഗ്രാമത്തിലൂടെ, ഒഴിഞ്ഞ പാതകളിലൂടെ, കുറ്റാക്കുറ്റിരുട്ടിലൂടെ അയാൾ ഓടി.

"വേദവതീ!"

ഒരു ചൂട്ട് വിദൂരതയിൽ ആളിക്കത്തുന്നത് അയാൾ കണ്ടു.

രാവണൻ അതിനു നേർക്കോടി.

"വേദവതീ!"

നൂറു തീപ്പന്തങ്ങളിൽ നിന്നുള്ള വെളിച്ചത്തിന്റെ പൊട്ടിത്തെറി ഒരേസമയം പെട്ടെന്നുണ്ടായി. ഒരു കൈ കൊണ്ട് കണ്ണുകൾ പൊത്തി വേദനയോടെ രാവണൻ അലറിവിളിച്ചു. കൃഷ്ണമണികൾ പ്രകാശത്തോടു പൊരുത്തപ്പെട്ടപ്പോൾ അയാൾ കണ്ണു പൊത്തിയതു തുറക്കുകയും കണ്ണു കാണാതാക്കുന്ന വെളിച്ചത്തിന്റെ കീഴിൽ സംഘടിച്ച ജനക്കൂട്ടത്തെ കാണുകയും ചെയ്തു.

രാവണൻ വേഗത്തിലും വഴക്കത്തോടെയും വെളിച്ചത്തിനു നേർക്കോടി.

"വേദവതീ!"

ജനക്കൂട്ടത്തിൽ അയാളുടെ ആൾക്കാരുണ്ട്. കുംഭകർണ്ണനും ഇന്ദ്രജിത്തും മാരീചനും അകമ്പനനും പോരാളികളും.

പക്ഷേ, എന്തോ കുഴപ്പമുണ്ട്.

കുംഭകർണ്ണന് വയസ്സായിട്ടുണ്ട്. അവശൻ. അയാൾ കരയുന്നുണ്ട്. അയാൾ ജ്യേഷ്ഠനു നേരെ കൈകൾ നീട്ടി. "ദാദാ..."

രാവണൻ തന്റെ പ്രിയപ്പെട്ട അനുജന്റെ ചുമലുകൾക്കു മുകളിലൂടെ നോക്കി. അയാൾക്ക് നല്ല പരിചയമുള്ള കുടിൽ.

അവളുടെ വീട്.

അയാളൊരു അലറിക്കരച്ചിൽ കേട്ടു. വേദനയുടെ ഉച്ചത്തിലുള്ള അലമുറ. ഭീതിയുടെയും. അയാൾക്ക് അവളുടെ ഒച്ച അറിയാം. അയാളാ ശബ്ദത്തെ പ്രണയിച്ചു. അയാൾ ആ ശബ്ദത്തെ ആരാധിച്ചു.

"വേദവതീ!"

കുംഭകർണ്ണൻ രാവണനെ തടയാൻ ശ്രമിച്ചു. "ദാദാ...അരുത്."

രാവണൻ കുംഭകർണ്ണനെ തള്ളിമാറ്റിക്കൊണ്ട് കുടിലിനു നേർക്കോടി. ചെകുത്താന്റെ പിളർന്ന വായ പോലെ തുറന്നു മലർന്നു കിടക്കുന്ന വാതിൽ.

വേദവതിയുടെ ഭർത്താവായ പൃഥ്വി തറയിൽ കിടക്കുന്നുണ്ട്. മരിച്ചു മലർന്നു കിടക്കുന്നു. ഞെട്ടലിലും ഭീതിയിലും കണ്ണുകൾ മലർക്കെ തുറന്നിട്ടുണ്ട്. ഉടലിലുള്ള ഭയങ്കര മുറിവുകളിൽ നിന്ന് രക്തമൂറുന്നുണ്ട്. ഹൃദയത്തിൽ ഒരു വാളു തറച്ചു നിൽക്കുന്നുണ്ട്-മരണകാരണമായ മുറിവ്.

രാവണൻ ചുറ്റും തിരഞ്ഞു.

അയാളുടെ വേദവതി.

അവിടത്തെ ഒരു ഭൂപ്രഭുവിന്റെ താന്തോന്നിമകനായ സുകർമ്മൻ വേദവതിയെ കഴുത്തിനു കുത്തിപ്പിടിച്ച് മുകളിലേക്കുയർത്തിയിട്ടുണ്ട്. അയാളുടെ മുഖം കോപത്താൽ കോടിപ്പോയിട്ടുണ്ട്. അയാളുടെ കൈകൾ മൃഗീയമായി അവളുടെ കഴുത്ത് ഞെരിക്കുന്നുണ്ട്. പൈശാചികമായ കരുത്താൽ അയാളുടെ മാംസപേശികൾ പൊട്ടിത്തെറിക്കുന്നുണ്ടായിരുന്നു. ഭ്രാന്തു പിടിച്ച കത്തി അവളുടെ ഉടലൊട്ടാകെ കീറിമുറിച്ചിരുന്നു. പേശികളും സ്നായുക്കളും ചോരയിറ്റുന്ന ചുവന്ന ചീന്തുകളായി മാറിയിരുന്നു. അവളുടെ വസ്ത്രങ്ങളിൽ നിറയെ രക്തം, മനോഹരമായ മുഖം ചീർത്തിരുന്നു, നിറയെ മുറിവുകൾ. മുറിവു പറ്റാത്ത, കറ പുരളാത്ത, അകളങ്കിതമായ കാലടികളിൽ രക്തം തളം കെട്ടി കിടന്നു.

ഇല്ലാാാാ.....

രാവണന്റെ വായിൽ നിന്നും ഒച്ച പുറത്തു വന്നില്ല. പട്ടുകുറ്റൻ പൈശാചിക ശക്തിയാൽ അയാൾ തളർന്നു പോയതു പോലെയായിരുന്നു അത്. അയാൾക്കൊന്നും ചെയ്യാൻ കഴിഞ്ഞില്ല. അയാൾ അവിടെ നിന്നെല്ലാം കാണുക മാത്രം ചെയ്തു.

'പണമെവിടെ?' സുകർമൻ അലറി. അയാളുടെ ഒച്ച ഇടിമുഴക്കം പോലെയായിരുന്നു. രാക്ഷസീയം.

വേദനയ്ക്കിടയിലും വേദവതിയുടെ മുഖം ശാന്തമായിരുന്നു. സൗമ്യം. കന്യാകുമാരിയെപ്പോലെ. അവൾ പതിയെ മറുപടി പറഞ്ഞു: "ഇത് രാവണന്റെ പണമാണ്. ധർമ്മപ്രവർത്തനങ്ങൾക്കായി അദ്ദേഹം തന്ന പണം. തനിക്കുള്ളിലെ ദൈവത്തെ കണ്ടെത്താനുള്ള രാവണന്റെ അവസരമാണിത്. അത് ഞാൻ നിങ്ങൾക്കു തരില്ല. ഞാനതു വിട്ടു പിരിയില്ല."

അതവനു കൊടുക്കൂ, വേദവതീ! അതവനു കൊടുക്കൂ! എനിക്കാ പണത്തെ കുറിച്ച് വേവലാതിയില്ല! നിങ്ങളെ കുറിച്ചാണ് വേവലാതി!

'പണം താ!' സുകർമ്മൻ മുരണ്ടു. അയാൾ ഇടംകയ്യു കൊണ്ട് അവളുടെ തൊണ്ടക്കുഴിയിൽ കൂടുതൽ അമർത്തി. ഒരു നേരിയ ഞെക്കൽ. അയാൾ രക്തംപുരണ്ട കത്തിയുള്ള വലംകയ്യുയർത്തി. എന്നിട്ടത് അവളുടെ മുഖത്തോടടുപ്പിച്ചു. 'ഇല്ലെങ്കിൽ നിന്റെ കണ്ണു ചൂഴ്ന്നെടുക്കും!'

അതവനു കൊടുക്കൂ, വേദവതീ! അതവനു കൊടുക്കൂ!

വേദവതിയുടെ മറുപടി ലളിതവും ശാന്തവുമായിരുന്നു, 'തരില്ല,'

വേദവതിയുടെ ഇടതു കണ്ണിൽ കത്തി കൊണ്ടു കുത്തുമ്പോൾ സുകർമ്മൻ ജന്തുവിനെ പോലെ മുരണ്ടു. കത്തി കണ്ണിൽ തന്നെ തറച്ചിരുന്നു. രക്തം അയാളുടെ മുഖത്തേക്കും ചീറ്റിത്തെറിച്ചു. അയാൾ വലംകൈ പിൻവലിച്ച് കൈത്തലം കൊണ്ട് കത്തിയുടെ പിടി തള്ളിക്കയറ്റി. അതവളുടെ കൺകുഴി തുളച്ച് തലച്ചോറിൽ കയറി.

അരുത്.....

രാവണൻ അലറുന്നുണ്ടായിരുന്നു. വാവിട്ടു കരയുന്നുണ്ടായിരുന്നു. പക്ഷേ, രാവണനു മാത്രമേ അയാളുടെ ഒച്ച കേൾക്കുന്നുണ്ടായിരുന്നുള്ളൂ. അയാൾക്കുള്ളിൽ തന്നെ ദയനീയമായി പ്രതിധ്വനിച്ച് ആ കരച്ചിൽ അയാളുടെ തൊണ്ടക്കുഴിയിൽ തന്നെ അടക്കം ചെയ്യപ്പെട്ടു.

അയാൾക്ക് അനങ്ങാനാകുന്നില്ല.

പെട്ടെന്ന് അയാൾ ഒരു കുഞ്ഞിന്റെ കരച്ചിൽ കേട്ടു. അത് വാവിട്ടു നിലവിളിക്കുന്നുണ്ട്.

അതോടെ അയാളുടെ ഉടലിനെ തളർത്തുന്ന പൈശാചികമായ പിടി അയഞ്ഞു. അയാൾ താഴേക്കു നോക്കി.

കുഞ്ഞ് താഴത്തു കിടക്കുകയായിരുന്നു. കട്ടിയുള്ള കറുത്ത വരകളുള്ള, വില പിടിച്ച ചുവന്ന തുണിയിൽ പൊതിഞ്ഞ്.

'രാവണാ...'

അത് അവളാണ്.

അയാളുടെ അഭിനിവേശം. അയാളുടെ മഹത്തായ പ്രണയം. കന്യാകുമാരി. വേദവതി

സുകർമ്മൻ അവിടെയില്ല. പക്ഷേ, കന്യാകുമാരി അവിടെത്തന്നെയുണ്ട്.

അവളുടെ വലംകൈ കോടിപ്പോയിട്ടുണ്ട്. ഇരുപതു പ്രാവശ്യമെങ്കിലും അവളെ കുത്തിപ്പരിക്കേൽപ്പിച്ചിട്ടുണ്ട്. മിക്കവാറും മുറിവുകൾ അടിവയറ്റിലാണ്. വയറിന്മേൽ അവളുടെ ഇടംകൈ. വിരലുകൾക്കിടയിലൂടെ രക്തം കുതിച്ചൊഴുകുന്നുണ്ട്. അത് ഉടൽ നനച്ചിറങ്ങുകയും കാൽക്കൽ തളം കെട്ടിക്കിടക്കുകയും ചെയ്തു. ഇടംകണ്ണിൽ കത്തി തറച്ചിരിക്കുന്നുണ്ട്.

പക്ഷേ അവളുടെ മുഖം നിശ്ചലവും ശാന്തവുമാണ്. എല്ലായ്പ്പോഴുമെന്നതു പോലെ. എല്ലായ്പ്പോഴും.

'അവളെന്റെ കുഞ്ഞുമകളാണ്, രാവണാ.'

'ദാദാ...'

ആരോ തന്നെ കുലുക്കി വിളിക്കുന്നുണ്ടെന്ന് രാവണനു മനസ്സിലായി. അയാൾ മടിച്ചു മടിച്ച് കണ്ണുകൾ തുറക്കുകയും സ്വപ്നത്തിൽ നിന്ന് ഉരുണ്ടു വീഴുകയും ചെയ്തു. കുംഭകർണ്ണൻ അയാളെ ഉറ്റുനോക്കുന്നുണ്ട്.

ലങ്കയുടെ രാജാവ് പുഷ്പകവിമാനത്തിന്റെ കസേരയിൽ സുരക്ഷാച്ചരടിനാൽ ബന്ധിതനായി ഇരിക്കുകയാണ്. ലങ്കയുടെ ഐതിഹാസികമായ പറക്കും യന്ത്രമാണത്. അയാൾ തന്റെ കഴുത്തിൽ ചുറ്റിക്കിടക്കുന്ന സ്വർണ്ണച്ചങ്ങലയിൽ നിന്ന് സദാ തൂങ്ങിക്കിടക്കുന്ന പതക്കത്തിൽ മുറുകെപ്പിടിച്ചു. അത് വേദവതിയുടെ രണ്ടു വിരലുകളുടെ എല്ലുകൾ കൊണ്ടുണ്ടാക്കിയതാണ്. ആ അംഗുലാസ്ഥികൾ ചങ്ങലക്കണ്ണികൾ കൊണ്ട് കരുതലോടെ ഉറപ്പിച്ചിരുന്നു. വേദവതിയുടെ ശരീരം ദഹിപ്പിച്ചപ്പോൾ അവശേഷിച്ചതാണ് ആ അസ്ഥിഖണ്ഡങ്ങൾ. ഒരു ഊന്നുവടിയാണ് അയാൾക്കാ അസ്ഥിഖണ്ഡങ്ങൾ. ശേഷിച്ച ജീവിതമത്രയും തന്നെ നീറ്റുന്ന വേദനയിലൂടെ മുന്നേറാൻ അയാളെ സഹായിക്കുന്നു അത്.

അയാൾ ചുറ്റും നോക്കി. അസ്വസ്ഥകരമായ സ്വപ്നത്തിന്റെ

ആഘാതത്തിൽ നിന്ന് അയാൾ നേരെ നിന്നിട്ടില്ല. നാഭിച്ചുഴിയിലെ നിതാന്തമായ വേദന കൂടുതലായി. അതു തുടിച്ചു.

മുകളിലേക്ക് സൗമ്യമായി കൂർത്തു വരുന്ന ഗോപുരം പോലെയാണ് പുഷ്പകവിമാനം കരുപ്പിടിപ്പിച്ചിട്ടുള്ളത്. അതിന്റെ അടിത്തറയോടു ചേർന്നു നിൽക്കുന്ന നിരവധി പ്രകാശദ്വാരങ്ങൾ കട്ടിയുള്ള ചില്ലു കൊണ്ട് അടച്ചിരുന്നു. എങ്കിലും ആ ദ്വാരങ്ങളെ മൂടുന്ന ലോഹമറകൾ വലിച്ചു മാറ്റിയിരുന്നു. വിമാനത്തിന്റെ മുകളിലുള്ള ചെറുപങ്കകൾ വേഗത കുറയ്ക്കുന്നതിന്റെ ഒച്ച വായുവിൽ പ്രതിധ്വനിച്ചു. പുഷ്പകവിമാനം ലങ്കയുടെ ഗംഭീരമായ തലസ്ഥാനമായ സിഗിരിയയിൽ ഇറങ്ങിയതേയുള്ളൂ. വിമാനത്തിനുള്ളിൽ ഏതാണ്ട് ലങ്കക്കാരായ തൊണ്ണൂറു പടയാളികൾ അവരുടെ പട ഇറങ്ങുന്നതും കാത്തു നിന്നു.

കുംഭകർണ്ണൻ രാവണന്റെ സുരക്ഷാച്ചരട് അഴിച്ചെടുക്കുകയും അയാളെ എഴുന്നേറ്റു നിൽക്കാൻ സഹായിക്കുകയും ചെയ്തു.

അപ്പോഴാണ് രാവണൻ അവളെ കണ്ടത്.

സീത

കെട്ടഴിച്ച് ലങ്കക്കാരായ നാലു പെൺപടയാളികൾ അവളെ മുറുകെ പിടിച്ചിട്ടുണ്ട്. അവൾ കുതറിച്ചാടാൻ ഉഗ്രമായി ശ്രമിക്കുന്നുണ്ട്.

രാവണൻ മിഥിലയുടെ യോദ്ധാവായ രാജകുമാരിയെ ഉറ്റു നോക്കി. അസാന്നിദ്ധ്യത്തിലും അയോദ്ധ്യയുടെ രാജാവായ രാമന്റെ ഭാര്യ. ലങ്കക്കാർ അവളെ തട്ടിക്കൊണ്ടു വന്നിരിക്കുന്നു.

സീതയ്ക്ക് മുപ്പത്തിയെട്ടു വയസ്സുണ്ട്. അച്ഛനും അമ്മയും മരിക്കുന്നതിന് അല്പം മുമ്പു മാത്രം ജനിച്ചവൾ. ജന്മം നൽകിയ സ്ത്രീയുടെ ഉടൻപിറപ്പ്.

രാവണന് അവളുടെ മുഖത്തു നിന്ന് കണ്ണെടുക്കാൻ തോന്നിയില്ല. വേദവതിയുടെ മുഖം.

മിഥിലയിലെ സ്ത്രീകളേക്കാൾ അസാധാരണമായ വിധത്തിൽ ഉയരമുണ്ടായിരുന്നു സീതയ്ക്ക്. പ്രകൃതീദേവിയുടെ സൈന്യത്തിലെ യോദ്ധാവിനെ പോലെ മെലിഞ്ഞു ദൃഢമായ ശരീരം. ഗോതമ്പു നിറമുള്ള ഉടലിൽ യുദ്ധത്തിന്റെ വടുക്കൾ. ഇളംമഞ്ഞ നിറമുള്ള കച്ചയും വെളുത്ത പുറംകുപ്പായവുമാണ് അവൾ ധരിച്ചിരുന്നത്. കാവിനിറമുള്ള അംഗവസ്ത്രം വലതു തോളിൽ നിന്ന് തൂങ്ങിക്കിടന്നു.

ഉടലിനേക്കാൾ അല്പം കൂടുതൽ നിറമുള്ള മുഖം, ഉയർന്ന കവിളെല്ലുകൾ, മൂർച്ചയുള്ള ചെറിയ മൂക്ക്. ആഴമുള്ള കണ്ണുകൾ ചെറുതോ വലുതോ അല്ല. ചുണ്ടുകൾ നേരിയതോ തടിച്ചതോ അല്ല. ചുളിവുകളില്ലാത്ത കൺപോളകൾക്കു മുകളിൽ പുരികങ്ങൾ ലക്ഷണമൊത്ത വളഞ്ഞ രേഖ

തീർത്തു. നീണ്ട സമൃദ്ധമായ മുടി അഴിഞ്ഞുലഞ്ഞ് മുഖത്തിനു ചുറ്റും കിടന്നു. ഹിമാലയത്തിൽ വസിക്കുന്നവരുടെ ഛായയാണവൾക്ക്.

അവളുടെ മുഖം അമ്മയുടേതിനേക്കാൾ നേർത്തതാണ്. കൂടുതൽ കർക്കശം. മൃദുലത കുറവുള്ളത്. പക്ഷേ ഒരേ അച്ചിൽ വാർത്തെടുത്തത്.

'നിങ്ങളിപ്പോൾ തന്നെ എന്നെ കൊല്ലുന്നതാണ് നല്ലത്,' സീത മുരണ്ടു. അവളുടെ കണ്ണിൽ സങ്കടത്തിന്റെയും ദൈന്യതയുടെയും തുള്ളികൾ നിറഞ്ഞു.

'എന്നെ ഇപ്പോൾ തന്നെ കൊല്ലൂ,' അവൾ അലറി.

അവൾ എന്റെ കുഞ്ഞു മകളാണ്, രാവണാ. അവളെ പരിപാലിക്കുമെന്ന് വാക്കു തരൂ. എനിക്ക് വാക്കു തരൂ.

തന്റെ ജീവിതമത്രയും പ്രണയിച്ച ആ ഉത്തമമായ ആത്മാവിനോട് രാവണൻ തന്റെ മറുപടി മന്ത്രിച്ചിരുന്നു. കാലത്തിന്റെ വിശാലമായ പിളർപ്പിനപ്പുറം സഞ്ചരിച്ച ഒരുത്തരം. മരണമെന്ന സമാശ്വാസത്തിനു മാത്രം മറികടക്കാനാകുന്ന പിളർപ്പ്.

അവനവനു മാത്രം കേൾക്കാവുന്ന അടക്കിപ്പിടിച്ച ഉത്തരം. വേദവതിയുടെ ആത്മാവിനും.

ഞാൻ വാക്കു തരുന്നു.

സൂര്യഭഗവാൻ ചക്രവാളത്തിനു കുറുകെയുള്ള സഞ്ചാരം ആരംഭിച്ചു കഴിഞ്ഞിരിക്കുന്നു. പുതിയ പ്രഭാതം പൊട്ടിവിടരുകയാണ്. ദുരന്തപൂർണ്ണമായി വിഷാദകരമായ പുത്തൻ ദിവസം.

രാമൻ നിശ്ശബ്ദനായി പട്ടടകൾക്കു മുകളിലുയരുന്ന അഗ്നിനാളങ്ങൾ നോക്കിനില്ക്കുകയാണ്. കണ്ണിമ ചിമ്മാതെ. വിറയ്ക്കുന്ന അഗ്നിനാളങ്ങൾ അയാളുടെ കൃഷ്ണമണികളിൽ പ്രതിബിംബിച്ചു. പതിനാറു പട്ടടകൾ. ധീരനായ ജടായുവിന്റെയും മലയപുത്രപ്പടയാളികളുടെയും മൃതശരീരങ്ങൾ അവയിൽ കത്തിച്ചാമ്പലായി മാറി. രാമന്റെ ഭാര്യയായ സീതയെ രാവണൻ തട്ടിക്കൊണ്ടു പോകുന്നതു തടയാനുള്ള യുദ്ധത്തിൽ പരമമായ ത്യാഗം ചെയ്ത ധീരർ.

അദ്ദേഹത്തിന്റെ അനുജനായ ലക്ഷ്മണൻ അടുത്തു തന്നെയുണ്ട്. അയാളുടെ പേശീബലമുള്ള കൂറ്റൻ ശരീരം തളർന്ന ആത്മവീര്യത്താൽ കുനിപ്പോയിരിക്കുന്നു. തങ്ങളുടെ ധീരരായ കൂട്ടാളികളുടെ ഭൗതികദേഹങ്ങളെ അഗ്നിഭഗവാൻ ദൃഢനിശ്ചയത്തോടെ വിഴുങ്ങുന്നത്

അവർ നോക്കി നിന്നു. ഈശാവാസ്യോപനിഷത്തിലെ ഊറ്റമുള്ള മന്ത്രങ്ങൾ വാനിലുയരുന്നതു ജപിച്ച് അവർ പീഡിതമായ ആശ്വാസം നേടി.

'വായുർ അനിലം അമൃതം;അഥേദം ഭസ്മന്തം ശരീരം'

നശ്വരമായ ഈ ഉടൽ ചാമ്പലായി മാറിയേക്കാം. പക്ഷേ ഉയിരിന്റെ ശ്വാസം എല്ലായിടത്തുമുണ്ട്. അത് ശാശ്വതവും അനാദിയുമായ ശ്വാസത്തിലേക്ക് തിരിച്ച വഴി കണ്ടെത്തട്ടെ.

രാമന്റെ മുഖം ശൂന്യമായിരുന്നു. വികാരവിക്ഷുബ്ധനാകുമ്പോൾ അദ്ദേഹത്തിന്റെ മുഖത്ത് ഭാവങ്ങളുണ്ടാകാറില്ല. അദ്ദേഹമിപ്പോൾ പ്രക്ഷുബ്ധതക്കുമപ്പുറത്താണ്.

അദ്ദേഹം ഉദിച്ച വരുന്ന സൂര്യനെ നോക്കി.

രാമൻ സൂര്യവംശത്തിൽപെട്ടയാളാണ്. നൂറ്റാണ്ടുകളായി അവരുടെ കുലത്തിന്റെ ആചാരമനുസരിച്ച് ദിവസം ആരംഭിക്കേണ്ടത് സൂര്യനമസ്കാരത്തോടെയാണ്. പക്ഷേ രാമൻ പ്രാർത്ഥിക്കാനുള്ള വൈകാരിക അവസ്ഥയിലല്ല. ഇന്നല്ല.

അദ്ദേഹത്തിന്റെ പരുപരുത്ത നിശ്വാസവും ചുരുട്ടിപ്പിടിച്ച മുഷ്ടികളും ഉള്ളിലെ ഉഗ്രമായ കൊടുങ്കാറ്റിന്റെ ഏക സൂചനയാണ്. ശേഷിച്ചതത്രയും-അദ്ദേഹത്തിന്റെ മുഖവും ഉടലും-ഭീതിദമായ രീതിയിൽ ശാന്തമായിരുന്നു.

അദ്ദേഹം സൂര്യനെ തുറിച്ച നോക്കി.

എന്റെ ഭാര്യയെ തിരികെയേൽപ്പിക്കൂ. സീതയെ എന്നെ തിരിച്ചേൽപ്പിക്കൂ. ഇല്ലെങ്കിൽ എന്റെ പൂർവ്വികരുടെ ചോരയിൽ തൊട്ട് ഞാൻ ആണയിടുന്നു, ഞാനീ ലോകത്തെ ചുട്ടു ചാമ്പലാക്കും. മുഴുവൻ ലോകത്തെയും ഞാൻ ചാമ്പലാക്കും!

പെട്ടെന്ന് അദ്ദേഹത്തിന്റെ ചോദന മുന്നറിയിപ്പോടെ ഉണർന്നു. അദ്ദേഹത്തെ ആരോ നിരീക്ഷിക്കുന്നുണ്ട്.

രാമൻ പൊടുന്നനെ ജാഗരൂകനായി മാറി. നിമിഷങ്ങൾക്കു മുമ്പേ മുറുകെ ചുരുട്ടിപ്പിടിച്ചിരുന്ന മുഷ്ടികൾ തുറക്കപ്പെട്ടു, ശ്വാസം നിയന്ത്രിതമാണ്. അദ്ദേഹത്തിലെ യോദ്ധാവിന്റെ ഉരുക്കു പരിശീലനം ഉണർന്നെണീറ്റു.

തല തിരിക്കാതെ രാമൻ തന്റെ സഹോദരനെ നോക്കി. കവിളുകളിലൂടെ കണ്ണീരൊഴുക്കി ലക്ഷ്മണൻ പട്ടടകളെ നോക്കി നിൽക്കുകയാണ്. അയാൾക്ക് യാതൊരു ഭീഷണിയും അനുഭവപ്പെട്ടിട്ടില്ലെന്നു വ്യക്തമായിരുന്നു.

രാമൻ താഴേക്കു നോക്കി. അദ്ദേഹത്തിന്റെ അമ്പും വില്ലും ഏതാനും അടി ദൂരെയുണ്ട്. വേണ്ടത്ര അടുത്തല്ല ആയുധങ്ങൾ.

അദ്ദേഹം പട്ടടകളിലേക്കും അതിനപ്പുറത്തേക്കും നോക്കി. കാട്ടിലേക്കും മരനിരകൾക്കപ്പുറത്തേക്കും. ഇരുട്ടിലേക്ക്.

ആരോ അവിടെയുണ്ട്. അതദ്ദേഹത്തിന് ഗ്രഹിച്ചറിയാനാകുന്നുണ്ട്. ആരു തന്നെയായാലും അയാളൊരു മികച്ച പിന്തുടരലുകാരനാണെന്ന് വ്യക്തമായിരുന്നു. അവർ ഒച്ചയൊന്നും തന്നെയുണ്ടാക്കിയിട്ടില്ല. മുന്നറിയിപ്പു കൊടുക്കുന്ന യാതൊന്നും ചെയ്തിട്ടില്ല.

അവരെന്തു കൊണ്ടാണ് ഇനിയും ഞങ്ങളെ ആക്രമിക്കാത്തത്?

പെട്ടെന്ന് രാമനു കാര്യം പിടി കിട്ടി.

അദ്ദേഹം ഉച്ചത്തിൽ വിളിച്ചു, 'ഹനുമാൻ പ്രഭു?'

നാഗ വായുപുത്രനായ ഹനുമാൻ മരങ്ങൾക്കു പുറകിലുള്ള ഇരുട്ടിൽ നിന്ന് പുറത്തു വന്നു. പടുകൂറ്റനാണെങ്കിലും തൂവൽ പോലെ ഭാരരഹിതനായും നിഴലു പോലെ ഉറപ്പായും ഹനുമാൻ. അയാൾ കാവിനിറമുള്ള കച്ചയും അംഗവസ്ത്രവും ധരിച്ചിട്ടുണ്ട്. പുറകു വശത്ത് താഴെയുള്ള അമിത വളർച്ച വാലു പോലെയും നിശ്ശബ്ദനായ കൂട്ടാളിയെ പോലെയും അയാളെ പിന്തുടർന്നു. അയാളുടെ വഴിയിലേക്ക് കണ്ണുപായിക്കുന്നതു പോലെ അത് നിരന്തരമായ താളത്തിൽ ആടി. ഹനുമാന് പടുകൂറ്റനും ദൃഢപേശികളുള്ളതുമായ ശരീരമുണ്ട്. അസാധാരണമായ രീതിയിൽ രോമം നിറഞ്ഞതാണത്. അയാളുടെ അതിശയിപ്പിക്കുന്ന സാന്നിദ്ധ്യം ദൈവീകമായ തേജോവലയം തീർത്തു. അയാളുടെ മുഖപ്രകൃതി സവിശേഷമായിരുന്നു. പരന്ന മൂക്ക് മുഖത്ത് പതിഞ്ഞിരുന്നു. അയാളുടെ താടിയും മുഖത്തെ രോമവും അതിന്റെ അതിരുകളെ കൃത്യതയോടെ ചുറ്റി. അയാളുടെ വായ്ക്കു താഴെയും മുകളിലുമുള്ള തൊലി പട്ടു പോലെ മൃദുലവും രോമരഹിതവുമാണ്. അതിനൽപ്പം വീർത്ത രൂപവും ഇളംചുവപ്പു നിറവുമാണ്. അയാളുടെ ചുണ്ടുകൾ നന്നേ നേരിയതാണ്. അതിനതിരിടുന്ന വരകൾ കാണാനേ പറ്റാത്തതാണ്. ഒരു കുരങ്ങന്റെ തല ദൈവം മനുഷ്യന്റെ ഉടലിൽ പ്രതിഷ്ഠിച്ചതു പോലെയായിരുന്നു അത്.

പട്ടാളച്ചിട്ടയിൽ മുപ്പതു വായുപുത്രന്മാർ അയാളെ പിന്തുടർന്നു. തൊലിനിറവും സവിശേഷതകളും വസ്ത്രവും അവർ ഇന്ത്യയുടെ വടക്കൻ അതിർത്തിക്കപ്പുറത്തുള്ള പരിഹയിൽ നിന്നുള്ളവരാണെന്ന് വ്യക്തമാക്കുന്നതാണ്. മുമ്പത്തെ മഹാദേവനായ രുദ്രഭഗവാന്റെ ജന്മദേശമാണത്.

പരിഹയിൽ നിന്നുള്ള വായുപുത്രന്മാർ.

അല്പം തുറന്ന വായയോടെ ഹനുമാൻ നടന്നു. വലംകയ്യിലെ വിരലുകൾ ചുണ്ടോടു ചേർത്തമർത്തിയിട്ടുണ്ട്. സങ്കടം നിറഞ്ഞ കണ്ണുകളിൽ നിന്ന്

തുള്ളികൾ ധാരധാരയായി അടർന്നു വീണു. അയോദ്ധ്യയിലെ രണ്ടു സഹോദരന്മാരെ അയാൾ ഉറ്റുനോക്കി. എന്നിട്ട് പട്ടടകളിലേക്കും.

രുദ്രഭഗവാനേ, ദയ കാട്ടണേ

വനവാസകാലത്ത് രാമനും സീതയും പലപ്പോഴും ഹനുമാനെ കാണാറുണ്ട്. സീതയ്ക്ക് കുട്ടിക്കാലം മുതലേ ഹനുമാനെ അറിയാം. ജ്യേഷ്ഠസഹോദരനായാണ് അവൾ അയാളെ കരുതുന്നത്. 'ഹനു ജ്യേഷ്ഠൻ' എന്നാണു വിളിച്ചിരുന്നത്. അവളാണ് ഹനുമാനെ രാമനു പരിചയപ്പെടുത്തിക്കൊടുത്തത്.

ലക്ഷ്മണനാകട്ടെ ഹനുമാനെ ഔപചാരികമായി കണ്ടിട്ടുമില്ല. കുട്ടിയായിരിക്കുമ്പോൾ അയാൾ ആ നാഗ വായുപുത്രനെ രണ്ടു തവണ കണ്ടിട്ടുണ്ട്. ഗുരുകുലത്തിൽ അവരുടെ ഗുരു വസിഷ്ഠനെ രഹസ്യമായി കാണാൻ വന്നപ്പോഴായിരുന്നു അത്. കുഞ്ഞു ലക്ഷ്മണനന്ന് ഹനുമാനെ സംശയദൃഷ്ടിയോടെയാണ് നോക്കിയത്. പൊതുവേ ഭാരതീയർക്ക് നാഗന്മാരോടുള്ള മുൻവിധികൾ ഇപ്പോഴും അയാൾക്ക് ഹനുമാനോടുണ്ട്. 'നാഗൻ' എന്നത് വൈകല്യങ്ങളുമായി പിറന്നു വീഴുന്നവരെ വിശേഷിപ്പിക്കാൻ ഭാരതീയർ ഉപയോഗിച്ച വാക്കാണ്. വളരെക്കാലമായി മനസ്സിലുള്ള സന്ദേഹങ്ങൾ പൊടുന്നനേ വീണ്ടും പുറത്തേക്കു വന്നു.

ലക്ഷ്മണൻ കാൽക്കീഴിലിരുന്ന വില്ലെടുത്തു കുലച്ചു.

രാമൻ കൈ നീട്ടി ലക്ഷ്മണനെ തടയുകയും തല നിഷേധാർത്ഥത്തിൽ കുലുക്കുകയും ചെയ്തു.

'ദാദാ...' ലക്ഷ്മണൻ മുരണ്ടു.

രാമൻ മന്ത്രിച്ചു, 'അയാൾ നമ്മുടെ സുഹൃത്താണ്.'

രാമൻ പട്ടടയെ ചുറ്റി ഹനുമാന്റെ നേർക്കു നടന്നു.

പരാക്രമിയായ വായുപുത്രൻ രാമൻ വരുന്നതു കണ്ട് മുട്ടു കുത്തുകയും കൈ കൊണ്ടു മുഖം പൊത്തുകയും ചെയ്തു. അയാളിപ്പോൾ കരയുകയാണ്, ഉടൽ വിതുമ്പലുകളാൽ വിറയ്ക്കുന്നുണ്ട്.

രാമന് കാര്യം പെട്ടെന്നു തന്നെ മനസ്സിലായി. സീത കൊല്ലപ്പെട്ടെന്നും അവളുടെ ഉടലാണ് പട്ടടകളിലൊന്നിൽ എരിയുന്നതെന്നുമാണ് ഹനുമാൻ മനസ്സിലാക്കിയിട്ടുള്ളത്. സീത അനുജത്തിയെ പോലെയാണ് ഹനുമാന്.

രാമനും മുട്ടു കുത്തി നിന്ന് ഹനുമാനെ കെട്ടിപ്പിടിച്ചു. അദ്ദേഹം മന്ത്രിച്ചു, 'രാവണൻ അവളെ തട്ടിക്കൊണ്ടു പോയി...'

ഹനുമാൻ ഞെട്ടലോടെ ഉടനെ മുകളിലേക്കു തലയുയർത്തി, അല്പം ആശ്വാസമായിട്ടുണ്ട്. അയാൾ പട്ടടകൾക്കു നേരെ മുഖം തിരിച്ചു.

അയാളുടെ നോട്ടം മാറിയിട്ടുണ്ട്. വീരചരമം പ്രാപിച്ച പടയാളികളെയാണ് അയാൾ നോക്കുന്നത്.

ജടായു. അയാളുടെ പതിനഞ്ച് മലയപുത്രൻമാർ.

മുമ്പത്തെ മഹാദേവനായ രുദ്രഭഗവാന്റെ വായുപുത്ര ഗോത്രത്തിൽ പെട്ടയാളാണ് ഹനുമാൻ. വിഷ്ണുഭഗവാന്മാരിലൊരാളായ പരശുരാമന്റെ മലയപുത്ര ഗോത്രം. ഒരിക്കൽ ഭൂമിയിൽ വസിച്ചിരുന്ന ദൈവങ്ങളെ പ്രതിനിധീകരിച്ച ആ രണ്ടു ഗോത്രങ്ങളും, വല്ലപ്പോഴും അഭിപ്രായ ഭിന്നതകൾ ഉയർന്നിരുന്നെങ്കിലും, ഒന്നിച്ച് പ്രവർത്തിച്ചിരുന്നു.

ഹനുമാൻ ദൃഢനിശ്ചയത്തോടെ മുഷ്ടി ചുരുട്ടി, 'ജടായുവിന്റെയും പതിനഞ്ചു പടയാളികളുടെയും മരണത്തിന് പകരം ചോദിക്കും. സീതാരാജ്ഞിയെ തിരികെ കൊണ്ടു വരികയും ചെയ്യും.'

അദ്ധ്യായം 2

'ദാദാ!'

ശത്രുഘ്നൻ കളരിയിലേക്ക് കുതിച്ചു വന്നു. യുവരാജാവായ ഭരതൻ കുന്തം കൊണ്ടുള്ള അഭ്യാസപ്രകടനങ്ങൾ നടത്തുന്നതു കാണാൻ പലപ്പോഴുമെന്നതു പോലെ അന്നും അയോദ്ധ്യയിലെ പടയാളികൾ അവിടെ കൂട്ടം കൂടിയിട്ടുണ്ട്. അവരുടെ പിതാവായ ദശരഥമഹാരാജാവ് മരണക്കിടക്കയിൽ ഭരതനെ യുവരാജാവായി പ്രഖ്യാപിച്ചിരുന്നു. പക്ഷേ ഭരതൻ ആ പ്രഖ്യാപനത്തെ നിരാകരിക്കുകയും പകരം രാമപാദുകങ്ങൾ അയോദ്ധ്യയുടെ സിംഹാസനത്തിൽ പ്രതിഷ്ഠിക്കുകയും ചെയ്തു. അദ്ദേഹം വനവാസം കഴിഞ്ഞു തിരിച്ചു വരുന്നതു വരെ രാമന്റെ പ്രതിനിധിയായി താൻ അയോദ്ധ്യ ഭരിക്കുമെന്ന് ഭരതൻ വിളംബരം ചെയ്തു. ഏറ്റവുമിളയ സഹോദരനായ ശത്രുഘ്നൻ ഭരതന്റെ കൂടെ അയോദ്ധ്യയിൽ തുടരാൻ തീരുമാനിച്ചു. അയാളുടെ ഇരട്ട സഹോദരനായ ലക്ഷ്മണനാകട്ടെ പതിനാലു വർഷത്തെ വനവാസത്തിൽ രാമനെ അനുഗമിക്കാൻ തീരുമാനിച്ചു. മിഥിലായുദ്ധത്തിൽ ദൈവിഅസ്ത്രം അനുവാദം വാങ്ങാതെ ഉപയോഗിച്ചതിനുള്ള ശിക്ഷയായിരുന്നു അത്.

ഭരതൻ തന്റെ സഹോദരന്റെ വിളി അവഗണിച്ചു. ശ്രദ്ധ പതറരുത്. അയാൾ യുദ്ധപരിശീലനത്തിൽ ഏകാഗ്രത തളച്ചിട്ടു.

അയാളുപയോഗിക്കുന്ന കുന്തം സാധാരണയായി ദൂരത്തു നിന്നും ശത്രുക്കളെ വീഴ്ത്താൻ എറിയാനാണുപയോഗിക്കുന്നത്. അല്ലെങ്കിൽ കാലാൾപ്പട അത് ശത്രുപ്പടയെ കൂട്ടത്തോടെ കൊല്ലാൻ ഉപയോഗിക്കും. പക്ഷേ ഭരതൻ ദ്വന്ദയുദ്ധത്തിനുള്ള ആയുധമായി കുന്തം ഉപയോഗിക്കുന്ന പൗരാണിക ഭാരത പാരമ്പര്യം പുനരുജ്ജീവിപ്പിക്കുകയാണ്. വാളിനോട്

താരതമ്യം ചെയ്യുമ്പോൾ കുന്തം ഒരു യോദ്ധാവിന്റെ കയ്യെത്തുമിടം നാടകീയമായി വർദ്ധിപ്പിച്ചു. രണ്ടുപയോഗങ്ങളുണ്ടതിന്. കുന്തപ്പിടിയിലുള്ള മരത്തണ്ട് കുറുവടിയായി ഉപയോഗിക്കാം. കത്തിത്തലപ്പ് പോലുള്ള ലോഹത്തുമ്പ് മൂർച്ചയുള്ള വായ്ത്തലയാണ്. ചുഴറ്റാൻ ദുഷ്കരമായ, ഭീകരമായ ആയുധമാണതെങ്കിലും ഭരതനതിൽ തഴക്കമുണ്ട്. വളരെ നല്ല വഴക്കം.

'ദാദാ!'

അതു ശ്രദ്ധിക്കാതെ ഭരതൻ തന്റെ ഭാരം പുറങ്കാലിലേക്ക് അനായാസമായി മാറ്റുകയും കുന്തപ്പിടി വീശി എതിരാളിയുടെ തലയിലടിക്കുകയും ചെയ്തു. എതിരാളിക്ക് നിലയുറപ്പിക്കാൻ കഴിയുന്നതിനു മുമ്പ് ഭരതൻ മുട്ടു കുത്തിയിരിക്കുകയും കുന്തത്തിന്റെ മറുവശം വീശുകയും നേരായ അപകടമുണ്ടാകുന്നതിനു മുമ്പ് കൃത്യസമയത്ത് പിൻവലിക്കുകയും ചെയ്തു. പക്ഷേ, സന്ദേശം വ്യക്തമായിരുന്നു. ദ്വന്ദ്വയുദ്ധത്തിലേർപ്പെട്ട പടയാളിയുടെ ഉദരം പിളർക്കാൻ അയാൾക്ക് കഴിയുമായിരുന്നു.

യുദ്ധത്താൽ കഠിനമാക്കപ്പെട്ട പടയാളികളിൽ നിന്ന് ആർപ്പുയർന്നു.

'ദാദാ!'

ഭരതൻ അവസാനം ശത്രുഘ്നനെ തിരിഞ്ഞു നോക്കി. തന്റെ കുറിയ, ബുദ്ധിശാലിയായ സഹോദരനെ, കളരി വിരളമായി മാത്രം സന്ദർശിച്ചിരുന്നവനെ അപ്പോളവിടെ കണ്ടതിൽ തോന്നിയ അതിശയം അയാൾ പ്രകടിപ്പിച്ചില്ല.

വിനാശകരമായ എന്തോ സംഭവിച്ചിട്ടുണ്ടെന്ന് ഒറ്റനോട്ടത്തിൽ അയാൾക്ക് മനസ്സിലായി.

'ഞാനീ സന്ദേശം ഹനുമാന് അയച്ചിരുന്നു, ഗുരോ,' അരിഷ്ടനേമി പറഞ്ഞു. 'പക്ഷേ...'

മലയപുത്രൻമാരുടെ സേനാനായകനായ അരിഷ്ടനേമി മലയപുത്രൻമാരുടെ അനിഷേധ്യ നായകനായ വിശ്വാമിത്രന്റെ കൂടെ അവരുടെ തലസ്ഥാനമായ അഗസ്ത്യകൂടത്തിലാണുള്ളത്. ലങ്കാധിപനായ രാവണൻ സീതയെ തട്ടിക്കൊണ്ടു പോയെന്ന ഞെട്ടിക്കുന്ന വാർത്ത തലേന്ന് അരിഷ്ടനേമി വിശ്വാമിത്രനെ അറിയിച്ചിരുന്നു. അവളെ ഏഴാമത്തെ വിഷ്ണുവായി അംഗീകരിച്ചിരുന്നു, മലയപുത്രന്മാർ – നന്മ പരത്തുന്നവൾ. വിശ്വാമിത്രൻ ആ വാർത്തയിൽ ഒട്ടും അസ്വസ്ഥനായില്ലെന്നു മാത്രമല്ല, സന്തോഷിക്കുകയും ചെയ്തു.

'പക്ഷേ?'

'എന്നു വെച്ചാൽ, ഗുരോ...അങ്ങയെ ചോദ്യം ചെയ്യാൻ ഞാനാര്? അങ്ങ് സർവ്വജ്ഞാനിയാണല്ലോ.' അരിഷ്ടനേമി നേരമ്പോക്കു പറഞ്ഞതല്ല. വിശ്വാമിത്രന് സീത രാവണന്റെ ജീവസഖിയായ വേദവതിയുടെ മകളാണെന്ന് രണ്ടു ദശകമായി അറിയാമായിരുന്നെന്ന് തലേന്നാണ് അയാൾ കണ്ടെത്തിയത്. രാവണൻ അവളെ ഒരിക്കലും അപായപ്പെടുത്തില്ല. അതു കൊണ്ടു തന്നെ മലയപുത്രന്മാരുടെ പദ്ധതിക്ക് ഇപ്പോഴും സാദ്ധ്യതയുണ്ട്. രാവണൻ ഭാരതീയരുടെ കണ്ണിൽ പ്രതിനായകനും തിന്മയുടെ പ്രതിരൂപവുമാണ്. അയാൾ സീതയാൽ നിഗ്രഹിക്കപ്പെടും. അങ്ങിനെ ജന്മഭൂമിയുടെ രക്ഷകയെന്ന സീതയുടെ പ്രതിച്ഛായ അരക്കിട്ടുറപ്പിക്കപ്പെടും. അത്രയും കാലത്തിനു മുമ്പു തന്നെ വിശ്വാമിത്രൻ അത്തരമൊരു പദ്ധതി സങ്കല്പിക്കുകയും ആസൂത്രണം ചെയ്യുകയും ചെയ്തുവെന്നത് അരിഷ്ടനേമിക്ക് സങ്കല്പാതീതമായി തോന്നി. 'പക്ഷേ ഹനുമാൻ....എന്തെന്നു വെച്ചാൽ...'

'തുറന്നു പറയൂ,' വിശ്വാമിത്രൻ മുരണ്ടു. 'നിന്റെ മനസ്സിലെന്താണെന്നു വെച്ചാൽ പറയൂ.'

'അതായത്, ഹനുമാന് അടുപ്പമുള്ള ഗുരു...എന്നുവെച്ചാൽ മറ്റൊരു ഗുരു...'

ഒരിക്കൽ വിശ്വാമിത്രന്റെ ഉറ്റ ചങ്ങാതിയും പിന്നീട് കൊടിയ ശത്രുവുമായ വസിഷ്ഠന്റെ പേരുച്ചരിക്കാതിരിക്കുകയാണ് നല്ലതെന്ന് അരിഷ്ടനേമിയ്ക്കറിയാം. ആ ശത്രുതയുടെ ഉത്ഭവം വളരെക്കുറച്ചു പേർക്കേ അറിയൂ. എങ്കിലും അതിന്റെ രൂക്ഷത എല്ലാവർക്കുമറിയാം.

വിശ്വാമിത്രൻ തന്റെ ശബ്ദം അശുഭസൂചകമായ പിറുപിറുക്കലിലേക്ക് ചുരുക്കി, 'പറയൂ.'

'എന്നു വെച്ചാൽ...ഹനുമാന് വസിഷ്ഠഗുരുവിനോടാണ് കൂറുള്ളത്... അയാൾ നമ്മൾ പറയുന്നതു കേൾക്കുമോ?' അരിഷ്ടനേമിയുടെ വാക്കുകൾ പുറത്തേക്കു തെറിച്ചു.

വിശ്വാമിത്രൻ പുറകോട്ടു ചായുകയും നെടുവീർപ്പിടുകയും ചെയ്തു. കണ്ണുകളടച്ച് അദ്ദേഹം സമചിത്തത വീണ്ടെടുക്കാൻ ശ്രമിച്ചു. ആ പേരു കേൾക്കുന്നത് എല്ലായ്പ്പോഴും അയാളിൽ വിചിത്രമായ സ്വാധീനമുണ്ടാക്കി. അയാളുടെ ശത്രുവായിത്തീർന്ന ചങ്ങാതി. വികാരങ്ങളുടെ പ്രവാഹം അയാളുടെ ഹൃദയത്തിലുണ്ടായി. വെറുപ്പ്, ക്രോധം, ഇഷ്ടക്കേട്, വിഷാദം, വേദന...പ്രണയം.

നന്ദിനി

കണ്ണ തുറന്നപ്പോഴേക്കും വിശ്വാമിത്രൻ വീണ്ടും ശാന്തനായിരുന്നു. ഒട്ടും ഹൃദയവിക്ഷോഭമില്ലാതെ.

ഭാരതാംബയുടെ ഭാഗധേയം ചുമലുകളിലേന്തുന്ന ഒരാളാണ താനെന്ന് വിശ്വസിക്കുന്നവനെ പോലെ.

'അന്നപൂർണ്ണാദേവിയോട് ഞാനങ്ങിനെ ചെയ്തത് എന്തു കൊണ്ടാണെന്നാണ് നീ വിചാരിക്കുന്നത്?' വിശ്വാമിത്രൻ ഒരു ചോദ്യത്തിന് മറ്റൊരു ചോദ്യം കൊണ്ട് മറുപടി പറഞ്ഞു.

മലയപുത്രന്മാർ അവരുടെ ഏഴാമത്തെ വിഷ്ണുവായി സീതയെ അംഗീകരിച്ച വിവരം അന്നപൂർണ്ണാദേവിയെയും അവൾക്ക് ഭർത്താവായ സൂര്യനോടുള്ള അകൽച്ചയും ഉപയോഗിച്ച് ഗുരു കുംഭകർണ്ണനു ചോർത്തിക്കൊടുത്തെന്ന് അരിഷ്ടനേമിക്ക് അറിയാമായിരുന്നു. തനിക്കും കുംഭകർണ്ണനും ഉയിരു നിലനിർത്താൻ ആവശ്യമായ മരുന്നുകൾ നൽകുന്ന മലയപുത്രന്മാരുടെ മേൽ നിയന്ത്രണം നേടാൻ കുംഭകർണ്ണന്റെ ജ്യേഷ്ഠനായ രാവണൻ താമസിയാതെ വിഷ്ണുവിനെ തട്ടിക്കൊണ്ടു പോകുമെന്നും വിശ്വാമിത്രൻ ഉറപ്പിച്ചിരുന്നു. അതുതന്നെ നടന്നിരിക്കുന്നു.

'അന്നപൂർണ്ണാദേവിയോടുള്ള അങ്ങയുടെ സ്നേഹവും ആദരവും കൊണ്ട്,' അരിഷ്ടനേമി മറുപടി പറഞ്ഞു, 'അങ്ങ് മാതൃഭൂമിയെ കൂടുതൽ സ്നേഹിക്കുകയും ആദരിക്കുകയും ചെയ്യുന്നു."

'അതു തന്നെ,' വിശ്വാമിത്രൻ പറഞ്ഞു. 'ഞാൻ കൂടുതൽ സ്നേഹിക്കുകയും ആദരിക്കുകയും ചെയ്യുന്ന കാര്യത്തിന് വേണ്ടി ചെയ്യേണ്ടതു ഞാൻ ചെയ്യും. ആ വിഷസർപ്പം വസിഷ്ഠനോടു കൂറുള്ളവനായിരിക്കാം ഹനുമാൻ. പക്ഷേ അയാൾക്ക് അതിനേക്കാൾ കൂറുള്ളത് സീതയോടാണ്. അവളെ ഒരു സഹോദരിയെ പോലെ അയാൾ സ്നേഹിക്കുന്നു. ലങ്കയിൽ അവളുടെ ജീവൻ ആപത്തിലാണെന്ന് അയാൾ വിശ്വസിക്കുന്നു. ഹനുമാൻ നമ്മൾ പറയുന്നതു ചെയ്യും. അതുമാത്രമാണ് സീതയെ രക്ഷിക്കാനുള്ള വഴിയെന്ന് അയാൾ കരുതുന്നു.'

അരിഷ്ടനേമി തലയാട്ടി, 'അതേ, ഗുരോ.'

സീത പുകൾപെറ്റ അശോകവനത്തിലാണ് തടവിലാക്കപ്പെട്ടിരിക്കുന്നത്. പട്ടുകുറ്റനും അത്യാകർഷവുമായ ഉദ്യാന ഉൾനഗരമാണത്. ലങ്കയുടെ തലസ്ഥാനമായ സിഗിരിയയിൽ നിന്ന് അഞ്ചുകിലോമീറ്റർ അകലെയാണത്. കട്ടിയുള്ളതും ദുർഗ്ഗങ്ങളുള്ളതുമായ കൊത്തളങ്ങളാൽ

ചുറ്റപ്പെട്ട ആ സമൃദ്ധമായ ഉദ്യാനം മുകൾഭാഗം പരന്ന ഒരു കുന്നിനു മുകളിലാണ്. രണ്ട് സമാന്തരമായ മതിലുകളോരോന്നിനും ഇരുപത്തിയഞ്ചു മീറ്റർ ഉയരവും നാലു മീറ്റർ വീതിയുമുണ്ട്. മതിലുകൾ സിഗിരിയയിൽ നിന്ന് പുറത്തേക്കു പരന്നു കിടന്നു. രണ്ടു കോട്ടമതിലിലും സുഗമമായ ചാരപ്രവൃത്തിക്കും പ്രതിരോധത്തിനുമായി നിരീക്ഷണസങ്കേതങ്ങളുണ്ട്. അശോകവനത്തിലേക്കുള്ള വഴി അവയ്ക്കിടയിൽ പതുങ്ങിക്കിടന്നു. നൂറേക്കറിൽ പരന്നു കിടക്കുന്ന ഉദ്യാനത്തിൽ ലോകത്തിന്റെ വിവിധ കോണുകളിൽ നിന്നുള്ള മരങ്ങളുണ്ട്. പൂത്തടങ്ങൾ സുഗന്ധം പരത്തുകയും വർണ്ണശബളമായ ശലഭങ്ങളും അഴകുള്ള വണ്ടുകളുമടക്കം ചുറ്റുമുള്ള ജീവനെ ആകർഷിക്കുകയും ചെയ്തു. പുല്ലു നിറഞ്ഞതും മനുഷ്യനിർമ്മിതവുമായ കുന്നുകളിലും അഴകുറ്റ ഏകാന്തതയിൽ തഴച്ചു വളരുന്ന പരപ്പുകളിലും മയിലുകൾ നൃത്തം വെച്ചു. ഉയിരിന്റെ ആ പ്രവാഹത്തിൽ മയിലുകളുടെ അഹന്തയോടെയുള്ള പീലിനിവർത്തൽ പ്രമുഖസ്ഥാനം തട്ടിയെടുത്തു. രുദ്രഭഗവാന്റെ അരുമയെന്നു പേരെടുത്ത മയിലുകൾ ആഢംബരം നിറഞ്ഞ അഴകിന്റെ ആ ഇടത്തിന് അന്തസ്സും ശോഭയും നൽകി. ഉദ്യാനമദ്ധ്യത്തിലുള്ള സുഖസൗകര്യങ്ങൾ നിറഞ്ഞ ലതാഗൃഹങ്ങൾ! ഒത്തനടുവിലെ ഗംഭീരമായ ലതാഗൃഹം രാവണൻ സീതയ്ക്ക് നൽകി.

അശോകവനമെന്ന പേരുതന്നെ വസ്തുതകളിലും പ്രതിരൂപകാത്മകത്വത്തിലും അധിഷ്ഠിതമായിരുന്നു. അശോകമരങ്ങളുടെ കൂട്ടങ്ങൾ, പ്രത്യേകിച്ചും നടുവിലുള്ള ലതാഗൃഹങ്ങളുടെ ചുറ്റും, ആ പേരിന്റെ കേവലാർത്ഥത്തെ സാധൂകരിച്ചു. സങ്കടത്തിനുള്ള പഴയ സംസ്കൃത വാക്ക് 'ശോകം' എന്നാണ്. അശോകമെന്നാൽ ശോകമില്ലാത്ത അവസ്ഥ. അശോകവനം ആനന്ദത്തിന്റെയും ആമോദത്തിന്റെയും പരമമായ നിർവൃതിയുടെയും പച്ചത്തുരുത്തായിരുന്നു. പക്ഷേ, ഭാരതീയർ തത്വചിന്തകരാണ്. സ്വാഭാവികമായും അവർക്ക് കൂടുതൽ ആഴത്തിൽ കുഴിക്കാനുള്ള പ്രവണതയുണ്ട്. അശോകമെന്നാൽ 'സങ്കടം തോന്നാതിരിക്കൽ' എന്നുമർത്ഥമുണ്ട്. ചിലർ ദുരിതമനുഭവിക്കാൻ വിധിക്കപ്പെട്ടവരാണ്. അവരുടെ സ്വത്വത്തിന്റെ ആരൂഢമതാണ്. അവർ ജീവിതത്തിന്റെ വിപര്യയങ്ങൾ അനുഭവിച്ചിരിക്കും. അവരെ ഒന്നിനും മുറിപ്പെടുത്താനാകില്ല. സഹനത്തിനുമപ്പുറം അനുഭവിച്ചു കഴിഞ്ഞവരാണവർ. അവരുടെ തീവ്രവേദനയുടെ കടലിൽ സങ്കടത്തിന്റെ പുത്തൻ തുള്ളികൾക്ക് അലകളുണ്ടാക്കാനാകില്ല.

ഒരു അശോകനായ കുംഭകർണ്ണനാണ് ദുർഗ്ഗത്തിനു പുറത്തു കുതിരയെ നിർത്തി അശോകവനത്തിലേക്കു വന്നത്.

സിഗിരിയയിൽ നിന്നകലെ അശോകവനത്തിലെ സുരക്ഷാതടങ്കലിൽ സീതയെ പാർപ്പിക്കണമെന്ന് തീരുമാനിച്ചത് രാവണനാണ്. കഴിഞ്ഞ നിരവധി വർഷങ്ങളായി ആ നഗരത്തെ ദുരൂഹമായ ഒരു മഹാമാരി പിളർന്നിരിക്കുകയാണ്. അവിടെ താമസിപ്പിച്ച് സീതയെ അപകടത്തിലാക്കാൻ കഴിയില്ല. സീത രക്ഷപ്പെടില്ലെന്ന് ഉറപ്പു വരുത്താൻ കോട്ടമതിലുകളിലും അശോകവനത്തിനുള്ളിലും പ്രത്യേക പരിശീലനം ലഭിച്ച പെൺപടയാളികളെ നിയോഗിച്ചിട്ടുണ്ട്. ആഹാരം, പുസ്തകങ്ങൾ, സംഗീതോപകരണങ്ങൾ-സീതയ്ക്ക് നേരം കളയാനുള്ള എന്തും അവിടെയുണ്ട്. പക്ഷേ കാര്യങ്ങളെല്ലാം സാധാരണമട്ടിലാണെന്ന അത്തരം നാട്യങ്ങൾ കൊണ്ട് ശ്രദ്ധ വ്യതിചലിപ്പിക്കാനുള്ള മാനസികാവസ്ഥയിലായിരുന്നില്ല സീത.

'നിങ്ങൾ ഉത്തരവനുസരിക്കുക മാത്രമാണ ചെയ്യുന്നതെന്ന് എനിക്കറിയാം,' സീത മര്യാദയോടെ പറഞ്ഞു. 'പക്ഷെ, എനിക്ക് ആഹാരം ആവശ്യമില്ല.'

ലതാഗൃഹത്തിനു പുറത്തുള്ള വരാന്തയിലിരിക്കുകയാണ് സീത. രാവണന്റെ രാജകീയ അടുക്കളയിലെ വിദഗ്ധരായ പാചകക്കാർ തയ്യാറാക്കിയ, സിഗിരിയയിലെ ഏറ്റവും മികച്ച വിഭവങ്ങളടങ്ങിയ താമ്പാളങ്ങൾ അവർ സീതയുടെ മുമ്പിൽ നിരത്തിയിട്ടുണ്ട്.

ഒരു പടയാളി അധികാരഭാവത്തോടെ താമ്പാളത്തിന്റെ അടപ്പു മാറ്റി. 'ഇതിൽ വിഷം ചേർത്തിട്ടില്ല, വിഷ്ണു ഭഗവാനേ,' ആശയക്കുഴപ്പമുണ്ടെങ്കിലും വിനയത്തോടെ അവൾ പറഞ്ഞു. 'ഉത്തരവിടുകയാണെങ്കിൽ ഞാൻ ഓരോ വിഭവവും രുചി നോക്കി ആശങ്കകൾ ഒഴിവാക്കാം.'

സീത പൊട്ടിച്ചിരിച്ചു. 'രാവണൻ എന്തിന് എന്റെ ആഹാരത്തിൽ വിഷം ചേർക്കണം? അയാൾക്കെന്നെ ഈ നേരമായപ്പോഴേക്കും പല തവണ കൊല്ലാമായിരുന്നല്ലോ. പൂർണ്ണമായും എളുപ്പത്തിൽ. ഇതിൽ വിഷമൊന്നുമില്ലെന്ന് എനിക്കറിയാം. പക്ഷേ, ഞാൻ കഴിക്കില്ല.'

'പക്ഷേ...'

'എന്റെ ജീവൻ വെച്ച് എന്റെ ഭർത്താവിനോടോ മലയപുത്രന്മാരോടോ വില പേശാൻ ഞാൻ രാവണനെ അനുവദിക്കില്ല.' അവൾ തള്ളവിരലു കൊണ്ട് പുറകിലുള്ള ലതാഗൃഹം ചൂണ്ടിക്കാട്ടി. 'അവിടെ നിന്നും സ്വയം ഹനിക്കാനുള്ള സാദ്ധ്യമായ എല്ലാ മാർഗ്ഗങ്ങളും നിങ്ങൾ എടുത്തു മാറ്റിയിട്ടുണ്ട്. അതുകൊണ്ടു തന്നെ ആഹാരം നിരസിക്കുന്നതാണ് എന്റെ മുമ്പിലെ ഏക മാർഗ്ഗം. നിങ്ങൾ ഉത്തരവുകൾ അനുസരിക്കുക

മാത്രമാണെന്ന് എനിക്കറിയാം, നിങ്ങളോടെനിക്ക് യാതൊരു വിരോധവുമില്ല. പക്ഷേ, ഞാൻ ആഹാരം കഴിക്കില്ല.'

പരിഭ്രമിച്ച പടയാളി അപേക്ഷിക്കാൻ തുടങ്ങി, 'പക്ഷേ, രാജകുമാരീ... ഞാൻ പറയുന്നതു കേൾക്കൂ. ഞങ്ങൾക്ക് ഭവതിയെ മരിക്കാൻ അനുവദിക്കാനാകില്ല. ബലം പ്രയോഗിച്ച് കഴിപ്പിക്കേണ്ടി വരും.'

സീത പുഞ്ചിരിച്ചു, 'ശ്രമിക്കൂ.'

ആ സംഭാഷണം കേട്ട് കുംഭകർണ്ണൻ അശോകമരത്തിനു പുറകിൽ ഒളിച്ചു നിൽക്കുന്നുണ്ടായിരുന്നു. അയാൾ സീതയ്ക്ക് കാണാവുന്ന തരത്തിൽ അവിടെ നിന്ന് മാറി നിന്നു. പൊടുന്നനെ മര്യാദയുള്ള സീത അപ്രത്യക്ഷയായി. ഉടലിലെ ഓരോ പേശിയെയും വലിഞ്ഞുമുറുക്കിയ ക്രോധത്തോടെ അവൾ എഴുന്നേറ്റു നിന്നു.

പടയാളികൾ കുംഭകർണ്ണനെ കണ്ട് തിരിഞ്ഞു നിന്നു. ലങ്കയിലെ രാജകുടുംബാംഗത്തിനു മുമ്പിൽ അവർ മുട്ടു കുത്തി. അയാൾ കൈ വീശിയതോടെ അവർ അപ്രത്യക്ഷരായി.

കുംഭകർണ്ണൻ സീതയെ ഉറ്റു നോക്കി. അതിശയത്തിനുമപ്പുറത്താണത്. അവൾ വേദവതിയുടെ ഉടൻ പിറപ്പാണ്. എതാണ്ടെല്ലാം, മുഴുവനുമല്ല. വേദവതിയും ശാന്തയും സൗമ്യയുമായിരുന്നെങ്കിലും സീതയ്ക്ക് അക്രമാസക്തയും യുദ്ധസന്നദ്ധയുമാകാൻ കഴിയും. അമ്മയുടെ കരുണയും നീതിബോധവും അവൾക്ക് കിട്ടിയിട്ടുണ്ടോ എന്ന് പരിശോധിക്കാനുള്ള നേരമാണത്.

'ഇഷ്ടമില്ലെങ്കിൽ ആഹാരം കഴിക്കേണ്ടതില്ല, മഹാവിഷ്ണു,' കുംഭകർണ്ണൻ വിനയത്തോടെ പറഞ്ഞു. അയാൾ സീതയുടെ നേർക്കു നടന്നു. 'പക്ഷേ, ഇതിലൊന്നു നോക്കാമോ?'

സീത കുംഭകർണ്ണൻ നീട്ടിയ തുകൽ ചുരുളിലേക്ക് സംശയത്തോടെ നോക്കി.

'എന്തിന്?' സീത മുൻകരുതലോടെ മുരണ്ടു.

'ഒരു ചിത്രം നോക്കുന്നതിൽ കുഴപ്പമെന്തിരിക്കുന്നു, സീതാരാജ്ഞീ?'

അവൾ കുംഭകർണ്ണനിൽ നിന്ന് പിന്നോട്ടു നീങ്ങുകയും കൈകൾ പോരാട്ടത്തിനെന്നോണം ഉയർത്തുകയും ചെയ്തു. 'നിങ്ങളതു തുറക്കൂ,' അവൾ പറഞ്ഞു.

കുംഭകർണ്ണൻ പതിയെ തലയാട്ടുകയും സീതയ്ക്കും തനിക്കുമിടയിലെ ദൂരം കൂട്ടാൻ പുറകോട്ടു മാറുകയും ചെയ്തു. അയാൾ ചുരുട്ടിവെച്ച തുകൽ തിരശ്ചീനമായി പിടിക്കുകയും മന: പൂർവ്വമായിത്തന്നെ പതിയെ അതു നിവർത്തുകയും ചെയ്തു.

സീത ഞെട്ടിപ്പോയി.

അതവളായിരുന്നു. അതവളുടെ ഛായാചിത്രമായിരുന്നു. പക്ഷേ ഇരുപത്തിയൊന്നോ ഇരുപത്തിരണ്ടോ വയസ്സു കാലത്തെ ചിത്രം. അവളുടെ വസ്ത്രങ്ങൾക്ക് നേരിയ ഊതനിറമാണ്: ലോകത്തിലെ ഏറ്റവും വില പിടിച്ച ചായവും രാജകുടുംബാംഗങ്ങൾക്ക് ഏറ്റവുമിഷ്ടപ്പെട്ട നിറവുമാണത്. മുഖവും ഉടലും മുടിയുമെല്ലാം അവളുടേതു പോലെ തന്നെ. നേരു പറഞ്ഞാൽ ഏതാണ്ട് അതു പോലെത്തന്നെ. ഛായാചിത്രത്തിൽ അവൾ ശാന്തയും സൗമ്യയുമാണ്. ഒരു സന്യാസിനിയെ പോലെ. യഥാർത്ഥ ജീവിതത്തിലെ സീതയിൽ നിന്ന് ഭിന്നമായി അവളുടെ ശരീരം വടിവുള്ളതും സമൃദ്ധവും സ്ത്രൈണവുമാണ്. അസാധാരണമായ വിധത്തിൽ വശീകരണ ശക്തിയുള്ള സ്ത്രീ. അത്ര മെലിഞ്ഞിട്ടല്ല. അത്ര പേശീബലമില്ല. സീതയുടെ അഭിമാനകരമായ പോർത്തഴമ്പുകൾ ആ ചിത്രത്തിലില്ല.

മുപ്പത്തിയെട്ടു വയസ്സുള്ള സീതയെ ചെറുപ്പമാക്കിയ ചിത്രമല്ല അത്. യോദ്ധാവായ അമ്മദൈവത്തെ, നൊമ്പരപ്പെടുത്തുന്ന വിധത്തിൽ ആകർഷണീയയായ അപ്സരസ്സാക്കിയതാണ്.

ചിത്രത്തിലെ സ്ത്രീയുടെ അഴകിൽ എന്തോ അഭൗമമായുണ്ട്. അവളുടെ മുഖം, അവളുടെ കണ്ണുകൾ, അവളുടെ ശാന്തത. സീത ഒരിക്കലും അത്രയും അഴകുള്ളവളായി സ്വയം സങ്കല്പിച്ചിട്ടില്ല.

പെട്ടെന്ന് അവൾക്കൊരു കാര്യം മനസ്സിലായി. ആ ചിത്രം പ്രണയത്തിന്റെ പ്രയത്നമാണ്. തൂലികയുടെ ഓരോ ചലനവും ഓരോ തലോടലാണ്. അതൊരു പ്രാർത്ഥനയാണ്. സമർപ്പണം. അതിലെ അഭിനിവേശവും അഭിലാഷവും തൊട്ടറിയാമായിരുന്നു. തന്റെ ചിത്രത്തിന്റെ ഹേതുവുമായി ചിത്രകാരൻ ആഴത്തിലും ഭ്രാന്തമായും ഹൃദയം പിളർക്കുന്ന മട്ടിലും പ്രണയത്തിലാണ്.

വിചിത്രം.

അവൾ പുറകോട്ടു നീങ്ങുകയും ദേഷ്യത്തോടെ മുരളുകയും ചെയ്തു, 'എന്തൊരു നാശമാണിത്? നിങ്ങളെന്താണീ ചെയ്യാൻ ശ്രമിക്കുന്നത്? ആരാണിതു വരച്ചത്?'

കുംഭകർണ്ണന്റെ ഉത്തരം ലളിതമായിരുന്നു. 'എന്റെ ജ്യേഷ്ഠനായ രാവണൻ.'

'രാവണൻ എന്തിനത് വരയ്ക്കണം? നിങ്ങളെന്നെ തട്ടിക്കൊണ്ടു വരുന്ന ദിവസം വരെ ഞാനയാളെ കണ്ടിട്ടില്ല. തീർച്ചയായും അന്ന് ഞാനാ പ്രായവുമായിരുന്നില്ല.'

'നിങ്ങളെ മുമ്പ് അദ്ദേഹം കണ്ടെന്ന് ഞാൻ പറഞ്ഞില്ലല്ലോ.'

'പിന്നെ എന്തു നാശമാണ് നിങ്ങളീ ചെയ്യുന്നത്? എന്നെ മാനസികമായി കീഴടക്കാനുള്ള തന്ത്രങ്ങളോ? ഞാനിത്തരം മണ്ടത്തരങ്ങളിൽ വീഴുമെന്നാണോ കരുതുന്നത്?'

'ഞങ്ങൾ നിങ്ങളെ വീഴ്ത്താനൊന്നും ഉദ്ദേശിക്കുന്നേയില്ല.'

'എന്നെ എത്ര കാലം വരച്ചാലും ഞാൻ കുലുങ്ങില്ലെന്ന് നിങ്ങളുടെ രാക്ഷസ സഹോദരനോടു പറയൂ. ഞാൻ പട്ടിണി കിടന്നു മരിക്കും! രുദ്രഭഗവാനെ പിടിച്ച് ഞാനാണയിടുന്നു!'

നനഞ്ഞ മിഴികളോടെ കുംഭകർണ്ണൻ മന്ത്രിച്ചു, 'ഇത് നിങ്ങളല്ല. ഇത് നിങ്ങളുടെ ചിത്രമല്ല,'

സീത മിണ്ടാതെ നിന്നു. ഒരു നിമിഷത്തേക്കു മാത്രം. മുഖഭാവം നാടകീയമായി മാറിയ സീത വീർപ്പടക്കി. ദേഷ്യം ഞെട്ടലിനു വഴി മാറി. അടുത്ത വാക്യം എന്താണെന്ന് അറിയാവുന്നതു പോലെ. പക്ഷേ, അതങ്ങിനെയാകാൻ വഴിയില്ല...ഇല്ല...

കുംഭകർണ്ണൻ തുടർന്നു, 'ഇത് നിങ്ങളുടെ അമ്മയാണ്. നിങ്ങൾക്ക് ജന്മം നൽകിയ അമ്മ.'

അദ്ധ്യായം 3

'രാമാ,' വസിഷ്ഠൻ പറഞ്ഞു. 'നിനക്കതു മനസ്സിലായെന്ന് എനിക്കു തോന്നുന്നില്ല.'

'ഇല്ല, ഗുരോ,' പിഴക്കാത്ത വിനയത്തോടെ രാമൻ പറഞ്ഞു. 'എനിക്ക് മനസ്സിലാകുന്നുണ്ട്. പക്ഷേ, ഞാൻ മനസ്സു മാറ്റുന്നില്ല.'

അയോദ്ധ്യയുടെ രാജഗുരുവായ വസിഷ്ഠൻ തന്റെ നീരസം മറയ്ക്കാൻ പണിപെട്ടു. ഒരു തീരുമാനമെടുത്താൽ രാമൻ വാശിക്കാരനാണ്. ഒന്നിനും അദ്ദേഹത്തെ മാറ്റാൻ കഴിയില്ല. പിതാവിനെ പോലെ സ്നേഹിക്കുന്ന ഗുരുവിനു പോലും.

മുപ്പതു വായുപുത്രപ്പടയാളികളോടൊപ്പം രാമനും ഹനുമാനും ലക്ഷ്മണനും പെട്ടെന്നു തന്നെ വടക്കുദിക്കിലെ പവിത്രമായ താപ്തീനദീതീരത്തേക്കു പുറപ്പെട്ടിരുന്നു. മുഴുവൻ ദൂരവും കിഴക്കു നിന്ന് പടിഞ്ഞാറോട്ടൊഴുകുന്ന ഭാരതത്തിലെ രണ്ടു പ്രധാന നദികളിലൊന്നാണ് താപ്തി. മറ്റേത് പവിത്രമായ നർമ്മദാനദിയാണ്. സകലതിലും ദൈവപദ്ധതി കാണുന്ന ഭാരതീയർ സൂര്യന്റെ അതേ ദിശയിലൊഴുകുന്ന നദിയെ ആഴത്തിൽ സ്നേഹിച്ചു. അതുകൊണ്ടാണ് ആ പേര്: താപമെന്നാൽ ചൂട്, തപമെന്നാൽ സന്യാസത്തിന്റെയും ധ്യാനത്തിന്റെയും ചൂട്. വൈരാഗ്യത്തിന്റെ ചൂടിൽ നിന്ന് ഊർജ്ജമുൾക്കൊള്ളുന്ന താപ്തീനദിയുടെ കരയിലുടനീളം ആശ്രമങ്ങളുണ്ട്. അവയിൽ തപോജ്ഞാനം നേടാൻ മഹാന്മാരായ ഋഷികളും ഋഷികകളുമുണ്ട്. ചങ്ദേവനെന്നു പേരുള്ള ഭക്തനായ പുണ്യാത്മാവിന്റെ ആശ്രമത്തിലാണ് രാമനും ലക്ഷ്മണനും ഹനുമാനും വായുപുത്രന്മാർക്കുമായി വസിഷ്ഠൻ കാത്തിരുന്നത്.

ആ കാവൽപ്പട ഋഷി ചങ്ദേവന്റെ അനുഗ്രഹാശിസ്സുകൾ തേടിയ

ശേഷമാണ് ആശ്രമത്തിൽ നിന്നിറങ്ങിയത്. അവർ അവിടെ നിന്ന് താപ്തീനദിയിലൂടെ പശ്ചിമ സമുദ്രത്തിന്റെ ഭാഗമായിരുന്ന കാംബേ കടലിടുക്കിനു നേരെ തുഴയാനാരംഭിച്ചു. അവിടെ നിന്നും വീണ്ടും വടക്കോട്ടു പോകാനാണ് അവരുടെ ഉദ്ദേശ്യം. പശ്ചിമ സമുദ്രത്തിൽ തല കീഴായ് മറിഞ്ഞ ചോർപ്പു പോലെ കിടക്കുന്ന ഉൾക്കടലാണ് കാംബേ ഉൾക്കടൽ. വലത് ഡക്കാൻ ഉപദ്വീപിനും ഇടത് സൗരാഷ്ട്രക്കുമിടയിൽ കുത്തിത്തിരുകിയതു പോലെയാണ് അതിന്റെ കിടപ്പ്. ആ ചോർപ്പിലൂടെ അവർ അവസാനത്തെ ലക്ഷ്യസ്ഥാനമായ, ഏതാനും മണിക്കൂർ അകലെയുള്ള ലോത്തലെന്ന തുറമുഖനഗരത്തിലേക്ക് യാത്ര ചെയ്യും.

'ഞാൻ പറയുന്നതു കേൾക്കൂ, രാമാ,' രാമന്റെ തീരുമാനത്തിൽ ഏറെ അസ്വസ്ഥനായ വസിഷ്ഠൻ പറഞ്ഞു. 'എനിക്കു തോന്നുന്നില്ല അതു പ്രാവർത്തികമാണെന്ന്. ഹനുമാന് അതൊറ്റക്ക് ചെയ്യാനാകുമെന്ന് ഞാൻ കരുതുന്നില്ല.'

'ഞാൻ വിയോജിക്കുന്നു, ഗുരോ,' ഹനുമാൻ ഇടക്കു കയറിപ്പറഞ്ഞു. 'അതു ചെയ്യാൻ കഴിയും. ഞാൻ ഒറ്റയ്ക്കുമല്ലല്ലോ. മലയപുത്രന്മാർക്ക് ലങ്ക അറിയാം, സിഗിരിയ കോട്ടയിലേക്കുള്ള രഹസ്യവഴികളും. മലയപുത്രന്മാരെ എനിക്കറിയാം. ഞങ്ങളതു ചെയ്യും.'

പദ്ധതി വളരെ ലളിതമായിരുന്നു. ഹനുമാൻ അയാൾക്ക് നല്ലതു പോലെ പരിചയമുള്ള ഏതാനും മലയപുത്രന്മാരോടൊപ്പം സിഗിരിയ കോട്ടയിലേക്ക് നുഴഞ്ഞു കയറും. അവർ സീതയെ കണ്ടുപിടിക്കുകയും അവളോടൊത്ത് ആരുമറിയാതെ പുറത്തിറങ്ങുകയും ചെയ്യും. ഒരു മിന്നലാക്രമണം. തുറന്ന യുദ്ധത്തേക്കാൾ ഫലപ്രദമാകുമത്. ഏറെ ജീവനുകൾ രക്ഷിക്കാം.

'അതിത്രയും എളുപ്പത്തിൽ ചെയ്യാൻ നിങ്ങളെ അയാൾ അനുവദിക്കുമെന്നാണോ? ഇത്രയെളുപ്പത്തിൽ?' വസിഷ്ഠൻ ചോദിച്ചു. 'നിങ്ങൾക്കറിയില്ല...'

'തടസ്സപ്പെടുത്തിയതിന് ക്ഷമിക്കണേ, ഗുരോ,' കൈകൂപ്പിക്കൊണ്ട് ഹനുമാൻ പറഞ്ഞു. 'പക്ഷേ, അങ്ങ് രാവണനെ കുറിച്ചോർത്ത് വേവലാതിപ്പെടേണ്ടതില്ല. കുംഭകർണ്ണന്റെ ജീവൻ അങ്ങേക്കറിയുന്നതു പോലെ എന്നോട് കടപ്പെട്ടിരിക്കുന്നു. അയാൾ മാന്യനാണ്. എന്നോടുള്ള കടപ്പാട് അയാൾ നിഷേധിക്കില്ല. ഞാൻ സീതയെ ജീവനോടെ, പോരില്ലാതെ ലങ്കയിൽ നിന്നിറക്കും.'

വസിഷ്ഠൻ നെടുവീർപ്പിട്ടു. നിരാശയോടെ. 'ഞാൻ രാവണനെ കുറിച്ചല്ല പറയുന്നത്. അയാളല്ല ഇക്കാര്യങ്ങൾ നിയന്ത്രിക്കുന്നത്.'

ആരെക്കുറിച്ചാണ് ഗുരു സംസാരിക്കുന്നതെന്ന് രാമനും ഹനുമാനും മനസ്സിലായി.

അയാളുടെ സുഹൃത്തായിരുന്ന കൊടുംശത്രു. വിശ്വാമിത്രൻ!

അവർ നിശ്ശബ്ദരായി.

'ഗുരോ,' അവസാനം വിനയം നിറഞ്ഞ തന്റേടത്തോടെ രാമൻ പറഞ്ഞു,' അങ്ങയുടെ മുൻവിധി ഇക്കാര്യത്തെ വിലയിരുത്താൻ അനുവദിക്കരുതെന്ന് ഞാൻ അപേക്ഷിക്കുന്നു...'

വസിഷ്ഠന്റെ ഉച്ചത്തിലുള്ള ശബ്ദം രാമന്റെ സംസാരം മുറിച്ചു. 'രാമാ, എന്നെ മുൻവിധിയുള്ളവനാക്കുകയാണോ? എനിക്ക് ആ...ആ... മനുഷ്യനെ അറിയാമെന്നാണ് എന്റെ വിചാരം. ആരെക്കാളും അയാളെ എനിക്കറിയാം. അയാൾക്ക് അയാളെ അറിയുന്നതിനേക്കാൾ കൂടുതൽ.' വസിഷ്ഠൻ ഒന്നു നിർത്തുകയും സമചിത്തനാകുകയും ചെയ്തു. 'അയാൾക്ക് ഈ യുദ്ധം ആവശ്യമുണ്ട്. അതയാളുടെ ഉദ്ദേശ്യം നിറവേറ്റും. രാവണൻ എല്ലാം തികഞ്ഞ പ്രതിനായകനാണെന്ന പ്രതിഛായ അയാൾ വളർത്തിയെടുത്തിട്ടുണ്ട്. നേർച്ച കൊടുക്കാനുള്ള ആടിനെ കശാപ്പുകാരൻ വളർത്തുന്നതു പോലെ. ഇപ്പോൾ രാവണന്റെ ബലിയാണ് അയാൾക്കാവശ്യം. അയാൾക്ക് യുദ്ധം വേണം. മലയപുത്രൻമാർ ഈ ദൗത്യത്തിൽ ഹനുമാനെ സഹായിക്കില്ല. എന്നെ വിശ്വസിക്കു. എനിക്കറിയാം.'

ഗുരു തന്റെ കോപം പരസ്യമായി പ്രദർശിപ്പിച്ച ഞെട്ടലിൽ രാമൻ ഒന്നും മിണ്ടിയില്ല. അത്തരത്തിൽ ഗുരു ശബ്ദമുയർത്തുന്നത് രാമനൊരിക്കലും കേട്ടിട്ടില്ല. സമചിത്തത കൈവെടിയുന്നതും.

ഹനുമാൻ പതുക്കെ സംസാരിച്ചു,' ഗുരോ, എല്ലാ മലയപുത്രന്മാരും യുദ്ധം ആഗ്രഹിക്കുന്നില്ല. ആഗ്രഹിക്കാത്തവരിൽ ചിലരെ എനിക്കറിയാം. അങ്ങും ഒരിക്കൽ മലയപുത്രനായിരുന്നല്ലോ. വായുപുത്രന്മാരെ പോലെത്തന്നെ ആഭ്യന്തരമായ അഭിപ്രായവ്യത്യാസങ്ങൾ അവർക്കിടയിലുമുണ്ടാകാമെന്ന് അങ്ങേക്കറിയാമല്ലോ. അവരിൽ ചിലരെന്നെ സഹായിക്കുമെന്നുറപ്പുണ്ട്. യുദ്ധം ഒഴിവാക്കാനും നിരവധി ജീവനുകൾ രക്ഷിക്കാനും ശ്രമിക്കുകയെങ്കിലും ചെയ്തുകൂടെ നമുക്ക്?'

'വിശ്വാമിത്രനിൽ നിന്നും അരിഷ്ടനേമിയിൽ നിന്നും നിങ്ങൾ മാറി നിൽക്കണം,' വസിഷ്ഠൻ കർക്കശമായി പറഞ്ഞു. 'അവരിൽ നിന്ന് യാതൊരു സഹായവും സ്വീകരിക്കരുത്. നിങ്ങളുടെ പദ്ധതികൾ അവർ അറിയുക പോലും ചെയ്യില്ലെന്ന് നിങ്ങൾ ഉറപ്പു വരുത്തണം.'

'ഉറപ്പായും, ഗുരോ,' ഹനുമാൻ പറഞ്ഞു.

മലയപുത്രന്മാരുടെ തലവനായ വിശ്വാമിത്രനോടുള്ള ശത്രുത കൊണ്ടാണ് വസിഷ്ഠൻ അങ്ങിനെ പറഞ്ഞതെന്നായിരുന്നു ഹനുമാൻ വിചാരിച്ചത്. പക്ഷേ, ഹനുമാനു തെറ്റി. വസിഷ്ഠന് കൂടുതൽ ആഴമുള്ള കാരണമുണ്ടായിരുന്നു.

യുദ്ധതന്ത്രജ്ഞർ നാളെയിൽ വിരലൂന്നും;ആസന്നമായ യുദ്ധം ജയിക്കുന്നതിൽ ശ്രദ്ധ കേന്ദ്രീകരിക്കും. നയതന്ത്രജ്ഞർ അതിനു ശേഷമുള്ള ദിവസത്തെ കുറിച്ചാലോചിക്കും. അവർക്ക് ആ യുദ്ധം ജയിക്കണം. അയോദ്ധ്യയുടെ രാജഗുരു ആ ദിവസത്തെ കുറിച്ചാണ് ആലോചിക്കുന്നത്.

വസിഷ്ഠൻ കാര്യങ്ങൾ ബോധ്യപ്പെടാത്തതു പോലെയും അസ്വസ്ഥനായും കാണപ്പെട്ടു. എങ്കിലും കീഴടങ്ങി. അയാൾക്ക് രാമനും ഹനുമാനുമായി അഭിപ്രായവ്യത്യാസമുണ്ടാകാം. പക്ഷേ, സീതയിൽ വിശ്വാസമുണ്ട്.

രാമന് മനസ്സിലാകില്ലായിരിക്കാം. പക്ഷേ, സീതയ്ക്കു കഴിയും. അവൾ ഹനുമാനോടൊപ്പം തിരിച്ചു വരില്ല. അവൾ വരില്ല. തനിക്കതിനു കഴിയില്ലെന്ന് അവൾക്കറിയാം. അതിനർത്ഥം അവളുടെ ഉയിരിനെ അപകടത്തിലാക്കുക എന്നാണെങ്കിൽ പോലും.

പക്ഷേ, വസിഷ്ഠനും ഇരുട്ടിലായിരുന്നു. വിശ്വാമിത്രനറിയാവുന്ന ഒരു കാര്യം അയാൾക്കറിയില്ലല്ലോ. സീത രാവണന് ആരാണെന്ന് അയാൾക്കറിയില്ലായിരുന്നു.

പിറ്റേന്ന്, അതിരാവിലെ, രാവണൻ അശോകവനത്തിലേക്ക് പുറപ്പെട്ടു. ആജ്ഞാശക്തിയുള്ള അറുപതുകാരനായ രാജാവ്. കൂറ്റൻ ഉടലിന്റെ ഭാരം താങ്ങാനുള്ള ശേഷി നട്ടെല്ലിനു കുറയുന്നുവെന്നു സൂചിപ്പിക്കുന്ന ചെറിയ കൂന്. ചുമലുകളിലും കൈത്തണ്ടകളിലുമുള്ള വലിഞ്ഞ വരകൾ ഒരിക്കൽ കരുത്തും വീര്യവും നിറഞ്ഞ പേശികൾ ഉടഞ്ഞു തുടങ്ങിയെന്നു കാണിച്ചു. നെറ്റിയിൽ ആഴത്തിലുള്ള ചാലുകൾ. കൺകോണുകളിൽ കാക്കക്കാലുകൾ പോലെ ചുളിവുകൾ. കവിളുകളിൽ മങ്ങിത്തുടങ്ങിയ വസൂരിക്കലകൾ. മുമ്പ് സമൃദ്ധമായിരുന്ന കറുത്ത മുടി ഇപ്പോൾ നരച്ചു, ഉള്ളു കുറഞ്ഞ തുണ്ടു മാത്രമാണ്. മുടിവരമ്പ് അകത്തേക്ക് കയറിക്കൊണ്ടേയിരിക്കുന്നുണ്ട്. താടി പഴയതു പോലെ കട്ടിയുള്ളതാണ്, യുവത്വത്തിന്റെ ഊറ്റമുള്ള കറുപ്പു നിറം വെള്ളയ്ക്ക് വഴി മാറിക്കൊടുത്തെന്നു മാത്രം.

വയസ്സായിക്കൊണ്ടിരിക്കുന്ന, ഭാഗികമായി ശക്തിക്ഷയം സംഭവിച്ച

കടുവ. പക്ഷേ പുനരുജ്ജീവിപ്പിക്കപ്പെട്ട ലക്ഷ്യമുള്ള കടുവ. രണ്ടാം ഊഴം ദാനമായിക്കിട്ടിയ കടുവ.

തൊട്ടടുത്തു തന്നെ സഹോദരനായ കുംഭകർണ്ണനും നടക്കുന്നുണ്ട്. അയാൾ ഉയരക്കാരനായ രാവണനെ പോലും കുള്ളനാക്കി മാറ്റി. അയാളുടെ അസാധാരണ രോമവളർച്ചയുള്ള ഉടൽ മനുഷ്യന്റേതിനേക്കാൾ കുറ്റൻ കരടിയുടേതു പോലെയാണ്. ചെവികളിലും തോളുകളിലുമുള്ള കുറ്റൻ മുഴകൾ അയാളെ നാഗനായി അടയാളപ്പെടുത്തി.

കൊട്ടാരത്തിലെ ദാസിമാരും പരിചാരികമാരും രണ്ടു സഹോദരന്മാരെയും വിശിഷ്ടഭോജ്യങ്ങൾ നിറഞ്ഞ താലങ്ങളുമായി അനുഗമിച്ചു.

സീത തന്റെ ലതാഗൃഹത്തിന്റെ പുറത്തെ വരാന്തയിൽ ഇരിക്കുകയാണ്. അവളുടെ സുഖപ്രദമായ ഈറ്റക്കസേര സുവ്യക്തമായ അസ്വസ്ഥതയ്ക്ക് വിപരീതമായിരുന്നു. കുംഭകർണ്ണൻ തലേന്നു നടത്തിയ വെളിപ്പെടുത്തലുകൾ അവളുടെ ഉറക്കം കെടുത്തി. തനിക്ക് ആത്മഹത്യ ചെയ്യാനാകില്ലെന്ന് അവൾക്ക് മനസ്സിലായി. തന്റെ പോറ്റമ്മയെ കുറിച്ച് കൂടുതൽ അറിയുന്നതു വരെയെങ്കിലും. നേരു പറഞ്ഞാൽ, രാവണനുമായുള്ള അമ്മയുടെ ബന്ധവും. അതു കൊണ്ടു തന്നെ തലേന്നു രാത്രി അവൾ ആഹാരം കഴിച്ചിരുന്നു. ലങ്കയിലെ അവളുടെ ആദ്യത്തെ ആഹാരം.

സീത ഒച്ച കേട്ടിടത്തേക്കു നോക്കി. രാവണനും കുംഭകർണ്ണനും തുറസ്സായ മുറ്റത്തേക്കു പ്രവേശിക്കുകയും മരനിരകൾക്കിപ്പുറം വരികയും ചെയ്തു. അവർക്കു പുറകിൽ സൂര്യനുദിച്ചു.

സീത നേരെയിരുന്നു. അവൾ വിറച്ചു.

ദാസിമാർ മുന്നിലോടി സീതയുടെ ലതാഗൃഹത്തിൽ നിന്ന് ഈറ്റ കൊണ്ടുണ്ടാക്കിയ മേശ പെട്ടെന്നു തന്നെ പുറത്തേക്കിട്ടു. മേശയ്ക്കു ചുറ്റും രണ്ടു ഈറ്റക്കസേരകളും അവർ സജ്ജീകരിച്ചു. രാവണനും കുഭകർണ്ണനും വഴക്കത്തോടെ ഇരിക്കാൻ തുടങ്ങിയ കൃത്യ സമയത്ത്.

രാവണൻ സീതയെ ഉറ്റു നോക്കി. മുഖത്ത് അത്ഭുത ഭാവം പരന്നു. ആ മുഖം പിന്നീടൊരിക്കലും നേരിട്ട് കാണാനാകുമെന്ന് നിരൂപിച്ചതല്ല. അയാളുടെ ഹൃദയം ഉറക്കെ മിടിക്കുന്നുണ്ട്.

കുംഭകർണ്ണൻ സംസാരിച്ചു,' ഞങ്ങൾ കൂടി പ്രാതലിൽ പങ്കു ചേരട്ടേ, രാജകുമാരീ?'

സീത മിണ്ടിയില്ല. അനങ്ങിയതുമില്ല. പക്ഷേ അവളുടെ കണ്ണുകൾ ഉറക്കെ സംസാരിച്ചു. ഇത് നിങ്ങളുടെ സാമ്രാജ്യം. നിങ്ങളുടെ നഗരം. നിങ്ങളുടെ ഉദ്യാനം. നിങ്ങളെ തടയാനാര്?

'നന്ദി,' ആ വെല്ലുവിളി നിറഞ്ഞ നോട്ടത്തിന് കുംഭകർണ്ണൻ മര്യാദയോടെ മറുപടി പറഞ്ഞു.

സഹോദരന്മാർ ഇരിപ്പിടങ്ങളിൽ ആശ്വാസത്തോടെ ഇരുന്നു. ഉത്സാഹികളായ ദാസിമാർ പെട്ടെന്നു തന്നെ ആഹാരം മേശയിൽ നിരത്തി. മുമ്പിൽ വെള്ളിപ്പിഞ്ഞാണങ്ങളും. വലിയൊരു വെള്ളിതാമ്പാളത്തിൽ നിന്ന് ആനന്ദകരമായ നറുമണമുയർന്നു. പ്രധാന പാചകക്കാർ അതിന്റെ അടപ്പ് തുറന്നപ്പോൾ മണം വായുവിലൂടെ ഒഴുകി നടന്നു. താല്പര്യരഹിതയായി ഇരുന്ന സീത പോലും ആഹാരത്തിലേക്കു നോക്കി. അവിലിൽ നേരിയ തോതിൽ കടുകും ജീരകവും കറിവേപ്പിലയും ഉള്ളിയും പച്ചമുളകും താളിച്ചിട്ടുണ്ട്. വറുത്ത കപ്പലണ്ടി അതിൽ ചെടികളിൽ നിന്നുള്ള മാംസ്യത്തിന്റെ സമൃദ്ധമായ സ്രോതസ്സാണ്. ഗോദാവരിയുടെ നാട്ടിൽ നിന്നുള്ള ആ വിശിഷ്ടവിഭവത്തിന് 'പോഹ'യെന്നാണു പേര്. പഞ്ചവടിയിൽ ഏറെക്കാലം ജീവിച്ച സീതയ്ക്ക് അതിഷ്ടപ്പെട്ടുമെന്ന് പ്രധാന പാചകക്കാരൻ ഊഹിച്ചു. ഒരു ദാസി മൂന്ന് വെള്ളിഗ്ലാസുകളിൽ മോരു പകർന്ന് പിഞ്ഞാണങ്ങൾക്കടുത്തു വെച്ചു.

രാവണൻ പുഞ്ചിരിക്കുകയും ആകാംഷയോടെ കൈകൾ കൂട്ടിത്തിരുമ്മുകയും ചെയ്തു. 'ഉംംംം. നല്ല കൊതിപ്പിക്കുന്ന മണം.'

അയാൾ കഠിനമായി അദ്ധ്വാനിക്കുന്നുണ്ട്. ചങ്ങാത്തത്തിലാകാൻ വിലക്ഷണമായ ശ്രമം. ആ വിഭവത്തിനായി അരി പ്രത്യേകം ഗോകർണ്ണത്തു നിന്ന് ഇറക്കുമതി ചെയ്തതാണെന്ന് അയാൾ പരാമർശിച്ചില്ല. സിഗിരിയയിൽ ഏതാണ്ടെല്ലാവരും തന്നെ ഗോതമ്പു കഴിക്കുന്നവരാണ്. അരി കഴിക്കുന്നവരാരും തന്നെയില്ല. അതൊരു വില പിടിച്ച വിഭവമായിരുന്നു.

കുംഭകർണ്ണൻ തന്റെ ജ്യേഷ്ഠനെ നോക്കി പതിയെ പുഞ്ചിരിച്ചു. തങ്ങൾക്കുണ്ടാകാമായിരുന്ന ജീവിതത്തെ കുറിച്ച് അയാൾ ഓർത്തു. അവളുണ്ടായിരുന്നെങ്കിൽ മാത്രം...

രണ്ടു ദാസിമാർ കൈ കഴുകാനുള്ള വെള്ളപ്പാത്രവും കഴുകിയൊഴിക്കാനുള്ള കോപ്പകളുമായി വന്നു. മൂന്നു പേരും കൈ കഴുകി.

മൂന്നാമതൊരാൾ പോഹ വിളമ്പാനായി തുനിഞ്ഞപ്പോൾ രാവണൻ ഉയർത്തിയ കയ്യോടെ അവളെ തടഞ്ഞു.

'ഞങ്ങൾ തനിയെ എടുത്തു കൊള്ളാം,' രാവണൻ പറഞ്ഞു.

ദാസിയ്ക്ക് അമ്പരപ്പായി. പക്ഷേ, രാവണനോട് ഒരിക്കലും മറുചോദ്യം ചോദിക്കരുതെന്ന് അവളും പഠിച്ചിട്ടുണ്ട്. ഒരിക്കലും.

അവൾ മേശപ്പുറത്ത് താമ്പാളം വെച്ചിട്ട് പുറകോട്ടു മാറി.

വിനയത്തോടെ, പുറം തിരിയാതെ. തങ്ങളുടെ രാജാവിന് പുറം തിരിഞ്ഞു നിൽക്കാൻ അവർ ആരും തന്നെ ധൈര്യപ്പെടാറില്ല.

രാവണൻ അവളെ അലക്ഷ്യമായി നോക്കി പുഞ്ചിരിച്ചു,' നന്ദി.'

കുംഭകർണ്ണൻ ആ അസ്വാഭാവികമായ ഉപചാരത്തിൽ പുരികം ചുളിച്ചു. ദാസിമാരാകട്ടെ പരിഭ്രമിച്ചു. അവർ ആശയക്കുഴപ്പത്തോടെ പാതിവഴി നിന്നു. പെട്ടെന്ന് സമചിത്തത വീണ്ടെടുത്ത് തിടുക്കത്തിൽ അപ്രത്യക്ഷരായി.

രാവണൻ സീതയുടെ നേർക്കു തിരിഞ്ഞു,' ദയവായി...കഴിക്കൂ.'

സീത പ്രതികരിച്ചില്ല. അവൾ തറയിൽ തറപ്പിച്ചു നോക്കുകയാണ്.

രാവണൻ എഴുന്നേറ്റ് കൈ നീട്ടി സീതയുടെ പിഞ്ഞാണമെടുത്തു.

അല്പം പോഹ വിളമ്പി പതിയെ മുമ്പിൽ വെച്ചു.

സീത കണ്ണുകളുയർത്തിയില്ല.

രാവണൻ നെറ്റി ചുളിച്ചു.

ചിലപ്പോൾ അതിൽ വിഷം ചേർത്തിട്ടുണ്ടെന്ന് അവൾ സംശയിക്കുന്നുണ്ടാകാം.

അയാൾ തിടുക്കത്തിൽ തനിക്കും ആഹാരം വിളമ്പി, അല്പം വിരലുകൾ കൊണ്ടെടുത്തു. നല്ല തീൻമേശച്ചിട്ട. എന്നിട്ടത് വായിലേക്കിട്ടു.

'ഉംംം...കൊള്ളാം. നല്ല സ്വാദ്,' രാവണൻ നർമ്മസല്ലാപം നടത്തി.

കുംഭകർണ്ണനും ആഹാരം കഴിക്കാൻ തുടങ്ങി.

പക്ഷേ, സീത അവിടെ ഇരുന്നതേയുള്ളൂ. അനങ്ങാതെ. ഒന്നും മിണ്ടാതെ.

തന്റെ സിരകളിൽ തുറിച്ചു നോക്കിക്കൊണ്ട്. നിന്ദയോടെ.

അവളുടെ രക്തം അതിലുണ്ട്. സിരകളിൽ നിന്നുള്ള രക്തം അവളുടെ പരിഭ്രമിച്ച ഹൃദയം നിരസിക്കുന്നത് അവൾക്കറിയാം.

എന്റെ രക്തം...

അയാളുടെ രക്തം...

രുദ്ര ഭഗവാനേ...അരുതേ...ദയ കാട്ടണേ...

എങ്ങിനെ എന്നെ ഇത്രയും പരീക്ഷിക്കാൻ കഴിയുന്നു?

ഈ രാക്ഷസനല്ല...ഈ പിശാചല്ല...

സീതയുടെ മനസ്സിലൂടെ കടന്നു പോകുന്നതെന്താണെന്ന് പെട്ടെന്ന് കുംഭകർണ്ണനു മനസ്സിലായി. അയാളുടെ നോട്ടം സഹോദരനിൽ ചെന്നു തറച്ചു.

ലങ്കാധിപൻ സീതയെ തുറിച്ചു നോക്കുകയും നെറ്റി ചുളിക്കുകയുമാണ്. 'ഇവളെന്താണ് ആഹാരം കഴിക്കാത്തത്...'

പെട്ടെന്ന് രാവണനും കാര്യം മനസ്സിലായി. കണ്ണുകളിൽ കോപം നിഴലിച്ചപ്പോൾ അയാൾ തന്റെ കഴുത്തിൽ ചുറ്റിക്കിടക്കുന്ന സ്വർണ്ണച്ചങ്ങലയിൽ നിന്ന് സദാ തൂങ്ങിക്കിടക്കുന്ന, അംഗുലാസ്ഥികളിൽ നിന്നുണ്ടാക്കിയ പതക്കത്തിൽ മുറുകെപ്പിടിച്ചു. അയാൾ വേദവതിയുടെ കരം പിടിച്ചു.

ജ്യേഷ്ഠന്റെ ഭാവം മാറുന്നതു കണ്ട കുംഭകർണ്ണൻ പൊടുന്നനെ ചാടിയെഴുന്നേൽക്കുകയും വീണ്ടുമിരിക്കുകയും ചെയ്തു.

ശോകാർത്തമായ ഒരു ചിരി രാവണന്റെ മുഖത്തു പരന്നു. അവൾ അയാളെ ശാന്തനാക്കിയിരിക്കുന്നു. സമാശ്വസിപ്പിച്ചിരിക്കുന്നു. ശ്രദ്ധ ഉറപ്പിച്ചിരിക്കുന്നു. അയാളുടെ ദേവത...കാലത്തിനപ്പുറത്തു നിന്നും അയാളെ സഹായിക്കുന്നു.

ഏകാഗ്രതക്ക് തീക്ഷ്ണമായ ധിഷണയാണു വേണ്ടതെന്ന് ചിലർ പറയുന്നുണ്ട്. എന്നാൽ ഏറ്റവുമാവശ്യം ശാന്തമായി നിശ്വസിക്കുന്ന ഹൃദയമാണ്. ശാന്തമായ ഹൃദയത്തിന്റെ നിയന്ത്രണമില്ലാത്ത, തീക്ഷ്ണമായ ധിഷണ ലക്കില്ലാത്ത തീബാണം പോലെയാണ്. അതു പൊട്ടിത്തെറിച്ച് ആരെയും അതിനെത്തന്നെയും നശിപ്പിക്കാം.

'സീതേ...' രാവണൻ മന്ത്രിച്ചു.

സീത അനങ്ങിയില്ല.

'സീതാരാജ്ഞീ!' രാവണൻ ഇത്തവണ ഒച്ച കൂട്ടി വിളിച്ചു.

സീത മുകളിലേക്കു നോക്കി. എന്നിട്ട് ഇമവെട്ടാത്ത കണ്ണുകളോടെ അയാളെ തുറിച്ചു നോക്കി.

'നിങ്ങളുടെ അമ്മയുടെ പേര് വേദവതിയെന്നായിരുന്നു. അവളൊരു ദേവതയായിരുന്നു. ഞാൻ അവളെ സ്നേഹിക്കുകയും ആരാധിക്കുകയും ചെയ്തു. ഞാനിപ്പോഴും അവളെ സ്നേഹിക്കുകയും ആരാധിക്കുകയും ചെയ്യുന്നു,' മർമ്മഭേദിയായി തുടരുന്നതിനു മുമ്പ് അയാൾ അല്പം നിർത്തി. 'നിങ്ങളുടെ അച്ഛന്റെ പേര് പൃഥ്വിയെന്നും.' രാവണൻ 'അച്ഛൻ' എന്ന വാക്കിൽ പ്രത്യേക ഊന്നൽ കൊടുത്തു. 'നിങ്ങളുടെ അച്ഛൻ നല്ലവനായിരുന്നു. ദുർബ്ബലൻ, പക്ഷേ നല്ലവൻ.'

സീതയുടെ കണ്ണുകൾ അതിശയത്തോടെ വികസിച്ചു. അവൾ നെടുവീർപ്പിടുകയും ചുമലുകൾ ആശ്വാസത്തോടെ താഴുകയും ചെയ്തു. രാവണൻ അവളുടെ ചിന്തകൾ ഏതാണ്ടു കേട്ടു.

നന്ദി, ദൈവമേ! എനിക്കിയാളുടെ രക്തമല്ല!

താനെത്രമാത്രം പരുക്കൻ മട്ടിലാണു പെരുമാറിയതെന്ന് സീതയ്ക്ക് പെട്ടെന്നു മനസ്സിലായി. 'ഞാൻ...ഞാൻ അങ്ങിനെയൊന്നും...'

രാവണൻ പൊട്ടിച്ചിരിക്കാൻ തുടങ്ങി. 'നിങ്ങൾ വേദവതിയുടെ മകളാണ്. നിങ്ങളോടെനിക്ക് ദേഷ്യപ്പെടാനാകില്ല.'

കുംഭകർണ്ണൻ അതിശയത്തോടെ ജ്യേഷ്ഠനെ നോക്കി. അതിശയത്തോടെ. പിന്നീട് ഖേദത്തോടെ. രാവണൻ ആയിത്തീരുമായിരുന്ന വ്യക്തിത്വത്തെ ഓർത്ത്. അവർക്കുണ്ടാകാമായിരുന്ന ജീവിതമോർത്ത്. അവളുണ്ടായിരുന്നെങ്കിൽ മാത്രം...

രാവണൻ സീതയുടെ പിഞ്ഞാണം ചൂണ്ടിക്കാട്ടി ചിരിച്ചു. 'സംസാരിക്കാൻ പിന്നെയും നേരമുണ്ട്. ഇപ്പോൾ നമുക്ക് ആഹാരം കഴിക്കാം.'

അദ്ധ്യായം 4

'ദാദ എന്താണ പറഞ്ഞത്?' ശത്രുഘ്നൻ ചോദിച്ചു.

അയോദ്ധ്യയിലെ രാജകൊട്ടാരത്തിലെ സ്വകാര്യഅറയിലാണ് ഭരതനും ശത്രുഘ്നനും. അവരുടെ മൂത്ത ജ്യേഷ്ഠനായ രാമനിൽ നിന്ന് അവർക്കൊരു പക്ഷിസന്ദേശം കിട്ടിയതേയുള്ളൂ.

'പടയൊരുക്കേണ്ടതില്ലെന്നാണ് അദ്ദേഹം പറയുന്നത്,' ഭരതൻ പറഞ്ഞു. 'അവർ സീതാ ജ്യേഷ്ഠത്തിയെ ലങ്കയിൽ നിന്ന് ഒരു യുദ്ധമില്ലാതെ രക്ഷിക്കാനുള്ള വഴി കണ്ടെത്താൻ ശ്രമിക്കുകയാണ്. ശക്തിയുള്ള യുദ്ധഖഡ്ഗത്തേക്കാൾ നേർത്ത ശസ്ത്രക്രിയാ കത്തി ഉപയോഗിക്കുന്ന പോലെ എന്തോ.'

ശത്രുഘ്നൻ നെറ്റി ചുളിച്ചു. 'അതു ഫലിക്കുമെന്ന് പ്രത്യാശിക്കാം. പക്ഷേ, ഞാനതിനെ കണക്കാക്കുന്നില്ല.'

'രാമൻ ജ്യേഷ്ഠൻ പടയാളികളുടെ ജീവനാണ് രക്ഷിക്കാൻ ശ്രമിക്കുന്നത്.'

'അതു ശരിയായ കാര്യം തന്നെ...പക്ഷേ, അതിൽ പരാജയപ്പെട്ടാലോ? പടയൊരുക്കാൻ ഏറെ നേരമെടുത്താലോ? നമ്മുടെ സാമന്തരാജ്യങ്ങൾ അതെങ്ങിനെ വിലയിരുത്തും? ഏതോ രാക്ഷസരാജാവ് അയോദ്ധ്യയുടെ രാജ്ഞിയെ തട്ടിക്കൊണ്ടു പോയിട്ടും നമ്മൾ പടയൊരുക്കുക പോലും ചെയ്തില്ലെന്നോ? സാമ്രാജ്യത്തിലെമ്പാടും കലാപങ്ങളെ പ്രോത്സാഹിപ്പിക്കലായിരിക്കും അത്.'

ഭരതൻ ശത്രുഘ്നനെ തുറിച്ചു നോക്കി. 'അയോദ്ധ്യയുടെ രാജകുമാരന്റെ യുദ്ധതന്ത്രം നിറഞ്ഞ മനസ്സാണോ ഈ സംസാരിക്കുന്നത്? അതോ ജ്യേഷ്ഠത്തിയെ ചൊല്ലി ഭർതൃസഹോദരന്റെ ധാർമ്മിക രോഷമോ?'

'അങ്ങേക്ക് രോഷമില്ലേ, ദാദാ? അവർ നമ്മുടെ ജ്യേഷ്ഠത്തിയാണ്,' മുഷ്ടി ചുരുട്ടി ശത്രുഘ്നൻ പറഞ്ഞു. 'ലങ്കയിലെ രാക്ഷസന് ഇതു ചെയ്യാനുള്ള ചങ്കൂറ്റമെങ്ങിനെയുണ്ടായി? യോദ്ധാക്കളെ പോലെ പോരാടുക. അതാണ് നീതി. ഇത്...ഇത് അധർമ്മമാണ്.'

ഭരതൻ തലയാട്ടി.

'കുടുംബത്തിന്റെ ധർമ്മവും ഈ സാമ്രാജ്യത്തിന്റെ ധർമ്മവും നമ്മൾ കാലാളുകളെയും കപ്പൽപടയേയും ഒരുക്കണമെന്ന് അനുശാസിക്കുന്നുണ്ട്,' ശത്രുഘ്നൻ തുടർന്നു. 'നമുക്കെന്തായാലും ഏതാനും ആഴ്ചകൾ ആവശ്യമായി വരും. ആസൂത്രണം ചെയ്യുന്നതെന്തായാലും അതിൽ ദാദ ജയിക്കുമെന്ന് പ്രത്യാശിക്കാം.ഇല്ലെങ്കിൽ അടുത്ത ദിവസം നമുക്ക് ലങ്കയിലേക്ക് പട നയിക്കണം.'

'അതെ,' ഭരതൻ പറഞ്ഞു. 'ഉത്തരവിറങ്ങട്ടെ.'

—ᒧ+ ᒪᘔᗞ—

'കണ്ടതിൽ വലിയ സന്തോഷം, സുഹൃത്തേ,' നാരദൻ ഹനുമാനെ ആലിംഗനം ചെയ്തു.

സപ്തസിന്ധുവിലെ പ്രധാനപ്പെട്ട തുറമുഖ നഗരമായ ലോത്തലിൽ രാമനും ലക്ഷ്മണനും വസിഷ്ഠനും ഹനുമാനും വായുപുത്രന്മാരും എത്തി. വലിയ അതിഥി മന്ദിരത്തിൽ ശേഷിച്ചവരെ വിട്ട് വസിഷ്ഠനും രാമനും ഹനുമാനും ഉടനടി ഹനുമാന്റെ സുഹൃത്തായ നാരദനെ കാണാൻ തിരിച്ചു.

നാരദൻ മിടുക്കനായ വ്യാപാരിയാണ്. എന്നാൽ അയാൾ കലയുടെയും കവിതയുടെയും ഏറ്റവും പുതിയ പരദൂഷണത്തിന്റെയും പ്രണയി കൂടിയാണ്. സപ്തസിന്ധുവിലെ ഏറ്റവും ശക്തമായ സാമ്രാജ്യങ്ങളുടെ ചാരവിഭാഗങ്ങളേക്കാൾ മികച്ച വിവരസ്രോതസ്സാണ് നാരദനെന്ന് ഹനുമാൻ പറഞ്ഞു.

'ഏറെയായി കണ്ടിട്ട്!' ഹനുമാൻ പറഞ്ഞു.

'അതെ,' നാരദൻ പുഞ്ചിരിച്ചു. 'നിങ്ങളെന്നെ ഒഴിവാക്കിയെന്നു കരുതി.'

തന്റെ സുഹൃത്തിന്റെ കൂടെയുള്ള രണ്ടു പേരെ നാരദൻ തിരിഞ്ഞു നോക്കി.

ഹനുമാൻ വസിഷ്ഠനെ ചൂണ്ടിക്കാട്ടി,' ഇത്...'

'എനിക്ക് തീർച്ചയായും വസിഷ്ഠ ഗുരുവിനെ അറിയാം,' മഹർഷിയുടെ കാലു തൊട്ടു വണങ്ങാൻ കുനിഞ്ഞു കൊണ്ട് നാരദൻ പറഞ്ഞു.

'ആയുഷ്മാൻ ഭവ,' നാരദന്റെ തലയിൽ വലതു കൈപ്പടം വെച്ച് വസിഷ്ഠൻ പറഞ്ഞു.

'ഗുരുജീ...' നാരദൻ പറഞ്ഞു. 'അഭിനിവേശത്താൽ ജ്വലിക്കുന്ന ജീവിതം ഹ്രസ്വമെങ്കിലും, ഏറെക്കാലം മങ്ങിക്കത്തുകയും കഷ്ടപ്പെടുകയും ചെയ്യുന്ന ജീവിതത്തേക്കാൾ ഭേദമാണെന്നാണ് എനിക്കു തോന്നുന്നത്.'

വസിഷ്ഠന് ആ വിചിത്രമായ പ്രതികരണത്തെ എങ്ങിനെ വിലയിരുത്തണമെന്ന് മനസ്സിലായില്ല. അതൊരു സർവ്വസാധാരണമായ ആശീർവാദമാണല്ലോ. അയാൾ ഒന്നും മിണ്ടിയില്ല.

കണ്ണിലൊരു കുസൃതിത്തിളക്കത്തോടെ നാരദൻ തുടർന്നു,' ജ്വലിക്കുന്ന ജീവിതത്തെകുറിച്ചു ചോദിക്കട്ടെ, വിശ്വാമിത്രഗുരുവും താങ്കളും പരസ്പരം ഇത്ര വെറുക്കുന്നതെന്തിനാണ്? ഇനി അഭിനിവേശം, നന്ദിനിയാരാണ്?'

നാരദന് വിചിത്രമായ നർമ്മബോധമാണുള്ളതെന്ന് ഹനുമാൻ വസിഷ്ഠന് മുന്നറിയിപ്പു നൽകിയിരുന്നു. എന്നിട്ടും അയാൾ ഞെട്ടിപ്പോയി. ലോത്തലിൽ നിന്നുള്ള ആ വ്യാപാരി അത്രയും നേർക്കു നേർ ചോദിക്കുമെന്ന് അയാൾ കരുതിയില്ല. അയാൾ പ്രകോപിപ്പിക്കാനും എന്നിട്ട് വിവരം ശേഖരിക്കാനും നർമ്മത്തെ ഉപയോഗിക്കുകയാണ്. അതാണ് അയാളുടെ കഴിവിനു പുറകിലെ രഹസ്യം!

വസിഷ്ഠൻ പുഞ്ചിരിയോടെ ഹനുമാനു നേർക്കു തിരിഞ്ഞു. 'നേരാണ്,' നാരദനെ ചൂണ്ടി അയാൾ തുടർന്നു. 'ഈ മാന്യൻ വളരെ ഉപകാരമുണ്ടായേക്കാവുന്ന കൂട്ടാളിയാണ്.' നാരദനെ നോക്കി പുഞ്ചിരിച്ചു കൊണ്ട് അയാൾ പറഞ്ഞു,' അലോസരമുണ്ടാക്കുന്ന, പക്ഷേ, ഉപകാരമുള്ള കൂട്ടാളി.'

തന്റെ ചോദ്യങ്ങളെ വസിഷ്ഠൻ സുഗമമായി ഒഴിവാക്കിയ രീതിയെ അനുമോദിച്ച് നാരദൻ പൊട്ടിച്ചിരിച്ചു,' എനിക്ക് വലിയ മതിപ്പു തോന്നുന്നു, ഗുരോ.' രാമന്റെ നേർക്കു തിരിഞ്ഞ് നാരദൻ ചോദിച്ചു,' അങ്ങാണ് വിഷ്ണു, അല്ലേ?'

രാമൻ കാപട്യമില്ലാത്തവനും അങ്ങേയറ്റം സത്യസന്ധനും പുതുതായി ഒഴുകാൻ തുടങ്ങിയ പുഴയിലെ വെള്ളം പോലെ തെളിഞ്ഞവനുമാണ്. ചോദ്യം ചോദിക്കുന്നവരുടെ ഉദ്ദേശ്യ ലക്ഷ്യങ്ങൾ രാമൻ ശ്രദ്ധിക്കാറില്ല. അദ്ദേഹത്തിന്റെ ശ്രദ്ധ സത്യത്തിലും നീതിയിലുമാണ്. അത് തനിക്കു നേരെയാണ് പ്രവർത്തിക്കുന്നതെങ്കിൽ പോലും. 'എന്റെ ഭാര്യ സീതയാണ്, വിഷ്ണുവിനെ അംഗീകരിക്കാൻ അധികാരമുള്ള മലയപുത്രന്മാരാൽ അംഗീകരിക്കപ്പെട്ട വിഷ്ണു. എന്റെ ഭാര്യയായതു കൊണ്ടു

മാത്രമല്ല, മാതൃഭൂമിക്ക് പ്രധാനപ്പെട്ടവളായതു കൊണ്ടും നാം അവളെ രക്ഷിക്കേണ്ടതുണ്ട്. നിങ്ങൾ ഞങ്ങളെ സഹായിക്കുമോ ഇല്ലയോ?'

നിഷ്കളങ്കതയും സത്യസന്ധതയും മുതിർന്നവർക്കിടയിൽ വിരളമാണ്. ജീവിതം അത്തരം വികാരങ്ങളെ പീഡിപ്പിക്കുകയും നീരസവും ദോഷൈകഭാവവും പകരം നിറയ്ക്കുകയും ചെയ്യും. ചിലർ ആ കയ്പ്പിന് മറ്റൊരു പേരു നൽകി-പക്വത. അവരുടെ സ്വാർത്ഥതയും ഭീരുത്വവും മറച്ചു വെക്കാനുള്ള മാന്യമായ പേര്. തീവ്രധൈര്യത്തിന്റെയും തികഞ്ഞ സത്യസന്ധതയുടെയും ശുദ്ധമായ നിഷ്കളങ്കതയുടെയും അതീവ ദുർലഭമായ ഈ സമ്മിശ്രണം കാണുന്നതു തന്നെ ആനന്ദമാണ്...അതും അത്രയും സഹിച്ച ഒരാളിൽ പ്രത്യേകിച്ചും. ഈ മനുഷ്യൻ, അയോദ്ധ്യാനാഥൻ, സവിശേഷതകളുള്ളവനാണ്.

നാരദൻപുഞ്ചിരിച്ചു,'അങ്ങയെസഹായിക്കുന്നത്എനിക്കഭിമാനമാണ്.'

ഹനുമാൻ സംസാരിച്ചു,' ഞങ്ങളുടെ കൂടെ വരാമോ, സുഹൃത്തേ?'

'തീർച്ചയായും,' നാരദൻ മറുപടി പറഞ്ഞു.' പക്ഷേ, നിങ്ങൾ മറ്റൊരാളെ കൂടി സഹിക്കേണ്ടതുണ്ട്. മുമ്പത്തെ ഒരു മലയപുത്രി. അവൾ പല തവണ ലങ്ക സന്ദർശിച്ചിട്ടുണ്ട്. നമ്മളെ സിഗിരിയയിലെത്തിക്കുമെന്ന് എനിക്കറിയാവുന്ന ഏക ആൾ.'

ഹനുമാൻ നെറ്റി ചുളിച്ചു.

നാരദൻ വാതിലിനു നേരെ തിരിഞ്ഞ് ഉച്ചത്തിൽ വിളിച്ചു,' സുരസാ!"

ഹനുമാൻ ഉറഞ്ഞു പോയി. സുരസ നാരദന്റെ ജോലിക്കാരിയാണ്. വാശിക്കാരിയും സുന്ദരിയും അക്രമോത്സുകയുമായ അവൾ ഹനുമാനുമായി അഗാധമായ പ്രണയത്തിലായിരുന്നു. നൈഷ്ഠിക ബ്രഹ്മചാരിയായ ഹനുമാനെ അത് നിരാശപ്പെടുത്തി.

'ഹനൂ,' മുറിയിലേക്ക് കുഴഞ്ഞാടി വന്ന സുരസ കൊഞ്ചി.

ഹനുമാൻ ചൂളിപ്പോയി. അയാൾക്കാ പേര് ഇഷ്ടമേയല്ല.

പിറ്റേന്നു രാവിലെ രാവണനും കുംഭകർണ്ണനും അശോകവനത്തിലെ സീതയുടെ ലതാഗൃഹം സന്ദർശിച്ചു.

ഭാരതീയർക്ക് ഏറ്റവും ആവേശമുള്ള ഒരു കാര്യത്തിന്റെ വിദഗ്ധമായ സഹായത്തോടെ തലേന്നവർ മഞ്ഞുരുക്കിയിരുന്നു-ആഹാരം. ഇന്നലെയത് പോഹയായിരുന്നു. ഇന്നാകട്ടെ കൊട്ടാരത്തിലെ പാചകക്കാർ വ്യത്യസ്തമായ മറ്റൊന്ന് തട്ടിക്കൂട്ടിയിട്ടുണ്ട്. അരിയും

ഉഴുന്നും കുതിർത്തു പുളിപ്പിച്ച് മാവാക്കി മാറ്റി. കട്ടിയുള്ള മാവിൽ അല്പമെടുത്ത് വാഴയിലയിൽ ദീർഘവൃത്താകൃതിയുള്ള വളയങ്ങളായി ആവിയിൽ പുഴുങ്ങിയെടുത്തു. അത് വാഴയിലയിൽ, പരിപ്പും പുളിയും സുഗന്ധവ്യഞ്ജനങ്ങളുടെ തനതായ മിശ്രണവും ചേർത്ത സാമ്പാറും തേങ്ങാച്ചട്ടിണിയും ചേർത്ത് വിളമ്പി. അതിനുള്ളിൽ മുങ്ങിക്കിടക്കുന്നത് പേരുകേട്ട പ്രതിരോധശക്തി വർദ്ധകരാണ്-മുരിങ്ങക്കായകൾ. അതാണ് ഇഡ്ഡലിയും സാമ്പാറും.

ആ വിഭവത്തിനും അരി ഗോകർണ്ണത്തിൽ നിന്നും ഇറക്കുമതി ചെയ്തു. രാവണൻ നാട്യങ്ങളില്ലാതെ, അലങ്കോലമാക്കിത്തന്നെ പ്രാതൽ കഴിച്ചു. തലേന്നത്തേതു പോലെ സീതയിൽ മതിപ്പുണ്ടാക്കേണ്ട കാര്യമില്ലല്ലോ. നേരായും സംസ്കൃതചിത്തനായ കുംഭകർണ്ണനാകട്ടെ പതുക്കെ, സൂക്ഷ്മതയോടെ ആഹാരം കഴിച്ചു.

സീത രാവണനെ നോക്കി, 'എന്റെ അമ്മയെ കുറിച്ചു പറയൂ...'

രാവണൻ ആഹാരം കഴിക്കുന്നതു നിർത്തി സീതയെ നോക്കി. അയാൾ ഒരു കൈലേസെടുത്ത് കൈകൾ തുടച്ചു വൃത്തിയാക്കി. അയാളുടെ മുഖത്ത് വിഷാദം നിറഞ്ഞ ഒരു ചിരി പരന്നു. 'ഞാനെവിടെ തുടങ്ങും? ഒരു ദേവതയെ ഞാനെങ്ങിനെ വർണ്ണിക്കും?'

'ആദ്യം തൊട്ടു തുടങ്ങൂ. അതാണെല്ലായ്പ്പോഴും മികച്ച സ്ഥലം.'

'എനിക്ക് നാലു വയസ്സുള്ളപ്പോഴാണ് അവളെ ആദ്യമായി കാണുന്നത്.'

'അപ്പോൾ അമ്മയ്ക്ക് എത്ര വയസ്സുണ്ടായിരുന്നു?'

'ചിലപ്പോൾ എട്ടോ ഒമ്പതോ എന്നെനിക്കു തോന്നുന്നു...ഞാൻ അന്നു മുതൽ അവളുമായി പ്രണയത്തിലാണ്.'

'നാലു വയസ്സിൽ പ്രണയത്തിലാകാൻ കഴിയുമോ?'

'കഴിയും, നിങ്ങളുടെ പ്രണയ ഭാജനം കന്യാകുമാരിയാണെങ്കിൽ.'

'എന്റെ അമ്മയൊരു കന്യാകുമാരിയായിരുന്നോ?' അതിശയത്തോടെ സീത ചോദിച്ചു.

'അതെ,' രാവണൻ മറുപടി പറഞ്ഞു.

കന്യാകുമാരിയെ ആരാധിക്കുന്ന പൗരാണികമായ ആചാരം ഭാരതത്തിൽ പലയിടങ്ങളിലും പ്രചാരത്തിലുണ്ടായിരുന്നു. അമ്മദൈവത്തിന്റെ അവതാരമായി തന്നെയാണ് കന്യാകുമാരി വിശ്വസിക്കപ്പെട്ടിരുന്നത്. ശ്രദ്ധയോടെ തിരഞ്ഞെടുക്കപ്പെട്ട പെൺകുട്ടികളുടെ ഉടലുകളിൽ ദേവി താല്കാലികമായി കുടികൊള്ളു മെന്നാണ് വിശ്വാസം. ആ പെൺകുട്ടികൾ ദേവതമാരായി ആരാധിക്കപ്പെട്ടു. അവരെ ഭക്തർ ഉപദേശത്തിനും വെളിപാടുകൾക്കുമായി

സമീപിച്ചു. ചിലപ്പോൾ രാജാക്കന്മാരും രാജ്ഞിമാരും പോലും അവരുടെ ഭക്തരായിരുന്നു. ഋതുമതികളായപ്പോൾ ദേവി അവരുടെ ഉടലിൽ നിന്നും ഒഴിഞ്ഞു പോകുകയും ഋതുമതിയായിട്ടില്ലാത്ത മറ്റൊരു പെൺകുട്ടിയിൽ കുടികൊള്ളുകയും ചെയ്തു. കന്യാകുമാരിമാർക്ക് സർപ്പിച്ച ക്ഷേത്രങ്ങൾ ഭാരതത്തിൽ എമ്പാടുമുണ്ടായിരുന്നു.

'അമ്മ ഏത് ക്ഷേത്രത്തിലെ കന്യാകുമാരിയായിരുന്നു?'

'കിഴക്കൻ ഭാരതത്തിലുള്ള വൈദ്യനാഥ ക്ഷേത്രത്തിലെ. പക്ഷേ അവൾ താരതമ്യങ്ങൾക്കെല്ലാം അതീതയായിരുന്നു. അതിനു മുമ്പോ ശേഷമോ ഒരു കന്യാകുമാരിയും അവളെ പോലെയായിരുന്നില്ല. അവൾ അനുപമയായിരുന്നു. അന്തസ്സുറ്റവൾ, ദയാലു, ഉദാരവതി, ധർമ്മബോധമുള്ളവൾ. അവളൊരിക്കലും ഒരു ദേവതയല്ലാതാകില്ല. അമ്മ ദൈവം തിരഞ്ഞെടുത്തതു കൊണ്ടല്ല അവളെനിക്ക് ദേവിയായത്, അവളുടെ സ്വഭാവം കൊണ്ടാണ്. എല്ലാ രീതിയിലും എല്ലാം തികഞ്ഞവൾ. എല്ലാം തികഞ്ഞവൾ...'

സീതയുടെ ശ്രദ്ധ എന്തിലോ ഉടക്കി. 'അമ്മ വൈദ്യനാഥിലായിരുന്നോ? ഞാൻ ജനിക്കുമ്പോൾ അമ്മയ്ക്ക് എത്ര വയസ്സു കാണും?'

'ചിലപ്പോൾ ഇരുപത്തിയാറോ ഇരുപത്തിയേഴോ...'

രാവണൻ മറുപടി പറഞ്ഞു.

നിരവധി മുൻ കന്യാകുമാരിമാർ ജീവിതത്തിലെ ശേഷിച്ച വർഷങ്ങൾ കഴിച്ചു കൂട്ടാൻ അവരുടെ ക്ഷേത്രങ്ങളിലേക്ക് മടങ്ങുമായിരുന്നു.

'എന്റെ വളർത്തച്ഛനും അമ്മയും എന്നെ ത്രികൂടപർവ്വത്തിന്റെ അടുത്തു നിന്നാണ് കിട്ടിയത്. വൈദ്യനാഥിൽ നിന്ന് ഏറെ അകലെയല്ല അത്.'

സീതയുടെ അടുത്ത ചോദ്യമെന്തായിരിക്കുമെന്ന് രാവണനും കുംഭകർണ്ണനും ഊഹിക്കാമായിരുന്നു. ഉറപ്പായ ചോദ്യം. ദത്തെടുക്കപ്പെട്ട ഏതൊരു കുട്ടിയും ഉറപ്പായും ചോദിക്കുന്ന ചോദ്യം.

'എന്തു കൊണ്ടാണ് എന്റെ അച്ഛനമ്മമാർ എന്നെ ഉപേക്ഷിച്ചത്?' സീത ചോദിച്ചു. 'അവരെന്തു കൊണ്ടാണ് എന്നെ തേടി വരാഞ്ഞത്? അവരിപ്പോൾ എവിടെയാണ്? ലങ്കയിലുണ്ടോ?'

രാവണൻ താഴേക്കു നോക്കി. അയാളുടെ കണ്ണുകൾ നീരു കൊണ്ടു മൂടി. ഏറെ വർഷങ്ങളായെങ്കിലും ആ ഭയങ്കര ദിവസത്തിന്റെ ഓർമ്മ അയാളുടെ ഹൃദയത്തെ ദശലക്ഷക്കണക്കിനു കഷ്ണങ്ങളായി നുറുക്കി.

സീത കുംഭകർണ്ണനു നേരെ തിരിഞ്ഞു. 'അവരെന്തിനാണ് എന്നെ ഉപേക്ഷിച്ചത്? അവരെന്തിനാണ് എന്നെ നിരസിച്ചു കൊണ്ടേ

യിരിക്കുന്നത്? ഈ മുപ്പത്തിയെട്ടു വർഷങ്ങൾക്കിടയിൽ ഒരിക്കൽ പോലും എന്റെ അമ്മയ്ക്കെന്നെ കാണാൻ തോന്നിയില്ലേ? അന്തസ്സറ്റ ഒരു ദേവതയ്ക്കും ഭർത്താവിനും ചേർന്ന പെരുമാറ്റമാണോ ഇത്? അവരെ അറിയാമെന്ന് നിങ്ങൾ പറഞ്ഞു. അപ്പോൾ നിങ്ങൾക്കറിയാമായിരിക്കുമല്ലോ അവർ എന്തിന്...'

'ധീരയായ വിഷ്ണു...' ദൈന്യം കൊണ്ടു വിറയ്ക്കുന്ന ശബ്ദത്തിൽ കുംഭകർണ്ണൻ പിറുപിറുത്തു. 'അവൾ ...കന്യാകുമാരി...അവൾ...'

'അമ്മയിപ്പോൾ എവിടെയാണ്? ഇവിടെ?'

അംഗുലീപതക്കം ഇറുക്കിപ്പിടിച്ചു കൊണ്ട് രാവണൻ സീതയെ തലയുയർത്തി നോക്കി. 'അവൾ ഇവിടെയുണ്ട്.'

സീതയുടെ കണ്ണുകൾ രാവണന്റെ കഴുത്തിൽ നിന്ന് തൂങ്ങിക്കിടക്കുന്ന പതക്കത്തിലുടക്കി. മനുഷ്യന്റെ രണ്ട് അംഗുലാസ്ഥികൾ. സ്വർണ്ണത്തിന്റെ ചങ്ങലക്കണ്ണികൾ കൊണ്ട് കരുതലോടെ ഉറപ്പിച്ച രണ്ട് അസ്ഥിഖണ്ഡങ്ങൾ. അതെന്താണെന്ന് മനസ്സിലായപ്പോൾ അവളുടെ കണ്ണുകളും സജലങ്ങളായി മാറി.

രാവണൻ വിദൂരസ്ഥലിയിൽ നിന്നെന്ന പോലെ പിറുപിറുത്തു. 'നീ പിറന്നയുടനേ, വേദവതിയും പൃഥ്വിയും മരിച്ചു. അവർ മരിച്ചത്...' രാവണൻ സംസാരം നിർത്തി. എന്നിട്ട് ആഴത്തിൽ ശ്വസിക്കുകയും സ്വയം തിരുത്തുകയും ചെയ്തു, 'വേദവതിയും പൃഥ്വിയും കൊല്ലപ്പെട്ടത്...'

സീത പെട്ടെന്ന് കൈ കൊണ്ടു വായ പൊത്തിപ്പിടിച്ചു. കവിളുകളിലൂടെ കണ്ണുനീരൊഴുകി.

രാവണൻ സംസാരം നിർത്താനാഗ്രഹിച്ചു. പക്ഷേ, വാക്കുകൾ സ്വേച്ഛയ്ക്ക് വിരുദ്ധമായി വായിൽ നിന്നും അടർന്നു വീണു. തനിക്ക് തുടർന്നേ തീരുവെന്ന് അയാൾക്കറിയാമായിരുന്നു. വേദവതിയുടെ മകൾക്ക് ആ സത്യം അറിയാനുള്ള അർഹതയുണ്ട്. 'അല്പം...ഞാൻ...' ദൈന്യത്താൽ അയാൾ വിറയ്ക്കുന്നുണ്ടായിരുന്നു. 'ഞാനവൾക്ക് ദാനധർമ്മങ്ങൾക്കായി അല്പം പണം നൽകിയിരുന്നു. ആ തന്തയില്ലാ... അവിടത്തെ ഒരു ഭൂപ്രഭുവിന്റെ മകൻ...അയാൾ കൂട്ടാളികളുമായി വന്നു... അയാൾ ഭീഷണിപ്പെടുത്തി...അയാൾ...അവർ...കത്തികൾ...'

അവളിപ്പോൾ നിസ്സഹായയായി കരയുകയാണ്.

രാവണന് പിന്നീടൊന്നും പറയാൻ കഴിയില്ല.

അയാളുടെ സ്വയം സമർപ്പിതനായ അനുജൻ കുംഭകർണ്ണൻ മുമ്പിട്ടിറങ്ങി, 'വേദവതിയ്ക്ക് രാവണനെ പാപമുക്തനാക്കാമെന്ന ബോധ്യമുണ്ടായിരുന്നു. രാവണനെ നേരായ പാതയിൽ നയിക്കാമെന്നും.

അതു നേരുമായിരുന്നു. അദ്ദേഹം...ഞാനും അദ്ദേഹവും...ഭയങ്കരമായ കാര്യങ്ങൾ ചെയ്തു കൂട്ടിയിരുന്നു. ശ്രേഷ്ഠയായ വേദവതി ഞങ്ങളെ വിമലീകരിച്ചു....ഞങ്ങൾക്ക് ദിശ കാട്ടിത്തന്നു...ആ പണം... പാപമോചനത്തിനുള്ള ദാദയുടെ ആദ്യത്തെ ചുവടുവെയ്പ്പായിരുന്നു ആ പണം...അദ്ദേഹത്തിന്റെ ആദ്യത്തെ ധർമ്മപ്രവൃത്തി...അതൊരു ആശുപത്രി പണിയാൻ ഉപയോഗിക്കാനായിരുന്നു....ആ അപരാധികൾ പണം ചോദിച്ചപ്പോൾ അവളത് കൊടുത്തില്ല....പകരം തന്റെ മിതമായ സമ്പാദ്യം കൊടുക്കാൻ തയ്യാറായി...എല്ലാം...പക്ഷേ ദാദയുടെ പണം കൊടുക്കില്ല...അദ്ദേഹത്തിന്റെ ധർമ്മപ്രവൃത്തി... അത് വിശുദ്ധമായിരുന്നുവെന്ന് അവൾ കരുതി....ആത്മാവിനുള്ളിലെ ദൈവത്തെ കണ്ടെത്താനുള്ള ദാദയുടെ അവസരത്തെ അവൾ അടിയറവു വെച്ചില്ല...'

സീതയുടെ ചുണ്ടുകളിൽ നിന്ന് വേദനപുരണ്ട നിലവിളി പുറത്തു വന്നു. ഒരിക്കൽ പോലും കണ്ടിട്ടില്ലാത്ത പുണ്യവതിയായ അമ്മയ്ക്കു വേണ്ടി അവൾ വിതുമ്പി. അവളുടെ ഞരമ്പുകളിലൊഴുകുന്ന രക്തം മഹാത്മാവായ ആ സ്ത്രീയുടേതാണ്.

'അവർ പൃഥ്വിയെ കൊന്നു...അവളെ കൊന്നു....എന്നിട്ട് കട്ടെടുത്തു.'

സീതയ്ക്ക് പെട്ടെന്ന് സിരകളിൽ ക്രോധം തുടിച്ചു. അവളെ അന്ധയാക്കുന്ന ക്രോധം. 'നിങ്ങളെന്താണ് ആ അധമരെ ചെയ്തത്? നിങ്ങളവരെ...'

'ഞങ്ങളവരെ പീഡിപ്പിച്ചു. ഞങ്ങളവരെക്കൊണ്ട് ജീവനു വേണ്ടി കെഞ്ചിപ്പിച്ചു...'

'എല്ലാ തെമ്മാടിയെയും,' രാവണൻ പറഞ്ഞു. അത്രയും വർഷങ്ങൾക്കിപ്പുറവും അയാൾ ക്രോധത്താൽ വിറയ്ക്കുന്നുണ്ടായിരുന്നു. 'ഞങ്ങളവരെ ഉയിരോടെ അറുത്തു, തുണ്ടു തുണ്ടായി. ശ്വാസമുള്ളപ്പോൾ തന്നെ ഞങ്ങളവരെ കത്തിച്ചു. ഞങ്ങൾ അവരെ എല്ലു വരെ കരിച്ചു...'

സീതയുടെ ഉടൽ സംതൃപ്തിയോടെ നിവർന്നു.

'എന്നിട്ടു ഞങ്ങൾ ആ മുഴുവൻ ഗ്രാമത്തെയും കൂട്ടക്കൊല ചെയ്തു. ഏതാനും തുച്ഛമായ നാണയത്തുട്ടുകൾക്കു വേണ്ടി ജീവനുള്ള ദേവതയെ മൃഗീയമായി കൊല്ലുന്നതു നോക്കിനിന്ന ഭീരുക്കളായ തെമ്മാടികളെ!എല്ലാത്തിനെയും ഞങ്ങൾ കൊന്നു. എന്നിട്ട് വന്യമൃഗങ്ങൾക്ക് തിന്നാനിട്ടു കൊടുത്തു.'

സീത അതേ ഉന്മാദം പുരണ്ട രോഷത്തോടെ ലങ്കാധിപനെ ഉറ്റു നോക്കി.

രാവണൻ കണ്ണുകടച്ച് നെടുവീർപ്പിട്ടു. ഹൃദയമിടിപ്പ് കുറയ്ക്കാൻ ശ്രമിച്ചു.

സീതയും കണ്ണുകളടച്ചു. അവൾ കണ്ണുനീരു തുടച്ചു. പക്ഷേ, വീണ്ടും

മുഖത്തെ നനയിച്ചു കൊണ്ട് കൂടുതൽ കണ്ണുനീരൊഴുകി. രാവണൻ സംസാരിക്കുന്നതു കേട്ട് അവൾ കണ്ണു തുറന്നു.

'കാലത്തിനപ്പുറത്തു നിന്നും അവളെന്നെ സഹായിക്കാൻ കൈ നീട്ടി,' രാവണൻ പറഞ്ഞു.

അവൾ രാവണനെ നോക്കി. എങ്ങിനെ?

അയാളുടെ പീഡിതമായ ജിവിതത്തിന്റെ ഉച്ചബിന്ദുവായ ആ സംഭവത്തെ ഓർത്തു കൊണ്ട് അയാൾ തന്റെ വലതു കരം നോക്കി. 'ഞാൻ ക...ക...കന്യാകുമാരിയെ ജീവിത്തിൽ ഒരേ ഒരു തവണ തൊട്ടു...അവൾ ഈ കരം ഒരു നിമിഷത്തേക്ക് പിടിച്ചു...ഒരു ജീവിതകാലം മുഴുവൻ...ഒരു നിമിഷത്തേക്ക്....ആ ഒരൊറ്റ പ്രാവശ്യം മാത്രം എന്നെ തൊട്ടു.'

കുംഭകർണ്ണൻ കണ്ണീരൊഴുക്കി കൊണ്ട് ജ്യേഷ്ഠനെ തൊട്ടു.

'വേദവിധിപ്രകാരം പട്ടട കത്തിക്കഴിഞ്ഞാൽ എന്താണ് അവശേഷിക്കുകയെന്നറിയാമോ?' രാവണൻ ചോദിച്ചു. അയാൾ തന്നെ അതിനു മറുപടിയും പറഞ്ഞു, 'ഏതാണ്ടൊന്നും തന്നെ അവശേഷിക്കില്ല... തലയോട്ടിയുടെ ഏതാനും കഷ്ണങ്ങൾ...ചിലപ്പോൾ നട്ടെല്ലിന്റെ ... വേറൊന്നും അവശേഷിക്കില്ല...പക്ഷേ കന്യാകുമാരി...വേദവതി... അവൾ..എനിക്കു വേണ്ടി തന്റെ കൈ അവശേഷിപ്പിച്ചു...അവൾ ഒരിക്കൽ എന്നെ തൊട്ട കൈ...രണ്ടുവിരലുകൾ..ഞാൻ ഏകാകിയും തോറ്റവനുമാകുമ്പോഴെല്ലാം എനിക്കാ കൈ പിടിക്കാമല്ലോ...'

സീത രാവണന്റെ കഴുത്തിൽ നിന്നും തൂങ്ങിക്കിടക്കുന്ന പതക്കത്തിൽ തുറിച്ചു നോക്കി.

'ഞാനെപ്പോഴും അതിശയിച്ചിട്ടുണ്ട്...' രാവണൻ കരഞ്ഞു. 'എന്തിനാണ്...എന്തിനാണ് അവളെനിക്കുവേണ്ടി രണ്ടു വിരലുകൾ അവശേഷിപ്പിച്ചതെന്ന്.. എന്തു കൊണ്ട് രണ്ടു വിരലുകൾ? ഇപ്പോൾ എനിക്കറിയാം...'

അയാൾ സ്വർണ്ണച്ചങ്ങല ഊരുകയും പതക്കം പതിയെ വലിച്ചിളക്കുകയും ചെയ്തു. അയാൾ ഒരു വിരൽ വേർപ്പെടുത്തിയെടുത്തു. 'അവളെ ആവശ്യമുള്ള ഏക ആളല്ല ഞാൻ....അവളുടെ കൈ പിടിക്കാൻ കൊതിക്കുന്ന ഏക ആൾ ഞാനല്ല...'

രാവണൻ മുമ്പോട്ടാഞ്ഞ് വേദവതിയുടെ തിരുശേഷിപ്പുകളിലൊന്ന് സീതയ്ക്കു കൈമാറി.

അമ്മയുടെ തലോടൽ അനുഭവിച്ച സീതയ്ക്ക് ഉടലിലൂടെ വൈദ്യുതപ്രവാഹം കടന്നു പോകുന്നതു പോലെ തോന്നി. അവൾ ആദരവോടെ ആ വിരൽ നെറ്റിയിൽ തൊട്ടു വണങ്ങി. അത് അങ്ങേയറ്റം

വിശുദ്ധമായ ശേഷിപ്പാണ്. അവളതിൽ മൃദുവായി ചുംബിച്ചു. എന്നിട്ട് മുറുകെ പിടിച്ചു. അവൾ രാവണനെ തലയുയർത്തി നോക്കി.

അവർ രണ്ടു പേരും കരയുന്നുണ്ടായിരുന്നു.

അവർക്ക് നഷ്ടപ്പെട്ടതോർത്ത്. വീണ്ടും കണ്ടെത്തിയതിനെയോർത്ത്.

അരുടെ ദേവത.

കന്യാകുമാരി

വേദവതി.

അദ്ധ്യായം 5

'ഞാൻ പടയൊരുക്കം നടത്തരുതെന്ന് ഭരതന് ഉത്തരവു നൽകിയിരുന്നു,' മുഖത്ത് സന്തോഷമില്ലാത്ത ഭാവത്തോടെ രാമൻ പറഞ്ഞു.

പശ്ചിമ സമുദ്രത്തിൽ നിന്ന് താഴേക്കു തുഴയുന്ന ഇടത്തരം വലിപ്പമുള്ള കപ്പലിലാണ് രാമനും വസിഷ്ഠനും ലക്ഷ്മണനും ഹനുമാനും നാരദനും. അവരെല്ലാം കപ്പലിന്റെ മുകൾത്തട്ടിൽ ഒത്തു കൂടിയിട്ടുണ്ട്. സുരസ അറയിൽ ഉറങ്ങുകയാണ്. അവർ കൊങ്കണതീരം പിന്നിട്ടു കഴിഞ്ഞിരിക്കുന്നു. പടിഞ്ഞാറൻ ഭാരത ഉപദ്വീപിലെ തീരപ്രദേശത്തിന്റെ താഴത്തെ പകുതിയായ മലബാറിന്റെ തീരത്തിലൂടെയാണ് യാത്ര. അവർക്ക് അകമ്പടിയായി നാൽപതു പടയാളികളുണ്ട്. അവരിൽ മുപ്പതുപേരും പരിഹണൻമാരായ വായുപുത്രന്മാരാണ്.

'ഉം...അങ്ങ് ഉത്തരവിട്ടതങ്ങിനെയാണെന്ന് കേട്ടു,' നാരദൻ കളിമട്ടിൽ പറഞ്ഞു. 'പക്ഷേ, അങ്ങയുടെ അനുജൻ ആ വാക്കു കേട്ടില്ല. അയാൾ പടയൊരുക്കിക്കഴിഞ്ഞു.'

'ചിലപ്പോൾ ലങ്കയിലേക്കുള്ള നിങ്ങളുടെ ദൗത്യം പരാജയപ്പെട്ടുമെന്ന് ഭരതൻ കരുതുന്നുണ്ടാകാം, ഹനുമാൻ,' വസിഷ്ഠൻ നാഗ വായുപുത്രനെ നോക്കിപ്പറഞ്ഞു.

'പക്ഷേ അതു തീരുമാനിക്കേണ്ടത് ഭരതനല്ല,' രാമൻ ഇടക്കു കയറിപ്പറഞ്ഞു.

'ഒരു നല്ല സഹോദരൻ തന്റെ ജ്യേഷ്ഠൻ പറയുന്നത് കണ്ണടച്ച് പിന്തുടരില്ല,' നാരദൻ പറഞ്ഞു. 'അനുസരണക്കേട് കാണിക്കുന്നതാണെങ്കിൽ പോലും ജ്യേഷ്ഠന്റെ താല്പര്യങ്ങൾ സംരക്ഷിക്കുന്ന എന്തും അയാൾ ചെയ്യും.'

'ഞങ്ങളുടെ ദൗത്യം പരാജയപ്പെട്ടുമെന്നു പ്രതീക്ഷിക്കുന്നുണ്ടെങ്കിൽ

സുരസയോട് എന്നെ ലങ്കയിലേക്ക് കൊണ്ടു പോകാൻ നിങ്ങളെന്തിനു പറഞ്ഞു?' ഹനുമാൻ ചോദിച്ചു.

'ഒരു കാര്യത്തെ കുറിച്ചും നമുക്ക് ഉറപ്പു പറയാനാകില്ല, ഹനുമാൻ,' നാരദൻ പറഞ്ഞു. 'ഇത്തരം സൂക്ഷ്മമായ ദൗത്യങ്ങളെ കുറിച്ച് പറയാനുമില്ല. നമ്മൾ പക്ഷേ, തീർച്ചയായും ശ്രമിക്കണം. നിഷ്കളങ്കരായ ജീവനുകളെ രക്ഷിക്കാനുള്ള നേരിയ അവസരം പോലുമുണ്ടെങ്കിൽ നമ്മൾ ഉറപ്പായും ശ്രമിക്കുകയെങ്കിലും വേണം. പക്ഷേ പ്രതിബന്ധങ്ങൾ നിരവധിയാണ്. ഭരതൻ ചെയ്തതു ശരിയാണ്. നിങ്ങളുടെ ദൗത്യം പരാജയപ്പെടുകയാണെങ്കിൽ നമുക്ക് എത്രയും പെട്ടെന്ന് പടയെ നീക്കേണ്ടി വരും. അപ്പോൾ പടയൊരുക്കം നടത്താൻ മാസങ്ങൾ കളയാനാകില്ല.'

നാരദൻ രാമനെ നോക്കിയാണ് അത്രയും പറഞ്ഞത്. രാമന്റെ മുഖത്ത് വിചിത്രമായ ഭാവമാണുള്ളത്. തന്റെ അനുജൻ അയോദ്ധ്യയിലെ നാടുകടത്തപ്പെട്ട രാജാവിന്റെ നിയമപരമായ ഉത്തരവ് അനുസരിക്കാതിരുന്നതിൽ അശാന്തിയും തന്നെ ആഴത്തിൽ സ്നേഹിക്കുന്ന, തനിക്കും സീതയ്ക്കുമായി പോരാടാൻ സാദ്ധ്യമായ എന്തും ചെയ്യുന്ന സഹോദരനോടുള്ള സ്നേഹവും അവിടെ ഇടകലർന്നു.

'എന്തായാലും,' ഹനുമാൻ പറഞ്ഞു, 'ഞാനും സുരസയും ഏതാനും പടയാളികളോടൊപ്പം സിഗിരിയയിൽ നുഴഞ്ഞു കയറി സീതയെ രക്ഷിക്കുന്നതു വരെ നിങ്ങൾക്ക് ശബരിമല ക്ഷേത്രത്തിൽ കാത്തിരിക്കാം. കപ്പൽ ആലപ്പുഴയിൽ അടുക്കും. അവിടെയിറങ്ങിയാൽ എന്റെ വായുപുത്രന്മാരായ പടയാളികൾ നിങ്ങൾക്കെല്ലാം ക്ഷേത്രഗ്രാമത്തിലേക്കുള്ള വഴി കാണിച്ചു തരും. കാട്ടിലെ മഹിള നിങ്ങൾക്ക് അഭയം തരും. സുരസയും ഞാനും പടയാളികളോടൊപ്പം ആലപ്പുഴയിൽ നിന്ന് മുമ്പോട്ടു പോകും.'

പ്രശസ്തമായ ശബരിമല ക്ഷേത്രത്തിൽ, മുമ്പത്തെ മഹാദേവനായ രുദ്രഭഗവാന്റെയും മോഹിനീരൂപം പൂണ്ട മഹാവിഷ്ണുവിന്റെയും മകനായ അയ്യപ്പനാണ് പ്രതിഷ്ഠ. മണ്ഡലകാലത്ത് വ്രതമെടുത്ത് ഭാരതത്തിലങ്ങോളമിങ്ങോളമുള്ള ഭക്തർ അയ്യപ്പനെ കാണാൻ വരും. ശബരി എന്നു പേരുള്ള കാട്ടിലെ മഹിള നയിക്കുന്ന തദ്ദേശ കാട്ടുവാസികളാണ് ക്ഷേത്രം നോക്കി നടത്തുന്നത്. അവർ തന്നെ ക്ഷേത്രത്തിനു ചുറ്റും ജീവിക്കുന്നവരുടെ കാര്യങ്ങളും നോക്കി നടത്തി.

'ശബരിമലയിൽ പോയി തൊഴണമെന്ന് എനിക്കും ആഗ്രഹമുണ്ട്.

പക്ഷേ എനിക്കതിനാകില്ല,' രാമൻ പറഞ്ഞു. 'ഞാൻ ലങ്കയിലേക്ക് വരികയാണ്.'

ഹനുമാൻ രാമനേയും പിന്നീട് വസിഷ്ഠനെയും തറപ്പിച്ചു നോക്കി.

വസിഷ്ഠനാണ് ആദ്യം സംസാരിച്ചത്.'അങ്ങേക്ക് പോകാനാകില്ല, രാമാ.'

രാമന്റെ മറുപടി ലളിതവും നേർക്കുനേരുള്ളതുമായിരുന്നു, 'സീത എന്റെ ഭാര്യയാണ്. അവളെ ഞാനാണ് സംരക്ഷിക്കേണ്ടത്.'

'അതു ശ്രേഷ്ഠം തന്നെ. പക്ഷേ, ഞങ്ങൾക്കങ്ങയെ അപകടത്തിലാക്കാനാകില്ല.'

'ബഹുമാനത്തോടെ തന്നെ പറയട്ടെ ഗുരോ, അതങ്ങു തീരുമാനിക്കേണ്ട കാര്യമല്ല.'

'ബഹുമാനത്തോടു കൂടി തന്നെ പറയട്ടെ, പ്രഭോ,' ഹനുമാൻ പറഞ്ഞു. 'അതങ്ങു തീരുമാനിക്കേണ്ട കാര്യവുമല്ല.'

രാമൻ അസ്വസ്ഥനാകുന്നുണ്ട്. പക്ഷേ, അദ്ദേഹത്തിന്റെ മുഖവും ശബ്ദവും സ്വതസിദ്ധമായി ശാന്തമാണ്. 'ഇതെന്റെ ജീവിതമാണ്. അവളെന്റെ ഭാര്യയാണ്. അവളെ-'

ഹനുമാൻ ഇടയ്ക്കു കയറി പറഞ്ഞു. 'അങ്ങ് വെറും ഭർത്താവു മാത്രമല്ല, പ്രഭോ. അയോദ്ധ്യയിലെ രാജകുടുംബാംഗം മാത്രവുമല്ല. വായുപുത്രന്മാർ അങ്ങയെ വിഷ്ണുവായി അംഗീകരിച്ചിട്ടുള്ളതാണ്. ഞങ്ങൾക്ക്-'

ഇത്തവണ ഹനുമാനെ തടസ്സപ്പെടുത്താനുള്ള രാമന്റെ ഊഴമാണ്. 'എന്നെ കുറിച്ച് അത്രയും മതിപ്പുള്ളതിന് വായുപുത്രന്മാരോടുള്ള കൃതജ്ഞത സ്വീകരിക്കു. പക്ഷേ, വിഷ്ണുവിനെ അംഗീകരിക്കാനുള്ള അവകാശമുള്ളത് മലയപുത്രന്മാർക്കു മാത്രമാണ്. അവർ സീതയെ വിഷ്ണുവായി അംഗീകരിച്ചിട്ടുണ്ട്. നിങ്ങളുടെ ആഗ്രഹം വിഷ്ണുവിനെ സംരക്ഷിക്കലാണെങ്കിൽ തന്നെ എന്റെ പദ്ധതി പിന്തുടരേണ്ടതുണ്ട്. ഇതൊരു ബുദ്ധിപരമായ തിരഞ്ഞെടുപ്പാണ്.'

'പ്രഭോ,' ഹനുമാൻ പറഞ്ഞു. 'ഇനി ഇക്കാര്യത്തിൽ തർക്കത്തിന്റെ ആവശ്യമില്ല. അങ്ങയെയും വിഷ്ണുവായി അംഗീകരിച്ചു കഴിഞ്ഞിരിക്കുന്നു.'

'ഇതൊരു മികച്ച തീരുമാനമാണെന്ന് അങ്ങേക്കു തോന്നുണ്ടാകാം, പക്ഷേ, അല്ല,' വസിഷ്ഠൻ രാമനോടു പറഞ്ഞു.

തീരുമാന രൂപീകരണത്തെ സ്വാധീനിക്കുന്ന മൂന്നു ഘടകങ്ങൾ പണ്ടു ഗുരുകുലത്തിൽ വസിഷ്ഠൻ രാമനെ പഠിപ്പിച്ചിട്ടുണ്ട്: ആഗ്രഹം, വികാരങ്ങൾ, ധിഷണ. ഇതിനൊരു പ്രാധാന്യ ശ്രേണിയുണ്ട്, ഏറ്റവുമൊടുവിൽ മോഹം, ഏറ്റവും മുകളിൽ ധിഷണ. മോഹത്തെയും വികാരത്തെയും ചില

അവസരങ്ങളിൽ തീരുമാനത്തെ നയിക്കാൻ അനുവദിക്കാവുന്നതാണ്. പക്ഷേ, മോഹം ഒരിക്കലും വികാരങ്ങളെ തീരുമാന രൂപീകരണത്തിൽ മറികടക്കരുത്. വികാരങ്ങൾ ഒരിക്കലും ധിഷണയെ മറികടക്കരുത്. നമ്മുടെ പെരുമാറ്റവും തീരുമാനങ്ങളും പ്രാഥമികമായി ധിഷണയാൽ പ്രേരിപ്പിക്കപ്പെട്ടാൽ നമുക്ക് വിവേകത്തോടെ ജീവിക്കാനുള്ള അവസരം ലഭിക്കും. 'രാമാ, അങ്ങയുടെ വികാരങ്ങളാണ് ഇപ്പോൾ അങ്ങയെ നിയന്ത്രിക്കുന്നത്. ശാന്തമായി ബുദ്ധിയുപയോഗിച്ച് ചിന്തിക്കൂ, നമ്മുടെ കൈവശമുള്ള എല്ലാ അറിവും കണക്കിലെടുത്ത്. എന്നിട്ട് തീരുമാനിക്കൂ.'

'ചിലപ്പോൾ,' ഹനുമാൻ പറഞ്ഞു. 'ഇതു തന്നെയായിരിക്കാം രാവണന്റെ പദ്ധതി. രണ്ടു വിഷ്ണു ഭഗവാന്മാരെയും കൊല്ലുക, അല്ലെങ്കിൽ അതിനേക്കാൾ മോശമായി രണ്ടു പേരെയും തടവിലാക്കുക. അപ്പോൾ ഭാരതാംബ സർവ്വനാശത്തിലേക്കു നീങ്ങും. അയാൾ മാതൃഭൂമിയുടെ ഭൂതകാലം മാത്രമല്ല, ഭാവിയും തുലയ്ക്കും. അങ്ങേയ്ക്കും മാതൃഭൂമിയോട് ചില കർത്തവ്യങ്ങളില്ലേ? മാതാവും മാതൃഭൂമിയും സ്വർഗ്ഗത്തേക്കാൾ ശ്രേഷ്ഠമാണെന്ന് അങ്ങൊരു ദിവസം എന്നോടു പറഞ്ഞിരുന്നല്ലോ.'

രാമൻ നിശ്ശബ്ദനായി. ഹനുമാനോട് അദ്ദേഹത്തിനുത്തരമില്ല.

വസിഷ്ഠൻ പതിയെ രാമന്റെ ചുമലിൽ തൊട്ടു. 'രാമാ, അങ്ങ് ജീവിച്ചിരിക്കുന്നിടത്തോളം സീതയെ കൊല്ലുന്നത് രാവണന്റെ താല്പര്യങ്ങൾക്ക് നിരക്കുന്നതല്ല. രാവണൻ കുശാഗ്രബുദ്ധിയുള്ള, വികാര രഹിതമായി തീരുമാനമെടുക്കുന്ന വ്യാപാരിയാണ്. അയാൾക്ക് മലയപുത്രന്മാരിൽ നിന്ന് ഔഷധങ്ങൾ വേണമെന്ന് എനിക്കറിയാം. അയാൾ അവരോട് സീതയെ വെച്ച് വിലപേശും. വിശ്വാമിത്രനാണ് ശരിക്കും യുദ്ധം ആവശ്യമുള്ളത്. ആ യുദ്ധം ഒഴിവാക്കാൻ നമുക്ക് സീതയെ ആരുമറിയാതെ ലങ്കയിൽ നിന്ന് കടത്തിക്കൊണ്ടു വരേണ്ടതുണ്ട്. ഇപ്പോൾ ലങ്കയിലേക്കു പാഞ്ഞു ചെന്നാൽ സീതയും രാമനും പിടിയിലായി രാവണന്റെ നിലവറകളിൽ പെട്ടാൽ, ഒരു യുദ്ധം അനിവാര്യമാകും. യുക്തിയോടെ ചിന്തിക്കൂ. ബുദ്ധിയോടെ തീരുമാനമെടുക്കൂ. ഹനുമാനും സുരസയും പോകട്ടെ.'

രാമൻ പതിയെ താഴോട്ടു നോക്കി. കണ്ണുകൾക്കു മുകളിൽ നിഴലു പരന്നു.

അദ്ദേഹം കീഴടങ്ങി.

അശോകവനത്തിനു മുകളിൽ സൂര്യനെത്തി. അതൊരു മനോഹരമായ പ്രഭാതമായിരുന്നു. ഊഷ്മളമായ അന്തരീക്ഷം. മന്ദമായി വീശുന്ന കാറ്റ്, ഇളംചുവപ്പും ഊതനിറവും നാരങ്ങാനിറവും വെള്ളനിറവുമുള്ള പൂക്കൾ ഒത്തൊരുമിച്ച് കാറ്റിലാടി, തിളക്കമുള്ള മുഖങ്ങളിൽ നിന്ന് മഞ്ഞുതുള്ളികൾ കുടഞ്ഞു കളയാനെന്ന പോലെ. അണ്ണാറക്കണ്ണന്മാർ ചാടിക്കളിച്ചു. പരസ്പരം ആമോദത്തോടെ ഓടിച്ചു കൊണ്ട്. രാവണനും കുംഭകർണ്ണനും സീതയും പ്രാതലിനായി ഇരുന്നു കഴിഞ്ഞിരിക്കുന്നു. പതിയെ അതൊരു ദിനചര്യയായി മാറുകയായിരുന്നു. എല്ലാവരും കാത്തിരിക്കുന്ന ഒന്ന്.

അവർ ഏതാണ്ട് പ്രാതൽ കഴിച്ചു കഴിഞ്ഞിട്ടുണ്ട്. ഏറ്റവും പ്രധാനമായത് ആരംഭിച്ചു കഴിഞ്ഞു.

സംഭാഷണം

'അത്...' രാവണൻ സമചിത്തത വീണ്ടെടുക്കാനെന്നതു പോലെ ചാരിയിരുന്നു സംസാരം നിർത്തി. ആകാശത്തേക്ക് തലയുയർത്തി നോക്കി നെടുവീർപ്പിട്ടു. 'ഇന്നലെ സംഘർഷഭരിതമായിരുന്നു, സീതേ... വേദവതിയെ കുറിച്ചു സംസാരിച്ചത്...എന്റെയുള്ളിൽ ആഴത്തിൽ കുഴിച്ചിട്ട അഴൽ...ഏറെക്കാലമായി...അതിനെക്കുറിച്ചു സംസാരിച്ചത്...കരഞ്ഞത്... പുറത്തുകളഞ്ഞത്...അതു സഹായകരമായിരുന്നു. എനിക്ക്...എനിക്ക് ഭാരം കുറഞ്ഞതു പോലെ തോന്നുന്നു.'

രാവണൻ സീതയെ നോക്കി, 'നന്ദി.'

സീത പുഞ്ചിരിക്കുകയും നനഞ്ഞ മിഴികളോടെ രാവണനെ നോക്കുകയും ചെയ്തു.

കുംഭകർണ്ണൻ നെടുവീർപ്പിടുകയും ജ്യേഷ്ഠനെ ചുമലിൽ തട്ടുകയും ചെയ്തു. 'ദാദാ, അതു സഹായകരമായിരുന്നു. എനിക്കും. അങ്ങയുടെ അഴലിന്റെ അടുത്തുകൂടെ പോകാൻ എനിക്ക് അനുഭവപ്പെടുന്ന അഴലിനാകില്ല... എങ്കിലും ആ ഭയങ്കര ദിവസത്തിന്റെ വടുക്കൾ എന്നിലുമുണ്ടായിരുന്നു.' കുംഭകർണ്ണൻ സീതയുടെ നേർക്കു തിരിഞ്ഞു. 'ഞാൻ ദാദയോട് പലപ്പോഴും ഇതേക്കുറിച്ച് സംസാരിക്കാൻ ശ്രമിച്ചിട്ടുണ്ട്. അദ്ദേഹത്തെ ഈ ദുരിതത്തിൽ നിന്ന് പുറത്തു കൊണ്ടു വരാൻ. പക്ഷേ എനിക്ക് ദശകങ്ങളായി ചെയ്യാൻ കഴിയാതിരുന്നത് നിങ്ങൾ ഏതാനും ദിവസങ്ങൾക്കുള്ളിൽ ചെയ്തു, സീതാരാജ്ഞീ.'

സീത പുഞ്ചിരിച്ചു. 'ഞാനൊന്നും തന്നെ ചെയ്തിട്ടില്ല. എന്റെ മുഖമാണതു ചെയ്തത്. എന്റെ അമ്മയുടെ മുഖം.'

'അല്ല,' കുംഭകർണ്ണൻ പറഞ്ഞു. 'നിങ്ങൾ അവളെ ആത്മാവിനുള്ളിൽ വഹിക്കുന്നുണ്ട്. തന്റെ സാന്നിദ്ധ്യം കൊണ്ടു മാത്രം കാര്യങ്ങൾ

മെച്ചപ്പെടുത്താനുള്ള മാന്ത്രികമായ കഴിവ് അവൾക്കുണ്ടായിരുന്നു. നിങ്ങൾക്കും അതുണ്ട്...മലയപുത്രന്മാർ മികച്ചയാളെ തന്നെയാണ് തിരഞ്ഞെടുത്തിരിക്കുന്നത്.'

സീത പതിയെ ചിരിച്ചെങ്കിലും യാതൊന്നും പറഞ്ഞില്ല.

'എനിക്ക് നിങ്ങളിലുള്ള മാഹാത്മ്യം കാണാനാകുന്നുണ്ട്, സീതാ രാജ്ഞീ,' കുംഭകർണ്ണൻ തുടർന്നു. 'നിങ്ങൾ എല്ലാം തികഞ്ഞ വിഷ്ണുവായിരിക്കും. നിങ്ങൾക്ക് കരുത്തും ധൈര്യവും ബുദ്ധിയും അനുകമ്പയുമുണ്ട്. നിങ്ങൾക്ക് ദൃഢനിശ്ചയവും ചങ്കുറ്റവുമുണ്ട്.'

രാവണൻ കുംഭകർണ്ണനെ നോക്കി ചിരിച്ചിട്ട് സീതയുടെ നേരെ തിരിഞ്ഞു. 'അതിനേക്കാൾ പ്രധാനമായി നിങ്ങൾ അഴലെന്തെന്ന് അറിഞ്ഞിട്ടുണ്ട്...ഏറ്റവും ശക്തമായ വികാരം. നേരായ മാഹാത്മ്യത്തിന്റെ സ്രോതസ്സ്.'

'ആണോ?' സീത നെറ്റി ചുളിച്ചു.

'ഞാനിതൊരിക്കൽ ഒരു പുസ്തകത്തിൽ വായിച്ചതാണ്,' രാവണൻ തുടർന്നു. 'ജീവിതത്തെ മുമ്പോട്ടു കൊണ്ടു പോകുന്ന യന്ത്രങ്ങളായി പ്രവർത്തിക്കാൻ അഴലിനും സഹനത്തിലും കഴിയുമെന്ന്. സന്തോഷം കണക്കിലേറെ വില മതിക്കപ്പെട്ടതാണ്. വെറുപ്പ് ഉറപ്പായും വിനാശകരമാണ്.'

'എന്താണിതിന്റെ അർത്ഥം?' സീത ചോദിച്ചു. 'വെറുപ്പ് വിനാശകരമാണെന്ന് സമ്മതിക്കാം. പക്ഷേ അഴൽ? നേരാണോ?'

'അതെ, നേരായും. അതിൽ കാര്യമുണ്ട്. ഇന്നത്തെ മഹാന്മാരെ കുറിച്ചാലോചിക്കൂ.' രാവണൻ നെഞ്ചുവിരിക്കുകയും ഏതാണ്ട് ഞെളിയുകയും ചെയ്തു. തല വെല്ലുവിളിയെന്നതു പോലെ പുറകോട്ടെറിഞ്ഞു.

സീത കണ്ണുകൾ ഞെരുക്കുകയും രാവണനെ തുറിച്ചു നോക്കുകയും ചെയ്തു. അവൾക്ക് പെറ്റമ്മയുടെ വിനയം അശേഷമില്ല. നിഷ്ഠൂരമായ വിധത്തിൽ സത്യസന്ധയാകാൻ മടിയുമില്ല. അവൾ കണ്ണുകൾ കൊണ്ട് തന്റെ ചിന്തകൾ കൃത്യമായി സംവദിക്കുന്നുണ്ടായിരുന്നു. മഹാൻ? നിങ്ങൾ മഹാനാണെന്നു കരുതുന്നുണ്ടോ? നേരായും?

രാവണൻ അവളുടെ നോട്ടത്തിന് മറുപടി നൽകി. 'മഹത്തായതിന് നല്ലതെന്നർത്ഥമില്ല, സീതേ. മഹത്തായതിന്, ലോകത്തിൽ നേരായ സ്വാധീനമുണ്ടാക്കുന്നയാൾ എന്നാണർത്ഥം. സാധാരണക്കാർ ലോകത്തെ സ്വാധീനിക്കുന്നില്ല, ലോകം അവരെയാണ് സ്വാധീനിക്കുന്നത്. മഹാന്മാരുടെ സ്വാധീനം നല്ലതോ ചീത്തയോ ആകാം. പക്ഷേ ഒരു കാര്യമറിയണം: സന്തുഷ്ടർക്ക് ഒരിക്കലും മഹാന്മാരാകാൻ കഴിയില്ല.'

സീത സമ്മതിച്ചില്ല. 'രാവണാ, എന്താണീ പറയുന്നത്? ഇതു നിങ്ങൾ നേരായും വിശ്വസിക്കുന്നുണ്ടോ? എന്റെ പോറ്റമ്മയായ സുനൈന ഒരു മഹതിയായിരുന്നു. അവർ മിഥിലയെ പരിഷ്കരിച്ചു. മിഥിലയിലേക്ക് കഴിയാവുന്നത്ര ശാന്തിയും സമൃദ്ധിയും കൊണ്ടു വന്നു. അമ്മ പലരെയും സഹായിച്ചു. എന്നെ പോറ്റി വളർത്തി. എനിക്ക് ദിശ കാട്ടിത്തന്നു. എനിക്കു കരുത്തും പ്രചോദനവും തന്നു.'

'പക്ഷേ അവർ സന്തുഷ്ടയായിരുന്നോ?'

'അമ്മ എല്ലായ്പ്പോഴും പുഞ്ചിരിക്കുമായിരുന്നു. അമ്മ–'

രാവണൻ സീതയെ തടസ്സപ്പെടുത്തി. 'അതെന്റെ ചോദ്യത്തിനുള്ള ഉത്തരമല്ല. വിഷാദചിത്തരായവർ അങ്ങിനെ തന്നെ കാണപ്പെടുമെന്നാണ് ജനങ്ങൾ സങ്കല്പിക്കുന്നത്. അവർ സദാസമയവും കരയുമെന്നും. എപ്പോഴും നിരുത്സാഹത്തിലായിരിക്കുമെന്നും. എന്നാൽ വിഷാദചിത്തരായവർ ചിരിക്കും. നേരു പറഞ്ഞാൽ അവർ ആവശ്യമുള്ളതിനേക്കാൾ കൂടുതൽ ചിരിക്കും. എന്തു കൊണ്ടെന്നാൽ തങ്ങളുടെ അഴൽ ലോകത്തിന്റെ കണ്ണിൽ നിന്ന് മൂടിവെക്കേണ്ടതുണ്ടവർക്ക്.'

സീത മറുപടി പറഞ്ഞില്ല.

'സുനൈനാ രാജ്ഞിയുമായുള്ള നിങ്ങളുടെ അവസാന നിമിഷങ്ങൾ എങ്ങിനെയായിരുന്നു? നിങ്ങൾ വളരെ കുഞ്ഞായിരുന്നപ്പോൾ വർഷങ്ങൾക്കു മുമ്പേ അവർ മരിച്ചു പോയെന്ന് എനിക്കറിയാം. അല്ലേ?'

സീത തലയാട്ടി, 'അതെ.'

'മരണക്കിടക്കയിൽ അവർ നിങ്ങളോട് എന്താണു പറഞ്ഞത്?' രാവണൻ ചോദിച്ചു. 'നിങ്ങളോട് സന്തോഷത്തോടെയിരിക്കാൻ പറഞ്ഞോ? സമാധാനത്തോടെയിരിക്കാൻ ? ആമോദത്തോടെയിരിക്കാൻ?'

അമ്മയുടെ അവസാനത്തെ വാക്കുകൾ സീതയ്ക്ക് നല്ലതു പോലെ ഓർമ്മയുണ്ടായിരുന്നു. 'നീ എന്നെയോർത്തു വിലപിച്ച് ജീവിതം പാഴാക്കരുത്. ബുദ്ധിപൂർവ്വം ജിവിച്ച് എനിക്ക് അഭിമാനം പകരൂ.

'അമ്മയെ അഭിമാനം കൊള്ളിക്കണമെന്നാണു പറഞ്ഞത്,' സീത പറഞ്ഞു.

രാവണൻ തന്റെ ചൂണ്ടു വിരൽ ഉയർത്തി. 'ആഹാ! അതാണ് മഹാന്മാരും സന്തുഷ്ടരായവരും തമ്മിലുള്ള വ്യത്യാസം. മഹാത്മാക്കൾ സദാ പരിശ്രമിക്കും, നേടിക്കൊണ്ടേയിരിക്കും. വിശ്രമിക്കാൻ അനുവദിക്കാത്ത ഒരു രാക്ഷസൻ അവരുടെ ഉള്ളിലുള്ളതു പോലെ. ഈ രാക്ഷസൻ വളരെ കരുത്തനാണ്. മരിച്ചാൽ പോലും വളരാനും നേട്ടങ്ങളുണ്ടാക്കാനും അവരെ അതു നിർബന്ധിക്കും. അതു കൊണ്ടവർ ചുറ്റുമുള്ളവരും, പ്രത്യേകിച്ചും

പ്രിയപ്പെട്ടവർ, മഹത്വം നേടണമെന്നാഗ്രഹിക്കും. അവിചാരിതമായ ഉപോത്പന്നമെന്ന നിലയിൽ സന്തോഷം സ്വീകാര്യമാണ്. എന്നാൽ അത് അവരുടെ ജീവിതങ്ങളുടെ ഉദ്ദേശ്യമേയല്ല. സന്തുഷ്ടരാകട്ടെ സംതൃപ്തരുമാണ്. ഉള്ളതിൽ തൃപ്തിപ്പെടുന്നവർ. അവരുടെ ചിരി നേരായതാണ്, കണ്ണുകളിലെത്തുന്ന തരം ചിരി. അവരുടെ ഹൃദയങ്ങൾ ഭാരമില്ലാത്തതാണ്. ചുറ്റുമുള്ള എല്ലാത്തിനോടും അവർ ഊഷ്മളമായി പെരുമാറും. അവർക്ക് മറ്റുള്ളവർ, പ്രത്യേകിച്ചും പ്രിയപ്പെട്ടവർ, സന്തോഷത്തോടെയിരിക്കാനും ജീവിതം അവർക്ക് അനുഗ്രഹിക്കാനോ ശപിക്കാനോ നൽകിയ കാര്യങ്ങളെ അംഗീകരിക്കാനും അതു കൊണ്ടു തൃപ്തിപ്പെടാനും ആഗ്രഹമുണ്ട്. അടിസ്ഥാനപരമായി അവരുടെ മന്ത്രം ഇതാണ്: ലോകത്തെ മാറ്റുന്നതിനു പകരം നിങ്ങളുടെ മനസ്സിനെ നിയന്ത്രിച്ച് സന്തോഷം നേടൂ. എന്നാൽ മഹാന്മാർ ലോകത്തെ മാറ്റാൻ ആഗ്രഹിക്കുന്നവരാണ്. ലോകം എറിഞ്ഞു തരുന്നതെന്തും സ്വീകരിക്കാൻ മനസ്സിനെ ഒരുക്കാൻ മാത്രമാണ് സന്തുഷ്ടർ ആഗ്രഹിക്കുന്നത്. അവരുടെ ചെറിയ കൊള്ളുണകളിൽ അവർ സന്തുഷ്ടരായിരിക്കും. മയക്കുമരുന്നു കഴിച്ചവരേപ്പോലെ.'

'അങ്ങിനെയോ!'

'നേരായും അങ്ങിനെയാണത്,' രാവണൻ പറഞ്ഞു. 'സന്തോഷം മയക്കുമരുന്നു പോലെയാണ്. പരമമായ മയക്കുമരുന്ന്. ജീവിതത്തെ അതുപോലെത്തന്നെ സ്വീകരിക്കാൻ അതു നിങ്ങളെ പ്രേരിപ്പിക്കുന്നു. ആ മയക്കു മരുന്ന് നിങ്ങളുടെ മനസ്സിലേക്ക് കുത്തിവെക്കുക, പരമാനന്ദത്തിൽ മുങ്ങുക, ഒന്നും നേടാതിരിക്കുക, ഒന്നും മാറ്റാതിരിക്കുക. കേവലം സന്തുഷ്ടനായ വിഡ്ഢിയായിരിക്കുക.'

'കേൾക്കൂ-'

രാവണൻ സീതയെ തടസ്സപ്പെടുത്തി. 'പക്ഷേ അഴലാകട്ടെ നിങ്ങളെ ഭ്രാന്തു പിടിപ്പിക്കുന്നു. നിങ്ങൾ യാതൊന്നിലും സംതൃപ്തനാകുന്നില്ല. ഒന്നിലും. നിങ്ങളുടെ ജീവിതത്തിൽ നിന്ന് അഴലിനെ എങ്ങിനെ നിഷ്കാസിതമാക്കാം? എങ്ങിനെ ? ലോകത്തെ മാറ്റുന്നതിലൂടെ, അല്ലെങ്കിൽ അതങ്ങിനെയാണെന്ന് നിങ്ങൾ കരുതുന്നു...എത്ര മാത്രം ലോകത്തെ മാറ്റിയാലും നിങ്ങൾ സന്തോഷത്തെ കണ്ടെത്തില്ല. എന്തുകൊണ്ട്? സന്തോഷമായിരിക്കാനുള്ള ഏക വഴി ആ മയക്കുമരുന്നു കഴിക്കുകയെന്നതാണ്. ലോകത്തെ മാറ്റുന്നതിനേക്കാൾ സ്വന്തം മനസ്സു നിയന്ത്രിക്കുന്നതിലൂടെ. അതു കൊണ്ടാണ് മാറ്റം കൊണ്ടു വരുന്നവർ സന്തുഷ്ടരായ മനുഷ്യരല്ലാത്തത്. അവർ അഴൽ തീണ്ടിയവരാണ്.'

സീത കണ്ണുകൾ ചുളിച്ചു. 'കഴിഞ്ഞ പതിമൂന്നു വർഷം രാമനോടൊത്ത് ഞാൻ സന്തുഷ്ടയായിരുന്നു. വനവാസത്തിന്റെ ആ വർഷങ്ങളാണ് എന്റെ ജീവിതത്തിലെ ഏറ്റവും സന്തോഷമുള്ള കാലം. രാമനും ഇതു തന്നെ പറയാറുണ്ട്.'

'പക്ഷേ ഈ പതിമൂന്നു വർഷത്തിനുള്ളിൽ നിങ്ങൾ രണ്ടു പേരും എന്തു നേടി?'

സീത പ്രതികരിച്ചില്ല. പക്ഷേ ഉത്തരം വ്യക്തമായിരുന്നു. കാര്യമായൊന്നുമില്ല.

രാവണൻ തുടർന്നു. 'സന്തുഷ്ടരായിരിക്കാൻ ആഗ്രഹിക്കുന്നതിൽ തെറ്റൊന്നുമില്ല. ഏറെപ്പേർ അതു തിരഞ്ഞെടുക്കാറുണ്ട്. പക്ഷേ, അതിലൂടെ നിങ്ങൾ കീഴടങ്ങുകയാണെന്ന് നിങ്ങൾ തിരിച്ചറിയേണ്ടതുണ്ട്. മഹാനാകുള്ള എല്ലാ അവസരങ്ങളുമാണ് നിങ്ങൾ ഉപേക്ഷിക്കുന്നത്.'

സീതയുടെ മുഖത്ത് നേരിയ പുഞ്ചിരിയുണ്ട്. സന്തോഷം തിരഞ്ഞെടുത്ത കൂട്ടുകാരി രാധികയെ ഓർക്കുകയായിരുന്നു അവൾ.

'സൂര്യനെ കുറിച്ചോർക്കൂ,' രാവണൻ പറഞ്ഞു. 'സൂര്യൻ എന്തൊക്കെ പറഞ്ഞാലും, ആപത്ക്കരമായ വികിരണം വമിക്കുന്ന തീഗോളമാണ്. അതിനരുകിൽ യാതൊരു തരത്തിലുള്ള ജീവനും സാദ്ധ്യമല്ല. അവിടെ മരണം മാത്രമാണുള്ളത്. എന്നാൽ പ്രകാശവേഗതയിലെ എട്ടു നിമിഷത്തിനിപ്പുറം സൂര്യൻ സാദ്ധ്യമാക്കിയ ഉയിരിനാൽ തുടിക്കുന്ന ഭൂമിമാതാവാണുള്ളത്. ദുരിതത്താൽ എരിയുകയും പൊരിയുകയും ചെയ്യുന്ന മനുഷ്യനെ പോലെയാണ് സൂര്യൻ. പക്ഷേ, ആ സഹനം അല്പം ദൂരത്തായി ഉയിരിനെ സാദ്ധ്യമാക്കുന്നുണ്ട്. അതാണ് മഹത്വം.'

'അതെ, പക്ഷേ നിങ്ങൾ പറഞ്ഞതു പോലെ, അല്പമകലെ മാത്രം. സൂര്യനരികിലല്ല.'

'നേരാണ്. സൂര്യന് ഒരിക്കലും സന്തോഷം കണ്ടെത്താനാകില്ല. പക്ഷേ, സൂര്യൻ മഹാനാണ്. മഹാത്മാക്കളുടെ വിധിയാണ് സഹനം. പക്ഷേ അവർ പരസ്പരബന്ധത്തെ കാര്യകാരണബന്ധവുമായി കൂട്ടിക്കലർത്തുന്നു. ശരിക്കുമത് നേരെ തിരിച്ചാണ്. സഹനത്തിലൂടെ കടന്നു പോകുന്നതു കൊണ്ടാണ് അവർ മഹാന്മാരാകുന്നത്.'

സീത സൂര്യന്റെ ഉജ്വലമായ തിളക്കത്തെ കൈ കൊണ്ടു മറച്ച കണ്ണുകളിലൂടെ നോക്കി. തന്റെ ഭർത്താവിനെ കുറിച്ചുള്ള ബോധ്യത്തെ ഒരു ചിന്ത ബലപ്പെടുത്തിയതോടെ അവൾ പുഞ്ചിരിച്ചു. രാമൻ...

'നിങ്ങൾ സമ്മതിക്കുന്നുണ്ടോ?' രാവണൻ ചോദിച്ചു.

സീത രാവണനു നേരെ തിരിഞ്ഞു. 'കുറച്ചെല്ലാം. ഇതിലെന്തോ

കാര്യമുണ്ടെന്ന് ഞാൻ സമ്മതിക്കുന്നു. അഴൽ തന്നിലൊതുക്കിയാലേ സൂര്യന് നന്മ ചെയ്യാനാകൂ. അതിനു കഴിഞ്ഞില്ലെങ്കിൽ സൂര്യൻ കത്തിക്കാളും. അത് ഉയിരിനെ ദൂരത്തു നിന്നു പോലും മുറിപ്പെടുത്തും. അഴലിന് മാഹാത്മ്യത്തിലേക്കുള്ള ഇന്ധനം നൽകാനാകും. പക്ഷേ, അതിന് തിന്മയെ തൊടുത്തു വിടാനുമാകും.'

രാവണൻ തലയാട്ടി. 'അതെ, ഞാൻ ലോകത്തിന് ഏറെ ഹാനി വരുത്തിയിട്ടുണ്ട്.'

കുംഭകർണ്ണൻ ഇടയ്ക്കു കയറി. 'ഇല്ല, ദാദാ. അങ്ങ് ഏറെ നന്മകളും ചെയ്തിട്ടുണ്ട്. അത്-'

'കുംഭാ!' അനുജനെ ശകാരിച്ചു കൊണ്ടുള്ള രാവണന്റെ ഒച്ച മുഴങ്ങി. പക്ഷേ, അയാളുടെ കണ്ണുകൾ രസികത്വത്താൽ തിളങ്ങി. 'എന്നെ സ്നേഹിച്ചോളൂ. പക്ഷേ, നിന്നെ കേൾക്കുന്നതു പോലും പാപമാകുന്ന രീതിയിൽ കള്ളം പറയരുത്.'

കുംഭകർണ്ണനും സീതയും പൊട്ടിച്ചിരിച്ചു.

'ഞാനൊരു ഭയങ്കര മനുഷ്യനായിരുന്നു,' രാവണൻ പറഞ്ഞു. 'ജീവിതകാലമത്രയും ഞാൻ ദുരിതമനുഭവിച്ചു. തിരിച്ച് ഞാനും മുഴുവൻ ലോകത്തിനു മുകളിൽ ദുരിതം അടിച്ചേൽപ്പിച്ചു. പക്ഷേ നിങ്ങൾ, രാവണൻ സീതയെ ചൂണ്ടി തുടർന്നു,' നിങ്ങൾ വ്യത്യസ്തയാണ്. നിങ്ങൾ നന്മയുള്ളവളും എല്ലാം തികഞ്ഞവളുമാണ്.'

സീത നിഷേധാർത്ഥത്തിൽ തല കുലുക്കി. 'നിങ്ങൾ വീണ്ടും എന്റെ അമ്മയെ എന്നിൽ കാണുകയാണ്. നിങ്ങൾ സ്വന്തം സഹനങ്ങളെല്ലാം ലോകത്തിന്റെ മേൽ അടിച്ചേൽപ്പിച്ചിട്ടുണ്ടാകാം. പക്ഷേ, ഞാനും ഒരിക്കലും അതു ചെയ്യാത്ത ആളല്ല. പലപ്പോഴും ഞാൻ അഴൽ കടിച്ചമർത്തി. പക്ഷേ ചിലപ്പോഴെങ്കിലും അത് അധികമാകുമ്പോൾ ഞാൻ തുറന്നടിക്കും. കയ്യിൽ അധികാരമുള്ളവർക്ക് തുറന്നടിക്കൽ എന്ന ആഡംബരമില്ല. ഞാനൊരു വിഷ്ണുവാണെങ്കിൽ ആ അധികാരമുണ്ടാകും.'

രാവണൻ കുംഭകർണ്ണനേയും പിന്നീട് സീതയെയും നോക്കി.

'എന്റെ അമ്മയ്ക്കെന്തു സംഭവിച്ചെന്നും അവരെ കൊന്നവരെ നിങ്ങളെന്തു ചെയ്തെന്നും ഇന്നലെ നിങ്ങളെന്നോട് പറഞ്ഞപ്പോൾ എനിക്കും നിങ്ങളനുഭവിച്ച ക്രോധം ഒരു നിമിഷം തോന്നി. നിങ്ങൾ ചെയ്തതും ആ കൊലപാതകികളെ പീഡിപ്പിച്ചതും ന്യായമാണെന്ന് എനിക്കു തോന്നി. പക്ഷേ, അഗാധമായ സങ്കടത്തിന്റെ നിമിഷത്തിലും അങ്ങനെ തോന്നാത്ത ഒരാളെ എനിക്കറിയാം. അന്നേരവും നിയമത്തിനനുസരിച്ച് പ്രവർത്തിക്കുന്ന ഒരാളെ. എത്ര മാത്രം യാതനകൾ സഹിച്ചാലും ഏകാഗ്രത

നഷ്ടപ്പെടുത്താത്ത ഒരാളെ, എനിക്കറിയാം. സങ്കടത്തിന്റെ ആഴം കൂടുന്തോറും അദ്ദേഹത്തിന്റെ പ്രതികരണം കൂടുതൽ നീതിനിബദ്ധമാകും. അദ്ദേഹം എന്നേക്കാൾ മികച്ച വിഷ്ണുവാകുമെന്ന് എനിക്കെല്ലായ്പ്പോഴും തോന്നിയിട്ടുണ്ട്. ഇപ്പോൾ എനിക്കുറപ്പാണ്.'

രാവണൻ സ്വല്പമൊന്നു പുഞ്ചിരിച്ചു.

മറ്റെന്തോ ഓർത്തു കൊണ്ട് സീത ഒരു നിമിഷം ദൂരേക്ക് നോക്കി. 'നിങ്ങൾക്കറിയാമോ,' സീത പറഞ്ഞു, 'സമാധാനം കൈപ്പിടിയിലാക്കുന്നത് യുദ്ധം ജയിക്കുന്നതിൽ നിന്ന് വ്യത്യസ്തമാണെന്ന് എപ്പോഴോ ഞാൻ വായിച്ചിട്ടുണ്ട്. യുദ്ധം ജയിക്കാൻ ക്രോധമാണ് നിങ്ങൾക്കാവശ്യമുള്ളത്. ആ നിമിഷത്തെ ക്രോധം. പക്ഷേ, സമാധാനം നേടാൻ...അതിന് തികച്ചും വ്യത്യസ്തമായ ചിലതു വേണം. എനിക്കും നിങ്ങൾക്കും യുദ്ധങ്ങൾ ജയിക്കാം. പക്ഷേ, യുദ്ധത്തിന് ഒരു അനീതിയെ ഇല്ലാതാക്കാനേ കഴിയൂ. നീതി സൃഷ്ടിക്കാനാകില്ല. അതിന് തിന്മയെ നീക്കം ചെയ്യാനേ കഴിയൂ. നന്മയെ സൃഷ്ടിക്കാനാകില്ല. നീതിയും നന്മയും സൃഷ്ടിക്കാൻ നിങ്ങൾക്ക് സമാധാനം ആവശ്യമാണ്. സമാധാനം നേടാനാകട്ടെ നിങ്ങൾക്ക് എന്തു സഹനം വന്നാലും മാർഗ്ഗത്തിൽ നിന്ന് വ്യതിചലിക്കാത്ത ഒരു നായകൻ വേണം.'

'നേരാണ്.'

'രാമനാണ് ആ നായകൻ,' സീത പറഞ്ഞു.

അദ്ധ്യായം 6

പരശുരാമന്റെ നാടായ കേരളത്തിലെ ആലപ്പുഴയിൽ കപ്പൽ തുറയിലടുത്തു. അതിലുള്ളവർ കാടിനു നടുവിലുള്ള അയ്യപ്പക്ഷേത്രമായ ശബരിമലയിലേക്ക് എൺപതു കിലോമീറ്ററിലധികം യാത്ര ചെയ്യാൻ പോകുകയാണ്.

കേരളം ദൈവങ്ങളാൽ അനുഗ്രഹീതമാണ്. അവിടെ എല്ലാം സുലഭമായുണ്ട്: കായലുകൾ, തടാകങ്ങൾ, നദികളും ഏതാണ്ടെല്ലാ വഴികളെയും മുറിച്ചു. നിബിഢവനങ്ങൾ മുമ്പോട്ടുള്ള ഇടങ്ങൾ രേഖപ്പെടുത്താൻ സാദ്ധ്യമല്ലാതാക്കി. ഏറ്റവും കൊടിയ ഭക്തന്റെയും നിശ്ചയദാർഢ്യമളക്കുന്ന കിഴ്ക്കാംതൂക്കായ മലനിരകൾ. കാട്ടുജന്തുക്കൾ ചിലപ്പോൾ ആ യാത്രക്ക് അലോസരപ്പെടുത്തുന്നതും അപ്രതീക്ഷിതവുമായ അന്ത്യം നൽകി. ശബരിമലയിലേക്കുള്ള യാത്ര ഒട്ടും എളുപ്പമല്ല.

പക്ഷേ, നമ്മുടെ പൂർവ്വികർ തീർത്ഥയാത്രകളെ ദുഷ്കരമാക്കി വെച്ചു. ആ യാത്ര ഒരു തപമാകണം. അതു നിങ്ങളെ ലക്ഷ്യസ്ഥാനത്തിനു വേണ്ടി ഒരുക്കണം.

തീർത്ഥസ്ഥലം എന്ന വാക്ക് സംസ്കൃതമാണ്. ആ വാക്കിന്റെ ഉത്ഭവം 'മുറിച്ചു കടക്കുന്ന ബിന്ദു' എന്നതിൽ നിന്നാണ്. ഒരു തീർത്ഥ സ്ഥാനമെന്നാൽ ഒരാളുടെ ആത്മാവ് ഇഹലോകത്തെ മുറിച്ചു കടന്ന് ദിവ്യമായതിനെ തൊടുന്ന ഇടമാണ്. അതുകൊണ്ടു തന്നെയാണ് തീർത്ഥാടനത്തിനു പോകുന്ന ക്ഷേത്രങ്ങൾ പലപ്പോഴും വാസയോഗ്യമല്ലാത്തതും എത്താൻ ദുഷ്കരവും ചെങ്കുത്തായതുമായ പ്രദേശങ്ങളിൽ നിർമ്മിക്കപ്പെട്ടത്. ആത്മാവിനായി ഉടലിനെ ശുദ്ധമാക്കാനുള്ള തയ്യാറെടുപ്പിന് ആ യാത്ര ഉപകരിക്കേണ്ടതുണ്ട്.

പക്ഷേ, രാമൻ മറ്റൊരു യാത്രയിൽ വ്യാപൃതനാണ്. ഹനുമാൻ പോകേണ്ട ഒരു യാത്ര.

ഹനുമാനും സുരസയും പത്തു പടയാളികളും ഒരു ചെറുനൗകയിൽ യാത്ര തിരിക്കുകയാണ്. ഭാരതത്തിന്റെ വൻകരയുടെ തെക്കേ മുനമ്പിലേക്കെത്താൻ താഴേക്കു തുഴയാനും അവിടെ നിന്ന് ലങ്കാദ്വീപിലേക്കു പോകാനുമായിരുന്നു അവരുടെ ഉദ്ദേശ്യം. താരതമ്യേന വിജനമായ പടിഞ്ഞാറൻ കരയിൽ അവർ ഇറങ്ങും. എന്നിട്ട് ദ്വീപിന്റെ നടുവിലുള്ള സിഗിരിയയുടെ നേരെ സഞ്ചരിക്കും.

'അവൾക്ക് ദയവായി ഈ കത്തു നല്കൂ, ഹനുമാൻ,' നാഗ വായുപുത്രന് മുദ്ര വെച്ച തുകൽച്ചുരുൾ നീട്ടി രാമൻ പറഞ്ഞു. അദ്ദേഹം തന്റെ മോതിരങ്ങളിലൊന്ന് ഊരിയെടുത്തു, 'അവൾക്ക് ഇതും നൽകൂ.'

ഹനുമാൻ മങ്ങിയ ചിരിയോടെ ആ കത്തും രാമനെയും നോക്കി. 'അപ്പോൾ അങ്ങും അങ്ങിനെ കരുതുന്നുണ്ടോ?'

രാമൻ തലയാട്ടി. 'ഉവ്വ്, അവൾ വരാൻ വിസമ്മതിക്കും.'

ഹനുമാൻ നെടുവീർപ്പിട്ടു. 'ഞാൻ സീതയെ ബോദ്ധ്യപ്പെടുത്താൻ പരമാവധി ശ്രമിക്കും.'

'അതെനിക്കറിയാം. പക്ഷേ, ഞാനാണ് അവൾ രക്ഷപ്പെടാൻ ആഗ്രഹിക്കാത്തതിന്റെ കാരണം. രാവണനെ യുദ്ധത്തിൽ തോൽപ്പിച്ച് അവളെ ഞാൻ രക്ഷിക്കണമെന്ന് ആഗ്രഹിക്കുന്നുണ്ടാകും. അങ്ങിനെ എന്റെ പേര് വിഷ്ണുവായി തർക്കലേശമെന്യേ അംഗീകരിക്കപ്പെടണമെന്നും. പക്ഷേ അവളുടെ വിചാരം തെറ്റാണ്. ഞാനല്ല, അവളാണ് വിഷ്ണു. അവൾ തിരികെ വരേണ്ടതുണ്ട്.'

ഹനുമാൻ രാമന്റെ കൈത്തണ്ടകളിൽ അമർത്തി, 'ഞാനവളെ തിരികെ കൊണ്ടു വരും, പ്രഭോ.'

'എവിടെ ഹനുമാൻ?' ദേഷ്യത്തോടെ വിശ്വാമിത്രൻ ചോദിച്ചു.

ഏതാനും ദിവസങ്ങൾക്കു മുമ്പ് മലയപുത്രന്മാർ ഹനുമാന് ഒരു സന്ദേശമയച്ചിരുന്നു. അയാൾ എത്തുമെന്ന് പ്രതീക്ഷിച്ചിരുന്ന ലോത്തലിലേക്കായിരുന്നു അത്. പക്ഷേ, അവർക്ക് മറുപടിയൊന്നും അതു വരെയും കിട്ടിയില്ല.

'ഗുരോ,' അരിഷ്ടനേമി പറഞ്ഞു. 'ഹനുമാൻ നമ്മുടെ സന്ദേശത്തോട് പ്രതികരിക്കാതിരിക്കുന്നത് അസാദ്ധ്യമാണ്. ചിലപ്പോൾ അയാൾക്ക് സന്ദേശം കിട്ടിക്കാണില്ല.'

'ഞാൻ കേട്ടത്...ആ പൈശാചികമനുഷ്യനെ ആ പ്രദേശത്തു കണ്ടെന്നാണ്,'

വിശ്വാമിത്രൻ വസിഷ്ഠനെ കുറിച്ചാണ് സംസാരിക്കുന്നതെന്ന് അരിഷ്ടനേമിക്കറിയാമായിരുന്നു. അയാളും ആ വാർത്ത കേട്ടിരുന്നു. പക്ഷേ, എന്താണ് സംഭവിച്ചിട്ടുണ്ടാകുക എന്നതിനെ കുറിച്ച് ഊഹങ്ങൾ മെനയാൻ അയാൾ ആഗ്രഹിച്ചില്ല.

'നീ പോകൂ,' പെട്ടെന്ന് വിശ്വാമിത്രൻ പറഞ്ഞു.

'ലങ്കയിലേക്കോ, ഗുരോ?' അമ്പരന്നു പോയ അരിഷ്ടനേമി ചോദിച്ചു.

'അതെ.'

'പക്ഷേ...പക്ഷേ സീത ഞാൻ പറയുന്നതു കേൾക്കുമോയെന്ന് ഉറപ്പില്ല, ഗുരോ.'

'കേൾപ്പിക്കണം.'

അരിഷ്ടനേമി മിണ്ടാതെ നിന്നു.

വിശ്വാമിത്രൻ തുടർന്നു, 'നമ്മൾ മാതൃഭൂമിയ്ക്കു വേണ്ടി നിരവധി ത്യാഗങ്ങൾ ചെയ്തിട്ടുണ്ട്. അവൾക്കിപ്പോൾ വിഡ്ഢിയാകാനാകില്ല. നമ്മൾ പടയൊരുക്കുകയാണ്. ലങ്കയിലേക്കു പോകാം. വായുപുത്രന്മാരും നമ്മുടെ കൂടെ ചേരണം...അവർക്ക് വേറെ വഴിയില്ല. നമ്മുടെ ദൈവി അസ്ത്രങ്ങളുമായി സീതക്ക് യുദ്ധത്തിൽ നമ്മെ നയിക്കാനും രാവണനെ കൊല്ലാനും എളുപ്പത്തിൽ സാധിക്കും. പക്ഷേ, ആദ്യം അവൾ നാടകീയമായി രക്ഷപ്പെടണം. ഭാരതത്തിലങ്ങോളമിങ്ങോളം അവളുടെ പ്രശസ്തി നമ്മൾ പരത്തും. മുഴുവൻ ചതുരംഗത്തട്ടും നിരന്നു കഴിഞ്ഞിരിക്കുന്നു. എല്ലാം തയ്യാറാണ്. കൊന്നൊടുക്കാൻ അവൾ മുമ്പിട്ടിറങ്ങുകയേ വേണ്ടൂ.'

'പക്ഷേ ഗുരോ...'

'അവൾ കേൾക്കണം. അവൾക്കിപ്പോൾ കയ്യിൽ യാതൊന്നും അവശേഷിച്ചിട്ടില്ല, ഒരു ഉറുപ്പചീട്ടുമില്ല. രാവണൻ തന്നെ കൊല്ലുമെന്ന് അവൾ കരുതുന്നുണ്ടാകണം. രാമൻ എവിടെയാണെന്ന് അവൾക്കറിയില്ല. പിന്തുണയില്ല. നമ്മൾ മാത്രമാണ് അവളുടെ ഏക പ്രത്യാശ. മിഥിലായുദ്ധത്തിനിടയിൽ മലയപുത്രന്മാർ സീതയെ രക്ഷിക്കാൻ ദൈവിഅസ്ത്രം ഉപയോഗിച്ചിരുന്നു. തന്നോട് നമുക്കു കൂറുണ്ടെന്ന് അവൾക്കറിയാം. നമ്മളാണ് അവളുടെ ഏക പ്രതീക്ഷ. വിഷ്ണുവിന്റെ കടമ സീത ഏറ്റെടുക്കേണ്ടതുണ്ട്.'

'പക്ഷേ സീത പിടിവാശിക്കാരിയാണ്, ഗുരോ. അവൾ...'

വിശ്വാമിത്രൻ മുമ്പോട്ടാഞ്ഞ് അരിഷ്ടനേമിയെ തടസ്സപ്പെടുത്തി,

'ലങ്കയിലേക്ക് പോയി അവളെ കാര്യങ്ങൾ പറഞ്ഞു മനസ്സിലാക്കൂ. എന്നെ നിരാശപ്പെടുത്തരുത്.'

രാവണൻ കണ്ണുകൾ മറച്ച് സൂര്യനെ നോക്കി. എന്നിട്ട് ചിരിച്ചു.

'എന്താണിത്ര തമാശ?' കുംഭകർണ്ണൻ ചോദിച്ചു.

രാവണനും കുംഭകർണ്ണനും സീതയുടെ ലതാഗൃഹത്തിന്റെ മുറ്റത്ത് അവളെ കാത്തു നിൽക്കുകയാണ്. അവർ പ്രാതൽ കഴിച്ചു കഴിഞ്ഞതേയുള്ളൂ. അതിനു ശേഷമുള്ള പൂജയ്ക്ക് അകത്തേക്കു പോയതാണ് സീത.

'അത്...വിഷാദചിത്തനായ സൂര്യൻ,' രാവണൻ മറുപടി പറഞ്ഞു.

കുംഭകർണ്ണൻ കുസൃതിയോടെ പല്ലിളിച്ചു കാട്ടി. 'നിങ്ങളുടെ ഏതു പതിപ്പാണ് എന്നെ കൂടുതൽ പീഡിപ്പിക്കുന്നതെന്നറിയില്ല, ദാദാ. ഞാൻ പറയുന്നത് ഒരിക്കലും കേൾക്കാത്ത പഴയ ദാദയോ അതോ ചുറ്റി ചുറ്റി സംസാരിക്കുന്ന പുതിയ തത്വചിന്തകൻ ദാദയോ!'

രാവണൻ കുംഭകർണ്ണന്റെ വയറിലിടിച്ചു. 'തെമ്മാടി!'

തന്റെ ജ്യേഷ്ഠനെ കരടിപ്പിടുത്തത്തിലൊതുക്കി കുംഭകർണ്ണൻ അല്പം കൂടി ഉച്ചത്തിൽ പൊട്ടിച്ചിരിച്ചു. കവിളിലൂടെ കണ്ണുനീർ ഒഴുകും വരെ അവർ ഇറുക്കിക്കെട്ടിപ്പിടിക്കുകയും ഉച്ചത്തിൽ പൊട്ടിച്ചിരിക്കുകയും ചെയ്തു. പിന്നെയും അവർ അല്പം കൂടെ കണ്ണുനീരൊഴുക്കി-അഴലിന്റെ തുള്ളികൾ. പാഴായിപ്പോയ വർഷങ്ങളെ ഓർത്തുള്ള കണ്ണുനീർ.

ആരോ മുരടനക്കുന്ന ഒച്ച കേട്ടാണ് അവർ കെട്ടിപ്പിടുത്തം അഴച്ചത്. മുഖത്ത് സന്തോഷഭരിതമായ ചിരിയോടെ സീത അല്പം ദൂരെ നിൽക്കുന്നുണ്ടായിരുന്നു.

സഹോദരന്മാർ കണ്ണുതുടച്ച് ഇരുന്നു. സീതയും ഇരുന്നു.

'രണ്ടു പേർക്കും കുഴപ്പമൊന്നുമില്ലല്ലോ?' സീത ചോദിച്ചു.

കുംഭകർണ്ണൻ രണ്ടു പേർക്കുമായി മറുപടി പറഞ്ഞു: 'എന്നത്തേക്കാളും സുഖമായിരിക്കുന്നു.'

രാവണൻ പൊട്ടിച്ചിരിക്കുകയും തന്റെ ഭീമാകാരനായ സഹോദരന്റെ തോളിലിടിക്കുകയും ചെയ്തു.

'അപ്പോൾ നമ്മളെന്താണിന്നു സംസാരിക്കാൻ പോകുന്നത്?'

രാവണൻ മുമ്പോട്ടാഞ്ഞിരുന്നു. 'ഇനി കൂടുതൽ താത്വിക അവലോകനങ്ങൾ വേണ്ട!'

'രുദ്രഭഗവാനേ, അതെയതെ. താത്വിക അവലോകനങ്ങൾ ആവശ്യത്തിൽ കൂടുതലായി,' കുംഭകർണ്ണൻ പൊട്ടിച്ചിരിച്ചു.

രാവണൻ അടക്കിച്ചിരിച്ചു.

കുംഭകർണ്ണൻ പുറകോട്ടു ചാഞ്ഞ് പൊട്ടിച്ചിരിച്ചു. സീതയും അവരുടെ ബാലിശമായ പൊട്ടിച്ചിരിയിൽ പങ്കു ചേർന്നു.

എല്ലാവരും സ്വസ്ഥരാകാൻ അല്പം സമയമെടുത്തു. എന്നിട്ട് രാവണൻ സംസാരിച്ചു, 'നമുക്ക് അടുത്ത നീക്കത്തെ കുറിച്ച് തീരുമാനമെടുക്കണം.'

'അതെ,' സീത പറഞ്ഞു.

രാവണൻ തുടർന്നു. 'വിശ്വാമിത്രഗുരു നിങ്ങളെ രക്ഷിക്കാൻ ആരെയെങ്കിലും പറഞ്ഞയക്കും.'

'സാദ്ധ്യതയുണ്ട്.'

'പിന്നെ നിങ്ങളുടെ ഭർത്താവ് ജീവിച്ചിരിപ്പുണ്ട്. അയാളും വരും.'

'തീർച്ചയായും.'

'അപ്പോളെന്തു ചെയ്യും? അവരുടെ കൂടെ രക്ഷപ്പെടുമോ?'

താനെന്താണു ശരിക്കും ചെയ്യാൻ ആഗ്രഹിക്കുന്നതെന്ന് അവരോട് പറയാനാകില്ലെന്ന് സീതക്കറിയാം. 'ഉം..'

'സത്യസന്ധതയോടെ സംസാരിക്കൂ. നിങ്ങൾ വേദവതിയുടെ മകളാണ്.'

'അതായത്...ഞാൻ വിചാരിക്കുന്നത്...'

'അതവിടെയിരിക്കട്ടെ,' രാവണൻ സീതയെ തടസ്സപ്പെടുത്തി. 'നിങ്ങൾക്കു വേണ്ടി ഉത്തരം പറയാൻ എന്നെ അനുവദിക്കൂ.'

സീതയുടെ മുഖത്ത് ജാള്യത കലർന്ന പുഞ്ചിരി വിരിഞ്ഞു. എന്താണു വരാൻ പോകുന്നതെന്ന് അവൾക്കറിയാം.

'വിശ്വാമിത്രഗുരു ചിന്തിക്കുന്നതെന്തെന്ന് എനിക്കറിയാം,' രാവണൻ പറഞ്ഞു. 'വിഷ്ണുവിന് സംഹരിക്കാൻ വേണ്ടി ഒരു പ്രതിനായകനെ അയാൾക്ക് സൃഷ്ടിച്ചെടുക്കേണ്ടതുണ്ട്. അപ്പോൾ ഭാരതത്തിലെ വഴക്കാളികളും നിയന്ത്രിക്കാനാകാത്തവരുമായ ജനത വിഷ്ണുവിനെ പിന്തുടരും.'

'ഉം..'

'പറയട്ടെ,' രാവണൻ തുടർന്നു. 'ലോകത്തിൽ വെച്ചു തന്നെ നിയന്ത്രിക്കാൻ ഏറ്റവും ബുദ്ധിമുട്ടുള്ള ജനതയാണ് നിരന്തരം വഴക്കടിക്കുന്ന ഭാരതീയർ. നേടാൻ യാതൊന്നുമില്ലെങ്കിലും നിയമം ലംഘിക്കാൻ ഇഷ്ടപ്പെടുന്നവർ. ഒരു നേതാവിന്റെയും ഉത്തരവുകൾ അനുസരിക്കാൻ നമുക്കിഷ്ടമില്ല. ദൈവത്തെപ്പോലെ ആദരിക്കുന്ന അപൂർവ്വം ചില

നേതാക്കളെയൊഴിച്ച്. അത്തരം നേതാവിനെ നമ്മൾ ഭൂമിയുടെ അന്ത്യം വരെയും അതിനപ്പുറത്തേക്കും പിന്തുടരും. പക്ഷേ, എങ്ങിനെയാണ് ഒരു മനുഷ്യനെ ദൈവമാക്കി മാറ്റുന്നത്? എല്ലാം തികഞ്ഞ മനുഷ്യൻ പോലും അതിനു പോര. ജനങ്ങൾക്ക് അയാളെ പിന്തുടരാൻ തോന്നണം. അവരുടെ ആരാധനയും കൂറും അയാൾ നേടണം. ജനങ്ങൾ വെറുക്കുന്ന പ്രതിനായകന്റെ തലയറുക്കുന്നതിനേക്കാൾ മികച്ചതൊന്നും അതിനു കണ്ടെത്താനാകില്ല, അല്ലേ?'

'രാവണാ...എന്തു പറയണമെന്ന് എനിക്കറിയില്ല...പക്ഷേ ഗുരു വിശ്വാമിത്രൻ...അദ്ദേഹത്തിന്റെ പദ്ധതികൾ...'

രാവണൻ പുഞ്ചിരിച്ചു.'ഏയ്, അതൊന്നും സാരമില്ല...എനിക്ക് മനസ്സിലാകും. എന്റെ ജീവിതം പറയാൻ മാത്രമൊന്നുമില്ല. മരണമെങ്കിലും പറയാൻ മാത്രമുള്ളതാകട്ടെ.'

സീത മിണ്ടാതിരുന്നു. കുംഭകർണ്ണനും.

'പക്ഷേ നിങ്ങളുടെ ഭർത്താവ് ലങ്കയിലേക്കു വന്ന് നിങ്ങളെ രക്ഷിക്കുന്നത് ഭാരതീയരുടെ ഭാവനയ്ക്ക് തീപിടിപ്പിക്കില്ല. അതിന് ഒരു കൂറ്റൻ യുദ്ധം വേണം.'

'പക്ഷേ...'

'കേൾക്കൂ. നിങ്ങളും നിങ്ങളുടെ ഭർത്താവും ഭാരതത്തിൽ വലിയ മാറ്റങ്ങളുണ്ടാക്കും. നിരവധി ത്യാഗങ്ങൾ ചെയ്യാൻ നിങ്ങൾ അവരോടാവശ്യപ്പെടും. ഭാരതാംബക്കു വേണ്ടി. അങ്ങിനെ മാതൃരാജ്യത്തിന്റെ ഭാവി സുരക്ഷിതമാകും. നിങ്ങളോട് ആരാധന തോന്നിയാലേ അവർ ത്യാഗങ്ങൾ ചെയ്യുകയും നിങ്ങളെ പിന്തുടരുകയും ചെയ്യൂ. നിങ്ങളെ ഇരുവരെയും ആരാധിക്കാൻ അവർക്കൊരു കെട്ടുകാഴ്ച ആവശ്യമുണ്ട്.'

രാവണൻ അല്പം നിർത്തി.

'നിങ്ങൾ രണ്ടു പേരും,' രാവണൻ തുടർന്നു, 'ഇനി ചെയ്യാൻ പോകുന്നതാണ് ഭാരതത്തെ ശരിക്കും രക്ഷിക്കുന്നത്. ലങ്കയിലെ ഭരണസംവിധാനം നിങ്ങൾ പഠിക്കണമെന്ന് ഞാൻ നിർദ്ദേശിക്കുന്നു. ലങ്കയിൽ ഞങ്ങൾ ചെയ്തതിൽ നിന്ന് നിങ്ങൾക്ക് ഏറെ പഠിക്കാനുണ്ട്. പാതകൾ, അടിസ്ഥാനസൗകര്യങ്ങൾ...' തുടരുന്നതിനു മുമ്പ് രാവണൻ കുംഭകർണ്ണനെ നോക്കി. 'ഞങ്ങളുടെ ആരോഗ്യ പരിപാലന സൗകര്യങ്ങൾ അല്പം മെച്ചപ്പെടേണ്ടതുണ്ടെന്നു മാത്രം... സിഗിരിയയിൽ പരക്കുന്ന മഹാമാരിയെ തടയുന്നതെങ്ങിനെയെന്ന് ഞങ്ങളിനിയും കണ്ടെത്തിയിട്ടില്ല. ഞാൻ നിർമ്മിച്ച പാതകളെ കുറിച്ച്

ലങ്കക്കാർ പാടി പുകഴ്ത്തുന്നുണ്ടെന്നാണോ നിങ്ങൾ കരുതുന്നത്? ഞാൻ നിർമ്മിച്ച ജലനാളികളെ കുറിച്ച്? ഉദ്യാനങ്ങൾ? വിദ്യാലയങ്ങൾ? ഇല്ലേയില്ല...കറചപയിലെ സൈനിക വിജയത്തിന്റെ കഥകളാണ് അവർ ആഘോഷിക്കുന്നത്! നിങ്ങൾക്കും ഇതു ബാധകമാണ്. നിങ്ങൾ വിജയിക്കുകയാണെങ്കിൽ വിഷ്ണു സൃഷ്ടിച്ച എല്ലാം തികഞ്ഞ കാലത്തെ അവർ രാമരാജ്യമെന്നോ സീതാരാജ്യമെന്നോ പേരു ചൊല്ലി വിളിക്കും. അത് ധർമ്മപരിപാലനത്തിന്റെയും സമാധാനത്തിന്റെയും സൗകര്യത്തിന്റെയും കാലമായിരിക്കും: പാതകൾ, ജലസേചനത്തോട്ടകൾ, ആശുപത്രികൾ, വിദ്യാലയങ്ങൾ. അതിനേക്കാളെല്ലാം പ്രധാനമായി സ്ഥാപന ശൃംഖലകൾ. പക്ഷേ എന്നെ വിശ്വസിക്കു, രാമന്റെയും സീതയുടെയും കഥ രാമായണമെന്നോ സീതായണമെന്നോ പേരിട്ടെഴുതുമ്പോൾ അതിൽ ഈ രാമരാജ്യത്തെ കുറിച്ച് അല്പം പരാമർശങ്ങളേ കാണൂ. ഒരു വലിയ കൈത്തോടു നിർമ്മിച്ചതിനെ കുറിച്ച് ഇരുപതു താളുകളെഴുതാൻ ഒരു കഥാകാരന്റെയും ഭാവന ജ്വലിക്കില്ല. ആ കഥയിൽ ഏതു വായനക്കാരനാണ് താല്പര്യമുണ്ടാകുക? നിങ്ങളുടെ സാഹസങ്ങളാണ് കഥാകാരന്മാരെ ആവേശത്തിലാഴ്ത്തുന്നത്. നിങ്ങളുടെ പ്രണയ കഥ, പോരാട്ടങ്ങൾ, വനവാസം, എനിക്കെതിരെ ലങ്കയിൽ നടക്കാൻ പോകുന്ന യുദ്ധവും. എന്തുകൊണ്ടെന്നാൽ സാധാരണക്കാർക്ക് അതെല്ലാം കേൾക്കാനാണ് താല്പര്യം. അതിലൂടെ നിങ്ങൾ ഓർമ്മിക്കപ്പെട്ടും. ജനങ്ങൾ നിങ്ങളെ പിന്തുടരും. മിക്കവരും മണ്ടന്മാരാണല്ലോ...'

കുംഭകർണ്ണൻ അസ്വസ്ഥതയോടെ അനങ്ങി.

'ശരി, ശരി, കുംഭാ, നെറ്റി ചുളിക്കുന്നതു നിർത്തു,' രാവണൻ പറഞ്ഞു. 'തങ്ങളുടെ ജീവിതം നേരായും മെച്ചപ്പെടുത്തുന്ന കാര്യങ്ങൾ ജനങ്ങളിൽ ബോധത്തോടെ പതിയാറില്ല. വിദ്യാലയങ്ങളും ആശുപത്രികളും പോലെയുള്ളവ ലഭ്യമായാൽ പിന്നെയവർ അതൊന്നും കാര്യമായെടുക്കാറില്ല. പകരം അവർ തങ്ങളെ ചൂഴുന്ന കഥകളുടെ മാന്ത്രികതയിൽ വിരലൂന്നും. നായകനും പ്രതിനായകനും തമ്മിലുള്ള ഘോരയുദ്ധം പോലെ. സാധാരണക്കാർ അടിസ്ഥാനപരമായി ബുദ്ധിയില്ലാത്തവരാണ്...'

'രാവണാ,' സീത പറഞ്ഞു. 'നിങ്ങളങ്ങിനെ പറയരുത്.'

രാവണൻ സീതയെ തടസ്സപ്പെടുത്തി. 'നിങ്ങൾക്ക് ധാർമ്മികമായ മേൽക്കൈ കിട്ടാനായി രാഷ്ട്രീയ ശരികൾ എന്തും പറയാം. പക്ഷേ ഞാൻ പറയുന്നതാണു നേര്.'

സീത മിണ്ടാതിരുന്നു.

'അതു കൊണ്ട് അവർക്ക് യുദ്ധം നൽകേണ്ടതുണ്ടെങ്കിൽ നമുക്കൊരെണ്ണം സംഘടിപ്പിക്കാം. മികച്ച ഒന്നു തന്നെ.'

'ഉം...'

'അത് മറ്റൊരു ഉദ്ദേശ്യം കൂടി സാക്ഷാത്കരിക്കും. എന്റെ സൈന്യം നശിപ്പിക്കപ്പെടും.'

'എന്ത്?'

'ലങ്കയിലെ സൈന്യം നശിപ്പിക്കപ്പെടണം. അതാണ് ഭാരതത്തിന്റെ നന്മക്കു നല്ലത്.'

കുംഭകർണ്ണനും ഇത്തവണ ജ്യേഷ്ഠൻ പറഞ്ഞത് തലയാട്ടി സമ്മതിച്ചു.

'എന്തുകൊണ്ട്?' സീത ചോദിച്ചു. 'നിങ്ങളോട് കൂറുള്ള സൈനികർ കൂട്ടക്കൊല ചെയ്യപ്പെടണമെന്ന് നിങ്ങൾ ആഗ്രഹിക്കുന്നതെന്തു കൊണ്ടാണ്? അവർ നിങ്ങളുടെ ഉത്തരവുകൾ അനുസരിക്കുക മാത്രമാണ് ചെയ്യുന്നത്.'

'അല്ല, നിങ്ങൾക്ക് എന്റെ സൈന്യത്തെ കുറിച്ചറിയില്ല. അവർ എന്റെ ഉത്തരവുകൾ അനുസരിക്കുക മാത്രമല്ല ചെയ്യുന്നത്. അവർക്ക് അക്രമം ഇഷ്ടമാണ്. ഞാൻ തിരഞ്ഞു പിടിച്ച സൈനികരാണവർ: പീഡിതവും നശിപ്പിക്കപ്പെട്ടതുമായ ആത്മാവുള്ള കുപിതർ, ലോകത്തെ വെറുക്കുകയും തീവെക്കാൻ ആഗ്രഹിക്കുകയും ചെയ്യുന്നവർ. എന്റെ ലങ്കക്കാർ നല്ലവരാണ്. അവരെ സംരക്ഷിക്കാൻ കാര്യക്ഷമമായ കാവൽപ്പടയുമുണ്ട്. പക്ഷേ എന്റെ സൈന്യം...ഞാൻ എന്തായിരുന്നോ അതിന്റെ പ്രതിഫലനമാണവർ...അവർ മന: സാക്ഷിയില്ലാത്ത രാക്ഷസന്മാരാണ്. നിയന്ത്രിക്കാൻ ഞാനില്ലെങ്കിൽ കാര്യങ്ങൾ കൈവിട്ടു പോകും. ആയുധം ധരിക്കാത്തവരെയും കുട്ടികളെയും പോലും പച്ചയ്ക്കു കത്തിക്കുന്ന കിരാതർ. മുംബാദേവിയിൽ ചെയ്തതു പോലെ കൊള്ളയടിക്കാൻ ആരെയും കശാപ്പു ചെയ്യുന്നവർ. കെട്ടുകാഴ്ചകൾ ഇഷ്ടമുള്ളതു കൊണ്ടു മാത്രം പരസ്യമായി ആളുകളുടെ തല വെട്ടിക്കൊല്ലുന്നവർ. ധർമ്മം നിരോധിച്ചിട്ടുള്ള അടിമക്കച്ചവടം ലാഭത്തിനായി നടത്തുന്നവർ. അവർക്ക് തീർച്ചയായും ധൈര്യമുണ്ട്. പക്ഷേ ആ ഭയങ്കര കൊലയാളികളുടെ മേൽ ധർമ്മത്തിന്റെ കടിഞ്ഞാണില്ല. ഞാനത്തരം മനുഷ്യരെ ശേഖരിച്ചു. അത്തരക്കാരുടെ വിദഗ്ധനായിരുന്നു ഞാൻ. അവരിലൊരാളെ നിങ്ങൾക്കറിയാം- സമീചി. അവളെ നല്ലതു പോലെ അറിയാമെന്നു നിങ്ങൾ വിചാരിച്ചു. പക്ഷേ, അവളെ നിങ്ങൾക്കറിയുകയേയില്ല. ഞാനെന്തു കൊണ്ടാണ് അവളെ സൈന്യത്തിലെടുത്തത്? അവൾ ഉള്ളിന്റെയുള്ളിൽ

നശിപ്പിക്കപ്പെട്ടവളാണ്. അവൾക്ക് തന്റേതായ കാരണങ്ങളുണ്ട്. ഭീകരമായ ബാല്യകാല യാതനകൾ. ക്രൂരനായ പിതാവിനു നേരെയുള്ള ക്രോധം, മുഴുവൻ ലോകത്തിനെതിരെയുമുള്ള കണ്ണില്ലാത്ത ക്രോധമായി മാറി. അടക്കാനാകാത്ത ക്രോധം. ഓരോ ജീവനിമിഷവും അതവൾക്ക് ദയനീയമായ പീഢനമാക്കി മാറ്റുന്നു. അതേ ക്രോധം അവളെ സമാനതകളില്ലാത്ത കൊലയാളിയാക്കി മാറ്റി. എന്റെ പൂർണ്ണമായ നിയന്ത്രണത്തിലുള്ള കൊലയാളി. എനിക്ക് ഇത്തരം നൂറുനൂറായിരം സൈനികരുണ്ട്, സീതേ. ഏതൊരു സമൂഹത്തിനും അവർ ഭീഷണിയാണ്. ഭാരതത്തിനു മാത്രമല്ല, ലോകത്തിനും. അധർമ്മത്തിന്റെ ഈ സൈനികർ ധർമ്മത്തിനു ഭീഷണിയാണ്. ഭാരതത്തെ തോൽപ്പിക്കാൻ മാത്രം ഊക്ക് ഇപ്പോൾ മഹാമാരി കൊണ്ട് അവർക്കില്ല. എന്നാൽ അവർ ഭാരതത്തിലും ലങ്കയിലും ദശകങ്ങൾ താറുമാറാക്കും. അപ്പോൾ നിങ്ങളെങ്ങിനെ കൂടുതൽ മികച്ച ഭാരതം സൃഷ്ടിക്കും? ലങ്കയിലെ സൈന്യം നശിപ്പിക്കപ്പെടണം. അതു ചെയ്യാനുള്ള ഏറ്റവും മികച്ച വഴി യുദ്ധമാണ്. എല്ലാത്തിനും അറുതി വരുത്തുന്ന യുദ്ധം.'

അവൾ യാതൊന്നും പറഞ്ഞില്ല. രാവണൻ പറഞ്ഞത് ക്രൂരവും നിർവ്വികാരവുമാണെങ്കിലും യുക്തിസഹമാണ്.

'നിങ്ങളുടെ ഭർത്താവ് അവസാനം വരെ യുദ്ധം ചെയ്യുമോ?' രാവണൻ ചോദിച്ചു.

'തീർച്ചയായും...പക്ഷേ നിങ്ങളും ഒടുക്കം വരെ യുദ്ധം ചെയ്യുകയാണെന്ന് ബോദ്ധ്യപ്പെട്ടാൽ മാത്രം. യുദ്ധം ജയിക്കുകയല്ല നിങ്ങളുടെ ഉദ്ദേശ്യമെന്നു സംശയം തോന്നിയാൽ അദ്ദേഹം യുദ്ധം നിർത്തും. പുറകോട്ടു വലിയുന്ന ശത്രുവിനെതിരെ യുദ്ധം ചെയ്യുന്നത് അധർമ്മമാണ്. അങ്ങനെയാണ് അദ്ദേഹം കരുതുന്നത്.'

രാവണൻ നെറ്റി ചുളിച്ചു. 'അതെങ്ങിനെ അയാളറിയും? ആരു പറയും?'

അയാൾ സീതയെയും കുംഭകർണ്ണനെയും നോക്കി, അവർ ആരും തന്നെ അക്കാര്യം ആരോടും പറയില്ലല്ലോ.

'പക്ഷേ, ഞാൻ വേണമെന്നു വിചാരിച്ച് പുറകോട്ടു വലിയില്ല, കഠിനമായി തന്നെ യുദ്ധം ചെയ്യും,' രാവണൻ പറഞ്ഞു. 'പക്ഷേ നിങ്ങളുടെ ഭർത്താവ് വിജയിക്കുമോ?"

സീത പുഞ്ചിരിച്ചു. അങ്ങേയറ്റത്തെ ആത്മവിശ്വാസത്തിന്റെ പുഞ്ചിരി. 'രാമനെ തോൽപ്പിക്കാൻ രാമനേ കഴിയൂ. അദ്ദേഹം നിങ്ങളെ തോൽപ്പിക്കും, രാവണാ.'

രാവണൻ അടക്കിച്ചിരിച്ചു. 'എന്നാലതൊരു മഹത്തായ യുദ്ധമായിരിക്കും.'

'പക്ഷേ...' സീത ചോദ്യം ചോദിക്കാൻ മടിച്ച് മിണ്ടാതിരുന്നു.

രാവണനു കാര്യം മനസ്സിലായി. എങ്കിലുമയാൾ അതവൾ ചോദിക്കാൻ കാത്തു നിന്നു.

'പക്ഷേ, നിങ്ങളെന്തിനാണിത് നിങ്ങൾക്കെതിരെ ചെയ്യുന്നത്?'

രാവണൻ പുഞ്ചിരിച്ചു. 'അവർ ഞങ്ങളെ അടക്കം ചെയ്തു, പക്ഷേ, ഞങ്ങൾ വിത്തുകളാണെന്ന് അവർക്കറിയില്ലായിരുന്നു, എന്നു കേട്ടിട്ടുണ്ടോ?'

സീത തലയാട്ടി. 'ഉവ്വ്. കേട്ടിട്ടുണ്ട്. മനോഹരമായ വരികൾ, കലാപഭരിതവും ആവാഹനശക്തിയുള്ളതും. ആരാണതു പറഞ്ഞത്?'

'നമുക്കു പടിഞ്ഞാറു ഭാഗത്തുള്ള ഗ്രീക്ക് ദ്വീപുകളിലെയാരോ. അയാളുടെ പേര് കോൺസ്റ്റാൻറിനോസ് എന്നാണെന്നു തോന്നുന്നു. പക്ഷേ എന്റെ നേരായ അഭിപ്രായത്തിൽ ഇത് ജ്ഞാനത്തിലേക്കുള്ള പകുതിയാത്രയേ പറയുന്നുള്ളൂ.'

'അതെങ്ങിനെ?'

'വിത്ത് തനിയെ മുളച്ചു പൊന്തുന്നു എന്നാണ് അതു സങ്കല്പ്പിക്കുന്നത്. അങ്ങിനെയല്ല അതു സംഭവിക്കുന്നതെന്ന് നമുക്കറിയാം. ഫലഭ്രൂയിഷ്ഠമായ മണ്ണിൽ കുഴിച്ചിട്ടില്ലെങ്കിൽ വിത്ത് കല്ലു പോലെ കിടക്കും. വിത്ത് കുഴിച്ചു മൂടണം. നശിക്കാൻ അത് സ്വയം അനുവദിക്കണം. അപ്പോൾ ഒരു ഗംഭീര മരം അതിന്റെ തകർന്ന നെഞ്ചിൻ കൂടിൽ നിന്ന് മുളച്ചുപൊന്തി വരും. ഇതാണ് ആ വിത്തിന്റെ സ്വധർമ്മം. ആ മരം ജീവിച്ചിരിക്കുന്നിടത്തോളം, അതിനെ പുറത്തു വരാൻ അനുവദിച്ച് മരണം കൈവരിച്ച വിത്തിനെ പറ്റി പാണന്മാർ പാട്ടുകൾ പാടും. വിത്ത് മണ്ണിനു മുകളിൽ ഉയിരില്ലാത്തതാണ്, അല്ലെങ്കിൽ മണ്ണിനു താഴെ തകർക്കപ്പെടുന്നു. മരത്തെ പുറത്തു വരാൻ അനുവദിച്ച് സ്വയം പിളരുമ്പോൾ അത് അനശ്വരമായിത്തീരുന്നു. ഉയിരുള്ള ഒന്നിന് അനശ്വരമാകാൻ ഏകവഴി അവർക്കു ശേഷം ജീവിക്കുന്നവരുടെ ഓർമ്മകളിൽ നിറയുകയെന്നതാണ്. ത്യാഗമാണ് വിത്തിനെ അനശ്വരമാക്കുന്നത്.'

സീത മിണ്ടാതിരുന്നു.

'വേദവതി മരിച്ച ദിവസം ഞാൻ മരിച്ചു. ഞാൻ ഈ ജീർണ്ണശരീരം ഇക്കാലമത്രയും വലിച്ചു കൊണ്ടു നടന്നു. എന്റെ ശവത്തെയും മരിക്കാൻ അനുവദിക്കാൻ നേരമായിരിക്കുന്നു. ഇതാണതിനുള്ള നേരം. സീതയുടെയും രാമന്റെയും ഇതിഹാസം ഉദിച്ചുയരാൻ ഞാൻ എന്നെ സ്വയം നശിക്കാൻ അനുവദിക്കും. ലോകം നിങ്ങളെ രണ്ടു പേരെയും ഓർക്കുന്നിടത്തോളം എന്നെയും ഓർക്കും. ഞാനും അനശ്വരനാകും.'

സീത നനഞ്ഞ കണ്ണുകളോടെ താഴേക്കു നോക്കി.

നിറഞ്ഞ കണ്ണുകളോടെ നിൽക്കുന്ന കുംഭകർണ്ണനെ രാവണൻ നോക്കി. പിന്നീട് സീതയെയും. 'എന്റെ സൈന്യത്തിൽ മൂന്നു നല്ല മനുഷ്യരുണ്ട്. അവരെ ഇതിൽ നിന്നും അകറ്റി നിർത്തണമെന്നതാണ് എന്റെ ഏക അപേക്ഷ. കുഭകർണ്ണനും അമ്മാവൻ മാരീചനും എന്റെ മകൻ ഇന്ദ്രജിത്തും.'

കുംഭകർണ്ണന്റെ മറുപടി പൊടുന്നനെയുണ്ടായി, 'ഇല്ല, ഞാനും പൊരുതും.'

'കുംഭാ...നീ...'

'ഇല്ല.'

'ഞാൻ പറയുന്നതു കേൾക്കൂ...മാരീചൻ അമ്മാവനോടും ഇന്ദ്രജിത്തിനോടുമൊപ്പം രക്ഷപ്പെടൂ. എന്നിട്ട്-'

'ഇല്ല, ദാദാ.'

'ദയവായി...കുംഭാ...'

'ഇല്ല, ദാദാ.'

രാവണൻ നിശ്ശബ്ദനായി. കുംഭകർണ്ണൻ തന്റെ ജ്യേഷ്ഠനെ ഉറ്റു നോക്കി. അയാളുടെ കണ്ണുകളിൽ സ്നേഹത്തിന്റെയും രോഷത്തിന്റെയും അഭിമാനത്തിന്റെയും സങ്കലനം. രാവണൻ എണീറ്റ് തന്റെ അനുജനെ കെട്ടിപ്പിടിച്ചു.

അദ്ധ്യായം 7

തീരദേശം ഇല്ലാത്ത രാജ്യങ്ങൾ ഒരു ദ്വീപിലേക്കെത്തുന്നതിനെ വെല്ലുവിളിയായി കണക്കാക്കുന്നതു മാപ്പാക്കാവുന്നതേയുള്ളൂ. ദ്വീപൊരു ദുർഗ്ഗമാണെന്നും കടലൊരു കിടങ്ങാണെന്നും അവർ സങ്കൽപ്പിക്കുന്നു. അതു നേരല്ല. മികച്ച കപ്പലുകളുടെയും വേഗത്തിൽ പായുന്ന നൗകകളുടെയും കാലത്ത് കടൽ തടസ്സമെന്നതിനേക്കാൾ നെടുമ്പാതയായി മാറും. നേരായ വെല്ലുവിളി ഉൾനാട്ടിലൂടെ മുമ്പോട്ടു നീങ്ങുന്നതാണ്. പ്രത്യേകിച്ചും ഭൂപ്രദേശം ഘോരവനവും ആഴമേറിയ നദികളും ഉയരമുള്ള മലനിരകളുമാണെങ്കിൽ. രാമനും സംഘവും ശബരിമലയിലേക്കു നീങ്ങിയപ്പോൾ ഹനുമാനും സുരസയും പടയാളികളും വേഗമേറിയ ചെറു നൗകയിൽ ലങ്കയുടെ വടക്കു പടിഞ്ഞാറൻ തീരത്തേക്ക് നീങ്ങിയിരുന്നു.

ലങ്കയുടെ ആ തീരത്ത് നല്ല തുറമുഖങ്ങളില്ല. വലിയ കപ്പലുകൾക്ക് ചതിക്കുഴികളൊരുക്കുന്ന കടലാണത്. കുറ്റൻ മണൽത്തിട്ടകൾ വേലിയിറക്ക സമയത്ത് വെള്ളപരപ്പിനേക്കാൾ ഉയരത്തിൽ ഉയർന്നു നിന്നു. അതുകൊണ്ടാണ് ഹനുമാൻ ചെറിയ നൗക ഉപയോഗിക്കാൻ തീരുമാനിച്ചത്.

പക്ഷേ, മണൽത്തിട്ടകളും തത്ഫലമായുള്ള തുറമുഖങ്ങളുടെ കുറവും ആ തീരത്തെ ഹനുമാന്റെ രഹസ്യദൗത്യത്തിന് അനുയോജ്യമാക്കി. ലങ്കയുടെ ആ പ്രദേശം ഏറെക്കുറെ വിജനമായിരുന്നു.

രാത്രി വൈകിയപ്പോൾ ആ നൗക ദൈർഘ്യമേറിയതും അത്ര വീതിയില്ലാത്തതുമായ മാന്നാർ ദ്വീപ് മറികടന്നു. അത് തെക്കു കിഴക്കു നിന്ന് വടക്കു പടിഞ്ഞാറു ദിക്കിലേക്ക് തീവ്രാഭിലാഷമുള്ള കമിതാവിനെ

പോലെ, പാമ്പൻ ദ്വീപിനു നേർക്ക് കൈ നീട്ടി. ഭാരതതീരത്തിന്റെ വൻകര ഇരുത്തിയഞ്ചു കിലോമീറ്റർ മാത്രം ദൂരെ. അവർ ദ്വീപിൽ നിന്നും വീണ്ടും തെക്കോട്ട് ഉൾക്കടലിലേക്ക് യാത്ര തിരിച്ചു. മാന്നാറിന്റെ കിഴക്കൻ ദിക്കിൽ ലങ്കയുടെ വൻ കരയിലുള്ള കേതീശ്വരം ക്ഷേത്രമാണ് അതിനു കാരണം. അവിടെ വരാനിടയുള്ള ജനക്കൂട്ടത്തെ അവർ ഒഴിവാക്കാൻ ആഗ്രഹിച്ചു.

ഉൾക്കടലിലേക്കു നീങ്ങുമ്പോൾ ഹനുമാൻ വെളിച്ചം കണ്ടിടത്തേക്കു നോക്കി കൈ കൂപ്പി. കേതീശ്വരം ക്ഷേത്രത്തിലെ പ്രതിഷ്ഠ മഹാദേവനാണ്.

'ജയ ശ്രീ രുദ്രൻ,' അയാൾ മന്ത്രിച്ചു.

'ജയ ശ്രീ രുദ്രൻ,' നൗകയിലുള്ളവരെല്ലാം ഏറ്റുപറഞ്ഞു.

തെക്കൻ ദിക്കിലേക്കു പിന്നെയും ഇരുപതു കിലോമീറ്ററോളം സഞ്ചരിച്ചപ്പോൾ 'അരുവി അരു' നദി കടലിലേക്കൊഴുകുന്നതു കണ്ടു. ലങ്കയിലെ രണ്ടാമത്തെ ഏറ്റവും വലിയ നദിയുടെ ഉത്ഭവം തലസ്ഥാന നഗരമായ സിഗിരിയയ്ക്കടുത്തായിരുന്നു. ലങ്കയുടെ ഉൾനാട്ടിലേക്ക് സഞ്ചരിക്കാനുള്ള പ്രധാനപ്പെട്ട ജലമാർഗ്ഗമായി അത് മാറേണ്ടതായിരുന്നു. കപ്പലുകൾക്ക് നേരിട്ട് കടലിൽ നിന്ന് നദിയിലേക്കു നീങ്ങാനും നേരെ സിഗിരിയയിലേക്ക് പോകാനും കഴിയേണ്ടതാണ്. എന്നാൽ ആ പ്രദേശത്തിനു ചുറ്റും കടലിലുള്ള, പതുങ്ങിയിരിക്കുന്ന മണൽത്തിട്ടകൾ അത് അസാദ്ധ്യമാക്കി. കപ്പൽത്തട്ടുറച്ചു പോകുമെന്ന പേടി കൊണ്ട് കപ്പലുകൾ സാധാരണ ആ വഴി ഒഴിവാക്കി. അതുകൊണ്ടു തന്നെ ലങ്കയിലെ ഏറ്റവും വലിയ നദിയായ മഹാവേലി ഗംഗയിലൂടെയാണ് സിഗിരിയയുടെ ഉൾനാട്ടിലേക്കുള്ള കപ്പൽ ഗതാഗതം നടന്നത്. ആ നദി ദ്വീപിന്റെ മറുഭാഗത്തെ കിഴക്കൻ തീരത്ത് കടലിൽ ചേർന്നു.

അത് ഹനുമാന്റെ ദൗത്യത്തിന് തികച്ചും അനുയോജ്യമായിരുന്നു.

ലങ്കയുടെ വടക്കു പടിഞ്ഞാറൻ തീരദേശം മുഴുവനായിത്തന്നെ വിജനമായിരുന്നു. അവരുടെ ചെറിയ നൗകയിൽ ആരും കാണാതെ നദിയിലൂടെ സിഗിരിയയുടെ തൊട്ടടുത്തു വരെ പോകാം. ലങ്കയിലെ ഘോരവനങ്ങളിൽ വഴിതെറ്റിപോകുന്നതായിരുന്നു ഏറ്റവും വലിയ അപകട സാദ്ധ്യത. അതിനെ ഇങ്ങനെ മറികടക്കാൻ കഴിയുന്നത് നിർണ്ണായകമായിരുന്നു. നദി വഴികാട്ടും. മറ്റൊരു വഴിയ്ക്കു കൂടി സാദ്ധ്യതയുണ്ട്: കേതീശ്വരം ക്ഷേത്രത്തിൽ നിന്നുള്ള പാത ലങ്കയുടെ തലസ്ഥാനത്തേക്കാണ്. പക്ഷേ, അതിൽ നിറയെ സൈനിക പ്രതിരോധനിരകളുണ്ട്. അത് ദൗത്യത്തെ അപകടത്തിലാക്കും.

'ഒരൊറ്റ പ്രശ്നം മാത്രമേയുള്ളൂ,' സുരസ ഒച്ച താഴ്ത്തിപ്പറഞ്ഞു.

'എന്താണത്?' അവളുടെ അടുത്തേക്കു ചെന്ന് ഒച്ചതാഴ്ത്തി ഹനുമാൻ ചോദിച്ചു.

'അഴിമുഖത്ത് ഒരു വിളക്കുമാടമുണ്ട്. മണൽത്തിട്ടകളുള്ളതു കൊണ്ട് വടക്കോട്ടു കൂടുതൽ നീങ്ങരുതെന്ന് കപ്പലുകൾക്ക് മുന്നറിയിപ്പു നൽകാനാണത്. '

'അവിടെ കാവലുണ്ടാകുമോ?'

'ഉവ്വ്, ഏതാണ്ട് പത്തു പേർ.'

ഹനുമാൻ തനിക്കു പുറകിലുള്ള പത്തു വായുപുത്ര സൈനികരെ നോക്കി. 'നമുക്കവരെ ഒതുക്കാവുന്നതേയുള്ളൂ.'

'നമ്മളത് എളുപ്പം ചെയ്യണം.'

'എന്തു കൊണ്ട്?'

'വിളക്കുമാടത്തിൽ നിന്ന് വെറും ഇരുപതു കിലോമീറ്ററകലെ കേതീശ്വരം ക്ഷേത്രത്തിൽ ഒരു മുഴു സേനാവിഭാഗം തമ്പടിക്കുന്നുണ്ട്. ക്ഷേത്രത്തിൽ നിന്ന് സിഗിരിയയിലേക്കുള്ള രാജകീയ പാതയ്ക്ക് പാറാവു നിൽക്കുകയാണവർ. കുതിരപ്പുറത്ത് മുപ്പതു മിനിറ്റു ദൂരം മാത്രം. ഏതെങ്കിലുമൊരു പടയാളി രക്ഷപ്പെട്ടാൽ ഒരു മുഴു സേനാവിഭാഗം ഞൊടിയിടയിൽ നമ്മുടെ നേർക്കു തിരിയും.'

'ഉം...ശരി. അപ്പോൾ നമുക്കെല്ലാവരെയും ഒറ്റയടിക്ക് പെട്ടെന്നു കൊല്ലണം.'

'അതെ.'

'പാറാവുകാരെ മാറ്റുന്നതെപ്പോഴാണ്?'

'വിളക്കുമാടത്തിലെ സൈനികരെ അങ്ങിനെ മാറ്റാറില്ല. യാതൊന്നും സംഭവിക്കാത്ത അപ്രധാനമായ ഇടമാണത്. നാലാഴ്ച്ച കൂടുമ്പോൾ ആഹാരസാധനങ്ങൾ വരും. അപ്പോൾ മാത്രമേ സൈനികർ കൊല്ലപ്പെട്ട കാര്യം പുറംലോകം അറിയൂ. അപ്പോഴേക്കും നമ്മൾ സിഗിരിയയിലെ ജോലി തീർത്ത് ഭാരതഭൂമിയിൽ മടങ്ങിയെത്തിയിട്ടുണ്ടാകും.'

ഹനുമാൻ തലയാട്ടുകയും തന്റെ സൈനികർക്ക് നിർദ്ദേശങ്ങൾ നൽകുകയും ചെയ്തു. ആയുധങ്ങളും പരിചകളും പരിശോധിക്കണം. പടച്ചട്ട മുറുക്കണം. പേശികൾ വിടർത്തണം.

ഹനുമാനും തന്റെ പേശികൾ വിടർത്താനും പോരിന് തയ്യാറെടുക്കാനും തുടങ്ങി. പെട്ടെന്ന് അയാൾക്ക് ആരോ തന്നെ ഉറ്റു നോക്കുന്നതു പോലെ തോന്നി. ആരാധനയോടെ തന്നെ നോക്കുന്ന സുരസയെ തിരിഞ്ഞു നോക്കിയ അയാൾ കണ്ടു. ഹനുമാന്റെ കവിളുകൾ ജാള്യതയാൽ തുടുത്തു.

അയാൾ പെട്ടെന്ന് ദൃഷ്ടി മാറ്റി. സുരസ പൊട്ടിച്ചിരിക്കുകയും തന്റെ പേശികളും വിടർത്താൻ തുടങ്ങുകയും ചെയ്തു.

വായുപുത്രസൈനികരോടൊപ്പം ഹനുമാനും സുരസയും ചെടികൾക്കിടയിൽ ഒളിച്ചിരിക്കുകയാണ്. അവർ വടക്കുദിക്കിൽ അല്പം ദൂരത്തായി നൗക തീരത്തോടടുപ്പിക്കുകയും ഒച്ചയുണ്ടാക്കാതെ നിബിഡമായ മരക്കൂട്ടങ്ങളുടെ മറ പിടിച്ച് തെക്കോട്ടു നടക്കുകയും ചെയ്തു. വിശാലമായ കടൽത്തീരത്തെ വിളക്കുമാടം അവർ നിഴലുകൾക്കുള്ളിൽ മറഞ്ഞിരുന്ന് നിരീക്ഷിച്ചു. അഞ്ചു നിലയുള്ള ആ പടുകൂറ്റൻ മാടത്തിന്റെ ഏറ്റവും മുകളിൽ കൂറ്റൻ തീക്കുണ്ഡം. കടലിന്റെ വിദൂരതയിലുള്ള കപ്പലുകൾക്ക് ആ വെളിച്ചം മുന്നറിയിപ്പു നൽകി. മുന്നറിയിപ്പു ലളിതമാണ്: ദൂരെ മാറിപ്പോകൂ.

'പത്തു പേരുണ്ട്,' കടൽത്തീരത്ത് ഒത്തു കൂടി വെള്ളപ്പരപ്പിലേക്കു നോക്കുന്ന ലങ്കക്കാരായ സൈനികരെ എണ്ണി നോക്കി ഹനുമാൻ പറഞ്ഞു. രാത്രി ഏറെയായിട്ടുണ്ടെങ്കിലും പൂർണ്ണചന്ദ്രന്റെ വെളിച്ചത്തിൽ അവരെ വ്യക്തമായി കാണാം. അവർ അല്പം മാത്രം ദൂരത്തിലാണ്.

'പക്ഷേ ഹനൂ, വിളക്കുമാടത്തിനുള്ളിൽ സൈനികരുണ്ടോയെന്നും നോക്കണം,' സുരസ പറഞ്ഞു.

സ്നേഹത്തോടെയാണെങ്കിലും പേരിന്റെ അനുചിതമായ നുറുക്കൽ ഹനുമാൻ അവഗണിച്ചു. 'അതെ. പക്ഷേ, നമുക്ക് ആദ്യം ഇവരെ ഒഴിവാക്കാം.'

സുരസ തലയാട്ടി.

ഹനുമാൻ സൈനികർക്കു നേരെ തിരിഞ്ഞു. 'അവരുടെ കയ്യിൽ കുന്തങ്ങളുണ്ട്. കരുതലോടെ നീങ്ങൂ.'

ഹനുമാന്റെയും വായുപുത്രന്മാരുടെയും കയ്യിൽ വാളും കത്തിയുമാണുള്ളത്. ലങ്കക്കാർക്കും ആ ആയുധങ്ങളുണ്ട്. കൂടാതെ കുന്തങ്ങളും. അതവരുടെ സംഹാരദൂരം ഗണ്യമായി വർദ്ധിപ്പിച്ചു.

ഹനുമാൻ വാളു വലിച്ചൂരി ഒരു മുട്ടു കുത്തുകയും വാൾത്തല മൃദുലവും മണൽ നിറഞ്ഞതുമായ തറയിൽ കുത്തിയിറക്കുകയും ചെയ്തു. സംഘാംഗങ്ങളും അതു പോലെ ചെയ്തു.

ഹനുമാൻ കണ്ണുകളടച്ച് തല താഴ്ത്തി പിറുപിറുത്തു, 'ഞാൻ ചെയ്യുന്നതെല്ലാം രുദ്രനു വേണ്ടിയാണ്.'

പുറകിൽ നിൽക്കുന്ന സൈനികർ ആ വാക്കുകളെ പതിയെ ആവർത്തിച്ചു. 'ഞാൻ ചെയ്യുന്നതെല്ലാം രുദ്രനു വേണ്ടിയാണ്.'

ഹനുമാൻ എഴുന്നേറ്റു നിന്ന് കൂറ്റൻ ശരീരം കുനിച്ചു പിടിച്ചു. വാൾ ശരീരത്തിൽ നിന്നു മാറ്റിപ്പിടിച്ച് അയാൾ പൂച്ചക്കാൽ വെച്ചു നടന്നു തുടങ്ങി.

ചീറ്റപ്പുലിയെപ്പോലെ വേഗത, പുള്ളിപ്പുലിയെ പോലെ ഉടലടക്കം.

ഹനുമാനും സേനയും തുറസായ സ്ഥലത്തെത്തി. കടൽത്തീരത്ത്. കടലിലേക്കു നോക്കിയിരിക്കുന്ന ലങ്കക്കാരുടെ നേരെ അവർ ചീറിയടുത്തു.

വായുപുത്രന്മാർക്ക് ആക്രമിക്കാൻ കഴിയുന്നതിനു മുമ്പേ ലങ്കയുടെ ഒരു സൈനികൻ ഏതാനും നിമിഷങ്ങൾക്കു മുമ്പേ തിരിഞ്ഞു നോക്കിയിരുന്നു. ആഫ്രിക്കയിലെ പുൽപ്രദേശങ്ങളിൽ വലിയ ഇരപിടിയന്മാരിൽ നിന്ന് മനുഷ്യരെ സംരക്ഷിച്ചിരുന്ന പൗരാണികമായ മൃഗചോദന. ഉൾവിളിയോട് പ്രതികരിക്കുന്നവർക്ക് മുന്നറിയിപ്പു നൽകുന്ന ചോദന!

'ആരാണവിടെ?'

മികച്ച രീതിയിൽ പരിശീലനം ലഭിച്ച രാവണന്റെ സൈനികർ പെട്ടെന്ന് തിരിഞ്ഞു നിന്നു. കുന്തങ്ങൾ മുന്നോട്ടു നീട്ടി, പരിചകൾ ചേർത്തു പിടിച്ച് തികഞ്ഞ അച്ചടക്കത്തോടെ.

തുറന്ന യുദ്ധങ്ങളിലെ ഏറ്റവും ഊറ്റമുള്ള പ്രതിരോധ വിദ്യയായിരുന്നു അത്. സൈനികർ തങ്ങളുടെ പരിചകൾ ചേർത്തു പിടിച്ചു. ഒന്നു മറ്റൊന്നിനോടു കവിഞ്ഞു കിടന്ന് പഴുതില്ലാത്ത പ്രതിരോധമതിൽ തീർത്തു. ഓരോ പരിചയുടെയും വലത്തേ വിളുമ്പിലെ വിൽവളവിലൂടെ ഭീഷണമായ കുന്തങ്ങൾ നീണ്ടു നിന്നു.

ഭീതിദമായ പരിചമതിൽ

അത്തരം പ്രതിരോധമതിലിനു മുമ്പിൽ വേഗം കുറയ്ക്കുന്നത് ഏതൊരു അക്രമണ സംഘത്തിനും സ്വാഭാവികമാണ്. ആ മതിലിനെ ഭേദിക്കൽ അസാദ്ധ്യമാണ്. മുന്നോട്ടു നീങ്ങിയാൽ അക്രമി കുന്തമുനകളുടെ കാട്ടിലൊടുങ്ങും.

പക്ഷേ ഹനുമാൻ ഒരു സാധാരണ സൈനികനല്ല.

വായു കേസരിയുടെ ഗംഭീരനായ പുത്രൻ പ്രതിരോധത്തിനു മുമ്പിൽ ശങ്കിക്കില്ല.

ഹനുമാൻ തന്റെ കൂറ്റൻ ശരീരം മുഴുവൻ നിവർത്തി. ഇനി ഒതുങ്ങേണ്ടതില്ല, പതുങ്ങേണ്ടതില്ല.

കുന്തക്കാട്ടിന്റെ വിളുമ്പിലെത്തിയപ്പോൾ അയാൾ അലറി, 'കാലാഗ്നി രുദ്രാ!'

കാലത്തെ അവസാനിപ്പിക്കുന്ന, ഐതിഹ്യത്തിലെ അഗ്നിയാണ്

കാലാഗ്നി. ഒരു യുഗത്തിന്റെ അന്ത്യം കുറിയ്ക്കുന്ന ഘോരാഗ്നി. ഒരു പുതു യുഗത്തിന്റെ നാന്ദിയും. ഗംഭീരനായ മഹാദേവനെതിരെ നിന്നവരുടെ യുഗത്തിന് അന്ത്യം കുറിച്ച രുദ്രഭഗവാന്റെ കാലാഗ്നി.

'കാലാഗ്നി രുദ്രാ! വായുപുത്രന്മാർ അലറി.

പരിചമതിലിന്റെ മദ്ധ്യത്തിലുള്ള കുന്തത്തിന് നേരെ ഹനുമാൻ കുതിച്ചു. നാഗ വായുപുത്രൻ കുന്തമുനയിലൊടുങ്ങും എന്നു തോന്നിയ നിമിഷത്തിലയാൾ ഉടൽ ഒരു വശത്തേക്ക് വെട്ടിക്കുകയും ഇടതുകൈ ഉയർത്തുകയും ചെയ്തു. കുന്തമുന ഒഴിവാക്കിക്കൊണ്ട് അയാൾ ഇടതുകൈ ഊക്കോടെ താഴേക്കു കൊണ്ടു വന്നു. അതിനിടെ തന്റെ നെഞ്ചിനും ഇടതുകൈക്കുമിടയിൽ കുന്തപ്പിടിയെ കുടുക്കിയിട്ടു. കുന്തത്തിൽ പിടിക്കുന്നിടത്തോളം ആ ലങ്കക്കാരൻ ആ നിലയിൽ പൂട്ടിയിടപ്പെട്ടു. ഹനുമാൻ വേഗം കുറച്ചിരുന്നില്ല. അയാളുടെ ഇടംതോൾ പരിചയിലേക്ക് ഇടിച്ചിറങ്ങിയപ്പോൾ ലങ്കക്കാരൻ വേച്ചു പോയി. ഹനുമാൻ വാളുയർത്തി അതിക്രൂരമായി ആ മനുഷ്യന്റെ തൊണ്ടക്കുഴിയിലേക്ക് കുത്തിയിറക്കി. അപ്പോൾ തന്നെ വാളൂരിയെടുത്ത് അതേ അനായാസതയോടെ ഒരു വശത്തേക്കും വാൾത്തലപ്പു പായിച്ചു. തൊട്ടടുത്തു നിൽക്കുന്ന ലങ്കക്കാരന്റെ തൊണ്ട പിളർന്നു.

ഏതാനും നിമിഷങ്ങൾക്കുള്ളിൽ ഹനുമാൻ രണ്ടു ലങ്കക്കാരെ കൊന്നു. അതിനേക്കാൾ പ്രധാനം പരിചഭിത്തി തകർന്നതാണ്.

ഒരുമിച്ചു ചേർന്നു നിന്നാൽ മാത്രമാണ് പരിച ഭിത്തി അഭേദ്യമാകുന്നത്. ഒരൊറ്റ വിള്ളലിന് അതിനെ അതിവേഗത്തിൽ തകർക്കാനാകും. ഹനുമാൻ തുറന്നു നൽകിയ വിള്ളലിലൂടെ വായുപുത്രന്മാർ ഇടിച്ചു കയറി. ദ്രുതമായ കാര്യക്ഷമതയോടെ അവർ ശേഷിച്ച ലങ്കക്കാരെ കൊന്നു തള്ളി.

ഒരൊറ്റ ലങ്കക്കാരൻ മാത്രം കുന്തം താഴെയിട്ട് കുതിരയുടെ നേർക്കോടി. ഒരാളെ കൊല്ലുന്നതിനിടയിൽ ഹനുമാൻ അയാൾ അല്പം ദൂരെ മാറി കുതിരപ്പുറത്തു കയറുന്നതു കണ്ടു.

'അയാളെ തടയ്,' അയാളുടെ നേരെ പാഞ്ഞു കൊണ്ട് ഹനുമാൻ അലറി.

ലങ്കക്കാരൻ കുതിരയെ ആഞ്ഞു ചവിട്ടി. അയാൾ രക്ഷപ്പെടുമെന്നു തന്നെ തോന്നി. കേതീശ്വരം ക്ഷേത്രത്തിലെ സൈനികരെ അയാൾ വിവരമറിയിക്കുമെന്നും.

അവരുടെ ദൗത്യം തുടങ്ങുന്നതിനു മുമ്പേ അവസാനിക്കാൻ പോകുന്നു.

അപ്പോഴാണ് ഹനുമാൻ അതിവിദഗ്ധവും സൂക്ഷ്മവുമായ ആ കൊല കണ്ടത്.

സുരസ കുതിരപ്പുറത്തിരിക്കുന്ന ലങ്കക്കാരന്റെ വലതുഭാഗത്തേക്ക് മണൽപരപ്പിലൂടെ പാഞ്ഞടുത്തു. ആ നിർഭാഗ്യവാൻ തന്റെ നേർക്കു വരുന്ന മരണത്തെ കണ്ടില്ല. അയാളുടെ കണ്ണുകൾ മറുദിശയിൽ നിൽക്കുന്ന ഹനുമാന്റെ ഭീകര രൂപത്തിൽ ഉറച്ചു പോയിരുന്നു.കുതിരയുടെ അടുത്തെത്തിയപ്പോൾ സുരസ വായുവിൽ മുട്ടു വളച്ച് ഉയർന്നു പൊന്തി.

താനത് മന്ദഗതിയിൽ കാണുകയാണെന്ന് ഹനുമാനു തോന്നി.

ഗംഭീരം!

വായുവിൽ പറക്കുന്നതിനിടയിൽ സുരസ മുതുകു വളയ്ക്കുകയും വലം കൈയിലെ കത്തി ഉയർത്തുകയും ചെയ്തു. അവൾ കുതിരപ്പുറത്തിരിക്കുന്ന ലങ്കക്കാരന്റെ ദേഹത്ത് ചെന്നിടിക്കുകയും അതേ സമയം കത്തി അയാളുടെ വലതു കണ്ണിലേക്ക് കുത്തി കയറ്റുകയും ചെയ്തു. ലോഹ മുന കണ്ണുതുളച്ച് തലച്ചോറിൽ ആഴ്ന്നിറങ്ങി. ലങ്കക്കാരനും സുരസയും കെട്ടുപിണഞ്ഞ് കുതിരപ്പുറത്തു നിന്നു വീണു. തറയിൽ വീഴും മുമ്പേ അയാൾ മരിച്ചിരുന്നു.

കുതിര ഏതാനും നിമിഷം കൂടി ഓടുകയും ആശയക്കുഴപ്പത്തോടെ ഓട്ടം നിർത്തുകയും ചെയ്തു.

ഹനുമാന് സുരസയിൽ നിന്ന് കണ്ണെടുക്കാൻ കഴിഞ്ഞില്ല. അയാളുടെ നോട്ടത്തിൽ അതിശയമുണ്ടായിരുന്നു.

സുരസ ഒരൊറ്റ തവണ കൂടി ഉരുണ്ടതിനു ശേഷം അനായാസം എഴുന്നേറ്റു നിന്നു. അവൾ ചുറ്റും നോക്കി. കാട്ടു പൂച്ച!

എല്ലാ ലങ്കക്കാരും കൊല്ലപ്പെട്ടിരുന്നു.

അവളുടെ ഉരുക്കുകണ്ണുകൾ ഹനുമാനിലുറച്ചു. 'നമുക്ക് വേഗം വിളക്കുമാടം പരിശോധിക്കാം.'

ഹനുമാൻ സൈനികരുടെ നേരെ നോക്കി. 'ഈ ശവശരീരങ്ങൾ പെറുക്കി വിളക്കുമാടത്തിനകത്തിടൂ. കുതിരകളെ കെട്ടൂ.'

'ഉത്തരവ്, പ്രഭോ,' എല്ലാവരും ഒറ്റസ്വരത്തിൽ പറഞ്ഞു.

ഹനുമാനും സുരസയും വേഗത്തിൽ വിളക്കുമാടത്തിനടുത്തേക്കു നടന്നു.

* * *

'പിതാവേ, എന്താണിവിടെ സംഭവിക്കുന്നതെന്ന് എനിക്കറിയാനുള്ള അർഹതയുണ്ട്,' മര്യാദയോടെയും എന്നാൽ ഉറപ്പോടും ഇന്ദ്രജിത്ത് പറഞ്ഞു.

കുംഭകർണ്ണനോട് സംസാരിച്ചു കൊണ്ടിരിക്കുന്ന രാവണന്റെ സ്വകാര്യ അറയിലേക്ക് മുൻകൂട്ടി അറിയിക്കാതെ വന്നതാണ്

ഇരുപത്തിയേഴുകാരനായ മകൻ ഇന്ദ്രജിത്ത്. ഇന്ദ്രജിത്തിനും പിതാവിന്റെ ഭീഷണമായ രൂപം കിട്ടിയിട്ടുണ്ട്. ആഴമുള്ള ശബ്ദം സ്വാഭാവികമായും ആജ്ഞാശക്തിയുള്ളതാണ്. അമ്മയായ മണ്ഡോദരിയുടെ ഉയർന്ന കവിളെല്ലുകളും കട്ടിയുള്ള തവിട്ടു മുടിയും അയാൾക്കുണ്ട്. സിംഹത്തിന്റെ സട പോലെയുള്ള മുടി രണ്ടു വകപ്പെടുത്ത് ഉച്ചിയിൽ മകുടം പോലെ കെട്ടിവെച്ചിട്ടുണ്ട്. എണ്ണയിട്ടു മിനുക്കിയ കൊമ്പൻ മീശ വെളുത്ത മുഖത്തിനു ചേരുന്നുണ്ട്. എല്ലായ്പ്പോഴുമെന്നതു പോലെ അയാളുടെ വസ്ത്രങ്ങൾ ശാന്തമാണ്. ഭാരതത്തിലെ ഏതാണ്ടെല്ലാ യോദ്ധാക്കളും ധരിക്കുന്ന കടുക്കനൊഴിച്ച് നിർത്തിയാൽ അയാൾ ആഭരണങ്ങളൊന്നും തന്നെ ഇട്ടിട്ടില്ല. ഇടതു തോളിൽ നിന്ന് വിലങ്ങനെ നെഞ്ചിൽ പൂണൂലുണ്ട്.

രാവണൻ സംസാരം നിർത്തി തന്റെ ആനന്ദവും അഭിമാനവുമായ മകനു നേരെ തിരിഞ്ഞു, 'എന്തിനെ കുറിച്ചാണ് നീ സംസാരിക്കുന്നത്, ഇന്ദ്രജിത്തേ?'

ഇന്ദ്രജിത്ത് തന്റെ പിതാവിനെ തുറിച്ചു നോക്കി. എന്നിട്ട് ചെറിയച്ഛന്റെ നേർക്കു തിരിഞ്ഞു. 'ചെറിയച്ഛാ, അങ്ങു സംസാരിക്കുന്നുണ്ടോ?'

കുംഭകർണ്ണൻ ഒന്നും മിണ്ടാതെ ദൂരേയ്ക്കു നോക്കി.

'പിതാവേ,' രാവണനിലേക്ക് നോട്ടം തിരിച്ച് ഇന്ദ്രജിത്ത് പറഞ്ഞു. 'നിങ്ങൾക്കു രണ്ടു പേർക്കും ആവശ്യമുള്ള ഔഷധങ്ങൾക്കായി മലയപുത്രന്മാരുമായി വില പേശാൻ വിഷ്ണുവിനെ തട്ടിക്കൊണ്ടു വരുന്നതിനെ കുറിച്ചാണ് ഞാൻ അവസാനം കേട്ടത്. അവളെ തട്ടിക്കൊണ്ടു വന്നിട്ട് ദിവസങ്ങൾ കഴിഞ്ഞിരിക്കുന്നു. ഏറെ ദിവസങ്ങൾ. പക്ഷേ, മലയപുത്രന്മാരുടെ അടുത്തേക്ക് ആരെയെങ്കിലും പറഞ്ഞയക്കുകയോ അവർക്ക് എന്തെങ്കിലും സന്ദേശമയക്കുകയോ ചെയ്തിട്ടില്ല. നിങ്ങൾ രണ്ടുപേരുമാകട്ടെ ദിവസവും അശോകവനത്തിലേക്കു പോയി സീതാരാജ്ഞിയുമായി മണിക്കൂറുകൾ നീണ്ട സംഭാഷണം നടത്തുന്നു. എന്താണിവിടെ സംഭവിക്കുന്നത്?'

'ഇന്ദ്രജിത്തേ, പരിഗണിക്കേണ്ട കുറേ വിഷയങ്ങളുണ്ട്.'

ഇന്ദ്രജിത്ത് തന്റെ പിതാവ് കാര്യങ്ങൾ വിശദീകരിക്കുന്നതു കേൾക്കാൻ കാത്തു നിന്നു. എന്നാൽ വിശദീകരണം വരാഞ്ഞപ്പോൾ അയാൾ നെടുവീർപ്പിടുകയും ദൃഢമായ ശാന്തതയോടെ സംസാരിക്കുകയും ചെയ്തു. 'പിതാവേ, അങ്ങിപ്പോഴും എന്നെ വിശ്വസിക്കുന്നുണ്ടോ?'

'തീർച്ചയും, എന്റെ മകനേ.'

'എങ്കിൽ അങ്ങെന്തു കൊണ്ടാണ് എന്നോട് മുഴുവൻ സത്യവും പറയാത്തത്?'

'എന്റെ മകനേ, ഏതൊരു ചുവട്ടു വെക്കും മുമ്പേയും ഞാനും നിന്റെ ചെറിയച്ഛനും പരിഗണിക്കേണ്ട ചില വലിയ പ്രശ്നങ്ങളുണ്ട്.'

'വലിയ പ്രശ്നങ്ങൾ? പിതാവേ, അയോദ്ധ്യയുടെ പടയൊരുങ്ങിക്കഴിഞ്ഞിരിക്കുന്നു. സീതാരാജ്ഞിയെ നമ്മൾ ഉപദ്രവിച്ചില്ലെങ്കിൽ അവരങ്ങിനെ ചെയ്യില്ലെന്നാണ് ഞാൻ വിചാരിച്ചത്. അയോദ്ധ്യ ചെയ്യുന്നത് എനിക്കറിയാമെങ്കിൽ അങ്ങേക്കറിയാതിരിക്കില്ലല്ലോ. സപ്തസിന്ധുവിലെ എല്ലാ സാമ്രാജ്യങ്ങളിൽ നിന്നും പിന്തുണ നേടാൻ അയോദ്ധ്യക്കു കഴിഞ്ഞാൽ നമ്മൾ തോൽക്കും. അങ്ങേക്കതുമറിയാം. അതിനേക്കാൾ വലിയ എന്തു പ്രശ്നമുണ്ട്?'

രാവണൻ നിശ്ശബ്ദനായിരുന്നു.

'പിതാവേ...'

രാവണൻ തൊട്ടടുത്തിരുന്ന പീഠത്തിൽ നിന്ന് ഒരു തുകൽച്ചുരുൾ കയ്യിലെടുത്തു. 'ഇതാണാ പ്രശ്നം.'

'എന്തു പ്രശ്നം?'

'നീ ബാലിക്കു പോകണം.'

ബാലി ഭാരതത്തിന്റെ കിഴക്കൻ ഭാഗത്തു നിന്നു ദൂരെയുള്ള ഒരു ദ്വീപാണ്. തെക്കു കിഴക്കൻ ഏഷ്യയുമായും ചൈനയുമായുമുള്ള വ്യാപാരത്തിന്റെ വളരെ പ്രധാനപ്പെട്ട സംഭരണശാല. ലങ്കയ്ക്ക് നിയന്ത്രണമുള്ള ഒരിടം.

ഞെട്ടിപ്പോയെങ്കിലും ഇന്ദ്രജിത്ത് സമചിത്തത നിലനിർത്തി. 'ബാലി?'

'അതെ.'

'ബാലിയിലേക്ക് ഞാനെന്തിനു പോകണം?'

'അത്യാവശ്യമായി ഇടപെടേണ്ട പ്രധാന വ്യാപാര തർക്കങ്ങൾ അവിടെയുണ്ട്. അത് നമ്മളിലൊരാൾക്കേ ചെയ്യാനാകൂ. രാജകുടുംബത്തിൽ നിന്നാരെങ്കിലും.'

ഇന്ദ്രജിത്ത് കണ്ണുകൾ ഉഗ്രകോപത്തോടെ ചുളിച്ചു, 'വ്യാപാര തർക്കങ്ങളോ?'

'അതെ.'

ഇന്ദ്രജിത്ത് മുഷ്ടികൾ മുറുകെ ചുരുട്ടി, വിരൽ മടക്കുകൾ വിളർത്തു. 'പിതാവേ, അങ്ങെന്നിൽ വിശ്വാസമർപ്പിക്കുന്ന മാനസികാവസ്ഥയിലേക്ക് വരുമ്പോൾ ഞാൻ തിരിച്ചു വരാം.'

ഇന്ദ്രജിത്ത് ശാന്തതയോടെ തിരികെ നടന്നു.

അദ്ധ്യായം 8

ആലപ്പുഴയെന്ന തീരദേശപട്ടണത്തിൽ നിന്ന് ശബരിമലയിലേക്കുള്ള നൂറിൽ കുറവു കിലോമീറ്റർ കടക്കാൻ ഒരാഴ്ച്ചയിലധികമെടുത്തു. തലേന്നു രാത്രി രാമനും കൂട്ടാളികളും താഴെയുള്ള താഴ്വരയിലെ പമ്പാനദീതീരത്ത് തമ്പടിച്ചു. പിറ്റേന്ന് അതിരാവിലെ അവർ മല കയറാൻ തുടങ്ങി. സമുദ്രനിരപ്പിൽ നിന്ന് ഏതാണ്ട് ആയിരത്തിയഞ്ഞൂറ് അടിയിലധികം മുകളിലാണ് ക്ഷേത്രം സ്ഥിതി ചെയ്യുന്നത്.

ക്ഷേത്രത്തിൽ നിന്ന് അല്പമകലെ വെച്ച് അവർ കാനന മഹിളയായ ശബരിയെ കണ്ടു. അവരെ കാണാനായി അങ്ങോട്ടു നടന്നു വന്നതായിരുന്നു ശബരി.

'ശബരി മാതാവേ,' കൈ കൂപ്പി തല കുനിച്ചു കൊണ്ട് വസിഷ്ഠൻ പറഞ്ഞു.

ശബരിയെന്നത് ശബരിമല ക്ഷേത്രത്തിന്റെ കാര്യക്കാരുടെ സ്ഥാനപ്പേരാണ്, ഒരു വ്യക്തിയുടെ പേരല്ല. അവരുടെ ഔദ്യോഗികമായ സ്ഥാനപ്പേര് തന്ത്രി ശബരിയെന്നാണ്. ഭാരതത്തിന്റെ പ്രത്യേകതയായ ആഴത്തിലുള്ള പ്രതീകാത്മകത അതിലുണ്ടായിരുന്നു. തന്ത്രി എന്ന സംസ്കൃത വാക്ക് ലിംഗഭേദമില്ലാത്തതും ആണിനോ പെണ്ണിനോ ഉപയോഗിക്കാവുന്നതുമായിരുന്നു. ആ വാക്കിന്റെ മൂലാർത്ഥം നൂല് അല്ലെങ്കിൽ ചരട് എന്നാണ്. ശബരിമലയെന്നാൽ പ്രാദേശികഭാഷയിൽ ശബരിയുടെ കുന്നെന്നാണ് അർത്ഥം. പക്ഷേ പഴയ സംസ്കൃതത്തിൽ മാലയെന്നാൽ ഹാരമാണ്. ശബരിമലയെന്ന ശബരിയുടെ ഹാരത്തെ തന്ത്രിയെന്ന ചരട് കോർത്തു നിർത്തി.

അപ്പോഴത്തെ തന്ത്രി ഒരു വൃദ്ധസ്ത്രീയാണ്. നൂറുവയസ്സെങ്കിലുമുള്ള

ഒരു സ്ത്രീ. ആർക്കും അവരുടെ ശരിക്കുള്ള പേരറിയില്ല. അവരും പൂർവ്വാശ്രമം പൂർണ്ണമായി മറക്കുകയും പൂർണ്ണമായും തന്നെ മഹാനായ ദൈവയോദ്ധാവായ അയ്യനയ്യപ്പന്റെ സേവനത്തിനായി അർപ്പിക്കുകയും ചെയ്തു. അയ്യപ്പൻ ആ ക്ഷേത്രത്തിൽ നൈഷ്ഠിക ബ്രഹ്മചാരിയുടെ രൂപത്തിലാണ് പ്രതിഷ്ഠിക്കപ്പെട്ടിരുന്നത്.

ശോഷിച്ച ആ വൃദ്ധയ്ക്ക് വെളുത്ത മുഖവും ഊഷ്മളമായ അമ്മക്കണ്ണുകളുമുണ്ട്. അവർ തന്റെ തഴമ്പു വീണതും കാട്ടിനുള്ളിലെ ജീവിതം പരുക്കനാക്കിയതുമായ കൈകൾ കൂപ്പി. 'വസിഷ്ഠ മഹർഷേ, ഞങ്ങളുടെ മണ്ണിൽ അങ്ങേക്കു വരാൻ മനസ്സുണ്ടായതേ വലിയ ആദരം. സ്വാമിയേ ശരണമയ്യപ്പ.'

'ആദരവെല്ലാം എനിക്കാണ് ശബരി മാതാവേ,' വസിഷ്ഠൻ മറുപടി പറഞ്ഞു. 'സ്വാമിയേ ശരണമയ്യപ്പ.' അയോദ്ധ്യയുടെ രാജഗുരു രാമന്റെയും ലക്ഷ്മണന്റെയും നേരെ തിരിഞ്ഞു. 'ഇവരെ ഞാൻ നിങ്ങൾക്കു പരിചയപ്പെടുത്തട്ടെ. ഇവർ-'

'ആർക്കാണ് മഹാനായ രാമനെ അറിയാത്തത്?' ഹൃദയത്തിനുള്ളിൽ ഉറവയെടുത്തതും കണ്ണുകളിലേക്ക് ക്ഷണിക്കാതെ വന്നതുമായ പുഞ്ചിരിയോടെ ശബരി പറഞ്ഞു. 'സ്വാഗതം, മഹാവിഷ്ണു.'

വിഷ്ണുവെന്നു വിളിക്കപ്പെട്ടതിന്റെ ജാള്യതയോടെ രാമൻ പുഞ്ചിരിച്ചു. അദ്ദേഹം 'സ്വാമിയേ ശരണമയ്യപ്പ' എന്ന് മന്ത്രിക്കുകയും ശബരിയുടെ പാദം വണങ്ങാനായി തന്റെ മെലിഞ്ഞ ശരീരം കുനിക്കുകയും ചെയ്തു.

അവർ രാമന്റെ തലയിൽ തൊട്ടു. 'എല്ലാത്തിലും വെച്ച് ഏറ്റവും വലിയ അനുഗ്രഹം നിങ്ങൾക്കുണ്ടാകട്ടെ: ഭാരതാംബയുടെ സമർപ്പണം.'

അതേ അനുഗ്രഹം വർഷങ്ങൾക്കു മുമ്പ് രാമന്റെ ഭാര്യയായ സീതയ്ക്ക് താൻ നൽകിയതോർത്ത് വസിഷ്ഠൻ പുഞ്ചിരിച്ചു.

രാമൻ കൈ കൂപ്പി തന്നെ എഴുന്നേറ്റു.

ലക്ഷ്മണൻ മുമ്പോട്ടു നീങ്ങി 'ശരണമയ്യപ്പാ' എന്നു മന്ത്രിക്കുകയും കൂറ്റൻ ശരീരം വളച്ച് ശബരിയുടെ കാലു തൊട്ടു വണങ്ങുകയും ചെയ്തു. അവരുടെ അനുഗ്രഹം കിട്ടിയതോടെ അയാൾ മാറി നിന്നു.

'എന്റെ കൂടെ വരൂ രാജാവായ രാമാ,' രാമന്റെ കൈ പിടിച്ച് ക്ഷേത്രത്തിന്റെ കവാടത്തിനു നേരെ നീങ്ങിക്കൊണ്ട് ശബരി പറഞ്ഞു. പട്ടാഭിഷേകം കഴിഞ്ഞിട്ടില്ലെങ്കിലും പലരും രാമനെ രാജാവായി തന്നെ അഭിസംബോധന ചെയ്തു. അദ്ദേഹത്തിന്റെ പ്രതിനിധിയായാണ് രാജ്യം ഭരിക്കുന്നതെന്ന് ഭരതൻ വ്യക്തമായി പ്രഖ്യാപിച്ചിരുന്നല്ലോ.

വസിഷ്ഠനും ലക്ഷ്മണനും വരുന്നുണ്ടോയെന്ന് രാമൻ തിരിഞ്ഞു നോക്കി.

ഏതാനും മിനിറ്റുകൾക്കുള്ളിൽ അവരൊരു കൂറ്റൻ തലക്കുളത്തിന്റെ മുമ്പിലെത്തി. ഏകദേശം അഞ്ഞൂറു ചതുരശ്രമീറ്റർ അതിന് ഉപരിതല വിസ്തീർണ്ണമുണ്ട്. മൺസൂൺ കാലത്ത് ശബരിമലപ്രദേശത്ത് ധാരാളമായി മഴ ലഭിക്കും. പക്ഷേ മല ചെങ്കുത്താണ്. അവിടെ തടാകങ്ങളുമില്ല. അതുകൊണ്ട് ശബരിമല മഴക്കാലത്ത് മുങ്ങിപ്പോകുകയും ശേഷിച്ച മാസങ്ങളിൽ, പ്രത്യേകിച്ചും വരണ്ട വേനൽക്കാലത്ത്, ജല ദൗർലഭ്യം അനുഭവിക്കുകയും ചെയ്യു. ആ തലക്കുളം കുതിരലാടത്തിന്റെ ആകൃതിയിൽ വിദഗ്ധമായി രൂപകല്പന ചെയ്യപ്പെട്ടതാണ്. അതിൽ കുത്തനെയുള്ള ഏഴ തട്ടുകളുണ്ട്. ഒട്ടുക്കത്തേതിന് ഏതാണ്ട് അമ്പതടി താഴ്ച്ചയുണ്ട്. വീതി കുറഞ്ഞ വിളുമ്പുകളിൽ നിന്നുള്ള ചെറിയ പടികൾ വെള്ളത്തിലേക്കു നയിച്ചു. തലക്കുളത്തിന്റെ വൻ വ്യാപ്തിയിൽ മഴക്കാലത്ത് മുഴുവൻ വർഷവും ക്ഷേത്രത്തിന്റെ ആവശ്യങ്ങൾക്ക് ഉപയോഗിക്കാനുള്ള ജലം ശേഖരിക്കപ്പെട്ടു.

ശബരി രാമന്റെ കൈ പിടിച്ചു തന്നെ കുളം ചുറ്റി മലയുടെ ചെരിവിലേക്കു നടന്നു.

വസിഷ്ഠൻ പുഞ്ചിരിച്ചു. അവരെവിടേക്കാണു പോകുന്നതെന്ന് അയാൾക്കറിയാമായിരുന്നു. ഒരു പരീക്ഷണം. ആരും ജയിക്കാത്ത പരീക്ഷ.

പക്ഷേ വസിഷ്ഠന് തന്റെ ശിഷ്യനിൽ പരമമായ ആത്മവിശ്വാസമുണ്ടായിരുന്നു.

ക്ഷേത്ര സമുച്ചയത്തിനുള്ളിൽ തന്നെയുള്ള, മലയുടെ വിളുമ്പിലെ ഒരു പ്രതിഷ്ഠാപനത്തിനു നേരെയാണ് ശബരി രാമനെ കൊണ്ടു പോയത്. അവിടെ നിന്ന് താഴ്വരയിലേക്കുള്ള കാഴ്ച്ച ശ്വാസമടക്കിപ്പിടിച്ചേ കാണാനാകൂ. രാമന്റെ ശ്രദ്ധയാകട്ടെ മറ്റൊരിടത്തായിരുന്നു. ആ രണ്ടു ശില്പങ്ങൾ ഭ്രമിപ്പിക്കുന്നതായിരുന്നു.

ശബരി രാമന്റെ നേർക്കു തിരിഞ്ഞു. 'പറയൂ, രാജകുമാരാ. ഈ രണ്ടു ശില്പങ്ങൾ കണ്ടിട്ട് അങ്ങേക്കെന്തു തോന്നുന്നു? ഇവയുടെ സന്ദേശമെന്താണ്?'

ക്ഷേത്രത്തിലെത്തുന്ന പ്രധാനപ്പെട്ട ഓരോ സന്ദർശകനോടും ശബരി ഈ ചോദ്യം ചോദിച്ചിട്ടുണ്ട്. ആരും അത് ശരിയാക്കിയിട്ടില്ല.

രണ്ടു ശില്പങ്ങളും പരസ്പരം അഭിമുഖീകരിക്കുന്നുണ്ട്, ഇടയിൽ അല്പം ഇടം.

കലി തുള്ളി വരുന്ന ഒരു കാളക്കൂറ്റൻ

ആ ജന്തുവിന് തൊട്ടു മുമ്പിൽ നിൽക്കുന്ന നിർഭയയായ ചെറിയ പെൺകുട്ടി.

കാളയുടെ പൂർണ്ണകായ പ്രതിമ അക്രമാസക്തമായ പൗരുഷത്തിന്റെ സംഭ്രമിപ്പിക്കുന്ന പ്രതീകമാണ്. അതിന്റെ തല താഴ്ന്നാണ്, നാസാരന്ധ്രങ്ങൾ വിജൃംഭിച്ചിട്ടുണ്ട്. പല്ലുകൾ പുറത്തു കാണാം. നീളമുള്ള കൂർത്ത കൊമ്പുകൾ ഭീഷണമായ വിധത്തിൽ മുകളിലേക്ക് വളഞ്ഞു നിന്നു. ആ പെൺകുട്ടിയെ മുറിവേൽപ്പിക്കാനെന്നതു പോലെ. അതിന്റെ പരിഹാസ്യമായ വിധത്തിൽ പേശി നിറഞ്ഞ ഉടൽ മുമ്പോട്ടു കുതിക്കുമ്പോൾ വലതു വശത്തേക്കു തിരിഞ്ഞു. അതിന്റെ മുൻകാലുകൾ മണ്ണിൽ പൂഴ്ന്നു പോയിട്ടുണ്ട്. ഭീഷണമായ ചാട്ടവാറു പോലെ വാൽ മുകളിലേക്ക് ചുരുണ്ടുയർന്നു നിന്നു.

ഇരുണ്ട ഭീഷണമായ, അപകടകാരിയായ ജന്തു

പിന്നെ, നിർഭയയായ ആ കൊച്ചു പെൺകുട്ടി.

അഞ്ചോ ആറോ വയസ്സിലധികമില്ല അവൾക്ക്. ഒതുങ്ങിയ ഉടൽ. അരയിൽ കൈകൾ, ചുമലുകൾ ധിക്കാരത്തോടെ മുന്നോട്ടാഞ്ഞ്. കാലുകൾ അകത്തി തറയിൽ ഉറപ്പിച്ചിട്ടുണ്ട്. കണ്ണുകളിൽ കലാപം. താടി ഉയർത്തിപ്പിടിച്ചിട്ടുണ്ട്. മുടി അലങ്കോലമായി പുറകിലേക്ക് പറക്കുന്നുണ്ട്. വസ്ത്രങ്ങൾ കൊടുങ്കാറ്റടിച്ചാലെന്നോണം ഉടലിനെ പ്രഹരിക്കുന്നുണ്ട്. തന്നെ മെതിക്കാനൊരുങ്ങുന്ന ജന്തുവിനെ പേടിക്കാതെ, ശക്തിയോടെ, സാഹസികതയോടെ.

രാമൻ അതെല്ലാം കണ്ണിമ വെട്ടാതെ നോക്കി.

ലക്ഷ്മണനാണ് ആദ്യം സംസാരിച്ചത്. ആ ശില്പങ്ങൾ കണ്ട് എല്ലാവർക്കുമുണ്ടായ ചിന്തയാണ് അയാൾക്കുമുണ്ടായത്. 'എന്തൊരു പ്രൗഢിയുള്ള പെൺകുട്ടി! ഊറ്റമുള്ളവൾ! ധീര! പോരാട്ടത്തിൽ ഉടലിന്റെ വലുപ്പമല്ല, വ്യക്തിയിലെ പോരാട്ടത്തിന്റെ വലുപ്പമാണ് കാര്യമായതെന്ന് അവൾ നമ്മളോടു പറയുന്നു.'

ശബരി ലക്ഷ്മണന്റെ ഉത്തരം വകവെച്ചതു പോലുമില്ല. തിരിഞ്ഞു നോക്കിയതുമില്ല. അവരുടെ കണ്ണുകൾ രാമനിലാണ്.

രാമൻ പതിയെ പുഞ്ചിരിച്ചു കൊണ്ട് പിറുപിറുത്തു, 'എന്തൊരു പ്രൗഢിയുള്ള ജന്തു...'

ശബരി വസിഷ്ഠനെ പാളി നോക്കി പുഞ്ചിരിച്ചു. എന്നിട്ട് രാമനിലേക്ക് ശ്രദ്ധ വീണ്ടും തിരിച്ചു വിട്ടു.

രാമൻ ശില്പങ്ങളിൽ ഉറ്റു നോക്കുകയാണ്.

'പറയൂ, മഹാനായ രാജാവേ,' ശബരി പറഞ്ഞു.

'ആ കൊച്ചു പെൺകുട്ടി കാളക്കുറ്റന് ഒരു പ്രതിയോഗിയേ അല്ല,' രാമൻ

പറഞ്ഞു. 'അവൾ ധീരയാകാം. പക്ഷേ തനിക്ക് ജയിക്കാനാകില്ലെന്ന് മനസ്സിനുള്ളിലെവിടെയോ അവൾക്കറിയാം. അത്രയും വലിപ്പവും ഊറ്റവുമുള്ള, നേരായും ക്രൂരമായ ഒരു ജന്തു നിമിഷങ്ങൾക്കുള്ളിൽ അവളെ ചവിട്ടി മെതിച്ചേനേ. അവൾക്കതറിയാതിരിക്കാൻ വഴിയില്ല. പേടിയില്ലാതെയും കരുത്തോടെയും അവൾ നിൽക്കുന്ന ഭാവം അവൾക്ക് നേരറിയാമെന്നാണ് കാണിക്കുന്നത്...അറിയുമെന്നു മാത്രമല്ല, അവൾക്ക് ആ നേരിൽ സമ്പൂർണ്ണ വിശ്വാസവുമുണ്ട്. ആ കാള അവളെ ഉപദ്രവിക്കില്ലെന്ന്! കാള ധർമ്മത്താൽ കടിഞ്ഞാണിടപ്പെട്ടതാണ്. കാള തെറ്റൊന്നും ചെയ്യില്ല. എനിക്കു തോന്നുന്നത് ആ കാള ധർമ്മത്തിന്റെ കാളയാണെന്നാണ്.'

വസിഷ്ഠൻ അഭിമാനത്താൽ തിളങ്ങി. പൗരാണിക കാലം മുതൽ ധർമ്മത്തെ-ശരിയായതും സംതുലിതമായതും ഏറ്റവും മികച്ച രീതിയിൽ പ്രപഞ്ചത്തോടൊത്ത് അണിനിരത്തിയതും – കാളയാണ് പ്രതിനിധീകരിച്ചത്. ധർമ്മത്തിനിണങ്ങിയ രീതിയിൽ ജീവിക്കാനാണ് ജീവിതം. ധർമ്മത്തിന്റെ പ്രധാന സിദ്ധാന്തങ്ങളിലൊന്നു തന്നെ ശക്തർ ദുർബ്ബലരെ സംരക്ഷിക്കണമെന്നാണ്.

'ആ കാളയുടെ കൊമ്പുകൾ...അതു നോക്കൂ,' രാമൻ തുടർന്നു. 'അതിൽ കെട്ടിയ നേരിയ നാട കാളയുടെ വായിലൂടെ കടിഞ്ഞാണു പോലെ കടന്നു പോകുന്നുണ്ട്. അദൃശ്യമായ മൂക്കുകയർ പോലെ കൊമ്പുകളെ ബന്ധിപ്പിച്ചു കൊണ്ട്. കാള പല്ലിളിച്ചു കാണിക്കുന്നതായി തോന്നുന്നത് മൂക്കുകയറിന്റെ അറ്റം അതിന്റെ കവിളുകൾ പിടിച്ചു വലിക്കുന്നതു കൊണ്ടാണ്. അത് പ്രതീകാത്മകമാണ്. ധർമ്മത്താൽ നാമെന്തു ചെയ്യണമെന്നത് നമ്മുടെ നിയന്ത്രണത്തിലുള്ള കാര്യമാണ്. അതു നമ്മുടെ തിരഞ്ഞെടുപ്പാണ്. നമ്മുടെ മാത്രം തിരഞ്ഞെടുപ്പ്. കാള കുതിക്കാൻ തുടങ്ങി, പക്ഷേ, പൊടുന്നനേ അത് തന്നേക്കാൾ ഏറെ ദുർബ്ബലയായ പെൺകുട്ടിയെ കണ്ടപ്പോൾ സ്വയം നിയന്ത്രിക്കാൻ തുടങ്ങി. ആ ഉടൽ പിണഞ്ഞതു നോക്കൂ, ആ കുട്ടിയെ ഒഴിവാക്കാൻ ശ്രമിക്കുന്നതു പോലെ. മുൻകാലുകൾ മണ്ണിൽ പുതഞ്ഞിട്ടുണ്ട്, വേഗത കുറക്കാൻ ശ്രമിച്ചു കൊണ്ട്. കൊച്ചു പെൺകുട്ടിയെ ഒഴിവാക്കാനുള്ള ശ്രമത്തിനിടെ സംതുലനം നഷ്ടപ്പെടാതിരിക്കാൻ ഉയർത്തിപ്പിടിച്ച വാലു നോക്കൂ.

...പരിപാലയ ദുർബ്ബലം...

ശബരി തലയാട്ടി. പഴയൊരു സംസ്കൃത വാക്യമാണത്. ദുർബ്ബലരെ സംരക്ഷിക്കണം.

രാമൻ കാളയെ കൈകൂപ്പി വണങ്ങി.

കണ്ണുകൾ കൊണ്ട് ചിന്തകൾ കൈമാറി ശബരി വസിഷ്ഠനെ അഭിനന്ദനത്തോടെ നോക്കി. നിങ്ങൾ ശരിയായി തിരഞ്ഞെടുത്തിരിക്കുന്നു.

എന്നിട്ടവർ രാമന്റെ അടുത്തേക്കു നീങ്ങി. 'ഒരു ശക്തിയുള്ള സമൂഹത്തിന്റെ ഏറ്റവും പ്രധാനപ്പെട്ട ഘടകങ്ങളിലൊന്ന് അക്രമോത്സുകമായ പൗരുഷമാണ്. അതില്ലെങ്കിൽ സമൂഹം ദുർബ്ബലവും എളുപ്പത്തിൽ മുറിപ്പെടുന്നതുമാകും. അത് അന്യരാൽ കീഴടക്കപ്പെടും. അത് തകർന്നു വീഴും. എന്നാൽ ധർമ്മത്തിന്റെ കടിഞ്ഞാണില്ലാത്ത അക്രമോത്സുക പൗരുഷം വിഷമയമായ പൗരുഷമായി മാറും. അത് എല്ലാം താറുമാറാക്കും, എവിടെ നിന്നുമുള്ള അക്രമികളേക്കാൾ. അസുരന്മാരുടെ അവസാന ദിനങ്ങൾ ആലോചിക്കൂ...അക്രമം, ബലാത്സംഗം, കൊള്ള, ലോകം മുഴുവൻ അവർ അഴിച്ചിട്ട അടിച്ചമർത്തൽ. അക്രമോത്സുക പൗരുഷം തീവ്രമായ ആവശ്യമാണ്. പക്ഷേ, അത് ധർമ്മത്താൽ നിയന്ത്രിക്കപ്പെടണം. അപ്പോൾ കാളയുടെ കരുത്തും വീര്യവും കൂടുതൽ മികച്ച നന്മകൾക്കായി പ്രയോജനപ്പെടുത്താം.'

രാമൻ തലയാട്ടി.

ശബരി രാമന്റെ ചുമലിൽ തൊട്ടു. 'തന്റെ അടിസ്ഥാന വികാരങ്ങളിന്മേൽ സമ്പൂർണ്ണ നിയന്ത്രണവും നീതിയ്ക്കു വേണ്ടി സഹജമായ വാഞ്ഛയും നാടിനോടും നാട്ടുകാരോടും ആഴത്തിലുള്ളതും സ്ഥായിയായതുമായ സ്നേഹവുമുള്ള അപകടകാരിയും കരുത്തുള്ളവനുമായ ഒരുവനേക്കാൾ ഗംഭീരമായ മറ്റൊരു കാഴ്ച്ചയില്ല.'

രാമൻ നിശ്ശബ്ദനായി നിന്നു.

'നിങ്ങൾ പോരാടും,' ശബരി പറഞ്ഞു. 'അധർമ്മം ചെയ്ത ആ ലങ്കാധിപനെതിരെ നിങ്ങൾ പോരാടും. പക്ഷേ, രാവണൻ നിങ്ങളുടെ പ്രതിയോഗി മാത്രമാണെന്ന് ഓർക്കേണ്ടതുണ്ട്. നിങ്ങളുടെ നേരായ ശത്രുക്കൾ, നിങ്ങളുടെ ജനതയുടെ ശത്രുക്കൾ, നിങ്ങളുടെ സ്വന്തം നാട്ടിൽ തിരിച്ചെത്തിയിട്ടുണ്ട്. അതായിരിക്കണം നിങ്ങളുടെ അവസാനത്തെ യുദ്ധം. അതു നിങ്ങൾ ജയിക്കും. എന്നിട്ട് നിങ്ങൾ മാതൃഭൂമിയുടെ മഹിമ പുനർനിർമ്മിക്കാൻ അദ്ധ്വാനിക്കും. അതെല്ലാം ചെയ്തതിനു ശേഷം നിങ്ങൾക്ക് വിശ്രമിക്കാം. എനിക്ക് സമാധാനത്തോടെ മരിക്കുകയുമാകാം.'

പ്രഭാത പൂജയും പ്രാതലും കഴിഞ്ഞ് സീത ലതാഗൃഹത്തിനു പുറത്തേക്കിറങ്ങി. രാവണനും കുംഭകർണ്ണനും അന്നവളെ സന്ദർശിക്കുന്നില്ലെന്ന്

അറിയിപ്പ കിട്ടിയതിനാൽ അശോകവനം ചുറ്റിക്കറങ്ങാമെന്ന് സീത തീരുമാനിച്ചു. വിശാലമായ ഉദ്യാനത്തിന്റെ നടുവിലുള്ള ലതാഗൃഹത്തിലാണ് അതുവരെ അവൾ അധിക നേരവും കഴിച്ചു കൂട്ടിയത്.

പടികളിറങ്ങുമ്പോൾ ഒരു ചെറുപ്പക്കാരൻ അല്പം ദൂരെ മാറി നിൽക്കുന്നത് അവൾ കണ്ടു. അയാൾ ഉയരമുള്ളവനും ദൃഢഗാത്രനുമാണ്. വെളുത്ത നിറം. ഉയർന്ന കവിളെല്ലുകളും എണ്ണ തേച്ചു മിനുക്കിയ കൊമ്പൻ മീശയും. നെറുകിൽ വകഞ്ഞു വെച്ച നീണ്ട മുടി ഉച്ചിയിൽ മകുടം പോലെ കെട്ടി വെച്ചിട്ടുണ്ട്. അമ്മയാണ് അയാളിൽ അധികമുള്ളതെന്ന കാര്യത്തിൽ സംശയമില്ല. എങ്കിലും അയാളാരെന്ന് സീതക്ക് തിരിച്ചറിയാനാവുന്ന വിധത്തിൽ അയാളിൽ രാവണനും ആവശ്യത്തിനുണ്ടായിരുന്നു.

രാവണന്റെ മകൻ.

'രാജകുമാരൻ ഇന്ദ്രജിത്ത്?' സീത ചോദിച്ചു.

ഇന്ദ്രജിത്ത് അവളുടെ മുഖത്തേക്ക് ഉറ്റു നോക്കുന്നുണ്ടായിരുന്നു. അയാൾ ആദ്യമായി കാണുന്ന മുഖം. എന്നിട്ടും രാവണന്റെ പുത്രൻ ഞെട്ടിപ്പോയി.

'താങ്കൾക്കായി എനിക്കെന്തു ചെയ്യാൻ കഴിയും, കുമാരാ?' സീത ചോദിച്ചു.

ഇന്ദ്രജിത്തിന് വാക്കുകൾ കിട്ടാത്തതു പോലെ തോന്നി.

'പറയൂ, കുമാരാ.'

ഇന്ദ്രജിത്ത് യാതൊന്നും സംസാരിച്ചില്ല. അയാൾ നിന്നിടത്തു തന്നെ ശില പോലെ ഉറച്ചു പോയി.

സീത വരാന്തയിൽ കിടന്ന കസേരകളിലേക്ക് ചൂണ്ടിക്കാണിച്ചു. 'നമുക്കിരുന്നു സംസാരിച്ചാലോ?'

ഇന്ദ്രജിത്ത് പതിയെ നടന്ന് അവളെ മറികടന്നു. അവളുടെ മുഖത്തു നിന്നു കണ്ണെടുക്കാതെ കസേരകളിലൊന്നിലിരുന്നു.

സീത അയാൾക്ക് അഭിമുഖമായി ഇരുന്നു. മുഖത്ത് സഹതാപം പരന്നു. അയാളെന്താണ് ചിന്തിക്കുന്നതെന്ന് സീതയ്ക്ക് ഊഹിക്കാമായിരുന്നു. 'ആ ചിത്രങ്ങൾ നിങ്ങൾ കണ്ടിട്ടുണ്ടാകാം.'

ഇന്ദ്രജിത്ത് തലയാട്ടി.

'അതെന്റെ അമ്മയുടേതാണ്, വേദവതി.'

'എനിക്കറിയാം...അവസാനം ഇന്ദ്രജിത്ത് മറുപടി പറഞ്ഞു. 'ആ ചിത്രങ്ങളിലെ സ്ത്രീയെ എനിക്കറിയാം...എന്റെ പിതാവിനെ കുറിച്ചുള്ള എല്ലാ കാര്യവും എനിക്കറിയാം...അറിയാമെന്നാണ് എന്റെ വിചാരം. പക്ഷേ, നിങ്ങളെ കുറിച്ചറിയില്ലായിരുന്നു.'

'നിങ്ങളുടെ പിതാവിനും എന്നെ കുറിച്ചറിയില്ലായിരുന്നു.'

'നിങ്ങൾ...ഞാൻ ചോദിക്കുന്നത്...ഞാൻ നിങ്ങളെ ജ്യേഷ്ഠത്തിയെന്നു വിളിക്കേണ്ടതുണ്ടോ?' അവിശ്വാസത്തോടെ ഇന്ദ്രജിത്ത് ചോദിച്ചു.

സീത ഉടനെ പ്രതികരിച്ചു. 'വേണ്ട, ഞാൻ നിങ്ങളുടെ സഹോദരിയല്ല. നിങ്ങളുടെ പിതാവ് എന്റെ മാതാവിനെ പ്രണയിച്ചിട്ടുണ്ടാകാം. പക്ഷെ, ഒരിക്കൽ കൈ തൊട്ടതൊഴിച്ച് യാതൊന്നും സംഭവിച്ചിട്ടില്ല. ഞാൻ വേദവതിയുടെയും ഭർത്താവ് പൃഥ്വിയുടെയും പുത്രിയാണ്.'

ഇന്ദ്രജിത്ത് പതിയെ പുഞ്ചിരിച്ചു. 'അപ്പോൾ ഞാൻ രാവണന്റെ ഏക സന്താനമാണ്.'

സീത പുഞ്ചിരിച്ചു, 'തീർച്ചയായും.'

ഇന്ദ്രജിത്ത് താഴേക്കു നോക്കി.

'എന്നെ വെറുക്കുന്നില്ലേ?' സീത ചോദിച്ചു.

'ഞാനെന്തിനു നിങ്ങളെ വെറുക്കണം? ഞാനിപ്പോൾ നിങ്ങളെ കണ്ടതേയുള്ളൂ.'

'എന്നു വെച്ചാൽ... ഞാൻ വേദവതിയുടെ പുത്രിയാണ്...'

ഇന്ദ്രജിത്തിന്റെ പിതാവ് ജീവിതകാലമത്രയും പ്രണയിച്ച ഒരു സ്ത്രീയുടെ പുത്രിയാണ് അവൾ. രാവണന്റെ ധർമ്മപത്നിയായ മണ്ഡോദരിയുടെ പുത്രനാണ് ഇന്ദ്രജിത്ത്. തന്റെ ഭർത്താവിന്റെ ഹൃദയം ഒരിക്കലും തന്റെ പക്കലല്ലാത്തതിനാൽ മണ്ഡോദരി ഒരു പാട് സഹിച്ചു കാണും. മണ്ണടിഞ്ഞ് ഏറെക്കാലമായ ഒരുവളുടെ പക്കലായിരുന്നു അതെല്ലായ്പ്പോഴും.

ഇന്ദ്രജിത്തിന് രാവണനുമായി സങ്കീർണ്ണമായ ബന്ധമാണുള്ളത്. അയാൾ തന്റെ പിതാവിനെ ആഴത്തിൽ ആരാധിക്കുകയും സ്നേഹിക്കുകയും ചെയ്തു. പക്ഷേ അയാൾ പിതാവിനെ വെറുക്കുകയും ചെയ്തു. അയാൾ രാവണന്റെ ബുദ്ധിയും കരുത്തും യോദ്ധാവിന്റെ ഊർജ്ജവും വ്യാപാരത്തിനുള്ള മിടുക്കും കലാമികവുകളും ഇഷ്ടപ്പെട്ടു. സാദ്ധ്യമായ എല്ലാ കഴിവുകളും ദൈവങ്ങൾ രാവണനു നല്കി അനുഗ്രഹിച്ചിരുന്നു. എന്നിട്ട് കാമനകളുടെ മേൽ യാതൊരു നിയന്ത്രണവുമില്ലാത്ത അസ്ഥിരവും അരക്ഷിതവും ബാലിശവുമായ ഹൃദയം നല്കി ശപിച്ചു. കുട്ടിക്കാലത്ത് ഇന്ദ്രജിത്ത് തന്റെ പിതാവിനെ, അയാളുടെ ക്രൂരമായ പ്രകൃതത്തെ വെറുത്തിരുന്നു. രാവണൻ തന്റെ മാതാവിനോട് പെരുമാറിയ രീതിയാണ് അയാൾ ഏറ്റവുമധികം വെറുത്തത്. എപ്പോഴും വിവരം കെട്ട സുന്ദരിപ്പെണ്ണുങ്ങളാൽ ചുറ്റപ്പെട്ട പിതാവ്. അയാളുടെ വിദുഷിയും ശാന്തയും ജ്ഞാനിയുമായ അമ്മയ്ക്ക് വിളക്കുപിടിക്കാൻ അർഹതയില്ലാത്തവർ. അപ്പോഴാണ് അയാൾ വേദവതിയെ കുറിച്ചറിഞ്ഞത്...കന്യാകുമാരി...

ഇന്ദ്രജിത്ത് തന്നോട്ട തന്നെയെന്നോണം പിറുപിറുത്തു, 'കന്യാകുമാരിയാണ് പിതാവുമായുള്ള എന്റെ ബന്ധം മാറ്റി മറിച്ചത്...'

സീത അല്പം നെറ്റി ചുളിച്ചെങ്കിലും മിണ്ടാതിരിക്കാൻ തീരുമാനിച്ചു.

ഇന്ദ്രജിത്ത് അന്വേഷിച്ചു. വേദവതി എത്ര മഹതിയായിരുന്നുവെന്ന് അയാൾ കണ്ടെത്തി. അപൂർവ്വമായ കുലീനതയുള്ള ഒരു മഹിള. ഒരു കന്യാകുമാരി. ഒരു ദേവത. ചില തരത്തിലെങ്കിലും ചിലപ്പോൾ അയാളുടെ മാതാവിനേക്കാൾ മികച്ചവൾ. കന്യാകുമാരിക്കു വേണ്ടിയാണ് രാവണൻ തന്റെ മാതാവിനെ അവഗണിച്ചതെന്ന കാര്യം വിചിത്രമായ രീതിയിൽ അയാളെ സമാധാനിപ്പിച്ചു. തന്റെ പിതാവ് കാമാസക്തനായ സ്ത്രീലമ്പടൻ മാത്രമല്ല. അയാളുടെ ഹൃദയത്തിന് നേരായും അല്പം ആഴമുണ്ട്. ആ തിരിച്ചറിവോടെ അയാൾ തന്റെ പിതാവിനെ കൂടുതൽ വ്യക്തതയോടെ കാണാൻ തുടങ്ങി. അപ്പോഴും അയാൾ രാവണന്റെ ദൗർബല്യങ്ങൾ കണ്ടു. പക്ഷേ, പണ്ടത്തെ അത്രയും നിശിതമായി പിതാവിനെ അയാൾ വിലയിരുത്തിയില്ല. കാലക്രമേണ അയാൾ പിതാവിനോടടുത്തു.

'എന്താണിവിടെ നടക്കുന്നതെന്ന് എനിക്ക് മനസ്സിലാകുന്നുണ്ടെന്നു തോന്നുന്നു...' ഇന്ദ്രജിത്ത് പിറുപിറുത്തു.

ഇന്ദ്രജിത്ത് തന്റെ ശേഷിച്ച ചിന്തകൾ പുറത്തു വിട്ടില്ല. നിങ്ങൾക്ക് കന്യാകുമാരിയുടെ മുഖമുണ്ട്. കന്യാകുമാരിയെ പോലെ നിങ്ങളും എന്റെ പിതാവിനെ നല്ലവനാകാൻ മോഹിപ്പിക്കും.

'നിങ്ങളെന്താണുദ്ദേശിക്കുന്നതെന്ന് എനിക്കു മനസ്സിലാകുന്നില്ല, രാജകുമാരാ,' സീത പറഞ്ഞു.

'മരണമാണ് മനുഷ്യർക്കു ലഭിക്കാവുന്ന എല്ലാ അനുഗ്രഹങ്ങളിലും വെച്ചേറ്റവും മഹത്തരമെന്ന് ഒരു ഗ്രീക്കു തത്വചിന്തകൻ പണ്ടു പറഞ്ഞിട്ടുണ്ട്.'

സീതയുടെ മുഖഭാവം അല്പം മാറി.

'ഒരാൾ സ്വന്തം മരണത്തിനു വേണ്ടി പ്രാർത്ഥിക്കരുത്. എന്തു കൊണ്ടെന്നാൽ അത് സംഭവിക്കേണ്ട സമയത്ത് സംഭവിക്കണം. പക്ഷേ, ഒരാൾക്ക് അതിനെക്കുറിച്ച് ചിന്തിക്കുകയും അതിനു വേണ്ടി ആസൂത്രണം ചെയ്യുകയും പശ്ചാത്തലമൊരുക്കുകയും ചെയ്യാം...സാദ്ധ്യമാകുന്നത്രയും. നല്ല മരണത്തേക്കാൾ ഈ ഇരുളടഞ്ഞ ഭൂമിയിൽ മനോഹരമായ എന്താണുള്ളത്?'

സീത നിശ്ശബ്ദയായിരുന്നു.

'അദ്ദേഹത്തിന്റെ ജീവിതം അർത്ഥശൂന്യമായിരുന്നിരിക്കാം. പക്ഷേ മരണത്തിന് ഒരു ഉദ്ദേശ്യമുണ്ടാകും. അതു കൊണ്ട്...'

ഇന്ദ്രജിത്ത് പിന്നീടൊന്നും പറഞ്ഞില്ല. അയാളുടെ മനസ്സിലെ സംഘർഷം വ്യക്തമായിരുന്നു. പിതാവിന്റെ ആത്മാവിന് ഗുണകരമായതാണോ രാജ്യത്തിന്റെ താല്പര്യമാണോ മുഖ്യം ? നല്ല പുത്രനാകണോ? അതോ നല്ല രാജകുമാരനോ?

സീത ഇന്ദ്രജിത്തിന്റെ മുഖത്തെ സംഘർഷം വായിച്ചു. അവൾ സംസാരിച്ചു, 'കുമാരാ-'

ഇന്ദ്രജിത്ത് അവളെ തടസ്സപ്പെടുത്തി. 'വാക്കുകളുടെ ആവശ്യമില്ല, മഹാവിഷ്ണു...ഇനിയൊന്നും പറയരുതേ. അതിനെക്കുറിച്ച് കൂടുതൽ നമ്മൾ സംസാരിക്കുന്നില്ലെങ്കിൽ നിങ്ങൾക്കൊന്നും തന്നെ ഒളിക്കേണ്ട ആവശ്യവുമില്ല.'

സീത കൂടുതലൊന്നും സംസാരിച്ചില്ല.

അദ്ധ്യായം 9

'കപ്പലുകളില്ലേ?' ആശ്ചര്യത്തോടെ രാമൻ ചോദിച്ചു.

രാമനും വസിഷ്ഠനും ശബരിയും ലക്ഷ്മണനും നാരദനും ശബരിമലക്ഷേത്രത്തിൽ നിന്നും അല്പം ദൂരെ മാറി ഇരിക്കുകയാണ്. കട്ടിയുള്ള കരിങ്കല്ലിൽ കൊത്തിയെടുത്ത പതിനെട്ടു പടികൾ ദൂരെ നിന്നും കാണാമായിരുന്നു. നാല്പത്തിയൊന്നു ദിവസത്തെ വ്രതമെടുക്കാത്തതിനാൽ രാമൻ ക്ഷേത്രത്തിലേക്കു പോകുകയോ അയ്യപ്പനെ ദർശിക്കുകയോ ചെയ്തില്ല. രാമനാകട്ടെ അക്കാര്യത്തിൽ വളരെ വ്യക്തതയുണ്ട്: എല്ലാവർക്കുമുള്ള നിയമങ്ങൾ തനിക്കും ബാധകമാണ്. വ്രതമെടുത്തതിനു ശേഷം എന്നെങ്കിലും ദർശനത്തിനു വരുമെന്ന് അദ്ദേഹം ആണയിട്ടു.

ഹനുമാന്റെ ദൗത്യം പരാജയപ്പെടുകയാണെങ്കിൽ തന്റെ പദ്ധതി രാമൻ വിശദീകരിച്ചു കഴിഞ്ഞതേയുള്ളൂ. 'നമ്മുടെ സൈന്യം കപ്പലുകളിൽ കയറി ഗോകർണ്ണത്തേക്കും അവിടെ നിന്ന് മഹാവേലി ഗംഗ വഴിയും അതിന്റെ പോഷകനദിയായ അമ്പൻ ഗംഗയിലൂടെയും സഞ്ചരിച്ച് സിഗിരിയയുടെ തൊട്ടടുത്തെത്തും. ശേഷിച്ച ദൂരം കരയിലൂടെ മുമ്പോട്ടു നീങ്ങും.'

മഹാവേലി ഗംഗയാണ് ലങ്കയിലെ ഏറ്റവും നീളമുള്ള നദി. ദ്വീപിന്റെ കിഴക്കൻ തീരത്തുള്ള ഗോകർണ്ണമെന്ന തുറമുഖത്തു വെച്ചാണ് മഹാവേലി ഗംഗ കടലുമായി ചേരുന്നത്. ലങ്കയുടെ ഉൾഭാഗത്തേക്കുള്ള നെടുമ്പാതയായിരുന്നു ആ നദി.

പക്ഷേ, മഹാവേലി ഗംഗക്ക് ഓങ്കയാറയിൽ ഒരു ഇടുങ്ങിയ ഭാഗമുണ്ട്. പ്രധാന പോഷകനദിയായ അമ്പൻ ഗംഗയോട് ചേരുന്നതിനു മുമ്പ് ചില കുന്നുകളുടെ ഇടയിലൂടെ അത് ഞെരുങ്ങി ഒഴുകുന്നുണ്ട്.

അതിശയകരമായ നിർമ്മാണ വൈദഗ്ദ്ധ്യത്തോടെ ലങ്കക്കാർ ആ കുന്നുകളെ പടുകൂറ്റൻ കോട്ടയായി മാറ്റിയിട്ടുണ്ടായിരുന്നു. നദിയിലേക്കു കടക്കുന്ന അന്യകപ്പലുകളെ നശിപ്പിക്കാൻ ഇഷ്ടം പോലെ വെള്ളം തുറന്നു വിടാനായി അവർ ആ ഇടുക്കിൽ മികച്ച രീതിയിൽ രൂപകല്പന ചെയ്ത പ്രതിരോധ നിരകളും അണക്കെട്ടുകളും നിർമ്മിച്ചിട്ടുണ്ട്. മനുഷ്യ ചരിത്രത്തിലൊരിക്കലും ഓങ്കയാറ കീഴടക്കപ്പെട്ടിട്ടില്ല.

ആ ദുർഗ്ഗത്തിൽ വിള്ളലുകൾ വീഴ്ത്താനുള്ള വിവിധ മാർഗങ്ങൾ പരിശോധിക്കുകയാണ് രാമൻ. അങ്ങിനെ സിഗിരിയയുടെ തൊട്ടടുത്തു വരെ സൈന്യത്തിന് എത്തിച്ചേരാൻ കഴിയും. ലങ്കയുടെ തലസ്ഥാനത്തെത്താൻ വേറെ വഴിയൊന്നുമില്ല. സഞ്ചാരയോഗ്യമായ മറ്റൊരു നദിയും ആ നഗരത്തിന്റെ അടുത്തെത്തുന്നില്ല. പാതകളില്ലാത്ത ഘോരവനങ്ങളിലൂടെ വലിയൊരു സൈന്യത്തെ നയിക്കുന്നത് പ്രായോഗികമല്ല. ഭാരതത്തിലെ വനങ്ങളേക്കാൾ നിബിഢമായ ലങ്കയുടെ വനങ്ങളിൽ അവർക്ക് എളുപ്പം വഴി തെറ്റും.

ലങ്കയിലേക്ക് സൈന്യത്തെ നയിക്കാൻ കപ്പലുകൾ ഉപയോഗിക്കരുതെന്ന് അപ്പോഴാണ് ശബരി നിർദ്ദേശിച്ചത്.

'അതെങ്ങിനെ സാദ്ധ്യമാകും, ശബരീ മാതാവേ?' വസിഷ്ഠൻ ചോദിച്ചു.

'അതെ, കപ്പലുകളില്ലാതെ ലങ്കയെ എങ്ങിനെ ആക്രമിക്കാനാകും?' രാമനും ചോദിച്ചു.

'നിങ്ങൾ കപ്പലുകൾ ഉപയോഗിക്കാനേ പാടില്ലെന്നല്ല ഞാൻ പറഞ്ഞത്, പ്രഭോ,' ശബരി പറഞ്ഞു. 'അയോദ്ധ്യയുടെ സൈന്യവുമായി ഭാരതത്തിന്റെ കിഴക്കൻ തീരത്തിലൂടെ സഞ്ചരിക്കാനാണ് ഭരതനും ശത്രുഘ്നനും ഉദ്ദേശിക്കുന്നത്. നമ്മുടെ കിഴക്കു ഭാഗത്തുള്ള തമിഴ്നാട്ടിൽ സൈന്യത്തിൽ മുക്കാൽ പങ്കിനെയും നിർത്തുകയും ശേഷിച്ച സൈനികരെ ചെറിയ നൗകകളിൽ നിങ്ങളിപ്പോൾ വിവരിച്ച വഴിയിലൂടെ കൊണ്ടു പോകുകയും വേണം. മഹാവേലി ഗംഗ വഴി ഓങ്കയാറയിലെത്തിയാൽ പൊരിഞ്ഞ യുദ്ധം നടക്കും. പക്ഷേ, ആ യുദ്ധം കണ്ണിൽ പൊടിയിടാനാണ്. നിങ്ങളുടെ പ്രധാന സൈന്യം മുമ്പോട്ടു നീങ്ങും.'

'മുമ്പോട്ടു നീങ്ങാനോ? ദ്വീപിലേക്കോ?' ലക്ഷ്മണൻ അല്പം ശങ്കിച്ചതിനു ശേഷം ചോദിച്ചു.

ശബരി ലക്ഷ്മണനെ നോക്കി പുഞ്ചിരിച്ചു. എന്നിട്ട് രാമനെ നോക്കി. 'പൗരാണിക കാലത്ത് ലങ്ക ഭാരതഭൂമിയുടെ വൻകരയുടെ ഭാഗമായിരുന്നെന്ന് നിങ്ങൾക്കറിയുന്നുണ്ടാകും. കടൽ നിരപ്പ് വളരെ കുറവുണ്ടായിരുന്ന ഹിമയുഗം അവസാനിക്കുന്നതിനു മുമ്പായിരുന്നു അത്.

മനുഷ്യബന്ധങ്ങൾക്ക് തേയ്മാനം സംഭവിച്ചിരിക്കാം. പക്ഷേ കടലും മണ്ണും ഇപ്പോഴും ആ ബന്ധം ഓർമ്മിക്കുന്നുണ്ട്.'

രാമൻ നെറ്റി ചുളിച്ചു.

തന്റെ അംഗവസ്ത്രത്തിന്റെ മടക്കുകൾക്കിടയിൽ നിന്ന് ശബരി ഒരു ഭൂപടം വലിച്ചെടുത്തു. അതു തറയിൽ നിവർത്തിയിട്ട് അവർ വിവിധ സ്ഥാനങ്ങൾ വിശദീകരിക്കാൻ തുടങ്ങി. 'വൈഗാ നദിയുടെ തെക്കുള്ള തമിഴ്നാടിന്റെ ഭാഗമാണിത്. ഈ ഭാഗത്തെ ഭൂമിയുടെ ആകൃതി ശ്രദ്ധിക്കൂ. ഭാരതാംബ നഷ്ടപ്പെട്ടു പോയ ബന്ധുവിനായി കൈ നീട്ടുകയാണ്. കൂടപ്പിറപ്പായ ലങ്കയാകട്ടെ അവളുടെ ജ്യേഷ്ഠത്തിക്കു വേണ്ടിയും.'

രാമനും വസിഷ്ഠനും ലക്ഷ്മണനും നാരദനും ഭൂപടം അടുത്തു കാണാനായി മുമ്പോട്ടാഞ്ഞിരുന്നു. ഭാരതത്തിന്റെ വൻകര കടലിലേക്ക് ഒരു മുനമ്പു നീട്ടിയിരിക്കുകയാണ്. പാമ്പൻ ദ്വീപിൽ നിന്ന് ഒന്നര കിലോമീറ്റർ ആഴമില്ലാത്ത കടൽ. പാമ്പൻ ദ്വീപാകട്ടെ വടക്കു പടിഞ്ഞാറു നിന്ന് തെക്കു കിഴക്കു ദിക്കിലേക്ക്, ലങ്കയുടെ നേർക്ക് കൈ നീട്ടി. പാമ്പനിൽ നിന്ന് ഇരുപത്തിയഞ്ചു കിലോമീറ്റർ കടലിനപ്പുറം, തെക്കുകിഴക്കൻ തീരത്തിനപ്പുറം മാന്നാർ ദ്വീപ്. വടക്കു പടിഞ്ഞാറു നിന്നും തെക്കു കിഴക്കാണ് അതിന്റെ കിടപ്പ്. അത് ലങ്കയുടെ വൻകരയെ തൊടുന്നുണ്ട്. ഇടയ്ക്ക് ഏതാനും മീറ്റർ ആഴമില്ലാത്ത കടൽ.

ശബരി രാമനെ നോക്കി. 'ഭാരതത്തിന്റെ വൻകരയിൽ നിന്ന് പാമ്പൻ ദ്വീപിലേക്കും; മാന്നാറു നിന്ന് ലങ്കയിലേക്കുമുള്ള കുറഞ്ഞ ദൂരം മറികടക്കാനും ഏതെങ്കിലും തരത്തിലുള്ള പാലം പണിയുകയാണെങ്കിൽ... പക്ഷേ പ്രധാന പ്രശ്നം...'

'...പാമ്പനിൽ നിന്ന് മാന്നാറിലേക്കുള്ള ഇരുപത്തിയഞ്ചു കിലോമീറ്ററാണ്,' ശബരിയെ മുഴുമിപ്പിച്ചു കൊണ്ട് രാമൻ പറഞ്ഞു. 'അത്രയും ദൂരം പാലം പണിയാൻ കഴിയില്ല. അതും വേലിയേറ്റവും വേലിയിറക്കവും കൃത്യമായി നടക്കുന്ന അപകടകരമായ കടലിൽ.'

'പാമ്പനും മാന്നാറിനുമിടയിലെ ഇരുപത്തിയഞ്ചു കിലോമീറ്റർ ദൂരത്തിൽ മണൽത്തിട്ടകളുണ്ട്. കടലിന്റെ അടിത്തട്ടിൽ നിന്ന് വളരെ ഉയർന്നു നിൽക്കുന്നതിനാൽ വേലിയിറക്കത്തിൽ അവയെ കാണാം.'

രാമൻ ഭൂപടത്തിൽ വീണ്ടും നോക്കാനായി ഉദ്വേഗത്തോടെ മുമ്പോട്ടാഞ്ഞു. അദ്ദേഹം നെടുവീർപ്പിട്ടു. 'എന്നാലും അതു വിഷമകരം തന്നെ.'

'തീർച്ചയായും അതെളുപ്പമല്ല. പക്ഷേ നിങ്ങൾ ഏതു വിധേനയും ആ വിടവിൽ ഒരു പാലം പണിയുകയും ലങ്കയിലേക്ക് മുന്നേറുകയും ചെയ്യുന്നതു

സങ്കല്പിക്കൂ. മാന്നാർ മുറിച്ച് കടന്ന് നിങ്ങൾ ലങ്കയുടെ മണ്ണിലെത്തുമ്പോൾ കേതീശ്വരൻ ക്ഷേത്രമാണ്. രുദ്രഭഗവാനാണ് അവിടത്തെ പ്രതിഷ്ഠ. രാജക്ഷേത്രമായതിനാൽ അവിടെ നിന്നും സിഗിരിയയിലേക്ക് നീളുന്ന നെടുമ്പാതകളുണ്ട്.'

നാരദൻ പെട്ടെന്ന് ദ്രുതവും ആവേശഭരിതവുമായ ശ്വാസമടക്കിപ്പിടിച്ചു, 'ഒരൊറ്റ ദിവസത്തെ മുന്നേറ്റം കൊണ്ട് സിഗിരിയ വരെ!'

'ഒരു ദിവസത്തിൽ താഴെ മതി,' ശബരി അയാളെ തിരുത്തി. അവർ രാമനു നേരെ തിരിഞ്ഞു. 'നിങ്ങൾ ലങ്കക്കാരെ അപ്രതീക്ഷിതമായി ആക്രമിക്കണം. ലങ്കയുടെ പടിഞ്ഞാറു ഭാഗത്തു നിന്നൊരു ആക്രമണം ആരും പ്രതീക്ഷിക്കുന്നില്ല. എല്ലാ പ്രതിരോധ നിരകളും കിഴക്കൻ ഭാഗത്താണ് പടുത്തുയർത്തിയിരിക്കുന്നത്. നിവർന്നു നിൽക്കുന്നതിനു മുമ്പേ നിങ്ങൾക്കവരെ തോൽപ്പിക്കാനാകും.'

രാമൻ ചിന്തയോടെ താടിയിൽ വിരൽ വെച്ചു. 'മൊത്തം പദ്ധതിയും പാലം പണിയുന്നതിലാണ് ഊന്നുന്നത്. അതാകട്ടെ ഏതാണ്ട് അസാദ്ധ്യവും.'

'യുദ്ധങ്ങൾ ജയിക്കുന്നത് ധീരന്മാരായ യോദ്ധാക്കൾ വഴി മാത്രമല്ല, മഹാവിഷ്ണു,' ശബരി പറഞ്ഞു. 'സാധാരണക്കാർ അസാദ്ധ്യമെന്നു കരുതുന്നതിനെ യാഥാർത്ഥ്യമാക്കി മാറ്റുന്ന വാസ്തുവിദ്യാവിദഗ്ദ്ധർ വഴി കൂടിയാണ്.'

രാമൻ ലക്ഷ്മണനെ നോക്കി. രണ്ടു സഹോദരന്മാരും ഒരേ കാര്യമാണ് ചിന്തിക്കുന്നത്. അവിശ്വസനീയമായ ആ നിർമ്മാണ പ്രവൃത്തി ഒരൊറ്റ പ്രതിഭാശാലിക്കു മാത്രമേ ചെയ്യാനാകൂ. അവരുടെ അനുജൻ ശത്രുഘ്നന്.

'അത്യുജ്ജ്വലം...' ലക്ഷ്മണൻ പറഞ്ഞു. പക്ഷേ...

രാമൻ ലക്ഷ്മണനെ നോക്കി പുഞ്ചിരിച്ചു. എന്നിട്ട് വസിഷ്ഠന്റെ നേരെ തിരിഞ്ഞു. 'ശരിയാണ്, ഗുരോ. ഇത് സാദ്ധ്യമാണ്.'

വസിഷ്ഠൻ രാമനോട് ഒരു യുദ്ധതന്ത്രം നിർദ്ദേശിച്ചതേയുള്ളൂ. ദശകങ്ങളായി ഭാരതസൈന്യങ്ങളിൽ ആനകളെ ഉപയോഗിക്കുന്നുണ്ട്. ശത്രുവിന്റെ കുതിരപ്പടക്കെതിരെ മികച്ച പരിശീലനം ലഭിച്ച ഏതാനും ആനകൾ പോലും മാരകമായി മാറും. ശത്രുവിന്റെ കാലാൾപ്പടയും അവയ്ക്ക് തകർക്കാനാകും. ആനകൾ പലപ്പോഴും ആക്രമണത്തിന് നേതൃത്വം കൊടുത്തു. അവർ ഇടിച്ചു കയറുകയും ശത്രുവിന്റെ പ്രതിരോധനിരയെ

തകർക്കുകയും കുതിരപ്പടയ്ക്കും കാലാളുകൾക്കും മുന്നേറാനുള്ള വിടവുകളുണ്ടാക്കുകയും ചെയ്യും.

വസിഷ്ഠൻ തലയാട്ടി.'ലങ്കയിലും കാട്ടാനകളുണ്ട്. പക്ഷേ, അവയെ ഇതു വരെ യുദ്ധത്തിനായി പരിശീലിപ്പിച്ചിട്ടില്ല. ആനകളുടെ ശക്തി മെരുക്കാനും പ്രയോജനപ്പെടുത്താനും ലങ്കക്കാർ ഒരിക്കലും ക്ലേശിച്ചിട്ടില്ല.'

'അവരെന്തിനതു ചെയ്യണം?' രാമൻ ചോദിച്ചു. 'ലങ്കയൊരു ദ്വീപാണ്. കര വഴിയുള്ള ആക്രമണങ്ങളെ അവർക്ക് പ്രതിരോധിക്കേണ്ടതില്ലല്ലോ. അവരുടെ പ്രധാന വ്യഥ നാവിക ആക്രമണങ്ങളെ ചൊല്ലിയുള്ളതാണ്. കടലിനപ്പുറം ആനകളെ കൊണ്ടു പോകാനുള്ള കപ്പലുകൾ നിർമ്മിക്കുന്നതിനെ കുറിച്ച് ആരും ചിന്തിച്ചിട്ടേയില്ല.'

'ലങ്കയിലേക്ക് എതെങ്കിലും സൈന്യത്തിന്റെ മുന്നേറ്റമുണ്ടാകുമെന്ന് ആരും കരുതില്ല,' വസിഷ്ഠൻ മന്ദഹാസത്തോടെ പറഞ്ഞു. 'നമ്മുടെ ആനകൾ ലങ്കയിലേക്ക് നടന്നു കയറും. അമ്പതോ നൂറോ പോർ ആനകളുണ്ടെങ്കിൽ അവരുടെ കുതിരപ്പടയെ നമുക്ക് നശിപ്പിക്കാനാകും.'

'പക്ഷേ ഒരു ചെറിയ, ലഘുവായ, അപ്രസക്തമായ പ്രശ്നമുണ്ട്,' ലക്ഷ്മണൻ പറഞ്ഞു. 'ലങ്കക്കാർക്ക് പോരിനുപയോഗിക്കുന്ന ആനകളില്ല. നമുക്കുമില്ല. അയോദ്ധ്യയിൽ നിന്ന് ആനകളെ ലങ്ക വരെ കൊണ്ടു പോകാൻ മാസങ്ങളെടുക്കും. സീതാ ജ്യേഷ്ഠത്തിയെ രക്ഷിക്കാൻ നമുക്ക് അത്രയും നേരമില്ല.'

'നമുക്ക് നമ്മുടെ ആനകളെ ആവശ്യമില്ല,' വസിഷ്ഠൻ പറഞ്ഞു. 'നമ്മുടെ സഖ്യസാമ്രാജ്യങ്ങൾ ആനകളെ തരും.'

'ആര്? മലയപുത്രന്മാരോ?' രാമൻ ചോദിച്ചു. 'പക്ഷേ ലങ്കയെ ആക്രമിക്കാൻ വിശ്വാമിത്ര ഗുരു എന്തിന് നമ്മളെ സഹായിക്കണം? അദ്ദേഹത്തിന് സ്വയം ലങ്കയെ ആക്രമിക്കാൻ തോന്നുന്നുണ്ടാകും!'

ആ പ്രദേശത്ത് മലയപുത്രന്മാർക്കു മാത്രമാണ് പരിശീലിപ്പിക്കപ്പെട്ട ആനകളുള്ളത്. അല്ലെങ്കിൽ രാമൻ അങ്ങിനെ കരുതി. ശബരിമലയിൽ നിന്ന് തെക്കു ദിക്കിലേക്ക് വെറും നൂറു കിലോമീറ്റർ മാത്രം മാറിയാണ് മലയപുത്രന്മാരുടെ തലസ്ഥാനമായ അഗസ്ത്യകൂടം. പക്ഷേ മലയപുത്രന്മാരിൽ നിന്ന് സഹായം കിട്ടുമെന്ന് പ്രതീക്ഷിക്കാനേ കഴിയില്ല.

'അവരല്ല,' വസിഷ്ഠൻ പറഞ്ഞു.

'പിന്നെയാര്?' രാമൻ ചോദിച്ചു.

'വാനരന്മാർ.'

ശബരിമലയിൽ നിന്ന് വടക്കു ദിക്കിലേക്ക് ഏതാണ്ട് അറുനൂറ്റിയമ്പത്

കിലോമീറ്റർ ദൂരെ മാറി തുംഗഭദ്രാനദിയുടെ തീരത്താണ് വാനരന്മാർ ഭരിക്കുന്ന ഐതിഹാസിക സാമ്രാജ്യമായ കിഷ്കിന്ധ. അവിശ്വസനീയമായ വിധത്തിൽ സമ്പന്നമായ ആ സാമ്രാജ്യം ലങ്കയുടെ സഖ്യരാജ്യമാണ് അറിയപ്പെട്ടിരുന്നത്. ബാലിയെന്ന പേരുള്ള യോദ്ധാവാണ് അവരുടെ രാജാവ്.

'അവർക്ക് ഗജസേനയുണ്ടോ? 'ലക്ഷ്മണൻ ചോദിച്ചു.

'അസാധാരണമായ മികവിൽ പരിശീലിപ്പിച്ചെടുത്ത ആനകൾ,' വസിഷ്ഠൻ പറഞ്ഞു.

'പക്ഷേ, ബാലിയെ കുറിച്ച് വിചിത്രമായ വാർത്തകളാണല്ലോ കേൾക്കുന്നത്,' രാമൻ പറഞ്ഞു. 'നിരവധി വർഷങ്ങൾക്കു മുമ്പ് ഞാനും സീതയും ലക്ഷ്മണനും അയാളെ കണ്ടിട്ടുണ്ട്. ഒരു ജല്ലിക്കെട്ടു മത്സരത്തിനിടയിൽ. അയാൾ കരുത്തനാണെങ്കിലും ബുദ്ധിശൂന്യമായാണു പെരുമാറിയത്. മരിക്കാൻ ഉറച്ച പോലെ. അയാൾ എന്നും ഇന്നും കുലീനനാണെന്നാണു കേട്ടിട്ടുള്ളത്. ഒരു നല്ല ഭരണാധികാരി. പക്ഷേ, കഴിഞ്ഞ ഒരു ദശകമായി അയാൾ വളരെ അക്രമാസക്തനാണ്. കിഷ്കിന്ധക്കു ചുറ്റുമുള്ള പല രാജ്യങ്ങളെയും അയാൾ ആക്രമിച്ചു. എന്നാൽ തോറ്റ ശത്രുക്കളുടെ രാജ്യങ്ങൾ പിടിച്ചടക്കിയതുമില്ല. യുദ്ധത്തിന്റെ ചോരക്കൊതി മാത്രമാണ് അയാളുടെ ലക്ഷ്യമെന്നു തോന്നും.'

'ഉം,' വസിഷ്ഠൻ പറഞ്ഞു. 'അതിന്റെ കാരണമെന്താണെന്ന് എനിക്കറിയില്ല. ഞാൻ കണ്ടുപിടിക്കാം.'

'പക്ഷേ, തുടർച്ചയായ ആ യുദ്ധങ്ങൾ അയാളുടെ സൈന്യത്തെ കൂടുതൽ യുദ്ധസജ്ജമാക്കിയിട്ടുണ്ടാകും,' ലക്ഷ്മണൻ പറഞ്ഞു. 'യുദ്ധത്തിൽ ചോരയൊഴുക്കിയ സൈന്യത്തിന് ശത്രുവിന്റെ ചോരയൊഴുക്കാനുമറിയും. ലങ്കയിലെ സൈന്യം-നേരു പറഞ്ഞാൽ അയോദ്ധ്യയിലെ സൈന്യവും- ഏറെക്കാലമായി ഒരു യഥാർത്ഥ യുദ്ധത്തിലേർപ്പെട്ടിട്ട്! വാനരന്മാരുടെ സൈന്യം നമുക്ക് പ്രബലമായ പങ്കാളിയാകും.'

'അങ്ങിനെയെങ്കിൽ എങ്ങിനെ നമുക്കിവരുമായി സഖ്യമുണ്ടാക്കാം, ഗുരോ?' രാമൻ ചോദിച്ചു.

'ഏറെക്കാലമായി ലങ്ക കിഷ്കിന്ധയുടെ വ്യാപാര വരുമാനത്തിന്റെ വലിയൊരു പങ്ക് ചോർത്തുകയാണ്. ബാലി രാജാവ് ആ ഉടമ്പടിയെ മാനിച്ചിരുന്നു. ലങ്കയെ അതിന്റെ ഇപ്പോഴത്തെ ദുർബ്ബലമായ അവസ്ഥയിൽ പോലും ആക്രമിക്കാൻ ശക്തിയില്ല കിഷ്കിന്ധക്ക്. പക്ഷേ അയോദ്ധ്യയുടെയും കിഷ്കിന്ധയുടെയും സൈന്യങ്ങൾ ഒത്തു ചേർന്നാൽ ലങ്കയെ തീർച്ചയായും തോൽപ്പിക്കാനാകും. അപ്പോഴയാൾക്ക് ആ ഉടമ്പടി

പുതുക്കുകയും സ്വന്തം പ്രജകൾക്കു വേണ്ടി കൂടുതൽ പണം മാറ്റിവെക്കുകയും ചെയ്യാം.'

'കേകയത്തിലെ സൈന്യവും നമ്മുടെ കൂടെയുണ്ടാകും,' രാമൻ പറഞ്ഞു.

ഭരതന്റെ മുത്തച്ഛൻ അശ്വപതിയാണ് കേകയം ഭരിക്കുന്നത്. ദശരഥൻ ചക്രവർത്തിയായിരുന്നപ്പോൾ അയോദ്ധ്യയുടെ സഖ്യകക്ഷിയായിരുന്ന അശ്വപതി ഭരതൻ രാമനെ പ്രതിനിധീകരിച്ച രാജാവായപ്പോൾ തന്റെ സ്വാധീനം വർദ്ധിപ്പിക്കാൻ ശ്രമിച്ചുവെന്ന് എല്ലാവർക്കുമറിയാം. തന്റെ മകളായ കൈകേയിയുടെ മകനായ ഭരതനെ എളുപ്പത്തിൽ ഒതുക്കി സഖ്യകക്ഷിയാക്കാമെന്ന് കേകയാധിപതി വിചാരിച്ചു കാണും. പക്ഷേ രാമനോടു കൂറുള്ള ഭരതൻ അയാളെ തള്ളിപ്പുറത്താക്കി. അശ്വപതിയ്ക്കും ചാർച്ചയുള്ള അനുവംശജർക്കും അതിൽ നീരസമുണ്ട്.

'കേകയം നമ്മുടെ കൂടെയുണ്ടാകില്ല, ദാദാ,' ലക്ഷ്മണൻ പറഞ്ഞു. 'നാരദൻ തന്റെ വിശാലമായ ചാരശൃംഖലയിലൂടെ അറിഞ്ഞ വിവരമാണത്.'

ആദരണീയരായ ആളുകളിൽ കണ്ടു വരുന്ന ഒരു കുറവ് രാമനുമുണ്ടായിരുന്നു. മറ്റുള്ളവരും-കുറേ പേരെങ്കിലും-അതു പോലെ ആദരണീയരാണെന്ന് അവർ കരുതും. 'അശ്വപതി രാജാവു വരും, എനിക്കുറപ്പാണ്. നമ്മളോട് എന്തെല്ലാം അഭിപ്രായവ്യത്യാസമുണ്ടായാലും ഭാരതത്തെ മുറിവേൽപ്പിച്ചവനെതിരെയുള്ള ധർമ്മയുദ്ധത്തിൽ അദ്ദേഹം നമ്മളെ പിന്തുണയ്ക്കും.'

'ദാദാ,' നെടുവീർപ്പോടെ ലക്ഷ്മണൻ പറഞ്ഞു. 'എനിക്ക് പറയാൻ ബുദ്ധിമുട്ടുണ്ട്, പക്ഷേ, കേകയത്തെ കുറിച്ചുള്ള അങ്ങയുടെ വിലയിരുത്തൽ തെറ്റാണ്.'

'എന്തായാലും,' വസിഷ്ഠൻ ഇടപെട്ടു. 'നമുക്കീ സംഭാഷണം മാറ്റിവെക്കാം. കേകയവും അനുവംശജരും നമ്മുടെ കൂടെ വരുന്നോ ഇല്ലയോ എന്നത് താമസിയാതെ മനസ്സിലാകും. നമുക്കിപ്പോൾ വാനരന്മാരിൽ വിരലൂന്നാം. ബാലി രാജാവ് അയ്യപ്പഭക്തനാണ്. അയാൾ ഏതാനും ദിവസങ്ങൾക്കുള്ളിൽ ശബരിമലയിലെത്തും. നമുക്കപ്പോൾ അയാളോടു സംസാരിക്കാം.'

'ശരി, ഗുരോ,' രാമൻ പറഞ്ഞു.

അദ്ധ്യായം 10

'ആരെയും കൊല്ലരുത്,' ഹനുമാൻ അടക്കിപ്പറഞ്ഞു.

ഹനുമാനും സുരസയും വായുപുത്രന്മാരായ പടയാളികളും കാര്യമായ സംഭവങ്ങളൊന്നുമില്ലാതെ സിഗിരിയയിലെത്തിയിരുന്നു. രാത്രി ഏറെയായപ്പോൾ അവർ ഒച്ചയുണ്ടാക്കാതെ അശോകവനത്തിന്റെ കവാടങ്ങളിലെത്തി. സിഗിരിയയിലെ ചാരന്മാരിലൂടെ സുരസ അശോകവനത്തിലാണ് സീതയെ തടങ്കലിൽ വെച്ചിരിക്കുന്നതെന്ന് അറിഞ്ഞു. സുരസയും ഹനുമാനും കെട്ടുകഥകളിലെ ആ ഉദ്യാനസമുച്ചയത്തിലെ സുരക്ഷാസംവിധാനങ്ങൾ പരിശോധിച്ചു. മികച്ച പരിശീലനം ലഭിച്ചവരും ജാഗരൂഗരുമായ പെൺ പടയാളികളുടെ സംഘം കാവൽ നിൽക്കുന്ന കോട്ടയ്ക്കുള്ളിലേക്ക് കടക്കുന്നതെങ്ങിനെയെന്ന് ആലോചിക്കുകയാണ് അവരിപ്പോൾ.

'വിളക്കുമാടത്തിലെ സൈനികരെ കൊല്ലാൻ നിങ്ങൾക്ക് മടിയൊന്നുമുണ്ടായിരുന്നില്ലല്ലോ,' സുരസ ചീറി. 'ഇവർ സ്ത്രീകളായതു കൊണ്ട് നിങ്ങൾ ലോലമായ മനസ്സുള്ളയാളായി നടിക്കുകയാണോ?'

'അല്ല, അതെന്താണെന്നു വെച്ചാൽ-'

സുരസ ഇടയ്ക്കു കയറിപ്പറഞ്ഞു. ഉള്ളിൽ ഉരുകിയ ലാവ പോലെ ദേഷ്യം നുര കുത്തുന്നുണ്ട്. 'നിങ്ങൾ ഇതിനേക്കാളെല്ലാം മെച്ചമാണെന്നാണ് ഞാൻ വിചാരിച്ചത്, ഹനു...നശിച്ച പുരുഷാധിപത്യം! യോദ്ധാക്കളാണെങ്കിൽ പോലും സ്ത്രീകൾക്ക് തുല്യതയുടെ ആദരവ് ഒരിക്കലും തരില്ല.'

ഹനുമാൻ നീരസം മാറ്റി വെച്ചു. 'ഇതിൽ പുരുഷാധിപത്യമൊന്നുമില്ല. ഒരു യോദ്ധാവ് യോദ്ധാവാണ്. സ്ത്രീയോ പുരുഷനോ എന്നില്ല. കൊല്ലരുതെന്നു ഞാൻ പറഞ്ഞത് മറ്റൊരു കാരണത്താലാണ്.

വിളക്കുമാടത്തിലെ സൈനികർ കൊല്ലപ്പെട്ടെന്ന് കുറേ നാളത്തേക്ക് ആരുമറിയാൻ പോകുന്നില്ല. ഇവിടെ അറിയും.'

'അതിലെന്തു കാര്യം? അതവർ അറിയുമ്പോഴേക്കും നമ്മൾ സീതാരാജ്ഞിയുമായി രക്ഷപ്പെട്ടിരിക്കും.'

ഹനുമാൻ മറുപടി പറഞ്ഞില്ല.

സുരസയ്ക്ക് കാര്യം മനസ്സിലാകാൻ ഒരു നിമിഷം വേണ്ടി വന്നു. 'നാശം! സീത നമ്മുടെ കൂടെ വരാൻ വിസമ്മതിക്കുമെന്നു നിങ്ങൾ കരുതുന്നല്ലേ?'

ഹനുമാൻ തലയാട്ടി. അതെ.

'എന്താണ് സീതയുടെ കുഴപ്പം? ഈ നരകക്കുട്ടിൽ കഴിയാൻ സീത ആഗ്രഹിക്കുന്നതെന്തിന്?' ക്ഷുഭിതയായ സുരസ ചോദിച്ചു.

'സീത നാളെയെ കുറിച്ചു മാത്രം ചിന്തിക്കാത്ത ഒരാളാണ്. സീത അതിനടുത്ത ദിവസത്തെ കുറിച്ചും ആലോചിക്കുന്നുണ്ട്.'

സുരസ കണ്ണുകളുരുട്ടി. 'ഞാൻ ജീവിതം പണയം വെച്ച് ഇവിടെ വരെ വന്നത് താത്വികമായ ചർച്ച കേൾക്കാനല്ല. ഒന്നുകിൽ സീതയെ നമ്മൾ രക്ഷിക്കും. അല്ലെങ്കിൽ രക്ഷിക്കില്ല.'

'ഇപ്പോൾ എനിക്ക് ആരെയും കൊല്ലാതെയും മുറിപ്പെടുത്താതെയും അകത്തു കടക്കണം. തല്ക്കാലം ആ ജോലിയിൽ ശ്രദ്ധിക്കാം.'

'അശോകവനത്തിൽ ആരെങ്കിലും കടന്നെന്ന് ഒരാളും അറിയരുതല്ലേ?'

'അതെ,' ഹനുമാൻ പറഞ്ഞു. നാരദന്റെ വ്യാപാര കരാറുകൾ പറഞ്ഞുറപ്പിക്കാൻ സുരസ ലങ്കയിൽ തങ്ങിയിട്ടുണ്ടെന്ന് അയാൾക്കറിയാം. അവൾ എന്തെങ്കിലും വഴി കണ്ടെത്തിയേക്കാം. 'എന്തെങ്കിലും വഴിയുണ്ടോ?'

സുരസ നെടുവീർപ്പിട്ടു. അവൾ ഉദ്യാനത്തിന്റെ പൊക്കമുള്ള മതിലുകൾ നോക്കി പതുക്കെ പറഞ്ഞു, 'എനിക്ക് ഒരു വഴി തോന്നുന്നുണ്ട്. പക്ഷേ, വില കൊടുക്കേണ്ടി വരും.'

'എന്തു വില?'

അവൾ ഹനുമാന്റെ നേരെ തിരിഞ്ഞു. അവളുടെ മുഖത്ത് വഷളൻ ചിരി പരന്നു. 'നിങ്ങളെന്നെ ചുംബിക്കേണ്ടി വരും.'

വിളറിയ മുഖത്തോടെ ഹനുമാൻ സുരസയെ തുറിച്ചു നോക്കി. 'ഭവതീ, എത്ര തവണ ഞാൻ നിങ്ങളോടു പറഞ്ഞിട്ടുണ്ട് ഇത്തരം സംസാരമരുതെന്ന്.'

'ഇത്ര പെട്ടെന്ന് ഔപചാരിക ഭാഷ വന്നതെങ്ങിനെ?'

'ഞാൻ...ഭവതീ, ദയവായി, നമുക്ക് ജോലി ശ്രദ്ധിച്ചാലോ?

നിങ്ങളോടോ നിങ്ങളുടെ അഴകിനോടോ യാതൊരു ബഹുമാനക്കുറവും ഞാനുദ്ദേശിക്കുന്നില്ല. പക്ഷേ...'

'എന്റെ അഴക്? അപ്പോൾ നിങ്ങളതു ശ്രദ്ധിച്ചോ?'

ഹനുമാൻ ദേഷ്യത്തോടെ പതിയെ ചീറ്റി, ശത്രുപാളയമാണല്ലോ, ആരും കണ്ടു പിടിക്കരുത്. 'ഞാൻ പറയാൻ ശ്രമിക്കുന്നത് ദയവായി മനസ്സിലാക്കൂ.'

സുരസ കൈവീശി, 'ശരി, ശരി. പറ്റില്ലെന്നു മാത്രം പറയാമല്ലോ, ഹനൂ.'

ഹനുമാൻ മിണ്ടാതെ നിന്നു.

'എന്തെങ്കിലും വഴി കണ്ടെത്തണം,' സുരസ പറഞ്ഞു. 'ഇപ്പോൾ സംഘത്തോടൊപ്പം ചേരാം.'

'എന്തോ പ്രശ്നമുണ്ട്,' സുരസ പിറുപിറുത്തു.

അവൾ അശോകവനത്തിലെ കവാടങ്ങളും അവൾക്കറിയാവുന്ന രഹസ്യമാർഗ്ഗങ്ങളും നിരീക്ഷിച്ചതിനു ശേഷം തിരിച്ചു വന്നതേയുള്ളൂ. ഹനുമാനും വായുപുത്രന്മാരായ സൈനികരും കാട്ടിനുള്ളിൽ കാത്തിരുന്നു. എത്ര വേഗമാണ് അവൾ മടങ്ങിവന്നതെന്നോർത്ത് അവർ അതിശയിച്ചു. അത്ര കുറച്ചു നേരം കൊണ്ട് അത്രയും വിശദമായി പരിശോധന നടത്താൻ കഴിയില്ല.

'എന്തുണ്ടായി?' ഹനുമാൻ ചോദിച്ചു.

'എല്ലാ കാവൽക്കാരും ഉറങ്ങുകയാണ്,' സുരസ പറഞ്ഞു.

'ചിലപ്പോൾ അവർ തളർന്നിട്ടുണ്ടാകാം,' വായുപുത്രന്മാരിൽ ഏറ്റവും പ്രായം കുറഞ്ഞയാൾ സൂചിപ്പിച്ചു.

സുരസ പരിഹസിച്ചു, 'അവർ ലങ്കയുടെ സൈനികരാണ്. വായുപുത്രന്മാർക്കു കിട്ടുന്നതിനേക്കാൾ മികച്ച പരിശീലനം ലഭിച്ചവർ.' അവൾ ഹനുമാന്റെ നേർക്കു തിരിഞ്ഞു, 'നിങ്ങളുടെ അഭിപ്രായമെന്താണ്?'

ഹനുമാൻ അവളെ ചിന്താധീനനായി ഉറ്റു നോക്കി, 'അത് വളരെ ബുദ്ധിമുട്ടാണെന്ന് എനിക്കറിയാം, പക്ഷേ നീ-'

'ഉവ്വ്,' സുരസ ഇടക്കു കയറിപ്പറഞ്ഞു. 'ഞാൻ ഉറങ്ങിക്കിടന്ന ഒരു കാവൽക്കാരിയുടെ അടുത്തേക്ക് പമ്മിച്ചെന്നിട്ട് മൂക്കിൽ വിരൽ വെച്ചു നോക്കി. ഗാഢനിദ്ര. ദ്രുതഗതിയിലുള്ള ശ്വസനം. അസാധാരണമായ വിധത്തിൽ ദ്രുതം. ആഴമില്ലാത്തതും ക്രമരഹിതവും. അവളുടെ മൂക്കിന് അല്പം നീലനിറമുണ്ട്. മറ്റു ചിലരുടെയും മൂക്കിന് നേരിയ നിറ വ്യത്യാസമുണ്ട്.'

'അവരെ ആരോ ബോധം കെടുത്തിയതാണ്,' ഹനുമാൻ പറഞ്ഞു.

'അതെ.'

ഹനുമാൻ നെറ്റി ചുളിച്ചു. പെട്ടെന്ന് അയാൾക്ക് കാര്യം പിടി കിട്ടി. 'മലയപുത്രൻമാർ വന്നു കഴിഞ്ഞു.'

'ഞാനും അതു തന്നെയാണ് ആലോചിച്ചത്,' സുരസ പറഞ്ഞു.

'വിശ്വാമിത്രൻ ഒരാളെ മാത്രമേ ഈ ദൗത്യം വിശ്വസിച്ചേൽപ്പിക്കൂ.'

സുരസ തലയാട്ടി. 'അരിഷ്ടനേമി.'

ഹനുമാൻ പുഞ്ചിരിച്ചു.

സുരസ നെറ്റി ചുളിച്ചു. 'അപ്പോൾ അരിഷ്ടനേമിക്ക് നിങ്ങളെ ഇഷ്ടമാണ്, അല്ലേ?'

'തീർച്ചയായും,' സുരസയുടെ ഭാവം കണ്ട് ഹനുമാൻ ആ ചോദ്യം ചോദിച്ചു, 'അയാൾക്ക് നിന്നെ ഇഷ്ടമില്ലെന്നാണോ പറയുന്നത്?'

'അയാൾക്കെന്നെ വെറുപ്പാണ്.'

'എന്തു കൊണ്ട്?'

സുരസ പുഞ്ചിരിച്ചു. 'എന്നെ...കൈകാര്യം ചെയ്യാൻ എളുപ്പമല്ല.'

ഹനുമാൻ അമർത്തിച്ചിരിച്ചു.

'ഞാൻ മാറി നിൽക്കുന്നതാണു നല്ലത്,' സുരസ പറഞ്ഞു. 'ഞാൻ നിങ്ങളോടൊപ്പം അശോകവനത്തിലേക്കു വരാം. ഉദ്യാനത്തിന്റെ നടുവിലുള്ള ലതാഗൃഹങ്ങളിലേക്ക് ഞാൻ നിങ്ങൾക്കു വഴി കാട്ടാം. സീതാരാജ്ഞി അവിടെ താമസിക്കാനേ വഴിയുള്ളൂ. പക്ഷേ, അരിഷ്ടനേമി എന്നെ കാണുന്നില്ലെന്ന് ഉറപ്പു വരുത്തും. തന്നോടൊത്തു രക്ഷപ്പെടാൻ സീതയെ ബോധ്യപ്പെടുത്താൻ അയാളവിടെ കാണും. പകരം നിങ്ങളുടെ കൂടെ പോരാൻ രാജ്ഞിയെ ബോധ്യപ്പെടുത്തേണ്ടത് നിങ്ങളാണ്.'

ഹനുമാൻ തലയാട്ടി.

'പക്ഷേ, ഏറെ നേരം കാത്തു നില്ക്കാൻ എനിക്കാകില്ല,' സുരസ തുടർന്നു. 'വേഗമത് അവസാനിപ്പിക്കണം. പുലരുമ്പോഴേക്കും നമുക്ക് അശോകവനത്തിൽ നിന്ന് പുറത്തു കടക്കണം.'

'ഏറ്റു.'

സുരസ കാട്ടിയ വഴിയിലൂടെ, ഐതിഹാസിക ഉദ്യാനത്തിന്റെ മദ്ധ്യത്തിലൂടെ അതിന്റെ ഉറസിലേക്ക് ഹനുമാൻ നിശ്ശബ്ദമായി കടന്നു പറ്റി. സുരസയും വായുപുത്രന്മാരായ സൈനികരും മരത്തലപ്പുകൾക്കു

പുറകിലൊളിച്ചു. അർദ്ധചന്ദ്രൻ രാത്രിയെ മന്ദമായി പ്രകാശിപ്പിച്ചു. അത് ശുക്ല പക്ഷത്തിലെ ചതുർത്ഥിയാണ്. ബാലചന്ദ്രന്റെ മാസആവൃത്തിയിലെ നാലാമത്തെ ദിവസം.

ഹനുമാന് ചില ഒച്ചകൾ കേൾക്കാം.

'സീതാ രാജ്ഞീ, ഇത്രയും പിടിവാശി അരുത്,' അരിഷ്ടനേമി വ്യക്തമായ അരിശത്തോടെ പറയുന്നത് അയാൾ കേട്ടു.

'ഞൻ തീരുമാനം എടുത്തു കഴിഞ്ഞു, അരിഷ്ടനേമീ,' സീത അങ്ങേയറ്റത്തെ മര്യാദയോടെ പറഞ്ഞു. 'എന്റെ ആത്മാർത്ഥമായ ക്ഷമാപണം. പക്ഷേ, നിങ്ങളെന്തു പറഞ്ഞാലും എന്റെ മനസ്സു മാറില്ല. ദയവായി-'

'നിങ്ങളുടെ മനസ്സു മാറ്റുന്ന ചിലത് എന്റെ കയ്യിലുണ്ട്,' ഹനുമാൻ ഇരുളിൽ നിന്നു തന്നെ ഇടയ്ക്കു കയറിപ്പറഞ്ഞു.

അരിഷ്ടനേമി അന്ത: പ്രേരിതമായി വാളിനു കൈ നീട്ടി. ഹനുമാനെ കണ്ടപ്പോൾ അയാൾക്ക് ആശ്വാസമായി.

'ഹനുമാൻ ജ്യേഷ്ഠാ,' സീതയുടെ മുഖം പ്രകാശിച്ചു. അവളെഴുന്നേറ്റ് തന്റെ സഹോദരനെ ഊഷ്മളമായി കെട്ടിപ്പിടിച്ചു.

'സുഖമാണോ, സീതേ?' ഹനുമാൻ ചോദിച്ചു.

സീത പുറകോട്ടു നീങ്ങി പുഞ്ചിരിച്ചു. എന്നിട്ട് അരിഷ്ടനേമിയെ നോക്കി. 'ഈ നിമിഷത്തിൽ അത്ര സുഖത്തിലല്ല. കൂടെ വരാൻ പറ്റില്ലെന്ന് അരിഷ്ടനേമിയെ ബോധ്യപ്പെടുത്താൻ മല്ലിടുന്നു.'

'ഞാനാകട്ടെ മറ്റൊരു കാര്യമറിയാൻ മല്ലിടുന്നു,' അരിഷ്ടനേമി അതിശയത്തോടെ ചോദിച്ചു. 'എന്റെ സൈനികരറിയാതെ നിങ്ങളെങ്ങനെ ഇവിടെ വരെയെത്തി? അവർ ആ മരത്തലപ്പുകൾക്കു പുറകിലുണ്ട്. എല്ലാത്തിനെയും പിരിച്ചു വിടണമെന്നു തോന്നുന്നു.'

'അവരെ കുറ്റം പറയണ്ട കാര്യമില്ല,' അടക്കിച്ചിരിച്ചു കൊണ്ട് ഹനുമാൻ പറഞ്ഞു. 'അവർക്കെന്നെ അറിയാം. ഇപ്പോഴവർ എന്റെ വായുപുത്രന്മാരായ സൈനികരോട് കുശലം പറയുന്നുണ്ടാകും.'

ഇരുട്ടിനപ്പുറത്തുള്ള മരത്തലപ്പുകളിലേക്ക് അരിഷ്ടനേമി നോക്കി. ആറാമത്തെ വിഷ്ണുവായ പരശുരാമന്റെ പിൻഗാമികളായ മലയപുത്രന്മാരും രുദ്ര മഹാദേവന്റെ പിൻഗാമികളായ വായുപുത്രന്മാരും തമ്മിലുള്ള നേരമ്പോക്കുകൾ അയാൾ ആശയോടെ സങ്കല്പിച്ചു.

'നമുക്കൊരുമിച്ച് പ്രവർത്തിക്കാൻ കഴിഞ്ഞെങ്കിൽ,' അരിഷ്ടനേമി ഹനുമാനോടു പറഞ്ഞു. 'എല്ലാ പ്രശ്നങ്ങളും എളുപ്പത്തിൽ പരിഹരിക്കാൻ കഴിയുമായിരുന്നു.'

ഹനുമാൻ പുഞ്ചിരിച്ചു. 'നേരാണ്. പക്ഷേ, വസിഷ്ഠഗുരുവും വിശ്വാമിത്ര ഗുരുവും പ്രശ്നങ്ങൾ പറഞ്ഞു തീർക്കാതെ അതു സാദ്ധ്യമല്ലല്ലോ.'

അരിഷ്ടനേമി തലയാട്ടി. നെടുവീർപ്പിട്ടു. 'ഏതായാലും കൂടെ വരാൻ സഹോദരിയെ ബോധ്യപ്പെടുത്താൻ നിങ്ങളും ശ്രമിക്കൂ.'

'എന്നെ ബോധ്യപ്പെടുത്താൻ കഴിയുന്ന യാതൊരു യുക്തിയുമില്ല,' സീത പറഞ്ഞു.

'നിങ്ങളിവിടെ സുരക്ഷിതയല്ല, സീതാ,' ഹനുമാൻ പറഞ്ഞു.

'സുരക്ഷിതയാണ്.'

'പക്ഷേ, രാവണൻ ഭ്രാന്തു പിടിച്ച രാക്ഷസനാണ്,' അരിഷ്ടനേമി പറഞ്ഞു. 'ഏതു നിമിഷവും അയാൾ നിങ്ങളുടെ നേർക്കു തിരിയാം.'

'ഇല്ല, അയാളങ്ങിനെ ചെയ്യില്ല,' സീത പറഞ്ഞു. അരിഷ്ടനേമിയുടെ മുഖഭാവം നേരിയ രീതിയിൽ മാറിയതു പോലും സീതയെ അതിശയിപ്പിച്ചു. ആരാണ് എന്റെ പെറ്റമ്മയെന്ന് അയാൾക്കറിയാമോ? രാവണൻ തന്നെ ഒരിക്കലും ഉപദ്രവിക്കാത്തതിന്റെ കാരണം അയാൾക്കറിയാമോ?

ഹനുമാനാകട്ടെ വേദവതിയെ കുറിച്ച് യാതൊന്നുമറിയില്ല. 'സീതാ, അരിഷ്ടനേമി പറയുന്നതു ശരിയാണ്. നമുക്ക് രാവണനെ വിശ്വസിക്കാനാകില്ല. നിങ്ങളിവിടെ സുരക്ഷിതയല്ല. നമുക്കിവിടം വിട്ടു പോകേണ്ടതുണ്ട്.'

'ഇല്ല, ഞാനിവിടെ സുരക്ഷിതയാണെന്ന് എനിക്കറിയാം.'

'എന്താണിത്ര ഉറപ്പ്? 'അല്പം നീരസത്തോടെ ഹനുമാൻ ചോദിച്ചു.

സീതയുടെ ഉത്തരം ലളിതമായിരുന്നു: 'കുംഭകർണ്ണൻ.'

ഹനുമാനും അരിഷ്ടനേമിക്കും രാവണന്റെ അനുജനെ കുറിച്ച് നല്ല മതിപ്പാണെന്ന് സീതയ്ക്ക് അറിയാം.

'പക്ഷേ കുംഭകർണ്ണന് രാവണനെ എല്ലായ്പ്പോഴും നിയന്ത്രിക്കാനാകില്ല,' ഹനുമാൻ പറഞ്ഞു.

സീത പെട്ടെന്നു തന്നെ മറുപടി പറഞ്ഞു, 'ഇതുവരെ അയാൾക്കതു കഴിഞ്ഞിട്ടുണ്ട്, ഹനുമാൻ ജ്യേഷ്ഠാ.'

'എന്താണവരുടെ ആവശ്യങ്ങൾ?' അരിഷ്ടനേമി ചോദിച്ചു. തന്റെ പെറ്റമ്മയായ വേദവതിയോട് രാവണനുള്ള ഇഷ്ടം സീതയറിഞ്ഞാൽ എന്തുണ്ടാകുമെന്ന് അയാൾ ചിന്തിച്ചു.

'നിങ്ങൾക്കത് അറിയാമല്ലോ, അരിഷ്ടനേമീ,' സീത മറുപടി പറഞ്ഞു. 'അവരുടെ ആവശ്യങ്ങൾ ന്യായവുമാണ്.'

'അവർക്കെന്താണ് ആവശ്യമെന്ന് എനിക്കറിയില്ല, ഞങ്ങൾക്ക് സന്ദേശമൊന്നും ലഭിച്ചിട്ടില്ല.'

'എങ്കിൽ താമസിയാതെ അതു കിട്ടും,' സീത പറഞ്ഞു. രാവണനോടും കുംഭകർണ്ണനോടും മലയപുത്രന്മാർക്ക് ഒരു കത്തയക്കണമെന്ന് സീത പറഞ്ഞു കഴിഞ്ഞിരുന്നു. 'രാവണന്റെയും കുംഭകർണ്ണന്റെയും ഉയിരു കാക്കുന്ന ഔഷധങ്ങളാണ് അവർക്കു വേണ്ടത്.'

'അവരുടെ ഉയിരു നിലനിർത്താൻ നിങ്ങൾക്കെന്തിനാണ് താല്പര്യം?'

'വിഷ്ണുവിനവരെ യുദ്ധത്തിൽ തോൽപ്പിക്കണം,' സീത പറഞ്ഞു. 'ഒരു കൊടിയ യുദ്ധം. അപ്പോൾ ഭാരതത്തിലെ സാധാരണക്കാർ വിഷ്ണുവിനെ വിശ്വസിക്കാനും പിന്തുടരാനും പഠിക്കും.'

അരിഷ്ടനേമിയുടെ ഹൃദയം പ്രത്യാശയാൽ തുടിച്ചു. 'അപ്പോൾ വിശ്വാമിത്ര ഗുരുവിന്റെ പദ്ധതികൾ നിങ്ങളും സമ്മതിക്കുന്നുവോ?'

'തീർച്ചയായും,' സീത മറുപടി പറഞ്ഞു. 'പക്ഷേ രാവണനെ തോൽപ്പിക്കുന്ന വിഷ്ണു ഞാനാകില്ല. രാമനായിരിക്കും.'

അരിഷ്ടനേമി നീരസത്തോടെ വീർപ്പടക്കി, 'നിങ്ങളാണ് അടുത്ത വിഷ്ണു.'

ഹനുമാൻ ഇടയ്ക്കു കയറി, 'താനാണ് വിഷ്ണുവാകേണ്ടതെന്ന് രാമനും വിശ്വസിക്കുന്നില്ല, സീതാ. അദ്ദേഹത്തിന്റെ കത്തെന്റെ കൈവശമുണ്ട്,' അതു നീട്ടിക്കൊണ്ട് അയാൾ പറഞ്ഞു.

ഹനുമാന്റെ കയ്യിൽ നിന്ന് കത്തു വാങ്ങിയപ്പോൾ സീത പുഞ്ചിരിച്ചു. അതിലെന്താണെഴുതിയിരിക്കുന്നതെന്ന് അവൾക്ക് ഊഹിക്കാനാകും. അതിലെ വാക്കുകളിൽ അവൾക്ക് താല്പര്യമില്ല. രാമൻ തൊട്ടതു കൊണ്ട് അതിൽ തൊടാൻ അവൾ ആഗ്രഹിച്ചു.

നനഞ്ഞ കണ്ണുകളോടെ സീത ആ കത്തു മണത്തു നോക്കി. രാമന്റെ കയ്യാണെന്നതു പോലെ അവളത് അരുമയോടെ തലോടി. നേരിയ, പ്രത്യാശ നിറഞ്ഞ പുഞ്ചിരി അവളുടെ ചുണ്ടുകളിൽ തത്തിക്കളിച്ചു.

ഹനുമാൻ പുഞ്ചിരിച്ചു കൊണ്ട് പറഞ്ഞു, 'അദ്ദേഹത്തിൽ നിന്ന് മറ്റൊരു കാര്യം കൂടിയുണ്ട്.'

സീത തലയുയർത്തി നോക്കി.

അയാൾ തന്റെ അരപ്പട്ടയിൽ കെട്ടിവെച്ച കിഴിയിൽ നിന്ന് രാമന്റെ മോതിരം തപ്പിയെടുത്തു. അവർണ്ണനീയമായ അഭിലാഷത്തോടെ സീത അതിനു നേർക്കു കൈ നീട്ടി. ഏറ്റവും മികച്ച സ്വർണ്ണം കൊണ്ടുണ്ടാക്കിയ, രത്നം പതിപ്പിച്ച ആ മോതിരത്തിൽ അവൾ ചുംബിച്ചു. അവളത് ചൂണ്ടുവിരലിലിടുകയും ആകാംഷയോടെ അതിലേക്കു നോക്കുകയും ചെയ്തു. നെടുവീർപ്പോടെ അവൾ തന്റെ കമ്മലുകളഴിക്കാൻ തുടങ്ങി. അതവൾ ഹനുമാനു നേരെ നീട്ടി. 'ഇതു രാമനു നൽകൂ.'

'നേരിട്ട് കൊടുക്കാത്തതെന്താണ്? എന്റെ കൂടെ വരൂ,' ഹനുമാൻ പറഞ്ഞു.

'ഇല്ല,' സീത ഉറപ്പോടെ പറഞ്ഞു.

'എന്തു കൊണ്ട്?'

'അദ്ദേഹം എന്റെ ഭർത്താവു മാത്രമല്ലാത്തതിനാൽ, വിഷ്ണു കൂടിയായതിനാൽ.'

അരിഷ്ടനേമി ഹനുമാന്റെ നേർക്കു തിരിഞ്ഞ് നീരസത്തോടെ തല കുലുക്കി. നുരഞ്ഞു പൊന്തുന്ന രോഷത്തെ തടയാനെന്നോണം അയാൾ നെറ്റി തടവി.

സീത അവരെ രണ്ടു പേരെയും അവഗണിച്ച് രാമന്റെ കത്തിലേക്ക് ശ്രദ്ധ തിരിച്ചു വിട്ടു. അവൾ മുദ്ര പൊട്ടിക്കുകയും കത്തിലെ പാപ്പിറസ് ചുരുൾ പുറത്തെടുക്കുകയും ചെയ്തു. അവളുടെ ഭർത്താവിൽ നിന്നുള്ള സന്ദേശം വ്യക്തമായിരുന്നു.

'ഹനുമാന്റെ കൂടെ തിരിച്ചു വരണം. നീയാണ് വിഷ്ണു. സ്വന്തം ജീവൻ അപകടത്തിലാക്കാൻ വിഷ്ണുവിന് യാതൊരു അവകാശവുമില്ല. നമ്മൾ പിന്നീട് സൈന്യവുമായി ലങ്കയിലേക്കു തിരിച്ചു പോകും. നമ്മൾ രാവണനെ ധർമ്മത്തെ കുറിച്ചുള്ള പാഠം പഠിപ്പിക്കും.'

സീത പുഞ്ചിരിയോടെ കത്തു ചുംബിക്കുകയും തന്റെ പരിമളത്തിന്റെ അംശങ്ങൾ അതിൽ അവശേഷിപ്പിക്കുകയും ചെയ്തു. എന്നിട്ട് കാരീയം കൊണ്ടുണ്ടാക്കിയ എഴുത്താണിയെടുത്ത് അതേ പാപ്പിറസ് ചുരുളിൽ മറുപടി എഴുതി.

'ഇല്ല, ഞാൻ തിരിച്ചു വരുന്നില്ല. അങ്ങ് ഇങ്ങോട്ടു വരണം. അങ്ങാണ് എന്റെ വിഷ്ണു. ഞാൻ അങ്ങയുടെ ഭാര്യയാണ്. അങ്ങയുടെ ധർമ്മം എനിക്കു വേണ്ടി പോരാടുകയാണ്. അതു കൊണ്ട് എനിക്കു വേണ്ടി പോരാടൂ.'

'ഇത് അദ്ദേഹത്തിനു നൽകൂ,' കത്ത് ഹനുമാനു നീട്ടി കൊണ്ട് സീത പറഞ്ഞു. എന്നിട്ടവൾ അരിഷ്ടനേമിയുടെ നേർക്കു തിരിഞ്ഞു, 'വിശ്വാമിത്ര ഗുരു എന്തു പറഞ്ഞാലും, നിങ്ങളും വിഷ്ണുവിനോടു കൂറുള്ള ഈ യുദ്ധത്തിൽ നേരിന്റെ ഭാഗത്തു ചേരുമെന്ന് ഞാൻ പ്രതീക്ഷിക്കുന്നുണ്ട്. രാവണനെതിരെ പോരാടുമ്പോൾ നിങ്ങൾ രാമന്റെ പുറകിൽ നിൽക്കണം. ഇതൊരു ധർമ്മയുദ്ധമാണ്. ധർമ്മയുദ്ധത്തിൽ നോക്കി നിൽക്കുന്നവരില്ല.'

അരിഷ്ടനേമി ഒന്നും മിണ്ടിയില്ല.

സീത തുടർന്നു, 'ഇപ്പോൾ തിരിച്ചു പോകൂ. പരശുരാമനോടും രുദ്രഭഗവാനോടുമൊപ്പം.'

'നാശം,' അരിഷ്ടനേമി പിറുപിറുത്തു.

സീതയെ ലതാഗൃഹത്തിൽ വിട്ട് അയാളും ഹനുമാനും അശോകവനത്തിന്റെ കവാടത്തിനടുത്തേക്ക് നടക്കുകയായിരുന്നു.

ഹനുമാൻ സുഹൃത്തിനെ നോക്കി പുഞ്ചിരിച്ചു. 'നിങ്ങളെന്താണ് വിശ്വാമിത്ര ഗുരുവിനോട് പറയാൻ പോകുന്നത്?'

'എന്തു പറയാൻ? ഞാൻ ഈ ദൗത്യത്തിൽ പരാജയപ്പെട്ടു. അത്ര തന്നെ.'

'മോശം വാർത്തയോടോ പരാജയത്തിനോടോ മയത്തിൽ പ്രതികരിക്കുന്ന ആളല്ല ഗുരു.'

'എനിക്കറിയാം.'

ഹനുമാൻ അടക്കിച്ചിരിച്ചു. 'നിങ്ങളെന്തു ചെയ്യാൻ പോകുന്നു?'

അരിഷ്ടനേമി നില്ക്കുകയും മരങ്ങൾക്കിടയിലേക്കും ഇരുട്ടിലേക്കും കണ്ണു പായിക്കുകയും ചെയ്തു. അതിനപ്പുറം ലതാഗൃഹങ്ങൾ. നടുവിലെ വലിയ ലതാഗൃഹത്തിൽ അവളുണ്ട്, വിഷ്ണു. അരിഷ്ടനേമി ഹനുമാന്റെ നേർക്കു തിരിഞ്ഞു. 'സീത ഗംഭീര വിഷ്ണുവായിരിക്കും.'

ഹനുമാൻ പുഞ്ചിരിയോടെ തലയാട്ടി, 'ഉറപ്പായും.'

'രാമനും ഗംഭീരവിഷ്ണുവാകും.'

'അതെ, അതും നേരാണ്.'

അരിഷ്ടനേമി പൊട്ടിച്ചിരിച്ചു. 'അത് പദ്ധതിക്കൊത്തു പോകുന്നില്ല.'

'മുമ്പത്തെ ഏതു വിഷ്ണുവിന്റെ/മഹാദേവന്റെ കഥാചക്രമാണ് പദ്ധതിയനുസരിച്ച് മുമ്പോട്ടു പോയിട്ടുള്ളത്?'

അരിഷ്ടനേമി പുഞ്ചിരിയോടെ തലയാട്ടി, 'നേരാണ്.'

ഹനുമാൻ കവാടത്തിന്റെ നേർക്കു വീണ്ടും നടന്നു തുടങ്ങി, 'അപ്പോൾ നിങ്ങളെന്തു ചെയ്യും?'

അരിഷ്ടനേമിയും സുഹൃത്തിന്റെ കൂടെ നടന്നു തുടങ്ങി. 'വേറെന്തു ചെയ്യാൻ കഴിയും? എന്റെ വിഷ്ണു ആജ്ഞ തന്നു കഴിഞ്ഞല്ലോ. ഞാൻ രാമന്റെ സൈന്യത്തിൽ ചേർന്നു പോരാടും.'

'അപ്പോൾ ഗുരു?'

അരിഷ്ടനേമി നെടുവീർപ്പിട്ടു. 'അത്...അതൊരു വിഷമം പിടിച്ച സംസാരമായിരിക്കും. പക്ഷേ, ഇന്നല്ലല്ലോ. നമുക്ക്-'

അരിഷ്ടനേമിയുടെ വാക്കുകൾ ഒരു സ്ത്രീയുടെ ഉച്ചത്തിലുള്ള ഒച്ചയാൽ തടസ്സപ്പെട്ടു.

'അപ്പോൾ രണ്ടു ധീരന്മാർക്കും രാജ്ഞിയെ കൂടെപ്പോരാൻ സമ്മതിപ്പിക്കാനായില്ല!'

അരിഷ്ടനേമി നടത്തം നിർത്തി. അയാൾ കണ്ണുകളടച്ചു, ചുമലുകൾ ഇടിഞ്ഞു. അയാൾ നെടുവീർപ്പിട്ടു. സുരസ.

'ഇനിയും ഈ ദിവസം മോശമാകാനുണ്ടോ?' അയാൾ പിറുപിറുത്തു.

സുരസ അരിഷ്ടനേമിയുടെ ചുമലിൽ ഇടിച്ച് പൊട്ടിച്ചിരിച്ചു. 'അരിഷ്ടനേമീ, ഒന്നിനും കൊള്ളാത്തവനേ, ദിവസം ഇനിയും മോശമാകും. നമ്മളൊരുമിച്ചാണു യാത്ര.'

അരിഷ്ടനേമി ഹനുമാനെ നോക്കി.

'ഒരുമിച്ചു പോകുന്നതു നല്ലതാണ്, അരിഷ്ടനേമീ,' ഹനുമാൻ പറഞ്ഞു. 'എണ്ണം കൂടിയാൽ കരുത്തു കൂടും. ലങ്കയിൽ നിന്ന് സുരക്ഷിതമായി പുറത്തു കടക്കേണ്ടതുണ്ട്.'

സുരസ അടക്കിച്ചിരിച്ചു, 'അരിഷ്ടനേമിക്ക് തീർച്ചയായും അല്പം കരുത്തുപയോഗിക്കാം. ഒരിക്കൽ മൽപ്പിടുത്തത്തിൽ എന്നോടു തോറ്റവനാണ്.'

'അതെന്തുകൊണ്ടാണെന്നോ...' അരിഷ്ടനേമി പാതിയിൽ നിർത്തി. അയാൾ സമചിത്തത വീണ്ടെടുക്കുകയും പതിയെ പറയുകയും ചെയ്തു, 'നമുക്ക് പോകാം. സൂര്യനുദിക്കാറായിരിക്കുന്നു.'

അദ്ധ്യായം 11

'ഉം,' താടിയിൽ ചിന്താകുലനായി തടവിക്കൊണ്ട് ബാലി പറഞ്ഞു.

നാല്പത്തിയൊന്നു ദിവസത്തെ വ്രതമെടുത്ത് തലേന്നാണ് ബാലി ശബരിമലയിലെത്തിയത്. അയാൾ അയ്യപ്പന്റെ ദർശനം നടത്തിക്കഴിഞ്ഞിരുന്നു. പൂജ കഴിഞ്ഞതോടെ അയാൾ കറുപ്പുവസ്ത്രം ഉപേക്ഷിച്ചു. വ്രതത്തിന്റെ കർശനഭാഗമായ അഹിംസാവ്രതത്തിൽ നിന്നും അയാളിപ്പോൾ സ്വതന്ത്രനാണ്.

'എന്താണഭിപ്രായം, ബാലീ?' രാമൻ ചോദിച്ചു. 'നിങ്ങൾ അധർമ്മത്തിനെതിരായ ഈ യുദ്ധത്തിൽ ഞങ്ങളെ പിന്തുണക്കുമോ?'

രാമൻ ലക്ഷ്മണനോടും വസിഷ്ഠഗുരുവിനോടുമൊപ്പം ബാലി താമസിക്കുന്ന അതിഥി മന്ദിരത്തിൽ എത്തിയതാണ്. വനവാസത്തിലാണെങ്കിലും അയോദ്ധ്യയിലെ രാജാവും സാങ്കേതികമായി സപ്തസിന്ധുവിന്റെ അധിപതിയുമായതിനാൽ രാമനെ കാണാൻ ഉടനടി ബാലി സമ്മതിച്ചിരുന്നു. സീത രാവണനെ തട്ടിയെടുത്ത വിവരം രാമൻ ബാലിയെ അറിയിച്ചു. ആസന്നമായ യുദ്ധത്തിൽ കിഷ്കിന്ധയുടെ ഗജസേനയുടെ ഉപയോഗം അഭ്യർത്ഥിക്കുകയും ചെയ്തു.

'പക്ഷേ നിങ്ങൾ എന്റെ ആനകളെ എങ്ങിനെ ലങ്കയിലെത്തിക്കും?' ആകാംഷയോടെ ബാലി ചോദിച്ചു.

'ഞങ്ങൾക്കൊരു പദ്ധതിയുണ്ട്,' വസിഷ്ഠൻ പറഞ്ഞു. ശബരി ഉറപ്പു പറഞ്ഞെങ്കിലും എത്രത്തോളം ബാലിയെ വിശ്വസിക്കാമെന്ന് ഗുരുവിന് അറിയില്ലായിരുന്നു. കിഷ്കിന്ധയുടെ രാജാവ് ആദരണീയനാണെന്ന് ശബരി തറപ്പിച്ചു പറഞ്ഞിരുന്നു. പക്ഷേ, ലങ്കയുടെ സർവ്വവ്യാപിയായ ചാരന്മാർ അതറിയണമെന്ന് ഗുരുവിനില്ല.

'ഉം,' ഉറപ്പില്ലാത്ത മട്ടിൽ ബാലി പറഞ്ഞു.

ബാലിയെ ബോധ്യപ്പെടുത്താൻ പാരിതോഷികം നീട്ടേണ്ട നേരമാണിതെന്ന് വസിഷ്ഠനു തോന്നി. 'ലങ്കയെ തോൽപ്പിച്ചാൽ സപ്തസിന്ധു നിങ്ങളുമായുള്ള വ്യാപാര ഉടമ്പടി പുതുക്കുകയും കിഷ്കിന്ധയുടെ ലങ്കയുമായുള്ള വ്യാപാരത്തിലെ പങ്ക് ഇരട്ടിയായി വർദ്ധിപ്പിക്കുകയും ചെയ്യും. അതോടെ ലങ്ക തട്ടിപ്പറിക്കുന്ന ധനം നേരായ അവകാശിക്ക്, കിഷ്കിന്ധയുടെ ആദരണീയമായ സാമ്രാജ്യത്തിനു ലഭിക്കും.'

'ഉം,' ബാലി ആവർത്തിച്ചു.

കൂടുതൽ എന്താണു പറയേണ്ടതെന്നറിയാതെ വസിഷ്ഠൻ രാമനെ നോക്കി.

ബാലി ലക്ഷ്മണനെ നോക്കി, 'ഞാൻ നിങ്ങളെ ഓർക്കുന്നുണ്ട്.'

'നിങ്ങളെയും, പ്രഭോ,' ലക്ഷ്മണൻ കൈ കൂപ്പി.

ലക്ഷ്മണൻ പൊതുവേ നയമില്ലാത്ത മനുഷ്യനാണ്. താൻ ബാലിയുടെ ജീവൻ ഒരിക്കൽ രക്ഷിച്ചിട്ടുണ്ടെന്ന് അയാൾ ആദ്യം തന്നെ പറയാതിരുന്നത് അതിശയകരമായിരുന്നു. ഇന്ദ്രപുരി എന്ന ചെറുപട്ടണത്തിൽ വെച്ച് വർഷങ്ങൾക്കു മുമ്പ് ഒരു ജല്ലിക്കെട്ടുത്സവത്തിനിടയിലായിരുന്നു അത്. ലക്ഷ്മണൻ തന്റെ പടുകൂറ്റൻ ശരീരം കൊണ്ട് തടഞ്ഞില്ലായിരുന്നുവെങ്കിൽ ഒരു കൂറ്റൻ കാള കിഷ്കിന്ധയിലെ രാജാവിനെ കൊമ്പിൽ കോർക്കുമായിരുന്നു. ബാലി രക്ഷപ്പെട്ടു. അയാളുടെ ഇടം കയ്യിലെ നീളത്തിലുള്ള വലിയ വടു അതിന്റെ ഓർമ്മപ്പെടുത്തലാണ്. തകർന്നു പോയ ഇടംകൈ നേരെയാക്കിയെടുക്കാനുള്ള നിരവധി ശസ്ത്രക്രിയകളുടെ ശേഷിപ്പ്. അത് ആ മഹാരാജാവിനെ ഓർമ്മിപ്പിക്കുന്നത് മോശമാകുമായിരുന്നു. നേരായ ക്ഷത്രിയനെ ആരും അയാളുടെ ജീവൻ രക്ഷിച്ച കഥ ഓർമ്മപ്പെടുത്താറില്ല. അത് എന്നന്നേക്കും ഓർത്തു വെക്കേണ്ടത് ആ ക്ഷത്രിയന്റെ കർത്തവ്യമാണ്. ബാലിയാകട്ടെ എന്നത്തെയും ഏറ്റവും മികച്ച ക്ഷത്രിയന്മാരിൽ ഒരാളും.

ബാലി രാമന്റെ നേർക്കു തിരിഞ്ഞു. 'പക്ഷേ നിങ്ങൾക്ക് എന്റെ ഗജസേന മാത്രം മതിയോ? എന്റെ മുഴുവൻ സേനയെയും എടുക്കാമല്ലോ.'

രാമൻ അതിശയിച്ചു. നേരായും അതിശയിച്ചു. 'ഉവ്വ്', വളരെയധികം നന്ദി, മഹാരാജാവേ.'

'പക്ഷേ, ഒരേ ഒരാവശ്യമുണ്ട്,' ബാലി പറഞ്ഞു.

അതാണു കാര്യം, ബാലി വ്യാപാരക്കരാറിൽ കൂടുതൽ നേട്ടങ്ങൾ ആവശ്യപ്പെടുമെന്നു പ്രതീക്ഷിച്ച് വസിഷ്ഠൻ ചിന്തിച്ചു. പക്ഷേ പിന്നീടു വന്നത് അയാൾക്ക് ഊഹിക്കാൻ പോലും കഴിയുന്നതായിരുന്നില്ല.

'എനിക്ക് ഒരു ദ്വന്ദയുദ്ധം വേണം.'

'എന്ത്?' ഞെട്ടിപ്പോയ രാമൻ ചോദിച്ചു.

'ഞാൻ പറഞ്ഞതു കേട്ടല്ലോ,' ബാലി പറഞ്ഞു. 'ദ്വന്ദയുദ്ധം. എന്റെ ഒരേയൊരാവശ്യം.'

'എന്തിന്?'

'എന്തു കൊണ്ടായിക്കൂടാ?' ബാലി ചോദിച്ചു. 'എന്റെ നിബന്ധനകൾ വളരെ ലളിതമാണ്. ഞാൻ വിജയിച്ചാൽ ഗജസേനയെ നിങ്ങൾക്ക് കിട്ടില്ല. നിങ്ങളാണ വിജയിക്കുന്നതെങ്കിൽ ഗജസേനയോടൊപ്പം എന്റെ മുഴുവൻ സൈന്യത്തെയും കിട്ടും.' ബാലി വസിഷ്ഠനു നേരെ തിരിഞ്ഞു. 'എനിക്ക് ആ നിസ്സാര വ്യാപാരക്കരാർ ആവശ്യമില്ല, ഗുരോ. ഇപ്പോഴുള്ള വ്യവസ്ഥകളിൽ ഞാൻ സന്തുഷ്ടനാണ്. അയോദ്ധ്യ യുദ്ധത്തിൽ ജയിക്കുകയാണെങ്കിൽ അധികമായി ലഭിക്കുന്ന സ്വർണ്ണം നിങ്ങൾക്കെടുക്കാം. അയോദ്ധ്യയുടെ രാജാവുമായി ഒരു ദ്വന്ദയുദ്ധമാണ് എനിക്കു വേണ്ടത്.'

രാമനും വസിഷ്ഠനും സ്തബ്ധരായിപ്പോയി.

'ശാപത്താൽ എന്റെ സഹോദരനായി പിറന്ന അലസനായ മന്ദബുദ്ധി, സുഗ്രീവൻ ഇവിടെ അടുത്തെവിടെയോ ഉണ്ടെന്നു കേട്ടു. ആ കഴിവു കെട്ടവനോട് രണ്ടു നേരായ ധീരന്മാർ ഏറ്റുമുട്ടുന്നതെങ്ങിനെയെന്ന് വന്നു കാണാൻ പറയണം.'

ലക്ഷ്മണൻ അന്തിച്ചിരിക്കുകയാണ്. 'പക്ഷേ...'

ബാലി ലക്ഷ്മണനു നേരെ തിരിഞ്ഞു. 'നിങ്ങളുടെ ഞെട്ടൽ എനിക്കു മനസ്സിലാകും, ലക്ഷ്മണാ. ഞാൻ നന്ദി കെട്ടവനാണെന്ന് നിങ്ങൾ വിചാരിക്കുന്നുണ്ടാകും. അന്നെന്റെ ജീവൻ രക്ഷിച്ചെന്നാണ് നിങ്ങൾ അനുമാനിക്കുന്നത്.'

ലക്ഷ്മണൻ നേരിയതായി മാത്രം മറച്ചു വെച്ച രോഷത്തോടെ ബാലിയെ തുറിച്ചു നോക്കി. ബാലി ക്ഷത്രിയന്മാരുടെ അലിഖിത സംഹിതയാണ് ലംഘിക്കുന്നത്: നിങ്ങളുടെ ജീവൻ രക്ഷിച്ചവരോടുള്ള കടമാണ് ഏറ്റവും വലിയ കടം. അതു വീട്ടേണ്ടതുണ്ട്.

'ഒരു കടുവ എല്ലായ്പ്പോഴും ഒറ്റയ്ക്കാണ വേട്ടയാടുന്നത്, ലക്ഷ്മണ കുമാരാ,' ബാലി പറഞ്ഞു. 'മരിക്കുമെന്നോ ജീവിക്കുമെന്നോ തോൽക്കുമെന്നോ ജയിക്കുമെന്നോ അതിന് ഭേദമില്ല. അതാണ് കടുവയുടെ വിധി. പക്ഷേ, തന്നേക്കാൾ ദുർബലനായ ഒരുവനിൽ നിന്നുള്ള സഹായമോ? അതിനേക്കാൾ ഭേദം കടുവയ്ക്ക് മരണമാണ്.'

രാമൻ ഇടക്കു കയറിപ്പറഞ്ഞു, 'ബാലി രാജാവേ, എനിക്കു തോന്നുന്നില്ല ഇതാണ് ഏറ്റവും മികച്ച-'

'ഇതാണ് നിങ്ങൾക്ക് ലഭ്യമായ ഏക ഇടപാട്, അയോധ്യാപതേ,' ബാലി പറഞ്ഞു. 'സ്വീകരിക്കാം, സ്വീകരിക്കാതിരിക്കാം. അക്കാര്യം നിങ്ങൾക്കു വിട്ടു തരുന്നു. ഞാനിവിടെ ഒരാഴ്ച കാണും.'

കൂടിക്കാഴ്ച്ച അവസാനിച്ചെന്നു കാണിക്കുന്ന വിധത്തിൽ ബാലി എഴുന്നേറ്റു.

ലോകത്തിലെ ഏറ്റവും മികച്ച വഴികളാണ് നദികൾ. തീരത്തു നിന്ന് ഉൾനാട്ടിലേക്കുള്ള വേഗത്തിലുള്ളതും കാര്യക്ഷമവുമായ വഴി. അല്ലെങ്കിൽ തിരിച്ചും. കരയിലെ കുതിരയേക്കാൾ ആളുകളെ നദിയിൽ ചെറു നൗകക്ക് വഹിക്കാനാകും. ആഹാരനേരങ്ങൾക്കായി നിങ്ങൾക്ക് നൗകകൾ നിർത്തേണ്ടതില്ല;അതിനുള്ളിൽ തന്നെ കഴിക്കാം. നിങ്ങൾ ഒഴുക്കിനു താഴേക്കാണു പോകുന്നതെങ്കിൽ തനിയേ ചലിക്കുന്ന വഴിയാണ് നദി. അതു നിങ്ങളെ നിങ്ങളുടെ ലക്ഷ്യസ്ഥാനത്തേക്ക് കൂടുതൽ വേഗതയിലെത്തിക്കും.

ഏതാനും മണിക്കൂറുകൾക്കു ശേഷം രണ്ടു ചെറുനൗകകൾ അരുവിന്റെ വെള്ളത്തിലൂടെ നീങ്ങുകയാണ്. സിഗിരിയയിൽ നിന്ന് ദ്വീപിന്റെ വടക്കു പടിഞ്ഞാറൻ വിളുമ്പിലേക്കാണ് അതു നീങ്ങുന്നത്.

അതിലൊന്നിൽ ഹനുമാനും സുരസയും അരിഷ്ടനേമിയുമുണ്ട്. ഏഴു സൈനികരും. ഇടതു വശത്തു നീങ്ങുന്ന മറ്റൊന്നിൽ പത്തു സൈനികരും. മലയപുത്രന്മാരും വായുപുത്രന്മാരും സംഘം ചേർന്നു യാത്ര ചെയ്യുകയാണ്.

'കുറച്ചു സമയത്തിനുള്ളിൽ നമ്മൾ അഴിമുഖത്തെത്തും,' സുരസ അടക്കിപ്പറഞ്ഞു. ദിവസത്തിലെ ആദ്യ യാമത്തിന്റെ അഞ്ചാമത്തെ മണിക്കൂറാണത്. പുലരുന്നതിനു തൊട്ടു മുമ്പുള്ള നേരം. വർഷത്തിന്റെ ആ കാലത്ത് സൂര്യരശ്മികൾ ഒരു മണിക്കൂറിനുള്ളിൽ പുറത്തു വരും. അതിനു മുമ്പേ കടലിലെത്തണം.

ഹനുമാൻ ഒന്നും മിണ്ടാതെ പരിസരം സൂക്ഷ്മമായി നിരീക്ഷിക്കുകയാണ്. അയാളുടെ ഉൾചോദനകൾ എന്തോ ആപത്ത് മണത്തെടുത്തിട്ടുണ്ട്.

'എന്താണ്, ഹനുമാൻ?' അരിഷ്ടനേമി പതിയെ ചോദിച്ചു.

ഹനുമാൻ അയാളെ നോക്കി പതിയെ പറഞ്ഞു, 'ചുറ്റും അങ്ങേയറ്റം നിശ്ശബ്ദമാണ്.'

നല്ല യോദ്ധാക്കൾ ഏറ്റവും നേരിയ സൂചനകളിൽ നിന്നു പോലും

താക്കീതുകൾ പെറുക്കിയെടുക്കും. അവരിൽ വിശിഷ്ടരായവർ നിശ്ശബ്ദതയിൽ നിന്നു പോലും.

'മീൻക്കുമന്മാർ നിശ്ശബ്ദരാണ്,' ഹനുമാൻ പിറുപിറുത്തു.

ക്രൗമന്മാർ പൊതുവെ രാത്രി ജന്തുക്കളാണ്. രാത്രിയിൽ പറക്കുമ്പോഴും ഇര തേടുമ്പോഴും ഇരയെടുക്കുമ്പോഴും മിക്ക ക്രൗമന്മാരും നിശ്ശബ്ദരായിരിക്കും. പക്ഷേ, ആ പ്രദേശങ്ങളിൽ കാണപ്പെടുന്ന തവിട്ടു നിറമുള്ള മീൻക്രൗമന്മാർ നിശ്ശബ്ദരായ ഇനമല്ല. അവറ്റകൾ ഉച്ചത്തിൽ ചൂളം വിളിക്കും. ലക്ഷണമൊത്ത 'ടു-വൂ-ഹൂ'. കൂടാതെ വർഗ്ഗത്തിലെ പ്രകടനപരരായ ആൺക്രൗമന്മാരുടെ പൊള്ളയായ, മുഴങ്ങുന്ന 'ബൂം ബൂം'. ഉച്ചത്തിലുള്ള, പാട്ടു പാടുന്ന ചിറകടിയാണ് തവിട്ടു നിറമുള്ള മീൻ ക്രൗമന്റെ ഏറ്റവും സവിശേഷമായ ഒച്ച.

അന്നു രാത്രി ചിറകടിയൊച്ചകളുണ്ടായിരുന്നില്ല. പക്ഷികൾ അനങ്ങാതെ ഇരിക്കുകയാണെന്നാണ് അതിന്റെ അർത്ഥം. രാത്രിയുടെ ആ നേരത്ത് സാധാരണ ക്രൗമന്മാർ ചെയ്യുന്നതു പോലെ കടൽത്തീരത്ത് അവറ്റകൾ ഇര തേടുന്നില്ല.

അസാധാരണം

മറ്റൊരു ഇരപിടിയന്റെ സാന്നിദ്ധ്യത്തിൽ അവറ്റകൾ പേടിച്ചതാണെങ്കിൽ.

ചിലപ്പോഴത് എല്ലാത്തിലും വെച്ച് വലിയ ഇര പിടിയൻ തന്നെയാകാം.

മനുഷ്യൻ

'നമ്മൾ കണ്ടുപിടിക്കപ്പെട്ടുവെന്ന് കരുതുന്നുണ്ടോ?' സുരസ ചോദിച്ചു

'അതു കണ്ടെത്താൻ ഒറ്റ വഴിയേയുള്ളൂ,' അരിഷ്ടനേമി അടക്കിപ്പറഞ്ഞു. 'നമുക്ക് വലതു വശത്ത് നൗകയടുപ്പിക്കാം. എന്നിട്ട് സൈനികരെ കൊണ്ട് പെട്ടെന്നൊരു സൈനികസങ്കേതപരിശോധന നടത്തിക്കാം.'

ഹനുമാൻ തലയാട്ടി.

'പകുതി സേനാവിഭാഗമെങ്കിലുമുണ്ട്, പ്രഭോ,' മലയപുത്രനായ സൈനികൻ അറിയിച്ചു.

രണ്ടു സൈനികർ സ്ഥിതിഗതികൾ പരിശോധിച്ച് എത്തിയതേയുള്ളൂ. അരുവി അരു നദിയുടെ അഴിമുഖത്ത് ആയുധധാരികളായ ഏകദേശം നൂറ്റമ്പത് സൈനികർ അവരെ ആക്രമിക്കാൻ പതിയിരിക്കുന്നുണ്ട്. മാന്നാർ ഉൾക്കടലിന്റെ ഉപ്പു വെള്ളത്തിൽ ലങ്കാദ്വീപിലെ രണ്ടാമത്തെ ഏറ്റവും വലിയ നദിയുടെ ശുദ്ധ ജലം ചെന്നു ചേരുന്നതവിടെയാണ്.

അവർ പട്ടടകൾ എരിയുന്നതും കണ്ടു, ഹനുമാനും മലയപുത്രന്മാരും കൊന്നൊടുക്കിയ സൈനികരുടേതാകാം.

'അവരെങ്ങിനെയാണ് മൃതശരീരങ്ങൾ കണ്ടെത്തിയത്? നമ്മുടെ സാന്നിദ്ധ്യവും?' സുരസ ചോദിച്ചു.

'എനിക്കറിയില്ല,' അരിഷ്ടനേമി പറഞ്ഞു. 'പക്ഷേ, അതിനെക്കുറിച്ചാലോചിക്കേണ്ട നേരമല്ല. അത്രയും സൈനികരെ അവർ പറഞ്ഞയച്ചിട്ടുണ്ടെങ്കിൽ, നദിയിലൂടെ വലിയൊരു സൈന്യം വരുന്നുണ്ടെന്ന് അവർ സംശയിക്കുന്നുണ്ടാകും.'

'അവർ ഈ വിവരം സിഗിരിയയിലേക്ക് അറിയിച്ചിട്ടുണ്ടാകാനും സാദ്ധ്യതയുണ്ട്,' ഹനുമാൻ പറഞ്ഞു. 'ലങ്കക്കാർ കൂടുതൽ സൈനികരെ നദീമാർഗ്ഗം അയച്ചേക്കാം.'

'നമ്മൾ രണ്ടു ഭാഗത്തു നിന്നുമുള്ള ആക്രമണത്തിൽ കുടുങ്ങിപ്പോകും,' സുരസ പറഞ്ഞു. 'ലങ്കക്കാർ പുറകെ വരും. അഴിമുഖത്ത് വേറൊരു സംഘം ലങ്കക്കാർ വഴി തടയുകയും ചെയ്യും.'

'നൂറ്റിയമ്പതു പേരുണ്ട്,' വിവരവുമായി തിരിച്ചു വന്ന മലയപുത്രൻ പറഞ്ഞു. 'നമ്മൾ ഇരുപതു പേരും. ഇതിൽ നിന്ന് പോരാടി പുറത്തു കടക്കാനാകില്ല.'

ഹനുമാനും സുരസയും അരിഷ്ടനേമിയും പ്രതികരിച്ചില്ല. വളരെക്കുറച്ചു നേരമേ കയ്യിലുള്ളൂവെന്ന് അവർക്കറിയാം. അവർക്ക് വേഗത്തിൽ സഞ്ചരിക്കേണ്ടതുണ്ട്. അവരുടെ അവസ്ഥയിൽ നിന്ന് രക്ഷപ്പെടാൻ ഒരേ ഒരു വഴിയേയുള്ളൂ.

ശ്രദ്ധ തിരിച്ചുവിടൽ

'ഞാനതു ചെയ്യാം,' ഹനുമാൻ പറഞ്ഞു. 'ഞാൻ രണ്ടു സൈനികരെ എന്റെ കൂടെ കൊണ്ടു പോകും. അല്ലെങ്കിൽ മൂന്ന്. നിങ്ങൾ എന്റെ അടയാളത്തിനായി കാത്തിരിക്കുകയും അതു കിട്ടിയാൽ പറ്റാവുന്നത്ര വേഗത്തിൽ കടലിലേക്ക് കുതിക്കുകയും ചെയ്യണം. എന്നിട്ട് വടക്കു ഭാഗത്തെ വിളുമ്പിലെ കടൽത്തീരത്തു നിന്ന് ഞങ്ങളെ കയറ്റണം. അല്ലെങ്കിൽ ഞങ്ങൾ ലങ്കയുടെ തീരത്ത് വറുത്തു കഴിക്കപ്പെടും.'

മരണത്തിന്റെ മുമ്പിൽ നിന്ന് നർമ്മം പറയാനുള്ള കഴിവ് ധീരതയുടെ ഉറപ്പായ ലക്ഷണമാണ്. പൗരുഷത്തിന്റെയും.

അരിഷ്ടനേമി അടക്കിച്ചിരിച്ചു. 'പദ്ധതി കൊള്ളാം. പക്ഷേ, ഞാനാണ് ശ്രദ്ധ തിരിക്കാൻ പോകുന്നത്. നിങ്ങൾ രണ്ടു പേരും-'

സുരസ അരിഷ്ടനേമിയെ തടസ്സപ്പെടുത്തി. 'പൗരുഷത്തിന്റെ ഈ പടപൊരുതൽ നിർത്തൂ. ഞാൻ ശ്രദ്ധ തിരിക്കും.'

ഹനുമാനും അരിഷ്ടനേമിയും അവൾ അവിശ്വസനീയമായ വിധത്തിൽ മണ്ടത്തരം പറഞ്ഞതു പോലെ നോക്കി.

'എന്താണ്?' സുരസ തിരിച്ചടിച്ചു. 'നിങ്ങൾ എന്തെങ്കിലും പുരുഷാധിപത്യ മണ്ടത്തരം എന്റെ മേൽ അടിച്ചേൽപ്പിക്കാൻ പോകുകയാണോ?'

ഹനുമാൻ നീരസം പുറത്തു കാട്ടി. 'സുരസേ, ഇങ്ങനെ വിഭ്രാന്തി കാണിക്കാതിരിക്കൂ. ഇതിന് പുരുഷാധിപത്യവുമായി ബന്ധമൊന്നുമില്ല. പക്ഷേ കൂടുതൽ മികച്ചത്-'

'നിങ്ങൾ രണ്ടു പേരും ചെയ്താൽ കൂടുതൽ മികച്ചതാകുന്നതെങ്ങിനെ? നിങ്ങൾ കുറ്റന്മാരാണ്. എന്നേക്കാൾ വേഗം കുറച്ചേ നിങ്ങൾക്കത് ചെയ്യാനാകൂ. നിങ്ങൾക്ക് ശ്രദ്ധ തിരിക്കാനുള്ള സൂത്രങ്ങളറിയില്ല. എനിക്കറിയാം.'

അരിഷ്ടനേമി പറയാൻ ശ്രമിച്ചു, 'സുരസേ...'

'ഞാൻ പറഞ്ഞു കഴിഞ്ഞു, അരിഷ്ടനേമീ. നിങ്ങളെക്കാളും ഹനുമാനേക്കാളും എനിക്കിത് മികച്ച രീതിയിൽ ചെയ്യാനാകുമെന്ന് നിങ്ങൾക്കറിയാം. ഞാനൊരു പുരുഷനായിരുന്നെങ്കിൽ നിങ്ങൾ എന്നോട് തർക്കിച്ച് നേരം കളയില്ലായിരുന്നു.'

'സുരസേ...' ഹനുമാൻ അനുനയിപ്പിക്കാൻ ശ്രമിച്ചു.

'അല്പം ആദരവു കിട്ടാൻ ഒരു സ്ത്രീ എന്തു ചെയ്യണം?' സുരസ ചോദിച്ചു.

'അത് അങ്ങിനെയല്ല...'

'അതെ. നിങ്ങൾക്ക് രണ്ടു പേർക്കും എന്നെ സംരക്ഷിക്കണം. എന്നെ സംരക്ഷിക്കാനോ? ഭാരതഭൂമിയിലെ ഏറ്റവും മികച്ച യോദ്ധാക്കളിലൊരാളാണ് ഞാൻ. സ്ത്രീയായാലും പുരുഷനായാലും, യോദ്ധാക്കളല്ലാത്തവരെ സംരക്ഷിക്കുകയാണ് യോദ്ധാവെന്ന നിലയിൽ നിങ്ങളുടെ കർത്തവ്യം. സ്ത്രീയായാലും പുരുഷനായാലും ആവശ്യം വരുമ്പോൾ യോദ്ധാക്കളുടെ സഹായം തേടുന്നതും അവരുടെ കർത്തവ്യമാണ്.'

ഹനുമാനും അരിഷ്ടനേമിയും ഒന്നും മിണ്ടിയില്ല.

സുരസ സ്ഥലപരിശോധനയ്ക്കു പോയ മൂന്ന് സൈനികരെ തിരിഞ്ഞു നോക്കി. അവർ ഉയരം കുറഞ്ഞവരും മെലിഞ്ഞവരും മെയ് വഴക്കമുള്ളവരുമാണ്.

കുറ്റമറ്റത്. ഇവർ വേഗത്തിൽ നീങ്ങുന്നവരും ഒച്ചയുണ്ടാക്കാത്തവരുമാണ്.

'നിങ്ങൾ മൂന്നുപേരുമാണ് എന്റെ കൂടെ വരുന്നത്,' സുരസ പറഞ്ഞു. 'ആയുധം ധരിക്കൂ. കഴിയുന്നത്രയും വാളുകളും വില്ലുകളും അമ്പുകളും. ചെറിയ വില്ല്. നിങ്ങളുടെ തുകൽപടച്ചട്ട മുറുക്കണം, മുമ്പിലും പുറകിലും. തുടകൾ

സ്വതന്ത്രമാക്കിയിടണം. നമുക്ക് വേഗത്തിലും കഠിനമായും ഓടേണ്ടി വരും.'

സൈനികർ തലയാട്ടി ആജ്ഞകൾ അനുസരിക്കാൻ ഓടിപ്പോയി.

സുരസ ഹനുമാന്റെയും അരിഷ്ടനേമിയുടെയും നേരെ തിരിഞ്ഞു. 'വടക്കു ഭാഗത്തു നിന്ന് വലിയ ഒച്ചയും വിളിയും കേട്ടാലുടൻ മുമ്പോട്ടാഞ്ഞു തുഴയണം. കഴിയുന്നത്ര വേഗത്തിൽ കടലിലെത്തണം. എന്നിട്ട് വടക്കോട്ടു തിരിയണം.'

'ഉവ്വ്,' അരിഷ്ടനേമി പറഞ്ഞു. അയാൾ മുട്ടിനു തൊട്ടു താഴെ വെച്ച് സുരസയുടെ കൈകൾ ചേർത്തു പിടിച്ചു. 'പരശുരാമൻ രക്ഷിക്കട്ടെ, ധീരയായ സുരസേ.'

സുരസ തലയാട്ടി ഹനുമാനെ നോക്കി.

ഹനുമാൻ ഉറയിൽ നിന്ന് കത്തിയൂരിയെടുത്തു. തള്ളവിരൽ മുറിച്ച് രക്തമൊഴുക്കി. അയാൾ ആ രക്തം സുരസയുടെ നെറ്റിയിൽ പതറാതെ തേച്ചു. ആ രക്തം അവളെ സംരക്ഷിക്കുമെന്നാണ് മഹത്തായ യോദ്ധാക്കളുടെ സാഹോദര്യപാരമ്പര്യം വിശ്വസിക്കുന്നത്.

'രുദ്രഭഗവാൻ രക്ഷിക്കട്ടെ, ആദരണീയയായ സുരസേ,' ഹനുമാൻ മന്ത്രിച്ചു.

സുരസ പുഞ്ചിരിച്ചു. 'ഒരു ദിവസം നിങ്ങൾ രക്തമല്ലാത്ത ഒന്നു കൊണ്ട് ഇതു ചെയ്യാൻ നിർബന്ധിതനാകും. നെറ്റിയിലല്ലായിരിക്കാം, അല്പം കൂടി ഉയർന്ന് എന്റെ നെറുകയിൽ.'

ഹനുമാൻ അടക്കിച്ചിരിച്ചു.

മരണത്തിന്റെ മുമ്പിൽ നിന്ന് നർമ്മം പറയാനുള്ള കഴിവ് ധീരതയുടെ ഉറപ്പായ ലക്ഷണമാണ്.

'വിളക്കുമാടത്തിന്റെ വടക്കു ഭാഗത്തു നിന്ന് എന്നെ കൂട്ടണം,' സുരസ പറഞ്ഞു. 'ഇങ്ങോട്ടു വരുമ്പോൾ നമ്മൾ നൗകയടുപ്പിച്ച ഇടം.'

ഹനുമാൻ തലയാട്ടി.

'ഞങ്ങളുടെ പുറകേ ലങ്കക്കാരുമുണ്ടാകും. തയ്യാറെടുക്കണം.'

'ഉറപ്പായും,' ഹനുമാൻ മറുപടി പറഞ്ഞു. 'നീയവിടെ ജീവനോടെ എത്തുമെന്ന് ഉറപ്പു വരുത്തു.'

'ഉറപ്പായും,' സുരസ പറഞ്ഞു.

സുരസയ്ക്ക് ലങ്കക്കാരെ നല്ലതു പോലെ അറിയാമായിരുന്നു. അവരുടെ സ്ഥിരം അടവുകളും.

ലങ്കക്കാർ മൃഗങ്ങളെ ഒരിക്കലും പൂർണ്ണമായി വിശ്വസിച്ചില്ല. കൂടുതൽ കൃത്യമായി പറഞ്ഞാൽ അവർ മൃഗങ്ങളെ പരിശീലിപ്പിക്കുന്നവരെ വിശ്വസിച്ചില്ല. അതുകൊണ്ട് അങ്ങേയറ്റം അത്യാവശ്യ സന്ദർഭങ്ങളിലൊഴിച്ച് അവർ പതിയിരുന്നാക്രമിക്കുമ്പോൾ മൃഗങ്ങളെ ദൂരെ മാറ്റി നിർത്തി. പതിയാക്രമണത്തിന് രഹസ്യസ്വഭാവവും നിശ്ശബ്ദതയും ആവശ്യമാണ്. മൃഗങ്ങൾക്കതുണ്ടെന്ന് ലങ്കക്കാർ വിശ്വസിച്ചില്ല.

സുരസയും മൂന്ന് സൈനികരും കാട്ടിലൂടെ വേഗത്തിലും നിശ്ശബ്ദമായും സഞ്ചരിച്ചു. ശത്രുസൈനികരുമായി അനാവശ്യ പോരാട്ടത്തിലേർപ്പെടാതെ അവർ തീരം പറ്റിയാണ് പോയത്. വേഗം തന്നെ അവർ വടക്കു ഭാഗത്തെത്തി, ലങ്കക്കാർ പതിയിരിക്കുന്ന ഇടത്തിന് ഏറെയപ്പുറം.

സുരസ മുഷ്ടികൾ ചുരുട്ടി വലതു കൈ നീട്ടിപ്പിടിച്ചു. സൈനികർ നിന്നു.

അവരിപ്പോൾ ശത്രു നിരയുടെ പുറകിലാണ്. അനാവശ്യമായ ഓരോ വാക്കും ഒഴിവാക്കണം. മൗനമാണ് ഏറ്റവും നല്ല പരിച.

ഇരുണ്ട ആകാശത്ത് മങ്ങിയ നിലാവ്.

സുരസ മന്ത്രിച്ചു, 'അവിടെ.'

നൂറു മീറ്റർ മുമ്പിലായി നൂറ്റിയമ്പതിലധികം കുതിരകളെ കെട്ടിയിട്ടിരുന്നു. ചില കുതിരകളെ നേരിയ മരങ്ങളിൽ അശ്രദ്ധമായി കെട്ടിയിട്ടതിനാൽ കയറുകൾ കെട്ടുപിണഞ്ഞിട്ടുണ്ട്. ചിലതിനെ കുറ്റികളടിച്ച് കെട്ടിയിട്ടിട്ടുണ്ട്. തിരി കുറ്റിയുമുണ്ട്. എന്നാൽ ഒറ്റ കുതിരക്കും കാറ്റിനെ ചെറുക്കാനുള്ള തടകളില്ല. എല്ലാ മൃഗങ്ങളും അസ്വസ്ഥരാണ്. മൃഗങ്ങളുടെ അടുത്തേക്കുള്ള വഴി കട്ടിയുള്ള മരനിരകളാൽ അസ്പഷ്ടമാണ്.

ലങ്കക്കാരായ നാലു സൈനികർ കുതിരകൾക്ക് കാവലുണ്ട്.

നാലു പേർ മാത്രം.

'ഇതാണ് നമ്മൾ ചെയ്യാൻ പോകുന്നത്,' സൈനികർക്കു നേരെ തിരിഞ്ഞ് സുരസ പതിയെ പറഞ്ഞു. 'നമ്മൾ ആ നാലു പേരെയും അമ്പെയ്തു വീഴ്ത്തും. അവരുടെ കഴുത്തിൽ ഉന്നം പിടിക്കണം. ഒരേ സമയത്ത്, അവരുടെ തൊണ്ടകളിൽ. കരച്ചിൽ പുറത്തു വരരുത്. മറ്റുള്ളവർക്ക് മുന്നറിയിപ്പു കിട്ടരുത്. എന്നിട്ടു നമ്മൾ മുമ്പോട്ടോടി കഴിയാവുന്നത്ര കുതിരകളെ കെട്ടഴിച്ചു വിടും. കഴിയാവുന്നത്ര നിശ്ശബ്ദമായി. അതു ചെയ്തു കഴിഞ്ഞാൽ നമ്മൾ നാലു കുതിരപ്പുറത്തേറി വടക്കോട്ടു പോകും. കഴിയാവുന്നത്ര ശബ്ദമുണ്ടാക്കിക്കൊണ്ട്. കടലിലേക്ക് തുഴയാൻ നമ്മുടെ കൂട്ടാളികൾക്കുള്ള സൂചനയാണ്. നമ്മളുണ്ടാക്കുന്ന ഒച്ച കേട്ട് ലങ്കക്കാർ കടത്തീരത്തേക്കു പായും. നമ്മളെ പിന്തുടരും. പക്ഷേ, അവരിൽ മിക്കവരും വെറുംകാലിലായിരിക്കും. പതുക്കെ. നമ്മൾ കുതിച്ചു പായണം. വടക്കു

വശത്ത് നമ്മൾ കൂട്ടാളികളെ കാണും. നമ്മൾ കടലിലേക്ക് കുതിരകളെ പായിക്കും. കടലിലേക്ക്. കുതിരകൾക്ക് കഴിയാവുന്നത്രയും ദൂരത്തിൽ. എന്നിട്ട് നമ്മൾ കടലിലേക്കു ചാടി നൗകയിലേക്കു നീന്തും. അവിടെ നിന്ന് തുഴഞ്ഞു പോകും. വ്യക്തമല്ലേ?'

സൈനികർ തലയാട്ടി.

'ശ്രദ്ധിക്കേണ്ട ഒരു കാര്യമുണ്ട്, അവർ കടൽത്തീരത്ത് കഴിയാവുന്നത്ര കുതിരകളെ കാണണം. മങ്ങിയ വെളിച്ചത്തിൽ അവർ ആ കുതിരപ്പുറത്ത് ആളുണ്ടെന്നു കരുതും. നമ്മളെല്ലാവരും കടൽത്തീരത്താണെന്നും. നാലു പേരെ മാത്രം കണ്ടാൽ ഇത് ശ്രദ്ധ തിരിക്കാനുള്ള അടവാണെന്ന് അവർക്കു മനസ്സിലാകും.

'ശ്രദ്ധിക്കാം.'

സുരസ തലയാട്ടി. അവൾ കുറിയ വില്ല് കയ്യിലെടുത്ത് ഞാണു മുറുക്കി. എന്നിട്ട് നല്ല അമ്പെയ്ത്തുകാരെ പോലെ അവൾ ഞാണു വലിക്കുകയും കാതിന്റെ അടുത്തു വെച്ച് അഴക്കുകയും ചെയ്തു. ഞാണിന്റെ മുറുക്കം പരിശോധിക്കാനാണത്.

നല്ല മുറുക്കം.

യോദ്ധാക്കളുടെ അംഗീകൃത രീതികൾ. യുദ്ധത്തിനു മുമ്പ് നിങ്ങളുടെ ആയുധം പരിശോധിക്കുക.

അവളുടെ സൈനികരും അതു പിന്തുടർന്നു.

വില്ലുകൾ തയ്യാറാണ്. അമ്പുകൾ തൊടുത്തു.

'പോകാം,' സുരസ മന്ത്രിച്ചു.

അവർ ഒതുക്കത്തിൽ മുമ്പോട്ടു നീങ്ങി. ലങ്കയുടെ നാലു സൈനികരിൽ നിന്ന് ഏതാണ്ടു നാല്പതു മീറ്ററകലെ അവർ നിന്നു. കുതിരകളെ നോക്കാനേൽപ്പിച്ച നാലു പേർ അത്ര മികച്ചവരല്ല. അവർ കൂട്ടം കൂടിനിന്ന് കളി പറയുകയാണ്.

പാറാവു നിൽക്കുമ്പോൾ ആദ്യത്തെ രണ്ടു നിയമങ്ങൾ: കൂട്ടം കൂടി നിൽക്കരുത്. കളിതമാശ പറയരുത്. അതോടെ നിങ്ങൾ എളുപ്പമുള്ള ഇരയാകും. നിങ്ങളുടെ ശ്രദ്ധ വ്യതിചലിക്കും.

ചാപല്യം

'ഒരമ്പിന് ഒരാൾ കൊല്ലപ്പെടണം,' സുരസ പിറുപിറുത്തു. 'ഉന്നം പിടിക്കു. ഞാൻ പറയുമ്പോൾ എല്ലാവരും ഒന്നിച്ച് അമ്പെയ്യണം.'

മിക്ക യുദ്ധ തന്ത്രങ്ങളും ശത്രുവിനെ കണ്ട മാത്രയിൽ ചീറ്റി പോകാറുണ്ടെന്നത് പറഞ്ഞു പഴകിയ കാര്യമാണ്. പക്ഷേ അത്തരം പല കാര്യങ്ങളിലും അല്പം നേരുണ്ടാകാറുണ്ട്.

സുരസ എണ്ണാൻ തുടങ്ങി.

'മൂന്ന്...രണ്ട്...ഒന്ന്.'

നാലമ്പുകൾ ഒരുമിച്ച് പാഞ്ഞു. മൂന്നെണ്ണം ലക്ഷ്യം കാണുകയും മൂന്നു ലങ്കക്കാരുടെ ചങ്കു തകർക്കുകയും ചെയ്തു. അവർ അവിടെത്തന്നെ തളർന്നു വീണു. ഒച്ചയില്ലാതെ. പക്ഷേ, ഒരമ്പ് അല്പമൊന്നു പിഴച്ചു. നിർഭാഗ്യവാനായ ആ ലങ്കക്കാരന്റെ കണ്ഠാസ്ഥിയുടെ നടുവിലാണ് അതു തറച്ചത്. തോളിനും കഴുത്തിനുമിടയിൽ. വളരെയധികം വേദനയുണ്ടാക്കുന്ന ആ മുറിവ് പക്ഷേ മാരകമല്ല.

ലങ്കക്കാരൻ വേദനയാൽ അലറിവിളിച്ചു. അരുവി അരു അഴിമുഖത്തുള്ള അയാളുടെ കൂട്ടാളികൾക്ക് മുന്നറിയിപ്പു കൊടുക്കാൻ മാത്രം ഉച്ചത്തിലുള്ളതായിരുന്നില്ല ആ കരച്ചിൽ. പക്ഷേ അത് കുതിരകളെ പേടിപ്പിച്ചു. ആ മിണ്ടാപ്രാണികൾ പരിഭ്രമത്തോടെ ചിനയ്ക്കാനും മോങ്ങാനും തുടങ്ങി.

സുരസ പ്രാകി. അവൾ മറ്റൊരമ്പു കൂടി പെട്ടെന്നു തൊടുത്തു വിട്ടു. ആ മനുഷ്യന്റെ തൊണ്ടക്കുഴിയിലേക്കു തന്നെ. ജീവനറ്റ് അപ്പോൾ തന്നെ അയാൾ നിലം പതിച്ചു.

പക്ഷേ കുതിരകൾ വിറളി പിടിച്ചിരുന്നു. അവറ്റകൾ കയറു വലിച്ചു പൊട്ടിക്കാൻ ശ്രമിക്കുകയും ചിനയ്ക്കുകയും ചെയ്തു.

'വേഗം വാ,' സുരസ അലറി. 'വേഗം.'

വില്ലു വലിച്ചെറിഞ്ഞ് അവൾ മുമ്പോട്ടു പാഞ്ഞു. അതു കൊണ്ടിനി കാര്യമില്ല. അവൾ കുറിയ വാളു വലിച്ചൂരിയെടുത്തു. അവളുടെ സൈനികർ പുറകേ കുതിച്ചു.

'കഴിയാവുന്നത്ര കുതിരകളെ കെട്ടഴിച്ചു വിടണം. പെട്ടെന്ന്! എന്നിട്ടവയെ കടൽത്തീരത്തേക്ക് ആട്ടിയോടിക്കണം!'

സൈനികർ ആജ്ഞ കേട്ട് ഓടി. ചില കുതിരകളുടെ കെട്ടഴിച്ചു. ചിലതിന്റെ കെട്ടറുത്തു. വിറളി പിടിച്ച ജന്തുക്കൾക്കിടയിൽ അവർക്ക് ശ്രദ്ധയോടെ ചലിക്കേണ്ടതുമുണ്ട്.

ഇരുപത്തഞ്ചോ മുപ്പതോ കുതിരകളുടെ കെട്ടഴിച്ചപ്പോൾ സുരസ ആജ്ഞാപിച്ചു, 'മതി! കുതിരപ്പുറത്തു കയറൂ! വടക്കോട്ട് പോകണം! നമുക്ക് സമയമില്ല!'

സുരസയ്ക്ക് വടക്കു ദിക്കിൽ നിന്നും കുതിരക്കുളമ്പടികൾ കേൾക്കാം. വലിയ ഒച്ചകൾ. പോർവിളികൾ.

'മുമ്പോട്ട്!' സുരസ ആജ്ഞാപിച്ചു.

സൈനികരോടൊപ്പം സുരസ മുമ്പോട്ട് കുതിച്ചു. കടൽത്തീരത്തേക്ക്. അവർ മരനിരകൾ മറികടന്നു.

ഏറെ കുതിരകൾ കെട്ടഴിക്കാതെ അവശേഷിച്ചിട്ടുണ്ട്. ശത്രുക്കൾ അവയെ ഉപയോഗിക്കും. വളരെ കുറച്ചു സമയമേയുള്ളൂ.

'വേഗം!'

അവൾ തിരിഞ്ഞു നോക്കി. വിദൂരതയിൽ പന്തങ്ങൾ കാണാം. ലങ്കക്കാർ ഏറെ പുറകിലാണ്. പക്ഷേ, മറികടക്കാൻ പറ്റാത്തത്രയും ദൂരെയല്ല. താമസിയാതെ അവർ കുതിരപ്പുറത്തു കയറും.

'വേഗം!' സുരസ അലറിവിളിച്ചു.

ലങ്കക്കാർ വെറുംകാലിൽ നിൽക്കുന്ന നേരത്ത് കുതിരപ്പുറത്തെ സഞ്ചാരത്തിന്റെ താല്ക്കാലികമായ പ്രയോജനം അവർക്ക് പരമാവധി മുതലെടുക്കേണ്ടതുണ്ട്. പരമാവധി ദൂരം ഇടയിലുണ്ടാക്കണം.

കടലിലേക്ക് കാണാത്തത്ര ഇരുട്ടുണ്ട്. അഴിമുഖത്തു നിന്ന് ഹനുമാനും അരിഷ്ടനേമിയും കടൽത്തീരത്തെത്തിയോ എന്ന് അറിയാൻ കഴിയുന്നില്ല.

അവർ അവിടെയെത്തിയിട്ടുണ്ടെന്ന് വിശ്വസിക്കാനേ കഴിയൂ.

ഇല്ലെങ്കിലുള്ള അവസ്ഥ ഭീകരമാണ്. മുപ്പതു മിനുറ്റകലെ കേതീശ്വരം ക്ഷേത്രത്തിൽ വലിയൊരു സേനയുണ്ട്. കടലിലേക്കല്ലാതെ രക്ഷപ്പെടാൻ മറ്റൊരു വഴിയുമില്ല.

'വേഗം!' സുരസ അലറി.

അവളുടെ സൈനികർ ഒപ്പമെത്തി.

അവൾ തിരിഞ്ഞു നോക്കി. കുതിരപ്പുറത്തെ ലങ്കക്കാരെ കാണാം. വേട്ടയാടൽ അരംഭിച്ചു കഴിഞ്ഞിരിക്കുന്നു.

ചിലർ മരനിരകളുടെ പുറകിൽ നിന്ന് കടൽത്തീരത്തേക്കാണു പായുന്നത്. മറ്റു ചിലർ അമ്പെയ്യാൻ തുടങ്ങിയിട്ടുണ്ട്. ഇപ്പോഴവർക്ക് ഉന്നം പിഴക്കും. ഇപ്പോഴത്തേക്കു മാത്രം.

'ഇവിടെ!'

സുരസ അവരുടെ നൗക മുമ്പ് അടുപ്പിച്ചിരുന്ന സ്ഥലം തിരിച്ചറിഞ്ഞു.

'കടലിലേക്കു കുതിരകളെ പായിക്ക്.'

പ്രക്ഷുബ്ധമായ കടലിലേക്ക് കുതിരകളെ പായിക്കുന്നത് അവയുടെ വേഗം കുറയ്ക്കും, അതോടെ ലങ്കക്കാരുമായുള്ള ദൂരവും കുറഞ്ഞു വരും. പെട്ടെന്നു തന്നെ ലങ്കക്കാരുടെ അമ്പുകൾ വന്നു തറയ്ക്കാവുന്ന ദൂരമാകുമത്.

'വേഗം! കുതിരകളെ പായിക്കൂ!'

വെള്ളത്തിലേക്കു നയിക്കപ്പെട്ട കുതിരകൾക്ക് വിറളി പിടിച്ചു.

അവയുടെ ഗതി സാവധാനത്തിലായി, പക്ഷേ ആ ഗംഭീര മൃഗങ്ങൾ ഓട്ടം നിർത്തിയില്ല.

'മുന്നോട്ട്!' സുരസ അലറി.

ലങ്കക്കാരുടെ അമ്പുകൾ തൊട്ടടുത്താണ്.

രുദ്രഭഗവാനേ, ഹനുമാൻ എത്തിയിട്ടുണ്ടാകണേ.

സുരസ ദൂരത്തു നിന്നും ഒരൊച്ച കേട്ടു. അവളതു തിരിച്ചറിഞ്ഞു. അവൾക്കാ ഒച്ച ഇഷ്ടമാണ്.

'സുരസാ...'

'അവർ ഇവിടെയെത്തി! വേഗം!'

സുരസയും അവളുടെ ധീരന്മാരായ സൈനികരും കുതിരകളെ കടലിൽ മുമ്പോട്ടു തന്നെ പായിച്ചു. കടൽത്തറ താഴോട്ട് പതിയെ ചായാൻ തുടങ്ങി. തീരത്തെ മിക്ക സ്ഥലങ്ങളിലേക്കാളും എളുപ്പത്തിൽ അവിടെ അവർക്ക് മുമ്പോട്ടു പോകാം. പക്ഷേ അല്പ സമയത്തിനുള്ളിൽ കുതിരകൾക്ക് വിറളി പിടിക്കുമെന്ന് അവർക്കറിയാമായിരുന്നു. തറയിൽ കാലു തൊടാതാകുമ്പോൾ. ആ നിമിഷം അടുത്തെത്തിയെന്ന് സുരസയ്ക്ക് അറിയാമായിരുന്നു.

'മുമ്പോട്ട്!'

കുതിരകൾ പ്രതിഷേധത്താൽ ഉച്ചത്തിൽ ചിനച്ചു തുടങ്ങിയിരുന്നു. പക്ഷേ, അവ അപ്പോഴും മുമ്പോട്ടു നീങ്ങി. ലങ്കക്കാരുടെ അമ്പുകൾ ചന്നം പിന്നം പറക്കാൻ തുടങ്ങി. അല്പം കൂടി അവർ നീങ്ങിയാൽ സുരസയും കൂട്ടരും അമ്പിന്റെ പരിധിക്കുള്ളിലാകും.

'സുരസാ!' ഇത്തവണ അരിഷ്ടനേമിയാണ്. 'ഞങ്ങൾ വരികയാണ്! നീന്തു!'

സമയമായെന്ന് സുരസയ്ക്ക് മനസ്സിലായി. കുതിരകൾ കീഴടങ്ങാൻ തുടങ്ങിയിരുന്നു.

അവൾ കടിഞ്ഞാണിൽ നിന്ന് കാലുകൾ ഊരിയെടുത്തു. തിരകളുടെ ഇരമ്പലിനു മുകളിലൂടെ അട്ടഹസിച്ചു. ലങ്കക്കാരുടെ പോർവിളികൾ പുറകിൽ മുഴങ്ങി.' കടിഞ്ഞാണിൽ നിന്നു കാലെടുക്ക്! ചാടാൻ തയ്യാറെടുക്ക്!'

അവളുടെ സൈനികർ ആജ്ഞയനുസരിച്ചു.

'ഇപ്പോൾ!'

അവർ കടലിലേക്ക് കൂപ്പു കുത്തി. എന്നിട്ട് നീന്താൻ തുടങ്ങി. അക്രമാസക്തമായി ആഞ്ഞടിക്കുന്ന തിരമാലകളെ ധീരമായി കീറി മുറിച്ചു കൊണ്ട്.

മങ്ങിയ നിലാവിലൂടെ സുരസ രണ്ടു നൗകകൾ തങ്ങളുടെ നേർക്കു പാഞ്ഞു വരുന്നതു കണ്ടു.

അവർ ആഞ്ഞു നീന്തി.

അവരുടെ അഭയസ്ഥാനത്തേക്ക്.

അവരുടെ നൗകകളിലേക്ക്.

ലങ്കക്കാരും കുതിരകളെ കടലിലേക്കു പായിക്കുകയും അമ്പുകൾ എയ്യുകയും ചെയ്തു.

ഇപ്പോഴവർ പരിധിക്കുള്ളിലാണ്.

അമ്പുകൾ സുരസയ്ക്കും സൈനികർക്കും ചുറ്റിനും വന്നു വീണു കൊണ്ടേയിരുന്നു. അവർ ആഞ്ഞു നീന്തി.

ലങ്കക്കാർ ലക്ഷ്യമില്ലാതെ മങ്ങിയ വെളിച്ചത്തിൽ തുരുതുരാ അമ്പെയ്യുകയാണ്. കൃത്യതയില്ലായ്മയെ എണ്ണം പരിഹരിക്കുമെന്ന് അവർ പ്രത്യാശിച്ചിട്ടുണ്ടാകും.

അതു തീർച്ചയായും സംഭവിക്കുകയും ചെയ്തു.

തുടയിൽ അമ്പു വന്നു തറച്ചപ്പോൾ സുരസയുടെ സൈനികരിലൊരാൾ അലറിക്കരഞ്ഞു. പക്ഷേ അയാൾ നീന്തൽ തുടർന്നു.

സുരസ തിരിഞ്ഞു നോക്കി. അയാൾ തളരുന്നുണ്ട്.

രണ്ടു പേർ നൗകയുടെ അടുത്തെത്തി അതിൽ വലിഞ്ഞു കയറുന്നുണ്ട്.

'സുരസാ!' കൈ നീട്ടിക്കൊണ്ട് ഹനുമാൻ അലറി.

പക്ഷേ സുരസ തിരിഞ്ഞ് മുറിവേറ്റ സൈനികന്റെ നേർക്കു നീന്തി. അവർക്കു ചുറ്റും അമ്പുകൾ മഴ പോലെ പെയ്തു. അവൾ അയാളെ പിടിച്ച് നൗകയ്ക്കു നേരെ വലിച്ചു. ഒരമ്പു കൂടി അയാളിൽ തറച്ചു. ഇത്തവണ തോളിൽ. സുരസ അയാളെ നൗകയോടടുപ്പിച്ചു. വേഗത്തിൽ അയാൾ അതിനുള്ളിലേക്ക് വലിച്ചിടപ്പെട്ടു.

ഒരമ്പു പാഞ്ഞു വന്ന് സുരസയുടെ തോളിൽ തറച്ചു. അവൾ വേദനയാൽ അലറി. അരിഷ്ടനേമി വെള്ളത്തിലേക്കു ചാടി അവളെ പൊക്കിയെടുത്ത് നൗകയിലേക്കെറിഞ്ഞു. അയാളും തിരിച്ചുകയറി.

എല്ലാ മലയപുത്രന്മാരും വായുപുത്രന്മാരും സുരക്ഷിതരായി നൗകയിലുണ്ട്.

'തിരിച്ചു തുഴയൂ!'

അമ്പുകൾ ചുറ്റും വർഷിക്കപ്പെടുകയാണ്.

മലയപുത്രന്മാരും വായുപുത്രന്മാരും തുഴയാൻ തുടങ്ങി.

'പുറകോട്ട്! വേഗം!'

ഹനുമാൻ സുരസയെ നോക്കി. അയാളുടെ നെറ്റി ഉത്കണ്ഠയാൽ

ച്ചുളിഞ്ഞു. അയാൾ അവളുടെ തോളിൽ തറച്ചിരുന്ന അമ്പിന്റെ പിടി വലിച്ചൂരാൻ ശ്രമിച്ചു. പക്ഷേ സൈനികനെ രക്ഷിക്കാനുള്ള ശ്രമത്തിൽ അവളുടെ പടച്ചട്ട ഇളകിപ്പോയിരുന്നു. അതുകൊണ്ടു തന്നെ അമ്പു വലിച്ചൂരാൻ പ്രയാസമായിരുന്നു.

'അതവിടെത്തന്നെ...അവിടെ..' സുരസ ശ്വാസം കിട്ടാതെ പിറുപിറുത്തു.

'സുരസാ...' ഹനുമാൻ ഞരങ്ങി. അയാൾ അമ്പ് തിരിച്ചറിഞ്ഞു. വളരെ പ്രത്യേകമായി മെനഞ്ഞെടുത്ത വിലപിടിച്ച അമ്പുകളിലൊന്ന്. പല്ലുള്ളതും അറ്റം തിരിഞ്ഞതുമായ ആ അമ്പ് വലിച്ചൂരാൻ എളുപ്പമല്ല, സാധാരണ അത്തരം അമ്പുകൾ വിഷം പുരട്ടിയതുമാണ്.

സുരസ പുഞ്ചിരിച്ചു. 'എനിക്കൊന്നുമില്ല...ഒരു പോറൽ മാത്രം...'

മരണത്തിന്റെ മുമ്പിൽ നിന്ന് നർമ്മം പറയാനുള്ള കഴിവ് ധീരതയുടെ ഉറപ്പായ ലക്ഷണമാണ്.

ഹനുമാൻ പുഞ്ചിരിച്ചു. അത് ഗൗരവമുള്ള മുറിവാണ്. എന്നാൽ അത്ര ഗൗരവമുള്ളതുമല്ല. വിഷം പുരണ്ട അമ്പ് ആശങ്കയുളവാക്കുന്നതു തന്നെ, പക്ഷേ അതു തോളിലാണ് തറച്ചിരിക്കുന്നത്. പ്രധാനപ്പെട്ട ഏതെങ്കിലും അവയവത്തിലല്ല. അവൾക്ക് ബോധം നഷ്ടപ്പെട്ടിട്ടില്ല. അവർ ഭാരതതീരത്ത് ഒന്നോ രണ്ടോ മണിക്കൂറിനുള്ളിൽ തിരിച്ചെത്തും. അവർ തൊട്ടടുത്ത ഗ്രാമത്തിലേക്ക് കുതിക്കുകയും അമ്പ് പുറത്തെടുക്കുകയും ചെയ്യും. എന്നിട്ട് മുറിവു തുന്നിക്കെട്ടി മരുന്നു വെക്കും.

മുറിവ് സാരമുള്ളതാണ്, പക്ഷേ അത്രയും സാരമുള്ളതല്ല.

സൈനികർ ആഞ്ഞു തുഴഞ്ഞതോടെ നൗകകൾ അമ്പുകളുടെ ആക്രമണ പരിധിയിൽ നിന്ന് പുറത്തു കടന്നു. അല്ലെങ്കിൽ അവർക്കങ്ങിനെ തോന്നി.

ഏറ്റവും മികച്ച കൈനോട്ടക്കാരനു പോലും സ്ത്രീസഹജമായ ഉൾവിളിയെ തോൽപ്പിക്കാനാകില്ലെന്ന് പഴമൊഴിയുണ്ട്. സുരസയ്ക്ക് പെട്ടെന്ന് ഒരു അശുഭസൂചന ലഭിച്ചു. ചിന്തയൊട്ടുമില്ലാതെ അവൾ ഹനുമാനെ ഒരു വശത്തേക്കു തള്ളുകയും അയാളെ തന്റെ ഉടലു കൊണ്ടു മറച്ച് തിരിയുകയും ചെയ്തു.

അമ്പ് പൈശാചികമായ കൃത്യതയോടെ പാഞ്ഞു വന്നു. അത് സുരസയുടെ അടിവയറ്റിൽ തന്നെ വന്നു തറച്ചു. അവളുടെ പടച്ചട്ട മുമ്പ് അഴിച്ചു മാറ്റിയിരുന്നില്ലെങ്കിൽ..

പ്രധാനപ്പെട്ട അവയവങ്ങളെയെല്ലാം തുളച്ച ക്രൂരമായ ആ അമ്പ് അവളുടെ ഉള്ളിലേക്ക് ആഴ്ന്നിറങ്ങി. വൃക്ക, കരൾ, കുടലുകൾ പോലും.

അരിഷ്ടനേമി തിരക്കിട്ടെത്തുമ്പോഴേക്കും സുരസ ഹനുമാന്റെ ദേഹത്തേക്കു മലർന്നു വീണു.

ഹനുമാൻ അവളെ കൈകളിലെടുത്തു, 'സുരസാ...'

സൈനികർ നിർത്തിയില്ല. അവർ തുഴഞ്ഞു കൊണ്ടേയിരുന്നു. നൗകകൾ ഉൾക്കടലിലേക്കു നീങ്ങി, ലങ്കയുടെ അമ്പുകൾ എത്താത്ത ഇടത്തേക്ക്.

സുരസ തന്റെ വയറ്റിൽ ആഴ്ന്നിറങ്ങിയ അമ്പ് കുനിഞ്ഞു നോക്കി. അവൾ ശ്വാസമെടുക്കാൻ ബുദ്ധിമുട്ടി. അവൾ അമ്പു തിരിച്ചറിഞ്ഞു. തന്റെ സമയം അടുത്തിരിക്കുന്നു.

ഹനുമാൻ തുഴക്കാരെ നോക്കി, 'വേഗം!കരയിലെത്തിക്കൂ! വേഗം!'

സുരസ ഹനുമാന്റെ കൈ പിടിച്ചു. 'സാരമില്ല...സാരമില്ല...'

അരിഷ്ടനേമി നിയന്ത്രണം വിട്ടു കരയുന്നുണ്ട്, 'സുരസാ...'

സുരസ അയാളെ നോക്കിയില്ല. അവളുടെ കണ്ണുകൾ ഹനുമാനിലുറച്ചിരുന്നു.

ഹനുമാൻ തേങ്ങുന്നുണ്ട്. 'അതു ഞാനാകേണ്ടതായിരുന്നു... ഞാനാകേണ്ടതായിരുന്നു...'

'സാരമില്ല...സാരമില്ല...' സുരസ ഇരുട്ടിൽ കഷ്ടപ്പെട്ടു പറഞ്ഞു. ആഴമുള്ള ഉറക്കത്തിലേക്ക് വീഴാൻ വിസമ്മതിച്ചു കൊണ്ട്. ഇപ്പോഴല്ല, ഇപ്പോഴല്ല. അവൾക്ക് ചിലതു പറയാനുണ്ട്. 'എനിക്ക് മൂന്നു സ്വപ്നങ്ങളുണ്ടായിരുന്നു, ഹനൂ...'

ഹനുമാന് അവളുടെ മുഖത്തു നോക്കാനായില്ല. അയാൾ അമ്പു നോക്കി. കുതിച്ചു ചാടുന്ന രക്തം. പ്രത്യാശയ്ക്ക് ഇടമില്ല. അതവസാനിച്ചിരിക്കുന്നു.

അയാൾ അവസാനം സുരസയെ നോക്കി. അയാളുടെ കണ്ണുകൾ കണ്ണുനീരിനാൽ നിറഞ്ഞു തുളുമ്പിയിരുന്നു.

'ഒരു സ്വപ്നം...' സുരസ പതിയെ പറഞ്ഞു, 'നിങ്ങളുടെ പ്രണയം നേടണമെന്നായിരുന്നു...മറ്റൊന്ന് നിങ്ങളുടെ കൈകളിൽ കിടന്നു മരിക്കണമെന്നും...മൂന്നാമത്തേത്...ഞാൻ മരിക്കുമ്പോൾ നിങ്ങൾ കരയുന്നതു കാണണമെന്നും...'

'സുരസാ,' ഹനുമാൻ മന്ത്രിച്ചു.

സുരസ പുഞ്ചിരിച്ചു. ഇരുട്ട് അടുത്തു വരികയാണ്. 'മൂന്നിൽ രണ്ട് മോശമല്ല...മൂന്നിൽ രണ്ട്...മോശമേയല്ല...'

ഹനുമാൻ കണ്ണുകളടച്ചു, കണ്ണുനീർത്തുള്ളികൾ കവിളുകൾ നനച്ചു.

'എന്നെ...എന്നെ നോക്കൂ,' സുരസ മന്ത്രിച്ചു.

ഹനുമാൻ കണ്ണുകൾ തുറന്നു.

'ഞാൻ നിങ്ങളെ പ്രണയിക്കുന്നു, ഹനൂ...'സുരസ പിറുപിറുത്തു അവൾ പ്രിയപ്പെട്ടവന്റെ കണ്ണുകളിലേക്കു നോക്കി. എന്നിട്ട്

ബോധരാഹിത്യത്തിലേക്ക് വഴുതി വീഴാൻ സ്വയം അനുവദിച്ച, ഘോരാന്ധകാരത്തിലേക്ക്.

അരിഷ്ടനേമി സുരസയുടെ കൈ പിടിച്ചു. അയാൾ ഒരു കുട്ടിയെ പോലെ തേങ്ങിക്കരഞ്ഞു. സുരസയുടെ ശബ്ദം കേൾക്കുന്ന അവസാനത്തെ നിമിഷമാണതെന്ന് അയാൾക്കറിയാമായിരുന്നു.

അദ്ധ്യായം 12

'ഇത് തികച്ചും വിചിത്രമാണ്,' വസിഷ്ഠൻ പറഞ്ഞു.

വസിഷ്ഠൻ ശബരിയുടെ ലളിതമായ കുടിലിൽ പായയിൽ ഇരിക്കുകയാണ്. കിഷ്കിന്ധയിലെ രാജാവുമായുള്ള വിചിത്രമായ കൂടിക്കാഴ്ചയ്ക്കു ശേഷം ആ വിദുഷിയെ കാണാനെത്തിയതാണ് ഗുരു. അവരുടെ പക്വതയാർന്ന ഉപദേശം വേണം. വസിഷ്ഠൻ വിചാരിച്ചതു പോലെയല്ല ആ കൂടിക്കാഴ്ച നടന്നത്.

ശബരി താടിയുയർത്തി ജനലിലൂടെ പുറത്തേക്കു നോക്കി. ദൂരെ അയ്യപ്പ സന്നിധാനം കാണാം.

'നാട്ടിലെങ്ങുമില്ലാത്ത ആവശ്യം! സപ്തസിന്ധുവിന്റെ ചക്രവർത്തിയുമായി ദ്വന്ദയുദ്ധം! തോറ്റാൽ മാത്രം കിഷ്കിന്ധയുടെ സൈന്യത്തെ തരുമത്രേ. എത്ര വിചിത്രം!'

ശബരി പതിയെ പറഞ്ഞു, 'ചിലപ്പോൾ കേട്ട കഥകൾ നേരായിരിക്കാം...'

വസിഷ്ഠൻ കണ്ണുകൾ ചുളിച്ചു. 'കഥകളോ? എന്തു കഥകൾ?'

'ഞാൻ കുറച്ചായി അതെല്ലാം കേട്ടു തുടങ്ങിയിട്ട്,' ശബരി പറഞ്ഞു. 'പക്ഷേ, ഞാനതൊന്നും വിശ്വസിച്ചില്ല.'

'എന്തു കഥകൾ, ശബരീ മാതാവേ?' വസിഷ്ഠൻ ആവർത്തിച്ചു.

ശബരി വസിഷ്ഠനെ നോക്കി, 'ഗുരോ, അംഗദൻ നിയോഗത്തിലൂടെ ജനിച്ചതാണെന്നു തോന്നുന്നു.'

'എന്ത്?' വസിഷ്ഠൻ ഞെട്ടിപ്പോയി.

ഭാരതത്തിലെ അതിപുരാതനകാലത്ത് വേരുകളുള്ള പൗരാണിക ആചാരമാണ് നിയോഗം. വിവാഹം കഴിച്ച പുരുഷൻ സന്താനോത്പാദനത്തിന് പ്രാപ്തനല്ലെങ്കിൽ മറ്റൊരു പുരുഷന്

സ്ത്രീയെ ഗർഭിണിയാക്കാമെന്ന് അതിന്റെ സംഹിത പറയുന്നു. സാധാരണയായി സ്ത്രീ ഒരു മഹർഷിയെ സമീപിക്കും. മഹർഷിയുടെ ബൗദ്ധിക ശേഷികൾ ജനിതകമായി കുട്ടിക്കു പകർന്നു കിട്ടും. മഹർഷിമാർ പരിവ്രാജകരായതിനാൽ കുട്ടിയുടെ മേൽ അവകാശം ഉന്നയിക്കുകയുമില്ല. നിയോഗത്താൽ പിറന്ന കുട്ടി എല്ലാ പ്രായോഗിക, സാമൂഹ്യ മാനദണ്ഡമനുസരിച്ചും ആ സത്രീയുടെയും നിയമപ്രകാരമുള്ള ഭർത്താവിന്റെയും നിയമാനുസൃത സന്തതിയാണ്. കുട്ടിയുടെ ജീവശാസ്ത്രപരമായ പിതാവ് ആരാണെന്ന് പുറത്തറിയാറില്ല.

'ഭീരുവായ സുഗ്രീവനെ ഒരിക്കൽ രക്ഷിക്കുമ്പോൾ ബാലിക്ക് കാര്യമായ മുറിവു പറ്റിയത്രേ. ഒരു നായാട്ടിനിടയ്ക്ക് വളരെ പണ്ടായിരുന്നു അത്. മുറിവുകൾ കാരണം കഴിക്കേണ്ടി വന്ന മരുന്നുകളുടെ ഫലമായി ബാലിക്ക് പ്രത്യുല്പാദന ശേഷി നഷ്ടപ്പെട്ടു.'

'കിഷ്കിന്ധയുടെ രാജകുടുംബത്തിന് എന്നും ഭാരമായിരുന്നു സുഗ്രീവൻ,' വസിഷ്ഠൻ പറഞ്ഞു. 'പക്ഷേ ബാലി രാമനെ വെല്ലുവിളിച്ചതുമായി ഇതിനെന്തു ബന്ധം?'

'അയാളുടെ ക്രോധം.'

'ബാലിയ്ക്കെന്തു കൊണ്ടാണ് ഇത്രയധികം ക്രോധം? എനിക്ക് മനസ്സിലാകുന്നില്ല. നമ്മുടെ പാരമ്പര്യം നിയോഗത്തെ അനുവദിക്കുന്നുണ്ടല്ലോ. അതിൽ തെറ്റായൊന്നുമില്ല. അയാളുടെ ഭാര്യ താരയുടെ കുട്ടി അയാളുടെ കുട്ടി തന്നെയാണ്. മന്ദബുദ്ധിയായ അനുജനോടുള്ള അയാളുടെ ക്രോധം മനസ്സിലാക്കാം. പക്ഷേ എല്ലാവരുടെ നേർക്കുമുള്ള ക്രോധത്തിന്റെ പൊരുളെന്താണ്? രാമനോടോ? അതിന്റെ കാര്യമേയില്ല. ബാലിയെ പോലെ ആദരണീയനായ ഒരാളെ സംബന്ധിച്ച് പ്രത്യേകിച്ചും.'

'അതിനേക്കാളും സങ്കീർണ്ണമാണു കാര്യങ്ങൾ...ശബരി പറഞ്ഞു. 'രാജ്ഞി ആരുണി തീരുമാനിച്ചത്...'

ശബരി പറയാൻ ഒന്നു ശങ്കിച്ചു.

'തീരുമാനിച്ചത്...എന്താണത്?' വസിഷ്ഠൻ ചോദിച്ചു.

'നിങ്ങൾക്കറിയാമായിരുന്നല്ലോ ആരുണിയുടെ സ്വഭാവം.'

'ഉവ്വ്, അവൾ...വാശിയും എടുത്തു ചാട്ടവും. അപ്പോൾ അവളെന്തു ചെയ്തു?'

'സിംഹാസനത്തിലേക്ക് തന്റെ കുടുംബത്തിലെ രാജരക്തം തന്നെ വേണമെന്ന് അവൾ തീരുമാനിച്ചു. അതു കൊണ്ട് അവൾ...'

വസിഷ്ഠന് കാര്യം മനസ്സിലായി. 'രുദ്രഭഗവാനേ, കാക്കണേ!'

അമ്മമഹാറാണി ആരുണിയുടെ മറ്റൊരു മകനായ സുഗ്രീവൻ.

വസിഷ്ഠൻ രണ്ടു കൈ കൊണ്ടും തല പൊത്തിപ്പിടിച്ചു. അയാൾ സ്തബ്ധനായിപ്പോയി. നിയോഗം നടത്തിയത് സുഗ്രീവനാണ്. അംഗദൻ സുഗ്രീവന്റെ കുട്ടിയാണ്.

'ഇത് വിശ്വസിക്കാനാകുന്നില്ല!'

'അറിയാം,' ശബരി പറഞ്ഞു.

വസിഷ്ഠന് അപ്പോൾ ബാലിയുടെ രോഷവും വേദനയും മനസ്സിലായി. മറ്റൊന്നു കൂടി പെട്ടെന്ന് അയാളിൽ തറച്ചു. 'പക്ഷേ, അതൊരു രഹസ്യമായിരിക്കേണ്ടതല്ലേ? ആചാരമനുസരിച്ച് ഹിമാലയത്തിലാണ് നിയോഗം നടക്കേണ്ടത്. ബാലി എങ്ങിനെയതു കണ്ടെത്തി?

'ആരുണി രാജ്ഞി മരണക്കിടക്കയിൽ വെച്ച് അക്കാര്യം ബാലിയോടു പറഞ്ഞതായി കിംവദന്തിയുണ്ട്.'

വസിഷ്ഠന്റെ വായ ഞെട്ടലിൽ തുറന്നു പോയി. 'അവളെന്തിനതു ചെയ്തു? മിണ്ടാതിരുന്നാൽ പോരേ? ഗുണം ചെയ്യാതെ വേദന മാത്രം നൽകുന്ന സത്യം ഒരാളിന്റെ മേൽ അടിച്ചേൽപ്പിച്ചതെന്തിന്?'

'ചിലപ്പോൾ കുറ്റബോധമാകാം. അവൾ ബാലിയോടു തെറ്റു ചെയ്തു. സത്യം പറഞ്ഞാൽ മന:സാക്ഷി സ്വതന്ത്രമാകുമെന്ന് കരുതിക്കാണും. ആത്മാവിലെ പാപക്കറ കഴുകിക്കളയാൻ.'

'ഇല്ല, സ്വാർത്ഥതയാൽ പാപക്കറ കഴുകിക്കളയാനാകില്ല. സത്യം പറഞ്ഞതിലൂടെ അവൾ ബാലിയെ ജീവിതമത്രയും നീളുന്ന പീഡനത്തിന് വിധിച്ചു. അതും മരിക്കുന്നതിനു മുമ്പ് സ്വന്തം മനോഭാരം കുറയ്ക്കാൻ മാത്രം. തികച്ചും സ്വാർത്ഥമായ പ്രവൃത്തി.'

ശബരി തലയാട്ടി.

'പക്ഷേ, ബാലിയ്ക്ക് മകനെ വലിയ കാര്യമാണ്. അതു വ്യക്തമാണ്.'

'അതെ,' ശബരി സമ്മതിച്ചു.

'അംഗദനു കാര്യങ്ങൾ അറിയില്ലെന്നു തോന്നുന്നു.'

'ഇല്ല,' ശബരി പറഞ്ഞു. നാട്ടുകാർക്കുമറിയില്ല. സപ്തസിന്ധുവിലെ രാജകുടുംബങ്ങൾക്കു പോലുമറിയില്ല. മഹർഷിമാരുടെ വൃത്തങ്ങളിൽ മാത്രമാണ് ഇതിനെ കുറിച്ചെന്തെങ്കിലും അറിയാവുന്നത്.'

'നിങ്ങളെന്തു കൊണ്ടാണ് ഇതെന്നോടു പറയാതിരുന്നത്?'

'ഞാൻ തെളിവില്ലാത്ത പരദൂഷണങ്ങളിൽ കൈ കടത്താറില്ല, ഗുരോ. പക്ഷേ, ബാലിയുടെ പെരുമാറ്റം അതു നേരാണെന്ന് തോന്നിപ്പിച്ചു. അയാളുടെ തുടർച്ചയായ സൈനിക മുന്നേറ്റങ്ങൾ പ്രശസ്തിക്കു വേണ്ടിയാണെന്നാണ് ഞാൻ കരുതിയിരുന്നത്. പക്ഷേ എനിക്കിപ്പോൾ മനസ്സിലാകുന്നുണ്ട്...ജീവിതം തന്നോടു ചെയ്തതിനു നേർക്കുള്ള

അതികഠിനമായ ക്രോധത്തിനും സഹജമായ കുലീനതയ്ക്കുമിടയിൽ ഊയലാടുകയായിരുന്നു അയാൾ.'

വസിഷ്ഠൻ നെടുവീർപ്പിട്ടു. 'അഗ്നിഭഗവാനേ...'

ശബരി കണ്ണിമ ചിമ്മാതെ നിന്നു.

ഭാരതത്തിന്റെ നന്മകളിൽ മാത്രം ചിന്തയുറപ്പിച്ച വസിഷ്ഠൻ ആ സാഹചര്യം വ്യക്തമായി മനസ്സിലാക്കി. മാനുഷികവികാരങ്ങളുടെ പ്രകടനത്തിനുമപ്പുറം.

'ഗജസേനയില്ലാതെ രാവണനെ തോൽപ്പിക്കാനാകില്ല,' വസിഷ്ഠൻ പറഞ്ഞു. 'നമുക്കതു കിട്ടിയേ തീരൂ.'

'നേരാണ്.'

'ദ്വന്ദയുദ്ധവുമായി മുമ്പോട്ടു പോകാൻ രാമനെ ഞാൻ ഉപദേശിക്കാം.'

'ഉവ്വ്,' ശബരിയും സമ്മതിച്ചു.

സ്പഷ്ടമായ സത്യം രണ്ടു പേരും വാക്കുകളിലാക്കിയില്ല. ബാലിയുടെ അനിയന്ത്രിതമായ വികാരങ്ങളും ക്രോധവും അയാളെ എളുപ്പത്തിൽ തോല്പ്പിക്കും.

'നീണ്ട വാളോ?' അതിശയത്തോടെ ലക്ഷ്മണൻ പിറുപിറുത്തു.

നാരദൻ നെറ്റി ചുളിച്ചു.

രാമനെ ബാലിയാണ് ദ്വന്ദയുദ്ധത്തിന് വെല്ലുവിളിച്ചതെന്നതിനാൽ ആയുധം തിരഞ്ഞെടുക്കേണ്ട അവകാശം അദ്ദേഹത്തിനാണ്. എന്നാൽ ധീരനായ രാമൻ ആ അവകാശം ബാലിയ്ക്കു വിട്ടു കൊടുത്തു. അയാളാകട്ടെ ഒരു കാരണവുമില്ലാതെ നീണ്ട വാൾ തിരഞ്ഞെടുക്കുകയും ചെയ്തു. അതു വിചിത്രമായിരുന്നു, വളരെ വിചിത്രം. ബാലി ദൃഢഗാത്രനും കരുത്തനുമാണ്, ഇടത്തരം ഉയരം. രാമൻ ബാലിയേക്കാൾ മെലിഞ്ഞവനാണ്, പക്ഷേ, ആറടിയോളം ഉയരമുണ്ട്. ഒരു വിദഗ്ദ്ധൻ ബാലിയ്ക്ക് കുറിയ വാൾ നിർദ്ദേശിക്കുമായിരുന്നു. രാമന് തന്റെ നീളക്കൂടുതൽ കൊണ്ടുണ്ടാകുന്ന മുൻതൂക്കം അതിലൂടെ കുറയ്ക്കാം. നീണ്ട വാൾ ദ്വന്ദയുദ്ധത്തിനിടയ്ക്ക് രണ്ടു കൈ കൊണ്ടുമാണ് പിടിക്കുന്നത്. ബാലി രാമന് വ്യക്തമായ മുൻതൂക്കം നൽകിക്കഴിഞ്ഞിരിക്കുന്നു.

'ബാലി രാജാവെന്താണു കരുതുന്നത്?' ലക്ഷ്മണൻ ചോദിച്ചു.

ദ്വന്ദയുദ്ധം കാണാനായി ആ ക്ഷേത്രസമുച്ചയത്തിലെ ഏതാണ്ടെല്ലാവരും എത്തിയിട്ടുണ്ട്. അതെന്തായാലും ക്ഷേത്ര

സമുച്ചയത്തിനുള്ളിൽ വെച്ച് നടത്താനാകില്ല. അത് അധർമ്മമാകും. അതുകൊണ്ടവർ ചുറ്റും കാണികൾക്കിരിയ്ക്കാൻ അണ്ഡാകൃതിയുള്ള തട്ടുകളുള്ള തുറന്ന പരിശീലനക്കളരിയിൽ ദ്വന്ദയുദ്ധം സംഘടിപ്പിച്ചു. കുന്നിന്റെ അടിവാരത്ത്. അവിടെ നിന്നും അയ്യപ്പസന്നിധാനം നല്ലതു പോലെ കാണാം.

തട്ടുകളിൽ രണ്ടായിരമാളുകൾ നിരന്നു. ചിലപ്പോൾ അത്തരമൊരു ദ്വന്ദയുദ്ധം ജീവിതകാലത്തിനി കാണാൻ കിട്ടില്ലെന്ന് അവർക്കറിയാമായിരുന്നു. രംഗഭൂമിയിൽ കണ്ണുകളുറപ്പിച്ച് വസിഷ്ഠനും ശബരിയും ചേർന്നു നിന്നു. രംഗഭൂമിയുടെ അങ്ങേ വശത്ത് പ്രതിയോഗികൾ കസർത്തു ചെയ്യുകയാണ്. സഹായികളാരുമില്ലാത്ത ദ്വന്ദയുദ്ധമാണ് അവർ തിരഞ്ഞെടുത്തിരിക്കുന്നത്.

ബാലി രംഗഭൂമിയുടെ മദ്ധ്യത്തിലേക്കു നടന്നു. വെളുത്ത നിറം, ദേഹം നിറച്ചു രോമം. നെഞ്ചും തോളും തള്ളിച്ചാണു നടക്കുന്നത്. അയാൾ കൈകൾ വീശി വാളു കൊണ്ട് അർദ്ധ വൃത്തങ്ങൾ ചമച്ചു. ഗംഭീരനും അഹങ്കാരിയും. ആവേശഭരിതൻ. ഇരുണ്ട നിറമുള്ള, ഉയരമുള്ള, പേശീബലമുള്ള രാമനും അടുത്തു നടക്കുന്നുണ്ട്. ഉയർത്തിപ്പിടിച്ച തല. അളന്നു മുറിച്ച ചുവടുകൾ. നിയന്ത്രിതമായ രീതിയിലാണ് കൈ വീശലും കൈകാലുകൾ അയക്കലും. ഏകാഗ്രചിത്തനും തീരുമാനിച്ചുറപ്പിച്ചവനും.

ബാലി തറയിൽ വാളു കുത്തിയിറക്കി, മുട്ടുകുത്തി അയ്യപ്പ സന്നിധാനത്തെ നോക്കി. രാമൻ തറയിൽ വാൾ പതിയെ വെച്ച് തൊട്ടു വണങ്ങി. എന്നിട്ടദ്ദേഹം അയ്യപ്പനെയും വണങ്ങി.

രണ്ടു യോദ്ധാക്കളും ഒരുമിച്ചു കൈകൂപ്പി അയ്യപ്പനോട് പ്രാർത്ഥിച്ചു- ഭാരതത്തിന്റെ വിശുദ്ധമണ്ണ് കണ്ടിട്ടുള്ളതിൽ വച്ചേറ്റവും മഹാന്മാരായ രണ്ടു യോദ്ധാക്കൾ.

'സ്വാമിയേ ശരണമയ്യപ്പാ'

എല്ലാവരും അതേറ്റു ചൊല്ലി, 'സ്വാമിയേ ശരണമയ്യപ്പാ.'

രാമൻ വാൾ കയ്യിലെടുത്ത് എഴുന്നേറ്റു നിന്നു. അദ്ദേഹമതു നീട്ടിപ്പിടിച്ചു. ബാലി തന്റെ വാളു കൊണ്ട് രാമന്റെ വാൾത്തലപ്പിൽ തട്ടി. ദ്വന്ദയുദ്ധത്തിനു മുമ്പുള്ള ചടങ്ങ്.

വിനാശകാരിയായ തർക്കം തുടങ്ങുന്നതിനു മുമ്പ് ആയുധങ്ങൾ പരസ്പരം തട്ടും.

രാമൻ ബാലിയെ നോക്കി പുഞ്ചിരിച്ചു. ബാലിയാകട്ടെ ഹ്രസ്വമായി തലയാട്ടി. അവർ അതാത് നിൽപ്പിടങ്ങളിലേക്ക് മടങ്ങി. ബാലി തന്റെ

മകനായ അംഗദനെ നോക്കി. ശബരിയിൽ നിന്നും വസിഷ്ഠനിൽ നിന്നും അല്പമകലെ രംഗഭൂമിയുടെ വിളുമ്പിൽ തന്നെ അയാളുണ്ട്.

അംഗദൻ. ഇരുപതു വയസ്സിൽ അല്പം ഇളപ്പമായ അംഗദൻ തന്റെ നിയമാനുസൃത പിതാവായ ബാലിയുടെ തനിപ്പകർപ്പാണ്. വെളുത്ത ചർമ്മം. രോമാവൃതമായ, പേശീബലമുള്ള ഉടൽ.

ആ സാദൃശ്യം കാണുന്നവർക്കെല്ലാം ആനന്ദമുളവാക്കി. പക്ഷേ, ബാലിയ്ക്ക് കാര്യങ്ങളറിയാമല്ലോ. സുഗ്രീവനും അയാളുടെ തനിപ്പകർപ്പാണ്.

ബാലി ദീർഘനിശ്വാസത്തോടെ തലയാട്ടി. രാമനെ നോക്കി. പ്രതിയോഗികൾ ശബരിയെ വണങ്ങി. ശബരി പ്രഖ്യാപിച്ചു:'അയ്യപ്പസ്വാമി ഏറ്റവും അർഹിക്കുന്നയാൾക്ക് വിജയം നൽകട്ടെ.'

അതോടെ ദ്വന്ദയുദ്ധം ആരംഭിച്ചു.

പരിശീലത്തിൽ പഠിച്ച പാഠങ്ങളും നിയമങ്ങളും കടുകിട വിടാതെ പിന്തുടരുന്ന പാരമ്പര്യ യോദ്ധാവാണ് രാമൻ. അദ്ദേഹം നീണ്ട വാൾ രണ്ടു കൈ കൊണ്ടും പിടിച്ച് ഉടൽ ഒരു വശത്തേക്കു ചരിച്ചു, പ്രതിയോഗിക്ക് ലക്ഷ്യം ഒട്ടും കാട്ടിക്കൊടുക്കാതെ. വാൾ നേരെ മുമ്പോട്ടാണ്.

ബാലി വലതു കയ്യിൽ വാളെടുത്ത് ഒരു വശത്തേക്കു നീട്ടി. ഉടൽ മുഴുവൻ വെളിച്ചത്താണ്. കൂസലൊട്ടുമില്ലാതെ, മരണം കാംക്ഷിക്കുന്നതു പോലെ.

പെട്ടെന്ന് കിഷ്കിന്ധാധിപൻ അലറുകയും ആക്രമിക്കുകയും ചെയ്തു. അടുത്തു വന്നപ്പോൾ അയാൾ ശ്രദ്ധയൊട്ടുമില്ലാതെ ഒറ്റക്കാലിൽ തിരിയുകയും വലതു കൈ ഭീഷണമായി ചുഴറ്റുകയും ചെയ്തു. പക്ഷേ നിയന്ത്രണമില്ലാത്ത ചലനമായതു കൊണ്ട് രാമൻ പുറകോട്ടായുകയും വെട്ടു തടുക്കുകയും ചെയ്തു.

അളവില്ലാത്ത സാഹസികതയായിരുന്നു അത്. അകലെ നിന്ന് ഒറ്റക്കാലിൽ തിരിയുകയും ആയുധം ചുഴറ്റുകയും ചെയ്യുന്നത് നാടകങ്ങളിൽ വലിയ ശ്രദ്ധയാകർഷിക്കും. കൂടുതലൊന്നുമറിയാത്ത കാണികൾ കയ്യടിക്കുകയും അതിശയം കൊണ്ടു വാ പിളർത്തുകയും ചെയ്യും. പക്ഷേ, അതു മണ്ടത്തരമാണ്. ഒരു നിമിഷത്തേക്ക് നിങ്ങൾ പ്രതിയോഗിക്കു മുമ്പിൽ പുറം കാട്ടിയെന്നാണ് അതിനർത്ഥം. നേരായ വാൾപയറ്റിൽ വിദഗ്ധനായ എതിരാളിക്കെതിരെ അതു തികച്ചും പരിഹാസജനകമാണ്. അയാൾക്കെളുപ്പത്തിൽ നിങ്ങളുടെ പുറകിൽ കുത്താം.

പക്ഷേ, രാമന്റെ ആർജ്ജവം അസാധാരണമാണല്ലോ. അദ്ദേഹമൊരിക്കലും പുറകിൽ നിന്നു കുത്തില്ല. അദ്ദേഹം ബാലിയുടെ വെട്ടു തടയുകയും അയാളെ ഉന്തി മാറ്റുകയും ചെയ്തു.

ബാലി വീണ്ടും ഒറ്റക്കാലിൽ തിരിഞ്ഞ് നീണ്ട വാൾത്തലപ്പ് മുമ്പിലേക്കു

നീട്ടി. രാമൻ ആ വിദഗ്ദ്ധമായ ചലനം പ്രതീക്ഷിച്ചിരുന്നു. അദ്ദേഹം വീണ്ടും ബാലിയെ തടയുകയും ഉന്തിമാറ്റുകയും തിരിയുകയും ചെയ്തു. തന്റെ അടിവയറ് അദ്ദേഹം പൂർണ്ണമായി മറച്ചു വെച്ചു.

അപ്പോഴാണ് ബാലി തികച്ചും അപ്രതീക്ഷിതമായ ആ കാര്യം ചെയ്തത്.

അയാൾ തന്റെ വാൾ രാമന്റെ വാൾത്തലപ്പുപയോഗിച്ച് വെട്ടിച്ചു. ബാലിയുടെ ഊക്കുള്ള കൈത്തണ്ട അതിവേഗത്തിൽ അതു ചെയ്തതിനാൽ മുൻകൂട്ടികാണൽ ബുദ്ധിമുട്ടായിരുന്നു. ഉൾപ്രേരണയാൽ രാമൻ തല പുറകിലേക്കെറിയുകയും നിമിഷാർദ്ധം കൊണ്ട് മാരകമായ വെട്ട് ഒഴിവാക്കുകയും ചെയ്തു.

രാമൻ പുഞ്ചിരിയോടെ പുറകോട്ടു മാറുകയും ബാലിയെ നോക്കി ചിരിക്കുകയും ചെയ്തു.

മികച്ച നീക്കം.

മുഖത്ത് ക്രൂസലില്ലാത്ത ചിരിയോടെ ബാലി തിരിച്ചു തലയാട്ടി.

രാമൻ വീണ്ടും പോരാട്ടത്തിനൊരുങ്ങി വാളുയർത്തി.

ബാലി കാലുകൾ കൊണ്ടു ചുവടു വെച്ച് വലംകയ്യിലെ വാൾ ചുഴറ്റി ആക്രമിച്ചു. പിന്നീട് അതീവ കൃത്യതയോടെ ഇടതു വശത്തു നിന്ന്. വെട്ടു തടുത്തു കൊണ്ട്, ഇരുകയ്യും വാളിലമർത്തിപ്പിടിച്ച് രാമൻ പുറകോട്ടാഞ്ഞു. ബാലി വീണ്ടും വീണ്ടും വെട്ടിയിട്ടും രാമൻ വാൾ മുറുകെ പിടിച്ചു. രാമൻ പതിയെ പുറകോട്ടു മാറി. തികച്ചും സാമ്പ്രദായിക മട്ടിലുള്ള ചുവടുകൾ. അല്ലെങ്കിൽ കാണികൾക്ക് അങ്ങിനെ തോന്നി.

ബാലി വന്യമായി അലറിക്കൊണ്ട് വാളു ചുഴറ്റി. പക്ഷേ, താനൊരു കെണിയിലേക്കാണു പോകുന്നതെന്ന് അയാൾ അറിയുമ്പോഴേക്കും വൈകിപ്പോയി.

രാമൻ അളന്നു ചുവടു വെച്ച് പുറകോട്ടു മാറി. യുദ്ധക്കളത്തിന്റെ വിളുമ്പിലേക്ക് നീങ്ങാനുദ്ദേശിച്ച്. ബാലിയ്ക്ക് അക്രമാസക്തമായി മുമ്പോട്ടു നീങ്ങുകയേ വഴിയുള്ളൂ. വാളു പിടിച്ച കയ്യിന്റെ കൈത്തണ്ടയിൽ കിട്ടിയേക്കാവുന്ന വെട്ട് അയാൾക്ക് തടയാനായെന്നു വരില്ല.

പക്ഷേ ബാലി കൃത്യ സമയത്ത് ഒഴിഞ്ഞു കളഞ്ഞു. അയാൾ കൈത്തണ്ടകൾ മുകളിലേക്കുയർത്തി വട്ടം കറങ്ങുകയും ചുമലുകൾക്കു പുറകിൽ വാൾ ഇരു കൈ കൊണ്ടും ലംബമായി താഴേക്കു പിടിക്കുകയും ചെയ്തു. തിരിയുമ്പോൾ തന്റെ പിൻഭാഗം വെട്ടിൽ നിന്നു സംരക്ഷിച്ചു കൊണ്ട്.

ബാലി തിരിഞ്ഞപ്പോൾ ചുളിഞ്ഞ നെറ്റിയോടെ, ഇറുക്കിയ കണ്ണുകളോടെ രാമൻ തുറിച്ചു നോക്കുന്നതു കണ്ടു. മുഖത്ത് കഠിനഭാവം.

ബാലിയ്ക്ക് കാര്യം മനസ്സിലായി. രാമന്റെ ആത്മാഭിമാനം മുറിപ്പെട്ടിരിക്കുന്നു. രാമൻ പുറകിൽ നിന്നാക്രമിക്കുമെന്ന് തോന്നുന്നതു തന്നെ അപമാനകരമാണ്. അത് അധർമ്മമാണ്.

രാമൻ ഇക്ഷ്വാകു കുലജാതനാണ്. രഘുവിന്റെ കുലീനനായ പിൻഗാമി. അധർമ്മം ചെയ്യുന്നതിനേക്കാൾ മരണം ഇഷ്ടപ്പെടുന്നയാൾ.

ബാലി രാമന്റെ തുറിച്ച നോട്ടം ഒരു നിമിഷാർദ്ധം നോക്കി നിന്നു. വിചിത്രമായ ഒരു ഭാവം അയാളുടെ മുഖത്ത് തെല്ലിട പരന്നു. അയാൾക്കിപ്പോൾ അതുറപ്പായതു പോലെ.

ശബരി ദൂരത്തു നിന്ന് ആ നോട്ടം കണ്ടു. ഉടനെ അവരത് തിരിച്ചറിയുകയും ചെയ്തു. പ്രണയിച്ചിരുന്ന ഒരാളുടെ മുഖത്ത് നിരവധി ദശകങ്ങൾക്കു മുമ്പേ ശബരി അതു കണ്ടിട്ടുണ്ട്. കുലീനമായ ക്ഷത്രിയമോഹമുള്ള കുലീനനായ യോദ്ധാവ്: യോഗ്യനായ എതിരാളിയുടെ കൈ കൊണ്ടുള്ള മരണം.

ശബരി ഞെട്ടിപ്പോയി. ബാലിയ്ക്കെന്താണാവശ്യമെന്ന് അവൾക്ക് പൊടുന്നനെ മനസ്സിലായി, എന്താണയാൾ തിരഞ്ഞു നടക്കുന്നതെന്നും.

ബാലി ഉറക്കെ അലറിക്കൊണ്ട് വീണ്ടും ആക്രമിച്ചു.

ഇത്തവണ രാമൻ പ്രതിരോധിക്കുക മാത്രമല്ല ചെയ്തത്. അദ്ദേഹം ബാലിയെ പുറകിലേക്ക് തള്ളിമാറ്റി. ബാലിയുടെ ഓരോ വെട്ടും മാരകമായി തന്നെ തടഞ്ഞു. വാൾത്തലകൾ തുടർച്ചയായി ഇടഞ്ഞു. ഭീഷണമായ വെട്ടുകൾ. ലോഹത്തലപ്പിൽ നിന്ന് തീപ്പൊരികളുതിർന്നു. ഇപ്പോൾ രാമൻ പുറകോട്ടു തള്ളി നീക്കുക മാത്രമല്ല. അദ്ദേഹം ബാലിയുടെ വെട്ടുകൾ തന്റെ വെട്ടുകൾക്ക് ആക്കം കൂട്ടാനുപയോഗിച്ചു. ആ ദ്വന്ദയുദ്ധം വാളു കൊണ്ട് ധീരതയുടെ മഷിയാൽ എഴുതപ്പെട്ട ചലിക്കുന്ന കവിതയായി മാറി.

അപ്പോൾ...അറ്റ കൈ.

ബാലി രാമന്റെ വാൾത്തലപ്പിൽ ആഞ്ഞടിച്ചു. രാമൻ വാൾ മേലോട്ടു വെട്ടിച്ചു.

വിദഗ്ദ്ധമായ ഒരു വെട്ട്. ഭയങ്കരമായ ക്രൂരതയുടെയും അതിവിശിഷ്ടമായ കൃത്യതയുടെയും അവാസ്തവികമായ സങ്കലനം.

തിരിച്ചുള്ള വീശൽ കുത്തായി മാറുകയും ബാലിയുടെ വലതു നെറ്റിയുടെ മുകളിലെ തൊലി ചീന്തുകയും ചെയ്തു.

ബാലി നിരാശയോടെ അലറി.

രാമൻ ഉച്ചത്തിൽ പറഞ്ഞു, 'കീഴടങ്ങ്!'

'ഒരിക്കലുമില്ല,' മുഴങ്ങുന്ന മറുപടി.

പ്രതിയോഗിയുടെ നെറ്റിയിൽ ഒരു ചെറിയ മുറിവുണ്ടായപ്പോൾ അയാളോട് രാമൻ കീഴടങ്ങാൻ ആവശ്യപ്പെട്ടതെന്തെന്ന്

വാൾപ്പയറ്ററിയാത്തവർക്ക് മനസ്സിലാകില്ല. പക്ഷേ, ചോരയൊലിക്കുന്ന നെറ്റിയാൽ അയാളുടെ കാഴ്ച മങ്ങും. വാൾപ്പയറ്റിൽ ഗുരുതരമായ തടസ്സമാണത്.

രാമന് അല്പം കാത്തിരിക്കുകയേ ചെയ്യേണ്ടതുള്ളൂ. ബാലി ഏതാനും നിമിഷങ്ങൾക്കുള്ളിൽ ബലഹീനനാകും.

പ്രതിയോഗികൾ പരസ്പരം വട്ടം ചുറ്റി. ഓരോരുത്തരും മറ്റെയാളെ പ്രഹരിക്കാൻ കാത്തിരുന്നു.

ബാലി വിലക്ഷണമായി ചിരിച്ചു. അയാൾ അലറിക്കൊണ്ട് ആക്രമിച്ചു.

അയാൾ രണ്ടു കൈകൾ കൊണ്ടും വാൾ മുറുകെപ്പിടിച്ചു. തുടർച്ചയായി ഒറ്റക്കാലിൽ തിരിഞ്ഞു. ലോഹങ്ങൾ തമ്മിൽ ഏറ്റുമുട്ടുന്ന ഒച്ച യുദ്ധഭൂമിയിൽ മുഴങ്ങി. രക്തത്തിൽ, എല്ലുകളിൽ, കാണികൾക്കറിയാമായിരുന്നു തങ്ങൾ ചരിത്രം കുറിക്കുന്നതിന് സാക്ഷികളാകുകയാണെന്ന്. ആ കൂട്ടിമുട്ടലിനു സ്തുതി പാടി കവികൾ മഹാകാവ്യങ്ങളെഴുതും. പാട്ടുകൾ കെട്ടും. വർഷങ്ങൾക്കു ശേഷം. ഈ കഥ കാലത്തെ തോൽപ്പിക്കും.

ബാലി കുനിഞ്ഞു നിന്ന് കറങ്ങിത്തിരിഞ്ഞു, രാമന്റെ കുടലെടുക്കാൻ. അയോദ്ധ്യാധിപതിയാകട്ടെ പുറകിലേക്കു ചുവട് മാറ്റി. ബാലിയുടെ വെട്ട് വായുവിൽ പതിഞ്ഞു. അദ്ദേഹമതു തടഞ്ഞില്ല. ബാലിയുടെ ഊക്കുപയോഗിച്ച് രാമൻ മുമ്പോട്ടു വെട്ടി. ഉയരം കുറഞ്ഞതും മാരകവുമായ വെട്ട്.

ബാലി ഒഴിഞ്ഞു മാറുമെന്നും വാളു തിരിച്ചു കൊണ്ടു വന്ന് വെട്ടു തടുക്കുമെന്നും രാമൻ പ്രതീക്ഷിച്ചിരുന്നു. പക്ഷേ, പകരം ബാലി കൃത്യതയോടെ മറ്റൊന്നു ചെയ്തു.

അയാൾ വാൾ താഴേക്കു വീശിയെങ്കിലും ആവശ്യത്തിനു വേഗതയുണ്ടായിരുന്നില്ല. അയാൾ ഒറ്റക്കാലിൽ തിരിഞ്ഞതുമില്ല. ഉടൽ നിവർന്നു തന്നെ നിന്നു.

നേരമായി.

രാമന്റെ വാൾത്തലപ്പ് കിഷ്കിന്ധാധിപന്റെ അടിവയറ്റിൽ തുളഞ്ഞു കയറി. തടസ്സങ്ങളൊന്നുമില്ലാതെ.

അത് അത്ര വേഗത്തിൽ സംഭവിച്ചതിനാൽ കാണികൾക്ക് എന്താണു സംഭവിച്ചതെന്നു മനസ്സിലാകാൻ ഒരു നിമിഷം വേണ്ടി വന്നു. ബാലി നിലവിളിച്ചില്ല. വേദനയില്ല, ക്രോധമില്ല, ഞെട്ടലില്ല. അയാൾ ദീർഘമായി ശ്വസിക്കുക മാത്രം ചെയ്തു. വാൾ കയ്യിൽ നിന്നു നിലത്തു വീണു. ഉടൽ ഇടിഞ്ഞു. ശബരിക്ക് അയാളുടെ കണ്ണുകൾ കാണാം. അവിടെ വേദനയില്ല, മുക്തിയുടെ ആശ്വാസം മാത്രം.

രാമൻ സ്തബ്ധനായി നിലത്ത് തറഞ്ഞു പോയിരുന്നു. എന്തു കൊണ്ടാണ് ബാലി ഒഴിഞ്ഞു മാറാതിരുന്നത്?

രാമൻ വാളിലെ പിടി വിട്ടു. അതു വളരെയധികം അകത്തേക്കു കയറിപ്പോയിരുന്നു. ആന്തരിക അവയവങ്ങളെ കീറിമുറിച്ചു കൊണ്ട്.

വായുവിൽ നിശ്ശബ്ദത

മരണമുറിവ്. ധീരനായ ബാലിയുടെ അവസാനം.

കിഷ്കിന്ധാധിപതി പുറകിലേക്കു വീണു. അയാളുടെ ശക്തി ക്ഷയിച്ചു. രാമൻ മുന്നോട്ടാഞ്ഞ് അയാളെ താങ്ങുകയും പതിയെ തറയിൽ കിടത്തുകയും ചെയ്തു.

'അച്ഛാ!' ബാലിയുടെ നേർക്കോടി വന്ന അംഗദൻ ആർത്തു വിളിച്ചു.

രാമൻ അംഗദനെയും ബാലിയെയും നോക്കി, ഞെട്ടലോടെ നിസ്സഹായനായി. അയാളന്താണ് ഒഴിഞ്ഞു മാറാതിരുന്നത്?

ബാലിയുടെ കണ്ണുകൾ അംഗദനിൽ തറച്ചു. വിരലിൽ നിന്നും ആയാസത്തോടെ മുദ്രമോതിരം ഊരിയെടുത്ത് രക്തം പുരണ്ട ആ അടയാളം അയാൾ അംഗദന്റെ ചൂണ്ടു വിരലിൽ അണിയിച്ചു.

അയാളുടെ മകൻ. അയാളുടെ അനന്തരാവകാശി.

ഭാവിയിലെ പ്രജകളുടെ മുന്നിൽ തന്റെ അടുത്ത നിയമാനുസൃത ഭരണാധികാരിയെ ബാലി പരസ്യമായി അംഗീകരിക്കുകയാണ്. 'നീയിപ്പോൾ രാജാവാകും...അംഗദാ...'

അംഗദൻ വിങ്ങിപ്പൊട്ടുന്നുണ്ടായിരുന്നു. അയാൾ സ്നേഹിക്കുകയും ആരാധിക്കുകയും ചെയ്ത പിതാവിനു വേണ്ടി. അയാൾ എല്ലായ്പ്പോഴും ആരുടെ അംഗീകാരം കാംക്ഷിച്ചിരുന്നുവോ ആ പിതാവ്. മുത്തശ്ശിയുടെ വിയോഗത്തിനു ശേഷം ആഴമുള്ള സ്നേഹത്തിനും ചിലപ്പോൾ ഒഴിഞ്ഞുമാറലിനും വികാരരാഹിത്യത്തിനുമിടയിൽ വിചിത്രമായി ഊയലാടിയ പിതാവ്.

ബാലി അംഗദന്റെ കൈ പിടിച്ചു. രാമനെ ചൂണ്ടിപ്പറഞ്ഞു, 'നമ്മുടെ സൈന്യം...നമ്മുടെ സൈന്യം... അയോദ്ധ്യയുടെ രാജാവിന് ഞാൻ വാക്കു കൊടുത്തിട്ടുണ്ട്...നീ അതു ചെയ്യണം...ഇദ്ദേഹത്തോടൊത്തു ചേരണം... എന്നെ പരിഗണിച്ചതു പോലെ ഇദ്ദേഹത്തെയും പരിഗണിക്കണം... ഇദ്ദേഹത്തോടൊത്തു നില്ക്കണം...രാവണൻ പരാജയപ്പെടുന്നതു വരെ... എന്നിട്ട് നിനക്കിഷ്ടമുള്ളതു ചെയ്യാം...'

അംഗദൻ പൊട്ടിക്കരഞ്ഞു, 'അച്ഛാ...'

രാമൻ ബാലിയെ നോക്കി. മരണത്തിന്റെ കരങ്ങളിലേക്ക് താൻ തള്ളിയിട്ട ധീരനെ.

'അംഗദാ!' ശബ്ദമുയർത്തിക്കൊണ്ട് ബാലി പറഞ്ഞു, 'വാക്കു തരൂ...നീ എന്റെ വാക്കു മാനിക്കുമെന്ന് വാക്കു തരൂ..'

'പാലിക്കും, അച്ഛാ...' അംഗദൻ കണ്ണീരിനിടയിലൂടെ പിറുപിറുത്തു. 'ഞാൻ വാക്കു തരുന്നു...'

ബാലി ദീർഘമായി നിശ്വസിച്ചു. അംഗദൻ ഒരിക്കലും വാക്കു മാറ്റില്ലെന്ന് അയാൾക്കറിയാം. ഒരിക്കലും.

തന്റെ അടിവയറ്റിൽ തറഞ്ഞു കിടക്കുന്ന സൂര്യവംശി വാളിലേക്ക് അയാൾ നോക്കി. തന്റെയടുത്ത് നിശ്ശബ്ദതയോടെ, ബഹുമാനത്തോടെ ഒരു മുട്ടു കുത്തി നില്ക്കുന്ന രാമനെയും. അയാൾക്ക് മരണം സമ്മാനിച്ച ധീരൻ.

അയാൾ ചുറ്റും നോക്കി. തന്റെ പ്രജകൾ. പലരും കരയുന്നുണ്ട്. എല്ലാവരും ആദരവോടെ അയാളെ നോക്കുന്നുണ്ട്.

പിന്നീടയാൾ അയ്യപ്പസന്നിധാനത്തേക്കു നോക്കി. അയാളുടെ അയ്യപ്പസ്വാമി.

അയാൾ അവസാനമായി മകനെ നോക്കി. അംഗദൻ. അവന്റെ കൈ പിടിച്ചു.

മികച്ചത്

അർഹിക്കുന്ന മരണം.

ഒരരൊറ്റ കാര്യത്തിന്റെ കുറവേയുള്ളൂ,

സത്യം

അയാൾക്ക് തന്റെ അമ്മയെ അപ്പോൾ മനസ്സിലായി. ഉടൽക്കൂടു വിട്ടു പോകാൻ തയ്യാറെടുക്കുമ്പോൾ ് ആത്മാവു ഏറ്റവും പ്രധാനപ്പെട്ട സത്യം പറയാനുഴലും. ഈ ജീവിതത്തിലെ ഏറ്റവും പ്രധാനപ്പെട്ടയാളോട്.

അയാളുടെ മാതാവിന് അയാളോടു സത്യം പറയേണ്ടതുണ്ടായിരുന്നു.

മാതാവിനെ അയാൾക്കപ്പോൾ മനസ്സിലായി.

അയാൾ മകനെ നോക്കി. അയാളുടെ ആൺകുട്ടി. അവനോട് സത്യം പറയേണ്ടതുണ്ട്. അയാൾക്കിപ്പോഴതു മനസ്സിലായി.

സത്യം...സംഗതമായ സത്യം മാത്രം.

'അംഗദാ...'

അംഗദൻ കരയുകയാണ്.

'കേൾക്ക്...'

കൈ മുറുകെപ്പിടിച്ചു കൊണ്ട് അംഗദൻ പിതാവിനെ നോക്കി.

സത്യം. സംഗതമായ സത്യം മാത്രം. അതു പറഞ്ഞേ തീരൂ.

'എനിക്കു നിന്നെ ഏറെ ഇഷ്ടമാണ്...' ബാലി മന്ത്രിച്ചു.

'എനിക്കും അങ്ങയെ ഏറെ ഇഷ്ടമാണ്,' പിതാവിന്റെ കൈ മാറോടമർത്തി പിടിച്ച് അംഗദൻ പറഞ്ഞു.

നെറ്റിയിൽ നിന്നൊലിച്ചിറങ്ങുന്ന രക്തം ബാലിയുടെ കാഴ്ച മങ്ങിച്ചു തുടങ്ങിയിരുന്നു. ആ രക്തത്തിലൂടെ അയാൾ സ്വന്തം രക്തത്തെ കണ്ടു. അയാളുടെ മകൻ. ഉടലിൽ കൂടി മാത്രമല്ല ഒരാൾ പിതാവാകുന്നത്. സംരക്ഷണത്തിലൂടെയും പരിപാലനത്തിലൂടെയുമാണ് ഒരാൾ പിതൃത്വത്തിനുള്ള അർഹത നേടുന്നത്. അനുകരിക്കാൻ അർഹനാകുമ്പോഴാണ് ഒരാൾ പിതൃത്വത്തിന് അർഹനാകുന്നത്. സ്നേഹത്തിലൂടെയാണ് ഒരാൾ പിതാവാകുന്നത്.

സത്യം പറഞ്ഞേ തീരൂ. സംഗതമായ ഏക സത്യം സ്നേഹമാണ്.

'ഞാൻ നിന്നെ സ്നേഹിക്കുന്നു...എന്റെ മകൻ...'

സംഗതമായ സത്യം പറഞ്ഞിട്ട് ബാലിയുടെ ആത്മാവ് ഭൗതിക ശരീരം വിട്ടു പോയി. മറ്റൊരു ജന്മത്തിന് തയ്യാറായിക്കൊണ്ട്.

അദ്ധ്യായം 13

'അയോദ്ധ്യയിൽ തന്നെ നില്ക്കാനാണ് ഞാൻ നിന്നോടു പറഞ്ഞത്,' രാമൻ സൗമ്യമായി തന്റെ അനുജൻ ഭരതനെ ശകാരിച്ചു. ഒരു പുഞ്ചിരിയോടെ!

ബാലിയുമായുള്ള ദ്വന്ദയുദ്ധത്തിന് രണ്ടാഴ്ചകൾ ശേഷം ഭരതനും ശത്രുഘ്നനും ശബരി മലയുടെ കിഴക്കു ഭാഗത്തുള്ള തമിഴ്നാട്ടിനു കുറുകേ ഒഴുകുന്ന വൈഗാനദിയിൽ യാത്ര ആരംഭിച്ചെന്ന വാർത്ത ലഭിച്ചു. ഇരുനൂറ്റമ്പതു സൈനികരെ വീതം കൊള്ളുന്ന നാനൂറു കപ്പലുകളുള്ള സൈന്യം അവരുടെ കൂടെയുണ്ട്. ഗംഗയിൽ ചേരും വരെ സരയൂ നദിയിൽ അവർ സഞ്ചരിച്ചു. ആ മഹാനദി അവരെ കിഴക്കൻ സമുദ്രത്തിൽ സുരക്ഷിതമായി നിക്ഷേപിച്ചു. അച്ചടക്കമുള്ള ആ കപ്പൽപ്പട പിന്നീട് ഭാരതത്തിന്റെ കിഴക്കൻ തീരത്തിലൂടെ വൈഗാനദിയുടെ അഴിമുഖത്തേക്കു നീങ്ങി. വർഷത്തിൽ മറ്റൊരു സമയത്തും വൈഗയ്ക്ക് അത്രയും വലിയ കപ്പൽപ്പടയെ കടത്തിവിടാനാകില്ല. പക്ഷേ, ആ വർഷം തെക്കു പടിഞ്ഞാറൻ മൺസൂൺ സമൃദ്ധമായിരുന്നു. അശ്വിന മാസമാകട്ടെ വടക്കു കിഴക്കൻ കാറ്റുകളെ കൊണ്ടു വരികയും തമിഴ്മണ്ണിലേക്കും ആന്ധ്രയിലേക്കും കൂടുതൽ മഴയെത്തിക്കുകയും ചെയ്തു. വൈഗ മലവെള്ളത്താൽ നിറഞ്ഞു കവിഞ്ഞിരുന്നു. അത് ദൗത്യത്തിനു സജ്ജമായിരുന്നു.

അംഗദൻ പിതാവ് ആജ്ഞാപിച്ചതു പോലെ പടയൊരുക്കത്തിന് കിഷ്കിന്ധയുടെ തലസ്ഥാനത്തേക്കു മടങ്ങി. രാമനും ലക്ഷ്മണനും വസിഷ്ഠനും, ഭരതനേയും അയോദ്ധ്യയുടെ കപ്പൽപ്പടയേയും കാണാൻ വൈഗാനദിയുടെ അഴിമുഖം വരെ തുഴഞ്ഞു. അവരിപ്പോൾ ഭരതന്റെ കപ്പൽത്തട്ടിലാണ്. വസിഷ്ഠനും നാരദനും കൂടെയുണ്ട്.

'ഞാൻ അങ്ങയുടെ അനുജനാണ്, ദാദാ,' ഭരതൻ പൊട്ടിച്ചിരിച്ചു.

'എന്റെ ജോലി അങ്ങയുടെ ഏറ്റവും മികച്ച താല്പര്യങ്ങൾക്കു വേണ്ടി പ്രവർത്തിക്കലാണ്. അല്ലാതെ ചെയ്യരുതെന്നു പറഞ്ഞത് അക്ഷരം പ്രതി കേൾക്കുകയല്ല.'

രാമൻ പതിയെ പൊട്ടിച്ചിരിച്ച് ഭരതനെ കെട്ടിപ്പിടിച്ചു. ദൃഢനിശ്ചയക്കാരായ രണ്ടു പേരിലും വികാരങ്ങളുടെ പൂത്തുലയലുണ്ടായി. ഏറെക്കാലമായി കണ്ടിട്ട്. ഏറെക്കാലം.

'പിന്നെ ഞങ്ങൾ വന്നത് ദാദയ്ക്കു വേണ്ടിയല്ല. സീതാജ്യേഷ്ഠത്തിക്കു വേണ്ടിയാണ്,' ശത്രുഘ്നൻ അടക്കി ചിരിച്ചു.

രാമൻ പൊട്ടിച്ചിരിച്ച് ഇടതു കൈ നീട്ടി. ശത്രുഘ്നൻ സഹോദരൻമാരെ മുറുകെ കെട്ടിപ്പിടിച്ചു.

'അപ്പോൾ ഞാനോ?' ലക്ഷ്മണൻ കളിയായി പ്രതിഷേധിച്ചു.

'ആർക്കും നിന്നെ വേണ്ട,' ശത്രുഘ്നൻ പൊട്ടിച്ചിരിച്ചു.

കുറ്റൻ ശരീരത്തിനുള്ളിൽ അത്രയും തന്നെ വലിയ ഹൃദയമുള്ള ലക്ഷ്മണന് കരച്ചിലടക്കാനായില്ല. അയാൾ ആ കൂട്ട കെട്ടിപ്പിടുത്തത്തിൽ ചേർന്നു.

ചില മനുഷ്യർ വാക്കുകളിലല്ല, പ്രവൃത്തിയിലാണ് സ്നേഹം പ്രകടിപ്പിക്കുന്നത്. കൂടുതൽ സ്നേഹം പ്രകടിപ്പിക്കുന്തോറും അവർ കൂടുതൽ കളിവാക്കുകൾ പറയും.

നാലു പേരും കെട്ടിപ്പിടിച്ചു നിന്നു.

ഒറ്റക്കെട്ടായ നാലു പേർ. ഒരു നെടുങ്കോട്ട. അതാർക്കും തകർക്കാനാകില്ല. ആർക്കും.

വസിഷ്ഠൻ അല്പം ദൂരെ മാറിനിന്നു പുഞ്ചിരിച്ചു.

നാരദൻ വസിഷ്ഠനെ നോക്കി പുഞ്ചിരിച്ചു. ആ സഹോദരന്മാർ പരസ്പരം നേരായും സ്നേഹിക്കുന്നു. അത് രാജകുടുംബങ്ങളിൽ പതിവുള്ളതല്ല. 'ശിഷ്യമാരെ നല്ലതു പോലെ അങ്ങ് വളർത്തിയിരിക്കുന്നു,' അയാൾ പറഞ്ഞു.

'ഇല്ലേയില്ല. ഗുരുക്കന്മാരേക്കാൾ മാതാപിതാക്കൾക്കാണ് കുട്ടികളെ സ്വാധീനിക്കാൻ കഴിയുന്നത്,' വസിഷ്ഠൻ പറഞ്ഞു.

നാരദൻ കൗശലച്ചിരിയോടെ വസിഷ്ഠനെ നോക്കി, 'അങ്ങനെ പറയുകയാണെങ്കിൽ നേരായിരിക്കും.'

അനാവശ്യമായി ചുട്ട മറുപടി കൊടുക്കുന്ന ആളല്ല വസിഷ്ഠൻ. അദ്ദേഹം വെറുതെ പുഞ്ചിരിച്ചു.

'അവർക്ക് ഈ ഐക്യം ആവശ്യം വരും,' നാരദൻ പറഞ്ഞു. 'ലങ്കയെ തോൽപ്പിക്കാൻ എളുപ്പമാണ്. രാവണൻ ഒരു പ്രതിയോഗി മാത്രമാണ്.

എന്നാൽ അവരുടെ യഥാർത്ഥ ശത്രുക്കൾ സ്വന്തം മണ്ണിൽ സ്വന്തം ആളുകൾക്കിടയിൽ തന്നെയാണ്. അവിടെയാണ് അവരുടെ ഐക്യം പരീക്ഷിക്കപ്പെടാൻ പോകുന്നത്.'

വസിഷ്ഠൻ സഹോദരന്മാരെ നോക്കി. എന്നിട്ട് ആത്മവിശ്വാസത്തോടെ പറഞ്ഞു, 'അവരൊരിക്കലും ഐക്യം കൈവിടില്ല.'

'ആനകളോ?' പരിഭ്രമത്തോടെ ഭരതൻ ചോദിച്ചു. 'ദാദാ, നമ്മുടെ കപ്പലുകൾ വലുതു തന്നെ...പക്ഷേ, അതിലൊന്നിലും ആനകളെ കയറ്റാൻ പറ്റില്ലെന്നാണ് എനിക്കറിയാവുന്നത്.'

നാലു സഹോദരന്മാരും രാജകീയ യാനത്തിലെ പടത്തലവന്റെ മുറിയിലിരുന്ന് ആഹാരം കഴിക്കുകയാണ്. വസിഷ്ഠൻ അവരെ തനിച്ചു വിട്ടു. അവർക്ക് പുന: സമാഗമത്തിനുള്ള ഇട വേണം.

രാമൻ പുഞ്ചിരിച്ചു. 'കപ്പലുകളിലല്ല. നമ്മൾ നടത്തിച്ചു കൊണ്ടു പോകും.'

'നടത്തിച്ചു കൊണ്ടു പോകാനോ? വെള്ളത്തിനു കുറുകെ?' ഭരതൻ ചോദിച്ചു.

രാമൻ ശത്രുഘ്നനു നേരെ തിരിഞ്ഞു.

ലക്ഷ്മണനും ഭരതനും ശത്രുഘ്നനെ നോക്കി. ഏറ്റവും ഇളയ സഹോദരന്റെ മേൽ മൂന്നു ജോഡി കണ്ണുകൾ തറച്ചു. അവരിൽ വെച്ച് ഏറ്റവും ജ്ഞാനിയും ബുദ്ധിശാലിയും. പ്രതിഭാധനൻ.

ശത്രുഘ്നൻ പുറകോട്ടു ചാഞ്ഞ് പുഞ്ചിരിച്ചു.

'ഗംഭീരം...' തന്നോടു തന്നെയെന്നതു പോലെ അയാൾ മന്ത്രിച്ചു.

'എന്താണു സംഭവിക്കുന്നതെന്ന് ആരെങ്കിലും എന്നോടു പറയാമോ?' അവിടെയുള്ളവരിൽ അക്കാര്യത്തെ കുറിച്ച് യാതൊരു സൂചനയുമില്ലാത്ത ഏക ആൾ താനാണെന്നു കണ്ട് നീരസത്തോടെ ഭരതൻ മുരണ്ടു.

ശത്രുഘ്നൻ രാമനെ നോക്കി, 'ധനുഷ്ക്കോടിയിലെ മണൽത്തിട്ടകൾ...'

'അതു തന്നെ!' രാമൻ ശത്രുഘ്നനു നേരെ ചൂണ്ടു വിരൽ നീട്ടി.

ശത്രുഘ്നൻ പതിയെ ചിരിച്ചു. 'ഗംഭീരം...ഗംഭീരം...ലങ്കക്കാരിത് പ്രതീക്ഷിക്കുകയേയില്ല...നമ്മളവരെ ഞെട്ടിക്കും.'

'അതു തന്നെ,' ലക്ഷ്മണൻ പറഞ്ഞു.

ഭരതനും കാര്യങ്ങൾ മനസ്സിലായിത്തുടങ്ങിയിരുന്നു. അയാൾക്ക് ഭാരതത്തിന്റെ ആ ഭാഗത്തെ ഭൂപ്രകൃതി അറിയാം. ചിലപ്പോഴെങ്കിലും

ഗുരുകുലത്തിൽ വെച്ച് വസിഷ്ഠഗുരുവിന്റെ ഭൂമിശാസ്ത്ര പാഠങ്ങൾ അയാൾ ശ്രദ്ധിച്ചിട്ടുണ്ട്.

വൈഗാനദിയുടെ അഴിമുഖത്തിനു തെക്ക് ഭാരതത്തിന്റെ വൻകരയുടെ ഉപദ്വീപീയ ഭാഗം കടലിലേക്കു തള്ളി നിൽക്കുന്ന മുനമ്പാണ്. ഒന്നര കിലോമീറ്റർ മാത്രമുള്ള ആഴം കുറഞ്ഞ കടൽ അതിനെ പാമ്പൻ ദ്വീപിൽ നിന്ന് വേർത്തിരിക്കുന്നു. പാമ്പൻ ദ്വീപാകട്ടെ ലങ്കയുടെ ദിശയിൽ വടക്കു പടിഞ്ഞാറു നിന്ന് തെക്കു കിഴക്കു ഭാഗത്തേക്കു നീണ്ടു കിടന്നു. പാമ്പൻ ദ്വീപിന്റെ തെക്കു കിഴക്കു ഭാഗത്തിനപ്പുറമാണ് മാന്നാർ ദ്വീപ്. ഇടയ്ക്ക് ഇരുപത്തിയഞ്ചു കിലോമീറ്റർ വരുന്ന കടൽ. അതും വടക്കു പടിഞ്ഞാറു നിന്ന് തെക്കു കിഴക്ക് ദിശയിലേക്കു ചരിഞ്ഞ് ലങ്കയുടെ വൻകരയെ തൊട്ടു. ഇടയ്ക്ക് ഏതാനും മീറ്റർ ആഴമില്ലാത്ത കടൽ മാത്രം.

ശബരി അക്കാര്യം പറഞ്ഞപ്പോൾ രാമനു തോന്നിയതു തന്നെയാണ് ഭരതനും തോന്നിയത്. 'ഞാനാ ഭാഗത്ത് മുമ്പു സഞ്ചരിച്ചിട്ടുണ്ട്. ഭാരതത്തിന്റെ വൻകരയിൽ നിന്ന് പാമ്പൻ ദ്വീപിലേക്ക് ഏതെങ്കിലും തരത്തിലുള്ള തോണിപ്പാലം നിർമ്മിക്കാൻ സാധിച്ചേക്കാം. ആനകൾക്ക് അല്പ ദൂരം നീന്തുകയും ചെയ്യാം. മാന്നാറിൽ നിന്ന് ലങ്കയിലേക്കുള്ള അല്പദൂരം എളുപ്പത്തിൽ മറി കടക്കാം. പക്ഷേ, മാന്നാറിനും പാമ്പനുമിടയിലുള്ള ഇരുപത്തിയഞ്ചു കിലോമീറ്ററോ? അതു മറികടക്കൽ അസാദ്ധ്യമാണ്. കടൽ ഏറെ ആഴമുള്ളതാണ്. തോണിപ്പാലം അവിടത്തെ വേലിയേറ്റത്തെയും വേലിയിറക്കത്തെയും അതിജീവിക്കില്ല. സൈന്യത്തെ ആ വഴിയിലൂടെ അവിടെയെത്തിക്കാൻ കഴിയില്ല.'

'ഒരു പാലം പണിതാൽ നമുക്കതിനു കഴിയും,' ശത്രുഘ്നൻ പറഞ്ഞു.

'പാലമോ?,' ഭരതൻ ചോദിച്ചു. 'ശരിക്കുള്ള പാലം?'

'എന്തിന് ശരിക്കല്ലാത്ത പാലം പണിയണം?'

ഭരതൻ പൊട്ടിച്ചിരിക്കുകയും ശത്രുഘ്നന്റെ ചുമലിൽ കളിയായി അടിക്കുകയും ചെയ്തു.

'പക്ഷേ അത്തരമൊരു പാലം ശരിക്കും നിർമ്മിക്കാൻ കഴിയുമെന്നു തോന്നുന്നുണ്ടോ?' ലക്ഷ്മണൻ ചോദിച്ചു.

ഭരതനും ചോദിച്ചു, 'അതെ, ഞങ്ങളോടു പറയൂ. മനുഷ്യചരിത്രത്തിലെ ഏറ്റവും വലിയ പാലമായിരിക്കുമത്. ഘടികാരദിശയിൽ അകത്തേക്കും പുറത്തേക്കും കടൽ ജലം പ്രവഹിക്കുന്ന, അപായം നിറഞ്ഞ വേലിയേറ്റത്തിനും വേലിയിറക്കത്തിനും ഇടയിൽ അതു നിർമ്മിക്കേണ്ടി വരും. വേലിയേറ്റത്തിനും വേലിയിറക്കത്തിനുമിടയിൽ ആറു മണിക്കൂറിലധികം ഇടവേളയില്ല. തിരിച്ചും ആറു മണിക്കൂർ. വടക്കു കിഴക്കൻ

മൺസൂൺ അവസാനിക്കുമ്പോൾ ലങ്കയെ ആക്രമിക്കണമെങ്കിൽ ഈ പാലം രണ്ടു മാസത്തിനുള്ളിൽ പണിതീരുകയും വേണം.'

ശത്രുഘ്നൻ തലയാട്ടി. 'വെല്ലുവിളി തന്നെയാണെന്ന് ഞാൻ സമ്മതിക്കുന്നു.'

രാമൻ പുഞ്ചിരിയോടെ ശത്രുഘ്നന്റെ പുറത്തു തട്ടി.

ഭരതന് അത്ര ബോധ്യപ്പെട്ടില്ല. 'വെല്ലുവിളിയോ? ഇത് അസാദ്ധ്യമാണ്! ഒരു വാസ്തുശില്പിക്കും ഇതു ചെയ്യാനാകില്ല.'

'നേരാണ്, ഒരു വാസ്തു ശില്പിക്കും ഇതു ചെയ്യാനാകില്ല. പക്ഷേ, ഇയാൾക്ക് സാധിക്കും,' തന്നെ തന്നെ ചൂണ്ടിക്കാട്ടികൊണ്ട് ശത്രുഘ്നൻ പറഞ്ഞു.

ഭരതൻ നെടുവീർപ്പിട്ടു, 'ശത്രുഘ്നാ, നിന്നെ എനിക്ക് ഏറെ സ്നേഹമാണെന്നറിയാമല്ലോ. പക്ഷേ ഇത്-'

'ദാദാ,' ഭരതനെ തടസ്സപ്പെടുത്തിക്കൊണ്ട് ശത്രുഘ്നൻ പറഞ്ഞു, 'അങ്ങെന്നെ ഇങ്ങോട്ടു കൊണ്ടു വന്നത് എന്റെ പോരാട്ട മികവുകൾ കൊണ്ടല്ലല്ലോ?'

എല്ലാവരും പൊട്ടിച്ചിരിച്ചു. പോരാട്ട മികവിൽ ശത്രുഘ്നൻ ഇരട്ടസഹോദരനായ ലക്ഷ്മണന് ജനിതകസഞ്ചയം മുഴുവനായും കൈമാറിയിരുന്നു. പക്ഷേ ധിഷണയുടെ കാര്യത്തിൽ...

'ഇതു നീ ചെയ്യുമെന്നുറപ്പാണോ, ശത്രുഘ്നാ?' രാമൻ ചോദിച്ചു.

'നമുക്ക് വേറെ വഴിയൊന്നുമില്ലല്ലോ, ദാദാ?' ശത്രുഘ്നൻ തിരിച്ചു ചോദിച്ചു. 'ജ്യേഷ്ഠത്തിയുടെ കാര്യമാണ്. എനിക്കിതു ചെയ്തേ തീരൂ.'

രാമനും ലക്ഷ്മണനും ഭരതനും തങ്ങളുടെ ഇളയ സഹോദരനെ നോക്കി പുഞ്ചിരിച്ചു.

'ധനുഷ്കോടി സേതുവെന്ന് ലോകമതിനെ വിളിക്കും,' ലക്ഷ്മണൻ പറഞ്ഞു. പ്രാദേശിക ഭാഷയിൽ ധനുസ്സെന്നാൽ വില്ലാണ്. കോടിയെന്നാൽ വില്ലിന്റെ ഞാണും. 'വില്ലിന്റെ ഞാണിനു കുറുകേ ഒരു പാലം. എന്നത്തേയും ഏറ്റവും വലിയ പാലം. ഏറ്റവും മഹത്തരമായ വാസ്തുവിദ്യാ വിസ്മയം. മനുഷ്യനു നിർമ്മിക്കാവുന്ന ഏറ്റവും മഹത്തരമായ സ്മാരകം.'

ശത്രുഘ്നൻ നിഷേധഭാവത്തിൽ തലയാട്ടി, 'ഇല്ല, അത് രാമസേതു എന്നറിയപ്പെടും. സ്നേഹത്തിനു വേണ്ടി മനുഷ്യന് എന്തു ചെയ്യാനാകുമെന്നതിന്റെ ഏറ്റവും മഹത്തരമായ സ്മാരകം. രുദ്രഭഗവാനാണേ, നമ്മളതു പണിയും.'

'നമുക്ക് വേറെ വഴിയില്ല, ഗുരോ,' വിനയത്തോടെ തല കുനിച്ചു കൊണ്ട് അരിഷ്ടനേമി പറഞ്ഞു. പക്ഷേ അയാളുടെ ശബ്ദം ഉറച്ചതായിരുന്നു.

അരിഷ്ടനേമി വിശ്വാമിത്രനോടൊത്ത് മലയപുത്രന്മാരുടെ തലസ്ഥാനമായ അഗസ്ത്യകൂടത്തിലാണ്. അന്നു പുലർച്ചക്ക് അയാളും ഹനുമാനും സുരസയുടെ അന്ത്യകർമ്മങ്ങൾ, മുഴുവൻ വേദാചാരങ്ങളോടെയും നടത്തി. ഹനുമാൻ അതിനു ശേഷം അയോദ്ധ്യയിലെ രാജകുടുംബാഗങ്ങളെ കാണാൻ വൈഗയിലൂടെ യാത്ര തിരിച്ചു. അരിഷ്ടനേമിയാകട്ടെ അഗസ്ത്യകൂടത്തിലേക്ക് തിരിച്ചു പോന്നു.

വിശ്വാമിത്രൻ തലയാട്ടിയതല്ലാതെ ഒന്നും പറഞ്ഞില്ല.

അരിഷ്ടനേമി പറയുന്നതു നേരാണെന്ന് വിശ്വാമിത്രനറിയാമായിരുന്നു. വിഷ്ണുവിന്റെ പട്ടം സ്വീകരിക്കാനുള്ള സീതയുടെ വിസമ്മതത്തിൽ നിരാശയുണ്ടെങ്കിലും രാവണൻ രാമനെ തോൽപ്പിക്കുന്നത് അയാൾക്ക് അനുവദിക്കാനാകില്ല. സീത അതോടെ അയാളുടെ പദ്ധതികൾക്കു പുറത്താകും. ചതുരംഗപ്പലകയിൽ ഒരൊറ്റ നീക്കമേ ഇനി ശേഷിച്ചിട്ടുള്ളൂ: രാമനെ ലങ്കായുദ്ധത്തിൽ പിന്തുണയ്ക്കുക. മലയപുത്രന്മാരുടെയും വായുപുത്രന്മാരുടെയും പിന്തുണയോടെ അത് രാവണന്റെ മരണത്തിൽ കലാശിക്കും. അതു നടന്നു കഴിഞ്ഞാൽ അയാളുടെ പദ്ധതി വീണ്ടും കൊണ്ടു വരാം.

'അപ്പോൾ നമ്മളെന്തു ചെയ്യും, ഗുരോ?'

വിശ്വാമിത്രൻ മുഖപ്രസാദമില്ലാതെ പുഞ്ചിരിച്ചു. 'സീതയുടെ പിടിവാശിയാൽ വസിഷ്ഠന്റെ വിഷ്ണുവിനെ പിന്തുണയ്ക്കാൻ മലയപുത്രന്മാർ നിർബന്ധിതരായിരിക്കുന്നു.'

'നേരാണു, ഗുരോ. നമ്മളെന്താണു ചെയ്യേണ്ടത്?'

വിശ്വാമിത്രൻ നെടുവീർപ്പിട്ടു. 'ഞാൻ ആ ...ആ ചതിയനെ അത്ര മാത്രം വെറുക്കുന്നുണ്ട്. പക്ഷേ ഭാരതഭൂമിയെ ഞാൻ അതിനേക്കാൾ കൂടുതൽ എല്ലായ്പ്പോഴും സ്നേഹിക്കുന്നുണ്ട്..' വാക്കുകൾ പറിച്ചെടുത്തതു പോലെ ഗുരു തീരുമാനം പ്രഖ്യാപിച്ചു, 'നമ്മുടെ സൈനികരെ കൊണ്ടു പോകൂ. ഗജസേനയെയും. യുദ്ധത്തിൽ ചേരൂ.'

'ആജ്ഞ പോലെ, ഗുരോ,' അരിഷ്ടനേമി കൈകൂപ്പി വണങ്ങിക്കൊണ്ടു പറഞ്ഞു.

അയാൾ പോകാനായി തിരിഞ്ഞപ്പോൾ വിശ്വാമിത്രൻ കയ്യുയർത്തി, 'അരിഷ്ടനേമി...ഞാൻ,' വിശ്വാമിത്രൻ അതു പറയാൻ മടിക്കുന്നതു പോലെ തോന്നി. 'നിങ്ങളുടെ നഷ്ടത്തിൽ പങ്കുചേരുന്നു.'

അരിഷ്ടനേമി ഒരു വാക്കു പോലും പറഞ്ഞില്ല. ഗുരു അവളെ

കുറിച്ചാണ സംസാരിച്ചതെന്ന് അയാൾക്കു മനസ്സിലായി അയാൾ പ്രണയിച്ച സ്ത്രീയെക്കുറിച്ച്. എല്ലായ്പ്പോഴും അയാൾ പ്രണയിച്ച സ്ത്രീയെക്കുറിച്ച്. പ്രണയിച്ച പുരുഷന്റെ കൈകളിൽ കിടന്നാണ് അവൾ മരിച്ചത്. അയാളെ രക്ഷിച്ച്. അയാളെ സംരക്ഷിച്ച്...തിരിച്ചു കിട്ടാത്ത പ്രണയത്തേക്കാൾ ആഴത്തിലുള്ളതായിരുന്നു അയാളുടെ വേദന. തിരിച്ചു കിട്ടാത്ത പ്രണയത്തിൽ പുരുഷന് എന്നെങ്കിലും തന്റെ സ്ത്രീയുടെ പ്രണയം നേടാനാകുമെന്ന പ്രതീക്ഷ എല്ലായ്പ്പോഴുമുണ്ടാകും. ആ പ്രത്യാശ അയാളുടെ ഹൃദയത്തെ നിലനിർത്തും. എന്നാൽ അരിഷ്ടനേമിയുടെ ഹൃദയം തന്റെ പ്രണയിനിയുടെ മരണത്തോടെ മരിച്ചു.

അയാൾ നിന്നിടത്തു തന്നെ തറഞ്ഞു പോയി, കരയാതെ.

'നിനക്ക് പ്രതികാരം ചെയ്യണമെന്നുണ്ടാകും. കേതീശ്വരത്തെ മുഖമില്ലാത്ത സൈനികർക്കെതിരെ,' വിശ്വാമിത്രൻ പറഞ്ഞു. 'അതു ന്യായമാണ്.'

മലയപുത്രൻമാരുടെ സേനാപതി വിശ്വാമിത്രനെ നോക്കി.

'ഞാൻ അനുവാദം തന്നിരിക്കുന്നു, അരിഷ്ടനേമീ,' മലയപുത്രന്മാരുടെ തലവൻ പറഞ്ഞു. 'നീ മലയപുത്രന്മാരോടൊപ്പം ലങ്കയിലെത്തുമ്പോൾ പകരം വീട്ടാം. നീതി നടപ്പിലാക്കു.'

അരിഷ്ടനേമി കൃതജ്ഞതയോടെ ഗുരുവിനെ വണങ്ങി. കണ്ണീരൊലിച്ചിറങ്ങുമെന്നു പേടിച്ച് അയാൾ ഒരക്ഷരം മിണ്ടിയില്ല. തലവനെ അഭിവാദ്യം ചെയ്ത് അയാൾ പുറത്തു കടന്നു.

പെട്ടെന്ന് വിശ്വാമിത്രൻ മറ്റൊരു കാര്യമോർത്ത് ശ്വാസമടക്കിപ്പിടിച്ചു.

ഒരു വഴിയുണ്ട്. രാമൻ. അയാളുടെ നിയമങ്ങളോടുള്ള കൂറ്. മറ്റൊരു ദൈവി അസ്ത്രം. അതിനുള്ള ശിക്ഷയാകട്ടെ...

വിശ്വാമിത്രൻ ചിരിച്ചു. സീതയെ വിഷ്ണുവാക്കാൻ ഇനിയും വഴി അവശേഷിച്ചിട്ടുണ്ട്.

തീർച്ചയായും ഒരു വഴിയുണ്ട്.

അദ്ധ്യായം 14

'അടുത്ത തിരമാല...' ഭരതൻ പറഞ്ഞു.

നാലു സഹോദരന്മാരും വസിഷ്ഠനും പാമ്പൻ ദ്വീപിന്റെ തെക്ക കിഴക്കൻ മുനമ്പിലുള്ള ധനുഷ്ക്കോടിയിലെ കടൽത്തീരത്തു നിൽക്കുകയാണ്. അവർ, പ്രത്യേകിച്ചും ശത്രുഘ്നൻ, കടലിനു കുറുകെയുള്ള പാലത്തിന്റെ രൂപകല്പന തുടങ്ങാനായി ആ പ്രദേശം പരിശോധിക്കാൻ വന്നതാണ്. മനുഷ്യചരിത്രത്തിൽ അതിനു മുമ്പൊരിക്കലും ശ്രമിച്ചിട്ടില്ലാത്ത ഒരു കാര്യം. അവർ ആ പ്രദേശത്തെ മുക്കുവരുടേതു പോലുള്ള ലളിതമായ വസ്ത്രങ്ങളിലാണ്. കൂടെ സൈനികരോ പാറാവുകാരോ ഇല്ല. കടലിടുക്കിന്റെ അങ്ങേക്കരയിലുള്ള കേതീശ്വരത്തെ സൈനികരുടെ ശ്രദ്ധ ആകർഷിക്കാതിരിക്കാനാണ് ആ മുൻകരുതൽ. അവരുടെ പദ്ധതിയെ കുറിച്ചുള്ള വാർത്തകളൊന്നും തന്നെ സിഗിരിയയിൽ എത്തരുത്.

സഹോദരന്മാർ ചെറു നൗകയുടെ അണിയം ഉന്തി. വസിഷ്ഠൻ നടുഭാഗത്ത്. നൗക കടലിലേക്കിറക്കാൻ അവർക്ക് ഗുരുവിനെ ബുദ്ധിമുട്ടിക്കാനാകില്ല.

'നല്ല ഒരു തിര വരുന്നുണ്ട്,' ഏറ്റവും തള്ളൽ ആവശ്യമുള്ള പുറകു വശമുന്തി ലക്ഷ്മണൻ പറഞ്ഞു. അയാളാണ് കൂട്ടത്തിൽ എറ്റവും കരുത്തൻ.

തിരമാല ഉച്ചിയിലേക്കുയരുകയും ഭീഷണമായ വിൽവളവോടെ തകരുകയും അയോദ്ധ്യയിലെ രാജകുമാരന്മാരെ പുണരുകയും ചെയ്തു.

'ഇപ്പോൾ!' രാമൻ ആജ്ഞാപിച്ചു.

സഹോദരന്മാർ ആഞ്ഞു തള്ളി തിരയുടെ എതിരൊഴുക്കുപയോഗിച്ചു. നൗക കടത്തീരത്തെ നനഞ്ഞ മണ്ണിൽ നിന്നുയരുകയും പതിയെ വെള്ളത്തിലേക്ക് അവധാനതയോടെ നീങ്ങുകയും ചെയ്തു.

'ആഞ്ഞു തള്ളൂ!' തന്റെ പരിമിതമായ പേശീബലം പ്രദർശിപ്പിച്ച് ശത്രുഘ്നൻ അലറി.

വീണ്ടും മറ്റൊരു തിര മുകളിലേക്കുയർന്ന് നൗകയിൽ തട്ടിത്തകർന്നു. സഹോദരന്മാർ നൗകയോടൊപ്പം കടലിലേക്ക് ഓടി. നൗകയെ ചലിപ്പിച്ചു കൊണ്ട് മുമ്പോട്ടോടിയപ്പോൾ അവരുടെ കാലുകൾ മണലിൽ പുതഞ്ഞു.

'ശത്രുഘ്നാ, നൗകയിൽ കയറ്,' തിരകളുടെ അലർച്ചക്കു മുകളിലൂടെ ഭരതൻ ഒച്ചയിട്ടു.

ശത്രുഘ്നനാണ് കൂട്ടത്തിൽ കുറിയവൻ. വേഗത്തിൽ അയാളുടെ കാലുകൾ മണ്ണിലുറയ്ക്കാതാകും. വെള്ളത്തിൽ പൊന്തിക്കിടന്നു കൊണ്ട് ഒരാൾക്ക് നൗകയുന്താനാകില്ല. ശത്രുഘ്നൻ പറഞ്ഞതു പോലെ ചെയ്തു. ഉടനെത്തന്നെ നടുവിലേക്കു നീങ്ങി തുഴ കയ്യിലെടുത്ത് ആഞ്ഞു തുഴയാൻ തുടങ്ങി. വസിഷ്ഠനും തന്റെ വൃദ്ധ ശരീരം അനുവദിക്കുന്നത്ര ആഞ്ഞു തുഴയുന്നുണ്ടായിരുന്നു.

'വീണ്ടും തിര!' രാമൻ അലറി.

മൂന്നു സഹോദരന്മാരും നൗക ഉന്തിക്കൊണ്ടേയിരുന്നു. ശത്രുഘ്നനും വസിഷ്ഠനും തുഴച്ചിലും തുടർന്നു. അവർ ആ തിരയും മുറിച്ചു കടന്നു.

'എല്ലാവരും കയറൂ,' വസിഷ്ഠൻ ആജ്ഞാപിച്ചു.

രാമനും ഭരതനും ലക്ഷ്മണനും നൗകയിലേക്കു ചാടിക്കയറുകയും നൗക പാമ്പൻ ദ്വീപിൽ നിന്ന് വീണ്ടും തെക്കോട്ട് മാന്നാർ ദ്വീപിനു നേരെ കടലിലേക്കു നീങ്ങുകയും ചെയ്തു.

ലക്ഷ്മണൻ തന്റെ നീണ്ട സടമുടിയിൽ നിന്ന് വെള്ളം കുടഞ്ഞു കളഞ്ഞ് പൊട്ടിച്ചിരിച്ചു. 'എന്തൊരു ഊക്ക്! എനിക്ക് കടൽ ഇഷ്ടമാണ്!'

രാമനും ഭരതനും കൂടെ പൊട്ടിച്ചിരിച്ചു. അവർ ശത്രുഘ്നന്റെയും വസിഷ്ഠന്റെയും കയ്യിൽ നിന്ന് തുഴകൾ വാങ്ങി.

നൗക സ്ഥിരതാളം നേടിയപ്പോൾ രാമനും ഭരതനും തങ്ങളുടെ ഏറ്റവുമിളയ സഹോദരനു നേരെ തിരിഞ്ഞു. ശത്രുഘ്നൻ അപ്പോഴേക്കും നൗകയുടെ അണിയത്തിനപ്പുറം കണ്ണുനട്ട്, വിലങ്ങനെയിട്ടിരിക്കുന്ന പടിയിൽ കയറിയിരുന്നിരുന്നു. കടലിന്റെ അഴകും ഊക്കും ആസ്വദിക്കാനുള്ള നേരമായിരുന്നില്ല അത്. ആത്മാവിന് ആ നിമിഷത്തിന്റെ ആനന്ദം ആസ്വദിക്കാനുള്ള നേരവുമല്ല. അയാൾ സ്ഥലപരിശോധന ആരംഭിച്ചു കഴിഞ്ഞിരുന്നു.

'എത്ര നേരം വേണ്ടി വരും, ശത്രുഘ്നാ?' ഭരതൻ ചോദിച്ചു.

ശത്രുഘ്നൻ മറുപടി പറഞ്ഞില്ല. അയാൾ വെള്ളത്തിലേക്കും ആറോ ഏഴോ അടി താഴ്ചയിൽ അടിയിലുള്ള മണൽത്തട്ടിലേക്കും നോക്കുകയാണ്.

'ചിലപ്പോൾ ഇന്നു മുഴുവനും വേണ്ടി വന്നേക്കാം, ഭരതാ,' വസിഷ്ഠൻ ശത്രുഘ്നനു വേണ്ടി മറുപടി പറഞ്ഞു.

ലക്ഷ്മണൻ നെടുവീർപ്പോടെ കരുത്തുള്ള പടിയിൽ ചാരിയിരുന്നു. മുഴുവൻ ദിവസമോ?!!

തിരക്കെല്ലാം തീർന്നു പോയി. വിരസത നുഴഞ്ഞു കയറാൻ തുടങ്ങി. ലക്ഷ്മണൻ ഭരതനെ നോക്കി, അയാളുടെ തോളുകൾ ഇടിയുകയും മുഖം നിർവ്വികാരമാവുകയും ചെയ്തിട്ടുണ്ട്. ഭരതൻ തന്റെ സഹോദരനെ നോക്കി പുഞ്ചിരിക്കുകയും കൈ കൊണ്ട് ആംഗ്യം കാട്ടുകയും ചെയ്തു. ക്ഷമയോടെ.

'എന്താണ് പ്രാഥമിക വിവരം?' രാമൻ ശത്രുഘ്നനോടു ചോദിച്ചു.

മുഖത്ത് ആത്മവിശ്വാസത്തോടെ ശത്രുഘ്നൻ ജ്യേഷ്ഠനു നേരെ തിരിഞ്ഞു. 'അതു ചെയ്യാൻ സാധിക്കും, ദാദാ. ഒരാഴ്ച മുതൽ പത്തു ദിവസം വരെ വേണ്ടി വരും.'

നാലു സഹോദരന്മാരും വസിഷ്ഠനും അന്നു മുഴുവൻ പാമ്പനും മാന്നാറിനുമിടയിൽ സ്ഥലപരിശോധയ്ക്കു വേണ്ടി ചിലവഴിച്ചിരുന്നു. മുക്കുവരെപ്പോലെ വസ്ത്രം ധരിച്ചിരുന്നതിനാൽ അവർ കാര്യമായ ശ്രദ്ധയാകർഷിച്ചില്ല. ചുറ്റുമുള്ള ദ്വീപുകളിൽ കാര്യമായ ജനവാസമില്ലാത്തതും തുണയായി. ചിലപ്പോൾ തുഴച്ചിൽ നിർത്താൻ ശത്രുഘ്നൻ സഹോദരന്മാരോട് ആവശ്യപ്പെടുകയും കടലിലേക്കു ചാടി ചില പ്രത്യേകതകൾ പരിശോധിക്കുകയും ചെയ്തു. അയാൾ പവിഴപ്പുറ്റുകൾ തൊടുകയും മണ്ണിന്റെ സ്വഭാവമറിയാൻ മണൽത്തിട്ടകളിൽ കൈ പൂഴ്ത്തുകയും ചെയ്തു. മണൽത്തരികൾ ചരലിനേക്കാൾ നേരിയതാണെങ്കിലും ചളിയേക്കാൾ പരുക്കനാണ്. ഏറ്റവും അനുയോജ്യമായത്. അയാൾ മാന്നാർ ദ്വീപിന്റെ വടക്കു പ്രദേശം അരിച്ചു പെറുക്കി പരിശോധിക്കുകയും പാലം എവിടെയാണ് അവസാനിക്കേണ്ടതെന്ന് തീരുമാനിക്കുകയും ചെയ്തു. സൂര്യൻ ഏതാണ്ട് അസ്തമിച്ചു കഴിഞ്ഞിരുന്നു. അവർ പാമ്പന്റെ കടൽത്തീരത്ത് തിരിച്ചെത്തി. നേരിയ മഴയുണ്ട്. മഴയുടെയും ഇടിമിന്നലിന്റെയും അധിപനായ ഇന്ദ്രൻ കരുണയോടെ പകൽ മുഴുവൻ മഴയെ തടഞ്ഞു വെച്ചിരുന്നു.

വസിഷ്ഠൻ ദിവസം മുഴുവൻ ഭൂപ്രകൃതിയുടെയും സമുദ്രശാസ്ത്രത്തിന്റെയും സൂക്ഷ്മവശങ്ങൾ ശത്രുഘ്നനുമായി ചർച്ച ചെയ്തു. പക്ഷേ ശത്രുഘ്നനെ പാഠങ്ങൾ പഠിപ്പിച്ച ഗുരുവിന് ശിഷ്യന്റെ ആത്മവിശ്വാസത്തിൽ

അതിശയം തോന്നി. 'ഒരാഴ്ച മുതൽ പത്തുദിവസം വരെ മതിയോ, ശത്രുഘ്നാ? നമ്മൾ കടലിനു കുറുകെയുള്ള പാലത്തെ കുറിച്ചാണ് ആലോചിക്കുന്നത്. മനുഷ്യചരിത്രത്തിൽ വച്ചേറ്റവും വലിയ പാലം.'

ശത്രുഘ്നന്റെ മുഖം ശാന്തവും ഏകാഗ്രവും ആത്മവിശ്വാസം നിറഞ്ഞതുമായിരുന്നു. 'കഴിയും, ഗുരോ.'

'എങ്ങിനെ?' അവിശ്വാസത്തോടെ ഭരതൻ ചോദിച്ചു.

'ആദ്യം ഏതാനും കാര്യങ്ങൾ ഉറപ്പു വരുത്തേണ്ടതുണ്ട്.'

'നീ പറയുന്നതെന്തും, ശത്രുഘ്നാ,' രാമൻ പറഞ്ഞു.

ശത്രുഘ്നൻ ഭരതനു നേരെ തിരിഞ്ഞു. 'ദാദാ, അങ്ങയുടെ മനസ്സിലുള്ള യുദ്ധതന്ത്രം ഏതാണ്ടെനിക്കു മനസ്സിലായിട്ടുണ്ട്. മഹാവേലി ഗംഗയിലൂടെ നമ്മൾ ഒരു നാവിക ആക്രമണം നടിക്കും. പോരാട്ടം ഭയങ്കരമായിരിക്കും. നമുക്ക് ഏറെ സൈനികർ ആവശ്യമുണ്ട്. നമുക്ക് ഒരു ലക്ഷത്തി മുപ്പതിനായിരം സൈനികരാണ് ആകെയുള്ളത്. ഒരു ലക്ഷം അയോദ്ധ്യയുടേതും മുപ്പതിനായിരം അംഗദ രാജകുമാരന്റെ വാനരന്മാരും. പക്ഷേ-'

രാമൻ ശത്രുഘ്നനെ തടസ്സപ്പെടുത്തി. 'നമുക്ക് കൂടുതൽ ആളുകൾ വരും. അതുറപ്പാണ്. വടക്കു കിഴക്കൻ മൺസൂൺ കഴിയാൻ മൂന്നു മാസമെടുക്കും. അതു കഴിഞ്ഞേ നമ്മൾ ആക്രമിക്കൂ. അംഗദനും മുപ്പതിനായിരം വാനരപ്പടയാളികളും ഇപ്പോഴിങ്ങെത്തും...വടക്കു കിഴക്കൻ മൺസൂൺ അവസാനിക്കുമ്പോൾ കേകയത്തിലെ അനുവംശജരും വിശുദ്ധ നദിയായ സിന്ധുവിന്റെ തീരത്തുള്ള സഖ്യകക്ഷികളുമെത്തും. അവർക്ക് അമ്പതിനായിരമോ അറുപതിനായിരമോ സൈനികരുണ്ടാകും.'

ശത്രുഘ്നൻ ഭരതനെയും ലക്ഷ്മണനെയും നോക്കി.

'അവർ വരുന്നില്ല, ദാദാ. യുദ്ധാജിത്ത് അമ്മാവനോട് എനിക്കടുപ്പമുണ്ട്. മുത്തച്ഛനോട് അത്രയില്ലെങ്കിലും,' ഭരതൻ പറഞ്ഞു. അയാൾ കേകയത്തിന്റെ അധിപതിയും മുത്തച്ഛനുമായ അശ്വപതിയെ കുറിച്ചാണ് സംസാരിച്ചത്. 'യുദ്ധാജിത്ത് അമ്മാവൻ നമ്മളെ സഹായിക്കാൻ കഴിയാവുന്നതു ചെയ്യുന്നുണ്ടെങ്കിലും മുത്തച്ഛൻ യുദ്ധത്തിൽ നിന്ന് ഒഴിഞ്ഞു നില്ക്കാനാണ് തീരുമാനിച്ചിരിക്കുന്നത്.'

രാമന്റെ ഉടൽ ദേഷ്യത്താൽ വലിഞ്ഞു മുറുകി. ആദരണീയനായ ഒരാൾ അടുത്ത ബന്ധുക്കളിൽ നിന്നും സുഹൃത്തുക്കളിൽ നിന്നും അതേ ആദരണീയത പ്രതീക്ഷിക്കും. അത്തരമൊരാൾ പലപ്പോഴും നിരാശനാകും.

'പക്ഷേ, ചില നല്ല വാർത്തകളുമുണ്ട്,' വസിഷ്ഠൻ ഇടക്കു കയറിപ്പറഞ്ഞു. 'തികച്ചും അപ്രതീക്ഷിതമായ ഇടങ്ങളിൽ നിന്ന്!'

സഹോദരന്മാർ ഗുരുവിനെ നോക്കി.

'മലയപുത്രൻമാർ വരുന്നു!'

'എന്ത്?' രാമൻ ഞെട്ടിപ്പോയിരുന്നു.

'ഞാനിപ്പോൾ അരിഷ്ടനേമിയിൽ നിന്ന് വിവരമറിഞ്ഞതേയുള്ളൂ,' വസിഷ്ഠൻ പറഞ്ഞു. 'പതിനയ്യായിരം മലയപുത്രന്മാരും അതിനേക്കാൾ നിർണ്ണായകമായി അവരുടെ ഗജസേനയും നമ്മോടൊപ്പം യുദ്ധത്തിൽ ചേരും. പതിനയ്യായിരം വായുപുത്രന്മാരും കൂടിയാകുമ്പോൾ അയോദ്ധ്യയുടെ സൈന്യം ഒരു ലക്ഷത്തി അറുപതിനായിരം കവിയും. ലങ്കയെ ദൈവി അസ്ത്രത്താൽ ഭീഷണിപ്പെടുത്താൻ വായുപുത്രന്മാർ സമ്മതിച്ചെങ്കിലെന്ന് ഞാൻ പ്രത്യാശിക്കുന്നുണ്ട്. അപ്പോൾ യുദ്ധം വേഗം അവസാനിപ്പിക്കാം. പക്ഷേ അവരത് നിഷേധിച്ചു. അവരുടെ സൈനികർ വരും, പക്ഷേ ദൈവി അസ്ത്രങ്ങൾ അനുവദിക്കില്ല.'

രാമന് ദൈവി അസ്ത്രത്തെ കുറിച്ച് ഉത്കണ്ഠയില്ല. അദ്ദേഹത്തിനത് എന്തായാലും ഉപയോഗിക്കാനാകില്ല. രണ്ടാമതൊരു തവണ കൂടി അനുവാദമില്ലാതെ ആ ആയുധം ഉപയോഗിച്ചാലുള്ള ശിക്ഷ മരണമാണ്. പക്ഷേ അദ്ദേഹത്തിന്റെ സുതാര്യമായ കണ്ണുകൾ ഗുരുവിനോട് ഒരു ചോദ്യം ചോദിച്ചു. മലയപുത്രന്മാർ നമ്മളോട്ടു ചേരുന്നെന്നോ? എന്തു കൊണ്ട്?

'അത് അങ്ങയെയോർത്തല്ല,' വസിഷ്ഠൻ വ്യക്തമാക്കി, 'നേരു പറഞ്ഞാൽ സീതയെ ഓർത്തുമല്ല. എനിക്ക് എന്റെ ...എന്റെ സുഹൃത്ത്... വിശ്വാമിത്രൻ. അയാളുടെ കുറവുകളറിയാം. ശക്തികളും. അയാളുടെ ക്രോധം അനിയന്ത്രിതമാണ്, അഹംഭാവം വലുതും. പക്ഷേ എത്രയധികം എന്നെ വെറുത്താലും അയാൾ ഭാരതാംബയെ സ്നേഹിക്കുന്നു.'

രാമൻ ഭരതനെ നോക്കി പതിയെ പുഞ്ചിരിച്ചു. ആദരണീയനായ ഒരാൾ പലപ്പോഴും അതിശയിക്കും. ചിലപ്പോൾ അയാൾ പ്രതീക്ഷിക്കുന്നവർ ആദരണീയത കാണിക്കാത്തതു കൊണ്ട്. ചിലപ്പോൾ അതു പ്രതീക്ഷിക്കാത്തവരിൽ നിന്നു വരുമ്പോൾ.

'എന്തൊക്കെ പറഞ്ഞാലും അങ്ങയുടെ സുഹൃത്തൊരു നല്ല മനുഷ്യനാണ്, ഗുരോ,' ഭരതൻ പറഞ്ഞു. വസിഷ്ഠൻ മുഖം കല്ലു പോലാക്കി ദീർഘമായി നെടുവീർപ്പിട്ടു. നനവിന്റെ ചെറിയൊരംശം മാത്രം കണ്ണുകളിൽ തത്തി. പക്ഷേ അതു പുറത്തേക്കു തുളുമ്പിയില്ല.

രാമൻ ആകാശത്തേക്കു നോക്കി കൈ കൂപ്പി വണങ്ങി. 'ഈ അനുഗ്രഹത്തിന് ഇന്ദ്രഭഗവാനു സ്തുതി.'

'ഇന്ദ്രഭഗവാനു സ്തുതി,' എല്ലാവരും ആവർത്തിച്ചു.

ഭരതൻ ശത്രുഘ്നന്റെ നേരെ തിരിഞ്ഞു, 'അപ്പോൾ നിനക്കു

വേണ്ടതെന്താണെന്ന് ഞാനൂഹിക്കാം. സൈനികരിൽ ഭൂരിഭാഗത്തെയും ഇവിടെ നിർത്താൻ നീ ആഗ്രഹിക്കുന്നു.'

'അതെ,' ശത്രുഘ്നൻ മറുപടി പറഞ്ഞു.

'എത്ര പേർ?'

'ഏകദേശം ഒരു ലക്ഷത്തി ഇരുപത്തയ്യായിരം പേർ.'

'അത്രയും?'

'വേണം, ദാദാ. പാലമുണ്ടാക്കാൻ അത്രയും പേർ വേണം. ഇതൊരു എളുപ്പ പണിയല്ല.'

'മഹാവേലി ഗംഗയിലെ ലങ്കയുടെ കുറ്റൻ പ്രതിരോധ നിരകളോട് ഞാൻ വെറും മുപ്പത്തയ്യായിരം സൈനികരെ വെച്ച് പോരാടണമെന്നാണോ നീ പറയുന്നത്?'

'നമുക്കാ യുദ്ധം ജയിക്കേണ്ടതില്ല, ദാദാ,' ശത്രുഘ്നൻ നേരിയ പുഞ്ചിരിയോടെ പറഞ്ഞു. 'അവരെ അല്പകാലം പിടിച്ച് നിർത്തിയാൽ മതി. നമ്മുടെ പ്രധാന ആക്രമണം ഇവിടെ നിന്നാണ്.'

ഭരതൻ പൊട്ടിച്ചിരിച്ചു.

'ഞാൻ മഹാവേലി ഗംഗയിലേക്ക് അങ്ങയുടെ കൂടെ വന്നാൽ,' ലക്ഷ്മണൻ പറഞ്ഞു, 'യുദ്ധം നമ്മൾ എളുപ്പത്തിൽ ജയിക്കും. മുപ്പത്തയ്യായിരം സൈനികരെ വെച്ചും.'

'ഉറപ്പായും, അനുജാ,' ഭരതൻ പറഞ്ഞു. 'നമ്മൾ വിജയിക്കും.'

ലക്ഷ്മണൻ രാമനെ അനുവാദത്തിനായി നോക്കി. രാമൻ തലയാട്ടി. ലക്ഷ്മണന് ഭരതന്റെ കൂടെ പോകാം.

'വേറെന്തെങ്കിലും?' ഭരതൻ ശത്രുഘ്നനോട് ചോദിച്ചു.

'ഉവ്വ്,' ശത്രുഘ്നൻ പറഞ്ഞു. 'നമുക്ക് പാലത്തിനുള്ള നിർമ്മാണ സാമഗ്രികൾ രഹസ്യമായി സംഭരിക്കാം. പക്ഷേ, പാമ്പൻ ദ്വീപിലേക്കു നീങ്ങി നിർമ്മാണത്തിനൊരുങ്ങുമ്പോൾ കാര്യം ഒളുക്കിവെക്കാൻ കഴിയില്ല.'

'നേരാണ്,'

'അതു കൊണ്ട് കേതീശ്വരത്തെ ലങ്കൻ പ്രതിരോധ നിര...'

ശത്രുഘ്നൻ ആ വാക്യം മുഴുമിപ്പിച്ചില്ല. പക്ഷേ അയാളെന്താണ പറയുന്നതെന്ന് വ്യക്തമായിരുന്നു. കേതീശ്വരം ക്ഷേത്രത്തിന് അകത്തും ചുറ്റുമുള്ള സൈനികർ നിർവ്വീര്യരാക്കപ്പെടണം. അവരെ തടങ്കലിലാക്കുകയോ കൊല്ലുകയോ വേണം. ദ്വീപിന്റെ ഇങ്ങേ വശത്തു നടക്കുന്ന കാര്യങ്ങൾ സിഗിരിയയിലെ ലങ്കക്കാരെ അറിയിക്കാൻ ഒരുത്തനും അവശേഷിക്കരുത്.

ഭരതൻ രാമനെ നോക്കി തലയാട്ടി.

'ചെയ്യാം,' രാമൻ പറഞ്ഞു.

'ഇതു തന്നെ ധാരാളം!' ഭരതൻ പറഞ്ഞു. 'ഇനി നീ എങ്ങനെ പാലമുണ്ടാക്കാൻ പോകുന്നെന്നു പറയൂ.'

'പറയാം,' ശത്രുഘ്നൻ പൊട്ടിച്ചിരിച്ചു. 'ആദ്യം നിങ്ങൾ കിഴക്കൻ കടലിനെ കുറിച്ച് ചിലതു മനസ്സിലാക്കേണ്ടതുണ്ട്. പടിഞ്ഞാറൻ കടലിൽ നിന്ന് അതിനെ വ്യത്യസ്തമാക്കുന്ന ചിലത്. ചിലപ്പോൾ ലോകത്തിലെ ഏതു കടലിൽ നിന്നും.'

'എന്താണത്?' ലക്ഷ്മണൻ ചോദിച്ചു.

'കടൽ വെള്ളത്തിനും പുഴവെള്ളത്തിനുമുള്ള വ്യത്യാസം അറിയാമോ?' കണ്ണിലൊരു തിളക്കത്തോടെ ശത്രുഘ്നൻ ചോദിച്ചു. അയാളത് ആസ്വദിക്കുകയാണ്. അതയാളുടെ സാമ്രാജ്യമാണ്. അറിവിന്റെ സാമ്രാജ്യം.

വസിഷ്ഠൻ പുറകോട്ടു ചാഞ്ഞിരുന്ന് പുഞ്ചിരിച്ചു. ശത്രുഘ്നൻ എവിടെയാണ് വിരലൂന്നുന്നതെന്ന് ഗുരുവിന് മനസ്സിലായി. പ്രതിഭാശാലി.

'കടൽ വെള്ളത്തിൽ ഉപ്പുണ്ട്, പുഴ വെള്ളം ശുദ്ധമാണ്, ഉപ്പില്ലാത്തതും,' രാമൻ മറുപടി പറഞ്ഞു.

'അതെല്ലാ കടലും അങ്ങിനെത്തന്നെ,' ശത്രുഘ്നൻ പറഞ്ഞു. 'പക്ഷേ, കിഴക്കൻ കടലിനെ സംബന്ധിച്ചിടത്തോളം അത് പകുതി മാത്രം നേരാണ്. കിഴക്കൻ കടലിന്റെ ഭൂരിഭാഗത്തും ഉപ്പു വെള്ളത്തിനു മുകളിൽ ശുദ്ധ ജലത്തിന്റെ നേർത്ത പാളിയുണ്ട്. ശുദ്ധജലപാളിയുടെ കട്ടി വർഷത്തിന്റെ വിവിധ കാലങ്ങളിൽ മാറും-ഏതാനും ഇഞ്ചുകൾ മുതൽ ഗണ്യമായ അളവു വരെ. കിഴക്കൻ കടലിന്റെ മുഴുവൻ പരപ്പിലും ഇത് ഒരു പോലെയുമല്ല.'

'യാതൊരു വഴിയുമില്ല!'

'വഴിയുണ്ടേന്നേ!'

'എങ്ങിനെ?എന്തു കൊണ്ട്?' ഗുരുകുലകാലത്ത് പഠനത്തിൽ വലിയ ശ്രദ്ധയൊന്നും കൊടുക്കാതിരുന്ന ലക്ഷ്മണൻ ചോദിച്ചു. അയാൾ വസിഷ്ഠനെ ക്ഷമാപണത്തോടെ പാളി നോക്കി, പിന്നീട് തന്റെ ഇരട്ട സഹോദരനെയും.

'ഭാരതഭൂമി നിരവധി നദികളാൽ അനുഗ്രഹീതമാണ്. മറ്റേതൊരു ഭൂമിയേക്കാളും. ഈജിപ്തിനെ നൈൽ നദിയുടെ വരദാനം എന്നാണു വിളിക്കുന്നത്. ടൈഗ്രീസ്-യൂഫ്രട്ടീസ് നദീതടമുള്ളതു കൊണ്ടാണ് മെസപ്പൊട്ടേമിയ നിലനിൽക്കുന്നത്. വലിയ നദീവ്യവസ്ഥകളുടെ ാഗ്യം

ലഭിച്ചവരാണ് ഈ നാട്ടുകാർ. അതുകൊണ്ടാണവിടെ സംസ്കൃതികൾ സാദ്ധ്യമായത്. ചില നാട്ടുകളിൽ, ഏറ്റവും ഭാഗ്യവാന്മാരായ ജനതയ്ക്ക്, ചിലപ്പോൾ രണ്ടും മൂന്നും നദീതടവ്യവസ്ഥകളുണ്ട്. നമ്മുടെ ഭാരതഭൂമിയിൽ ഏഴെണ്ണമുണ്ട്!' ശത്രുഘ്നൻ ആ നദീതടങ്ങളുടെ പേരുകൾ വിരലുകളാൽ എണ്ണിത്തുടങ്ങി, 'സിന്ധുനദീതടം, സരസ്വതീനദീതടം, മഹാനദീതടം, ഗോദാവരി-കൃഷ്ണാ നദീതടം, കാവേരീനദീതടം. കൂടാതെ താപ്തിയെയും പെന്നയെയും പോലെ നമ്മൾ ഈ ഏഴിൽ കൂട്ടാത്ത നിരവധി ചെറുനദികളും. പക്ഷേ, ഓരോന്നും യൂഫ്രട്ടീസ് നദിയുടെ അത്ര തന്നെ ജലം വഹിക്കുന്നുണ്ട്! ഏഴു പ്രധാന നദീതടങ്ങളിൽ വെച്ച് ഏറ്റവും ചെറിയ മഹാനദി പോലും നൈൽ നദിയുടെ അത്ര തന്നെ ജലം വഹിക്കുന്നു!'

'അതിശയകരം!' ലക്ഷ്മണൻ പറഞ്ഞു.

'നമ്മുടെ ഭൂമി, ദൈവങ്ങൾ ഏറ്റവും കൂടുതൽ അനുഗ്രഹിച്ചതാണെന്ന് പൂർവ്വികർ ഊന്നിപ്പറഞ്ഞതിൽ അത്ഭുതമില്ല.'

'ഭാരതാംബ ജയിക്കട്ടെ!' വസിഷ്ഠൻ പറഞ്ഞു.

സഹോദരന്മാർ അതേറ്റു പറഞ്ഞു, 'ഭാരതാംബ ജയിക്കട്ടെ!'

'അങ്ങിനെ ഭാരതത്തിൽ കുറ്റൻ നദീവ്യവസ്ഥകളുണ്ട്. അവയിൽ ഭൂരിഭാഗവും വലിയ അളവു ജലം കിഴക്കൻ കടലിലാണ് നിക്ഷേപിക്കുന്നത്. കിഴക്കു ഭാഗത്തുള്ള വിദേശരാജ്യങ്ങളായ മ്യാൻമാറിൽ നിന്നും തായ്‌ലണ്ടിൽ നിന്നും ബൃഹത്തായ ഇരാവതിയും സാൽവീനും കിഴക്കൻ കടലിലേക്കാണ് ഒഴുകിച്ചേരുന്നത്. ഇതു മാത്രമല്ല, തെക്കു പടിഞ്ഞാറൻ മൺസൂണും വലിയ അളവിൽ ജലം കിഴക്കൻ കടലിൽ എത്തിക്കുന്നു. ഏറ്റവും കൂടുതൽ ശുദ്ധജലം കിഴക്കൻ കടലിൽ കലരുന്നത് ഗംഗാ – ബ്രഹ്മപുത്രാ നദികളിൽ നിന്നാണ്. ഗംഗാ- ബ്രഹ്മപുത്രയുടെ അഴിമുഖത്തിനടുത്തുള്ള വടക്കൻ ഭാഗങ്ങളിലാണ് ഈ പാളിയ്ക്ക് ഏറ്റവും ആഴമുള്ളത്.'

ഭരതൻ തലയാട്ടി.

'നമ്മളിപ്പോൾ ഭാദ്രമാസത്തിലാണ്.'

'അതു കൊണ്ട്?'

'അതു കൊണ്ടെന്താണെന്നു വെച്ചാൽ ഇപ്പോഴാണ് കിഴക്കൻ തീരത്തെ സമുദ്രജലപ്രവാഹം തെക്കോട്ടൊഴുകാൻ തുടങ്ങുന്നതും കിഴക്കൻ കടലിന്റെ വടക്കൻ ഭാഗങ്ങളിൽ നിന്ന് കൂടുതൽ ശുദ്ധജലം കൊണ്ടു വരുന്നതും. ഗംഗാ- ബ്രഹ്മപുത്രാ നദീ വ്യവസ്ഥയിൽ നിന്ന് ഭാരതത്തിന്റെ തെക്കൻ തീരത്തേക്ക്.'

'അതെങ്ങിനെ നമ്മളെ സഹായിക്കും?' രാമൻ ചോദിച്ചു

'മരത്തിന്റെ തിരഞ്ഞെടുപ്പിൽ.'

'എന്ത്?'

ശത്രുഘ്നൻ വിശദീകരിച്ചു. 'ഈ പാലം പണിയാൻ നമുക്ക് വെള്ളത്തിൽ താഴ്ന്നുപോകുന്ന മരവും പൊന്തിക്കിടക്കുന്ന കല്ലും വേണം. അത്തരം ധാരാളം കല്ലും മരവും.'

ശത്രുഘ്നൻ ഇപ്പോൾ വസിഷ്ഠനടക്കം എല്ലാവരെയും ആശയക്കുഴപ്പത്തിലാക്കി.

'ഞാൻ വിശദീകരിക്കാം,' ശത്രുഘ്നൻ പറഞ്ഞു.

'പറയൂ,' സന്തോഷത്തോടെ ചിരിച്ച് ഭരതൻ പറഞ്ഞു.

'കടൽത്തൂണുകളും അതിനു മുകളിൽ പാതയുമായി, സാമ്പ്രദായികമായ പാലം ഇവിടെ പണിയാനാകില്ല. കടലിൽ തൂണുകൾ സ്ഥാപിക്കാനുള്ള നേരം നമുക്കില്ല.'

'ശരിയാണ്.'

'അതു കൊണ്ട്,' ശത്രുഘ്നൻ പറഞ്ഞു, 'നമ്മൾ ധനുഷ്കോടി കടലിടുക്കിനു കുറുകേ ഒരു ചിറ നിർമ്മിക്കും. വെള്ളത്തിന്റെ ഒഴുക്കിനെ തടഞ്ഞ്...'

വസിഷ്ഠൻ പെട്ടെന്നു പറഞ്ഞു, 'പക്ഷേ അത്-'

ശത്രുഘ്നൻ ഗുരുവിനെ തടസ്സപ്പെടുത്തി, 'ഇല്ല, ഗുരോ. അത് പാലത്തെ ബലഹീനമാക്കില്ല. ഒഴുകുന്ന ജലത്തെ കടന്നു പോകാൻ അനുവദിക്കാനാണ് സാമ്പ്രദായിക പാലങ്ങളിൽ കടൽത്തൂണുകളുള്ളത്. അതല്ല ഇവിടത്തെ പ്രശ്നം. ഇത് കടലാണ്. വെള്ളം ഇവിടെ സ്ഥിരമായി ഒഴുകുന്നില്ല.'

'പക്ഷേ, വേലിയേറ്റവും വേലിയിറക്കവുമുണ്ട്,' വസിഷ്ഠൻ പറഞ്ഞു, '

ഓരോ ആറു മണിക്കൂറും ജലപ്രവാഹത്തിന്റെ ഗതി മാറി വരികയും പോകുകയും ചെയ്യും. ഒഴുകുന്ന നദീജലത്തിന്റെയത്ര ശക്തമാകില്ല വേലിയേറ്റത്തിലെയും ഇറക്കത്തിലെയും പ്രവാഹം. എന്നാലും-'

'ഗുരോ, ഇവിടത്തെ കടലു നോക്കൂ,' തന്റെ ഗുരുവിനെ വീണ്ടും തടസ്സപ്പെടുത്തി ശത്രുഘ്നൻ പറഞ്ഞു. 'അതിനെ നമുക്ക് പാക് ഉൾക്കടലെന്നും മാന്നാർ ഉൾക്കടലെന്നും വിളിക്കാം. പാക് ഉൾക്കടലിൽ കിഴക്കൻ കടലിലെ വെള്ളവും മാന്നാറിൽ ഭാരത മഹാസമുദ്രത്തിലെ വെള്ളവുമാണുള്ളത്. രണ്ടും ധനുഷ്കോടിയിൽ കൂട്ടിമുട്ടുകയും പരസ്പരം ഊർജ്ജം ചിതറിയിക്കുകയും ചെയ്യും. അതു കൊണ്ട് ഇവിടെ കടൽ താരതമ്യേന ശാന്തമാണ്. കടലിനു കുറുകേ പാലം പണിയാൻ മുഴുവൻ പ്രദേശത്തും ലഭിക്കാവുന്ന ഏറ്റവും അനുയോജ്യമായ ഇടം ഇതാണ്.'

'താരതമ്യേന എത്ര ശാന്തമായാലും, ഇതു കടൽ തന്നെയാണ്. അതിൽ

വേലിയേറ്റവും വേലിയിറക്കവും തിരമാലകളുമുണ്ടാകും. പാലത്തെ ദുർബ്ബലപ്പെടുത്താൻ മാത്രം ശക്തമാണവയെല്ലാം.'

'എന്റെ പാലത്തെയല്ല.'

'അതെന്താണ്?'

'രൂപകല്പനയിലാണു കാര്യം, ഗുരോ. നിർമ്മാണവസ്തുവിലും.'

'മുങ്ങിക്കിടക്കുന്ന മരവും പൊന്തിക്കിടക്കുന്ന കല്ലുമാണോ?' ഭരതൻ ശബ്ദമൊതുക്കി ചോദിച്ചു.

ശത്രുഘ്നൻ ചിരിച്ചു കൊണ്ട് തലയാട്ടി. 'അതേ ദാദാ! നിങ്ങളെന്താണു ചിന്തിക്കുന്നതെന്ന് എനിക്കറിയാം. പക്ഷേ, ഇത് ഭ്രമകല്പനയല്ല.'

'ഞാൻ നിന്നെ വിശ്വസിക്കുന്നുണ്ട്, അനുജാ. മുങ്ങിക്കിടക്കുന്ന ആ മാന്ത്രികമരമേതാണ്?'

'കരിമരത്തിന്റെ തടി,' ശത്രുഘ്നൻ പറഞ്ഞു. 'പഴയ സംസ്കൃതത്തിൽ 'കുപില്വ' എന്നാണതിനെ വിളിച്ചിരുന്നത്.'

വസിഷ്ഠൻ കണ്ടുപിടുത്തത്തിന്റെ തികഞ്ഞ ചങ്കൂറ്റത്തിൽ വായും പൊളിച്ചിരുന്നു പോയി. അയാൾക്ക് അപ്പോൾ കാര്യം മനസ്സിലായി. കരിമരം. ശുദ്ധ ജലം. വേലിയേറ്റവും വേലിയിറക്കവും. മണൽത്തിട്ടകൾ. ഉരുക്കൾ. എല്ലാം അവസാനം ഒരുമിച്ചു വന്നിരിക്കുന്നു. നിരവധി സഹസ്രാബ്ദങ്ങൾക്കു മുമ്പ് ജീവിച്ചിരുന്ന ഏറ്റവും മികച്ച ശാസ്ത്രജ്ഞന്റെ കാലം മുതൽ അത്തരം സാഹസം അയാൾ കേട്ടിട്ടേയില്ല. 'ബ്രഹ്മാവാണേ, നീ ഒരു ധിഷണാശാലിയാണ്! പക്ഷേ പൊങ്ങിക്കിടക്കുന്ന കല്ലുകളെ കുറിച്ച് എനിക്ക് മനസ്സിലായില്ല.'

'ഗുരോ,' കൈ കൂപ്പി കൊണ്ട് ലക്ഷ്മണൻ പറഞ്ഞു. 'എനിക്ക് മുങ്ങിക്കിടക്കുന്ന തടിയെ കുറിച്ച് മനസ്സിലായില്ല. എന്റെ ദാദയ്ക്കും. അതൊന്നു പറഞ്ഞോട്ടെ?'

വസിഷ്ഠൻ പൊട്ടിച്ചിരിക്കുകയും ശത്രുഘ്നനോടു തുടരാൻ ആംഗ്യം കാട്ടുകയും ചെയ്തു. 'തുടരൂ.'

ശത്രുഘ്നൻ തുടർന്നു, 'ലോകത്തിലെ തന്നെ ഏറ്റവും ഉറപ്പുള്ള മരമാണ് കരിമരം. അത് തെക്കൻ ഭാരതത്തിലും ലങ്കയിലും കാണപ്പെടുന്നു. നനഞ്ഞാലാണ് അതിനു കൂടുതൽ കരുത്തെന്നതാണ് വിചിത്രമായ കാര്യം.'

'പക്ഷേ ഞാൻ വിചാരിച്ചിരുന്നത്,' രാമൻ പറഞ്ഞു, 'തടി നനഞ്ഞാൽ ചീർക്കുകയും ദുർബ്ബലമാകുകയും ചെയ്യുമെന്നാണ്, അല്ലേ?'

'അതു നേരാണ്, ദാദാ,' പുഞ്ചിരിയോടെ ശത്രുഘ്നൻ പറഞ്ഞു. 'പക്ഷേ ഒരു ഘട്ടം വരെ മാത്രം. നേരിയ നനവിൽ തടിയിലെ നാരുകൾ

വികസിക്കുകയും ഈർപ്പം അപ്രത്യക്ഷമാകുമ്പോൾ ചുരുങ്ങുകയും ചെയ്യും. തടി ദുർബ്ബലമാകുന്നത് അതു കൊണ്ടാണ്. പക്ഷേ, ഈർപ്പത്തിന്റെ അളവ് ഒരു പരിധിയ്ക്ക് മുകളിലാകുമ്പോൾ – കരിമരത്തിനത് മുപ്പതോ നാല്പതോ ശതമാനമാണെന്ന തോന്നുന്നു–തടിയിലെ നാരുകൾ ശരിക്കും കൂടുതൽ സ്ഥിരതയുള്ളതായി മാറുന്നു. തടിയ്ക്ക് ഉറപ്പ് കൂടുന്നു.'

'അപ്പോൾ തടിയെ ഈർപ്പത്തിനു വിധേയമാക്കിയാൽ അതു ചീർക്കും. പക്ഷേ കൂടുതൽ ഈർപ്പത്തിനു വിധേയമാക്കിയാൽ അതിന്റെ ഉറപ്പ് കൂടും, അല്ലേ?' ഭരതൻ ചോദിച്ചു.

'അപ്പോൾ നമ്മളാകട്ടെ അതിനെ ഈർപ്പത്തിനു വിധേയമാക്കുക മാത്രമല്ല ചെയ്യുന്നത്, നമ്മളതിനെ കടലിൽ മുക്കിയിടും.'

'ഗംഭീരം,' ലക്ഷ്മണൻ പറഞ്ഞു.

'പക്ഷേ ശുദ്ധജലമോ?' രാമൻ ചോദിച്ചു. 'കിഴക്കൻ കടലിലെ ശുദ്ധജലപാളിയെ കുറിച്ച് വലിയ കഥ ഞങ്ങളോടു പറഞ്ഞതെന്തിനാണ്?'

'അതാണ് യഥാർത്ഥ ധിഷണ!' വസിഷ്ഠൻ ശത്രുഘ്നനെ പിതൃസദൃശമായ അഭിമാനത്തോടെ നോക്കിക്കൊണ്ടു പറഞ്ഞു. 'പറഞ്ഞു കൊടുക്കൂ!'

'ശുദ്ധജലത്തെ അപേക്ഷിച്ച് ഉപ്പുജലത്തിലിടുന്ന വസ്തുക്കൾക്ക് എന്തു സംഭവിക്കുമെന്നാണ് നിങ്ങൾ വിചാരിക്കുന്നത്?' ശത്രുഘ്നൻ ചോദിച്ചു.

'അത് ദ്രവിച്ചു പോകുന്നു,' ഭരതൻ പറഞ്ഞു.

'അതു തന്നെ. മരത്തടികളായിരിക്കും പാലത്തിന്റെ അടിത്തറ. അവ ദ്രവിക്കുകയാണെങ്കിൽ പാലം അധിക കാലം നീണ്ടു നിൽക്കില്ല. പക്ഷേ, ഈ പ്രദേശത്ത് കടൽത്തറയ്ക്ക് ആറോ ഏഴോ മീറ്ററിലധികം ആഴമില്ലാത്തതിനാൽ അധികവും ശുദ്ധജലമാണ്. തടി ദ്രവിക്കില്ല, പാലം ഏറെക്കാലം നീണ്ടു നിൽക്കുകയും ചെയ്യും.'

'പക്ഷേ,' ലക്ഷ്മണൻ പറഞ്ഞു. 'നമുക്ക് ഈ പാലം അത്ര കാലം നീണ്ടു നിൽക്കേണ്ടതില്ലല്ലോ. സൈന്യത്തിന് കുറുകെ കടക്കാൻ രണ്ടോ മൂന്നോ ദിവസം മതിയാകും. അത്രയും സമയം മാത്രം ആ പാലം സുരക്ഷിതമായിരുന്നാൽ നമ്മുടെ ജോലി പൂർത്തിയാകും.'

'തിരിച്ചു പോരണ്ടേ?' ശത്രുഘ്നൻ ചോദിച്ചു, 'എങ്ങിനെ ആനകളെ തിരികെ കൊണ്ടു വരും? നമുക്കവയെ കിഷ്കിന്ധക്കും മലയപുത്രന്മാർക്കും തിരിച്ചു കൊടുക്കണം. എത്ര കാലം ഈ സൈനികമുന്നേറ്റം നീണ്ടു നിൽക്കുമെന്ന് നമുക്കറിയില്ല. ചിലപ്പോൾ ഒരു മാസമാകാം. ചിലപ്പോൾ ഒരു വർഷവുമാകാം. ഏറ്റവും മോശമായ സാഹചര്യത്തിനു വേണ്ടിയും ഒരു വാസ്തു ശില്പി തയ്യാറെടുക്കണം.'

'അപ്പോൾ പറയുന്നതെന്താണ്?' ലക്ഷ്മണൻ ചോദിച്ചു. 'ഈ പാലം ഒരു വർഷം ഈടുനിൽക്കുമെന്നാണോ?'

ശത്രുഘ്നൻ മുമ്പോട്ടാഞ്ഞിരുന്നു, 'ഇതെന്റെ പാലമാണ്, ലക്ഷ്മണാ. ഇത് ആയിരം വർഷമെങ്കിലും ഈടു നിൽക്കും. ചിലപ്പോൾ അതിൽ കൂടുതലും.'

'ഒരു പാലത്തിനും അത്രയും കാലം നിലനിൽക്കാനാകില്ല, ശത്രുഘ്നാ!' ഭരതൻ പറഞ്ഞു. 'നിന്നെ എനിക്ക് വലിയ സ്നേഹമാണെന്നും നിന്റെ ബുദ്ധിശക്തിയോട് ബഹുമാനമുണ്ടെന്നും നിനക്കറിയാമല്ലോ. പക്ഷേ, ഈ അവകാശവാദങ്ങൾ അല്പം അധികമാണ്.'

'അല്ലേയല്ല,' വസിഷ്ഠൻ പറഞ്ഞു. 'ഇത് ശത്രുഘ്നന്റെ പ്രതിഭയാണ്. അതു രൂപകല്പന ചെയ്യുന്ന വിധം. അല്ലെങ്കിൽ ശത്രുഘ്നൻ അതു രൂപ കല്പന ചെയ്യുന്നുവെന്ന് ഞാൻ വിചാരിക്കുന്ന വിധം. സ്വാഭാവികവും പ്രകൃതിദത്തവുമാണത്. ശരിക്കും ഏറെക്കാലം പാലം നിലനിൽക്കും.'

'പക്ഷേ നമ്മളെന്തിനാണ് മരം അടിത്തറയായി ഉപയോഗിക്കുന്നത്?' ലക്ഷ്മണൻ ചോദിച്ചു. 'എന്തു കൊണ്ട് വലിയ പാറക്കല്ലുകളും കല്ലുകളും ഉപയോഗിച്ചു കൂടാ?'

'നിരവധി കാരണങ്ങളുണ്ട്,' ശത്രുഘ്നൻ പറഞ്ഞു. 'ആദ്യമായി നമ്മുടെ സൈന്യത്തിലെ എല്ലാവരും നിന്നെ പോലെ കുറ്റന്മാരല്ല, ലക്ഷ്മണാ. കല്ലു പൊട്ടിക്കൽ, അതു തലച്ചുമടായി കൊണ്ടുവരൽ, കടലിൽ ഇടൽ-എല്ലാം സാധാരണ വലിപ്പമുള്ള മനുഷ്യർക്ക് എളുപ്പമല്ല. പക്ഷേ, കരിമരത്തിന്റെ തടി ചുമക്കാൻ എളുപ്പമാണ്. കനം കുറവാണ്. കടലിൽ മുക്കിയിട്ടാൽ അവ പതിയെ കനം കൂടി ഭാരമുള്ളതാകും. ജലത്തിൻറ മാന്ത്രികസ്പർശത്തിലൂടെ അവ പതിയെ താഴ്ന്നു പോകും, അതു കൊണ്ടു തന്നെ അതിനടിയിലുള്ള നനഞ്ഞ മണലിന് സ്ഥാനഭ്രംശം അധികം സംഭവിക്കില്ല. കൂർത്ത അരികുകളുള്ള വലിയ പാറക്കല്ലുകൾ മണലിനെ തള്ളിനീക്കും. അതു വിനാശകരമായിരിക്കും. നനഞ്ഞ മണ്ണിൽ അടിത്തറ പതിയെ ഇരിയ്ക്കണമെന്നാണ് നമ്മുടെ ആവശ്യം. ചുറ്റുമുള്ള മണൽത്തരികളടക്കം. അത് മോണ പല്ലിനെ ഉറപ്പിച്ചു നിർത്തുന്നതു പോലെ മരത്തടികളെ സ്ഥിരപ്പെടുത്തും. നമ്മൾ കൂടുതൽ മണൽ മരത്തടികൾക്കിടയിൽ നിറയ്ക്കുകയും അടിത്തറ കൂടുതൽ ശക്തിപ്പെടുത്തുകയും ചെയ്യും. നമ്മളിടുന്ന മണൽ കടൽവെള്ളത്തിൽ നനഞ്ഞു കുതിർന്ന് ഉറയ്ക്കും. അത് ഒട്ടിപ്പിടിക്കുന്നതുമാകും.'

'അതാണ് ഈ രൂപകല്പനയെ ഗംഭീരമാക്കുന്നത്,' വസിഷ്ഠൻ പറഞ്ഞു. 'ഈ പ്രദേശത്ത് നിറയെ മണലുണ്ട്. വേലിയേറ്റവും വേലിയിറക്കവും അതിനെ മണൽത്തിട്ടകളിൽ നിന്നു മാറ്റുന്നുണ്ട്. ഈ പ്രദേശത്തെ ഏറ്റവും

ശക്തമായ നിർമ്മിതിയെന്ന നിലയ്ക്ക് നനഞ്ഞ മണൽ ഈ പാലത്തിനു ചുറ്റും അടിയുകയും അടിത്തറ കൂടുതൽ ഉറപ്പുള്ളതായി മാറുകയും ചെയ്യും.'

'അതിശയകരം!' രാമൻ പറഞ്ഞു. 'നീ പ്രകൃതിശക്തികളെ പാലം ശക്തിപ്പെടുത്താൻ ഉപയോഗിക്കുകയാണ്.'

'നന്ദി, ദാദാ. ഇനിയുമുണ്ട്. നമ്മൾ മരത്തറയുടെ മുകളിൽ ചെറിയ കല്ലുകൾ സ്ഥാപിക്കും. അത് രണ്ടാമതൊരു അസ്ഥിവാരമായി മാറുകയും അടിയിലെ മരത്തടികളെ ഉറപ്പിച്ചു നിർത്തുകയും ചെയ്യും.'

'എനിക്കൊരു സംശയമുണ്ട്,' വസിഷ്ഠൻ ചോദിച്ചു.

'പൊങ്ങിക്കിടക്കുന്ന കല്ലുകളെ കുറിച്ചു പറയാം, ഗുരോ.'

'അതല്ല. അതു പിന്നീടു പറഞ്ഞാൽ മതിയാകും. എനിക്ക് വേലിയേറ്റത്തേയും വേലിയിറക്കത്തേയും കുറിച്ച് ഒരു ചോദ്യം കൂടിയുണ്ട്. പാമ്പനിൽ നിന്ന് പാലം വളവില്ലാതെ പണിതാൽ സമുദ്രജലപ്രവാഹങ്ങൾക്ക് മദ്ധ്യഭാഗത്തെ ദ്രവിപ്പിക്കാനാകില്ലേ? എന്നാലും ഒരു വർഷം ഈ പാലം നില നിൽക്കും. പക്ഷേ, കാലക്രമേണ മദ്ധ്യഭാഗത്ത് വിള്ളലുകൾ വരാം. അതെങ്ങിനെ കുറയ്ക്കും?'

'ഞാനതിനെക്കുറിച്ച് ആലോചിച്ചു, ഗുരോ. അങ്ങ് വായുചലനശാസ്ത്രം പഠിച്ചിട്ടുണ്ടോ?'

വസിഷ്ഠൻ ഉറക്കെ പൊട്ടിച്ചിരിച്ചു. 'നീ വളരെ മിടുക്കനാണെന്ന് എനിക്കറിയാം, ശത്രുഘ്നാ. പക്ഷേ ഞാൻ നിന്റെ ഗുരുവാണ്. അതു മറക്കരുത്. ഉവ്വ്, എനിക്ക് വായുചലനശാസ്ത്രം അറിയാം.'

പ്രതിരോധ സാങ്കേതിക വിദ്യയുടെയും കപ്പൽ നിർമ്മാണത്തിന്റെയും മേഖലകളിൽ പൗരാണിക ഭാരതീയർ വായുചലനശാസ്ത്രം പ്രയോഗിച്ചിരുന്നു. അവർ വായുവിന്റെ ചലനവും അതിനൊപ്പമോ എതിരെയോ നീങ്ങുന്ന ഖര പദാർത്ഥങ്ങളുടെ പരസ്പരപ്രവർത്തനവും പഠിച്ചു. ഉദാഹരണത്തിന് ഒരു കുന്തത്തിന്റെയോ അമ്പിന്റെയോ ചലനപഥത്തെ കുറഞ്ഞ വായുപ്രതിരോധം സഹായിക്കും. അതു കൂടുതൽ വേഗത്തിലും ദൂരേയ്ക്കും പോകും.

'ക്ഷമിക്കണം ഗുരോ,' കൈകൂപ്പി പുഞ്ചിരിച്ചു കൊണ്ട് ശത്രുഘ്നൻ പഞ്ഞു. 'വായുചലനശാസ്ത്രം വായുവിന്റെ ചലനമാണല്ലോ പ്രതിപാദിക്കുന്നത്. പക്ഷേ, ജലവും ചലനങ്ങളിൽ ഏതാണ്ട് വായുവിനെ പോലെയാണ്. ഒഴുകുന്ന ചലനങ്ങൾ. കുറേക്കൂടി സാന്ദ്രത കൂടുതലാണെന്നു മാത്രം. വായുചലനശാസ്ത്രത്തിന്റെ തത്വങ്ങൾ എന്തു കൊണ്ട് പാലത്തിന്റെ നിർമ്മാണത്തിൽ പ്രയോഗിച്ചു കൂടാ?'

'ഗംഭീരം!' വസിഷ്ഠൻ പറഞ്ഞു.

'അടിസ്ഥാനപരമായി, ദാദാ,' ശത്രുഘ്നൻ പറഞ്ഞു. 'പാമ്പനും മാന്നാറിനുമിടയിൽ വളവും തിരിവുമില്ലാത്ത ഒരു ചിറയല്ല നമ്മൾ നിർമ്മിക്കുന്നത്. ഗുരു പറഞ്ഞതു നേരാണ്. ഋജുവായ ഒരു പാലത്തിൽ സമുദ്രപ്രവാഹങ്ങളുടെ ഊക്ക് കൂടുതലായിരിക്കും. പക്ഷേ, വലിയൊരു വില്ലു പോലെ നമ്മളതു വളച്ചെടുത്താൽ ആ ശക്തികൾ പലയിടങ്ങളിലായി ചിതറിപ്പോകും. വായുചലനശാസ്ത്രത്തിലെ ലളിതമായ തത്വങ്ങൾ. കടലെടുക്കൽ കുറവേ സംഭവിക്കൂ. വില്ലിന്റെ ആകൃതി അതിനെ നീണ്ടതാക്കുമെന്നത് നേരു തന്നെ. പക്ഷേ, അത് കൂടുതൽ സുസ്ഥിരമാകും.'

'പാലത്തിന് എന്തു നീളം കാണും?' രാമൻ ചോദിച്ചു. 'പാമ്പനും മാന്നാറിനുമിടയിലെ നേരിട്ടുള്ള ദൂരം ഇരുപത്തിയഞ്ചു കിലോമീറ്റർ ആണ്.'

'എന്റെ കണക്കുകൂട്ടലനുസരിച്ച് ഏതാണ്ടു മുപ്പത്തഞ്ചു കിലോമീറ്റർ വരും,' ശത്രുഘ്നൻ പറഞ്ഞു. 'മൂന്നര കിലോമീറ്റർ വീതിയിൽ പാലമുണ്ടാക്കാനാണ് ആലോചിക്കുന്നത്.'

'അത്രയും വീതിയോ?' രാമൻ ചോദിച്ചു. 'അതിന് ഏറെ നിർമ്മാണസാമഗ്രികളും ആളും വേണ്ടിവരും.'

'നമുക്ക് ആവശ്യത്തിനു സൈനികരുണ്ട്. പിന്നെ നിർമ്മാണ സാമഗ്രികൾ ശേഖരിക്കാൻ മൂന്നു മാസവും. വടക്കു കിഴക്കൻ മൺസൂണിനു ശേഷമേ നമുക്ക് നിർമ്മാണം ആരംഭിക്കാനാകൂ. വീതി കൂടുന്തോറും സ്ഥിരതയും കൂടും. സാധാരണ പാലത്തിന്റെ കാര്യത്തിൽ ബാധകമായ തത്വങ്ങളിൽ നിന്ന് തികച്ചും വ്യത്യസ്തമാണ് ഇതെല്ലാം.'

മൂന്നു സഹോദരങ്ങളും തലയാട്ടി. കാര്യങ്ങൾ ഏതാണ്ടു മനസ്സിലായതു പോലെ.

'എന്റെ പ്രധാന ചോദ്യത്തിന് ഇപ്പോഴും ഉത്തരം കിട്ടിയിട്ടില്ല,' വസിഷ്ഠൻ പറഞ്ഞു.

'പൊങ്ങിക്കിടക്കുന്ന കല്ലുകൾ,' ശത്രുഘ്നൻ പുഞ്ചിരിച്ചു.

'അതെ, പൊങ്ങിക്കിടക്കുന്ന കല്ലുകൾ. എന്തിന്? പകരം സാധാരണ കല്ലുകൾ പോരേ?'

ലക്ഷ്മണൻ ഇടയ്ക്കു കയറി, 'ഈ പൊങ്ങിക്കിടക്കുന്ന കല്ലുകൾ എവിടെ കിട്ടും?'

'ഇവിടെ തന്നെ,' ശത്രുഘ്നൻ പറഞ്ഞു. 'പൊങ്ങിക്കിടക്കുന്ന കല്ലുകൾ പവിഴപ്പുറ്റുകളാണ്.'

'എന്ത്?' ഭരതൻ ചോദിച്ചു. 'പവിഴപ്പുറ്റുകൾ കല്ലുകളല്ല. അവ ചെടികളാണ്...അല്ലെങ്കിൽ മൃഗങ്ങൾ...അല്ലെങ്കിൽ...'

'പവിഴപ്പുറ്റുകൾ ചെടികളെ പോലെ തോന്നും. പക്ഷേ, അവ ശരിക്കും ജന്തുക്കളാണ്.'

'എന്തായാലും...കടലിൽ ജീവിക്കുന്ന ഭംഗിയുള്ള വസ്തുക്കളാണവ. അവയെന്തായാലും കല്ലുകളല്ല.'

'ജീവിച്ചിരിക്കുമ്പോൾ അവ കല്ലുകളല്ല, ദാദാ. പക്ഷേ, ചത്തു കഴിഞ്ഞാൽ അവ കല്ലുകളായി മാറും,' ശത്രുഘ്നൻ അവരുടെ അടുത്തു കിടക്കുന്ന ഒരു വലിയ പാറ ചൂണ്ടിക്കാട്ടി, 'അതു പൊക്കാമോ, ദാദാ?'

'നിനക്കു ഭ്രാന്താണോ?' ഭരതൻ ചോദിച്ചു. 'ലക്ഷ്മണനു പോലും അതു പൊക്കിയാൽ മുതുകുളുക്കും.'

കുറിയ ശരീരമുള്ള ശത്രുഘ്നൻ പെട്ടെന്ന് ഏതാനും ചുവടുകൾ മുമ്പോട്ടു വെക്കുകയും ആ പാറ ഒറ്റക്കൈ കൊണ്ട് പൊന്തിക്കുകയും ചെയ്തു.

ലക്ഷ്മണൻ സ്തബ്ധനായി. 'എന്താണിത്...'

'പവിഴപ്പുറ്റുകൾ ഭാരം കുറഞ്ഞവയാണ്. കൊത്തിയെടുക്കാനും നിരപ്പാക്കാനും വളരെ എളുപ്പമാണ്. എങ്കിലും ഭാരം താങ്ങാനുള്ള അവയുടെ ശേഷി അപാരമാണ്. നമുക്ക് അവയുപയോഗിച്ച് ചെറിയ കെട്ടിടങ്ങൾ വരെ പണിയാം. അവ എല്ലാം തികഞ്ഞ വാസ്തുവിദ്യാ പദാർത്ഥങ്ങളാണ്. ഈ പ്രദേശത്ത് സുലഭവുമാണ്. നമ്മൾ ഏറ്റവും മുകളിലത്തെ പാളിക്കായി പവിഴപ്പുറ്റുകൾ ഉപയോഗിക്കുകയും അതിനെ നനഞ്ഞ മണലു കൊണ്ട് കൂട്ടിച്ചേർക്കുകയും ചെയ്യും. അതിനു മുകളിലൂടെ നമ്മുടെ സൈന്യം മുന്നേറും.'

'അപ്പോൾ പൊങ്ങിക്കിടക്കുന്ന കല്ലുകൾക്ക് മുകളിലല്ല നമ്മൾ യഥാർത്ഥത്തിൽ നടക്കുന്നത്, അല്ലേ?' നിരാശയോടെ ലക്ഷ്മണൻ ചോദിച്ചു.

'തീർച്ചയായും അല്ല,' ശത്രുഘ്നൻ മറുപടി പറഞ്ഞു. 'പക്ഷേ, പാലത്തിനുപയോഗിക്കുന്ന എല്ലാ കല്ലുകളും-അസ്തിവാരത്തിലെ ചെറിയ കല്ലുകളും ഏറ്റവും മുകളിലെ പരന്ന കല്ലുകളും- പവിഴപ്പുറ്റുകളായിരിക്കും.'

'എന്താണതു കൊണ്ടുള്ള ഗുണം? മുകൾപ്പാളിയിൽ കട്ടി കൂടുതലുള്ള കല്ലുകൾ ഉപയോഗിച്ചു കൂടേ?' വസിഷ്ഠൻ ചോദിച്ചു.

'അവ കൊത്തിയെടുക്കാൻ ബുദ്ധിമുട്ടാണ്. ഏറെ നേരവും വേണം. അങ്ങിനെ ചെയ്തില്ലെങ്കിൽ മുകൾപ്പാളി അത്ര നിരപ്പമാകില്ല.'

'നമ്മുടെ സൈനികർ പരുക്കൻമാരാണ്,' ഭരതൻ പൊട്ടിച്ചിരിച്ചു. 'ഉപരിതലം മുഴുവനായും പരന്നതല്ലെങ്കിൽ പോലും അവർ സഹിക്കും.'

'പക്ഷേ, ആനകളോ?' ശത്രുഘ്നൻ ചോദിച്ചു. 'വിറളി പിടിച്ച ആനകൾ സൈനിക മുന്നേറ്റത്തിനിടയിൽ ദുരന്തമായിരിക്കും.'

'നേരാണ്.'

'കൂടാതെ, നമ്മൾ എത്ര നന്നായി അവയെ അടുക്കിയാലും ചിലത് സ്ഥാനം മാറിപ്പോകും. ആനകൾക്കും നടക്കേണ്ടതുണ്ടല്ലോ. അപ്പോൾ കുറേ കല്ലുകൾ കടലിലേക്കു വീഴും.'

'അതു കൊണ്ട്?'

'ഭാരക്കൂടുതലുള്ള കല്ലുകൾ താഴ്ന്ന പോകും,' ശത്രുഘ്നൻ പറഞ്ഞു. 'അവ വേലിയേറ്റത്തിലും വേലിയിറക്കത്തിലും പെട്ട് ചലിക്കുകയും പാലത്തിന്റെ അസ്ഥിവാരത്തിൽ വന്നിടിക്കുകയും ചെയ്യും. അത് പാലത്തിനു നല്ലതല്ല.'

വസിഷ്ഠൻ തലയാട്ടി. 'അതു കൊണ്ട് പൊങ്ങിക്കിടക്കുന്ന കല്ലുകൾ... ഏതെങ്കിലും കല്ലുകൾ ഇളകിപ്പോയാലും അവ സമുദ്രോപരിതലത്തിൽ പൊങ്ങിക്കിടക്കും, അസ്ഥിവാരത്തെ ദുർബ്ബലപ്പെടുത്തില്ല. വളരെ ഭാരം കുറഞ്ഞതിനാൽ മുകൾ പാളിയിലെ ആഘാതവും നിസ്സാരമായിരിക്കും.'

'അതുതന്നെ.'

വസിഷ്ഠന്റെ മുഖത്ത് വലിയ പുഞ്ചിരി വിടർന്നു. 'നീ എല്ലാത്തിനെ കുറിച്ചും ആലോചിച്ചിരിക്കുന്നു!'

ശത്രുഘ്നൻ അഭിമാനത്താൽ വിടർന്നു.

'ഞങ്ങളുടെ ബുദ്ധിശാലിയായ അനുജൻ !' ഭരതൻ അരുമയോടെ പറഞ്ഞു.

'മുമ്പത്തെ പേരു മറന്നേക്കൂ,' രാമൻ പറഞ്ഞു. 'ഈ പാലം അതു പണിതയാളിന്റെ പേരിൽ അറിയപ്പെടും.'

അദ്ധ്യായം 15

'രാവണനും കുംഭകർണ്ണനും നമസ്കാരം,' സീത പറഞ്ഞു. 'ഇത്രയും നാൾ എവിടെയായിരുന്നു? ഏറെയായി കണ്ടിട്ട്!'

രാവണനും കുംഭകർണ്ണനും രണ്ടാഴ്ചയായി അശോകവനത്തിലേക്കു വന്നിട്ട്. പക്ഷേ സീതയുമായി ഹനുമാനും അരിഷ്ടനേമിയും നടത്തിയ കൂടിക്കാഴ്ച അവർക്കറിയാമായിരുന്നു. അരുവി അരു നദിയിലൂടെ രാത്രി രക്ഷപ്പെട്ട ചെറിയ സംഘം വരത്തർ കേതീശ്വരം ക്ഷേത്രത്തിലെ സുരക്ഷാഭടന്മാരെ ആക്രമിച്ചതും അവർക്കറിയാം. ഏതാനും പേർ മരിച്ചെങ്കിലും ആക്രമണം അത്ര ഗൗരവമുള്ളതായിരുന്നില്ല. അരിഷ്ടനേമിയും ഹനുമാനും എന്തു സന്ദേശമാണോ കൊണ്ടുവന്നത് അതു നൽകുകയും തിരിച്ചുപോകുകയും ചെയ്തെന്ന് വ്യക്തമായിരുന്നു. രാവണനും കുംഭകർണ്ണനും കേതീശ്വരത്ത് നാമമാത്രമായ സൈനികരെ നിലനിർത്താനും ബാക്കിയുള്ളവരെ തിരിച്ചു വിളിക്കാനും ആലോചിക്കുന്നുണ്ട്. പ്രധാന ആക്രമണം കിഴക്കു നിന്നായിരിക്കും. അയോദ്ധ്യയുടെ സൈന്യം തെക്കൻ ഭാരതത്തിലേക്ക് തുഴഞ്ഞിട്ടുണ്ടെന്നും വൈഗാ നദിയിൽ നങ്കൂരമിട്ടിട്ടുണ്ടെന്നും അവർക്കറിയാം. വടക്കു കിഴക്കൻ മൺസൂൺ അവസാനിച്ചാൽ ആ കപ്പൽപ്പട മുമ്പോട്ടു തുഴയുകയും മഹാവേലി ഗംഗയിലൂടെ ലങ്കയുടെ ഉൾനാട്ടിലേക്ക് എത്തുകയും ചെയ്യും. അമ്പൻ ഗംഗയിൽ നിന്ന് ലങ്കയുടെ തലസ്ഥാനമായ സിഗിരിയയിലേക്കുള്ള ജലമാർഗ്ഗം സംരക്ഷിക്കുന്ന ഓങ്കയാറയിലെ നദീദുർഗ്ഗത്തിലായിരിക്കും ആദ്യത്തെ യുദ്ധം.

'യുദ്ധം താമസിയാതെ ആരംഭിക്കും, രാജ്ഞീ,' രാവണൻ പറഞ്ഞു. 'വടക്കു കിഴക്കൻ മൺസൂണിനു ശേഷം ഏതു നേരത്തും. ഏതാനും ആഴ്ചകൾ കൂടിയേ ശേഷിച്ചിട്ടുള്ളൂ. യുദ്ധം നമ്മളെ മുച്ചൂടും നശിപ്പിക്കുന്നതിനു

മുമ്പ് ജീവിതം തരുന്നതെല്ലാം ആസ്വദിക്കാനുള്ള ഏതാനും ആഴ്ചകൾ. ഏറ്റവും പ്രധാനമായ കാര്യത്തിന്റെ തിരക്കിലാണ് ഞാൻ.'

'യുദ്ധതന്ത്രങ്ങളല്ലേ?' സീത ചോദിച്ചു.

'തീർച്ചയായും അതും,' കുംഭകർണ്ണൻ പറഞ്ഞു. 'ദാദയും ഞാനും അയോദ്ധ്യയുടെ കപ്പൽപ്പടയെ തടയാനുള്ള തന്ത്രങ്ങൾ മെനയുന്നുണ്ട്. എന്നാൽ അതിനേക്കാൾ പ്രധാനപ്പെട്ട കാര്യങ്ങളിൽ വ്യാപൃതനാണ് ദാദ!'

'യുദ്ധത്തിന് ഒരുങ്ങുന്നതിനേക്കാൾ പ്രധാനമായ കാര്യമെന്താണ്?'

'കലകൾ,' രാവണൻ പറഞ്ഞു.

'കലയോ?'

'അതെ. എനിക്കിനി ചിത്രം വരയ്ക്കാനോ ശില്പമുണ്ടാക്കാനോ സംഗീതോപകരണങ്ങൾ മീട്ടാനോ പാടാനോ കഴിയില്ല. അതുകൊണ്ട് അതെല്ലാം പരമാവധി ആസ്വദിക്കാൻ ശ്രമിക്കുന്നു. പ്രധാനമായും ചിത്രം വരയും ശില്പമുണ്ടാക്കലും.'

സീത പുഞ്ചിരിയോടെ തലകുലുക്കി. 'നിങ്ങൾ എന്നെ ആശ്ചര്യപ്പെടുത്തിക്കൊണ്ടേയിരിക്കുന്നു.'

'അതേ...ഞാൻ ആശ്ചര്യപ്പെടുത്തുകയോ നിരാശപ്പെടുത്തുകയോ ചെയ്യും. ഞാൻ ഒരിക്കലും പ്രതീക്ഷക്കൊത്തുയരാറില്ലെന്നു മാത്രം!'

'ഏതെല്ലാം ചിത്രങ്ങളും ശില്പങ്ങളുമാണ് നിങ്ങൾ സൃഷ്ടിച്ചത്? അതെല്ലാം എന്തു ചെയ്യും?'

'കുറച്ചെന്റെ സഹോദരനുള്ളതാണ്. കുറച്ചെന്റെ പുത്രന്. കുറച്ചെന്റെ ഭാര്യയ്ക്കും ഉപയോഗമില്ലാത്ത മാതാവിനും.'

സീത നീരസത്തോടെ നെറ്റി ചുളിച്ചു.

'മാതാവിനെ കുറിച്ച് അങ്ങിനെ സംസാരിക്കുന്നത് നിങ്ങൾക്കിഷ്ടമില്ലെന്ന് എനിക്കറിയാം,' രാവണൻ പറഞ്ഞു. 'പക്ഷേ, എല്ലാ മാതാക്കളും നിങ്ങളുടെ മാതാവിനെ പോലെയല്ലല്ലോ. ചില മാതാക്കൾ അവർ ചുമന്ന മക്കൾക്ക് ഭാരമാണ്.'

'ഒരു മാതാവും ഭാരമല്ല.'

'ഒന്നല്ല, രണ്ടു മികച്ച മാതാക്കളുള്ള ഒരാൾക്കു മാത്രം പറയാൻ കഴിയുന്ന അബദ്ധം.'

'വലിയ വാക്കുകൾ!' പുരികങ്ങളുയർത്തി കൊണ്ട് സീത പൊട്ടിച്ചിരിച്ചു. 'നിങ്ങൾ വായിക്കുന്നുണ്ടെന്നു തോന്നുന്നു!'

'ഞാൻ എല്ലായ്പ്പോഴും വായിക്കാറുണ്ട്. ഞാൻ ഒരു പാട് വായിക്കും. പക്ഷേ, ആഴമുള്ള ചിന്തകൾക്കു പകരം വലിയ അവകാശവാദങ്ങൾ

ഉയർത്തുന്ന പുസ്തകങ്ങളാണ് ഈയ്യിടെ ഞാൻ വായിക്കുന്നത്. അവരുടെ ഗർവ്വ നിറഞ്ഞ അസംബന്ധം വായിച്ചാൽ സുഖകരമായ സംതൃപ്തി കിട്ടും.'

സീത കുംഭകർണ്ണനെ നോക്കി. 'ഇദ്ദേഹം എപ്പോഴും ഇങ്ങിനെയാണോ?'

'ഇതിനേക്കാൾ മോശമാണ്,' കുംഭകർണ്ണൻ അടക്കിച്ചിരിച്ചു.

'എന്തായാലും,' പൊട്ടിച്ചിരിച്ചു കൊണ്ട് രാവണൻ പറഞ്ഞു, 'നിങ്ങൾക്കു വേണ്ടിയും ഞാൻ ചിലതുണ്ടാക്കിയിട്ടുണ്ട്.'

സീത പുഞ്ചിരിച്ചു. 'എന്റെ പെറ്റമ്മയുടെ ചിത്രങ്ങൾ?'

രാവണൻ തലയാട്ടി, 'അല്ല, നിങ്ങളുടെയും ഭർത്താവിന്റെയും.'

സീത അതിശയിച്ചു. അത് അവൾ പ്രതീക്ഷിച്ചിട്ടുണ്ടായിരുന്നില്ല.

'എന്റെ കല മയക്കുന്നതാണെന്നോർക്കണം,' രാവണൻ പറഞ്ഞു. 'ഞാൻ വരച്ചതു പോലെയും ശില്പമുണ്ടാക്കിയതു പോലെയും നിങ്ങളെയും രാമനെയും ചരിത്രം ഓർക്കും.'

രാവണന്റെ വീമ്പു പറച്ചിലും സർവ്വശക്തമായ അഹംഭാവവും ശീലമായ സീത പുഞ്ചിരിച്ചു.

രാവണൻ കൈ കൊട്ടിയപ്പോൾ പരിചാരകർ ഒരു വലിയ പൊതിയുമായി തിരക്കിട്ടു വന്നു. രാവണൻ ഗാംഭീര്യത്തോടെ എഴുന്നേറ്റു നിൽക്കുകയും അവയിലൊന്നു കൊണ്ടു വരാൻ ആജ്ഞാപിക്കുകയും ചെയ്തു.

സീതയുടെ ഹൃദയം ആകാംഷയോടെ മിടിക്കാൻ തുടങ്ങി. അവൾ രാവണന്റെ ചിത്രങ്ങൾ കണ്ടിട്ടുണ്ട്. അയാളുടെ കഴിവ്. പക്ഷേ, അതിനെ വിലയിരുത്താൻ അവളുടെ മനസ്സു സമ്മതിച്ചില്ല. കൂടുതലോ കുറവോ ഇല്ലാതെ അതിനെ അനുമോദിക്കാൻ അവൾ തീരുമാനിച്ചു. ഏഴാമത്തെ വിഷ്ണുവായ രാമനെ ഇങ്ങനെയാണോ ചരിത്രം ഓർക്കാൻ പോകുന്നത്? എനിക്കു തോന്നുന്നില്ല...

രാവണൻ നാടകീയമായി ആ ചിത്രം മൂടിയിരുന്ന തുണി ഒരു മാന്ത്രികനെ പോലെ വലിച്ചു നീക്കി. സീതയ്ക്കു വീർപ്പു മുട്ടി. അതവളായിരുന്നു. എങ്കിലും അവൾ അതു പോലെയാണു കാഴ്ചയിലെന്ന് സങ്കല്പ്പിക്കാൻ പോലും സീതക്കാകുമായിരുന്നില്ല. അത്.. ദിവ്യമായിരുന്നു.

അത് അവളായിരുന്നു, അവളുടെ മാതാവല്ല. മെലിഞ്ഞ ഉടൽ, കൂടുതൽ പേശികളുള്ളത്. മുഖത്തും കൈകളിലും മങ്ങിയ പോർത്തഴമ്പുകൾ. അശോകവനത്തിൽ തനിച്ചാണവൾ. ചുറ്റിനുമുള്ളതെല്ലാം അഭൗമം. പുലർകാല സൂര്യന്റെ അഴകിൽ തിളങ്ങുന്ന ആകാശം. മരങ്ങളെ അത്രമേൽ യഥാർത്ഥമായി വരച്ചിട്ടതിനാൽ അവ ഇളങ്കാറ്റിലാടുന്നുണ്ടോ എന്നു ഭ്രമകല്പന തോന്നി. അവയ്ക്കടിയിൽ ഇരിക്കുന്ന അതിശയകരമായ

ദേവതയെ നോക്കിക്കൊണ്ട്. മാനുകളും മയിലുകളും ആരാധനയോടെ അവളുടെ ശ്രദ്ധ കൊതിച്ച് നൃത്തമാടി. നടുവിൽ സീത. ഒരു കച്ചയും പുറങ്കുപ്പായവും വലം തോളിൽ നിന്ന് ഊർന്നു കിടക്കുന്ന അംഗവസ്ത്രവും. ശുഭ്രനിറം. ഒരൊറ്റ വിരലിന്റെ ശേഷിപ്പിനാൽ പണിഞ്ഞ പതക്കം, പെറ്റമ്മയുടെ അസ്ഥിഖണ്ഡങ്ങൾ സ്വർണ്ണക്കൊളുത്തുകളാൽ ശ്രദ്ധയോടെ ബന്ധിച്ച് കറുത്ത ചരടിൽ കഴുത്തിൽ തൂങ്ങിക്കിടക്കുന്നുണ്ട്.

സീത വലിയൊരു പാറയിൽ ഇരിക്കുകയാണ്. പാദങ്ങൾ കുറുകെ വെച്ച് തറയിലാണ് കാലുകൾ. കൈകൾ പരസ്പരം കൊരുത്ത് വിരലുകൾ കൂട്ടിപ്പിണച്ച് തുടയിൽ വെച്ചിട്ടുണ്ട്. അവളുടെ പുറംഭാഗം കുനിഞ്ഞിട്ടുണ്ട്. അവൾ വിദൂരതയിലേക്കു നോക്കുന്നുണ്ട്. മനനത്തിന്റെയും വിശ്രാന്തിയുടെയും നിമിഷം.

അവളുടെ മനസ്സിലൂടെ കടന്നു പോകുന്നതെന്താകാം? രാമനെ കുറിച്ചാണോ ആലോചിക്കുന്നത്? പുനസമാഗമത്തിന് കൊതിച്ച്? അതോ വിഷാദമാണോ? ഏകാന്തത?

ഉദാസീനം. ദിവ്യം. ഒരു ദേവതയെപ്പോലെ.

അവൾ ആ ചിത്രം കണ്ടപ്പോൾ ഒരേ സമയം അതിശയിക്കുകയും നിരാശപ്പെടുകയും ചെയ്തു. 'എവിടെ?'

രാവണൻ പുഞ്ചിരിച്ചു. 'ക്ഷമിക്കണം, ഞാനദ്ദേഹത്തെ നിങ്ങളിൽ നിന്നും എടുത്തി മാറ്റി. പക്ഷേ ഇനിയധികം കാത്തിരിക്കേണ്ടതില്ല. എത്രയും വേഗം നിങ്ങൾക്ക് അദ്ദേഹത്തെ വീണ്ടും കാണാം.'

സീത പതിയെ പുഞ്ചിരിക്കുകയും വീണ്ടും ചിത്രത്തിൽ ഉറ്റു നോക്കുകയും ചെയ്തു. ഒരു ചിത്രം കാലത്തെ കീഴടക്കുമെന്ന് അവൾക്ക് സങ്കല്പിക്കാൻ പോലുമാകുമായിരുന്നില്ല. ഇനിയും പണിയാത്ത ഒരു ക്ഷേത്രത്തിൽ അഞ്ച് അരയാലുകളുടെ പേരിൽ അറിയപ്പെടാൻ പോകുന്ന ഒരു നഗരത്തിൽ ആ ചിത്രത്തിന്റെ പകർപ്പ് തൂങ്ങിക്കിടക്കും. ഭാവിയിൽ സീത തന്റെ പ്രതിച്ഛായകൾ എവിടെയും രേഖപ്പെടുത്തരുതെന്ന് ഉത്തരവിടും. പക്ഷേ ചിലർ ആ ചിത്രത്തിന്റെ പകർപ്പുകൾ സൂക്ഷിച്ചു വെക്കും. അവർ അവളെ ആ രൂപത്തിൽ ആരാധിക്കും. അവരവളെ ഭൂമീദേവിയെന്നു വിളിക്കും.

'നന്ദി,' സീത പറഞ്ഞു. എന്തുകൊണ്ടാണു പറഞ്ഞതെന്നറിയാതെ അവൾ കൂട്ടിച്ചേർത്തു, 'ഈ ചിത്രത്തിന് യോഗ്യയാകാൻ ഞാൻ ശ്രമിക്കും.'

'നിങ്ങൾ അതിനിപ്പോഴേ യോഗ്യയാണ്, രാജകുമാരീ,' കുംഭകർണ്ണൻ സൗമ്യതയോടെ പറഞ്ഞു.

'ഇനി,' രാവണൻ പറഞ്ഞു, 'അടുത്തത്...'

പരിചാരകർ അടുത്ത ചിത്രം കൊണ്ടു വന്നു. അല്പം കൂടെ നാടകീയ

തയോടെ രാവണൻ അതു മൂടിയ തുണിയും എടുത്തു മാറ്റി. എല്ലായ്പ്പോഴും പ്രകടനപ്രിയൻ. പരിചാരകർ ചിത്രം നേരെ പിടിച്ചു. സീതയുടെ കവിൾത്തടം തുടുക്കുകയും അവൾ സന്തോഷത്തോടെ ചിരിക്കുകയും ചെയ്തു. അതവളായിരുന്നു, കൂടെ അവളുടെ സ്നേഹഭാജനവും-രാമൻ.

രാമനും സീതയും ലളിതമായ വസ്ത്രങ്ങളിലാണ്. രാജകീയ ആഭരണങ്ങളോ കിരീടമോയില്ല. അവർ പാവങ്ങളിൽ പാവങ്ങൾ ധരിക്കുന്ന ലളിതമായ കൈത്തറി വസ്ത്രം ധരിച്ചു. അവർ പരസ്പരം നോക്കുന്നുണ്ട്. ലോകത്തെ മറന്ന നോട്ടം. പ്രണയത്തിന്റെയും വിശ്വാസത്തിന്റെയും അതിനേക്കാളെല്ലാം പ്രധാനമായി ആദരവിന്റെയും നോട്ടം. അങ്ങേയറ്റത്തെ ചേർച്ചയുള്ള പുരുഷനും സ്ത്രീയും. സീത രാമന്റെ വലതു കരം താങ്ങുന്ന പോലെ താഴെ നിന്നു പിടിച്ചിട്ടുണ്ട്.

സീതയ്ക്ക് വീണ്ടും ഭാവി അറിയില്ല. എങ്ങനെ അവൾക്കതറിയാനാകും? പക്ഷേ, ആ ചിത്രം ഉജ്ജയനിയിലെ വിഷ്ണു ക്ഷേത്രത്തിൽ പ്രധാന ബിംബമായി മാറും. നിരവധി, നിരവധി നൂറ്റാണ്ടുകൾക്കു ശേഷം ടിബറ്റിൽ നിന്നൊരു രക്ഷകൻ ആ ക്ഷേത്രത്തിലതു പ്രതിഷ്ഠിക്കും. ഇനിയും സൃഷ്ടിക്കപ്പെടാത്ത ഗോത്രമായ വസുദേവന്മാരോടൊപ്പം. തിന്മയെ നശിപ്പിക്കാനുള്ള ദൗത്യം നിറവേറ്റാൻ.

'നിങ്ങൾ കാരണം രാമൻ വിഷ്ണുവാകും,' രാവണൻ പറഞ്ഞു. 'അദ്ദേഹം മഹാവിഷ്ണുവാകും.'

സീത നിഷേധാർത്ഥത്തിൽ തല കുലുക്കി. 'അദ്ദേഹം സ്വന്തം പരിശ്രമത്താൽ തന്നെ വിഷ്ണുവാകും. ഏറ്റവും മികച്ച വിഷ്ണു. എന്റെ ദൗത്യം അദ്ദേഹത്തെ സഹായിക്കലാണ്.'

രാവണൻ പുഞ്ചിരിച്ചു, അവളെ എതിർക്കാൻ പോയതുമില്ല. അടുത്ത ചിത്രം കൊണ്ടു വരാൻ അയാൾ ആംഗ്യം കാട്ടി. അതു ചിത്രമായിരുന്നില്ല, ശില്പമായിരുന്നു. സൂക്ഷ്മമായ കൈവേലയുടെ ചെറിയ രൂപം. ആ അർദ്ധകായപ്രതിമയുടെ മുകളിലുള്ള തുണി അയാൾ എടുത്തു മാറ്റി. സീതയുടെ കണ്ണുകൾ വികാരവിക്ഷോഭത്താൽ നിറഞ്ഞു തുളുമ്പി. അവളുടെ ചുണ്ടുകളിൽ നേരിയ പുഞ്ചിരി പടർന്നു.

അവൾ രാവണനെ നോക്കി വിടർന്നു ചിരിക്കുകയും കൈ കൊട്ടുകയും ചെയ്തു. 'നിങ്ങളുടെ കഴിവ് അസാധ്യമാണ്'

'എനിക്കറിയാം.'

സീത പൊട്ടിച്ചിരിക്കുകയും ശ്രദ്ധ വീണ്ടും ശില്പത്തിലേക്കു തിരിക്കുകയും ചെയ്തു. അതു രാമനായിരുന്നു. ഏതാനും ദശകങ്ങൾക്കു ശേഷമുള്ള രാമൻ!

ഒരാൾ പ്രായത്തിൽ മുമ്പോട്ടു പോകുന്നതു മനക്കണ്ണിൽ കാണാനും അതു കലയിൽ പിടിച്ചെടുക്കാനുമുള്ള പ്രത്യേക കഴിവ് രാവണനുണ്ട്.

'ഇത് രാമനാണ്,' രാവണൻ പറഞ്ഞു. 'വിഷ്ണുവെന്ന നിലയിൽ ഏറെ നേടിയ രാമൻ. അദ്ദേഹം പുതിയ സാമ്രാജ്യം സ്ഥാപിച്ചു. ജനങ്ങൾ സന്തുഷ്ടരും സമൃദ്ധിയുള്ളവരുമായി മാറി. എല്ലായിടത്തും അഴകും ക്രമവും. ഭാരതാംബ വീണ്ടും ലോകത്തിന് വഴി കാട്ടിയാകുന്ന കാലം. തന്റെ കടമ നിറവേറ്റിയ രാമനാണിത്. ഇങ്ങനെയാകും അദ്ദേഹം ഓർമ്മിക്കപ്പെടുന്നത്.'

സീത പിറുപിറുത്തു, 'ഞങ്ങളതിനെ മെലൂഹാസാമ്രാജ്യമെന്നു വിളിക്കും.'

രാവണൻ പുഞ്ചിരിച്ചു, 'ശുദ്ധമായ ഉയിരിന്റെ ഭൂമി...നല്ല പേര്.'

'അദ്ദേഹത്തിന് രാജർഷിയുടെ രൂപഭാവങ്ങൾ.'

രാവണൻ തലയാട്ടി. 'ഇങ്ങിനെയാണ് അദ്ദേഹം എനിക്ക് വെളിപ്പെട്ടത്. രാജർഷി.'

രാജാവും ഋഷിയും ചേർന്നതാണ് രാജർഷി. രാജത്വത്തിൽ നിന്ന് തിരിഞ്ഞു നടക്കുകയും ഋഷിമാരായി തീരുകയും ചെയ്തവരെ ചിലപ്പോൾ രാജർഷിമാരെന്നു വിളിക്കാറുണ്ട്. എന്നാൽ ഋഷിമാരെ പോലെ രാജ്യം ഭരിക്കുന്ന രാജാക്കന്മാരെ വിളിക്കാനാണ് ആ വാക്ക് കൂടുതൽ ഉപയോഗിക്കാറുള്ളത്. ഒരേ ഒരു ലക്ഷ്യത്തിന് അവരുടെ ഊർജ്ജവും വികാരങ്ങളും മനസ്സും ആത്മാവും സമർപ്പിച്ചവർ: ജനങ്ങളുടെ ക്ഷേമം.

സീതയെ ആ ശില്പം ആഴത്തിൽ ആകർഷിച്ചു. അഴകിലും രൂപത്തിലും കുറ്റമറ്റത്, അത് രാമന്റെ തലയും അരയ്ക്കു മുകൾഭാഗവുമായിരുന്നു. അദ്ദേഹത്തിന്റെ നെഞ്ച് നഗ്നമാണ്. വലതു കക്ഷത്തിനും ഇടതു ചുമലിനും കുറുകെ ലളിതമായ അംഗവസ്ത്രം ചുറ്റിയിട്ടുണ്ട്. അത് ഇടതു കയ്യിനെ പൂർണ്ണമായും മറയ്ക്കുകയും വലതു കയ്യും വലതു ചുമലും നഗ്നമാക്കി വെക്കുകയും ചെയ്തു. അംഗവസ്ത്രത്തിൽ സൂക്ഷ്മമായ ചിത്രപ്പണികളുണ്ട്: മൂവില പോലുള്ളത്- പരസ്പരം കവിഞ്ഞു കിടക്കുന്ന വളയരൂപങ്ങളും അതിനുള്ളിൽ ചുവന്ന ചായവും. ലളിതവും കുലീനവും. ഒതുക്കമുള്ള സ്വർണ്ണ കർണ്ണാഭരണങ്ങൾ ഒഴിച്ചു നിർത്തിയാൽ അദ്ദേഹം ആഭരണങ്ങളൊന്നും തന്നെ ധരിച്ചിട്ടില്ല. രാവണൻ അതിവിശിഷ്ടമായി മെനഞ്ഞെടുത്ത കാതുകളിൽ തുളകളിടുകയും അതിനെ സ്വർണ്ണമൊട്ടുകൾ കൊണ്ട് അലങ്കരിക്കുകയും ചെയ്തു. രാമന് വീതിയുള്ള നാട കൊണ്ടുള്ള തലക്കെട്ടുണ്ട്. അതിൽ അതിശയകരമായ ചിത്രപ്പണികൾ കൊത്തിയിട്ടുണ്ട്. അതിനുള്ളിൽ തിരുകി വെച്ച ആഭരണം നെറ്റിയിയുടെ നടുവിലായി ഉയരത്തിൽ തൂങ്ങിക്കിടക്കുന്നുണ്ട്. അത് രശ്മികൾ പ്രസരിപ്പിക്കുന്ന സൂര്യനാണ്. സൂര്യവംശത്തിന്റെ അടയാളം. ഒരു

രാജർഷിക്ക് ചേർന്ന ഏറ്റവും ലളിതമായ കിരീടം. അതിനോട്ടു സമാനമായ, എന്നാൽ അതിനേക്കാൾ ചെറിയ ഒരു രക്ഷ വലതുകൈക്കു മുകളിൽ പട്ടു പോലുള്ള സ്വർണ്ണച്ചരടിൽ കോർത്തു കെട്ടിയിട്ടുണ്ട്.

സീത അടുത്തു ചെന്നു നോക്കി. 'ഈ രക്ഷയിലെ അടയാളങ്ങൾ എന്തെല്ലാമാണ്?'

'ഇപ്പോഴവ അടുക്കും ക്രമവുമില്ലാത്ത അടയാളങ്ങളാണ്,' രാവണൻ പറഞ്ഞു. 'പക്ഷേ, രാമൻ യോഗ്യതയെ ഏറെ വിലമതിക്കുന്നുവെന്ന് നിങ്ങൾ ഒരിക്കലെന്നോട്ടു പറഞ്ഞല്ലോ. നിങ്ങളുടെ വാക്കുകൾ അതുപോലെത്തന്നെ ഞാനോർക്കുന്നുണ്ട്: ആളുകളുടെ പദവിയും സമൂഹത്തിലെ സ്ഥാനവും അവരുടെ കർമ്മത്താൽ നിർവ്വചിക്കപ്പെടണം, ജന്മത്താലല്ല. കർമ്മത്തിലൂടെ നേടിയെടുത്ത പദവി പ്രധാനമാകുന്ന സാമൂഹ്യവ്യവസ്ഥ അദ്ദേഹം ഇഷ്ടപ്പെട്ടുമെന്നു തോന്നുന്നു...ജനനം കൊണ്ടുണ്ടാകുന്ന ഗോത്രമല്ല, കർമ്മം കൊണ്ടു നേടുന്ന ഗോത്രം... അവർ യോഗ്യത നേടിയെടുത്തതാണ്...അതവർ അഭിമാനത്തോടെ കൈപട്ടകളിൽ ധരിക്കുന്നു.'

സീത പുഞ്ചിരിച്ചു. ഇതു രാമൻ തന്നെ...

രാവണൻ ജാള്യതയോടെ പുഞ്ചിരിച്ചു. 'ഒരു ചിന്ത മാത്രം...'

അവൾ ശില്പത്തിനു ചുറ്റും നടന്നു നോക്കി. അവൾ പുറകിൽ നോക്കി. തലക്കെട്ടിന്റെ രണ്ടറ്റവും തലയ്ക്കു പുറകിലായി വെടിപ്പായി കെട്ടിവെച്ചിട്ടുണ്ട്. അദ്ദേഹത്തിന്റെ മുടി കണിശതയോടെ കോതി വെച്ചിട്ടുണ്ട്. അത് ഉച്ചിയിൽ വലിയ വെടിപ്പുള്ള കുടുമയായി കെട്ടിവെച്ചിട്ടുണ്ട്. താടിയും മീശയും വെടിപ്പായി വെട്ടിയൊതുക്കിയിട്ടുണ്ട്. ആ രൂപത്തെ സംബന്ധിച്ചുള്ളതെല്ലാം തന്നെ കുറ്റമറ്റതും ഗൗരവമുള്ളതും ലളിതവുമാണ്.

ഇതു രാമൻ തന്നെ...

പക്ഷേ, അവളെ ആകർഷിച്ചത് അദ്ദേഹത്തിന്റെ കണ്ണുകളാണ്. ആഴമുള്ളതും തീക്ഷ്ണവും. ധ്യാനനിമഗ്നനായ സന്യാസിയെ പോലെ പാതിയടഞ്ഞ കണ്ണുകൾ. ശാന്തം, സൗമ്യം.

'ഗംഭീരം...' സീത മാസ്മരവിദ്യയിലകപ്പെട്ടതു പോലെ മന്ത്രിച്ചു. 'രാമനെ തലമുറകൾ ഓർക്കുന്നത് ഇങ്ങിനെയായിരിക്കും.'

'രാമനെ തലമുറകൾ ഓർക്കുന്നത് ഇങ്ങിനെയായിരിക്കും.' രാവണൻ ആവർത്തിച്ചു.

രാവണൻ പറഞ്ഞതു നേരായിരുന്നു. ജനങ്ങൾ ആ ശില്പം ആയിരം വർഷങ്ങളോളം ഓർക്കും.

അവർ തങ്ങളുടെ രാജർഷിയെ ഓർക്കും.

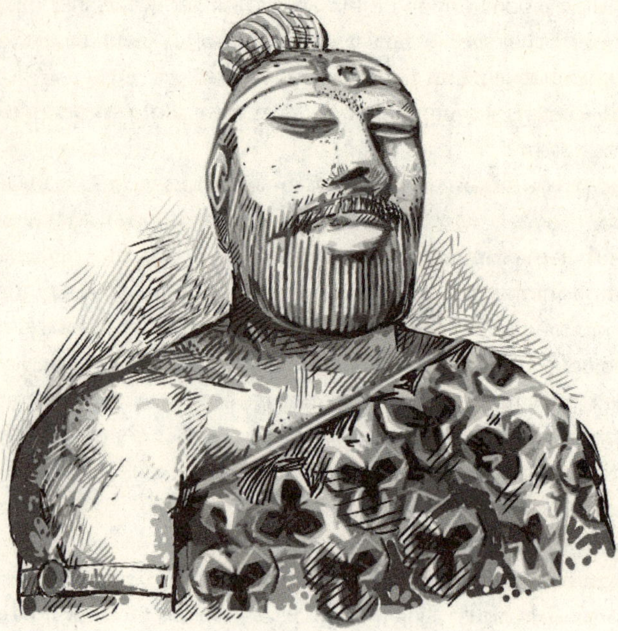

അവർ തങ്ങളുടെ വിഷ്ണുവിനെ, രാമനെ ഓർക്കും.
ഭാരതഭൂമി സ്പന്ദിക്കുന്നിടത്തോളം അത് രാമന്റെ നാമം ചൊല്ലും.

'എല്ലാ ഒരുക്കങ്ങളും പൂർത്തിയായോ?' രാമൻ ചോദിച്ചു.

ഭരതൻ തലയാട്ടി. 'ഉവ്വ്, ദാദാ.'

ആ വർഷത്തിലെ ആദ്യമാസത്തിൽ വടക്കു കിഴക്കൻ മൺസൂൺ അങ്ങേയറ്റം തീവ്രമായിരുന്നു. പക്ഷേ, അതിനു ശേഷം പൂർണ്ണമായും വിശദീകരിക്കാൻ കഴിയാത്ത വിധം കെട്ടടങ്ങുകയും ചെയ്തു. രാമനും സഹോദരന്മാരും ലങ്കയെ ആക്രമിക്കാനുള്ള പദ്ധതിയുമായി മുമ്പോട്ടു പോകാൻ തന്നെ തീരുമാനിച്ചിരുന്നു. അവർ തയ്യാറായിരുന്നു. ശത്രുഘ്നനും സൈനികരും ഇരട്ടി വേഗത്തിൽ പാലത്തിന്റെ നിർമ്മാണത്തിനാവശ്യമായ സാമഗ്രികൾ ശേഖരിച്ചു. വെറും ഒരു മാസം കൊണ്ട്. മലയപുത്രന്മാർ അവരുടെ പതിനയ്യായിരം വരുന്ന

സൈനികരും ഗജസേനയുമായി എത്തി. വായുപുത്രന്മാരും അത്ര തന്നെ സൈനികരുമായെത്തി. വാനരസൈനികരും ഗജസേനയുമായി അംഗദനും എത്തിച്ചേർന്നു. യുദ്ധത്തിനുള്ള അവസരം ഒരുങ്ങിയ സ്ഥിതിക്ക് ഇത്രയും വലിയ സൈന്യത്തെ രണ്ടു മാസം കൂടി തീറ്റിപ്പോറ്റുന്നത് അനാവശ്യച്ചിലവാണ്. കൂടാതെ, എല്ലാ നല്ല സൈന്യാധിപന്മാർക്കും അറിയുന്നതു പോലെ, വെറുതെയിരിക്കുന്ന സൈന്യം അപകടമാണ്. ശത്രുവിനോടുള്ള യുദ്ധത്തിൽ നിന്നു തടഞ്ഞു വെയ്ക്കപ്പെട്ട, വീര്യമുള്ള പുരുഷന്മാർ പരസ്പരം പോരടിച്ചേക്കാം.

താമസമൊന്നുമില്ലാതെ ആക്രമണം തുടങ്ങാൻ ഇത്രയും കാരണങ്ങൾ മതിയല്ലോ.

അടുത്ത ദിവസം ലങ്കയ്ക്കെതിരെയുള്ള പടയേറ്റം തുടങ്ങും. അശ്വിനമാസത്തിലെ ആദ്യദിവസം.

രാമൻ തന്റെ അനുജന്റെ തോളിൽ കളിയായി ഇടിച്ചു, 'നീയുണ്ടായിരുന്നെങ്കിലെന്ന് എപ്പോഴും ഓർത്തു, മൂഢാ!'

രാമനും ഭരതനും തനിച്ചാണ്. യുദ്ധ സന്നാഹങ്ങളുടെ തിരക്കു പിടിച്ച ഉന്മത്തതയിൽ അപൂർവ്വമായ സംഭവം. വൈഗാനദിയുടെ അഴിമുഖത്തിനടുത്തുള്ള കടത്തീരത്തിരിക്കുകയാണ് അവർ. സൈന്യത്തെ ദൂരെ നിന്നു കാണാം.

'സ്വയം നിഷ്കാസിതനാകാൻ അങ്ങയോട് ആരു പറഞ്ഞു?' പൊട്ടിച്ചിരിച്ചു കൊണ്ടാണെങ്കിലും കർക്കശമായി പറഞ്ഞിട്ട് ഭരതൻ സഹോദരന്റെ തോളിൽ കയ്യിട്ടു.

സഹോദരന്മാർ നിശ്ശബ്ദരായിരുന്നു. രാമൻ മനോവിഷമത്തിലാണെന്ന് ഭരതനറിയാം. ലക്ഷ്മണനോട് എത്രയോ അടുപ്പമുണ്ടെങ്കിലും തന്റെ ആശങ്കകൾ എടുത്തുചാട്ടക്കാരനായ അയാളോട് രാമൻ പറയില്ലെന്നും.

അതു കൊണ്ടയാൾ രാമൻ സംസാരിക്കാനായി കാത്തിരുന്നു.

'ഭരതാ...'

'പറയൂ, ദാദാ...'

രാമൻ നെടുവീർപ്പിട്ടു.

ഭരതൻ പിന്നെയും നിശ്ശബ്ദനായി കാത്തിരുന്നു.

'എനിക്കറിയില്ല...'

ഭരതൻ രാമന്റെ ചുമലിൽ തൊട്ടു. 'രാവണൻ ജ്യേഷ്ഠത്തിയെ കൊല്ലില്ല, ദാദാ. അയാൾക്ക് ജ്യേഷ്ഠത്തിയെ ജീവനോടെ ആവശ്യമുണ്ട്. അതു നമുക്കറിയാമല്ലോ.'

സഹോദരനിൽ നിന്ന് കണ്ണുകൾ ഒഴിവാക്കി രാമൻ കടലിലേക്കു നോക്കി. പ്രിയപ്പെട്ടവരിൽ നിന്നു പോലും ക്ഷത്രിയർ കണ്ണീരടക്കും.

'അയാൾ ജ്യേഷ്ഠത്തിയെ കൊല്ലില്ല,' ഭരതൻ ആവർത്തിച്ചു. 'അത് നമുക്കറിയാമല്ലോ.'

'പക്ഷേ, അയാൾക്ക് അവളെ ഉപദ്രവിക്കാമല്ലോ. അയാളൊരു രാക്ഷസനാണ്.'

'അതിനയാൾ ധൈര്യപ്പെട്ടിട്ടുണ്ടെങ്കിൽ ദാദാ, നമ്മളയാളെ പാഠം പഠിപ്പിക്കും എന്ന് ഞാനാണയിടുന്നു. ആ രാക്ഷസനേക്കാളും രാക്ഷസീയമാകും നമ്മുടെ പ്രവൃത്തികൾ.'

രാമൻ വിദൂരതയിലേക്കുള്ള നോട്ടം തുടർന്നു. കണ്ണീർത്തുള്ളികൾ തുടർച്ചായി ഒഴുകി. അദ്ദേഹത്തിന്റെ തലയ്ക്കുള്ളിലുള്ള ചിന്തയാണത്. അതു ചുണ്ടുകളിൽ നിന്ന് രക്ഷപ്പെട്ടിട്ടില്ല. ഭരതനോടല്ലാതെ മറ്റാരോടു പറയാൻ?

'ഞാൻ തോറ്റുപോയി,' വേദന നിറഞ്ഞ ശബ്ദത്തിൽ രാമൻ പിറുപിറുത്തു.

'ഇല്ല!ഇല്ല! അങ്ങു തോറ്റിട്ടില്ല, ദാദാ...'

'അവളെന്റെ ഭാര്യയാണ്. അവളെ ആപത്തുകളിൽ നിന്നു സംരക്ഷിക്കേണ്ടത് എന്റെ കടമയാണ്. അവൾക്കു വേണ്ടി മരിക്കേണ്ടതും. ഞാനവിടെയുണ്ടായിരുന്നില്ല...അവളെ തട്ടിക്കൊണ്ടു പോയി...ഞാൻ കടമ നിർവഹിക്കുന്നതിൽ തോറ്റു പോയി...'

ഭരതൻ തന്റെ ജ്യേഷ്ഠനെ സംസാരിക്കാൻ അനുവദിച്ചു.

'അവളെന്റെ ജീവനാണ്. അവളെന്റെ പെണ്ണാണ്.'

ഭരതൻ രാമന്റെ കൈ പിടിച്ചു, വാക്കുകളില്ലാതെ.

'ഞാൻ ആ മാനിന്റെ പുറകേ പോകാൻ പാടില്ലായിരുന്നു...ഞാൻ കുറേക്കൂടി വേഗത്തിൽ ഓടണമായിരുന്നു...എനിക്ക്...' കണ്ണുകളിൽ വെള്ളം നിറഞ്ഞ് രാമന്റെ വാക്കുകളിടറി.

ഭരതൻ തന്റെ ജ്യേഷ്ഠനെ കെട്ടിപ്പിടിച്ചു. രാമൻ അനുജനെ ഇറുകെപ്പുണർന്നു. അദ്ദേഹം കണ്ണുനീർത്തുള്ളികളെ ഒഴുകാൻ അനുവദിച്ചു. മാസങ്ങൾ നീണ്ട വിരഹത്തിന്റെ വേദന കിനിഞ്ഞിറങ്ങാൻ തുടങ്ങി. ഭരതൻ തന്റെ സഹോദരനെ നിശ്ശബ്ദമായി ചേർത്തു പിടിച്ചു. രാമന് അല്പം ആശ്വാസമായെന്നു തോന്നിയപ്പോൾ അയാൾ നിവർന്നിരുന്നു.

'ദാദയ്ക്കറിയാമല്ലോ,' ഭരതൻ പറഞ്ഞു, 'ഏതാണ്ടെല്ലാ സ്ത്രീകൾക്കും പുരുഷന്മാർ ചെയ്യുന്ന എല്ലാ കാര്യങ്ങളും ചെയ്യാൻ കഴിയും. പുരുഷന്മാരോട് ശാരീരികമായി ഏറ്റുമുട്ടുന്നതൊഴിച്ച്. ശരാശരി പുരുഷൻ ശരാശരി സ്ത്രീയേക്കാൾ വലുപ്പമുള്ളവനും ഊക്കുള്ളവനുമാണ്.'

രാമൻ ഭരതനെ ചോദ്യഭാവത്തോടെ നോക്കി. അയാളുടെ വ്യഥയുമായി അതിനു യാതൊരു ബന്ധവുമില്ല.

'പക്ഷേ,' ഭരതൻ തുടർന്നു. 'സീതാജ്യേഷ്ഠത്തി സാധാരണ സ്ത്രീയല്ല. അവർക്ക് പോരാടാൻ കഴിയും. പോരാട്ടത്തിൽ സ്വന്തം നിലയ്ക്ക് പിടിച്ചു നിൽക്കാനും.'

രാമൻ പുഞ്ചിരിച്ചു.

'നേരു പറയുകയാണെങ്കിൽ,' ഭരതൻ പറഞ്ഞു, 'ജ്യേഷ്ഠത്തിക്ക് രാവണൻ എന്തുപദ്രവമുണ്ടാക്കുമെന്നതിനേക്കാൾ എന്റെ വേവലാതി ജ്യേഷ്ഠത്തി അയാൾക്കെന്തുപദ്രവമുണ്ടാക്കുമെന്നാണ്.'

രാമൻ തുറന്നു ചിരിച്ചു.

ഭരതൻ രാമന്റെ കൈ പിടിച്ചു. 'ദാദാ, അങ്ങ് തോറ്റിട്ടില്ല. അങ്ങയെയും ജ്യേഷ്ഠത്തിയെയും വിധി പരീക്ഷിക്കുകയാണ്. ഇനി തോറ്റെന്ന് അങ്ങു കരുതുകയാണെങ്കിൽ തന്നെ ഒരു കാര്യമോർക്കണം, മഹാന്മാരും തോൽക്കാറുണ്ട്. എല്ലാവരും ഒരിക്കലല്ലെങ്കിൽ മറ്റൊരിക്കൽ തോൽക്കും. വീണതിനു ശേഷം എഴുന്നേൽക്കുകയും പൊടി തട്ടിക്കളയുകയും ജീവിതപ്പോരാട്ടത്തിലേക്ക് തിരിച്ചു വരികയും ചെയ്യുന്നവരാണ് മഹാന്മാർ.'

രാമൻ തലയാട്ടി.

'അങ്ങാകട്ടെ വെറും മഹാൻ മാത്രമല്ല. വിഷ്ണുവുമാണ്.'

രാമൻ കണ്ണുരുട്ടി. 'സീതയാണ് വിഷ്ണു.'

ഭരതൻ നെടുവീർപ്പിട്ടു. 'അതു നിങ്ങൾ തമ്മിൽ പറഞ്ഞുറപ്പിച്ചു കൊള്ളൂ. അങ്ങ് കരുത്തുള്ള ഒരാളെന്നു മാത്രം എനിക്കറിയാം. അങ്ങേയ്ക്കു പുറകിൽ സഹോദരന്മാരും മറ്റാളുകളുമുണ്ട്. നമ്മളെ വെല്ലുവിളിക്കുന്നതിലൂടെ രാവണൻ കടന്നൽക്കൂടാണ് ഇളക്കിവിട്ടിരിക്കുന്നത്. ലോകം എല്ലാക്കാലവും ഓർക്കുന്ന ഒരു പാഠം നമ്മളയാളെ പഠിപ്പിക്കും.'

അദ്ധ്യായം 16

ഭരതനും ലക്ഷ്മണനും അയോദ്ധ്യയുടെ സൈന്യവും വൈഗയിൽ നിന്ന് രാവിലെ യാത്ര പുറപ്പെട്ടു. ആദ്യത്തെ കപ്പൽ ഗോകർണ്ണം ഉൾക്കടലിലേക്കു കടക്കുമ്പോൾ അവർക്കു പുറകിൽ സൂര്യൻ അസ്തമിക്കുന്നുണ്ടായിരുന്നു. അവസാനത്തെ കപ്പലും നങ്കൂരമിട്ടപ്പോൾ രാത്രിയാകാറായിരുന്നു. അയോദ്ധ്യയുടെ കപ്പൽപ്പട ബൃഹത്താണ്.

'പശുവിന്റെ ചെവി' എന്നർത്ഥമുള്ള ഗോകർണ്ണം ലങ്കയിലെ പ്രധാനപ്പെട്ട തുറമുഖമാണ്. ലങ്കയുടെ വടക്കു കിഴക്കൻ ഭാഗത്തുള്ള ആ പ്രകൃതിദത്ത തുറമുഖത്ത് ആഴത്തിലുള്ള ഉൾക്കടലുണ്ട്. കര കടലിലേക്കു നീളുകയും പ്രകൃതിദത്തമായ അലതാങ്ങിയായി മാറുകയും ചെയ്തു. അത് അയോദ്ധ്യയുടെ യുദ്ധ ക്കപ്പലുകളെ സ്വീകരിക്കുകയും സുരക്ഷിതമായി നങ്കൂരമിടാൻ അനുവദിക്കുകയും ചെയ്തു. ഭരതന്റെ കപ്പലുകളിൽ ഭൂരിഭാഗവും മിന്നലാക്രമണങ്ങളിൽ നിന്ന് സുരക്ഷ തേടി ഉൾക്കടലിൽ നിന്നും മാറി ക്കിടന്നു.

മഹാവേലി ഗംഗ അതിന്റെ തെക്കൻ വിളുമ്പിൽ ഗോകർണ്ണത്തെ ഉൾക്കടലിലേക്കൊഴുകി. ലങ്കയിലെ ഏറ്റവും വലിയ നദിയായ മഹാവേലി ഗംഗയ്ക്ക് ആഴത്തിലുള്ള ജലമാർഗ്ഗമുള്ളതും സഞ്ചാരയോഗ്യവുമായ കപ്പൽച്ചാലുണ്ട്. അതിലൂടെ കപ്പലുകൾക്ക് ദ്വീപിന്റെ ഹൃദയഭാഗത്തെത്താം,. അവിടെ നിന്നും മുകളിലേക്ക് സഞ്ചരിച്ചാൽ അമ്പൻ ഗംഗയിലെത്തും. മഹാവേലി ഗംഗയുടെ ആ പോഷകനദിയിലൂടെ സഞ്ചരിച്ചാൽ ലങ്കയുടെ തലസ്ഥാനമായ സിഗിരിയയുടെ തൊട്ടടുത്തെത്താം. ഗോകർണ്ണത്തിന്റെ തെക്കു പടിഞ്ഞാറ് ഏകദേശം നൂറു കിലോമീറ്റർ മാറിയാണ് സിഗിരിയ. അവിടേയ്ക്കുള്ള യാത്ര മിക്കവാറും ജലമാർഗ്ഗമാണ്.

ഗോകർണ്ണത്തിൽ അയോദ്ധ്യയുടെ ആക്രമണമുണ്ടാകുമെന്ന പ്രതീക്ഷയിൽ അല്പം സൈനിക പ്രതിരോധം ഒരാൾക്ക് പ്രവചിക്കാം. പക്ഷേ, ആ പ്രവചനം തെറ്റായിരിക്കും.

രണ്ടു പോർമുഖങ്ങളിലാണ് ലങ്കയുടെ ഊന്നൽ: വ്യാപാരത്തിലും ആ വ്യാപാരത്തെ തുണയ്ക്കുന്ന യുദ്ധങ്ങളിലും. ഏതാണ്ടെല്ലാ ലങ്കക്കാരും വ്യാപാരികളോ അല്ലെങ്കിൽ സൈനികരോ ആണ്. അതുമല്ലെങ്കിൽ അവർ രണ്ടു സംഘങ്ങളിലും പങ്കെടുത്തു. ലങ്കയിൽ കാര്യമായി കർഷകരില്ലെന്നു പറയാം, ആവശ്യമായ ആഹാരത്തിൽ കാര്യമായൊന്നും ലങ്കയിൽ വിളയുന്നില്ല. ലങ്കയിൽ ധാന്യങ്ങൾ വിളയിക്കുകയെന്നത് ചിലവേറിയ കാര്യമായിരുന്നു. തൊട്ടടുത്തുള്ള സപ്തസിന്ധുവാകട്ടെ ലോകത്തിൽ വെച്ച് തന്നെ ഏറ്റവും വിശാലമായ, കൃഷിയോഗ്യമായ ഭൂമിയുള്ള പ്രദേശവും. ലങ്കക്ക് സപ്തസിന്ധുവിൽ നിന്ന് ചെലവു കുറഞ്ഞതും ഉയർന്ന ഗുണമേന്മയുള്ളതുമായ ആഹാരപദാർത്ഥങ്ങൾ ഇറക്കുമതി ചെയ്യാം. എന്നിട്ട് വ്യാപാരത്തിലേക്കും യുദ്ധത്തിലേക്കും മുഴുവൻ ശ്രദ്ധയും ഊർജ്ജവും സമർപ്പിക്കാം. ഈ അവസ്ഥ സ്വതന്ത്രവ്യാപാരത്തിന്റെ വീക്ഷണകോണിൽ വിവേകമുള്ളതായിരുന്നെങ്കിലും സൈനിക തലത്തിൽ വിനാശകരമായിരുന്നു. ഒരു ശത്രുവിന് ഗോകർണ്ണത്തെ തുറമുഖം ഉപരോധിക്കുകയും ആളുകളെ പട്ടിണിക്കിട്ട് അല്പസമയത്തിനുള്ളിൽ ലങ്കയെ അടിയറവു പറയിക്കുകയും ചെയ്യാമായിരുന്നു. സിഗിരിയയുടെ തുറമുഖം കൂടിയാണ് ഗോകർണ്ണം. അതു കൊണ്ടു തന്നെ അത്തരമൊരു ഉപരോധം തലസ്ഥാനനഗരിയെയും ദുർബ്ബലമാക്കും.

എല്ലാ ധാന്യങ്ങളും ഇറക്കു മതി ചെയ്യുന്നതിന്റെ സൈനികമായ ദൗർബല്യം മനസ്സിലാക്കിയ കുംഭകർണ്ണൻ വർഷങ്ങളായി സിഗിരിയയിലും ചുറ്റും കൃഷി പ്രോത്സാഹിപ്പിച്ചിരുന്നു. പക്ഷേ, ഗോകർണ്ണം വാശിയോടെ ഇറക്കുമതിയിൽ ഉറച്ചു നിന്നു. ലാഭകരമായ വ്യാപാരത്തിൽ നിന്ന് വരുമാനം കുറഞ്ഞ കൃഷിയിയിലേക്ക് ചുവടു മാറ്റാൻ ഗോകർണ്ണത്തുള്ളവർ തയ്യാറായില്ല. കർഷകരില്ലാതെ കൃഷി നടക്കുന്നതെങ്ങിനെ?

അതുകൊണ്ടു തന്നെ രാവണൻ സൈനികരെ ഗോകർണ്ണത്തു നിന്നു പിൻവലിക്കുകയും വൈഗയിൽ നിന്ന് അയോദ്ധ്യയുടെ കപ്പൽപ്പട നീങ്ങുന്ന വാർത്ത കിട്ടിയ ഉടനെ സിഗിരിയയിൽ ജാഗ്രത പ്രഖ്യാപിക്കുകയും ചെയ്തു. പ്രതിരോധത്തിന് അത്രയും എളുപ്പത്തിൽ വഴങ്ങുന്ന ഗോകർണ്ണത്തെ പ്രതിരോധിച്ച് വിലപ്പെട്ട സ്രോതസ്സുകൾ പാഴാക്കുന്നതിനു പകരം സിഗിരിയയുടെ ഉപരോധത്തിനായി തയ്യാറെടുക്കുന്നതിൽ യുക്തിയുണ്ടായിരുന്നു.

ലങ്കയുടെ വാണിജ്യസ്വഭാവത്തെ ശരിവെക്കുന്ന രീതിയിൽ ഗോകർണ്ണത്തെ വണിക്കുകളുടെ സംഘങ്ങളിലെ മുതിർന്ന ഭാരവാഹികൾ തുറമുഖ മേടയിൽ അയോദ്ധ്യയുടെ സൈന്യത്തെ സ്വീകരിക്കാനായി ഒത്തു കൂടിയിരുന്നു. ലങ്കയുടെ ആ തുറമുഖത്തുള്ള വ്യാപാരികൾ പ്രായോഗിക ബുദ്ധിയോടെ പ്രവർത്തിക്കാൻ തീരുമാനിച്ചിരുന്നു. വാണിജ്യ ബുദ്ധിയുള്ളവർക്ക് എല്ലാം കൂടിയാലോചനയിലൂടെ പരിഹരിക്കാവുന്ന കാര്യങ്ങളാണ്. ഫലപ്രദമല്ലാത്ത പ്രതിരോധം കാഴ്ച വെക്കുന്നതിനു പകരം കീഴടങ്ങാൻ അവർ തീരുമാനിച്ചിരുന്നു. അവരുടെ സുരക്ഷ ഉറപ്പു വരുത്തുകയാണെങ്കിൽ സൈനികർക്ക് സിഗിരിയയിലേക്ക് തടസ്സങ്ങളില്ലാത്ത യാത്ര അവർ അനുവദിക്കും. ആരാണോ സിഗിരിയയിലെ യുദ്ധം ജയിക്കുന്നത്, അക്കൂട്ടർ പിന്നീട് വ്യാപാരികളുടെ ഭരണാധികാരികളും യജമാനന്മാരുമാകുമെന്ന് അവർ കണക്കു കൂട്ടി.

യുക്തിസഹം.

പടക്കപ്പൽ തുറമേഖമേടയിലേക്ക് വൈദഗ്ദ്ധ്യത്തോടെ ചെന്നു കയറിയപ്പോൾ ഭരതനും ലക്ഷ്മണനും കൗതുകത്തോടെ നോക്കി.

സംഗീതജ്ഞർ, പാട്ടുകാർ, പൂജാപാത്രങ്ങളുമായി പൂജാരികൾ, മികച്ച വസ്ത്രങ്ങൾ ധരിച്ച വ്യാപാരികൾ...

'അവർ വലിയ സ്വീകരണം തന്നെ ഒരുക്കിയിരിക്കുന്നു!' ലക്ഷ്മണൻ അതിശയത്തോടെ പറഞ്ഞു. 'നിങ്ങൾ പറഞ്ഞതു നേരാണ്, ദാദാ.'

ഭരതൻ തലയാട്ടി. 'ഉം...ഇനി അവരെന്തു ചെയ്യുമെന്നു ഞാൻ പ്രവചിച്ചതും നേരാകുമെന്ന് ആശിക്കുന്നു.'

ഭരതന്റെ കപ്പൽ തുറമുഖമേടയിൽ അടുക്കുകയും ഉടനടി സൈനികർ കപ്പലിൽ കയറിയിറങ്ങുന്നതിനുള്ള നീക്കുപാലം ഉറപ്പിക്കുകയും ചെയ്തു. അയോദ്ധ്യയുടെ നാവികർ കപ്പൽപ്പായകൾ ചുരുക്കുകയും ഭയങ്കരന്മാരായ സുരക്ഷാഭടന്മാരാൽ ചുറ്റപ്പെട്ട് ഭരതനും ലക്ഷ്മണനും കപ്പലിൽ നിന്നിറങ്ങുകയും ചെയ്തു.

മാലകളും മധുരപലഹാരങ്ങളുമായി പുഞ്ചിരിയോടെ വ്യാപാരികൾ കപ്പലിൽ നിന്നിറങ്ങിയ ഭരതനെയും ലക്ഷ്മണനെയും പൊതിഞ്ഞു. സംഗീതജ്ഞർ പുതുക്കിയെടുത്ത ഊർജ്ജത്തോടെ സഹോദരന്മാരെ ലങ്കയിലേക്ക് സ്വാഗതം ചെയ്തു കൊണ്ട് സംഗീതോപകരണങ്ങൾ മീട്ടിത്തുടങ്ങി. നഗരത്തിലെ കുലീനർ പാതയുടെ ഇരുവശവും പനിനീർപുഷ്പങ്ങൾ വർഷിച്ച് വരി നിന്നു.

'പ്രഭോ,' കാഴ്ചയിൽ തന്നെ പ്രമുഖനെന്നു തോന്നിച്ച ഒരാൾ ആത്മവിശ്വാസത്തോടെ അയോദ്ധ്യയുടെ രാജകുമാരന്റെ

അടുത്തേക്കു നടന്നു ചെന്നിട്ട് പറഞ്ഞു. 'മഹാരാജാവ് രാമൻ അങ്ങയെ അനുഗമിച്ചിട്ടില്ലേ?'

ഉൾക്കടലിന്റെ മദ്ധ്യത്തിൽ നങ്കൂരമിട്ടിരിക്കുന്ന വലിയൊരു കപ്പലിലേക്ക് ഭരതൻ തിടുക്കത്തിൽ പാളി നോക്കി. എന്നിട്ട് അയാൾ വ്യാപാരിയിലേക്ക് ശ്രദ്ധ തിരിച്ചു. 'നമുക്കാദ്യം സംസാരിക്കാമോ?'

വ്യാപാരി ഭരതനെ തല കുനിച്ചു വണങ്ങി. 'തീർച്ചയായും, തീർച്ചയായും. അങ്ങേയ്ക്കും നമസ്കാരം, ലക്ഷ്മണ കുമാരാ. ദയവായി എന്നെ പിന്തുടരൂ.'

ലക്ഷ്മണൻ തന്റെ നിർദ്ദേശങ്ങൾ പിന്തുടരുന്നതിൽ ഭരതൻ സന്തുഷ്ടനായിരുന്നു. അയാൾ വായ തുറന്നില്ല. അയാൾ ജ്യേഷ്ഠന്റെ നോട്ടം വിശ്വസ്തതയോടെ പിന്തുടരുകയും തുറമുഖമേടയിലേക്കു വരാത്ത കപ്പലിന്റെ നേർക്ക് പാളി നോക്കുകയും ചെയ്തു.

ഭരതന് വ്യാപാരികളുടെ ഉദ്ദേശ്യലക്ഷ്യങ്ങളെ കുറിച്ച് ഉറപ്പൊന്നുമുണ്ടായിരുന്നില്ല. രാവണനു വേണ്ടി അവർ ചാരപ്രവർത്തി ചെയ്യുകയുമാകാം. രാമനും ശത്രുഘ്നനും തങ്ങളുടെ കൂടെ തന്നെയുണ്ടെന്ന പ്രതീതി അതുകൊണ്ടു തന്നെ നിലനിർത്തണമെന്ന് ഭരതൻ ലക്ഷ്മണനോടു പറഞ്ഞു. അല്ലെങ്കിൽ മഹാവേലി ഗംഗയിലെ നാവിക ആക്രമണം തന്ത്രം മാത്രമാണെന്ന് അവർ സംശയിക്കും. യഥാർത്ഥ ആക്രമണം മറ്റെവിടെ നിന്നെങ്കിലുമായിരിക്കുമെന്നും.

ലങ്കയിലെ വ്യാപാരികൾ രാമനും ശത്രുഘ്നനും നങ്കൂരമിട്ടു കിടക്കുന്ന പടുകൂറ്റൻ കപ്പലിലുണ്ടെന്ന് വിചാരിച്ചു.

ഭരതൻ ലക്ഷ്മണനെ നോക്കി തലയാട്ടിയതോടെ ഇരുവരും വ്യാപാരിയുടെ കൂടെ മുമ്പോട്ടു നടക്കാൻ തുടങ്ങി. സഹോദരന്മാരുടെ സുരക്ഷാഭടന്മാർ ജാഗ്രതയുള്ള സുരക്ഷയുടെ അർദ്ധവൃത്തം ചമച്ച് അവരോടൊപ്പം കൂടി.

'ഉത്തരവുകൾ ഓർക്കണം, അരിഷ്ടനേമി,' ഹനുമാൻ പറഞ്ഞു.

രാത്രി ഏറെയായിട്ടുണ്ട്. നിലാവിന്റെ നേർത്ത വെള്ളിക്കഷ്ണം ഇരുട്ടിനെ പ്രകാശിപ്പിക്കാൻ പാടുപെടുന്നുണ്ട്. ഹനുമാനും അരിഷ്ടനേമിയും തങ്ങളുടെ ചെറു നൗക കടലിലേക്കു തള്ളി, കൂടെ ഇരുപതു മിടുക്കരായ സൈനികരും. അവർ രണ്ടാം തിരയും കടന്ന് നൗകയിലേക്ക് ചാടിക്കയറുകയും ധനുഷ്ക്കോടി യിലെ കടലിടുക്കിലേക്ക് തിടുക്കത്തിൽ

തുഴഞ്ഞു പോകുകയും ചെയ്യു. ഏതാനും മണിക്കൂറുകൾക്കുള്ളിൽ അവർ ലങ്കയുടെ വൻകരയിലെത്തും.

അരിഷ്ടനേമി ധ്യാനസ്ഥനായ സന്യാസിയെ പോലെ നിശ്ശബ്ദനാണ്, കുറച്ച നേരത്തിനു ശേഷം അയാൾ വലതു വശത്തേക്കു നോക്കി. നൗകകൾ നിശ്ശബ്ദമായിവിദൂരതയിൽതുഴഞ്ഞുവരുന്നതുകാണാം.ഇരുട്ടായിരുന്നെങ്കിലും കടലിന്റെ മഷിക്കറുപ്പിലെ വെള്ളനുരയുടെ പാളികൾ ഇടയ്ക്കിടെ അവയെ വെളിച്ചത്തു കൊണ്ടു വന്നു. ലക്ഷ്യത്തിലേക്കു നീങ്ങുന്നതിനിടെ ആ നൗകകൾ ധീരതയോടെ കടലിനോട് മല്ലിടുന്നുണ്ട്. സമ്പൂർണ്ണമായി നിശ്ശബ്ദരായ സഖാക്കളെ അയാൾക്ക് കേൾക്കാനാകുന്നില്ലെങ്കിലും അവരുടെ താളത്തിലുള്ള തുഴച്ചിലുകൾ കേൾക്കാം.

നൂറു ചെറു നൗകകൾ. രണ്ടായിരം മലയപുത്രന്മാരും വായുപുത്രന്മാരും. ആവശ്യത്തിലധികം.

ശത്രുപക്ഷത്ത് ആൾബലം കുറവാണ്. കേതീശ്വരത്തെ പ്രതിരോധനിരയിൽ ഭൂരിഭാഗത്തെയും സിഗിരിയയിലേക്ക് ഏതാനും ആഴ്ചകൾക്കു മുമ്പേ തിരിച്ചു വിളിച്ചെന്ന് ഹനുമാനറിയാം. ശേഷിച്ച സൈനികർ നൂറിൽ കവിയില്ല. അവരെ കഴിഞ്ഞ എതാനും ആഴ്ചകളായി അയോദ്ധ്യയുടെ ചാരന്മാർ കണ്ടിട്ടേയില്ല. നൗകയിൽ ഏതാനും മണിക്കൂർ മാത്രം അകലെയുള്ള അയോദ്ധ്യയുടെ ആക്രമണം പേടിച്ച് അവർ അകത്തിരിക്കുകയുമാകാം. ചിലപ്പോൾ അയോദ്ധ്യ കിഴക്കൻ മുന്നണിയിൽ ആക്രമണസജ്ജരാകുകയാണെന്ന് അവർ കരുതുന്നുണ്ടാകാം. കടലിൽ കൂടി നിശ്ശബ്ദമായ ഒരു ആക്രമണം അവർ പ്രതീക്ഷിക്കുന്നേയുണ്ടാകില്ല.

നൂറുപേരുള്ള സൈന്യത്തിനെതിരെ രണ്ടായിരം പേർ. ആവശ്യത്തിലധികം.

രാമനിൽ നിന്ന് ഹനുമാനുള്ള ഉത്തരവുകൾ കൃത്യമാണ്. അവർ കേതീശ്വരത്തെ സൈനികരെ തടങ്കലിലാക്കാൻ പരമാവധി ശ്രമിക്കണം. തീരെ രക്ഷയില്ലെങ്കിൽ മാത്രം കൊല്ലണം. ഒരാളെ പോലും രക്ഷപ്പെടാൻ അനുവദിക്കരുത്. ധനുഷ്കോടിയിൽ നടക്കുന്ന പാലത്തിന്റെ നിർമ്മാണത്തെ കുറിച്ച് സിഗിരിയയിൽ വാർത്തയെത്തിയാൽ തിരുത്താൻ പറ്റാത്ത ദുരന്തമായിരിക്കും.

അതുകൊണ്ട് ആ ദൗത്യത്തിന് ഹനുമാന് രണ്ടായിരം സൈനികരെ കിട്ടി. ശത്രുവിനെ കൊല്ലാൻ ആവശ്യമായതിനേക്കാൾ സൈന്യം ജീവനോടെ പിടിക്കാൻ ആവശ്യമാണ്.

'അരിഷ്ടനേമീ?' ഹനുമാൻ പിന്നെയും ചോദിച്ചു.

ലങ്കക്കാരെ തടങ്കലിലാക്കുകയാണ്, കൊല്ലുകയല്ല വേണ്ടതെന്ന് ഹനുമാനറിയാം. പക്ഷേ, അരിഷ്ടനേമിയ്ക്ക് അവരെ കൊല്ലണം.

അരിഷ്ടനേമി മറുപടി പറഞ്ഞില്ല. അയാൾ നൗകയുടെ അണിയം നേരെയാക്കി മുമ്പോട്ടു കുതിച്ചു.

ഹനുമാൻ നിശ്ശബ്ദനായി.

പ്രഭാതത്തിന് ഒരു മണിക്കൂർ മുമ്പ് തിരകൾ അയോദ്ധ്യക്കാരെ കേതീശ്വരത്തിന് രണ്ടു കിലോമീറ്റർ തെക്കു മാറി കടൽത്തീരത്തെത്തിച്ചു. സൈനികർ തിടുക്കത്തിൽ ചാടിയിറങ്ങി വെള്ളപ്പരപ്പിനു മുകളിലേക്ക് നൗകകൾ തള്ളി.

അവരുടെ വരവ് കൃത്യസമയത്തായിരുന്നു. വേലിയേറ്റത്തിന്റെ ഉച്ചസ്ഥായി. തിരകളുടെ സ്വാഭാവികമായ തള്ള് നൗകകളെ കടൽത്തീരത്ത് ഉയരത്തിൽ കൊണ്ടെത്തിച്ചു. വെള്ളം താഴുകയും പന്ത്രണ്ടു മണിക്കൂറിനു ശേഷം ഇതേ സ്ഥിതിയിൽ എത്തിച്ചേരുകയും ചെയ്യും. മൃഗങ്ങൾ വലിക്കുന്ന കപ്പിയും കയറും നൗകകൾ തീരത്തേക്കു വലിച്ചു കയറ്റാൻ അവർക്ക് ആവശ്യമില്ല. വലിച്ചു കയറ്റിയില്ലെങ്കിൽ നൗകയെ കടലെടുക്കുമല്ലോ.

പന്ത്രണ്ടു മണിക്കൂർ. ആവശ്യത്തിനു നേരമുണ്ട്. കേതീശ്വരം ക്ഷേത്രത്തിലെ ലങ്കക്കാരെ കീഴടക്കാനും തിരിച്ചു വരാനും. ശത്രുഘ്നന്റെ പാലം പണി എന്നിട്ടു തുടങ്ങാം.

ഒരു സൈനികൻ ഹനുമാനെ അഭിവാദ്യം ചെയ്തതിനു ശേഷം കടൽത്തീരത്തണഞ്ഞ നൗകകളുടെ കണക്കെടുക്കാൻ തുടങ്ങി. ഹനുമാൻ അരിഷ്ടനേമിയെ ഒരു വശത്തേക്കു മാറ്റി നിർത്തി.

'അരിഷ്ടനേമീ, കഴിയുമെങ്കിൽ അവരെ കൊല്ലുന്നത് ഒഴിവാക്കണം,' ഹനുമാൻ പിറുപിറുത്തു.

അരിഷ്ടനേമി ഹനുമാനെ ശൂന്യമായി നോക്കി.

'ഞാൻ പറയുന്നതു കേൾക്കൂ...'

'നിങ്ങളവളെ സ്നേഹിച്ചില്ല,' അരിഷ്ടനേമി പറഞ്ഞു. 'പക്ഷേ ഞാൻ സ്നേഹിച്ചു.'

'ആ ലങ്കക്കാർ അവരുടെ ചുമതല നിർവ്വഹിക്കുക മാത്രമാണു ചെയ്തത്.'

'ഞാനെൻറേതു ചെയ്യും.'

'നീ ഇതു ചെയ്യുമെന്ന് സുരസ വിചാരിക്കില്ല.'

'അതു നേരല്ലെന്ന് നിങ്ങൾക്കറിയാം. നിങ്ങൾ കൊല്ലപ്പെട്ടിരുന്നുവെങ്കിൽ സുരസ അവരെ വറുത്തെടുത്തേനേ.'

ഹനുമാൻ ഒന്നും മിണ്ടിയില്ല.

'പ്രണയിക്കാത്ത ഒരാൾക്ക് പ്രണയത്തെ അറിയില്ല. പ്രണയത്തെ അറിയാത്തവർക്ക് പ്രതികാരം ചെയ്യാനും തോന്നില്ല.'

'അരിഷ്ടനേമി, ഞാൻ പറയുന്നതു കേൾക്കു...' ഹനുമാൻ കെഞ്ചി.

'എന്റെയും എന്റെ പ്രതികാരത്തിന്റെയും ഇടയ്ക്കു വരരുത്,' അരിഷ്ടനേമി പറഞ്ഞു. അയാൾ ഹനുമാന്റെ അടുത്തു നിന്ന് നടന്നു നീങ്ങി.

'ഇതു വിചിത്രമാണ്...' ഹനുമാൻ പറഞ്ഞു.

ലങ്കക്കാരുടെ സൈനികർ താമസിക്കുന്ന കെട്ടിടങ്ങളിൽ നിന്ന് ഇരുന്നൂറു മീറ്റർ മാറി മരനിരകൾക്കു പുറകിൽ ഒളിച്ചിരിക്കുകയാണ് ഹനുമാനും അരിഷ്ടനേമിയും. പുലരിയുടെ പ്രകാശം ഇരുട്ടിനെ മായ്ച്ചു കളഞ്ഞിരുന്നു. സൂക്ഷിച്ചു നോക്കിയാൽ നേരിയ നിഴലുകൾ കാണാം,

സൈനികരുടെ വാസസ്ഥലം താറുമാറായി കിടന്നിരുന്നു. ചിതറിക്കിടക്കുന്ന കരിയിലകൾ. കുതിരകളുടെ വിസർജ്യങ്ങൾ. ചെളിവെള്ളക്കുണ്ടുകൾ. രണ്ടു കുതിരകൾ കെട്ടഴിഞ്ഞ് പൂത്തടങ്ങളും മരങ്ങളും തിന്ന് അലഞ്ഞു നടക്കുന്നുണ്ട്.

അരിഷ്ടനേമി ഹനുമാനെ നോക്കി. 'എനിക്ക് ലങ്കയുടെ രീതികൾ അറിയാം. അവരുടെ സൈന്യം നിഷ്ഠുരവും മികച്ച രീതിയിൽ പരിശീലിപ്പിക്കപ്പെട്ടതുമാണ്. അവരുടെ വാസസ്ഥലങ്ങൾ നല്ല അടുക്കും ചിട്ടയുമുള്ളതായിരിക്കും. അവിടെയുള്ള മരങ്ങൾ ഭംഗിക്കു വേണ്ടി മാത്രമുള്ളതല്ല, ഔഷധ ഗുണമുള്ളതാണ്. കുതിരകളെന്തിന് അതു തിന്നണം? എന്താണിതെല്ലാം?'

ഒരു ചെറു സംഘത്തെ കാര്യം തിരക്കാനായി അയയ്ക്കാൻ ഹനുമാൻ തീരുമാനിച്ചു. അയാൾ അവർക്കു നേരെ തിരിഞ്ഞു.

'ആരെയും പെട്ടെന്നയക്കരുത്,' ഹനുമാന്റെ മനസ്സു വായിച്ചതു പോലെ അരിഷ്ടനേമി മന്ത്രിച്ചു.

'എന്താണു കാര്യം?'

പ്രണയത്തിന്റെ പ്രതികാരം തിളച്ചു നിന്നിരുന്ന അരിഷ്ടനേമി പോയ്മറഞ്ഞിരുന്നു. പകരം കൂർമ്മബുദ്ധിയുള്ള മികച്ച സൈനികൻ വെളിച്ചത്തു വന്നു.

'എനിക്കൊരു നിമിഷം തരൂ,' ഒതുക്കത്തിൽ മുന്നോട്ടു നീങ്ങിക്കൊണ്ട് അയാൾ പറഞ്ഞു.

അല്പസമയത്തിനു ശേഷം അരിഷ്ടനേമി ഹനുമാന്റെ അടുത്തേക്ക് തിരക്കിട്ടു വന്നു. അയാളുടെ മുഖത്ത് പരിഭ്രമം വ്യക്തമാണ്.

'കാര്യമെന്താണ്?'

'മഹാമാരി...'

'മഹാമാരിയോ?'

'ഏറെ വർഷങ്ങളായി സിഗിരിയയെ മഹാമാരി പൊതിഞ്ഞിരിക്കുകയാണ്. എന്തോ കാരണത്താൽ അത് ഗോകർണ്ണത്തേക്കും കേതീശ്വരത്തേക്കും പരന്നിരുന്നില്ല. ഇപ്പോൾ അതിവിടെയെത്തിയെന്നു തോന്നുന്നു.'

ഹനുമാൻ ഉൾപ്രേരണയാൽ അകന്നു നിന്നു.

'ഞാൻ അത്രയടുത്തു പോയില്ല. ദൂരത്തു നിന്നേ അതു വ്യക്തമായിരുന്നു...' അരിഷ്ടനേമി പറഞ്ഞു. 'സാധാരണ ലക്ഷണങ്ങൾ കടുത്ത വേദനയും തളർച്ചയും മാന്ദ്യവുമാണ്. പക്ഷേ, ഈയ്യിടുത്ത് ഒരു പുതിയ ലക്ഷണം കൂടി വന്നിട്ടുണ്ട്..നിലയ്ക്കാത്ത ചുമയും ശ്വാസ തടസ്സവും. വിഷമിക്കേണ്ട കാര്യമില്ല-ഈ രോഗത്തിനുള്ള മരുന്ന് മലയപുത്രന്മാരുടെ കയ്യിലുണ്ട്. സൈന്യത്തിനാവശ്യമായതിലും കൂടുതൽ മരുന്ന് നാം കരുതിയിട്ടുമുണ്ട്...'

'എങ്കിൽ കുഴപ്പമില്ല. നമുക്കിവരെ പിടിച്ച് കൂടെ കൊണ്ടു പോകാം. നമ്മുടെ ആശുപത്രികളിലാക്കാം. മലയപുത്രന്മാരുടെ മരുന്ന്...'

അരിഷ്ടനേമി പുറകിലേക്കു തിരിഞ്ഞ് മലയപുത്രന്മാരുടെ തലവന് തിടുക്കത്തിൽ കൈ കൊണ്ട് സൂചനകൾ നൽകുന്നതു കണ്ടപ്പോൾ ഹനുമാൻ നിർത്തി.

ഹനുമാന് പെട്ടെന്നു കാര്യം മനസ്സിലായി, 'അരിഷ്ടനേമീ...വേണ്ട...'

അരിഷ്ടനേമി ഹനുമാനെ നോക്കി. നിശ്ശബ്ദമായ അരിശം കണ്ണുകളിൽ മിന്നിമറഞ്ഞു.

'അവർ അവശരാണ്...അവർക്ക് പ്രതിരോധിക്കാനാകില്ല...ഇത് അധർമ്മമാണ്.'

അരിഷ്ടനേമി വാൾ അരയിൽ നിന്ന് ഊരിയെടുക്കുകയും ശരീരത്തിന്റെ വിവിധ ഭാഗങ്ങളിലെ ഉറകളിൽ വെച്ചിട്ടുള്ള വിവിധ ഇനം കത്തികൾ തപ്പി നോക്കുകയും ചെയ്തു.

ഹനുമാൻ സുഹൃത്തിന്റെ കൈ പിടിച്ചു. 'നീ ഇതിനേക്കാൾ

മികച്ചയാളാണ് അരിഷ്ടനേമീ. അരുത്...എന്നെ തടയാൻ നിർബന്ധിക്കരുത്...'

അരിഷ്ടനേമി ഹനുമാനെ തുറിച്ചു നോക്കി. 'നിങ്ങൾ യാതൊന്നും ചെയ്യില്ല. ഇവിടെ കാത്തിരിക്കും.'

'അരുത്...ചെയ്യരുത്...'

ഞൊടിയിടയിൽ ഇരുന്നൂറോളം മലയപുത്രന്മാർ അരിഷ്ടനേമിക്കു പുറകിൽ നിരന്നു. തങ്ങളുടെ സേനാപതിയിൽ നിന്നുള്ള ഉത്തരവുകൾ അനുസരിക്കുക മാത്രമല്ല മലയപുത്രന്മാർ ചെയ്യുന്നതെന്ന് ഹനുമാന് അറിയാമായിരുന്നു. സുരസ അവർക്കെല്ലാം പ്രിയപ്പെട്ടവളായിരുന്നു, മലയപുത്രന്മാരിലൊരുവൾ. അത് എല്ലാവർക്കും വ്യക്തിപരമായ പകപോക്കലാണ്.

'ഇവിടെ നിൽക്കൂ. നിങ്ങളിതിൽ ഇടപെടേണ്ടതില്ല.'

അരിഷ്ടനേമി വാളു വലിച്ചൂരുകയും സൈനികരെ നോക്കി തലയാട്ടുകയും ചെയ്തു. മലയപുത്രന്മാർ വലിച്ചൂരിയ വാളുകളുമായി മുമ്പോട്ടു കുതിച്ചു.

സുരസയുടെ മരണത്തിന് പകരം ചോദിക്കും.

രക്തത്തിനുള്ള മറുപടി രക്തത്താൽ തന്നെ.

അദ്ധ്യായം 17

'നിങ്ങളുടെ ചെറുപട എവിടെ?'

ഭരതനും ലക്ഷ്മണനും അവരുടെ സുരക്ഷാഭടന്മാരും സുഖകരമായ വാസസ്ഥാനത്ത് സമാധാനപൂർണ്ണമായ ഉറക്കത്തിനു ശേഷം നേരത്തെ എഴുന്നേറ്റിരുന്നു. വണിക്കുകൾ ഗോകർണ്ണത്തിലെ രാവണന്റെ സൗധത്തിന്റെ ഒരു ഭാഗം അയോദ്ധ്യയിലെ രാജകുമാരന്മാർക്ക് നൽകിയിരുന്നു. രാവിലെത്തന്നെ ഗോകർണ്ണത്തിലെ പ്രധാനപ്പെട്ട വണിക്കുകൾ അവരെ കാണാൻ വന്നിട്ടുണ്ട്.

പ്രശംസാവാചകങ്ങളോടെയാണ് വ്യാപാരികൾ കൂടിയാലോചന തുടങ്ങിയത്. ഇരുണ്ട ചക്രവാളത്തിലെ സൂര്യരശ്മികളാണ് ഭരതനും ലക്ഷ്മണനുമെന്ന് അവർ പറഞ്ഞു. ഭാരത ഉപഭൂഖണ്ഡത്തിന്റെ നേരായ ഭരണാധികാരികളായ അവർ വ്യാപാരികളെ മോചിപ്പിക്കും. ഭരതൻ പെട്ടെന്നു തന്നെ ആ പാവനാടകം അവസാനിപ്പിക്കുകയും കാര്യത്തിലേക്കു കടക്കുകയും ചെയ്തു.

നേരം അമൂല്യമാണ്. ഒരു നിമിഷം പോലും കളയാനില്ല.

മണിഗ്രാമയാണ് പരുത്തി, പട്ടു വ്യാപാരികളുടെ പ്രധാന പങ്കാളി. അതാണ് ഗോകർണ്ണത്തിലെ ഏറ്റവും പ്രധാനപ്പെട്ട വണിക്കു സംഘം.

അവൾ ശ്രദ്ധയോടെ ഭരതന്റെ ചോദ്യത്തിന് ഉത്തരം നൽകി, 'ചെറുപടയോ, കുമാരാ?'

ഭാരത ഉപഭൂഖണ്ഡത്തിലെ ഏതാണ്ടെല്ലാ നിർമ്മാതാക്കളും വ്യാപാരികളും വ്യവസായികളും വണിക്കുസംഘങ്ങളായി സംഘടിച്ചു. പ്രത്യേകിച്ചും ഒരേതരം കൈത്തൊഴിലുകളും വ്യാപാരവും ചെയ്യുന്നവർ. താല്പര്യമുള്ളവർ സഹായികളായി വണിക്കുകളുടെ സംഘങ്ങളിൽ

കയറിപ്പറ്റുകയും അവർ സംഘത്തിനു വേണ്ടിയുണ്ടാക്കുന്ന ലാഭത്തിന്റെ അടിസ്ഥാനത്തിൽ കാര്യക്കാരും പിന്നീട് കപ്പിത്താന്മാരും ഒടുക്കം വ്യാപാര പങ്കാളികളുമായി മാറുകയും ചെയ്യു. രണ്ടു വർഷത്തിലൊരിക്കൽ അഞ്ച് പ്രധാന വ്യാപാര പങ്കാളികളെ തിരഞ്ഞെടുക്കും. ആർക്കും തുടർച്ചയായി രണ്ടു പ്രാവശ്യത്തിൽ കൂടുതൽ ആ സ്ഥാനം വഹിക്കാനാകില്ല.

സംഘത്തിലെ ഓരോരുത്തർക്കും ലാഭത്തിന്റെ നിശ്ചിത വിഹിതം കിട്ടും, സംഘത്തിന്റെ കണക്കുകൾ പൊതുവായി കാര്യാലയങ്ങളിൽ സൂക്ഷിച്ചിരിക്കും. എതംഗത്തിനും അതെപ്പോൾ വേണമെങ്കിലും പരിശോധിക്കാം. കൂടുതൽ ലാഭം കിട്ടിയാൽ കൂടുതൽ ലാഭവിഹിതം ഓരോരുത്തർക്കും കിട്ടുമെന്നതിനാൽ തന്നെ ലാഭമുണ്ടാക്കുന്നതിലായിരിക്കും എല്ലാവരുടെയും ശ്രദ്ധ.

'അതെ,' ഭരതൻ പറഞ്ഞു. 'നിങ്ങളുടെ വണിക്കുസംഘത്തിന് തീർച്ചയായും ചെറുപട കാണും. ചെലവു കൂടിയ ലങ്കയുടെ സൈന്യത്തെ നിങ്ങൾ ആശ്രയിക്കാൻ ഇടയില്ല. കൂടാതെ നിങ്ങളുടെ സംഘം വലുതുമാണ്.' തിരിച്ചും പ്രശംസിക്കുന്നത് ചിലപ്പോൾ ഗുണകരമാകും. 'എവിടെ നിങ്ങളുടെ സൈനികർ?'

മണിഗ്രാമ തന്റെ വ്യാപാര പങ്കാളികളെ നോക്കി. എല്ലാവരും അതിസൂക്ഷ്മമായി തലയാട്ടി. അയോദ്ധ്യക്കാരോട് കള്ളം പറയുന്നത് നല്ലതാകാൻ വഴിയില്ല.

'രാജകുമാരാ,' മണിഗ്രാമ പറഞ്ഞു, 'ഞങ്ങളുടെ സൈന്യത്തെ നിയന്ത്രിക്കുന്നത് ചക്രവർത്തി...അതായത് ദുഷ്ടനായ രാവണനാണ്. ഇവിടെ ഞങ്ങൾക്ക് സൈനികരൊന്നുമില്ല.'

ഭരതൻ മണിഗ്രാമയുടെ കണ്ണുകളിലേക്കു നോക്കി. അവൾ കള്ളം പറയുകയല്ല. പക്ഷേ അയാൾക്ക് അവരെ വിശ്വസിക്കാനും കഴിഞ്ഞില്ല.

'നിങ്ങളുടെ നൗകകൾ...' ഭരതൻ ചോദിച്ചു.

'കുമാരാ?'

'അതെല്ലാം ഞങ്ങൾക്കു വേണം.'

'പക്ഷേ...' മണിഗ്രാമ സൗമ്യമായി പറഞ്ഞു. 'കുമാരാ, മഹാവേലി ഗംഗ നിറഞ്ഞു കിടക്കുകയാണ്. കപ്പൽച്ചാലിൽ ആവശ്യത്തിനു വെള്ളമുള്ളതു കൊണ്ട് നിങ്ങളുടെ കപ്പലുകളിൽ തന്നെ മുമ്പോട്ടു നീങ്ങാമല്ലോ. ഞങ്ങളുടെ ചെറു നൗകകൾ നിങ്ങൾക്ക് ആവശ്യം വരില്ല. സിഗിരിയയിലെ നാവികസേനയുടെ നൗകകളെ നിങ്ങളുടെ കപ്പലുകൾക്ക് നശിപ്പിക്കാനാകും.'

ഭരതന് ആ വ്യാപാരിയുടെ യുദ്ധതന്ത്ര വിജ്ഞാനത്തിൽ മതിപ്പ

തോന്നി. അവൾ പറഞ്ഞതു നേരാണ്. പക്ഷേ ഭാഗികമായി മാത്രം. അയാളുടെ കപ്പലുകൾക്ക് മുമ്പോട്ടു പോകാം. പക്ഷേ ഓങ്കയാറയിലെ നദീദുർഗ്ഗത്തിലെത്തുമ്പോൾ കാര്യങ്ങൾ ബുദ്ധിമുട്ടാകും. ആ നിർണ്ണായക സമയത്ത് വ്യാപാരികളുടെ നദീനൗകകൾ പ്രയോജനപ്പെടും. ദുർഗ്ഗം തകർത്തു കഴിഞ്ഞാൽ കപ്പലുകൾക്ക് വീണ്ടും മുമ്പോട്ടു നീങ്ങാം.

വണിക്കുകളുടെ നൗകകളെ അയാൾ ആഗ്രഹിച്ചത് മറ്റൊരു കാരണം കൊണ്ടു കൂടിയായിരുന്നു. മഹാവേലി ഗംഗയിലൂടെ മുമ്പോട്ടു നീങ്ങുമ്പോൾ പുറകിൽ നിന്നാക്രമിക്കാൻ പാകത്തിൽ ഗോകർണ്ണത്ത് കപ്പലുകൾ അവശേഷിക്കരുത്. ചില വണിക്കുസംഘങ്ങൾ രാവണനോട് കൂറുള്ളതാകാം. അയോദ്ധ്യക്ക് ഉപയോഗിക്കാൻ കഴിയാത്ത വണിക്കുനൗകകൾ നശിപ്പിക്കുന്നതും ജാഗ്രതയുടെ ഭാഗമാണ്.

യുദ്ധത്തിൽ നാം മികച്ചതിനു വേണ്ടി ആശിക്കുകയും മോശപ്പെട്ടതിനു തയ്യാറെടുക്കുകയും വേണം.'സൈനിക ഉപദേശത്തിനു നന്ദി,' ഭരതൻ പറഞ്ഞു. 'എങ്കിലും എനിക്ക് നിങ്ങളുടെ കപ്പലുകൾ ആവശ്യമുണ്ട്. എല്ലാ കപ്പലുകളും നൗകകളും. കടലിൽ പോകുന്നവയും നദിയിൽ ഉപയോഗിക്കുന്നവയും.'

'ഉം...'

മണിഗ്രാമ തന്റെ കൂട്ടുകാരെ നോക്കി. എല്ലാവരും ഇരിപ്പിടങ്ങളിൽ അസ്വസ്ഥതയോടെ ഇളകുന്നുണ്ട്. ചിലർ അവളെ നോക്കുന്നുമുണ്ട്. മറ്റു ചിലരാകട്ടെ തറയിൽ മിഴിയുറപ്പിച്ചിരുന്നു.

ഭരതന് കാര്യം മനസ്സിലായി. അയോദ്ധ്യയും സപ്തസിന്ധുവും വ്യാപാരികളെ പുച്ഛിക്കുന്നവരാണ്. അടിസ്ഥാനപരമായി വ്യാപാരിയായ രാവണനെ പോലെയല്ല സപ്തസിന്ധുവിലെ രാജാക്കന്മാർ. അവർക്ക് വ്യാപാരികളുടെ സ്വത്തവകാശങ്ങളെ ബഹുമാനമില്ല. അതു കൊണ്ടു തന്നെ കപ്പലുകൾക്ക് ന്യായമായ വില കിട്ടില്ലെന്ന് അവർ പേടിക്കുന്നുണ്ടാകും.

'നിങ്ങളുടെ കപ്പലുകൾക്കെല്ലാം ഞാൻ ന്യായമായ വില തരും.' അയാൾ പറഞ്ഞു.

മണിഗ്രാമയുടെ മുഖം തെളിഞ്ഞു. പ്രതികരിക്കാൻ അവൾക്ക് കൂട്ടാളികളുടെ മുഖത്തു നോക്കേണ്ട കാര്യമേയില്ല.

'ഞങ്ങൾക്ക് കപ്പൽ തരുന്നതിലും സന്തോഷമേയുള്ളൂ.'

ഭരതൻ തലയാട്ടി, 'നന്ദി.'

'യഥാർത്ഥത്തിൽ,' കൂടുതൽ ലാഭത്തിനുള്ള അവസരം മണത്ത മണിഗ്രാമ പറയാൻ ആരംഭിച്ചു, 'ഈ ഇടപാടിനോ മറ്റേതെങ്കിലും ഇടപാടിനോ അയോദ്ധ്യയുടെ ഖജനാവിൽ പണം തികയാതെ

വരികയാണെങ്കിൽ പട്ടുവ്യാപാരികളുടെ സംഘത്തിന് കടം തരാൻ സന്തോഷമേയുള്ളൂ. സപ്ത സിന്ധുവിൽ ഈടാക്കുന്നതിനേക്കാൾ കുറവാണ് ഞങ്ങളുടെ പലിശ നിരക്കുകൾ.'

ഭരതൻ അല്പം വ്യസനത്തോടെ ചിരിച്ചു. ലങ്കയിലെ വ്യാപാരികൾ പണ്ടേ വൻ ലാഭമുണ്ടാക്കുന്നവരാണ്. വലിയ നിധിയുടെ മുകളിലിരിക്കുന്ന അവർ തങ്ങളുടെ പണം കടം കൊടുക്കാൻ ആരംഭിച്ചിരിക്കുകയാണ്. അവർ പരമ്പരാഗത പലിശക്കാരുടെ ഇടത്തിലേക്ക് ഇടിച്ചു കയറുകയാണ്. പണത്തിന്റെ സമൃദ്ധിയുള്ളതിനാൽ അവർ കുറഞ്ഞ പലിശനിരക്കാണ് ഈടാക്കുന്നത്. എന്നാൽ വ്യാപാരികളെയും കച്ചവടക്കാരെയും മാനിക്കാത്ത സപ്ത സിന്ധുവിൽ പലിശ നിരക്ക് ഭീമമാണ്. പക്ഷേ, ഭരതൻ പണം പലിശക്കെടുത്തു കഴിഞ്ഞിരുന്നു. ഇനി പറഞ്ഞിട്ടു കാര്യമില്ലല്ലോ.

അയാൾ വിനയത്തോടെ ആ സഹായം നിരസിച്ചു.

മണിഗ്രാമ സന്തോഷത്തോടെ പുഞ്ചിരിച്ചു, 'അപ്പോൾ നമ്മുടെ കൂടിയാലോചന കഴിഞ്ഞെന്നു തോന്നുന്നു.'

'തീർച്ചയായും.'

'നന്ദി, കുമാരാ,' എഴുന്നേറ്റു കൊണ്ട് മണിഗ്രാമ പറഞ്ഞു. 'നിങ്ങൾ നീതിമാനും ന്യായമുള്ളവനുമാണ്. ഒരു സപ്ത സിന്ധു രാജകുടുംബാഗത്തിൽ നിന്ന് ഞാനിതു പ്രതീക്ഷിച്ചില്ല.'

'ഞങ്ങൾ മർക്കടമുഷ്ടിക്കാരല്ല,' ഭരതൻ പറഞ്ഞു, 'ബുദ്ധിശൂന്യരുമല്ല. നമ്മുടെ നാടിനു വേണ്ടി ധനമുണ്ടാക്കുന്നവരാണ് വ്യാപാരികൾ എന്നെനിക്കറിയാം.'

മണിഗ്രാമ തന്റെ വികാരങ്ങൾ നിയന്ത്രിച്ചു. സപ്തസിന്ധുവിലെ രാജകുടുംബാഗങ്ങളിൽ നിന്ന് അത്തരം ആദരവ് പതിവില്ല. അവൾ പുഞ്ചിരിയോടെ കൈ കൂപ്പി, 'ലക്ഷ്മീദേവി അങ്ങേയ്ക്ക് വിജയവും പുകളും തരട്ടെ, കുമാരാ.'

'നന്ദി,' കൈകൂപ്പിക്കൊണ്ട് ഭരതനും പറഞ്ഞു.

അല്പം ശങ്കിച്ചതിനു ശേഷം മണിഗ്രാമ കൂട്ടിച്ചേർത്തു, 'അങ്ങേയ്ക്ക് ഞങ്ങളെ വിശ്വസിക്കാം, കുമാരാ...ചക്രവർത്തി രാമനും ലക്ഷ്മണ കുമാരനും കപ്പലിൽ തന്നെ തങ്ങണമെന്നില്ല. അവർക്ക് കരയിലേക്കു വരാം.'

ഭരതൻ സൗമ്യമായി പറഞ്ഞു.' അയോദ്ധ്യയുടെ രാജകീയ യാനമാണത്. തീർച്ചയായും അത് സുഖകരമാണ്.'

മണിഗ്രാമ പുഞ്ചിരിച്ചു. രാജാവിന്റെ ജീവൻ ആപത്തിലാക്കാൻ കഴിയില്ലെന്നാണ് ഭരതൻ പറഞ്ഞു വെച്ചത്. പക്ഷേ, അതയാൾ

മാന്യതയോടെ ധ്വനിപ്പിച്ചു. അവളുടെ അഭിമാനത്തെ വ്രണപ്പെടുത്തിയതുമില്ല. മാന്യനായ മനുഷ്യൻ.

'എങ്കിൽ വിട ചോദിക്കുന്നു,' കുനിഞ്ഞു വണങ്ങി മണിഗ്രാമ പറഞ്ഞു.

ഭരതൻ പതിയെ തലയാട്ടുകയും കൈ കൂപ്പുകയും ചെയ്തു.

മണിഗ്രാമയും പ്രതിനിധി സംഘത്തിലെ മറ്റുള്ളവരും തിരിച്ചു പോയി.

ഭരതൻ ലങ്കക്കാർ പോകാൻ കാത്തിരിക്കുകയും ലക്ഷ്മണനു നേരെ തിരിയുകയും ചെയ്തു. 'ഇനി നമുക്ക് രാജ്യദ്രോഹിയെ കാണണം.'

'ഉറപ്പാണോ, ദാദാ?' ലക്ഷ്മണൻ ചോദിച്ചു. 'സ്വന്തം ജ്യേഷ്ഠനെ ഒറ്റുകൊടുക്കുന്ന ഒരാളെ നമുക്ക് വിശ്വസിക്കാമോ?

'തീർച്ചയായും വിശ്വസിക്കാനാകില്ല,' ഭരതൻ പറഞ്ഞു. 'പക്ഷേ, നമുക്കയാളെ ഉപയോഗിക്കാനാകും. നീ നഗരത്തിനു ചുറ്റുമുള്ള കുന്നുകളുടെ ഉച്ചികളിൽ നിരീക്ഷണത്തിന് ആളെ നിർത്തിയോ?'

'ഉവ്വ്, ദാദാ. ചെയ്തു കഴിഞ്ഞു. കരയിൽ നിന്ന് ലങ്കക്കാരുടെ മിന്നലാക്രമണത്തെ കുറിച്ച് മുന്നറിയിപ്പു നല്കാനുള്ള സംവിധാനവും അവിടെ ഏർപ്പെടുത്തിയിട്ടുണ്ട്. നമ്മുടെ കപ്പലുകൾ ഇവിടെ നിന്ന് അകലെയല്ല. രാവണൻ എന്തെങ്കിലും കുതന്ത്രമൊപ്പിച്ചാൽ പെട്ടെന്നു തന്നെ നമുക്ക് രക്ഷപ്പെടാൻ കഴിയും.'

ഭരതൻ തലയാട്ടി. അയാളൊരു ശ്രദ്ധാലുവായ സൈന്യാധിപനാണ്. 'എങ്കിൽ നല്ലത്. ഇപ്പോൾ ഒരു സന്ദേശവാഹകനെ പറഞ്ഞയച്ച് ആ കുലദ്രോഹിയെ കൊണ്ടു വരൂ.'

'യാത്ര ചോദിക്കാനാണ് ഞങ്ങൾ വന്നത്, കുമാരീ. പോകാനുള്ള നേരമായി,' രാവണൻ സീതയോടു പറഞ്ഞു.

യുദ്ധവേഷത്തിൽ സീതയെ കാണാൻ അശോകവനത്തിലേക്ക് വന്നതായിരുന്നു രാവണനും കുംഭകർണ്ണനും-കറുത്ത നിറമുള്ള കച്ചയും അംഗവസ്ത്രവും. അംഗവസ്ത്രം മുഖംമൂടി പോലെ മൂക്കും വായയും മൂടിയിരുന്നു. പ്രാതൽ കഴിച്ചു തീർത്ത സീതയെ അല്പം വിട്ടുനിന്നു അവർ.

സീത നെറ്റി ചുളിച്ചു. അവൾ ആ വാർത്ത അപ്പോഴും കേട്ടിരുന്നില്ല. തലേന്നു മാത്രമാണ് മഹാമാരി പരന്ന കാര്യം ലങ്കക്കാർ തിരിച്ചറിഞ്ഞത്.

കുംഭകർണ്ണൻ പുറകിൽ നിന്ന വൈദ്യന്റെ നേരെ തിരിഞ്ഞു. അയാളും അംഗവസ്ത്രം കൊണ്ട് വായയും മൂക്കും മൂടിയിട്ടുണ്ട്. മുതുകിൽ വലിയൊരു ഭാണ്ഡം തൂക്കിയിട്ടിട്ടുണ്ട്.

സീത ഉൾപ്രേരണയാൽ പുറകോട്ടു മാറി.

'എന്താണിതെല്ലാം?'

'മാറിനില്ക്ക്,' രാവണൻ വൈദ്യനോട് ഉത്തരവിട്ടു.

വൈദ്യൻ ഏതാനും അടി പുറകോട്ടു വെച്ചു.

'കാതകലത്തിനപ്പുറം.' രാവണൻ ചീറ്റി.

വൈദ്യൻ വീണ്ടും ഏതാനും ചുവടുകൾ പുറകോട്ടു വെച്ചു.

രാവണൻ സീതയെ നോക്കി. 'ഇതു നിങ്ങളുടെ സുരക്ഷക്കു വേണ്ടിയാണ്, കുമാരീ.'

'എന്തിൽ നിന്ന്?'

'കുമാരീ, നമ്മളെ വീണ്ടും മഹാമാരി ആക്രമിച്ചിരിക്കുന്നു,' കുംഭകർണ്ണൻ പറഞ്ഞു. 'ഇത് വിനാശകരമാണ്. പ്രായമായവരെയാണ് ഇത് കഠിനമായി ബാധിക്കുന്നത്.'

'നമുക്കിപ്പോൾ മലയപുത്രന്മാരിൽ നിന്ന് ആവശ്യത്തിന് ഔഷധം ലഭിച്ചിട്ടുണ്ട്,' രാവണൻ പറഞ്ഞു. 'പക്ഷേ, സൈനികർക്ക് മുൻഗണന നൽകേണ്ടി വരും. നിങ്ങൾക്കും. ശ്വസിക്കാൻ പോലുമായില്ലെങ്കിൽ സൈനികർക്ക് പോരാടാനാകില്ലല്ലോ. അകാലത്തിൽ നിങ്ങളെ മരിക്കാനനുവദിച്ചാൽ എനിക്ക് പിതൃലോകത്തിൽ വേദവതിയെ അഭിമുഖീകരിക്കാനാകില്ല.'

സീത ഭീതിയോടെ പുറകോട്ടു നീങ്ങി. 'നിങ്ങളുടെ പ്രാഥമികമായ ഉത്തരവാദിത്വം നിങ്ങളുടെ പ്രജകളോടാണ്.'

'അവർക്ക് ആദ്യത്തെ തവണ കൊടുക്കാനുള്ള ഔഷധം നമ്മുടെ കൈവശമുണ്ട്,' സീതയിൽ നിന്ന് ഈ എതിർപ്പ് പ്രതീക്ഷിച്ച രാവണൻ പറഞ്ഞു. 'രണ്ടാഴ്ച കഴിഞ്ഞ് പ്രജകൾക്ക് അടുത്ത വട്ടം മരുന്നു കൊടുക്കണം. അപ്പോഴേക്കും നിങ്ങൾ കൂടുതൽ മരുന്നു തരാൻ വസിഷ്ഠഗുരുവിനെ സ്ഥിതിഗതികൾ ബോധ്യപ്പെടുത്തണം. അതിന് നിങ്ങൾ ജീവിച്ചിരിക്കണം.'

'എന്താണ് ഈ മഹാമാരി ലങ്കയെ വിടാതെ ആക്രമിക്കുന്നത്? ഭാരതത്തിൽ വേറൊരിടത്തും ഇതിങ്ങിനെ സംഭവിക്കുന്നില്ലല്ലോ'

'എന്റെ അടുത്ത ജന്മത്തിൽ അതിനെ കുറിച്ച് പഠിക്കാമെന്നു തോന്നുന്നു. ഇപ്പോൾ നിങ്ങൾ ജീവനോടെ ഇരിയ്ക്കേണ്ടതുണ്ട്. ആ മരുന്നു കഴിയ്ക്കൂ.'

സീത പുഞ്ചിരിയോടെ തലയാട്ടി.

കുംഭകർണ്ണൻ പുറകോട്ടു തിരിഞ്ഞ് വൈദ്യനോടു മുമ്പോട്ടു വരാൻ ആംഗ്യം കാട്ടി.

വൈദ്യൻ മുമ്പോട്ടു വരാൻ തുടങ്ങി.

'വേഗം, വേഗം, വേഗം,' രാവണൻ വിരൽ ഞൊടിച്ചു.

വൈദ്യൻ ഓട്ടം തുടങ്ങി. അയാൾ അടുത്തെത്തിയപ്പോൾ രാവണൻ പരിഹസിച്ചു, 'അടുത്ത മഴക്കാലത്തെ കാത്തിരിക്കുകയാണോ?'

'ക്ഷമിക്കണം, തിരുമനസ്സേ.'

'മരുന്ന് വേഗം രാജകുമാരിയ്ക്കു കൊടുക്കൂ.'

വൈദ്യൻ മരുന്നുകൂട്ട് തയ്യാറാക്കി വെച്ചിട്ടുണ്ട്. അയാൾ വേഗത്തിൽ ഭാണ്ഡം തുറന്ന് ഒരു ഡപ്പിയെടുത്തു. വൃത്തിയുള്ള കരണ്ടിയെടുത്ത് മരുന്ന് സീതയ്ക്ക് നീട്ടി. സീത ആ കയ്പ്പുള്ള മരുന്ന് വിഴുങ്ങിയയുടനെ വൈദ്യൻ ഡപ്പിയടച്ചു. മരുന്നുകൂട്ട് പഞ്ചഭൂതങ്ങൾക്കു മുമ്പിൽ തുറന്നു വെക്കാൻ പാടില്ല.

'ച്യവനമഹർഷിക്ക് പ്രണാമം,' വൈദ്യൻ പിറുപിറുത്തു.

പുരാതന കാലത്ത് ച്യവനമഹർഷിയാണ് മലയപുത്രന്മാരുടെ ആ മരുന്നുണ്ടാക്കിയതെന്നാണ് കേട്ടുകേൾവി. അദ്ദേഹത്തിന്റെ സ്മരണാർത്ഥം പലപ്പോഴുമാ മരുന്നിനെ ച്യവനപ്രാശം എന്നു വിളിക്കാറുണ്ട്.

'ച്യവനമഹർഷിക്ക് പ്രണാമം,' എല്ലാവരും ആവർത്തിച്ചു.

'മരുന്നിവിടെ വെച്ചിട്ടു പോകൂ,' കുംഭകർണ്ണൻ വൈദ്യനോടു പറഞ്ഞു.

അയാളത് പെട്ടെന്നുതന്നെ മേശപ്പുറത്തു വെച്ചിട്ട് സീതയ്ക്കു നേരെ തിരിഞ്ഞു, 'ഈ മരുന്ന് കുമാരി ദിവസത്തിൽ–'

സീത തല കുനിച്ച് വണങ്ങി. 'എനിക്ക് കഴിക്കേണ്ട വിധമറിയാം. ഉപകാരത്തിനു നന്ദി.'

വൈദ്യൻ പുഞ്ചിരിയോടെ പുറകിലേക്കു നീങ്ങി.

രാവണൻ അയാളുടെ ചലനങ്ങൾ ശ്രദ്ധിച്ചു. അയാൾ പെട്ടെന്ന് വെട്ടിത്തിരിയുകയും ദൂരെക്കു മാറുകയും ചെയ്തു. കാതകലത്തിനപ്പുറം.

'ഈ മരുന്ന് നഗരത്തിലുള്ളവർക്കെല്ലാം ലഭ്യമാക്കണം, കുമാരീ,' കുംഭകർണ്ണൻ പറഞ്ഞു. 'നിങ്ങളുടെ ആവശ്യം വസിഷ്ഠൻ നിരാകരിക്കില്ല.'

“തീർച്ചയായും,' സീത പറഞ്ഞു. 'നിങ്ങളുടെ പ്രജകൾ ഈ രോഗം കൊണ്ടു മരിക്കില്ല.'

കുംഭകർണ്ണൻ പുഞ്ചിരിച്ചു. 'നിങ്ങൾ വാക്കു പാലിക്കുമെന്ന് എനിക്കറിയാം.'

'എനിക്ക് മറ്റൊരു അപേക്ഷ കൂടിയുണ്ട്,' രാവണൻ പറഞ്ഞു.

'പറയൂ,' സീത പറഞ്ഞു.

'ഞാനെന്റെ മകനെ എന്റെ അമ്മാവൻ മാരീചനോടൊപ്പം ബാലിയിലേക്കു പറഞ്ഞയച്ചു. ഒരു വ്യാപാര തർക്കം പരിഹരിക്കാനാണെന്നാണ് അവരോടു പറഞ്ഞത്...' മകനെയും അമ്മാവനെയും പറ്റിച്ച് അവരുടെ ജീവന് രക്ഷിക്കാനായതിൽ

സ്വയം മതിപ്പ തോന്നിയ രാവണൻ പുഞ്ചിരിച്ച. 'അവർ ഏതാനും ആഴ്ചകൾക്കള്ളിൽ തിരിച്ച വരും. എല്ലാം അപ്പോഴേക്കും കഴിഞ്ഞിരിക്കും. നിങ്ങളുടെ ഭർത്താവായ രാമൻ ലങ്കയിലെ സിംഹാസനത്തിലേക്ക് ഇന്ദ്രജിത്തിന്റെ ആരോഹണം തടയില്ലെന്ന് നിങ്ങൾ ഉറപ്പ വരുത്തണം. അവനൊരു നല്ല രാജാവാകും.'

ഇന്ദ്രജിത്ത് ബാലിയ്ക്ക പോയെന്നത് അസംഭവ്യമാണെന്ന് സീതയ്ക്ക് തോന്നി. രാവണന്റെ കൂടെ അയാൾ പോരാടും. അയാൾക്ക് കുലീനമായ മരണമല്ല, യുദ്ധത്തിലെ വിജയമായിരിക്കും ആഗ്രഹം. യുദ്ധത്തെ അതിജീവിച്ചാൽ കഴിവുറ്റവനും ധർമ്മനിരതനുമായ ആ മകൻ ലങ്കയുടെ രാജാവാകുമെന്ന് അവൾ ഉറപ്പ വരുത്തും.

'ഞാൻ ഉറപ്പ തരുന്നു, രാവണാ,' സീത പറഞ്ഞു.

'എന്റെ മകന് ഈ കത്തു നൽകണം,' മുദ്ര വെച്ച തുകൽച്ചുരുൾ സീതയ്ക്ക നീട്ടി രാവണൻ പറഞ്ഞു.

'തീർച്ചയായും,' കത്ത് സ്വീകരിച്ച കൊണ്ട് സീത പറഞ്ഞു.

രാവണൻ പുഞ്ചിരിച്ച. കൂടുതലൊന്നും പറയാനില്ല. വിടയല്ലാതെ. അന്തിമമായ വിട.

'നിങ്ങളിന്ന പോകുകയാണോ?' സീത ചോദിച്ച.

'ഏതാനും മണിക്കൂറുകൾക്കള്ളിൽ തന്നെ,' രാവണൻ പറഞ്ഞു. 'നിങ്ങളുടെ ഭർത്താവും സൈന്യവും ഗോകർണ്ണത്തെത്തിയിട്ടുണ്ട്. ഏതാനും ദിവസങ്ങൾക്കള്ളിൽ ഓങ്കയാറയിലെത്തും.'

സീത തലയാട്ടി. അത് രാവണനും കുംഭകർണ്ണനുമായുള്ള അവസാനത്തെ കൂടിക്കാഴ്ചയായിരിക്കാം. അവരുമായുള്ള സംഭാഷണങ്ങൾ സീത ആസ്വദിച്ചിരുന്നു. തന്റെ പെറ്റമ്മയെകുറിച്ച് സീത കൂടുതൽ അറിഞ്ഞു, ഏറെ കാര്യങ്ങൾ പഠിച്ച. അവരുടെ ഇടയിൽ സൗഹൃദത്തിന്റെ കണ്ണികൾ ഉടലെടുത്തിരുന്നു.

അവൾ കൈ കൂപ്പി വണങ്ങി, രാവണനെ നോക്കി തലകുനിച്ച.

രാവണൻ പുഞ്ചിരിക്കുകയും ദൂരെ നിന്ന് വലതു കൈ ഉയർത്തുകയും ചെയ്തു. 'എന്നും സൗഭാഗ്യവതിയായിരിക്കട്ടെ.'

അവളുടെ ഭർത്താവിനോട് പോരാടാൻ ഒരുങ്ങുന്ന ഒരാളുടെ ചുണ്ടുകളിൽ നിന്നാകുമ്പോൾ ആ പരമ്പരാഗത ആശീർവാദം ഉദാരമാണ്.

അയാൾ ജീവിച്ചത് മോശമായിട്ടായിരിക്കാം. പക്ഷേ, അന്തസ്സോടെ മരിക്കും.

'നമസ്കാരം, കുമാരാ,' വിഭീഷണൻ പോഷിപ്പിച്ചെടുത്ത ആത്മവിശ്വാസത്തോടെ സഭയിലേക്ക് കടന്നു വന്നു. ഭരതനും ലക്ഷ്മണനും അയാളെ കാത്തിരിക്കുകയാണ്.

'നമസ്തേ, ആരാധ്യനായ വിഭീഷണാ,' മയക്കുന്ന ചിരിയോടെ ഭരതൻ പറഞ്ഞു.

സൈനികരോട് പുറത്തു കാത്തു നിൽക്കാൻ ഭരതൻ ആംഗ്യം കാട്ടി. അവർ അയോദ്ധ്യാ രാജകുമാരനെ വണങ്ങി പുറത്തേക്കു പോയി. വിഭീഷണനും അവരും തനിച്ചായി.

വീഭീഷണൻ സൗഹൃദച്ചിരിയോടെ ലക്ഷ്മണനെ നോക്കി കൈ കൂപ്പി. 'ഈ കൂടിക്കാഴ്ച നടക്കുന്നത് മുമ്പത്തേതിനേക്കാൾ ആകസ്മികമായ സാഹചര്യങ്ങളിലാണ്, ലക്ഷ്മണ കുമാരാ.'

അതിനു മുമ്പ് അവർ പഞ്ചവടിയിൽ വെച്ചു കാണുകയും കാര്യങ്ങൾ കത്തി ഉപയോഗിച്ചുള്ള പോരാട്ടത്തിലേക്ക് വഴുതിവീഴുകയും ചെയ്തിരുന്നു. ആ സംഭവപരമ്പരയാണ് യുദ്ധത്തിലേക്ക് ആത്യന്തികമായി നയിച്ചതെന്ന് ലക്ഷ്മണനു ബോധ്യമുണ്ട്. പഞ്ചവടിയിൽ എന്തു തന്നെ സംഭവിച്ചാലും യുദ്ധം ഒഴിവാക്കാനാകാത്തതായിരുന്നു എന്ന് അയാൾക്ക് ചിന്തിച്ചെടുക്കാനായില്ല.

ലക്ഷ്മണൻ മുരളുകയും നിരുത്സാഹത്തോടെ കൈ കൂപ്പുകയും ചെയ്തു.

വിഭീഷണൻ ആ അപമാനം കണ്ടില്ലെന്നു നടിച്ച് ഭരതന്റെ നേർക്കു തിരിഞ്ഞു. 'നീതിമാനായ രാജാവ് രാമൻ ഇവിടെ വരില്ലേ, ഭരതകുമാരാ?'

'നിങ്ങൾക്ക് ഞങ്ങളോട് ആദ്യം സംസാരിക്കാമല്ലോ,' ഭരതൻ കർണ്ണാനന്ദകരമായ സ്വരത്തിൽ ചോദിച്ചു. 'എന്നിട്ട് അനന്തരനടപടികൾ ചർച്ച ചെയ്യാം. '

'നിങ്ങളുടെ സേനാപതിയെ ഞാൻ കൊല്ലാനുദ്ദേശിക്കുന്നില്ല, ഭരതകുമാരാ,' ആത്മാനന്ദത്തിൽ നെഞ്ചു വിരിച്ച വിഭീഷണൻ ദുർബ്ബലമായി തമാശ പറയാൻ ശ്രമിച്ചു.

ഭരതൻ പരിഹാസച്ചിരി മറച്ചു വെച്ചു. രാമനെ ശരിക്കും കൊല്ലാമെന്നാണ് ഈ വിദൂഷകൻ കരുതുന്നത്.

ഒരു വിഡ്ഢിയെ അയാളുടെ വിഡ്ഢിത്തരത്താൽ നേരിടരുത്. അത് അഹംഭാവത്തിന്റെയും ഉപകാരമില്ലാത്ത പ്രതിപ്രവർത്തനങ്ങളുടെയും നിര തന്നെ തൊടുത്തു വിടും. അയാളുടെ ബുദ്ധിയെ പുകഴ്ത്തുകയും അഹംഭാവത്തെ പൊലിപ്പിക്കുകയും ചെയ്യുന്നത് ഗുണകരമാകും.

'ഞങ്ങൾ നിങ്ങളെ പൂർണ്ണമായും വിശ്വസിക്കുന്നു, വിഭീഷണ

കുമാരാ,' ഭരതൻ പറഞ്ഞു. 'പക്ഷേ, ഞങ്ങൾക്ക് നിങ്ങളുടെ ഭയാനകമായ ധീരതയുമറിയാം. ജാഗ്രത കുറയ്ക്കുന്നതു ബുദ്ധിയല്ലല്ലോ. ചതുരംഗക്കളിയിൽ രാജാവ് സംരക്ഷിക്കപ്പെടണം.'

'എനിക്ക് മനസ്സിലാകുന്നുണ്ട്, ഭരത കുമാരാ. ചിലപ്പോൾ നിങ്ങളുടെ അവസ്ഥയിൽ ഞാനും ഇതു തന്നെ ചെയ്തേനേ.'

'നന്ദി, കുമാരാ,' ഭരതൻ പറഞ്ഞു. 'എന്തോ വിവരം കൈമാറാനുണ്ടെന്ന് താങ്കൾ സന്ദേശമയച്ചിരുന്നല്ലോ.'

വിഭീഷണൻ സ്വന്തം ബുദ്ധിയിൽ മതിപ്പോടെ പുഞ്ചിരിച്ചു. 'വിവരം മാത്രമല്ല...ഞാൻ സഹായിക്കാൻ കൂടിയാണ് വന്നത്.'

ലക്ഷ്മണന് തന്റെ സന്തോഷമടക്കാനായില്ല. ഈ കഴിവു കെട്ടവൻ തന്റെ പ്രബലനായ സഹോദരനെതിരെ ഞങ്ങളെ സഹായിക്കും, ഇല്ലേ?

പക്ഷേ, മിണ്ടാതിരിക്കാൻ ഭരതൻ അയാൾക്ക് കർശനമായ നിർദ്ദേശം നൽകിയിട്ടുണ്ട്.

'സഹായമോ?' ഉത്കണ്ഠ അഭിനയിച്ചു കൊണ്ട് ഭരതൻ ചോദിച്ചു.

'ചിലപ്പോൾ കൂടുതൽ മികച്ച വാക്ക് "ഇടപാട്" എന്നായിരിക്കും.'

'അതെ, അതെ, സമന്മാർക്കിടയിലെ ഇടപാട്.'

'തീർച്ചയായും,' അല്പം കൂടി നെഞ്ചു വിരിച്ചു കൊണ്ട് വിഭീഷണൻ പറഞ്ഞു. 'ന്യായമായ ഒരു ഇടപാട്. നിങ്ങളുടെ സഹോദരനായ രാമന് വിജയം, ലങ്കയുടെ സിംഹാസനം എനിക്ക്.'

ഭരതൻ പുഞ്ചിരിച്ചു. 'ന്യായമാണെന്നു തോന്നുന്നു. ധീരവും. പക്ഷേ താങ്കളെന്താണ് വാഗ്ദാനം ചെയ്യുന്നത്? നിങ്ങളെ കൂടാതെ...'

വിഭീഷണൻ അഭിമാനം തുളുമ്പുന്ന ചിരിയോടെ ലക്ഷ്മണനെ നോക്കി. അയാൾ വീണ്ടും ഭരതനെ നോക്കി, 'ഓങ്കയാറയിലേക്കുള്ള താക്കോൽ!'

ഭരതൻ മുമ്പോട്ടാഞ്ഞിരുന്നു. ഇത്തവണ നേരായും താല്പര്യത്തോടെ. അതു കൊണ്ടു തന്നെ നിശ്ശബ്ദനായി.

'ഓങ്കയാറയിലെ കൂറ്റൻ നദീദുർഗ്ഗത്തെ കുറിച്ച് കേട്ടിരിക്കും,' വിഭീഷണൻ പറഞ്ഞു.

ഭരതൻ തലയാട്ടി.

'അതൊരിക്കലും പിടിച്ചടക്കപ്പെട്ടിട്ടില്ല. അത് പിടിച്ചടക്കാൻ അസാദ്ധ്യമാണ്. ആ ദുർഗ്ഗത്തിനു മേൽ നിയന്ത്രണം നേടാതെ നിങ്ങളുടെ കപ്പലുകൾക്ക് അമ്പൻ ഗംഗയിലൂടെ മുമ്പോട്ടു നീങ്ങാനും സിഗിരിയയിലെത്താനും സാധിക്കില്ല. നിങ്ങളുടെ സൈന്യത്തിന് ലങ്കയിലെ നിബിഢമായ വനങ്ങളിലൂടെ മുന്നേറാനാകില്ല. അവർക്ക്

വഴി തെറ്റും. അവർ മരിച്ചു പോകും. അമ്പൻ ഗംഗ മാത്രമാണ് ഏക വഴി. അതാകട്ടെ നദീദുർഗ്ഗം നിശ്ചയദാർഢ്യത്തോടെ ചെറുക്കുന്നു.'

'അതെനിക്കറിയാം, വിഭീഷണ കുമാരാ,' ഭരതൻ പറഞ്ഞു. 'എന്താണ് നിങ്ങളുടെ വാഗ്ദാനം?'

'നദീദുർഗ്ഗത്തെ നേരിട്ടെതിർത്തു തോൽപ്പിക്കാനാകില്ല. ഞാൻ ദുർഗ്ഗത്തിന്റെ ഭൂപടങ്ങളും രൂപകല്പനയും നിങ്ങളുമായി പങ്കുവെക്കാം.'

ഭരതൻ ചാരന്മാർ വഴി നദീദുർഗ്ഗത്തിന്റെ രൂപകല്പനയുടെ ചിത്രങ്ങൾ ശേഖരിച്ചിരുന്നു. നേരിട്ടുള്ള ആക്രമണത്തിൽ കാര്യമില്ലെന്ന് അയാൾക്കറിയാം. ഉപരോധ വിദഗ്ദ്ധർ പറയുന്നത് എല്ലാ ദുർഗ്ഗത്തിനും ഘടനാപരമായ കുറവുകളും ദൗർബല്യങ്ങളുമുണ്ടാകുമെന്നാണ്. എന്നാൽ എത്ര നോക്കിയിട്ടും ആ രൂപകല്പനയിൽ യാതൊരു കുറവും കണ്ടെത്താനായില്ല. ചുറ്റുമുള്ള ഭൂപ്രകൃതിയെ നിർമ്മിതിയുടെ ഭാഗമാക്കി പണിത ആ ദുർഗ്ഗം പിടിച്ചടക്കാൻ സാദ്ധ്യമല്ല.

'നിങ്ങളുടെ ജ്യേഷ്ഠൻ ദുർഗ്ഗത്തിന്റെ നിർമ്മാണത്തിൽ എന്തെങ്കിലും അബദ്ധം ചെയ്തെന്നാണോ?' ഭരതൻ ചോദിച്ചു.

'ഇല്ല,' വിഭീഷണൻ പറഞ്ഞു. 'എന്റെ ജ്യേഷ്ഠൻ മറ്റൊരു അബദ്ധമാണു ചെയ്തത്. അദ്ദേഹം തെറ്റായ വ്യക്തിയെ വിശ്വസിച്ചു.'

ഭരതൻ വികാരഹിതനായി കേട്ടിരുന്നു.

'എന്റെ ജ്യേഷ്ഠൻ സംശയാലുവായ ഒരാളാണ്. അദ്ദേഹം സ്വന്തം സൈന്യത്തെ പോലും വിശ്വസിക്കുന്നില്ല. നദീദുർഗ്ഗത്തിന്റെ പ്രാധാന്യവും അദ്ദേഹത്തിനറിയാം. ദുർഗ്ഗം സുരക്ഷിതമായിരിക്കുന്നിടത്തോളം കാലം സിഗിരിയയെ ആരും തൊടില്ല. അതു കൊണ്ടുതന്നെ ദുർഗ്ഗത്തെ പ്രാദേശിക സൈന്യാധിപന്മാരുടെ കയ്യിലേൽപ്പിക്കാൻ അദ്ദേഹം തയ്യാറായില്ല. '

'നിങ്ങൾ സേനാപതിയെ കൊണ്ടു വന്നിട്ടുണ്ടോ?'

'ഇല്ല, ദുർഗ്ഗത്തിന്റെ സേനാധിപതിയായ ധൂമ്രാക്ഷൻ രാവണനോടു കൂറുള്ളയാളാണ്. അയാൾ കണ്ണിൽച്ചോരയില്ലാത്ത, ഭയങ്കരനായ സൈനികനാണ്. പക്ഷേ രാവണൻ ജ്യേഷ്ഠൻ അയാളെ മുഴുവനായും വിശ്വസിക്കാത്തതു കൊണ്ട് ധൂമ്രാക്ഷൻ അറിയാതെ ദുർഗ്ഗത്തിനടിയിൽ ഒരു രഹസ്യ തുരങ്കം തീർത്തു. അത് ദുർഗ്ഗത്തിന്റെ പുറകിലുള്ള കൊത്തളങ്ങളിലേക്കാണ് തുറക്കുന്നത്.. യഥാർത്ഥത്തിൽ രണ്ട് രഹസ്യ തുരങ്കങ്ങളുണ്ട്. ഒരെണ്ണം ഗോകർണ്ണത്തിനു നേരെ പുഴയ്ക്കു താഴെയും മറ്റേത് പുഴയ്ക്കു മുകളിലായി സിഗിരിയയ്ക്കു നേരെയും.'

'ധൂമ്രാക്ഷൻ ചേരി തിരിഞ്ഞാൽ രാവണന് രഹസ്യമായി

ദുർഗ്ഗത്തിലേക്കു പ്രവേശിച്ച് നിയന്ത്രണം തിരിച്ചു പിടിക്കാൻ, അല്ലേ?' ആവേശം പുറത്തു കാണിക്കാതെ ഭരതൻ ചോദിച്ചു.

വിഭീഷണൻ തലകുലുക്കി

'ഈ തുരങ്കങ്ങളെ കുറിച്ച് നിങ്ങൾക്ക് എങ്ങിനെയറിയാം?'

'ഞാനാണവ പണികഴിപ്പിച്ചത്,' വിഭീഷണൻ പറഞ്ഞു.

ഭരതൻ തലയാട്ടി. 'ഞങ്ങളെ ദുർഗ്ഗത്തിലേക്കു കൊണ്ടു പോകൂ. ലങ്കയുടെ സിംഹാസനം നിങ്ങളുടേതാണ്.'

വിഭീഷണൻ പുഞ്ചിരിച്ചു. 'എനിക്കറിയാം നിങ്ങൾ വാക്കു പാലിക്കുമെന്ന്. പക്ഷേ, അയോദ്ധ്യയിലെ രാജാവിൽ നിന്ന് ഈ ഉറപ്പ് കേൾക്കാൻ കഴിയുമോ?'

ലക്ഷ്മണൻ കോപത്തോടെ പൊട്ടിത്തെറിച്ചു. 'അയോദ്ധ്യയിലെ രാജകുമാരന്റെ വാക്ക് അവിശ്വസിക്കുകയാണോ നിങ്ങൾ ? അയോദ്ധ്യക്കാർ വാക്കു തെറ്റിക്കുന്നതിനേക്കാൾ മരിക്കാനാഗ്രഹിക്കുമെന്ന് നിങ്ങൾക്കറിയില്ലേ?'

ഭരതൻ തന്റെ അനുജനെ നോക്കി. 'ശാന്തനാകൂ, ലക്ഷ്മണാ. വിഭീഷണ കുമാരൻ എന്തുകൊണ്ടാണ് ഉറപ്പാഗ്രഹിക്കുന്നതെന്ന് എനിക്കു മനസ്സിലാകും,' ഭരതൻ വിഭീഷണനെ നോക്കി, 'നിങ്ങളെ ലങ്കയുടെ നിയമാനുസൃത രാജാവായി അംഗീകരിക്കുന്ന വിളംബരം എന്റെ ജ്യേഷ്ഠൻ രാമന്റെ മുദ്ര ചാർത്തി പുറപ്പെടുവിക്കാം. പോരേ?'

വിഭീഷണൻ കൈകൾ കൂപ്പി, 'മതി, ഭരത കുമാരാ. നിങ്ങൾ നീതിയും ന്യായവുമുള്ളവനാണ്.'

'ഞങ്ങൾ നദീദുർഗ്ഗത്തിൽ പ്രവേശിക്കുന്നതു വരെ നിങ്ങൾ ഞങ്ങളുടെ അതിഥിയായി ഇവിടെ താമസിക്കും,' ഭരതൻ തുടർന്നു.

ഭരതൻ ആ മനുഷ്യനെ വിശ്വസിച്ചില്ല.

വിഭീഷണൻ നെറ്റിചുളിച്ചു. 'പക്ഷേ, സുഖസൗകര്യങ്ങൾ എനിക്ക് ശീലമാണ്.'

'നിങ്ങൾക്ക് എല്ലാ സുഖസൗകര്യവും ലഭിക്കുമെന്ന് ഞാൻ ഉറപ്പു തരുന്നു.'

'ശരി,' വിഭീഷണൻ പറഞ്ഞു. 'നദീദുർഗ്ഗം കീഴടക്കുന്നതു വരെ ഞാൻ നിങ്ങളുടെ അതിഥിയായിരിക്കും.'

ആ ഇടപാട് ഉറപ്പിക്കപ്പെട്ടു.

ഗോകർണ്ണം ഉൾക്കടലിൽ നങ്കൂരമിട്ടു കിടക്കുന്ന അയോദ്ധ്യയുടെ കപ്പലുകളെ വിഭീഷണൻ ജാലകത്തിലൂടെ നോക്കി. പുറംകടലിൽ നിരവധി

കപ്പലുകൾ യുദ്ധം കാത്തു കിടക്കുന്നുണ്ടെന്ന് അയാൾക്കറിയാമായിരുന്നു. അയാൾ ഭരതനു നേരെ തിരിഞ്ഞു.

'നിങ്ങൾക്ക് ആവശ്യത്തിന് സൈനികരുണ്ടെന്ന് കരുതട്ടെ.' വിഭീഷണൻ പറഞ്ഞു. 'ലങ്കയുടെ സൈന്യം പണ്ടത്തെ പോലെയാകണമെന്നില്ല. എങ്കിലും രാവണൻ ഭയപ്പെടില്ല. തനിക്കും പരാജയത്തിനുമിടയിൽ രണ്ടുലക്ഷം സൈനികരുണ്ടെന്ന് അദ്ദേഹത്തിനറിയാം.'

'ഞങ്ങൾക്ക് ഒരു ലക്ഷത്തി അറുപതിനായിരം സൈനികരുണ്ട്. അവർക്കും ഭയമില്ല. തങ്ങൾക്കും പരാജയത്തിനുമിടയിൽ രാമനുണ്ടെന്ന് അവർക്കറിയാം.'

അദ്ധ്യായം 18

'നിങ്ങൾക്ക് കാത്തിരിക്കേണ്ടി വരും,' ഹനുമാനോടും അരിഷ്ടനേമിയോടും അംഗദൻ പറഞ്ഞു.

കേതീശ്വരത്തെ ശേഷിച്ച പ്രതിരോധസേനയുടെ കൂട്ടക്കൊലക്കു ശേഷമുള്ള ദിവസമായിരുന്നു അത്. രാമൻ ആ ആക്രമണത്തിൽ അങ്ങേയറ്റം കുപിതനാണ്: സൈനികരെല്ലാം തന്നെ ദുർബ്ബലരായിരുന്നു. അത് ശ്രേഷ്ഠമായ യുദ്ധനിയമങ്ങൾക്കെതിരാണ്. പക്ഷെ, മലയപുത്രന്മാരെ ശിക്ഷിക്കാനാകില്ലെന്നും അദ്ദേഹത്തിനറിയാമായിരുന്നു. പ്രതികാരം ചോദിക്കുന്നത് അവരുടെ അവകാശമാണെന്നു മാത്രമല്ല, പതിനയ്യായിരം മലയപുത്ര സൈനികരെ അയോദ്ധ്യക്ക് ആവശ്യവുമുണ്ട്, ഗജസേനയേയും. ചിലപ്പോൾ ഒരു സൈന്യാധിപൻ യുദ്ധത്തിന്റെ പ്രയോജനത്തിനു വേണ്ടി തന്റെ സൈനികരുടെ ചില അതിക്രമങ്ങൾ സഹിക്കേണ്ടി വരും. രാമൻ ആ കയ്പ്പുള്ള ഗുളിക വിഴുങ്ങി.

അരിഷ്ടനേമിയും ഹനുമാനും ലങ്കയുടെ വൻകരയിലെ കടൽത്തീരത്ത് തമ്പടിച്ചിട്ടുണ്ട്. അയോദ്ധ്യയിലെ സൈന്യം അവിടെ എത്തുമ്പോൾ സുരക്ഷക്കായി മരത്തൂൺ നിരയും അവർ ഒരുക്കുന്നുണ്ട്. പണി പൂർത്തിയാക്കാൻ സൈനികരെ വിട്ട് അവർ ധനുഷ്കോടി കടലിടുക്ക് കുറുകെ കടക്കുകയും പാമ്പൻ ദ്വീപിൽ തിരിച്ചെത്തുകയും ചെയ്തു. അവിടെ ശത്രുഘ്നൻ പാമ്പനും മാന്നാറിനുമിടയിൽ പണിയുന്ന പാലത്തിന്റെ അവസാന ഘട്ടത്തിലെ ഒരുക്കങ്ങളുടെ മേൽനോട്ടത്തിലാണ്. നിർമ്മാണസാമഗ്രികൾ ഭാരതത്തിന്റെ മണ്ണിൽ നിന്ന് സൈന്യം സംഭരിച്ചിട്ടുണ്ട്. അവർ ആഴമില്ലാത്ത കടൽത്തറകൾ കാൽനടയായി നടന്നു കയറി. മലയപുത്രന്മാരും വാനരന്മാരും നൽകിയ മുന്നൂറ് ആനകൾ ആ ജോലി വിചാരിച്ചതിനേക്കാൾ വേഗത്തിലും എളുപ്പത്തിലുമാക്കി.

'പൂജയ്ക്ക് ഇനി എത്ര നേരം കൂടിയെടുക്കും?' അരിഷ്ടനേമി ചോദിച്ചു.

രാമനും ശത്രുഘ്നനും രുദ്രാഭിഷേക പൂജ നടത്തുന്നതിന് അല്പമകലെ മാറി ഹനുമാനും അരിഷ്ടനേമിയും അംഗദനും നാരദനും നിന്നു. തൊട്ടു മുമ്പത്തെ വിഷ്ണുവായ രുദ്രനുള്ള പൂജ നിഷേധാത്മക ഊർജ്ജത്തെ തുരത്താനാണ്. മറ്റൊരു കാരണം കൂടി ആ പൂജയ്ക്കുണ്ട്. ലോകം കണ്ട ഏറ്റവും മികച്ച യോദ്ധാക്കളിലൊരാളായ രുദ്രനോട് യുദ്ധത്തിനു മുമ്പ് അനുഗ്രഹം തേടുകയാണവർ. പാമ്പൻ ദ്വീപിന്റെ വടക്കു കിഴക്കൻ ദിശയിലേക്കു നീളുന്ന മുനമ്പു പോലുള്ള മണൽപ്പരപ്പിലാണ് അവർ പൂജ ചെയ്യുന്നത്. ഇവിടുന്ന് രണ്ടു കിലോ മീറ്റർ മാറി ദ്വീപിന്റെ തെക്കു കിഴക്കൻ വിളുമ്പിലാണ് പാലം പണി ആരംഭിക്കുന്നത്. വർഷങ്ങൾക്കു ശേഷം രുദ്രഭഗവാന് ആ സ്ഥലത്ത് ഒരു ക്ഷേത്രം പണി കഴിപ്പിക്കപ്പെടും. അത് രാമേശ്വരം എന്നറിയപ്പെടും.

'ഇത് സാധാരണ രുദ്രാഭിഷേകമല്ല, അരിഷ്ടനേമീ,' നാരദൻ പറഞ്ഞു. 'വസിഷ്ഠഗുരു അതു തുടങ്ങിയിട്ട് രണ്ടു മണിക്കൂറായി. അതിപ്പോൾ അവസാനിക്കും.'

'ഉം,' ഹനുമാൻ മറുപടി പറഞ്ഞു.

മലയപുത്രന്മാരുടെ മരുന്ന് ഒരു ദിവസത്തിനുള്ളിൽ തന്നെ അയോദ്ധ്യക്കാർക്കും വായുപുത്രന്മാർക്കും മലയപുത്രന്മാർക്കും വാനരന്മാർക്കും കൊടുത്തിരുന്നു. അച്ചടക്കമുള്ള സൈന്യത്തിന്റെ ഗുണം: സൈനികർ ചോദ്യമില്ലാതെ ഉത്തരവുകൾ അനുസരിക്കും.

'നമുക്ക് അടുത്ത ഏതാനും മാസങ്ങളിലേക്കുള്ള മരുന്നുണ്ടോ?' ശത്രുഘ്നൻ ചോദിച്ചു. 'സൈനികമുന്നേറ്റം ഏറെക്കാലം നീണ്ടു നിന്നേക്കാം. മരുന്നു കിട്ടുന്നതു വരെ പാലത്തിന്റെ നിർമ്മാണം നീട്ടിവെക്കേണ്ടതുണ്ടോ?'

രാമൻ തലയാട്ടി, 'നിർമ്മാണം നീട്ടിവെക്കാനാകില്ല. ഭരതൻ ഗോകർണ്ണത്തെത്തിക്കഴിഞ്ഞു. മഹാവേലി ഗംഗയിലൂടെ ഭരതന്റെ മുന്നേറ്റം അധികം താമസിയാതെ ആരംഭിച്ചില്ലെങ്കിൽ രാവണന് സംശയമുണ്ടാകും. ലങ്കയുടെ രാജാവ് ഒരു വിഡ്ഢിയാണെന്ന് നമുക്ക് കരുതാനാകില്ല. രാവണന്റെ സൈന്യം അമ്പൻ ഗംഗക്കു നേരെ മുന്നേറ്റം ആരംഭിച്ചു കഴിഞ്ഞിരിക്കുന്നു. അയാൾ പരമ്പരാഗത നാവിക പോരാട്ടത്തിനാണ് തയ്യാറെടുക്കുന്നത്. നമുക്ക് കിഴക്കു ദിക്കിലെ നദീദുർഗ്ഗത്തിൽ അയാളുടെ ശ്രദ്ധ കെട്ടിയിടണം. അപ്പോൾ പടിഞ്ഞാറു നിന്ന് നമ്മുടെ പ്രധാന സൈന്യത്തെ ആരും പ്രതീക്ഷിക്കില്ല.'

'ഞാനത് സമ്മതിക്കുന്നു,' ഭരതൻ പ്രാവുകൾ വഴി അയച്ച സന്ദേശം വസിഷ്ഠനും വായിച്ചിരുന്നു. 'ഭരതൻ വിഭീഷണനുമായി സഖ്യം

സ്ഥാപിച്ചിട്ടുണ്ട്. രാവണന്റെ അനുജൻ നമുക്ക് നദീദുർഗ്ഗത്തിനുള്ളിലേക്കുള്ള രഹസ്യതുരങ്കം കാട്ടിത്തരും. നദീദുർഗ്ഗം നിയന്ത്രിക്കാൻ കഴിഞ്ഞാൽ ഭരതന് രാവണന്റെ നാവികപ്പടയ്ക്ക് മേൽ കനത്ത ആഘാതമേൽപ്പിക്കാനാകും. ലങ്കയുടെ രാജാവിന് പിന്തിരിയേണ്ടി വരും. അപ്പോൾ ഭരതന് സൈന്യത്തെ അമ്പൻ ഗംഗയിലൂടെ സിഗിരിയിൽ എത്തിക്കാം. അപ്പോഴേക്കും നമ്മൾ പടിഞ്ഞാറു നിന്നും സൈനിക മുന്നേറ്റം ആരംഭിച്ചിട്ടുണ്ടാകും. വിഭീഷണൻ ചതിക്കാൻ സാദ്ധ്യതയുണ്ട്. ചിലപ്പോൾ അയാൾ ജയിക്കുമെന്നു തോന്നുവരിലേക്ക് കൂറ് മാറ്റിയെന്നും വരാം. ഭരതൻ ആക്രമണം വൈകിപ്പിച്ചാൽ വിഭീഷണൻ നമ്മുടെ യുദ്ധപദ്ധതികളിൽ എന്തോ കുഴപ്പമുണ്ടെന്നു കരുതുകയും കൂറു മാറുകയും ചെയ്യാം.'

'അതുകൊണ്ട് നാം പാലത്തിന്റെ നിർമ്മാണം നാളെ തന്നെ ആരംഭിക്കണം,' ശത്രുഘ്നൻ പറഞ്ഞു.

'നേരാണ്,' ഹനുമാൻ പറഞ്ഞു.

അംഗദൻ സംസാരിച്ചു, 'വിഭീഷണൻ എന്നെ രാജാവിനെ കുറിച്ചുള്ള പൗരാണിക സംഹിത ഓർമ്മിപ്പിക്കുന്നു. വിശ്വസിക്കാവുന്ന വിഡ്ഢികളെയും വിശ്വസിക്കാനാകാത്ത വിദഗ്ദ്ധരെയും ഒഴിവാക്കണം. വിശ്വസിക്കാവുന്ന ഉപദേശകരായിരുന്നു കുംഭകർണ്ണനും ഇന്ദ്രജിത്തും. രാവണൻ അവർ പറയുന്നതിന് ചെവി കൊടുത്തില്ല.'

'വിഭീഷണൻ വിശ്വസിക്കാവുന്ന വിഡ്ഢിയുമല്ല, വിശ്വസിക്കാനാകാത്ത വിദഗ്ദ്ധനുമല്ല,' നാരദൻ പറഞ്ഞു. 'അയാൾ അതിനേക്കാൾ മോശം മിശ്രണമാണ്;വിശ്വസിക്കാനാകാത്ത വിഡ്ഢി. രാവണൻ ആ കഴിവു കെട്ടവനെ തന്നോടൊത്ത് ലങ്കയിൽ താമസിക്കാൻ അനുവദിക്കുന്നതു തന്നെ നിഗൂഢമാണ്.'

'അതല്ല നമ്മുടെ പ്രശ്നം,' ശത്രുഘ്നൻ പറഞ്ഞു. 'നമുക്ക് താമസിയാതെ കൂടുതൽ മരുന്നുകൾ ആവശ്യമായി വരും. ഇത് നീണ്ടു നിൽക്കുന്ന യുദ്ധമാകാൻ സാദ്ധ്യതയുണ്ട്. അത് ഏർപ്പാടാക്കാമോ, അരിഷ്ടനേമീ?'

'എനിക്കതറിയാം, ശത്രുഘ്നാ,' അരിഷ്ടനേമി പറഞ്ഞു. 'മലയപുത്രന്മാരുടെ ഒരു സംഘം താമസിയാതെ അഗസ്ത്യകൂടത്തിലേക്കു പോകും. അവർ നാളെ രാവിലെ പുറപ്പെടും. തെക്കൻ തീരത്തേക്കു തുഴഞ്ഞ് താമ്രപർണ്ണീ നദിയിലൂടെ സഞ്ചരിക്കാൻ ഞാൻ അവരോടു പറഞ്ഞിട്ടുണ്ട്. ഒരാഴ്ചക്കുള്ളിൽ അവർ തിരിച്ചെത്തും.'

'അതൊരു നല്ല വാർത്തയാണ്,' വസിഷ്ഠൻ പറഞ്ഞു.

'സിഗിരിയയിലേക്ക് ഒരു മാസത്തേക്കുള്ള മരുന്നു കൂടി ഏർപ്പാടാക്കാമോ?' രാമൻ ചോദിച്ചു. 'അയോദ്ധ്യ ആ ചിലവു വഹിക്കും.'

അരിഷ്ടനേമിയുടെ കണ്ണുകൾ ആശ്ചര്യത്താൽ വിടർന്നു. 'ശത്രുവിനെ സഹായിക്കുമെന്നോ?'

'പ്രജകളെ!' രാമൻ പറഞ്ഞു. 'അവർ യാതൊരു തെറ്റും ചെയ്തിട്ടില്ല.'

കേതീശ്വരത്തെ ദുർബ്ബലരായ സൈനികരെ കൊന്നൊടുക്കിയത് സഹിക്കേണ്ടി വന്നതിൽ രാമൻ അസ്വസ്ഥനാണ്. പോരിനിറങ്ങാത്ത സാധാരണക്കാരെ ദുരിതത്തിലാഴ്ത്താൻ അദ്ദേഹം സമ്മതിക്കില്ല.

'അതു ചെയ്യരുത്, മഹാവിഷ്ണു,' നാരദൻ പറഞ്ഞു. 'ലക്ഷ്യം മാർഗ്ഗത്തെ സാധൂകരിക്കും. ഭാരതത്തിന്റെ നന്മക്കായി രാവണൻ നശിപ്പിക്കപ്പെടണം. ആ ലക്ഷ്യം മറന്നു പോകരുത്.'

'ലക്ഷ്യം നമ്മുടെ മനസ്സിൽ മാത്രമാണുള്ളത്,' രാമൻ പറഞ്ഞു. 'കാലം ഒരിക്കലും നിലയ്ക്കുന്നില്ല. അതു കൊണ്ട് യാതൊന്നിനും നേരായ അന്ത്യവുമില്ല, അല്ലേ? ഒരൊറ്റ മാർഗ്ഗമേയുള്ളൂ. നേരായ ലക്ഷ്യത്തിൽ ഒരിക്കലുമെത്താത്തതിനാൽ നമ്മളെല്ലാം മാർഗ്ഗത്തിൽ കുടുങ്ങി കിടക്കുകയാണ്. അതു കൊണ്ടു നമുക്ക് വളരെ ശ്രദ്ധിച്ച് മാർഗ്ഗങ്ങളെ കുറിച്ച് ചിന്തിക്കേണ്ടതുമുണ്ട്. നിഷ്കളങ്കരായ സാധാരണക്കാരെ കൊല്ലരുത്.അത് അവഗണന കൊണ്ടായാൽ പോലും. അത് അധർമ്മമാണ്.'

'പക്ഷേ, അങ്ങു തന്നെയാണ് സിഗിരിയയിലേക്കുള്ള ഉപരോധത്തെ കുറിച്ചും ആഹാരവിതരണം നിർത്തുന്നതിനെ കുറിച്ചു പോലും സംസാരിച്ചത്,' വസിഷ്ഠൻ പറഞ്ഞു. 'അത് സാധാരണക്കാർക്കെതിരല്ലേ? അതും ചോദ്യം ചെയ്യപ്പെടാവുന്ന മാർഗ്ഗങ്ങളല്ലേ?'

'ഉപരോധവും ആഹാരദൗർലഭ്യവും രാവണനെതിരെ കലാപം നടത്താൻ പ്രജകളെ പ്രേരിപ്പിക്കുമെന്നാണ് ഞാൻ പ്രതീക്ഷിക്കുന്നത്. നമ്മൾ പതുക്കെയേ മുമ്പോട്ടു പോകൂ. ആരും മരിക്കില്ല. ഭരണാധികാരിക്കെതിരെ കലാപം ചെയ്ത് സ്വയം സഹായിക്കാൻ എല്ലാ അവസരവും നമ്മളവർക്ക് നൽകും. പക്ഷേ രോഗത്തിന് മരുന്നു നൽകിയില്ലെങ്കിൽ അവർ മരിക്കും. ശത്രുപൗരന്മാരുടെ മേൽ ആഭ്യന്തര കലാപത്തിന് സമ്മർദ്ദം ചെലുത്തുന്നതിനും അവരെ നേരിട്ട് മരണത്തിന്റെ വായിലിട്ടു കൊടുക്കുന്നതിനുമിടയിൽ വ്യത്യാസമുണ്ട്. ആദ്യത്തേത് നീതിപൂർവ്വകമായ യുദ്ധതന്ത്രമാണ്. രണ്ടാമത്തേതാകട്ടെ യുദ്ധക്കുറ്റമാണ്.'

'പക്ഷേ, രാവണൻ ആ മരുന്ന് സൈന്യത്തിന് മറിച്ചു നൽകാം.

അതയാളുടെ സൈനികരെ കൂടുതൽ കാലം അതിജീവിപ്പിക്കും,' ഹനുമാൻ പറഞ്ഞു.

'മലയപുത്രന്മാരുടെ മരുന്ന് കൈമാറിയിട്ടുണ്ടെന്ന സന്ദേശങ്ങൾ നമ്മൾ സിഗിരിയക്കുള്ളിലേക്ക് ചുഴറ്റിയെറിയും. രാവണൻ മരുന്ന് മറിക്കുകയാണെന്നും. അതും നീരസം വളർത്തും. ഉപരോധം ഫലപ്രദമാകുന്നത് ഉപരോധിക്കപ്പെട്ട നഗരത്തിലെ പൗരന്മാർ അവരുടെ സ്വന്തം പ്രഭുക്കന്മാർക്കും സൈന്യത്തിനുമെതിരെ കലഹിക്കുമ്പോഴാണ്. നമുക്ക് സിഗിരിയയിൽ കലാപം തൊടുത്തു വിടണം.'

എല്ലാവരും നിശ്ശബ്ദരായി. നാരദൻ മാത്രം ലേശം പുഞ്ചിരിച്ചു.

'നിങ്ങളെന്താണു ചിന്തിക്കുന്നതെന്ന് എനിക്കറിയാം,' രാമൻ പറഞ്ഞു. 'ഞാൻ ശുദ്ധനാണെന്നല്ലേ? പക്ഷേ അങ്ങിനെയല്ല കാര്യങ്ങൾ. സിഗിരിയയിലെ പൗരന്മാർക്ക് മരുന്നു നൽകുന്നതിലൂടെ നമ്മൾ ധർമ്മം ചെയ്യും. രാവണന്റെ പ്രജകൾക്ക് നേരെയുള്ള നമ്മുടെ ഔദാര്യം നഗരത്തിൽ വിമതരെ സൃഷ്ടിക്കും. അത് ധർമ്മവുമാണ്, മികച്ച യുദ്ധതന്ത്രവുമാണ്.'

'രാവണന്റെ സൈന്യം മുംബാദേവിയിൽ ചെയ്തതെന്താണെന്ന് അറിയാമോ?' നാരദൻ ചോദിച്ചു. 'ഞാൻ ഓർമ്മിപ്പിക്കാം. സമാധാനപ്രിയരായ ദേവേന്ദ്രാറുകളെ മുഴുവൻ കത്തിച്ചു കളഞ്ഞു. സ്ത്രീകളെയും കുട്ടികളെയുമടക്കം. ആ മൃഗീയമായ ആക്രമണം നടത്തിയ സേനാപതിയായ പ്രഹസ്തൻ ശിക്ഷിക്കപ്പെട്ടില്ല. പകരം അയാൾക്ക് സ്ഥാനക്കയറ്റം കിട്ടി. ഇതാണ് അങ്ങഭിമുഖീകരിക്കാൻ പോകുന്ന ശത്രു. രാവണൻ തന്റെ മുഴുവൻ പ്രജകളെയും മരിക്കാൻ അനുവദിക്കും. അങ്ങ് ധർമ്മയുദ്ധം ചെയ്യാനുള്ള ആഗ്രഹത്തെ യുദ്ധതന്ത്രമാക്കി യുക്തിക്ക് നിരക്കുന്നതാക്കുകയാണ്. പക്ഷേ, അങ്ങയുടെ ശത്രുവിന് യാതൊരു നൈതികതയുമില്ല. രാവണന് വിജയിക്കുന്നതാണ് പ്രധാനം. അതാണ് അങ്ങും അയാളും തമ്മിലുള്ള വ്യത്യാസം. നമ്മളും അവരും തമ്മിലുള്ള വ്യത്യാസം.'

'അതെ, അതാണു വ്യത്യാസം,' രാമൻ പറഞ്ഞു. 'ആ വ്യത്യാസം നിലനിർത്തണം. നമ്മൾ ജയിക്കും. പക്ഷേ, ആ ജയം നേരായ മാർഗ്ഗത്തിൽ കൂടിയുള്ളതായിരിക്കണം. ഒരു മികച്ച ഭാരതത്തിന് നമ്മൾ നല്ല മാതൃകകൾ സൃഷ്ടിക്കണം.'

നാരദൻ ചിന്തകൾ മനസ്സിലടക്കി പുഞ്ചിരിച്ചു. ഇത്തവണ ഞാൻ നന്മയുടെ മാത്രം ഭാഗത്തു നിൽക്കാം...നമ്മൾ വിജയിക്കുമെന്ന് പ്രത്യാശിക്കാം...

'ഞാൻ അഗസ്ത്യകൂടത്തിൽ നിന്ന് കൂടുതൽ മരുന്നു കൊണ്ടു വരാൻ സൈനികരോട് ആവശ്യപ്പെടാം. സിഗിരിയയിലെ പൗരന്മാർക്കുള്ളതും.'

അവസാനം ആ ദിവസം ഉദിച്ചുയർന്നു.

ശില്പികളുടെ ദൈവമായ വിശ്വകർമ്മാവിനെ പ്രസാദിപ്പിച്ചു. കടലിന്റെയും വെള്ളത്തിന്റെയും ദൈവമായ വരുണനും ആവാഹിക്കപ്പെട്ടു. ആദ്യത്തേത് ജാഗ്രതയും വൈദഗ്ധ്യവും നൽകാനാണ്. രണ്ടാമത്തേത് അദ്ദേഹത്തിന്റെ സാമ്രാജ്യത്തിലൂടെ തടസ്സങ്ങളില്ലാതെ നിർമ്മാണം പുരോഗമിക്കാനും. നിർമ്മാണത്തിന്റെ ആദ്യഘട്ടത്തിനാവശ്യമായ സാമഗ്രികൾ പാമ്പന്റെ തെക്കുകിഴക്കൻ ഭാഗത്ത് എത്തിക്കഴിഞ്ഞിരുന്നു. വേലിയിറക്കത്തിന്റെ അധോഭാഗം വരാറായിരിക്കുന്നു. ഏറ്റവും മികച്ച സമയം.

സൈനികരുടെയും ആനകളുടെയും ആദ്യ ഗണം പരിശീലിപ്പിക്കപ്പെടുകയും വിന്യസിപ്പിക്കപ്പെടുകയും ചെയ്തിട്ടുണ്ട്. കഠിനമായ അദ്ധ്വാനമായതിനാൽ പണിക്കാരുടെ ഗണം നാലു മണിക്കൂർ വീതമുള്ള ചെറു ഊഴങ്ങളായി വിഭജിച്ചിട്ടുണ്ട്. പടിഞ്ഞാറു നിന്ന് കിഴക്കോട്ടു നിർമ്മിക്കുന്ന പാലത്തിന്റെ വടക്കും തെക്കും അതിരുകൾ അടയാളപ്പെടുത്താൻ നാലു പാപ്പാന്മാരെയും ആനകളെയും ചുമതലപ്പെടുത്തിയിട്ടുണ്ട്. ശത്രുഘ്നൻ രൂപകല്പന ചെയ്ത ഫലപ്രദവും കുറവ് സാങ്കേതികത ആവശ്യമുള്ളതുമായ രീതിയായിരുന്നു അത്.

രണ്ട് ആനകളും ആഴം കുറഞ്ഞ വെള്ളത്തിൽ നേരെ വരിയായി നില്ക്കുകയും അവയുടെ മുകളിലിരിക്കുന്ന പാപ്പാന്മാർ രണ്ടു കയറുകൾ രണ്ടറ്റങ്ങളിലായി വലിച്ചു പിടിക്കുകയും ചെയ്തു. അതാണ് പാലത്തിന്റെ ആരംഭബിന്ദുവിന്റെ വടക്കൻ വിളുമ്പ്. മനുഷ്യരും മൃഗങ്ങളും ഒരേസമയം പ്രവർത്തിക്കുന്നത് ശത്രുഘ്നനും രാമനും അല്പം ദൂരത്തിൽ നോക്കി നിന്നു. അവിടെ നിന്ന് തെക്കോട്ട് മൂന്നര കിലോമീറ്ററപ്പുറം അതു പോലെ തന്നെ രണ്ട് ആനകളും പാപ്പാന്മാരും കണ്ണാടിയിലെന്നതു പോലെ. ആ പാപ്പാന്മാർ പിടിച്ച കയറുകൾ പാലത്തിന്റെ വീതിയുടെ ഏറ്റവും വടക്കേയറ്റത്തെയും തെക്കേയറ്റത്തെയും വിളുമ്പുകളാണ്. എല്ലാ നിർമ്മാണ പ്രവർത്തനങ്ങളും ആ കയറുകൾക്കിടയിൽ നടക്കും. അത് പതിയെ വളയുകയും ശ്രുത്രുഘ്നൻ വിഭാവനം ചെയ്ത വായുചലന വിജ്ഞാനീയത്തിൽ-ശരിക്കും ജലചലന വിജ്ഞാനീയത്തിൽ-ഊന്നിയ പാലം സൃഷ്ടിക്കുകയും ചെയ്യും.

'ദാദാ,' ജ്യേഷ്ഠന് പവിഴപ്പുറ്റു കൊണ്ടുള്ള ഇഷ്ടിക കൈമാറിക്കൊണ്ട് ശത്രുഘ്നൻ പറഞ്ഞു.രാമൻ ആ ഇഷ്ടിക നോക്കി. ഒരു വശത്ത് അദ്ദേഹത്തിന്റെ പേര് കൊത്തിവെച്ചിട്ടുണ്ട്. മറുവശത്ത് 'ഒന്ന്' എന്നും. അതു കടലിലേക്കിട്ടാൽ നിർമ്മാണം ആരംഭിക്കാം. അതാകട്ടെ വരുണഭഗവാനുള്ള അർച്ചന.

രാമൻ ഇഷ്ടികയും പിന്നീട് ശത്രുഘ്നനെയും നോക്കി. അദ്ദേഹം മുന്നോട്ടു നടന്ന്, കുനിഞ്ഞ് മൂർച്ചയുള്ള ഒരു കല്ലെടുത്തു. എന്നിട്ട് ഏതാനും വാക്കുകൾ കൂടി ആ പവിഴപ്പുറ്റിൽ എഴുതാൻ തുടങ്ങി. ശത്രുഘ്നൻ തന്റെ ജ്യേഷ്ഠൻ എന്താണെഴുതുന്നതെന്ന് പാളിനോക്കി.

രാമൻ തന്റെ സഹോദരന്മാരുടെ പേരുകൾ കൂടി കൂട്ടിച്ചേർത്തിരുന്നു. തന്റെ പേരിനു തൊട്ടടുത്ത് ഭരതന്റെ പേര്. താഴെ ലക്ഷ്മണന്റെയും ശത്രുഘ്നന്റെയും.

'ഞാൻ തനിച്ചല്ല കാര്യങ്ങൾ ചെയ്യുന്നത്,' രാമൻ പറഞ്ഞു. 'എന്റെ സഹോദരന്മാരില്ലെങ്കിൽ ഞാൻ ഒന്നുമല്ല.'

ശത്രുഘ്നൻ പുഞ്ചിരിയോടെ സഹോദരന്റെ കയ്യിൽ തൊട്ടു.

രാമൻ കല്ലു മറിച്ചിട്ടു. ഒന്ന് നാലായിരിക്കുന്നു.

'എന്റെ കൂടെ കല്ലു പിടിക്കൂ,' രാമൻ പറഞ്ഞു.

ശത്രുഘ്നൻ കൈ നീട്ടി കല്ലു പിടിച്ചു. എന്നിട്ട് ആ സഹോദരങ്ങൾ കടലിലേക്കു നടന്നു.

അവർ പൗരാണിക ഭാരതീയ നാവികരുടെ വായ്ത്താരി ചൊല്ലി.

സമുദ്രത്തിന്റെയും ജലത്തിന്റെയും നാഥനായ വരുണൻ നമ്മളെ തുണയ്ക്കട്ടെ.

അവർ കുനിഞ്ഞ് ആ കല്ല് കടലിലിട്ടു. അത് പൊന്തിക്കിടക്കുകയും തിരമാലകളോടൊത്ത് സൗമ്യമായി ചാഞ്ചാടുകയും ചെയ്തു.

തിരമാലകൾ ആ കല്ലിനെ തീരത്തേക്ക് തള്ളിയില്ല.

വരുണഭഗവാൻ അവരുടെ കാഴ്ചദ്രവ്യം സ്വീകരിച്ചിരിക്കുന്നു.

രാമൻ തലയാട്ടി. 'നമുക്ക് തുടങ്ങാം.'

'അയാളോട് കാത്തു നിൽക്കാൻ പറയൂ,' ഭരതൻ പരിചാരകനോടു പറഞ്ഞു.

പരിചാരകൻ പ്രഭുവിനെ വണങ്ങി പുറത്തേക്കു പോയി.

ലങ്കാദ്വീപിന്റെ പടിഞ്ഞാറൻ തീരത്ത് പാലത്തിന്റെ നിർമ്മാണം രണ്ടു ദിവസം മുമ്പ് തുടങ്ങിയിരുന്നു. കിഴക്കൻ ദിക്കിലെ ലങ്കക്കാർക്ക് ആർക്കും തന്നെ അതിനെ കുറിച്ച് യാതൊരു സൂചനയുമില്ല.

ഭരതനും ലക്ഷ്മണനും ഗോകർണ്ണത്തെ താല്ക്കാലിക വസതികളിലാണ്. തലേന്നു രാത്രി അയോദ്ധ്യയുടെ രാജകീയ യാനത്തിലാണ് അവർ കഴിച്ചു കൂട്ടിയത്. രാമനും ശത്രുഘ്നനും കപ്പലിലുണ്ടെന്ന് തന്നെയാണ് ഗോകർണ്ണത്തിലുള്ളവർ കരുതിയിരിക്കുന്നത്. അയോദ്ധ്യയുടെ കപ്പലുകൾ രാത്രി ഗോകർണ്ണം ഉൾക്കടലിൽ നിന്നു മാറി മറ്റു കപ്പലുകളോടൊപ്പം പുറംകടലിൽ നങ്കൂരമിട്ടു. സൈനികർക്ക് ശേഖരിക്കാനുള്ള വിവരങ്ങളെ കുറിച്ചുള്ള നിർദ്ദേശങ്ങളും പുതിയ ഒരു പിടി കല്പനകളും നൽകി അവർ രാവിലെ തിരിച്ചു പോന്നു.

വിഭീഷണൻ മുൻകൂട്ടി അറിയിക്കാതെ എത്തിയിട്ടുണ്ട്. അയാളല്പം കാത്തിരിക്കട്ടെയെന്ന് ഭരതൻ തീരുമാനിച്ചു.

'എന്തെങ്കിലും വാർത്തയുണ്ടോ, ദാദാ?' ലക്ഷ്മണൻ ചോദിച്ചു.

രണ്ടു ദിവസം മുമ്പ് ഭരതൻ ചെറുനൗകയിൽ ഏതാനും സൈനികരെ മഹാവേലി ഗംഗയിലൂടെ ഓങ്കയാറാ ദുർഗ്ഗത്തിലേക്ക് പറഞ്ഞയച്ചിരുന്നു. ആരും അവരെ കാണരുതെന്നും സംഘർഷങ്ങളിൽ ഉൾപ്പെടരുതെന്നും കർശനമായ നിർദ്ദേശമുണ്ടായിരുന്നു. ഓങ്കയാറയ്ക്കപ്പുറം ലങ്കയുടെ സൈന്യവും കപ്പൽപ്പടയുമുണ്ടോ എന്നു നിരീക്ഷിക്കുകയായിരുന്നു അവരുടെ ദൗത്യം.

ഭരതൻ ലക്ഷ്മണനെ നോക്കി തലയാട്ടി. 'രാവണൻ ഇര കൊത്തി. ഓങ്കയാറയിൽ ലങ്കയുടെ കപ്പൽപ്പട എത്തിയിട്ടുണ്ട്. അമ്പൻ ഗംഗ മഹാവേലി ഗംഗയിൽ ചേരുന്നതിനു തൊട്ടു മുമ്പുള്ള ഇടത്തിൽ എല്ലാ കപ്പലുകളും നങ്കൂരമിട്ടിട്ടുണ്ട്.'

ലക്ഷ്മണൻ വലതു മുഷ്ടി ചുരുട്ടി തുറന്ന ഇടതു കൈവെള്ളയിൽ ഇടിച്ചു. 'ഗംഭീരം! നമ്മളവരെ ഇങ്ങോട്ട് വലിച്ചു കൊണ്ടു വന്നിരിക്കുന്നു. രാമൻ ജ്യേഷ്ഠനും ശത്രുഘ്നനും തടസ്സങ്ങളില്ലാതെ പാലം നിർമ്മിക്കാം.'

'ഉം. അവരെ ഇവിടെത്തന്നെ നിർത്തേണ്ടതുണ്ട്.'

'അവരെ ഇവിടെത്തന്നെ നിർത്തിയാൽ മാത്രം പോര, ജ്യേഷ്ഠാ. അവരെ നശിപ്പിക്കുകയും വേണം. രാമൻ ജ്യേഷ്ഠൻ യുദ്ധം ചെയ്തു സമയം കളയേണ്ടതില്ല. അദ്ദേഹം വിജയശ്രീലാളിതനായി സിഗിരിയയിൽ ചെന്നു കയറണം.'

ഭരതൻ വാത്സല്യത്തോടെ ചിരിച്ചു. ശത്രുഘ്നനോടൊത്ത് നീണ്ട പതിനാലു വർഷം ചിലവഴിച്ച് ലക്ഷ്മണൻ എങ്ങനെയാണെന്ന് ഭരതൻ മറന്നു പോയിരുന്നു. ലക്ഷ്മണനും ശത്രുഘ്നനും ഇരട്ടകളാണെങ്കിലും മോരും മുതിരയും പോലെയാണ്. ശത്രുഘ്നൻ ശാന്തനും ബുദ്ധിമാനും പ്രായോഗികജ്ഞാനമുള്ളവനുമാണ്. എന്നാൽ ലക്ഷ്മണൻ

അക്രമാസക്തനും എടുത്തുചാട്ടക്കാരനും ക്ഷിപ്രകോപിയുമാണ്. പക്ഷേ രണ്ടു പേർക്കും സ്വർണ്ണത്തിന്റെ ഹൃദയമാണുള്ളത്.

യോദ്ധാവിന് കടുത്ത ആത്മവിശ്വാസം ഏറെ ഫലപ്രദമാണ്. എന്നാൽ സൈന്യാധിപന് അതത്ര നല്ലതല്ല. അയാൾ പ്രായോഗികതയിലൂന്നണം. ശത്രുവിനേക്കാൾ രണ്ടടി മുമ്പിലയാൾ ചിന്തിക്കുകയും ജയിക്കുമെന്നുറപ്പുള്ള നേരത്ത് ആക്രമിക്കുകയും ചെയ്യേണ്ടതുണ്ട്.

തന്റെ സൈനികരെ വൃഥാ മരിക്കാൻ വിടുന്നവനല്ല നല്ല സൈന്യാധിപൻ.

ഭരതൻ മികച്ച സൈന്യാധിപനാണ്.

'നോക്കാം, ലക്ഷ്മണാ,' ഭരതൻ പറഞ്ഞു. 'രാവണനെ കഴിയാവുന്നത്ര നേരം ഇവിടെ പിടിച്ചു വെക്കുകയാണ് നമ്മുടെ പ്രധാന ലക്ഷ്യം. അതിനിടയിൽ സൈന്യത്തിന് അല്പം ആഘാതമേൽപ്പിച്ചാൽ അത്രയും നല്ലത്.'

ചില ഉച്ചത്തിലുള്ള പൊട്ടിത്തെറിയൊച്ചകൾ അവരുടെ ശ്രദ്ധ തിരിച്ചു. ലക്ഷ്മണൻ ജാലകത്തിലൂടെ പുറത്തേക്കു നോക്കി. 'അതു തുടങ്ങിക്കഴിഞ്ഞു, ദാദാ.'

ഭരതൻ ജാലകത്തിനടുത്തേക്കു നടന്നു. കൊട്ടാരത്തിന്റെ മുകൾ നിലയിൽ നിന്ന് അയാൾക്ക് ഗോകർണ്ണത്തെ ഉൾക്കടൽ വ്യക്തമായി കാണാം. 'ലക്ഷ്മണാ, നീ ഗോകർണ്ണത്തെ വ്യാപാരക്കപ്പലുകൾ വാങ്ങാനുള്ള അധികാരപത്രം വണിക്കുകളുടെ സംഘത്തിനു നൽകിയോ?'

'ഉവ്വ്, ദാദാ. അങ്ങ് ഉത്തരവിട്ടതു പോലെ തന്നെ'

ഗോകർണ്ണത്തിലെ വ്യാപാരക്കപ്പലുകൾ ഇപ്പോൾ അയോദ്ധ്യയുടേതാണ്. അവയെല്ലാം ഒരുമിച്ചു കൂട്ടി ഉൾക്കടലിന്റെ മദ്ധ്യഭാഗത്ത് നങ്കൂരമിട്ടിട്ടുണ്ട്. കപ്പൽത്തട്ടുകളിൽ ധാരാളമായി തൂകിയ മെഴുകിന്റെയും എണ്ണയുടെയും സഹായത്തോടെ ഇപ്പോൾ ആ കപ്പലുകൾ കത്തിയെരിയുകയാണ്. പല കപ്പലുകൾക്കും പാതി ഉയരത്തിൽ, സമചതുരത്തിൽ സജ്ജീകരിച്ച പായ്മരങ്ങളുണ്ട്.-എണ്ണയിൽ കുതിർന്ന തുണിയ്ക്ക് എളുപ്പം തീ പിടിക്കും. ഭരതൻ ശ്രദ്ധയോടെ വിശദാംശങ്ങൾ ആസൂത്രണം ചെയ്തിട്ടുണ്ട്. കരിമരുന്നിന്റെയും കരിയുടെയും മിശ്രിതം, വലിയ വാണിജ്യകപ്പലുകൾ കൂട്ടിക്കെട്ടിയ കപ്പൽക്കൂട്ടത്തിന്റെ മേൽത്തട്ടിനു താഴെ ചരക്കു സംഭരിക്കാനുള്ള സ്ഥലത്ത് സ്ഥാപിച്ചു. അത്തരം സ്ഫോടകക്കൂട്ടുകളിലൊന്നാണ് അപ്പോൾ പൊട്ടിത്തെറിച്ചത്.

നരകാഗ്നിയുടെ കെട്ടുകാഴ്ച.

ലങ്കയിലെ ഉന്നതവൃത്തങ്ങളിലെത്താൻ പോകുന്ന വാർത്തകൾ

ഭരതന് ഊഹിക്കാനാകും: അയോദ്ധ്യയുടെ കപ്പൽപ്പടയെ പുറകിൽ നിന്നാക്രമിക്കുന്നതു തടയാൻ സൈന്യാധിപന്മാർ ശ്രമിക്കുകയാണ്. അനുമാനം വ്യക്തമാണ്: മഹാവേലി ഗംഗയിലൂടെയുള്ള ആക്രമണം ആസന്നമാണ്.

'ഇതല്പം പ്രകടനപരമാണെന്ന് തോന്നുന്നില്ലേ? ഈ പരസ്യമായ തീയിടൽ?' ലക്ഷ്മണൻ ചോദിച്ചു. 'നമുക്ക് കപ്പലുകൾ മുക്കാമായിരുന്നു.'

ഭരതൻ അതിശയത്തോടെ കണ്ണുകൾ മിഴിച്ചു, 'എന്റെ അരുമ സഹോദരനാണോ ചതുരതയെക്കുറിച്ച് സംസാരിക്കുന്നത്?'

ലക്ഷ്മണൻ പൊട്ടിച്ചിരിക്കുകയും സഹോദരനെ പുറകിലിടിക്കുകയും ചെയ്തു.

'നമ്മൾ ദേഷ്യത്തിലാണെന്ന് രാവണനു തോന്നണം. പകയുടെ അഗ്നി, അങ്ങനെ ചിലത്,' ഭരതൻ തുടർന്നു. 'വിവേചന ബോധത്തെ വികാരങ്ങൾ കീഴ്പ്പെടുത്തിയെന്ന് രാവണനു തോന്നണം. യുദ്ധത്തിൽ ശത്രു നിങ്ങളെ വില കുറച്ചു കാണുന്നതു നല്ലതാണ്. '

'ഉം...'

'അതുകൊണ്ട് ഇന്ന് വിഭീഷണൻ വരുമ്പോൾ നീ അല്പം അഭിനയിക്കണം. നീ വലിയ ദേഷ്യത്തിലാണെന്ന് അയാൾക്കു തോന്നണം. രാമൻ ജ്യേഷ്ഠനും. ഞാൻ മാത്രമാണ് നിങ്ങളെ നിയന്ത്രിച്ചു നിർത്തുന്നതെന്ന് അയാൾക്കു തോന്നണം.'

ലക്ഷ്മണൻ തലയാട്ടി. 'വിഭീഷണനുമായുള്ള നമ്മുടെ സംഭാഷണങ്ങൾ രാവണനിലെത്തുന്നുണ്ടെന്നാണോ?'

'അതിൽ സംശയമൊന്നുമില്ല. വിഭീഷണൻ വഴിയാണെന്നു തോന്നുന്നില്ല. പക്ഷേ, ചാരന്മാർ വഴിയാകാം. ഈ നഗരത്തിൽ സുഹൃത്തെന്നു തോന്നുന്ന ആരോടെങ്കിലും അയാളല്പം വിട്ടുവായത്തരം പറഞ്ഞാലും മതിയല്ലോ. കാര്യപ്രാപ്തിയുള്ള ഭരണകൂടത്തിന്റെ ഹൃദയം നല്ല ചാരശൃംഖലയാണ്. അത് മറ്റാരേക്കാളും ഭരണാധികാരിയെ ഒരടി മുമ്പിൽ നിർത്തും. രാവണനാകട്ടെ മികച്ച ഭരണാധികാരിയാണ്. അയാൾ ഒന്നുമില്ലായ്മയിൽ നിന്നാണ് എല്ലാം കെട്ടിപ്പടുത്തത്. നമുക്കയാളെ വെറുക്കാം, പക്ഷേ നമ്മളയാളുടെ കഴിവുകൾ അംഗീകരിക്കണം.' ഭരതൻ വാതിലിനു നേരെ തിരിഞ്ഞ് ദ്വാരപാലകനോട് ഉറക്കെ ആജ്ഞാപിച്ചു, "വിഭീഷണ രാജകുമാരനോട് വരാൻ പറയൂ.'

വീഭീഷണൻ കപടമായ ഉദാസീനതയോടെ പതിയെ കയറി വന്നു. ഈറ്റയുടെയത്രയും മെലിഞ്ഞ ഉടലിൽ ഇല്ലാത്ത പേശികൾക്ക് സ്ഥല സൗകര്യം നൽകാൻ അയാൾ കൈകൾ പെരുപ്പിക്കാൻ ശ്രമിക്കുന്നുണ്ട്.

വിഭീഷണൻ ഊത നിറമുള്ള പട്ടു കച്ചയും അംഗവസ്ത്രവുമാണ് ധരിച്ചിരിക്കുന്നത്. ലോകത്തു വെച്ച് ഏറ്റവും വില കൂടിയ ചായമാണ് ഊതം. രാജകീയ നിറം. അയാളുടെ ആഭരണങ്ങളും പണ്ടത്തെ പോലെ ലളിതമല്ല; പവിഴം പതിച്ച ആഢംബരപൂർണ്ണമായ സ്വർണ്ണ കമ്മലുകൾ. സൂക്ഷ്മതയോടെ ചിത്രപ്പണികൾ ചെയ്ത കണ്ഠാഭരണം, സ്വർണ്ണത്തിൽ പൊതിഞ്ഞ വജ്രത്തിന്റെ കാപ്പ്.

അയാൾ രാജാവായി തന്നെയാണ് സ്വയം കാണുന്നത്.

'സ്വാഗതം, തിരുമനസ്സേ,' ഭരതൻ പറഞ്ഞു.

വിഭീഷണൻ നെഞ്ചു വിരിച്ചു, 'അങ്ങയെ വീണ്ടും കാണാൻ എന്തു സന്തോഷം, കുമാരാ,' വിഭീഷണൻ ലക്ഷ്മണനെ നോക്കി വിശദമായി കൈകൂപ്പി. ലക്ഷ്മണൻ ചടങ്ങിനെന്ന പോലെ കൈ കൂപ്പുന്നതായി നടിച്ചു. വിഭീഷണൻ എന്നത്തെയും പോലെ ആ അപമാനം കണ്ടില്ലെന്നു നടിച്ചു. 'നമ്മളെപ്പോഴാണ് യാത്ര തുടങ്ങുന്നത്, ഭരത കുമാരാ? വണിക്കുകളുടെ കപ്പലുകളെ കൂട്ടിയിട്ടു കത്തിച്ച് നിങ്ങളിപ്പോൾ സേനാപാർശ്വങ്ങൾ മറച്ചിരിക്കുന്നു...തികച്ചും ബുദ്ധിപരമായ നീക്കം.'

ഭരതന്റെ മറുപടി ലളിതവും അർത്ഥഗർഭവുമായിരുന്നു, 'താമസിയാതെ, തിരുമനസ്സേ.'

'നമുക്കീ മുഴുവൻ നഗരവും എരിച്ചു ചാമ്പലാക്കാം, ദാദാ,' ലക്ഷ്മണൻ പെട്ടെന്ന് കോപമെരിയുന്ന കണ്ണുകളോടെ പറഞ്ഞു. 'സപ്തസിന്ധുവിനോടു കളിച്ചതിന് ലങ്ക വില തരണം.'

വിഭീഷണൻ പരിഭ്രാന്തിയോടെ ലക്ഷ്മണനെ നോക്കി. സിഗിരിയ ലങ്കയുടെ തിളക്കമേറിയ തലസ്ഥാനമായിരിക്കാം. പക്ഷേ ഗോകർണ്ണമെന്ന തുറമുഖ നഗരമാണ് ലങ്കയുടെ സമൃദ്ധിയുടെ യന്ത്രം. സിഗിരിയ നശിപ്പിക്കപ്പെട്ടാൽ പോലും കുഴപ്പമില്ല. പക്ഷേ തകർക്കപ്പെട്ട ഗോകർണ്ണം ലങ്കയുടെ അവസാനമായിരിക്കും.

ഭരതൻ ശാന്തനായിരിക്കാൻ ലക്ഷ്മണനോട് ആവശ്യപ്പെടുന്നതു പോലെ കയ്യുയർത്തി, 'ലക്ഷ്മണാ...'

'രാമൻ ജ്യേഷ്ഠൻ പറഞ്ഞതു നേരാണ്,' കോപത്താൽ തുടുത്ത മുഖത്തോടെ ലക്ഷ്മണൻ പറഞ്ഞു, 'നമുക്കവരെ ഒരു പാഠം പഠിപ്പിക്കേണ്ടതുണ്ട്. എനിക്കറിയില്ല അങ്ങെന്താണ്–'

'മതിയാക്ക്,' ഭരതൻ ഉച്ചത്തിലും ദൃഢമായും പറഞ്ഞു.

ലക്ഷ്മണൻ നിശ്ശബ്ദനായി.

'വിഭീഷണനോടൊത്ത് എന്നെ വെറുതെ വിടൂ,' ഭരതൻ പറഞ്ഞു.

'ദാദാ...'

'എന്റെ ഉത്തരവിന്റെ ഏതു ഭാഗമാണ് നിനക്കു മനസ്സിലാകാഞ്ഞത്, കുമാരാ?' ഭരതൻ മുരണ്ടു.

ലക്ഷ്മണൻ ഏതാനും നിമിഷം ഭരതനെ തുറിച്ചു നോക്കിയതിനു ശേഷം സഭയിൽ നിന്ന് പാഞ്ഞു പോയി.

വിഭീഷണൻ ഒന്നും പറയാനാകാത്ത വിധത്തിൽ ഞെട്ടിപ്പോയിരുന്നു. പഞ്ചവടിയിൽ വെച്ച് ലക്ഷ്മണന്റെ കോപം ഒരിക്കലയാൾ കണ്ടിട്ടുണ്ട്. ശാന്തപ്രകൃതിയായ രാമൻ പോലും കുപിതനാണെന്നു കേൾക്കുന്നത് ഞെട്ടിക്കുന്നതായിരുന്നു. ഗോകർണ്ണത്തിനെ പോലൊരു നിഷ്കളങ്കമായ നഗരത്തെ നശിപ്പിക്കാൻ ആഗ്രഹിക്കുന്നത്രയും കോപം. ചിലപ്പോൾ അതു മനസ്സിലാക്കാവുന്നതുമാണ്. സീത അദ്ദേഹത്തിന്റെ ഭാര്യയാണ്. അയോദ്ധ്യയുടെ സഹായം തേടിയത് അബദ്ധമാണോ? ഒരു നിമിഷത്തേക്ക് വിഭീഷണൻ ശങ്കിച്ചു. പക്ഷേ രാവണൻ ചിലപ്പോൾ അയാളുടെ ചതി അറിഞ്ഞു കാണും. അയാളുടെ നൗകയും എരിഞ്ഞു പോയിരിക്കുന്നു. അയാളെ സംബന്ധിച്ചിടത്തോളം ഇനിയൊരു തിരിച്ചു പോക്കില്ല. അയാൾ ഒന്നുകിൽ മുങ്ങിപ്പോകും. അല്ലെങ്കിൽ ഭരതനോടൊത്തു നീന്തും.

'നമ്മുടെ സഖ്യം ശക്തമാക്കി നിലനിർത്തേണ്ടതുണ്ട്, ഭരത കുമാരാ,' വിഭീഷണന്റെ ഒച്ച ഏതാണ്ട് കരച്ചിലാണിപ്പോൾ. അയാളുടെ മുമ്പത്തെ ഉദാസീനത അപ്രത്യക്ഷമായിട്ടുണ്ട്. 'അല്ലെങ്കിൽ നിരവധി നിഷ്കളങ്കർ മരിക്കും.'

'എനിക്കറിയാം,' ഭരതൻ പറഞ്ഞു. 'ഞാനൊരു പ്രയോഗിക മനുഷ്യനാണ്. സൈനികർക്ക് ആവുന്നത്ര കുറവ് ആപത്തു വരുത്തി യുദ്ധത്തിൽ വിജയിക്കണമെന്നാണ് എന്റെ ആഗ്രഹം. നമ്മുടെ സൗഹൃദത്തിന് അതുറപ്പു വരുത്താനാകും.'

"അതെ, കുമാരാ, തീർച്ചയായും.'

ഭരതൻ കൈ നീട്ടി മേശപ്പുറത്തു നിന്നും ഒരു തുകൽച്ചുരുളെടുത്ത് വിഭീഷണനു നേരെ നീട്ടി. 'ഞങ്ങളുടെ സൗഹൃദത്തിന്റെ സൂചകം...'

അതെന്താണെന്ന് ഊഹിക്കാമായിരുന്നെങ്കിലും തുകൽച്ചുരുൾ തുറക്കുമ്പോൾ അയാൾക്ക് ആവേശമടക്കാനായില്ല. അയോദ്ധ്യയുടെ രാജകീയ വിളംബരം, സപ്തസിന്ധുവിന്റെ ചക്രവർത്തിയുടെ മുദ്രയോടു കൂടിയത്. രാമൻ വിഭീഷണനെ ലങ്കയുടെ രാജാവായി അംഗീകരിക്കുകയും സിഗിരിയയുടെ സിംഹാസനത്തിൽ അയാളെ പ്രതിഷ്ഠിക്കുന്നതിന് സൈന്യസഹായമടക്കമുള്ള എല്ലാ സഹകരണവും വാഗ്ദാനം ചെയ്യുകയും ചെയ്തു.

അയാളുടെ ഹൃദയത്തിന്റെ മിടിപ്പ നിന്നു. ഞാനയാളെ...ആ രാക്ഷസനെ..ഞാൻ കഴിവു കെട്ടവനാണെന്ന് പറഞ്ഞു...ഞാൻ കാണിച്ചു കൊടുക്കും...

വിഭീഷണന്റെ ചിന്താധാര ഭരതൻ മുറിച്ചു. 'ഇപ്പോൾ...പകരം താങ്കളുടെ സൗഹൃദത്തിന്റെ സൂചകം വേണം, തിരുമനസ്സേ.'

'എന്തും,' കൃതജ്ഞതയോടെ വിഭീഷണൻ പറഞ്ഞു.

'നിങ്ങൾ ലക്ഷ്മണന് രഹസ്യ തുരങ്കത്തിലൂടെ നദീദുർഗ്ഗത്തിലേക്കുള്ള വഴി കാട്ടുമെന്നാണ് ഞാനാദ്യം കരുതിയത്.'

യുദ്ധത്തിന്റെ നടുവിൽ ലക്ഷ്മണനെ പോലൊരു ക്ഷിപ്രകോപിയോടൊത്തു കുടുങ്ങിപ്പോകുന്നതോർത്ത് വിഭീഷണൻ നടുങ്ങി.

'പക്ഷേ,' ഭരതൻ തുടർന്നു, 'എന്റെ സഹോദരന്റെ സിരകളിലൂടെ ഒഴുകുന്ന ക്രോധം കാണുമ്പോൾ-എന്റെ എല്ലാ സഹോദരന്മാരുടെയും, ലക്ഷ്മണനും സൈന്യവും നിങ്ങളില്ലാതെ പോകുന്നതാണ് നല്ലതെന്നു തോന്നി.'

'അതാണ് ബുദ്ധിപൂർവ്വമായ തീരുമാനം, കുമാരാ,' ആശ്വാസത്തോടെ വിഭീഷണൻ പറഞ്ഞു. 'നദീദുർഗ്ഗത്തിന്റെ പിടിച്ചടക്കൽ രാജാക്കന്മാർക്കല്ല, കശാപ്പുകാർക്കു ചേർന്ന ജോലിയാണ്.'

ഭരതൻ പുച്ഛമടക്കാൻ പാടുപെട്ടു. 'അതെ, തീർച്ചയായും, തിരുമനസ്സേ.' അയാൾ മഹാവേലി ഗംഗയുടെയും അമ്പൻ ഗംഗയുടെയും പ്രവാഹം വിശദമായി രേഖപ്പെടുത്തിയ ഭൂപടം പുറത്തെടുത്തു. അതിൽ സിഗിരിയയും ഗോകർണ്ണവും വ്യക്തമായി രേഖപ്പെടുത്തിയിട്ടുണ്ട്. പിന്നീടയാൾ ഏതാനും പാപ്പിറസ് ചുരുളുകളും കാരീയം കൊണ്ടുള്ള എഴുത്താണിയും പുറത്തെടുത്തു. 'മുഴുവൻ രഹസ്യ തുരങ്കവും നിങ്ങൾ അടയാളപ്പെടുത്തി തരണം.'

'തീർച്ചയായും,' വിഭീഷണൻ പറഞ്ഞു. അയാൾ ആ ഭൂപടവും പാപ്പിറസ് ചുരുളുകളും എഴുത്താണിയും ഭരതന്റെ കയ്യിൽ നിന്നും വാങ്ങി.

'തുരങ്കത്തിലേക്കുള്ള പ്രവേശനദ്വാരം കണ്ടുപിടിക്കാനുള്ള സൂചനകളും അടയാളങ്ങളും കൂടി രേഖപ്പെടുത്തു. ലക്ഷ്മണന് വേഗത്തിൽ തുരങ്കത്തിലൂടെ മുമ്പോട്ടു പോകാൻ അറിയേണ്ട കാര്യങ്ങളും. നീളം, വീതി, ഉയരം, വായുദ്വാരങ്ങൾ.പ്രകാശദ്വാരങ്ങൾ, തറയുടെ നിർമ്മാണം, സമനിരപ്പ് തുടങ്ങിയവ. തുരങ്കത്തിൽ പ്രവേശിക്കുന്നതിനു മുമ്പ് ലക്ഷ്മണൻ അതു കാണണം. പാപ്പിറസ് താളുകളിൽ പ്രത്യേകം കുറിപ്പുകൾ നിങ്ങൾക്ക് തയ്യാറാക്കാം.'

വിഭീഷണൻ ജോലി ചെയ്തു തുടങ്ങിയിരുന്നു. 'ഞാനാണീ

തുരങ്കങ്ങൾ രൂപകല്പന ചെയ്യുന്നതും പണിതതും, കുമാരാ. ഞാനൊരു വിദഗ്ധ വാസ്തുശില്പിയും ഭൂപടം വരയ്ക്കുന്നയാളുമാണ്. ഞാൻ ഈ ഭൂപടവും നിർദ്ദേശങ്ങളും പിഴവുകളില്ലാതെ തയ്യാറാക്കും.'

'അക്കാര്യത്തിൽ എനിക്ക് യാതൊരു സംശയവുമില്ല,' ഭരതൻ പുഞ്ചിരിച്ചു.

അദ്ധ്യായം 19

'ഞാനൊരു പ്രകടനം തന്നെ നടത്തിയില്ലേ?' അഭിമാനം തുളുമ്പുന്ന അരച്ചിരിയോടെ ലക്ഷ്മണൻ ജ്യേഷ്ഠനെ നോക്കി.

ഭരതൻ പൊട്ടിച്ചിരിച്ചു.

വിഭീഷണൻ രാജകീയ സഭയിൽ നിന്നു പോയതിനു ശേഷം ഭരതൻ ലക്ഷ്മണനെ വിളിപ്പിക്കുകയും അത്താഴം വിളമ്പാൻ പരിചാരകരോട് നിർദ്ദേശിക്കുകയും ചെയ്തു.

'നീ അഭിനയിക്കുകയായിരുന്നില്ല,' ഭരതൻ കളിയാക്കി, 'നീ നീ തന്നെയായിരുന്നു!'

ഒരു റൊട്ടിക്കഷ്ണം മുറിച്ച് പച്ചക്കറി വിഭവത്തെ തടുത്തു കൂട്ടി ലക്ഷ്മണൻ പൊട്ടിച്ചിരിച്ചു. 'അയാൾ ശരിയായ ഭൂപടങ്ങൾ തന്നോ?'

'ഉം,' ആഹാരം പതിയെ ചവച്ചു കൊണ്ട് ഭരതൻ പറഞ്ഞു.

'ഗംഭീരം.'

'പക്ഷേ അയാളൊരു സൂത്രക്കാരനാണ്.'

'അതു തന്നെയല്ലേ ഞാനെപ്പോഴും പറഞ്ഞിട്ടുള്ളത്. ഈ വെളിപാട് പെട്ടെന്നെങ്ങിനെ വന്നു?'

ഭരതൻ തന്റെ റൊട്ടിക്കഷ്ണം പച്ചക്കറിയിൽ വെച്ച് പാതിയിൽ നിർത്തി, കണ്ണുകളിൽ കള്ളഞെട്ടൽ. 'വെളിപാടോ? ഈ വാക്ക് നീ എവിടെ നിന്നു പഠിച്ചു?'

'ശത്രുഘ്നനിൽ നിന്ന്,' ലക്ഷ്മണൻ പൊട്ടിച്ചിരിച്ചു. 'എന്താണ്? ഞാനതു തെറ്റിച്ചാണോ ഉച്ചരിച്ചത്?'

'അല്ലേയല്ല. വെളിപാടെന്നാൽ പെട്ടെന്നുള്ളതും മഹത്തരവുമായ ഭൂതോദയമോ കണ്ടെടുക്കലോ ആണ്. നീയത് കൃത്യമായ അവസരത്തിലാണ് ഉപയോഗിച്ചത്, അനുജാ.'

ലക്ഷ്മണൻ ആനന്ദത്തോടെ പൊട്ടിച്ചിരിക്കുകയും തോളിൽ തട്ടി സ്വയം അഭിനന്ദിക്കുകയും ചെയ്തു. 'കൊള്ളാം, ലക്ഷ്മണാ, കൊള്ളാം.'

ഭരതനും പൊട്ടിച്ചിരിച്ചു. 'നിന്റെ കോമാളിക്കളികൾ കണ്ടിട്ട് എത്ര കാലമായി!'

'അതെ, എത്ര കാലമായി നമ്മൾ ഒരുമിച്ചുണ്ടായിട്ട്...'

'തുരങ്കത്തിലേക്ക് തിരിച്ചു വരാം,' ഭരതൻ പറഞ്ഞു. 'നദീദുർഗ്ഗത്തിലാർക്കും തന്നെ രഹസ്യ തുരങ്കങ്ങളെ കുറിച്ചറിയില്ല. ലങ്കയിലെ ഭരണത്തിന്റെ ഭാഗമായ ആർക്കുമറിയില്ല, ജനങ്ങൾക്കുമറിയില്ല. രാവണനും ഇന്ദ്രജിത്തിനും മാരീചനും വിഭീഷണനും കുംഭകർണ്ണനും തുരങ്കത്തിന്റെ നിർമ്മാണത്തിൽ ഉൾപ്പെട്ട പണിക്കാർക്കും മാത്രമേ അതിനെക്കുറിച്ചറിയൂ.'

'പണിക്കാർ ആരോടും പറഞ്ഞില്ലേ, വിചിത്രം.'

'മരിച്ചവർ സംസാരിക്കാറില്ല. നിർമ്മാണത്തിനു ശേഷം അവരെല്ലാം തന്നെ കുരുതി കഴിക്കപ്പെട്ടു.'

'അത്...'

'...ഭയങ്കരമാണ്. മനോവിഭ്രാന്തിയുള്ളതും,' ഭരതൻ ലക്ഷ്മണന്റെ വാക്കുകൾ മുഴമിപ്പിച്ചു. 'പക്ഷേ ഫലപ്രദവും. രാവണന്റെ തനി സ്വഭാവം. അതുകൊണ്ടാണ് ആർക്കും തന്നെ ഈ രഹസ്യ തുരങ്കങ്ങളെ കുറിച്ച് യാതൊന്നും അറിയാത്തത്.'

'രാവണൻ പക്ഷേ വിഭീഷണനെ ഉപയോഗിച്ചതെന്തു കൊണ്ടാണ്? അയൾ കൂറു മാറുന്നവനും സൂത്രക്കാരനുമാണല്ലോ.'

'പക്ഷേ വിഭീഷണനാണ് രാജകുടുംബത്തിലെ ഏറ്റവും മികച്ച വാസ്തുശില്പി. അല്ലെങ്കിൽ അങ്ങിനെ അയാൾ അവകാശപ്പെടുന്നു. ആ തുരങ്കങ്ങൾ രൂപകല്പന ചെയ്തതും നിർമ്മാണത്തിന്റെ മേൽനോട്ടം നടത്തിയതും താനാണെന്ന് അയാൾ അവകാശപ്പെടുന്നു.'

'അങ്ങിനെയെങ്കിൽ തുരങ്കങ്ങളെ കുറിച്ച് ഏറ്റവും കൃത്യമായ വിവരങ്ങൾ അയാൾക്കു നൽകാൻ കഴിയും.'

'വിഭീഷണൻ നമ്മുടെ കൂടെ കൂടിയെന്ന് രാവണൻ അറിഞ്ഞിട്ടുണ്ടാകും. ഗോകർണ്ണത്തെ അയാളുടെ ചാരശൃംഖല മികച്ചതാണ്. വിഭീഷണൻ തുരങ്കങ്ങളെ കുറിച്ച് നമ്മളോട് വെളിപ്പെടുത്തിയിട്ടുണ്ടാകുമെന്ന് അവർ അനുമാനിക്കും. അതുകൊണ്ടു തന്നെ രാവണൻ തുരങ്കത്തിൽ നമ്മളെ പതിയിരുന്നാക്രമിക്കുകയോ തുരങ്കത്തിന്റെ ഗോകർണ്ണത്തേക്കുള്ള പ്രവേശനദ്വാരം തകർക്കുകയോ ചെയ്യാം.'

ലക്ഷ്മണൻ തലയാട്ടി.

'പക്ഷേ,' ഭരതൻ തുടർന്നു. 'നമുക്ക് മറ്റൊരു തുരംഗം മുമ്പിലുണ്ട്.'

'ഏത്?'

'വീഭീഷണൻ ഈ ചതി വർഷങ്ങൾക്കു മുമ്പേ ആസൂത്രണം ചെയ്തിട്ടുണ്ടാകും. അയാൾ തുരങ്കത്തിനൊരു മറു തുരംഗം കൂടി നിർമ്മിച്ചിട്ടുണ്ട്.'

ലക്ഷ്മണൻ പൊട്ടിച്ചിരിച്ചു. 'ആ നദീദുർഗ്ഗത്തിലേക്ക് എത്ര തുരങ്കങ്ങളുണ്ട്....രാവണനും ഇന്ദ്രജിത്തിനും കുംഭകർണ്ണനും അറിയാത്തതായി. വിഭീഷണനു മാത്രമറിയുന്നതും.'

'വിഭീഷണനും അതു പണിതയാൾക്കാർക്കും.'

ആ പണിക്കാർ മരിച്ചു പോയി.'

'അതേ.'

'ആ ലങ്കക്കാരൻ വഞ്ചകനെ മയക്കി വെച്ചതു നന്നായി.'

'രാവണന്റെ ഏതൊരു ബലവാനായ ശത്രുവിനെയും അയാൾ സമീപിക്കുമായിരുന്നു,' ഭരതൻ പറഞ്ഞു. 'ആ തുരംഗം പണിയുമ്പോൾ അയോദ്ധ്യക്ക് ലങ്കയെ ആക്രമിക്കാൻ യാതൊരു കാരണവുമില്ലായിരുന്നു. വീഭീഷണൻ രാവണനെതിരെ ആരെങ്കിലും പോരിനിറങ്ങുന്നതും കാത്തിരിക്കുകയായിരുന്നു.'

'വിഭീഷണനെ വിശ്വസിച്ച ദിവസം രാവണൻ അയാളുടെ വിധിയെഴുതിയെന്നു തോന്നുന്നു.'

'നദീദുർഗ്ഗത്തിലെ സേനയെ വിശ്വസിക്കില്ലെന്നു തീരുമാനിച്ച ദിവസം അയാൾ സ്വന്തം വിധിയെഴുതി. അയാളെ തോൽപ്പിക്കാൻ നമുക്കൊരു വഴി തുറന്നു തരികയും ചെയ്തു.'

'ഉം.'

'ഒരിക്കൽ ശത്രുഘ്നൻ എന്നോടൊരു കാര്യം പറഞ്ഞു. ഗ്രീസിനപ്പുറത്ത് പടിഞ്ഞാറുള്ള ഒരു എഴുത്തുകാരൻ-ഫൊൻറേയിൻ എന്നോ മറ്റോ ആണു പേര്-പറഞ്ഞത്രേ, "വിധിയെ ഒഴിവാക്കാൻ ഒരാൾ കണ്ടെത്തുന്ന വഴിയിൽ അതയാളെ കാത്തിരിക്കും.'

ലക്ഷ്മണൻ ചിരിച്ചു. 'അതെ...നമുക്ക് രാവണനെ അയാളുടെ വഴിയുടെ അന്ത്യത്തിലെത്തിക്കാം.'

ലങ്കാദ്വീപിന്റെ വടക്കു പടിഞ്ഞാറൻ വശത്ത് പാലത്തിന്റെ നിർമ്മാണം തുടങ്ങിയിട്ട് നാലു ദിവസമായി.. ഗോകർണ്ണത്തെ ഉൾക്കടലിന്റെ തെക്കൻ വിളുമ്പിൽ, ദ്വീപിന്റെ വടക്കു കിഴക്കൻ ഭാഗത്ത് ലക്ഷ്മണനും ഭരതനും

മഹാവേലി ഗംഗയിൽ തുഴയാനായി തയ്യാറെടുത്തു നിൽക്കുകയാണ്. ശത്രുഘ്നൻ പാതിയിലധികം പാലം നിർമ്മിച്ചു കഴിഞ്ഞെന്ന സന്ദേശം അപ്പോൾ കിട്ടിയതേയുള്ളൂ. മൂന്നു ദിവസത്തിനപ്പുറം അയോദ്ധ്യയുടെ സൈന്യം ലങ്കയിലേക്ക് ഇരച്ചു കയറുകയും സിഗിരിയയിലേക്ക് കുതിക്കുകയും ചെയ്യും.

'പടയോട്ടം ആരംഭിക്കുന്നതിനു മുമ്പ് നമുക്ക് ചക്രവർത്തി രാമനെ കാണേണ്ടതില്ലേ?' വിഭീഷണൻ ചോദിച്ചു.

വിഭീഷണൻ സഹോദരന്മാർക്കൊപ്പമുണ്ട്. അവർ കപ്പൽത്തട്ടിൽ നിന്ന് അന്തമില്ലാതെ നീളുന്ന മഹാവേലി ഗംഗയെ നോക്കുകയാണ്. നദി ഗോകർണ്ണം ഉൾക്കടലിലേക്കൊഴുകുന്ന അഴിമുഖത്താണ് അവർ. അവർക്ക് പുറകിൽ രണ്ടു വരികളിലായി കപ്പൽപ്പട. ഒന്നിനു പിറകേ ഒന്നായി നീങ്ങുന്ന രണ്ടു കപ്പലുകൾ വീതമുള്ള ഇരുന്നൂറു നിരകളായി നാന്നൂറു കപ്പലുകൾ. ഉൾക്കടലിൽ നിന്നും ഭാരതസമുദ്രത്തിലേക്ക് അതു നീണ്ടു. അഴിമുഖത്തിന്റെ തീരത്തിരിക്കുന്ന ഒരാൾക്ക് ആ കപ്പൽനിര കണ്ടുതീർക്കാൻ നാലുമണിക്കൂറെടുക്കും. അത്രയും നീണ്ടതായിരുന്നു കപ്പൽപ്പടയുടെ വിന്യാസം. സപ്തസിന്ധുവിന്റെ സൈനികക്കരുത്തിന്റെ പ്രദർശനമായിരുന്നു അത്. ലങ്കക്കാരെ മുട്ടുകുത്തിക്കാനുള്ള ഞെട്ടിക്കൽ തന്ത്രം.

'ഭരതൻ ജ്യേഷ്ഠനും ഞാനും ഇന്നു രാവിലെ അദ്ദേഹത്തെ കണ്ടു,' ലക്ഷ്മണൻ പറഞ്ഞു. 'എന്തിനാണ് നിങ്ങളദ്ദേഹത്തെ കാണുന്നത്? ഞങ്ങളോടു പറയാൻ പറ്റാത്ത എന്തെങ്കിലും അദ്ദേഹത്തോടു പറയാനുണ്ടോ?'

'അങ്ങിനെയൊന്നുമില്ല, കുമാരാ,' പുഞ്ചിരിച്ചു കൊണ്ട് വിഭീഷണൻ പറഞ്ഞു. ലക്ഷ്മണനിൽ നിന്നുള്ള നിരന്തരമായ ശത്രുതയ്ക്ക് പുഞ്ചിരി കൊണ്ടാണ് അയാൾ സദാ പ്രതികരിക്കാറുള്ളത്. 'സഖ്യകക്ഷി എന്ന നിലയിൽ കപ്പൽപ്പടയുടെ സൈന്യാധിപനെ ലങ്കക്കെതിരെയുള്ള പടയേറ്റം ആരംഭിക്കുന്നതിനു മുമ്പു കാണുന്നത് ഉചിതമാണെന്നു തോന്നി.'

ലക്ഷ്മണന്റെ മുഖത്ത് ആഴമുള്ള ശത്രുത പരന്നു. 'നിങ്ങൾ ഞങ്ങളുടെ സഖ്യകക്ഷിയല്ല. സഹകാരി മാത്രമാണ്. നമ്മൾ തമ്മിൽ വ്യാപാരകരാർ മാത്രമാണുള്ളത്. ഞങ്ങൾക്ക് നദീദുർഗ്ഗം കിട്ടും. നിങ്ങൾക്ക് ലങ്കയിലെ സിംഹാസനവും. അല്ലാത്ത ഒരു കാര്യമാണെന്ന് നടിക്കാൻ നിങ്ങൾ ശ്രമിക്കരുത്.'

'ലക്ഷ്മണാ', കോപം നടിച്ച് ഭരതൻ വിളിച്ചു.

'ദാദാ, ഞാൻ അങ്ങയുടെ നിർദ്ദേശങ്ങൾക്കനുസരിച്ചാണ

പ്രവർത്തിക്കുന്നത്,' ലക്ഷ്മണൻ പറഞ്ഞു. 'രാമൻ ദാദയുടെയും. പക്ഷേ നിങ്ങളുടെ ചങ്ങാതിയോട് പരിധി അറിഞ്ഞു പ്രവർത്തിക്കാൻ പറയൂ.'

'ലക്ഷ്മണാ,' ഭരതൻ മുരണ്ടു. 'രാജാവ് വിഭീഷണനോടൊത്ത് എന്നെ തനിച്ചു വിട്ടു.'

'ഇയാൾ രാജാവായിട്ടില്ല,' ലക്ഷ്മണൻ പുച്ഛിച്ചു.

ഭരതൻ മുമ്പോട്ടാഞ്ഞു, 'സൂര്യവംശികൾ വാക്കു ലംഘിക്കുമെന്നാണോ നീ സൂചിപ്പിക്കുന്നത്?'

ലക്ഷ്മണൻ നിശ്ശബ്ദനായി.

'ഞങ്ങളെ വെറുതെ വിട്ടു,' ഭരതൻ പറഞ്ഞു. 'ഇതൊരു ഉത്തരവാണ്. പോയി ജോലി ചെയ്യൂ. നമുക്ക് മഹാവേലി ഗംഗയിലൂടെ പ്രയാണം തുടങ്ങാം.'

ലക്ഷ്മണൻ സൈന്യാധിപന്റെ ഉത്തരവു കേൾക്കുന്ന സൈനികനെ പോലെ ഭരതനെ വണങ്ങി പുറത്തു പോയി. ആ പ്രകടനത്തിന് പിന്നീടു ലക്ഷ്മണനെ അഭിനന്ദിക്കണമെന്ന് ഭരതൻ മനസ്സിൽ രേഖപ്പെടുത്തി. ലക്ഷ്മണൻ ആ നാടകം ആസ്വദിക്കുന്നുണ്ട്.

ഭരതൻ വിഭീഷണനു നേരെ തിരിഞ്ഞു, 'ക്ഷമിക്കണം, തിരുമനസ്സേ. നിങ്ങളുടെ സഹായം സ്വീകരിക്കുന്നതിൽ എല്ലാ കൂടപ്പിറപ്പുകളും സന്തുഷ്ടരല്ല. ഉപായത്തിലൂടെയല്ല, യോദ്ധാക്കളെ പോലെ യുദ്ധം ജയിക്കാനാണ് അവർക്കിഷ്ടം. പക്ഷേ യുദ്ധം വളരെ മോശപ്പെട്ട കാര്യമാണെന്ന് എനിക്കറിയാം. നമ്മുടെ കൈവശമുള്ള മാർഗ്ഗങ്ങളെല്ലാമുപയോഗിച്ച് അതു ജയിക്കണം.'

'പക്ഷേ-' വിഭീഷണൻ പറഞ്ഞു തുടങ്ങിയതും വലിയ ഒച്ച മുഴങ്ങി. രണ്ടു പേരും തിരിഞ്ഞു നോക്കി. ഏറ്റവും മുമ്പിലുള്ള കപ്പലിന്റെ കാഹളം ഉച്ചത്തിൽ മുഴങ്ങിയതാണ്. കൊടികൾ ഉയർന്നിട്ടുണ്ട്. ഉച്ചത്തിലുള്ള അറിയിപ്പുകളിലൂടെ നിർദ്ദേശങ്ങൾ കൊടുക്കുകയെന്നത് അത്രയും വലിയ കപ്പൽക്കൂട്ടത്തിൽ അസാദ്ധ്യമാണ്. കുറിമാനങ്ങളുമായി തോണികൾ അയക്കുന്നതിനും ഏറെ സമയമെടുക്കും. അതുകൊണ്ട് ഉത്തരവുകളും നിർദ്ദേശങ്ങളും കപ്പലുകളുടെ കാഹളങ്ങളിലൂടെയും വിവിധ കൊടികളിലൂടെയുമാകാമെന്ന് തീരുമാനിച്ചത് ഭരതനാണ്. കപ്പിത്താൻമാർക്ക് മാത്രം മനസ്സിലാകുന്ന രഹസ്യഭാഷയിലൂടെയാണ് കൊടികളുടെ വിവിധ കൂടിച്ചേരലുകൾ ലളിതമായ നിർദ്ദേശങ്ങൾ നൽകിയത്. അപ്പോൾ വിനിമയം ചെയ്യപ്പെട്ട നിർദ്ദേശം വ്യക്തമായിരുന്നു: പുറപ്പെടാം.

ഭരതൻ വിഭീഷണനെ നോക്കി. രാവണന്റെ അനുജന്റെ മനസ്സിൽ കടന്നു പോകുന്നതെന്താണെന്ന് അയാൾ ഊഹിച്ചു.

'വിഭീഷണാ,' ഭരതൻ സൗമ്യമായി പറഞ്ഞു. 'നിങ്ങൾ ആലോചിക്കുന്നതെന്തെന്ന് എനിക്ക് മനസ്സിലാകും...എന്നെ വെറുക്കുന്ന ഒരു ചക്രവർത്തിയെ വിശ്വസിക്കാനാകുമോ? അദ്ദേഹം വാക്കു പാലിച്ച് എന്നെ രാജാവാക്കുമോ?'

വിഭീഷണൻ നിശ്ശബ്ദനായി നിന്നു.

'എന്റെ ജ്യേഷ്ഠനായ രാമൻ അദ്ദേഹത്തെ വ്യക്തിപരമായി വേദനിപ്പിക്കുന്ന കാര്യമാണെങ്കിൽ പോലും അഭിമാനം കൈവിടാറില്ല. അതുകൊണ്ടാണ് അദ്ദേഹമിപ്പോൾ നിങ്ങളുടെ സഹായം ആഗ്രഹിക്കാത്തത്. അത്തരമൊരാൾ നിങ്ങളെ രാജാവാക്കാനുള്ള വാക്ക് പാലിക്കാതിരിക്കുമെന്നാണോ കരുതുന്നത്? അതും അദ്ദേഹത്തിന്റെ മുദ്രയാൽ എഴുതിത്തന്ന കാര്യം?'

വിഭീഷണൻ ദീർഘമായി നിശ്വസിച്ചു. ആ വാദം യുക്തിസഹമായിരുന്നു.

'പക്ഷേ, അദ്ദഹം നിങ്ങളെ ഇഷ്ടപ്പെടുന്നില്ല, കാണാൻ അഗ്രഹിക്കുന്നുമില്ല.'

കപ്പൽ നീങ്ങാൻ തുടങ്ങിയതോടെ ആ സംഭാഷണം അവസാനിച്ചു. കപ്പൽപ്പായകൾ പറന്നു. കപ്പലിന്റെ താളനിബദ്ധമായ പടഹധ്വനികൾ മുഴങ്ങി. ഓരോ പടഹധ്വനിക്കൊത്തും തുഴക്കാർ തുഴച്ചിലൊപ്പിച്ചു. നാലു വരികളിലായി മുമ്പിൽ, മഹാവേലി ഗംഗയുടെ കരയിൽ, ആറു സേനാവിഭാഗങ്ങൾ – മൂന്നെണ്ണം പടിഞ്ഞാറൻ തീരത്തും മൂന്നെണ്ണം കിഴക്കൻ തീരത്തും-കപ്പൽപ്പടയോടൊപ്പം നീങ്ങി. പരിചകൾ കാടിന്റെ വശത്തേക്ക് ഉയർത്തിയിട്ടുണ്ട്. കുന്തങ്ങളും വാളുകളും തയ്യാറാണ്. ലങ്കക്കാർ മിന്നലാക്രമണം നടത്തിയാലോ!

ഭരതൻ ശ്രദ്ധാലുവായ സൈന്യാധിപനാണ്.

അണിയണിയായി നടക്കുന്ന സൈനികർ മറ്റൊരു പ്രയോജനം കൂടി ചെയ്യും. മഹാവേലി ഗംഗയിലൂടെ അയോദ്ധ്യയുടെ കപ്പൽപ്പട പതിയെ നീങ്ങുന്നതിനുള്ള വിശ്വസനീയമായ കാരണം കൂടിയാണത്. ഒരു ദിവസത്തെ യാത്രക്കപ്പോൾ രണ്ടു ദിവസമെടുക്കും. നൗകകൾക്ക് കാലാൾപ്പടയ്ക്കൊത്തു നീങ്ങാൻ വേഗം കുറയ്ക്കേണ്ടി വരുമല്ലോ. ഒളിപ്പോരിനു നേരെ ജാഗ്രത പുലർത്തുന്നത് സംശയം വരുത്തിവെക്കില്ല. നദീദുർഗ്ഗത്തിലെ പോരാട്ടം കഴിയാവുന്നത്ര നീട്ടുകയും രാമനും ശത്രുഘ്നനും പാലം നിർമ്മിക്കുന്നതിന് ആവശ്യമായ സമയം നല്കുകയുമാണ് ശരിക്കുള്ള ലക്ഷ്യം.

'ശത്രുവിന്റെ യുദ്ധം ചെയ്യാനുള്ള കഴിവിനെ ദുർബ്ബലമാക്കാൻ എന്റെ

സഹായം എത്രമാത്രം സഹായിച്ചിട്ടുണ്ടെന്നറിഞ്ഞാൽ ചക്രവർത്തി രാമന് എന്നെ ഇഷ്ടപ്പെടുമെന്ന് എനിക്കുറപ്പുണ്ട്,' വിഭീഷണൻ പറഞ്ഞു.

'എന്നു വെച്ചാൽ?' ജിജ്ഞാസയോടെ ഭരതൻ ചോദിച്ചു.

'സിഗിരിയ മഹാമാരിയാൽ ദുർബ്ബലമായിരിക്കുകയാണെന്ന് നിങ്ങൾക്കറിയാമോ?'

'കേട്ടു,' രാമൻ അയച്ച സന്ദേശത്തിൽ നിന്നാണ് അതറിഞ്ഞതെന്ന് ഭരതൻ വെളിപ്പെടുത്തിയില്ല. അരിഷ്ടനേമിയുടെ നൗകകൾ അദ്ദേഹത്തിന് ആവശ്യത്തിനുള്ള മരുന്നുകളും നല്കിയിരുന്നു. 'മലയപുത്രന്മാർ ആവശ്യത്തിന് മരുന്നെത്തിച്ചിട്ടുണ്ട്. നിങ്ങൾ വേവലാതിപ്പെടേണ്ടതില്ല.'

'നിങ്ങൾക്കതിനാകുമെന്ന് എനിക്കറിയാം. ഏറെ നാളുകളായി അവർ സഹിക്കുന്ന മറ്റൊരു മഹാമാരിയുണ്ട്. വർഷങ്ങളായി. അത് സിഗിരിയയെയും അതിന്റെ സൈന്യത്തെയും ദുർബലമാക്കിയിട്ടുണ്ട്.'

'എന്താണത്? ആ മഹാമാരിയെ കുറിച്ച് എനിക്കറിയില്ല.'

'ലങ്കയ്ക്കു പുറത്തുള്ള പലർക്കുമതറിയില്ല. വ്യക്തമായ കാരണങ്ങളാൽ എന്റെ സഹോദരനായ രാവണൻ അത് രഹസ്യമായി സൂക്ഷിച്ചു. അത് ഗോകർണ്ണത്തിലേക്ക് വ്യാപിച്ചില്ലെന്നതും വിചിത്രമാണ്. സിഗിരിയ ശാപമേറ്റ നഗരമാണെന്ന് പലരും വിശ്വസിക്കുന്നു. അവിടെ ജീവിക്കുന്നവരെല്ലാം ശപിക്കപ്പെട്ടവരാണെന്നും.'

'എന്താണത്?' ഭരതൻ ആവർത്തിച്ചു.

'മഹാമാരി ഒരു പകർച്ചവ്യാധിയോ ശാപമോ അല്ല,' അടക്കിച്ചിരിച്ചു കൊണ്ട് വിഭീഷണൻ പറഞ്ഞു. 'സിഗിരിയ വിളിച്ചുവരുത്തിയ മഹാമാരിയാണത്.'

'എന്ത്?'

'എന്റെ സഹോദരൻ വീടുകളിലേക്ക് വെള്ളം വിതരണം ചെയ്യണമെന്ന് ആഗ്രഹിച്ചു.'

'അതിലെന്താണു പ്രശ്നം? അയോദ്ധ്യയിൽ ഞാൻ ഓരോ വീടിനടുത്തും കിണറുകൾ കുഴിപ്പിച്ചിട്ടുണ്ടല്ലോ.'

'അതല്ല!' വിഭീഷണൻ പൊട്ടിച്ചിരിച്ചു. 'അദ്ദേഹം തന്റെ പൗരന്മാർക്ക് അതിനേക്കാൾ കൂടുതൽ സൗകര്യം ആഗ്രഹിച്ചു. കിണറുകൾ കുഴിച്ചാൽ, അവരതു സംരക്ഷിക്കേണ്ടി വരും. അത് അസൗകര്യമാണ്. ചില സപ്ത സിന്ധു പ്രദേശങ്ങളിലുള്ള ഇഷ്ടിക കൊണ്ടുള്ള ജലനാളികളും അദ്ദേഹം ഇഷ്ടപ്പെട്ടില്ല. ഗംഭീരമെന്നു കരുതിയ ഒരു രൂപകല്പന അദ്ദേഹം കൊണ്ടു വന്നു. ഈയമെന്ന ലോഹത്തിന്റെ നാളികൾ. അവയുണ്ടാക്കാൻ എളുപ്പമാണ്. വീടുകളിൽ തന്നെ നിർമ്മിക്കാം. ചോർച്ചയില്ല, ഏറ്റവും

കുറവ് പരിപാലനവും മതിയാകും. പ്രജകളെല്ലാം അതിന് അദ്ദേഹത്തെ അനുഗ്രഹിച്ചു. ഞാൻ തന്നെയാണ് അതെല്ലാം രൂപകല്പന ചെയ്തതും പണിതതും.'

'എന്താണ പ്രശ്നമെന്ന് ഇപ്പോഴും എനിക്കു മനസ്സിലാകുന്നില്ല.'

'ഈയം ആരോഗ്യത്തിന് നല്ലതല്ലെന്ന് ഞാൻ പിന്നീടു കണ്ടെത്തി.'

'ആണോ? സപ്തസിന്ധുവിലും ഈയം ഉപയോഗിക്കുന്നുണ്ട്.'

'പക്ഷേ നിങ്ങളുപയോഗിക്കുന്ന ഈയത്തിന്റെ അളവു കുറവാണ്. പ്രാഥമികമായി ചെമ്പുകുടങ്ങളും ജലനാളികളുമാണ് നിങ്ങളുപയോഗിക്കുന്നത്. ചെമ്പ് ശരീരത്തിന് ഹാനികരമല്ല. എന്നാൽ ഈയം വലിയ അളവിൽ അകത്തു ചെന്നാൽ ശരീരം വിഷമയമാകുകയും ദുർബ്ബലമാകുകയും ചെയ്യും. ഈയ്യം വെള്ളത്തിൽ അലിയും. പ്രത്യേകിച്ചും സിഗിരിയയിൽ ഉള്ളതു പോലുള്ള വെള്ളത്തിൽ. ആ വെള്ളം കുടിക്കുന്ന എല്ലാവരും പതിയേ ദീനത്തിന്റെ ലക്ഷണങ്ങൾ കാണിക്കും. അതാണീ മഹാമാരി. ഈ ദീനം വർഷങ്ങളെടുത്ത് പതിയെ പരക്കും. തനിക്കും തന്റെ പ്രിയനഗരത്തിനും പതിയെ പതിയെ വിഷം കൊടുക്കുകയാണ് രാവണൻ ദാദ.'

വിഭീഷണൻ അതു പറഞ്ഞ് അടക്കിച്ചിരിച്ചു.

ഭരതൻ ഞെട്ടിപ്പോയി. 'നിങ്ങളെന്തു കൊണ്ട്-'

വിഭീഷണൻ ഭരതനെ തടഞ്ഞു, 'ഞാനെന്റെ കുടുംബത്തെയും അമ്മയെയും സഹോദരിയെയും രക്ഷിച്ചു. അവരിപ്പോൾ ഗോകർണ്ണത്താണ് താമസിക്കുന്നത്. പക്ഷേ സിഗിരിയയിൽ തമ്പടിക്കുന്ന രാവണന്റെ സൈന്യം വർഷങ്ങളായി പതിയെ വിഷം തീണ്ടിയവരാകുകയാണ്. നിങ്ങളുടെ സൈനികരേക്കാൾ കൂടുതലായി അവരെ ജ്വരം ബാധിക്കുന്നതും അതു കൊണ്ടു തന്നെ. നിങ്ങൾ കരുതുന്നതിനേക്കാൾ ദുർബ്ബലരാണവർ.'

'പക്ഷേ...പക്ഷേ, സിഗിരിയയിലെ പൗരന്മാർ?'

'ഒഴിവാക്കാനാകാത്ത ദുരന്തം, കുമാരാ,' വിഭീഷണൻ പറഞ്ഞു. 'നിങ്ങൾ പറഞ്ഞതു പോലെ യുദ്ധമൊരു തുലഞ്ഞ ഏർപ്പാടാണ്. ഞാൻ ലങ്കയെ ഏറെക്കാലമായി ദുർബ്ബലപ്പെടുത്തിക്കൊണ്ടിരിക്കുകയാണ്. നിങ്ങൾക്കും ചക്രവർത്തി രാമനും വേണ്ടി. നിങ്ങൾ എളുപ്പത്തിൽ വിജയിക്കും. നിങ്ങളെ കാണുന്നതിനു മുമ്പേ ഞാൻ നിങ്ങളെ സഹായിക്കുന്നുണ്ട്. ഞാൻ ചക്രവർത്തിയായാൽ ഈയനാളികൾ മാറ്റും. ഞാൻ പ്രജകളെ രക്ഷിക്കുകയും അവരെന്നോട് കൃതജ്ഞതയുള്ളവരാകുകയും ചെയ്യും.'

ഭരതൻ തിരിഞ്ഞ് നദിയിലേക്കു തുറിച്ചു നോക്കി. വിഭിഷണനോടു തോന്നിയ വെറുപ്പ് മറച്ചു വെക്കാനെന്നതു പോലെ.

അദ്ധ്യായം 20

'ഗുരോ?' ആശ്ചര്യത്തോടെ മതികായൻ ചോദിച്ചു.

വിശ്വാമിത്രൻ നീരസം മറച്ചു വെച്ചു. പ്രശ്നം പരിഹരിക്കാൻ അയാളതു മനസ്സിലാക്കുന്നത് നിർണ്ണായകമാണെന്ന് ഈ വിഡ്ഢി വിചാരിക്കുന്നു. ഞാൻ രൂപം കൊടുത്ത പരിഹാരത്തെ അയാൾക്ക് മെച്ചപ്പെടുത്താനാകുമെന്ന് കരുതുന്നു! വിഡ്ഢി! വിശ്വാമിത്രന് മതികായനേക്കാൾ അരിഷ്ടനേമിയെയാണ് ഇഷ്ടം. എപ്പോൾ ചോദ്യങ്ങൾ ചോദിക്കരുതെന്ന് അരിഷ്ടനേമിക്കറിയാം. മതികായനാകട്ടെ ചോദ്യങ്ങൾ ചോദിച്ചു കൊണ്ടേയിരിക്കും.

വിശ്വാമിത്രൻ തന്റെ പദ്ധതിയ്ക്കായി ഏതാനും മാസങ്ങളായി തയ്യാറെടുത്തുകൊണ്ടിരിക്കുകയാണ്. രഹസ്യഭാഷയിലാണ് ആശയവിനിമയം. സന്ദേശവാഹകർ പ്രാവുകളാണ്. പക്ഷേ ഇപ്പോൾ അദ്ദേഹത്തിന് ഒരു വലിയ പെട്ടി കൊടുത്തയക്കേണ്ടതുണ്ട്. വളരെ അമൂല്യമായ ഉരുപ്പടിയാണ് അതിനകത്തുള്ളത്-ഒരു ആയുധം. പ്രാവിന് അതു കൊണ്ടു പോകാനാകില്ല. അതുകൊണ്ടാണ് വിഡ്ഢിയായ മതികായന്റെ സേവനം ആവശ്യമായി വന്നത്. അദ്ദേഹത്തിന് വേറാരെയും വിശ്വാസമില്ല. മതികായൻ ചോദ്യങ്ങൾ ചോദിക്കും. പക്ഷേ, നിർദ്ദേശങ്ങൾ കിട്ടിക്കഴിഞ്ഞാൽ അയാൾക്ക് നിശ്ശബ്ദനായിരിക്കാൻ അറിയാം. അത് ഉഗ്രനായ ഗുരുവിനറിയാം.

'ഇതുകൊണ്ടു പോയാൽ മതി, മതികായാ. ദേവഗിരി ആശ്രമത്തിൽ ഇതു വെക്കണം. അത് അവിടെ നിന്ന് കൊണ്ടുപോയ്ക്കോളും.'

'പക്ഷേ...ദേവഗിരി ആശ്രമം ഉപേക്ഷിക്കപ്പെട്ടതല്ലേ, ഗുരോ. ആരുമവിടെയില്ല.'

'നിനക്കറിയുന്ന കാര്യം പോലും എനിക്കറിയില്ലെന്നാണോ നീ വിചാരിക്കുന്നത്?'

'ക്ഷമിക്കണം, ഗുരോ,' മതികായൻ കൈ കൂപ്പി.

സരസ്വതിയാണ് ഭാരതത്തിലെ ഏറ്റവും വിശുദ്ധമായ നദി. അതു കൊണ്ടു തന്നെ അത് നിഷ്പക്ഷമായ ഇടമായി കണക്കാക്കപ്പെട്ടിരുന്നു. അത് ഒരു രാജാവിന്റെയും അധികാര പരിധിയിലല്ല. അതിന്റെ തീരങ്ങളിൽ കോട്ടകളില്ല. ആ സ്ഥലം മഹർഷിമാർക്കും സന്യാസിമാർക്കും ജ്ഞാനികൾക്കും പ്രകൃതീദേവിക്കുമായി വിട്ടുകൊടുക്കപ്പെട്ടിരുന്നു. തടസ്സമില്ലാതെ എല്ലാവരും ആ സ്ഥലം മുറിച്ചു കടന്നു. സരസ്വതിയുടെ തീരങ്ങളിൽ പട പൊരുതുന്നതു പോലും പലരും അധർമ്മമായി കരുതിയിരുന്നു.

ആരും സരസ്വതീ തീരത്ത് പോരടിക്കാത്തതുകൊണ്ടു തന്നെ ആ സ്ഥലങ്ങൾ സൈനിക ഉദ്ദേശ്യത്തോടെ പരിശോധിക്കപ്പെട്ടിരുന്നില്ല. അതു കൊണ്ടുതന്നെ ദേവഗിരിയുടെ സൈനിക പ്രാധാന്യം ആരും മനസ്സിലാക്കിയില്ല. ഏതാണ്ട് ആരും തന്നെ.

'പറഞ്ഞതു പോലെ ചെയ്യൂ,' വിശ്വാമിത്രൻ ആജ്ഞാപിച്ചു.

'തീർച്ചയായും, ഗുരോ,' മതികായൻ അഭിവാദ്യം ചെയ്തു കൊണ്ടു പറഞ്ഞു.

വിശ്വാമിത്രൻ മലയപുത്രൻമാരുടെ തലസ്ഥാനമായ അഗസ്ത്യകൂടത്തിന്റെ ഹൃദയഭാഗത്തിരിക്കുന്ന പരശുരാമക്ഷേത്രത്തിനു നേരെ തിരിഞ്ഞു.

പരശുരാമാ, ഞാൻ അപേക്ഷിക്കുകയാണ്...യയാതിയുടെയും ശർമ്മിഷ്ഠയുടെയും സന്തതിയെ അനുഗ്രഹിക്കണേ. അയാളുടെ ബലി വെറുതെയാകരുതേ. എല്ലാം ഭാരതാംബക്കു വേണ്ടിയാണ്.

തീർച്ചയായും യയാതിയുടെയും ശർമ്മിഷ്ഠയുടെയും സന്തതി താൻ ബലി കൊടുക്കാൻ ഒരുക്കപ്പെട്ടെന്ന് അറിഞ്ഞതേയില്ല.

ശത്രുഘ്നൻ പാലം നിർമ്മിക്കാൻ തുടങ്ങിയിട്ട് ആറു ദിവസമായിരിക്കുന്നു. ഒരു ദിവസത്തിനുള്ളിൽ മാന്നാർ ദ്വീപ് തൊടും. അതിനു ശേഷം ഒരൊറ്റ ദിവസത്തെ പടയേറ്റം കേതീശ്വരം വഴി അവരെ സിഗിരിയയിലെത്തിക്കും.

അസാധാരണവും വിഷാദഭരിതവുമായ ഊതനിറത്തിന്റെയും വിസ്മയകരമായ ഓജസ്സുള്ള ചുവപ്പിന്റെയും ദിവ്യമായ സങ്കലനമാണ് ആകാശം. വൈകുന്നേരം, സൂര്യൻ ചക്രവാളത്തിൽ താഴുന്നുണ്ട്.

സൂര്യഭഗവാൻ ആകാശത്തിൽ വിസ്മയകരമായ ചിത്രം വരച്ചു. അതിശയത്തോടെ മുകളിലേക്കു നോക്കുന്ന ഭക്തർക്ക് വിടവാങ്ങൽ സമ്മാനം. അവർ വീണ്ടും കാണുന്നതുവരെ. പിറ്റേന്നു രാവിലെ.

വസിഷ്ഠനും രാമനും ശത്രുഘ്നനും പാലത്തിന്റെ വിളുമ്പിൽ അതിമനോഹരമായ ആകാശത്തിൽ മുഗ്ധരായി ഇരുന്നു.

'ഒരു നിർമ്മാണപ്രവൃത്തി രൂപകല്പനക്കനുസരിച്ച് കൃത്യമായി നടക്കുന്നത് ആദ്യമായി കാണുകയാണ്,' ശത്രുഘ്നനെ നോക്കി വസിഷ്ഠൻ പുഞ്ചിരിച്ചു.

'നന്ദി, ഗുരോ,' കൈ കൂപ്പിക്കൊണ്ട് ശത്രുഘ്നൻ പറഞ്ഞു.

'നീ പാലം അളന്നോ?'

'ഉവ്വ്, ദാദാ. മുപ്പതു കിലോമീറ്ററിലധികം നീളമുണ്ട് പാലത്തിന്. ഇനി അഞ്ചു കിലോമീറ്റർ കൂടി പണിതാൽ തീരും. അതു നാളെ തീരും. നാം മാന്നാർ ദ്വീപിലെത്തും. മറ്റന്നാൾ സൈന്യത്തിന് ലങ്കയിലേക്ക് കടക്കാം.'

രാമൻ പുഞ്ചിരിച്ചു, 'മൂന്നു ദിവസം കൊണ്ട് നമ്മൾ സിഗിരിയയിൽ എത്തും.'

'ഭരതനും ലക്ഷ്മണനും?' വസിഷ്ഠൻ ചോദിച്ചു.

'അവർ ഇന്നു രാത്രി നദീദുർഗ്ഗത്തിലെത്തും, ഗുരോ,' രാമൻ പറഞ്ഞു. 'അവർക്ക് ലങ്കയുടെ സൈന്യത്തെ മൂന്നു ദിവസം കൂടി മാത്രമേ പിടിച്ചു നിർത്തേണ്ടതുള്ളൂ. അപ്പോഴേക്കും നാം സിഗിരിയയിൽ എത്തിയിരിക്കും. യുദ്ധം തീരുകയും ചെയ്യും.'

'ഞാൻ സിഗിരിയയുടെ ഘടന പഠിക്കുകയാണ്, ഹനുമാനും അരിഷ്ടനേമിയും അതെനിക്കു തന്നു. ഉപരോധം എളുപ്പമാകുമെന്നു തോന്നുന്നില്ല. നീണ്ടു നിൽക്കുന്നതുമാകാം. അത് മികച്ച രീതിയിൽ നിർമ്മിച്ചിട്ടുള്ള കോട്ടയാണ്. അതിൽ പാളിച്ചകൾ എനിക്ക് കണ്ടെത്താനായില്ല,' ശത്രുഘ്നൻ പറഞ്ഞു.

'ഏതൊരു കോട്ടയ്ക്കും പാളിച്ചയുണ്ടാകും,' രാമൻ പറഞ്ഞു.

'ഇതിന് യാതൊന്നുമുണ്ടെന്നു തോന്നുന്നില്ല.'

'എല്ലാ കോട്ടയ്ക്കും അതുണ്ട്. നിനക്കറിയാമോ സിഗിരിയ കോട്ടയുടെ പാളിച്ചയെന്താണെന്ന്?'

ശത്രുഘ്നൻ തലയാട്ടി. ഇല്ല

'നമ്മളെത്തുമ്പോൾ സൈന്യമത്രയും ഓങ്കയാറയിൽ ആയിരിക്കും. അതാണതിന്റെ പാളിച്ച!'

ലങ്കയുടെ ഉൾപ്രദേശങ്ങൾ അന്തമില്ലാത്ത കാടുകളാണ്. ആ കാടുകൾ അയോദ്ധ്യക്കാർ കണ്ടിട്ടുള്ളതിനേക്കാൾ – ഭാരത ഉപദ്വീപിലെ കേൾവിപെട്ട ദണ്ഡകാരണ്യത്തേക്കാൾ – ഇടതിങ്ങിയതും നിബിഡവുമായിരുന്നു.

ഭാരത സമുദ്രത്തിലെ കണ്ണുനീർത്തുള്ളിയുടെ രൂപത്തിലുള്ള ദ്വീപാണ് ലങ്ക. നടുഭാഗത്തു കൂടെ വടക്കു നിന്ന് തെക്കോട്ട് മലമ്പ്രദേശങ്ങളും മലകളും നിരന്നു. അതു കൊണ്ട് തെക്കു പടിഞ്ഞാറൻ മൺസൂണും വടക്കു കിഴക്കൻ മൺസൂൺ കാറ്റുകളും ലങ്കയിൽ സമൃദ്ധമായി മഴ പൊഴിച്ചു. ഭാരത ഉപഭൂഖണ്ഡത്തിന്റെ വൻകരയിൽ ഏതാണ്ടെല്ലായിടത്തും ആറു ഋതുക്കളുണ്ട്. പക്ഷേ ലങ്കയിൽ രണ്ട് പൂർണ്ണമായ മൺസൂൺ കാലങ്ങളും അവയ്ക്കിടയിൽ ഇടവിട്ടു മഴ പെയ്യുന്ന രണ്ടു മൺസൂൺ ഇടവേളകളുമാണുള്ളത്. ഭൂമദ്ധ്യ രേഖയ്ക്കടുത്തു സ്ഥിതി ചെയ്യുന്നതിനാലാണ് ഇതെല്ലാം.

അവരുടെ വാർഷിക കാലാവസ്ഥ ലളിതമായിരുന്നു: മഴ. കഠിനമായ മഴ. അസാധാരണമായ വിധത്തിൽ കഠിനമായ മഴ. വർഷം മുഴുവനും ചൂട്. അതെല്ലാം അസാധാരണമായ വിധത്തിൽ ഫലഭൂയിഷ്ഠമായ മണ്ണിനു മുകളിലാണ് വർഷിക്കപ്പെടുന്നത്.

നിബിഢമായ മഴക്കാടുകൾക്ക് ഏറ്റവും മികച്ച സാഹചര്യങ്ങൾ.

നദീതീരത്തിൽ നിന്ന് പതിനഞ്ചോ ഇരുപതോ അടിയ്ക്കപ്പുറം നിബിഡവനങ്ങളിലൂടെ കാണാനാകുമായിരുന്നില്ല. അവർ എപ്പോഴും പരിച ഉയർത്തിപ്പിടിച്ചു. രാത്രിയിൽ അവർ കപ്പലുകളിലേക്ക് ഉറങ്ങാൻ പോകുകയും നദീമദ്ധ്യത്തിൽ കപ്പലുകൾ നങ്കൂരമിട്ടു കിടക്കുകയും ചെയ്തു.

മുന്നേറ്റം സാവധാനത്തിലായിരുന്നു.

അവസാനം അവർ ശത്രുപാളയത്തിലെത്തി. ഇനി നദീദുർഗ്ഗത്തിലേക്ക് രണ്ടു കിലോമീറ്ററേയുള്ളൂ.

ലക്ഷ്മണൻ രാവിലെ കപ്പലിൽ നിന്നിറങ്ങുകയും വടക്കോട്ടൊഴുകുന്ന മഹാവേലി ഗംഗയുടെ കിഴക്കൻ തീരങ്ങളിൽ കാലാൾപ്പടയൊടൊത്ത് നടക്കുകയും ചെയ്തു. രാത്രിയിൽ അയോദ്ധ്യയുടെ സൈനികർ കപ്പലിൽ നിന്നിറങ്ങുന്നത് ലങ്കക്കാരുടെ ചാരന്മാർ കാണുന്നത് ഭരതൻ ഇഷ്ടപ്പെട്ടില്ല. അതു കൊണ്ട് സൂര്യനസ്തമിക്കുമ്പോൾ, കിഴക്കൻ തീരത്തു മുന്നേറുന്ന സൈനികരിൽ ചിലർ കാട്ടിലേക്ക് അപ്രത്യക്ഷരാകും. അവർ രഹസ്യത്താവളങ്ങളിലേക്ക് നഴഞ്ഞു കയറും.

ഭരതൻ ജാഗരൂകനായ സൈന്യാധിപനാണ്. മികച്ച സൈന്യാധിപൻ

തന്റെ ശത്രുവിനേയോ അയാളുടെ ചാരശൃംഖലയേയോ വില കുറച്ചു കാണില്ല.

സൂര്യൻ ചക്രവാളത്തിനടുത്തെത്താറായി. മൂവന്തി വെട്ടം പരന്നു. അയോദ്ധ്യയുടെ കപ്പലുകൾക്ക് നങ്കൂരമിടാനും നദീതീരത്തെ കാലാൾപ്പടക്ക് കപ്പലിലേക്കു നീങ്ങാനും സമയമായി. രാവിലെ സൈനികർ കപ്പലിൽ നിന്നിറങ്ങുന്നതും രാത്രി കപ്പലിലേക്കു കയറുന്നതും നിശ്ശബ്ദമാക്കി വെക്കേണ്ടതില്ലെന്ന് ഭരതൻ തീരുമാനിച്ചിരുന്നു. താൻ ജാഗരൂഗനും സൈനിക നീക്കങ്ങൾക്ക് അംഗീകൃത നടപടിക്രമങ്ങൾ പാലിക്കുന്നയാളുമാണെന്ന് ലങ്കക്കാർ അറിയണമെന്ന് ഭരതൻ ആഗ്രഹിച്ചു.

സൈനികർ കപ്പലുകളിലേക്ക് കയറുന്ന ബഹളത്തിനിടയിൽ ചിലർ- പ്രത്യേക ദൗത്യസേനയുടെ മുക്കാൽ ഭാഗം-മൂവന്തിവെട്ടത്തിലേക്ക് അലിഞ്ഞു ചേർന്നത് ആരും ശ്രദ്ധിച്ചില്ല. ലക്ഷ്മണൻ അഞ്ഞൂറു പടയാളികളുമായി കാട്ടിനുള്ളിൽ ഇരുനൂറു മീറ്ററകലെ ഒത്തു ചേർന്നു. നദിക്കരയിൽ നിന്നു നോക്കിയാൽ അവരെ കാണില്ല.

കാലടിയൊച്ച അമർത്താനായി അവരുടെ ചെരുപ്പുകൾക്കടിയിൽ കൂടുതൽ തോലുണ്ട്. വാളുകൾ പരുത്തിത്തുണിയിൽ പൊതിഞ്ഞിരിക്കുന്നതിനാൽ ലോഹം വാളുറയിൽ ഉരസുന്ന ശബ്ദം കേൾക്കില്ല. വാൾ വലിച്ചൂരുമ്പോൾ പരുത്തിത്തുണി കീറിപ്പോകും. കച്ചകൾ സൈനികമട്ടിൽ മുറുക്കിയുടുത്തിട്ടുണ്ട്. ലോഹം കൊണ്ടല്ല, തോലു കൊണ്ടാണ് പടച്ചട്ട. സുരക്ഷ കുറവാണെങ്കിലും ഒച്ചയും കുറവാണ്. അയോദ്ധ്യയുടെ പ്രത്യേക ദൗത്യസേനയാണത്. ഉയിരു കാക്കുന്നതിനേക്കാൾ പ്രധാനമാണ് ആ ദൗത്യം വിജയിക്കുന്നത്. കൈ കൊണ്ടുള്ള സൂചനകൾ മാത്രം. അവർ പെട്ടെന്ന് രണ്ടായി തിരിഞ്ഞു. നേരിയ കയർ ഒരു അരക്കെട്ടിൽ നിന്ന് പുറകിലുള്ള ആളിന്റെ അരക്കെട്ടിലേക്കു നീണ്ടു.എല്ലാം നിരയൊപ്പിച്ച്. ഓരോ സൈനികനും ഓരോ വശത്തും കൂട്ടാളിയുണ്ട്. മുമ്പിലും പുറകിലുമുള്ള സൈനികർ വഴി ഒരാൾ ആ സംഘത്തിലെല്ലാവരുമായും കെട്ടിയിടപ്പെട്ടു.

ലക്ഷ്മണൻ രഹസ്യ തുരങ്കത്തിലേക്ക് നീളുന്ന ഗുപ്ത വഴിയിലേക്കുള്ള അടയാളം തിരിച്ചറിഞ്ഞു. വിഭീഷണന്റെ ഭൂപടങ്ങൾ വ്യാഖ്യാനിക്കാൻ എളുപ്പമാണ്.

അതൊരു ലളിതമായ അടയാളമായിരുന്നു. ഒരു കുള്ളൻ തെങ്ങ്. വലിയ പട്ടകളും ഓലകളും കുള്ളൻ തേങ്ങകളുമുള്ള, നല്ല ഭംഗിയുള്ള ചെറിയ തെങ്ങ്. തെങ്ങിൻ തടിയിൽ ചെമ്പു നിറമുള്ള, വ്യക്തമായ വളയങ്ങൾ. തേങ്ങ തെങ്ങിൽ കയറാതെ തന്നെ പറിക്കാം. കുള്ളൻ തെങ്ങു തന്നെ.

ലക്ഷ്മണൻ പുഞ്ചിരിച്ചു.

മിടുക്കൻ

രഹസ്യ തുരങ്കത്തിലേക്കുള്ള വഴി എന്ന പരസ്യപ്പലക വിഭീഷണന് തീർച്ചയായും ഇവിടെ വെക്കാനാകില്ല. ഒഴിഞ്ഞ പലക പോലും സംശയമുണർത്തും. കാട്ടിനുള്ളിൽ അങ്ങിനെയൊരു മനുഷ്യ ഇടപെടലിന്റെ ആവശ്യമില്ലല്ലോ. കാഴ്ചയിൽ നിന്ന് അടയാളത്തെ മറയ്ക്കുകയാണു നല്ലത്. അവിടെ നിറയെ മരങ്ങളുണ്ട്. അപ്പോൾ ഒരു മരത്തെ തന്നെ അടയാളമായി ഉപയോഗിച്ചാലെന്താണ്? പക്ഷേ അവിടെ കാണാത്ത തരം മരമായിരിക്കണം. കുള്ളൻ തെങ്ങ് ആ പ്രദേശത്തുള്ളതല്ല. പെട്ടെന്നാരും ശ്രദ്ധിക്കുകയുമില്ല. ആ മരത്തെ തേടി വരുന്നവർക്കു മാത്രം അതു ദൃശ്യമാകും.

കാഴ്ചയിൽ നിന്നു മറഞ്ഞ്.

ലക്ഷ്മണൻ ആ ഭൂപടം കാണാതെ പഠിച്ചിരുന്നു. അയാൾ ദിക്കുനോക്കിയന്ത്രം വലിച്ചെടുക്കുകയും തെങ്ങിൻ തടിയുടെ തെക്കുവശം തൊടുകയും ചെയ്തു. എന്നിട്ടയാൾ വലതു വശത്തേക്ക് അഞ്ചു ചുവടും ഇടതു വശത്തേക്ക് മൂന്നു ചുവടും വീണ്ടും വലതു വശത്തേക്ക് ഒരു ചുവടും വെച്ചു.

അയാൾ താഴേക്കു നോക്കി. പാദുകത്തിനുള്ളിലേക്കെത്തി നോക്കുന്ന കല്ലിന്റെ കൂർത്ത ഭാഗം മണ്ണിന്റെ നേർത്ത പാളിയ്ക്കു കീഴെ അയാൾ കണ്ടു. കൂർത്ത കല്ല്. തുടക്കം. നേരിയ തോതിൽ മാത്രം മണ്ണിൽ മൂടിക്കിടക്കുന്ന മറ്റു കല്ലുകൾ വഴി കാട്ടും.

ആ വിഭീഷണൻ കുറുക്കനാണ്, പക്ഷേ മിടുക്കനായ കുറുക്കനാണ്.

ലക്ഷ്മണൻ തന്റെ സൈനികർക്കു നേരെ തിരിഞ്ഞ് കൈപ്പടം മലർത്തി വലതു കൈ ഉയർത്തി. വിരലുകൾ ചേർത്ത് മുഖത്തിനു നേരെ മട്ടകോണിൽ, ആകാശത്തിനു നേരെ. എന്നിട്ടയാൾ കൈത്തണ്ട പെട്ടെന്ന് മുകളിലേക്കു വെട്ടിച്ചു. വിരലുകളപ്പോൾ കിഴക്കു ദിക്കിലേക്ക്.

വ്യക്തമായ കയ്യടയാളം.

ആ അടയാളം വേഗത്തിൽ താഴേക്ക് കൈമാറപ്പെട്ടു. സേന മുന്നേറാൻ തുടങ്ങി. ഒരുമിച്ച്, അടിവെച്ച്. എല്ലാവരെയും കൂട്ടിക്കെട്ടിയ കയറും കാലിനടിയിലെ മൂടപ്പെട്ട കല്ലുകളും അവർക്ക് വഴി കാട്ടി.

— J+ ɰ5D —

'നമ്മൾ ബാലിക്ക് പോയിട്ടില്ലെന്ന് നിന്റെ അച്ഛൻ അറിഞ്ഞിട്ടില്ലെന്നാണോ നീ കരുതുന്നത്?' മാരീചൻ ഇന്ദ്രജിത്തിനോടു ചോദിച്ചു. 'നമ്മൾ ഓങ്കയാറയിലാണെന്നും?'

ഓങ്കയാറ കോട്ട മാത്രമല്ല, അണക്കെട്ടു കൂടിയാണ്. അതിവിദഗ്ദ്ധമായ രൂപകല്പനയോട്ടു കൂടിയ ഒന്ന്. മുമ്പത്തെ ഭരണാധികാരിയായ കുബേരൻ അത് നദിയ്ക്കു കുറുകെയുള്ള കൃത്രിമ മണൽത്തിട്ടയായി പ്രാരംഭത്തിൽ വിഭാവനം ചെയ്യുകയും ദശകങ്ങൾക്കു മുമ്പ് നിർമ്മാണം ആരംഭിക്കുകയും ചെയ്തു. ഓങ്കയാറയിലെ കുന്നുകളുടെ ഇടയിലുള്ള ചെറുവെള്ളച്ചാട്ടങ്ങൾ മണൽത്തിട്ട കെട്ടാനുള്ള മികച്ച ഇടമായിരുന്നു. മഹാവേലി ഗംഗയുടെ ഇരുകരകളിലുമുള്ള ആ കുന്നുകൾ നദിയുടെ ഒഴുക്കിനെ ചുരുക്കുകയും ഒഴുക്ക് ത്വരിതപ്പെടുത്തുകയും ചെയ്തു. പാറക്കഷ്ണങ്ങളും കല്ലുകൾ നിറഞ്ഞ ചെറുതുരുത്തുകളുമുള്ള വെള്ളച്ചാട്ടങ്ങൾ മഹാവേലി ഗംഗയിൽ മുമ്പോട്ടു തുഴഞ്ഞു പോകുന്നത് അസാധ്യമാക്കി. അതുകൊണ്ട് കപ്പലുകൾ സ്വാഭാവികമായും, ചെറുവെള്ളച്ചാട്ടങ്ങളിൽ നിന്നു താഴോട്ട് മഹാവേലി ഗംഗ ഒഴുകുമ്പോൾ അതിൽ ചേരുന്ന അമ്പൻ ഗംഗയിലേക്കു വഴി മാറി. അതുകൊണ്ട് മഹാവേലി ഗംഗയുടെ ചെറുവെള്ളച്ചാട്ടങ്ങളിലെ മണൽത്തിട്ട കപ്പലോട്ടത്തെയോ വ്യാപാരലാഭത്തെയോ ബാധിക്കില്ല. ആ പദ്ധതിയെ പിന്തുണയ്ക്കുന്നവർ വേറെയും പ്രയോജനങ്ങൾ കണ്ടു. ആ അണക്കെട്ട് മഹാവേലിഗംഗയിലെ നീരൊഴുക്കിനെ അമ്പൻ ഗംഗയിലേക്കു തിരിച്ചു വിടുകയും നീരൊഴുക്കിന്റെ അളവ് കൂട്ടുകയും ചെയ്യും. അതോടെ വലിയ കപ്പലുകൾക്കു പോലും പോഷകനദിയിലൂടെ കടന്നു പോകാനാകും. സിഗിരിയയിലെ കൂടി വരുന്ന ജനങ്ങൾക്ക് അണക്കെട്ടിൽ നിന്ന് ഓവു നിർമ്മിച്ച് കുടിവെള്ളമെത്തിക്കാം. ഒരൊറ്റ അണക്കെട്ട്, നിരവധി പ്രയോജനങ്ങൾ.

പക്ഷേ നിർമ്മാണച്ചിലവുകളോ?

ഓങ്കയാറക്കുന്നുകളുടെ ഇടയിൽ ഞെരുങ്ങിയിരിക്കുകയാണ് മഹാവേലി ഗംഗ. അതു കൊണ്ട് കെട്ടി നിർത്തുന്ന വെള്ളത്തിന്റെ വലിയ അളവിനെ കണക്കിലെടുക്കുമ്പോൾ അണക്കെട്ട് വീതി കുറഞ്ഞതായാലും കുഴപ്പമില്ല. കല്ലുകൾ നിറഞ്ഞ ചെറു വെള്ളച്ചാട്ടങ്ങളുള്ളതു കൊണ്ട് അണക്കെട്ടിന്റെ അസ്തിവാരം മണ്ണിനടിയിലേക്ക് അധികം ആഴത്തിൽ പോകേണ്ടതില്ല. അതെല്ലാം നിർമ്മാണച്ചിലവ് സാരമായി കുറച്ചു. ലാഭത്തെ കുറിച്ച് ബോധമുള്ള കുബേരനെ സംബന്ധിച്ചിടത്തോളം അതൊരു പ്രധാന ഘടകമാണ്.

'എനിക്കങ്ങിനെ തോന്നുന്നില്ല,' ഇന്ദ്രജിത്ത് തന്റെ മുത്തശ്ശിയുടെ സഹോദരനോടു പറഞ്ഞു. മാരീചന് എത്ര വയസ്സുണ്ടെന്ന് ഇന്ദ്രജിത്തിന് അറിയില്ല. ഏതായാലും ഏഴുപതിലധികം കാണും. എങ്കിലും അയാൾക്കിപ്പോഴും യോദ്ധാവിനെ പോലെ ഇടിക്കാനും

ഇടി കൊള്ളാനുമാകും. 'പക്ഷേ ഏതോ നിസ്സാര വ്യാപാരത്തർക്കം പരിഹരിക്കാൻ ബാലിയ്ക്കു പോകാൻ എനിക്കു വയ്യ. നമുക്ക് അയോദ്ധ്യക്കാരെ തോല്പ്പിച്ച് ലങ്കയെ സംരക്ഷിക്കണം. ചക്രവർത്തി രാമനെയും സൈന്യത്തെയും തോൽപ്പിച്ചോടിക്കാൻ ഇതാണു പറ്റിയ സ്ഥലം.'

'നേരാണ്,' മാരീചൻ സമ്മതിച്ചു. 'സിഗിരിയയിൽ അവർ എത്തരുത്. നീണ്ടു നിന്നേക്കാവുന്ന ഉപരോധം താങ്ങാൻ നഗരവാസികൾക്ക് എത്ര കാലം കഴിയുമെന്നറിയില്ല. എല്ലാവരെയും മഹാമാരി ദുർബ്ബലരാക്കിയിട്ടുണ്ട്.'

ഇന്ദ്രജിത്ത് തലയാട്ടുകയും കോട്ടകൊത്തളത്തിന്റെ കൈവരികൾക്കപ്പുറം അണക്കെട്ടിനു പുറകിലുള്ള കൃത്രിമ തടാകത്തിലേക്കു നോക്കുകയും ചെയ്തു.

രാവണൻ ഓങ്കയാറയിലെ അണക്കെട്ടിന്റെ സൈനികപ്രധാന്യം മനസ്സിലാക്കിയിരുന്നു. മുപ്പതു വർഷങ്ങൾക്കു മുമ്പ് അയാൾ കുബേരനെ പുറത്താക്കുകയും ലങ്കയുടെ ഭരണം പിടിച്ചെടുക്കുകയും ചെയ്തു. ഉടനടി അയാൾ നിർമ്മാണത്തിലിരിക്കുന്ന മണൽതിട്ട അണക്കെട്ടായി മാറ്റാൻ ഉത്തരവിട്ടു. അണക്കെട്ടിന്റെ സംഭരണി മഹാവേലിഗംഗയുടെ വെള്ളത്തെ തടുത്തുവെക്കുകയും പടുകൂറ്റൻ കൃത്രിമതടാകമുണ്ടാക്കുകയും ചെയ്തു. രൂപകല്പനയിലെ മാറ്റം നിർമ്മാണച്ചിലവ് കാര്യമായി ഉയർത്തി, പദ്ധതിയുടെ സങ്കീർണ്ണതയും. പക്ഷേ രാവണന് സമ്പത്തോ ചങ്കൂറ്റമോ കുറവുണ്ടായിരുന്നില്ല.

മണൽത്തിട്ടയെ അപേക്ഷിച്ച് അണക്കെട്ടിനുള്ള ഗുണങ്ങൾ വലുതായിരുന്നു. പടുകൂറ്റൻ കൃത്രിമ തടാകം കോട്ടയുടെ കാവൽക്കാർക്ക് വലിയ അളവിലുള്ള വെള്ളത്തിലേക്ക് വഴി തുറന്നു. അവർക്കത് ഇഷ്ടം പോലെ നിരവധി ചീപ്പുകളിലൂടെ താഴെ നദിയിലേക്ക് തുറന്നു വിടാം. ചെറിയ ചീപ്പുകളുടെ സൂക്ഷ്മ നിയന്ത്രണത്തിലൂടെ അവർക്ക് ചെറിയ അളവിൽ വെള്ളം തുറന്നു വിട്ട് താഴെ നദിയിലെ പടവുകൾ നിറയ്ക്കാം. അമ്പൻ ഗംഗയിലേക്ക് എത്ര കപ്പലുകൾ പ്രവേശിക്കണമെന്നും പ്രവേശിക്കേണ്ടതില്ലെന്നും അവർക്ക് തീരുമാനിക്കാം.

എല്ലാ ചീപ്പുകളും ഒരേ സമയം തുറന്നാൽ കൃത്രിമ തടാകത്തിലെ മുഴുവൻ വെള്ളവും നദിയിലേക്കൊഴുകുകയും എല്ലാ കപ്പലുകളും നദിയിലൂടെ പുറകോട്ട് പായിപ്പിക്കപ്പെടുകയും ചെയ്യും. പക്ഷേ ആ മലവെള്ളം മഹാവേലിഗംഗയുടെ അഴിമുഖത്തേക്കു നീങ്ങി ഗോകർണ്ണത്തെ

നശിപ്പിക്കാം. അതൊരു അറ്റകൈ പ്രയോഗമാണ്, അണുവിസ്ഫോടനം പോലെ. നിസ്സാരമായി ചെയ്യേണ്ട ഒന്നല്ല.

ഇപ്പോൾ ചീപ്പിന്റെ പ്രവേശനദ്വാരങ്ങൾ കർശനമായി പൂട്ടിയിട്ടിരിക്കുകയാണ്. അമ്പൻ ഗംഗയിലേക്ക് തടാകത്തിൽ നിന്നുള്ള വെള്ളം ചാലുകൾ വഴി ഒഴുകാൻ അനുവദിക്കുന്ന, തടാകത്തിനു പുറകിലുള്ള മലവെള്ളനിർഗ്ഗമന ദ്വാരങ്ങളും. ഓങ്കയാറയുടെ പടികളിൽ അതുകൊണ്ടു തന്നെ ഒഴുക്ക് കുറവാണ്. കപ്പലുകൾ ആ പടികൾക്കപ്പുറം പോകില്ലെന്നർത്ഥം.

യുദ്ധത്തിന് മുന്നോടിയായി എല്ലാ വശങ്ങളും പ്രതിരോധത്തിലാണ്. തികച്ചും സ്വാഭാവികം.

'പക്ഷേ, തുരങ്കത്തിന്റെ പ്രവേശനദ്വാരത്തിൽ ഇത്രയധികം സൈനികർ കാവൽ നിൽക്കേണ്ടതുണ്ടോ? നൂറുപേർ?'

ഓങ്കയാറയുടെ പ്രതിരോധസേനയുടെ ഒരു വലിയ വിഭാഗമായിരുന്നു അത്. ആകെ അഞ്ഞൂറുപേരുള്ള ചെറിയ സേനയാണത്. ഓരോ സൈനികനും ഗംഭീരനാണ്. ഓങ്കയാറ സേനയെ നയിക്കുന്നതും അതിന്റെ ഭാഗമാകുന്നതു പോലും ലങ്കക്കാരെ സംബന്ധിച്ചിടത്തോളം അഭിമാനമാണ്. അവർക്കേറ്റവും വില പിടിച്ച കാര്യമാണല്ലോ ആ സേന സംരക്ഷിക്കുന്നത്: അവരുടെ തലസ്ഥാനനഗരി. ചെറുതായതിനാൽ തന്നെ ഓങ്കയാറയിലെ സേന പ്രത്യേക സംഘമായി പരിഗണിക്കപ്പെട്ടു. എളുപ്പം കിട്ടുന്നത് എപ്പോഴും അഭിലഷണീയമാകണമെന്നില്ല. പ്രണയികൾക്കിടയിൽ യഥാർത്ഥമായത് യോദ്ധാക്കൾക്കിടയിലും അങ്ങിനെത്തന്നെ. പ്രാപ്യതയില്ലായ്മയെ അഭികാമ്യതയിൽ നിന്ന് വേർതിരിച്ചറിയാൻ വലിയ വിവേകവും വിവേചന ശേഷിയും വേണം. പക്ഷേ പ്രണയത്തിലും ചോരക്കൊതിയിലും വിവേകം കുറയും.

ഓങ്കയാറയിലെ സേനയുടെ വലിപ്പക്കുറവ് അനന്യമാകാനുള്ള ത്വര കൊണ്ടുണ്ടായതല്ല. കോട്ടയുടെ പരിമിതമായ ഉൾക്കൊള്ളൽ ശേഷിയാണതിനു കാരണം. ഓങ്കയാറ ആദ്യം മണൽത്തിട്ടയായി രൂപകല്പന ചെയ്തതും പിന്നീട് അണക്കെട്ടായി പണിതതുമാണ്. രൂപകല്പനയനുസരിച്ച് കോട്ടയുടെ ഹൃദയഭാഗത്ത് മഹാവേലിഗംഗയുടെ പരപ്പിലുടനീളം നീളുന്ന ശക്തമായ കൊത്തളങ്ങളാണ്. അണക്കെട്ടിന്റെ ഭിത്തികൾക്ക് കട്ടി കൂട്ടാനാകില്ല. നിർമ്മാണച്ചിലവ് അനിയന്ത്രിതമായി കൂടും. കൂടാതെ അതിനേക്കാൾ പ്രധാനപ്പെട്ട ഘടനാപരമായ പ്രശ്നങ്ങളും. ഭിത്തിയുടെ കട്ടി കൂടുന്തോറും, അണക്കെട്ടിന്റെ മുഴച്ചു നിക്കുന്ന ഭാഗം ഭിത്തിയെ സുസ്ഥിരമാക്കാൻ ഒഴുക്കിന്റെ ദിശയിൽ വേണം. ഇത് സ്ഥലം

സംബന്ധിച്ച നിയന്ത്രണങ്ങൾ കൊണ്ടു വരും. അപ്പോൾ നദിയുടെ മുകളിൽ നിന്ന താഴേക്ക് ജലസംഭരണിയിൽ നിന്നുള്ള ചീപ്പുകളുടെ നീളം കൂട്ടേണ്ടി വരും. അത് അസ്ഥിരതകളുണ്ടാക്കും. ഓങ്കയാറ പ്രാഥമികമായി അണക്കെട്ടായിരുന്നു, കോട്ടയല്ല. അതു കൊണ്ട് രാവണൻ ചെയ്യാവുന്നതിലേറ്റവും നല്ല കാര്യം ചെയ്തു: ഭിത്തിയുടെ രണ്ടു വശത്തും ചെറിയ കൊത്തളങ്ങൾ പണിതീർത്തു. അത് കുന്നുകളിൽ പൂഴ്ന്നു നിന്നു.

കിഴക്കൻ വശത്തെ കൊത്തളത്തിനുള്ളിലെ രഹസ്യ തുരങ്കത്തിന്റെ പ്രവേശനദ്വാരത്തിലാണ് ഇന്ദ്രജിത്ത് നൂറു സൈനികരെ കാവൽ നിർത്തിയത്.

'ഉവ്വ്, അതിന്റെ ആവശ്യമുണ്ട്,' ഇന്ദ്രജിത്ത് പറഞ്ഞു. 'അയോദ്ധ്യക്കാർ ഇതിലൂടെ വരും. വിശ്വസിക്കൂ. വിഭീഷണൻ അമ്മാവൻ നമ്മളെ ചതിച്ചെന്ന് എനിക്കുറപ്പാണ്.'

രാവണൻ ഓങ്കയാറ കോട്ട പണികഴിപ്പിച്ചത് കസർത്തിനു പയോഗിക്കുന്ന, രണ്ടു ഗോളങ്ങളുള്ള ദണ്ഡിന്റെ രൂപത്തിലാണ്. നടുവിലെ ദണ്ഡാണ് അണക്കെട്ടിന്റെ ഭിത്തി. കുന്നുകൾക്കു മുകളിൽ പണി കഴിപ്പിച്ച കൊത്തളങ്ങൾ ദണ്ഡിനിരുവശവുമുള്ള ഗോളങ്ങളാണ്. കിഴക്കു വശത്തും പടിഞ്ഞാറുമുള്ള കൊത്തളങ്ങൾ വൃത്താകൃതിയിലുള്ളതാണ്. അവയ്ക്ക് ഇരട്ട ഭിത്തികളും രണ്ടു പ്രവേശനകവാടങ്ങളും ഗോപുരങ്ങളുമുണ്ട്. അകത്തെ ഭിത്തിയുടെ അതിർത്തിക്കുള്ളിൽ താമസസ്ഥലങ്ങളും ആയുധശാലകളും അടുക്കളയും പരിശീലനക്കളരിയുമുണ്ട്. വൈദ്യശാലയും കായികാഭ്യാസത്തിനുള്ള തളവും ശൗചാലയങ്ങളും സേനക്കു വേണ്ട എല്ലാ സൗകര്യങ്ങളുമുണ്ട്. കൊത്തളങ്ങളുടെ അകത്തെ പ്രവേശനകവാടങ്ങളിൽ നിന്ന് പടികളുണ്ട്. അണക്കെട്ടിന്റെ ഭിത്തിയിലെ ചീപ്പുകളുടെ നിയന്ത്രണമവിടെയാണുള്ളത്. കൊത്തളങ്ങൾക്കടുത്തുള്ള കുന്നുകൾ മിനുസപ്പെടുത്തിയതും ചരിവുകൾ ചെങ്കുത്തായതുമാണ്. അക്രമിക്കുന്ന സൈന്യം കിഴക്കാൻ തൂക്കായ മലഞ്ചെരിവുകൾ അഭിമുഖീകരിക്കും. അണക്കെട്ടു ഭിത്തിയെ ആക്രമിക്കുന്നത് അസാദ്ധ്യവുമാണ്. ഓങ്കയാറ കീഴടക്കാൻ കഴിയാത്തതാണ്. അതുകൊണ്ടു തന്നെ അഞ്ഞൂറുപേരുള്ള സൈന്യം മതിയായിരുന്നു. അത് ആവശ്യത്തിൽ കൂടുതലാണെന്ന് രാവണന്റെ മകനറിയാമായിരുന്നു.

രഹസ്യ തുരങ്കത്തിലൂടെ പ്രതിയോഗികൾ കൊത്തളത്തിനുള്ളിലേക്ക് അതിക്രമിച്ചു കയറിയില്ലെങ്കിൽ മാത്രം.

'എനിക്കുറപ്പില്ല, കുഞ്ഞേ,' മാരീചൻ പറഞ്ഞു. 'വിഭീഷണൻ ദുർബ്ബലനാണെന്ന് എനിക്കറിയാം. അയാൾ ഗോകർണ്ണത്തിലേക്ക്

രക്ഷപ്പെട്ടെന്നാണ് എനിക്കു തോന്നുന്നത്. നിന്റെ മുത്തശ്ശിയുടെയും അമ്മായിയുടെയും സംരക്ഷണത്തിലേക്ക്. അയോദ്ധ്യക്കാർ യുദ്ധം ചെയ്യാത്ത സ്ത്രീകളെയും കുട്ടികളെയും ആക്രമിക്കില്ല. വീഭീഷണൻ ഒരു ഭീരുവാണ്. വഞ്ചകനല്ല. നമ്മളെ അയാൾ ചതിക്കുമെന്നു തോന്നുന്നില്ല.'

'ഉറപ്പായും, എന്നെ വിശ്വസിക്കൂ.'

'യോജിപ്പില്ലെങ്കിലും ഞാൻ നിന്നെ വിശ്വസിക്കുന്നു. ധൂമ്രാക്ഷനോട് രഹസ്യ തുരങ്കത്തെ കുറിച്ചുള്ള വിവരം വെളിപ്പെടുത്താൻ അനുവദിച്ചതിലൂടെ ഞാനതു തെളിയിച്ചില്ലേ?'

'സൈന്യാധിപൻ ധൂമ്രാക്ഷൻ സന്തുഷ്ടനല്ല.'

'അയാൾക്ക് ദേഷ്യം വരാനുള്ള അവകാശമുണ്ട്. നമ്മളോട് ദശകങ്ങളായി വിശ്വസ്തത പുലർത്തുന്ന അയാളെ രാവണൻ വിശ്വാസത്തിലെടുത്തില്ല.'

'ഉം.'

'പക്ഷേ, അയാൾ ഇവിടെത്തന്നെ നിന്നു. അതിനു ഞാനയാളെ സമ്മതിക്കുന്നു. ലങ്കയ്ക്കു വേണ്ടി പോരാടാൻ ഇപ്പോഴും അയാൾ തയ്യാറാണല്ലോ.'

'ഇതൊരു യുദ്ധമല്ല, കശാപ്പായിരിക്കും. നമ്മൾ തുരങ്കത്തിലൂടെ പതുങ്ങിവരുന്ന അയോദ്ധ്യക്കാരുടെ മേൽ ചാടിവീഴുകയും അവരെ തീർക്കുകയും ചെയ്യും.'

അദ്ധ്യായം 21

'രാമൻ വളരെ പതുക്കെയാണ് നീങ്ങുന്നത്, അതീവ ജാഗ്രതയോടെ,' കപ്പൽത്തട്ടിൽ നിന്ന രാവണൻ കുംഭകർണ്ണനോടു പറഞ്ഞു. ഓങ്കയാറയുടെ പടവുകൾക്കു പുറകിൽ സുരക്ഷിതമായി അമ്പൻ ഗംഗയിൽ നങ്കൂരമിട്ടിരിക്കുകയാണ് അവർ. അമ്പൻ ഗംഗയുടെ മറുവശത്ത് അയോദ്ധ്യക്കാർ എത്തിയിട്ടുണ്ടെന്ന് അവർക്കറിയാം. അമ്പൻ ഗംഗ മഹാവേലി ഗംഗയിൽ ചേരുന്നിടത്ത് ഉയർന്നു നിൽക്കുന്ന പടവുകൾക്കടുത്തേക്കു വരാൻ ശ്രമമൊന്നും തന്നെ നടന്നിട്ടില്ല. പടവുകൾ കീഴ്മേൽ മറിഞ്ഞ നടനശാല പോലെയാണ്. ഏറ്റവും ഉയരമുള്ള പടവ് മഹാവേലിഗംഗയുടെ കിഴക്കൻ തീരത്താണ്. പടിഞ്ഞാറൻ തീരത്തേക്കു നീങ്ങുന്തോറും ഓരോ പടവിന്റെയും ഉയരം കുറഞ്ഞു വന്നു, ഓരോ പടവിന്റെയും വീതി അപാരമാണ്, ഓരോന്നിനും കടലിൽ പോകുന്ന കപ്പലുകളെ പോലും ഉൾക്കൊള്ളാനാകും. ജലനിരപ്പ് കുറയുമ്പോൾ അവസാനത്തെ പടവിനെ മാത്രം വെള്ളം മൂടും. അപ്പോൾ ഒരു കപ്പലിനു കടന്നു പോകാം. കൂടുതൽ വെള്ളം നിറഞ്ഞ് കൂടുതൽ പടവുകൾ മൂടിയാൽ കൂടുതൽ കപ്പലുകൾക്ക് കടന്നു പോകാം. ജല നിരപ്പ് തീരെ കുറവാണെങ്കിൽ കപ്പലുകൾക്ക് കടന്നു പോകാനാകില്ല. പടവുകൾ മനുഷ്യനറിയാവുന്ന ഏറ്റവും കട്ടിപ്പമുള്ള കരിങ്കല്ലു കൊണ്ടു പണിതതാണ്. അതിന് കപ്പൽപള്ളകൾ നശിപ്പിക്കാനാകും.

ചുരുക്കിപറഞ്ഞാൽ, ഓങ്കയാറയിലെ അണക്കെട്ട് സംഭരിക്കുന്ന വെള്ളത്താൽ നിയന്ത്രിക്കപ്പെടുന്ന കൃത്രിമ നീർച്ചാലുണ്ടാക്കിയിരിക്കുകയാണ് ലങ്കക്കാർ. വളരെ ലളിതമായ ആശയമാണ് ഗംഭീര രൂപകല്പനയാൽ യാഥാർത്ഥ്യമായത്.

'അതെ,' കുംഭകർണ്ണൻ പറഞ്ഞു. 'രാമൻ, ചീപ്പുകളിൽ നിന്നുള്ള നീർച്ചാൽ മഹാവേലിഗംഗയുമായി ചേരുന്നിടത്തു നിൽക്കുകയാണ്. ഏറെ പുറകിൽ.'

നിയന്ത്രണാധികാരമുള്ള പടവുകളെ മറികടന്ന് മറ്റൊരു പ്രത്യേക നീർച്ചാൽ നീളമുള്ള അർദ്ധവൃത്തത്തിൽ മഹാവേലിഗംഗയിൽ നിന്നുള്ള വെള്ളത്തെ നീക്കി. ആ വെള്ളം അല്പംകൂടെ താഴെ നദിയുമായി ചേർന്നു. മലവെള്ളം പടവുകളെ മൂടുന്നില്ലെന്ന് ഉറപ്പാക്കാനായിരുന്നു അത്. അതുകൊണ്ട് നദിയിൽ മലവെള്ളമുണ്ടെങ്കിലും പടവുകളിൽ ജലം നിയന്ത്രിക്കപ്പെട്ടിരുന്നു.

'മഹാവേലി ഗംഗയിലേക്ക് പടുകൂറ്റൻ കപ്പലുകൾ കൊണ്ടു വന്നത് രാമനു പറ്റിയ അബദ്ധമാണ്,' രാവണൻ പറഞ്ഞു. 'നമ്മുടെ ചെറിയ നൗകകളെ കപ്പലുകൾ കവച്ചു വെക്കുമെന്ന തോന്നലുണ്ടായിക്കാണും. അയാളുടെ കപ്പലുകളുടെ അണിയത്തിന്റെ മുൻഭാഗങ്ങൾ ലോഹം കൊണ്ട് ശക്തിപ്പെടുത്തിയിട്ടുണ്ടെന്ന് ചാരന്മാർ അറിയിച്ചിട്ടുണ്ട്. നമ്മുടെ ചെറുനൗകകളും അയാൾക്ക് തവിടുപൊടിയാക്കാം. പക്ഷേ കപ്പലുകൾക്ക് മുമ്പോട്ടു നീങ്ങാൻ ആവശ്യത്തിനു വെള്ളം നദിയുടെ മുകൾ ഭാഗത്തേക്കില്ലെന്നു മാത്രം!' രാവണൻ അടക്കിച്ചിരിച്ചു.

'അയാൾ വിഡ്ഢിയല്ല. ഒരു പദ്ധതിയില്ലാതെ കപ്പലുകളെ അയാൾ ഇത്ര ദൂരം കൊണ്ടു വരില്ല. വീഭീഷണൻ...'

'ഇല്ല,' തല കുലുക്കിക്കൊണ്ട് രാവണൻ പറഞ്ഞു. 'വീഭീഷണൻ ഒരു ഭീരുവാണ്. വഞ്ചകനാകാനുള്ള ധൈര്യം അവനില്ല.'

കുംഭകർണ്ണൻ ഒന്നും മിണ്ടിയില്ല.

'രാമൻ ഇനിയെന്താണു ചെയ്യാൻ പോകുന്നതെന്നു നോക്കാം. എല്ലാക്കാലത്തും നങ്കൂരമിട്ടു കിടക്കാനാകില്ലല്ലോ.'

ലക്ഷ്മണനും അയാളുടെ സൈന്യവും മറഞ്ഞു കിടക്കുന്ന കല്ലുകളാൽ അടയാളപ്പെടുത്തപ്പെട്ട വളഞ്ഞു പുളഞ്ഞ വഴിയിലൂടെ ഒരു മണിക്കൂറോളം നടന്നു. തുരങ്കത്തിന്റെ പ്രവേശനകവാടത്തെ അടയാളപ്പെടുത്തിയ മരത്തിനടുത്താണ് ഇപ്പോഴവർ നില്ക്കുന്നത്. അവരുടെ സാഹസിക യാത്രയിലെ അടുത്ത പടി.

ലക്ഷ്മണൻ വീണ്ടും പുഞ്ചിരിച്ചു. അയാൾക്ക് വീഭീഷണനെ ഇഷ്ടമാകാൻ തുടങ്ങിയിരിക്കുന്നു. അല്പം.

കുറുക്കൻ.പക്ഷേ മിടുക്കനായ കുറുക്കൻ.

ഇനിയെന്താണ് പ്രതീക്ഷിക്കേണ്ടതെന്ന് ഭൂപടം കൃത്യമായി പറഞ്ഞു തന്നിരുന്നെങ്കിലും ലക്ഷ്മണനു മതിപ്പു തോന്നി. ആ പ്രവേശനദ്വാരം തികച്ചും സ്വാഭാവികമായിരുന്നു. ഒരു ചെറിയ ഗുഹ ആ പ്രദേശത്ത് തികച്ചും ജൈവികമാണ്.

നിബിഢമായ ഇലച്ചാർത്തുകളും മായുന്ന മൂവന്തിവെട്ടവും കാഴ്ച മങ്ങിച്ചു. അഞ്ചോ പത്തോ അടിയ്ക്കപ്പുറം മുന്നോട്ടു കാണുന്നില്ല. അയാളുടെ കണ്ണുകൾ പാറവിളുമ്പുകൾക്കിടയിലുള്ള പരുപരുത്ത കല്ലിന്റെ തള്ളൽ കണ്ടു.

ഗംഭീരം. അങ്ങേയറ്റം സ്വാഭാവികം. വിഭീഷണൻ നല്ല വാസ്തു ശില്പിയാണ്.

പക്ഷേ, ലക്ഷ്മണനയാളെ വിശ്വാസമില്ല.

അയാൾ വലംകൈ ഉയർത്തുകയും മൂന്നു വിരലുകൾ വിടർത്തുകയും ചെയ്തു. ഒരു നിമിഷം നിന്നിട്ട്

എല്ലാ വിരലുകളും ഉയർത്തി. ഇത്തവണ എല്ലാ വിരലുകളും കൂട്ടിപ്പിടിച്ചിട്ടുണ്ട്. കൈവെള്ള പുറത്തേക്കേ കാണാം. കൈത്തണ്ട പെട്ടെന്നു വെട്ടിക്കുകയും വിരലുകൾ കിഴക്കോട്ടു നീട്ടുകയും ചെയ്തു. എന്നിട്ട് വീണ്ടും വിരലുകൾ ആകാശത്തേക്കു ചൂണ്ടി. മുഷ്ടി ചുരുട്ടി. തള്ളവിരൽ മാത്രം തിരശ്ചീനമായി നീട്ടി.

വ്യക്തമായ സന്ദേശം. മൂന്നാളുകൾ കിഴക്കോട്ടു പോയി പ്രവേശനദ്വാരത്തിനു ചുറ്റും പുറകിലും പരിശോധിച്ചു തിരിച്ചു വരണം.

മൂന്നു പേർ കയറഴിക്കുകയും കൂട്ടം വിട്ടു പോകുകയും ചെയ്തു.

ലക്ഷ്മണൻ വീണ്ടും കയ്യാംഗ്യങ്ങൾ ആവർത്തിച്ചു. ഇത്തവണ പടിഞ്ഞാറോട്ടു ചൂണ്ടി. മൂന്നുസൈനികർ കൂട്ടത്തിൽ നിന്നു വിട്ട് പടിഞ്ഞാറു ദിക്കിലേക്ക് പതുങ്ങി നീങ്ങി.

സൈനികർ താമസിയാതെ തിരിച്ചെത്തുകയും അവരുടെ കണ്ടെത്തലുകൾ നിശ്ശബ്ദമായി കൈമാറുകയും ചെയ്തു. ഭീഷണികളൊന്നുമില്ല. എല്ലാം സുരക്ഷിതമാണ്.

ലക്ഷ്മണൻ തന്റെ അംഗവസ്ത്രം അഴിച്ച് മൂക്കിനു ചുറ്റും പൊതിഞ്ഞ് കഴുത്തിനു പുറകിൽ കെട്ടിയുറപ്പിച്ചു. വീഭീഷണന്റെ കുറിപ്പുകൾ വ്യക്തവും വിശദവുമാണ്.

അഞ്ഞൂറു സൈനികരും സൈന്യാധിപന്റെ പ്രവൃത്തി പിൻതുടർന്നു.

അവർ തയ്യാറാണ്.

ലക്ഷ്മണൻ ഗുഹയ്ക്കുള്ളിലേക്ക് ഒരു ചുവടുവെച്ചു നിൽക്കുകയും വാളൂരുകയും ചെയ്തു. അയാളെ പിന്തുടർന്ന നാലു സൈനികരും വാളൂരി.

ലക്ഷ്മണൻ കണ്ണുകളടച്ച് തന്റെ കൃഷ്ണമണികളെ വിടരാനും സാഹചര്യത്തോടിണങ്ങാനും അനുവദിച്ചു. കൃഷ്ണമണികൾ ഇരുട്ടിലെ കാഴ്ചകൾക്കായി തയ്യാറെടുത്തു. അയാൾ ഏതാനും തവണ കണ്ണു ചിമ്മിയടക്കുകയും ഏതാനും ചുവടുകൾ പെട്ടെന്ന് മുമ്പോട്ടു വെക്കുകയും ചെയ്തു. അതൊരു ആഴമില്ലാത്ത ഗുഹയായിരുന്നു. ഇരുട്ടിൽ നല്ലതു പോലെ കാണാം, അയാൾ തെറ്റാതെ പരുപരുത്ത കൽ തുടിപ്പിലേക്ക് മുന്നേറി. അത് മനുഷ്യനിർമ്മിതമാണെന്ന് ആർക്കും ഊഹിക്കാനാകില്ല. ഇടം കയ്യുകൊണ്ട് ആ തുടിപ്പ് പുറകോട്ടു തള്ളി. കല്ലു താഴ്ന്നു പോകുകയും ഒരു പൊത്തിലേക്കു വീഴുകയും ചെയ്തു. ഗുഹയുടെ പുറകുഭാഗം അഴയുന്നതു പോലെ തോന്നി.

ലക്ഷ്മണൻ അതിശയങ്ങൾക്ക് തയ്യാറായി വാൾ ചൂണ്ടി നിന്നു.

വിഭീഷണൻ കുറിപ്പുകളിൽ മുന്നറിയിപ്പു നൽകിയിരുന്നെങ്കിലും ആക്രമണത്തിന്റെ ഞെട്ടൽ കൊടിയതായിരുന്നു.

മൂക്കിനു നേരെയായിരുന്നു ആ ആക്രമണം.

പുറകിലെ ഭിത്തി വഴുതി മാറിയപ്പോൾ മെരുങ്ങാത്ത ദുർഗന്ധം ഗുഹയ്ക്കുള്ളിൽ നിന്ന് സൈനികരുടെ നാസാരന്ധ്രങ്ങൾ തകർത്തു കൊണ്ടു പുറത്തേക്കെറിയപ്പെട്ടു. ലക്ഷ്മണൻ ഛർദ്ദിക്കാതിരിക്കാൻ പാടുപെട്ടു. അയാൾ അംഗവസ്ത്രം മൂക്കിൽ അമർത്തിപ്പിടിച്ചു. എങ്കിലും അയാൾ പുറകോട്ടു നീങ്ങിയില്ല. അയാളുടെ സൈനികരും.

ഗുഹയുടെ പുറകുഭിത്തി തെന്നിമാറുന്ന വാതിലാണ്. അത് അതിശയകരമായ വിധത്തിൽ സുഗമവും നിശ്ശബ്ദവുമാണ്.

ഒച്ചയൊന്നുമുണ്ടായില്ല. ലക്ഷ്മണനും നാലു സൈനികരും ഛർദ്ദിക്കാതിരിക്കാൻ നടത്തുന്ന ഒച്ചയില്ലാത്ത ശ്രമങ്ങൾ മാത്രം.

സഹിക്കാവുന്നതിലുമപ്പുറമാണിത്!

ഗുഹയുടെ പുറംഭാഗത്ത് തുറന്ന ഇരുണ്ട വഴിയിലേക്ക് അയാൾ വാളു ചൂണ്ടി. അയാളും സൈനികരും പുറത്തേക്കിറങ്ങി.

സൈനികർ ഗുഹയുടെ പുറത്തിരിക്കുകയാണ്. പ്രവേശനദ്വാരത്തിന്റെ നേരെ മുമ്പിലല്ല, വശങ്ങളിൽ. ദുർഗന്ധം വായുവിൽ പരന്നതിനാൽ. അച്ചടക്കമുള്ള രണ്ടു വരികളിൽ നിശ്ശബ്ദരായി, ക്ഷമയോടെ.

സാധാരണ സൈനികരും പ്രത്യേക ദൗത്യസേനയും തമ്മിലുള്ള പ്രധാന വ്യത്യാസമാണിത്. തീർച്ചയായും പരിശീലനത്തിന്റെ

ഗുണമേന്മയും മികച്ചതാണ്. ശാരീരിക ക്ഷമത മികച്ചതാണ്. ആയുധങ്ങൾ ഉയർന്ന നിലവാരമുള്ളതാണ്. പക്ഷേ പ്രധാന വ്യത്യാസം ക്ഷമയാണ്. സാധാരണ സൈനികർക്ക് ക്ഷമയില്ല. ഒച്ചയും അനക്കവുമില്ലാതെ പിടിച്ചു നില്ക്കാൻ പ്രത്യേക ദൗത്യ സേനക്കാകും. അച്ചടക്കത്തോടെ ശ്രദ്ധ കേന്ദ്രീകരിച്ച് മണിക്കൂറുകളോളം. ഒരൊറ്റ നിമിഷത്തെ സൂചനയിൽ പ്രവർത്തനനിരതമാകാനും അവർക്കാകും.

എട്ടു സൈനികർ ഊരിപ്പിടിച്ച വാളോടെ പ്രവേശനദ്വാരത്തിൽ കാവൽ നിന്നു. അപ്രതീക്ഷിത സംഭവങ്ങൾക്കു തയ്യാറെടുത്ത്. എല്ലാ പതിനഞ്ചു മിനിറ്റിലും സൈനികർ മാറി. അത് ആവശ്യമായിരുന്നു. അത്രയ്ക്കും അസഹനീയമായിരുന്നു ആ ഭയങ്കര ദുർഗന്ധം.

ലക്ഷ്മണൻ ഗുഹയിലേക്ക് തുറിച്ചു നോക്കി.

വിഭീഷണൻ കുറിപ്പുകളിൽ ലക്ഷ്മണനു മുന്നറിയിപ്പു നൽകിയിരുന്നു. കോട്ടയിലെ പതിനഞ്ചു വർഷത്തെ അഴുക്കു ചാലിന്റെ ദുർഗന്ധം. അത്രയും കാലമായി ആ തുരങ്കം അടഞ്ഞു കിടക്കുന്നു. നദിയിലേക്കു നീളുന്ന പ്രത്യേക നിർഗ്ഗമനദ്വാരം അഴുക്കു ചാലിനുണ്ടായിരുന്നുവെങ്കിലും തുരങ്കത്തിന്റെ ഒരറ്റം സൈനികരുടെ താമസസ്ഥലത്തെ ശൗചാലയങ്ങൾക്കടുത്തായിരുന്നു. തുരങ്കം അവസാനിപ്പിക്കാൻ പറ്റിയ സ്ഥലം. തടസ്സപ്പെട്ടാലല്ലാതെ അഴുക്കുചാലുകൾ തുറന്നു പരിശോധിക്കില്ല. കോട്ടയിൽ നിന്ന് നദിയിലേക്കുള്ള ചരിവ് അഴുക്കുചാലിനെ തടസ്സങ്ങളില്ലാതെ കാത്തു. വിഭീഷണന്റെ രൂപകല്പന പിഴവുകളടച്ചുള്ളതാണ്.

ഗുഹയുടെ വാതിൽ തുറന്നതിനു ശേഷം ഒരു മണിക്കൂർ കാത്തിരിക്കണമെന്ന് വിഭീഷണൻ ഉപദേശിച്ചിരുന്നു. ദുർഗന്ധം കുറയും. ഗുഹയുടെ വാതിൽ തുറന്നാൽ കാറ്റോട്ടം അനുവദിക്കുന്ന, മറഞ്ഞിരിക്കുന്ന വായുസഞ്ചാരദ്വാരങ്ങൾ അയാൾ പണിതിട്ടുണ്ട്.

വായു ശുദ്ധമാകാൻ അത്രയും നേരം കാത്തിരിക്കുന്നത് അപഹാസ്യമാണെന്ന് അപ്പോൾ ലക്ഷ്മണൻ കരുതി. പക്ഷേ ഒരു മണിക്കൂർ മതിയാകുമോ എന്നതാണ് ഇപ്പോളയാളുടെ സംശയം. അവർ രണ്ടു മണിക്കൂർ കാത്തിരിക്കും.

അയാൾ ആകാശത്തേക്കു നോക്കി. വൃദ്ധിചന്ദ്രന്റെ രണ്ടാഴ്ചയിലെ അഞ്ചാമത്തെ ദിവസം, നേരിയ നിലാവ്. ദിവസത്തിന്റെ അവസാനത്തെ യാമത്തിലേക്കെത്താൻ ഇനി അധികനേരമില്ല. അർദ്ധരാത്രിക്ക് ഇനി മൂന്നു മണിക്കൂർ. ആവശ്യത്തിന് നേരമുണ്ട്. അവർക്ക് രാവിലെ ആക്രമിക്കാം.

ഉപസേനാപതിയായ ക്ഷിരാജിനോട് അയാൾ ആംഗ്യം കാട്ടി. നമ്മൾ രണ്ടു മണിക്കൂർ കാത്തിരിക്കും.

ക്ഷിരാജ് ആശ്വാസത്തോടെ ചിരിച്ചു.

ശത്രുഘ്നൻ തല കുലുക്കി, 'നാശം!'

'ഇതു വെറും ദൗർഭാഗ്യമാണ്, ശത്രുഘ്നാ,' രാമൻ പറഞ്ഞു. 'നമുക്കൊന്നും ചെയ്യാൻ കഴിയില്ല.'

നാലാം യാമത്തിന്റെ നാലാം മണിക്കൂർ അടുത്തു. അർദ്ധരാത്രിക്ക് രണ്ടു മണിക്കൂറേയുള്ളൂ. അയോദ്ധ്യയുടെ യുദ്ധശിബിരം മാന്നാർ ദ്വീപിലും ഭാരത വൻകരയിലും പരന്നു കിടന്നു. എല്ലാവരും ഉറക്കത്തിലാണ്. പണി നടന്നു കൊണ്ടിരിക്കുന്ന മുപ്പതു കിലോമീറ്റർ നീളമുള്ള പാലം പാറാവുകാർ നോക്കുന്നുണ്ട്. അടുത്ത ദിവസം ശേഷിച്ച അഞ്ചു കിലോമീറ്റർ തീർക്കണമെന്നാണ് അവർ വിചാരിച്ചത്. പക്ഷേ അപ്രതീക്ഷിതമായ ഒരു പ്രശ്നം വന്നിരിക്കുന്നു.

'ക്ഷമിക്കണം, എന്റെ കരിനാവാണെന്നു തോന്നുന്നു,' അത്രയും വേഗത്തിൽ ആസൂത്രണം ചെയ്തതിനനുസരിച്ചു നടക്കുന്ന ഒരു നിർമ്മാണ പ്രവൃത്തി താൻ കണ്ടിട്ടേയില്ലെന്ന് വസിഷ്ഠൻ അല്പം മുമ്പു പറഞ്ഞതേയുള്ളൂ.

'അല്ല, ഗുരോ' എല്ലായ്പ്പോഴും കുറുവാക്കുകൾ തയ്യാറുള്ള നാരദൻ പറഞ്ഞു, 'അങ്ങയുടെ കരിനാക്കല്ല, കറുത്ത മാൻസൗദനാണ് പണി പറ്റിച്ചത്.'

വസിഷ്ഠൻ പല്ലിളിച്ചു നിൽക്കുന്ന നാരദനെ നോക്കി കണ്ണുരുട്ടി.

മാൻസൗദൻ. ഇറച്ചിച്ചോറ്. ശതപത ബ്രാഹ്മണത്തിൽ പരാമർശിച്ചിട്ടുള്ള ഇറച്ചിച്ചോറ് സൈനികരുടെ പ്രിയപ്പെട്ട വിഭവമായിരുന്നു. നല്ല അരി ആദ്യം കഴുകി, കുതിർത്ത് തോർത്തിയെടുക്കും. കാടപക്ഷിയുടെ മാംസവും ധാന്യത്തിന്റെ അതേ വലിപ്പത്തിൽ കൊത്തിയരിഞ്ഞ് അതിൽ ചേർക്കും. 'യൂറോപ്പ കാടപക്ഷി' എന്നറിയപ്പെടുന്ന അത് ദേശാടനപക്ഷിയാണ്. ഘടികാരം നോക്കിയെന്നതു പോലെ അത് എല്ലാ വർഷവും ശൈത്യകാലത്ത് തെക്കൻ ഭാരതത്തിലെത്തും. ആ കാലത്ത് കാടപക്ഷിയുടെ പുതുമാംസം ലഭ്യമാണ്. ചോറിലും ഇറച്ചിയിലും നറുനെയ്യും തേങ്ങാപ്പാലും ചേർക്കും. കുന്തിരിക്കവും കസ്തൂരിയും സുഗന്ധത്തിനായി ചേർക്കും. ആഹാരം നാക്കിനും കണ്ണിനും മാത്രമല്ല, മൂക്കിനു കൂടി ആകർഷകമാകണമെന്ന് പണ്ടു കാലത്തുള്ളവർ വിശ്വസിച്ചിരുന്നു. ചെമ്പ് കട്ടിയുള്ള മൂടി കൊണ്ട് നന്നായി അടച്ചു വെച്ച് ആ മിശ്രിതം മണിക്കൂറുകളോളം തീ താഴ്ത്തി വേവിക്കും. എല്ലാം വെന്തു ചേർന്ന കുഴമ്പായി

അതു പരുവപ്പെട്ടും വരെ ഇടക്കിടെ ഇളക്കിക്കൊടുക്കും. വെന്ത കസ്തൂരി ആ വിശിഷ്ടഭോജ്യത്തിന് കടുത്ത ചുവപ്പ നിറം നൽകും.

വിളമ്പാറാകുമ്പോൾ മാൻസൗദനിൽ കേതകിപ്പൂവിന്റെ ഇതളുകൾ വിതറും. രുദ്ര ഭഗവാന്റെ വംശക്കാരായ പരിഹണൻമാർ ഈ ഉദരസന്തോഷത്തെ ഭാരതത്തിൽ നിന്ന് നാട്ടിലേക്കു കൊണ്ടു പോകുകയും ബിരിയാണി എന്നു പേരിടുകയും ചെയ്തു. അത്യന്തം സുഖലോലുപവും പോഷിപ്പിക്കുന്നതുമായതിനാൽ അതിനേക്കാൾ യോദ്ധാക്കളുടെ രസമുകുളങ്ങളെ രസിപ്പിക്കുന്ന വിഭവമില്ല. ഖേദകരമെന്നു പറയട്ടെ ചീഞ്ഞ മാംസം ചിലപ്പോൾ വയറുവേദനയുണ്ടാക്കും. അന്നു വൈകുന്നേരമുണ്ടാക്കിയ മാൻസൗദന് കടുംചുവപ്പിനേക്കാൾ കറുപ്പു നിറമായിരുന്നു. ആ നിറം മുന്നറിയിപ്പു നൽകേണ്ടതായിരുന്നു. പക്ഷേ, പരിഹണൻമാർ പലപ്പോഴും പറയാറുള്ള പോലെ, ചോരയും നീരുമുള്ള ഏതൊരു മനുഷ്യനും ബിരിയാണിയുടെ സ്വാദിനു വേണ്ടി മരിക്കും. പിന്നയാണോ അല്പം വയറു വേദന? നിസ്സാരമായ ഒരു ആരോഗ്യപ്രശ്നമാണത്.

യുദ്ധത്തിനിടയിൽ ആരോഗ്യപ്രശ്നങ്ങളുണ്ടാകാറുണ്ട്. ഏറെ ആളുകൾ, യാത്രയും തുറന്ന സ്ഥലത്തെ താമസവും. അടുത്തടുത്തുള്ള കിടപ്പ്. മികച്ച മാലിന്യനിർമ്മാർജ്ജന സൗകര്യങ്ങളുടെയും പോഷകസമൃദ്ധമായ ആഹാരത്തിന്റെയും കുറവ്. സൈനികർക്കും മൃഗങ്ങൾക്കും രോഗം വരാറുണ്ട്.

ഒരു നല്ല സൈന്യാധിപൻ യുദ്ധതന്ത്രങ്ങൾ മാത്രമല്ല, സൈന്യവിന്യാസവുമായി ബന്ധപ്പെട്ട കാര്യങ്ങളും മികച്ച രീതിയിൽ കൈകാര്യം ചെയ്യും.

വസിഷ്ഠന്റെയും നാരദന്റെയും ഹനുമാന്റെയും ശ്രുത്രുഘ്നന്റെയും സഹായത്തോടെ രാമൻ യുദ്ധത്തിന്റെ വിന്യാസവും വളരെ മികച്ച രീതിയിൽ കൈകാര്യം ചെയ്തിരുന്നു.

രാമൻ ഒരു കാര്യം ശഠിച്ചിരുന്നു: എല്ലാ സേനാവിഭാഗങ്ങളും ഒരുമിച്ചിരുന്ന് ആഹാരം കഴിക്കണം. അവരവരുടെ ഗോത്രക്കാരോടൊത്തു മാത്രമല്ല. മുഴുവൻ സൈന്യത്തിലും സൂക്ഷ്മമായി സാഹോദര്യ ബോധം കെട്ടിപ്പടുക്കപ്പെട്ടിരുന്നു. കഴിഞ്ഞ ഏതാനും മാസങ്ങൾ രാമന്റെ കീഴിൽ വിഭിന്ന സേനകളെ ഒരൊറ്റ ശക്തിയാക്കി ഏകീകരിക്കാൻ അതു സഹായിച്ചിട്ടുണ്ട്.

ആനപാപ്പാന്മാർ മലയപുത്രന്മാരോ വാനരന്മാരോ ആണ്. അവർ രാമന്റെ സൈന്യത്തിന്റെ ഭാഗമാകുന്നതു വരെ പരസ്പരം ഇടപഴകിയിട്ടേയില്ല. ഇപ്പോളവർ സ്ഥിരമായി ഒരുമിച്ചിരുന്ന് ആഹാരം

കഴിക്കുകയാണ്. അന്ന് പാപ്പാന്മാർക്ക് വിളമ്പിയ ആഹാരമാണ് മോശമായത്. അവർക്ക് അതിസാരം പിടിപ്പെട്ടു. യുദ്ധഭൂമിയിൽ അതൊരു ഗൗരവമുള്ള ശാരീരിക ബുദ്ധിമുട്ടല്ല. രോഗങ്ങളും മുറിവുകളും വളരെ ഗുരുതരമാകാമല്ലോ. ഏതാണ്ടെല്ലാ പാപ്പാൻമാരും ഒന്നോ രണ്ടോ ദിവസത്തിനകം സുഖപ്പെട്ടും.

പക്ഷേ അവസാനത്തെ അഞ്ചു കിലോമീറ്റർ പാലം പണിയിൽ ആനകൾ നിർണ്ണായകമായിരുന്നു. പാപ്പാന്മാരുടെ കയ്യിൽ അച്ചടക്കവും മെരുക്കവുമുള്ള ആനകൾ അപരിചിതരോട്ടു ഭയങ്കരന്മാരാണ്. പിറ്റേന്നോ അതിനു പിറ്റേന്നോ പാലം പണി നടക്കില്ലെന്ന് ഉറപ്പായി. സിഗിരിയയിൽ സൈന്യമെത്തുന്ന ദിവസം അത്രയും വൈകും.

'ഇനിയെന്തു ചെയ്യും?' അരിഷ്ടനേമി ചോദിച്ചു.

'പാപ്പാന്മാർ ആരോഗ്യം വീണ്ടെടുക്കുന്നതു വരെ കാത്തിരിക്കാം.'

ശത്രുഘ്നൻ രാമനെ നോക്കി. 'ഭരതൻ ജ്യേഷ്ഠനും ലക്ഷ്മണനും മൂന്നു ദിവസം കൂടി യുദ്ധം വലിച്ചു നീട്ടേണ്ടി വരും. ഈ യുദ്ധം വേഗം അവസാനിക്കണമെങ്കിൽ ഓങ്കയാറയിൽ നിന്ന് ലങ്കയുടെ സൈന്യം തിരിച്ചെത്തുമ്പോഴേക്കും നമ്മൾ സിഗിരിയയിൽ എത്തേണ്ടതുണ്ട്. ഭരതൻ ജ്യേഷ്ഠൻ ആക്രമണം വൈകിപ്പിച്ചാൽ അത്രയും നല്ലത്.'

'ഇന്നു രാത്രി ആക്രമിക്കാനാണ് ഭരതന്റെ ഉദ്ദേശ്യം. ചിലപ്പോൾ ആക്രമണം ആരംഭിച്ചു കാണും. ഇനിയിപ്പോൾ നമുക്കൊന്നും ചെയ്യാനാകില്ല.'

നാരദൻ സംസാരിച്ചു, 'നേരാണ്. ഇനിയിപ്പോൾ നമുക്കൊന്നും ചെയ്യാനാകില്ല.'

എല്ലാവരും നാരദനെ നോക്കി. എന്തെങ്കിലും പരിഹാസമോ അനുചിതമായ അഭിപ്രായ പ്രകടനമോ എല്ലാവരും അയാളുടെ പക്കൽ നിന്ന് പ്രതീക്ഷിച്ചു.

നാരദൻ ആ പ്രതീക്ഷക്കൊത്തുയർന്നു, 'രാത്രി വൈകിയ യാമങ്ങളിൽ നിങ്ങൾ എഴുന്നേറ്റിരിക്കുകയും അസ്വസ്ഥനാകുകയും ചെയ്താൽ, അതു നേരെയാക്കാൻ നിങ്ങൾക്ക് ചെയ്യാനൊന്നുമില്ലെങ്കിൽ ഏറ്റവും മികച്ച കാര്യം പോയി ഉറങ്ങുകയാണ്. അങ്ങിനെയാണ് ധർമ്മം അനുശാസിക്കുന്നത്.'

ആരും ഒന്നും പറഞ്ഞില്ല.

'ഞാനെങ്കിലും എന്റെ ഉപദേശം കേൾക്കണമല്ലോ. നിങ്ങൾ എണീറ്റിരുന്നു വേവലാതിപ്പെട്ടു. ശുഭരാത്രി.'

—ĴŦ ȡƼD—

അർദ്ധരാത്രിയാകാൻ ഒരു മണിക്കൂർ കൂടിയുണ്ട്.

ലക്ഷ്മണൻ തന്റെ സൈനികരെ തുരങ്കത്തിലേക്ക് നയിച്ചു കഴിഞ്ഞു. വിഭീഷണന്റെ കുറിപ്പുകളിലേതു പോലെ നിരവധി പന്തങ്ങൾ- ഇരുനൂറിലുമധികം, ചുണ്ണാമ്പു കല്ലിലുണ്ടാക്കിയത്-ഭിത്തിയുടെ ഓരോ മൂലയിൽ കുത്തിനിർത്തിയിരുന്നു. ഓരോ രണ്ടാമത്തെ സൈനികന്റെയും കയ്യിൽ ഗന്ധകത്തിലും ചുണ്ണാമ്പിലും കുതിർത്ത തുണിക്കഷ്ണമുണ്ട്. അവസാനത്തെ മണിക്കൂറിൽ അവരത് പന്തത്തിന്റെ മുകളിൽ ചുറ്റുകയും കത്തിക്കുകയും ചെയ്തു. നിബിഡവും കവിഞ്ഞു കിടക്കുന്നതുമായ മരച്ചാർത്തുകൾ പന്തങ്ങളുടെ വെളിച്ചത്തെ വിദൂരതയിലുള്ള നദീദുർഗ്ഗത്തിലേക്കെത്താതെ മറയ്ക്കുമെന്നും ഗുഹയുടെ വാതിലടക്കേണ്ട കാര്യമില്ലെന്നും വിഭീഷണൻ പറഞ്ഞിരുന്നു. പക്ഷേ അവസാനത്തെ ആളും അകത്തുകയറിയപ്പോൾ തുരങ്കത്തിന്റെ വാതിൽ അടച്ചു. വായുസഞ്ചാരം അനുവദിക്കാനുള്ള ചെറിയ വിടവു മാത്രം വിട്ടു. ദുർഗന്ധത്തിന്റെ ശേഷിപ്പുകൾ അകത്തു തങ്ങി നിന്നു.

ലക്ഷ്മണനും സൈനികരും പതിയെ മുമ്പോട്ടു നീങ്ങി. ഓങ്കയാറാ കോട്ടയുടെ കിഴക്കൻ കൊത്തളം സ്ഥിതി ചെയ്യുന്ന കുന്നിൽ നിന്ന് ഒന്നരകിലോമീറ്റർ മാറിയാണ് തുരങ്കത്തിന്റെ പ്രവേശന ദ്വാരം. പതിയെ സഞ്ചരിച്ച് ആ ദൂരം ഒരു മണിക്കൂറിൽ താണ്ടാമെന്നാണ് ലക്ഷ്മണന്റെ പദ്ധതി. തിരക്കൊന്നുമില്ല. രാവിലെ ആക്രമിക്കാം. മങ്ങിയ പ്രകാശം മാത്രമുള്ള തുരങ്കത്തിൽ തന്റെ സൈനികർക്ക് മുറിവു പറ്റരുത്.

മുമ്പോട്ടു പോകുന്തോറും വിഭീഷണനോടു ലക്ഷ്മണനു തോന്നിയ മതിപ്പ് കൂടിക്കൂടി വന്നു. തറയിൽ അമർത്തിവെച്ച മണ്ണാണ്, അത് ഏതാണ്ടു പരന്നതുമാണ്. അതിനു മുകളിൽ ഉരുണ്ട കല്ലുകൾ പാകിയിട്ടുണ്ട്. മുമ്പോട്ടു നടക്കാൻ എളുപ്പമുണ്ട്. രണ്ടു വശത്തും വീതി കുറഞ്ഞ നീർച്ചാലുകൾ. ലങ്കയിൽ സ്ഥിരമായ മഴവെള്ളം ഊർന്നിറങ്ങിയാൽ തുരങ്കത്തിന് കേടുപാടുകൾ വരുത്താതെ ഒഴുകിപ്പോകാനാണത്. രണ്ടു സൈനികർക്ക് ഒപ്പത്തിനൊപ്പം നടന്നു പോകാൻ മാത്രം വീതിയും ലക്ഷ്മണനെ പോലൊരാൾക്കു പോലും തല കുനിക്കാതെ നടന്നു പോകാൻ മാത്രം ഉയരവും ആ തുരങ്കത്തിനുണ്ട്. ഒരു സൈനികന് കുതിരയെ പോലും ബുദ്ധിമുട്ടില്ലാതെ നടത്തികൊണ്ടു പോകാം. കുതിരപ്പുറത്തു കേറുന്നതു സാദ്ധ്യമല്ലെങ്കിലും. പക്ഷേ, അത്ര പോലും ഒരു രഹസ്യ തുരങ്കത്തിൽ കാണുന്നത് അതിശയകരമായിരുന്നു. ഭിത്തികളിൽ കല്ലുകൾ പതിച്ച് കരുത്തുള്ളതും ഭേദിക്കാനാകാത്തതുമാക്കിയിട്ടുണ്ട്. പതിനഞ്ചു വർഷം പഴക്കമുണ്ടായിട്ടും, അറ്റകുറ്റപ്പണികളൊന്നും തന്നെ ചെയ്യാഞ്ഞിട്ടും

തുരങ്കം അല്പം പോലും ഇടിഞ്ഞിട്ടില്ല. വിഭീഷണന്റെ സൃഷ്ടി എല്ലാം തികഞ്ഞതാണ്. യാതൊരു സങ്കീർണ്ണതകളുമില്ലാത്ത, നേരെയുള്ള നിർമ്മാണം. അസാധാരണമായും ഘടനാപരമായ കരുത്തോടെയും തുരങ്കമുണ്ടാക്കുമ്പോൾ പ്രതലത്തിന്റെ, ഉയർന്ന നിലവാരത്തിലുള്ള ദ്വിമാന അളവെടുക്കൽ ആവശ്യമാണ്. അതിനാകട്ടെ അപൂർവ്വമായ രൂപകല്പനയും വാസ്തുവിദ്യാ വൈദഗ്ധ്യവും ആവശ്യമാണ്.

സൂത്രക്കാരനായ കുറുക്കൻ.പക്ഷേ, വളരെ, വളരെ മിടുക്കനായ കുറുക്കൻ!

ഒരു മണിക്കൂറിനു ശേഷം ലക്ഷ്മണനും അഞ്ഞൂറു സൈനികരും കുന്നിന്റെ അടിവാരത്തിലെ തുരങ്കത്തിന്റെ അവസാനത്തിലെത്തി. കൂടുതൽ നിയതമായി പറഞ്ഞാൽ പാറക്കെട്ടുകൾ നിറഞ്ഞ കുന്നിന്റെ ഉള്ളിന്റെയുള്ളിൽ. തറയിലേയും ഭിത്തികളിലേയും മാറ്റങ്ങളിൽ നിന്ന് ലക്ഷ്മണൻ അനുഹിച്ചറിഞ്ഞു.

അതോടെ ലക്ഷ്മണൻ പൂർണ്ണമായും അതിശയത്തിനടിമപ്പെട്ടു.

വിഭീഷണനും അയാളുടെ പണിക്കാരും കുന്നിന്റെ വയറ്റിനുള്ളിലാണ് തുരന്നു കയറിയത്. തുരങ്കത്തിനുള്ളിലെ പാത പടിഞ്ഞാറൻ ദിശയിൽ ഏതാണ്ട് ഇരുപതു മീറ്ററോളം കുത്തനെ ഉയരുകയും അതിനുശേഷം കൊട്ടും വളവു തിരിഞ്ഞ് കിഴക്കൻ ദിക്കിലേക്കുയരുകയും ചെയ്തു. അടുത്ത കൊട്ടുംവളവിൽ പാത പിന്നെയും പടിഞ്ഞാറോട്ടു തിരിഞ്ഞു. അടിസ്ഥാനപരമായി അത് കുന്നിനുള്ളിൽ കൊത്തിയെടുത്ത പടുകൂറ്റൻ കോണിപ്പടിയാണ്.

ഓരോ കൊട്ടുംവളവിന്റെയും അവസാനം ഒരു വലിയ പൊത്ത്, പടിക്കെട്ടുകൾക്കിടയിലെ തിണ്ണയുടെ ഭാഗമായി കുന്നിനുള്ളിലുണ്ട്.

ലക്ഷ്മണൻ അതിശയിച്ചു, എന്തിനാണിത്? എന്തിനീ പൊത്ത്?

പടികൾ കയറുന്നവർ അടുത്ത ഘട്ടം പടികൾ കയറാൻ തിണ്ണയിൽ കയറും. പിന്നെയെന്തിനാണീ പൊത്ത്? പെട്ടെന്ന് ലക്ഷ്മണനതു വെളിപ്പെട്ടു വന്നു. പടികൾ കുഴിക്കുമ്പോൾ ഇളകിവരുന്ന കല്ലുകളും മണ്ണും അടുത്ത പടികളിലേക്ക് ഉരുണ്ടു പോകാതെയിരിക്കാനുള്ള പ്രതിവിധിയാണ് ആ പൊത്തുകൾ.

ഒരു കുന്നിനുള്ളിൽ കൊത്തിയെടുത്ത സങ്കീർണ്ണമായ ചവിട്ടു പടികൾ, കാടിന്റെ അടിയിലുള്ള നിരപ്പായ തുരങ്കപ്പാതയിൽ നിന്ന്. തുരങ്കത്തിന്റെ നിരന്ന ഭാഗത്തിന് ഒന്നാന്തരം ദ്വിമാന അളവെടുപ്പും പടിക്കെട്ടുകൾക്ക് സമുദ്രനിരപ്പിൽ നിന്നുള്ള ഉയരം അളന്നെടുക്കലും ആവശ്യമാണ്.

അയാളതെല്ലാം രഹസ്യമായാണു ചെയതത്. അതും രണ്ടു രഹസ്യ തുരങ്കങ്ങൾ.

മിടുക്കനായ സൂത്രക്കാരൻ കുറുക്കൻ!

ലക്ഷ്മണൻ തന്റെ സൈനികർക്കു നേരെ തിരിഞ്ഞ് കയ്യാംഗ്യം കാട്ടി. അയാൾ പതിയെ കയ്യുയർത്തി, ഗുഹയിലെ മങ്ങിയ വെളിച്ചത്തിൽ അതെല്ലാവരും കാണുന്നുണ്ടെന്ന് ഉറപ്പു വരുത്തി.

സന്ദേശം വ്യക്തമായിരുന്നു: പടികൾ കയറുക, വേഗത്തിൽ. എന്നിട്ട് മുകളിൽ കാത്തിരിക്കുക.

അദ്ധ്യായം 22

'പോയി ഉറങ്ങൂ, കുമാരാ,' ധൂമ്രാക്ഷൻ പറഞ്ഞു. 'പാതിരയാകാറായി. ഞാൻ കാവലുണ്ടല്ലോ. നൂറു സൈനികരും ജാഗ്രതയോടെ ഉണർന്നിരിക്കുന്നുണ്ട്.'

ഓരോ ആറു മണിക്കൂറും ഊഴം മാറുന്ന തരത്തിൽ നൂറു സൈനികരെ ധൂമ്രാക്ഷൻ നിയോഗിച്ചിട്ടുണ്ട്. കിഴക്കു ഭാഗത്തെ കൊത്തളത്തിനടുത്തു തുറക്കുന്ന രഹസ്യ തുരങ്കത്തിന്റെ ദ്വാരത്തിൽ ഊരിപ്പിടിച്ച വാളുകളോടെ അവർ കാവൽ നിന്നു. ആ ദ്വാരം തുറന്നിട്ടില്ല, അതിനുള്ളിൽ വെളിച്ചവുമില്ല. തങ്ങളൊരു കെണിയിലേക്കാണ് നടന്നടുക്കുന്നതെന്ന് അയോദ്ധ്യക്കാർ സംശയിക്കുകയേയില്ല.

ധൂമ്രാക്ഷന്റെ നിർദ്ദേശത്തിന് ഇന്ദ്രജിത്ത് തലയാട്ടി; ഇല്ല.

ധൂമ്രാക്ഷനെന്ന പേരിന്റെ അർത്ഥം 'പുക പിടിച്ച കണ്ണുള്ളവനെ'ന്നാണ്. അക്രമാസക്തമായ ക്രോധത്തോടെ പുകയുന്നതാണ് അയാളുടെ കണ്ണുകൾ. മാതാപിതാക്കൾ കണ്ടിട്ടു പേരു തന്നെ. തീവ്രമായ സ്വഭാവവും പടുകൂറ്റൻ ഉടലുമുള്ള അയാൾ യോദ്ധാവാകാൻ ജനിച്ചവനായിരുന്നു. ഓങ്കയാറയിലെ സേനാ വിഭാഗത്തിന്റെ സൈന്യാധിപനെന്ന നിലയിൽ അയാൾ ലങ്കയുടെ പ്രത്യേക ദൗത്യസേനയെ നയിച്ചു. നല്ല യോദ്ധാവായതിനാൽ അയാൾ സഹയോദ്ധാക്കളെ മാനിച്ചു. ശത്രുവിന്റെ പ്രത്യേക ദൗത്യ സേനയുയുടെ ആക്രമണം പ്രതീക്ഷിച്ച് നദീദുർഗ്ഗത്തിലേക്ക് അത്രയും ദൂരത്തു നിന്നു വന്നയാളാണ് ഇന്ദ്രജിത്ത്. ആ രാജകുമാരൻ സ്വന്തം ജീവൻ അപകടത്തിലാക്കിയിരിക്കുകയാണ്. അത് ആദരണീയമാണ്.

ധൂമ്രാക്ഷൻ മാരീചനെ നോക്കി.'മാരീച പ്രഭോ, നമ്മളിലൊരാൾ എപ്പോഴും ഉണർന്നിരിക്കണം. ഊഴമിട്ട് ഉറങ്ങാം നമുക്ക്.' ഏറ്റവും പ്രായം കുറഞ്ഞ സൈനികർ പാർക്കുന്ന കെട്ടിടം ചൂണ്ടിക്കാട്ടിക്കൊണ്ട് ധൂമ്രാക്ഷൻ

പറഞ്ഞു. അതല്പം ഉയരത്തിലാണ്. 'നിങ്ങൾക്കു രണ്ടുപേർക്കും അവിടെ ഉറങ്ങാം. എന്റെ പാർപ്പിടത്തിൽ.'

ഇന്ദ്രജിത്ത് ധൂമ്രാക്ഷൻ ചൂണ്ടിക്കാണിച്ചിടത്തേക്കു നോക്കി,' അതേറെ അകലെയാണ്. ഇന്നു രാത്രി തന്നെ അവർ ആക്രമിക്കുമെന്ന് എനിക്ക് ശക്തമായ തോന്നലുണ്ട്. നമുക്കിവിടെ തന്നെ നിൽക്കാം.'

'കുമാരാ,' ധൂമ്രാക്ഷൻ പറഞ്ഞു, "ശത്രു എത്തിയ ഉടനെ ഞാൻ യുദ്ധകാഹളം മുഴക്കാം. രണ്ടു പേരായി മാത്രമേ അവർക്ക് തുരങ്കത്തിൽ നിന്ന് പുറത്തു വരാനാകൂ. അവരെ ഞങ്ങൾ തീർത്തു കൊള്ളാം. അങ്ങേയ്ക്ക് കൊല്ലാൻ ആവശ്യമുള്ളത്രയും പേരെ എടുത്തു വെക്കുകയുമാകാം.'

ഇന്ദ്രജിത്ത് പതിയെ പൊട്ടിച്ചിരിച്ചു.

മാരീചൻ പറഞ്ഞു, 'ധൂമ്രാക്ഷൻ പറയുന്നതിൽ കാര്യമുണ്ട്, ഇന്ദ്രജിത്തേ. അല്പം പോയി ഉറങ്ങൂ.'

ഇന്ദ്രജിത്ത് മടിയോടെ വാളുറ ഒരു വശത്തേക്കു തള്ളിവെച്ച് എഴുന്നേറ്റു.

ഇന്ദ്രജിത്ത് നടക്കാൻ തുടങ്ങിയപ്പോൾ മാരീചൻ അയാളുടെ നേർക്കാഞ്ഞു, 'പക്ഷേ ആദ്യം...'

'എന്താണ് വലിയമ്മാവാ?'

ലക്ഷ്മണനും സൈനികരും പടിക്കെട്ടുകളുടെ മുകളിലെത്തി വാതിലിനു പുറത്ത് കാത്തു നിൽക്കുകയാണ്.

വിഭീഷണന്റെ കഴിവിൽ പൂർണ്ണമായും ഉറപ്പുള്ള ലക്ഷ്മണന് ഗുഹയ്ക്കകത്തെ പന്തങ്ങളുടെ വെളിച്ചം പഴുതില്ലാതെ അടച്ച വാതിനുള്ളിലൂടെ പുറത്തു പോകില്ലെന്ന് അറിയാമായിരുന്നു. അതു തുറന്നില്ലെങ്കിൽ.

ഭിത്തിയിൽ ഉയരത്തിലുറപ്പിച്ചിട്ടുള്ള വാതിലിന്റെ ഉത്തോലകത്തിൽ നിന്ന് മാറി നിൽക്കാൻ ലക്ഷ്മണൻ സൈനികർക്ക് കയ്യാംഗ്യത്താൽ നിർദ്ദേശം കൊടുത്തു. അബദ്ധത്തിൽ അതു തുറക്കാൻ പാടില്ല.

കല്ലുവാതിലിലെ ഒരു പ്രത്യേക ബിന്ദുവിൽ അയാൾ ചെവി വെച്ചു. പുറത്തു നടക്കുന്നത് അവിടെ ചെവി വെച്ചാൽ അറിയാമെന്ന് വിഭീഷണന്റെ കുറിപ്പുകളിലുണ്ട്.

അയാൾ യാതൊന്നും കേട്ടില്ല.

അയാൾ തന്റെ സൈനികരെ നോക്കി.

പെട്ടെന്ന് വലിയ മണിയൊച്ച മുഴങ്ങി. അയാളുടെ ചെവികളിലത് വേദനയോടെ പ്രതിദ്ധ്വനിച്ചു.

നാശം..

ഒച്ചയുടെ സ്ഫുടതയാൽ ഞെട്ടിപ്പോയ അയാൾ, ചെവിയ്ക്കുള്ളിലെ വേദന വക വെക്കാതെ അവിടെ തന്നെ നിന്നു. അയാൾക്കത് കേൾക്കേണ്ടതുണ്ട്.

മറ്റൊരു മണിയൊച്ച.

പിന്നീട് നിശ്ശബ്ദത.

ലക്ഷ്മണൻ തന്റെ സൈനികർക്കു നേരെ തിരിഞ്ഞ് കയ്യാംഗ്യം കാട്ടി.

കാവലിന്റെ രണ്ടാം മണിക്കൂർ തുടങ്ങി.

ലക്ഷ്മണൻ കണക്കു കൂട്ടി. ആറുമണിക്കൂറാണ് ഓങ്കയാറയിലെ സാധാരണ കാവൽ സമയം. നാലു മണിക്കൂർ കഴിഞ്ഞാൽ അടുത്ത ആറു മണിക്കൂർ ഊഴം തുടങ്ങും.

അതായിരിക്കും ആക്രമണം നടത്താൻ ഏറ്റവും മികച്ച സമയം. ഊഴത്തിന്റെ അവസാന സമയമെത്തിയ സൈനികർ ക്ഷീണിച്ചിരിക്കും.

അയാൾ വീണ്ടും കയ്യാംഗ്യങ്ങൾ കാട്ടി.

നമ്മൾ അടുത്ത നാലു മണിക്കൂർ കൂടി കാത്തിരിക്കുന്നു.

സന്ദേശം അവസാനവരി വരെ കൈമാറപ്പെട്ടു.

ലക്ഷ്മണൻ വീണ്ടും ഭിത്തിയിലെ തുണ്ടിനുമേൽ ചെവി ചേർത്തു. അതിനുപയോഗിച്ച സാങ്കേതികവിദ്യയെ കുറിച്ച് അയാൾ അതിശയിച്ചു. കട്ടിയുള്ള കല്ലുഭിത്തിയിലൂടെ ശബ്ദം അത്രയും വ്യക്തതയോടെ സഞ്ചരിക്കാൻ വിഭീഷണൻ എന്തോ ചെയ്തിട്ടുണ്ട്.

ആദ്യത്തെ തവണയല്ല ആ ചിന്ത ലക്ഷ്മണന്റെ മനസ്സിലൂടെ കടന്നു പോകുന്നത്.

വിഭീഷണൻ. മിടുക്കൻ കുറുക്കൻ.

അയാൾ ഒച്ചകൾക്ക് കാതോർത്തു. പക്ഷേ, യാതൊന്നും കേട്ടില്ല.

വാതിലിനപ്പുറം ആരുമുണ്ടാകില്ല.

അയാൾ തന്റെ സൈനികരെ നോക്കി. നിശ്ചലം, ശ്മശാന നിശ്ശബ്ദത. ക്ഷമയോടെ. പ്രത്യേക ദൗത്യ സേനയിലെ സൈനികർ അങ്ങിനെയാണ്.

ലങ്കയുടെ പ്രത്യേക ദൗത്യസേനയും അങ്ങിനെ തന്നെ പരിശീലിപ്പിക്കപ്പെട്ടവരാകും. അവർ മറുവശത്തുണ്ടാകാം. നിശ്ശബ്ദരായിത്തന്നെ.

നാലു മണിക്കൂറിനുള്ളിൽ അതറിയാം.

ഒച്ച കേൾക്കാവുന്ന ബിന്ദുവിന്റെ ചുമതല ലക്ഷ്മണൻ ഒരു സൈനികനു കൈമാറി. എന്നിട്ടയാൾ ഭിത്തി ചാരി തറയിലിരുന്നു. അല്പമുറങ്ങാം.

നേരിയ സ്പർശത്താൽ ലക്ഷ്മണൻ കണ്ണുകൾ തുറന്നു. സൈനികന്റെ കയ്യാംഗ്യം വ്യക്തമായിരുന്നു.

കാവലിന്റെ അടുത്ത ഊഴം തുടങ്ങി.

ലക്ഷ്മണൻ തിടുക്കത്തിൽ എഴുന്നേറ്റ് കയ്യാംഗ്യങ്ങളിലൂടെ ഉത്തരവു കൈമാറി.

തയ്യാറെടുക്കു.

സൈനികർ കൈകളും തോളുകളും പുറവും കാലുകളും നീട്ടി. ഉടലിന്റെ ആയാസമഴച്ചു.

അവർ തിടുക്കത്തിൽ കുപ്പികളിൽ നിന്ന് വെള്ളം കുടിച്ചു. സഞ്ചിക്കുള്ളിൽ കയ്യിട്ട് തിടുക്കത്തിൽ ഉണക്കപ്പഴങ്ങളും പയറു വർഗ്ഗങ്ങളും വിഴുങ്ങി. ഒഴിഞ്ഞ ആഹാര, വെള്ള പാത്രങ്ങളോടൊപ്പം അവർ സഞ്ചികൾ തുരങ്കത്തിലുപേക്ഷിച്ചു. തിടുക്കത്തിൽ ആയുധങ്ങൾ പരിശോധിക്കുകയും വാൾ ഉറയിൽ നിന്നഴച്ചു വെക്കുകയും ചെയ്തു. അവർ പരിചകളും പിടിച്ച് നിരന്നു.

തയ്യാർ

ഇതിനെല്ലാം വേണ്ടി വന്നത് ആകെ പത്തു നിമിഷം. അവർ അയോദ്ധ്യയുടെ പ്രത്യേക ദൗത്യസേനയാണ്.

ലക്ഷ്മണൻ സംതൃപ്തിയോടെ അവരെ നോക്കി. എന്നിട്ട് വീണ്ടും കയ്യാംഗ്യങ്ങൾ കാട്ടി.

പുറത്തിറങ്ങി നിശ്ശബ്ദരായി ഇരിക്കണം. ആദ്യം അണി നിരക്കാം. എന്നിട്ട് ആക്രമണം.

സൈനികരോട് മുമ്പു തന്നെ കാര്യങ്ങൾ പറഞ്ഞിട്ടുണ്ട്. ഗുഹയുടെ പുറത്ത്, മച്ചിനുയരം കുറഞ്ഞതും ഉണ്ടകളുള്ളതുമായ ഇടനാഴിയാൽ കാഴ്ചയിൽ നിന്നു മറയ്ക്കപ്പെട്ട ഇടമുണ്ട്. നൂറു പേർക്കെങ്കിലും അവിടെ ഒരുമിച്ചു കൂടാം. ശേഷിച്ചവർ അവസാനിക്കാത്ത തിരകളായി വരും.

ലക്ഷ്മണനും സൈനികരും വാളു വലിച്ചൂരിയെടുത്തു. അയാൾ ഉത്തോലകത്തിനടുത്തു നിൽക്കുന്ന സൈനികനോട് ആംഗ്യം കാട്ടി മുമ്പോട്ടാഞ്ഞു. ഉടനേ ക്ഷിരാജ് ചാടി മുമ്പിൽ കയറി നിന്നു. ലക്ഷ്മണൻ ദേഷ്യത്തോടെ ചീറ്റി. ക്ഷിരാജ് പുഞ്ചിരിയോടെ തിരിഞ്ഞു നോക്കി. അയാൾ മുന്നണിപ്പോരാളി സ്ഥാനം വിട്ടു കൊടുത്തില്ല.

ലക്ഷ്മണൻ ക്ഷിരാജിന്റെ ധീരതയ്ക്ക് കീഴടങ്ങുകയും പുറകിൽ തുടരുകയും ചെയ്തു. അയാൾ ഇടതു കയ്യുയർത്തി പൊടുന്നനേ മുഷ്ടി ചുരുട്ടി. പന്തങ്ങളെല്ലാം അണയുകയും തുരങ്കം ഇരുട്ടിൽ മുങ്ങുകയും ചെയ്തു. ഉത്തോലകം അമർത്തപ്പെട്ടു.

ദുർഗന്ധം പിന്നെയും അവരെ ആക്രമിച്ചു. പക്ഷേ അത് തുരങ്കം തുറന്നപ്പോഴുണ്ടായിരുന്നത്ര രൂക്ഷമായിരുന്നില്ല. അവരത് പ്രതീക്ഷിച്ചിരുന്നു. അവരതിനു വേണ്ടി തയ്യാറെടുത്തിരുന്നു. അഴുക്കു ചാലിനടുത്താണ് തുരങ്കം അവസാനിക്കുന്നതെന്ന് അവർക്കറിയാമായിരുന്നു. അതുകൊണ്ട് ആരും പ്രതികരിച്ചില്ല.

പക്ഷേ, ലക്ഷ്മണൻ നെറ്റി ചുളിച്ചു.

എന്തോ ഒന്ന് നേരെയല്ല.

യതൊരു ഒച്ചയുമില്ല, അനക്കവുമില്ല. നിറയെ ആവേശം നിറഞ്ഞ സൈനികരുള്ള ഒരു സ്ഥലത്ത്!

വിചിത്രം, ഭയാനകം.

ലങ്കക്കാർ നമ്മളെ പ്രതീക്ഷിക്കുന്നുണ്ടോ?

പുലരിയുടെ നേരിയ വെട്ടം തുരങ്കത്തിനുള്ളിലേക്ക് കടന്നു വന്നു.

ക്ഷിരാജ് തുരങ്കത്തിനു വെളിയിലേക്ക് നുഴഞ്ഞു കയറി. എന്നിട്ട് മുൻകൂട്ടി തീരുമാനിച്ചതു പോലെ വലതു വശത്തേക്ക് മാറി. ലക്ഷ്മണൻ പുറത്തിറങ്ങി നടുവിലേക്കു മാറി നിന്നു.താമസിയാതെ നൂറു സൈനികർ തുരങ്കത്തിനു പുറത്തിറങ്ങി അണിചേർന്നു.

അശുഭകരമായ നിശ്ശബ്ദത.

തൂണുകൾ നിരയിട്ട, കുന്നിന്റെ കറുത്ത കല്ലിൽ കൊത്തിയെടുത്ത ഒരു ഇടനാഴിയിലാണ് അവർ. ലക്ഷ്മണനും സൈനികരും കാഴ്ചയിൽ നിന്ന് മറഞ്ഞിരിക്കുമ്പോഴും ഇടനാഴിയുടെ മറ്റു ഭാഗങ്ങൾ ദൃശ്യമാകുന്ന തരത്തിലായിരുന്നു അതിന്റെ നിർമ്മാണം. ഇടനാഴിയുടെ വലതു വശത്ത് പൊതു ശൗചാലയങ്ങൾ. ഇടതു വശത്ത് പ്രായം കുറഞ്ഞ സൈനികരുടെ താമസസ്ഥലം. കോട്ടയുടെ കിഴക്കൻ കൊത്തളത്തിന്റെ തളത്തിലേക്ക് നീളുന്ന പടികളാണ് മുമ്പിൽ. തളത്തിന്റെ വലത്തേയറ്റത്ത് മധ്യത്തിലെ അണക്കെട്ടു ഭിത്തിയിലേക്കുള്ള കിഴക്കൻ പ്രവേശനകവാടം. ലക്ഷ്മണൻ അതെല്ലാം ഭൂപടത്തിൽ നിന്ന് ഓർത്തെടുത്തു.

തുരങ്കത്തിൽ നിന്നു പുറത്തു വരാൻ ഇതിനേക്കാൾ നല്ലൊരിടമില്ല. ലക്ഷ്മണൻ ലങ്കയുടെ കുലദ്രോഹിയായ വിഭീഷണനോട് വീണ്ടും നന്ദി പറഞ്ഞു.

അവരുടെ കൃഷ്ണമണികൾ പതിയെ ചുരുങ്ങുകയും പുലരി വെട്ടത്തിൽ കാഴ്ച കൂടുതൽ വ്യക്തമാകുകയും ചെയ്തു. ലക്ഷ്മണൻ തന്റെ ഇടതു കൈ ഉയർത്തുകയും കൈത്തണ്ട പെട്ടെന്ന് ഇടതു വശത്തേക്കു വെട്ടിക്കുകയും ചെയ്തു. അമ്പതു സൈനികർ ഊരിപ്പിടിച്ച കത്തികളോടെ സൈനികരുടെ താമസസ്ഥലത്തേക്കു നീങ്ങി.

മറ്റൊരമ്പതു പേർ അവരുടെ സ്ഥാനത്തേക്ക് തുരങ്കത്തിൽ നിന്ന് പതുങ്ങി വന്നു.

ലങ്കക്കാരുടെ പാറാവുകാർ എവിടെയെന്ന് ലക്ഷ്മണൻ അതിശയിച്ചു.

അപ്പോൾ അയാൾ അവരെ കണ്ടു.

രുദ്രഭഗവാനേ!

അയാൾ കയ്യാംഗ്യങ്ങളോടെ അങ്ങോട്ട് ചൂണ്ടിക്കാട്ടി. ആംഗ്യങ്ങൾ സൈനികരിലെല്ലാവരിലുമെത്തി.

അല്പം ദൂരെ മാറി മുറ്റത്തിന്റെ മറ്റേ വിളുമ്പിൽ നൂറു ലങ്കക്കാർ നിൽക്കുന്നുണ്ട്. കോട്ടയ്ക്കകത്തെ ചെറിയ ക്ഷേത്രത്തിന്റെ ഭിത്തിയിൽ ചാരി നിശ്ശബ്ദരായി പതുങ്ങി നില്ക്കുകയാണവർ. അവരുടെ കൈകളിൽ ഊരിപ്പിടിച്ച വാളുകളുണ്ടെന്ന് ലക്ഷ്മണൻ കണ്ടു.

അയാൾ ചിരിയമർത്തി.

അവർ മറ്റേ തുരങ്കത്തിൽ നിന്ന് ആക്രമണം പ്രതീക്ഷിക്കുന്നു! ഈ തുരങ്കത്തെ കുറിച്ച് അവർക്ക് അറിയുകയേയില്ല.

വീണ്ടും ലക്ഷ്മണൻ നിശ്ശബ്ദമായി വിഭീഷണനോട് നന്ദി പറഞ്ഞു.

ആ സൂത്രക്കാരൻ കുറുക്കനെ ഇന്ദ്രഭഗവാൻ അനുഗ്രഹിക്കട്ടെ!

ലങ്കക്കാരാരും തന്നെ ഈ വശത്തേക്കു നോക്കുന്നില്ല. അല്പം നേരം കൂടി അവർക്കുണ്ട്.

അയാൾ കയ്യാംഗ്യങ്ങളിലൂടെ മറ്റൊരു ഉത്തരവു കൂടി കൊടുത്തു. പത്ത് സൈനികർ അണിയിൽ നിന്ന് വേർപിരിഞ്ഞു. എന്നിട്ടവർ കോട്ടമതിലിന്റെ വിളുമ്പിലുള്ള, കൈവരികളാൽ സംരക്ഷിക്കപ്പെട്ട പടിക്കെട്ടുകളിലൂടെ നിശ്ശബ്ദമായി മുന്നോട്ടു പോയി. സൈന്യാധിപന്റെ മുകളിലുള്ള ആസ്ഥാനത്തിന് നേരെ. അവിടെ സൈന്യാധിപനെ കണ്ടെത്താൻ അവർക്ക് ഭാഗ്യമുണ്ടെങ്കിൽ, യുദ്ധം തുടങ്ങുന്നതിന് മുമ്പേ അവസാനിക്കും.

പത്ത് സൈനികർ കൂടി തുരങ്കത്തിൽ നിന്നു പുറത്തു വരികയും മുമ്പോട്ടു നിൽക്കുകയും ചെയ്തു.

ലക്ഷ്മണൻ വലതുഭാഗത്തേക്കു നോക്കി. വിദൂരതയിൽ അയാൾ ഓങ്കയാറ അണക്കെട്ടിന്റെ കിഴക്കൻ ഭാഗത്തേക്കുള്ള കവാടം കണ്ടു. അത് തുറന്നിട്ടിരുന്നു. ആ പ്രവേശന കവാടങ്ങളുടെ നിയന്ത്രണം പെട്ടെന്ന് തന്നെ ഏറ്റെടുക്കണമെന്ന് വിഭീഷണൻ നിർദ്ദേശിച്ചിരുന്നു. ആ കവാടങ്ങൾ പുറത്തു നിന്ന് പൂട്ടാൻ ലങ്കക്കാർക്ക് കഴിഞ്ഞാൽ അയോദ്ധ്യക്കാർ അകത്ത് അകപ്പെട്ടു പോകും. ലങ്കക്കാർക്ക് അപ്പോൾ ചീപ്പുകളുടെ നിയന്ത്രണം നശിപ്പിക്കാം. പടവുകളിലൂടെ നദിയുടെ കീഴ്ഭാഗത്തേക്ക്

വെള്ളം തുറന്നു വിടാനുള്ള ലക്ഷ്മണന്റെ കഴിവ് നിയന്ത്രിക്കുകയും ചെയ്യാം. അതോടെ ഓങ്കയാറയുടെ പിടിച്ചടക്കൽ അർത്ഥശൂന്യമായി മാറും. ലക്ഷ്മണൻ കിഴക്കൻ കൊത്തളത്തിന്റെ സമ്പൂർണ്ണ നിയന്ത്രണം ആദ്യം പിടിച്ചടക്കണമെന്ന് ഭരതൻ ആവർത്തിച്ച് പറഞ്ഞിരുന്നു. എന്നിട്ട് മാത്രം അണക്കെട്ടിന്റെ മധ്യഭാഗത്തേക്ക് നീങ്ങണം. പുറകിൽ നിന്ന് ആക്രമിക്കപ്പെട്ടുമ്പോൾ അയോദ്ധ്യയുടെ സൈനികർ അനാവശ്യമായി കൊല്ലപ്പെടരുതെന്ന് ഭരതൻ ആഗ്രഹിച്ചു.

എന്തായാലും പ്രവേശന കവാടത്തിന്റെ നിയന്ത്രണം ഏറ്റെടുക്കാൻ തന്റെ സൈനികരോട് ആവശ്യപ്പെടാൻ ലക്ഷമണന് കഴിഞ്ഞില്ല. എന്തു കൊണ്ടെന്നാൽ ക്ഷേത്രത്തിന്റെ ഭിത്തിയിൽ ചാരി നിൽക്കുന്ന ലങ്കക്കാർക്ക് ആ കവാടം വ്യക്തമായി കാണാം.

അയാൾ ഇടതുവശത്തേക്കു നോക്കി. സൈനികരിലൊരാൾ ലങ്കക്കാരുടെ താമസസ്ഥലത്തു നിന്ന് ഇറങ്ങി വരുന്നത് അയാൾ കണ്ടു. കത്തി തുടയ്ക്കുന്നുണ്ട്. അയാൾ ലക്ഷ്മണനെ നോക്കി ആംഗ്യം കാട്ടി.

അമ്പതു ലങ്കക്കാർ. എല്ലാവരും മരിച്ചിരിക്കുന്നു.

നിൽക്കുന്നിടത്തു തന്നെ തുടരാൻ ലക്ഷ്മണൻ അവർക്ക് ഉത്തരവു നൽകി.

അമ്പതു പേർ പോയിരിക്കുന്നു. അടുത്ത നൂറു പേർ തുരങ്കത്തിന്റെ പ്രവേശന ദ്വാരത്തിനടുത്തുണ്ട്. ബാക്കിയുള്ളവർ ഉറങ്ങുകയായിരിക്കും. വിഭീഷണൻ പറഞ്ഞതനുസരിച്ച് ഇടതുവശത്തെ പ്രധാന താമസസ്ഥലത്ത് ഇരുന്നൂറു പേർക്കുള്ള സൗകര്യങ്ങളുണ്ട്. അപ്പോൾ കൂടി വന്നാൽ മുന്നൂറ്റമ്പതു സൈനികർ കോട്ടയ്ക്കുള്ളിലുണ്ടാകാം. അതിൽ അമ്പതു പേർ മരിച്ചു കഴിഞ്ഞിരിക്കുന്നു. ശേഷിച്ച നൂറ്റമ്പതു പേർ ഓങ്കയാറ കോട്ടയുടെ പടിഞ്ഞാറൻ ഭാഗത്തുണ്ടാകും. അത് അണക്കെട്ടിന്റെ മധ്യഭാഗത്തിന്റെ അങ്ങേയറ്റത്താണ്. ഇവിടുത്തെ യുദ്ധത്തിൽ അവർക്ക് കാര്യമായ പങ്കൊന്നുമില്ല.

എന്റെ അഞ്ഞൂറു സൈനികർക്കെതിരെ ഇവരുടെ മുന്നൂറു പേർ. ഞങ്ങൾ മിന്നലാക്രമണമാണ് നടത്തുന്നതെന്നതും ഗുണകരമാണ്.

അയാൾ സൈന്യാധിപന്റെ താമസസ്ഥലത്തിനു നേരെ നോക്കി. സൈനികർ അപ്പോഴും അകത്തുണ്ട്. ആക്രമിക്കുമ്പോൾ പുറകു വശത്തു നിന്നുള്ള ആക്രമണങ്ങൾ തടയാൻ അവിടെ കാവൽ ഉണ്ടാകേണ്ടതുണ്ട്.

അയാൾ കൈ ഉയർത്തി തുരങ്കത്തിനുള്ളിലെ സൈനികർക്ക് നിർദ്ദേശം നൽകി.

പ്രധാന താമസ സ്ഥലത്തിന് നേരെ പോകുക. ഞാൻ പറയുമ്പോൾ അവിടെയുള്ള എല്ലാവരേയും കൊല്ലുക.

ആ ഉത്തരവ് എല്ലാ സൈനികരിലേക്കും വിനിമയം ചെയ്യപ്പെട്ടു.

ലക്ഷ്മണൻ സൈന്യാധിപന്റെ താമസസ്ഥലത്തിന് നേരെ വീണ്ടും തല ഉയർത്തി നോക്കി. ഒരു സൈനികൻ പുറത്തേക്കു വന്ന് കയ്യാംഗ്യം കാട്ടി; ഇവിടെ ആരുമില്ല.

കുഴപ്പമില്ല, ലക്ഷ്മണൻ തന്നോടു തന്നെ മന്ത്രിച്ചു. തുരങ്കത്തിന്റെ പ്രവേശന ദ്വാരത്തിൽ സൈനികരോടൊത്ത് കാവൽ നിൽക്കുകയായിരിക്കും കോട്ടയുടെ സൈന്യാധിപനായ ധൂമ്രാക്ഷൻ. അയാളെ അവിടെ വെച്ച കൊല്ലാം.

തുരങ്കത്തിൽ നിന്ന് പുറത്തു വന്ന സൈനികരോടൊപ്പം നിശ്ശബ്ദമായി മുന്നോട്ടു നീങ്ങുകയും അങ്ങേ തുരങ്കത്തിന്റെ പ്രവേശന ദ്വാരത്തിൽ നിൽക്കുന്ന ലങ്കക്കാർക്ക് പറ്റാവുന്നത്രയും അടുത്തെത്തുകയും മാത്രമാണ് ഇനി ലക്ഷ്മണന് ചെയ്യാനുള്ളത്. അവർ തിരിഞ്ഞു നോക്കുന്നതിനു മുമ്പ് അപ്രതീക്ഷിതമായി ആക്രമിക്കുകയും. അതൊരു എളുപ്പമുള്ള കൂട്ടക്കൊലയായിരിക്കും.

അടുത്ത ഉത്തരവ് നൽകാനൊരുങ്ങുകയായിരുന്ന അയാൾ പെട്ടെന്ന് നിർത്തി.

നാശം!

ലക്ഷ്മണൻ മുറ്റത്തിനു നേരെ നോക്കി നിശ്ശബ്ദമായി മുരണ്ടു. ലക്ഷ്മണൻ നേരത്തെ ഉണരുന്ന ഒരാളല്ല. അയാൾക്ക് ഉറക്കം ഏറെ ഇഷ്ടമാണ്. യുദ്ധമോ ജ്യേഷ്ഠൻമാരുടെ ഉത്തരവോ മാത്രമേ അയാളെ ഉറക്കത്തിൽ നിന്ന് നേരത്തെ എണീപ്പിക്കൂ. വൈകി എണീക്കുന്ന എല്ലാവരെയും പോലെ, നേരത്തെ എണീക്കുന്നവരെ യാതൊരു കാരണവുമില്ലാതെ അയാൾ വെറുത്തു.

അത്തരം രണ്ട് മാതൃകകൾ പ്രധാന താമസസ്ഥലത്തിനു പുറത്തേക്കു വന്നു. ലങ്കക്കാരായ സൈനികർ, പേശീബലമുള്ളവരും ആരോഗ്യം തുളുമ്പുന്നവരും. നഗ്നമായ നെഞ്ച്, അഴഞ്ഞ കച്ച മാത്രം ഉടുത്തിട്ടുണ്ട്. അതിലൊരാൾ പുറകു വശം ചൊറിഞ്ഞു, ഉറക്കെ കോട്ടുവായിട്ടു.

ഇവിടേക്ക് വരരുത്. ഇവിടേക്ക് വരരുത്.

അവർ ലക്ഷ്മണന്റെ നേരെ നടന്നു തുടങ്ങി. കയ്യിൽ ചായ കോപ്പകളുണ്ട്. സംസ്കൃതചിത്തരായ മനുഷ്യരെ പോലെ അവരാ കപ്പുകൾ കഴുകാൻ വരികയാണ്.

ലക്ഷ്മണൻ വലതുവശത്തേക്ക് നോക്കി. അയാളുടെ സൈനികർ

ശൗചാലയങ്ങളുടെ മുന്നിൽ തന്നെയുണ്ട്. നാശം, മിന്നലാക്രമണം എന്ന ആശയം പൊളിയാൻ പോകുന്നു.

ആ മേൽക്കൈ പോയിക്കഴിഞ്ഞാൽ തനിക്ക് ഏറ്റവും ഇഷ്ടപ്പെട്ട ആയുധം ഉപയോഗിക്കാമെന്ന് ലക്ഷ്മണൻ വിചാരിച്ചു. അയാൾ വാൾ ശ്രദ്ധയോടെ ഉറയിലേക്കു തന്നെ വച്ചു.

പുറകിലേക്ക് തിരിച്ചു പോയ വാൾത്തല നേരിയ ഒച്ചയുണ്ടാക്കി. ആരുമത് ശ്രദ്ധിക്കില്ല. പക്ഷെ, ഒരു നല്ല യോദ്ധാവ് എവിടെയും, പ്രത്യേകിച്ചും പുലരിയുടെ നിശ്ശബ്ദതയിൽ, ആ ഒച്ച തിരിച്ചറിയും. രണ്ട് ലങ്കക്കാരും നിന്നിടത്ത് ഉറഞ്ഞു പോയി. തൂണുകൾ അതിരിട്ട ഇടനാഴിയിൽ ഒളിച്ചിരിക്കുന്ന അയോദ്ധ്യക്കാരെ അവർ കണ്ടില്ല. പുലരിയുടെ നേരിയ വെട്ടം അവിടെ എത്തിയിട്ടില്ല. അവർ പരസ്പരം നോക്കുകയും തങ്ങൾ രണ്ടു പേരും ആ ഒച്ച കേട്ടെന്ന് ഉറപ്പിക്കുകയും ചെയ്തു. അവർ കൂടുതൽ നന്നായി കാണാൻ കണ്ണുകൾ ചുളിച്ചു.

ലക്ഷ്മണൻ പുറകിൽ തപ്പുകയും തന്റെ പ്രിയപ്പെട്ട ആയുധത്തിന്റെ കെട്ടഴിക്കുകയും ചെയ്തു. യുദ്ധത്തിൽ ഉപയോഗിക്കുന്ന ദണ്ഡ്.

ഒരു വശത്ത് ഭാരമുള്ള ശിരസ്സുള്ളതും ശക്തമായ ആഘാതമേൽപ്പിക്കാൻ കഴിവുള്ളതുമായ ഒരു പ്രത്യേകതരം ദണ്ഡാണത്. പക്ഷെ, ലക്ഷ്മണന്റെ ആയുധം അയാൾക്കു വേണ്ടി പ്രത്യേകം നിർമ്മിച്ചതാണ്. അതിന് ഊക്കുള്ള, ഭാരമുള്ള ലോഹപ്പിടിയുണ്ട്. അതിന്റെ ശിരസ്സും ലോഹം കൊണ്ടുണ്ടാക്കിയതാണ്. ശിരസ്സും പിടിയും ഒരൊറ്റ കഷ്ണം ലോഹത്തിൽ നിന്നും വാർത്തെടുത്തതിനാൽ ആ ദണ്ഡിന് ഭയാനകമായ ഉറപ്പുണ്ട്. കൂടാതെ ദണ്ഡിന്റെ ശിരസ്സിൽ മൂർച്ചയുള്ള ലോഹ അരികുകളുണ്ട്, മുകളിൽ നിന്ന് താഴോട്ടും ഇടതും വലതും. തോല്പ കൊണ്ടുള്ള പടച്ചട്ടകൾ അത് ഭേദിക്കും. കൂടാതെ ശിരസ്സിൽ മൂർച്ചയുള്ള ലോഹ മുനകളുണ്ട്. ലോഹപ്പടച്ചട്ട പോലും ആ ദണ്ഡ് കൊണ്ടുള്ള ശക്തമായ അടിയിൽ തോറ്റുപോകും. സാധാരണ അത്തരം ദണ്ഡിന് രണ്ടോ മൂന്നോ അടി നീളം കാണും, വാളിന്റെ അതേ വലിപ്പം പക്ഷേ, ലക്ഷ്മണന്റെ ആയുധം അയാൾക്കു വേണ്ടി നീട്ടിയെടുത്തതാണ്. അത് മൂന്നര അടിയിലധികമുണ്ട്, ഒരു നെടിയ വാളിനെക്കാൾ വലുത്.

ഉഗ്രവും ഭാരമേറിയതുമായ ആ ആയുധം ഏതാണ്ടെല്ലാ യോദ്ധാക്കൾക്കും പിടിച്ചു നടക്കാൻ തന്നെ ബുദ്ധിമുട്ടായിരിക്കും, അത് പ്രയോഗിക്കുന്ന കാര്യം പറയേണ്ടതില്ലല്ലോ. പക്ഷേ ലക്ഷ്മണന് ആറടി പത്തിഞ്ച് ഉയരമുണ്ട്, ഒരു കാളക്കൂറ്റനെ പോലെ ശക്തൻ. അയാളുടെ കൈകളിൽ ആ ദണ്ഡ് അങ്ങേയറ്റം ഭീഷണമായിരുന്നു.

ലക്ഷ്മണൻ ദണ്ഡിന്റെ ശിരസ്സിൽ നിന്നും കട്ടിയുള്ള തോലുറ നീക്കി. എന്നിട്ട് ആയുധം മാറ്റി വച്ചു. ആവശ്യമുള്ളപ്പോൾ ഉപയോഗിക്കാം.

ഇനി നിശ്ശബ്ദമായിരുന്നിട്ട് കാര്യമില്ല.

'ക്ഷിരാജ്,' അയാൾ പിറുപിറുത്തു, 'പ്രവേശന ദ്വാരങ്ങൾ അടയ്ക്കൂ.'

എന്നിട്ട് ലക്ഷ്മണൻ ഇടനാഴിയിൽ നിന്ന് പുറത്തേക്കിറങ്ങി. നൂറു സൈനികർ അയാളെ പിന്തുടർന്നു.

ആ രണ്ട് ലങ്കക്കാർ പൊടുന്നനെ ചായക്കോപ്പകൾ നിലത്തിടുകയും അതിന്റെ ചിലമ്പിച്ച ഒച്ച നിശ്ശബ്ദത മുറിക്കുകയും ചെയ്തു. അവർ ആയുധങ്ങൾക്കായി താമസസ്ഥലത്തേക്ക് തിരിച്ചോടി. തൊണ്ട പൊട്ടുമാറ് അവർ അലറി വിളിച്ചു.

'ഇടനാഴിയിൽ ശത്രു! '

'ഇടനാഴിയിൽ ശത്രു!'

അങ്ങേ തുരങ്കത്തിന് കാവൽ നിന്നിരുന്ന ലങ്കക്കാർ ഞെട്ടിത്തിരിഞ്ഞു നോക്കി. നൈമിഷികമായ തളർച്ചയിൽ അവർ അവിടെ തന്നെ തറഞ്ഞു പോയി. ഇതിനിടെ ക്ഷിരാജും പത്ത് സൈനികരും പ്രവേശന കവാടങ്ങളുടെ നേരെ പാഞ്ഞു.

'ആക്രമിക്കു !' ലക്ഷ്മണൻ അലറി. അയോദ്ധ്യ വിജയിക്കട്ടെ.

അയോദ്ധ്യ വിജയിക്കട്ടെ. ലക്ഷ്മണന്റെ സൈനികരും അലറി. പിടിച്ചടക്കാനാകാത്ത നഗരത്തിൽ നിന്നുള്ള അക്രമികൾ.

ലക്ഷ്മണനും അദ്ദേഹത്തിന്റെ ആദ്യവരി സൈനികരും അങ്ങേ തുരങ്കത്തിന്റെ പ്രവേശന കവാടത്തിൽ നിൽക്കുന്ന ലങ്കക്കാർക്കു നേരെ പാഞ്ഞടുത്തു. തുരങ്കത്തിൽ നിന്നും ശേഷിച്ച അയോദ്ധ്യക്കാർ ഒഴുകി വന്നു. ചിലർ ലക്ഷ്മണന്റെ പുറകെ ഓടി, അധികം പേരും പ്രധാന താമസസ്ഥലത്തേക്ക് പോയി. അങ്ങനെയാണ് ഉത്തരവ്.

സ്തബ്ധനായിപ്പോയ ധൂമ്രാക്ഷൻ പൊടുന്നനെ സമനില തിരിച്ചു പിടിച്ചു. അയാളുടെ ഉച്ചത്തിലുള്ള ഉത്തരവുകൾ സൈനികരിൽ ആവേശം നിറച്ചു.

'ആക്രമിക്കൂ!' ധൂമ്രാക്ഷൻ അലറി. ഭാരതത്തിന്റെ ഉടമയായ ലങ്ക ജയിക്കട്ടെ !

ഭാരതത്തിന്റെ ഉടമയായ ലങ്ക ജയിക്കട്ടെ. അയോദ്ധ്യക്കാർക്കെതിരെ പാഞ്ഞടുക്കുമ്പോൾ ലങ്കക്കാർ ഉച്ചത്തിൽ വിളിച്ചു പറഞ്ഞു.

ഒരു ലങ്കക്കാരൻ അയോദ്ധ്യയുടെ കുമാരനു നേരെ തിരിഞ്ഞു. അയാൾക്ക് നല്ല ഉയരമുണ്ടെങ്കിലും പടുകൂറ്റനായ ലക്ഷ്മണന്റെ മുന്നിൽ അയാൾ കുള്ളനാണെന്നു തോന്നി. അത് ധീരവും സമർത്ഥവുമായ തന്ത്രമായിരുന്നു. ശത്രുപക്ഷത്തിന്റെ സൈന്യാധിപനെ ആക്രമിക്കുക,

അപ്പോൾ അയാളുടെ സൈനികർ കീഴടങ്ങുമല്ലോ. നിർഭാഗ്യവശാൽ ശത്രുപക്ഷത്തെ സൈന്യാധിപൻ ലക്ഷ്മണനായിപ്പോയി.

ആ ലങ്കക്കാരൻ ലക്ഷ്മണന്റെ ദണ്ഡിൽ നിന്നുള്ള അടി തടയാൻ തന്റെ പരിച ഉയർത്തി പിടിച്ചു. അതിനു ശേഷം അയാൾ ലക്ഷ്മണന്റെ അടുത്തു വരാനും ദണ്ഡിന്റെ ദൈർഘ്യമേറിയ പരിധി ദോഷമാക്കി മാറ്റാനും ആഗ്രഹിച്ചു. എന്നിട്ട് ചെറിയ വാളിന്റെ മേലോട്ടുള്ള ചലനത്തിലൂടെ അയാൾക്ക് ലക്ഷ്മണന്റെ അടിവയറ്റിൽ കുത്താം. അതായിരുന്നു പദ്ധതി.

മോശം പദ്ധതി! ആയുധം എന്ന നിലയിൽ തന്നെ ദണ്ഡ് ഉഗ്രമായ ഒന്നാണ്. അത് ലക്ഷ്മണൻ പ്രയോഗിച്ചാൽ, അയാളുടെ കൂറ്റൻ രൂപവും കാളയുടേതു പോലുള്ള ശക്തിയും ആരെയും തകർക്കുന്ന വൈദഗ്ധ്യവും ചേർന്നുള്ള തടയാനാകാത്ത മിശ്രണം ഭേദിക്കാനാകാത്തതാണ്. ദണ്ഡ് തുകലും മരവും കൊണ്ടു നിർമ്മിച്ച പരിച തുളയ്ക്കുകയും ലങ്കക്കാരന്റെ ഇടതു കയ്യിൽമുറിവേൽപ്പിക്കുകയുംചെയ്തു.ലക്ഷ്മണന്റെദണ്ഡ്എല്ലുകൾപൊട്ടിക്കുക മാത്രമല്ല, തവിടു പൊടിയാക്കുകയും ചെയ്തു. ലങ്കക്കാരന്റെ കൈമുട്ടിന്റെ സന്ധി, മുകളിലുള്ള എല്ലിന്റെ ഭാഗങ്ങൾ, താഴെയുള്ള എല്ലുകൾ- എല്ലാം ഒരൊറ്റ നിമിഷത്തിൽ കൂടി കുഴഞ്ഞു പോയി. ലങ്കക്കാരൻ സ്തബ്ധനായി താഴേക്കു നോക്കി. അയാളുടെ ചതഞ്ഞു പോയ ഇടതുകൈ ഒരു വശത്ത് തൂങ്ങിക്കിടക്കുന്നുണ്ട്. അയാളുടെ കൈമുട്ടായിരുന്ന ഭാഗവുമായി നേരിയ സ്നായു തന്തുക്കളാൽ അതിപ്പോഴും ബന്ധിതമാണ്. സഹിക്കാനാകാത്ത വേദന അയാളുടെ തലച്ചോർ തടഞ്ഞു വെച്ചിരിക്കുകയാണ്. മറു കയ്യിൽ നിന്ന് വാൾ താഴേക്കു വീണു. ലക്ഷ്മണന്റെ അടുത്ത അടി ലങ്കക്കാരന്റെ തലയുടെ വലതു പകുതി ഭയങ്കരമായി തരിപ്പണമാക്കുകയും അയാൾ ആ ദുരിതത്തിൽ നിന്നും രക്ഷപ്പെടുകയും ചെയ്തു. തലയുടെ വലതു പാതി ഇടതു പാതിയോട് ഞെരിഞ്ഞമർന്നു.

ലക്ഷ്മണൻ അതേ താളത്തിൽ മുന്നോട്ടു പോകുകയും ദണ്ഡിന്റെ ശിരസ്സിലെ ലോഹമുനകൾ മറ്റൊരു ലങ്കക്കാരന്റെ തലയിൽ തറയ്ക്കുകയും ചെയ്തു. ആ നിർഭാഗ്യവാൻ ഒരു അയോദ്ധ്യക്കാരനോട് ഏറ്റുമുട്ടുകയായിരുന്നു. അയാളുടെ ഹൃദയത്തിലേക്ക് സൂര്യവംശ മുദ്രയുള്ള വാൾ ആഴ്ന്നിറങ്ങി. ഹൃദയത്തിലൂടെ ആഴ്ന്നിറങ്ങിയ വാളാണോ തകർന്ന തലയാണോ അയാളുടെ മരണത്തിന് കാരണമായതെന്ന് പറയാൻ കഴിയില്ല.

തന്റെ നേർക്ക് പാഞ്ഞു വന്ന അടുത്ത ലങ്കക്കാരനെ ലക്ഷ്മണൻ ആക്രമിക്കുമ്പോൾ, അയാളുടെ സൈനികർ പ്രധാന താമസസ്ഥലത്ത് കൂട്ടക്കൊല നടത്തുകയായിരുന്നു. ലക്ഷ്മണൻ തന്റെ സൈനികർക്ക്

വ്യക്തമായ ഉത്തരവു നൽകിയിരുന്നു; ദയ കാണിക്കേണ്ടതില്ല. ചെറുക്കുന്ന എല്ലാ ലങ്കക്കാരേയും കൊന്നു കളയണം. എല്ലാ ലങ്കക്കാരും ചെറുക്കുന്നുമുണ്ട്.

ഓങ്കയാറയുടെ മുറ്റം കാക്കുന്ന ലങ്കക്കാരുടെ സ്ഥിതിയും വ്യത്യസ്തമായിരുന്നില്ല. അയോദ്ധ്യയുടെ സൈനികർ മുന്നിൽ കാണുന്നവരേയെല്ലാം അരിഞ്ഞു തള്ളി മുമ്പോട്ടു നീങ്ങി.

ഒരൊറ്റ ലങ്കക്കാരൻ പോലും കീഴടങ്ങിയില്ലെന്നത് ലക്ഷ്മണൻ ആരാധനയോടെ നോക്കി. എല്ലാ ഘടകങ്ങളും അവർക്കെതിരാണെങ്കിലും ലങ്കക്കാർ പോരാട്ടം തുടർന്നു.

യോഗ്യരായ ശത്രുക്കൾ.

ചോരക്കളി തുടർന്നു. അധികവും ചിന്തപ്പെട്ടത് ലങ്കക്കാരുടെ ചോര തന്നെ.

'നിൽക്ക്!' ലക്ഷ്മണൻ അലറി.

ഏതാണ്ടെല്ലാ ലങ്കക്കാരും മരിച്ചു കഴിഞ്ഞു. ശേഷിച്ചവർ മാരകമായി മുറിവേറ്റു വീണു.

എന്നാൽ ഒരു ലങ്കക്കാരൻ അപ്പോഴും മുറിവേറ്റ, ചോര പുരണ്ട ഉടലോടെ എഴുന്നേറ്റു നിൽക്കുകയാണ്. അഭിമാനത്തോടെ, തല കുനിക്കാതെ.

സൈന്യാധിപനായ ധൂമ്രാക്ഷൻ.

'ലങ്കക്കാരെ നിരായുധരാക്കൂ,' ലക്ഷ്മണൻ ഉത്തരവിട്ടു.

അയോദ്ധ്യക്കാർ ഉടനെ ലക്ഷ്മണന്റെ ഉത്തരവനുസരിക്കാൻ തുടങ്ങി. പക്ഷെ ആരും ധൂമ്രാക്ഷന്റെ അടുത്തേക്കു പോയില്ല. ഒരൊറ്റ നിമിഷം മുൻപ് അയാളോടു പോരാടിയവർ പോലും പുറകിലേക്കു മാറി.

ലക്ഷ്മണൻ ലങ്കക്കാരുടെ സൈന്യാധിപനെ തുറിച്ചു നോക്കി.

ധൂമ്രാക്ഷൻ ഭീഷണമായ ശാരീരിക പ്രത്യേകതകളുള്ളവനാണ്, എന്നാൽ ലക്ഷ്മണന്റെ അത്ര വലുതല്ല അയാളുടെ ഉടൽ. ധൂമ്രാക്ഷന് ആറര അടി ഉയരമുണ്ട്. പേശീബലമുള്ള ശരീരം. വെളുത്ത നിറം. നീളമുള്ള കൊമ്പൻ മീശ. കയ്യില്ലാത്ത തുകൽ പടച്ചട്ട അണിഞ്ഞിട്ടുണ്ട്. കറുത്ത കൈത്തണ്ടപ്പട്ടകൾ സൈനികമട്ടിൽ കെട്ടി വച്ചിട്ടുണ്ട്. അയാളുടെ ഉടലു മുഴുവൻ രക്തമാണ്, മിക്കവാറും അയാളുടേത് തന്നെ.

കരുത്തും മനോനിലയും തിരിച്ചു പിടിക്കാനായി അയാൾ ആഴത്തിൽ ശ്വസിക്കുന്നുണ്ട്. കണ്ണിമ ചിമ്മാതെ, ധിക്കാരത്തോടെ അയാളും ലക്ഷ്മണനെ തുറിച്ചു നോക്കി.

ലക്ഷ്മണൻ ധൂമ്രാക്ഷന്റെ കയ്യിലെ ആയുധം തിരിച്ചറിഞ്ഞു. ഒരു ദണ്ഡ്.

ലക്ഷ്മണൻ പൊടുന്നനെ ചോദിച്ചു. 'കൊടുമണൽ, അല്ലെ?'

ധൂമ്രാക്ഷൻ പുഞ്ചിരിയോടെ പതിയെ തലയാട്ടി. 'ഏറ്റവും മികച്ചവർ ഏറ്റവും മികച്ചതു മാത്രം ഉപയോഗിക്കും.'

ലക്ഷ്മണൻ പുഞ്ചിരിച്ചു.

യോഗ്യനായ ശത്രു.

വിശുദ്ധമായ കാവേരീ നദിയുടെ പോഷക നദിയായ കാഞ്ചീനദിയുടെ തീരത്തുള്ള ചേരപട്ടണമാണ് 'കൊട്ടമണൽ'. വാളുകളുടെയും ദണ്ഡുകളുടെയും നിർമ്മാണത്തിന് ലോകമെമ്പാടും പുകൾപെറ്റ നഗരം. കൊട്ടമണലിലെ ഏറ്റവും മികച്ച കൊല്ലന്മാരും ലോഹ പണിക്കാരും ചേർന്ന് വാർത്തെടുത്തതാണ് ധൂമ്രാക്ഷന്റെ കയ്യിലെ യുദ്ധ ദണ്ഡ്. ലക്ഷ്മണന്റെയും.

ധൂമ്രാക്ഷൻ തന്റെ ദണ്ഡുയർത്തി. അവസാനത്തെ ദ്വന്ദയുദ്ധം.

ലക്ഷ്മണനും ദണ്ഡുയർത്തി. വെല്ലുവിളി സ്വീകരിക്കപ്പെട്ടിരിക്കുന്നു.

ലക്ഷ്മണൻ ധൂമ്രാക്ഷനെപ്പോലൊരു സൈനികന് അർഹമായ ആദരവു നൽകി തന്റെ ദണ്ഡ് ഇരുകൈകൾ കൊണ്ടും മുറുകെ പിടിച്ചു. വിദഗ്ധനായ ഒരു യോദ്ധാവിനെതിരെ ഒറ്റക്കൈ കൊണ്ടുള്ള വിവേകമില്ലാത്ത മുന്നേറ്റം പാടില്ല. അയോദ്ധ്യയുടെ രാജകുമാരൻ ദ്വന്ദയുദ്ധത്തിനു തയ്യാറായി നിലയുറപ്പിച്ചു.

രണ്ടു യോദ്ധാക്കളും പരസ്പരം അളന്നു കൊണ്ട് വട്ടം ചുറ്റാൻ തുടങ്ങി. ധൂമ്രാക്ഷനാണ് ആദ്യം ആക്രമിച്ചത്. അയാൾ മുന്നോട്ടു പൊടുന്നനെ ചുവടു വെയ്ക്കുകയും ദണ്ഡ് ആഞ്ഞു ചുഴറ്റുകയും ചെയ്തു. ലക്ഷ്മണൻ നില ഭദ്രമാക്കിയെങ്കിലും വിദഗ്ധനായ മല്ലയുദ്ധക്കാരനെപ്പോലെ പുറകോട്ടാഞ്ഞ് അടിയിൽ നിന്നും ഒഴിഞ്ഞു മാറി. അതേ വേഗതയോടെ അയാൾ മുന്നോട്ടായുകയും ഇടതു വശത്തു നിന്ന് ദണ്ഡ് ചുഴറ്റുകയും ചെയ്തു. ധൂമ്രാക്ഷന്റെ തോളായിരുന്നു ലക്ഷ്യമെങ്കിലും ആ ലങ്കക്കാരൻ കൈത്തണ്ട വെട്ടിച്ച് ദണ്ഡിനാൽ ആ ആഘാതം ചെറുത്തു.

ലക്ഷ്മണൻ പുഞ്ചിരിയോടെ തലയാട്ടിക്കൊണ്ട് പുറകോട്ടു മാറി.

ധൂമ്രാക്ഷനും.

അവർക്കിപ്പോൾ പരസ്പരം അറിയാം. കൂറ്റൻ ഉടലും പേശീബലവുമുള്ള യോദ്ധാക്കൾക്ക് ഉറപ്പും കരുത്തുമുണ്ടാകും. എന്നാൽ വേഗതയും വഴക്കവുമുണ്ടാകില്ല. എന്നാൽ പരസ്പര വിരുദ്ധമായ ആ ഗുണങ്ങൾ ആ രണ്ട് യോദ്ധാക്കളിലും സുഗമമായി സംയോജിച്ചു.

ഇത് ആവേശകരമായിരിക്കും, ലക്ഷ്മണൻ ചിന്തിച്ചു.

ധൂമ്രാക്ഷൻ വീണ്ടും ആക്രമിക്കുകയും ലക്ഷ്മണൻ അതു ചെറുക്കുകയും ചെയ്തു.

ലക്ഷ്മണന്റെ പുറകിൽ നിന്നും ഒരു ശബ്ദം മുഴങ്ങി കേട്ടു. 'പ്രഭോ, ഇതു വേഗം തീർക്കൂ! നമുക്കേറെ ചെയ്യാനുണ്ട്!'

ലക്ഷ്മണൻ അതവഗണിച്ചു.

ധൂമ്രാക്ഷൻ വീണ്ടും ആക്രമിച്ചു. ലക്ഷ്മണൻ ഒരു വശത്തേക്കൊഴിഞ്ഞു മാറുകയും ഊക്കോടെ തന്റെ ദണ്ഡ് വീശുകയും ചെയ്തു. ദണ്ഡിന്റെ ശിരസ്സിന്റെ ഏറ്റവും മുകളിലുള്ള മൂർച്ചയുള്ള വിളുമ്പ് ധൂമ്രാക്ഷന്റെ നെഞ്ചിൽ തട്ടി. അത് അയാളുടെ തുകൽ പടച്ചട്ട പിളർന്ന് രക്തം ചിന്തി. ലക്ഷ്മണന്റെ ആദ്യ വിജയം. ധൂമ്രാക്ഷൻ പുറകോട്ടു മാറുകയും പെട്ടെന്ന് വലതു വശത്തേക്കു ചാടുകയും ചെയ്തു. ലക്ഷ്മണൻ അതു പ്രതീക്ഷിച്ചിരുന്നു. അയാൾ പൊടുന്നനെ ഇടതു വശത്തേക്ക് ഒഴിഞ്ഞു മാറി. ധൂമ്രാക്ഷന്റെ ദണ്ഡ് ലക്ഷ്മണന്റെ തോളിൽ ഉരസ്സി. തൊട്ടടുത്ത നിമിഷം തന്നെ ലക്ഷ്മണന്റെ ദണ്ഡ് ധൂമ്രാക്ഷന്റെ ഇടതു തോളിൽ പതിഞ്ഞു. പക്ഷെ അത് ദുർബലമായ അടിയായിരുന്നു.

വലിയ കൊട്ടുമണൽ ദണ്ഡ് കൊണ്ടുള്ള അടി ഏതാണ്ടെല്ലാ യോദ്ധാക്കളുടെയും എല്ലു തകർക്കുമായിരുന്നു. എന്നാൽ കാളയുടേതു പോലുള്ള പേശികളുടെ അടരുകളാൽ എല്ലുകൾ സംരക്ഷിക്കപ്പെട്ടാൽ അതങ്ങനെ ആകണമെന്നില്ല. രക്തം ലക്ഷ്മണന്റെയും ധൂമ്രാക്ഷന്റെയും മുറിവുകളിൽ നിന്നൊഴുകി. പക്ഷേ, അവരുടെ തോളുകൾ ഉപയോഗശൂന്യമായില്ല.

ആ ഒച്ച ലക്ഷ്മണന്റെ പുറകിൽ നിന്ന് വീണ്ടുമുയർന്നു. ഇത്തവണ അതിൽ അക്ഷമയുണ്ട്.'പ്രഭോ!'

ധൂമ്രാക്ഷൻ തന്റെ ദണ്ഡ് വാളെന്നതു പോലെ ഇടതു നിന്നും വലത്തോട്ടും; വലതു നിന്നും ഇടത്തോട്ടും വീശി. ലക്ഷ്മണൻ ഓരോ അടിയും പുറകിലേക്കൊഴിഞ്ഞു മാറി ചെറുത്തു. പിന്മാറുന്നതു പോലെ. പക്ഷേ അയാൾ ധൂമ്രാക്ഷനെ ഒരു കെണിയിൽ പെടുത്തുകയായിരുന്നു.

ധൂമ്രാക്ഷൻ വലതു നിന്ന് ആഞ്ഞു വീശിയപ്പോൾ ലക്ഷ്മണൻ കൂടുതൽ ഊക്കോടെ തടുത്തു. ധൂമ്രാക്ഷൻ മുമ്പോട്ടു തള്ളിയപ്പോൾ ലക്ഷ്മണൻ ദണ്ഡ് പുറകോട്ടു മാറ്റാതെ മുറുകെ പിടിച്ചു. എന്താണ് താൻ ചെയ്തതെന്ന് ലങ്കക്കാരൻ മനസ്സിലാക്കിയപ്പോഴേക്കും വൈകിപ്പോയിരുന്നു. മിന്നൽപ്പിണർ പോലെ ചലിച്ച് ലക്ഷ്മണൻ തന്റെ വലതു തള്ള വിരൽ കൊണ്ട് ദണ്ഡിലെ ഉത്തോലകം ഞെക്കി. അയാളുടെ ഇടതു കൈ ദണ്ഡിനുള്ളിൽ ഒളിപ്പിച്ചു വെച്ച കത്തി വലിച്ചെടുത്തു. ലക്ഷ്മണൻ ആഞ്ഞു കുത്തി. വേർപ്പെടുത്താൻ കഴിയുന്നതിനു മുമ്പ് ആ കത്തി ധൂമ്രാക്ഷന്റെ

ഹൃദയത്തിൽ ആഴ്ന്നിറങ്ങി. കണ്ണടച്ചു തുറക്കുന്ന വേഗത്തിൽ അതെല്ലാം സംഭവിച്ചു.

ധൂമ്രാക്ഷൻ അടുത്ത അടവിൽ ചെയ്യാനുദ്ദേശിച്ചത് ലക്ഷ്മണൻ നേരത്തെ ചെയ്തു.

അയോദ്ധ്യയുടെ രാജകുമാരൻ കത്തി ആഴത്തിൽ കുത്തിയിറക്കി. ധൂമ്രാക്ഷൻ ദണ്ഡ് താഴെയിട്ടു. ലക്ഷ്മണന് തന്റെ കൈകളിൽ വലിയ മിടിപ്പ് അനുഭവപ്പെട്ടു. അയാൾ കത്തിയുടെ പിടിയിൽ മുറുകെപ്പിടിച്ചു. പിന്നെയും ഒരു മിടിപ്പ്. അത് ധൂമ്രാക്ഷന്റെ വലിയ ഹൃദയമാണ്. അപ്പോഴും തുടിക്കുന്ന അത് ലോഹത്തിലേക്ക് കമ്പനങ്ങൾ പകരുകയാണ്. അതാണ് കത്തിപ്പിടിയിലൂടെ ലക്ഷ്മണന് അനുഭവപ്പെട്ടത്.

ധൂമ്രാക്ഷൻ പുറകിലേക്ക് തകർന്നടിഞ്ഞു വീണു. ലക്ഷ്മണൻ ദണ്ഡ് താഴെയിട്ട് നിലത്തിരുന്നു.

ശത്രുവിന് നന്ദി പറയുന്നതു പോലെ ലങ്കക്കാരുടെ സൈന്യാധിപൻ സംതൃപ്തിയോടെ പുഞ്ചിരിക്കുന്നുണ്ടായിരുന്നു. അയാൾക്ക് ആദരണീയമായ മരണം ലഭിച്ചിരിക്കുന്നു. ഒരു യോദ്ധാവും തന്നേക്കാൾ മോശപ്പെട്ട ഒരു യോദ്ധാവിനാൽ കൊല്ലപ്പെടാനാഗ്രഹിക്കില്ല, കഴുതപ്പുലികളാൽ ചുറ്റപ്പെട്ട സിംഹത്തെപ്പോലെ. മരിക്കുകയാണെങ്കിൽ യോഗ്യനായ പ്രതിയോഗിയുടെ കൈകളാൽ ദ്വന്ദയുദ്ധത്തിൽ കൊല്ലപ്പെടണം. മറ്റൊരു സിംഹത്താൽ കൊല്ലപ്പെടണം.

ലക്ഷ്മണൻ ധൂമ്രാക്ഷന്റെ നെറ്റിയിൽ പതിയെ തൊട്ടു. 'ധീരനായ ധൂമ്രാക്ഷാ, യമരാജൻ അങ്ങയെ വിശുദ്ധ വൈതരണി കടക്കാൻ തുണയ്ക്കട്ടെ.' വൈതരണിക്കപ്പുറമാണ് പിതൃക്കളുടെ ലോകം. മരണദേവനായ യമരാജനാണ് ആത്മാക്കളെ വൈതരണി കടത്തി വിടുന്നത്. അതിനു ശേഷം ആത്മാക്കൾ ഭൂമിയിൽ പുനർജന്മമെടുക്കുകയോ പുനർജന്മങ്ങളുടെ നൈരന്തര്യത്തിൽ നിന്ന് മോക്ഷപ്രാപ്തി നേടുകയോ ചെയ്യും.

ധൂമ്രാക്ഷൻ തന്റെ ദുർബലമായ കൈ ഉയർത്തി ലക്ഷ്മണന്റെ നെറ്റിയിൽ തൊട്ടു. 'ഞാൻ... അങ്ങയെ...പരലോകത്തു കാണും...'

ധൂമ്രാക്ഷന്റെ കൈകൾ തറയിലേക്കു വീഴുകയും ആത്മാവ് ലോകം വിട്ടു പോകുകയും ചെയ്തു.

ലക്ഷ്മണൻ നെടുവീർപ്പോടെ തല കുനിച്ചു. ആദരാഞ്ജലി അർപ്പിച്ച് അയാൾ എഴുന്നേറ്റു നിന്നു. 'നിങ്ങളെല്ലാം കാര്യങ്ങൾ നന്നായി ചെയ്തു,' അയാൾ സൈനികരോടു പറഞ്ഞു.

'നന്ദി, പ്രഭോ.'

ലക്ഷ്മണൻ ദൂരെ പ്രവേശന കവാടങ്ങളിലേക്കു നോക്കി.

എന്നിട്ട് ഉച്ചത്തിൽ ശപിച്ചു.

അദ്ധ്യായം 23

ലക്ഷ്മണനും സൈനികരും രഹസ്യ തുരങ്കത്തിൽ നിന്ന് പുറത്തേക്കു വരുമ്പോൾ ഭാഗ്യവശാൽ ഇന്ദ്രജിത്തും മാരീചനും ഉണർന്നിട്ടുണ്ടായിരുന്നു. അവർ ഒരു മണിക്കൂർ മുമ്പേ ഉറക്കത്തിൽ നിന്നെണീറ്റ് കിഴക്കു വശത്തെ പ്രവേശനകവാടത്തിനടുത്തുള്ള പാറാവുകാരുടെ മുറിയിലേക്ക് പോയിരുന്നു. പാറാവുകാരോട് കുശലം പറഞ്ഞിരിക്കുമ്പോഴാണ് ലക്ഷ്മണനും സൈനികരും ആക്രമണം അഴിച്ചു വിട്ടത്.

ഇന്ദ്രജിത്തും മാരീചനും പതിനഞ്ചു സൈനികരും പൂർണ്ണമായും ലക്ഷ്മണന്റെയും അയോദ്ധ്യക്കാരുടേയും കാഴ്ചയ്ക്ക് പുറത്തായിരുന്നു.

ക്ഷിരാജും സൈനികരും പ്രവേശന കവാടങ്ങളുടെ നേർക്കു പായുമ്പോൾ പുറകിൽ നിന്നു വന്ന ലങ്കക്കാരെ കണ്ടില്ല. ശത്രുവിനെ തിരിഞ്ഞു നോക്കും മുമ്പേ പല ലങ്കക്കാരും കൊല്ലപ്പെട്ടു കഴിഞ്ഞിരുന്നു.

ക്ഷിരാജിനു നേരെ പാഞ്ഞടുത്ത സൈനികരോട് മാരീചൻ അട്ടഹസിക്കുന്നുണ്ടായിരുന്നു, 'അയാളെ കൊല്ലരുത്! വലിച്ചിഴച്ചു കൊണ്ടു വാ! എനിക്കയാളെ ജീവനോടെ വേണം!'

കോട്ടയ്ക്കുള്ളിലെ ക്ഷേത്രത്തിനടുത്തു നിൽക്കുന്ന ധൂമ്രാക്ഷനും സൈനികർക്കും നേരെ പാഞ്ഞടുത്ത അയോദ്ധ്യക്കാരെ ആക്രമിക്കാനായി മുറ്റത്തേക്ക് നീങ്ങണമെന്ന് ഇന്ദ്രജിത്തിനുണ്ടായിരുന്നു. എന്നാൽ മാരീചൻ തന്റെ പേരക്കുട്ടിയെ പുറകോട്ടു വലിച്ചു. ഇത് നായകനാകാനുള്ള നേരമല്ല! നേതാവാകാനുള്ളതാണ്!

ചിലപ്പോൾ നായകനും നേതാവും ഒരു വ്യക്തിയിൽ തന്നെ ഉരുകി ചേരാം. പക്ഷെ പലപ്പോഴുമത് സംഭവിക്കാറില്ല. ഒരു നായകന് അണികൾ ആവശ്യമില്ല. എന്നാൽ അണികളില്ലാതെ നേതാവില്ല. ഒരു നായകൻ

ആത്മത്യാഗം ചെയ്യും. എന്നാൽ ഒരു നേതാവ് മഹത്തായ ആ ഉൾവിളിക്ക് ചെവിക്കൊടുക്കണമെന്നില്ല. ഒരു നായകൻ ധീരനായിരിക്കണം. എന്നാൽ നേതാവ് കടമകൾ ചെയ്യുന്നവനാകണം. നേതാവ് ഭീരുവാണെന്നു വരെ മറ്റുള്ളവർ കരുതിയേക്കാം. നായകൻ കഥയെഴുത്തുകാരെ ഉദ്ദീപിപ്പിക്കുന്നു, നേതാവാകട്ടെ അണികളുടെ ഹൃദയങ്ങളിൽ പാർക്കുന്നു. ദൈവങ്ങൾ തന്നെക്കുറിച്ച് എന്തോർക്കുമെന്ന് ആശങ്കയുള്ള ആളാണ് നായകൻ. എന്നാൽ തന്റെ നാടിനെയും നാട്ടുകാരെയും സംരക്ഷിക്കുകയും പോഷിപ്പിക്കുകയും ചെയ്യുന്നതിനാണ് നേതാവിന്റെ ആലോചന. തന്റെ ജനങ്ങളെ വേദനിപ്പിച്ചാൽ പോലും ധാർമ്മികത നായകൻ കൈവിടില്ല. എന്നാൽ ആവശ്യമെങ്കിൽ നേതാവ് താൻ നയിക്കുന്നവരുടെ നന്മയ്ക്ക് വേണ്ടി ആത്മാവ് പണയപ്പെടുത്തുകയും ധാർമ്മികതയുടെ തട്ടിൽ നിന്ന് ഇറങ്ങി നിൽക്കുകയും ചെയ്യും.

നായകൻ തരണം ചെയ്യാനാകാത്ത ബുദ്ധിമുട്ടുകൾ ചെറുത്തും ശത്രുവിനെതിരെ പോരാടുകയും ജയഭേരിയോടെ മരണത്തെ പുൽകുകയും ചെയ്യും.

നേതാവാകട്ടെ ശാന്തതയോടെ പ്രതികരിക്കുകയും യുദ്ധത്തിൽ ശത്രുവിന് കാതലായ, തന്ത്രപ്രധാനമായ മേൽക്കൈ നിഷേധിക്കുകയും ചെയ്യും.

ഇന്ദ്രജിത്ത് മാരീചന്റെ ഉപദേശം കേൾക്കുകയും ഒരു നേതാവിനെപ്പോലെ പെരുമാറുകയും ചെയ്തു. അവർ പ്രവേശന കവാടത്തിൽ നിന്ന് പിന്മാറുകയും അണക്കെട്ടിന്റെ മധ്യഭാഗത്തേക്ക് പതിനഞ്ച് സൈനികരോടൊപ്പം പോകുകയും ചെയ്തു. കിഴക്കു വശത്തെ മുറ്റത്ത് പോരാട്ടം തുടർന്നു. പാറാവുകാരുടെ മുറിയിൽ മാരീചനും ഇന്ദ്രജിത്തും ഏതാനും ചുറ്റികകൾ കണ്ടെത്തി. അതും സർവ്വനാശത്തിന് ഉപയോഗിക്കാം.

മുറ്റത്തിന്റെ മറുവശത്ത് ധൂമ്രാക്ഷനും സൈനികർക്കുമെതിരെ പോരാടുന്ന അയോദ്ധ്യക്കാർക്ക് മുന്നറിയിപ്പ് നൽകാൻ ക്ഷിരാജ് ശ്രമിച്ചിരുന്നു. പക്ഷെ ഇന്ദ്രജിത്തിന്റെ കൂടെയുള്ള സൈനികരിലൊരാൾ അയാളെ തലയ്ക്കടിച്ച് വീഴ്ത്തുകയും ബോധരഹിതനായ അയാളെ വലിച്ചു കൊണ്ടു പോകുകയും ചെയ്തു. പ്രവേശന കവാടം പെട്ടെന്നു തന്നെ അവർ പുറത്തു നിന്ന് തടസ്സപ്പെടുത്തുകയും പ്രതിരോധമുയർത്തുകയും ചെയ്തു.

അവർ പോരാട്ടം ആരംഭിച്ചു കഴിഞ്ഞിരുന്നു.

ചീപ്പുകളുടെ കവാടങ്ങളിലെ ഉത്തോലകങ്ങൾ നശിപ്പിക്കപ്പെട്ടു. ഏതാനും ചീപ്പുകളുടെ നിയന്ത്രണം നഷ്ടപ്പെട്ടാൽ തന്നെ ജലപ്രവാഹം

കൈകാര്യം ചെയ്യാനുള്ള അയോദ്ധ്യയുടെ കഴിവ് തടസ്സപ്പെട്ടുമായിരുന്നു. എങ്കിലും ചെറിയ ചീപ്പുകളുടേതടക്കം എല്ലാ കവാടങ്ങളും അടിച്ചു തകർക്കണമെന്ന് ഇന്ദ്രജിത്ത് ശഠിച്ചു. നീർച്ചാലുകൾ എല്ലാം അടച്ചിടപ്പെട്ടു കഴിഞ്ഞിരുന്നു. അതെല്ലാം നേരെയാക്കിയെടുക്കാൻ അയോദ്ധ്യക്കാർക്ക് ഒരാഴ്ചയെങ്കിലും വേണ്ടി വരും. അതു വരെ അവരുടെ കപ്പലുകൾ മഹാവേലി ഗംഗയിൽ തറഞ്ഞു പോകും.

ലങ്കക്കാർ തങ്ങൾക്കായി ഒരാഴ്ച സമ്പാദിച്ചു കഴിഞ്ഞു. അയോദ്ധ്യക്കാർക്കെതിരെ പുതിയ യുദ്ധതന്ത്രങ്ങൾ മെനയാനും വിലയിരുത്താനും.

ലക്ഷ്മണൻ ധൂമ്രാക്ഷനെ കൊലപ്പെടുത്തുമ്പോഴേക്കും ഇന്ദ്രജിത്തിന്റെ സൈനികർ അവസാനത്തെ ചീപ്പിന്റെയും നിയന്ത്രണം തകർത്തു കഴിഞ്ഞിരുന്നു. അപ്പോഴാണ് അയോദ്ധ്യയുടെ രാജകുമാരൻ കിഴക്കൻ വശത്തെ കവാടങ്ങൾ അടഞ്ഞു കിടക്കുന്നതായി ശ്രദ്ധിച്ചത്.

അതു തകർക്കാൻ അയാൾ അപ്പോൾ തന്നെ ഉത്തരവിട്ടു. പക്ഷെ അതിനൽപം നേരം വേണം. വിഭീഷണൻ നിർമ്മിച്ച ഒന്നാന്തരം കവാടങ്ങളാണവ.

ഇന്ദ്രജിത്ത് പുറകിലേക്കു നോക്കി. അയാൾക്ക് കവാടങ്ങളിൽ കൂടം കൊണ്ടടിക്കുന്ന ഒച്ച കേൾക്കാം. അയാൾ മാരീചനെ നോക്കി പുഞ്ചിരിച്ചു. 'അത് അരമണിക്കൂറോ മുക്കാൽ മണിക്കൂറോ എടുക്കും. അവർ ആ കവാടം കത്തിച്ചില്ലെങ്കിൽ.' ഇന്ദ്രജിത്ത് രണ്ട് സൈനികരുടെ നേർക്കു തിരിഞ്ഞു. 'പടിഞ്ഞാറൻ ഭാഗത്തേക്ക് ഓടൂ. അവിടെ മുറ്റത്ത് നമ്മുടെ സൈനികരേയും കുതിരകളേയും കൂട്ടൂ. വേഗം!'

ഓങ്കയാറയുടെ കിഴക്കൻ ഭാഗത്ത് അയോദ്ധ്യയുടെ ആക്രമണം തുടങ്ങിയത് പതിനഞ്ചു മിനിറ്റു മുമ്പ് മാത്രമാണ്. എന്നാൽ ആ പതിനഞ്ചു മിനിറ്റ് യുദ്ധത്തിന്റെ ഗതിയെ നിർണ്ണായകമായി മാറ്റി.

രണ്ടു സൈനികർ അണക്കെട്ടിന്റെ മുകളിലൂടെ കുതിച്ചു പാഞ്ഞപ്പോൾ ഇന്ദ്രജിത്തും മാരീചനും പടിഞ്ഞാറൻ ഭാഗത്തേക്ക് വേഗത്തിൽ നടന്നു. ശേഷിച്ച സൈനികർ അവരെ പിന്തുടർന്നു.

'നീയെന്താണ് ചെയ്യാനുദ്ദേശിക്കുന്നത്?' മാരീചൻ ചോദിച്ചു. 'നീ പടിഞ്ഞാറൻ ഭാഗം പ്രതിരോധിക്കാനാണോ പോകുന്നത്?'

ഇന്ദ്രജിത്ത് തലയാട്ടി 'അല്ല. അതിൽ കാര്യമില്ല. നമ്മൾ പടിഞ്ഞാറൻ ഭാഗത്തെ കവാടം അകത്തു നിന്ന് പൂട്ടും. അതോടെ അയോദ്ധ്യക്കാർക്ക് അണക്കെട്ടിന്റെ വശത്തു നിന്ന് പ്രവേശിക്കാൻ ബുദ്ധിമുട്ടാകും. എന്നിട്ട് നമ്മൾ കഴിയാവുന്നത്ര സാധനങ്ങളെടുക്കുകയും ബാക്കിയുള്ളവ

കത്തിക്കുകയും ചെയ്യും. അവർക്കിവിടെ അതിജീവിക്കാൻ എളുപ്പമാകരുത്. പിന്നീട് നമ്മൾ പുറത്തു പോയി താഴെയുള്ള കപ്പലുകൾക്ക് മുന്നറിയിപ്പു നൽകും.'

മാരീചൻ പുഞ്ചിരിച്ചു. 'ലഭ്യമായ ഏറ്റവും മികച്ച മാർഗ്ഗം പിൻവാങ്ങലാണെങ്കിൽ അതിൽ ഒരു മാനക്കേടുമില്ല. നീയിപ്പോൾ ഒരു നായകനെപ്പോലെയല്ല, നേതാവിനെപ്പോലെയാണ് ചിന്തിക്കുന്നത്. '

ഇന്ദ്രജിത്ത് പതിയെ പുഞ്ചിരിച്ചു. 'എന്നോട് ക്ഷമിക്കണം. ഞാൻ നേരത്തെ വികാരത്തിന് അടിമപ്പെട്ടു.' മാരീചൻ ഇന്ദ്രജിത്തിന്റെ തോളിൽ തട്ടി. 'നീ ചെറുപ്പമാണ്. ചെറുപ്പക്കാർക്ക് നായകന്മാരാകാനാണ് ഇഷ്ടം. മുതിരുന്തോറും ഇരുത്തം വരും.' അവർ പടിഞ്ഞാറൻ ഭാഗത്തെ കവാടങ്ങൾ കടന്നു. ഇന്ദ്രജിത്ത് തിരിഞ്ഞ് കൃത്യമായ ഉത്തരവുകൾ നൽകി. 'അണക്കെട്ടിന്റെ വശത്തു നിന്നുള്ള കവാടങ്ങൾ അകത്തു നിന്നടയ്ക്കണം. എളുപ്പത്തിൽ തുറക്കാൻ കഴിയാത്ത രീതിയിൽ തടസ്സങ്ങളുണ്ടാക്കണം. എന്നിട്ട് നമ്മുടെ കുതിരകളും ആഹാരപദാർത്ഥങ്ങളും കഴിയാവുന്നത്ര നിങ്ങളെടുക്കണം. കുന്നിൻചെരുവിലെ കവാടത്തിലൂടെ നാം പുറത്തു പോകും.'

ഇന്ദ്രജിത്തിന്റെ സേനാപതി അയാളെ വണങ്ങി.

'ഒരു കാര്യം,' ഇന്ദ്രജിത്ത് തുടർന്നു. 'എടുക്കാൻ കഴിയാത്തതെല്ലാം കത്തിച്ചു കളയണം.'

'പ്രഭോ?' സംശയത്തോടെ സേനാപതി ചോദിച്ചു.

'ഞാൻ പറഞ്ഞതു കേട്ടല്ലോ.'

'ഉവ്വ്, പ്രഭോ.'

സേനാപതിയും സൈനികരും ഇന്ദ്രജിത്തിനെ വണങ്ങി ഉത്തരവനുസരിക്കാൻ പാഞ്ഞു പോയി.

'നീയെന്താണിവിടെ എന്നും; ബാലിയിലേക്ക് പോയില്ലേ എന്നും രാവണൻ ചോദിച്ചാൽ ഞാൻ എന്തു പറയും?' മാരീചൻ ചോദിച്ചു.

ഇന്ദ്രജിത്ത് പൊട്ടിച്ചിരിച്ചു. 'ഞാൻ രാവണന്റെ മകനാണെന്ന് പറയും. ചട്ടങ്ങൾ തകർക്കുന്നതും ഉത്തരവുകൾ അനുസരിക്കാതിരിക്കുന്നതും എന്റെ ജന്മഗുണമാണെന്ന്.'

മാരീചൻ പൊട്ടിച്ചിരിയോടെ ഇന്ദ്രജിത്തിന്റെ പുറത്തു തട്ടി. 'പക്ഷേ നീ എവിടെ പോകുന്നു? ഒരു ദിവസം കഴിഞ്ഞു തിരിച്ചു വരുമോ?'

'ഞാൻ ജലസംഭരണിയുടെ പുറകിൽ മലവെള്ളം തുറന്നു വിടുന്ന നീർചാലുകളിലെ കവാടങ്ങളുടെ അടുത്തേക്ക് സൈനികരെ കൊണ്ടു പോകും. മുകളിലുള്ള അമ്പൻ ഗംഗയിലേക്ക് നീർചാലിലൂടെ വെള്ളം

ഒഴുക്കി വിടുന്നത് അവിടെ നിന്നാണ്. ഞാൻ ആ നീർചാൽ തടയുകയും നിയന്ത്രണത്തിനുള്ള ഉത്തോലകങ്ങൾ നശിപ്പിക്കുകയും ചെയ്യും.'

മാരീചൻ നെറ്റി ചുളിച്ചു. 'അതെന്തിനാണ്?'

'ജൂജിറ്റ്സു.'

'എന്താണത്?!'

പടിഞ്ഞാറൻ ഭാഗത്തെ കവാടം അടയ്ക്കുന്നതിന്റെയും മരവേലികൾ കുറുകെയിടുന്നതിന്റെയും ശബ്ദം ശ്രദ്ധ തിരിച്ചതിനാൽ ഇന്ദ്രജിത്ത് അപ്പോൾ തന്നെ അതിനു മറുപടി പറഞ്ഞില്ല. അയാൾ മാരീചനു നേരെ തിരിഞ്ഞു. 'ജൂജിറ്റ്സു വിദൂര പൗരസ്ത്യ ദേശത്തെ ഒരു യുദ്ധകലാരൂപമാണ്. അതിൽ നമ്മൾ പ്രതിയോഗിയുടെ ശക്തി തന്നെ അയാൾക്കെതിരെ പ്രയോഗിക്കും.'

മാരീചൻ ആശയക്കുഴപ്പത്തോടെ നെറ്റിച്ചുളിച്ചു. 'അതും മലവെള്ളം ഒഴുകുന്ന നീർച്ചാലുമായി എന്തു ബന്ധം?'

'ആലോചിക്കൂ. നമ്മുടേതിനേക്കാൾ അയോദ്ധ്യക്കാരുടെ കപ്പൽപ്പടയ്ക്ക് എന്തു മെച്ചമാണുള്ളത്?' ഇന്ദ്രജിത്ത് ചോദിച്ചു. മാരീചൻ മുകൾപല്ലുകൾ കാട്ടിക്കൊണ്ട് മുരണ്ടു. 'കപ്പലുകൾ നമ്മുടേതിനേക്കാൾ വളരെ, വളരെ വലുതാണ്.'

'അതു തന്നെ .അവർ മഹാവേലി ഗംഗയിലെ മലവെള്ളമുപയോഗിച്ചാണ് ഇതുവരെ കപ്പലുകൾ കൊണ്ടെത്തിച്ചത്. നമ്മുടെ വലിയ കപ്പലുകൾ ഗോകർണ്ണത്തായിരിക്കുമെന്നും ഓങ്കയാറയിൽ നദിയിൽ ഉപയോഗിക്കുന്ന ചെറു കപ്പലുകൾ മാത്രമേ കാണുവെന്നും അവർ വിചാരിച്ചു കാണും. അവരുടെ വൻ കപ്പലുകളിൽ അണിയത്ത് ലോഹം കെട്ടിയിട്ടുണ്ടെന്ന് എന്റെ ചാരന്മാർ അറിയിച്ചിട്ടുണ്ട്. വലിയ കപ്പലുകൾ കൊണ്ട് നമ്മുടെ ചെറു കപ്പലുകളെ ഇടിച്ചിടാനാണ് അവരുടെ പദ്ധതി. ചതിയനായ വിഭീഷണൻ അമ്മാവന്റെ സഹായത്തോടെ ഓങ്കയാറ പിടിച്ചടക്കാമെന്നും പടവുകളിൽ വെള്ളം നിറയ്ക്കാമെന്നും വലിയ കപ്പലുകൾ ഓങ്കയാറ കടന്ന് മുമ്പോട്ടു കൊണ്ടു പോകാമെന്നും അവർ പ്രതീക്ഷിച്ചു. മികച്ച യുദ്ധതന്ത്രം.'

'അപ്പോൾ നീ എന്താണ് പറഞ്ഞു വരുന്നത്?' ആശയക്കുഴപ്പത്തോടെ മാരീചൻ ചോദിച്ചു. 'അവരുടെ വലിയ കപ്പലുകൾ ഇവിടെയുണ്ട്. അവർ താമസിയാതെ ഓങ്കയാറയുടെ നിയന്ത്രണം കൈക്കലാക്കുകയും ചെയ്യും. ചീപ്പുകളുടെ നിയന്ത്രണം നന്നാക്കിയെടുക്കാൻ കൂടി വന്നാൽ ഒരാഴ്ച. അവരുടെ കൂടെ മികച്ച വാസ്തുശില്പിയായ വിഭീഷണനാണുള്ളത്. ചീപ്പുകളുടെ കേടുപാടുകൾ തീർത്താൽ അവർക്ക് വൻ കപ്പലുകൾ കൊണ്ടു വന്ന് നമ്മുടെ കപ്പൽപ്പടയെ തവിടുപൊടിയാക്കാൻ കഴിയും.'

ഇന്ദ്രജിത്ത് പുഞ്ചിരിച്ചു. 'വലിയ കപ്പലുകൾക്ക് ആവശ്യമുള്ളതും ചെറിയ കപ്പലുകൾക്ക് ആവശ്യമില്ലാത്തതും എന്താണ്?'

അപ്പോഴാണ് മാരീചന് കാര്യം മനസ്സിലായത്. 'വെള്ളത്തിൽ താഴുന്ന ആഴം...'

'അതെ, ഏറെ ഏറെ കൂടുതൽ.'

മാരീചൻ പുഞ്ചിരിച്ചു. ഗംഭീരം!

നദിയിലോ കടലിലോ ഒരു കപ്പൽ അതിനിടം കണ്ടെത്താനായി ഒരു പ്രത്യേക അളവ് ജലത്തെ പുറത്താക്കും. അങ്ങനെ പുറത്താക്കപ്പെട്ട ജലം കപ്പലിന്റെ ഭാരത്തേക്കാൾ കൂടുതലാണെങ്കിൽ കപ്പൽ വെള്ളത്തിൽ പൊങ്ങിക്കിടക്കും. കൂടുതൽ വലുതും കൂടുതൽ ഭാരമുള്ളതുമായ കപ്പലുകൾക്ക് കൂടുതൽ ജലം പുറത്താക്കേണ്ടതുണ്ട്. ജലനിരപ്പിനു താഴെ കപ്പലിന്റെ ഏറ്റവും അടിയിലുള്ള ഭാഗത്തിന്റെ ആഴമാണ് പുറത്താക്കപ്പെടേണ്ട ജലത്തിന്റെ ഉയരം. ലങ്കയുടെ നദിയിലോടുന്ന ചെറുകപ്പലുകൾക്ക് ഏതാണ്ട് ഒരു മീറ്ററാണ് ഈ ഉയരം. അമ്പൻ ഗംഗാ നദിയിൽ ഒരു മീറ്ററിലധികം വെള്ളമുണ്ടെങ്കിൽ ആ കപ്പലുകൾ പൊങ്ങിക്കിടക്കും.

'അപ്പോൾ അയോദ്ധ്യയുടെ കപ്പലുകളുടെ വെള്ളത്തിൽ താഴുന്ന ആഴത്തിന്റെ ഉയരമെത്രയാണ്?' മാരീചൻ ചോദിച്ചു.

'വിദഗ്ധരായ കപ്പൽ നിർമ്മാതാക്കൾ കപ്പൽ പള്ളയിൽ ഈ ഉയരം കുറിച്ചു വയ്ക്കും. എന്റെ ചാരന്മാർ പറയുന്നത് അയോദ്ധ്യയുടെ കപ്പലുകൾ പുറത്താക്കേണ്ട വെള്ളത്തിന്റെ ആഴം അഞ്ചു മീറ്ററാണെന്നാണ്.'

ഇന്ദ്രജിത്തിന് ആഴത്തിലുള്ള ദീർഘദൃഷ്ടിയുണ്ടെന്ന് മാരീചനു മനസ്സിലായി. 'എന്നിട്ട്?'

'കടൽവെള്ളത്തിന്റെ അടിസ്ഥാനത്തിലാണ് കപ്പൽ നിർമ്മാതാക്കൾ ഈ ആഴമളക്കുന്നത്. തീർച്ചയായും നദിയിലെ വെള്ളത്തിന്റെ അടിസ്ഥാനത്തിലല്ല...'

മാരീചൻ പുഞ്ചിരിച്ചു.'നദീജലത്തിന് സാന്ദ്രത കുറവാണ്.'

'അതു തന്നെ. ഒരു പ്രത്യേക ആഴത്തിൽ ജലത്തെ പുറത്താക്കി കടലിൽ പൊങ്ങിക്കിടക്കുന്ന കപ്പലിന് നദിയിൽ അതിനേക്കാൾ കൂടുതൽ വെള്ളത്തെ പുറത്താക്കേണ്ടതുണ്ട്. ഇത് ലളിതമായ ശാസ്ത്രമാണ്.'

മാരീചൻ പൊട്ടിച്ചിരിച്ചു.

'ഞാൻ പറഞ്ഞതുപോലെ അയോദ്ധ്യയുടെ വൻകപ്പലുകൾക്ക് കടലിൽ അഞ്ചു മീറ്റർ വരെ ആഴത്തിൽ വെള്ളം പുറത്താക്കേണ്ടതുണ്ട്. പക്ഷേ, നദീജലത്തിൽ ആ കപ്പലുകൾക്ക് അഞ്ചര മീറ്റർ ആഴത്തിൽ

വെള്ളം പുറത്താക്കേണ്ടി വരും. മഹാവേലി ഗംഗയിലെ മലവെള്ളത്തിൽ അത് സാധ്യമാണ്. മലവെള്ളത്തെ തുറന്നു വിടുന്ന നീർചാലുകൾ തുറന്നു കിടക്കുകയാണെങ്കിൽ, കൂടുതൽ വെള്ളം നദിയിലേക്ക് ഒഴുകിയെത്തുകയാണെങ്കിൽ അമ്പൻ ഗംഗയിലും അത് സാധ്യമാകും. പക്ഷെ അത് അടച്ചിട്ടാൽ അയോദ്ധ്യയുടെ കപ്പലുകൾക്ക് പടവുകൾ കടന്നാലും അമ്പൻ ഗംഗയിലേക്കു കടക്കാനോ ലങ്കയിലെ കപ്പലുകളെ നേരിടാനോ കഴിയില്ല. അവ നദിയുടെ അടിത്തട്ടിൽ പൂണ്ടു പോകും. '

'അവർക്ക് അമ്പൻ ഗംഗയിൽ സഞ്ചരിക്കാൻ ചെറിയ കപ്പലുകൾ കൊണ്ടുവരാമായിരുന്നു', മാരീചൻ പറഞ്ഞു.

'അതു തന്നെ. പക്ഷേ വൈകിപ്പോയിരിക്കുന്നു.'

'ഗംഭീരം. അവരുടെ ശക്തിയായ വലിയ കപ്പലുകൾ ഇപ്പോൾ അവരുടെ ദൗർബല്യമായി മാറി. അതാണ് ജ്ഞജിറ്റ്സു.'

ഇന്ദ്രജിത്ത് തലയാട്ടി. 'അവർ അവസാനം വെള്ളം കുറഞ്ഞതിന്റെ കാരണം കണ്ടെത്തുകയും ജലസംഭരണി ആക്രമിക്കുകയും ചെയ്യും. അത് തുറന്നതും പ്രതിരോധിക്കാൻ ബുദ്ധിമുട്ടുള്ളതുമാണ്. ഓങ്കയാറ കോട്ടയിൽ നിന്നുള്ള ഭിത്തികൾ ജലസംഭരണിയേയും ഏതാണ്ട് പൂർണ്ണമായും ചുറ്റുന്നുണ്ട്. അവർ അവസാനം മലവെള്ളം ഒഴുകുന്ന നീർചാലുകളുടെയും നിയന്ത്രണം ഏറ്റെടുക്കും. പക്ഷേ നമുക്കവരെ അടുത്ത ഒരാഴ്ചത്തേക്കു കൂടി, ചിലപ്പോൾ അതിൽ കൂടുതലും വൈകിപ്പിക്കാം.'

'അതവരെ നിരാശരാക്കുകയും ക്ഷീണിപ്പിക്കുകയും ചെയ്യും. അവർ വിതരണ ശൃംഖലയിൽ നിന്നും അകലെയാണ്. നമ്മളല്ല. നമുക്കവരെ തോൽപ്പിക്കാൻ കഴിഞ്ഞില്ലെന്നു വരാം. പക്ഷേ യുദ്ധത്തെ വലിച്ചിഴയ്ക്കുകയും ശക്തി ക്ഷയിപ്പിക്കുന്ന യുദ്ധത്തിൽ അവരെ തളർത്തുകയും ചെയ്യാം.'

'അതു തന്നെ.'

'പോയി അതു ചെയ്യൂ, കുമാരാ. ഞാൻ രാവണനെ കൈകാര്യം ചെയ്യാം.' മാരീചൻ ബോധരഹിതനായ ക്ഷിരാജിനെ നോക്കി.' ഇയാളെ എന്തു ചെയ്യണം?'

'എനി ക്കിയാളോട് ചില ചോദ്യങ്ങൾ ചോദിക്കാനുണ്ട്. നമുക്കെന്തോ അറിയില്ലെന്ന് എനിയ്ക്കൊരു തോന്നലുണ്ട്. കാര്യമായ എന്തോ ഒന്ന്. അതെന്താണെന്ന് ഇയാൾക്കു പറയാൻ കഴിഞ്ഞേക്കാം.'

'ഞാൻ ഇയാളെ...' മാരീചൻ ക്ഷിരാജിനെ കൊണ്ട് സംസാരിപ്പിക്കാൻ പ്രയോഗിക്കേണ്ട പ്രാകൃതമായ രീതികളെക്കുറിച്ച് പറയാൻ നിന്നില്ല.

'വേണ്ട. ഞാൻ കൈകാര്യം ചെയ്തു കൊള്ളാം. അങ്ങ് പിതാവിന്റെ അടുത്തേക്കു പോകൂ.'

'ശരി, കുമാരാ.'

'ലക്ഷ്മണൻ കിഴക്കൻ ഭാഗം പിടിച്ചെടുത്തു കഴിഞ്ഞിരിക്കുന്നു,' ദൂരദർശിനിയിലൂടെ നോക്കി വിഭീഷണൻ പറഞ്ഞു. പ്രഭാതസൂര്യൻ ഉദിച്ചുയർന്നപ്പോൾ ഭരതനും വിഭീഷണനും അയോദ്ധ്യയുടെ സൈന്യാധിപന്റെ കപ്പൽതട്ടിൽ നിൽക്കുകയാണ്. ഉയർന്ന കപ്പൽതട്ട് നിരീക്ഷണത്തിന് അനുയോജ്യമാണ്. ഓങ്കയാറ കോട്ടയുടെ കിഴക്കൻ ഭാഗത്ത് അയോദ്ധ്യയുടെ കൊടിക്കൂറ പാറുന്നത് ദൂരദർശിനിയിലൂടെ ഭരതന് കാണാം. വെള്ളത്തുണിയുടെ മധ്യത്തിൽ ചുവന്നിരുണ്ട സൂര്യൻ, അതിന്റെ രശ്മികൾ എല്ലാ ദിശകളിലേക്കും പ്രസരിക്കുന്നുണ്ട്. അടിഭാഗത്ത് ഗംഭീരനായ, കുതിച്ചു ചാടുന്ന കടുവ. ചുറ്റും സൂര്യന്റെ കിരണങ്ങൾ. തങ്ങളുടെ കൊടികൾ പറക്കുന്നത് ഭരതൻ കണ്ടു. എന്നാൽ പടിഞ്ഞാറൻ ഭാഗത്ത് അപ്പോഴും ലങ്കക്കാരുടെ കറുത്ത കൊടികൾ പറന്നു. കറുത്ത കൊടിയിൽ തീജ്വാലകൾക്കിടയിൽ നിന്ന് കുതിച്ചു പൊന്തുന്ന, അലറുന്ന സിംഹത്തിന്റെ തലയാണുള്ളത്. ഭരതന് കൊടിക്കൂറകളിലെ വിശദാംശങ്ങൾ കാണാൻ കഴിഞ്ഞില്ലെങ്കിലും കറുപ്പും വെളുപ്പും കൊടികൾ ഘോരമായ വ്യത്യാസത്തോടെ പാറിക്കളിച്ചു.

'പടിഞ്ഞാറൻ ഭാഗം ഇപ്പോഴും ലങ്കയുടെ നിയന്ത്രണത്തിലാണ്,' ഭരതൻ പറഞ്ഞു.

'അത് തീനാളങ്ങളാണോ?' വിഭീഷണൻ ചോദിച്ചു.

'അതു പോലെ തോന്നുന്നു.'

'നാശം. അവർ ആഹാര പദാർത്ഥങ്ങളും മറ്റും കൂട്ടിയിട്ട് കത്തിക്കുകയാണ്. ലക്ഷ്മണ കുമാരൻ കിഴക്ക് ഭാഗത്ത് പെട്ടുപോയിട്ടുണ്ടാകില്ലെന്ന് പ്രതീക്ഷിക്കാം. ലങ്കക്കാർ അണക്കെട്ടിന്റെ ചീപ്പുകൾ നശിപ്പിച്ചെങ്കിൽ ഏതാനും ദിവസങ്ങൾ നമ്മൾ തടസ്സപ്പെടും.'

ഭരതൻ മിണ്ടാതെ നിന്നു.

വിഭീഷണൻ ഭരതനു നേരെ തിരിഞ്ഞു. 'ഭരത കുമാരാ, മനുഷ്യന്റെ തലച്ചോറിലെ നാഡികളുടെ നീളം ഒരൊറ്റ വരിയായി വലിച്ചു നീട്ടി വച്ചാൽ എട്ടര ലക്ഷം കിലോമീറ്റർ വരുമെന്നറിയാമോ? ഭൂമിയും ചന്ദ്രനും തമ്മിലുള്ള ദൂരത്തിന്റെ ഇരട്ടിയിലധികമാണത്.'

ഭരതൻ തന്റെ മുഖത്ത് പരന്ന പരിഭ്രാന്തമായ നീരസം മറച്ചു വയ്ക്കാൻ

ശ്രമിച്ചു. എന്തിനെക്കുറിച്ചാണ് ഈ വിഡ്ഢി സംസാരിക്കുന്നത്? ഇതും ഓങ്കയാറയുമായി എന്തു ബന്ധം?

വിഭീഷണൻ വീണ്ടും സംസാരിച്ചു. 'മനുഷ്യന്റെ തലച്ചോറിനേക്കാൾ ശക്തമായ മറ്റൊരു ആയുധവുമില്ല. നിങ്ങളുടെ സഹോദരന്റെ കരുത്തിനേക്കാൾ എന്റെ ബുദ്ധി ഉപയോഗിക്കേണ്ട നേരമാണിത്.'

ഭരതൻ അപ്പോഴും മിണ്ടാതെയിരുന്നു.

'ചീപ്പുകളുടെ നിയന്ത്രണ ഉത്തോലകങ്ങൾ നശിപ്പിക്കപ്പെട്ടിരിക്കും,' വിഭീഷണൻ തുടർന്നു. 'ഞാൻ ധൂമ്രാക്ഷന്റെ സ്ഥാനത്താണെങ്കിൽ അതു തന്നെ ചെയ്യും. അതു കൊണ്ടാണ് വേഗത്തിൽ കാര്യങ്ങൾ നടത്താൻ ഞാൻ നിങ്ങളുടെ സഹോദരനോടു പറഞ്ഞത്. ഞാൻ പോയി ചീപ്പുകളുടെ അറ്റകുറ്റപ്പണികൾ നടത്തേണ്ടി വരും. അണക്കെട്ടിലെ വെള്ളം നിയന്ത്രിക്കാനായില്ലെങ്കിൽ ഓങ്കയാറയുടെ പിടിച്ചടക്കൽ ഉപയോഗശൂന്യമാണ്.'

'നിങ്ങൾ പറഞ്ഞതു ശരിയാണ്,' ഭരതനു സമ്മതിക്കേണ്ടി വന്നു. 'ലക്ഷ്മണന് അണക്കെട്ടു നിയന്ത്രിക്കാനായില്ലെങ്കിൽ.'

'എനിക്കതു തന്നെയാണു തോന്നുന്നത്. അണക്കെട്ടിനു മുകളിൽ നമ്മുടെ കൊടി പാറുന്നത് കാണുന്നില്ല.'

ഭരതൻ ദൂരത്തു നിന്ന് ഓങ്കയാറയെ നോക്കിക്കൊണ്ടിരുന്നു.

'ഞാൻ പോകാം,' വിഭീഷണൻ തുടർന്നു. 'ഞാൻ ഇപ്പോൾ തന്നെ പ്രധാന പാതയിലൂടെ കോട്ടയുടെ കിഴക്കു ഭാഗത്തേക്കു പോകാം. അത് നമ്മുടെ നിയന്ത്രണത്തിലാണല്ലോ. എന്റെ കൂടെ നൂറു സൈനികരെ അയക്കൂ. ഏതാനും ദിവസങ്ങൾക്കുള്ളിൽ ചീപ്പുകളുടെ അറ്റകുറ്റപ്പണികൾ തീർക്കാം.'

'ഞാൻ മുന്നൂറു പേരെ അയക്കാം.'

വിഭീഷണൻ നാടകീയമായി കുമ്പിട്ടു വണങ്ങി. 'നന്ദി, നല്ലവനായ രാജകുമാരാ.'

'പക്ഷേ, നിങ്ങൾ പടിഞ്ഞാറൻ ഭാഗവും നമ്മുടെ നിയന്ത്രണത്തിൽ കൊണ്ടു വരണം. പടിഞ്ഞാറൻ ഭാഗത്തേക്കുള്ള തുരങ്കം നശിപ്പിച്ചെന്ന് ഉറപ്പു വരുത്തണം. പ്രധാന പ്രവേശന കവാടം ഫലപ്രദമായി കൊട്ടിയടച്ചെന്നും.'

'നിങ്ങൾ വളരെ യാഥാസ്ഥിതികനാണ്, ഭരതകുമാരാ. ഇതെല്ലാം ചെയ്യാൻ ഒന്നോ രണ്ടോ ദിവസമെടുക്കും. അത് ചീപ്പുകളുടെ അറ്റകുറ്റപ്പണികൾ വൈകിക്കും. എനിക്ക് ലങ്കക്കാരെ അറിയാം. അവർ തിരിച്ചു വരില്ല. നമ്മൾ അക്രമാസക്തരായി മുന്നോട്ടു നീങ്ങേണ്ടതുണ്ട്.'

'ഇല്ല,' ഭരതൻ കട്ടപ്പത്തോടെ പറഞ്ഞു. 'ഞാൻ അനാവശ്യമായ അപകടങ്ങൾ വിളിച്ച വരുത്തില്ല.'

'പക്ഷേ – '

ഭരതൻ വിഭീഷണന്റെ അടുത്തേക്ക നീങ്ങി. അലോസരമായ രീതിയിൽ പതിയെ പറഞ്ഞു. 'നിങ്ങൾ ഞാൻ പറഞ്ഞതുപോലെ കേൾക്കു. വ്യക്തമാണോ?'

വിഭീഷണൻ അടിയറവു പറഞ്ഞു. 'തീർച്ചയായും, ഭരത കുമാരാ.'

'ഓങ്കയാറ അവരാണിപ്പോൾ നിയന്ത്രിക്കുന്നത്,' വസിഷ്ഠൻ പറഞ്ഞു. 'പക്ഷേ, ലക്ഷ്മണൻ പറയുന്നത് അതൊരു പാതി വിജയമാണെന്നാണ്.'

മഹാവേലി ഗംഗാ നദിയിലെ യുദ്ധക്കളത്തിൽ നിന്ന് സന്ദേശവും കൊണ്ട് പ്രാവെത്തിയിട്ടുണ്ട്. വേഗത്തിൽ പറക്കുന്ന ആ പക്ഷികൾ ലങ്കയിൽ നിന്നും ഏതാനും മണിക്കൂറുകൾക്കകം സന്ദേശം എത്തിക്കും. ഉച്ചഭക്ഷണത്തിനു മുമ്പേ വസിഷ്ഠനും രാമനും ആലോചനാ സമിതിയിലെ അംഗങ്ങളും സന്ദേശത്തിന്റെ ഉള്ളടക്കം ചർച്ച ചെയ്തു.

'പാതിജയമോ?' ഹനുമാൻ ചോദിച്ചു.

'അവർ പതിനഞ്ചു മിനിട്ടിനുള്ളിൽ ഇന്നു രാവിലെ കിഴക്കൻ ഭാഗം കീഴടക്കി.'

'അപ്പോൾ പടിഞ്ഞാറൻ ഭാഗമോ?' അരിഷ്ടനേമി ചോദിച്ചു.

'മൂന്നു മണിക്കൂറിനു ശേഷം അവർ അതിന്റെ നിയന്ത്രണം ഏറ്റെടുത്തു. ലങ്കക്കാർ പടിഞ്ഞാറൻ ഭാഗത്തേക്ക് പിൻവാങ്ങുകയും ലക്ഷ്മണന്റെ സൈനികരെ കൊട്ടിയടച്ച പ്രവേശന കവാടങ്ങളാൽ തടയുകയും ചെയ്തു. എന്നിട്ട് അവർ ആഹാര സാധനങ്ങൾക്കും മറ്റും തീ കൊടുത്തു. ലക്ഷ്മണന്റെ സൈനികർ മതിലിൽ കയറി അകത്തേക്ക കടന്നാണ് തീയണച്ചത്. പ്രതിരോധിക്കാൻ അവിടെ ലങ്കക്കാർ ആരുമുണ്ടായിരുന്നില്ല. അവരെല്ലാം തന്നെ പ്രധാന കവാടത്തിലൂടെ രക്ഷപ്പെട്ടിരുന്നു.'

'അപ്പോൾ കോട്ടയുടെ രണ്ടു ഭാഗത്തിന്റെയും നിയന്ത്രണം നമ്മുടെ ഭാഗത്താണ്. നമ്മളാണിപ്പോൾ ഓങ്കയാറ നിയന്ത്രിക്കുന്നത്. അതെങ്ങനെ പാതി വിജയമാകും?'

'ലങ്കക്കാർ ചീപ്പുകളുടെ നിയന്ത്രണ ഉത്തോലകങ്ങൾ നശിപ്പിച്ചോ?' പെട്ടെന്ന് തന്നെ കാര്യം മനസ്സിലാക്കി ശത്രുഘ്നൻ ചോദിച്ചു.

'അതെ,' വസിഷ്ഠൻ പറഞ്ഞു. 'അതുകൊണ്ട് സമ്മാനപ്പൊതി നമ്മൾ നേടിയെങ്കിലും സമ്മാനം അതിനു മുമ്പെ മോഷ്ടിക്കപ്പെട്ടിരുന്നു.'

'മോഷ്ടിക്കപ്പെട്ടില്ല, ഗുരോ. തകർക്കപ്പെട്ടിട്ടേയുള്ളൂ,' ശത്രുഘ്നൻ പറഞ്ഞു. 'ഒരു നല്ല നിർമ്മാണ സംഘത്തിന് ഒരാഴ്ചയ്ക്കുള്ളിൽ, ചിലപ്പോൾ അതിനേക്കാൾ കുറവു സമയത്തിനുള്ളിൽ ചീപ്പിന്റെ അറ്റകുറ്റപ്പണികൾ തീർക്കാവുന്നതേയുള്ളൂ.'

'അതേ,' വസിഷ്ഠൻ പറഞ്ഞു. 'ഒരാഴ്ചത്തേക്ക് പടവുകളിൽ വെള്ളം നിറയ്ക്കാനാകില്ല. ഭരതന്റെ കപ്പൽ അതുവരെ മഹാവേലി ഗംഗയിൽ കിടക്കും.'

'ഇതൊരു മികച്ച വിജയമാണ്,' രാമൻ പറഞ്ഞു. 'ഞാനിതിനെ പാതി വിജയമെന്നു വിളിക്കില്ല. ഇരട്ടി വിജയമെന്ന് വിളിക്കും!'

എല്ലാവരും രാമനു നേരെ തിരിഞ്ഞു.

രാമൻ തുടർന്നു. 'ധീരതയാൽ, യുദ്ധതന്ത്രത്താലല്ല ലക്ഷ്മണൻ നയിക്കപ്പെടുന്നത്. അതുകൊണ്ടാണ് ഇതൊരു പാതിവിജയമായി അവനു തോന്നുന്നത്. ഭരതന്റെ ദിവസേനയുള്ള സന്ദേശങ്ങൾ രാത്രിയോടെയാണ് എത്തുക. അയാൾക്കും എന്റെ അഭിപ്രായമാണെന്ന് എനിക്കുറപ്പാണ്.'

'അങ്ങനെയാണോ കാര്യങ്ങൾ?'

'ഇതൊരു മികച്ച വിജയമാണ്. ഭരതൻ ലങ്കക്കാരെ ആക്രമിക്കാൻ യാതൊരു ശ്രമവും നടത്തിയില്ലെങ്കിൽ അവർക്ക് സംശയമുണ്ടാകും. തന്റെ സേനയിൽ മുപ്പത്തയ്യായിരം സൈനികർ മാത്രമാണുള്ളതെന്ന് ഭരതനറിയാം. മഹാവേലി ഗംഗയിലേക്ക് ലങ്കക്കാർ അവരുടെ മുഴുവൻ സൈന്യത്തേയും കൊണ്ടു വന്നു എന്ന് ഇന്നലെ ഭരതൻ അറിയിച്ചിട്ടുണ്ട്. അത് ഒരു ലക്ഷത്തി എൺപതിനായിരത്തോളം സൈനികരാണ്. ലങ്കക്കാർക്ക് കൂടുതൽ എണ്ണത്തിന്റെയും നദിയുടെ മുകൾ ഭാഗത്ത് കിടക്കുന്നതിന്റെയും ആനുകൂല്യങ്ങളുണ്ട്. അതു കൊണ്ടാണ് ഭരതൻ വലിയ കപ്പലുകൾ കൂടെ കൊണ്ടു പോയത്. മികച്ച രീതിയിൽ ആക്രമിക്കുന്നതിനേക്കാൾ മികച്ച രീതിയിൽ പ്രതിരോധിക്കുന്നതിലാണ് ഇവിടെ പ്രാധാന്യം.'

'ന്യായമായ കാര്യം,' നാരദൻ പറഞ്ഞു.

'ഇത്രയും പ്രതികൂലമായ സാഹചര്യങ്ങളിൽ ലങ്കക്കാരെ ആക്രമിക്കുന്നത് ബുദ്ധിയല്ല.അവരെ ആക്രമിച്ചില്ലെങ്കിൽ നമ്മുടെ മുഴുവൻ സൈന്യവും അവിടെയില്ലെന്ന് അവർ സംശയിക്കും. ലങ്കയുടെ ഭാഗത്ത് നിന്നും കാര്യങ്ങൾ നോക്കിക്കാണാൻ ശ്രമിക്കൂ. വിഭീഷണനെന്ന ചതിയന്റെ സഹായത്തോടെ ഭരതൻ ഓങ്കയാറയെ ധാർഷ്ട്യത്തോടെ

ആക്രമിച്ചത് തന്റെ വലിയ കപ്പലുകളെ അണക്കെട്ടിനു കുറുകെ കടത്താനാണ്. പക്ഷേ, ഓങ്കയാറയിലെ പ്രത്യേക ദൗത്യസംഘം മിടുക്കോടെ ചീപ്പുകളുടെ നിയന്ത്രണ ഉത്തോലകങ്ങൾ നശിപ്പിക്കുകയും അവരുടെ മുന്നേറ്റം തടസ്സപ്പെടുത്തുകയും ചെയ്തു. ഭരതന്റെ ജോലിക്കാർ ചീപ്പുകളുടെ അറ്റകുറ്റപ്പണികൾ തീർക്കുന്നതു വരെ ലങ്കക്കാർ ക്ഷമയോടെ കാത്തിരിക്കും. അതിനിടയിൽ നമുക്ക് പടിഞ്ഞാറു നിന്ന് പട നീക്കി സിഗിരിയയിലെത്താം.'

'ഉം' ഹനുമാൻ പറഞ്ഞു. 'ഭരതന്റെ കണക്കു ശരിയാണെങ്കിൽ സിഗിരിയയിൽ ഇരുപതിനായിരം സൈനികർ മാത്രമാണ് അവശേഷിച്ചിട്ടുള്ളത്. നമുക്കു നേരിട്ട് കയറി ചെല്ലാം. തുടങ്ങുന്നതിന് മുമ്പേ യുദ്ധം അവസാനിക്കും.'

'നിശ്ചയമായും,' രാമൻ പറഞ്ഞു. 'ഇത് കുറ്റമറ്റ യുദ്ധതന്ത്രമാണ്.'

അദ്ധ്യായം 24

ഇന്ദ്രജിത്ത് നിരാശയോടെ ക്ഷിരാജിനെ തുറിച്ചു നോക്കി.

വൈകുന്നേരമായിരിക്കുന്നു. ഇന്ദ്രജിത്തും സൈനികരും അമ്പൻ ഗംഗയിലേക്ക് ജലസംഭരണിയിൽ നിന്ന് മലവെള്ളം ഒഴുക്കിവിടുന്ന നീർച്ചാലുകൾ തടസ്സപ്പെടുത്തി കഴിഞ്ഞു. എന്നിട്ടവർ ലങ്കയുടെ കപ്പൽപ്പട കൈവശം വച്ചിരിക്കുന്ന അമ്പൻ ഗംഗയുടെ പടിഞ്ഞാറൻ തീരങ്ങളിലേക്ക് പിൻമാറി. കാട്ടിനുള്ളിലേക്ക്.

അയാൾ മുഖം നിറയുന്ന നീരസത്തോടെ സൈനികരെ നോക്കി. 'അവളെവിടെ?'

ക്ഷിരാജ് കൈകൾ ഒരു മരത്തിനു ചുറ്റും ഉറപ്പുള്ള ചണച്ചരടിനാൽ പുറകിലേക്ക് കെട്ടിയിട്ട നിലയിലാണ്. അയാൾ തളർച്ചയോടെ മുന്നോട്ടാഞ്ഞു. കാലുകളും അതുപോലെ തന്നെ വലിച്ചു കെട്ടിയിട്ടുണ്ട്. ചണച്ചരടുകൾ ലങ്കക്കാർ ഉദ്ദേശിച്ചതു പോലെ തന്നെ പരുക്കനും കട്ടിയുള്ളതുമാണ്. അതയാളുടെ കൈത്തണ്ടകളിലും കണംകാലുകളിലും കുതറിമാറാൻ ശ്രമിക്കുന്നതിനിടയിൽ കഠിനമായ മുറിവുകളുണ്ടാക്കി. നിർഭാഗ്യവാനായ അയോദ്ധ്യക്കാരനേറ്റ ഏറ്റവും കുറവ് മുറിവുകളായിരുന്നു അത്.

നഖങ്ങൾ പറിച്ചെടുത്ത വിരലുകളിൽ നിന്ന് രക്തം ഒഴുകിയിറങ്ങി. അയാളുടെ കൺപോളകൾ മുറിച്ചെടുക്കപ്പെട്ടിരുന്നു. ചില കാൽവിരലുകൾ കാണാനില്ല. മുട്ടുകൾ ചുറ്റികയാൽ തകർക്കപ്പെട്ടിട്ടുണ്ട്. വലതു കയ്യിന്റെ വളവിലേക്ക് ഒരു ആണി അടിച്ചു കയറ്റിയിട്ടുണ്ട്. അത് അങ്ങേയറ്റം വേദനാജനകമാണ്.

ക്ഷിരാജ് വേദനയോടെ അലറി വിളിച്ചു, ദയയ്ക്ക് യാചിച്ചു, അമ്മയെ

വിളിച്ച കരഞ്ഞു. പക്ഷേ, അയാൾ സംസാരിച്ചതേയില്ല. അയോദ്ധ്യയുടെ സൈന്യത്തെക്കുറിച്ച് യാതൊരു രഹസ്യവും പുറത്തു പറഞ്ഞില്ല. രാമന്റെ യുദ്ധതന്ത്രം തങ്ങൾക്കറിയാവുന്ന കാര്യങ്ങൾ മാത്രമല്ലേയെന്ന് ഇന്ദ്രജിത്ത് സംശയിക്കാൻ തുടങ്ങി; മഹാവേലി ഗംഗയിൽ നിന്നും വിപുലമായ ഒരു ആക്രമണവും മലവെള്ളത്തിന്റെ കവാടങ്ങൾ തുറക്കാൻ ഓങ്കയാറ പിടിച്ചടക്കലും – ചിലപ്പോൾ കണ്ടെത്താൻ രഹസ്യങ്ങൾ ഒന്നും തന്നെയുണ്ടാവില്ല. എങ്കിലും അതിനേക്കാൾ കൂടുതൽ എന്തോ ഉണ്ടെന്ന് ആഴത്തിലുള്ള ചോദന അയാളെ വേവലാതിപ്പെടുത്തിക്കൊണ്ടിരുന്നു. അയാൾക്ക് മറികടക്കാനാകാത്ത ഒരു ഉൾവിളി. അതുകൊണ്ടു തന്നെ ക്ഷിരാജിനോട് തോൽവി സമ്മതിക്കാൻ അയാൾ തയ്യാറായിരുന്നില്ല.

എന്നാൽ തന്റെ രീതികൾ ഫലം തരുന്നില്ലെന്നും അയാൾക്കറിയാമായിരുന്നു. പീഢനം കൂട്ടേണ്ടതുണ്ട്. കൂടുതൽ മികച്ച ഒരു പീഢകനെ കണ്ടെത്തേണ്ടതുണ്ട്. അതിനാണയാൾ ഇപ്പോൾ ആളെ അയച്ചിരിക്കുന്നത്.

'എവിടെ സമീചി? രണ്ടു മണിക്കൂറായല്ലോ അവൾക്കു വേണ്ടി ആളയച്ചിട്ട്.'

സമീചി മുമ്പ് മിഥിലയുടെ ക്രമസമാധാനത്തിന്റെ തലവനായിരുന്നു. മിഥിലാ സാമ്രാജ്യത്തിന്റെ പ്രധാനമന്ത്രിയായിരുന്ന സീതാരാജകുമാരിയുടെ നേരിട്ടുള്ള നിയന്ത്രണത്തിൻ കീഴിലായിരുന്നു അവളുടെ പ്രവർത്തനം. എന്നാൽ സീതയറിയാതെ സമീചി രാവണന്റെ പക്ഷത്തായിരുന്നു. അവൾ കുട്ടിയായിരിക്കുമ്പോൾ ലങ്കാധിപനാണ് പീഢിപ്പിക്കുന്ന പിതാവിൽ നിന്നും അവളെ രക്ഷിച്ചത്. ആ കൂറാണ് തന്റെ രാജകുമാരിയെ ചതിക്കാൻ സമീചിയെ പ്രേരിപ്പിച്ചത്. തകർക്കാൻ വളരെയധികം ബുദ്ധിമുട്ടുള്ള മലയ പുത്രനായ സൈനികനിൽ നിന്ന് സമീചിയും കാമുകനായ ഖരനും നിർണ്ണായകമായ വിവരം പുറത്തെടുത്തെന്ന് ഇന്ദ്രജിത്തിനറിയാം. സീതയും അവളുടെ ഭർത്താവായ രാമനും സഹോദരനായ ലക്ഷ്മണനും പതിനാറ് മലയപുത്രൻമാരായ സൈനികരും ഗോദാവരിയുടെ തീരത്തുള്ള ദണ്ഡകാരണ്യത്തിൽ ഒളിച്ചിരിക്കുന്നു എന്നായിരുന്നു ആ വിവരം. അങ്ങനെയാണ് എളുപ്പത്തിൽ, വലിയ ആളപായമില്ലാതെ രാവണൻ സീതയെ തട്ടിക്കൊണ്ടു വന്നത്.

ചിലപ്പോൾ സമീചിക്ക് ഈ കഠിന ചിത്തനായ മനുഷ്യനിൽ നിന്ന് എന്തെങ്കിലും അറിയാനായേക്കും.

'പ്രഭോ!' ആശ്വാസത്തോടെ ഒരു സൈനികൻ പറഞ്ഞു. 'ദളപതിയായ സമീചി എത്തിച്ചേർന്നിട്ടുണ്ട്.' ഇന്ദ്രജിത്ത് തിരിഞ്ഞു നോക്കി.

സമീചി തിട്ടുക്കത്തിൽ മുട്ടുകുത്തിയിരിക്കുകയും ചുരുട്ടിയ മുഷ്ടി നെഞ്ചോടു ചേർക്കുകയും ചെയ്തു. 'എന്റെ കുമാരാ, അങ്ങയുടെ സേവനത്തിന് വിളിക്കപ്പെട്ട ഞാൻ ആദരിക്കപ്പെട്ടിരിക്കുന്നു.'

സീതയെ തട്ടിയെടുത്ത ശേഷം പുഷ്പകവിമാനത്തിൽ വെച്ച് അവളെ ദ്രോഹിക്കാൻ തുനിഞ്ഞതിന് രാവണൻ സ്ഥാനമാനങ്ങളിൽ നിന്ന് അവളെ പുറത്താക്കിയിരുന്നു. സീത സമീചിയുടെ കാമുകനായ ഖരനെ കൊന്നതിന് ആ വധശ്രമം സ്വാഭാവികമായ പ്രതികരണമായിരുന്നു. മുൻപത്തെ സേവനങ്ങളെ പരിഗണിച്ച് രാവണൻ സമീചിക്ക് മാപ്പ നൽകി. എന്നാലും സൈനിക പദവിയിൽ നിന്നും ഒഴിവാക്കിയത് ഒരു യോദ്ധാവിനെ സംബന്ധിച്ച് മരണ തുല്യമാണ്. അതുകൊണ്ട് ലങ്കയിലെ രാജകുടുംബത്തിന്റെ സേവനത്തിന് തിരിച്ചു വിളിക്കപ്പെട്ടതിൽ അവൾ അതീവ സന്തുഷ്ടയാണ്. രാജാവല്ല, രാജകുമാരനാണ് വിളിച്ചതെങ്കിൽ പോലും.

'ദളപതി സമീചീ,' ഇന്ദ്രജിത്ത് പറഞ്ഞു. അവളോട് മുൻപേ കാര്യങ്ങൾ പറഞ്ഞിട്ടുണ്ട്. എങ്കിലും അതവളോട് നേരിട്ടു പറയാൻ അയാൾ ആഗ്രഹിച്ചു. 'ഈ അയോദ്ധ്യക്കാരനായ സൈനികനിൽ അൽപ്പം ഉയിരേ അവശേഷിച്ചിട്ടുള്ളൂ. രാമന്റെ യുദ്ധതന്ത്രത്തിൽ നമുക്കറിയാത്ത എന്തോ ഉണ്ടെന്ന് ഞാൻ സംശയിക്കുന്നു. അതിന് ഇയാൾ സംസാരിക്കേണ്ടതുണ്ട്. അതു പറയുന്നതു വരെ ഇയാൾ ജീവിച്ചിരിക്കുകയും വേണം. നേരിയ ആ പാലം നിനക്ക് പണിയാനാകുമോ?'

'തീർച്ചയായും, പ്രഭോ!' കുമാരനെ പ്രീതിപ്പെടുത്താനുള്ള തിടുക്കത്തോടെ സമീചി പറഞ്ഞു. അവൾ ലങ്കക്കാരന്റെ നേർക്കു തിരിഞ്ഞു, 'നീ! ഒരു വിഡ്ഢിയെപ്പോലെ തുറിച്ചു നോക്കി ഇവിടെ നിൽക്കേണ്ടതില്ല. ഇവന്റെ നെറ്റി ആ മരത്തോട് ചേർത്തു കെട്ട്. മുറുക്കെ കെട്ട്. തല അനക്കാൻ പറ്റരുത്. 'അവൾ ഒരു വശത്തു നിന്ന മറ്റു ചില ലങ്കക്കാരുടെ നേർക്ക് തിരിഞ്ഞു. 'നിങ്ങൾ അഞ്ചു പേരും എന്റെ കൂടെ വാ!'

സമീചി അഞ്ചു ലങ്കക്കാരോടൊപ്പം കാട്ടിനുള്ളിലേക്ക് പാഞ്ഞു.

അരമണിക്കൂറിനുള്ളിൽ അവൾ തിരിച്ചെത്തി.

അഞ്ചു സൈനികരുടെയും കൈയിൽ വലിയ വാഴയിലകളുണ്ട്. അതിൽ തുങ്ങിക്കിടക്കുന്ന കൂടുകളും. ചുള്ളിക്കമ്പുകളും പുല്ലും ഇലകളും ചേർത്തുണ്ടാക്കിയ സാമ്പ്രദായിക കൂടുകളായിരുന്നില്ല അവ. അവർ കൊണ്ടു വരുന്ന ജന്തുക്കളുടെ ഉടലുകൾ ചേർത്തുണ്ടാക്കിയ കൂടുകൾ.

ഇന്ദ്രജിത്ത് അമ്പരപ്പോടെ നോക്കി. ഉറുമ്പുകളോ?

ഈ ഭൂമിയിലെ ഏറ്റവും വിജയികളായ ജന്തുവർഗ്ഗം തങ്ങളാണെന്ന

മതിഭ്രമത്തിലാണ് മനുഷ്യർ. അത് അങ്ങേയറ്റം ചോദ്യം ചെയ്യപ്പെടാവുന്ന അനുമാനമാണ്.

ഏകദേശം നൂറു ദശലക്ഷം വർഷങ്ങളായി ഉറുമ്പുകൾ ഭൂമിയിലുണ്ട്. മനുഷ്യർ ഭൂമിയിൽ പ്രത്യക്ഷപ്പെടുന്നതിനു മുമ്പേ തന്നെ. ദിനോസറുകൾ ഭൂമിയിൽ നടക്കുമ്പോഴും അവരുണ്ട്. ആ കൂറ്റൻ ജന്തുക്കളെ നശിപ്പിച്ചതെന്തായാലും അതിനെയും ഉറുമ്പുകൾ അതിജീവിച്ചു. അവയുടെ എണ്ണം ഏതാനും ദശലക്ഷം വർഷങ്ങൾക്ക് മുമ്പ് ക്രമാതീതമായി വർദ്ധിച്ചു. അവയുടെ എണ്ണം വളരെ വലുതാണ്. ചില കണക്കുകളനുസരിച്ച് അത് ആയിരക്കണക്കിന് മഹാകോടികൾ വരും. ഭൗമമണ്ഡലത്തിലെ ജന്തു ജൈവപിണ്ഡത്തിന്റെ പതിനഞ്ചു മുതൽ ഇരുപതു ശതമാനം വരെ ഉറുമ്പുകളാണ്; മനുഷ്യരും സസ്തനികളും ഒരുമിച്ചു ചേർന്നാലുള്ള എണ്ണത്തിനേക്കാൾ കൂടുതൽ!

ഉറുമ്പുകൾ വലുതും സങ്കീർണ്ണവുമായ കോളനികൾ പണിയും. എന്നിട്ട് തൊഴിൽ വിഭജനത്തിലൂടെ കാര്യക്ഷമമായി ജീവിതം ചിട്ടപ്പെടുത്തും. ചിലർ തൊഴിലാളി ഉറുമ്പുകളാണ്. ചിലർ സൈനികരും. ഉറുമ്പുകളുടെ ഒരു കോളനി സ്ഥാപിക്കുകയും മുട്ടയിടുന്നതിലൂടെ അടുത്ത തലമുറ ഉറപ്പു വരുത്തുകയും ചെയ്യുന്ന ഒരു റാണിയുമുണ്ടായിരിക്കും. ഉറുമ്പുകൾ മനുഷ്യരെപ്പോലെ പോരടിക്കുകയും സങ്കീർണ്ണമായ യുദ്ധതന്ത്രങ്ങൾ കാണിക്കുകയും ചെയ്യും. ശത്രുതകൾ തലമുറകളോളം നീണ്ടു നിൽക്കും. ഒരു ദശലക്ഷം മുതൽ ഇരുപതു ദശലക്ഷം വരെ ഉറുമ്പുകളെ ഉൾക്കൊള്ളുന്ന ഒരു കോളനിയുടെ പ്രധാന ഗുണം അതൊരൊറ്റ കൂടാണെന്നുള്ളതാണ്. അവർ ഒരുമിച്ച് ജോലി ചെയ്യുകയും ഒരുമിച്ച് ജീവിതം ചിട്ടപ്പെടുത്തുകയും ചെയ്യും. ഭയാനകമായ രീതിയിൽ ചിട്ടപ്പെടുത്തപ്പെട്ട ഒരൊറ്റ കൂറ്റൻ ജീവിയെ പോലെ. ഒരുമിച്ചു ചേരുമ്പോൾ ആ ജീവി നൂറുകണക്കിനു മീറ്ററുകൾ നീളും.

ഉറുമ്പുകളെക്കുറിച്ചുള്ള ഇത്തരം വിശദാംശങ്ങളിൽ സമീചിക്ക് താത്പര്യമില്ല. ചെറിയ ഉടൽവലിപ്പമുള്ള ഉറുമ്പുകൾ കാണിക്കുന്ന അപാരമായ കരുത്തിലാണ് അവൾക്ക് താത്പര്യം. ഏറ്റവും അസാധാരണമായ ഇടങ്ങളിൽ വേദന എത്തിക്കാൻ അത് ഉറുമ്പുകളെ സഹായിക്കും.

കാഴ്ചയിൽ നിന്ന് അകലെയല്ലെങ്കിലും അൽപ്പം ദൂരെയുള്ള ഒരു സ്ഥലത്ത് ഉറുമ്പിൻ കൂടുകൾ വയ്ക്കാൻ സമീചി അഞ്ചു സൈനികരോട് ആവശ്യപ്പെട്ടു. 'വാഴയിലകൾക്ക് ചുറ്റും വെള്ളത്തിന്റെ ഒരു ചെറിയ കിടങ്ങുണ്ടാക്കണം, ഉറുമ്പുകൾ രക്ഷപ്പെടാതിരിക്കാൻ.'

'ശരി, ദളപതി,' സൈനികരിൽ ഒരാൾ അവളെ വണങ്ങി.

ഇന്ദ്രജിത്തിന് കൂടുതൽ ആത്മനിയന്ത്രണം പാലിക്കാനായില്ല. സമീചിയെ വിളിച്ചു കൊണ്ടു വന്നത് അബദ്ധമായിപ്പോയോ എന്നയാൾ ആലോചിച്ചു. 'ഉറുമ്പുകളോ?'

'ഇവ സാധാരണ ഉറുമ്പുകളല്ല,' സമീചി പറഞ്ഞു. 'ഇവ മാംസം ഭക്ഷിക്കുന്ന ഉറുമ്പുകളിലെ പോരാളികളാണ്.'

മാംസം ഭക്ഷിക്കുന്ന ഉറുമ്പുകൾ മറ്റു പ്രാണികളുടെ ഉടൽ തിന്നാണ് ജീവിക്കുന്നത്. കൂട്ടത്തോടെ ആക്രമിക്കുമ്പോൾ കോഴികളും ആടുകളും പോലുള്ള വലിയ ജന്തുക്കളെ പോലും അവ തിന്നു തീർക്കും. പന്നികളെപ്പോലും മുറിവേറ്റു കിടപ്പായാൽ അക്രമകാരികളായ ആ ഉറുമ്പുകൾ വെറുതെ വിടില്ല.

'വേഗം ഒരു തീക്കുണ്ഡം തയ്യാറാക്കു,' സമീചി തിടുക്കത്തിൽ ഒരു സൈനികനോട് ഉത്തരവിട്ടു. എന്നിട്ട് പാട്ടിലാക്കുന്ന ചിരിയോടെ ഇന്ദ്രജിത്തിനു നേരെ തിരിഞ്ഞു. 'ഇത് പെണ്ണുറുമ്പുകളാണ്, കുമാരാ. കൂടുതൽ ഉഗ്രസ്വഭാവികൾ.'

ഇന്ദ്രജിത്തിന് സമീചിയോട് ഉറുമ്പുകൾ പെണ്ണാണെന്ന് എങ്ങനെയറിഞ്ഞു എന്നു ചോദിക്കണമെന്നുണ്ടായിരുന്നു, പക്ഷേ, ചോദിക്കേണ്ടെന്നു വെച്ചു. ചോദിച്ചിരുന്നെങ്കിൽ അവൾ ഇങ്ങനെ പറയുമായിരുന്നു; ഉറുമ്പു കോളനിയിലുള്ളതെല്ലാം പ്രായോഗിക തലത്തിൽ പെണ്ണുങ്ങളാണ്: ആണുങ്ങളെല്ലാം ഒരാഴ്ചയേ ജീവിക്കൂ. അവ ഒന്നുകിൽ ചാകുകയോ അല്ലെങ്കിൽ ഇണ ചേർന്നതിന് ശേഷം കൊല്ലപ്പെടുകയോ ചെയ്യും.

ഇന്ദ്രജിത്ത് പോരാളി ഉറുമ്പുകളെ കാണാൻ ചെന്നു. അവ റാണി ഉറുമ്പുകളെക്കാൾ ചെറുതും തൊഴിലാളി ഉറുമ്പുകളേക്കാൾ വലുതുമാണ്. റാണി ഉറുമ്പുകൾ കുഞ്ഞുങ്ങളെ ഉണ്ടാക്കും. വേറെ ഒന്നും ചെയ്യില്ല. തൊഴിലാളി ഉറുമ്പുകൾ നല്ല പോലെ തൊഴിലെടുക്കും. പോരാളി ഉറുമ്പുകളാണ് കോളനിയിലെ യോദ്ധാക്കൾ. അവ സ്വന്തം കോളനികൾ അക്രമാസക്തമായി സംരക്ഷിക്കുകയും പുറത്തു നിന്നുള്ളവരെ കഠിനമായി ആക്രമിക്കുകയും ചെയ്യും. അവയ്ക്ക് പല്ലുള്ള കാൽനഖങ്ങളും താടിയെല്ലുകളും മാരകമായ ആയുധങ്ങളായുണ്ട്.

സമീചി തീക്കുണ്ഡത്തിൽ നിന്നും ഒരു ചുള്ളിയെടുത്ത് വാഴയിലകളിലൊന്നിൽ തൂങ്ങിക്കിടക്കുന്ന കൂടുകളിലൊന്നിലേയ്ക്ക് പുക ഊതി കയറ്റി. പോരാളി ഉറുമ്പുകളുടെ താൽക്കാലികമായ കൂടുകൾ മറ്റു ഉറുമ്പുകളുടെ കൂടു പോലെയല്ല; അവ ഉറുമ്പുകളെ കൊണ്ടു തന്നെ ഉണ്ടാക്കിയവയാണ്. അവ കാലുകളിലെ നഖങ്ങളും താടിയെല്ലുകളും

ചേർത്ത്, പരസ്പരം കൂടിച്ചേർന്ന് ഭിത്തികളുണ്ടാക്കുകയും ജീവനുള്ള കൂടാരം മെനയുകയും ചെയ്യും. പുക അലോസരപ്പെടുത്തിയതോടെ ജീവനുള്ള ആ കൂട് പൊളിയാൻ തുടങ്ങുകയും വാഴയിലകളിൽ അങ്ങോളമിങ്ങോളം ഉറുമ്പുകൾ ചിതറിയോടുകയും ചെയ്തു. ഏതാനും ചിലത് ഇലയ്ക്കു ചുറ്റുമുള്ള കിടങ്ങിലെ വെള്ളത്തിൽ വീണു ചാകുകയും ചെയ്തു.

സമീചി ഒരു സൈനികനു നേരെ കുരച്ചു ചാടി, 'നദിയോരത്തെ ഞാങ്ങണ കൊണ്ട് ഏതാനും പൊള്ളയായ കുഴലുകളുണ്ടാക്കണം. പെട്ടെന്ന്.'

അവൾ ശ്രദ്ധയോടെ ഒരു ഉറുമ്പിനെ ചവണ കൊണ്ട് പൊക്കിയെടുത്തു. ആ ചെറിയ ജന്തുവിനെ ഉപദ്രവിക്കാതെ. ഒരു സെൻറീമീറ്ററിൽ അൽപ്പം കുറവുണ്ട് ആ ഉറുമ്പിന്റെ നീളം. അതിന് വലിയ താടിയെല്ലുകളുണ്ട്. അത്രയും വലിയ താടിയെല്ലുകളുള്ളതിനാൽ പോരാളി ഉറുമ്പുകൾക്ക് തനിച്ച് ഭക്ഷണം കഴിക്കാനാകില്ല. തൊഴിലാളി ഉറുമ്പുകളാണ് ആവശ്യമായ ഭക്ഷണം അവർക്കു നൽകുന്നത്. പോരാളി ഉറുമ്പിന് മങ്ങിയ നാരങ്ങാ നിറമുള്ള തലയും കട്ടുത്ത നാരങ്ങാ നിറമുള്ള കാലുകളുമുണ്ട്. വലുതും ഇരുണ്ടതുമായ താടിയെല്ലുകൾ മാരകവും മൂർച്ചയുള്ളതും വിഷമയവുമാണ്. കാലുകളിൽ ഭീതിതമായ ഇറുക്കു കാലുകളുണ്ട്. അതിന്റെ സ്പർശിനി, സമീചി എടുത്തു കൊണ്ടു പോയപ്പോൾ അക്രമാസക്തമായി എഴുന്നേറ്റു നിന്നു. അതിന്റെ പല്ലുകളുള്ള, വിഷം പുരണ്ട താടിയെല്ലുകൾ വായുവിനെ ചവച്ചു.

ഇന്ദ്രജിത്ത് മയങ്ങിപ്പോയതു പോലെ നോക്കി നിന്നു.

സമീചി നിസ്സംഗതയോടെ ക്ഷിരാജിനെ തുറിച്ചു നോക്കി. എന്നിട്ട് താഴ്ന്നതും ക്രൂരവുമായ സ്ഥായിയിൽ പിറുപിറുത്തു, 'ഈ പോരാളി ഉറുമ്പിനെ നോക്കൂ, ക്ഷിരാജ്.'

ക്ഷിരാജ് ഉഗ്രമായ ദൃഢനിശ്ചയത്തോടെ സമീചിയെയും തുറിച്ചു നോക്കി. അവർ ചെയ്തതെല്ലാം അയാൾ അതിജീവിച്ചിരുന്നു. ഇനി ഒരു ഉറുമ്പ് എന്തു ചെയ്യാൻ? അതിനേക്കാൾ മോശമായിട്ടെന്തുണ്ട്?

എന്നാൽ സമീചിയെ സംബന്ധിച്ചിടത്തോളം പീഢനമെന്നാൽ സുകുമാരകലയാണ്. തുടർച്ചയായതും കരണ്ടു തിന്നുന്നതുമായ വേദന ആത്മധൈര്യം തകർക്കും. എന്നാലത് തലച്ചോർ അടഞ്ഞു പോകുന്ന സഹനത്തിന്റെ പരിധി കവിയാതെ ശ്രദ്ധയോടെ വലിച്ചു നീട്ടേണ്ടതുണ്ട്.

സമീചി സൈനികരിലൊരാളോട് എന്തോ ആംഗ്യം കാട്ടുകയും അയാളോടിവന്ന് ക്ഷിരാജിന്റെ പല്ലുകൾക്കിടയിൽ മൃദുലമായ ഒരു മരക്കഷ്ണം തിരുകുകയും ചെയ്തു. സമീചി ഭീതിതമായ ചിരിയോടെ

ഇന്ദ്രജിത്തിനു നേരെ തിരിഞ്ഞു. 'വേദനയോടെ നാക്ക് കടിച്ചു പറിക്കരുതല്ലോ. അല്ലെങ്കിൽ അയാൾ എങ്ങനെ സംസാരിക്കും?'

ഇന്ദ്രജിത്ത് സമീചിയെ ഹൃദയത്തിൽ കയറിപ്പിടിക്കുന്ന അൽപം തണുത്ത ഭയത്തോടെ തുറിച്ചു നോക്കി. ഇവൾ ഇതെല്ലാം ആസ്വദിക്കുകയാണല്ലോ...

'നീ എന്താണ് ആലോചിക്കുന്നതെന്ന് എനിക്കറിയാം, ക്ഷിരാജ്,' സമീചി മൃദുലവും പൈശാചികവുമായ ശബ്ദത്തിൽ തന്റെ ഇരയോടു പറഞ്ഞു. 'ഒരു ഉറുമ്പിനെന്തു ചെയ്യാനാകും, എന്നല്ലേ?'

ക്ഷിരാജ് പ്രതികരിച്ചില്ല.

സമീചി തുടർന്നു. 'പക്ഷെ ഒരു ഉറുമ്പിന് ഏറെ കാര്യങ്ങൾ ചെയ്യാനാകും. അതിന്റെ കടിയുടെ വിഷം കാട്ടിലെ ശരിക്കുള്ള രാജാവായ ആനയെപ്പോലും അടി പതറിപ്പിക്കും.'

സമീചി പൊള്ളക്കുഴലുമായി ഓടിവന്ന സൈനികന്റെ നേർക്കു തിരിഞ്ഞു. അവളത് കയ്യിൽ വാങ്ങി.

'പക്ഷെ ഉറുമ്പ് നേരായ ഇടത്തിൽ തന്നെയാണെന്ന് ഉറപ്പു വരുത്തേണ്ടതുണ്ട്.' സമീചി പൊട്ടിച്ചിരിച്ചു. 'ആനപ്പുറത്ത് ഉറുമ്പു കടിച്ചാൽ അത് അറിയുക പോലുമില്ല. പക്ഷേ, ആനയുടെ തുമ്പിക്കൈക്കുള്ളിൽ ഉറുമ്പ് കയറിയാലോ...'

സമീചി ക്ഷിരാജിന്റെ ചെവിട്ടിനടുത്തു വന്ന് പിറുപിറുത്തു, 'നിങ്ങളുടെ കർണ്ണനാളം തലച്ചോറിനുള്ളിലേയ്ക്ക് ഏകദേശം മൂന്ന് സെൻറീമീറ്റർ നീളുന്നുണ്ടെന്ന് നിങ്ങൾക്കറിയാമോ?' ക്ഷിരാജ് ഉറുമ്പിനെ ഓർത്തല്ല, ആ സ്ത്രീ പരത്തുന്ന പൈശാചികമായ പരിവേഷത്തിൽ നടുങ്ങി വിറച്ചു. പക്ഷേ, അയാൾക്ക് നീങ്ങാൻ കഴിഞ്ഞില്ല. തല മരത്തിൽ മുറുകെ കെട്ടിവച്ചിരിക്കുകയാണല്ലോ.

സമീചി അയാളെ വേദനിപ്പിക്കാനുള്ള ആവേശത്തോടെ പിറുപിറുക്കാൻ തുടങ്ങി. 'കർണ്ണപടത്തിന്റെ മറുവശത്തു നമുക്ക് വളരെ സംവേദനക്ഷമമായ നാഡികളുണ്ടെന്ന് അറിയാമോ? കർണ്ണ നാളിയുടെ ഉള്ളിലേയ്ക്ക് ഇത്രയും ചെറുതും മാരകവുമായ ഒരു ജന്തുവിനെ കടത്തിവിടുന്നതെങ്ങനെയെന്ന് ഞാൻ ആലോചിച്ചിട്ടുണ്ട്.'

സമീചി പൊള്ളക്കുഴലിന്റെ ഒരറ്റം ക്ഷിരാജിന്റെ ചെവിട്ടിലേക്ക് ശ്രദ്ധയോടെ ഇറക്കി. കഴിയാവുന്നത്രയും താഴേയ്ക്ക്. 'കർണ്ണ നാളിയുടെ ഘടനയാണ് തടസ്സം. അത് തീരെ ചെറുതാണ്. വളവുകളുള്ളതും. പക്ഷെ മൂർച്ചയുള്ളതും മാരകവുമായ എന്തെങ്കിലും അതിനുള്ളിലേക്ക് എത്തിയാൽ....' സമീചി തന്റെ കരകൗശലം ആസ്വദിക്കാനായി

പുറകോട്ടു മാറി നിന്നു. 'കർണ്ണപടത്തിന്റെ മറുവശത്തുള്ള നാഡികൾ എല്ലാ സംവേദനങ്ങളും നേരിട്ട് തലച്ചോറിലെത്തിക്കുമെന്ന് നിങ്ങൾക്കറിയാമോ? നട്ടെല്ലിന്റെ അരിച്ചെടുക്കലില്ലാതെ, നേരിട്ട്! നിങ്ങൾ അത് താമസിയാതെയറിയും. ഈ വിദ്യ മിനുക്കിയെടുക്കാൻ എനിയ്ക്ക് അൽപം സമയം വേണ്ടിവന്നു... ചില രസകരമായ പരീക്ഷണങ്ങൾ. നിനക്കതിപ്പോൾ മനസ്സിലാകും....ഒരിക്കലും മറക്കുകയുമില്ല.'

ക്ഷിരാജിന്റെ വിക്ഷോഭത്തിനടിമയായ കണ്ണുകൾ തുറിയ്ക്കുകയും അയാൾ പുളയുന്ന ആ ജന്തുവിനെ തുറിച്ചു നോക്കുകയും ചെയ്തു. പോരാളി ഉറുമ്പിന്റെ അരമുള്ള താടിയെല്ലിൽ നിന്ന് ഒരു തുള്ളി വിഷം ഇറ്റി വീണു.

സമീചി പോരാളി ഉറുമ്പിനെ പൊള്ളക്കുഴലിനടുത്തേക്ക് കൊണ്ടു വന്നു. എന്നിട്ടതിനെ അകത്തേക്കിട്ടു. തുറന്ന ഭാഗം അൽപം കളിമണ്ണ് കൊണ്ടടച്ചു. എന്നിട്ട് പുറകോട്ടു മാറി നിന്നു.

'അത് നിന്റെയടുത്തേക്കു വരുന്നതു ശ്രദ്ധിക്കു.' തന്റെ കർണ്ണ നാളിയിലേക്ക് ഇറക്കി വച്ച പൊള്ളക്കുഴലിലൂടെ ഉറുമ്പിന്റെ കാലൊച്ചകൾ ഇരട്ടിയൊച്ചയിൽ കേട്ട് അയാൾ ഭീതിയോടെ പുളഞ്ഞു. ആനയുടെ കാലടിയൊച്ചകൾ പോലെ അയാൾക്കു തോന്നി.

'അത് വരുന്നതറിയൂ....അത് വരുന്നതു കേൾക്കു...' സമീചി മന്ത്രിച്ചു.

ആ ഉറുമ്പിനെ തുരത്താൻ അയാൾ വെറിപിടിച്ചതു പോലെ ശ്രമിച്ചു. അയാൾ തലയാട്ടാനും വിഭ്രാന്തിയിലമർന്നതു പോലെ കണ്ണുകളുരുട്ടാനും തുടങ്ങി. പക്ഷേ, തലയടക്കമുള്ള അയാളുടെ ഉടൽ മുഴുവനും മരത്തിൽ ബലമായി കെട്ടിയിട്ടിരിക്കുകയാണ്. പൊള്ളക്കുഴലാകട്ടെ കർണ്ണപടത്തോളം ഇറക്കിവെച്ചിട്ടുമുണ്ട്.

ഇപ്പോളയാൾക്ക് ഉറുമ്പിനെ അറിയാം. ഉറുമ്പ് പൊള്ളക്കുഴലിൽ നിന്ന് അയാളുടെ കർണ്ണനാളിയിലേക്ക് കാലെടുത്തു വെച്ചു. ദേഷ്യത്തോടെ പരക്കം പായുന്ന അതിന്റെ ഉടലിൽ നിന്ന് കുത്തിത്തുളയ്ക്കുന്ന രാസവസ്തുവിന്റെ നാറ്റമുയർന്നു. ജീവന ഭീഷണിയുണ്ടെന്ന് തോന്നിയാൽ അതൊരു സ്വാഭാവിക പ്രതികരണമാണ്. ആ ദുർഗന്ധം ഉറുമ്പിനെ കൂടുതൽ പരിഭ്രാന്തിയിലേക്ക് തള്ളി വിട്ടു. അത് പൊള്ളക്കുഴലിലേക്ക് തിരിച്ചു കയറുകയും മുന്നോട്ടു കുതിയ്ക്കുകയും ചെയ്തു. എന്നാൽ കളിമണ്ണിൽ വന്നു തട്ടി അത് ക്രോധത്തോടെ തിരികെ പാഞ്ഞു.

ക്ഷിരാജ് ഇപ്പോൾ നിശ്ശബ്ദമായി അലറിക്കരയുകയാണ്, അയാളുടെ ഒച്ചകൾ വായിലെ മരക്കഷ്ണം കൊണ്ട് അമർത്തപ്പെട്ടിരുന്നു.

പോരാളി ഉറുമ്പ് ക്ഷിരാജിന്റെ കർണ്ണപടത്തിലെത്തി, അത് ജീവകലയെ സ്പർശിനിയാൽ തൊട്ടു നോക്കി, തല പുറകോട്ടെറിയുകയും

വിഷത്തുമ്പുകളുള്ള താടിയെല്ലുകൾ കൊണ്ട് ആഴത്തിൽ കടിക്കുകയും ചെയ്തു.

ക്ഷിരാജ് വേദനയോടെ അലറിക്കരഞ്ഞു. മരക്കഷ്ണത്തിന് ആ കരച്ചിൽ തടഞ്ഞു വെക്കാനായില്ല. കണ്ണുകൾ തലയിൽ ഉരുണ്ടു കൂടി, കൺഗോളങ്ങളുടെ വെള്ള അന്ധമായി ആകാശത്തേക്കു തുറിച്ചു നോക്കി. അയാളുടെ ഉടൽ മാരകമായി കെട്ടി വരിഞ്ഞ, ഒട്ടും ദയയില്ലാത്ത കയറുകളിൽ വന്നിടിച്ചു. ഹതാശമായ കണ്ണുനീർത്തുള്ളികൾ ചെറുപുഴ പോലെ ഒഴുകി വന്നു. അയാൾ വിയർപ്പിൽ കുളിച്ചു. ഉദരത്തിന്റെ നിയന്ത്രണം നഷ്ടമായി. കുടലുകളിൽ നിന്ന് വിസർജ്ജ്യങ്ങൾ പുറത്തു വരികയും കാലുകളിലൂടെ ഒഴുകുകയും ചെയ്തു.

അയാൾ തുടർച്ചയായി അലമുറയിട്ടു കൊണ്ടിരുന്നു. ഗുരുവിനെ വിളിച്ച് ഓരിയിട്ടു.അമ്മയെ വിളിച്ച് തേങ്ങിക്കരഞ്ഞു. ദൈവത്തെ വിളിച്ച് വാവിട്ടു കരഞ്ഞു. മരക്കഷ്ണം പല്ലുകൾക്കിടയിലുള്ളതിനാൽ എല്ലാം വേർതിരിച്ചറിയാനാകാത്ത ജൽപ്പനങ്ങളായി പുറത്തു വന്നു.

ഇന്ദ്രജിത്ത് ഭീതിപുരണ്ട അതിശയത്തോടെ സമീചിയെ നോക്കി. 'ഒരു വെറും ഉറുമ്പ്....'

'ശരിയായതിനെ ശരിയായ സ്ഥലത്ത് വയ്ക്കുന്നതിനാണ് കാര്യം, കുമാരാ. അൽപ്പം കൂടി കാത്തിരിക്കൂ. ഉറുമ്പ് കർണ്ണപടം തുളയ്ക്കുമ്പോഴാണ് യഥാർത്ഥ തമാശ ആരംഭിക്കുന്നത്. അതു പക്ഷേ ഉറുമ്പിന്റെ നിയന്ത്രണത്തിലാണ്.'

ഇന്ദ്രജിത്ത് ക്ഷിരാജിനെ നോക്കി;

അസഹനീയമായ വേദനയുടെ ചുഴികളിൽപ്പെട്ട് ഞെരിഞ്ഞമരുകയാണ് ആ അയോദ്ധ്യക്കാരൻ. ഉറുമ്പ് കർണ്ണപടത്തിൽ നേരിയ മുറിവുണ്ടാക്കിയിട്ടുണ്ട്. അയാൾ അങ്ങേയറ്റത്തെ വേദന പുരണ്ട നിരാശയോടെ അലറിക്കരയാൻ തുടങ്ങി. അയാൾക്ക് മൂത്രാശയത്തിന്റെ നിയന്ത്രണം നഷ്ടപ്പെട്ടു. മഞ്ഞനിറത്തിലുള്ള മൂത്രം കാലുകളിലൂടെ ഒഴുകി വിസർജ്ജ്യവുമായി ഇടകലർന്നു. അയാൾ കയറുകൾ പൊട്ടിയ്ക്കാൻ ഹതാശമായി ശ്രമിക്കുന്നുണ്ട്. തലയിളക്കാനുള്ള ആവർത്തിച്ചുള്ള പരിശ്രമങ്ങളിൽ കഴുത്തിലെ ഞരമ്പുകൾ പൊട്ടാറായിരിക്കുന്നു.

'അയാൾ കഴുത്തു പൊട്ടിക്കും,' ഇന്ദ്രജിത്ത് പരിഭ്രാന്തിയോടെ പറഞ്ഞു.

'ഇല്ല, പ്രഭോ,' സമീചി അറിയിച്ചു.

'മരിക്കുകയാണെങ്കിൽ എനിയ്ക്ക് ഇയാളെക്കൊണ്ട് യാതൊരു ഉപകാരവുമുണ്ടാകില്ല.'

സമീചി ഒച്ചയുണ്ടാക്കാതെ നെടുവീർപ്പിടുകയും ക്ഷിരാജിന്റെ

അടുത്തേയ്ക്ക് നടക്കുകയും ചെയ്തു. അവൾ അൽപം വെള്ളം കുപ്പിയിൽ നിന്നെടുക്കുകയും പൊള്ളക്കുഴലിലെ കളിമണ്ണ് നീക്കം ചെയ്യുകയും വെള്ളം ക്ഷിരാജിന്റെ ചെവിട്ടിലേക്ക് ഒഴിക്കുകയും ചെയ്തു. വെള്ളത്തിൽ മുങ്ങിച്ചത്ത ഉറുമ്പിന്റെ ഉടൽ പൊങ്ങി വന്നു. അത് പുറത്തേക്കൊഴുകുകയും ക്ഷിരാജിന്റെ കഴുത്തിൽ പറ്റിപ്പിടിക്കുകയും ചെയ്തു.

അയോദ്ധ്യക്കാരൻ തളർച്ചയോടെ മരത്തോടു പറ്റി നിന്നു. അയാളുടെ കണ്ണുകൾ വന്യതയോടെ തുറിച്ചു വന്നു. അയാളുടെ തലയും ഉടലും മുറുക്കമുള്ള കയറുകളുടെ കെട്ടുകൾക്കുള്ളിൽ അക്രമാസക്തമായി വിറയ്ക്കാൻ തുടങ്ങി.

ഇന്ദ്രജിത്ത് വിരലുകൾ ഞൊടിച്ചു. ലങ്കക്കാരനായ ഒരു സൈനികൻ ഓടിച്ചെന്ന് ക്ഷിരാജിന്റെ വായിൽ നിന്നും മരക്കഷ്ണം എടുത്തു മാറ്റി. അയാളുടെ കൈകളിൽ നിന്നും കയറുകൾ അഴച്ചിട്ടുണ്ട്. അയാൾ ചലിച്ചതേയില്ല. കടവായിൽ നിന്നും ചർദ്ദിയുടെ നേരിയ ചാലുകൾ ഒഴുകി.

ഇന്ദ്രജിത്ത് അയോദ്ധ്യക്കാരന്റെ വിസർജ്ജ്യത്തിന്റെയും മൂത്രത്തിന്റെയും മണം തടയാൻ അംഗവസ്ത്രം കൊണ്ട് മൂക്കു പൊത്തിയ ശേഷം അയാളുടെ അടുത്തേക്കു നടന്നു.

'ഇനി പറയ്. നിന്നോടു ദയ കാണിക്കാം.'

'അങ്ങേയ്ക്ക് അൽപനേരം കാത്തിരിക്കേണ്ടി വരും, പ്രഭോ,' സമീചി പറഞ്ഞു. 'ചെവിയുടെ അകം സന്തുലനാവസ്ഥയുടെയും കേന്ദ്രമാണ്. ഇപ്പോളയാൾ അങ്ങേയറ്റം ക്രമരഹിതമായ മാനസികാവസ്ഥയിലാണ്.'

ഇന്ദ്രജിത്ത് ഏതാനും നിമിഷങ്ങൾ കാത്തിരുന്ന ശേഷം സംസാരിച്ചു. 'പറയ്... എന്താണ് രാമന്റെ രഹസ്യമായ യുദ്ധതന്ത്രം?' ക്ഷിരാജിന്റെ തല അതി ലഘുവായി ചലിച്ചു. സംസാരിക്കാനുള്ള നേരിയ ആഗ്രഹം അയാൾക്കുണ്ട്.

'അതൊരു തലയാട്ടലായിരുന്നോ, കുമാരാ?' സമീചി ചോദിച്ചു.

ഇന്ദ്രജിത്ത് സമീചിയെ നോക്കി. 'അയാളുടെ തലയ്ക്കു ചുറ്റുമുള്ള കെട്ട് അൽപം അയക്കൂ.'

സമീചി ഉത്തരവിട്ടതു പോലെ ചെയ്തു. ക്ഷിരാജ് തന്റെ തലയനക്കി. അയാൾ വിറയ്ക്കുന്നുണ്ട്. കണ്ണുകൾ ഭ്രാന്തവും ശൂന്യവുമാണ്.

ഇന്ദ്രജിത്ത് കൂടുതൽ അടുത്തേക്കു ചെന്നു. 'പറയ്.'

ക്ഷിരാജിന്റെ അപേക്ഷ പരിഭ്രാന്തമായിരുന്നു. 'ദയവായി...ദയവായി... എന്നെ കൊല്ലൂ...' അയാളുടെ ഒച്ച തകർന്നു വീണു.

'പറയ്.'

'ദയവായി...'

'പറയ്!'

ക്ഷിരാജ് ഏതാനും നിമിഷം നിശ്ശബ്ദനായി നിന്ന ശേഷം ആ വാക്കുകൾ പറഞ്ഞു. അയാളിൽ നിന്നും അവ ചൂഴ്ന്നെടുത്തതു പോലെ. 'പ്രധാന സൈന്യം ഇവിടെയില്ല...'

ഇന്ദ്രജിത്ത് സമീചിയെ പാളി നോക്കി. എന്നിട്ട് വീണ്ടും ക്ഷിരാജിനു നേരെ തിരിഞ്ഞു.

'പ്രധാന സൈന്യം....വരുന്നത്....പടിഞ്ഞാറു നിന്നാണ്''

'പടിഞ്ഞാറു നിന്നോ?' സമീചി ചോദിച്ചു. 'അത് സാധ്യമല്ല. അവിടെ തുറമുഖങ്ങളില്ല. ഇയാൾ നുണ പറയുകയാണ്!'

ഇന്ദ്രജിത്ത് ക്ഷിരാജിന്റെ കണ്ണുകളിലേക്കു നോക്കി. 'അല്ല, ഇയാൾ നുണ പറയുകയല്ല.'

'പക്ഷേ – '

ഇന്ദ്രജിത്ത് കയ്യുയർത്തിയതോടെ സമീചി നിശബ്ദയായി. ക്ഷിരാജ് പറഞ്ഞ കാര്യം അസംബന്ധമായി തോന്നുന്നുണ്ടെങ്കിലും ഏതോ ചോദനയാൽ ഇന്ദ്രജിത്ത് അതു വിശ്വസിക്കാൻ പ്രേരിതനായി.

ഇന്ദ്രജിത്ത് ക്ഷിരാജിനോടു വീണ്ടും ചോദിച്ചു. 'പടിഞ്ഞാറു ഭാഗത്തെവിടെ നിന്നാണ്?'

ക്ഷിരാജ് ഒന്നും മിണ്ടിയില്ല.

'മറ്റൊരു ഉറുമ്പിനെക്കൂടി വേണോ?'

'ദയവായി... വേണ്ട...'

'പടിഞ്ഞാറെവിടെ നിന്ന്?'

'ധനുഷ്കോടി...'

'ധനുഷ്കോടിയോ?! അവിടുത്തെ മണൽത്തിട്ടകൾ വളരെ ഉയരത്തിലാണ്. അവരുടെ കപ്പലുകൾ ഉറഞ്ഞു പോകും. അവർ ലങ്കയിൽ എത്തില്ല.'

'ലങ്കയിലേക്ക്...മുറിച്ചു കടക്കും...പാലത്തിലൂടെ...'

ഇന്ദ്രജിത്തിന്റെ വായ ഞെട്ടലോടെ തുറന്നു. പാലമോ? കടലിനു കുറുകെയോ?

ധനുഷ്കോടി കേതീശ്വരം ക്ഷേത്രത്തിനു തൊട്ടടുത്താണ്. ആ പ്രദേശത്ത് പാലം പണിത് ലങ്കയിൽ അയോധ്യക്കാർ എത്തിയിട്ടുണ്ടെങ്കിൽ അവർ രാജപാതയിലൂടെ ഒരു ദിവസത്തിനുള്ളിൽ സിഗിരിയയിലെത്തും. അയാൾ തല തിരിച്ച് നദിയിലെ കപ്പലുകൾ നോക്കി. നമ്മൾ ഇവിടെ കുടുങ്ങിക്കിടക്കുമ്പോൾ, ലങ്കയ്ക്ക് തലസ്ഥാനം നഷ്ടപ്പെടും.

അയാൾ ക്ഷിരാജിനെ നോക്കി. ഇനിയുമുണ്ട്. എനിക്കറിയാം...

'ഇനിയെന്തുണ്ട്?' ഇന്ദ്രജിത്ത് ചോദിച്ചു. ക്ഷിരാജ് നിഷേധ ഭാവത്തിൽ തലയാട്ടി.

'പറയ് ,' ഇന്ദ്രജിത്ത് മുരണ്ടു.

ക്ഷിരാജ് വായ തുറക്കാൻ വിസമ്മതിച്ചു.

ഇന്ദ്രജിത്ത് സമീചിയുടെ നേർക്കു തിരിഞ്ഞു. 'മറ്റൊരു ഉറുമ്പ്.'

സമീചി ചവണ ഉപയോഗിച്ച് വാഴയിലയിൽ നിന്ന് മറ്റൊരു ഉറുമ്പിനെ ശ്രദ്ധയോടെ പൊക്കിയെടുത്തു. പക്ഷെ അയോദ്ധ്യക്കാരന് നേരെ ആദ്യം ചുവടു വയ്ക്കും മുമ്പെ പൊടുന്നനെയുള്ള അക്രമത്തോടെ അയാൾ തല വെട്ടിക്കുകയും ശരീരം മുമ്പോട്ടു തള്ളുകയും ചെയ്തു. കയറുകൾ അയാളുടെ തലയേയും കാലുകളേയും പാദങ്ങളേയും ഇരുമ്പു പൂട്ടു പോലെ ഉറപ്പിച്ചു നിർത്തി. പക്ഷെ കൈക്കു ചുറ്റുമുള്ള കയറ് അയച്ചതു കൊണ്ട് ഉടലിന്റെ മുകൾ ഭാഗം അൽപം അനക്കാൻ കഴിഞ്ഞു. അതോടെ കഴുത്ത് ഒടിഞ്ഞു തൂങ്ങി.

'നാശം പിടിച്ചവൻ...' ഇന്ദ്രജിത്ത് തലയിൽ കൈ വച്ച് നിരാശയോടെ ശാപവാക്കുകൾ ഉച്ചരിച്ചു.

സമീചി മുന്നോട്ടാഞ്ഞ് ക്ഷിരാജിന്റെ തല ഉയർത്തി. അപ്പോഴേയ്ക്കും അയാൾ മരിച്ചു കഴിഞ്ഞിരുന്നു. മുഖത്ത് അഗാധമായ നിരാശയോടെ അവൾ കയ്യിലെ ഉറുമ്പിനെ നോക്കി.

ഇന്ദ്രജിത്ത് സൈനികനോടു പറഞ്ഞു. 'വേഗം ഒരു നൗക തയ്യാറാക്കു. എനിയ്ക്ക് പിതാവിനെ എത്രയും പെട്ടെന്നു കാണണം. സൈനികർ ഉത്തരവനുസരിക്കാൻ പാഞ്ഞു പോയപ്പോൾ ലങ്കയുടെ രാജകുമാരൻ സമീചിയുടെ നേർക്കു തിരിഞ്ഞു. 'നീ നല്ലതുപോലെ ജോലി ചെയ്തു സമീചീ, നന്ദി.'

സമീചിയുടെ മുഖത്ത് ഒരു പാതി പുഞ്ചിരി വിടർന്നു. അവൾ വീണ്ടും ഉറുമ്പിനെ നോക്കുകയും വിരലുകൾക്കിടയിൽ അതിനെ ഞെരിച്ചു കൊല്ലുകയും ചെയ്തു.

അദ്ധ്യായം 25

'സിഗിരിയയിലേക്ക് തിരിച്ചു പോകുകയോ?!' അമ്പരപ്പോടെ രാവണൻ ചോദിച്ചു. 'നിനക്ക് ഭ്രാന്തു പിടിച്ചോ?'

രാവണനും കുംഭകർണ്ണനും മാരീചനും ലങ്കാധിപന്റെ പടക്കപ്പലിലെ ആഢംബരപൂർണ്ണമായ സ്വകാര്യ അറയിലാണ്. ഇന്ദ്രജിത്ത് രാത്രി വൈകിയാണ് കപ്പലിലെത്തിയത്. അത്താഴത്തിനിടയിലാണെങ്കിലും പിതാവിനെ കാണണമെന്ന് ഇന്ദ്രജിത്ത് ശഠിച്ചു.

'അതേ, പിതാവേ,' ശാന്തവും ആത്മവിശ്വാസമൂറുന്നതുമായ ശബ്ദത്തിൽ ഇന്ദ്രജിത്ത് പറഞ്ഞു. 'അവർ ശ്രദ്ധ തിരിച്ചു വിടാനുള്ള സൈന്യത്തെ മാത്രമാണ് ഇങ്ങോട്ടയച്ചിരിക്കുന്നത്.'

'ശ്രദ്ധ തിരിച്ചു വിടാനുള്ള ചെറിയ സൈന്യമോ? നീ അവരുടെ കപ്പലുകൾ എണ്ണിയിട്ടുണ്ടോ?'

'തീർച്ചയായും! നിരവധി സൈനികർ തങ്ങൾക്കുണ്ടെന്ന തോന്നൽ നമ്മളിലുണ്ടാക്കാനാകാം അത്. ചിലപ്പോൾ ആ കപ്പലിനുള്ളിൽ നാമമാത്രമായ സൈനികരേ കാണൂ. നമ്മളതിനുള്ളിൽ പോയി നോക്കിയാലല്ലേ കാര്യമറിയൂ, അല്ലേ?'

'ചിലപ്പോൾ? നിന്റെ ഈ "ചിലപ്പോൾ" വിശ്വസിച്ച് എന്റെ മുഴുവൻ യുദ്ധതന്ത്രവും മാറ്റണമെന്നാണോ?'

'പിതാവേ എന്റെ തോന്നൽ ശരിയാണ് – കിട്ടിയ വിവരം നേരാണ്. പ്രധാന സൈന്യം പടിഞ്ഞാറു നിന്നു വരും. അവർ നമ്മൾ ഇവിടെ കുടുങ്ങിക്കിടക്കുന്ന സമയത്ത് സിഗിരിയ ആക്രമിച്ചു കീഴടക്കും.'

'നീ പറയുന്നത് നേരല്ലെങ്കിലോ? നമ്മൾ ഈ നദീതുറമുഖം വിട്ടുപോയാൽ അയോദ്ധ്യക്കാർ എളുപ്പത്തിൽ വിജയിച്ചാലോ? എന്നിട്ട് അവർ സിഗിരിയയിലേക്ക് മുന്നേറിയാലോ?'

'അത് സംഭവിച്ചാലും നമ്മൾ കോട്ടയ്ക്കുള്ളിൽ സുരക്ഷിതരായിരിക്കും. അതിനുള്ളിൽ നമ്മളെ നിലനിർത്താനുള്ള ആഹാര സാധനങ്ങളുണ്ട്. നമ്മൾ സംരക്ഷിതരാണ്. അവരാകട്ടെ വിതരണ ശൃംഖല വളരെ ദൂരെയായതിനാൽ വലയും. എന്നെ വിശ്വസിക്കൂ, അയോദ്ധ്യക്കാർ പടിഞ്ഞാറു നിന്നാക്രമിച്ച് നമ്മുടെ തലസ്ഥാനം കയ്യടക്കിയാൽ അതിനേക്കാൾ മോശം അവസ്ഥയായിരിക്കും.'

കുംഭകർണ്ണൻ സംസാരിച്ചു, 'അവർ എങ്ങനെ പടിഞ്ഞാറു നിന്ന് വരും? നിനക്ക് അതിനെക്കുറിച്ച് എന്തെങ്കിലും വിവരം ലഭിച്ചിട്ടുണ്ടോ?'

ഇന്ദ്രജിത്ത് മാരീചനെ നോക്കി. പിതാവും അദ്ദേഹത്തിന്റെ സഹോദരനും താൻ പറയാൻ പോകുന്നതു വിശ്വസിക്കില്ലെന്ന് അയാൾക്കറിയാമായിരുന്നു. മാരീചൻ തലയാട്ടി. അവരോടു പറയൂ.

ഇന്ദ്രജിത്ത് കുംഭകർണ്ണനു നേരെ തിരിഞ്ഞു.

'അവർ ധനുഷ്കോടിയിലൂടെ കടൽ മുറിച്ചു കടക്കും. എന്നിട്ട് കേതീശ്വരം ക്ഷേത്രത്തിനു മുന്നിലൂടെ കടന്നു പോകുന്ന രാജപാതയിൽ മുമ്പോട്ടു നീങ്ങും. ഒരു ദിവസത്തിനുള്ളിൽ സിഗിരിയയിലെത്തും.'

'ഭാരതത്തിന്റെ വൻകരയിൽ നിന്ന് അവർ ലങ്കയിൽ എങ്ങനെ എത്തും എന്നതിനെക്കുറിച്ച് കൃത്യമായ വിവരമുണ്ടോ?' അവിശ്വാസത്തോടെ രാവണൻ ചോദിച്ചു. 'നിനക്ക് ആ പ്രദേശം അറിയാമല്ലോ. പല മണൽത്തിട്ടകളും വേലിയിറക്ക സമയത്ത് ജലനിരപ്പിനു മുകളിലാണുള്ളത്. ഒരു കപ്പലിനും അവിടെ സുരക്ഷിതമായി നങ്കൂരമിടാനാകില്ല.'

ഇന്ദ്രജിത്ത് നെടുവീർപ്പിട്ടു. 'അവർ ഒരു പാലം പണിയുകയാണെന്നു തോന്നുന്നു.'

രാവണനും കുംഭകർണ്ണനും പൊട്ടിച്ചിരിച്ചു.

'പിതാവേ...' അസ്വസ്ഥനും കുപിതനുമായ ഇന്ദ്രജിത്ത് മുരണ്ടു.

മാരീചൻ ഇടയ്ക്കു കയറി പറഞ്ഞു. 'രാവണാ, കുംഭകർണ്ണാ, ഇന്ദ്രജിത്ത് പറയുന്നതു കേൾക്കൂ. അവൻ പറയുന്നതു നേരാണെന്ന് ഞാൻ വിശ്വസിക്കുന്നുണ്ട്.'

രാവണൻ മാരീചനു നേരെ തിരിഞ്ഞു. 'അമ്മാവാ, നിങ്ങൾ ഈ അസംബന്ധം വിശ്വസിക്കുന്നുണ്ടോ? കടലിനു കുറുകെ പാലമോ?! ശരിക്കും?!'

മാരീചൻ മിണ്ടാതെ നിന്നു.

'സഹോദരന്മാരിൽ ഏറ്റവും ഇളയവനായ ശത്രുഘ്നകുമാരന് അതു ചെയ്യാൻ കഴിഞ്ഞെന്ന് എനിക്ക് തോന്നുന്നു,' ഇന്ദ്രജിത്ത് പറഞ്ഞു. 'അയാൾ അതിബുദ്ധിമാനാണ്.'

'ശത്രുഘ്നൻ ബുദ്ധിമാനായിരിക്കാം, എന്റെ മകനേ,' രാവണൻ പറഞ്ഞു. 'പക്ഷേ, മന്ത്രവാദിയല്ല.' ആർക്കും കടലിനു കുറുകെ പാലം പണിയാനാവില്ല.'

'പിതാവേ, എന്നെ വിശ്വസിക്കൂ. എനിയ്ക്കത് നല്ല ഉറപ്പാണ്.'

'ഇന്ദ്രജിത്തേ, ബാലിശമായ ചിന്തകൾ അരുത്. ഒരാളിൽ നിന്നും പീഡിപ്പിച്ചു നേടിയ വിവരത്തിന്റെ അടിസ്ഥാനത്തിൽ എന്നോടിവിടെ നിന്ന് പിൻവാങ്ങാൻ ആവശ്യപ്പെടുകയാണ് നീ. എന്റെ സൈനികരെ സംബന്ധിച്ചിടത്തോളം ഈ പിൻവാങ്ങൽ എങ്ങനെ തോന്നുമെന്ന് നിനക്കറിയാമോ? അവർ ഞാൻ ഒരു ഭീരുവാണെന്ന് കരുതും! അതിനേക്കാൾ ഭേദം പോരാടി മരിക്കുന്നതാണ്.'

മാരീചൻ വീണ്ടും ഇടയ്ക്കു കയറി പറഞ്ഞു. 'ഇക്കാര്യത്തിന്റെ നിജസ്ഥിതി അറിയാൻ കേതീശ്വരത്തേക്ക് കുതിരക്കാരെ പറഞ്ഞയക്കുന്നതിനെക്കുറിച്ച് ആലോചിച്ചു കൂടെ? അത് നേരെങ്കിൽ, നേരല്ല. പക്ഷേ അയോദ്ധ്യക്കാർ നേരായും കടൽ കടക്കുന്നുണ്ടെങ്കിലോ? അപ്പോൾ നമുക്ക്...'

'ശരി' രാവണൻ കീഴടങ്ങി. അയാൾ കുംഭകർണ്ണന് നേരെ തിരിഞ്ഞു. 'നാളെ രാവിലെത്തന്നെ കുതിരക്കാരെ പറഞ്ഞയക്കൂ.'

'അതു പറ്റില്ല, പിതാവേ,' ഇന്ദ്രജിത്ത് പറഞ്ഞു. 'നാളെ രാവിലെ അവരെ പറഞ്ഞയക്കുകയാണെങ്കിൽ അവർ മറ്റന്നാളേ വരൂ. അപ്പോഴേക്കും ഏറെ വൈകും. ഇപ്പോൾത്തന്നെ അവരെ പറഞ്ഞയക്കൂ.'

രാവണൻ വളരെ അസ്വസ്ഥനായിരുന്നു. 'എന്റെ മകനേ...'

'പിതാവേ! ദയവായി! എന്നെ വിശ്വസിക്കൂ!'

രാവണൻ തന്റെ കണ്ണുകളടച്ചു തലയാട്ടി. 'ശരി! ഇപ്പോൾ തന്നെ അവരെ പറഞ്ഞയക്കൂ, കുംഭാ.'

'വരേണ്യ വർഗ്ഗങ്ങളുടെ അമിതോത്പാദനം? അതാണോ നിന്റെ വലിയ സിദ്ധാന്തം?'വസിഷ്ഠൻ ചോദിച്ചു.

വസിഷ്ഠനും വിശ്വാമിത്രനും നന്ദിനിയും കാവേരീനദീ തീരത്തുള്ള അവരുടെ ഗുരുകുലത്തിനു പുറത്തുള്ള ഒരു വലിയ പാറയിലിരിക്കുകയാണ്. കാശ്യപ മഹർഷിയുടെ ഗുരുകുലത്തിൽ അധ്യാപകരായ മൂന്നു പേരും സുഹൃത്തുക്കളുമാണ്. മൂന്നു പേർക്കും നാൽപ്പതുകളുടെ തുടക്കത്തിലാണ് പ്രായം. വിശ്വാമിത്രനും വസിഷ്ഠനും ചെറുപ്പത്തിൽ അവിടത്തെ

വിദ്യാർത്ഥികൾ തന്നെ ആയിരുന്നു. പഠനം പൂർത്തിയായതോടെ അവർ വെവ്വേറെ വഴികളിലേക്ക് തിരിഞ്ഞു. വസിഷ്ഠൻ പ്രശസ്തനായ ഗുരുവായപ്പോൾ വിശ്വാമിത്രൻ അതിപ്രശസ്തനും എല്ലാവരും പേടിക്കുന്നവനുമായ ക്ഷത്രിയ രാജാവായി മാറി. രണ്ട് ദശകത്തിനു ശേഷം അവർ പ്രശസ്തമായ ആ സ്ഥാപനത്തിൽ വീണ്ടും ചേർന്നു, ഇത്തവണ ഗുരുക്കന്മാരായി. ഉടനെ തന്നെ അവർ തങ്ങളുടെ ബാല്യകാല സൗഹൃദം പുതുക്കി. സ്വകാര്യ സംഭാഷണങ്ങളിൽ ഇപ്പോഴും അവർ തങ്ങളുടെ ഗുരുകുലത്തിലെ പഴയ പേരുകൾ തന്നെയാണ് പരസ്പരം വിളിക്കുന്നത്; വിശ്വാമിത്രനെ കൗശികനെന്നും വസിഷ്ഠനെ ദിവോദാസനെന്നും. ഗുരുകുലത്തിൽ മറ്റൊരു വിദ്യാർത്ഥിയായിരുന്നു നന്ദിനി. ബ്രഹ്മപുത്രയുടെയും ഗംഗയുടെയും സംഗമസ്ഥലം നനയ്ക്കുന്ന ഫലഭൂയിഷ്ഠവും സമൃദ്ധവുമായ തുരുത്തായ ഭ്രംഗയിൽ നിന്നുള്ളവളായിരുന്നു മിടുക്കിയായ ആ പെൺകുട്ടി. ഇപ്പോളവൾ അതിസുന്ദരിയാണ്. ചെറുപ്പത്തിൽ വെറും പരിചയം മാത്രമേ രണ്ടു പേർക്കും നന്ദിനിയോടുണ്ടായിരുന്നുള്ളൂ. എന്നാലിപ്പോൾ മൂന്നു പേരും നല്ല സുഹൃത്തുക്കളാണ്. അവൾ ചേർന്നതോടെ രണ്ടു സുഹൃത്തുക്കളെന്നത് മൂന്നു സുഹൃത്തുക്കളായി എന്നു മാത്രമല്ല, ആ സംഘത്തിന്റെ ഗുണമേന്മയും വർദ്ധിച്ചു. നന്ദിനി അനിഷേധ്യരായ വസിഷ്ഠന്റെയും വിശ്വാമിത്രന്റെയും അത്രതന്നെ ബുദ്ധിയുള്ളവളാണെന്ന് മാത്രമല്ല, രണ്ട് പുരുഷന്മാർക്കും ആശിക്കുന്നതിലാവുന്നതിലേറെ ആകർഷണീയയുമായിരുന്നു!

'വരേണ്യവർഗ്ഗങ്ങളുടെ അമിതോത്പാദനം മാത്രമല്ല, ദിവോദാസാ,' വിശ്വാമിത്രൻ വസിഷ്ഠനോടു പറഞ്ഞു.' 'അത് സിദ്ധാന്തത്തിന്റെ പാതി മാത്രമാണ്. ബഹുജനത്തിന്റെ സാമ്പത്തികമായ ദാരിദ്ര്യവൽക്കരണമാണ് അതിന്റെ മറുപാതി. ഈ സിദ്ധാന്തം വലുതും സങ്കീർണ്ണവുമായ നാഗരികതകൾക്കാണ് സംഗതമായിട്ടുള്ളത്. ചെറിയ സംഘങ്ങൾക്കല്ല.' വിശ്വാമിത്രൻ നന്ദിനിയെ നോക്കി പുഞ്ചിരിച്ചു. 'വലുതും സങ്കീർണ്ണവുമായ നാഗരികതകളെ സാധ്യമാക്കുന്ന പ്രധാന ഘടകം വലിയ കൂട്ടം ജനങ്ങൾക്കിടയിലെ സഹകരണമാണ്. ഭാരതത്തിലെന്നതു പോലെ ദശലക്ഷക്കണക്കിന് ആളുകൾക്കൊരുമിച്ച് ജീവിക്കാനും സഹകരിക്കാനും കഴിയും. ഈ മുഴുവൻ സാമൂഹ്യ ഘടനയും ഒരൊറ്റ സാമൂഹ്യ ഉടമ്പടിയിലാണ് ആധാരമായിട്ടുള്ളത് – വരേണ്യ വർഗ്ഗങ്ങൾ നയിക്കുകയും പൊതുജനം അവരുടെ പിന്തുടരുകയും ചെയ്യും.'

'പക്ഷെ പുതുയുഗത്തിലെ ചിലർ പറയുന്നത് വരേണ്യ വർഗ്ഗങ്ങളുടെയും പൊതുജനത്തിന്റെയും മുഴുവൻ സങ്കൽപ്പവും സാമൂഹ്യ രൂപകൽപ്പനയാണെന്നാണ്,' നന്ദിനി പറഞ്ഞു. 'അത് കൃത്രിമവും

തകർക്കപ്പെടേണ്ടതുമാണ്. പ്രകൃതിദത്തമായ വഴിയിലേക്ക് നമുക്ക് തിരിച്ചു പോകേണ്ടതുണ്ട്.'

'ആ പറഞ്ഞ പ്രകൃതിദത്തമായ വഴിയെന്നാൽ ശരാശരി മുപ്പത് വർഷത്തെ ആയുസ്സാണ്. നിരവധി സ്ത്രീകളും കുട്ടികളും പ്രസവത്തിൽ തന്നെ മരിച്ചു പോകുന്ന കാലം. വിരലിലുണ്ടാകുന്ന ചെറിയ മുറിവു പോലും മരണത്തിലേക്ക് നയിക്കുന്ന കാലം. എല്ലാ ദിവസവും അക്രമവും വിശപ്പും. എന്തു കൊണ്ടെന്നാൽ പ്രകൃതിദത്തമായ ആ വഴിയിൽ നാം മൃഗങ്ങളെപ്പോലെയാണ് ജീവിക്കുന്നത്. തീർച്ചയായും വരേണ്യ വർഗ്ഗങ്ങളും പൊതുജനങ്ങളുമെന്ന സങ്കൽപ്പം കൃത്രിമമാണ്. അതിനർത്ഥം അത് നല്ലതല്ല എന്നല്ല.'

'വരേണ്യ വർഗ്ഗങ്ങളും പൊതുജനങ്ങളും തമ്മിലുള്ള വ്യത്യാസത്തെക്കുറിച്ചാണ് അവർ പറയുന്നതെന്ന് തോന്നുന്നു. അത് എല്ലാവരെയും ഉൾക്കൊള്ളുന്നില്ല.'

'വരേണ്യവർഗ്ഗത്തിന്റെ കൈകളിൽ ആവശ്യത്തിലധികം അധികാരം കേന്ദ്രീകരിക്കപ്പെടുന്നതു നല്ലതല്ലെന്ന് ഞാനും സമ്മതിക്കുന്നു. അവിടെയൊരു സന്തുലനം ആവശ്യമാണ്. പക്ഷേ മറ്റേ അറ്റത്തേക്ക് പോകുന്നതും നല്ലതല്ല. എല്ലാവരെയും ഉൾക്കൊള്ളുന്നതിനെക്കുറിച്ച് പറഞ്ഞാൽ... സ്വാഭാവികമായി തന്നെ മേന്മയെന്നാൽ എല്ലാവരേയും ഉൾക്കൊള്ളുന്നതല്ല. അതിന് എല്ലാവരേയും ഉൾക്കൊള്ളാനുമാകില്ല. ഒരു പ്രത്യേക കാര്യത്തിൽ മിടുക്കുള്ളവർക്ക് അത് ചെയ്യാനുള്ള പ്രോത്സാഹനവും സ്വാതന്ത്ര്യവും കൊടുക്കേണ്ടതുണ്ട്. സമൂഹത്തിനൊന്നടങ്കം അതിൽ നിന്ന് പ്രയോജനം ഉണ്ടാകുമെന്ന ആശയമാണ് അതിന് അടിസ്ഥാനം. പക്ഷേ നിങ്ങൾക്ക് ഒരേ സമയം എല്ലാവരേയും ഉൾക്കൊള്ളാനും മേന്മ നേടാനും ആകില്ല. മേന്മയില്ലെങ്കിൽ സംസ്കൃതമായ ജീവിതം സാധ്യവുമല്ല. ഞാൻ വീണ്ടും പറയട്ടെ, സന്തുലനം ആവശ്യമാണ്. വരേണ്യവർഗ്ഗക്കാർ ആവശ്യത്തിലധികം ശക്തരാവരുത്''

'അതിനാണ് സാമൂഹിക ഉടമ്പടി. വരേണ്യവർഗ്ഗവും പൊതുജനവും തമ്മിലുള്ള സന്തുലനമാണത്. ഇരുവശവും കൂടുതൽ ശക്തരാകുന്നില്ല.'

'അതുതന്നെ. സാമൂഹിക ഉടമ്പടി പ്രവർത്തനക്ഷമമായിരിക്കുന്നിടത്തോളം വരേണ്യവർഗ്ഗവും പൊതുജനവും സന്തുഷ്ടരായിരിക്കുകയും സമൂഹം വിജയിക്കുകയും ചെയ്യും. സാമൂഹിക ഉടമ്പടി തകർന്നാൽ സമൂഹത്തിൽ രാഷ്ട്രീയ അക്രമവും ക്രമരാഹിത്യവുമുണ്ടാകും.'

'അപ്പോൾ എന്തു കൊണ്ടാണ് സാമൂഹിക ഉടമ്പടികൾ തകരുന്നത്?' നന്ദിനി ചോദിച്ചു. 'അതെങ്ങനെ തടയാനാകും?'

'ഞാൻ പറഞ്ഞു തരാം,' വിശ്വാമിത്രൻ പറഞ്ഞു. 'ഇതെന്റെ സിദ്ധാന്തമല്ല. ഞാനല്ല ഇതുണ്ടാക്കിയതെങ്കിലും ഞാനത് വിപുലമാക്കിയിട്ടുണ്ട്. 'യമ്നയ' പുൽപ്രദേശങ്ങളിൽ ഞാൻ കണ്ടുമുട്ടിയ തുർഷിൻ എന്നയാളാണ് എനിക്കിതിന്റെ അടിസ്ഥാനം പറഞ്ഞു തന്നത്.'

'യമ്നയയോ?' വസിഷ്ഠൻ ഞെട്ടലോടെ ചോദിച്ചു. യൂറോപ്പിൽ നിന്ന് മധ്യേഷ്യയിലൂടെ പശ്ചിമേഷ്യയിലേക്ക് എണ്ണായിരം കിലോമീറ്റർ നീണ്ടു കിടക്കുന്ന വിശാലമായ പുൽപ്രദേശങ്ങളിൽ താമസിക്കുന്ന ഗോത്രവർഗ്ഗങ്ങളിലൊന്നാണ് യമ്നയ. ഫലഭൂയിഷ്ഠവും വളഞ്ഞു പുളഞ്ഞതുമായ ആ പുൽമേട്ടുകൾ കുതിര വളർത്തലിന് ലോകത്തിൽ വെച്ചു തന്നെ ഏറ്റവും മികച്ച ഇടമായിരുന്നു. ഭാരതത്തിൽ കണ്ടു വന്ന ചെറിയ കുതിരകളേക്കാൾ വളരെ മികച്ചവയായിരുന്നു അവ. പുൽപ്രദേശങ്ങൾ സാഹസികരും പരുക്കന്മാരും നാടോടികളുമായ മനുഷ്യരേയും ഉത്പാദിപ്പിച്ചു. അക്കൂട്ടത്തിലെ ആണുങ്ങളെ ചെറുപ്പം മുതലേ ഒരൊറ്റ തൊഴിലിനായി അഭ്യസിപ്പിച്ചിരുന്നു; കൊലയുടെയും കവർച്ചയുടെയും സുകുമാര കല. ഇക്കൂട്ടത്തിൽ ഏറ്റവും നിഷ്ഠൂരരും കൂട്ടക്കൊല ചെയ്യുന്നതുമായ ഗോത്രവർഗ്ഗം യമ്നയകളായിരുന്നു. അവർ മൃഗീയമായി കൊല്ലുന്നവരാണ്. അവർക്കിടയിൽ ബുദ്ധിജീവികൾ ഉണ്ടാകില്ല.

'തുർഷിൻ അതിൽ നിന്നെല്ലാം വ്യത്യസ്തനായ ഒരാളാണ്.'

'നേരു പറഞ്ഞാൽ അതിൽ കാര്യമുണ്ട്,' നന്ദിനി പറഞ്ഞു. 'പുൽപ്രദേശങ്ങളിൽ താമസിക്കുന്നവരുടെ മുഴുവൻ ജീവിത മാർഗ്ഗവും മറ്റ് സംസ്കൃതികളെ ആക്രമിക്കുകയും കൊള്ളയടിക്കുകയുമാണ്. മധ്യധരണ്യാഴിയിലേയും മധ്യ പശ്ചിമേഷ്യയിലേയും ഭാരത ഉപഭൂഖണ്ഡത്തിലേയും ചൈനയിലേയും സംസ്കൃതികൾ. നമ്മളെ ആക്രമിക്കാനും കൊള്ളയടിക്കാനും അവർക്ക് നമ്മളെ മനസ്സിലാക്കേണ്ടതുണ്ട്. എവിടെ എപ്പോൾ കൊള്ളയടിക്കണമെന്ന് അറിഞ്ഞാൽ മാത്രമേ കൊല്ലുന്ന ഓരോരുത്തരിൽ നിന്നും കഴിയാവുന്നത്ര പണം തട്ടിയെടുക്കാനാകൂ.'

'സത്യം,' വിശ്വാമിത്രൻ പറഞ്ഞു. 'വേട്ടക്കാരൻ ഇരയെ മനസ്സിലാക്കേണ്ടതുണ്ട്.'

'നമ്മളതിന് ഇരകളല്ല !' വസിഷ്ഠൻ പറഞ്ഞു.

'കരുത്തരായിരിക്കുമ്പോൾ നാം ഇരകളല്ല. പക്ഷെ ദുർബലരായിരിക്കുമ്പോൾ നാം ഉൾപ്രദേശങ്ങളിലെ കൊലപാതകികളുടെ ഇരകളാകും. ബാഹ്യശത്രുക്കൾക്കെതിരെയുള്ള ഏറ്റവും വലിയ പ്രതിരോധം നമ്മുടെ സ്വന്തം കരുത്തും ഐക്യവുമാണ്.'

'എന്തു കൊണ്ടാണ് നാഗരികതകൾ ദുർബലമാകുകയും തകരുകയും ചെയ്യുന്നത്?'

'വിജയത്തിന്റെ സ്വാഭാവികമായ അനന്തര ഫലമാണത്. ചില സങ്കീർണ്ണമായ സമൂഹങ്ങളുടെ തകർച്ചയുടെ വിത്ത് വിജയത്തിലേക്കുള്ള യാത്രയിൽ തന്നെ വിതയ്ക്കപ്പെടുന്നുണ്ട്.'

'എങ്ങനെ?'

വിശ്വാമിത്രൻ തുടർന്നു, 'ഒരു സമൂഹം വിജയത്തിലേക്കുള്ള പാതയിലൂടെ ചലിക്കുമ്പോൾ അത് ക്രമമായി സമ്പന്നമാകുന്നു. വരേണ്യ വർഗ്ഗക്കാർ കാര്യക്ഷമതയുള്ളവരും നീതിമാന്മാരുമാണെങ്കിൽ അവർ വിജയം പൊതുജനവുമായി ന്യായമായി പങ്കിടും. അപ്പോൾ ജനങ്ങളും, സമ്പന്നരും ആരോഗ്യവാന്മാരുമാകുന്നു. അതിന്റെ ഫലമായി ജനങ്ങൾ ഇരട്ടിയാകുന്നു. അവരുടെ എണ്ണം കൂടുമ്പോൾ തൊഴിൽ സേനയും കൂടുന്നു. സമ്പദ്‌വ്യവസ്ഥ വളരാനുള്ള പുതിയ വഴികൾ വരേണ്യ വർഗ്ഗക്കാർ കണ്ടുപിടിക്കുകയും അധികമായി സൃഷ്ടിക്കപ്പെട്ട തൊഴിൽ സേനയെ അതിലേക്ക് സ്വാംശീകരിക്കുകയും ചെയ്താൽ കുഴപ്പമൊന്നുമില്ല. എന്നാൽ ഇതു നടന്നില്ലെങ്കിൽ, തൊഴിലന്വേഷകർ കൂടുകയാണെങ്കിൽ, തൊഴിലിനുള്ള കൂലി ക്രമമായി കുറയും. അപ്പോൾ പൊതുജനം ദരിദ്രരാകുകയും കുപിതരാകുകയും ചെയ്യും. കലാപങ്ങൾക്കും, എന്തിന് വിപ്ലവങ്ങൾക്ക് പോലുമുള്ള വഴി അങ്ങനെ ഒരുങ്ങും.'

'പക്ഷേ തൊഴിലിനുള്ള കൂലി മറ്റു കാരണങ്ങളാലും കുറയാമല്ലോ?' നന്ദിനി ചോദിച്ചു. 'വരേണ്യ വർഗ്ഗക്കാർ കൂടുതൽ കുടിയേറ്റക്കാരെ അനുവദിച്ചാലോ അല്ലെങ്കിൽ കൂലി കുറവുള്ള ഇടങ്ങളിൽ നിന്ന് വരേണ്യ വർഗ്ഗക്കാർ സാധനങ്ങൾ ഇറക്കുമതി ചെയ്താലോ?'

'നേരാണ്,' വസിഷ്ഠൻ പറഞ്ഞു. 'അത്തരം വരേണ്യ വർഗ്ഗക്കാരെ സ്വാർത്ഥരെന്ന് വിളിക്കേണ്ടി വരും. ആത്യന്തികമായ തങ്ങളുടെ നാശം തന്നെയാണ് അവർ അങ്ങനെ എഴുതുന്നത്. അസന്തുഷ്ടരായ പൊതുജനം കലാപത്തിനുള്ള മണ്ണൊരുക്കുന്നു എന്നതാണ് പ്രധാനം. അടിസ്ഥാനപരമായ അതിജീവന ചോദനകളുള്ള, മിടുക്കരായ വരേണ്യ വർഗ്ഗം അതിനെ നിയന്ത്രിക്കുകയും പൊതുജനത്തെ വളരെയധികം അസന്തുഷ്ടരാക്കാൻ അനുവദിക്കാതിരിക്കുകയും ചെയ്യുന്നു.'

'തീർച്ചയായും,' വിശ്വാമിത്രൻ പറഞ്ഞു. 'പാവപ്പെട്ട ജനങ്ങളെ തുടർച്ചയായി സഹായിക്കേണ്ടതുണ്ടെന്ന് വരേണ്യവർഗ്ഗത്തിലെ ഓരോ അംഗവും മനസ്സിലാക്കേണ്ടതുണ്ട്. അവരുടെ സ്വാർത്ഥ താത്പര്യങ്ങൾക്കും അതാണു നല്ലത്. അങ്ങനെ ചെയ്യുന്നില്ലെങ്കിൽ കൂടുതൽ സുരക്ഷയും

ജനങ്ങളെ അടിച്ചമർത്താനുമായി കൂടുതൽ പണം ചെലവഴിക്കേണ്ടി വരും. അതിനും ചില പരിധികളുണ്ട്. ഒരു ഘട്ടമെത്തുമ്പോൾ സൈനികരുടെ എണ്ണം കൂടും. പൊതുജനം ദരിദ്രരായാൽ മാത്രം കലാപമുണ്ടാകില്ല. പൊതുജനത്തിന് നയിക്കാൻ അറിയില്ല. നയിക്കപ്പെടാനേ അറിയൂ. അവരുടെ അസംതൃപ്തി വിപ്ലവത്തിനും രാഷ്ട്രീയ അക്രമത്തിനും അത്യാവശ്യമായ സാഹചര്യങ്ങളുണ്ടാക്കും. എന്നാൽ അതു മാത്രം പോര. ഈ അസംതൃപ്തി മറ്റൊരു പ്രതിഭാസത്താൽ പിന്തുടരപ്പെടണം.'

'എന്ത് പ്രതിഭാസം?' വസിഷ്ഠൻ ചോദിച്ചു.

'വരേണ്യവർഗ്ഗത്തിന് എതിരായി ഒരു വിഭാഗം ഉയർന്നു വരണം,' വിശ്വാമിത്രൻ പറഞ്ഞു

'കലാപത്തേയും വിപ്ലവത്തേയും നയിക്കാനുള്ളവരാണോ?' നന്ദിനി ചോദിച്ചു.

'തീർച്ചയായും,' വിശ്വാമിത്രൻ പറഞ്ഞു. 'ജനങ്ങൾ ദരിദ്രരാകുമ്പോൾ, അവരുടെ കൂലി കുറയുമ്പോൾ വരേണ്യ വർഗ്ഗങ്ങൾ കൂടുതൽ ധനികരാകും. ഇരുവിഭാഗങ്ങൾക്കുമിടയിലെ വിടവ് കൂടുമ്പോൾ പൊതുജനങ്ങളുടെ അഭിലാഷങ്ങൾ വ്യക്തവും തീക്ഷ്ണവുമാകുന്നു. പൊതുജനങ്ങൾക്കിടയിലെ മിടുക്കർ ഈ ഘട്ടത്തിൽ വരേണ്യവർഗ്ഗത്തിന്റെ ഭാഗമാകാൻ ആഗ്രഹിക്കുന്നു. വരേണ്യ വർഗ്ഗം ആഡംബരപ്രിയരാണെങ്കിൽ പ്രത്യേകിച്ചും.'

'പൊതുജനത്തിന്റെ ഭാഗമായ ചിലർ കാലക്രമേണ വരേണ്യ വർഗ്ഗത്തിന്റെ ഭാഗമായി മാറുന്നു. അവർ കൂടുതൽ കഠിനമായി അധ്വാനിക്കുകയും വിദ്യാഭ്യാസം നേടുകയും ഉയരുകയും ചെയ്യുന്നു. പക്ഷേ വരേണ്യവർഗ്ഗത്തിന് ഒരു പരിധിയിൽ കവിഞ്ഞ് വികസിക്കാനാകില്ല. ഏതാനും വരേണ്യവർഗ്ഗ പദവികളേ നിലവിലുള്ളൂ. നിങ്ങൾക്ക് ഒരു രാജാവേ ഉണ്ടാകൂ. സൈന്യത്തിന് ഒരു സേനാപതി. മതത്തിന് ഒരു പ്രധാന പുരോഹിതൻ. നാഗരികതളിലെ കുട്ടികളോടു പറയുന്ന ഏറ്റവും വലിയ നുണ അവരെല്ലാം പ്രത്യേകതയുള്ളവരാണെന്നും എല്ലാവർക്കും മുകളിലെത്താൻ കഴിയുമെന്നുമാണ്. എന്നാൽ അത് അസംബന്ധമാണ്. മുകൾ തട്ടിൽ അന്തമില്ലാത്ത ഇടമില്ല. സങ്കീർണ്ണമായ സമൂഹത്തിന്റെ സ്വഭാവം വരേണ്യവർഗ്ഗത്തെ ഒരു ചെറിയ വർഗ്ഗമായി നിലനിർത്തുന്നു. കൂടുതൽ കൂടുതൽ ആളുകൾ വരേണ്യവർഗ്ഗത്തിൽ ചേരാൻ ആഗ്രഹിക്കുമ്പോൾ കൂടുതൽ കൂടുതൽ ആളുകളുടെ അഭിലാഷങ്ങൾ ചവിട്ടി മെതിക്കപ്പെടുന്നു. ഈ പദവികാംക്ഷികൾ നിരാശരാകുകയും വരേണ്യ വർഗ്ഗത്തിന്റെ വിരുദ്ധ ശക്തികളായി തീരുകയും ചെയ്യുന്നു.'

'ഇവർ കഠിനാധ്വാനത്താൽ പൊതുജനങ്ങൾക്കിടയിൽ നിന്ന് ഉയർന്നു വന്നവരായതിനാൽ, പഴയ വരേണ്യവർഗ്ഗത്തിന്റെ കുട്ടികളേക്കാൾ മിടുക്കരാകുമോ?' വസിഷ്ഠൻ ചോദിച്ചു.

'തീർച്ചയായും,' വിശ്വാമിത്രൻ സമ്മതിച്ചു. 'പൊതുജനങ്ങൾക്കിടയിൽ നിന്ന് ഉയർന്നു വരുന്ന വരേണ്യവർഗ്ഗ മോഹികൾക്ക് വലിയ ഇച്ഛാശക്തിയുണ്ട്. അതുകൊണ്ടാണല്ലോ അവർ ഉയർന്നു വന്നത്. പഴയ വരേണ്യവർഗ്ഗക്കാരുടെ കുട്ടികൾ വായിൽ വെള്ളിക്കരണ്ടിയുമായി ജനിച്ചവരാണ്. അവരിൽ മിക്കവർക്കും വിജയത്തിനു വേണ്ടി ത്യാഗങ്ങൾ ചെയ്യാനോ കഠിനമായി അധ്വാനിക്കാനോ മനസ്സു കാണില്ല. മാതാപിതാക്കൾ തങ്ങൾക്ക് സുഖസൗകര്യങ്ങൾ ഉറപ്പു വരുത്തുമെന്ന് അവർ കരുതും.'

'നേരാണ്,' കുസൃതിയോടെ ചിരിച്ചു കൊണ്ട് നന്ദിനി പറഞ്ഞു. അവളും വസിഷ്ഠനും കഠിനാധ്വാനം കൊണ്ട് ഉയർന്നു വന്നവരാണ്.

വിശ്വാമിത്രൻ പൊട്ടിച്ചിരിച്ചു. അയാൾ രാജാവിന്റെ പുത്രനാണ്, പഴയ വരേണ്യ വർഗ്ഗത്തിന്റെ സന്താനം. 'വെള്ളിക്കരണ്ടിയുമായി ജനിച്ച എല്ലാ കുട്ടികളും തടിയന്മാരും മടിയന്മാരുമല്ല.'

'മടിയനല്ലെന്ന് സമ്മതിക്കാം' വസിഷ്ഠൻ പൊട്ടിച്ചിരിച്ചു കൊണ്ടു പറഞ്ഞു. 'പക്ഷേ തടിയനല്ലേ?'

വിശ്വാമിത്രൻ തന്റെ കുടവയറു നോക്കി പൊട്ടിച്ചിരിച്ചു. അയാൾ തന്റെ സുഹൃത്തിനെ കളിയായി ചുമലിലിടിച്ചു. രണ്ടു പേരും കെട്ടിപ്പിടിച്ച് ഉറക്കെ ഉറക്കെ ചിരിച്ചു.

നന്ദിനിയും പൊട്ടിച്ചിരിച്ചു. 'ശരി, ഇനി രണ്ടു പേരും നേരെ ഇരിക്കു.'

'അപ്പോൾ...സമൂഹത്തിലെ ഈ മാറ്റങ്ങൾ വളരെ വലിയ കാലയളവിലല്ലേ സംഭവിക്കുന്നത്?' നന്ദിനി ചോദിച്ചു.

'തീർച്ചയായും ദശകങ്ങൾ കൊണ്ടാണ് ഈ മാറ്റങ്ങൾ സംഭവിക്കുന്നത്. സമൂഹത്തിന്റെ ദീർഘകാല ആരോഗ്യത്തെ കുറിച്ച് വേവലാതിയുള്ളവർ ഇടയ്ക്കിടെ ചില മാനദണ്ഡങ്ങൾ പരിശോധിക്കേണ്ടതുണ്ട്. വരാനിരിക്കുന്ന സാമൂഹ്യ ക്രമരാഹിത്യത്തെക്കുറിച്ച് മുന്നറിയിപ്പുകൾ കണ്ടെത്തേണ്ടതുണ്ട്. എന്തായിരിക്കണം ഈ മാനദണ്ഡങ്ങൾ? പൊതുജനങ്ങൾക്കും വരേണ്യ വർഗ്ഗത്തിനുമിടയിൽ എത്രമാത്രം അസമത്വമുണ്ട്? എന്തായിരിക്കണം അതിന്റെ പരിധി ? പരിധി കവിഞ്ഞാൽ ചെയ്യേണ്ട ഇടപെടലുകൾ എന്തെല്ലാം? വരേണ്യ വർഗ്ഗത്തിന്റെ അമിതോത്പാദനമുണ്ടോ? വരേണ്യ വർഗ്ഗ പദവികൾക്കായി മോഹിക്കുന്നവർ എത്രപേരുണ്ട്? വരേണ്യ വർഗ്ഗ വിരുദ്ധ ശക്തി ഉരുത്തിരിഞ്ഞു വരുന്നുണ്ടോ?'

'വരേണ്യവർഗ്ഗമെന്നു പറയുമ്പോൾ ബ്രാഹ്മണരേയും ക്ഷത്രിയരേയും വൈശ്യരേയുമല്ലേ നിങ്ങൾ ഉദ്ദേ ശിക്കുന്നത്?

'തീർച്ചയായും അല്ല' വിശ്വാമിത്രൻ പറഞ്ഞു. 'വരേണ്യവർഗ്ഗത്തിന്റെ ഭാഗമല്ലാത്ത നിരവധി ബ്രാഹ്മണൻമാരും ക്ഷത്രിയന്മാരും വൈശ്യന്മാരുമുണ്ട്. ഉദാഹരണത്തിന് ഗുരുകുലങ്ങളിലെ അദ്ധ്യാപകരും സൈനികരും ചെറുകിട വ്യാപാരികളും. എന്നാൽ നിരവധി ശൂദ്രന്മാർ വരേണ്യ വർഗ്ഗത്തിന്റെ ഭാഗമാണുതാനും. ഉദാഹരണത്തിന് ശൂദ്രന്മാരായ കലാകാരന്മാർ; കഥ പറച്ചിലുകാർ, ചിത്രകാരന്മാർ ഇവരെല്ലാം പ്രത്യയശാസ്ത്ര വരേണ്യവർഗ്ഗത്തിന്റെ ഭാഗമാണ്. അതുകൊണ്ട് അവരവരുടെ വർണ്ണമല്ല ഇതിൽ കാര്യം. അധികാരമാണ്. വരേണ്യ വർഗ്ഗത്തെ നിർവചിക്കുന്നത് ഒരേ ഒരു ഘടകമാണ്; അധികാരം. സമൂഹത്തിലെ ജനങ്ങളുടെ മേൽ അധികാരം പ്രയോഗിക്കുന്നവരാണ് വരേണ്യവർഗ്ഗം.'

'ശരി,' നന്ദിനി പറഞ്ഞു.

'അപ്പോൾ നമ്മൾ എങ്ങനെയാണ് ഈ പ്രകിയയെ നിയന്ത്രിക്കുന്നത്?' വസിഷ്ഠൻ ചോദിച്ചു. 'മിടുക്കുള്ള വരേണ്യവർഗ്ഗത്തിന് ഇത്തരം പ്രശ്നങ്ങൾ മുൻകൂട്ടി കാണാനും അതിനെ നിയന്ത്രിക്കാനോ ഒഴിവാക്കാനോ കഴിയും.'

'ശരിയാണ്,' വിശ്വാമിത്രൻ പറഞ്ഞു. 'പൊതുജനങ്ങളുടെ ഭൗതിക ജീവിതം ക്രമമായി മെച്ചപ്പെടുന്നുണ്ടെന്ന് ഉറപ്പു വരുത്തുകയാണ് ആദ്യത്തേതും പ്രധാനവുമായ വഴി. ഏത് വർണ്ണത്തിൽപ്പെട്ടവരായാലും അവരുടെ ജീവിതം തുടർച്ചയായി മെച്ചപ്പെടണം, ചെറിയ രീതിയിലാണെങ്കിലും. മറ്റ് രാജ്യങ്ങളിലെ ജനങ്ങളുടെ ജീവിതത്തോടല്ല പൊതുജനം സ്വന്തം ജീവിതങ്ങൾ താരതമ്യപ്പെടുത്തുന്നത്. അത് സ്വന്തം ജീവിതത്തിലെ പഴയ കാലവുമായാണ്. ലോകത്തെ ഏറ്റവും സമ്പന്നമായ രാജ്യമാണ് ഭാരതം. ഗ്രീസിലെ പൊതുജനങ്ങളേക്കാളും സമ്പന്നരാണ് ഭാരതത്തിലെ പൊതുജനങ്ങൾ. എങ്കിലും തങ്ങളുടെ ജീവിതം മെച്ചപ്പെട്ടിട്ടില്ലെന്ന് തോന്നിയാൽ ഭാരതത്തിലെ ജനങ്ങൾ കലാപത്തിലേക്കും വിപ്ലവത്തിലേക്കും നീങ്ങും.'

'അതെ,' വസിഷ്ഠൻ പറഞ്ഞു.

'അതുകൊണ്ട് ദരിദ്രരെ സഹായിക്കുക എന്നത് വരേണ്യവർഗ്ഗത്തിന്റെ ആവശ്യകതയാണ്. വരേണ്യവർഗ്ഗത്തിന്റെ എന്നത്തേയും ലക്ഷ്യം ദരിദ്രരെ സഹായിക്കുക എന്നതാകണം.'

'വരേണ്യ വർഗ്ഗങ്ങളുടെ അമിതോത്പാദനം എന്ന പ്രശ്നമോ?'

'എനിയ്ക്കു തോന്നുന്നത് സമൂഹത്തിന്റെ സുസ്ഥിരതയ്ക്ക്

വരേണ്യവർഗ്ഗങ്ങളെ ഇടയ്ക്കെങ്കിലും വെട്ടിച്ചുരുക്കണമെന്നാണ്. അതോടെ തടിയന്മാരും മടിയന്മാരുമായി മാറിയ പഴയ വരേണ്യ വർഗ്ഗത്തിനു പകരം കൂടുതൽ ഊർജ്ജസ്വലരും ഉൾപ്രേരണയുമുള്ള പുത്തൻ വരേണ്യ വർഗ്ഗം വരും.'

'വെട്ടിച്ചുരുക്കലോ?' നന്ദിനി ചോദിച്ചു. 'അത് ക്രൂരമല്ലേ? വിശ്വാ? നിങ്ങൾ വാക്കുകൾ അളന്നെടുക്കേണ്ടതുണ്ട്. വാക്കുകൾക്ക് ഊർജ്ജമുണ്ട്, എന്റെ സുഹൃത്തേ!'

'ഞാൻ സംസാരിക്കുന്നത് അനുയോജ്യമായ വാക്കുകളെന്നതിനേക്കാൾ എന്റെ ചിന്തകളെ ഏറ്റവും നന്നായി വർണ്ണിക്കുന്ന വാക്കുകൾ കൊണ്ടാണ്. വെട്ടിച്ചുരുക്കൽ തന്നെയല്ലേ രാഷ്ട്രീയ അക്രമത്തിൽ സംഭവിക്കുന്നത്? നിരവധി വരേണ്യവർഗ്ഗക്കാർ കൊല്ലപ്പെടും. ആ വർഗ്ഗത്തിനുള്ളിൽ ആഭ്യന്തരമായ മത്സരം കുറയും.വരേണ്യ വർഗ്ഗങ്ങളുടെ അമിതോത്പാദനത്തിന്റെ ഫലമായി പഴയ വരേണ്യ വർഗ്ഗങ്ങളോ വരേണ്യ വിരുദ്ധ ശക്തികളോ വിദേശ ശക്തികളെ വിളിച്ചു വരുത്താറുണ്ട്. യമ്നയ ഗോത്രത്തിലെ തുർഷിൻ എന്നെ പറഞ്ഞു മനസ്സിലാക്കാൻ ശ്രമിച്ച കാര്യം ഇതാണ്. വരേണ്യവർഗ്ഗത്തിൽ നിരവധി പേരുള്ള രാജ്യങ്ങളെയാണ് അവർ നോട്ടമിടുന്നതെന്ന് തുർഷിൻ എന്നോടു പറഞ്ഞു. അത്തരം വരേണ്യ വർഗ്ഗക്കാർ ആഭ്യന്തര കലാപങ്ങളിൽ പുൽപ്രദേശത്തെ യോദ്ധാക്കളുടെ പിന്തുണ തേടാറുണ്ട്. തങ്ങൾക്ക് ഇഷ്ടമില്ലാത്ത ആടിനെ കൊല്ലാൻ ആട്ടിൻ പറ്റം ചെന്നായ്ക്കളെ ക്ഷണിക്കുന്നതു പോലെ. തീർച്ചയായും അത്തരം ഒരു ക്ഷണം ആട്ടിൻ പറ്റത്തിന് ആത്യന്തികമായി നല്ലതായി ഭവിക്കില്ലല്ലോ. വരേണ്യ വർഗ്ഗത്തിനുള്ളിലെ ആഭ്യന്തര കലാപം സമൂഹത്തിനു വിനാശകരമാണ്.'

'അതുകൊണ്ട് വിവിധ വരേണ്യ വർഗ്ഗങ്ങൾക്കിടയിലെ മത്സരം ഈ ഘട്ടം എത്തുന്നതിനു മുമ്പേ നിയന്ത്രിക്കേണ്ടതുണ്ട്.'

'തീർച്ചയായും. അതു നേടാൻ നിരവധി മാർഗ്ഗങ്ങളുണ്ട്. ചില പ്രത്യേക വരേണ്യ സംഘങ്ങളെ രാജ്യത്ത് നിന്നും നിഷ്കാസനം ചെയ്യുകയാണ് ഏറ്റവും എളുപ്പമുള്ള വഴി. അവരുടെ വിടവാങ്ങലിന് ആവശ്യമായ സാഹചര്യങ്ങൾ സൃഷ്ടിച്ചു കൊണ്ട് സൂക്ഷ്മമായി വേണം അതു ചെയ്യാൻ. ഭാരതത്തിലല്ല, മറ്റേതെങ്കിലും വിദേശ രാജ്യത്ത് അവർ പടവെട്ടട്ടെ. അതോടെ ഭാരതത്തിനുള്ളിലെ ആഭ്യന്തര കലാപങ്ങൾ കുറയും. പക്ഷേ മറ്റൊരു വഴി കൂടിയുണ്ട്.'

'നിങ്ങളുടെ മൈക രീതി....' വസിഷ്ഠൻ പറഞ്ഞു.

'മൈക രീതിയോ?' നന്ദിനി ചോദിച്ചു.

'കൗശികൻ ഒരിക്കൽ അതിനെക്കുറിച്ചു പറഞ്ഞിരുന്നു,' വിശ്വാമിത്രന്റെ

ഗുരുകുലത്തിലെ പേരുപയോഗിച്ചു കൊണ്ട് വസിഷ്ഠൻ പറഞ്ഞു. 'തികച്ചും മൗലികമായ ആശയമാണത്. ജനന സമയത്ത് കുട്ടികളെ രാഷ്ട്രം ദത്തെടുക്കേണ്ടതുണ്ടെന്നാണ് കൗശികൻ പറയുന്നത്. മാതാപിതാക്കൾ കുട്ടിയെ സാമ്രാജ്യത്തിന് സമർപ്പിക്കണം. രാഷ്ട്രം കുട്ടിയെ വളർത്തുകയും പഠിപ്പിക്കുകയും ആന്തരികമായ കഴിവുകളും വൈദഗ്ധ്യങ്ങളും പോഷിപ്പിച്ചെടുക്കുകയും ചെയ്യും. പതിനഞ്ച് വയസ്സാകുമ്പോൾ അവരുടെ ശാരീരികവും മാനസികവുമായ കഴിവുകൾ കർക്കശമായ പരീക്ഷയിലൂടെ പരിശോധിക്കപ്പെടും. അതിന്റെ ഫലത്തിന്റെ അടിസ്ഥാനത്തിൽ അനുയോജ്യമായ ജാതികൾ അവർക്ക് അനുവദിക്കപ്പെടും. തുടർന്നു നൽകുന്ന പരിശീലനം അവരുടെ സ്വാഭാവിക വൈദഗ്ധ്യങ്ങളെ തിളക്കിയെടുക്കും. അവസാനം അവർ അവർക്ക് അനുവദിക്കപ്പെട്ട ജാതിയിലെ പൗരന്മാരാൽ ദത്തെടുക്കപ്പെടും. തങ്ങൾ ഏത് ജാതിയിൽപ്പെട്ട മാതാപിതാക്കൾക്കാണ് ജനിച്ചതെന്ന് അവർ ഒരിക്കലും അറിയില്ല. തങ്ങളുടെ മക്കളുടെ വിധി മാതാപിതാക്കളും അറിയില്ല. '

നന്ദിനി പുരികം ചുളിച്ചു. 'മാതാപിതാക്കൾ ഇതുപോലെ കുട്ടികളെ രാഷ്ട്രത്തിനു നൽകുമെന്ന് വിചാരിക്കാൻ കുട്ടികളില്ലാത്തവർക്കേ കഴിയൂ.'

'പക്ഷേ ഈ രീതി സമൂഹത്തെ സംബന്ധിച്ചിടത്തോളം ഏറ്റവും മികച്ചതാണ്, നന്ദിനീ, 'വിശ്വാമിത്രൻ പറഞ്ഞു. 'തുറന്ന മനസ്സോടെ അതിനെക്കുറിച്ച് ചിന്തിക്കൂ. പഴയ വരേണ്യവർഗ്ഗത്തിലെ കഴിവില്ലാത്തവരെ പുറത്താക്കുകയാണ് നാം ചെയ്യുന്നത്. അവർ പൊതുജനത്തിന്റെ ഭാഗമാകും. എന്നാൽ പൊതുജനത്തിന്റെ ഭാഗമായ കഴിവുള്ള കുട്ടികൾ വരേണ്യവർഗ്ഗത്തിന്റെ ഭാഗമാകും. അതും തുറന്നതും നീതിയുക്തവുമായ വഴിയിലൂടെ. വരേണ്യവർഗ്ഗത്തിലെ കഴിവുള്ളവർക്കും വരേണ്യവർഗ്ഗത്തിൽ തന്നെ ഇങ്ങനെ തിരികെ ചേരാമല്ലോ. എന്നാൽ അവർക്ക് വരേണ്യവർഗ്ഗത്തിൽപ്പെട്ട മാതാപിതാക്കളുടെ അമിത ലാളനം ലഭിക്കില്ലെന്നു മാത്രം. ഇങ്ങനെ വരേണ്യവർഗ്ഗം കൂടുതൽ കാലം കാര്യക്ഷമമായും കഴിവുള്ളവരായും നിലനിൽക്കും. ഇത് സമൂഹത്തിൽ സുസ്ഥിരത വർദ്ധിപ്പിക്കും. അതിനെ മത്സരോന്മുഖമായി നിലനിർത്തുകയും ചെയ്യും.'

'പക്ഷെ ചുമതലയിലും കാര്യക്ഷമതയിലും മാത്രം നിർമ്മിതമായ ഒരു സമൂഹത്തെയാണ് നിങ്ങൾ വിഭാവനം ചെയ്യുന്നത്. അവിടെ സ്നേഹത്തിന് സ്ഥാനമുണ്ടോ? സ്നേഹമില്ലെങ്കിൽ മനുഷ്യരെ എന്തിന് കൊള്ളും?'

'ഏറ്റവും വലിയ മായ സ്നേഹമാണെന്നാണ് കൗശികൻ

വിശ്വസിക്കുന്നത്,' വസിഷ്ഠൻ പുഞ്ചിരിയോടെ പറഞ്ഞു. 'വിശ്വസിച്ചിരുന്നത് എന്നും പറയാം.'

'ആണോ?' വിശ്വാമിത്രനെ നോക്കി കണ്ണു ചിമ്മിക്കൊണ്ട് നന്ദിനി ചോദിച്ചു.

വിശ്വാമിത്രൻ ഒന്നും മിണ്ടിയില്ല.

നന്ദിനി വസിഷ്ഠന്റെ നേർക്കു തിരിഞ്ഞു. 'ചിലപ്പോൾ സ്നേഹം ഒരു മായയായിരിക്കാം. ചിലപ്പോൾ അല്ലാതെയുമിരിക്കാം. എങ്കിലും സ്നേഹം അനുഭവപ്പെടുമ്പോൾ നാം അത് ആസ്വദിക്കാതിരിക്കാൻ കാരണമൊന്നുമില്ലല്ലോ. അഴലിന്റെ ഉണങ്ങി വരണ്ട മരുഭൂമി അനുഭവിച്ചിട്ടില്ലാത്തവർക്ക് മാത്രമേ താൽക്കാലികമെങ്കിലും ദിവ്യമായ സ്നേഹാനുഭൂതിയെ നിഷേധിക്കാനാവൂ.'

വസിഷ്ഠൻ അസ്വസ്ഥനായതു പോലെ തോന്നി. അയാൾ ചർച്ചയിലേക്ക് തിരിച്ചു പോയി.' അത്തരം ഒരു സമൂഹം സാധ്യമാണോ എന്നു പോലും എനിക്കറിയില്ല. മൈക രീതി എവിടെ നടപ്പിലാക്കും? പക്ഷേ അതൊരു രസകരമായ പരീക്ഷണമായിരിക്കും.'

നന്ദിനി പുഞ്ചിരിക്കുകയും തല കുലുക്കി കൊണ്ട് ദൂരേക്കു നോക്കുകയും ചെയ്തു.

'ഈ രീതി നടപ്പിലാക്കണമെന്ന് അടുത്ത വിഷ്ണുവിനെ ബോധ്യപ്പെടുത്താൻ എനിക്കാകുമെന്ന് ഉറപ്പുണ്ട്,' വിശ്വാമിത്രൻ പറഞ്ഞു.

നന്ദിനി പൊട്ടിച്ചിരിച്ചു. 'നിങ്ങൾ ആദ്യം മലയപുത്രന്മാരുടെ തലവനാകേണ്ടതുണ്ട്.'

'അത് തീർച്ചയായും നടക്കും.....'

'തീർച്ചയായും' വസിഷ്ഠൻ പറഞ്ഞു.

വിശ്വാമിത്രൻ പുഞ്ചിരിയോടെ വസിഷ്ഠനെ നോക്കുകയും സുഹൃത്തിന്റെ കൈ തലോടുകയും ചെയ്തു.

അവരെ നോക്കിക്കൊണ്ടിരുന്നപ്പോൾ വേദനയോടെ ഒരു അല നന്ദിനിയെ മുഖത്ത് കടന്നു പോയി. അപ്പോൾ തന്നെ അതു മാറുകയും ചെയ്തു. 'എനിയ്ക്ക് ഒരു ചോദ്യം കൂടിയുണ്ട്.'

'ചോദിയ്ക്കൂ,' വിശ്വാമിത്രൻ പറഞ്ഞു.

'നിരവധി ക്ഷത്രിയ രാജാക്കന്മാർ വൈശ്യന്മാരായ വണിക്കുകളെ ഇക്കാലത്ത് ആക്രമിക്കുന്നുണ്ട്. വൈശ്യന്മാരുടെ സ്വത്ത് അവർ കയ്യടക്കുന്ന ഒരു കാലം വരും. വരേണ്യവർഗ്ഗത്തിലെ ഒരു വിഭാഗത്തെ വെട്ടിച്ചുരുക്കുന്നതാണോ ഇത്?'

'അല്ല, ഞാൻ അതിനെ ഭ്രാന്തെന്നും മണ്ടത്തരമെന്നും വിളിക്കും.'

'എന്തുകൊണ്ട്? വരേണ്യവർഗ്ഗത്തിൽ ഒരു പരിധിക്കപ്പുറം അംഗങ്ങൾ പാടില്ലെന്നല്ലേ നിങ്ങളിപ്പോൾ പറഞ്ഞത്?'

'ഇത് അതു പോലല്ല. നാലു തരത്തിലുള്ള അധികാരങ്ങളുണ്ട്; സൈനിക അധികാരം, സാമ്പത്തിക അധികാരം, രാഷ്ട്രീയപരമായ അധികാരം, പ്രത്യയശാസ്ത്രപരമായ അധികാരം.'

'ശക്തി ഉപയോഗിക്കാനുള്ള കഴിവിൽ അധിഷ്ഠിതമാണ് സൈനിക അധികാരം. ധനം ഉപയോഗിക്കാനുള്ള കഴിവാണ് സാമ്പത്തിക അധികാരം. ഉദാഹരണത്തിന് സമ്പന്നനായ ഒരു വ്യാപാരിക്ക് വണിക്കുകളുടെ സംഘത്തലവനേക്കാൾ സമ്പത്തു കാണും. എങ്കിലും ധനം ഉപയോഗിച്ച് പ്രയോഗിക്കാവുന്ന അധികാരം വണിക്കുകളുടെ സംഘത്തലവനാണുള്ളത്. അതുകൊണ്ട് സംഘത്തലവൻ വരേണ്യ വർഗ്ഗത്തിന്റെ ഭാഗമാണ്. രാഷ്ട്രീയക്കാരുടെയും ഭരണാധികാരികളുടെയും കയ്യിലാണ് രാഷ്ട്രീയ അധികാരമുള്ളത്. പ്രധാനമായും രാജാവ്, ഉന്നത ഉദ്യോഗസ്ഥർ, ന്യായാധിപർ തുടങ്ങിയവർ. വരേണ്യവർഗ്ഗത്തിന്റെ അധികാരത്തിന്മേലുള്ള പിടിയെ പിന്തുണയ്ക്കുന്ന ആശയങ്ങൾ പൊതുജനങ്ങളെ വിശ്വസിപ്പിക്കുന്നതിനുള്ള കഴിവാണ് പ്രത്യയ ശാസ്ത്രപരമായ അധികാരം. ഈ വരേണ്യവർഗ്ഗത്തിൽ കഥ പറച്ചിലുകാരും പണ്ഡിതരും കലാകാരന്മാരും ഉൾപ്പെടും. സ്ഥിരതയുള്ള വരേണ്യ വർഗ്ഗത്തിൽ ഈ നാല് സംഘങ്ങളുമുണ്ടാകും. നാല് അധികാരങ്ങളും പ്രയോഗിക്കാൻ കഴിവുള്ള ഉപസംഘങ്ങൾ. അതുകൊണ്ട് ഒരു ഉപസംഘം മറ്റൊരു ഉപസംഘത്തിനെ ആക്രമിക്കുന്നത് മണ്ടത്തരവും ആത്മഹത്യാപരവുമാണ്.'

'രസകരം....' വസിഷ്ഠൻ പറഞ്ഞു. 'ഭാരതത്തിലെ ഇന്നത്തെ വരേണ്യ വർഗ്ഗങ്ങൾ ഏതെല്ലാമാണ്?'

'നിങ്ങൾ സങ്കൽപ്പിക്കുന്നതു പോലെ അത്രയും വ്യക്തമല്ല ആ സംഘങ്ങൾ. ഭാരതത്തിൽ മൂന്ന് വരേണ്യ സംഘങ്ങൾ ഉണ്ടെന്നാണ് ഞാൻ വിശ്വസിക്കുന്നത്. വിശുദ്ധ സരസ്വതി നദിയാൽ വിഭജിക്കപ്പെട്ട....'

വസിഷ്ഠൻ പൊടുന്നനെ സ്വപ്നത്തിൽ നിന്നുണർന്നു. ഒരു നൂറ്റാണ്ടു പഴക്കമുള്ള ഒരു ഓർമ്മയെ വിളിച്ചുണർത്തിയ സ്വപ്നം. 'ബ്രഹ്മദേവാ!'

നേരം പുലർന്നിട്ട് ഏറെയായിരിക്കുന്നു. വിചാരിച്ചതിനേക്കാൾ ഒരു ദിവസം മുന്നേ പാലത്തിന്റെ നിർമ്മാണം പുനരാരംഭിക്കണമെന്നാണ് ശത്രുഘ്നൻ ആസൂത്രണം ചെയ്യുന്നത് വസിഷ്ഠനറിയാം. പാപ്പാന്മാരിൽ പാതിയും സുഖം പ്രാപിച്ചിട്ടുണ്ട്. നിർമ്മാണത്തിന്റെ വേഗത കുറയുമെങ്കിലും അത് ഒന്നും ചെയ്യാതിരിക്കുന്നതിനേക്കാൾ ഭേദമാണല്ലോ. പ്രാതലിനു

ശേഷം വസിഷ്ഠൻ ഉറങ്ങിപ്പോയിരുന്നു. പാമ്പൻ ദ്വീപിന്റെ കടലോരത്ത് ഒരു ചെറിയ മയക്കം. അപ്പോൾ ആ സ്വപ്നം എന്തോ കാരണത്താൽ അയാളെ തേടി വന്നു.

എനിക്കറിയാം അയാൾ അതു ചെയ്യുമെന്ന്...

വസിഷ്ഠൻ ആകാശത്തേക്ക് നോക്കി. കൊടും ശത്രുവായിത്തീർന്ന സുഹൃത്തിനെക്കുറിച്ചോർത്ത്.

കൗശികാ... നീ എന്തു ചെയ്യുമെന്ന് എനിക്കറിയാം....അനുവംശജർ..

അദ്ധ്യായം 26

അടിവയറ്റിൽ ആഴ്ന്നിറങ്ങിയ കത്തിയുണ്ടായിട്ടും ലങ്കക്കാരൻ നിലത്തു കിടന്ന് അത്ഭുതപ്പെടുത്തുന്ന ശക്തിയോടെ കൈകാലിട്ടടിച്ചു. അടുത്തിരിക്കുന്ന അയോദ്ധ്യക്കാരൻ വലതു മുഷ്ടി ചുരുട്ടി തുടർച്ചയായി അയാളുടെ മുഖത്തിടിക്കുന്നുണ്ട്. അയാൾ ഇടതു കൈകൊണ്ട് ലങ്കക്കാരന്റെ വായ പൊത്തിപ്പിടിക്കുകയും കഴുത്തു ഞെരിക്കാൻ ശ്രമിക്കുകയും ചെയ്യുന്നുണ്ട്. എന്നാൽ ലങ്കക്കാരൻ ഇടി തടഞ്ഞു കൊണ്ടേയിരുന്നു. അയാൾ അയോദ്ധ്യക്കാരന്റെ നെഞ്ചത്തിടിക്കുകയും തലയിൽ അടിക്കുകയും ചെയ്തു. പക്ഷേ അയാളുടെ ഓരോ ഇടിയും കൂടുതൽ ദുർബലമായിരുന്നു. അടിവയറ്റിലെ മുറിവിൽ നിന്നും ഏറെ രക്തം നഷ്ടപ്പെട്ടിരുന്നു.

അയോദ്ധ്യക്കാരൻ പ്രതിയോഗിയുടെ വായിൽ നിന്നും കയ്യെടുത്തിരുന്നില്ല. അയാൾക്കതിനാകുമായിരുന്നില്ല. ലങ്കക്കാരൻ അലറി വിളിച്ചാൽ അവർ കണ്ടുപിടിക്കപ്പെടും. കൂടെ മറ്റു പലരുമുണ്ടാകും.

ലങ്കക്കാരൻ തന്റെ താടി നെഞ്ചോട്ടു ചേർത്തു വച്ചിരിക്കുകയാണ്, കഴുത്തു സംരക്ഷിച്ചു കൊണ്ട്. അവസാനം അയോദ്ധ്യക്കാരൻ അയാളുടെ തല പിടിച്ചുകറ്റുകയും അതേസമയം വായ പൊത്തിപ്പിടിക്കുകയും ചെയ്തു. ഉടനെ അയാൾ വലതു കൈകൊണ്ട് ലങ്കക്കാരന്റെ കഴുത്തു ഞെക്കി. ലങ്കക്കാരൻ സർവ്വശക്തിയുമെടുത്ത് കുതറുന്നുണ്ട്.അയോദ്ധ്യക്കാരനെ കുടഞ്ഞെറിയാൻ നോക്കുന്നുണ്ട്. അയോദ്ധ്യക്കാരൻ പ്രതിയോഗിയുടെ ശബ്ദ നാളത്തിലെ തരുണാസ്ഥി പരതി കണ്ടു പിടിച്ചു. അതയാൾ മുറുകെ അമർത്തി. ഇപ്പോളയാൾക്ക് ലങ്കക്കാരന്റെ വായിൽ നിന്നും സുരക്ഷിതമായി കൈ എടുക്കാം. ഇനി ഒച്ച കേൾക്കില്ല. അയാൾ രണ്ടു

കൈകൾ കൊണ്ടും മൃഗീയമായി കഴുത്തു ഞെരിച്ചു. അയാളുടെ കൈകളും കാലുകളും മൃദുലമായ ചെളിമണ്ണിനെ ചവിട്ടി മെതിച്ചു. തൊണ്ടയിലെ മാരകമായ സമ്മർദ്ദത്താൽ കണ്ണുകൾ തുറിച്ചു.

'മരിക്ക്, നാശം,' അയോദ്ധ്യക്കാരൻ പിറുപിറുത്തു.

ലങ്കക്കാരൻ ഇപ്പോൾ ദുർബലമായി വിറയ്ക്കുന്നുണ്ട്. അയോദ്ധ്യക്കാരൻ കരുണ ഒട്ടുമില്ലാതെ പിടുത്തം മുറുക്കി. അയാൾ കഴുത്തിൽ ആഞ്ഞു ഞെക്കി. അവസാനം ലങ്കക്കാരൻ നിശ്ചലനായി. നാക്ക് വായിൽ നിന്നും പുറത്തേക്കു നീണ്ടു. അയോദ്ധ്യക്കാരൻ ഒരു കല്ലെടുത്ത് വീണ്ടും വീണ്ടും ലങ്കക്കാരന്റെ തലയിൽ ഇടിക്കുകയും അത് പൊട്ടിക്കുകയും ചെയ്തു.

ക്ഷീണത്തോടെ അയാൾ എഴുന്നേറ്റു നിന്നു. എന്നിട്ട് ചുറ്റും നോക്കി.

അഞ്ച് ലങ്കക്കാർ അയാൾക്കു ചുറ്റും മരിച്ചു കിടന്നു. നാല് അയോദ്ധ്യക്കാരും അയാളുടെ കൂട്ടാളികളും. ലങ്കയുടെ ഉൾനാട്ടിലേക്ക് ആഹാരം ശേഖരിക്കാനിറങ്ങിയ ചെറിയ സേനയുടെ ഭാഗമായിരുന്നു അയാൾ. അയോദ്ധ്യയുടെ കൂറ്റൻ സൈന്യത്തിനു വേണ്ടിയായിരുന്നു ആഹാരം. ആ സമയത്ത് രാത്രി ജന്തുക്കളെ പിടിക്കാനാണ് അവർ പുറത്തിറങ്ങിയത്. അത് വരെ ലങ്കക്കാരുടെ പിടിയിൽ അവർ പെട്ടിട്ടേയില്ല. ലങ്കക്കാർ സിഗിരിയയിലേക്ക് പിൻവാങ്ങിയെന്നാണ് എല്ലാവരും വിചാരിച്ചത്.

അതുകൊണ്ട് പുലർച്ചയ്ക്ക് വേട്ടയാടാനിറങ്ങിയ സംഘം ലങ്കക്കാരുടെ ഒരു ചെറു സംഘത്തെ കണ്ട് ഞെട്ടിപ്പോയി. ലങ്കക്കാരും അയോദ്ധ്യക്കാരെ കണ്ട് ഞെട്ടിപ്പോയി. അവർ തമ്മിലുള്ള ഏറ്റുമുട്ടൽ ചടുലവും മൃഗീയവുമായിരുന്നു.

അയോദ്ധ്യക്കാരൻ പതിയെ ശ്വാസഗതി നേരെയാക്കി. അയാൾക്ക് തിരികെ പോയി വിവരം അറിയിക്കേണ്ടതുണ്ട് – സേനാപതിയായ അരിഷ്ടനേമിയേയും.

ലങ്കക്കാർ ഇവിടെയുണ്ട്!

ശ്വാസഗതി നേരെയായപ്പോൾ, ഹൃദയമിടിപ്പു കുറഞ്ഞപ്പോൾ അയാൾ ചുറ്റും നോക്കി. അരിഷ്ടനേമി കാര്യങ്ങൾ കുത്തിക്കുത്തി ചോദിക്കുമെന്ന് അയാൾക്കറിയാമായിരുന്നു.

ലങ്കക്കാർ അവിടെ എന്തു ചെയ്യുമായിരുന്നു? അവർ അവിടെ എന്തിനു വന്നു?

അയാൾ ലങ്കക്കാർ വന്ന കുതിരകളെ നോക്കി. ദൂരെ നിന്നാകണം അവർ വന്നത്.

ലങ്കക്കാരുടെ കുതിരകളെ കുറ്റിയിൽ കെട്ടിയിട്ടിരുന്നു. അപ്പോൾ

അവർ ഇവിടെ കാത്തിരിക്കുകയായിരുന്നു. എന്തിന്? പതിയിരുന്ന് ആക്രമിക്കാനോ? പക്ഷേ ഞങ്ങൾ മുൻകൂട്ടി നിശ്ചയിച്ച വഴിയല്ല ഇത്. അവർ മറ്റെന്തിനോ വേണ്ടി കാത്തിരിക്കുകയായിരുന്നു.

മുൻപ് കാണേണ്ടിയിരുന്ന ഒരു കാര്യം അയാൾ അപ്പോൾ ശ്രദ്ധിച്ചു. ആറു കുതിരകൾ അവിടെയുണ്ട്. പക്ഷെ അഞ്ച് ജഡങ്ങളേയുള്ളൂ.

രുദ്രഭഗവാനേ

ആ ചിന്ത മുഴുമിപ്പിക്കാനുള്ള സമയം അയാൾക്കില്ലായിരുന്നു. ഒരു കത്തി പാഞ്ഞു വന്ന് അയാളുടെ തൊണ്ട തുളച്ചു. അയാൾ നിലത്ത് മലർന്നു വീണു. തൊട്ടു മുമ്പ് അയാൾ കൊന്ന ലങ്കക്കാരന്റെ അരികിൽ. ഒരാൾ മരക്കൊമ്പുകൾക്കിടയിൽ നിന്നിറങ്ങി വരുന്നത് മങ്ങിയ കണ്ണുകളിലൂടെ അയാൾ കണ്ടു. അയാൾ അടുത്തേക്കു വരികയും വന്യമായി മറ്റൊരു കത്തിയൂരി അയോദ്ധ്യക്കാരന്റെ ഹൃദയത്തിൽ കയറ്റുകയും ചെയ്തു.

പ്രതിയോഗിയെ നിശബ്ദനാക്കിയ ശേഷം ആ ലങ്കക്കാരൻ എഴുന്നേറ്റു നിന്ന് തിടുക്കത്തിൽ കുതിരയുടെ അടുത്തേക്കു പോയി. കാണേണ്ടതെല്ലാം അയാൾ കണ്ടു കഴിഞ്ഞിരുന്നു. കൂടുതൽ നന്നായി കാണാനാണ് അയാൾ മരത്തിൽ കയറിയത്. നിബിഢ വനത്തിൽ മരത്തുമ്പത്തിരുന്ന് അയാൾ ഏറെ കണ്ടു. കേതീശ്വരം കടൽ തീരം വരെ അയാൾക്ക് കാണാമായിരുന്നു. നേരം പുലർന്നിട്ടേയുള്ളൂ. എങ്കിലും ആവശ്യത്തിന് വെളിച്ചമുണ്ടായിരുന്നു. ഏകദേശം രണ്ടായിരം അയോദ്ധ്യക്കാർ ജോലി ചെയ്യുന്നത് അയാൾ കണ്ടു; മരങ്ങൾ വെട്ടുന്നു, മരക്കോട്ടകൾ പണിയുന്നു; സൈന്യത്തിന്റെ വരവിനായി ഒരുക്കങ്ങൾ നടത്തുന്നു.

മരക്കോട്ടയുടെ വലിപ്പത്തിന്റെ അടിസ്ഥാനത്തിൽ കണക്കു കൂട്ടുകയാണെങ്കിൽ അതൊരു പടുകൂറ്റൻ സൈന്യം തന്നെ.

ലങ്കക്കാരായ സൈനികരുടെ പ്രാദേശിക താവളമായ കേതീശ്വരത്തെ സൈനികസങ്കേതം അയാൾക്ക് കാണാം. എന്നാൽ ആ കെട്ടിടം ചുട്ടുകരിക്കപ്പെട്ടിരുന്നു.

കേതീശ്വരൻ ക്ഷേത്രത്തിന് കേടുപാടുകളൊന്നുമില്ല. സംസ്കൃത ചിത്തനായ ഒരു മനുഷ്യനും ദൈവങ്ങളുടെ ആലയങ്ങൾ ആക്രമിക്കുകയില്ല. ചില അയോദ്ധ്യക്കാർ പുഷ്പമാല്യങ്ങളുമായി ക്ഷേത്രത്തിനുള്ളിലേക്കു പോകുന്നത് അയാൾ കണ്ടു. പ്രഭാത പൂജകൾക്കായിരിക്കും.

മാന്നാർ ദ്വീപിന്റെ തെക്കു കിഴക്കൻ ഭാഗങ്ങൾക്കപ്പുറം അയാൾക്ക് കാണാനായില്ല. അതുകൊണ്ട് പാലം പണിഞ്ഞിട്ടുണ്ടോ ഇല്ലയോ എന്ന് അയാൾക്ക് ഉറപ്പാക്കാനായില്ല.

ദൗത്യം ഏൽപ്പിക്കപ്പെട്ടപ്പോൾ അയാളും അത് അവിശ്വസിച്ചു.

കടലിനു കുറുകെ പാലമോ? അപഹാസ്യം!

പക്ഷേ ഒരു കാര്യം ഉറപ്പാണ്. ലങ്കയിലെത്താൻ ഏതു വഴി ഉപയോഗിച്ചാലും അവരതിന് തയ്യാറെടുക്കുന്നുണ്ട്.

ഞാൻ വേഗം തിരിച്ചു പോയി വിവരമറിയിക്കേണ്ടതുണ്ട്.

'ഞാൻ സിന്ധു നദീതടത്തിലേക്ക് തിരിച്ചു പോകില്ല, ഗുരോ,' ഉറപ്പോടെ നാരദൻ പറഞ്ഞു. 'യുദ്ധം ഇവിടെയാണ്.'

പാമ്പൻ ദ്വീപിന്റെ ഒരു മൂലയിൽ വച്ച് വസിഷ്ഠൻ നാരദനോടു സംസാരിക്കുകയായിരുന്നു. അവർ ഒറ്റയ്ക്കാണ്. എങ്കിലും വസിഷ്ഠൻ ഒച്ച താഴ്ത്തിയാണു സംസാരിക്കുന്നത്. അരിഷ്ടനേമിയുടെ മലയപുത്രന്മാർ ചുറ്റുമുണ്ടെന്ന് അയാൾക്കറിയാം.

'ഞാൻ പറയുന്നതു കേൾക്കു,' വസിഷ്ഠൻ സൗമ്യമായി പറഞ്ഞു. 'ഇത് നിർണ്ണായകമാണ്. നിങ്ങൾ തന്നെ പോകണമെന്നില്ല പക്ഷേ, നിങ്ങളുടെ ഏറ്റവും മികച്ച ചാരനെ അങ്ങോട്ടയക്കേണ്ടതുണ്ട്. എനിയ്ക്ക് ഈ വിവരം കിട്ടിയേ തീരൂ.'

'അന്നൊരു ദിവസം അങ്ങു പറഞ്ഞത് അനുവംശജർ വരുന്നില്ലെന്നല്ലേ? അവർ രാമനെ പിന്തുണയ്ക്കുന്നില്ലെന്നും.'

'ഞാൻ ഈ യുദ്ധത്തെക്കുറിച്ചല്ല സംസാരിക്കുന്നത്, നാരദാ. ഇതു കഴിഞ്ഞാലുണ്ടാകാൻ പോകുന്ന യുദ്ധത്തെക്കുറിച്ചാണ്.'

നാരദൻ മിണ്ടാതെ നിന്നു.

'നാളയെക്കുറിച്ചോർത്തല്ല എന്റെ വേവലാതി, 'വസിഷ്ഠൻ മന്ത്രിച്ചു. 'നാളെ കഴിഞ്ഞുള്ള ദിവസത്തെക്കുറിച്ചാണ്. നിങ്ങൾക്ക് ഏറ്റവും മികച്ച വിവരശേഖരശൃംഖലയുണ്ട്. ഇതെനിയ്ക്കു വേണ്ടി ചെയ്യൂ. ഭാരതാംബയ്ക്ക് വേണ്ടി ചെയ്യൂ. ദയവായി.'

നാരദൻ തലയാട്ടി. 'ശരി, ഗുരോ.'

'എന്റെ മകൻ...'

രാവണൻ വികാര വിക്ഷുബ്ധനാണ്. വികാരങ്ങളുടെ അപൂർവ്വമായ പ്രകടനം. അയാൾ മകന്റെ തല പിടിച്ചു സ്വന്തം നെറ്റിയുമായി ചേർത്ത് കണ്ണുകളടച്ചു. അയാളുടെ ശ്വാസഗതി പരുപരുത്തതായിരുന്നു. അന്നു വൈകുന്നേരം ലങ്കയുടെ രാജസഭയ്ക്ക് അയോദ്ധ്യയുടെ സൈന്യം

കേതീശ്വരൻ ക്ഷേത്രത്തിനടുത്ത് ലങ്കയുടെ വടക്കു പടിഞ്ഞാറൻ തീരത്ത് തമ്പടിച്ചിരിക്കുന്നതായി വിവരം ലഭിച്ചു. ആദ്യത്തെ ഞെട്ടലിനു ശേഷം, എടുക്കേണ്ട തീരുമാനം എല്ലാവർക്കും വ്യക്തമായിരുന്നു. ലങ്കയുടെ സൈന്യത്തിന്റെ മുക്കാൽ പങ്കും കപ്പലുകളിൽ നിന്നിറങ്ങുകയും അയോദ്ധ്യക്കാർ എത്തും മുമ്പെ സിഗിരിയയിൽ എത്തുകയും ചെയ്യേണ്ടതുമുണ്ട്. ഉപരോധത്തിനു തയ്യാറെടുക്കേണ്ടതുണ്ട്.

ലങ്കയുടെ സൈന്യത്തിന്റെ ഒരു ചെറിയ ഭാഗം മാത്രം ഓങ്കയാറയിലെ കപ്പലുകളിൽ തുടരും. അവർ അയോദ്ധ്യക്കാരെ കഴിയാവുന്നത്ര നാളുകൾ പിടിച്ചു വയ്ക്കും. മുഴുവൻ ലങ്കക്കാരും തിരിച്ചു പോയാൽ അയോദ്ധ്യക്കാർ കപ്പലുകളിൽ നിന്ന് ചെറിയ നൗകകൾ പുറത്തിറക്കുകയും സിഗിരിയയിലേക്ക് നീങ്ങി ലങ്കക്കാരുടെ സൈന്യത്തെ പുറകിൽ നിന്ന് ആക്രമിക്കുകയും ചെയ്യും. മഹാവേലി ഗംഗയിലെ അയോദ്ധ്യയുടെ കപ്പൽപടയിൽ നിന്ന് തിരിച്ചു പോകാൻ ലങ്കയുടെ സൈന്യത്തിന് പുറകിൽ നിന്നുള്ള സംരക്ഷണം വേണം. ഇന്ദ്രജിത്ത് അതു നയിക്കും.

'പിതാവേ,' ഇന്ദ്രജിത്ത് പുഞ്ചിരിച്ചു. 'വിഷമിക്കേണ്ടതില്ല, ഞാൻ മരിക്കാൻ പോകുന്നില്ല. അങ്ങയെ സിഗിരിയയിൽ കാണാം.'

രാവണൻ പൊട്ടിച്ചിരിച്ചു. 'നീ പലപ്പോഴും എന്നെത്തന്നെ ഓർമ്മിപ്പിക്കുന്നു.'

'ഞാൻ അങ്ങയേക്കാൾ മികച്ചവനാണ്, പിതാവേ. എനിയ്ക്ക് അങ്ങയെ ദ്വന്ദയുദ്ധത്തിൽ തോൽപ്പിക്കാനാകും.'

രാവണൻ ഉറക്കെ പൊട്ടിച്ചിരിച്ചു. 'ഇത് പറഞ്ഞിട്ടും ജീവനോടെയിരിക്കാൻ കഴിയുന്ന ലോകത്തിലെ ഏക ആളാണ് നീ!'

'ഒരാൾ തന്റെ മകനാൽ ഒരിക്കലും തോൽപ്പിക്കപ്പെടുന്നില്ല,' മാരീചൻ പറഞ്ഞു. 'അയാൾ തന്റെ കൂടുതൽ മികച്ച രൂപം കാണുന്നുവെന്നു മാത്രം.'

രാവണനും ഇന്ദ്രജിത്തും പുഞ്ചിരിക്കുകയും പരസ്പരം കെട്ടിപ്പിടിക്കുകയും ചെയ്തു.

കുംഭകർണ്ണൻ മുന്നോട്ടു വന്ന് ഇന്ദ്രജിത്തിന്റെ പുറത്തു തട്ടി. 'നിന്നെ സിഗിരിയയിൽ കാണാം.'

ഇന്ദ്രജിത്ത് കുംഭകർണ്ണനെ കെട്ടിപ്പിടിച്ചു. 'വേഗം കാണാം. ഉപരോധത്തിനു തയ്യാറെടുക്കൂ.'

'തീർച്ചയായും.'

'ഇവിടെത്തന്നെ നിൽക്കുകയാണോ, അമ്മാവാ? 'രാവണൻ മാരീചനോടു ചോദിച്ചു.

മാരീചൻ പുഞ്ചിരിച്ചു. 'മുതിർന്നവരാരെങ്കിലും മേൽനോട്ടത്തിന് വേണമല്ലോ.'

നാലു പേരും പൊട്ടിച്ചിരിച്ചു.

* * *

കടലിൽ പോകുന്ന കൂറ്റൻ കപ്പലുകൾക്ക് യുദ്ധങ്ങളിൽ തന്ത്രപരമായ മേൽക്കൈകളുണ്ട്. നിരവധി കപ്പൽപായകളുള്ളതിനാൽ നേരിയ കാറ്റു പോലും പിടിച്ചെടുക്കാനും കപ്പലിനെ മുന്നോട്ടു കൊണ്ടു പോകാനും കഴിയും. ഒന്നിനു മുകളിൽ ഒന്നായി നിരവധി കപ്പൽ തട്ടുകളുള്ളതിനാൽ നിരവധി തലങ്ങളിൽ നിന്ന് ആക്രമണം തൊടുത്തു വിടാം. മികച്ച രീതിയിൽ രൂപകൽപന ചെയ്ത കപ്പലുകൾക്ക് ശക്തിപ്പെടുത്തിയ അണിയങ്ങളുണ്ട്. അതുകൊണ്ട് മറ്റു കപ്പലുകളെ ഇടിച്ചിടാം. എന്നാൽ പടുകൂറ്റൻ പാമരമാണ് നദികളിലെ പോരാട്ടത്തിൽ പ്രധാന ഘടകം. കപ്പൽ പായകൾ വലുതാണെങ്കിൽ പായ്മരവും ഉയരമുള്ളതായിരിക്കും. ഭരതന്റെ വലിയ കപ്പലിലെ പായ്മരത്തിന് നൂറ്റമ്പതടി ഉയരമുണ്ട്. വിവരങ്ങൾ ശേഖരിക്കാൻ അത് വളരെ ഉപകാരപ്രദമാണ്.

യുദ്ധത്തിൽ നിർണ്ണായക വിവരങ്ങൾ എന്നത് തോല കണക്കിനു സ്വർണ്ണത്തേക്കാൾ വിലപിടിപ്പുള്ളതാണ്.

കടലിൽ പോകുന്ന എല്ലാ കപ്പലുകളിലും പായ്മരത്തിന് മുകളിൽ നിരീക്ഷണ ഇടമുണ്ട്. അടി ശക്തിപ്പെടുത്തിയ ഒരു വീപ്പയായിരിക്കും അത്. കപ്പൽ ജോലിക്കാരിലെ ഏറ്റവും പ്രായം കുറഞ്ഞ ആൾ, ഏറ്റവും മികച്ച കാഴ്ച ശക്തിയുള്ള ആൾ ആ വീപ്പയിൽ കയറി നിന്നു നോക്കി സ്ഥിരമായി ചുറ്റുപാടുകൾ നിരീക്ഷിക്കും.

ഭരതൻ കപ്പലിൽ നിരീക്ഷണച്ചുമതലയുള്ള ആളോട് സംസാരിക്കുകയാണ്.

'നീ എന്തു കണ്ടു?' ഭരതൻ ഉറക്കെ ചോദിച്ചു.

രാത്രി മുഴുവൻ ഓങ്കയാറയുടെ പടവുകൾക്കപ്പുറം മരങ്ങൾ വെട്ടുന്ന ഒച്ച അയോദ്ധ്യക്കാർ കേട്ടിരുന്നു. നേരം പുലർന്നയുടനെ അതെന്താണെന്ന് കണ്ടെത്താൻ ഭരതൻ ഉത്തരവിട്ടു. ആ ഉത്തരം കപ്പൽ ജോലിക്കാർക്ക് അതിശയമൊന്നുമായിരുന്നില്ല.

'അവർ മരം വെട്ടുകയാണ്, പ്രഭോ,' നിരീക്ഷണം നടത്തുന്നയാൾ കോളാമ്പിയിലൂടെ പറഞ്ഞു. 'ചില മരത്തടികൾ നദിയിൽ മുക്കുന്നുണ്ട്.'

ഭരതൻ ലക്ഷ്മണനെ നോക്കി. ഓങ്കയാറ കോട്ടയുടെ രണ്ടു കൊത്തളങ്ങളും കീഴടക്കിയതിനു ശേഷം ലക്ഷ്മണൻ ഭരതന്റെ

കപ്പലിലേക്ക് തിരിച്ചു വന്നിട്ടുണ്ട്. നീർച്ചാലുകളുടെ അറ്റകുറ്റപ്പണികൾ വിഭീഷണനും സംഘവും പൂർത്തിയാക്കിയിരുന്നു.

'ദാദാ,' ലക്ഷ്മണൻ പറഞ്ഞു. 'അതൊരു ലളിതമായ ആശയമാണ്... അവർ മഹാവേലി ഗംഗയിൽ മരത്തടികൾ നിറയ്ക്കും. ഓങ്കയാറയുടെ പടവുകൾ കടന്നാലും നമ്മുടെ കപ്പലുകൾക്ക് മുന്നോട്ടു പോകാൻ ബുദ്ധിമുട്ടാകും. വൈകിപ്പിക്കൽ തന്ത്രങ്ങൾ തന്നെ. അത് നമ്മളെ എന്നന്നേക്കുമായി തടയില്ല.' ഭരതൻ നെറ്റി ചുളിച്ചു. എന്തോ പ്രശ്നമുണ്ട്. ഇതു പൂർണ്ണമായും പ്രതിരോധമാണ്. രാവണന്റെ രീതിയല്ല അത്. അയാൾ അക്രമാസക്തനായി പോരാടുന്നവനാണ്. ഓങ്കയാറയിലെ അറ്റകുറ്റപ്പണികൾ അയോദ്ധ്യക്കാരെ വൈകിപ്പിച്ചിട്ടുണ്ട്. ഇനി ഈ മരത്തടികൾ അവരെ എത്രമാത്രം സഹായിക്കും? കൂറ്റൻ കപ്പലുകൾക്ക് മുമ്പിൽ അതൊരു തടസ്സമേയല്ല. മരത്തടികൾ തകർത്ത് മുന്നോട്ടു പോകാൻ അയോദ്ധ്യയുടെ കപ്പലുകൾക്ക് കഴിയും. ലങ്കക്കാരെ അതെങ്ങനെ സഹായിക്കും?

പെട്ടെന്ന് ഭരതനു കാര്യം മനസ്സിലായി.

നാശം!

അയാൾ നിരീക്ഷണം നടത്തുന്നവനെ നോക്കി ഉറക്കെപ്പറഞ്ഞു. 'വേഗം താഴെയിറങ്ങ്!'

'ശരി, പ്രഭോ,' അയാൾ മറുപടി പറഞ്ഞു.

ഭരതൻ അംഗവസ്ത്രം ചുമലിൽ നിന്നൂരിയെടുത്ത് ലക്ഷ്മണനു കൊടുത്തു.

'ദാദാ?'

ഭരതൻ ലക്ഷ്മണനെ നോക്കി.

'ദാദാ...' ലക്ഷ്മണൻ പറഞ്ഞു. 'അങ്ങേയ്ക്ക് ഇപ്പോൾ മുപ്പത്തിമൂന്നു വയസ്സായി. പണ്ടത്തെയത്ര ചെറുപ്പമല്ല. അങ്ങേയ്ക്കുറപ്പാണോ?'

ഭരതൻ തുറിച്ചു നോക്കുന്നതു കണ്ടപ്പോൾ ലക്ഷ്മണൻ പാതിയിൽ നിർത്തി. അയാൾ ഇരുകൈകൾ ഉയർത്തി അടിയറവു പറയുകയും അംഗവസ്ത്രം വാങ്ങുകയും ചെയ്തു. ഭരതൻ കച്ചയുടെ വിളുമ്പുകൾ അരപ്പട്ടയിൽ തിരുകി. അതിനിടെ സൈനികൻ പായ്മരത്തിൽ നിന്ന് ഇറങ്ങിക്കഴിഞ്ഞിരുന്നു. ഭരതൻ പായ്മരത്തിലേക്ക് കയറാനുള്ള കയറിൽ ഇരുകൈകളും കൂട്ടിച്ചേർത്തു പിടിച്ചു. അതിനു ചുറ്റും കാൽമുട്ടുകളും കണങ്കാലുകളും തൂക്കിയിടുകയും ലക്ഷ്മണനെ നോക്കി പുഞ്ചിരിക്കുകയും ചെയ്തു. വഴക്കമുള്ളതും അനായാസവുമായ ചലനങ്ങൾ ഗുരുകുലത്തിൽ പഠിച്ചതു പോലെ തന്നെ. മുകളിലേക്കു കയറാൻ കൈകളും താങ്ങിനും സ്ഥിരതയ്ക്കും കണങ്കാലുകളും മുട്ടുകളും. എങ്കിലും ഇടയ്ക്ക് കയറ്റം നിർത്തി

വയ്ക്കേണ്ടി വന്നു. ലക്ഷ്മണൻ പറഞ്ഞതു ശരിയാകുകയാണ്. ഭരതന് പ്രായമാകുകയാണ്. എങ്കിലും ഭരതൻ അയാളേക്കാൾ ഏറെ പ്രായം കുറഞ്ഞ സൈനികൻ കയറിയ അതേ പോലെ പായ്മരത്തിന്റെ മുകളിലെത്തി.

ഭരതൻ വീപ്പയിൽ കയറി ചുറ്റും നോക്കാൻ തുടങ്ങി. അയാൾ അൽപം അണയ്ക്കുന്നുണ്ട്.

ലക്ഷ്മണൻ പറഞ്ഞത് ശരിയാണ്. എനിയ്ക്ക് പ്രായമാകുന്നു.

ശ്വാസഗതി നേരേയാകാൻ ഒരു നിമിഷം കാത്തിരുന്നതിനു ശേഷം, ഹൃദയമിടിപ്പ് നേരേയാകാൻ അൽപ്പം കാത്തിരുന്നതിനു ശേഷം ഭരതൻ ചുറ്റും നോക്കി. മരത്തലപ്പുകൾക്ക് മുകളിലാണയാൾ. എല്ലായ്പ്പോഴും നനഞ്ഞിരിക്കുന്ന കപ്പൽ പായയുടെ ദുർഗന്ധത്തിനു മുകളിൽ. കപ്പലിനുള്ളിൽ തന്നെ ജീവിക്കുകയും ആഹാരം കഴിക്കുകയും വിസർജ്ജിക്കുകയും ചെയ്യുന്ന നാവികരുടെ വിയർപ്പിന്റെയും വിസർജ്ജ്യത്തിന്റെയും നിരന്തരമായ ഗന്ധത്തിന് മുകളിൽ. ലങ്കയുടെ നനഞ്ഞ മണ്ണിന്റെ തൊട്ടെടുക്കാവുന്ന സുഗന്ധത്തിനു മുകളിൽ. നിബിഢമായ ഉഷ്ണമേഖലാ മരങ്ങൾക്കും ചെടികൾക്കും മുകളിൽ.

ശുദ്ധവും തെളിഞ്ഞതുമായ വായു.

ഭരതൻ ആ വായു ഉള്ളിലേയ്ക്ക് വലിച്ചെടുത്തു. അതായാളുടെ ഹൃദയത്തെ ശാന്തമാക്കുകയും ഉടലിൽ ഊർജ്ജം നിറയ്ക്കുകയും ചെയ്തു.

അയാൾ നദിയിലേക്ക് നോക്കി, വിദൂരതയിലേക്ക്. ഓങ്കയാറ പടവുകൾക്കപ്പുറം മഹാവേലി ഗംഗയുടെ വളവിൽ അയാൾ മരങ്ങൾ വെട്ടിയിട്ടിരിക്കുന്നതു കണ്ടു. ചില മരത്തടികൾ നദിയിൽ ഒഴുകി നടക്കുന്നുണ്ട്. മറ്റു ചിലത് വെള്ളമില്ലാത്ത പടവുകളിൽ കൂന കൂട്ടിയിട്ടുണ്ട്. അതും നദിയിലേക്ക് തള്ളിയിടപ്പെടാം.

ലങ്കക്കാരുടെ ചില പ്രധാന കപ്പലുകൾ തിരിച്ചു പോയിട്ടുണ്ട്. മരത്തടികൾക്ക് ഇടം നൽകാൻ അത് ആവശ്യവുമാണ്.

രാവണന്റെ കപ്പൽ എവിടെ?

ഭാരതത്തിലെ നാവിക യുദ്ധങ്ങളിൽ സൈന്യാധിപന്റെ കപ്പലായിരിക്കും ഏറ്റവും മുന്നിൽ. അതാണ് പരമ്പരാഗതമായ രീതി. സൈന്യാധിപൻ മറ്റു കപ്പലുകളുടെ സംരക്ഷണത്തിനുള്ളിൽ പതുങ്ങിയിരിക്കില്ല. അയാളുടെ പായ്മരത്തിൽ നിന്ന് സാമ്രാജ്യത്തിന്റെ കൊടിക്കൂറ അഭിമാനത്തോടെ പാറിക്കളിക്കും. അത് ശത്രുക്കൾക്കൊരു വെല്ലുവിളിയാണ്; ഞാനിതാ വരുന്നു, എന്നെ തോൽപ്പിക്കൂ.

അങ്ങനെയാണ് ധീരന്മാർ പോരാടുന്നത്.

അപ്പോൾ... രാവണന്റെ കപ്പൽ എവിടെ?

മുൻപ് അതവിടെയുണ്ടായിരുന്നു. ലങ്കയുടെ കപ്പലുകളുടെ ഏറ്റവും മുന്നിൽ. ഭരതന്റെ സംശയം ശരിയാണ്. അയാൾ നദിയുടെ മുകൾ ഭാഗത്തേക്കു നോക്കി.

പായ്മരത്തിലെ നിരീക്ഷണ ഇടത്തെ നാവികന്മാർ വിളിക്കുന്നത് കാക്കക്കൂടെന്നാണ്. കാക്കകളാണ് കടലിനുള്ളിലേക്ക് ആദ്യം സഞ്ചരിക്കുന്നത്. അസുരന്മാരായ കപ്പിത്താന്മാരാണ് കാക്കക്കൂടെന്ന പദം ഉണ്ടാക്കിയത്. അവർക്ക് മുമ്പുണ്ടായിരുന്ന കപ്പിത്താന്മാർ കരയുടെ ഓരം പിടിച്ചാണ് മുന്നോട്ടു പോയത്. ഇത് ലക്ഷ്യത്തിലെത്താനുള്ള വഴി കൂടുതൽ ദൂരമുള്ളതാക്കി, സമയവും. കാക്ക പറക്കുന്നതു പോലെയാണ് അസുരന്മാരുടെ കപ്പലുകൾ സഞ്ചരിച്ചത്. കൂടുതൽ മികച്ച കപ്പലോട്ട ഉപകരണങ്ങളുള്ളതു കൊണ്ടാണ് അവർക്കതിനു സാധിച്ചത്. പായ്മരത്തിൽ കാക്കകൾ നിറഞ്ഞ ഒരു കൂട് അവർ കെട്ടിയിട്ടുമായിരുന്നത്രെ. മുന്നിൽ ഒന്നും കാണാതാവുമ്പോൾ ഒരു കാക്കയെ തുറന്നു വിടും. എന്നിട്ട് അതിന്റെ പറക്കൽ വഴിയിലൂടെ മുന്നോട്ടു പോകും. കാക്ക എല്ലായ്പ്പോഴും ഏറ്റവും അടുത്തുള്ള ഭൂഖണ്ഡം നോക്കിയാണല്ലോ പറക്കുക.

എന്നാൽ ഈ കാക്കക്കൂട് പായ്മരത്തിന്റെ ഏറ്റവും മുകളിൽ വയ്ക്കരുതെന്ന് അസുരന്മാർ വിശ്വസിച്ചു. കാരണം ഏറ്റവും മുകളിലത്തെ ഇടം ദൈവത്തിന്റേതാണ്. ആ ദൈവമാണ് കപ്പലിലെ നാവികരെ കാത്തു രക്ഷിച്ചത്. തന്റെയടുത്ത് കാക്കകളിരിക്കുന്നത് ആ ദൈവത്തിന് ഇഷ്ടമല്ലായിരുന്നത്രേ. അതുകൊണ്ടാണ് ഏറ്റവും മുകളിൽ നിന്ന് അല്പം താഴ്ത്തി നിരീക്ഷണത്തട്ടു സ്ഥാപിച്ചത്.

അതു നേരാണോ, അതോ വെറും ഐതിഹ്യമോ? അസുര ദൈവത്തിനു മാത്രം അതറിയാം.

പക്ഷേ ആ പാരമ്പര്യം ഉറച്ച വിശ്വാസത്തോടെ നാവികർ കൈമാറി പോന്നു. ഭരതൻ നിരീക്ഷണത്തട്ടിൽ നിന്നും മുകളിലേക്ക് കയറാൻ തീരുമാനിച്ചു. അയാൾ കയറാൻ തുടങ്ങി. അവിടേക്കെത്താൻ ഏഴോ എട്ടോ അടി കയറണം.

'ദാദാ...' വേവലാതിയോടെ ലക്ഷ്മണൻ നൂറ്റിയമ്പതടി താഴെയുള്ള കപ്പൽത്തട്ടിൽ നിന്നും വിളിച്ചു.

ആ കയറ്റം അപകട സാധ്യതകൾ നിറഞ്ഞതാണ്. പായ്മരത്തിന്റെ മുകൾ ഭാഗം കയറാനായി രൂപകൽപന ചെയ്തതല്ല. അത് വഴവഴപ്പുള്ളതാണ്. താഴെ സുരക്ഷാവലകളില്ല. അവിടെ നിന്നും കട്ടിയുള്ള മരത്തട്ടിലേക്ക് വീണാൽ കാര്യമായ മുറിവ് പറ്റും – ചിലപ്പോൾ മരണം തന്നെ.

ഭരതൻ വേഗത്തിൽ അവിടേക്ക് കയറിപ്പറ്റി.
എന്നിട്ട് ലങ്കക്കാരുടെ കപ്പലുകൾ നിരന്നതു നോക്കി.
രുദ്രഭഗവാനെ, കരുണ കാട്ടണേ.

അദ്ധ്യായം 27

രണ്ടാം യാമത്തിന്റെ രണ്ടാമത്തെ മണിക്കൂർ, പുലർന്നിട്ട് ഏറെയായി. ലങ്കക്കാർ ഇടതടവില്ലാതെ മരങ്ങൾ വെട്ടുകയാണ്. അവരത് നദിയിലേക്ക് തള്ളിയിടുന്നുമുണ്ട്. അവർക്കും അയോദ്ധ്യയുടെ കപ്പൽപ്പടയ്ക്കുമിടയിൽ. മരം വെട്ടലും നദിയിലേക്ക് ഒഴുക്കലും തലേന്ന രാത്രി തുടങ്ങിയതാണ്. രാവണനും കുംഭകർണ്ണനും ലങ്കയുടെ കപ്പൽപ്പടയുടെ മുക്കാൽ ഭാഗവുമായി തിരിച്ചു പോയ ഉടനെ ഇരുപത് ചെറിയ കപ്പലുകളുമായി ഇന്ദ്രജിത്ത് നേതൃത്വം ഏറ്റെടുത്തിട്ടുണ്ട്. അയോദ്ധ്യയുടെ നാനൂറു പടുകൂറ്റൻ കപ്പലുകളുടെ നിരയെ പ്രതിരോധിച്ചു കൊണ്ട്.

രാവണന്റെ മകൻ സിഗിരിയയുടെ കോട്ടമതിലിനുള്ളിലേക്ക് തിരിച്ചു പോയ ലങ്കയുടെ കപ്പൽപ്പടയ്ക്ക് കഴിയാവുന്നത്രയും പുറകിൽ നിന്ന് സംരക്ഷണം നൽകാൻ ശ്രമിക്കുകയാണ്. അതിനു ശേഷം ശേഷിച്ച സൈനികരോടൊപ്പം അയാളും തിരിച്ചു പോകും.

'ലങ്കയുടെ കപ്പൽപ്പടയുടെ മുക്കാൽ പങ്കും തിരിച്ചു പോയെന്ന് രാവിലെ തന്നെ രാമന് വിവരം കിട്ടും. തങ്ങളുടെ കപ്പലുകൾ ഓങ്കയാറയുടെ പടവുകൾക്കപ്പുറം അമ്പൻ ഗംഗയിലേക്ക് നീക്കാൻ കഴിയില്ലെന്ന് അയോദ്ധ്യക്കാർക്ക് മനസ്സിലാകും. പക്ഷേ, അവരുടെ വലിയ കപ്പലുകൾക്കുള്ളിൽ ചെറിയ നൗകകളുണ്ട്. അത്തരം നൂറു കണക്കിന് നൗകകൾ സൈനികരെ നിറച്ച് പുറത്തേക്കിറക്കാം. എന്നിട്ട് ഓങ്കയാറയുടെ പടവുകൾ കടന്ന് നമ്മളെ ആക്രമിക്കാം. നമുക്കാകട്ടെ ഇരുപത് കപ്പലുകളേയുള്ളൂ. എന്നിട്ടവർ സിഗിരിയയിലേക്ക് തിരിച്ചു പോയ ലങ്കക്കാരെ പിന്തുടർന്നേക്കാം. ആ ചെറിയ നൗകകളെ ചെറുക്കാനാണ് ഈ മരത്തടികൾ.' ഇന്ദ്രജിത്തും മാരീചനും കപ്പൽത്തട്ടിലാണ്. മരത്തടികൾ

പതിയെ നദിയിൽ നിറയുന്നത് അവർ കണ്ടു. മാരീചൻ പുഞ്ചിരിച്ചു. 'ഇത് മികച്ച ആശയമാണ് .ലളിതമായതിനാൽ തന്നെ ഗംഭീരം. ചിലപ്പോൾ യുദ്ധം ചെയ്യാതിരിക്കുന്നതും യുദ്ധം ജയിക്കാനാവശ്യമാണ്.'

ഇന്ദ്രജിത്ത് പൊട്ടിച്ചിരിച്ചു. അയാൾ തലയുയർത്തി നോക്കി, ഓങ്കയാറയുടെ പടവുകൾക്ക് നേരെ. നദിയുടെ കീഴ്ഭാഗത്തു കിടക്കുന്ന, അയാൾക്ക് കാണാൻ കഴിയാത്ത അയോദ്ധ്യയുടെ കപ്പലുകളോട് അയാൾ മന്ത്രിച്ചു. അയാൾക്കറിയാത്ത സൈന്യാധിപനോട്, 'ഇനി നിങ്ങളുടെ ഊഴം.'

അരിഷ്ടനേമി ആ ചുരുക്കെഴുത്തു കത്ത് പെട്ടെന്നോടിച്ചു നോക്കി. ഓരോ വാക്കും അയാളെ കൂടുതൽ കൂടുതൽ പരിഭ്രാന്തനാക്കി. 'നാശം!'

അയാൾ കത്ത് ഹനുമാനു കൈമാറി. അയാളും അത്ര തന്നെ വേഗതയിൽ അതു വായിച്ചു. അയാൾ വാക്കുകളിലൂടെ ഓടി, 'നാശം! ഇത് നമ്മുടെ യുദ്ധതന്ത്രങ്ങളെ നശിപ്പിക്കും!'

നാരദൻ അവസാനം കത്ത് വസിഷ്ഠനു കൈമാറി. അയോദ്ധ്യയുടെ മഹാനായ രാജഗുരു അതിന്റെ ഉള്ളടക്കം വായിച്ചു. ഗുരുവിനു പോലും സമ്മതിക്കാതിരിക്കാനായില്ല, മനസ്സിന്റെ ശാന്തമായ അറകൾക്കുള്ളിലാണെങ്കിൽ പോലും, 'ഇതൊരു ദുരന്തം തന്നെ.'

ലങ്കക്കാർ ഓങ്കയാറയിൽ നിന്ന് പിൻവാങ്ങുകയാണ്. പടിഞ്ഞാറു നിന്നുള്ള ആക്രമണത്തെ പറ്റി എങ്ങിനെയോ അവർ അറിഞ്ഞു എന്നു തന്നെ അനുമാനിക്കേണ്ടി വരും. രാമനും സൈന്യവും എത്തുമ്പോഴേക്കും അവർ സിഗിരിയയിലെ കോട്ടയുടെ പുറകിൽ സുരക്ഷിതരായിരിക്കും. അന്നു രാവിലെ ആഹാരം തിരയാൻ പോയ അയോദ്ധ്യക്കാരായ ഏതാനും സൈനികരുടെ ജഡങ്ങൾക്കൊപ്പം ലങ്കക്കാരുടെ ജഡങ്ങളും കണ്ടെത്തിയപ്പോൾ തന്നെ അയോദ്ധ്യയുടെ സൈനിക ഉപദേശകസമിതി അതു തന്നെ സംശയിച്ചിരുന്നു. ഇപ്പോൾ ആ കത്ത് അവരുടെ ഭീതികളെ സ്ഥിരീകരിച്ചു.

വസിഷ്ഠൻ രാമനെ നോക്കി. അദ്ദേഹത്തിന്റെ മുഖം മാത്രം ശാന്തവും കണ്ണുകൾ നിശ്ചലവുമാണ്. അദ്ദേഹം എത്ര കൂടുതൽ ശാന്തനായി കാണപ്പെടുന്നുവോ അത്രയും കുപിതനാണ്: വസിഷ്ഠന് രാമനെ അറിയാം. അദ്ദേഹം തന്റെ മേൽ ശാന്തത അടിച്ചേൽപ്പിക്കും. എങ്കിലേ ഏകാഗ്രത നേടാനും പ്രശ്നം പരിഹരിക്കാനുമാകൂ.

വേവലാതി പൂണ്ട മനസ്സിന് ഒരു പ്രശ്നം പരിഹരിക്കാനാകില്ല. അതു കാര്യങ്ങൾ കൂടുതൽ വഷളാക്കുകയേയുള്ളൂ.

'ഇനിയെന്താണ് രാമാ?' വസിഷ്ഠൻ ചോദിച്ചു. 'ശത്രുഘ്നനോട് നിർമ്മാണം വേഗത്തിലാക്കാൻ പറയണ്ടേ?'

'ശത്രുഘ്നനെ ഇപ്പോൾ ശല്യപ്പെടുത്തേണ്ടതില്ല, ഗുരോ,' രാമൻ പറഞ്ഞു. 'ആനപാപ്പാന്മാർ തിരിച്ചു വന്നു. ആനകൾ പണിയെടുക്കുന്നുണ്ട്. വൈകുന്നേരത്തോടെ പാലത്തിന്റെ നിർമ്മാണം പൂർത്തിയാകും. ഇപ്പോൾ എന്തെങ്കിലും പറയുന്നത് വേവലാതിപ്പെടുത്തും. ശത്രുഘ്നൻ ബുദ്ധിമാനാണ്, പക്ഷേ പെട്ടെന്ന് ചകിതനാകും.'

'അപ്പോൾ?' ഹനുമാൻ ചോദിച്ചു.

'നമ്മൾ വൈകുന്നേരം തന്നെ കടൽ മുറിച്ചു കടക്കാൻ തയ്യാറെടുക്കണം. പ്രത്യേക ദൗത്യസേനയോടൊപ്പം. പാലത്തിന്റെ നിർമ്മാണം പൂർത്തിയായ ഉടനെത്തന്നെ.'

അടുത്ത ഏതാനും ദിവസങ്ങൾക്കുള്ളിൽ സാധാരണമട്ടിലുള്ള പരമ്പരാഗത വേഗതയിൽ സേനയുടെ മുന്നേറ്റമെന്നായിരുന്നു തീരുമാനം. അങ്ങനെ ചെയ്താൽ സിഗിരിയയിൽ എത്തുമ്പോൾ സൈനികർ തളരില്ല. സിഗിരിയയിൽ ലങ്കക്കാരുടെ സൈന്യത്തെ കണ്ടു കഴിഞ്ഞാൽ പാഞ്ഞടുക്കണമെന്നും. പക്ഷേ ആ പദ്ധതി ഇപ്പോൾ ഉപേക്ഷിക്കപ്പെട്ടു.

'അപ്പോൾ നമ്മൾ ഇന്നു രാത്രി തന്നെ സിഗിരിയയിലേക്ക് മുന്നേറുകയാണോ?' അരിഷ്ടനേമി ചോദിച്ചു.

'ഇല്ല,' രാമൻ മറുപടി പറഞ്ഞു. 'രാവണന്റെ പ്രവൃത്തികൾ പ്രവചിക്കാനാകില്ല. അയാൾ ചിലപ്പോൾ കോട്ടക്കുള്ളിൽ സുരക്ഷിതനായി ഒളിച്ചിരിക്കും. അല്ലെങ്കിൽ അക്രമാസക്തനായി നമ്മളെ ഇവിടെവെച്ച് ആക്രമിക്കാൻ സൈന്യത്തെ അയക്കും. പാലം കുറുകെ കടക്കുമ്പോൾ പോലും ആക്രമണം പ്രതീക്ഷിക്കാം. '

'എന്താണ് അങ്ങയുടെ ഉത്തരവുകൾ?' ഹനുമാൻ ചോദിച്ചു.

'നിങ്ങളും അരിഷ്ടനേമിയും കഴിയാവുന്നത്ര സൈനികരെയും കൂട്ടി നൗകയിൽ ആദ്യം കടൽ കുറുകേ കടക്കണം. കേതീശ്വരത്തെ മരവേലി കഴിയാവുന്നത്ര വിപുലമാക്കണം. അത് ലങ്കക്കാരുടെ ആക്രമണത്തെ പ്രതിരോധിക്കും. നമ്മുടെ ആനകളെ ഒളിച്ചു വെക്കണം. പാലത്തിന്റെ രഹസ്യം പുറത്തായിരിക്കാം. പക്ഷേ നമ്മുടെ ആനകളെ കുറിച്ച് അവർ അറിഞ്ഞിരിക്കണമെന്നില്ല. സിഗിരിയയിൽ വെച്ചേ അത് പുറത്തറിയാവൂ. നമ്മൾ നാളെ രാവിലെ സിഗിരിയയിലേക്ക് സുരക്ഷിതവും സാമ്പ്രദായികവുമായ മട്ടിൽ അണിയണിയായി നീങ്ങും.

സേനാപാർശ്വങ്ങളിൽ സംരക്ഷണത്തോടെ. അതു പതുക്കെയാകാം, പക്ഷേ, ലങ്കക്കാരുടെ ആക്രമണത്തിൽ നിന്ന് സംരക്ഷിക്കും. ഓങ്കയാറയിലെ പടവുകൾ എത്രയും വേഗം കടക്കാനും സിഗിരിയയിൽ നമ്മുടെ കൂടെ ചേരാനും ഞാൻ ഭരതന് എഴുതാം. പക്ഷേ അമ്പൻ ഗംഗാ കടവിലും നദിയുടെ കീഴ്ഭാഗത്തും അയ്യായിരം സൈനികരെ നിലനിർത്തണം. ഗോകർണ്ണം വരെ നദിയിൽ നമ്മുടെ നിയന്ത്രണം വേണം.'

'അപ്പോൾ നമ്മൾ സിഗിരിയയുടെ ഉപരോധം തുടങ്ങുകയാണല്ലേ?' നാരദൻ ചോദിച്ചു.

'വേറെ വഴിയില്ല,' രാമൻ പറഞ്ഞു.

'രാമാ, അങ്ങേക്കെന്നെക്കാളും യുദ്ധതന്ത്രങ്ങൾ മനസ്സിലാകും. രാവണൻ സാധനസാമഗ്രികൾ കുന്നു കൂട്ടിയ നഗരത്തിനുള്ളിൽ സുഖമായി തങ്ങും. നമ്മൾ ലങ്കയുടെ ഉൾനാട്ടിൽ അകപ്പെട്ടും. അടുത്ത് കാര്യമായ നഗരങ്ങളോ ഗ്രാമങ്ങളോയില്ല. ഇത്രയും വലിയ സൈന്യത്തിനുള്ള ആഹാരവും മറ്റും എങ്ങിനെ കണ്ടെത്തും?'

സൈന്യം അതിന്റെ ഉദരത്തിലാണ് അണി ചേരുന്നതെന്ന് പറഞ്ഞു കേട്ടിട്ടുണ്ട്. കാര്യക്ഷമതയുള്ള സൈന്യാധിപൻ യുദ്ധതന്ത്രങ്ങളിൽ മാത്രം ശ്രദ്ധിക്കുന്നു. എന്നാൽ മഹാനായ സൈന്യാധിപൻ സൈനികരുടെ സൗകര്യങ്ങളിലും ശ്രദ്ധ പതിപ്പിക്കുന്നു.

'അതു കൊണ്ടാണ് നദീമാർഗ്ഗത്തിൽ നിയന്ത്രണം ഉറപ്പു വരുത്തുന്നത്, ഗുരോ,' രാമൻ പറഞ്ഞു. 'സിഗിരിയയ്ക്കു പുറത്ത് ആഹാരസ്രോതസ്സുകളൊന്നും തന്നെയില്ല. പക്ഷേ നദിയിലൂടെ ഗോകർണ്ണത്തു നിന്ന് നമുക്ക് ആഹാരപദാർത്ഥങ്ങൾ എത്തിക്കാം. തന്റെ കപ്പലുകളിൽ നിലനിർത്തുന്ന സൈനികരിലൂടെ ഭരതനത് എളുപ്പം നിയന്ത്രിക്കാനാകും. രാവണൻ കോട്ടക്കുള്ളിലകപ്പെട്ടും. നമുക്ക് വിതരണശൃംഖലകൾ തുറന്നു കിട്ടുകയും ചെയ്യും. നമ്മളയാളെ അടി പതറിക്കും.'

'അപ്പോൾ അത് എളുപ്പം അവസാനിക്കുന്ന യുദ്ധമാകില്ല,' നാരദൻ നെടുവീർപ്പിട്ടു.

'തിരക്കെന്തിനാണ്?' അരിഷ്ടനേമി പൊട്ടിച്ചിരിച്ചു. 'താങ്കൾക്ക് ഏതെങ്കിലും വിരുന്നിനു പോകാനുണ്ടോ?'

എല്ലാവരും പൊട്ടിച്ചിരിച്ചു.

ഓങ്കയാറയിൽ നിന്ന് ലങ്കക്കാർ പിൻവാങ്ങിയിട്ട് ഒരാഴ്ചയായി.

ലങ്കയുടെ തലസ്ഥാനമായ സിഗിരിയ പതുങ്ങിക്കിടക്കുന്ന പീഠഭൂമിയിലേക്ക് രാമൻ തന്റെ സേനയെ നയിച്ചു. കരുത്തുള്ള കോട്ടമതിലുകളാലും കിടങ്ങുകളാലും സംരക്ഷിക്കപ്പെട്ട നഗരത്തിന്റെ പ്രാന്തപ്രദേശങ്ങളിലാണ് അവരിപ്പോൾ.

രാമൻ ശിബിരങ്ങൾ കൂട്ടുകയും കോട്ടയുടെ നാലു പ്രവേശനകവാടങ്ങളിലും ഉപരോധമേർപ്പെടുത്തുകയും ചെയ്തു. ഋഷഭ കവാടം, ഗജകവാടം, വരാഹകവാടം, സിംഹകവാടം. അതാതു മൃഗങ്ങളുടെ ശിലാചിത്രങ്ങൾ മദ്ധ്യത്തിലുള്ള കമാനവഴിയിൽ കല്ലിൽ കൊത്തിവെച്ചിരുന്നു. വെളിയിലുള്ള സിംഹകവാടത്തിന് അങ്ങനെ പേരു വന്നത് അതു സംരക്ഷിച്ച, ഏഴു കിലോമീറ്റർ നീണ്ട് നഗരത്തിലൂടെ വളഞ്ഞു പുളഞ്ഞ് സിഗിരിയയുടെ ഹൃദയഭാഗത്തെത്തുന്ന പാത മൂലമാണ്. പാതയുടെ മറ്റേയറ്റത്ത് സിംഹകവാടമെന്നു പേരുള്ള കമാനവഴിയുണ്ട്.

സിംഹശിലയെന്നു വിളിക്കുന്ന കൂറ്റൻ ഒറ്റക്കൽ ശിലയിലേക്ക് ചെങ്കുത്തായ കയറ്റം കയറുന്ന ചെറിയ വഴിയിലേക്കുള്ളതാണ് സിംഹകവാടം. ചുറ്റുമുള്ള സമതലത്തിൽ നിന്നും അത് കൂർത്തും മൂർച്ചയോടെയും ഇരുന്നൂറു മീറ്ററുയരത്തിൽ ഉയർന്നു നിന്നു. 'സിംഹഗിരി' എന്ന സംസ്കൃതവാക്കിന്റെ പ്രാദേശിക ഭേദമാണ് സിഗിരിയ. ആ ഒറ്റക്കല്ലിന്റെ മുകളിൽ രാവണന്റെ പടുകൂറ്റൻ കൊട്ടാരസമുച്ചയം. അവിടെ നിരവധി നീന്തൽക്കുളങ്ങളും പച്ച നിറഞ്ഞ ഉദ്യാനങ്ങളും അഡംബരപൂർണ്ണമായ സ്വകാര്യ അറകളും സഭകളും കാര്യാലയങ്ങളും പുഷ്പകവിമാനം നിർത്തിയിടാനുള്ള ഇടവുമുണ്ട്. ലോകത്തിലെ ഏറ്റവും ധനികനായ വ്യക്തിക്കു വേണ്ടി ലോകത്തിലെ ഏറ്റവും വില പിടിച്ച സുഖസൗകര്യങ്ങൾ അവിടെയുണ്ട്.

രണ്ടു കോട്ടമതിലുകൾ മൊത്തം നഗരത്തെയും ഏകകേന്ദ്രമായ വൃത്തങ്ങളാൽ വലയം ചെയ്തു. പുറംകോട്ടമതിലിനു പുറത്ത് തുറസ്സായ ഭൂമിയാണ്. അതിൽ നിരവധി ഉരുളൻ കല്ലുകൾ നിറഞ്ഞ കുന്നുകൾ. ഉയർന്നു നിൽക്കുന്ന ഉരുളൻ കല്ലുകളുടെ പരന്ന പ്രതലങ്ങൾ സൈനികർക്ക് താമസിക്കാനുള്ള ചെറിയ നിർമ്മിതികൾക്കായുള്ള സുരക്ഷിതമായ അസ്ഥിവാരം ഒരുക്കി. ആ നിർമ്മിതികൾക്കുള്ളിലിരുന്ന് അതിക്രമിച്ചു കടക്കാനാകാത്ത ഉയരത്തിൽ അവർ നഗരത്തിന് സംരക്ഷണം നൽകി. കോട്ടയ്ക്കുള്ളിലേക്ക് ലങ്കക്കാർ പിൻവാങ്ങിയതോടെ ആ കെട്ടിടങ്ങളിൽ ആളില്ലാതായി. രാമൻ പെട്ടെന്നു തന്നെ ആ ഉയരങ്ങളിൽ സൈനികരെ പാർപ്പിച്ചു. ചെറിയ എണ്ണമായി പോലും ഉപരോധത്തിൽ നിന്നും

രക്ഷപ്പെടാൻ ലങ്കക്കാർ ശ്രമിച്ചാൽ അയോദ്ധ്യക്കാർക്ക് അവരെ കണ്ടെത്താനാകും, അവരെ തടങ്കലിലാക്കാനും.

അങ്ങേയറ്റം പൂർണ്ണമാണെങ്കിൽ മാത്രമേ ഉപരോധം കാര്യക്ഷമമാകൂ.

'ആർക്കും രക്ഷപ്പെടാനാകില്ലല്ലോ, അല്ലേ?' രാമൻ ചോദിച്ചു.

'ഇല്ലേയില്ല,' ഭരതൻ പറഞ്ഞു. 'ആരും സിഗിരിയയിൽ നിന്ന് രക്ഷപ്പെടുകയോ അവിടേക്ക് പ്രവേശിക്കുകയോ ചെയ്യില്ല.'

ഓങ്കയാറയിലെ നീർച്ചാലുകളുടെ അറ്റകുറ്റപ്പണികൾ പെട്ടെന്നു തീർത്ത് വിഭീഷണൻ ഭരതനെ അതിശയിപ്പിച്ചു. ആകെ മൂന്നു ദിവസമാണ് അയാൾക്കതിനു വേണ്ടി വന്നത്. ജലസംഭരണിയ്ക്കു പുറകിലുള്ള നീർച്ചാലുകളുടെ കവാടങ്ങൾ തുറക്കാനും മലവെള്ളം അമ്പൻ ഗംഗയിലേക്ക് ഒഴുക്കാനും അയാൾക്ക് കഴിഞ്ഞു. ഓങ്കയാറയുടെ പടവുകളിലും അമ്പൻ ഗംഗയിലും ഭരതന്റെ കൂറ്റൻ കപ്പലുകൾക്ക് നദിയുടെ മുകൾഭാഗത്തേക്ക് പ്രവേശിക്കാൻ ആവശ്യമായത്രയും വെള്ളമുണ്ട്. അമ്പൻ ഗംഗയുടെ കടവിൽ അയോദ്ധ്യയുടെ കപ്പൽപ്പട പ്രവേശിച്ചപ്പോൾ തന്നെ മുപ്പതിനായിരം സൈനികരോട് കപ്പലുകളിൽ നിന്ന് ഇറങ്ങാൻ ഭരതൻ ഉത്തരവിട്ടു. നാനൂറ് കപ്പലുകളിൽ അയ്യായിരം സൈനികർ ശേഷിച്ചു. ആ അയ്യായിരം സൈനികർ ഒരു സേനാപതിയുടെ കീഴിൽ അമ്പൻ ഗംഗയിലെ കടവ് സംരക്ഷിക്കുകയും ഗോകർണ്ണത്തെ മഹാവേലി ഗംഗയിലെ അഴിമുഖം വരെയുള്ള നദീമാർഗ്ഗം റോന്തു ചുറ്റുകയും ചെയ്തു. അവർ അയോദ്ധ്യക്കാർക്കുള്ള വിവരണശൃംഖല സുരക്ഷിതമാക്കി വയ്ക്കും. ഇതിനിടെ ഭരതനും ലക്ഷ്മണനും മുപ്പതിനായിരം സൈനികരും സുരക്ഷിതവും പരമ്പരാഗതവുമായ പടയോട്ടം നടത്തി. അവർ രാമനോട്ടും സൈനികരോട്ടും സിഗിരിയയിൽ ഒത്തു ചേർന്നു.

ഭരതനും രാമനും ഒരു പാറയുടെ മുകളിലിരുന്ന് ദൂരത്തു കാണുന്ന സിഗിരിയയുടെ കോട്ടമതിലുകൾ നോക്കുകയാണ്.

'ഉപരോധം നീണ്ടു നിൽക്കുന്നതും ക്ലേശങ്ങൾ നിറഞ്ഞതുമായിരിക്കും.' ഭരതൻ പറഞ്ഞു. 'സിഗിരിയയ്ക്കുള്ളിൽ ആഹാരപദാർത്ഥങ്ങളും മറ്റും ധാരാളമായി സംഭരിച്ചിട്ടുണ്ട്. നഗരത്തിനുള്ളിൽ തന്നെ വലിയൊരു തടാകമുണ്ട്. വർഷത്തിൽ രണ്ടു തവണയുണ്ടാകുന്ന മൺസൂൺ ആ തടാകത്തെ നിറച്ചു വയ്ക്കും. അതിൽ വെള്ളം ഒഴിയുകയേയില്ല. അകത്തെ കോട്ടമതിലിനും പുറത്തെ കോട്ടമതിലിനും ഇടയിലുള്ള തുറസ്സായ സ്ഥലത്ത് നഗരവാസികൾ കൃഷി ചെയ്യുന്നുണ്ട്. ആവശ്യമായ ഔഷധങ്ങൾ പോലുമുണ്ട്. ആ മഹാമാരിയ്ക്കുള്ളതൊഴിച്ച് – '

'ഭരതാ,' തന്റെ അനുജനെ തടസ്സപ്പെടുത്തിക്കൊണ്ട് രാമൻ പറഞ്ഞു. 'നമ്മൾ അവർക്ക് മലയപുത്രൻമാരുടെ ഔഷധങ്ങൾ നൽകും.'

'ദാദാ...'

'നമ്മൾ സൂര്യവംശികളാണ്, അനുജാ. നമ്മൾ മഹാന്മാരിൽ മഹാന്മാരുടെ സന്തതി പരമ്പരകളാണ്. ഇക്ഷ്വാകുവിന്റെയും രഘുവിന്റെയും രക്തമാണ് നമ്മുടെ സിരകളിലൂടെ ഒഴുകുന്നത്. നമ്മുടെ കുലത്തിന് നാം ഒരിക്കലും മാനക്കേടുണ്ടാക്കരുത്. നമ്മൾ കഠിനമായി പോരാടും. പക്ഷെ നീതിയുക്തമായി മാത്രം. ധർമ്മയുദ്ധമാണ് നമ്മുടേത്. അധർമ്മം പാടില്ല.'

ഭരതൻ നെടുവീർപ്പിട്ടു.

സിഗിരിയയിൽ ഒരു മഹാമാരി ആർത്തിരമ്പുകയാണെന്ന് എല്ലാവർക്കുമറിയാം. അത് അയോദ്ധ്യയുടെ സൈനികരെയും ബാധിച്ചിട്ടുണ്ട്. പക്ഷെ ആ മഹാമാരിക്കുള്ള ഏക പ്രതിവിധിയായ മലയപുത്രന്മാരുടെ ഔഷധം ആവശ്യത്തിനു സംഭരിച്ചതു കൊണ്ട് കാര്യമായ പ്രശ്നങ്ങളൊന്നുമില്ല. സിഗിരിയക്കാർക്ക് ആ ഔഷധം കൊടുക്കാതിരിക്കുന്നതാണ് ന്യായമായ യുദ്ധതന്ത്രമാണെന്നു വിശ്വസിക്കുന്ന നിരവധി അയോധ്യക്കാരുണ്ട്. അത് ലങ്കക്കാരെ കീഴടങ്ങാൻ പ്രേരിപ്പിക്കും.

പക്ഷെ രാമൻ തുടക്കം മുതലേ അക്കാര്യത്തിൽ വ്യക്തതയുള്ള ആളാണ്. ഉപരോധ തന്ത്രങ്ങളും, ആഹാരപദാർത്ഥങ്ങളുടെ വിതരണ ശൃംഖല പതിയെ ഞെരുക്കുന്നതു പോലും യുദ്ധത്തിൽ ന്യായമായ കാര്യമാണ്. പൗരന്മാരെ വേദനിപ്പിക്കാതെ ശത്രുവിനോട് പ്രതികരിക്കാം. പക്ഷെ ഒരു മഹാമാരി സിഗിരിയയിൽ പരക്കുകയും ഔഷധത്തിന്റെ അഭാവത്തിൽ നിരവധി പേരെ, പ്രത്യേകിച്ച് പ്രായമായവരെ, കൊന്നൊടുക്കുകയും ചെയ്യുമ്പോൾ അതൊരു യുദ്ധോപകരണമായി ഉപയോഗിക്കാനാകില്ല. അത് അധർമ്മമാണ്. രാമന്റെ തീരുമാനം വ്യക്തവും ലംഘിക്കാനാകാത്തതുമാണ്. അയോദ്ധ്യക്കാർ ലങ്കക്കാർക്ക് മലയ പുത്രന്മാരുടെ ഔഷധം നൽകും.

'ഞാനിക്കാര്യത്തിൽ വിഡ്ഢിത്തമാണ് ചെയ്യുന്നതെന്നു കരുതുന്ന നിരവധി പേരുണ്ട്, 'രാമൻ പറഞ്ഞു.

ഭരതൻ മിണ്ടിയില്ല.

'ഭരതാ, യുദ്ധം അവസാനിച്ചു കഴിഞ്ഞ ഒരു കാലത്തെക്കുറിച്ചാണ് ഞാൻ ചിന്തിക്കുന്നത്,' രാമൻ തുടർന്നു. 'സമാധാനം നേടുന്നതിനെക്കുറിച്ചാണ് ഞാൻ ചിന്തിക്കുന്നത്. രണ്ടു ലക്ഷം സൈനികർ ലങ്കയിലുണ്ടാകാം.

പക്ഷെ, എട്ടു ലക്ഷത്തിലധികം പൗരന്മാരുമുണ്ട്. അവരിൽ മുതിർന്നവരെ രക്ഷിക്കാൻ നാം സഹായിച്ചില്ലെന്ന് അവർ വിശ്വസിച്ചാൽ ആ പൗരന്മാർ നിയന്ത്രണത്തിനും അതീതരാകും. എന്നാൽ നമ്മൾ ആദരണീയരാണെന്ന് അവർക്ക് മനസ്സിലായാൽ യുദ്ധം ജയിച്ചു കഴിഞ്ഞാൽ നമുക്കവരെ കൈകാര്യം ചെയ്യാൻ എളുപ്പമാകും.'

ഭരതൻ ഒന്നും പറഞ്ഞില്ല, ഉറക്കെ പറഞ്ഞില്ലെന്നും പറയാം. അതിന് ആദ്യം നമ്മൾ ജയിക്കണം.

'നീ ഗോകർണ്ണത്തെ വ്യാപാരികളെ പക്ഷപാതം ഇല്ലാതെയും അന്തസ്സോടെയും കൈകാര്യം ചെയ്തു. അവർ നമ്മുടെ പ്രതിയോഗികളല്ല. അതിന് ഗുണമുണ്ടായില്ലേ? നമ്മുടെ വിതരണ ശൃംഖല തുറന്നതും സുരക്ഷിതവുമാണ്.' ഭരതൻ തലയാട്ടി. അയാൾക്ക് സമ്മതിക്കാതെ തരമില്ലാതായി. 'അതെ, അങ്ങു പറഞ്ഞതു നേരാണ്.'

'നീ നാളെ പോകുമോ?' രാമൻ ചോദിച്ചു.

ഭരതൻ തന്റെ ജ്യേഷ്ഠനെ നോക്കി. 'അഭിപ്രായ വ്യത്യാസമുണ്ടായാൽ ഞാൻ അങ്ങയെ എതിർക്കും, ജ്യേഷ്ഠാ. അതെന്റെ അവകാശമാണ്. പക്ഷെ ഞാനത് സ്വകാര്യമായേ ചെയ്യൂ. ഒരു തീരുമാനമെടുത്തു കഴിഞ്ഞാൽ, ഞാൻ എല്ലായ്പ്പോഴും അങ്ങയെ പരസ്യമായി പിന്തുണയ്ക്കും. അതെന്റെ ചുമതലയാണ്.'

ഭരതൻ മറ്റൊരു കാര്യം പറഞ്ഞില്ല. അയോദ്ധ്യയുടെ സൈന്യത്തിന്റെ ഉപസേനാപതിയാണ് ഭരതൻ. ലങ്കക്കാർക്ക് ഔഷധം നൽകുന്നതിനെക്കുറിച്ച് നിരവധി സാധാരണ സൈനികർക്ക് ആശങ്കകളുണ്ട്. വിജയത്തിലേക്ക് വിധി എളുപ്പമാർഗ്ഗം കാണിച്ചു കൊടുത്തിരിക്കുകയാണ്. എന്തിന് ലങ്കക്കാരെ അതിൽ നിന്ന് രക്ഷപ്പെടാൻ അനുവദിക്കണം? രാമന്റെ തീരുമാനത്തിന് അസന്നിഗ്ദ്ധമായ പിന്തുണ കിട്ടണമെങ്കിൽ ഭരതനും എല്ലാ സേനാപതികളും അതേറ്റെടുക്കേണ്ടതുണ്ട്. അതിനുള്ള ഏറ്റവും ഫലപ്രദമായ വഴി ലങ്കക്കാർക്ക് ഔഷധം കൈമാറാനുള്ള പ്രതിനിധി സംഘത്തെ ഭരതൻ നയിക്കുക എന്നതാണ്.

രാമൻ പുഞ്ചിരിക്കുകയും ഭരതന്റെ കൈ പിടിക്കുകയും ചെയ്തു, 'അനുജാ...'

ഭരതൻ രാമന്റെ കൈ അമർത്തി. 'ജ്യേഷ്ഠാ...'

രണ്ടു പേരും വിദൂരതയിലുള്ള സിഗിരിയയെ നോക്കി ഒന്നും മിണ്ടാതിരുന്നു.

'അവൾ അവിടെയുണ്ട്....' രാമൻ മന്ത്രിച്ചു.

ഭരതൻ രാമന്റെ പുറത്തു തട്ടി. 'ജ്യേഷ്ഠത്തി താമസിയാതെ അങ്ങയുടെ അടുത്തെത്തും.'

രാമൻ ഭരതനെ നോക്കി. 'ഭാരതാംബയ്ക്കു വേണ്ടി അവളെ പുറത്തു കൊണ്ടു വരേണ്ടതുണ്ട്. അവളായിരിക്കും അടുത്ത വിഷ്ണു.'

ഭരതൻ പുഞ്ചിരിച്ചു. രാമൻ യുദ്ധത്തെ ന്യായീകരിക്കാൻ ശ്രമിക്കുകയാണ്. ഒരു ഭർത്താവിന്റെ സ്നേഹത്തിനേക്കാൾ ഉപരിയാണ് അതെന്ന് സ്വയം വിശ്വസിപ്പിക്കുവാൻ ശ്രമിക്കുകയും. കൂടുതൽ വലിയ ലക്ഷ്യം അതിനുണ്ടെന്നും.

'അതു നേരാണ്. പക്ഷെ ഭർത്താവെന്ന നിലയിൽ ജ്യേഷ്ഠത്തിയെ തിരികെ കൊണ്ടു വരാൻ ആഗ്രഹിക്കുന്നതിൽ യാതൊരു തെറ്റുമില്ല. മഹാന്മാരായ നേതാക്കൾ മനുഷ്യരുമാണ്.'

രാമൻ പതിയെ പൊട്ടിച്ചിരിച്ചു. 'നിന്നിൽ നിന്ന് രഹസ്യങ്ങൾ മറച്ചു പിടിക്കുന്നുണ്ടെന്ന് നടിക്കാൻ തന്നെ പ്രയാസമാണ്.'

'അതുകൊണ്ട് അതിനു ശ്രമിക്കുക പോലും ചെയ്യരുത്'

സഹോദരന്മാർ പൊട്ടിച്ചിരിച്ചു.

'യുദ്ധങ്ങൾ സാധാരണ കഴഞ്ഞു മറിഞ്ഞ കാര്യമാണ്,' ഭരതൻ പറഞ്ഞു. 'പക്ഷെ ഈ യുദ്ധം അങ്ങേയ്ക്ക് വേണ്ടിയും ഭാരതാംബയ്ക്കു വേണ്ടിയുമാണ്. അതിനെന്റെ എല്ലാ പിന്തുണയുമുണ്ട്!'

രാമൻ പുഞ്ചിരിച്ചു.

'ജ്യേഷ്ഠത്തിയെപ്പോലെ ഒരാൾ ഭാര്യയായുള്ള അങ്ങ് ഭാഗ്യവാനാണ്.' ഭരതൻ പറഞ്ഞു. 'ജ്യേഷ്ഠത്തി നേരായും സവിശേഷതയുള്ള ഒരു സ്ത്രീയാണ്.'

രാമൻ സ്വപ്നത്തിലെന്നതു പോലെ പുഞ്ചിരിച്ചു. 'മൃതൈ: പ്രാപ്യ: സ്വർഗ്ഗോ യദിഹ/കഥയതി ഏതദ് അനൃതം. പരാക്ഷോ ന സ്വർഗ്ഗോ/ ബഹുഗുണമമിഹൈവ ഫലതി.' രാമൻ ഒരു പൗരാണിക സംസ്കൃത നാടകത്തിലെ ശ്ലോകമാണു ചൊല്ലിയത്. മരിച്ചവർക്കു മാത്രമാണ് സ്വർഗ്ഗത്തിൽ പ്രവേശനമുള്ളത്. പക്ഷെ അത് നേരല്ല. നേരായ സ്വർഗ്ഗം ഈ ജീവിതത്തിൽ നമ്മുടെ കൈപ്പിടിക്കപ്പുറമല്ല. അത് ഈ ഭൂമിയിൽ തന്നെയുണ്ട്. നാം സ്നേഹിക്കുന്നവരോടൊപ്പം.

ഭരതൻ പുരികമുയർത്തി അതിശയത്തോടെ ജ്യേഷ്ഠനെ നോക്കി. 'ഗംഭീരം...ഭാസനെ ഉദ്ധരിക്കുകയാണോ?'

ഏറ്റവും മഹാനായ സംസ്കൃത നാടകകൃത്തായി ഭാരതത്തിൽ അംഗീകരിക്കപ്പെട്ട ആളാണ് ഭാസൻ. പക്ഷെ രാമന് കാവ്യങ്ങളിലോ നാടകങ്ങളിലോ താത്പര്യമുള്ളതായി അറിവില്ല.

'മതിപ്പു തോന്നിയോ?'

'അങ്ങയോടല്ല, പ്രണയത്തോട്. അതിന് അങ്ങയെപ്പോലുള്ള ഒരാളെ പോലും കാവ്യപ്രണയിയാക്കാനാകും!'

രാമൻ പൊട്ടിച്ചിരിച്ചു. 'എന്റെ നിശയ്ക്ക് പകലാണവൾ. എന്റെ യാത്രകൾക്ക് ലക്ഷ്യ സ്ഥാനം. എന്റെ മേഘത്തിന് മഴയാണവൾ. എന്റെ ജീവിതത്തിലെ എല്ലാ ചോദ്യങ്ങൾക്കുമുള്ള ഉത്തരം.'

ഭരതൻ പതിയെ പൊട്ടിച്ചിരിച്ചു. 'കഴിഞ്ഞ പതിനാലു വർഷങ്ങൾ ജ്യേഷ്ഠനും ജ്യേഷ്ഠത്തിയും ശരിക്കും ആസ്വദിച്ചു, അല്ലേ?'

'വനവാസം എന്റെ ജീവിതത്തിലെ ഏറ്റവും മികച്ച കാലമായിരുന്നു. അതാരും വിചാരിച്ചതല്ലല്ലോ. എനിക്ക് നിന്റെയും ശത്രുഘ്നന്റെയും സാന്നിദ്ധ്യം നഷ്ടപ്പെട്ടു. നിങ്ങൾ കൂടി ഉണ്ടായിരുന്നെങ്കിൽ, എന്റെ ലോകം പൂർണ്ണമാകുമായിരുന്നു. എന്റെ ഭാര്യയും സഹോദന്മാരുമുണ്ടെങ്കിൽ എനിക്ക് വേറൊന്നും വേണ്ട.'

ഭരതൻ പൊട്ടിച്ചിരിച്ചു. 'ഇതെല്ലാം ആരു വിചാരിച്ചു? ഞാനായിരുന്നു ഗുരുകുലത്തിലെ കാൽപനികൻ. അങ്ങാകട്ടെ അങ്ങേയറ്റം ഗൗരവപ്രകൃതിയും നേരേ വാ നേരേ പോ മട്ടുകാരനും.'

'ഞാൻ ഇപ്പോഴും അങ്ങനെ തന്നെയാണ്!' രാമൻ പൊട്ടിച്ചിരിച്ചു.

ഭരതനും പൊട്ടിച്ചിരിച്ചു.

'പക്ഷെ, ഭരതാ,' രാമൻ പറഞ്ഞു. 'കാലം ഏറെയായി. പതിനാറു വർഷത്തിലധികമായിരിക്കുന്നു. നീ മുന്നോട്ടു പോകേണ്ടതുണ്ട്.'

ഭരതൻ ദീർഘമായി വിശ്വസിച്ചു. 'ദാദാ...എനിക്ക്... എനിക്കവളെ മറക്കാനാകുന്നില്ല...'

'ഭരതാ...'

'അതങ്ങനെയിരിക്കട്ടെ, ജ്യേഷ്ഠാ....അതങ്ങനെ തന്നെയിരിക്കട്ടെ. നമുക്ക് യുദ്ധം കഴിഞ്ഞ് അതിനെക്കുറിച്ചു സംസാരിക്കാം.

'ഇല്ല, അതങ്ങനെ തന്നെയിരിക്കരുത്.'

ഭരതൻ ജ്യേഷ്ഠനെ നോക്കി.

'എനിയ്ക്ക് നിന്നെ സഹായിക്കാനായെങ്കിൽ! നിനക്ക് നല്ലൊരു ഹൃദയമുണ്ട്. തന്നെ പ്രണയിക്കുന്ന ഒരു സ്ത്രീയെ തിരിച്ചു പ്രണയിക്കുന്നതിന്റെ അവർണ്ണനീയമായ സൗന്ദര്യം ആസ്വദിക്കാനുള്ള അവകാശം നിനക്കുണ്ട്.'

'ജീവിതം നീണ്ടതാണ്, ജ്യേഷ്ഠാ. ഇനിയും ഏറെ വർഷങ്ങൾ അവശേഷിച്ചിട്ടുണ്ട്. അങ്ങ് ഏറെ സഞ്ചരിച്ചു കഴിഞ്ഞു. ഞാനും തിരിച്ചു സഞ്ചരിച്ചേക്കാം.'

രാമൻ പുഞ്ചിരിച്ചു കൊണ്ട് ഭരതന്റെ തോളിൽ കയ്യിട്ടു.

ഭരതൻ പുഞ്ചിരിച്ചുകൊണ്ടു പറഞ്ഞു, 'അതിനാദ്യം നമ്മൾ യുദ്ധത്തെ അതിജീവിക്കണം! ജീവിതം ഒരേ സമയം ദീർഘവും ഹ്രസ്വവുമാണ്!'

രാമൻ പൊട്ടിച്ചിരിച്ചു. 'നമ്മൾ യുദ്ധം ജയിക്കുകയും ജീവിക്കുകയും ചെയ്യും.'

അദ്ധ്യായം 28

പിറ്റേന്ന് രണ്ടാം യാമത്തിലേക്ക് നീങ്ങുന്ന ദിവസം. ഭരതനും ഹനുമാനും നാരദനും ഗജകവാടത്തിലൂടെ സിഗിരിയയുടെ പുറം മതിലിനടുത്തെത്തി. കൂടെ ഇരുപതു സൈനികരുമുണ്ട്.

കോട്ടയുടെ അകം ഭിത്തിയ്ക്കും പുറം ഭിത്തിയ്ക്കുമിടയിലുള്ള തുറസ്സായ സ്ഥലത്ത് കുംഭകർണ്ണനും ഇന്ദ്രജിത്തും അകമ്പനനും അവരെ കാത്തു നിൽക്കുന്നുണ്ടായിരുന്നു. ഇരുപതു സൈനികർ അവരുടെ കൂടെയുണ്ട്.

ലങ്കയുടെ ഒരു സൈനികന്റെ കയ്യിൽ വെള്ള കൊടിയുണ്ട്. അതിൽ സമാധാനത്തിന്റെ ദേവിയായ ശാന്തിദേവിയുടെ പ്രതിച്ഛായ വരച്ചു വച്ചിട്ടുണ്ട്. താമരയിൽ ആസനസ്ഥയായ ദേവിയുടെ മുഖത്ത് ശാന്തവും അനുകമ്പയൂറുന്നതുമായ ഭാവം. നാലു കരങ്ങളിലൊന്നിൽ കമണ്ഡലുവുണ്ട്. മറ്റൊന്നിൽ കുംഭം. മൂന്നാമത്തേതിൽ രുദ്രാക്ഷമാല. നാലാമത്തേതിൽ വരദ മുദ്ര. അയോദ്ധ്യക്കാരുടെ കയ്യിലുള്ള കൊടിയുടെ കണ്ണാടിബിംബമായിരുന്നു അത്.

അയോദ്ധ്യക്കാർ അടുത്തെത്തിയപ്പോൾ കുംഭകർണ്ണൻ കൈകൾ നീട്ടി ഒരു സൈനികനിൽ നിന്ന് ചെറിയ ജലകുംഭം ഏറ്റുവാങ്ങി. എന്നിട്ട് വരദമുദ്രയോടെ വലതു കൈ നീട്ടി അതിലെ ജലം താഴേക്കൊഴിക്കുകയും കുംഭം നിലത്തിടുകയും ചെയ്തു. ആ ചടങ്ങ് അയോദ്ധ്യക്കാർ കണ്ടെന്ന് അയാൾ ഉറപ്പു വരുത്തി.

'ഓം ശാന്തി,' കുംഭകർണ്ണൻ പറഞ്ഞു.

ഭരതൻ അതേ ചടങ്ങ് ആവർത്തിച്ചു. പൗരാണികമായ ഈ ചടങ്ങോടെ ഇരു സംഘങ്ങളും സമാധാനപരമായ സംഭാഷണത്തിന്റെ വിശുദ്ധമായ പ്രതിജ്ഞയെടുത്തു എന്നാണർത്ഥം.

ദേവി എല്ലാം നിരീക്ഷിക്കുന്നുണ്ട്. ഇക്കൂട്ടത്തിലാരും ആയുധം കയ്യിലെടുക്കരുത്. അത്തരമൊരു പ്രവൃത്തിയുടെ കർമ്മഫലം ഭയങ്കരമായിരിക്കും.

കൈ കൂപ്പി വണങ്ങിക്കൊണ്ട് കുംഭകർണ്ണനാണാദ്യം സംസാരിച്ചത്. 'ഭരതകുമാരാ, ഹനുമാൻ പ്രഭോ, അങ്ങാരാണെന്ന് എനിക്കറിയില്ലെന്നു തോന്നു....'

'സാരമില്ല, ഞാൻ നാരദനാണ്,' നാരദൻ പറഞ്ഞു.

കുംഭകർണ്ണൻ പുരികമുയർത്തുകയും പതിയെ പൊട്ടിച്ചിരിക്കുകയും ചെയ്തു.

'കുംഭകർണ്ണ കുമാരാ, ഇന്ദ്രജിത്ത് കുമാരാ, അകമ്പനൻ പ്രഭോ,' കൈകൂപ്പി വണങ്ങിക്കൊണ്ട് ഭരതൻ പറഞ്ഞു. 'എല്ലാവരേയും കാണുന്നത് സന്തോഷം തന്നെ.'

തന്റെ പേര് ഭരതനറിയുമെന്ന കാര്യം അകമ്പനനെ അതിശയിപ്പിച്ചു. ചിലപ്പോൾ ആ വഞ്ചകനായ വിഭീഷണൻ പറഞ്ഞു കൊടുത്തതായിരിക്കും.

'അങ്ങയുടെ സാന്നിദ്ധ്യത്താൽ ഞങ്ങളെ അനുഗ്രഹിച്ചതെന്തിനാണ്?' കുംഭകർണ്ണൻ ചോദിച്ചു.

അയോദ്ധ്യക്കാരാണ് ഒരു കൂടിക്കാഴ്ചയ്ക്കുള്ള അവസരം ചോദിച്ചത്.

ഹനുമാനാണു സംസാരിച്ചത്. 'കുംഭകർണ്ണാ, കോട്ടയ്ക്ക് പുറത്തുള്ള കൃഷിസ്ഥലങ്ങൾ ചുട്ടുകരിക്കപ്പെട്ടിട്ടുണ്ട്. ചത്തമൃഗങ്ങളുടെ ജഡങ്ങളാൽ മലിനമാണ് കിണറുകൾ. അമ്പൻ ഗംഗയുടെ കടവിലെ പാണ്ടികശാലകൾ നശിപ്പിക്കപ്പെട്ടിട്ടുണ്ട്.'

വായുപുത്രനായ ഹനുമാൻ കുംഭകർണ്ണന്റെ ജീവൻ ഒരിക്കൽ രക്ഷിച്ചിട്ടുണ്ട്. അന്നുമുതൽ അവർ രണ്ടു പേരും സുഹൃത്തുക്കളാണ്.

'യുദ്ധതന്ത്രത്തിന്റെ ഭാഗമായ ചുട്ടുചാമ്പലാക്കൽ സമ്പ്രദായമാണത്,' കുംഭകർണ്ണൻ മര്യാദയോടെ പറഞ്ഞു. ആഹാരവും വെള്ളവും പോലുള്ള അവശ്യ വസ്തുക്കൾ ശത്രു തമ്പടിക്കുന്നയിടത്ത് നശിപ്പിക്കുകയും ശത്രുവിന്റെ അതിജീവന സാദ്ധ്യതകൾ കുറയ്ക്കുകയും ചെയ്യുന്നതാണ് ചുട്ടു ചാമ്പലാക്കൽ സമ്പ്രദായം. 'ഞങ്ങൾ നിങ്ങൾക്ക് കാര്യങ്ങൾ എളുപ്പമാക്കിത്തരുമെന്ന് തോന്നേണ്ട കാര്യമില്ലല്ലോ. നിങ്ങളേതായാലും ഗോകർണ്ണത്തു നിന്ന് നദീമാർഗ്ഗം ഇത്രയും ദൂരേയ്ക്ക് ആഹാരപദാർത്ഥങ്ങളുടെ വിതരണ ശൃംഖല ഉറപ്പാക്കിയിട്ടുമുണ്ടല്ലോ,' ഇന്ദ്രജിത്ത് പറഞ്ഞു. 'ചിലവേറിയതെങ്കിലും ഫലപ്രദമായ ഒന്നാണത്.'

'ഒരു ചതിയന്റെ സഹായത്തോടെ നിങ്ങൾ നേടിയെടുത്ത വിതരണ ശൃംഖല,' വൃദ്ധശരീരം ക്രോധത്താൽ വിറച്ചു കൊണ്ട് അകമ്പനൻ

പറഞ്ഞു. 'ആ... വിഷസർപ്പം വിഭീഷണൻ ചതിയിലൂടെ ഓങ്കയാറ കോട്ട പിടിച്ചെടുക്കാൻ നിങ്ങളെ സഹായിച്ചു.'

'നിങ്ങൾ പഴയ വാർത്ത ആവർത്തിക്കുകയാണോ?' പല്ലിളിച്ചു കൊണ്ട് നാരദൻ ചോദിച്ചു. 'അതോ പുതിയ സേവനങ്ങൾ വാഗ്ദാനം ചെയ്യുകയാണോ?'

'മതിയാക്കൂ,' ഭരതൻ കൈയുയർത്തി കൊണ്ട് ദൃഢമായി പറഞ്ഞു.

എല്ലാവരും നിശ്ശബ്ദരായി.

'കുംഭകർണ്ണ കുമാരാ,' ഭരതൻ പറഞ്ഞു, 'നിരവധി തന്ത്രങ്ങൾ യുദ്ധത്തിൽ ന്യായമാണ്. ഞങ്ങൾക്ക് നിങ്ങളോട് നീരസമില്ല. പക്ഷെ, അറിഞ്ഞു കൊണ്ട് നിഷ്കളങ്കരായ പൗരന്മാരെ ഉപദ്രവിക്കുന്നത് ഒരിക്കലും ന്യായമായ യുദ്ധതന്ത്രമല്ല. അത് അധർമ്മമാണ്. '

കുംഭകർണ്ണൻ നെറ്റി ചുളിച്ചു. ലങ്കക്കാർ യുദ്ധത്തിനിടയിൽ അത്തരം കാര്യങ്ങളൊന്നും ചെയ്തിട്ടില്ല, അയാൾക്ക് അറിയാവുന്നിടത്തോളം.

'നിങ്ങളുടെ നഗരത്തിൽ ഒരു മഹാമാരി പടർന്നിട്ടുണ്ടെന്ന് ഞങ്ങൾക്കറിയാം.' ഭരതൻ തുടർന്നു. 'മലയപുത്രന്മാർ ഞങ്ങളുടെ കൂടെയുണ്ട്. അവരുടെ ഔഷധവുമുണ്ട്.'

കുംഭകർണ്ണൻ കുറേക്കൂടി ആശയക്കുഴപ്പത്തിലായി.

'അതിങ്ങോട്ടു കൊണ്ടു വരൂ,' ഭരതൻ ഉത്തരവിട്ടു.

ഇരുപതു സൈനികർ വലിയ ചാക്കുകളുമായി മുന്നോട്ടു വന്നു. ഇന്ദ്രജിത്ത് വാളിനു കൈനീട്ടി.

'കുമാരാ,' നീരസത്തോടെ ഭരതൻ പറഞ്ഞു. 'നമ്മൾ ശാന്തീദേവിയുടെ പ്രതിജ്ഞയെടുത്തവരാണ്.'

ഇന്ദ്രജിത്ത് വാളിൽ നിന്നും കൈമാറ്റി.

'ഒരു ചാക്ക് ഇവിടെ കൊണ്ടു വരൂ,' ഭരതൻ ഉത്തരവിട്ടു.

ഒരു സൈനികൻ ഭരതന്റെ യടുത്തേക്കു വന്നു. അയാളത് കുംഭകർണ്ണനും അയോദ്ധ്യയുടെ കുമാരനുമിടയിൽ വച്ചു. ഭരതൻ അതു തുറന്ന് ഇരുണ്ട തവിട്ടു നിറമുള്ള ചൂർണ്ണം പുറത്തു കാട്ടി. അയാൾ തള്ളവിരലും ചൂണ്ടുവിരലുമുപയോഗിച്ച് ഒരു നുള്ള് ചൂർണ്ണമെടുക്കുകയും നാക്കിൽ വയ്ക്കുകയും ചെയ്തു. എന്നിട്ട് കുംഭകർണ്ണനെ നോക്കി. ചൂർണ്ണത്തിന്റെ സുരക്ഷിതത്വം ഉറപ്പായ കുംഭകർണ്ണൻ തലയാട്ടി.

'ഈ ചൂർണ്ണം വിതരണം ചെയ്യാവുന്ന ഔഷധമാക്കി മാറ്റാൻ നിങ്ങൾക്കറിയാമല്ലോ, അല്ലേ?' ഭരതൻ ചോദിച്ചു.

'ഉവ്വ്,' കുംഭകർണ്ണൻ പറഞ്ഞു. 'ഞങ്ങളുടെ വൈദ്യന്മാർക്ക് അതു ചെയ്യാൻ കഴിയും.'

'നിങ്ങളുടെ എല്ലാ പൗരന്മാർക്കും ഒരാഴ്ചത്തേക്ക് ഇതു തികയും. അതിനു ശേഷം വീണ്ടും കാണാം.'

കുംഭകർണ്ണൻ സൈനികർക്കു നേരെ നോക്കി തലയാട്ടി. അവർ തിടുക്കത്തിൽ വന്ന് ചാക്കുകൾ ഏറ്റെടുത്തു. കുംഭകർണ്ണൻ അമ്പരപ്പോടെ ഭരതനെ നോക്കി. 'എന്തിന്? ഞങ്ങളുടെ പൗരന്മാരെ നിങ്ങൾ സഹായിക്കുന്നതെന്തിനാണ്?'

ഭരതന്റെ നെഞ്ച് വികസിക്കുകയും കണ്ണുകൾ ഇറുകുകയും ചെയ്തു. 'ഞങ്ങളുടെ സൈന്യാധിപന്റെ പേര് രാമനെന്നാണ്.'

കുംഭകർണ്ണൻ പതിയെ പുഞ്ചിരിച്ചു. സീതാരാജ്ഞി പറഞ്ഞതു നേരാണ്. സീതയുടെ ഭർത്താവ് പരമയോഗ്യനാണ്.

'യുദ്ധക്കളത്തിൽ കാണാം, കുമാരാ,' ഭരതൻ പറഞ്ഞു. 'ഞങ്ങൾ നിങ്ങളുടെ സൈനികരോട് കരുണ കാണിക്കില്ല.'

കുംഭകർണ്ണൻ ആദരവോടെ തല കുനിച്ചു. 'ഞാനും അതു കാത്തിരിക്കുകയാണ്, ആദരണീയനായ കുമാരാ.'

ഭരതൻ തിരിഞ്ഞു നിന്നു. അയാളുടെ കൂടെ വന്ന മറ്റുള്ളവരും. മുമ്പോട്ടു നടക്കുമ്പോൾ ഹനുമാൻ കോട്ട ഭിത്തികൾക്കു നടുവിലുള്ള കൃഷിക്കളങ്ങൾ നോക്കി. ഒരാശയം അയാളുടെ തലയ്ക്കുള്ളിൽ ജ്വലിച്ചു.

രാമന്റെ കൂടാരത്തിൽ അയോദ്ധ്യക്കാരുടെ യുദ്ധസമിതി ചേർന്നിരിക്കുകയാണ്. വട്ടമേശപ്പുറത്ത് സിഗിരിയ നഗരത്തിന്റെ ചെറിയ മാതൃക: അതിന്റെ കോട്ട മതിലുകൾ; കിടങ്ങുകൾ, ചുറ്റുമുള്ള പീഠഭൂമികൾ. വിഭീഷണൻ നൽകിയ വിശദമായ വിവരത്തിന്റെ സഹായത്തോടെ വിദഗ്ധർ വേഗത്തിൽ നിർമ്മിച്ചത്.

രാമൻ മറ്റുള്ളവരെ നോക്കി. 'എല്ലാവർക്കും അഭിപ്രായം പറയാം.' വസിഷ്ഠനും ഭരതനും ഹനുമാനും ലക്ഷ്മണനും വട്ടമേശയ്ക്കു ചുറ്റും രാമന്റെ ഇടതുവശത്താണിരിക്കുന്നത്. ശത്രുഘ്നനും അരിഷ്ടനേമിയും അംഗദനും നാരദനും വലതു വശത്തും. എല്ലാവരും നിശബ്ദരായി.

ദശാബ്ദങ്ങളായി സൈനികർ വിശ്വസിക്കുന്ന ഒരു കാര്യമുണ്ട്; എല്ലാ കോട്ടയ്ക്കും ഒരു ദൗർബല്യമുണ്ടാകും. എന്നാലത് ഒരു മിഥ്യയാണെന്ന് സിഗിരിയ തെളിയിച്ചു. അതിൽ യാതൊരു പിഴവുകളുമില്ല. കോട്ടയ്ക്കുള്ളിലേക്കു കടക്കാൻ അയോദ്ധ്യക്കാർക്ക് യാതൊരു വഴിയും കണ്ടെത്താനായില്ല. ലങ്കക്കാർ അയോദ്ധ്യക്കാരേക്കാൾ എണ്ണത്തിൽ

കൂടുതലാണെന്നതും പ്രശ്നത്തെ സങ്കീർണ്ണമാക്കി. മറ്റൊരു തടസ്സം കൂടിയുണ്ട്; മാസങ്ങളോളം, ചിലപ്പോൾ വർഷങ്ങൾ തന്നെ നീണ്ടു നിൽക്കുന്ന ആഹാരപദാർത്ഥങ്ങളുടെയും മറ്റും സംഭരണം സിഗിരിയയിലുണ്ട്.

'കോട്ടയ്ക്ക് വീഴ്ചകളേയില്ല,' വിഭീഷണൻ നെടുവീർപ്പോടെ പറഞ്ഞു. 'സിഗിരിയയുടെ നാലു കോട്ടമതിലുകളും പിടിച്ചെടുക്കാൻ അസാധ്യമായവയാണ്. നമ്മൾ നദിയിൽ വെച്ചു തന്നെ അവരെ തോൽപ്പിക്കേണ്ടതായിരുന്നു. അല്ലെങ്കിൽ ലങ്കക്കാർ കോട്ടയ്ക്കുള്ളിൽ സുരക്ഷിതരാകുന്നതിനു മുമ്പേ നമ്മൾ എത്തേണ്ടതായിരുന്നു. രണ്ടവസരങ്ങളും നമുക്കു നഷ്ടപ്പെട്ടു.'

വിഭീഷണൻ കൂടുതൽ കൂടുതൽ മറ്റുള്ളവരെ അലോസരപ്പെടുത്തുന്നതായി ഭരതനു തോന്നി. ഈ പരാജയ മനോഭാവം സൈനികർക്കു മേലെ നിരാശയുടെ കരിനിഴൽ പരത്തും.

'വിഭീഷണ കുമാരാ,' ലക്ഷ്മണൻ പറഞ്ഞു. 'ഓങ്കയാറയിലേതു പോലെ കൗശലത്തോടെ പണിത തുരങ്കങ്ങൾ ഇവിടെയില്ലേ?'

പുകഴ്ത്തുന്നതിന് എല്ലായ്പ്പോഴും വശംവദനായ വിഭീഷണൻ സന്തോഷത്തോടെ പുഞ്ചിരിച്ചു. 'എനിയ്ക്ക് അതിനുള്ള അവസരം കിട്ടിയില്ല, ലക്ഷ്മണ കുമാരാ.'

'കഷ്ടം തന്നെ.'

'ഞാൻ മഹത്തായ ചിലതു നിർമ്മിച്ചേനെ. ലോകത്തിലെ ഏറ്റവും മികച്ച വാസ്തു ശില്പിയാണല്ലോ ഞാൻ,' വിഭീഷണൻ ശത്രുഘ്നനെ പാളി നോക്കി കൊണ്ടു പറഞ്ഞു.

ശത്രുഘ്നനൻ പുച്ഛത്തോടെ പുരികമുയർത്തുകയും പുഞ്ചിരിക്കുകയും ചെയ്തു. എങ്കിലും പ്രകോപിതനായില്ല. അതിനേക്കാൾ പ്രധാനപ്പെട്ട കാര്യങ്ങൾ മുമ്പിലുണ്ട്. നിസ്സാരനായ ഒരു രാജവിഡ്ഢിയുടെ വേവലാതികൾക്ക് ചെവി കൊടുക്കേണ്ട കാര്യമില്ല.

രാമൻ വീണ്ടും ചോദിച്ചു. 'എന്തെങ്കിലും പുതിയ ആശയങ്ങളുണ്ടോ? എന്തു വേണമെങ്കിലും പറയാം. തികച്ചും പുത്തനാണെങ്കിൽ പോലും.'

'എനിയ്ക്കൊരു ആശയമുണ്ട്,' ഹനുമാൻ പറഞ്ഞു.

എല്ലാവരും മഹാനായ വായുപുത്രനു നേരെ തിരിഞ്ഞു.

'മല നമ്മുടെയടുത്തേക്ക് വന്നില്ലെങ്കിൽ നമ്മൾ മലയുടെ അടുത്തേക്കു പോകണം,' ഹനുമാൻ പറഞ്ഞു.

'എന്ത്?' അരിഷ്ടനേമി ചോദിച്ചു.

'പടിഞ്ഞാറൻ ദേശത്തെ യാത്രയ്ക്കിടയിലാണ് ഞാനീ ചൊല്ലു കേട്ടത്.

നമുക്ക് കോട്ടയ്ക്കകത്തേക്ക് പ്രവേശിക്കാനായില്ലെങ്കിൽ ലങ്കയുടെ സൈന്യത്തെ കോട്ടയ്ക്ക് പുറത്തു വരാൻ നിർബന്ധിക്കണം.'

'ഉം' നാരദൻ പറഞ്ഞു. 'നല്ല ആശയം. അവരോട് സൗമ്യമായി പറഞ്ഞാൽ ചിലപ്പോൾ ചെയ്യുമായിരിക്കും.'

'നാരദാ,' അംഗദൻ പറഞ്ഞു, 'അദ്ദേഹം ആദ്യമതു പറയട്ടെ. ഹനുമാൻ പ്രഭു മികച്ച യുദ്ധതന്ത്രജ്ഞരിൽ ഒരാളാണ്.'

'ഹനുമാൻ പ്രഭോ,' ഭരതൻ പറഞ്ഞു, 'ലങ്കക്കാരെന്തിന് സിഗിരിയയുടെ കോട്ടകൊത്തളങ്ങൾക്കുള്ളിൽ നിന്ന് പുറത്തേക്കു വരണം?'

'ആഹാരം,' ഹനുമാൻ പറഞ്ഞു.

'പക്ഷെ, അവർക്ക് മാസങ്ങൾ വേണ്ട ആഹാരം അതിനകത്തുണ്ട്,' വിഭീഷണൻ പ്രതിഷേധിച്ചു.' അവരുടെ വിളകൾ കൊയ്ത്തിനു തയ്യാറാണ്.'

'ഏതു വിളകൾ ?' ഹനുമാൻ ചോദിച്ചു.

'അതിലെന്തു കാര്യം?' വിഭീഷണൻ ചോദിച്ചു. 'ഭക്ഷ്യയോഗ്യമായ ഏതെങ്കിലും ധാന്യമായിരിക്കും. രണ്ട് കോട്ടമതിലുകൾക്കിടയിൽ കൃഷി ചെയ്യാമെന്ന തന്ത്രം എന്റെ ജ്യേഷ്ഠനായ രാവണൻ മിഥിലയിൽ നിന്നു പഠിച്ചതാണ്. മിഥിലായുദ്ധത്തിന് ഏതാനും വർഷങ്ങൾക്കു ശേഷമാണ് അകത്തെ കോട്ടമതിലിനു ചുറ്റും അദ്ദേഹം പുറത്തെ കോട്ടമതിൽ പണിതത്. രണ്ട് മതിലുകൾക്കുമിടയിലെ സ്ഥലം ഭക്ഷ്യ ധാന്യങ്ങൾ വളർത്താനായി ഉപയോഗിച്ചു. ആ സ്ഥലം ഒരു കിലോമീറ്ററെങ്കിലും വീതിയുള്ളതും നഗരത്തിന് ചുറ്റും അമ്പത് കിലോമീറ്ററെങ്കിലും ചുറ്റളവുള്ളതുമാണ്. അത് വലിയൊരു പ്രദേശമാണ്. ഭക്ഷ്യധാന്യങ്ങളാൽ സമൃദ്ധം. നഗരം ഒരിക്കലും പട്ടിണി കിടക്കില്ല. അത് അസാധ്യമാണ്. '

'ഗംഭീരം...' ഭരതൻ പിറുപിറുത്തു. ഹനുമാൻ ചിന്തിക്കുന്നത് എന്തിനെക്കുറിച്ചാണെന്ന് അയാൾ മനസ്സിലാക്കി കഴിഞ്ഞിരുന്നു. അയാൾ അതു കണ്ടിട്ടുണ്ടല്ലോ. ഗംഭീരം.

'എന്താണത്?' രാമൻ ചോദിച്ചു.

'ഹനുമാൻപ്രഭു തന്നെ അതു വിശദീകരിക്കട്ടെ,' ഭരതൻ പറഞ്ഞു. 'അദ്ദേഹത്തിന്റേത് ഭയങ്കരമായ ആശയമാണ്.' രാമനും യുദ്ധസമിതിയിലെ മറ്റുള്ളവരും ഹനുമാനു നേരെ തിരിഞ്ഞു. 'ഭാരതത്തിന്റെ ഉപഭൂഖണ്ഡത്തിലെ ഏറ്റവും ജനപ്രിയമായ ധാന്യമേതാണ്?' ഹനുമാൻ ചോദിച്ചു. 'നമ്മളിൽ മിക്കവരും കഴിക്കുന്നതെന്താണ്?'

ഉത്തരം എളുപ്പമായിരുന്നു. 'അരി.'

'അതെ, നമ്മളിൽ മിക്കവരും അരിയാണു കഴിക്കുന്നത്. ചിലർ ഗോതമ്പും കഴിക്കും.'

'എന്നിട്ട്?' രാമൻ ചോദിച്ചു.

'ഗോതമ്പ് മാത്രം കഴിക്കുന്ന, അരി കഴിക്കാത്ത ഭാരതത്തിലെ ഏക പ്രദേശമേതാണ്?'

'വടക്ക പടിഞ്ഞാറൻ പ്രദേശം മാത്രം,' വസിഷ്ഠൻ മറുപടി പറഞ്ഞു. 'ഇന്ദ്രപ്രസ്ഥത്തിൽ നിന്ന് പടിഞ്ഞാറോട്ട്, പഞ്ചാബടക്കം.'

'പ്രത്യേകിച്ചും അനുവംശജരുടെ നാട്,' നാരദൻ പറഞ്ഞു. 'അവർ ഗോതമ്പ് കൊണ്ടുള്ള റൊട്ടിയാണ് കഴിക്കുന്നത്. അരി കഴിക്കാറില്ല.' നാരദൻ അതു പറഞ്ഞപ്പോൾ വസിഷ്ഠനെ നോക്കി ചെറുതായി പല്ലിളിച്ചു. പക്ഷെ വസിഷ്ഠൻ നാരദനെ നോക്കിയില്ല.

'അതു കൊണ്ടെന്ത്?' വിഭീഷണൻ ചോദിച്ചു. 'രാവണനും കുടുംബവും പ്രധാനമായും റൊട്ടിയാണ് കഴിക്കുന്നത്. ഞങ്ങൾ അപൂർവ്വമായേ അരി കഴിക്കാറുള്ളൂ. ഇന്ദ്രപ്രസ്ഥത്തിനടുത്തുള്ള നാട്ടിൽ നിന്നും വന്നവരാണ് ഞങ്ങൾ. സിഗിരിയയിലുള്ളവരും ജ്യേഷ്ഠനെ അന്ധമായി പിന്തുടർന്ന് ഗോതമ്പിലേക്ക് മാറി. ഭാരത ഉപഭൂഖണ്ഡത്തിൽ വടക്ക പടിഞ്ഞാറൻ പ്രദേശം മാറ്റി നിർത്തിയാൽ ഗോതമ്പ് മാത്രം ഭക്ഷിക്കുന്ന ഏക നഗരം ഞങ്ങളുടേതാണ്.'

'നിർത്ത്, നിർത്ത്,' ശത്രുഘ്നൻ പറഞ്ഞു. 'കോട്ടയുടെ അകത്തെ മതിലിനും പുറത്തെ മതിലിനുമിടയ്ക്ക് ഗോതമ്പാണ് കൃഷി ചെയ്യുന്നതെന്നാണോ നിങ്ങൾ പറയുന്നത്? ഗോതമ്പ് മാത്രമാണോ? വേറൊന്നുമില്ലേ?'

അങ്ങേയറ്റം പുച്ഛത്തോടെ വിഭീഷണൻ ശത്രുഘ്നനു നേരെ തിരിഞ്ഞു. 'അതെ, തീർച്ചയായും!'

'ഗംഭീരം...' കൈകൾ തലയിൽ വെച്ച് ശത്രുഘ്നൻ പറഞ്ഞു. അയാൾ ഹനുമാനെ നോക്കി പുഞ്ചിരിച്ചു. 'ഇത് നിശ്ചയമായും വിജയിക്കും.'

'എന്തു വിജയിക്കുമെന്ന്?' നാരദൻ ചോദിച്ചു.

യുദ്ധസമിതിയിൽ ഏറ്റവും മികച്ച യോദ്ധാക്കളുണ്ട്, പക്ഷെ അവർ നഗരങ്ങളിൽ നിന്നുള്ളവരാണ്. കർഷകരല്ല. കൃഷിയുമായി ബന്ധപ്പെട്ട കാര്യങ്ങൾ അവർക്ക് എളുപ്പം മനസ്സിലാകില്ല. അല്ലെങ്കിൽ ഭരതനെ പ്പോലെ അവരത് നേരിട്ടു കണ്ടിട്ടുണ്ടാകണം. അല്ലെങ്കിൽ ശത്രുഘ്നനെ പോലെ വായിച്ചറിഞ്ഞിട്ടുണ്ടാകണം.

'നെല്ലിനു വളരാൻ ഏറെ വെള്ളം ആവശ്യമാണ്,' ഹനുമാൻ പറഞ്ഞു. 'ഞാറു പാകുന്നതു മുതൽ കൊയ്തെടുക്കുന്നതു വരെ. കൊയ്ത്തു കാലത്തു പോലും മണ്ണ് നനഞ്ഞിരിക്കും. പക്ഷെ ഗോതമ്പ്... ഗോതമ്പ് വ്യത്യസ്തമാണ്. അതിന് വളരെ കുറച്ചു വെള്ളം മതി. വളരെ കുറച്ച് പരിപാലനവും.'

ഹനുമാൻ മുന്നോട്ടാഞ്ഞിരുന്ന് മന്ത്രിച്ചു,' കൊയ്ത്തു കാലത്തെ ഗോതമ്പ് എല്ലു പോലെ ഉണങ്ങിയതാണ്.' 'ഗംഭീരം,' ഹനുമാന്റെ പദ്ധതി മനസ്സിലായ രാമൻ മന്ത്രിച്ചു.

'എന്താണത്?' അംഗദൻ ചോദിച്ചു. 'എനിയ്ക്ക് മനസ്സിലായില്ല.'

'നാം അവരുടെ കൃഷിയിടങ്ങൾ കത്തിക്കാൻ പോകുകയാണോ?' ലക്ഷ്മണൻ ചോദിച്ചു.

'അതു തന്നെ,' ഹനുമാൻ മറുപടി പറഞ്ഞു. 'നമുക്കതിന് എണ്ണയുടെ ആവശ്യമില്ല. ജ്വലന സഹായികളൊന്നും തന്നെ വേണ്ട. കൊയ്ത്തിനു തയ്യാറായ ഗോതമ്പിന് പെട്ടെന്നു തന്നെ തീ പിടിക്കും. തീ കൊളുത്തുക മാത്രമാണ് നമ്മൾ ചെയ്യേണ്ടത്...'

എല്ലാവരും മേശയ്ക്ക് മേലെ ചാഞ്ഞിരുന്ന് സിഗിരിയയുടെ മാതൃക പരിശോധിക്കാൻ തുടങ്ങി. കോട്ടയുടെ രണ്ട് മതിലുകൾക്കുമിടയിലുള്ള ആരുടേതുമല്ലാത്ത ഭൂമി. ഒരു കിലോമീറ്റർ വീതിയും അമ്പത് കിലോമീറ്റർ നീളവുമുള്ള ആ സ്ഥലം അഗ്നിനാളങ്ങളുടെ കൂറ്റൻ കോട്ടയായി മാറും.

'അതവരുടെ ആഹാരപദാർത്ഥങ്ങളുടെ ലഭ്യത ഗണ്യമായി കുറയ്ക്കുക മാത്രമല്ല ചെയ്യാൻ പോകുന്നത്,' വസിഷ്ഠൻ പറഞ്ഞു, 'തീ നാളങ്ങളിൽ നിന്നുള്ള അസഹ്യമായ ചൂടും പുകയും നഗരം മുഴുവൻ പരന്ന് നഗരവാസികളുടെ ആത്മവീര്യത്തെ കെടുത്തും.'

'നമ്മളെ പട്ടിണിക്കിടാൻ അവർ ചുട്ടു ചാമ്പലാക്കൽ സമ്പ്രദായം ഉപയോഗിച്ചിട്ടുണ്ട്,' രാമനെ നോക്കി ഭരതൻ പറഞ്ഞു. 'നമ്മൾ അതേ രീതിയിൽ തിരിച്ചു പ്രവർത്തിക്കുക മാത്രമാണു ചെയ്യുന്നത്. ഇത് അധർമ്മമല്ല. ന്യായമായ ഉപരോധ തന്ത്രമാണ്.'

രാമൻ തലയാട്ടി.

തീരുമാനം സുവ്യക്തമായിരുന്നു. കൂടുതൽ സംവാദങ്ങളുടെ ആവശ്യമേയില്ല. ഒരൊറ്റ കാര്യം മാത്രമേ തീരുമാനിക്കേണ്ടതായിട്ടുള്ളൂ.

'എപ്പോൾ?' ഹനുമാൻ ചോദിച്ചു.

'അത് കൊയ്തെടുക്കാൻ തീർത്തും പാകമായോ?' രാമൻ ചോദിച്ചു.

'ഇനിയും അതെന്തുകൊണ്ടാണ് അവർ കൊയ്തെടുക്കാത്തതെന്നാണ് ഞാൻ അതിശയിക്കുന്നത്,' ഹനുമാൻ പറഞ്ഞു. 'ഏതു ദിവസവും അവരതു ചെയ്യാം.'

'എങ്കിൽ ഉടനടി ആക്രമിക്കണം,' രാമൻ തിടുക്കത്തിൽ പറഞ്ഞു. 'ഇന്നു രാത്രി തന്നെ.'

അദ്ധ്യായം 29

'നിൽക്ക്,' വലതു കൈ ഉയർത്തിക്കൊണ്ട് ഹനുമാൻ പിറുപിറുത്തു. അയാൾ മുഷ്ടി ചുരുട്ടി പിടിച്ചിട്ടുണ്ട്.

അയാളുടെ പുറകിലുള്ള പതിനൊന്നു വായുപുത്രന്മാരും പെട്ടെന്നു നിന്നു.

അവർ മലനിരകൾക്കു പുറകിലാണ്. രണ്ടു കിലോമീറ്ററോളം തുറസ്സായ സ്ഥലം അവർക്കു മുന്നിൽ നീണ്ടു കിടന്നു. അതിന്റെ അങ്ങേയറ്റത്ത് സിഗിരിയയുടെ പുറം മതിൽ – അതിന് ഇരുപത്തിയഞ്ച് മീറ്ററോളം ഉയരമുണ്ട്. അന്ന് അമാവാസിയാണ്. ഇരുട്ട് അയോദ്ധ്യക്കാരെ മിടുക്കോടെ മറച്ചു വച്ചു. വായുവിലുള്ള പ്രത്യേകമായ തണുപ്പും അവരെ സഹായിച്ചു. കോട്ടകൊത്തളങ്ങളുടെ മുകളിലുള്ള വിശാലമായ നടപ്പാതകളിൽ തണുപ്പു മാറ്റാൻ പാറാവുകാർ തീ കൂട്ടിയിട്ടുണ്ട്. അതുകൊണ്ട് തന്നെ കടന്നു കയറ്റക്കാർക്ക് പാറാവുകാർ നിൽക്കുന്ന ഇടം അറിയാൻ കഴിയും.

മണ്ടത്തരം തന്നെ.

ഹനുമാൻ തല പുറകോട്ടു തിരിച്ച് പതിയെ സംസാരിച്ചു. 'വിഭീഷണൻ തന്ന വിവരം നേരാണ്. ലങ്കക്കാരായ സൈനികർക്ക് കടൽ യുദ്ധത്തിലാണ് പരിശീലനം ലഭിച്ചിട്ടുള്ളത്. കരയിലെ യുദ്ധത്തിന്റെ ഉപരോധ തന്ത്രങ്ങളിൽ മിടുക്കരല്ല അവർ. ഏറ്റവും മികച്ച സൈനികരെയാണ് രാവണൻ തന്റെ കോട്ടയുടെ അകമതിലുകളിൽ നിയോഗിച്ചിട്ടുള്ളത്. പുറത്തെ മതിലുകളിൽ താരതമ്യേന കുറച്ചു പരിശീലനം ലഭിച്ചവരേയും. തികച്ചും യുക്തിസഹവുമാണത്. ഒരാൾ പുറത്തെ മതിൽ ചാടിക്കടന്നാൽ അവർക്ക് ഒന്നുമില്ല, രണ്ടു മതിലുകൾക്കുമിടയിലെ ഒരു കിലോമീറ്റർ ദൂരത്തു വച്ച് അവർക്ക് നമ്മളെ കൊന്നു തള്ളാവുന്നതേയുള്ളൂ. അകത്തെ മതിലിന്റെ

മുകളിൽ നിന്ന് വിദഗ്ധരായ അമ്പെയ്ത്തുകാർ നമ്മളെ വീപ്പയ്ക്കുള്ളിലെ മത്സ്യത്തെയെന്ന പോലെ എയ്തു വീഴ്ത്തും.'

ധീരരായ വായുപുത്രന്മാർ തലയാട്ടി. അതു തന്നെയായിരിക്കണം ലങ്കക്കാരുടെ യുദ്ധതന്ത്രം.

'ഇന്നു രാത്രി അകമതിലിലെ മികച്ച സൈനികരോട് പോരാടാൻ നമ്മൾ ഉദ്ദേശിക്കുന്നില്ല,' ഹനുമാൻ പറഞ്ഞു. 'അവർ ഭയങ്കരന്മാരായ രാക്ഷസന്മാരാണ്. മുകളിൽ നിൽക്കുന്നതിനാൽ നമ്മേക്കാൾ മേൽക്കൈയുമുണ്ട്. അതുകൊണ്ട് അവരിതൊന്നും അറിയരുത്. പുറംമതിലിലെ താരതമ്യേന അശിക്ഷിതരായ സൈനികരെയാണ് നമുക്ക് കൈകാര്യം ചെയ്യാനുള്ളത്. അവരെ കൊല്ലണം. ഒച്ചയനക്കമൊന്നുമില്ലാതെ.'

'ഉത്തരവ്, ഹനുമാൻ പ്രഭോ,' എല്ലാവരും നിശബ്ദമായി പറഞ്ഞു.

'ഈ പദ്ധതി തന്നെ യാതൊരു മാറ്റമില്ലാതെ ചെയ്യണം,' ഹനുമാൻ പറഞ്ഞു.

'ഉവ്വ്, ഹനുമാൻ പ്രഭോ.'

'ആയുധങ്ങൾ ഒന്നു കൂടി പരിശോധിക്കൂ.'

സൈനികർ നിശബ്ദരായി വാൾത്തലപ്പുകൾ പരിശോധിച്ചു. എല്ലാവരുടെ കയ്യിലും ഏഴു കത്തികളും ഒരു നെടുവാളുമുണ്ട്. അവർ തുകൽപ്പട്ടകൾ അഴച്ചിട്ടുണ്ട്, ആയുധങ്ങളെ അൽപ്പം സ്വതന്ത്രമാക്കി വെച്ചിട്ടുണ്ട്. തുകൽ പടച്ചട്ടയുടെ വള്ളികൾ അവർ പരസ്പരം പരിശോധിച്ചു. കട്ടും കറുപ്പു നിറമുള്ള പടച്ചട്ടകൾ കൃത്യ അളവിലുള്ളതാണ്. കറുത്ത കച്ചകൾ തറ്റുടുത്തിരുന്നു. അവരുടെ മുഖത്തും കൈകാലുകളിലും കറുത്ത ചായം തേച്ചിട്ടുണ്ട്. ചന്ദ്രനില്ലാത്ത കറുത്ത രാത്രിയിൽ അവർ അലിഞ്ഞു ചേർന്നു. എട്ട് സൈനികരുടെ കയ്യിൽ വില്ലുകളുണ്ട്. ഓടാനുള്ള സൗകര്യത്തിന് അവരത് ഉടലിനോടു ചേർത്ത് കെട്ടിവച്ചു. ഓരോ അമ്പിന്റെയും തുമ്പത്തുള്ള മരപ്പശ പുരട്ടിയ തുണിയുറ ഓരോരുത്തരും ശ്രദ്ധയോടെ പരിശോധിച്ചു. അതാണ് അവരുടെ ഏറ്റവും നിർണ്ണായകമായ ആയുധം. എന്നിട്ടവർ അമ്പുകൾ തിരിച്ച് ആവനാഴിയിലിട്ടു. മതിലിൽ പിടിച്ചു കയറാനുള്ള നീണ്ട കറുത്ത കയറുകൾ ചുരുട്ടിയെടുത്തു കെട്ടി അവർ തോളിൽ തൂക്കിയിട്ടുണ്ട്.

രണ്ടുപേർ വീതമുള്ള രണ്ടു സംഘങ്ങൾക്ക് വില്ലുകളില്ല. അവർ രണ്ടു കെട്ട് മെലിഞ്ഞ മരക്കഷണങ്ങൾ പരിശോധിച്ചു. ഭാരതത്തിലെ മരങ്ങളിൽ ഏറ്റവും കട്ടിയുള്ള ശീഷം മരത്തിന്റെ കമ്പുകളാണവ. കമ്പുകളിലും കറുത്ത ചായം പൂശിയിട്ടുണ്ട്. ഇരുപത്തിയഞ്ചു മീറ്ററിലധികം നീളമുള്ള രണ്ടു കെട്ട് മരക്കഷ്ണങ്ങൾ ഈ ദൗത്യത്തിനായി ശത്രുഘ്നൻ

പ്രത്യേകമായി മെനഞ്ഞെടുത്തതാണ്. പെട്ടെന്ന് അഴിച്ചെടുക്കാവുന്നതും കൊണ്ടു നടക്കാൻ എളുപ്പമുള്ളതുമായ കോണിയാണത്.

മുകളിലെ രണ്ടു ഖണ്ഡികകൾ വായിക്കാൻ നിങ്ങളെടുത്തതിനേക്കാൾ കുറഞ്ഞ നേരത്തിനുള്ളിൽ ഉപകരണങ്ങളുടേയും ആയുധങ്ങളുടേയും ദ്രുതപരിശോധന പൂർത്തിയായി. അവർ മികച്ച പരിശീലനം ലഭിച്ച, വായുപുത്രന്മാരായ സൈനികരാണ്. ലോകത്തിലെ ഏറ്റവും മികച്ച യോദ്ധാക്കളിൽ ചിലർ.

ഹനുമാൻ സൈനികർക്കു നേരെ തിരിഞ്ഞു. എല്ലാവരും തയ്യാറാണ്.

'പാതിപേർ എന്നെ പിന്തുടരും. നമ്മൾ കിഴക്കോട്ട് നാനൂറു മീറ്റർ പോകും,' ഹനുമാൻ അടക്കി പറഞ്ഞു. 'മറുപാതി ഇവിടെ നിൽക്കട്ടെ. ചൂളം വിളി കേട്ടാൽ രണ്ടു സംഘങ്ങളും മതിലിനെ ചുറ്റിയുള്ള കിടങ്ങിന് നേരെ പതിയെ ഓടണം. തളരാതെ നോക്കണം. രണ്ട് സംഘങ്ങളും ഒരേ സമയത്ത് ലക്ഷ്യസ്ഥാത്തെത്തണം. അതിനു ശേഷം എന്താണു ചെയ്യേണ്ടതെന്ന് നിങ്ങൾക്കറിയാമല്ലോ.'

മൺസൂൺ അവസാനിക്കാൻ കാത്തിരുന്ന നേരത്ത് രാമൻ സൈനികർക്ക് കഠിനമായ പരിശീലന മുറകൾ സംഘടിപ്പിച്ചിരുന്നു. ഒരേ വേഗതയിൽ ഓടാനും പരസ്പരം കാണാൻ കഴിഞ്ഞില്ലെങ്കിൽ പോലും അണി തെറ്റാതെ മുന്നോട്ടു പോകാനും അവർ പരിശീലിപ്പിക്കപ്പെട്ടിട്ടുണ്ട്. മൂന്ന് തരത്തിലുള്ള ഗതിവേഗത്തിൽ മുന്നോട്ടു പോകാൻ അവർക്കറിയാം; പതിയെ, തിടുക്കത്തിൽ, അതിവേഗത്തിൽ.

'എന്തെങ്കിലും സംശയങ്ങളുണ്ടോ?'

'ഒന്നുമില്ല, ഹനുമാൻ പ്രഭോ,'

ഹനുമാൻ തന്റെ കൈ മുന്നോട്ടു നീട്ടി. സൈനികരും ഓരോരുത്തരായി മുന്നോട്ടു വന്നു. കൈകൾ ഹനുമാന്റേതിന്റെ മുകളിൽ വച്ചു.

'കാലാഗ്നി രുദ്ര.' ഹനുമാൻ വായുപുത്രന്മാരുടെ പോർവിളി ഒച്ച താഴ്ത്തി പറഞ്ഞു.

കാലാഗ്നി ഐതിഹ്യത്തിലെ സംഹാരാഗ്നിയാണ്. ഒരു യുഗത്തിന്റെ അന്ത്യം കുറിക്കുന്ന വിനാശകരമായ അഗ്നി. അത് രുദ്രഭഗവാന്റെ അഗ്നിയാണെന്ന് വായുപുത്രന്മാർ വിശ്വസിച്ചു. കരുത്തനായ മഹാദേവനെതിരെ നിൽക്കുന്നവർക്ക് അത് സംഹാരാഗ്നിയാണ്.

ആ തീയാണ് താണ്ഡവമാടാൻ പോകുന്നത്.

'കാലാഗ്നി രുദ്ര,' സൈനികർ ആവർത്തിച്ചു.

ഹനുമാൻ തലയാട്ടുകയും കിഴക്കോട്ടു തിരിഞ്ഞ് തിടുക്കത്തിൽ നടക്കുകയും ചെയ്തു. അഞ്ചു സൈനികർ അയാളെ പിന്തുടർന്നു. രണ്ടു

പേർ കോണിയുണ്ടാക്കാനുള്ള മരക്കഷ്ണങ്ങൾ ചുമന്നു. എല്ലാവരും ഒച്ചയുണ്ടാക്കാതെ ശ്വാസഗതി നിയന്ത്രിച്ചാണ് നടക്കുന്നത്.

ആറു സൈനികർ നിന്നിടത്തു തന്നെ നിന്നു. മറ്റൊരു കോണി അവരുടെ കയ്യിലുണ്ട്.

ഏതാനും നിമിഷങ്ങൾക്കുള്ളിൽ ഹനുമാനും സൈനികരും ലക്ഷ്യസ്ഥാനത്തെത്തി. കോട്ടയുടെ കൊത്തളങ്ങൾക്ക് മുകളിലെ വഴിത്താരയിൽ ആളിക്കത്തുന്ന തീകുണ്ഡം അയാൾ നോക്കി. ആ തീയിൽ നിന്നുള്ള സാങ്കൽപ്പികമായ ഋജുരേഖ ഹനുമാനും സൈനികർക്കുമിടയിലും പടിഞ്ഞാറോട്ടുള്ള ദൂരത്തെ ഏകദേശം പാതിയിൽ വെച്ച് രണ്ടായി ഛേദിക്കും. ആ രേഖയിൽ നിന്നു പടിഞ്ഞാറോട്ട് നാനൂറു മീറ്ററുണ്ട്.

ഗംഭീരം.

ലങ്കക്കാരായ പാറാവുകാർ ഇരുഭാഗത്തു നിന്നും ആക്രമിക്കപ്പെടും.

ഹനുമാൻ ചുണ്ടുകൾ കൂർപ്പിച്ച് പക്ഷികളെപ്പോലെ ചൂളം വിളിച്ചു. അപ്പോൾ തന്നെ മറു ചൂളംവിളിയും കേട്ടു.

ഹനുമാൻ തന്റെ സൈനികരെ നോക്കി തലയാട്ടി. 'ഇപ്പോൾ.'

ആറുപേർ സിഗിരിയ കോട്ടയുടെ പുറം ഭിത്തിയുടെ നേർക്കോടി. ശരാശരി വേഗതയിൽ. അവരിപ്പോൾ പൂർണ്ണമായും തുറസ്സായ സ്ഥലത്താണ്. എങ്കിലും ഇരുട്ടിൽ ഏതാണ്ടു പൂർണ്ണമായും അദൃശ്യരുമാണ്.

പത്തുമിനുട്ടിനുള്ളിൽ അവർ രണ്ടു കിലോമീറ്റർ ദൂരം താണ്ടുകയും കോട്ടയുടെ പുറംഭിത്തി ചുറ്റിയുള്ള കിടങ്ങിനടുത്തെത്തുകയും ചെയ്തു. ഊർജ്ജം സംരക്ഷിക്കാനാണ് അവർ പതിയെ ഓടിയത്. കാരണം ഇനിയവർക്ക് അതാവശ്യമുണ്ട്.

കിടങ്ങിനേതാണ്ട് പത്തു മീറ്റർ വീതിയുണ്ട്. ഹനുമാൻ മേലോട്ടു നോക്കി. ഭിത്തിക്കു മുകളിൽ ഇരുന്നൂറ് മീറ്റർ പടിഞ്ഞാറു മാറി തീകുണ്ഡമെരിയുന്നുണ്ട്. കറുത്ത രാത്രിയിൽ ആ പ്രകാശം രൂക്ഷമായ വിധത്തിൽ ദൃശ്യമായിരുന്നു.

അയാൾ പതിയെ ചുറ്റും മണപ്പിച്ചു. ഇനി മുതൽ സംസാരമില്ല. നിശബ്ദവും ഇരുണ്ടതുമായ രാത്രിയിൽ കോട്ടഭിത്തിയുടെ വളരെ അടുത്തു നിന്ന് സംസാരിക്കുന്നത് അപകടമാണ്.

അയാൾ കിളിക്കുവലുകളിലൂടെ സന്ദേശം കൈമാറി. കോണി.

മൂന്നു സൈനികർ മരക്കഷ്ണങ്ങൾ നിലത്തു വച്ചു. എന്നിട്ടവ പതിയെ കിടങ്ങിനു മുകളിൽ പെറുക്കി വെയ്ക്കാൻ തുടങ്ങി. ഒച്ചയില്ലാതെ, ക്രമമായി.

കോണിയ്ക്ക് ഇരുപത്തിയഞ്ചു മീറ്റർ നീളമുണ്ടാകേണ്ടതുണ്ട്.

ഇരുപത്തിയഞ്ചു മീറ്റർ നീളമുള്ള കോട്ടഭിത്തി കയറാൻ പിന്നീട് അവർക്കതുപയോഗിക്കാം. കിടങ്ങിന് പത്തു മീറ്റർ വീതിയേയുള്ളു.

മരക്കഷ്ണങ്ങൾ കോണിയായി മാറിയിട്ടില്ല. അവ അമർത്തി മടക്കി വെച്ചിരിക്കുകയാണ്.

താമസിയാതെ ആ മരക്കഷ്ണങ്ങൾ കിടങ്ങിന്റെ ഉൾഭാഗത്തെ നിരപ്പായ സ്ഥലത്ത് ഇടം കണ്ടെത്തി. എന്നിട്ട് ആ അർദ്ധ സേനയിലെ ഏറ്റവും വലിയ ശരീരമുള്ള സൈനികൻ ഒബുളി തന്റെ മുഴുവൻ ഭാരവും മരക്കഷ്ണങ്ങളിൽ ചെലുത്തുകയും അവയെ തറയിലുറപ്പിക്കുകയും ചെയ്തു. അതിനു ശേഷം കൂട്ടത്തിൽ ഏറ്റവും ഭാരം കുറഞ്ഞ ദീപാങ്കരൻ നാലു കാലിൽ അതിനു മുകളിലേക്ക് ഇഴഞ്ഞു കയറാൻ തുടങ്ങി.

അതാണ് ആ ദൗത്യത്തിന്റെ ഏറ്റവും അപകടം പിടിച്ച ഭാഗം.

മറ്റ് പല കിടങ്ങുകളുടെയത്രയും വിശാലമല്ലെങ്കിലും സിഗിരിയ കോട്ടയുടെ കിടങ്ങും ആഴമുള്ളതായിരുന്നു. ചില ഭാഗങ്ങളിൽ അകത്തെ കൃഷിഭൂമിയുടെ വ്യാപ്തി വർദ്ധിപ്പിക്കുന്നതിന്റെ ഭാഗമായി പുറംഭിത്തി നീട്ടിയതു കൊണ്ട് കിടങ്ങിന്റെ വീതി കുറഞ്ഞിട്ടുണ്ട്. കിടങ്ങിൽ സാധാരണ ചീങ്കണ്ണികളും മുതലകളുമുണ്ടാകാറുണ്ട് – മാരകമായി കടിക്കാൻ പ്രാപ്തിയുള്ള അക്രമാസക്തരായ ഉഭയജീവികൾ. അവയുടെ താടിയെല്ലുകൾക്കിടയിൽ ആരും കോർത്തു കിടക്കുന്നത് നല്ലതിനല്ല. വായുപുത്രൻമാരുടെ ഭാഗ്യത്തിന് അവയിൽ പലതും മഹാമാരിയാൽ ചത്തൊടുങ്ങിയിരുന്നു.

പക്ഷെ ദീപാങ്കരന് മരക്കഷ്ണങ്ങളുടെ മുകളിൽ നിന്നും വഴുതി, മഹാമാരിയെ അതിജീവിച്ച മുതലകളുടെ ആഹാരമായി മാറുന്നതിനെക്കുറിച്ച് വേവലാതികളുണ്ടായിരുന്നില്ല. പ്രത്യേക ദൗത്യ സംഘത്തിന്റെ അടുത്തെപ്പോഴും മരണമുണ്ട്. വെള്ളത്തിലേക്കു വീണാലുണ്ടാകാൻ പോകുന്ന ഒച്ചയെക്കുറിച്ചാണ് അയാളുടെ വേവലാതി. അതു ലങ്കക്കാർക്ക് മുന്നറിയിപ്പു കൊടുക്കുകയും മുഴുവൻ ദൗത്യത്തെയും പരാജയപ്പെടുത്തുകയും ചെയ്യും.

അയാൾ വേഗത്തിൽ തന്നെ മറുകരയിലെത്തി. ദീപാങ്കരൻ മരക്കഷ്ണങ്ങളിലിരുന്ന് ചൂളം വിളിച്ചു. ഹനുമാനടങ്ങുന്ന ശേഷിച്ച നാലു സൈനികർ മറുകരയിലെത്തി. അവിടെയെത്തിയപ്പോൾ ഹനുമാൻ വീണ്ടും ചൂളം വിളിച്ചു. ഒബുളി പെട്ടെന്നു തന്നെ മരക്കഷ്ണങ്ങളിൽ നിന്നിറങ്ങുകയും കോണി മുകളിലേക്ക് തള്ളുകയും ചെയ്തു. മുകളിലുള്ള അഞ്ചു പേർ അതു വലിച്ച് മുകളിലേക്കു കയറ്റി. അവരത് കോട്ടഭിത്തിയിൽ ചാരിവച്ചു. അതിന്റെ ഏറ്റവും മുകളറ്റം കോട്ടകൊത്തളങ്ങളുടെ

വിടവുകൾക്കപ്പുറത്തേക്ക് നീണ്ടു. ശരിക്കും പറഞ്ഞാൽ അത് രണ്ട് പഴുതുകൾക്കിടയിലുള്ള മുനമ്പു വരെ നീണ്ടു. ഹനുമാൻ രണ്ടു തവണ തുമ്മി. രണ്ടു സൈനികർ ഒരു മരക്കഷ്ണം പിടിച്ചു. ഹനുമാനും മറ്റു രണ്ടു സൈനികരുമാകട്ടെ മറ്റൊന്നും. അവർ മരക്കഷ്ണങ്ങളെ ബലം പ്രയോഗിച്ച് രണ്ട് വശത്തേക്കും മാറ്റി. അതിനിടയിൽ തുകൽ കൊണ്ടുള്ള ചവിട്ടുകൾ നീണ്ടു വന്നു. കോണി തുറന്നു വന്നിരിക്കുന്നു. സംസ്കരിച്ചതും അങ്ങേയറ്റം ഉറപ്പുള്ളതുമായ തുകലിൽ നിന്നാണ് ആ ചവിട്ടുകൾ നിർമ്മിച്ചിരിക്കുന്നത്. മടക്കാവുന്ന ലോഹത്താങ്ങും അതിനുണ്ട്. അതും തുറന്നു വന്നു. ആ താങ്ങ് കോണിയെ ചുമക്കാൻ എളുപ്പമുള്ളതും എന്നാൽ സാമ്പ്രദായിക കോണികളേക്കാൾ ഉറപ്പുള്ളതുമാക്കി.

മികച്ച സൈനികർ യുദ്ധം ജയിക്കും. മികച്ച രീതിയിൽ രൂപകൽപ്പന ചെയ്യാനറിയുന്നവരും.

ദീപാങ്കരൻ കോണിയുടെ അടിഭാഗം വഴുതി പോകാതെ ഉറപ്പിച്ചു പിടിച്ചു.

ഹനുമാനും അയാളുടെ അർദ്ധസേനയിലെ മൂന്നു സൈനികരും കോണിയിൽ കയറാൻ തുടങ്ങി. ദീപാങ്കരൻ താഴെ നിന്നു.

ഹനുമാൻ മുകളിലെത്തിയതിനു ശേഷം പഴുതിലൂടെ അകത്തു കടക്കുകയും കൊത്തളത്തിന്റെ വഴിത്താരയിലേക്ക് പതിയെ വീഴുകയും ചെയ്തു. മറ്റു മൂന്നു പേരും അയാളെ അനുഗമിച്ചു. ഹനുമാൻ മൂക്കിലൂടെ ശ്വാസം പുറത്തു വിട്ടു. ഒരു നേർത്ത ചീറ്റൽ; അതൊരു ഉത്തരവാണ്. സൈനികർ തോളിൽ നിന്നും കറുത്ത കയറുകൾ അഴിച്ചെടുക്കുകയും മുമ്പ് തയ്യാറാക്കി വച്ച കുരുക്കുകൾ പഴുതുകളുടെ കുനിപ്പുകളിൽ കുടുക്കുകയും കുടുക്കിലെ അയവു പരിശോധിച്ച് അഴിഞ്ഞു പോകില്ലെന്ന് ഉറപ്പു വരുത്തുകയും ചെയ്തു. എന്നിട്ട് കയറിന്റെ മറ്റേ ഭാഗം പുറം ഭിത്തിയുടെ നേർക്ക് ചുഴറ്റിയെറിഞ്ഞു.

അതൊരു മുൻകരുതലായിരുന്നു. ശത്രു കണ്ടെത്തിയാൽ അവർക്ക് പെട്ടെന്നു രക്ഷപ്പെടാം. കോണി ഉപയോഗിക്കാതെ കയർ വഴി താഴോട്ടിറങ്ങാമല്ലോ. അടിയന്തര ഘട്ടങ്ങളിൽ അത്തരം മുൻകരുതലുകൾ ഉയിരുകൾ കാക്കും. പ്രത്യേക ദൗത്യസേനയിലെ സൈനികരെ പരിശീലിപ്പിക്കാൻ ഏറെ ചിലവുണ്ട്. അത്തരം സൈനികരുടെ ജീവൻ ഏറെ വിലയുള്ളതാണ്.

ദീപാങ്കരൻ കോണി പതിയെ കിടങ്ങിനു കുറുകെ താഴോട്ടിറക്കാൻ തുടങ്ങി. മറുവശത്ത് ഒബ്ബ്ളി അത് പിടിക്കും. ഹനുമാനും കൂട്ടാളികളും തിരിച്ചു വരുമ്പോൾ അത് ലഭ്യമാകും.

ഹനുമാൻ ഒന്നു കൂടി ചീറ്റി. രാമന്റെ സൈന്യത്തിലെ നാലു സൈനികർ

ചെറിയ കത്തികൾ വലിച്ചെടുക്കുകയും പടിഞ്ഞാറു വശത്തേക്ക് പതുങ്ങി നീങ്ങുകയും ചെയ്തു. കറുത്ത രാത്രിയാൽ അപ്പോഴും മറയ്ക്കപ്പെട്ട് അവർ തീകുണ്ഡത്തിനു നേർക്ക് നീങ്ങി. ലങ്കക്കാർക്കു നേരെ.

തീജ്വാലകളുടെ വെളിച്ചത്തിൽ അവർ ശത്രുക്കളെ വ്യക്തമായി കണ്ടു. സുഖകരമായ ചൂടേറ്റ് ആറു ലങ്കക്കാർ അവിടെയുണ്ട്. മൂന്നു പേർ കിഴക്കു വശത്തും മൂന്നു പേർ പടിഞ്ഞാറു വശത്തും. അവർ കുശലം പറയുന്നത് ഹനുമാനു കേൾക്കാം. ഉപരോധത്തിൽ നിന്ന് ലാഭം കൊയ്യുന്ന ഏതോ വ്യാപാരിയെ കുറിച്ചാണത്. അഴിമതിക്കാരും സ്വാർത്ഥരും അഹങ്കാരികളുമായ വരേണ്യവർഗ്ഗക്കാരെ സംരക്ഷിക്കാൻ തങ്ങളെപ്പോലുള്ള സാധാരണ സൈനികർ എന്തിനു മരിക്കണമെന്ന് ഒരു ലങ്കക്കാരൻ നെടുവീർപ്പിട്ടു.

എല്ലാ സൈന്യങ്ങളിലേയും മുൻനിര സൈനികരുടെ സാധാരണ പരാതിയാണത്. ആർക്കു വേണ്ടിയാണ് അവർ മരിക്കുന്നത്.? ആർക്കു വേണ്ടിയാണ് അവർ കൊല്ലുന്നത്? അതിൽ അവർക്കെന്തെങ്കിലും ഗുണമുണ്ടോ? തങ്ങളെ സംരക്ഷിക്കുന്ന സൈനികരെ പൗരന്മാർ ചിലപ്പോൾ വില വെയ്ക്കാറുണ്ട്. എങ്കിലും തങ്ങളുടെ ധീരതയെ ഒരിക്കലും മാനിക്കാത്തവർക്ക് വേണ്ടിയും യോദ്ധാക്കൾ ജീവത്യാഗം ചെയ്യാറുണ്ട്. എന്തിന്? എന്തു കൊണ്ടെന്നാൽ ധീരന്മാർ അങ്ങനെയാണു ചെയ്യേണ്ടത്.

ഇരുട്ടിൽ മറഞ്ഞിരുന്ന് ഹനുമാൻ കുയിലിനെ പോലെ കൂവി.

ലങ്കക്കാരനായ സൈനികൻ പെട്ടെന്ന് തല തിരിച്ചു നോക്കി. അയാൾ ഇരുട്ടിലേക്ക് തുറിച്ചു നോക്കി. ഏതാനും മീറ്ററകലെ ഹനുമാനുണ്ടെങ്കിലും അയാൾ ഒന്നും തന്നെ കണ്ടില്ല.

'ഇരുട്ടിൽ പക്ഷി നിരീക്ഷണം നിറുത്തു,' ലങ്കക്കാരിലൊരാൾ പറഞ്ഞു. 'നേരം പുലരട്ടെ.'

മറ്റൊരു ലങ്കക്കാരനും പൊട്ടിച്ചിരിച്ചു. 'ജോർമുയു സൈന്യത്തിൽ എങ്ങിനെയോ എത്തിച്ചേർന്നതാണ്! ഇവൻ പക്ഷിനിരീക്ഷകൻ ആകേണ്ടതായിരുന്നു!'

ജോർമുയു ഇരുട്ടിലേക്ക് തുറിച്ചു നോക്കുന്നതു തുടർന്നു. ആ ലങ്കക്കാരൻ തന്നെ കണ്ടെന്നു തന്നെ ഹനുമാനു തോന്നി. താൻ കേട്ടത് കുയിലിന്റെ കൂവൽ തന്നെയാണെന്ന് ബോദ്ധ്യപ്പെട്ട ജോർമുയു പെട്ടെന്ന് വിഷാദത്തോടെ ചിരിച്ചു. എന്നിട്ടയാൾ തിരിഞ്ഞിരുന്നു.

അനുഭവ സമ്പന്നരുടെ ഉൾപ്രേരണ മുന്നറിയിപ്പു കൊടുത്തേനെ. പക്ഷെ ഈ സൈനികർ അനുഭവ സമ്പത്തില്ലാത്തവരാണ്.

അപ്പോൾ മറ്റൊരു കുയിലിന്റെ കൂവൽ കേട്ടു. ഇത്തവണ പടിഞ്ഞാറു നിന്ന്.

ഇതാണ് നേരം.

ഹനുമാൻ മുന്നോട്ടു കുതിച്ചു. അയാളുടെ സൈനികർ ഇരുവശത്തു നിന്നും.

പൊറുക്കു, ജോർമുയു.

പട്ടുകുറ്റൻ യോദ്ധാവിന്റെ പെട്ടെന്നുള്ള വരവിനോട് പ്രതികരിക്കാൻ കഴിയുന്നതിനു മുമ്പെ ഹനുമാൻ ജോർമുയുവിന്റെ വായ പൊത്തുകയും നീണ്ട കത്തി കൊണ്ട് കഴുത്തറുക്കുകയും ചെയ്തു. കുറുകെ, ആഴത്തിൽ. കത്തി തൊണ്ടയിലെ രക്തധമനികളെ കീറി മുറിച്ചു കളഞ്ഞു. ഇടതും വലതുമുള്ള രക്തക്കുഴലുകളുടെ ഭാഗങ്ങളിൽ. കഴുത്തിലെ പേശികളും. ഹോളിയ്ക്കുപയോഗിക്കുന്ന പീച്ചാംകുഴലിൽ നിന്നെന്ന പോലെ രക്തം കുതിച്ചു ചാടി. ഹനുമാൻ തൽക്ഷണം പുറകോട്ടു മാറുകയും നിഴലുകൾക്കിടയിൽ മറയുകയും ചെയ്തു.

ഹനുമാന്റെ സൈനികരും അവർക്ക് ഏൽപ്പിക്കപ്പെട്ട സൈനികരെ അതു തന്നെ ചെയ്തു.

നാലു നിമിഷത്തിനുള്ളിൽ എല്ലാം തീർന്നു. വായുപുത്രന്മാർ ഒച്ചയുണ്ടാക്കാതെ നിഴലുകളിൽ നിന്ന് പുറത്തു വരികയും ആറു ലങ്കക്കാരുടെ വായ പൊത്തുകയും തൊണ്ടകൾ മുറിക്കുകയും നിഴലുകളിലേക്ക് തന്നെ പിൻവാങ്ങുകയും ചെയ്തു.

ലങ്കക്കാർ വഴിത്താരയിൽ രക്തമൊലിപ്പിച്ച് മരണം കാത്തു കിടന്നു. അകത്തെ ഭിത്തിയിലെ സൈനികർക്ക് അവരെ കാണാൻ കഴിയില്ല. മൂന്നടി ഉയരമുള്ള കല്ലുകൊണ്ട് നിർമ്മിച്ച അരമതിൽ അവരുടെ കാഴ്ച തടഞ്ഞു.

ജോർമുയു പത്തു നിമിഷത്തിനുള്ളിൽ മരിച്ചു. ഹനുമാന്റെ വെട്ട് കരുണാപൂർവ്വം ആഴത്തിലുള്ളതായിരുന്നു. മറ്റു ചില ലങ്കക്കാർ അൽപ്പനേരം കൂടി നിശബ്ദമായി യാതന സഹിച്ചു. പക്ഷെ എല്ലാവരും തന്നെ രണ്ടു മിനിട്ടിനുള്ളിൽ മരിച്ചു.

വിശുദ്ധ വൈതരണിയുടെ അങ്ങേയറ്റത്തേക്ക് സുരക്ഷിതനായി സഞ്ചരിക്കു, സൗമ്യനായ ജോർമുയു. ഇതു ചെയ്യേണ്ടി വന്നതിൽ എനിക്കു ഖേദമുണ്ട്.

എല്ലാ ലങ്കക്കാരും മരിച്ചുവെന്നുറപ്പുവരുത്തി ഹനുമാൻ വീണ്ടും ചൂളം വിളിച്ചു. പടിഞ്ഞാറു വശത്ത് നിന്ന് ഒരു സൈനികൻ നിശബ്ദമായി മുന്നോട്ടു നീന്നു. ലങ്കക്കാരുടെ രക്തത്തിൽ ചവിട്ടി തെന്നി വീഴാതിരിക്കാൻ

അയാൾ ശ്രമിച്ചു. അയാൾ വില്ല് കുലച്ചിട്ടുണ്ട്. അമ്പിന്റെ മുനയിൽ ചുറ്റിയ മരപ്പശ തേച്ച തുണിക്കഷ്ണം അയാൾ തീകുണ്ഡത്തിനോടടുപ്പിച്ചു. പെട്ടെന്നു തന്നെ അതിന് തീ പിടിച്ചു. അയാളത് അരഭിത്തിയിൽ ചാരിനിന്ന് സ്വർണ്ണ നിറമുള്ള ഗോതമ്പു പാടങ്ങളിലേക്കെയ്തു.

പക്ഷെ ഉന്നം തെറ്റിപ്പോയി.

അമ്പ് ചൂളം വിളിച്ചു പാഞ്ഞു ചെന്ന് ഗോതമ്പു തണ്ടുകൾക്കിടയിലെ മണ്ണിൽ തറച്ചു. തീ അപ്പോൾ തന്നെ അണഞ്ഞു പോയി.

അസംതൃപ്തിയോടെ അയാൾ നിഴലിലേക്ക് പിൻവാങ്ങി. അയാൾ തിരിഞ്ഞ് തന്റെ സേനാപതിയെ നോക്കി.

ഹനുമാൻ രണ്ടു തവണ ചൂളം വിളിച്ചു.

വായുപുത്രന്മാർ നിന്നിടത്തു തന്നെ നിന്നു. ഹനുമാൻ തന്റെ വില്ലെടുത്ത് കുലച്ചു. അയാൾ മുന്നോട്ട് നീങ്ങി തീകുണ്ഡത്തിനടുത്തെത്തി. കിഴക്കോട്ടും പടിഞ്ഞാറോട്ടും നോക്കി. തന്റെ സൈനികരുടെ നേരെ. സന്ദേശം വ്യക്തമായിരുന്നു; കണ്ടു പഠിക്ക്. ഇങ്ങനെയാണിതു ചെയ്യേണ്ടത്.

ഹനുമാൻ അമ്പിന്റെ മുന തീയിലേക്ക് നീട്ടി. അതിന് ജീവൻ വച്ചു. തീ ആളി പിടിച്ചു. അയാൾ അരഭിത്തിയുടെ അടുത്തേക്ക് പോയി മുന്നോട്ടാഞ്ഞു വില്ല് തിരശ്ചീനമായി പിടിച്ചു. അതിനു മുകളിലേക്ക് ഉടലിന്റെ മുകൾ ഭാഗം വളയ്ക്കുകയും തല വശങ്ങളിലേക്ക് ചെരിക്കുകയും ചെയ്തു. അയാളുടെ വലം കണ്ണ് അമ്പിനോടു ചേർന്നിരുന്നു. അയാൾ തന്റെ കുറ്റൻ ചുമലിന്റെ പുറം ഭാഗം വെട്ടിക്കുകയും ഞാണ് ചെവി വരെ വലിച്ചു നീട്ടുകയും ചെയ്തു. അമ്പു തൊടുത്തപ്പോൾ അയാൾ അതിന്റെ തുവലിൽ തട്ടി. അമ്പ് തിരശ്ചീനമായി നേരിയ കോണു ചമച്ച് ഗോതമ്പു പാടത്ത് ചെന്നു വീണു. മുമ്പത്തെ അമ്പിന്റെ കൂർത്ത കോണുള്ള അതിവേഗ പാച്ചിലിൽ നിന്നു വ്യത്യസ്തമായി. അത് ഏതാനും ഗോതമ്പു കതിർക്കുലകളുടെ മുകൾ ഭാഗം ചുംബിച്ചു. എന്നിട്ട് അടുത്തുള്ള തണ്ടുകളിൽ ചെന്നിടിച്ചു. നിശ്ചലമായ തടാകത്തിന് നേരെ തിരശ്ചീനമായി തൊടുത്തുവിട്ട പരന്ന കല്ലു പോലെ. ആ അമ്പ് ഏറെ ദൂരം സഞ്ചരിക്കുകയും അമ്പതു മീറ്റർ ദൂരത്തിനുള്ളിൽ നിരവധി ഗോതമ്പു തണ്ടുകൾക്ക് തീ കൊളുത്തുകയും ചെയ്തു. തറയിലേക്ക് വീഴുന്നതിനു മുമ്പ് നാലുപ്രാവശ്യം അത് കുതിച്ചുയർന്നു. അതിന്റെ വഴിയിലെ ഏതാണ്ടെല്ലാ ഗോതമ്പു തണ്ടുകളും ആളിക്കത്താൻ തുടങ്ങി. തീ അടുത്തുള്ള തണ്ടുകളിലേക്കും എളുപ്പത്തിൽ പടർന്നു.

ഹനുമാൻ തന്റെ സൈനികരെ നോക്കുകയും പുറകോട്ടു മാറുകയും ചെയ്തു. അയാളുടെ അമ്പെയ്ത്ത് പ്രത്യക്ഷത്തിൽ ലളിതമായിരുന്നു. ഒരു ഗോതമ്പു തണ്ടിന്റെ ഏറ്റവും മുകളിലുള്ള ഭാഗമാണ് ഏറ്റവും ഉണങ്ങിയത്,

ധാന്യക്കുലയുടെ താഴോട്ടു പോകുന്തോറും ഈർപ്പമുണ്ടാകും. ലളിതമായ പാഠമാണത്, ഗോതമ്പു തണ്ടുകളെ എരിക്കണമെങ്കിൽ മുകളിൽ നിന്നു തുടങ്ങണം.

ഹനുമാന്റെ സൈനികർ ഓരോരുത്തരായി പുറത്തേക്കു വന്നു. അവർ ആറമ്പുകൾ എയ്തു. അതോടെ മുഴുവൻ ഗോതമ്പു പാടത്തിലും തീയെരിഞ്ഞു. തീ കാറ്റിനോടൊത്ത് സഞ്ചരിച്ചു. അത് തണ്ടിൽ നിന്നും തണ്ടിലേക്ക് ചാഞ്ചാടി. അഗ്നിജ്വാലകൾ ഭയാനകമായ ഉയരത്തിലേക്ക് പൊന്താൻ തുടങ്ങി.

എല്ലാം മൂന്ന് മിനിട്ടിനുള്ളിൽ സംഭവിച്ചതാണ്.

പുറം ഭിത്തിയിൽ നിന്ന് ലങ്കക്കാരുടെ പരിഭ്രാന്തമായ കരച്ചിലുകൾ അവർ കേട്ടു. അകം ഭിത്തിയിൽ നിന്നു പോലും.

'തീ!'

'തീ!'

'വെള്ളം കൊണ്ടു വാ!'

'തീ!'

'തീ!'

'വെള്ളം കൊണ്ടു വാ!'

എല്ലായിടത്തും വലിയ ഒച്ചകൾ. ഇനി നിശബ്ദമായ ഉത്തരവുകളുടെ ആവശ്യമില്ല.

'മതി!' ഹനുമാൻ ഉത്തരവിട്ടു. 'പിൻവാങ്ങൂ!'

വായുപുത്രന്മാർ തിരിഞ്ഞോടി, പാതി പേർ കിഴക്കു വശത്തേക്കും പാതി പേർ പടിഞ്ഞാറു വശത്തേക്കും. അവർ കയറുകൾ കൈക്കലാക്കുകയും പുറം ഭിത്തിയിലൂടെ തിടുക്കത്തിൽ താഴേക്കിറങ്ങുകയും ചെയ്തു. എന്നിട്ട് കിടങ്ങു കുറുകെ കടന്ന് മറുവശത്തെത്തി. അവർ കോണികൾ ഉപേക്ഷിക്കുകയും മുഴുവൻ ശക്തിയുമെടുത്ത് ഓടുകയും ചെയ്തു. മലനിരകളുടെ സുരക്ഷിതത്വത്തിലേക്ക്. ഹനുമാന്റെ സംഘം തിരിച്ചോടിയ ആറ് സംഘങ്ങളിൽ ഒന്നു മാത്രമായിരുന്നു. മറ്റ് അഞ്ചെണ്ണം രാമനും ലക്ഷ്മണനും ഭരതനും അരിഷ്ടനേമിയും അംഗദനും നയിച്ചു.

അമ്പതു കിലോമീറ്റർ നീളമുള്ള ഗോതമ്പു പാടം, ഒരു കിലോമീറ്റർ വീതിയിൽ പടുകൂറ്റൻ അർദ്ധവൃത്തം ചമച്ച് സിഗിരിയയെ ചുറ്റി നിന്നിരുന്നു. അതിൽ നിറയെ വിലപിടിച്ച, കൊയ്ത്തിനു പാകമായ ഗോതമ്പ് ചെടികളായിരുന്നു. അതെല്ലാം അഗ്നിക്കിരയായി.

'എന്റെ ഭർത്താവ് അതിബുദ്ധിമാനാണ്, അതിൽ സംശയമൊന്നുമില്ല,' അഭിമാനത്താൽ തിളങ്ങുന്ന കണ്ണുകളോടെ സീത പറഞ്ഞു. 'പക്ഷെ ഈ പ്രത്യേക പദ്ധതിയുടെ പുറകിലെ ബുദ്ധി ശത്രുഘ്നന്റേതാണെന്നു തോന്നുന്നു.'

രാവണനും കുംഭകർണ്ണനും അശോകവനത്തിൽ സീതയെ സന്ദർശിക്കുകയായിരുന്നു. അവർ കോട്ടമതിലുകളുടെ കൂട്ടിച്ചേർക്കലുകൾക്കിടയിലെ സംരക്ഷിക്കപ്പെട്ട വഴിത്താരയിലൂടെ നടന്നു. എളുപ്പത്തിലുള്ള പ്രതിരോധത്തിനായി ആ വഴി മുഴുവൻ നിരീക്ഷണ ഗോപുരങ്ങളുണ്ട്. അത് സിഗിരിയയിലെ കോട്ട മുതൽ അശോകവനം വരെ എൺപതു കിലോമീറ്റർ നീണ്ടു. താരതമ്യേന ശാന്തമായ ആദ്യത്തെ രാത്രിയായിരുന്നു അത്. ഉപരോധം സ്തംഭനത്തിലേക്കു നീണ്ടെന്ന് രാവണൻ വിശ്വസിച്ചു. അത് ആഴ്ചകളോളം നീണ്ടു നിൽക്കാം. ഏതാനും ദിവസങ്ങളായി സീതയെ കാണാൻ പോകാൻ കഴിയാത്തതു കൊണ്ട് അന്നവളുടെ കൂടെ അത്താഴം കഴിക്കാമെന്ന് രാവണനും കുംഭകർണ്ണനും തീരുമാനിച്ചു. ഏതാനും ആഴ്ചകൾക്ക് മുമ്പ് ഓങ്കയാറയിലേക്ക് യാത്ര തിരിച്ചപ്പോൾ രാവണനും അനുജനും സീതയോട് വിട ചോദിച്ചതാണ്. പക്ഷെ ആ യുദ്ധം വ്യാജമായിരുന്നു. പടിഞ്ഞാറു നിന്ന് അയോദ്ധ്യക്കാർ പടയും കൊണ്ട് വന്നപ്പോൾ ലങ്കക്കാർ സിഗിരിയയിലേക്ക് തിരിച്ചു പോന്നു.

'എനിക്കും അങ്ങനെ തോന്നുന്നു,' രാവണൻ ആദരവോടെ പറഞ്ഞു, 'എങ്കിലും കടലിനു കുറുകെ ഒരു പാലം പണിയുക എന്ന ആശയം തന്നെ മഹത്തരമാണ്. രാമൻ ധീരനാണെന്ന് എനിക്കറിയാം. അന്തസ്സുള്ളവനും. അദ്ദേഹം എന്റെ പ്രജകൾക്ക് ഔഷധം നൽകി. പക്ഷെ ഇത്രയും നൂതന ബുദ്ധി ഞാൻ പ്രതീക്ഷിച്ചില്ല... അത് അദ്ദേഹത്തിന്റേതായാലും സഹോദരന്മാരിൽ ആരുടേതെങ്കിലുമായാലും. ഈ യുദ്ധം ഗംഭീരമായിരിക്കും.'

'എന്തു കൊണ്ടാണ് പുരുഷന്മാർ യുദ്ധം ഇത്രയധികം ആസ്വദിക്കുന്നത്?'

'അപ്പോൾ നിങ്ങൾക്കിഷ്ടമല്ലേ?'

'അല്ല, എനിക്കിഷ്ടമല്ല.'

'ഇത്രയധികം നുണ പറയരുത്, നിങ്ങൾ പറയുന്നത് കേൾക്കുന്നതു തന്നെ പാപമാകും!' രാവണൻ കളിയാക്കി. 'തീർച്ചയായും നിങ്ങൾ യുദ്ധം ആസ്വദിക്കുന്നുണ്ട്. അതു കൊണ്ടാണ് നിങ്ങൾ നന്നായി പോരാടുന്നത്.'

'ഞാൻ നന്നായി പോരാടുന്നുണ്ടാകാം. പക്ഷെ ഞാനത് ആസ്വദിക്കുന്നില്ല. ഞാനത് ഒഴിവാക്കാൻ ശ്രമിക്കുമായിരുന്നു – '

മുകളിലൂടെ ഒരു പക്ഷിക്കൂട്ടം പറന്നു പോകുന്നത് കണ്ട സീത സംസാരം നിർത്തി. പക്ഷികൾ രക്ഷപ്പെടുകയാണ്. വിചിത്രം...

പക്ഷെ, രാവണൻ സംസാരം തുടർന്നു. 'ചിലർ യുദ്ധം ആസ്വദിക്കുന്നുണ്ട്. അതൊരു വസ്തുതയാണ്. അത്തരം ഏറെ പേർ ഞാൻ മുമ്പൊരിക്കൽ പറഞ്ഞതു പോലെ എന്റെ സൈന്യത്തിലുണ്ട്.! പക്ഷെ യുദ്ധമില്ലാതെ നാം മനുഷ്യർ സംസ്കൃതചിത്തരാകുന്നില്ല എന്നാണ് ഞാൻ കരുതുന്നത്. അത് സമൂഹങ്ങളെ സംഘടിക്കാനും ഒരുമിച്ചു ചേർന്ന് ജോലി ചെയ്യാനും പ്രേരിപ്പിക്കുന്നു. ഒരു സമൂഹത്തിൽ പോരടിക്കുന്നവർക്ക് ഒരു ബാഹ്യശത്രു പൊതുവായ ലക്ഷ്യം നൽകുന്നു. അതൊരു പുതിയ സാങ്കേതിക വിദ്യയുടെ ജനനത്തിന് കാരണമാകാം. അതു വഴിയുണ്ടാകുന്ന ഉത്പന്നങ്ങൾ യുദ്ധത്തിൽ ഏർപ്പെടാത്തവർക്കും ഗുണകരമാകാം. യുദ്ധത്തിന് ഒരു ഉദ്ദേശമുണ്ട്. സംസ്കൃതിയുടെ ഹൃദയത്തിൽ യുദ്ധമാണുള്ളത്.'

'എനിക്കറിയില്ല –' സീത വീണ്ടും സംസാരം നിർത്തി. അവരുടെ തലയ്ക്ക് മുകളിലൂടെ കുറേക്കൂടി വലിയ പക്ഷിക്കൂട്ടം പാറിപ്പോകുന്നുണ്ട്. അവർ സിഗിരിയയിൽ നിന്ന് രക്ഷപ്പെടാൻ ശ്രമിക്കുന്നതു പോലെ തോന്നും.

'എന്താണീ സംഭവിക്കുന്നത്?' മുകളിലേക്ക് നോക്കി കുംഭകർണ്ണൻ ചോദിച്ചു. 'ഇത് വിചിത്രമാണല്ലോ...'

'സിഗിരിയയുടെ ഭാഗത്ത് എന്തോ തിളങ്ങുന്നുണ്ട്,' സീത പറഞ്ഞു. രാവണനും കുംഭകർണ്ണനും എഴുന്നേറ്റു നിന്ന് ദൂരേക്കു നോക്കി. നേരിയതും ആടിയുലയുന്നതുമായ തിളക്കം അവരുടെ കണ്ണിൽപ്പെട്ടു.

അവർക്ക് അകമ്പടി സേവിച്ച പാറാവുകാരിയുടെ നേർക്ക് രാവണൻ തിരിഞ്ഞു. 'നിരീക്ഷണ ഗോപുരത്തിൽ പോയി കാര്യമറിഞ്ഞു വരൂ.'

ഉയരമുള്ള യൂക്കാലിപ്റ്റസ് മരക്കൂട്ടത്തിനു മുകളിൽ തലയുയർത്തി നിൽക്കുന്ന നിരീക്ഷണ ഗോപുരത്തിൽ പാറാവുകാരി ഓടിക്കയറി. മരങ്ങൾക്ക് മുന്നൂറടിയിലധികം ഉയരമുണ്ട്. എങ്കിലും പാറാവുകാരി ഒരു മിനിട്ടിനുള്ളിൽ മരങ്ങൾക്കു ചുറ്റും കെട്ടിയ മരപ്പടികൾ കയറി ഏറ്റവും മുകളിലുള്ള നിരീക്ഷണത്തട്ടിൽ ചെന്നു നിന്നു. അവൾ സിഗിരിയയുടെ നേർക്കു നോക്കുകയും തളരുകയും ചെയ്തു.

'എന്താണവിടെ സംഭവിക്കുന്നത്?' രാവണൻ അക്ഷമയോടെ താഴെ നിന്ന് അട്ടഹസിച്ചു.

തന്റെ യജമാനന്റെ അലർച്ച പാറാവുകാരിയെ ഞെട്ടലിൽ നിന്നുണർത്തി. അവൾ നിരീക്ഷണത്തട്ടിലുള്ള കാഹളം അഴിച്ചെടുത്ത് അതിലൂടെ ഉറക്കെ വിളിച്ചു പറഞ്ഞു, 'തിരുമനസ്സേ, വേഗം വന്നു നോക്കൂ.'

രാവണൻ പടികൾ കയറാൻ തുടങ്ങി. കുംഭകർണ്ണനും സീതയും അയാളുടെ പുറകിൽ ചെന്നു. രാവണന് വയസ്സാകുന്നുണ്ട്, രണ്ടു മിനിട്ടെടുത്തു മുകളിലെത്താൻ. അവരുടെ കണ്ണുകൾ സിഗിരിയയുടെ നേർക്ക് തിരിഞ്ഞു.

'എന്താണവിടെ സംഭവിക്കുന്നത്?!' രാവണൻ സ്തബ്ധനായി അലറി.

ലങ്കയുടെ തലസ്ഥാനമായ സിഗിരിയയ്ക്ക് തീ പിടിച്ചതു പോലെ തോന്നി.

സീതയുടെ വായ അതിശയം കൊണ്ട് തുറന്നു പോയി. ഗംഭീരം... ഇതെങ്ങനെ സാധിച്ചു, രാമാ?

അദ്ധ്യായം 30

'നന്ദി,' കൈക്കൂപ്പി വണങ്ങിക്കൊണ്ട് രാമൻ പറഞ്ഞു. സിഗിരിയയിലെ ഗോതമ്പു പാടങ്ങൾക്ക് തീ കൊടുത്തിട്ട് രണ്ടു ദിവസം കഴിഞ്ഞു.

ഗ്രാമത്തലവനായ ഗജരാജൻ കൈക്കൂപ്പി വണങ്ങി. അയാൾ രാമനെ ആദ്യമായി കാണുകയാണ്. 'എന്നോട് നന്ദി പറയരുതേ, മഹാരാജാവേ. അങ്ങയെ സഹായിക്കുന്നത് ഈ ഗ്രാമത്തിന് കിട്ടിയ അനുഗ്രഹമാണ്.'

സിഗിരിയയിൽ നിന്ന് ഇരുപത്തിയഞ്ചു കിലോമീറ്റർ വടക്കുള്ള ഗജരാജന്റെ ഗ്രാമം സപ്തസിന്ധുവിൽ നിന്നുള്ള നാഗന്മാരായ അഭയാർത്ഥികളുടെ ആവാസ കേന്ദ്രമാണ്. ലങ്കയുടെ തലസ്ഥാനത്തിനും ഗജരാജന്റെ ഗ്രാമത്തിനുമിടയിലാണ് അയോദ്ധ്യയുടെ യുദ്ധശിബിരം. നാഗന്മാരായതിനാൽ തന്നെ ആ ഗ്രാമീണർ സർവ്വവ്യാപിയായ വിവേചനവും പീഡനവും സഹിച്ചു. സാധാരണക്കാർക്ക് അവരെ ഭയമാണ്. രാവണനും കുംഭകർണ്ണനും നാഗന്മാരാണ്, പക്ഷെ വിവേചനം നേരിടാതിരിക്കാൻ മാത്രം ശക്തരാണ് അവർ.

ഇരുപത്തിയഞ്ചു വർഷം മുമ്പ് സിഗിരിയയ്ക്കടുത്ത് താമസിക്കാൻ നാഗന്മാരായ അഭയാർത്ഥികളെ സമ്മതിക്കാൻ കുംഭകർണ്ണൻ രാവണനെ പ്രേരിപ്പിച്ചു. അവർ ആ ഗ്രാമത്തിൽ താവളമുറപ്പിച്ചു. ലങ്കയുടെ രാജകുടുംബാംഗങ്ങൾ തങ്ങളുടെ സ്വപ്നങ്ങളും ആഗ്രഹങ്ങളുമായി തിരക്കിലായപ്പോൾ ഗ്രാമത്തിന്റെ ഭരണം സിഗിരിയയിലെ പ്രാദേശിക ഉദ്യോഗസ്ഥരുടെ കൈകളിലായി. സാധാരണ ജനങ്ങളെപ്പോലെ തന്നെ അന്ധവിശ്വാസികളായിരുന്നു ഉദ്യോഗസ്ഥന്മാരും. ഭരണം താമസിയാതെ ചൂഷണത്തിന് വഴിമാറി. ഗജരാജന്റെ ഗ്രാമത്തിലെ നാഗന്മാർ പരാതി പറഞ്ഞില്ല. സിഗിരിയയെപ്പോലൊരു സമ്പന്നമായൊരു നഗരത്തിനടുത്ത്

താമസിക്കാനൊരു ഗ്രാമം കിട്ടിയതിൽ അവർ സന്തുഷ്ടരായിരുന്നു. അത് നിരവധി ഉപജീവന മാർഗ്ഗങ്ങൾ അവരുടെ മുന്നിൽ തുറന്നു വച്ചു. അവർ പതിയെ സ്വന്തം ജീവിതങ്ങൾ കെട്ടിപ്പടുത്തു. ആനകളെപ്പോറ്റാനുള്ള അവരുടെ കഴിവ് സിഗിരിയയിലെ പൗരന്മാർക്ക് ഗുണകരമായി. സഞ്ചാരത്തിനും നിർമ്മാണ പ്രവർത്തനങ്ങൾക്കും ക്ഷേത്രത്തിലെ ചടങ്ങുകൾക്കും ലങ്കയിൽ ആനകളെ ഉപയോഗിച്ചിരുന്നു. തങ്ങൾ വളർത്തുന്ന ആനകളെ വാടകയ്ക്ക് കൊടുക്കുന്നതിലൂടെ നാഗന്മാർ ആവശ്യത്തിന് പണം സമ്പാദിച്ചു. എന്നാൽ ഇരുപത്തിയഞ്ചു വർഷം കൊണ്ട് കെട്ടിപ്പടുത്ത ജീവിതമാതൃക ഏതാനും മണിക്കൂറുകൾക്കുള്ളിൽ തല്ലിതകർക്കപ്പെട്ടു. ലങ്കക്കാരായ സൈനികർ അവരുടെ വിളകൾ നശിപ്പിക്കുകയും കിണറ്റിൽ നഞ്ച് കലക്കുകയും വീടുകൾ തകർക്കുകയും ചെയ്തു.

ചുട്ടു ചാമ്പലാക്കൽ സമ്പ്രദായം.

അയോദ്ധ്യക്കാർക്ക് തദ്ദേശീയമായ വിതരണശൃംഖല തുറന്നു കിട്ടാതിരിക്കാൻ.

ചുട്ടു ചാമ്പലാക്കിയ മണ്ണിൽ താമസിക്കുന്നവർ യുദ്ധത്തിന്റെ അനിവാര്യമായ നാശം അനുഭവിച്ചവർ മാത്രമാണ്.

'ഇത്രയും രാത്രിയായിട്ടും ശല്യപ്പെടുത്തിയതിൽ ക്ഷമിക്കണം,' രാമൻ വിനയത്തോടെ പറഞ്ഞു.

'തീർച്ചയായും ഇതൊരു ബുദ്ധിമുട്ടല്ല, തിരുമനസ്സേ,' ഗജരാജൻ പറഞ്ഞു. 'പകൽ അങ്ങേയ്ക്ക് വരാനാകില്ലെന്ന് എനിക്കറിയാം. ലങ്കയുടെ ചാരന്മാർ അങ്ങയെ തിരിച്ചറിയും.'

രാമൻ തലയാട്ടി.

'അവരെ കാണണമെന്നുണ്ടോ?' ഗജരാജൻ ചോദിച്ചു.

'ഉവ്വ്, നിങ്ങൾക്കതൊരു ബുദ്ധിമുട്ടല്ലെങ്കിൽ.'

ഗജരാജൻ പുഞ്ചിരിച്ചു. 'ഒരു ബുദ്ധിമുട്ടുമില്ല, തിരുമനസ്സേ. അതങ്ങയുടെ അവകാശമാണ്.'

ഗജരാജൻ വഴികാട്ടി. രാമന്റെ കൂടെ ഭരതനും ഹനുമാനും അരിഷ്ടനേമിയും അംഗദനുമുണ്ട്. കൂടാതെ പത്തു പേരടങ്ങിയ ചെറുസേന രഹസ്യമായി അവരെ അനുഗമിച്ചു.

'ഞങ്ങൾ തീനാളങ്ങൾ കണ്ടു, തിരുമനസ്സേ,' ഗജരാജൻ പറഞ്ഞു. 'വിളകൾ കത്തിക്കൽ – അത് ഗംഭീരമായ യുദ്ധതന്ത്രമായിരുന്നു.'

രാമൻ നടക്കുന്നതിനിടെ ഹനുമാനു നേരെ കൈ ചൂണ്ടി. 'അതിന്റെ

മുഴുവൻ അംഗീകാരവും ഹനുമാനുള്ളതാണ്. ആ ആശയം നിർദ്ദേശിച്ചതും മുഴുവൻ ദൗത്യവും ആസൂത്രണം ചെയ്തതും അദ്ദേഹമാണ്.'

മഹിമ പങ്കിട്ടെടുക്കാൻ രാമൻ എല്ലായ്പ്പോഴും തയ്യാറാണ്. എല്ലാ നേട്ടവും തന്റെ കൈകൾക്കുള്ളിലൊതുക്കുന്ന അസൂയാലുവായ നേതാവല്ല അദ്ദേഹം. അർഹിക്കുന്ന അംഗീകാരം മറ്റുള്ളവർക്ക് കൊടുത്താൽ എത്രമാത്രം നേട്ടമുണ്ടാകുമെന്നത് അതിശയകരമായ കാര്യമാണ്.

ഹനുമാനും കൈകൂപ്പി വണങ്ങി.

ഗജരാജൻ തുടർന്നു. 'ഏതാനും ആഴ്ചകൾക്കുള്ളിൽ പാണ്ടികശാലകളിലെ ധാന്യങ്ങൾ അവസാനിക്കും. ഗോതമ്പ് വിള കൊയ്തെടുക്കാമെന്ന പ്രതീക്ഷയിലായിരുന്നു അവർ. അത്യാവശ്യ സാധനങ്ങളുടെ വില നഗരത്തിനുള്ളിൽ കുതിച്ചുയരുകയാണ്. നഗരവാസികളുടെ ആത്മവീര്യവും ദുർബലമായിട്ടുണ്ടെന്നാണ് ഞാൻ കേട്ടത്. രാവണന്റെ സൈന്യത്തിന് ഇനി അധികകാലം കോട്ടയ്ക്കുള്ളിലൊളിച്ചിരിക്കാനാകില്ല. അവർക്ക് പുറത്തിറങ്ങി യുദ്ധം ചെയ്യേണ്ടി വരും. അതുതന്നെയല്ലേ അങ്ങേയ്ക്കും വേണ്ടത് തിരുമനസ്സേ? സിഗിരിയയുടെ അഭേദ്യമായ കോട്ടമതിലുകൾക്കുള്ളിൽ നിന്നിറങ്ങിയാൽ എണ്ണത്തിലുള്ള അവരുടെ മേൽകൈ പോലും അപ്രസക്തമാകും.'

രാമൻ ഊഷ്മളമായി പുഞ്ചിരിക്കുകയും ഗജരാജനോടൊത്തുള്ള നടപ്പ് തുടരുകയും ചെയ്തു. അവർ താമസിയാതെ ലക്ഷ്യസ്ഥാനത്തെത്തി. രാമൻ മുന്നോട്ടു നടക്കുകയും ഉയരം കുറഞ്ഞ വേലി എളുപ്പത്തിൽ ചാടിക്കടക്കുകയും ചെയ്തു. ആ പടുകൂറ്റൻ മൃഗത്തിന്റെ അടുത്തേക്ക് ആത്മവിശ്വാസത്തോടെ അടുത്ത രാമൻ അതിന്റെ തുമ്പിക്കൈ കഴുകി.

ഗജരാജൻ ആഴത്തിൽ പരിഭ്രാന്തിയോടെ ശ്വസിച്ചെങ്കിലും ഒന്നും പറഞ്ഞില്ല. യുദ്ധത്തിനുപയോഗിക്കുന്ന ആനകളെ പാപ്പാന്മാർക്ക് മാത്രമേ നിയന്ത്രിക്കാനാകൂ. അവ അങ്ങേയറ്റം അസ്ഥിര ബുദ്ധികളും പാപ്പാന്മാരല്ലാത്തവരോടെല്ലാം ശത്രുതയുള്ളവയുമാണ്.

യുദ്ധത്തിലുപയോഗിക്കുന്ന ആനകൾ സാധാരണയായി ആണാനകളാണ്. അതിന് നിരവധി കാരണങ്ങളുണ്ട്. അവയ്ക്ക് ആരോഗ്യകരമായ അസ്ഥി സാന്ദ്രതയുണ്ടാകും. പേശികൾക്ക് കൂടുതൽ കനവും കരുത്തുമുണ്ടാകും. കൂടാതെ ഭയങ്കരമായ അക്രമാസക്തിയും. ഇതെല്ലാം യുദ്ധത്തെ സംബന്ധിച്ചിടത്തോളം നിർണ്ണായകമാണ്. ആണാനകൾക്ക് കൂടുതൽ നീണ്ട തുമ്പിക്കൈകളുമുണ്ട്. അതിന്റെ അറ്റങ്ങൾ കൂർപ്പിച്ചെടുത്ത് വിദഗ്ധരായ പാപ്പാന്മാർ യുദ്ധത്തിൽ കുന്തങ്ങളെപ്പോലെ ഉപയോഗിക്കും. മാത്രമല്ല ആണാനകൾ ആനപ്പറ്റങ്ങളിൽ നിന്ന്

ഉപേക്ഷിക്കപ്പെട്ടവയായിരിക്കും. പെണ്ണാനകളും കുട്ടികളും മാത്രമേ ആനപ്പറ്റത്തിലുണ്ടാകൂ. ആണാനകളെ പ്രായപൂർത്തിയാകുമ്പോൾ പറ്റത്തിൽ നിന്നും പുറംതള്ളും. അവ മറ്റ് ഒറ്റയാന്മാരോടു ചേരുകയോ അലഞ്ഞു തിരിയുകയോ ചെയ്യും. ഇണചേരുന്ന കാലത്തു മാത്രമാണ് ആനപ്പറ്റങ്ങൾ ആണാനകളെ സ്വീകരിക്കാറുള്ളത്. അത് കഴിഞ്ഞാലുടനെ ആണാനകളെ ചവിട്ടി വെളിയിലാക്കുകയും ചെയ്യും.

ആണാനകൾ തലമുറകളിലൂടെ ഈ അനീതിയോടും ഏകാന്തതയോടും പൊരുത്തപ്പെട്ടിട്ടുണ്ട്. പക്ഷെ അതിജീവന ചോദനകൾ അതേസമയം തന്നെ അവരുടെ അക്രമോത്സുകതയെ വർദ്ധിപ്പിച്ചിട്ടുമുണ്ട്. നാട്ടാനയായി കഴിഞ്ഞാൽ അവ പാപ്പാന്മാരോട് ആഴത്തിൽ ബന്ധം സ്ഥാപിക്കും. അവയെ കുടുംബം പോലെ കാണുന്നത് അവർ മാത്രമാണല്ലോ. നല്ല യോദ്ധാക്കളെ പോലെ അവയും പാപ്പാന്മാർ പറയുന്നത് എന്തും കേൾക്കും. മറിച്ചൊരു ചിന്ത കൂടാതെ.

ഉപേക്ഷിക്കപ്പെട്ടവരും ഏകാന്തരുമായ ആണാനകൾ, ഉപേക്ഷിക്കപ്പെട്ടവരും ഏകാന്തരുമായ ആണുങ്ങളെപ്പോലെ കാര്യക്ഷമതയുള്ള കൊലയാളികളാകാൻ കഴിവുള്ളവരാണ്.

അതിനാൽ തന്നെ രാമനെ തുമ്പിക്കൈ കൊണ്ടു മണത്ത് ആന സന്തോഷത്തോടെ ചെവിയാട്ടിയപ്പോൾ ഗജരാജൻ അതിശയിച്ചു. അത് തുമ്പിക്കൈ നീട്ടി അയോദ്ധ്യയുടെ രാജാവിനെ പുണർന്നു. രാമൻ തുമ്പിക്കൈ അരുമയോടെ തലോടി.

യുദ്ധം തുടങ്ങുന്നതു വരെ തന്റെ മുന്നൂറാനകളെ ഒളിപ്പിക്കുന്നത് രാമനെ സംബന്ധിച്ചിടത്തോളം വലിയൊരു വെല്ലുവിളിയായിരുന്നു. അദ്ദേഹത്തിന്റെ യുദ്ധതന്ത്രത്തിലെ മുൻകൂട്ടി അറിയിക്കാത്ത ഘടകമാണത്. യുദ്ധത്തിന്റെ ആരംഭത്തിൽ ആനകളുടെ ഫലപ്രദമായ ഉപയോഗം ലങ്കയുടെ കാലാൾപ്പടയുടെ എണ്ണത്തിലുള്ള മേൽക്കയ്യിനെ നാടകീയമായി സന്തുലനം ചെയ്യും.

ലങ്കയുടെ ചാരന്മാരിൽ നിന്ന് പക്ഷെ എങ്ങനെ മുന്നൂറ് കൂറ്റൻ ആനകളെ ഒളിപ്പിക്കും? അവരുടെ കണ്ണുകളാകട്ടെ അയോദ്ധ്യയുടെ യുദ്ധശിബിരത്തിൽ തന്നെയാണ്.

ഗജരാജന്റെ ഗ്രാമം അതിന്റെ ആനകളെ കാട്ടിലുപേക്ഷിക്കാൻ നിർബന്ധിതരായി. സൈന്യം അവരുടെ വിളകൾ നശിപ്പിച്ചപ്പോൾ ആനകളെ പോറ്റാൻ ബുദ്ധിമുട്ടായി. കാട്ടിൽ ആനകൾ അതിജീവിക്കുമെന്ന് അവർ കരുതി. ഗ്രാമത്തിലെ ആനക്കൊട്ടിൽ ശൂന്യമായിരുന്നു. അയോദ്ധ്യയുടെ ആനകളെ അവിടെ പാർപ്പിക്കാൻ രാമന്റെ സൈനികർ

ഗജരാജനെ പ്രേരിപ്പിച്ചു. പകരം പണവും അതിനെക്കാൾ പ്രധാനമായി ആഹാരവും വെള്ളവുമെത്തിക്കും. ആ ആനകൾ ഗ്രാമത്തിലുണ്ടായിരുന്നവ തന്നെയെന്ന് ലങ്കയിലെ ചാരന്മാർ കരുതും.

രാമന്റെ പ്രധാന യുദ്ധ ആയുധമാണ് ആനകൾ. അവയെ ചാരന്മാരുടെ ദൃഷ്ടിയിൽ നിന്ന് മറച്ചു വെച്ചിരിക്കുകയാണ്.

'അവന് അങ്ങയെ ഇഷ്ടമായി, തിരുമനസ്സേ,' ഗജരാജൻ പിറുപിറുത്തു.

രാമൻ വീണ്ടും ആനയുടെ തുമ്പിക്കൈയിൽ തടവുകയും ഗജരാജനെ നോക്കി പുഞ്ചിരിക്കുകയും ചെയ്തു.

'ഞാനിതു ചെയ്തതെന്തിനാണെന്ന് വിശദീകരിക്കേണ്ടതുണ്ട്,' ഗജരാജൻ പറഞ്ഞു.

രാമൻ ഗജരാജനെ അതിശയത്തോടെ നോക്കി. അദ്ദേഹം വേലിക്കിപ്പുറത്തേക്ക് വന്നു. ഹനുമാനും അരിഷ്ടനേമിയും അംഗദനും മറ്റ് ആനകളെ പരിശോധിക്കുകയാണ്. ഭരതൻ മാത്രമേ അടുത്തുള്ളൂ.

'ഒന്നും വിശദീകരിക്കേണ്ട കാര്യമില്ല, സുഹൃത്തേ,' രാമൻ പറഞ്ഞു.

'തീർച്ചയായുമുണ്ട്,' ഗജരാജൻ പറഞ്ഞു. 'ഞാൻ ലങ്കയെ ചതിച്ചെന്ന് എല്ലാവരും വിചാരിക്കുന്നുണ്ടാകും. അപ്പോൾ ഞാൻ അങ്ങയേയും ചതിക്കില്ലേ?'

'അങ്ങനെ വിചാരമുണ്ടെങ്കിൽ ഞാൻ ആനകളെ ഇവിടെ സൂക്ഷിക്കുകയില്ലായിരുന്നു.'

'എങ്കിലും...എന്നെ വിശദീകരിക്കാൻ അനുവദിക്കൂ.'

'എങ്കിൽ പറയൂ,' രാമൻ പറഞ്ഞു. അത് ഗ്രാമത്തലവനെ സംബന്ധിച്ചിടത്തോളം പ്രധാനമാണെന്ന് രാമന് മനസ്സിലായി.

'ഞാൻ എല്ലായ്പ്പോഴും രാജാവായ രാവണനോട് കടപ്പെട്ടവനായിരിക്കും. അതിനേക്കാൾ കൂടുതൽ കുംഭകർണ്ണ കുമാരനോട്. ഇരുപത്തിയഞ്ചു വർഷം മുമ്പ് അവർ ഞങ്ങൾക്കിവിടെ അഭയം തന്നു. ഞങ്ങളെ ഇഷ്ടമില്ലാത്ത നാഗന്മാരല്ലാത്തവരിൽ നിന്നും മാറി ഞങ്ങൾ ഇവിടെ ജീവിതം കെട്ടിപ്പെടുത്തു. രണ്ടു പേരും ഞങ്ങളോട് നന്നായിത്തന്നെ പെരുമാറി. പക്ഷെ അവരുടെ ഉദ്യോഗസ്ഥരും സൈനികരും....അവർ രാക്ഷസന്മാരാണ്. രാവണനോടും കുംഭകർണ്ണനോടുമുള്ള കൂറു കൊണ്ടാണ് ഞങ്ങൾ ഇത്രയും കാലം ഇതെല്ലാം സഹിച്ചത്. പക്ഷെ പത്തു ദിവസം മുമ്പ് അവർ ഞങ്ങളെ ആക്രമിച്ചപ്പോൾ... അവർക്ക്... അവർക്ക് ഞങ്ങളോട് വിളകൾക്ക് തീ കൊടുക്കാനും കിണറ്റിൽ നഞ്ച് കലക്കാനും ഇവിടം വിട്ട് പോകാനും പറയാമായിരുന്നു. ഞങ്ങൾ അതു ചെയ്യുമായിരുന്നു. പക്ഷെ

അവർ തന്നെ അതു ചെയ്തു. അവർ ഞങ്ങളെ അടിച്ചു. ചിലരെ കൊന്നു. ഞങ്ങളുടെ സ്ത്രീകളുടെ മാനഭംഗപ്പെടുത്തി...'

ഗജരാജന്റെ കണ്ണുകളിൽ നിന്ന് കണ്ണുനീർ തുള്ളികൾ ഒലിച്ചിറങ്ങി. രാമൻ അടുത്തേക്കു ചെന്ന് അയാളുടെ തോളിൽ കൈ വച്ചു.

'പക്ഷേ പ്രതികാരം ചെയ്യാനുള്ള ആഗ്രഹമല്ല അങ്ങയെ സഹായിക്കാൻ ഞങ്ങളെ പ്രേരിപ്പിച്ചത്,' ഗജരാജൻ തുടർന്നു. 'അങ്ങയുടെ സൈനികർ... അവർ വ്യത്യസ്തരായിരുന്നു. അവർ വിനയത്തോടും ശാന്തതയോടും കൂടെ പെരുമാറി. അവർ ഞങ്ങളോട് അപേക്ഷിച്ചു...ഞങ്ങളോട് ഉത്തരവിട്ടില്ല. സഹായിക്കാമെന്ന് സമ്മതിക്കുന്നതിനു മുമ്പു തന്നെ അവർ ഞങ്ങൾക്ക് ആഹാരവും വെള്ളവും തന്നു. അങ്ങയുടെ സൈനികർ കരുത്തുള്ളവരും ആയുധമുള്ളവരുമാണ്. പക്ഷെ എത്ര അന്തസ്സോടെയാണ് അവർ പെരുമാറിയത്. അവർ ധർമ്മനിരതരാണ്...'

രാമൻ ഗജരാജനെ സംസാരിക്കാനനുവദിച്ച് മിണ്ടാതിരുന്നു.

'ഒരു സൈനികന്റെ പെരുമാറ്റം സൈന്യാധിപന്റെ പ്രതിഫലനമാണ്, തിരുമനസ്സേ. എല്ലാ സൈനികരും അക്രമാസക്തരാണ്. അത് അവരുടെ ജോലിയുടെ പ്രത്യേകതയാണ്. രാവണനെപ്പോലുള്ള ഒരാൾ അവരുടെ അക്രമാസക്തമായ വശത്തിനെ കെട്ടഴിച്ചു വിടുകയും അവരെ മാനഭംഗപ്പെടുത്താനും കൊള്ളയടിക്കാനും അനുവദിക്കുകയും ചെയ്യും. അതുകൊണ്ടു തന്നെ മാന്യമായി പെരുമാറാവുന്നയിടങ്ങളിൽ പോലും അവർ ഇങ്ങനെ തന്നെ പെരുമാറുന്നു. മറിച്ച് അങ്ങയെപ്പോലെയൊരു നേതാവ് സൈനികരുടെ രാക്ഷസവശം ദുർബലരെ സംരക്ഷിക്കാനും കൂടുതൽ മികച്ച കാര്യങ്ങൾക്കുമായി കടിഞ്ഞാണിട്ട് നിർത്തുന്നു. അവരുടെ കരുത്ത് ധർമ്മത്തിനു വേണ്ടി ഉപയോഗിക്കുന്നു. യുദ്ധത്തിൽ പങ്കില്ലാത്ത സ്ത്രീകളെയോ കുട്ടികളെയോ അങ്ങയുടെ ഒരു സൈനികനും കൊലപ്പെടുത്തില്ല. അങ്ങനെ ചെയ്താൽ അങ്ങ് അവരെ കഠിനമായി ശിക്ഷിക്കുമെന്ന് ഞാൻ കേട്ടിട്ടുണ്ട്.'

രാമൻ മിണ്ടാതെ നിന്നു.

'അങ്ങാണ് കൂടുതൽ മികച്ച നേതാവ്. ഭാരതാംബയ്ക്ക് അങ്ങയേയാണ് ആവശ്യം. അതുകൊണ്ടാണ് അങ്ങയെ ഞങ്ങൾ സഹായിക്കുന്നത്.' ഗജരാജൻ ആനകളുടെ നേരെ ചൂണ്ടിക്കാട്ടി. 'ഈ കാട്ടാനകൾ കരുണയാലും ദൃഢനിശ്ചയം കൊണ്ടും അവയ്ക്ക് ലക്ഷ്യം കാട്ടികൊടുക്കുന്ന പാപ്പാന്മാരെ ലഭിച്ച ഭാഗ്യവാന്മാരാണ്. അങ്ങ് മനുഷ്യരുടെ പാപ്പാനാണ്, തിരുമനസ്സേ. അങ്ങ് ഞങ്ങളുടെ പാപ്പാനാണ്.'

ഗജരാജൻ രാമന്റെ കാലു തൊട്ടു വണങ്ങാൻ തുനിഞ്ഞു. പക്ഷെ രാമൻ അയാളെ തടയുകയും അയാളെ ഇറുകെ പുണരുകയും ചെയ്തു.

'ഞാൻ മനുഷ്യരുടെ പാപ്പാനല്ല,' രാമൻ പറഞ്ഞു. 'ഞാൻ ഭാരതാംബയുടെ വെറുമൊരു സേവകൻ മാത്രമാണ്. നിങ്ങളെപ്പോലെത്തന്നെ. നമുക്കൊരുമിച്ച് ഭാരതാംബയ്ക്ക് വേണ്ടി പോരാടാം. കൂടുതൽ മഹിമ അവൾക്ക് നേടിക്കൊടുക്കാം.'

'അതെ, ഞാനും സമ്മതിക്കുന്നു,' രാമൻ പറഞ്ഞു.

ഭരതനും രാമനും ഗജരാജന്റെ ഗ്രാമത്തിൽ നിന്ന് തിരിച്ചു വന്നതേയുള്ളൂ. അവർ രാജശിബിരത്തിനു പുറത്ത് ചെറിയ തീക്കുണ്ഡത്തിനു ചുറ്റുമിരിക്കുകയാണ്. അത്താഴത്തിനു നേരമായിരിക്കുന്നു.

'ഉം...ഭരതൻ പറഞ്ഞു. 'ഞാനാണ് അങ്ങയുടെ മനസ്സു മാറ്റിയത്. അല്ലേ, ദാദാ?'

'അല്ല,' രാമൻ പൊട്ടിച്ചിരിച്ചു. 'നീയെന്റെ മനസ്സു വായിച്ചു.'

ഭരതനും പൊട്ടിച്ചിരിച്ചു. അയാൾ അല്പം പച്ചക്കറികൾ റൊട്ടിയുടെ കൂടെ കോരിയെടുത്ത് വായിൽ വെച്ചു. ശത്രുഘ്നന് സൈന്യത്തിൽ സജീവമായ ചുമതല കൊടുക്കരുതെന്ന് ഭരതൻ രാമനോടു പറഞ്ഞിരുന്നു. അവരുടെ അനുജൻ ബുദ്ധിശാലിയാണ്. അയാൾ പാലം പണിഞ്ഞതിലൂടെ യുദ്ധത്തിന് ആവശ്യത്തിലധികം സംഭാവന ചെയ്തു കഴിഞ്ഞിരിക്കുന്നു. പക്ഷേ മറ്റു മൂന്നു സഹോദരങ്ങളിൽ നിന്നു വ്യത്യസ്തമായി ശത്രുഘ്നൻ യുദ്ധമിഷ്ടപ്പെടുന്നയാളല്ല. ജീവൻ അപകടത്തിലാക്കിക്കൊണ്ട് അയാളെ യുദ്ധത്തിലുൾപ്പെടുത്തുന്നതു കൊണ്ട് വലിയ പ്രയോജനമുണ്ടാകില്ല. ഭരതന്റെ നിർദ്ദേശം രാമൻ അപ്പോൾ തന്നെ അംഗീകരിക്കുകയും ചെയ്തു.

ലക്ഷ്മണനും ശത്രുഘ്നനും അകത്തേക്കു വന്നു. അവർ കുതിരകളെ പരിശോധിക്കുകയും കാലാൾപ്പടയുടെ തയ്യാറെടുപ്പുകൾ കാണുകയും ചെയ്തിരുന്നു. ലങ്കക്കാർ എപ്പോഴാണ് കോട്ടയ്ക്കു പുറത്തിറങ്ങുകയെന്നോ പോരാട്ടം തുടങ്ങുകയെന്നോ അവർക്കറിയില്ല. ഇടയ്ക്കിടക്ക് അയോദ്ധ്യയുടെ യുദ്ധ സന്നദ്ധത പരിശോധിക്കേണ്ടതുണ്ട്.

'വരൂ, അനുജന്മാരേ,' രാമൻ പറഞ്ഞു. 'അത്താഴം കഴിക്കൂ.'

'ശരി, ദാദാ,' ഇരട്ടകൾ ഒരുമിച്ചു പറഞ്ഞു.

ലക്ഷ്മണനും ശത്രുഘ്നനും കൈകഴുകി തീക്കുണ്ഡത്തിനു ചുറ്റുമിരുന്നു. പരിചാരകർ വാഴയിലപ്പാത്രങ്ങളിൽ ആഹാരം കൊണ്ടു വന്നു.

'കുതിരകളെല്ലാം തൃപ്തികരമായ അവസ്ഥയിലാണോ, ലക്ഷ്മണാ?' ഭരതൻ ചോദിച്ചു.

'അതേ, ദാദാ,' ആഹാരം കഴിക്കാൻ തുടങ്ങിയ ലക്ഷ്മണൻ പറഞ്ഞു. 'മഹാമാരി പിടിപെട്ടിട്ടില്ല, മറ്റു രോഗങ്ങളില്ല. പക്ഷേ അവറ്റകൾ അസ്വസ്ഥരാകാൻ തുടങ്ങിയിട്ടുണ്ട്. ഒരാഴ്ചയായി കുതിരകളെ പുറത്തു കൊണ്ടു പോയിട്ടില്ല.'

'ലങ്കക്കാർ അവറ്റകൾക്ക് ഓടാൻ അവസരം താമസിയാതെ നൽകുമെന്ന് പ്രതീക്ഷിക്കാം,' രാമൻ പറഞ്ഞു. എന്നിട്ടദ്ദേഹം ശത്രുഘ്നനു നേർക്കു തിരിഞ്ഞു. 'ശത്രുഘ്നാ...'

'ദാദാ?' ആഹാരത്തിൽ നിന്നു തലയുയർത്തി ശത്രുഘ്നൻ ചോദിച്ചു.

'കേൾക്കൂ, ഞാനും ഭരതനും സംസാരിക്കുകയായിരുന്നു...ഞങ്ങൾ കരുതുന്നത്...നീ യുദ്ധത്തിൽ...'

'എനിക്കറിയാം,' ശത്രുഘ്നൻ പറഞ്ഞു. 'ലക്ഷ്മണനും അതു തന്നെയാണ് വിചാരിക്കുന്നത്. കുതിരകളെ പരിശോധിക്കുമ്പോൾ ഞങ്ങൾ ഇക്കാര്യം സംസാരിച്ചു. അതു ശരിയാണ്. ഞാൻ ഒരു യോദ്ധാവേയല്ല.'

രാമൻ പുഞ്ചിരിച്ചു, ക്ലേശകരമാകുമെന്ന് അദ്ദേഹം കരുതിയ ഒരു സംഭാഷണം വേണ്ടി വന്നില്ലല്ലോ. 'നീയെത്ര പ്രായോഗികമതിയാണെന്ന് ഞാൻ മറന്നു പോയിരുന്നു, ശത്രുഘ്നാ. അഹംഭാവത്തെ കാര്യങ്ങളുടെ വഴിയിൽ നീ വരുത്താറില്ല.'

'എന്തിനാണ് ജ്യേഷ്ഠാ, അഹംഭാവം? എനിക്ക് എന്റെ ശക്തികളറിയാം. ദൗർബല്യങ്ങളുമറിയാം. എല്ലാവർക്കും അതറിയേണ്ടതുണ്ട്. സത്യസന്ധതയോടെയും മതിഭ്രമങ്ങളില്ലാതെയും. അങ്ങിനെ മാത്രമേ നിങ്ങൾക്ക് ഏറ്റവും മികച്ചയാളാകാനാകൂ. '

'നേരാണ്,' രാമൻ പറഞ്ഞു. 'പക്ഷേ ഏതാണ്ടെല്ലാവരും അവരവരുടെ ശക്തികൾ ആഘോഷിക്കുന്നത് എളുപ്പമായി കാണുമ്പോൾ, ദൗർബല്യങ്ങൾ അംഗീകരിക്കാൻ ബുദ്ധിമുട്ടും. സാധാരണ അവർ സ്വന്തം സ്വഭാവത്തിൽ ശക്തികളും മറ്റുള്ളവരുടെ സ്വാഭാവത്തിൽ ദൗർബല്യങ്ങളും കാണും. ഞാൻ എല്ലാം തികഞ്ഞവനാണ്, ഞാനൊഴിച്ചെല്ലാവരും കുറവുകളുള്ളവരും!'

'എല്ലാം തികഞ്ഞതെന്ന അവസ്ഥയില്ലെന്ന തിരിച്ചറിവിലാണ് സ്വാതന്ത്ര്യം ലഭിക്കുന്നത്. ഈ പ്രപഞ്ചത്തിലൊന്നിനും എല്ലാം തികഞ്ഞതാകാൻ കഴിയില്ല. ഒന്നിനും എല്ലാ ഗുണവുമുണ്ടാകില്ല. സ്വർണ്ണത്തിന് സുഗന്ധമില്ല. കരിമ്പിന് പഴമില്ല. ചന്ദനത്തിന് പൂക്കളില്ല. പക്ഷേ അവയുടെ ഭംഗി അതു കൊണ്ട് കുറയുന്നില്ലല്ലോ, അല്ലേ?'

'തീർച്ചയായും,' ഭരതൻ പറഞ്ഞു.

'നിന്റെ ബൗദ്ധിക ശക്തികൾ വലുതാണ്, ശത്രുഘ്നാ,' ലക്ഷ്മണൻ പറഞ്ഞു. 'യുദ്ധത്തിന്റെ പൂകൾ നിലനിൽക്കുന്നിടത്തോളം കടലിനു കുറുകെ നീ കെട്ടിയ പാലവും ആരും മറക്കില്ല. ലങ്കയിലേക്ക് നാം ആനകളെ നടത്തിച്ചു കൊണ്ടു പോയതും. '

ശത്രുഘ്നൻ പുഞ്ചിരിച്ചു കൊണ്ട് ആഹാരം കഴിക്കുന്നതു തുടർന്നു.

'ഞങ്ങൾ മൂന്നു പേരിൽ ആരു യുദ്ധത്തെ അതിജീവിക്കുമെന്നറിയില്ല. ഞങ്ങളെല്ലാവരും മരിക്കുകയാണെങ്കിൽ നീ വംശം നിലനിർത്തണം,' ഭരതൻ പറഞ്ഞു.

'ദാദാ,' ശത്രുഘ്നൻ പറഞ്ഞു. 'യുദ്ധത്തിനു മുമ്പ് ഇത്തരം കാര്യങ്ങൾ പറയുന്നത് അശുഭകരമാണ്.'

'ഇതു യുദ്ധമാണ്, ശത്രുഘ്നാ. ആളുകൾ മരിക്കും.'

'ഉവ്വ്. പക്ഷേ-'

'ഏതായായും ഇപ്പോഴതെല്ലാം മറക്കു,' പിഞ്ഞാണം താഴെ വെച്ച് ലക്ഷ്മണൻ പറഞ്ഞു. എല്ലാവരും അത്താഴം കഴിച്ചു കഴിഞ്ഞിരുന്നു.

പരിചാരകർ വെള്ളം നിറച്ച പാത്രവും വലിയ താമ്പാളവുമായി ഓടി വന്നു. അവർ സഹോദരന്മാർക്ക് കൈ കഴുകാൻ വെള്ളം ഒഴിച്ചു കൊടുത്തു. രാമനും ഭരതനും ശത്രുഘ്നനും ചെറിയ തോർത്തുകളിൽ മുഖം തുടച്ചു. ലക്ഷ്മണനാകട്ടെ ഉടുത്തിരിക്കുന്ന കച്ചയിലും.

'ലക്ഷ്മണാ...' രാമൻ നീരസത്തോടെ വിളിച്ചു.

'ദാദാ...' കുസൃതിയോടെ ലക്ഷ്മണനും.

നാലു സഹോദരന്മാരും പൊട്ടിച്ചിരിച്ചു. എന്നിട്ട് തീക്കുണ്ഡത്തിനടുത്ത് വട്ടമിട്ടിരുന്നു. അവരവരുടെ കൂടാരങ്ങളിലേക്ക് തിരിച്ചു പോകുമുമ്പേ അവർ എന്നും അല്പനേരം അങ്ങിനെയിരിക്കാറുണ്ട്. അവർ പരസ്പരം ചുമലുകളിൽ കയ്യിട്ട് കെട്ടിപ്പിടിച്ചു.

സഹോദരന്മാർ

ഒരുമിച്ച്.

ഐക്യത്തിന്റെ കരുത്ത്.

വേറൊന്നിനും അവരെ തകർക്കാനാകില്ല. ജീവിതത്തിന്റെ മധുരത്തിനോ മരണത്തിന്റെ മധുരമുള്ള മുക്തിക്കോ.

'മറ്റുള്ളവർക്ക് നാലു പേരെ കാണാം, എനിക്ക് ഒരാളെയും.'

അല്പം ദൂരെ മാറി നിൽക്കുന്ന നാരദനെ നാലു പേരും തിരിഞ്ഞു നോക്കി.

'ഞങ്ങൾ ഒന്നാണ്,' ലക്ഷ്മണൻ പറഞ്ഞു.

നാരദൻ ഒരു കുസൃതിച്ചിരിയോടെ നടന്നു വന്നു. 'വാക്കുകൾ അതു

തന്നെയാകണമെന്നില്ലെങ്കിലും കേൾക്കാനാഗ്രഹിക്കുന്നതു തന്നെ കേൾക്കുന്നത് രസകരമാണ്.'

'എന്ത്?' അമ്പരപ്പോടെ രാമൻ ചോദിച്ചു.

'അങ്ങയുടെ സഹോദരന്മാർ നിങ്ങളെല്ലാവരും നാലെങ്കിലും ഒന്നാണെന്നു പറഞ്ഞു. ചിലപ്പോൾ ഞാനുദ്ദേശിച്ചത് ഒരാൾ മാത്രമേ യുദ്ധത്തെ അതിജീവിക്കു എന്നായിരിക്കാം. ഒരാൾ. അതുകൊണ്ടു കൂടി ഞാൻ ഒരാളെ മാത്രമേ കാണുന്നുള്ളൂ.'

'നാരദാ,' ശത്രുഘ്നൻ പറഞ്ഞു. 'താങ്കളുടെ തമാശ അത്ര ഉചിതമല്ല.'

'ഉചിതമായ തമാശകൾ പലപ്പോഴും വിനോദം നിറഞ്ഞവയല്ല.'

'ഈ തമാശയിൽ വിനോദവുമുണ്ടായിരുന്നില്ല,' ശത്രുഘ്നൻ പറഞ്ഞു.

നാരദൻ പൊട്ടിച്ചിരിച്ചു. 'ഓ...അതൊരു നല്ല തമാശയായിരുന്നു.'

'നാരദാ,' വിനയത്തോടെ രാമൻ ചോദിച്ചു. 'താങ്കൾക്കെന്തെങ്കിലും പ്രത്യേകമായി പറയാനുണ്ടോ? ഞങ്ങളെല്ലാവരും ശിബിരങ്ങളിലേക്ക് പിരിയാൻ പോകുകയാണ്.'

'ചില വാർത്തകളുണ്ട്.'

'എന്താണത്?' ഭരതൻ ചോദിച്ചു.

'ചാരന്മാരുടെ ഏറ്റവും പുതിയ അറിയിപ്പ് ഇപ്പോൾ കിട്ടിയതേയുള്ളൂ. ലങ്കക്കാർ പടയൊരുക്കം തുടങ്ങി. രാവണൻ സ്വകാര്യക്ഷേത്രത്തിൽ അസുരപൂജയും നടത്തി. നാളെ അവർ കോട്ടയ്ക്കു പുറത്തിറങ്ങുമെന്ന് നമ്മൾ പ്രതീക്ഷിക്കണം.'

നാലു സഹോദരന്മാർ പരസ്പരം നോക്കി.

'നേരമായിരിക്കുന്നു.'

അദ്ധ്യായം 31

നേരം പുലർന്ന് രണ്ടുമണിക്കൂറിനു ശേഷം സിഗിരിയയുടെ പുറത്തെ കോട്ടയുടെ വലതു ഭാഗത്തുള്ള സിംഹകവാടം തുറക്കപ്പെട്ടു. ഒരു മണിക്കൂർ നേരമായി ലങ്കയുടെ പട്ടുകുറ്റൻ സൈന്യം പുറത്തേക്കൊഴുകുകയാണ്. രണ്ടു ലക്ഷത്തിലധികം സൈനികരുടെ കാലാൾപ്പടയും വില്ലാളികളും കുതിരപ്പടയുമുണ്ട്. രഥങ്ങളിൽ ഇരുന്നൂറു സൈനികരടങ്ങുന്ന ചെറിയ സേനാവിഭാഗവും. രണ്ടു കുതിരകളെ കെട്ടിയ രഥം രണ്ടു ചക്രങ്ങളിൽ എളുപ്പത്തിൽ ചലിപ്പിക്കാവുന്നതും രണ്ടു സൈനികരെയും ചെറിയ ആയുധശേഖരത്തെയും തേരാളിയെയും ഉൾക്കൊള്ളാൻ കെൽപ്പുള്ളതുമാണ്. യുദ്ധക്കളത്തിൽ മേൽക്കൈ നേടാൻ രഥം ഒരു സൈനികനെ സഹായിച്ചു. യുദ്ധക്കളം രഥത്തിന് അനുയോജ്യമായിരിക്കണമെന്നു മാത്രം. സിഗിരിയയ്ക്ക് പുറത്തുള്ള പരന്നതും മിനുസമുള്ളതുമായ യുദ്ധക്കളം രഥങ്ങൾക്ക് അനുയോജ്യമാണ്.

'സൈന്യത്തിന്റെ മുന്നേറ്റം പൂർത്തിയാക്കാൻ ഒരു മണിക്കൂർ കൂടി എടുത്തേക്കാം,' കുംഭകർണ്ണൻ പറഞ്ഞു. 'എന്നിട്ട് അണികളായി നിൽക്കാൻ മറ്റൊരു മണിക്കൂർ കൂടി വേണം. രണ്ടാം യാമത്തിന്റെ മൂന്നാം മണിക്കൂർ നാം യുദ്ധ സന്നദ്ധരാകും.'

രാവണനും കുംഭകർണ്ണനും രണ്ട് പ്രത്യേക രഥങ്ങളിലാണുള്ളത്. പുറത്തെ സിംഹകവാടത്തിന്റെ ഒരു വശത്തുയർത്തിയ തറയിൽ. പുറത്തേക്കൊഴുകുന്ന സൈനികർക്ക് അവരെ വ്യക്തമായി കാണാം. അവരുടെ രഥങ്ങളിൽ തേരാളികളില്ല. അവർ തന്നെയാണ് രഥം നിയന്ത്രിക്കുന്നത്. അതു കൊണ്ടു തന്നെ അവർക്ക് സ്വതന്ത്രമായി സംസാരിക്കാം. കടന്നു പോകുമ്പോൾ ഓരോ സേനാവിഭാഗവും ലങ്കയുടെ

അധിപൻമാരെ വണങ്ങി. രണ്ട് സഹോദരന്മാരും തിരിച്ചും സേനയെ അഭിവാദ്യം ചെയ്തു.

'കൊള്ളാം,' ആഴത്തിൽ ശ്വസിച്ചു കൊണ്ട് രാവണൻ പറഞ്ഞു.

'അങ്ങ് വളരെ ആവേശത്തിലാണല്ലോ, ദാദാ.'

രാവണൻ കുംഭകർണ്ണനു നേരെ തിരിഞ്ഞു. 'അതെ, ഇതൊരു ഗംഭീര ദിവസമായിരിക്കും.'

കുംഭകർണ്ണൻ പൊട്ടിച്ചിരിച്ചു. 'മരിക്കാൻ ഇത്രയും തിടുക്കമുള്ള ഒരാളെ കണ്ട് ദൈവങ്ങൾ സ്തബ്ധരാകും.'

'നമ്മളെല്ലാവരും ഒരു നാൾ മരിക്കും, കുംഭാ. എന്തിനു വേണ്ടിയാണ് മരിക്കേണ്ടതെന്ന് കണ്ടെത്തുന്നതാണ് ജീവിതത്തെ ജീവിക്കാൻ അർഹമാക്കുന്നത്. അതിനു വേണ്ടി മരിക്കുന്നതും. എന്റെ വാക്കുകൾ ഓർത്തു വെച്ചോളൂ. ഈ യുദ്ധം എന്നേന്നേയ്ക്കുമായി ഓർമ്മിക്കപ്പെടും. ഞാനും നീയും എന്നെന്നേക്കും ഓർമ്മിക്കപ്പെടും.'

മറ്റൊരു സേനാവിഭാഗം കൂടി മികച്ച അച്ചടക്കത്തോടെ പുറത്തേക്കു പോയി. എല്ലാവരും തല വലതുവശത്തേക്കു തിരിച്ച് ലങ്കാധിപന്മാരെ അഭിവാദ്യം ചെയ്തു. എന്നിട്ട് ലങ്കയുടെ പോർവിളി മുഴക്കി, ലങ്ക, ഭാരതത്തിന്റെ ഉടമ!

രാവണനും കുംഭകർണ്ണനും തല ഉയർത്തി പോർവിളി ആവർത്തിച്ചു. ലങ്ക, ഭാരതത്തിന്റെ ഉടമ!

ഇത് ഒരു മണിക്കൂറായി തുടരുകയാണ് .പക്ഷെ രാവണന്റെയും കുംഭകർണ്ണന്റെയും ആവേശം മങ്ങിയിട്ടില്ല. രാവണന്റെയും കുംഭകർണ്ണന്റെയും തൊട്ടു പുറകിൽ നിൽക്കുന്ന കുതിരപ്പടയാളികൾ തങ്ങളുടെ നേതാക്കന്മാരുടെ സമർപ്പണ മനോഭാവം സൂക്ഷ്മമായി ശ്രദ്ധിക്കുന്നുണ്ട്. അതവരെ ഉദ്ദീപിപ്പിച്ചു. സൈനികർക്ക് അവരുടെ നേതാക്കൾ യുദ്ധത്തിൽ തിളങ്ങുന്നതു കാണണം. സൈനികർ രാജ്യം, മതം, ചുമതല തുടങ്ങിയ അമൂർത്തമായ ആശയങ്ങൾക്ക് വേണ്ടി മരിക്കുമെന്ന് സൈനിക ജീവിതം അറിയാത്തവർ കരുതും. അതിൽ ഏറെക്കുറെ സത്യമില്ലാതില്ല. പക്ഷെ അത് പൂർണ്ണ സത്യമല്ല. തങ്ങളുടെ നേതാവിലുള്ള വിശ്വാസമാണ്, ഒരു സൈനികൻ മരണത്തിലേക്ക് അടിവെച്ചു നീങ്ങുന്നതിന്റെ പ്രധാന കാരണം. അതറിയാവുന്ന ഒരു നേതാവ് താൻ ഉചിതമായി പെരുമാറുണ്ടെന്ന് ഉറപ്പു വരുത്തും.

രാവണൻ കുംഭകർണ്ണനു നേരെ തിരിഞ്ഞു. 'അപ്പോൾ രാമൻ നമുക്കായി ഇന്നു കരുതി വച്ച അതിശയങ്ങൾ എന്തൊക്കെയായിരിക്കും?'

'എനിക്കറിയില്ല,' കുംഭകർണ്ണൻ പറഞ്ഞു. 'അസാധാരണമായ

യാതൊന്നും നമ്മുടെ ചാരന്മാർ കണ്ടെത്തിയിട്ടില്ല. നമ്മുടേതു പോലുള്ള സേനാവിഭാഗങ്ങൾ തന്നെയാണ് അയോദ്ധ്യയിലുമുള്ളത്. കാലാൾപ്പട നമ്മളുടേതിനേക്കാൾ നാൽപ്പതിനായിരം കുറവാണ്. രഥങ്ങളും കുറവാണ്. കടലാസിലെങ്കിലും നമ്മൾ കൂടുതൽ ശക്തരാണ്. എന്നാൽ യുദ്ധതന്ത്രങ്ങളിൽ ചില അപ്രതീക്ഷിത നീക്കങ്ങൾ ഞാൻ സംശയിക്കുന്നുമുണ്ട്.'

രാവണൻ തലയാട്ടി.

ഇന്ദ്രജിത്തും മാരീചനും അവരുടെ അടുത്തേക്കു വന്നു.

'പിതാവേ,' ഇന്ദ്രജിത്ത് പറഞ്ഞു.

രാവണൻ വിശാലമായി ചിരിക്കുകയും അയാളുടെ നെഞ്ച് അഭിമാനത്താൽ വിരിയുകയും ചെയ്തു. പടിഞ്ഞാറു നിന്ന് ശത്രു നടത്താനിരുന്ന മിന്നലാക്രമണത്തിൽ നിന്ന് ലങ്കയുടെ സൈന്യത്തെ രക്ഷിച്ച തന്റെ മകനെ അയാൾ നോക്കി.

'എന്റെ മകനേ...'

'അയോദ്ധ്യക്കാർ തുറന്ന യുദ്ധഭൂമിയിൽ അണിചേരുകയാണ്. നമ്മുടെ കോട്ടമതിലുകൾക്ക് സമാന്തരമായി. അവരെ എതിർക്കാൻ നേർക്കു നേർ നിൽക്കുമ്പോൾ നമ്മുടെ പുറകിൽ സിഗിരിയ കോട്ടയുടെ മതിലുകളായിരിക്കും.'

രാവണൻ നെറ്റി ചുളിച്ചു. 'നമ്മുടെ പ്രതിരോധ നിര കരുത്തോടെയുണ്ട്. ആർക്കുമതിനെ ഭേദിക്കാനാകില്ല.'

'അതുതന്നെ,' ഇന്ദ്രജിത്ത് പറഞ്ഞു. 'നമ്മൾ പുലർച്ചയ്ക്ക് തന്നെ പടയേറ്റം തുടങ്ങാനും അണിചേരാനും തീരുമാനിച്ചിരുന്നു. നമ്മുടെ കോട്ടമതിലുകൾക്ക് വിലങ്ങനെ അയോദ്ധ്യക്കാർ അണിനിരക്കുന്നത് തടയാനായിരുന്നു അത്. അല്ലെങ്കിൽ അവരെ എതിർക്കുമ്പോൾ നമ്മുടെ സേനാ പാർശ്വങ്ങളിലൊന്ന് കുരുക്കിലകപ്പെടും. പക്ഷെ നമ്മൾ വിചാരിച്ചതിനേക്കാൾ നേരത്തെ അവർ അണി നിരന്നു. നമ്മൾ എന്താണോ ആഗ്രഹിച്ചത് അതു തന്നെ അവർ ചെയ്യുകയും ചെയ്തു.'

മാരീചൻ സംസാരിച്ചു. 'നമ്മുടെ സേനാ പാർശ്വങ്ങളും തുറന്നാണിരിക്കുന്നത്. നമ്മുടെ സൈന്യം കൂടുതൽ വലുതുമാണ്. നമുക്ക് അവരെ എളുപ്പത്തിൽ കുടുക്കിലാക്കുകയും വളയുകയും ചെയ്യാം. രാമൻ എന്താണു ചെയ്യുന്നത്? അയാളെന്തിനാണ് നമ്മുടെ കരുത്തുകൾക്ക് കൂടുതൽ കരുത്തു പകരുന്നത്?'

'അയാളുടെ പദ്ധതി എന്തായിരിക്കും?' രാവണൻ ചോദിച്ചു.

'എനിക്കറിയില്ല,' കുംഭകർണ്ണൻ പറഞ്ഞു. 'പക്ഷേ എന്തെങ്കിലും സൂത്രം

അയാളുടെ പക്കലുണ്ടാകും. യുദ്ധതന്ത്രങ്ങളിൽ മിടുക്കനാണെന്ന് അയാൾ പലപ്പോഴും തെളിയിച്ചിട്ടുണ്ട്.' കുംഭകർണ്ണൻ മാരീചന്റെ നേർക്കു തിരിഞ്ഞു. 'അമ്മാവാ, താങ്കൾ വലതു വശത്തെ സേനാ പാർശ്വം നിയന്ത്രിക്കണം. ഇടതു വശത്തേത് ഞാൻ നിയന്ത്രിക്കും.'

പ്രാരംഭ യുദ്ധപദ്ധതി ലങ്കയുടെ രാജ കുടുംബാംഗങ്ങളെ മദ്ധ്യസ്ഥാനത്ത് നിർത്തിയിരുന്നു. യുദ്ധതന്ത്രങ്ങൾ കാര്യക്ഷമമായി നടപ്പിലാക്കാനാണത്.

'ഉറപ്പാണോ, ചെറിയച്ഛാ?' ഇന്ദ്രജിത്ത് ചോദിച്ചു. 'ഞാൻ ഇടതു വശത്തെ സേനാപാർശ്വം കാത്ത് കൊള്ളാം. അങ്ങ് പിതാവിന്റെ കൂടെ നിൽക്കൂ.'

'ഇല്ല,' കുംഭകർണ്ണൻ പറഞ്ഞു. 'ഞാനതു ചെയ്യാം.'

അടുത്ത സേനാ വിഭാഗവും ലങ്കാധിപൻമാരുടെ മുന്നിലൂടെ കടന്നു പോയി – ലങ്ക, ഭാരതത്തിന്റെ ഉടമ!

രാവണനും കുംഭകർണ്ണനും മാരീചനും ഇന്ദ്രജിത്തും അവരുടെ വലം കൈകൾ ഉയർത്തി, ലങ്ക, ഭാരതത്തിന്റെ ഉടമ!

രാവണന്റെ സേനാവിന്യാസം സാമ്പ്രദായികമായ ചതുരംഗ രീതിയിലായിരുന്നു. സേനാവിഭാഗങ്ങൾ വെവ്വേറെയാണ് അണിനിരന്നത്. അച്ചടക്കമുള്ളതും ഇടതിങ്ങിയതുമായ വരികളിൽ കാലാൾ പട മദ്ധ്യത്തിൽ. മുഴുവൻ മുന്നണിയിലും വരി വരിയായി വില്ലാളികൾ. അവർ ആദ്യത്തെ ആക്രമണം നടത്തുകയും കാലാൾപ്പടയ്ക്കായി മാറി നിൽക്കുകയും ചെയ്യും. ഭീതിദമായ രഥസേനയുടെ പിൻതുണയുള്ള കുതിരപ്പട്ടാളം വശങ്ങളിലാണ്. കുറവു കാലാൾപ്പടയും കുതിരപ്പടയും രഥങ്ങളുമുള്ള പ്രതിയോഗിക്കെതിരെ അതെല്ലാം കൂടുതലുള്ള സൈന്യം അങ്ങനെ തന്നെയാണു നിരക്കേണ്ടത്.

ഭീതിദമായ പാർശ്വങ്ങൾ പടുത്തുയർത്തുമ്പോൾ അവർ മദ്ധ്യഭാഗം സ്ഥിരതയുള്ളതായി വെക്കാനും ഉദ്ദേശിച്ചു. അങ്ങനെ അവർക്ക് രാമന്റെ സൈന്യത്തെ പൊതിയുകയും രണ്ടു വശത്തു നിന്നും ഇല്ലാതാക്കുകയും ചെയ്യാം.

വിവേകമുള്ളത്, പര്യാപ്തമായത്!

ഒറ്റ നോട്ടത്തിൽ!

രാമന്റെ സൈന്യമാകട്ടെ അങ്ങേയറ്റം യുക്തിരഹിതമായാണ് അണിനിരന്നത്.

സാമ്പ്രദായിക ജ്ഞാനമുള്ള ഒരു സൈന്യാധിപൻ രാമനോട് തന്റെ സൈന്യത്തിന്റെ പാർശ്വങ്ങൾ കാലാൾപ്പടയാലും രഥങ്ങളാലും ശക്തിപ്പെടുത്താൻ ഉപദേശിക്കുമായിരുന്നു. ഇടതിങ്ങിയ കാലാൾപ്പടയാൽ

മദ്ധ്യഭാഗവും. പാർശ്വങ്ങൾ കൂടുതലുള്ള ലങ്കയുടെ സൈന്യത്തെ ചെറുക്കുമ്പോൾ ഒതുക്കമുള്ള മധ്യകാലാൾപ്പടയായിരുന്നു അഭികാമ്യം.

കൂടുതൽ അംഗബലമുള്ള ലങ്കയുടെ സൈന്യത്തെ ചെറുക്കാൻ അതായിരുന്നു ഏക വഴി.

പാർശ്വങ്ങൾ കാക്കുക, മദ്ധ്യഭാഗത്തിൽ വിള്ളലുകളുണ്ടാക്കാൻ ആഞ്ഞു പോരാടുക.

അതാണ് യുക്തിപരമായ നീക്കം.

ഒറ്റനോട്ടത്തിൽ.

രാമന്റെ സൈന്യവിന്യാസം ആ യുദ്ധതന്ത്രത്തെ പ്രതിനിധീകരിച്ചതേയില്ല.

അതൊരു വിചിത്രമായ വിന്യാസമായിരുന്നു. രാവണന് അതിനു പുറകിലുള്ള യുക്തി പിടികിട്ടിയില്ല.

അയോദ്ധ്യയുടെ സൈന്യം വ്യത്യസ്ത വിഭാഗങ്ങളായല്ല വിന്യസിച്ചിരുന്നത്. മുമ്പെങ്ങും കണ്ടിട്ടില്ലാത്തതു പോലെ ഇടകലർന്ന സൈന്യ വിന്യാസമായിരുന്നു അവരുടേത്. ഒന്നര ലക്ഷം വരുന്ന രാമന്റെ സൈന്യം എട്ട് സേനാ വിഭാഗങ്ങളായി വിഭജിക്കപ്പെട്ടിരുന്നു. ഓരോ സേനാ വിഭാഗത്തിലും ആയിരത്തി അഞ്ഞൂറ് കാലാളുകൾ ഇടതിങ്ങി നിന്നു. അതിനുള്ളിൽ വില്ലാളികളുണ്ട്. മുന്നിലും വശങ്ങളിലും കുതിരപ്പടയാളികളും. ഏതാനും സേനാവ്യൂഹങ്ങളുടെ മുന്നിൽ രഥങ്ങളുണ്ട്. ഓരോ സേനാവ്യൂഹത്തിന്റെയും സേനാപതിക്ക് സ്വതന്ത്രമായി ആക്രമിക്കാനുള്ള സ്വാതന്ത്ര്യമുണ്ടെന്നത് വ്യക്തമായിരുന്നു. അങ്ങനെ ചെയ്യാൻ അവർ പരിശീലിപ്പിക്കപ്പെട്ടിരുന്നു. രാമൻ തന്റെ സൈന്യം എൺപത് വികേന്ദ്രീകൃതമായ ചെറു സൈന്യങ്ങളായി വിഭജിച്ചിരുന്നു. വികേന്ദ്രീകൃതമായ ഈ സൈന്യവിന്യാസത്തെ മര്യാദയോടെ ധീരമെന്നും ചങ്കുറ്റത്തോടെ വിഡ്ഢിത്തമെന്നും വിളിക്കാമായിരുന്നു.

ഇടതും വലതും സേനാ പാർശ്വങ്ങളിൽ കുതിരപ്പടയുടെ ചെറു വ്യൂഹങ്ങളുണ്ട്. എന്നാൽ ലങ്കയുടെ പടുകൂറ്റൻ വ്യൂഹങ്ങളെ ചെറുക്കാൻ അവ പര്യാപ്തമല്ല.

രാമന്റെ സൈന്യത്തിലെ മുപ്പതിനായിരത്തിലധികം പേരെ അണിനിരത്തിയിട്ടുമില്ല. ചിലപ്പോൾ കരുതൽ സേനയായി അവരെ കാട്ടിൽ സൂക്ഷിച്ചിരിക്കുകയാകാം.

അത്രയും സൈനികരെ കരുതൽ സേനയായി നിലനിർത്തിക്കൊണ്ട് യുദ്ധത്തിൽ സൈനികരുടെ എണ്ണത്തിൽ തങ്ങൾക്കുള്ള പ്രതികൂലാവസ്ഥ രാമൻ രൂക്ഷമാക്കിയിരിക്കുകയാണ്.

വിചിത്രം തന്നെ.

'എന്താണയാൾ ചെയ്യുന്നത്?' ഇന്ദ്രജിത്ത് ചോദിച്ചു.' തന്റെ സേനാ പാർശ്വങ്ങളിൽ ആക്രമണം വിളിച്ചു വരുത്തുകയാണല്ലോ അയാൾ.'

രാവണൻ ഒന്നും സംസാരിച്ചില്ല. രാമന്റെ യുദ്ധതന്ത്രജ്ഞത കുറച്ചു കാണേണ്ടതില്ലെന്ന് അയാൾ പഠിച്ചു കഴിഞ്ഞിരുന്നു.

'വികേന്ദ്രീകൃത സൈന്യത്തിലൂടെ വഴക്കമുള്ള ആക്രമണ തന്ത്രമാണ് അയാളുടെ പദ്ധതിയെന്ന് തോന്നുന്നു. നമ്മുടെ സൈന്യത്തിന്റെ മധ്യഭാഗത്തെ അവർ തകർക്കാൻ ശ്രമിക്കുമെന്നും,' ഇന്ദ്രജിത്ത് തുടർന്നു. 'എന്നിട്ട് ആ പഴുതുകളിലൂടെ ശേഷിച്ച സേനാവിഭാഗങ്ങളെ ആക്രമിക്കും. പക്ഷെ അത് സംഭവിക്കുന്നതിനു മുമ്പെ അയാളുടെ സേനാ പാർശ്വങ്ങളെ നമ്മൾ തുടച്ചു നീക്കും. അയാൾക്ക് അബദ്ധം പറ്റിയിരിക്കുന്നു. നമ്മളയാളെ തീർക്കും.'

'നിനക്ക് കടലിനെ തടുക്കാനാകില്ല,' രാവണൻ പറഞ്ഞു. 'അയാളുടെ സേനാപാർശ്വങ്ങളെ ആക്രമിക്കുന്നത് അബദ്ധമാകുമെന്ന് എന്റെ ഉള്ളം പറയുന്നു.'

രാവണന്റെ തോന്നൽ ശരിയായിരുന്നു. തന്റെ സേനാ പാർശ്വങ്ങളെ ആക്രമിക്കാൻ ശത്രുവിനെ പ്രലോഭിപ്പിക്കലായിരുന്നു രാമന്റെ ഉദ്ദേശ്യം. കാടിന്റെ ഇരുട്ടിൽ അയാളുടെ ആയുധങ്ങൾ ഒളിച്ചിരിക്കുകയാണ്. രാമന്റെ ഗജസേന.

'പക്ഷെ നമുക്ക് മധ്യഭാഗത്തെയും ആക്രമിക്കാനാകില്ലല്ലോ, പിതാവേ,' ഇന്ദ്രജിത്ത് പറഞ്ഞു. 'അയാളുടെ വഴക്കമുള്ള അണികൾ നമ്മളെ ആക്രമിക്കും. അവയിൽ ചില സേനാവ്യൂഹങ്ങൾ ആക്രമിക്കുകയും മറ്റു ചിലത് മാറി നിൽക്കുകയും ചെയ്യും. അത് നമ്മുടെ വ്യൂഹത്തെ മുറിക്കുകയും സേനാവിന്യാസത്തെ അലോസരപ്പെടുത്തുകയും ചെയ്യും. പഴുതുകളിലൂടെ അവർ നമ്മളെ കൂട്ടക്കൊല ചെയ്യും. നമ്മുടെ കാലാൾപ്പടയെ അനങ്ങാതെ നിറുത്തുകയും ആക്രമണം പിടിച്ചുവയ്ക്കുകയുമാണ് ചെയ്യേണ്ടത്.' രാവണൻ നെടുവീർപ്പിട്ടു. ശത്രു ആഗ്രഹിച്ചതു പോലെ ചെയ്യുന്നത് ഏതൊരു നല്ല സൈന്യാധിപനെയും വേവലാതിയിലാഴ്ത്തും.

'നമ്മൾ സേനാപാർശ്വങ്ങളിൽ നിന്ന് അക്രമണം തുടങ്ങണം,' ഇന്ദ്രജിത്ത് തുടർന്നു. 'അതു മാത്രമാണ് നമ്മുടെ മുന്നിലുള്ള വഴി.'

'ഇല്ല. ആക്രമണം നമ്മൾ ആദ്യം തുടങ്ങേണ്ടതില്ലെന്ന സന്ദേശം മാരീചനെയും കുംഭകർണ്ണനെയും അറിയിക്കു.'

'ഉത്തരവു പോലെ, പിതാവേ,' ഇന്ദ്രജിത്ത് പറഞ്ഞു.

ദൂരെ അയോദ്ധ്യയുടെ സേനാവ്യൂഹങ്ങളിൽ നിന്നുയർന്ന ഉച്ചത്തിലുള്ള അലർച്ചകൾ രാവണന്റെ ശബ്ദം വ്യതിചലിപ്പിച്ചു.

പടച്ചട്ടയണിഞ്ഞ് രാമൻ കുതിരപ്പുറത്തേറി യുദ്ധക്കളത്തിലെത്തിയിട്ടുണ്ട്. പുറകിൽ ഭരതനും അരിഷ്ടനേമിയും ലക്ഷ്മണനുമുണ്ട്. ഹനുമാനും അംഗദനും രണ്ടു ഗജസേനകളെ നിയന്ത്രിച്ച് കാട്ടിനുള്ളിൽ ഒളിച്ചിരിക്കുകയാണ്.

രാമൻ മുഷ്ടി ചുരുട്ടിയ വലതുകൈ ഉയർത്തി. തന്റെ സൈനികരുടെ അഭിവാദ്യം അദ്ദേഹം മടക്കി നൽകിയതാണ്. കഴിഞ്ഞ ഏതാനും മാസങ്ങൾക്കുള്ളിൽ രാമൻ നാല് വ്യത്യസ്ത സൈന്യങ്ങളെ – അയോദ്ധ്യക്കാർ, വാനരന്മാർ, മലയപുത്രന്മാർ, വായുപുത്രന്മാർ – ഏകീകൃതവും അച്ചടക്കമുള്ളതും മികച്ച രീതിയിൽ അണിനിരന്നതുമായ ഒരൊറ്റ സൈന്യമായി വാർത്തെടുത്തിരുന്നു.

'രാമാ!'

'രാമാ!'

'രാമാ!'

ആർപ്പുവിളികൾ ഉച്ചത്തിലുള്ളതും ഉറച്ചതുമായിരുന്നു.

'രാമാ!'

'രാമാ!'

'രാമാ!'

'എന്റെ സഖാക്കൾ!' രാമന്റെ ഒച്ച എല്ലാ ദിശകളിലും മുഴങ്ങി. രാമൻ ഉയർത്തിയ കയ്യിലെ മുഷ്ടി അയച്ചു. ചുറ്റും നിശബ്ദത പരന്നു. 'എന്നെ കേൾക്കൂ, സഖാക്കളേ!'

'ഞാൻ നിങ്ങളോടൊപ്പം സഞ്ചരിച്ചു, ഞാൻ നിങ്ങളോടൊപ്പം ജീവിച്ചു. ഞാൻ നിങ്ങളോടു സംസാരിച്ചു.' രാമന്റെ ശബ്ദമുയർന്നു. 'ഞാൻ നിങ്ങൾ പറയുന്നതു കേട്ടു.'

ഭരതൻ സൈന്യത്തെ നോക്കി. എല്ലാവരും രാമന്റെ നേർക്ക് ആരാധനയോടെ നോക്കുന്നുണ്ട്.

'ഈ യുദ്ധം നടത്തുന്നതിന്റെ കാരണങ്ങളെക്കുറിച്ച് നിങ്ങളിൽ മിക്കവരും സംസാരിക്കുന്നുണ്ടാകും!' രാമന്റെ ശബ്ദം ഉച്ചത്തിലുള്ളതും മുഴങ്ങുന്നതുമാണ്. 'എന്റെ ഭാര്യയായ സീതയ്ക്കു വേണ്ടിയാണ് നമ്മൾ പോരാടുന്നതെന്ന് നിങ്ങളെല്ലാവരും കരുതുന്നുണ്ടാവും.'

അരിഷ്ടനേമി രാമനെ നോക്കി പുഞ്ചിരിച്ചു.

'എന്നാൽ അതു നേരല്ല !' രാമൻ ഇടി മുഴങ്ങുന്നതു പോലെ പറഞ്ഞു. 'സീത അളക്കാനാകാത്ത വിധത്തിൽ മാഹാത്മ്യമുള്ളവളാണ്. അവൾ

അടുത്ത വിഷ്ണുവാണ്! ഞാനവൾക്കു വേണ്ടി അഭിമാനത്തോടെ പോരാടും! ഞാൻ അവൾക്കു വേണ്ടി നിറഞ്ഞ മനസ്സോടെ മരിക്കും!' അദ്ദേഹത്തിന്റെ ഒച്ച താഴ്ന്നു.

'പക്ഷെ ആ ത്യാഗം എനിയ്ക്ക് നിങ്ങളിൽ നിന്നാവശ്യപ്പെടാനാകില്ല...' സൈനികർ ആശയക്കുഴപ്പത്തോടെ രാമനെ നോക്കി. രാമൻ കുതിരപ്പുറത്തു നിന്ന് ശ്രദ്ധയോടെ തറയിലേക്കു കുനിഞ്ഞു. അൽപം മണ്ണ് കയ്യിലെടുത്തു. എന്നിട്ട് വീണ്ടും നിവർന്നിരുന്നു. പരിശുദ്ധമായ മണ്ണ് അദ്ദേഹം ഉയർത്തിപ്പിടിച്ചു. 'എന്റെ ഭാര്യയെക്കാൾ മഹത്തരമായ ഒരു കാര്യത്തിനു വേണ്ടിയാണ് നാം പോരാടുന്നത്! നമ്മൾ ഇനിയൊരിക്കലും അറിയാത്തത്രയും മാഹാത്മ്യമുള്ള ഒരു മഹിളയ്ക്ക് വേണ്ടിയാണ് നാം പോരാടുന്നത് ! പിറന്നു മുതൽ നമ്മളെ തൊട്ടിലാട്ടുന്ന ഒന്നിനു വേണ്ടി! പരലോകത്തേക്കു പോകുമ്പോൾ നമ്മുടെ ചിതാഭസ്മം മാറിലടയ്ക്കിപ്പിടിക്കുന്ന ഒരുവൾക്കു വേണ്ടി! എല്ലാ കാലത്തെയും ഏറ്റവും ശക്തയായ ദേവതയ്ക്കു വേണ്ടി. നമ്മൾ ഭാരതാംബയ്ക്കു വേണ്ടിയാണ് പോരാടുന്നത്!'

സൈനികർ ഉച്ചത്തിൽ അലറി വിളിച്ചു. ഒരൊറ്റ കാര്യം എല്ലാവരെയും കൂട്ടി യോജിപ്പിച്ചു. സ്നേഹം. തീക്ഷ്ണമായ സ്നേഹം. അവർക്കെല്ലാം അമ്മയായ ഒരുവളോടുള്ള സ്നേഹം.

ഭാരതം.

'രാവണനും അയാളുടെ സൈന്യവും ഭാരതത്തിന്റെ ഉടമയാണെന്ന് അവർ പറയുന്നു! ഒരു കുഞ്ഞിനെങ്ങിനെ അതിന്റെ അമ്മയുടെ ഉടമയാകാനാകും?'

ലങ്കക്കാരുടെ പോർവിളിയോർത്ത് സൈനികർ ദേഷ്യത്തോടെ അലറി വിളിച്ചു.

'നമ്മുടെ ഭൂമി ഒരിക്കൽ സമ്പന്നമായിരുന്നു! നമ്മുടെ ഭൂമി ഒരിക്കൽ സമാധാനമായിരുന്നു! പക്ഷെ, കറചപയിലെ യുദ്ധം മുതൽ നമ്മുടെ ഭൂമിയെ രാവണൻ നശിപ്പിച്ചു!' കയ്യിൽ മുറുക്കി പിടിച്ച മണ്ണോടെ ലങ്കക്കാരെ ചൂണ്ടിക്കാട്ടി രാമൻ അലറി, 'ഭാരതാംബയുടെ ആ മക്കൾ അവളെ അപമാനിച്ചിരിക്കുന്നു! നശിപ്പിച്ചിരിക്കുന്നു! കൊള്ളയടിച്ചിരിക്കുന്നു! നമ്മളവരെ തോൽപ്പിക്കും! നമ്മൾ ഭാരതാംബയുടെ മഹിമ തിരികെ കൊണ്ടു വരും! ഭാരതാംബയെ സംരക്ഷിക്കാനായി ആത്മത്യാഗം ചെയ്യാൻ നമ്മൾ തയ്യാറായാലേ അതിനു സാധിക്കൂ. ഭാരതാംബയുടെ പുതിയ തുടക്കമാകും നമ്മുടെ ആത്മത്യാഗം!'

രാമൻ കുതിരയെ അണികൾക്കു മുന്നിലൂടെ ചുരുട്ടിയ മുഷ്ടി ഉയർത്തിപ്പിടിച്ച് അങ്ങോട്ടുമിങ്ങോട്ടും നടത്തിച്ചു.

'ഞങ്ങൾ പോരാടുന്നത്... ഭാരതാംബയ്ക്കു വേണ്ടിയാണ്!'

രാമന്റെ സൈനികർ ഉറക്കെ അലറി വിളിച്ചു. രാജ്യസ്നേഹം അവരുടെ സിരകളിൽ പതഞ്ഞു.

'ഞങ്ങൾ ഭാരതാംബയെ മോചിപ്പിക്കും!' ധീരന്മാരായ അയോദ്ധ്യക്കാരുടെയും വായുപുത്രന്മാരുടെയും മലയപുത്രന്മാരുടെയും വാനരന്മാരുടെയും പോർവിളികൾ സിഗിരിയയുടെ കോട്ടമതിലുകൾ തകർത്ത് നഗരത്തിനുള്ളിൽ പ്രതിദ്ധ്വനിച്ചു.

'ഞങ്ങൾ ഭാരതാംബയെ രക്തം കൊടുത്തും സംരക്ഷിക്കും.'

രാമൻ ഭാരതാംബയുടെ പരിശുദ്ധമായ മണ്ണ് ഇടതു കൈവെള്ളയിൽ വച്ച് വലതുകൈയ്യിലെ മൂന്നു വിരലുകൾ കൊണ്ട് നുള്ളിയെടുക്കുകയും നെറ്റിയിൽ പുരട്ടുകയും ചെയ്തു. ഇടതു നിന്ന് വലതു വശത്തേക്ക് മൂന്നു വരകൾ. രുദ്രഭഗവാനോട്, മഹാദേവനോടു കൂറുള്ളവർ ചെയ്യുന്ന പ്രതീകാത്മകമായ ചടങ്ങാണത്. ഭാരതാംബയുടെ പുണ്യം നിറഞ്ഞ മണ്ണിനാൽ മഹാദേവന്റെ അടയാളം.

അദ്ദേഹം കൈകൾ മുകളിലേക്കുയർത്തി ഉച്ചത്തിൽ വിളിച്ചു പറഞ്ഞു. 'ജയ് മാതാ ഭാരതി!'

ഭാരതാംബയ്ക്ക് മഹിമ!

'ജയ് മാതാ ഭാരതി!' സൈനികർ ആവർത്തിച്ചു.

'ജയ് മാതാ ഭാരതി!' അരിഷ്ടനേമിയും ഭരതനും ലക്ഷ്മണനും വിളിച്ചു പറഞ്ഞു.

ഉപസൈന്യാധിപന്മാരും രാമനും കുതിരപ്പുറത്തിരുന്ന് എല്ലാ സേനാവ്യൂഹങ്ങളും പരിശോധിച്ചു. എല്ലായിടത്തു നിന്നും പോർവിളി മുഴങ്ങി.

"ജയ് മാതാ ഭാരതി!'

'ജയ് മാതാ ഭാരതി!'

സൈനികർ പോർവിളി മുഴക്കുമ്പോൾ ഭരതൻ രാമന്റെയടുത്തേക്ക് കുതിരയെ നയിച്ചു. അയാളുടെ മുഖത്ത് ആരാധന നിറഞ്ഞു നിന്നിരുന്നു. 'അത് വളരെ പ്രചോദനകരമായിരുന്നു, ദാദാ!'

രാമൻ തന്റെ അനുജനെ നോക്കി. എന്നിട്ട് ഒരു ചെറിയ പുഞ്ചിരിയോടെ മന്ത്രിച്ചു, 'ജനനീ ജന്മഭൂമിശ്ച സ്വർഗ്ഗാദപി ഗരിയസി.'

മാതാവും മാതൃഭൂമിയും സ്വർഗ്ഗത്തേക്കാൾ മഹത്തരമാണ്.

ഭരതൻ പുഞ്ചിരിച്ചു. സൈനികരെ പ്രചോദിപ്പിക്കാൻ നേതാക്കന്മാർ

പ്രസംഗങ്ങൾ നടത്താറുണ്ട്. പക്ഷെ, പറഞ്ഞതെല്ലാം പ്രവർത്തിക്കുന്ന വളരെ കുറച്ചു പേരേയുള്ളൂ. രാമൻ അത്തരം ചുരുക്കമാളുകളിൽ ഒരാളാണ്. മഹാനായ നേതാവ്.

'ഇനിയെന്ത്?' അരിഷ്ടനേമി ചോദിച്ചു.

'ഇനി ലങ്കക്കാർ ആക്രമിക്കുന്നത് കാത്തിരിക്കണം.'

'അപ്പോൾ സൈനികരോട് വ്യൂഹങ്ങളിലേക്ക് തിരിച്ചു പോകാൻ പറയട്ടെ?' ലക്ഷ്മണൻ ചോദിച്ചു.

'അതെ, 'രാമൻ പറഞ്ഞു.

അരിഷ്ടനേമി രാമനെ വണങ്ങി തന്റെ കുതിരയെ സൈന്യത്തിന്റെ ഇടതു സേനാപാർശ്വത്തിലേക്ക് ഓടിച്ചു. ഭരതൻ വലതുസേനാ പാർശ്വത്തിലേക്കും രാമനും ലക്ഷ്മണനും സൈന്യത്തിന്റെ മധ്യഭാഗത്തേക്കും പോയി.

കാത്തിരിപ്പ് ആരംഭിച്ചു.

ലങ്കയുടെ ഭാഗത്തു നിന്നുള്ള ആദ്യത്തെ നീക്കത്തിനായി. അതൊരു നീണ്ട കാത്തിരിപ്പായിരിക്കും.

അദ്ധ്യായം 32

'എന്തൊരു കഷ്ടമാണിത്!' ലക്ഷ്മണൻ തന്റെ ജ്യേഷ്ഠന്മാർക്കു നേരെ തിരിഞ്ഞ് നീരസത്തോടെ മുരണ്ടു.

രാമന്റെ പ്രചോദനാത്മകമായ പ്രസംഗത്തിനു ശേഷം മുപ്പതു മിനിട്ടു കഴിഞ്ഞു പോയി. രാവണൻ തന്റെ സൈനികരെ അഭിസംബോധന ചെയ്തു. അയാൾ എന്താണു പറഞ്ഞതെന്ന് അയോദ്ധ്യയുടെ അധിപന്മാർക്ക് കേൾക്കാൻ കഴിഞ്ഞില്ലെങ്കിലും ലങ്കയുടെ സൈനികർ ഉയർത്തിയ ആർപ്പുവിളികളും അലർച്ചകളും അവർ കേട്ടു. അതിനു ശേഷം... അനക്കമൊന്നുമില്ല.

ലങ്കക്കാർ അനക്കമില്ലാതെ നിൽക്കുകയാണ്. അയോദ്ധ്യയുടെ നീക്കവും പ്രതീക്ഷിച്ച്.

ലങ്കയുടെ വില്ലാളികൾ ഏതാനും അമ്പെയ്തെങ്കിലും അയോദ്ധ്യയുടെ സൈന്യം ഏറെ ദൂരത്താണ്. ഇരു സൈന്യങ്ങൾക്കുമിടയിലെ തുറസ്സിൽ അമ്പുകൾ നിരുപദ്രവകരമായി വന്നു വീണു.

'ആക്രമിക്കൂ, നശിച്ച ഭീരുക്കളേ!' ലക്ഷ്മണൻ അലറി.

'ലക്ഷ്മണാ...' രാമന്റെ വാക്കുകളേക്കാൾ ആ ശബ്ദം ലക്ഷ്മണനോട് ശാന്തത നിർദ്ദേശിച്ചു.

ലക്ഷ്മണൻ ആഴത്തിൽ ശ്വസിച്ചിട്ട് രാമനു നേരെ തിരിഞ്ഞു.

'അവർ മുൻകരുതൽ എടുക്കുകയാണ്,' രാമൻ പറഞ്ഞു. 'നമ്മൾ അംഗവസ്ത്രത്തിന്റെ മടക്കുകളിൽ എന്തോ സൂത്രം ഒളിപ്പിച്ചു വച്ചിട്ടുണ്ടെന്ന് അവർ കരുതുന്നു. നമ്മുടെ സേനാപാർശ്വങ്ങൾ അവർ ആക്രമിക്കുന്ന നിമിഷത്തിൽ അതു നിയന്ത്രണം വിട്ട് പുറത്തു വരുമെന്നും.'

'എങ്കിൽ നമുക്ക് അവരുടെ മധ്യഭാഗത്തെ ആക്രമിച്ചാലോ?' രാമൻ

ഒന്നാലോചിച്ചു. 'ചിലപ്പോൾ ആഴത്തിലുള്ള വെട്ടിനേക്കാൾ സൂചി കൊണ്ടുള്ള ചെറിയ കുത്തുകൾ ഫലപ്രദമായിരിക്കും.'

ജ്യേഷ്ഠന്റെ മനസ്സു വായിച്ച് ലക്ഷ്മണൻ തലയാട്ടി

'നാല് സേനാവ്യൂഹങ്ങളെ പറഞ്ഞയക്കൂ.'

'വെറും നാല് സേനാ വ്യൂഹമോ? നമുക്ക് എൺപതെണ്ണമുണ്ട്!' ലക്ഷ്മണൻ അവിശ്വാസത്തോടെ ചോദിച്ചു.

'സൂചി കൊണ്ട് ചെറിയൊരു കുത്ത് കൊടുക്കുകയാണ് ഉദ്ദേശം, ലക്ഷ്മണാ,' രാമൻ പറഞ്ഞു. 'അരിഷ്ടനേമിയുടെ സേനാപാർശ്വത്തിൽ നിന്ന് രണ്ടെണ്ണം. ഭരതന്റേതിൽ നിന്നു രണ്ട്.' രാമൻ ആകാശത്തേക്ക് നോക്കി. ലങ്കയുടെ അണികളുടെ പുറകിൽ കോട്ടമതിലുകളിൽ പാറിക്കളിക്കുന്ന കൊടിക്കൂറകളും.

'നല്ല കാറ്റുണ്ട്. അമ്പുകൾക്ക് ലക്ഷ്യം തെറ്റും. അതു നമുക്ക് നല്ലതാണ്...'

ലക്ഷ്മണൻ തലയാട്ടി. അയാൾ പതാകാവാഹകനു നേരെ തിരിയുകയും സന്ദേശം കൈമാറുകയും ചെയ്തു.

അയോദ്ധ്യയുടെ സൈനിക വിന്യാസത്തിന്റെ രണ്ടറ്റങ്ങളിൽ നിന്ന് രണ്ട് വ്യൂഹങ്ങൾ ഒരേ സമയം മുന്നോട്ടു നീങ്ങി. ഓരോ സൈന്യവ്യൂഹത്തിലും ആയിരത്തഞ്ഞൂറ് പടയാളികൾ. അതിനുള്ളിൽ വില്ലാളികൾ, മുൻപിൽ രഥങ്ങൾ, ഇരുവശങ്ങളിലും കാലാൾപ്പട.

അടുക്കും ചിട്ടയുമുള്ള സൈന്യത്തിന്റെ പതിയെയുള്ള മുന്നേറ്റമായിരുന്നു അത്. അപരിഷ്കൃതരായ പറ്റത്തിന്റെ പരുഷമായ മുന്നേറ്റമല്ല. രാമൻ അവരെയെല്ലാം നന്നായി പരിശീലിപ്പിച്ചിരുന്നു. അടുക്കും ചിട്ടയുമുള്ള മുന്നേറ്റമായിരുന്നു വന്യമായി മുന്നോട്ടു നീങ്ങി ഊർജ്ജം പാഴാക്കുന്നതിനേക്കാൾ നല്ലത്. കൂടാതെ വളരെ വേഗത്തിൽ മുമ്പോട്ടോടുമ്പോൾ അണി നിലനിർത്തുന്നത് അസാദ്ധ്യവുമാണ്. അണി തെറ്റാതെ മുന്നേറുന്നതിലാണ് സൈന്യത്തിന്റെ വിജയം. അയോദ്ധ്യയുടെ സേനാവ്യൂഹങ്ങൾ താമസിയാതെ രണ്ട് സൈന്യങ്ങൾക്കും ഇടയിലുള്ള തുറസ്സിലെത്തി. അമ്പുകളുടെ പരിധിക്കുള്ളിൽ. അവിടെയെത്തിയപ്പോൾ മുന്നേറ്റം നിർത്താനുള്ള ഉത്തരവ് കിട്ടി. കാലാൾപ്പട മാറി നിൽക്കുകയും വില്ലാളികൾ വില്ല് കുലയ്ക്കുകയും ചെയ്തു. അതു പോലെ രഥത്തിനുള്ളിലെ യോദ്ധാക്കളും.

'ആക്രമിക്കൂ,' സേനാവ്യൂഹത്തിന്റെ സേനാധിപന്മാർ ഉത്തരവിട്ടു. അമ്പുകളെയ്തു. അവ ഉയരത്തിലുള്ളതും ക്രമരഹിതവുമായ അർധവൃത്തം ചമച്ചു. കാറ്റ് അവയെ കിഴക്കു വശത്തേക്ക് വ്യതിചലിപ്പിച്ചു. പക്ഷെ ലങ്കയുടെ അണികൾ തിങ്ങി നിറഞ്ഞു നിന്നതിനാൽ ഓരോ അമ്പും

ഓരോ ലങ്കക്കാരന് മുകളിൽ പതിച്ചു. പലരും അമ്പുകൾ പരിചയാൽ തട്ടിക്കളഞ്ഞു. പക്ഷെ ചിലർ വീണു പോയി. മറ്റൊരു നിര അമ്പുകൾ കൂടി എയ്യപ്പെട്ടു. അതേ ഫലം. വീണ്ടും മറ്റൊരു നിര അമ്പുകൾ.

നാശനഷ്ടങ്ങൾ ഗണ്യമായിരുന്നില്ല. രണ്ടു ലക്ഷം സൈനികരിൽ നൂറു പേർ വീണു കാണും. സൂചി കൊണ്ടുള്ള ഒരു ചെറിയ കുത്ത്. പക്ഷെ അതോടെ അയോദ്ധ്യക്കാരെ ആക്രമിക്കാനുള്ള ആഗ്രഹത്തിൽ നിന്ന് സൈനികരെ തടഞ്ഞു നിർത്താൻ ലങ്കയുടെ സേനാധിപന്മാർക്കായില്ല. ലങ്കയുടെ വില്ലാളികൾ അയോദ്ധ്യക്കാർക്കെതിരെയും അമ്പെയ്തു. എന്നാൽ സേനാപാർശ്വങ്ങളിൽ രണ്ട് ശത്രുവ്യൂഹങ്ങളേ ഉണ്ടായിരുന്നുള്ളു. വളരെ ചെറിയ ലക്ഷ്യം. ശക്തിയുള്ള കാറ്റാകട്ടെ അമ്പുകളെ പല ദിശകളിലേക്ക് ചിതറിച്ചു. ഏതാണ്ട് എല്ലാ അമ്പുകളും കാര്യമായ നാശനഷ്ടങ്ങളുണ്ടാക്കാതെ തറയിൽ തന്നെ വീണു. അയോദ്ധ്യയുടെ സേനാവ്യൂഹങ്ങളിൽ പതിച്ചവയാകട്ടെ പരിചകളാൽ തടയപ്പെട്ടു.

പെട്ടെന്ന് ഒരു കാഹളമുയർന്നു.

അരിഷ്ടനേമിയുടെയും ഭരതന്റെയും സേനാപാർശ്വങ്ങളിൽ നിന്നുള്ള വ്യൂഹങ്ങൾ പിന്മാറാൻ തുടങ്ങി. പതിയെ, മന: പൂർവ്വം.

മറ്റ് നാലു സേനാവ്യൂഹങ്ങൾ മുന്നോട്ടു നീങ്ങി. അതേ യുദ്ധതന്ത്രം, അതേ ഫലം. അയോദ്ധ്യക്കാർക്ക് യാതൊരു കേടുപാടുകളും പറ്റിയില്ല. ഏതാനും ലങ്കക്കാർ മരിച്ചു വീണു.

സൂചി കൊണ്ടുള്ള മറ്റൊരു കുത്ത്.

ആവർത്തിച്ചുള്ള സൂചി കുത്തുകൾ ലങ്കയുടെ സൈനികരിലുണ്ടാക്കിയ വികാരങ്ങൾ കൂടുതൽ ദൃശ്യമായിക്കൊണ്ടിരുന്നു. അവർ പ്രകോപിതരാകുകയാണ്. കുപിതർ. അവർക്ക് ആക്രമിക്കണമെന്നുണ്ട്. അവരെ തടഞ്ഞു വയ്ക്കാൻ സേനാപതികൾ കഷ്ടപ്പെടുകയാണ്.

വീണ്ടും കാഹളം മുഴങ്ങി. അയോദ്ധ്യയുടെ സേനാവ്യൂഹങ്ങൾ സുരക്ഷിതത്വത്തിലേക്ക് തിരിച്ചു പോയി.

അവസാനം അയോദ്ധ്യയുടെ ഇടതു സേനാ പാർശ്വത്തിന്റെ സേനാപതിയായ അരിഷ്ടനേമി തന്നെ രണ്ട് സേനാവ്യൂഹങ്ങളെ യുദ്ധക്കളത്തിലേക്ക് നയിച്ചു. രണ്ട് സേനാവ്യൂഹങ്ങളിലും വായുപുത്രന്മാരായ സൈനികർ മാത്രമാണുള്ളത്. അവരെ മലയപുത്രനായ അരിഷ്ടനേമി നയിച്ചു. വ്യത്യസ്തമായ പശ്ചാത്തലങ്ങളിൽ നിന്നുള്ള സൈനികരെ സംയോജിപ്പിച്ച് ഐക്യമുള്ള സൈന്യം കെട്ടിപ്പെടുക്കുകയെന്ന രാമന്റെ സംഘടനാപരമായ നയത്തിന്റെ പ്രതീകമാണത്. അരിഷ്ടനേമിയുടേതായിരുന്നു സംയോജിത സേനാപതികളുള്ള നിരവധി

സേനാവ്യൂഹങ്ങളുടെ ആശയം. അതു കൊണ്ടു തന്നെ അവസാനത്തെ സൂചിക്കുത്ത് അയാൾ നയിച്ചത് കാവ്യനീതിയായിരുന്നു.

അരിഷ്ടനേമി തന്റെ കുതിരപ്പടയാളികളെയും രഥങ്ങളെയും കാലാളുകളെയും ലങ്കയുടെ രഥപാർശ്വങ്ങളുടെയും വലതു വശത്തെ കാലാളുകളുടെയും അടുത്തു നിർത്തി. ആ സേനാപാർശ്വം നിയന്ത്രിച്ചിരുന്നത് മാരീചനാണ്. അവിടെയാണ് രാമന്റെ യുദ്ധതന്ത്രം അവസാനം ഫലം കണ്ടത്. ചില കാലാളുകൾക്ക് അവസാനം ക്ഷമ നശിക്കുകയും അവർ അലറിയടുക്കുകയും ചെയ്തു. ഇരുസൈന്യങ്ങൾക്കുമിടയിലെ തുറസ്സിൽ നിൽക്കുന്ന ചെറിയ ശത്രു സേനാവ്യൂഹങ്ങളെ എളുപ്പത്തിൽ തുടച്ചുമാറ്റാമെന്ന് അവർക്കറിയാമായിരുന്നു. എന്നാൽ ലങ്കയുടെ കുതിരപ്പടയാളികളെ കണ്ടയുടനെ അയോദ്ധ്യയുടെ കാലാൾപ്പട തിരിച്ചോടി, കഴിയാവുന്നത്ര വേഗതയിൽ അണിതെറ്റിക്കാതെ. അയോദ്ധ്യയുടെ കുതിരപ്പടയും രഥങ്ങളും അതിനു പുറകെ പിന്തിരിഞ്ഞു. കാലാൾപ്പടയുടെ പുറകിലാണവയെന്ന് അരിഷ്ടനേമി ഉറപ്പു വരുത്തി. വില്ലാളികൾ പുറകിലേക്ക് അമ്പെയ്യുന്നുണ്ടായിരുന്നു.

മാരീചന്റെ സേനാപാർശ്വത്തിലെ കൂടുതൽ കുതിരപ്പട്ടാളക്കാർ മുമ്പോട്ടു നീങ്ങി. ഭീരുക്കളായ അയോദ്ധ്യക്കാർ പിൻവാങ്ങുകയാണെന്ന പ്രലോഭനത്തിന് അവർ കീഴടങ്ങി.

'എന്താണീ നടക്കുന്നത്?' സൈന്യത്തിന്റെ മധ്യത്തിൽ നിന്ന രാവണൻ അട്ടഹസിച്ചു.' അവർ സേനാ പാർശ്വങ്ങളെ മെലിയിപ്പിക്കുകയാണ്! അവരോട് തൽസ്ഥാനങ്ങളിൽ തുടരാൻ ഉത്തരവിടു! മാരീചന് ഉടനടി സന്ദേശമയക്കു!'

എന്നാൽ വലതു സേനാപാർശ്വത്തിലെ കുതിരപ്പടയാളികൾ ആക്രമിക്കാൻ ഇറങ്ങി കഴിഞ്ഞിരുന്നു. മുഴുവൻ രഥങ്ങളും മുന്നോട്ടു നീങ്ങി, പിന്തിരിയുന്ന അയോദ്ധ്യക്കാരെ ആക്രമിക്കാൻ.

രാമൻ പുഞ്ചിരിച്ചു. 'ഗംഭീരം.' അദ്ദേഹം ലക്ഷ്മണനു നേരെ തിരിഞ്ഞു. 'ആനകളെ കൊണ്ടു വരാൻ പറയൂ. രണ്ട് സേനാപാർശ്വങ്ങളിൽ നിന്നും. ഇനി സമ്പൂർണ്ണമായ ആക്രമണം.'

'മാറ്റി നിർത്തിയ കാലാളുകളുടെ ഇരുപതു സേനാവ്യൂഹങ്ങളും?'

'പതിനഞ്ചെണ്ണം വരട്ടെ, ശേഷിച്ച അഞ്ചെണ്ണം കരുതലായി കാട്ടിൽ തന്നെയിരിക്കട്ടെ.'

'അംഗദന്റെ ഗജസേനയെ പിന്തുടരാൻ ഞാനവർക്ക് ഉത്തരവു നൽകാം. ലങ്കക്കാരുടെ വലതു സേനാപാർശ്വത്തെ നമ്മുടെ ഇടതു സേനാ പാർശ്വത്തിൽ നിന്ന് ആക്രമിക്കാനും.'

രാമൻ തലയാട്ടി.

ലക്ഷ്മണൻ തിടുക്കത്തിൽ ഉത്തരവുകൾ കൈമാറി.

ഇതെല്ലാം നടക്കുമ്പോൾ തന്നെ കൂടുതൽ കുതിരപ്പടയാളികൾ മാരീചന്റെ സേനാപാർശ്വത്തിൽ നിന്നു വിട്ടു പോന്നു. ചോരക്കൊതി അച്ചടക്കത്തെ തോൽപ്പിച്ചിരുന്നു!

ഇടതു സേനാപാർശ്വത്തിൽ കുംഭകർണ്ണൻ തന്റെ കുതിരപ്പടയാളികളെ അണികളിൽ തന്നെ നിലനിർത്താൻ വിജയിച്ചിരുന്നു.

അപ്പോൾ പ്രകമ്പനങ്ങൾ കേട്ടു തുടങ്ങി.

വരാനിരിക്കുന്ന സർവ്വനാശത്തിന്റെ അലോസരപ്പെടുത്തുന്ന ഭേരി പോലെ.

ഗ്ലും

ഗ്ലും

ഗ്ലും

ഗ്ലും

മാരീചൻ ചുറ്റും നോക്കി, കുംഭകർണ്ണനും.

മുമ്പോട്ടു നീങ്ങുന്ന കുതിരപ്പടയാളികൾ വേഗം കുറച്ചു. അവർ ആശയക്കുഴപ്പത്തിലാണ്ടു.

ഗ്ലും

ഗ്ലും

ഗ്ലും

ഗ്ലും

മരണത്തിന്റെ ഭയാനകമായ കാലൊച്ചകൾ പോലെ.

ഭയത്താൽ മണ്ണു പോലും വിറയ്ക്കുന്നതു പോലെ.

കുപിതരായ ദൈവങ്ങളുടെ വിനാശകരമായ ഒച്ച പോലെ.

രാവണനാണ് ആ ഒച്ചകൾ തിരിച്ചറിഞ്ഞത്. പക്ഷെ അയാൾക്കത് വിശ്വസിക്കാനായില്ല. അസാദ്ധ്യം!

പക്ഷെ പെട്ടെന്ന് അസാദ്ധ്യമായതു ദൃശ്യമായി. ലങ്കക്കാർ തളർന്നു പോയി.

അയോദ്ധ്യയുടെ സേനാപാർശ്വങ്ങളുടെ വിളുമ്പുകളിൽ നിന്ന്, യുദ്ധസജ്ജരായ ആനകൾ കാട്ടിനുള്ളിൽ നിന്നും പാഞ്ഞു വന്നു. ഇടതു വശത്തു നിന്ന് നൂറ്റിയമ്പത് ആനകളും വലതു വശത്തു നിന്ന് മറ്റൊരു നൂറ്റിയമ്പത് ആനകളും. പാപ്പാന്മാരാൽ വിദഗ്ധമായി നിയന്ത്രിക്കപ്പെട്ട് വഴി തെറ്റാതെ അവ മുന്നോട്ടാഞ്ഞു വന്നു. തുമ്പിക്കൈകൾ അക്രമാസക്തമായി നീട്ടി അവ ഉറക്കെ ചിന്നം വിളിച്ചു.

സർവ്വനാശത്തിന്റെ സന്ദേശവാഹകരെപ്പോലെ.

തങ്ങൾ കൊല്ലാൻ വന്നതാണെന്ന് വിളിച്ചു പറയുന്നതു പോലെ. ആർക്കും ഇനിയൊന്നും ചെയ്യാനാകില്ല.

ഞെട്ടിപ്പോയ മാരീചൻ ഭീതിയോടെ തുറിച്ചു നോക്കി. 'രുദ്രഭഗവാനേ, ദയ കാണിക്കണേ...' പക്ഷെ ആ പരിചയ സമ്പന്നനായ യോദ്ധാവ് പെട്ടെന്നു തന്നെ ആത്മനിയന്ത്രണം വീണ്ടെടുത്തു. അല്ലെങ്കിൽ അതിന് ശ്രമിച്ചു. 'അണിയായി നിൽക്കു!അണിയായി നിൽക്കു!'

പുറകിൽ അവശേഷിച്ച ഏതാനും കുതിരപ്പടയാളികൾ അണികളുണ്ടാക്കാനും വിള്ളലുകൾ നികത്താനും ശ്രമിച്ചു. ഒട്ടും ആലോചിക്കാതെ മുമ്പോട്ടോടിയ നിരവധി പേർ തിരിച്ചു വരുന്നുണ്ടായിരുന്നു. ഭീഷണി നേരിടുന്ന സേനാപാർശ്വങ്ങളെ ശക്തിപ്പെടുത്താൻ.

പക്ഷെ വളരെ വൈകിപ്പോയിരുന്നു.

'തിരിയൂ!' ആനപ്പുറത്തു നിന്നും അംഗദൻ അലറി വിളിച്ചു. അയാളുടെ പതാകാവാഹകൻ ഉത്തരവ് വ്യക്തമാക്കാനായി പതാക ഉയർത്തിപ്പിടിച്ചു.

അയോദ്ധ്യയുടെ ആനകൾ ലങ്കയുടെ സേനാപാർശ്വത്തിന്റെ പുറത്തെ വിളുമ്പിൽ ആക്രമണം തുടങ്ങിക്കഴിഞ്ഞിരുന്നു. അവർ നേരിയ അർദ്ധവൃത്തം ചമയ്ക്കുകയും പതിയെ നീങ്ങുകയും ചെയ്തു. അതിശയിപ്പിക്കുന്ന അച്ചടക്കത്തോടെ ഓരോ ആനയും അതിന്റെ സാങ്കൽപ്പിക വരയിലൂടെയാണ് സഞ്ചരിക്കുന്നത്. രണ്ടാനകൾ കൂട്ടിമുട്ടുന്നില്ല, വേഗത കുറയ്ക്കുന്നില്ല, താളം തെറ്റുന്നില്ല. തുടർച്ചയായി പരിശീലിപ്പിക്കപ്പെട്ട നീക്കങ്ങളാണവ, വൈദഗ്ധ്യത്തോടെയും. രാമന്റെ വ്യക്തിപരമായ മേൽനോട്ടത്തിൽ. ആ കൂറ്റൻ മൃഗങ്ങൾ ലങ്കയുടെ സേനാപാർശ്വത്തിലെ കുതിരപ്പടയാളികളുടെ നേർക്കടുത്തു. നേരെയല്ല. വശങ്ങളിൽ നിന്ന്.

ആളുകൾ ഒഴിഞ്ഞു പോയ കുതിരപ്പടനിരകൾ പ്രതികരിച്ചതേയില്ല. ആനകളുടെ വേഗം കുറയ്ക്കുമായിരുന്ന രഥങ്ങളും അവിടെയുണ്ടായിരുന്നില്ല. ആനകൾ ലങ്കയുടെ സേനാപാർശ്വങ്ങളിൽ ഇടിച്ചു കയറി. വെണ്ണയെ ചുട്ടു പഴുത്ത കത്തി മുറിയ്ക്കുന്നതു പോലെ ആനകൾ സേനാപാർശ്വത്തെ കുത്തി മുറിച്ചു. കുതിരകളെയും കുതിരപ്പടയാളികളെയും ഞെരിച്ചു കൊന്നു.

ഓരോ ആനയുടെയും പുറത്ത് പാപ്പാനുണ്ട്. അവർ ആനയുടെ ചെന്നികളിൽ ഉപ്പൂറ്റിയമർത്തി നിർദ്ദേശങ്ങൾ നൽകി. ആനയുടെ പുറത്തുള്ള അമ്പാരിയിൽ മൂന്നു വിദഗ്ധരായ യോദ്ധാക്കളുണ്ട്. അവർ തുടർച്ചയായി അമ്പുകളും കുന്തങ്ങളും പ്രയോഗിച്ചു. അവരുടെ ഉയർന്ന സ്ഥാനം ലക്ഷ്യഭേദിയായിരുന്നു.

അതൊരു കൂട്ടക്കൊലയായിരുന്നു.

ഏതാനും മിനുട്ടുകൾക്കുള്ളിൽ ലങ്കയുടെ പടുകൂറ്റൻ സേനാപാർശ്വത്തിലെ കുതിരപ്പട ഭേദിക്കപ്പെട്ടു. അണികൾ തുണ്ടുകളായി മുറിഞ്ഞു വീണു.

ആനകൾ വേഗം കുറച്ചതേയില്ല. അവർ തുടർച്ചയായി ആക്രമിച്ചു. അവയുടെ മുന്നിലുള്ള എല്ലാറ്റിനെയും തച്ചുതകർത്തു കൊണ്ട്. നീണ്ട വാളുകളെപ്പോലെ മൂർച്ചപ്പെടുത്തിയ അവയുടെ തുമ്പിക്കൈകൾ യോദ്ധാക്കളെയും കുതിരകളെയും മുറിച്ചെറിഞ്ഞു. തുമ്പിക്കൈകൾ ശത്രുക്കളെ ചുഴറ്റിയെറിഞ്ഞു. ദയാരഹിതമായി അവയുടെ കാലുകൾ എല്ലാറ്റിനെയും ഞെരിച്ചു കളഞ്ഞു.

അരിഷ്ടനേമി പിന്തിരിഞ്ഞ വായുപുത്രന്മാരുടെ സേനാവ്യൂഹങ്ങളോട് നിൽക്കാനും തിരിയാനും ആവശ്യപ്പെട്ടു. ഇനി അവരുടെ ഊഴമാണ്. അവർ ലങ്കക്കാർക്കു നേരെ പാഞ്ഞടുത്തു. അരിഷ്ടനേമി മുന്നിൽത്തന്നെയുണ്ട്. വായുപുത്രന്മാരുടെ പോർവിളി ഉയർന്നു. 'കാലാഗ്നി രുദ്ര!'

'കാലാഗ്നി രുദ്ര!' സേനാവ്യൂഹങ്ങൾ ആർത്തു വിളിച്ചു. അവർ മെലിഞ്ഞു പോയ സേനാപാർശ്വങ്ങളെ ശക്തിപ്പെടുത്താനായി തിരിഞ്ഞോടുന്ന ലങ്കയുടെ കുതിരപ്പടയാളികളെ അമ്പെയ്തും കുന്തം കൊണ്ട് കുത്തിയും കൊലപ്പെടുത്തി.

ഒരു വശത്തു നിന്ന് അംഗദന്റെ ആനകളുടെ അപ്രതീക്ഷിത ആക്രമണത്തിനും അരിഷ്ടനേമിയുടെ നേതൃത്വത്തിലുള്ള സേനാവ്യൂഹങ്ങളുടെ ആക്രമണത്തിനും ഇടയിൽ പെട്ടു പോയ ലങ്കയുടെ വലതു സേനാപാർശ്വത്തിലെ കുതിരപ്പടയാളികളും രഥങ്ങളും പൂർണ്ണമായും തകർന്നടിഞ്ഞു.

അതോടെ ആനകൾക്ക് കാലാൾപ്പടയുടെ നേരെ പാഞ്ഞടുക്കാൻ ഇടം തുറന്നു കിട്ടി. ഇത്തവണയും ആക്രമണം മുൻവശത്തു നിന്നല്ല, വശങ്ങളിൽ നിന്ന്.

അരിഷ്ടനേമിയുടെ സൈന്യത്തിന്റെ ഇരുപതിനായിരത്തിലധികം സൈനികരടങ്ങുന്ന പതിനഞ്ച് കരുതൽ സേനാവ്യൂഹങ്ങൾ ഗജസേനയുണ്ടാക്കിയ നാശനഷ്ടങ്ങൾക്കിടയിലേക്ക് പാഞ്ഞടുത്തു. അവശേഷിച്ചവരെയും അവർ കശാപ്പു ചെയ്തു.

എന്നാൽ ലങ്കക്കാരാരും തന്നെ തിരിഞ്ഞോടിയില്ല. ആനകളാൽ കൊല്ലപ്പെടാത്ത എല്ലാവരും അവസാനം വരെ അയോദ്ധ്യക്കാർക്കെതിരെ പോരാടി. പക്ഷെ അവർ തോറ്റു പോയി.

അവർ കൂട്ടക്കൊല ചെയ്യപ്പെട്ടു, ആനകളുടെ കാലുകൾക്കിടയിൽ മാംസക്കുഴമ്പായി മാറി.

എന്നിട്ടും അവർ പോരാടി. അവർ മരിക്കുകയും ചെയ്തു. പക്ഷെ തിരിഞ്ഞോടുന്ന ഭീരുക്കളെപ്പോലെ പുറകിൽ വെട്ടേറ്റല്ല, കൈകളിൽ ഊരിപ്പിടിച്ച വാളുകളുമായി ധീരരെപ്പോലെ.

വലതു സേനാപാർശ്വത്തിലെ ലങ്കക്കാർ കശാപ്പ് ചെയ്യപ്പെട്ടുമ്പോൾ കുംഭകർണ്ണന്റെ നേതൃത്വത്തിലുള്ള ഇടതു സേനാപാർശ്വം പിടിച്ചു നിന്നു. അയാൾ തന്റെ ജ്യേഷ്ഠന് സന്ദേശമയച്ചു കഴിഞ്ഞിരുന്നു. ലളിതമായ സന്ദേശം; നാമെല്ലാവരും ഞെരിഞ്ഞമരുന്നതിന് മുമ്പ് പിന്തിരിയണം.

എന്നിട്ടും കുംഭകർണ്ണൻ ധീരതയോടെ പിടിച്ചു നിന്നു.

'അവരുടെ കാലാൾപ്പടനിരകൾ വലതു വശത്തുനിന്നും ഭേദിക്കപ്പെട്ടുകയാണ്,' കൂടുതൽ ദൂരത്തേക്ക് കാണാനായി കുതിരപ്പുറത്തെഴുന്നേറ്റു നിന്ന് രാമൻ പറഞ്ഞു.

'നമുക്ക് കാലാൾപ്പടയെ ഇറക്കാം, ദാദാ,' ലക്ഷ്മണൻ പറഞ്ഞു.

രാമൻ തലയാട്ടി. 'അതെ. സമ്പൂർണ്ണമായ ആക്രമണം!'

ഉത്തരവുകൾ കൈമാറപ്പെട്ടു.

അയോദ്ധ്യയുടെ വലതുസേനാപാർശ്വത്തിലെ കാലാൾപ്പടയുടെ വ്യൂഹങ്ങൾ മുന്നോട്ടു നീങ്ങാൻ ഭരതൻ ഉത്തരവിട്ടു. രാമനും ലക്ഷ്മണനും മധ്യത്തിലെ സേനാവ്യൂഹങ്ങൾ നിയന്ത്രിച്ചു. അയോദ്ധ്യയുടെ കാലാളുകൾ മുന്നോട്ടു കുതിച്ചു. ലങ്കയുടെ കാലാൾപ്പടയും ഭേദിക്കപ്പെട്ടു കൊണ്ടിരുന്നു. അവർ പുറകോട്ടു മാറുകയാണ്. അവർക്ക് അങ്ങനെയൊരു ഉത്തരവ് കിട്ടിയിട്ടുണ്ട്. അപ്രതീക്ഷിതമായി രണ്ട് ഗജസേനകളാണ് അവരെ മൃഗീയമായി ആക്രമിച്ചത്. പ്രതിരോധം ഏറെക്കുറെ അസാധ്യമാണ്.

പിന്തിരിയൽ മാത്രമാണ് ഏക വഴി.

എന്നാൽ പതിനായിരക്കണക്കിന് സൈനികരെ സേനാപാർശ്വങ്ങൾ സംരക്ഷിച്ചു കൊണ്ട് കോട്ടയുടെ ഒരൊറ്റ കവാടത്തിലൂടെ തിരിച്ചു വിളിക്കുന്നത് സംഘടനാപരമായ വൻ വെല്ലുവിളിയാണ്. കോട്ടയ്ക്കുള്ളിൽ നിന്നും പുറത്തേക്കു വരാൻ രണ്ട് മണിക്കൂർ വേണ്ടി വന്നു. എന്നാൽ പിൻതിരിയാൻ അവർക്ക് രണ്ട് മണിക്കൂറില്ല. അതിനുള്ളിൽ അവരെല്ലാം ചത്തൊടുങ്ങും.

ഇന്ദ്രജിത്ത് കവാടത്തിനടുത്തു നിന്ന് വ്യക്തിപരമായി പിന്തിരിയലിന് മേൽനോട്ടം നൽകി. അടുത്ത ദിവസം യുദ്ധം തുടങ്ങണമെങ്കിൽ സൈന്യം അതിജീവിക്കേണ്ടതുണ്ട്. പിന്തിരിയുന്ന സേനാവ്യൂഹങ്ങൾക്കായി വഴി സുരക്ഷിതമാക്കി വെയ്ക്കാൻ രാവണൻ ധീരമായ പോരാട്ടം അഴിച്ചു വിട്ടു.

എന്നാൽ ഏറ്റവും ധീരവും ഏറ്റവും രൂക്ഷവുമായ പോരാട്ടം നടന്നത് ലങ്കയുടെ ഇടതു സേനാപാർശ്വത്തിലാണ്.

കാരണം, ആ സേനാപാർശ്വം തകർന്നാൽ ലങ്കയുടെ കഥ തീർന്നു.

ദയയില്ലാത്ത, ഭീകരന്മാരായ ആനകൾക്ക് ഇടതുപാർശ്വത്തെ ഭേദിക്കാനായിട്ടില്ല. ഹനുമാൻ നയിക്കുന്ന ഗജസേന ഭയങ്കരവും മൃഗീയവുമായ പോരാട്ടത്തിലാണ്.

അവിടെയാണ് അയോദ്ധ്യക്കാർ ആ ദിവസത്തെ ഏറ്റവും ശക്തമായ പ്രതിരോധം കണ്ടത്. കാരണം അവിടെയാണ് ഗജസേനയുടെ അഭേദ്യമായ ശക്തി, നീക്കാനാകാത്ത ഒരു വസ്തുവിൽ ചെന്നു പതിച്ചത്. അവിടെയാണ് പ്രതാപവാനായ കുംഭകർണ്ണനുള്ളത്.

അദ്ധ്യായം 33

'കണ്ണുകളെ ലക്ഷ്യം വെയ്ക്കൂ !' കുംഭകർണ്ണൻ അലറി.

ഹനുമാൻ നയിക്കുന്ന അയോദ്ധ്യയുടെ ഗജസേന അപ്പോൾ വിചിത്രമായ ഒരു പ്രതിരോധ നിരയാൽ തടയപ്പെട്ടു. അത് ചത്തു കിടക്കുന്ന കുതിരകളുടെയും കശാപ്പു ചെയ്യപ്പെട്ട തേരാളികളുടെയും ശവങ്ങളും നശിപ്പിക്കപ്പെട്ട രഥങ്ങളും ചേർന്ന നീണ്ടതും കട്ടിയുള്ളതുമായ പ്രതിരോധ നിരയാണ്. ചോരയും മാംസവും എല്ലുകളും, മൂർച്ചയുള്ളതും ചിതറിത്തെറിച്ചതുമായ ലോഹവും കലർന്ന ആ പ്രതിരോധ നിര ഭേദിക്കാൻ ആനകൾക്കായില്ല. അതിനപ്പുറത്ത് നിൽക്കുന്ന ലങ്കയുടെ കുതിരപ്പട്ടാളം അപ്രാപ്യമായിരുന്നു.

അത് ഗംഭീരമായിരുന്നു. ലങ്കയുടെ രഥത്തിനുള്ളിലെ യോദ്ധാക്കളും തേരാളികളും അവസാന ആളുവരെയും അവസാന ആയുധംവരെയും ധീരമായി പോരാടി ഒടുങ്ങി. അവരുടെ ത്യാഗങ്ങൾ ലങ്കയുടെ കുതിരപ്പടയാളികളെയും കാലാളുകളെയും രക്ഷിച്ചു. തോറ്റിട്ടും കീഴടങ്ങാൻ വിസമ്മതിച്ച പ്രതിരോധമായിരുന്നു അത്.

ആനകൾ യുദ്ധോപകരണമല്ലാതായി മാറി. അവർ തടയപ്പെട്ടു. അവരിപ്പോൾ അമ്പാരിയിലിരിക്കുന്ന യോദ്ധാക്കളെ ചുമക്കുന്നവർ മാത്രമാണ്. എങ്കിലും അത്രയും ഉയരത്തിലിരിക്കുന്ന അയോധ്യക്കാർക്ക് മേൽക്കൈ ഉണ്ടായിരുന്നു. അവർ അമ്പെറിയുകയും കുന്തങ്ങൾ ചുഴറ്റിയെറിയുകയും ചെയ്തു. പക്ഷെ ലങ്കയുടെ കുതിരപ്പട്ടാളത്തിൽ നിന്നുള്ള ദൂരം അവരുടെ ആയുധങ്ങളെ നിഷ്ഫലമാക്കി മാറ്റി.

അതെല്ലാം തകർന്നു പോയ രഥങ്ങളുടെ ഭേദിക്കാനാകാത്ത പ്രതിരോധ നിര കൊണ്ടാണ്.

തേരാളികളുടെ പരമമായ ത്യാഗം ലങ്കയുടെ കാവൽപ്പടയാളികൾ പാഴാക്കിയില്ല. കുതിരകൾ പ്രതിരോധ നിരയുടെ സുരക്ഷയ്ക്ക് പുറകിൽ നിയന്ത്രിക്കപ്പെട്ടു. അവർ നിലയ്ക്കാത്ത തിരമാലകളുടെ സമ്പ്രദായമനുസരിച്ച് വട്ടം ചുറ്റിക്കൊണ്ടിരുന്നു. അനവരത തരംഗ വ്യൂഹത്തിൽ. കുതിരപ്പുറത്തിരിക്കുന്ന വില്ലാളികൾ ആനപ്പുറത്തിരിക്കുന്ന അയോദ്ധ്യക്കാർക്കെതിരെ അമ്പെയ്തു. അമ്പുകൾ കഴിയുമ്പോഴോ ഊർജ്ജം കുറയുമ്പോഴോ വില്ലാളികളുടെ നിര പുറകോട്ടു മാറുകയും പുതിയവർ ആ സ്ഥാനങ്ങൾ ഏറ്റെടുക്കുകയും ചെയ്തു. അപ്പോൾ അമ്പുകളുടെ പേമാരി അനവരതം തുടരും.

ലങ്കക്കാരുടെ അമ്പെയ്ത്ത് അയോദ്ധ്യക്കാരുടേതിനേക്കാൾ കാര്യക്ഷമത കുറവുള്ളതായിരുന്നു. അവർ താഴെ നിന്നാണ് അമ്പെയ്യുന്നത്. ആനപ്പുറത്തിരിക്കുന്നവർക്ക് അമ്പേറ്റാൽ തന്നെ അത് മാരകമായിരുന്നില്ല. പക്ഷെ ലങ്കക്കാർ ഗജസേനയെ തോൽപ്പിക്കാനല്ല ശ്രമിച്ചത്. അവർ ആനകളുടെ ആക്രമണം വൈകിപ്പിക്കാനുള്ള ഹതാശമായ ആക്രമണത്തിലാണ്. അവരുടെ കാലാൾപ്പട സുരക്ഷിതമായി സിഗിരിയയുടെ കോട്ടയ്ക്കുള്ളിലെത്തുന്നതു വരെ.

അവർ വിജയത്തിന് വേണ്ടിയല്ല പോരാടിയത്, സമയത്തിനു വേണ്ടിയാണ്.

ഉയരത്തിന്റെ ആനുകൂല്യം പതിയെയെങ്കിലും ഉറപ്പായും കടുത്ത ആഘാതമേൽപ്പിച്ചു കൊണ്ടിരുന്നു. കുംഭകർണ്ണന് കൂടുതൽ കൂടുതൽ പടയാളികളെ നഷ്ടപ്പെട്ടു. അയാൾ പുറകോട്ടു നോക്കി. ഇനിയും കാലാളുകൾ കോട്ടയ്ക്കകത്തേക്ക് കടക്കാറുണ്ട്. അൽപ്പനേരം കൂടി പിടിച്ചു നിന്നേ മതിയാകൂ. നിലവിലുള്ള യുദ്ധതന്ത്രം അതിന് പര്യാപ്തമല്ല.

അതുകൊണ്ട് കുംഭകർണ്ണൻ ധീരമായ ഒരു തീരുമാനമെടുത്തു. പ്രതിരോധത്തേക്കാൾ മികച്ചതാണ് ആക്രമണം.

അയാൾ ശത്രുവിനെതിരെ പോരാടി. കുംഭകർണ്ണൻ ധീരനാണ്. പക്ഷെ വിഡ്ഢിയല്ല.

ആനകളെ ലക്ഷ്യമിടുക, അതിനു മുകളിലിരിക്കുന്ന അയോദ്ധ്യക്കാരെയല്ല. ആനകളുടെ ഏറ്റവും എളുപ്പത്തിൽ വ്രണപ്പെടുന്ന ഭാഗത്ത് അമ്പുകളുപയോഗിച്ച് ആക്രമിക്കുക...

'ആനകളുടെ കണ്ണുകളിലേക്ക് അമ്പെയ്യുക!' കുംഭകർണ്ണൻ അലറി. ആ ഉത്തരവ് സന്ദേശവാഹകർ തിടുക്കത്തിൽ കൈമാറി.

ലങ്കയുടെ കുതിരപ്പടയാളികൾ ആനകൾക്ക് നേരെ അമ്പെയ്യാൻ തുടങ്ങി. പക്ഷെ കണ്ണുകൾ എളുപ്പത്തിലുള്ള ലക്ഷ്യമല്ല. ആനകൾ

തലയാട്ടുകയും ചെവിയാട്ടുകയും ചെയ്യുമല്ലോ. ദൂരവും പ്രശ്നങ്ങളുണ്ടാക്കി. കണ്ണുകളാകട്ടെ ചെറിയ ലക്ഷ്യമാണ്.

ഏതാണ്ട് എല്ലാ അമ്പുകൾക്കും ലക്ഷ്യം തെറ്റി.

അപ്പോൾ കുംഭകർണ്ണൻ അതെങ്ങനെ ചെയ്യണമെന്ന് സൈനികർക്ക് കാണിച്ചു കൊടുക്കാൻ തീരുമാനിച്ചു. അയാൾ വില്ല് പുറത്തെടുക്കുകയും അമ്പ് തൊടുക്കുകയും ചെയ്തു. ആനയുടെ കണ്ണിനു നേർക്ക് ഉന്നം പിടിച്ചു. കുതിരപ്പടയാളികൾ ഇരുവശത്തു നിന്നും തങ്ങളുടെ സേനാപതിയെ സംരക്ഷിച്ചു. തലയാട്ടുന്ന ആനയുടെ കണ്ണ് നിമിഷത്തിന്റെ നൂറിലൊരംശം സമയത്തിൽ വരാവുന്നതെവിടെയെന്ന് അയാൾ കണക്കു കൂട്ടി. എന്നിട്ടവിടേക്ക് ഉന്നം പിടിച്ചു. അയാൾ വില്ല് അൽപ്പം ഉയരത്തിൽ കുലയ്ക്കുകയും അമ്പിന് ഉയരവും ദൂരവും ക്രമീകരിക്കാൻ അനുവൃത്തം ചമച്ചു നൽകുകയും ചെയ്തു. അയാൾ ഞാണ് ചെവിക്കടുത്തേക്കു വലിച്ച് അമ്പെയ്തു. തൊടുത്തു വിടുമ്പോൾ അമ്പിന് പുറകിലുള്ള തൂവലിൽ പതിയെ തട്ടുകയും ചെയ്തു.

അമ്പ് ആഴം കുറഞ്ഞ അനുവൃത്ത പദത്തിലൂടെ പറന്ന് ആനയുടെ ഇടതു കണ്ണിൽ പോയി തറച്ചു. അത് കാചപടലത്തെ മുറിച്ച് ഗോളദ്രവത്തിന്റെ മൃദുവായ ജീവകലയിൽ ചെന്ന് ആഴത്തിൽ തറച്ചു. ആന വേദന കൊണ്ട് ചിന്നം വിളിച്ചു. തലയാട്ടുകയും പുറകോട്ടു മാറുകയും ചെയ്തു. അമ്പാരിയിൽ നിന്ന് ഒരു അയോദ്ധ്യക്കാരൻ താഴോട്ടു വീഴുകയും ആനയുടെ കാലിനടിയിൽപ്പെട്ട് ഞെരിഞ്ഞമരുകയും ചെയ്തു. പ്രതികൂലമായ സാഹചര്യങ്ങൾക്കിടയിലും ഒരു അയോദ്ധ്യക്കാരൻ കൊല്ലപ്പെടുന്നതു കണ്ട ലങ്കക്കാരിൽ നിന്നും ചെകിടടപ്പിക്കുന്ന ആർപ്പുവിളി ഉയർന്നു. പക്ഷെ, അതു വേഗം തന്നെ മാഞ്ഞു പോയി. ആനകളൊന്നും തന്നെ പിൻവാങ്ങിയില്ല.

പട്ടുകുറ്റൻ ആനയുടെ കണ്ണിൽ തറച്ച അമ്പ് മാരകമായ മുറിവൊന്നുമല്ല. ലങ്കക്കാർക്കും അതറിയാം. പക്ഷെ മുറിവേറ്റ ആന പുറകോട്ടു നീങ്ങുകയെങ്കിലും ചെയ്യുമെന്ന് അവർ പ്രതീക്ഷിച്ചു. പക്ഷെ മികച്ച രീതിയിൽ പരിശീലിപ്പിക്കപ്പെട്ട ആ ആന പോരാട്ടം തുടർന്നു. അത് കാൽക്കീഴിൽ കിടക്കുന്ന ലങ്കക്കാരന്റെ ജഡമെടുത്ത് കുംഭകർണ്ണന് നേരെ ചുഴറ്റിയെറിഞ്ഞു. അത് തലനാരിഴയ്ക്ക് കുംഭകർണ്ണനെ തട്ടാതെ പോകുകയും അയാളുടെ തേരാളിയുടെ മുകളിൽ ചെന്നു പതിക്കുകയും ചെയ്തു.

എന്നിട്ട് പാപ്പാന്റെ നിർദ്ദേശം കിട്ടിയ ആന അനങ്ങാതെ നിന്നു. അമ്പാരിയിലുള്ള യോദ്ധാക്കളെ അവരുടെ ജോലി ചെയ്യാൻ അനുവദിച്ചു; അമ്പുകളെയും.

കുംഭകർണ്ണൻ ശപിക്കുകയും വില്ല് പുറത്തു തൂക്കി കുതിരയെ പുറകോട്ടു വലിക്കുകയും ചെയ്തു. ഗജസേന തോൽപ്പിക്കാനാകാത്തവയാണ്. അവയെ പുറകോട്ടു വലിപ്പിക്കാനേ ആകൂ. അയാൾ കുതിരപ്പുറത്തു നിന്ന് പാദാധാരത്തിൽ കാലുകൾ കുത്തി ഉയരുകയും പിന്നണിയിലുള്ള സൈനികരെ നിരീക്ഷിക്കുകയും ചെയ്തു. കുതിരപ്പടയാളികൾക്ക് പുറകിലുള്ള കാലാളുകൾ സുരക്ഷിതത്വത്തിലേക്ക് നീങ്ങുകയാണ്. പിൻവാങ്ങൽ പൂർത്തിയായിക്കൊണ്ടിരിക്കുന്നു. ഇന്ദ്രജിത്ത് കവാടം നല്ലതു പോലെ കൈകാര്യം ചെയ്യുന്നുണ്ട്.

ഒരു അരമണിക്കൂർ കൂടി.... നമ്മളവരെ രക്ഷിക്കും. എന്നിട്ട് നാളെ പോരാട്ടം തുടരും.

'അല്പനേരം കൂടി, ധീരന്മാരെ!' കുംഭകർണ്ണൻ സൈനികരുടെ ആത്മവീര്യത്തെ കാത്തു സൂക്ഷിക്കാനായി അലറി. 'നമ്മൾ നമ്മുടെ സഖാക്കളെ രക്ഷിക്കും. പിടിച്ചു നിൽക്കൂ! അമ്പെയ്ത്തു തുടരൂ!'

അടുത്ത ഉത്തരവ് അണികളിലേക്ക് കൈമാറപ്പെട്ടു. ലങ്കയുടെ കുതിരപ്പടയുടെ ആദ്യ നിര പിൻവാങ്ങി. എന്നിട്ട് പുതിയ സൈനികർ അമ്പെയ്യാൻ തുടങ്ങി.

കുംഭകർണ്ണൻ ഹനുമാനെ നോക്കി. പക്ഷെ അയാളെ കാണാനില്ല.

ഹനുമാൻ എവിടെയാണ്?

അയോദ്ധ്യക്കാരും അനവരത തരംഗവ്യൂഹമാണ് പിന്തുടരുന്നത്. ലങ്കക്കാരെപ്പോലെ. ഗജസേനയുടെ ആദ്യനിര ഓരോ പത്തു മിനിട്ടിലും പുറകോട്ടു മാറുന്നുണ്ട്. എന്നിട്ട് പുതിയ യോദ്ധാക്കൾ ആ സ്ഥാനമേറ്റെടുക്കും. പക്ഷെ, ഹനുമാൻ പിന്തിരിയുന്നയാളല്ല. നേർക്കു നേരുള്ള യുദ്ധത്തിന്റെ അവസാന മണിക്കൂറും അദ്ദേഹം അക്ഷോഭ്യനായി നിലകൊണ്ടു, മുൻ നിരയിൽ തന്നെ.

ഒരു നല്ല സേനാപതി എല്ലായ്പ്പോഴും മുന്നണിയിൽ തന്നെ നിൽക്കണം. അവിടെയാണ് അയാളുടെ ആവശ്യം; ഉത്തരവുകൾ നൽകാനും സൈനികരെ നിയന്ത്രിക്കാനും അവർക്ക് പ്രചോദനം നൽകാനും.

അയാൾ ഒരിക്കലും പിൻവാങ്ങില്ല. മാരകമായി മുറിവേറ്റാലല്ലാതെ. അല്ലെങ്കിൽ –

പെട്ടെന്ന് കുംഭകർണ്ണന് കാര്യം മനസ്സിലായി. അയാൾ പാദാധാരത്തിൽ കുത്തി എഴുന്നേറ്റു നിൽക്കുകയും ദൂരേയ്ക്കു കണ്ണോടിക്കുകയും ചെയ്തു. ഇടതു വശത്തേക്ക്, സിഗിരിയയിലെ കോട്ടമതിലിലേക്ക്, അണികളിലെ വിള്ളലുകളിലേക്ക്. സൈന്യം വിന്യസിക്കപ്പെട്ടപ്പോൾ തീർച്ചയായും

ലങ്കക്കാർ തങ്ങൾക്കും കോട്ടമതിലുകൾക്കുമിടയിൽ അൽപം സ്ഥലം വിട്ടിരുന്നു. വൈദ്യസേനയുടെയും ദുരിതാശ്വാസ സാധനങ്ങളുടെയും വിതരണത്തിന്.

രുദ്രഭഗവാനേ!

ഒരു സൈനികനും ദുരിതാശ്വാസ വിതരണം നടത്തുന്നവരെയോ വൈദ്യസേനയെയോ ആക്രമിക്കാറില്ല. അവർക്ക് ആയുധമില്ല. അവരെ ആക്രമിക്കുന്നത് യുദ്ധത്തിന്റെ നിയമങ്ങൾക്കെതിരാണ്. അത് അധർമ്മമാണ്. ലങ്കക്കാരോ അയോദ്ധ്യക്കാരോ ആ നിയമം തെറ്റിക്കില്ല.

പക്ഷെ വൈദ്യസേനയും ദുരിതാശ്വാസസേനയും നേരത്തെ പിൻവാങ്ങിക്കഴിഞ്ഞിരുന്നു. അവിടം ശൂന്യമാണ്. പ്രതിയോഗിയെ തടയാനുള്ള യാതൊന്നും അവിടെയില്ല. അയോദ്ധ്യയുടെ ഗജസേനയ്ക്ക് ആ വിള്ളലുകളിലൂടെ കടക്കാനും ലങ്കയുടെ കുതിരപ്പട്ടാളത്തെ വശങ്ങളിൽ നിന്ന് ആക്രമിക്കാനും നേരെ കാലാളുകളുടെ നേർക്ക് ആക്രമണം തിരിച്ചുവിടാനുമാകും. അങ്ങനെ ചെയ്താൽ ആയിരക്കണക്കിന് കാലാളുകൾ ചുരുങ്ങിയ സമയത്തിനുള്ളിൽ കൊല്ലപ്പെടും. വലതു വശത്തെ സേനാപാർശ്വത്തിൽ സംഭവിച്ച അതേ കൂട്ടക്കൊല അവിടെയും നടക്കും.

'ഇവിടെ ശ്രദ്ധിക്കൂ!' പുറകിലുള്ള കുതിരപ്പടയാളികളോട് കുംഭകർണ്ണൻ അലറി. അയാൾ കുതിരയെ പിടിച്ചു വലിച്ച് കോട്ടമതിലുകൾക്കു നേരെ പാഞ്ഞു. അമ്പത് കുതിരപ്പടയാളികൾ അയാളെ പിന്തുടർന്നു. ശരവേഗത്തിൽ.

'വേഗം!'

കുംഭകർണ്ണൻ ഏറ്റവും മോശമായതു തന്നെ പേടിച്ചു.

പിന്നെയും ,' വേഗം!'

അവർ ക്ഷണനേരം കൊണ്ട് സഞ്ചരിക്കുകയും കുതിരവ്യൂഹത്തിന്റെ അങ്ങേയറ്റത്തെത്തുകയും ചെയ്തു. കുംഭകർണ്ണൻ യോദ്ധാക്കളെ ചുറ്റി തന്റെ കുതിരയെ തിരിച്ചു നിർത്തി. മുന്നണിപ്പടയുടെ നേർക്ക്.

അപ്പോൾ അയാൾ അതു കണ്ടു. അയാളുടെ വലതു വശത്ത് ഇരുപതു കുതിരകളുടെ പ്രതിരോധ നിരയുണ്ട്. ഒന്നിനു മുകളിൽ മറ്റൊന്നായി കുംഭകർണ്ണനെതിരെ മുഖം തിരിച്ച്. ഓരോ കുതിരയും അണിയുടെ ഇടത്തേയറ്റത്ത് തറയിലുറപ്പിച്ച കുറ്റി പോലെ നിൽക്കുകയും പ്രതിരോധ നിര വലതു വശം വരെ നീളുകയും ചെയ്തു. അയോദ്ധ്യക്കാർക്കെതിരെ പോരാടുന്ന ലങ്കയുടെ കുതിരപ്പടയുടെ വിന്യാസത്തിന്റെ ഭാഗമായിരുന്നു അത്. കുതിരകൾക്കുമപ്പുറം വിദൂരതയിൽ നശിച്ച രഥങ്ങളുടെ പ്രതിരോധങ്ങളില്ല. അതിനുമപ്പുറം അഞ്ച് ആനകളുടെ കട്ടിയുള്ള നിര.

അതു കുംഭകർണ്ണന് അഭിമുഖമായിട്ട്. ഓരോ ആനയും ഗജസേനയുടെ ഏറ്റവും ഇടത്തേയറ്റത്തെ കാത്തു സൂക്ഷിക്കുകയും പ്രതിരോധ നിര വലതു വശത്തേക്ക് നീളുകയും ചെയ്തു. ഗജസേനാവിന്യാസത്തിന്റെ അതിർത്തി രേഖയ്ക്കുമപ്പുറം കുംഭകർണ്ണൻ വിദൂരതയിൽ പുതിയ ആനകൾ വരുന്നതു കണ്ടു.

ഹനുമാൻ

അത് വളരെ ദൂരെയായിരുന്നു. ഒരു നിഴൽ രൂപം പോലെ. പക്ഷെ കുംഭകർണ്ണന് അത് ഹനുമാനാണെന്ന് മനസ്സിലായി.

അതാണ് അവസാനം.

കുംഭകർണ്ണൻ ദീർഘമായി നിശ്വസിച്ചു.

അതാണ് മരണത്തിന്റെ ദൂതൻ.

അയാളുടെ ഇടതുവശത്താണ് കോട്ടമതിലുകൾ. വലതുവശത്ത് നശിപ്പിക്കപ്പെട്ട രഥങ്ങളും ലങ്കയുടെ കുതിരപ്പടയും വിദൂരതയിലേക്കു നീളുന്ന അയോദ്ധ്യയുടെ ഗജസേനയും.

എഴുന്നൂറു മീറ്റർ അകലെ ഹനുമാൻ നയിക്കുന്ന മലയപുത്രന്മാരുടെ ഗജസേന ആക്രമണത്തിനൊരുങ്ങുന്നു. രണ്ട് ശക്തികൾക്കുമിടയിൽ യാതൊന്നുമില്ല. തുറന്ന ഭൂമി മാത്രം. അയോദ്ധ്യയുടെ വശത്ത് നിന്ന് രണ്ടാനകൾക്ക് തോളോടു തോൾ ചേർന്ന് ആക്രമിക്കാൻ മാത്രം വിശാലം. ലങ്കക്കാരുടെ വശത്ത് നിന്ന് മൂന്നു കുതിരകൾക്ക് ആക്രമിക്കാം.

നശിപ്പിക്കപ്പെട്ട രഥങ്ങളുടെ പ്രതിരോധ നിര മറികടക്കാൻ ശത്രുവിന്റെ ഗജസേനയെ അനുവദിക്കരുതെന്ന് കുംഭകർണ്ണനറിയാം. അങ്ങനെയുണ്ടായാൽ ആനകൾ അയാളുടെ കാലാൾപ്പടയെ ഉഴുതു മറിക്കും.

ഒരൊറ്റ കാര്യം മാത്രമേ ആനകളെ തടഞ്ഞു വെയ്ക്കൂ – അതിലൊരെണ്ണം തറയിൽ വീണടിയണം. തങ്ങളിലൊന്നിന്റെ ജഡത്തിൽ ആനകൾ കാലെടുത്തു വെക്കില്ല. എല്ലാവർക്കും അതറിയാം.

എഴുന്നൂറു മീറ്റർ നീളമുള്ള തുറസ്സായ ഇടം.

കോട്ടമതിലുകൾ ഇടതു വശത്ത്. ജന്തുക്കളും നശിപ്പിക്കപ്പെട്ട രഥങ്ങളും വലതു വശത്ത്.

ദൗത്യം വ്യക്തമായിരുന്നു. ആനകളെ തടഞ്ഞേ മതിയാകൂ. ആദ്യത്തെ ഏതാനും ആനകൾ കൊല്ലപ്പെടണം.

എത്രയും വേഗത്തിൽ

ദൗത്യം വ്യക്തമായിരുന്നു.

അത് ആത്മഹത്യാപരവും.

കുംഭകർണ്ണൻ, ധീരനായ കുംഭകർണ്ണൻ ഒരു നിമിഷം പോലും ശങ്കിച്ചില്ല.

അയാൾ വാൾ വലിച്ചൂരുകയും ഉയർത്തിപ്പിടിക്കുകയും ചെയ്തു. അയാളുടെ ധീരരായ, പരിചയസമ്പന്നരായ യോദ്ധാക്കൾക്ക് തങ്ങളെന്താണു ചെയ്യാൻ പോകുന്നതെന്ന് കൃത്യമായി അറിയാമായിരുന്നു. അവർ കുംഭകർണ്ണനു പിറകിൽ അണിനിരന്നു. മൂന്നു പേർ തോളോടു തോൾ ചേർന്നു. പതിനാറു വരികൾ. കുംഭകർണ്ണന്റെ ഇരുവശങ്ങളിലും രണ്ടു പേർ നിരന്നു.

ലങ്കയുടെ കുമാരന്റെ ഇടതു വശത്തുള്ള കുതിരപ്പടയാളി സംസാരിച്ചു.' അങ്ങയുടെ ഒരു വശത്തു നിന്ന് പോരാടുകയെന്നത് എന്റെ ജീവിതത്തിലെ ബഹുമതിയാണ്, പ്രഭോ.'

കുംഭകർണ്ണൻ അയാളെ നോക്കി പുഞ്ചിരിച്ചു. 'ഞാൻ മറുകരയിൽ വെച്ച് നിങ്ങളെ കാണും, സുഹൃത്തേ.'

സൈനികൻ പുഞ്ചിരിയോടെ തലയാട്ടി.

കുംഭകർണ്ണൻ ധീരരായ അമ്പതു പേരെ നോക്കി അട്ടഹസിച്ചു. 'നമുക്കാദ്യത്തെ രണ്ടാനകളെ കൊല്ലേണ്ടതുണ്ട്! കഴിയുമെങ്കിൽ കൂടുതലും! നമ്മളതു ചെയ്തേ തീരൂ!'

'ഉവ്വ്, പ്രഭോ!' സൈനികർ അലറി വിളിച്ചു.

കുംഭകർണ്ണൻ മലയപുത്രന്മാരുടെ ആനകളെ അഭിമുഖീകരിച്ചു. അയാൾ വാളു ചുഴറ്റി മുന്നോട്ടു പാഞ്ഞു, ലങ്ക, ഭാരതത്തിന്റെ ഉടമ!

ലങ്ക, ഭാരതത്തിന്റെ ഉടമ!

ധീരരായ ലങ്കക്കാർ ആക്രമണം തുടങ്ങി. അവർ കഠിനമായും കരുത്തോടെയും മുന്നോട്ടു കുതിച്ചു. മരണത്തിലേക്ക്.

തുറസ്സായ സ്ഥലത്തിന്റെ അങ്ങേയറ്റത്ത് ഹനുമാൻ ആനപ്പുറത്തുണ്ട്. ദൂരെ നിന്നു പോലും അയാൾക്ക് കുംഭകർണ്ണന്റെ പടുകൂറ്റൻ രൂപം കാണാം. ഒരു വലിയ കുതിരപ്പുറമേറി പൊടിക്കാറ്റിലൂടെ അവരുടെ നേർക്ക് പാഞ്ഞടുക്കുകയാണ് അയാൾ. അയോദ്ധ്യയുടെ യുദ്ധതന്ത്രം കുമാരൻ ഊഹിച്ചറിഞ്ഞതിൽ ഹനുമാന് അതിശയം തോന്നേണ്ടതായിരുന്നു. പക്ഷെ, അയാൾ അതിശയിച്ചില്ല. അയാൾക്ക് കുംഭകർണ്ണന്റെ യുദ്ധത്തിലെ മിടുക്കറിയാം. കുംഭകർണ്ണന്റെ അങ്ങേയറ്റത്തെ ധീരതയും. ഹനുമാൻ ഒരിക്കൽ അയാളുടെ ജീവൻ രക്ഷിച്ചിട്ടുണ്ട്. ഇപ്പോൾ അതേ ജീവൻ എടുക്കാൻ പോകുന്നു.

വിധി.

ധീരതയോടെ തന്റെ നേർക്ക് പാഞ്ഞടുക്കുന്ന സുഹൃത്തിനെ

നോക്കിക്കൊണ്ട് പ്രതാപശാലിയായ ആ വായുപുത്രൻ അവിടെ നിന്നു. അയാൾ തന്റെ സുഹൃത്തിനെ കൂട്ടിക്കൊണ്ടു പോകുന്നത് സുനിശ്ചിതമായ മരണത്തിലേക്കാണ്.

ഗംഭീരം...

അയാൾ തന്റെ യോദ്ധാക്കൾക്ക് നേരെ തിരിഞ്ഞു. എന്തു ചെയ്യണമെന്ന് അവർക്കറിയാമായിരുന്നു. അവർക്കതിനെക്കുറിച്ച് നിർദ്ദേശം കിട്ടിയിട്ടുണ്ട്.

ഹനുമാൻ തന്റെ കുന്തം തലയ്ക്കു മുകളിലേക്ക് ഉയർത്തി. എന്നിട്ട് മലയപുത്രൻമാരുടെ പോർവിളി മുഴക്കി, 'ജയ പരശുരാമൻ!'

'ജയ പരശുരാമൻ!' മലയപുത്രന്മാർ അയാൾക്കു പുറകിൽ ആർത്തു വിളിച്ചു.

'ആക്രമിക്കൂ!'

ആനകൾ മുന്നോട്ടു പാഞ്ഞപ്പോൾ അവരുടെ കരുത്തൻ കാലടികളിൽ പെട്ട് ഭൂമി പോലും വിറച്ചു പോയി. ആനകൾക്കാണ് കരുത്തു കൂടുതൽ. പക്ഷെ കുതിരകൾക്കാണ് വേഗത കൂടുതൽ. ആനകളേക്കാൾ വേഗതയിൽ ലങ്കയുടെ കുതിരപ്പടയാളികൾ വലതു വശത്തെ കാലാളുകളെ മറികടന്നു.

താമസിയാതെ പ്രതിയോഗികൾ സിഗിരിയയുടെ കോട്ടമതിലുകൾക്കും തകർന്ന രഥങ്ങളുടെ പ്രതിരോധ നിരയ്ക്കുമിടയിൽപ്പെട്ടു. അവർ നേർക്കു നേർ കുതിച്ചു.

ആനകൾക്ക് മുകളിലിരിക്കുന്ന മലയപുത്രന്മാർ അമ്പെയ്യാൻ തുടങ്ങി. ഓരോ ആനപ്പുറത്തും മൂന്ന് യോദ്ധാക്കളുണ്ട്. നിരവധി അമ്പുകൾ എയ്യപ്പെട്ടു. നിരവധി ലങ്കക്കാർ താഴെ വീണു. പക്ഷെ അവർ വേഗത കുറയ്ക്കാതെ മുന്നോട്ടു കുതിച്ചു കൊണ്ടേയിരുന്നു.

'ലങ്കയ്ക്കു വേണ്ടി!' കുംഭകർണ്ണൻ കുതിരയെ ഭ്രാന്തമായ വേഗതയിലേക്ക് ചവിട്ടി നീക്കിയതിനു ശേഷം അലറി.

'ഭാരതാംബയ്ക്കു വേണ്ടി!' ഹനുമാൻ മറുവശത്തു നിന്ന് അലറി. അയാൾ കുംഭകർണ്ണനു തൊട്ടടുത്ത് നിൽക്കുന്ന ലങ്കക്കാരനെതിരെ കുന്തം ചുഴറ്റിയെറിഞ്ഞു. മാരകമായ ശക്തിയോടെ അത് ലങ്കക്കാരനിൽ ചെന്നു തറയ്ക്കുകയും അയാളെ കുതിരപ്പുറത്തു നിന്ന് പുറകിലേക്ക് വലിച്ചെറിയുകയും ചെയ്തു. അതിന് തൊട്ടു പുറകിൽ കുതിച്ചു വന്ന കുതിരയുടെ കാലുകൾക്കടിയിലേക്ക്. പക്ഷെ ആ കുതിര വേഗത കുറച്ചില്ല. പടയാളി നിലത്ത് വീണ കുതിര പോലും വേഗം കുറച്ചില്ല.

ഹനുമാന്റെ ആന അതിന്റെ ഗംഭീരമായ തുമ്പിക്കൈ ഭീതിദമായ വേഗതയിൽ കുംഭകർണ്ണനു നേരെ ചുഴറ്റിയടിച്ചു. ലങ്കയുടെ

രാജകുമാരൻ വലതുവശത്തേക്ക് ഒഴിഞ്ഞുമാറി. കുംഭകർണ്ണന്റെ ഇടതു വശത്തുള്ള ലങ്കക്കാരനിൽ തുമ്പിക്കൈ പതിക്കുകയും അയാൾ കോട്ടമതിലിലേക്ക് തെറിച്ചു വീഴുകയും ചെയ്തു. അയാളുടെ തല ഒരു തണ്ണിമത്തൻ പോലെ ചിതറിപ്പോകുകയും തൽക്ഷണം മരണം എന്ന അനുഗ്രഹം നൽകുകയും ചെയ്തു. കുതിരയാകട്ടെ പാഞ്ഞടുക്കുന്ന ആനയുടെ കാലുകൾക്കിടയിൽപ്പെടുകയും ഞെരിഞ്ഞമരുമ്പോൾ പോലും ഹതാശമായി ചിനയ്ക്കുകയും ചെയ്തു. ഇതിനിടയിൽ കുംഭകർണ്ണൻ അയോദ്ധ്യയുടെ ഗജസേനയുടെ മുന്നണിയിലുള്ള രണ്ടാനകൾക്കിടയിലേക്ക് പുളഞ്ഞു കയറി. അയാളുടെ വലം കയ്യിൽ ഊരിപ്പിടിച്ച വാളുണ്ട്. അത് നെട്ടനെ മുറുകെ പിടിച്ച് അയാൾ ഹനുമാന്റെ ആനയുടെ വലതുഭാഗത്തുള്ള ആനയെ കടന്നു പോയി. അയാളുടെ പേശീബലമുള്ള കൈ ഭീഷണമായി ചലിക്കുന്നുണ്ടായിരുന്നു. ആനയുടെ തുമ്പികൈ കുംഭകർണ്ണന്റെ തലയിലൂടെ ഉരസി കടന്നു പോയി. കുംഭകർണ്ണന്റെ വാൾ ആ ജന്തുവിന്റെ മുന്നിലെ വലതു കാൽ അറുത്തു. ഒരു വശത്തു നിന്ന്. എന്നിട്ടും കുംഭകർണ്ണൻ വാളിൽ നിന്നുള്ള പിടി വിട്ടില്ല. നിമിഷാർദ്ധത്തിൽ അത് വീണ്ടും ആനയുടെ കാലിൽ ആഴ്ന്നിറങ്ങി. കുംഭകർണ്ണൻ കടന്നു പോയതോടെ രക്തപ്പുഴയൊഴുകി. പക്ഷെ അയാളുടെ ജോലി തീർന്നിരുന്നില്ല. അയാൾ വന്യമായി പുറകു വശത്തെ വലം കാലിലും വെട്ടി.

ആ ജന്തു വേദനയോടെ ചിന്നം വിളിക്കാൻ തുടങ്ങി. മുന്നിലെയും പിന്നിലെയും വലം കാലുകൾ ഉപയോഗശൂന്യമായ അത് നിലത്തു വീണു. ചോര ഒഴുകിക്കൊണ്ടേയിരുന്നു. അമ്പാരി മറിഞ്ഞ് മൂന്നു മലയപുത്രന്മാരും തങ്ങളുടെ ഇടതു വശത്തുള്ള തകർന്ന രഥത്തിനു മേലെ വീണു. പാപ്പാൻ തന്റെ ആനയുടെ ഭാരത്തിന് കീഴിൽ ഞെരിഞ്ഞമർന്നു. കുംഭകർണ്ണൻ പൊടുന്നനെ കുതിരയുടെ കടിഞ്ഞാൺ വലിച്ച് തിരിയുകയും രണ്ടാം നിരയിലെ ഒരാനയുടെ തുമ്പിക്കൈയ്യിൽ നിന്ന് ഒഴിഞ്ഞു മാറുകയും ചെയ്തു.

കുംഭകർണ്ണൻ താനപ്പോൾ വീഴ്ത്തിയ ആനയുടെ നേർക്ക് വീണ്ടും കുതിച്ചപ്പോൾ ആനകൾക്ക് മുകളിലിരിക്കുന്ന യോദ്ധാക്കൾ ശരവർഷം തുടങ്ങി. കുംഭകർണ്ണൻ കുതിരപ്പുറത്തിരുന്ന് ഇടത്തോട്ടും വലത്തോട്ടും വെട്ടിച്ചു. തലനാരിഴയ്ക്ക് അയാൾ അമ്പുകളിൽ നിന്നും ഒഴിഞ്ഞു മാറി. പക്ഷെ അയാൾ തന്റെ വിധിയോട് ശൃംഗരിയ്ക്കുകയാണ്... എണ്ണങ്ങളുടെ നിയമം എല്ലായ്പ്പോഴും വിധിയെ മറികടക്കും...എണ്ണമില്ലാത്ത അമ്പുകളുണ്ട്... അവയിൽ മൂന്നെണ്ണം അവസാനം കുംഭകർണ്ണന്റെ ഉടലിൽ തറച്ചു. പുറകു വശത്ത് മാരകമായ ശക്തിയോടെ അമ്പുകൾ വന്നു തറച്ചപ്പോൾ

കുംഭകർണ്ണന്റെ ഉടൽ മുന്നോട്ടാഞ്ഞു. എങ്കിലും അയാൾ വേഗത കുറച്ചില്ല. അയാൾ വലതു വശത്തേക്ക് ഗതി മാറ്റി, ഹനുമാന്റെ ആനയുടെ അടുത്തേക്ക്. അത് ലങ്കയുടെ കുതിരപ്പടയാളികളുടെ രണ്ടാം നിരയുടെ നേർക്ക് നീങ്ങുകയായിരുന്നു. കുംഭകർണ്ണൻ വാൾപിടിച്ച കൈ നീട്ടുകയും ഹനുമാന്റെ ആനയുടെ പുറകിലെ ഇടതു കാൽ അറുക്കാൻ ശ്രമിക്കുകയും ചെയ്തു.

പക്ഷെ, അയാൾ നേരത്തെ വീഴ്ത്തിയ ആന മാരകമായി മുറിവേറ്റ് നിലത്തു വീണെങ്കിലും ചത്തിരുന്നില്ല. അത് ദേഷ്യത്തോടെ അലറിക്കൊണ്ട്, ചോരയൊലിപ്പിച്ച് നിലത്തു കിടന്നു.അത് ദുർബലമായിട്ടാണെങ്കിലും തുമ്പിക്കൈ ചുഴറ്റി അടിച്ചു. കുംഭകർണ്ണന്റെ കുതിരയുടെ അരികിലൂടെ ആ അടി കടന്നു പോയി. കുതിരയ്ക്ക് കാലുകളിടറുകയും കുംഭകർണ്ണന് ഹനുമാന്റെ ആനയുടെ മേലുള്ള ലക്ഷ്യം തെറ്റുകയും ചെയ്തു. വാൾ ആനയുടെ പുറകു വശത്ത് ഇടതു കാലിൽ പൂണ്ടു പോയി. കുംഭകർണ്ണന് വാൾപ്പിടിയിൽ നിന്നും പിടുത്തം നഷ്ടപ്പെട്ടു.

ലങ്കയുടെ രാജകുമാരൻ പെട്ടെന്നു തന്നെ മറ്റൊരു വാൾ വലിച്ചെടുത്തു. അപ്പോൾ തന്നെ മറ്റ് രണ്ടമ്പുകൾ കൂടി അയാളിൽ വന്നു തറച്ചു; അതിലൊന്ന് അയാളുടെ തുടയും മറ്റൊന്ന് ഇടം തോളും തുളച്ചു. തുളച്ചു കയറുന്ന വേദന അവഗണിച്ച് അയാൾ ക്രോധത്തോടെ അലറി. അയാൾ വീണ്ടും വാളു നീട്ടി. ഹനുമാന്റെ ആന അൽപം വേഗത കുറയ്ക്കുകയും തല ചെരിച്ച് ഭീകരതയോടെ തുമ്പിക്കൈ ചുഴറ്റിയടിക്കുകയും ചെയ്തു. ലങ്കയുടെ കുമാരൻ ആ അടിയിൽ നിന്ന് ഒഴിഞ്ഞു മാറുകയും ആനയുടെ മുമ്പിലുള്ള ഇടം കാലിൽ വെട്ടുകയും ചെയ്തു. പക്ഷെ അത് ദുർബലമായ വെട്ടായിരുന്നു. കട്ടിയുള്ള തൊലി മുറിച്ച് പേശികളിൽ നിന്നും ജീവകലകളിൽ നിന്നും രക്തം ഒഴുകിയെങ്കിലും അത് ആനയെ ദുർബലപ്പെടുത്തിയില്ല.

അങ്ങേ വശത്തുള്ള ലങ്കക്കാർ മലയപുത്രന്മാർക്കെതിരെ അമ്പെയ്യുന്നുണ്ട്.

കുംഭകർണ്ണന്റെ കുതിര മുന്നോട്ടു കുതിച്ചു. അയാൾ വീണ്ടും അതിന്റെ കടിഞ്ഞാൺ വലിച്ച് ഗതി മാറ്റി. അയാളിപ്പോൾ ഹനുമാന്റെ ആനയുടെ നേരെ മുന്നിലാണ്. ഹനുമാൻ അയാൾക്കു നേരെ കുന്തം ചുഴറ്റിയെറിഞ്ഞു. കുംഭകർണ്ണൻ വീണ്ടും ഒഴിഞ്ഞു മാറി. പക്ഷെ, അതയാളുടെ ഇടതു ചുമലിലെ ചെറുകൈ പോലുള്ള വളർച്ചയിൽ ചെന്നു തറച്ചു. പ്രതാപശാലിയായ ഹനുമാന്റെ കുന്തമാണത്. ശക്തവും ദൃഢവും. അതാ ചെറു കയ്യിനെ അറുത്തു കളഞ്ഞു.

ഉടലാകെ അമ്പുകൾ. കൈകാലുകളിൽ കുന്തങ്ങൾ. ഒരു

സാധാരണക്കാരനെ സംബന്ധിച്ചിടത്തോളം അസഹ്യമായ വേദനയാണത്. പക്ഷെ കുംഭകർണ്ണൻ സാധാരണക്കാരനല്ല. അയാൾ കണ്ണിമ പൂട്ടാതെ വീണ്ടും ആനയുടെ തുമ്പികയ്യിൽ വെട്ടി.

ആന എളുപ്പത്തിൽ ഒഴിഞ്ഞു മാറുകയും വലിയ വാളുകളുടെ വലിപ്പമുള്ള കൂറ്റൻ കൊമ്പുകളാൽ കുത്തുകയും ചെയ്തു. അവയുടെ അറ്റം കൂർപ്പിച്ചിട്ടുണ്ട്. ഒരു കൊമ്പ് കുംഭകർണ്ണന്റെ കുതിരയെ തുളച്ചു. അത് ഒരു തുണിപ്പാവയെപ്പോലെ കുതിരയെ കരുത്തുള്ള തുമ്പിക്കയ്യിലെടുത്തുയർത്തി വലിച്ചെറിഞ്ഞു. അതിന് മുമ്പെ കുംഭകർണ്ണൻ കുതിരപ്പുറത്തു നിന്നും ചാടിയിറങ്ങിയിരുന്നു. ആന ആകാശം പേടിക്കുന്ന വിധത്തിൽ ചിന്നം വിളിച്ചു. ഇപ്പോൾ അയാൾ ആനയുടെ നേർക്കു നേരാണ്.

'വാ!' കുംഭകർണ്ണൻ ആനയോട് അലറി.

ആനപ്പുറത്തു നിന്നും അമ്പുകൾ പാഞ്ഞു വന്നു. പക്ഷേ ലങ്കക്കാർ തങ്ങളുടെ കുമാരന് സംരക്ഷണ വലയം തീർത്തു. അവയിൽ രണ്ടെണ്ണം മാത്രം കുംഭകർണ്ണനെ തറച്ചു. അവയിൽ ഒരെണ്ണം ഇടത് കൈയ്യിലും മറ്റൊന്ന് നെഞ്ചിലും തറച്ചു കയറി. പക്ഷെ അയാൾ തന്റെ എണ്ണമറ്റ മുറിവുകൾ ശ്രദ്ധിക്കുന്നേയുണ്ടായിരുന്നില്ല.

ആന കൊമ്പു കൊണ്ടു കുത്തിയപ്പോൾ മുറിവുകളും കൂറ്റൻ ശരീരവും വകവയ്ക്കാതെ കുംഭകർണ്ണൻ ഒഴിഞ്ഞു മാറി. പക്ഷെ ആനകൾ കുതിരകളെപ്പോലെയല്ല. ഒട്ടും ബുദ്ധിയില്ലാത്ത ജന്തുക്കളല്ല. അവ അലോസരപ്പെടുത്തുന്ന വിധത്തിൽ ബുദ്ധിയുള്ള ജന്തുക്കളാണ്.

കൊമ്പുകൾ കൊണ്ടുള്ള കുത്തൽ നാട്യം മാത്രമായിരുന്നു. ശരിക്കുള്ള അടി തുമ്പിക്കയ്യിൽ നിന്നാണ്.

കുംഭകർണ്ണൻ ഒരു വശത്തേക്ക് ഒഴിഞ്ഞു മാറിയപ്പോൾ ആന തുമ്പിക്കൈ നീട്ടുകയും അയാളുടെ കാലുകളിൽ ചുറ്റിപ്പിടിക്കുകയും ചെയ്തു.

ആനയുടെ തുമ്പിക്കൈയ്യിൽ എല്ലുകളില്ല. പകരം ശക്തിയുള്ള നാൽപ്പതിനായിരം പേശികളുണ്ട്. മനുഷ്യശരീരത്തിലുള്ള പേശികളുടെ അറുപത് ഇരട്ടിയാണത്. ഞെരിച്ചമർത്താനും ചുഴറ്റിയടിക്കാനും പ്രഹരിക്കാനും വലിയ ആഘാതം ഏൽപ്പിക്കാനും അതിനു കഴിയും. എന്നാലതിന് തറയിൽ നിന്ന് ഒരു ഉവൽ പൊന്തിച്ചെടുക്കാനുള്ള സൂക്ഷ്മമായ വഴക്കവുമുണ്ട്.

ആ മൃഗം കുംഭകർണ്ണനെ കാലുകളിൽ പിടിച്ച് കീഴ്ക്കാംതൂക്കായി മുകളിലേക്കുയർത്തി. ലങ്കയുടെ കുമാരനെ തറയിലടിച്ച് കൊല്ലാനായിരുന്നു അതാഗ്രഹിച്ചത്. അതോടെ എല്ലാം തീരും.

ഒരു നാട്യം, അതിന് പുറകെ വലിയ ആഘാതം, വലിയ പ്രഹരം.

ആന അലോസരപ്പെടുത്തുന്ന വിധത്തിൽ ബുദ്ധിയുള്ള ജന്തുവാണ്.

പക്ഷെ, അതിനേക്കാൾ അലോസരപ്പെടുത്തുന്ന വിധത്തിൽ ബുദ്ധിയുള്ള മറ്റൊരു ജന്തു കൂടിയുണ്ട്; മനുഷ്യൻ.

ആനയുടെ തുമ്പിക്കയ്യിന്റെ കരുത്ത് അതിന്റെ ദൗർബല്യം കൂടിയാണ്. അതിൽ നിറയെ പേശികളാണ്. അതിനർത്ഥം കൂടുതൽ രക്തക്കുഴലുകളുണ്ടെന്നാണ്.

കുംഭകർണ്ണൻ ഉറക്കെ അലറുകയും മുകളിലേക്ക് പോകുമ്പോൾ കൈകൾ ചുഴറ്റുകയും ചെയ്തു. തുമ്പിക്കൈയിൽ തൂങ്ങിക്കിടന്ന് അയാൾ കരുത്തുള്ള തോലുകൾ വെട്ടിക്കുകയും നെടിയ വാളു കൊണ്ട് ആഞ്ഞു വെട്ടുകയും ചെയ്തു. തുമ്പിക്കൈ രണ്ടായി മുറിഞ്ഞു പോയി.

അമ്പരന്ന വേദനയോടെ ആന ചിന്നം വിളിക്കുകയും ഛേദിക്കപ്പെട്ട തുമ്പിക്കയ്യിൽ നിന്ന് രക്തം ചീറ്റുകയും ചെയ്തു. തുമ്പിക്കയ്യിൽ നിന്ന് കുംഭകർണ്ണൻ വായുവിലൂടെ വലതു തോളും കുത്തി താഴെ വീണു. തോളെല്ല് ചെറുകഷ്ണങ്ങളായി തകർന്നു പോയി. അയാൾ തിരിഞ്ഞു കിടന്നപ്പോൾ പുറത്ത് തറച്ചിരുന്ന അമ്പുകൾ ആന്തരാവയവങ്ങൾ തുളച്ചു കയറി നെഞ്ചിലൂടെ പുറത്തേക്കു വന്നു. ചെറുകൈ മുറിഞ്ഞു പോയിടത്ത് രക്തം ധാരയായി ഒഴുകി. എണ്ണമില്ലാത്ത മുറിവുകളിൽ നിന്നും.

ഇതിനിടെ ആന നിലത്തു വീണു. മുറിഞ്ഞു പോയ തുമ്പിക്കയ്യിൽ നിന്നും ആവശ്യത്തിലധികം രക്തം നഷ്ടപ്പെട്ടിരുന്നു. പക്ഷെ അതിന്റെ പതനം പതുക്കെയായിരുന്നു. പാപ്പാനെ മുറിപ്പെടുത്താതെ, പതിയെ. ഹനുമാനും യോദ്ധാക്കളും അമ്പാരിയിൽ നിന്ന് പെട്ടെന്നു തന്നെ ചാടിയിറങ്ങി.

അമ്പുകൾ അപ്പോഴും പെയ്യുന്നുണ്ട്. അയോദ്ധ്യക്കാരിൽ നിന്നും ലങ്കക്കാരിൽ നിന്നും. കുംഭകർണ്ണനെ രണ്ടമ്പുകൾ കൂടി തറച്ചു. അയാളുടെ കുമ്പവയർ തുളഞ്ഞു.

'നിർത്ത്!' കൈയുയർത്തി കൊണ്ട് ഹനുമാൻ ഉത്തരവിട്ടു. 'ആക്രമണം നിർത്തി വെച്ചിരിക്കുന്നു!'

പോരാട്ടം കഴിഞ്ഞു. കാലാൾപ്പടയുടെ പുറകിലുള്ള കുതിരപ്പടയും സിഗിരിയ കോട്ടയുടെ സുരക്ഷിതത്വത്തിനുള്ളിലേക്ക് പിൻവാങ്ങി കഴിഞ്ഞിരുന്നു. കുംഭകർണ്ണന്റെ ധീരമായ പോരാട്ടം ലങ്കയുടെ സൈന്യത്തെ രക്ഷിച്ചു.

മലയപുത്രന്മാർ തൽക്ഷണം സേനാപതിയുടെ ഉത്തരവ് അനുസരിച്ചു. അവർ ആയുധങ്ങൾ താഴെ വച്ചു. അപ്പോൾ തന്നെ ലങ്കക്കാരുടെ അമ്പുകളും നിലച്ചു.

ഹനുമാൻ ലങ്കയുടെ കുമാരനെ നോക്കി. അയാളുടെ സുഹൃത്ത്.

കുംഭകർണ്ണന്റെ തകർന്ന ഉടൽ നിഷ്ഠൂരമായി എങ്കോണിച്ചു നിന്നു. അയാൾ തല ഉയർത്താൻ പരിശ്രമിച്ചു. അയാളുടെ വലതു വശത്ത് മാരകമായി മുറിവേറ്റ കാലുകളിൽ നിന്ന് രക്തം ഒലിപ്പിച്ച് ഒരാന. അതിന്റെ പാപ്പാൻ ഞെരിഞ്ഞമർന്ന് കിടക്കുന്നുണ്ട്. ഇടതു വശത്ത് ഛേദിക്കപ്പെട്ട തുമ്പിക്കയ്യിൽ നിന്നും ധാരയായി ഒഴുകുന്ന രക്തത്തോടെ മറ്റൊരു ആന മരണ വെപ്രാളത്തിലാണ്. അതിന്റെ പാപ്പാൻ ആനയുടെ തല പിടിച്ചു കരയുന്നുണ്ട്. തന്റെ സഹോദരന്റെ ആസന്നമായ മരണമോർത്ത് വിലപിക്കുന്ന ഒരുവനെപ്പോലെ.

രണ്ടാനകൾ നിലത്തു വീണിട്ടുണ്ട്. ആക്രമണം അവസാനിച്ചു. അയാൾ കണ്ണുകളുരുട്ടുകയും പുറകിലേക്കു നോക്കുകയും ചെയ്തു. തന്റെ കൂടെ വന്ന കുതിരപ്പട ഏതാണ്ട് ചത്തൊടുങ്ങിക്കഴിഞ്ഞു. അവർ അയോദ്ധ്യക്കാരുടെ അമ്പുകളും കുന്തങ്ങളുമേറ്റ് നിലത്തു കിടക്കുന്നുണ്ട്.

മരിച്ചെങ്കിലും അവർ തങ്ങളുടെ ദൗത്യം നിറവേറ്റിക്കഴിഞ്ഞിരുന്നു.

അവർ മരിച്ചു. എങ്കിലും തങ്ങളുടെ സഖാക്കളുടെ ഉയിരു കാത്തു.

ഞാൻ നിങ്ങളെ താമസിയാതെ കാണും സഖാക്കളേ.

'എന്റെ സുഹൃത്തേ...' കുംഭകർണ്ണൻ തിരിഞ്ഞു നോക്കി. ഹനുമാൻ തൊട്ടടുത്തു നിൽക്കുന്നുണ്ട്, നിറഞ്ഞ കണ്ണുകളോടെ.

പ്രതാപിയായ കുംഭകർണ്ണൻ പുഞ്ചിരിച്ചു. തളർച്ചയോടെ. 'ഹനുമാൻ...'

ഹനുമാൻ മുട്ടു കുത്തിയിരുന്ന് കുംഭകർണ്ണന്റെ കൈ തടവി.

എന്നോട് ക്ഷമിക്കണം...എന്നോട് ക്ഷമിക്കണം...'

കുംഭകർണ്ണൻ തന്റെ തല പതുക്കെ ചലിപ്പിക്കുകയും പൊട്ടിച്ചിരിക്കുകയും ചെയ്തു. 'നിങ്ങൾ സ്വന്തം കർത്തവ്യമാണ് നിർവ്വഹിച്ചത്. എന്റെ സുഹൃത്തേ....ഞാൻ എന്തേതും...'

ഹനുമാന്റെ കണ്ണുകൾ നിറഞ്ഞൊഴുകി.

'നിങ്ങളെന്റെ ... ജീവൻ ഒരിക്കൽ കാത്തു... അതെടുക്കാനും...നിങ്ങൾക്ക് അവകാശമുണ്ട്...ഇപ്പോൾ കണക്കുകൾ തീർന്നു...'

'നിങ്ങൾ മാന്യനായ ഒരാളാണ്, കുംഭകർണ്ണ കുമാരാ...ഒരു നല്ല മനുഷ്യൻ...' ഹനുമാൻ ആ വാചകം മുഴുമിച്ചില്ല. തെറ്റായ വശത്ത് അകപ്പെട്ട നല്ല മനുഷ്യൻ.

കുംഭകർണ്ണൻ തന്റെ തല ഉയർത്താൻ വീണ്ടും ശ്രമിച്ചു. ഹനുമാൻ അയാളുടെ തല പൊന്തിച്ച് തന്റെ മടിയിൽ വച്ചു.

കുംഭകർണ്ണൻ ധീരനായ ആനയെ നോക്കി. തന്റെ അവസാനത്തെ യുദ്ധം. ഛേദിക്കപ്പെട്ട തുമ്പിക്കൈയിൽ നിന്നുള്ള മുറിവിനാൽ അത് പതിയെ മരണത്തിലേക്ക് നീങ്ങുകയാണ്. 'ഈ ജന്തു...ആദരണീയനാണ്...

ഇതിനെ അന്തസ്സോടെ അടക്കം ചെയ്യണം...ഹനുമാൻ...ഇതിനെ...എന്റെ കൂടെ...'

'അത് ചെയ്യാം'

ഹനുമാൻ ആനയെ നോക്കി. തന്റെ സുഹൃത്തിനെയും.

ഒരു ജന്തു. ഒരു മനുഷ്യൻ. പക്ഷെ രണ്ടു പേരുടെയും വിധി ഒന്നു തന്നെയാണ്.

രണ്ടു പേരും ദുരന്ത നായകന്മാരാണ്.

ആ ജന്തുവിനെ അതിന്റെ അമ്മയും സഹോദരിമാരും കാമുകിമാരും ഉപേക്ഷിച്ചതാണ്... മാതൃദായക്രമം പിന്തുടരുന്ന ഗോത്രത്തിന് അതിനെക്കൊണ്ട് ഉപകാരമില്ലാതായപ്പോൾ.

ആ മനുഷ്യൻ രൂപം വികൃതമായതിനാൽ ലോകമൊട്ടാകെ വെറുത്തവൻ, തന്റെ ജ്യേഷ്ഠൻ ചെയ്ത കുറ്റങ്ങളെ കൊണ്ടും.

രണ്ടു പേരും ഏകരാണ്, രണ്ടു പേരും കുപിതരാണ്. അടിച്ചമർത്തപ്പെട്ട ക്രോധം. രണ്ടു പേരും ധീരന്മാരാണ്. രണ്ടു പേരും....ആദരണീയരാണ്.

രണ്ടു പേരും തങ്ങളുടെ സഹോദരന്മാരുമായി ആഴത്തിലുള്ള പ്രണയത്തിലാണ്.

ആനയുടെ സഹോദരൻ പാപ്പാനാണ്. കുംഭകർണ്ണന്റെ സഹോദരൻ രാവണനും.

രണ്ടു പേരെയും രക്ഷിച്ചത് സഹോദരന്മാരാണ്.

പാപ്പാനാണ് ആനയ്ക്ക് ഒരു ലക്ഷ്യം നൽകിയത്, അത് ഏകനായിരുന്നപ്പോൾ. രാവണനാണ് ജനനസമയത്ത് കുംഭകർണ്ണന്റെ ജീവൻ രക്ഷിച്ചത്.

രണ്ടു പേരെയും സഹോദരന്മാർ ഉപയോഗിച്ചു.

യുദ്ധത്തിലെ മഹിമയ്ക്കായി പാപ്പാൻ ആനയെ ഉപയോഗിച്ചു. തന്റെ സഹോദരന്റെ ചെയ്തികൾ ജീവിതകാലം മുഴുവൻ കുംഭകർണ്ണൻ കൈകാര്യം ചെയ്തു.

ഹനുമാൻ ആനയുടെ തലയ്ക്ക് മുകളിലൂടെ കുനിഞ്ഞിരിക്കുന്ന പാപ്പാനെ നോക്കി. ഹതാശനായി കരയുകയാണ് അയാൾ. മരണ വെപ്രാളത്തിൽ പോലും ആന പാപ്പാനെ ആശ്വസിപ്പിക്കുന്നതു പോലെ തോന്നി.

അളവില്ലാത്ത സ്നേഹം.

'അദ്ദേഹമെന്നെ, എന്നെ സ്നേഹിച്ചു...അങ്ങേയറ്റം...' കുംഭകർണ്ണൻ മന്ത്രിച്ചു.

ഹനുമാൻ തന്റെ സുഹൃത്തിനെ നോക്കി.

'അദ്ദേഹത്തിന് ... മരണത്തിൽ അന്തസ്സ നൽകൂ...'

ഹനുമാന് ഹൃദയം ഭാരമേറിയതു പോലെ തോന്നി. അവസാന നിമിഷങ്ങളിൽ പോലും കുംഭകർണ്ണൻ തന്റെ ജ്യേഷ്ഠനെ കുറിച്ചാണോർക്കുന്നത്.

അയാളുടെ ജ്യേഷ്ഠൻ....അയാളുടെ അനുഗ്രഹം....അയാളുടെ ശാപം.

'ഞാൻ രാമനു വേണ്ടിയാണ് പോരാടുന്നത്,' ഹനുമാൻ പറഞ്ഞു. 'ഞങ്ങൾ അന്തസ്സോടെ പെരുമാറും. നിങ്ങൾക്കതറിയാമല്ലോ.'

കുംഭകർണ്ണൻ തലയാട്ടി. 'വിട...വിട...എന്റെ സുഹൃത്തേ...'

'അടുത്ത ലോകത്തിൽ വെച്ച് നമുക്കു കാണാം, എന്റെ സഹോദരാ,' ഹനുമാൻ പിറുപിറുത്തു.

കുംഭകർണ്ണന്റെ കണ്ണുകൾ തിളങ്ങി, 'തിടുക്കമില്ല...' ഹനുമാൻ പതിയെ പൊട്ടിച്ചിരിച്ചു.

കുംഭകർണ്ണൻ പുഞ്ചിരിച്ചു. എന്നിട്ട് വീണ്ടും ആനയെ നോക്കി; അത് മരണത്തിലേക്ക് അടുക്കുകയാണ്, പതിയെ. യോഗ്യനായ ആ പ്രതിയോഗിക്കു നേരെ നോക്കി അയാൾ തല കുനിച്ചു. എന്നിട്ട് പതിയെ അവസാനത്തെ ശ്വാസത്തെ കടന്നു പോകാൻ അനുവദിച്ചു.

ഹനുമാന്റെ കണ്ണുകളിൽ നിന്ന് ധാരധാരയായി കണ്ണുനീർ ഒഴുകി. അയാൾ തന്റെ സുഹൃത്തിനെ കെട്ടിപ്പുണർന്നു. എന്നിട്ട് പതിയെ ആ തല തറയിൽവച്ചു.

പ്രതാപശാലിയായ ആ വായുപുത്രൻ എഴുന്നേറ്റു നിൽക്കുകയും വാൾ ഉയർത്തിപ്പിടിക്കുകയും ചെയ്തു. അയാൾ വാൾ തറയിൽ കുത്തിയുറപ്പിച്ചു. എന്നിട്ട് മുട്ടു കുത്തിയിരുന്ന് തല കുനിച്ചു. അസാധാരണനായ ശത്രുവിനോടു കാണിക്കുന്ന ബഹുമാനം.

ആദരണീയനായ യോദ്ധാവു മരിക്കുമ്പോൾ നല്ല യോദ്ധാക്കൾ ചെയ്യുന്നതു പോലെ.

മഹാനായ യോദ്ധാവ് ശത്രുവോ മിത്രമോ അല്ല. അയാൾ മഹാനായ യോദ്ധാവു മാത്രമാണ്.

കുംഭകർണ്ണനും ആനയും...

രണ്ടു പേരും ഏകാന്തരും ദുരന്തം കവർന്നവരും.

രണ്ടു പേരും യോദ്ധാക്കളെല്ലാം കൊതിക്കുന്ന ഒരു കാര്യത്താൽ അനുഗ്രഹീതരാണ്.

ഒരു നല്ല മരണം.

അദ്ധ്യായം 34

ഉച്ച കഴിഞ്ഞ് മൂന്നാം യാമത്തിൽ രാമൻ കുംഭകർണ്ണന്റെ ജഡത്തിന്റെ കാൽക്കൽ നിശബ്ദനായി നിന്നു.

അന്നത്തെ യുദ്ധം, സൂര്യൻ ഉച്ചിയിൽ തന്നെയാണെങ്കിലും അവസാനിപ്പിച്ചിരുന്നു. രണ്ടു മണിക്കൂർ മാത്രമാണ് പോരാട്ടം നീണ്ടു നിന്നത്. അതാവട്ടെ ലങ്കയുടെ സൈന്യത്തിന്റെ മുക്കാൽ ഭാഗത്തെയും തുടച്ചു മാറ്റി കഴിഞ്ഞിരുന്നു.

ലങ്കക്കാരുടെ ജഡങ്ങൾ അവരുടെ ബന്ധു ജനങ്ങൾ കണ്ണീരൊലിപ്പിച്ചു കൊണ്ട് എടുത്തു മാറ്റുകയാണ്. സിഗിരിയയുടെ അകത്തെ കോട്ടയ്ക്കും പുറത്തെ കോട്ടയ്ക്കുമിടയിൽ ആരുടേതുമല്ലാത്ത ഭൂമിയിൽ അവരുടെ അന്ത്യ കർമ്മങ്ങൾ നടത്തി. അത്രയും പേർക്കു വേണ്ടി വേദാചാര പ്രകാരമുള്ള ശവസംസ്കാര ചടങ്ങുകൾ നടത്താൻ മാത്രം വിശാലമായിരുന്നു ആ സ്ഥലം. മുറിവേറ്റവരെ ലങ്കയിലെ വൈദ്യന്മാർ ശുശ്രൂഷിച്ചു. രാമനും തന്റെ വൈദ്യസഹായം ലങ്കക്കാർക്ക് വിട്ടു കൊടുത്തിട്ടുണ്ട്. എത്ര പേർ മരിച്ചുപോയെന്ന് കൃത്യമായി കണക്കെടുത്തിട്ടില്ല. പക്ഷെ പതിനായിരക്കണക്കിന് ലങ്കക്കാർ കൊല്ലപ്പെട്ടിട്ടുണ്ട്. അയോദ്ധ്യക്കാരുടെ മരണനിരക്ക് നൂറിൽ താഴെയാണ്.

അയോദ്ധ്യയുടെ ഗജസേനയാണ് ലങ്കയുടെ യുദ്ധതന്ത്രങ്ങളെ തകർത്തെറിഞ്ഞത്.

'എന്തൊരു മനുഷ്യൻ...' കുംഭകർണ്ണന്റെ ജഡത്തിൽ നോക്കി രാമൻ പറഞ്ഞു. 'വ്യത്യസ്തമായ കുടുംബത്തിൽ ഇയാൾ ജനിച്ചിരുന്നെങ്കിൽ എന്ന് ഞാനാശിക്കുന്നു...' രാമന്റെ തൊട്ടടുത്ത് ഹനുമാനുണ്ട്. മുഴുവൻ യുദ്ധവും അയാൾ രാമനു വേണ്ടി വിശദീകരിച്ചു. ലങ്കക്കാരെ കുംഭകർണ്ണൻ രക്ഷിച്ചതെങ്ങനെയെന്നും.

രാമൻ മുട്ടു കുത്തി തോളിൽ നിന്നും അംഗവസ്ത്രമെടുത്ത് കുംഭകർണ്ണന്റെ ഉടൽ മൂടി. മുഖം തുറന്ന് തന്നെ കിടന്നു. നാനാദിശകളിലേക്കും രശ്മികൾ പ്രസരിപ്പിക്കുന്ന സൂര്യൻ, സൂര്യവംശികളുടെ അടയാളം ആ തുണിയിൽ പതിഞ്ഞിട്ടുണ്ട്.

രാമന്റെ അംഗവസ്ത്രം കുംഭകർണ്ണന്റെ ഉടൽ മൂടികിടക്കുന്നു.

ആദരവിന്റെ സൂചകമാണത്.

കുംഭകർണ്ണനെ തങ്ങളിലൊരാളായി എണ്ണുകയാണ് സൂര്യവംശികൾ.

പുറകിൽ എന്തോ ഒച്ച കേട്ട് രാമൻ തിരിഞ്ഞു നോക്കി. രാവണനും ഇന്ദ്രജിത്തുമാണ്. ഒറ്റ രഥത്തിൽ. രണ്ടു പേർക്കും യുദ്ധത്തിൽ പരിക്കേറ്റിട്ടുണ്ട്. രാവണനാണ് മകനേക്കാൾ പരിക്കേറ്റിട്ടുള്ളത്. ലങ്കയുടെ കാലാളുകൾ കോട്ടയ്ക്കുള്ളിലേക്ക് രക്ഷപ്പെടുന്നതു വരെ അയോദ്ധ്യയുടെ കാലാളുകളെ തടഞ്ഞു നിർത്താൻ മുന്നണി പോരാളിയായി നിന്നത് രാവണനാണല്ലോ.

രാവണൻ തോലു കൊണ്ട് പൊതിഞ്ഞ ലോഹപ്പടച്ചട്ട അഴിച്ചു മാറ്റിയിട്ടില്ല. അയാളുടെ ഇടതു കൈ ഒരു തുണി കൊണ്ട് കഴുത്തിൽ കെട്ടിത്തൂക്കിയിട്ടുണ്ട്. ഇടതു കയ്യിലെ മാംസപേശിയിൽ രണ്ടമ്പിന്റെ കുറ്റികൾ തറച്ചു നിൽക്കുന്നുണ്ട്. അമ്പിന്റെ പിടികൾ പൊട്ടിപ്പോയിരുന്നു, ഏതോ ഔഷധ ലേപനം അവിടെ പുരട്ടിയിട്ടുണ്ട്. യുദ്ധക്കളത്തിൽ ചെയ്യുന്ന പ്രാഥമിക ശുശ്രൂഷയാണത്. ഉടലിലുള്ള എണ്ണമറ്റ മുറിവുകളിൽ നിന്ന് ഊറി വന്ന രക്തം കട്ടപിടിച്ചിട്ടുണ്ട്. കൈകളിലും തലയിലും കട്ടിയുള്ള ചുവന്ന വരകൾ. വലത് വശത്തേക്ക് ഒരു മുടന്തുണ്ട്. വലം കാലിൽ കാര്യമായ മുറിവുണ്ട്. പക്ഷെ അതൊരു തുറന്ന മുറിവല്ല. കച്ചയിൽ ചോരപ്പാടുകളില്ല. വലം കണ്ണിൽ മൂർച്ചയുള്ള എന്തോ കുത്തിക്കയറിയിട്ടുണ്ട്. എത്രമാത്രം വിദഗ്ധനായ ശസ്ത്രക്രിയ നടത്തിയാലും ഇനി ആ കണ്ണ് ഉപയോഗിക്കാനാകുമെന്ന് തോന്നുന്നില്ല.

രാവണന്റേത് ഭീകരമായ രൂപമായിരുന്നു.

പക്ഷെ, അയാളുടെ മുഖത്തുള്ള അവർണ്ണനീയമായ വേദന മുറിവുകളുടേതായിരുന്നില്ല.

തന്റെ അനുജന്റെ ജഡത്തിന്റെ കാഴ്ച അയാളിൽ വരുത്തിയ മാറ്റം ആയുധങ്ങൾക്ക് സൃഷ്ടിക്കാനാകുമായിരുന്നില്ല.

രാവണൻ ഒരിറ്റു കണ്ണീരു പോലും പൊഴിച്ചില്ല. ശത്രുവിന്റെ മുന്നിൽ ദൗർബല്യം തുറന്നു കാട്ടാറില്ല ധീരന്മാർ. പ്രത്യേകിച്ചും രാമന്റെ മുന്നിൽ ഒരിക്കലുമതു കാട്ടില്ല.

ലങ്കക്കാരായ ആറു സൈനികർ മുന്നോട്ടു വന്നു. അവർ സൗമ്യമായും

തിടുക്കത്തിലും കുംഭകർണ്ണന്റെ വികലമായ ശരീരം പൊക്കിയെടുക്കുകയും മഞ്ചലിൽ വയ്ക്കുകയും ചെയ്തു. അവർ അയാളെ രാവണന്റെ അടുത്തേക്ക് കൊണ്ടു പോയി. ലങ്കാധിപൻ കണ്ണിമ വെട്ടാതെ തന്റെ അനുജന്റെ മുഖത്തേക്ക് നോക്കി. ഈ ജന്മത്തെ അവസാനത്തെ ചിന്തയുടെ ശേഷിപ്പായി കുംഭകർണ്ണന്റെ അനശ്വരമായ ആത്മാവ് രേഖപ്പെടുത്താൻ പോകുന്ന അയാളുടെ അവസാനത്തെ ഭാവം അളവില്ലാത്ത വേദനയുടെ ക്ലേശമല്ല. മറിച്ച് ആനന്ദകരമായ പുഞ്ചിരിയാണ്. ഒരു സുഹൃത്തിനോടൊത്ത് രസകരമായ നിമിഷം ചിലവഴിച്ചതു പോലെ.

ലങ്കാധിപൻ ഹനുമാനെ തിരിഞ്ഞു നോക്കി. കുംഭകർണ്ണൻ കണ്ട അവസാനത്തെ മനുഷ്യൻ ഹനുമാനായിരിക്കണമല്ലോ. ഒന്നും പറയാതെ രാവണൻ ദൂരേക്കു നോക്കി.

ഹനുമാൻ ഒന്നും മിണ്ടിയില്ല. അയാൾ കൈകൂപ്പി വണങ്ങുകയും കുംഭകർണ്ണന്റെ ജഡത്തിനു മുന്നിൽ തല കുനിക്കുകയും ചെയ്തു.

ലങ്കാധിപൻ അരുമയോടെ തന്റെ അനുജന്റെ മുഖത്ത് തൊട്ടു. അയാളുടെ വിരലുകൾ കുംഭകർണ്ണന്റെ കവിളുകളിലൂടെ നെറ്റിയിലും മുടിയിലുമെത്തി. നിശ്ശൂന്യമായ ഭാവത്തോടെ അയാൾ കുംഭകർണ്ണനെ ഉറ്റു നോക്കി.

പക്ഷെ അയാൾ കരഞ്ഞില്ല. ആത്മാവിനുള്ളിൽ തന്റെ സങ്കടത്തെ കൂട്ടിലടച്ചു. അത് പുറത്തു വിടാൻ സമയമുണ്ട്. പക്ഷെ, അതിപ്പോഴല്ല.

അയാൾ ദീർഘമായി വിശ്വസിക്കുകയും ആത്മനിയന്ത്രണം വീണ്ടെടുക്കുകയും ചെയ്തു.

അയാൾ തന്റെ അനുജന്റെ ഉടലിലുള്ള, സൂര്യവംശികളുടെ അടയാളമുള്ള അംഗവസ്ത്രം നോക്കി. എന്നിട്ട് അയാൾ അയോദ്ധ്യയുടെ രാജാവിനെ തിരിഞ്ഞു നോക്കി.

രാവണൻ മന്ത്രിച്ചു.' നന്ദി.'

രാമൻ തല കുനിക്കുകയും വിനയത്തോടെ പറയുകയും ചെയ്തു, 'നിങ്ങളുടെ സഹോദരൻ ധീരനായ യോദ്ധാവായിരുന്നു. അയാൾ തന്റെ പ്രതിയോഗികളുടെ ആദരവ് സമ്പാദിച്ചു. യമരാജാവ് അദ്ദേഹത്തെ വൈതരണി കടക്കാൻ തുണയ്ക്കട്ടെ. അദ്ദേഹത്തിന്റെ സ്തുതി ഗീതങ്ങൾ എന്നും ഉയരട്ടെ.'

രാവണൻ പതിയെ പുഞ്ചിരിച്ചു, മുറിവുകൾ അയാളുടെ ചിരി ഗോഷ്ടിയായി തോന്നിപ്പിച്ചെങ്കിലും. സുഹൃത്തുക്കളുടെ കണ്ണുകളിലെ സ്നേഹത്തിന്റെ അളവുകളിലൂടെ മാത്രമല്ല, നിങ്ങൾ നിങ്ങളുടെ മൂല്യം അളക്കേണ്ടത്. നിങ്ങളുടെ ശത്രുക്കളുടെ കണ്ണിലെ ആരാധനയുടെ അളവു കൊണ്ടു കൂടിയാണ്.

രാവണൻ ആവർത്തിച്ചു. 'നന്ദി.'

രാവണൻ ശത്രുവിനെ നഗരത്തിനുള്ളിലേയ്ക്ക് പിന്തുടരാഞ്ഞതിനാണ് രാമനോടു നന്ദി പറഞ്ഞത്.ലങ്കക്കാർ പിന്തിരിഞ്ഞോടുമ്പോൾ തുറന്ന കവാടങ്ങളിലൂടെ രാമനതു ചെയ്യാമായിരുന്നു. അങ്ങിനെയെങ്കിൽ അന്നു തന്നെ യുദ്ധം അവസാനിക്കുമായിരുന്നു. പക്ഷെ, ശത്രു സൈന്യം യുദ്ധത്തിനിടയിൽ കോട്ടയ്ക്കകത്തേക്കു കയറിയാൽ എന്തു സംഭവിക്കുമെന്ന് ഒരു നല്ല സൈന്യാധിപന് നല്ലതു പോലെ അറിയാം. അപ്പോൾ തന്റെ സൈന്യത്തെ നിയന്ത്രിക്കാൻ അയാൾക്ക് ബുദ്ധിമുട്ടാകും. സേനാവ്യൂഹങ്ങൾ ഉണ്ടാകില്ല. ഉത്തരവുകളുണ്ടാകില്ല. പ്രതിയോഗികൾ തമ്മിലുള്ള തെരുവു യുദ്ധങ്ങൾ അനാവശ്യമായ നാശനഷ്ടങ്ങളുണ്ടാക്കും. സിഗിരിയയിലെ പൗരന്മാർക്കിടയിൽ പോരാട്ടമുണ്ടാകാം. ആയുധാരികളല്ലാത്ത ആയിരക്കണക്കിനു പൗരന്മാർ കൊല്ലപ്പെടാം. അവസാന വഴിയെന്ന നിലയിൽ മാത്രമേ ശത്രുസൈന്യം നഗരത്തിനുള്ളിലേക്ക് പ്രവേശിക്കാവൂ. യുദ്ധം ചെയ്യാൻ ശത്രു പുറത്തേക്കു വന്നില്ലെങ്കിൽ മാത്രം.

രാമൻ ധർമ്മത്തോടെയാണ് പെരുമാറുന്നത്. അതിനെ അംഗീകരിക്കാനുള്ള അന്തസ്സ് രാവണനുമുണ്ട്.

അയോദ്ധ്യയുടെ രാജാവ് രാവണന്റെ കൃതജ്ഞത സ്വീകരിച്ചു കൊണ്ട് തലയാട്ടി.

'ഞങ്ങൾ...' രാവണൻ ശങ്കിച്ചു.

'എന്താണ്?' രാമൻ ചോദിച്ചു.

'ഞങ്ങളുടെ ബ്രാഹ്മണ സമുദായത്തിൽ പലതരം ആചാരങ്ങളുണ്ട്. ഞങ്ങൾ രണ്ട് വ്യത്യസ്ത ശവസംസ്കാര ചടങ്ങുകൾ നടത്തും. മരണപ്പെട്ടയാളിന്റെ ഏറ്റവും അവസാനത്തെ ഭാവത്തിന്റെ സൂക്ഷ്മമായ സാദൃശ്യത്തോടു കൂടിയ മരണ മുഖമൂടിയുള്ള, ഉടലിന്റെ വൈക്കോൽ കൊണ്ടുള്ള ശരിപ്പകർപ്പ് ഞങ്ങളുണ്ടാക്കും. അതിന്റെ ശവദാഹം നടത്തും. യഥാർത്ഥ ശരീരം മറവു ചെയ്യും, ദഹിപ്പിക്കില്ല. മരണപ്പെട്ട വ്യക്തിയുടെ പൊക്കിൾക്കൊടി മറവു ചെയ്യപ്പെട്ട ജന്മസ്ഥലത്ത്. ശരീരത്തോടൊപ്പം ഈ ജീവിതത്തിൽ ആത്മാവിന് പ്രധാനമായിരുന്ന ഏതാനും വസ്തുക്കളും മറവു ചെയ്യും. യുദ്ധത്തിലാണ് മരിച്ചതെങ്കിൽ മരണകാരണമായ ശത്രുവിന്റെയോ ആയുധത്തിന്റെയോ എന്തെങ്കിലും ശേഷിപ്പ് ശവം മറവു ചെയ്യുന്ന അറയിൽ സൂക്ഷിക്കും.'

'എനിക്ക് ഈ ചടങ്ങ് അറിയാം,' രാമൻ പറഞ്ഞു. 'നിങ്ങളുടെ സമുദായത്തിന്റെ ആചാരങ്ങളെക്കുറിച്ച് ഹനുമാൻ എന്നോടു

പറഞ്ഞിട്ടുണ്ട്. കുംഭകർണ്ണൻ പോരാടിയ ആനയുടെ കൊമ്പുകൾ ഞങ്ങൾ കൊടുത്തയക്കാം. ആദരണീയനായ ആ ജന്തുവിന്റെ കൊമ്പുകൾ നിങ്ങളുടെ സഹോദരന്റെ ശരീരത്തോടൊപ്പം മറവു ചെയ്യൂ. അത് ധീരനായ ആ ആനയ്ക്ക് കിട്ടുന്ന ആദരവു കൂടിയാകും.'

സീതാരാജ്ഞി ഈ മനുഷ്യനെക്കുറിച്ചു പറഞ്ഞതു നേരാണ്. ഇയാൾ നല്ലൊരു വിഷ്ണുവായിരിക്കും...

രാവണന് തന്റെ ഇടതു കൈ നല്ലതു പോലെ ചലിപ്പിക്കാനാകുന്നില്ല. പേശികളിൽ അമ്പിന്റെ കുറ്റികൾ തറഞ്ഞിരുന്നു. അതുകൊണ്ട് അയാൾ വലതു കൈ നെഞ്ചോടു ചേർത്ത് തലകുനിച്ചു വണങ്ങി. 'നന്ദി.'

രാമനും കൈകൂപ്പി വണങ്ങി.

രാവണൻ തിരിഞ്ഞ് രഥത്തിനടുത്തേക്ക് മുടന്തി നീങ്ങി, പുറകെ ഇന്ദ്രജിത്തുമുണ്ട്. കുംഭകർണ്ണന്റെ ജഡം രഥത്തിൽ രാവണന്റെ തൊട്ടടുത്ത് വച്ചു. ലങ്കാധിപൻ രാമനെ നോക്കി. എന്നിട്ട് യുദ്ധക്കളത്തിൽ നിന്നും തിരിച്ചു പോയി.

'അയാളിപ്പോൾ കീഴടങ്ങുമെന്ന് അങ്ങു കരുതുന്നുണ്ടോ?' ഹനുമാൻ ചോദിച്ചു.

രാമൻ തോളു വെട്ടിച്ചു. 'എനിക്കറിയില്ല.'

'അയാളുടെ പകുതി സൈന്യമെങ്കിലും നഷ്ടപ്പെട്ടിട്ടുണ്ടെന്നാണ് എന്റെ കണക്കു കൂട്ടൽ. ഏതാണ്ട് എല്ലാ കുതിരപ്പടയും രഥങ്ങളും. അയാളുടെ ഏറ്റവും മികച്ച രണ്ട് സേനാപതികൾ, കുംഭകർണ്ണനും മാരീചനും കൊല്ലപ്പെട്ടു. അയാൾക്ക് പോരാട്ടം തുടരാനാവില്ല. സ്വന്തം നന്മയ്ക്ക് വേണ്ടി അയാൾ അതു മനസ്സിലാക്കേണ്ടതുണ്ട്. യുദ്ധം അവസാനിച്ചു കഴിഞ്ഞിരിക്കുന്നു.'

പക്ഷെ, അവസാനിക്കുന്നതു വരെ ഒരു യുദ്ധവും അവസാനിക്കുന്നില്ല.

രാവണന്റെ മകനായ ഇന്ദ്രജിത്ത് എളുപ്പം തോൽപ്പിക്കാവുന്ന ഒരാളായിരുന്നില്ല.

അയാൾക്കൊരു പദ്ധതിയുണ്ട്. അതിനുള്ള ഉത്തരവുകൾ അയാൾ നൽകിക്കഴിഞ്ഞിരുന്നു.

'അവരും പൂർണ്ണമായ ആദരവോടെ ദഹിപ്പിക്കപ്പെടണം,' രാമൻ പറഞ്ഞു. 'നമ്മുടെ സൈനികരെപ്പോലെ തന്നെ.'

യുദ്ധത്തിൽ കൊല്ലപ്പെട്ട രണ്ടാനകളുടെയും ജഡം പടുകൂറ്റൻ ഉരുൾ വണ്ടികളിൽ കയറ്റി ആനകൾ വലിച്ച് അയോദ്ധ്യയുടെ ശിബിരത്തിന്റെ

പ്രാന്തപ്രദേശത്തെത്തിച്ചിരുന്നു. അവിടെയെത്തിയപ്പോൾ ആ ഗജസേനയുടെ ഭാഗമല്ലാതിരുന്ന ആനകൾ പോലും വരികയും ആദരാഞ്ജലി അർപ്പിക്കുകയും ചെയ്തു. ഓരോന്നോരോന്നായി ആനകൾ ജഡങ്ങളുടെ അടുത്തേക്കു വന്ന് തുമ്പിക്കൈകൾ നീട്ടി വീണു പോയ തങ്ങളുടെ സഖാക്കളുടെ നെറ്റികൾ ആഴത്തിലുള്ള ആദരവോടെ തൊട്ടു. ജഡത്തിനു ചുറ്റും ആദരവോടെ നടന്നതിനു ശേഷം അവ ഇഴഞ്ഞു വലിഞ്ഞു നടന്നു പോയി, തിരിഞ്ഞു നോക്കാതെ. അവസാനത്തെ ആനയും ആദരാഞ്ജലി അർപ്പിക്കുന്നതു വരെ അയോദ്ധ്യക്കാർ ക്ഷമയോടെ നോക്കി നിന്നു. മനുഷ്യർക്കുള്ളത്രയും മരണാന്തര ചടങ്ങുകൾക്ക് ജന്തുക്കൾക്കും അർഹതയുണ്ട്. ദൂരെ പട്ടടകൾ എരിഞ്ഞു കൊണ്ടിരുന്നു. മരണപ്പെട്ട അയോദ്ധ്യക്കാർ മനുഷ്യർക്കും ദൈവങ്ങൾക്കുമിടയിലെ സന്ദേശവാഹകനായ അഗ്നിഭഗവാനിൽ അലിഞ്ഞു ചേർന്നു കൊണ്ടിരുന്നു. പുരോഹിതർ മൃദുവായി ഗരുഡപുരാണത്തിൽ നിന്നുള്ള സംസ്കൃതശ്ലോകങ്ങൾ മന്ത്രിക്കുന്നുണ്ട്. അന്തരീക്ഷത്തിൽ തീവ്രമായ അന്തസ്സു നിറച്ച് ആ മന്ത്രങ്ങൾ വായുവിൽ ഒഴുകി നടന്നു.

'തീർച്ചയായും, ദാദാ,' ഭരതൻ പറഞ്ഞു. 'പക്ഷെ, ആദ്യം ആ കൊമ്പുകൾ.'

രാമൻ തലയാട്ടി.

ചത്ത ആനയിൽ നിന്ന് കൊമ്പുകൾ നീക്കം ചെയ്യുന്നത് ക്ലേശകരമായ പ്രവൃത്തിയാണ്. അർദ്ധ നഗ്നരായ സൈനികർ കുറച്ചു നേരമായി കൊമ്പുകൾക്ക് ചുറ്റുമുള്ള തൊലിയും മാംസവും പണിപ്പെട്ട് നീക്കം ചെയ്യുകയാണ്.

ഹനുമാൻ രാമന്റെ മറുവശത്തു നിൽക്കുന്നുണ്ട്. കാലൊച്ച കേട്ടപ്പോൾ അയാൾ തിരിഞ്ഞു നോക്കി. അതുപോലെ ലക്ഷ്മണനും ശത്രുഘ്നനും.

അരിഷ്ടനേമിയും വിഭീഷണനും നാരദനും അങ്ങോട്ടു നടന്നു വന്നു.

'ചാരന്മാരുടെ കുറിപ്പുകൾ എത്തിയിട്ടുണ്ട്,' അരിഷ്ടനേമി പറഞ്ഞു. 'മോശം വാർത്തയാണ്.'

'മോശം വാർത്തയോ?!' ഭരതൻ അതിശയത്തോടെ ചോദിച്ചു. 'അവർ കീഴടങ്ങുന്നില്ലേ?'

നാശനഷ്ടങ്ങളുടെ കണക്ക് കൂട്ടിയിരുന്നു. മുന്നൂറ്റിയാറ് അയോദ്ധ്യക്കാർ യുദ്ധത്തിൽ കൊല്ലപ്പെട്ടു. ലങ്കയുടെ വശത്തുണ്ടായ ഗൃഹപ്പിഴകൾ താരതമ്യത്തിനതീതമായിരുന്നു. എഴുപതിനായിരത്തിലധികം കാലാളുകൾ കൊല്ലപ്പെട്ടു. മറ്റൊരു നാൽപ്പതിനായിരം പേർക്ക് മാരകമായി മുറിവേറ്റു, അവർ അടുത്ത ദിവസത്തിലെ യുദ്ധത്തിന് കൊള്ളാവുന്നവരല്ല. കുതിരപ്പടയും രഥസേനയും പ്രായോഗിക തലത്തിൽ തുടച്ചു മാറ്റപ്പെട്ടുവെന്നു

തന്നെ പറയാം. രക്ഷപ്പെട്ടവർക്ക് കടപ്പാടുണ്ടാകേണ്ടത് ധീരനായ കുംഭകർണ്ണനോടും അയാളുടെ കുതിരപ്പടയോടുമാണ്. ഇപ്പോൾ ലങ്കയുടെ സൈന്യത്തിൽ തൊണ്ണൂറായിരം സൈനികരേയുള്ളൂ. സേനാപാർശ്വങ്ങൾ ശക്തിപ്പെടുത്താൻ കുതിരപ്പടയാളികൾ ഇല്ലെന്നു തന്നെ പറയാം. അയോദ്ധ്യക്കാകട്ടെ ഇപ്പോഴും ഒന്നര ലക്ഷം സൈനികരും മുഴുവൻ കുതിരപ്പടയും ഗജസേനയുമുണ്ട്.

'ഇല്ല, അവർ കീഴടങ്ങുന്നില്ല,' അരിഷ്ടനേമി പറഞ്ഞു. 'പക്ഷെ ഞങ്ങൾക്ക് കിട്ടിയ മോശം വാർത്ത അതല്ല.'

'ശ്രദ്ധിച്ച്...' ആനക്കൊമ്പുകൾ ഊരിമാറ്റുന്ന പണിയിലേർപ്പെട്ട സൈനികരോട് നാരദൻ പെട്ടെന്നു വിളിച്ചു പറഞ്ഞു.

എല്ലാവരും തിരിഞ്ഞു നോക്കി.

സൈനികർ ആ ദൗത്യത്തിന്റെ ഏറ്റവും സൂക്ഷ്മമായ ഘട്ടത്തിലാണ്. മഴുവിന്റെ അളന്നു മുറിച്ചതും അതീവ ശ്രദ്ധയുള്ളതുമായ വെട്ടുകളിലൂടെ അവർ കൊമ്പിന്റെ വേരുകൾക്ക് ചുറ്റുമുള്ള എല്ലുകൾ പൂളുകയാണ്. ചെറിയ അശ്രദ്ധയോടു കൂടിയ ഒരൊറ്റ വെട്ട് കൊമ്പുകളെ ഇളക്കുകയോ കേട് വരുത്തുകയോ ചെയ്യാം. പക്ഷെ അവരെല്ലാം അതിൽ വിദഗ്ധരാണ്. അവർ നാരദനോടു മറുപടി പറഞ്ഞതുമില്ല.

'മോശം വാർത്ത എങ്ങനെയുണ്ടാകാനാണ്?' സംസാരത്തിലേക്ക് തിരിച്ചു വന്നു കൊണ്ട് ലക്ഷ്മണൻ ചോദിച്ചു. 'അവരുടെ പകുതി സൈന്യവും നശിച്ചു പോയിരിക്കുന്നു, നമ്മുടെ ആനകൾക്ക് നന്ദി. നാളെ ശേഷിച്ച പകുതിയേയും നമ്മൾ നശിപ്പിക്കും.'

'നമ്മുടെ ആനകൾക്ക് പറക്കാൻ ആകില്ലെന്നതാണ് ആ മോശം വാർത്ത,' നാരദൻ പറഞ്ഞു.

ശത്രുഘ്നൻ നെറ്റി ചുളിച്ചു. 'എന്ത്?! വ്യക്തമായി പറയൂ, നാരദാ.'

'ഇന്ദ്രജിത്ത് പുഷ്പകവിമാനത്തിൽ ഇന്ധനവും ആയുധങ്ങളും നിറയ്ക്കുകയാണ്. നാളത്തെ യുദ്ധത്തിൽ അയാളത് ഉപയോഗിക്കുമെന്നാണു കേട്ടത്.'

ഭരതൻ നെറ്റി ചുളിച്ചു. 'അത് അപഹാസ്യമാണ്. പുഷ്പക വിമാനം യുദ്ധത്തിനുപയോഗിക്കാവുന്ന ആയുധമല്ല.'

'ഇന്ദ്രജിത്തിന് ആ ഉത്തരവ് കൈയ്യിൽ കിട്ടിയിട്ടില്ല.' നാരദൻ പതിവു പോലെ പരിഹാസത്തോടെ പറഞ്ഞു. 'നാളെ നമ്മുടെ സൈന്യത്തിനു മുകളിലൂടെ പറന്ന് അമ്പുകളും കുന്തങ്ങളും തിളയ്ക്കുന്ന എണ്ണയും പുഷ്പക വിമാനത്തിൽ നിന്ന് വർഷിക്കാനാണ് അയാളുടെ പദ്ധതി. വിമാനത്തിന് വളരെ ചെറിയൊരു വാതിൽ മാത്രമേയുള്ളൂവെന്നതാണ് നല്ല വാർത്ത.

ബാക്കിയെല്ലാം കൊട്ടിയടച്ചിരിക്കുകയാണ്. അതു കൊണ്ടു തന്നെ ഒരു സമയം രണ്ട് യോദ്ധാക്കളിൽ കൂടുതൽ അവർക്ക് ഉപയോഗിക്കാനാകില്ല.'

രാമൻ ആകാശത്തേക്കു നോക്കി. 'ഒരു പറക്കുന്ന കപ്പൽ, വർഷിക്കുന്ന ആയുധങ്ങൾ...അത് തീർച്ചയായും ഭീഷണമായ പ്രതിയോഗി തന്നെ. അതിന് നമ്മുടെ കാലാൾ വ്യൂഹങ്ങളെ തകർക്കാനാകും. ആനകളേയും കുതിരപ്പടകളേയും താഴെയിറക്കാനുമാകും.'

'അതു തന്നെ,' നാരദൻ പറഞ്ഞു.

അവർ സൈനികരിൽ നിന്ന് ഉച്ചത്തിലുള്ള മുരൾച്ചകൾ കേട്ട് തിരിഞ്ഞു നോക്കി. കൊമ്പിന്റെ അസ്ഥിവാരത്തിലുള്ള എല്ലുകൾ മുറിച്ചു മാറ്റിയിരിക്കുന്നു. നാല് സൈനികർ ശ്രദ്ധയോടെ എല്ലുകളുടെ ചാലിൽ നിന്നും കൊമ്പ് വലിച്ചൂരി നിലത്തു വെച്ചു. അത് വളരെയധികം ഭാരമുള്ളതായിരുന്നു. ഒരാൾ അതിനു മുകളിൽ കുന്തിച്ചിരുന്ന് വൈദഗ്ദ്ധ്യത്തോടെ നീളമുള്ള നാഡികളും കോശങ്ങളും അതിൽ നിന്നും വെട്ടി മാറ്റി. പശിമയുള്ള, വെളുത്ത നിറമുള്ള നാഡീതന്തുക്കൾ 'ബ്ലും' ശബ്ദത്തോടെ വഴുതി വീണു. രണ്ട് സൈനികർ ജലകുംഭങ്ങളുമായി വരികയും കൊമ്പുകളിൽ നിന്ന് രക്തവും ജീവകലകളും മുഴുവനായി കഴുകിക്കളയുകയും ചെയ്തു. ; ആന കുത്തിക്കൊലപ്പെടുത്തിയ ശത്രുക്കളുടെയും ആനയുടെ തന്നെയും.

'വിഭീഷണാ,' നാരദൻ ലങ്കയുടെ രാജകുമാരനു നേരെ തിരിഞ്ഞു. 'ഇതിന് താങ്കൾക്ക് ചില പരിഹാരങ്ങൾ പറയാനുണ്ടാകുമെന്നു തോന്നുന്നു.'

'അത് താങ്കൾക്കും തോന്നിയിട്ടുണ്ടാകുമല്ലോ.'

'അകമ്പനൻ?'

വിഭീഷണൻ തലയാട്ടി

'ആരാണ് അകമ്പനൻ?' ശത്രുഘ്നൻ ചോദിച്ചു.

'രാവണൻ ജ്യേഷ്ഠന്റെ ഏറ്റവും പഴയ സഖ്യകക്ഷികളിലൊരാൾ,' വിഭീഷണൻ പറഞ്ഞു. 'ജ്യേഷ്ഠൻ കടൽക്കൊള്ള തുടങ്ങിയത് അകമ്പനന്റെ കപ്പലിലാണ്. ഇപ്പോളയാൾ രാജഭണ്ഡാരത്തിന്റെ കണക്കുകൾ നോക്കുന്നു.'

'അയാൾക്കെങ്ങനെ നമ്മളെ പുഷ്പകവിമാനത്തിന്റെ കാര്യത്തിൽ സഹായിക്കാനാകും?' ലക്ഷ്മണൻ ചോദിച്ചു. 'വിമാനത്തിന്റെ ഇന്ധന ചെലവ് തടഞ്ഞു വെയ്ക്കുമോ?

നാരദൻ പൊട്ടിച്ചിരിച്ചു. 'ലക്ഷ്മണകുമാരാ, അങ്ങ് തമാശ പറയാൻ പഠിക്കുന്നുണ്ട്.'

ഭരതനും പൊട്ടിച്ചിരിച്ചു. 'എങ്ങനെയാണ് അകമ്പനൻ പ്രഭുവിന് നമ്മളെ സഹായിക്കാനാകുക?'

'പുഷ്പക വിമാനം പറത്താൻ ബുദ്ധിമുട്ടാണ്,' വിഭീഷണൻ പറഞ്ഞു. 'അവർക്ക് വളരെ കുറച്ച് വൈമാനികരേയുള്ളൂ. ആ വൈമാനികർ സൈനികരുമാണ്. അവർ യുദ്ധത്തിൽ കൊല്ലപ്പെട്ടു.'

'അപ്പോൾ അകമ്പനന് വിമാനം പറത്താനറിയുമോ?'

'ഉവ്വ്, ഉയർന്ന ഉദ്യോഗസ്ഥന്മാരിലും രാജകുടുംബാഗങ്ങൾക്കുമിടയിൽ കുംഭകർണ്ണനും ജ്യേഷ്ഠനും അകമ്പനനും മാത്രമാണ് വിമാനം പറത്താനറിയാവുന്നത്. ഇപ്പോൾ അതിൽ അകമ്പനൻ മാത്രമാണ്...'

ഭരതൻ വിഭീഷണനെ ചുഴിഞ്ഞു നോക്കി. ജ്യേഷ്ഠൻ കൊല്ലപ്പെട്ടതിൽ അയാൾ അസ്വസ്ഥനേയല്ല. വിചിത്രമായ കുടുംബം...

അയാൾ രാമനെ നോക്കി. രാമനും അതു തന്നെയായിരിക്കും ആലോചിക്കുന്നത്.

രാമൻ സംസാരിച്ചു. 'അപ്പോൾ അകമ്പനനെ നമ്മുടെ വശത്തേക്കു കിട്ടിയാൽ...'

'അതു തന്നെ.'

സൈനികരപ്പോൾ പടുകൂറ്റൻ ആനക്കൊമ്പ് വലിയൊരു തുണിയിൽ പൊതിഞ്ഞെടുക്കുകയാണ്. അത് രാവണനു കൊടുത്തയക്കാനുള്ളതാണെന്ന് അവർക്കറിയാം.

'പക്ഷെ അയാളെന്തിന് നമ്മളെ സഹായിക്കണം?' ഭരതൻ വിഭീഷണനോട് ചോദിച്ചു.

നാരദനാണ് മറുപടി പറയുന്നത്. 'അയാൾ കരയാനാണ് ജനിച്ചത്, അതിപ്പോഴും അവസാനിപ്പിക്കുന്നില്ല.'

ഭരതൻ പൊട്ടിച്ചിരിച്ചു. 'അതൊരു നല്ല തമാശയാണ്, നാരദാ. പക്ഷെ എന്റെ ചോദ്യത്തിനുള്ള ഉത്തരമല്ല.

'അകമ്പനൻ വരാൻ പോകുന്നതിനെക്കുറിച്ചോർത്ത് സദാ വേവലാതിയുള്ള ഒരാളാണ്,' വിഭീഷണൻ പറഞ്ഞു. 'ഇതിനേക്കാൾ ദോഷൈകദൃക്കായ ഒരാളെയും ഞാൻ കണ്ടിട്ടില്ല. എല്ലാം തകർന്നുവെന്ന തോന്നലായിരിക്കും ഇന്ന് ലങ്കയുടെ ശിബിരത്തിലുണ്ടായിരിക്കുക. നാളെ ഉറപ്പായും അവർ തോൽക്കുമെന്നും. മാന്യമായ ഒരു തോൽവി പോലും ക്ലേശകരമായിരിക്കുമെന്ന് അവർക്കറിയാം. അകമ്പനൻ തന്റെ തിരഞ്ഞെടുപ്പുകൾ തുറന്നു വെക്കാൻ ആഗ്രഹിക്കുന്നുണ്ടാകും.'

'എങ്കിൽ നമുക്കയാളുമായി ബന്ധപ്പെടാം,' രാമൻ പറഞ്ഞു. 'വിഭീഷണ കുമാരാ, ഞങ്ങളെന്താണു ചെയ്യേണ്ടത്?'

'അയാൾക്കെന്തൊണ് നമുക്ക് വാഗ്ദാനം ചെയ്യാനുള്ളത്?'

'അനുയോജ്യമെന്ന് താങ്കൾ കരുതുന്ന എന്തും. ഞാൻ താങ്കളെ വിശ്വസിക്കുന്നു. കൂടിയാലോചനയിൽ താങ്കളെ സഹായിക്കാൻ നാരദനും പോരട്ടെ.'

വിഭീഷണൻ തലയാട്ടി. 'ഞാനയാളെ നമ്മുടെ വശത്തേക്ക് കൊണ്ടു വരും, പ്രഭോ.'

'നമുക്ക് മറ്റൊരു പദ്ധതി കൂടി ആവശ്യമുണ്ട്,' രാമൻ പറഞ്ഞു.

നാലു സഹോദരന്മാരും രാമന്റെ തമ്പിൽ വൈകിയ ഉച്ചഭക്ഷണത്തിനായി ഒത്തുകൂടിയിരിക്കുകയാണ്. അവരുടെ മുറിവുകളെല്ലാം കഴുകി കെട്ടി വച്ചിട്ടുണ്ട്. എല്ലാവരും കുളിച്ച് എണ്ണ പുരട്ടിയിട്ടുമുണ്ട്.

'അതെ,' ലക്ഷ്മണൻ പറഞ്ഞു. 'വിഭീഷണൻ ഇതിൽ വിജയിക്കുമെന്ന് എനിക്കുറപ്പില്ല.'

'ജ്യേഷ്ഠൻ വിഭീഷണനെ പൂർണ്ണമായും വിശ്വസിക്കുന്നുണ്ടെന്ന് എനിക്ക് തോന്നുന്നില്ല,' ഭരതൻ പറഞ്ഞു. തന്റെ കൂട്ടാളികളെ പൂർണ്ണമായും വിശ്വസിക്കുന്ന സ്വഭാവമാണ് രാമന്റേത്. എന്നാൽ ഭരതനും ലക്ഷ്മണനും വളരെ കാര്യക്ഷമവും രഹസ്യവുമായ ചാരശൃംഖല സൈന്യത്തിനുള്ളിൽ സ്ഥാപിച്ചിട്ടുണ്ട്. സൈനികർക്കിടയിൽ നടക്കുന്ന കാര്യങ്ങൾ കൃത്യമായറിയാനാണത്. വിഭീഷണൻ ലങ്കയോടു ചെയ്തത് തങ്ങൾക്കിടയിൽ ആരും അയോദ്ധ്യയോടു ചെയ്യരുതെന്ന് അവർക്ക് നിർബന്ധമുണ്ട്. പുറത്തെ ശത്രുക്കളിൽ മാത്രമല്ല, അകത്തെ വഞ്ചകരിലും ശ്രദ്ധ വേണമെന്ന് ഒരിക്കൽ രാമൻ ഭരതനോടു പറഞ്ഞിട്ടുണ്ട്.

'ഞാനും വിഭീഷണനെ പൂർണ്ണമായും വിശ്വസിക്കുന്നില്ല,' ശത്രുഘ്നൻ പറഞ്ഞു. 'കുടുംബത്തെ വഞ്ചിച്ചവൻ തരം കിട്ടിയാൽ സുഹൃത്തുക്കളെയും വഞ്ചിക്കും.'

'ഏതായാലും,' രാമൻ പറഞ്ഞു. 'വിഭീഷണനെക്കുറിച്ചല്ല, പുഷ്പക വിമാനത്തെക്കുറിച്ചാണ് നമ്മളിപ്പോൾ പറയുന്നത്. ഇന്ദ്രജിത്ത് പുഷ്പകവിമാനം നല്ലതു പോലെ ഉപയോഗിച്ചാൽ അയാൾക്ക് നമ്മുടെ കാലാൾവ്യൂഹത്തെ ചിതറിക്കാനാകും. ആകാശത്തു നിന്ന് അമ്പുകൾ സൈന്യത്തിനു മേൽ വന്നു വീഴുന്നത് ആലോചിക്കൂ. വിമാനത്തിന്റെ ചെറുപങ്കകളുടെ ഇടിമുഴക്കം പോലുള്ള ഒച്ചയും അത് നമ്മുടെ

ആനകളിലുണ്ടാക്കുന്ന ആഘാതവും ആലോചിക്കു. അവ ഇടഞ്ഞ് പായാം. അങ്ങനെയുണ്ടായാൽ നമ്മുടെ സൈനികർ കൊല്ലപ്പെടും. പാപ്പാന്മാർക്ക് ആനകളെ നിയന്ത്രിക്കാനാകുമെന്ന് ഹനുമാനും അംഗദനും ഉറപ്പുണ്ടെങ്കിലും കാലാൾപ്പടയ്ക്കത് അപകടസാധ്യതയുള്ളതാണ്. അതുകൊണ്ട് അകമ്പനൻ നമ്മുടെ കൂടെ ചേർന്നില്ലെങ്കിൽ മറ്റൊരു പദ്ധതി ആവശ്യമാണ്.'

ഭരതൻ തലയാട്ടി. 'ശരിയാണ്.'

'അതുകൊണ്ട് നമ്മൾ ചെയ്യാൻ പോകുന്നതെന്താണെന്നു വച്ചാൽ...' അനുജൻമാരോടു ചേർന്നിരുന്ന് രാമൻ പറഞ്ഞു.

കൂറ്റൻ പേശികളുള്ള ലക്ഷ്മണൻ ആനപ്പുറത്തുള്ള അമ്പാരിയിൽ എഴുന്നേറ്റു നിന്നു. കാലുകൾ അകത്തി വച്ചിട്ടുണ്ട്. പേശികൾക്കായാസം കിട്ടാനായി കൈകൾ നിവർത്തുകയും മടക്കുകയും ചെയ്തു. കൂടുതൽ ജീവവായു പ്രവഹിച്ചാൽ പേശികൾ കോച്ചിപ്പിടിക്കുന്നതു തടയാം. അയാൾ തോളുകളും ചലിപ്പിച്ചു. ദീർഘമായി നിശ്വസിച്ചു.

'മതിയാക്ക്!' ലക്ഷ്മണന്റെ ആനയുടെ തൊട്ടടുത്തുള്ള ആനപ്പുറത്തെ അമ്പാരിയിൽ ഇരിക്കുന്ന ഭരതൻ പിറുപിറുത്തു.

ലക്ഷ്മണൻ പൂർണ്ണമായ ഉദാസീനതയോടെ ഭരതനു നേരെ തിരിഞ്ഞു. 'ജ്യേഷ്ഠാ, ദയവായി മനസ്സിലാക്കൂ...കൂടുതൽ പേശികളുണ്ടെങ്കിൽ കൂടുതൽ കസർത്തു ചെയ്യേണ്ടി വരും.'

ഭരതൻ പുരികമുയർത്തി, മുഖത്ത് ഒരു കുസൃതി ചിരി തെളിഞ്ഞു. അയാൾക്ക് മതിപ്പുളവാക്കുന്ന, ദൃഢമായ ശരീരമുണ്ട്. അഞ്ചടി പത്തിഞ്ച് ഉയരമുണ്ട്, ക്രമമായ കസർത്തിലൂടെയും നല്ല ആഹാരക്രമത്തിലൂടെയും അത് അയാൾ പോഷിപ്പിച്ചെടുത്തിട്ടുമുണ്ട്. എന്നാൽ ലക്ഷ്മണന് ആറടി പത്തിഞ്ച് ഉയരവുമുണ്ട്. ഒരു കാളക്കൂറ്റനെ പോലെയാണ് അയാൾ. ചില യുദ്ധങ്ങൾ ചെയ്യാതിരിക്കുന്നതാണ് നല്ലത്.

'ശരി, ശരി...നമുക്ക് തുടങ്ങാം.'

ലക്ഷ്മണൻ പല്ലിളിച്ചുകൊണ്ട് ആയുധകുമ്പാരത്തിൽ നിന്ന് ഒരു കുന്തം കയ്യിലെടുത്തു. അതയാൾ വലതുചുമലിനു മുകളിൽ പൊക്കിപ്പിടിച്ചു. അയാളുടെ മുറുക്കിപ്പിടുത്തം മികച്ചതായിരുന്നു; കുന്തപ്പിടി അയാളുടെ കൈവെള്ളയിൽ പതിഞ്ഞു നിന്നു. ചൂണ്ടു വിരലിനും നടുവിരലിനുമിടയിൽ. തള്ളവിരൽ പുറകോട്ടാണ് ചൂണ്ടുന്നത്. ബാക്കി

വിരലുകൾ മറുദിശയിലേക്കും. അയാൾ വലതു കാൽ പുറകിലേക്കും പാദം ശരീരത്തിന് വിലങ്ങനെയും വച്ചു. വലതു കാൽ മുന്നോട്ട്, പാദവും മുന്നോട്ട്. ഇടതുകൈ ഉയർത്തിപ്പിടിച്ചിട്ടുണ്ട്. കൈമുട്ട് നേരെയും വളയാത്തതുമാണ്. കൈത്തലം താഴേക്ക്. ഉടൽ വലതുവശത്തേക്ക് അല്പം പിണഞ്ഞിട്ടുണ്ട്. എറിയാനാവശ്യമായ ആക്കം കിട്ടാനായി മുതുക് വളഞ്ഞിട്ടുണ്ട്, കണ്ണുകൾ ആകാശത്താണ്.

'അതിനെ തുറന്നു വിട്!' ലക്ഷ്മണൻ ഉറക്കെ ഉത്തരവിട്ടു.

കൂട്ടിലുള്ള വെള്ളത്തൊണ്ടയുള്ള സൂചിവാൽ പക്ഷിയെ മരത്തുഞ്ചത്തു നിന്നും തുറന്നു വിട്ടു. ആ പക്ഷി ആ ദൗത്യത്തിന് മികച്ചതാണ്. മധ്യേഷ്യയിൽ പിറന്ന് ഭാരതത്തിന്റെ ഉപഭൂഖണ്ഡത്തിൽ മഞ്ഞു കാലത്ത് ദേശാടനം നടത്തുന്ന ആ പക്ഷി ഏറ്റവും വേഗത്തിൽ പറക്കുന്ന ജീവികളിലൊന്നാണ്. അതിന് വെറും ഇരുപത് സെൻറിമീറ്റർ നീളവും നാൽപ്പത്തിയഞ്ച് സെൻറീമീറ്റർ ചിറകുകൾക്ക് ഇടയകലവുമുണ്ട്. വളരെ ചെറുതും വേഗത്തിൽ നീങ്ങുന്നതുമായ ലക്ഷ്യമാണത്.

ഗംഭീരം!

എറിയ്...ഭരതൻ വിചാരിച്ചു.

പക്ഷെ, ലക്ഷ്മണൻ കാത്തു നിന്നു. ആ പക്ഷിയെ മുകളിലേക്ക് ഉയരാൻ അനുവദിച്ചു. ദൂരെ, വീണ്ടും ദൂരേയ്ക്ക്. വെല്ലുവിളിയുടെ മാനങ്ങൾ അക്ഷരാർത്ഥത്തിൽ കൂട്ടിക്കൊണ്ട്.

ലക്ഷ്മണാ, എറിയൂ...

പക്ഷി പറന്നു പോകുമെന്ന് തോന്നിയ നിമിഷത്തിൽ ലക്ഷ്മണൻ ഉടൽ ഇടതു വശത്തേക്ക് വെട്ടിക്കുകയും തന്റെ ഭീഷണമായ ചുമലിന്റെ മുഴുവൻ ശക്തിയുമെടുത്ത് കുന്തം ചുഴറ്റിയെറിയുകയും ചെയ്തു. അതിന്റെ ഗതിവേഗം അയാൾ കൈത്തണ്ടകളുടെയും വിരലുകളുടെയും പെട്ടെന്നുള്ള വെട്ടിപ്പിക്കലിലൂടെ വർദ്ധിപ്പിച്ചിരുന്നു. കുന്തം അതിശയകരമായ ഊക്കോടും വേഗതയോടെയും വായുവിലുയർന്ന് പൊന്തി. പക്ഷിയുടെ പറക്കൽ വഴിയുടെ അൽപ്പം മുന്നോട്ടാണ് അത് ഉന്നം വയ്ക്കപ്പെട്ടതെന്നു തോന്നി. എന്നാൽ ആ വേഗക്കാരൻ പക്ഷിയുടെ വർദ്ധിക്കുന്ന ത്വരണം കൃത്യതയോടെ ലക്ഷ്മണന്റെ ചോദന കണക്കു കൂട്ടിയെടുത്തിരുന്നു.

കുന്തം ഭീഷണമായി പക്ഷിയെ പ്രഹരിക്കുകയും അതിന്റെ ലോഹത്തുമ്പ് അതിനെ രണ്ടായി മുറിക്കുകയും ചെയ്തു. കുന്തം വീണ്ടും വേഗം കുറയ്ക്കാതെ മുന്നോട്ടു നീങ്ങി. രക്തം പ്രപഞ്ചപ്രവാഹം പോലെ തെറിയ്ക്കുകയും ആകാശത്തിന് നിറം കൊടുക്കുകയും ചെയ്തു. രണ്ടായി

മുറിഞ്ഞ പക്ഷിയുടെ ഉടൽ കൃത്യമായി അറുത്തെടുത്ത ഇരുപാതികളായി ഭൂമിയിലേക്കു വീണു.

ലക്ഷ്മണൻ കൈകൾ കൂപ്പുകയും ആ പക്ഷിയോട് മാപ്പു ചോദിക്കുകയും ചെയ്തു.

'ഗംഭീരം...' ഭരതൻ പറഞ്ഞു.

ലക്ഷ്മണൻ തന്റെ സഹോദരനെ നോക്കി ആഹ്ലാദത്തോടെ പുഞ്ചിരിച്ചു. ഭരതൻ പറഞ്ഞു, 'മോശമില്ല...മേശമേയല്ല...'

ലക്ഷ്മണൻ പൊട്ടിച്ചിരിച്ചു. 'മോശമല്ലെന്നോ? അത് ഗംഭീരമായിരുന്നു, ജ്യേഷ്ഠാ,'

'അതെ' ഭരതൻ ചിരിച്ചു. 'അത് ഗംഭീരമായിരുന്നു.'

'ഇനി ജ്യേഷ്ഠന്റെ ഊഴം.'

ഭരതൻ തയ്യാറെടുത്തു. അടുത്ത പക്ഷിയേയും പുറത്തേക്ക് വിട്ടു. ഭരതൻ തന്റെ കുന്തം മികച്ച കയ്യടക്കത്തോടെ ചുഴറ്റിയെറിയുകയും ചെയ്തു. താഴ്ന്ന ഉയരത്തിൽ, ഒതുക്കത്തോടെ. പക്ഷെ അത് തൽക്ഷണം ആ പക്ഷിയെ കൊന്നു.

'അതും ഗംഭീരമായിരുന്നു, ജ്യേഷ്ഠാ!' ലക്ഷ്മണൻ പറഞ്ഞു.

'ഇരുപതു പക്ഷികളിൽ കൂടി ഇതുപോലെ പരിശീലനം നടത്തേണ്ടതുണ്ട്,' ഭരതൻ പറഞ്ഞു.

എന്നാൽ അത്രയും പരിശീലനത്തിന്റെ ആവശ്യമില്ലെന്ന് രാമൻ സൂചിപ്പിച്ചിരുന്നു. അവർ പേശികളെ ആയാസപ്പെടുത്തരുത്. പക്ഷെ, ആ സഹോദരന്മാർ കൂടുതൽ പരിശീലനം ചെയ്യാൻ തയ്യാറെടുത്തിരുന്നു.

മറ്റൊരു കുന്തം കയ്യിലെടുത്ത് ലക്ഷ്മണൻ വിളിച്ചു പറഞ്ഞു 'അടുത്തത്...'

രാമനും ശത്രുഘ്നനും മറ്റു കാര്യങ്ങളിൽ വ്യാപൃതരാണ്. രാമൻ പുഷ്പകവിമാനം ആക്രമിക്കുമ്പോൾ നടത്തേണ്ട സൈനിക വിന്യാസത്തെക്കുറിച്ച് കാലാളുകൾക്ക് നിർദ്ദേശങ്ങൾ നൽകുകയാണ്. ശത്രുഘ്നനാകട്ടെ ആനകൾക്കും കുതിരകൾക്കും കൂടുതൽ സംരക്ഷണം നൽകുന്ന മുഖപ്പട്ടകളുടെ രൂപകൽപ്പനയിലും. അത് യുദ്ധത്തിൽ നിർണ്ണായകമാകുമെന്നാണ് രാമന്റെ വിശ്വാസം.

അദ്ധ്യായം 35

'അവൻ ഞാൻ പറഞ്ഞതു കേട്ടിരുന്നെങ്കിൽ, ഇതൊന്നും സംഭവിക്കില്ലായിരുന്നു...' രാവണന്റെ മാതാവായ കൈകസി കരഞ്ഞു. അവർ തന്റെ അർദ്ധപുത്രിയായ ശൂർപ്പണഖയോടൊപ്പം രാജകീയ ആതുരാലയത്തിന്റെ അറയുടെ മൂലയിൽ നിൽക്കുകയാണ്.

കൈകസി ഗോകർണ്ണത്തിൽ നിന്നും സിഗിരിയയിലേക്ക് തിരിച്ചു വന്നതാണ്. രാമന്റെ ഉത്തരവനുസരിച്ച് അവർക്ക് അയോദ്ധ്യയുടെ ഉപരോധത്തിനിടയിലൂടെ സുരക്ഷിതമായ പ്രവേശനം അനുവദിക്കപ്പെട്ടു. ഇപ്പോൾ അവർ തന്റെ പ്രിയപ്പെട്ട മകനായ കുംഭകർണ്ണന്റെയും സഹോദരനായ മാരീചന്റെയും മരണത്തിൽ വിലപിച്ചു കൊണ്ട് ആതുരാലയത്തിലാണ്.

തന്റെ ആൺമക്കളെ യുദ്ധത്തിൽ ധാർമ്മികമായി പിന്തുണയ്ക്കാനുള്ള ആഗ്രഹമാണ് അവരുടെ തിരിച്ചു വരവിനുള്ള പ്രകടമായ കാരണം. എന്നാൽ രാവണന് കാര്യങ്ങൾ അറിയാം. മാതാവു വന്നിരിക്കുന്നത് അയാളെ പീഡിപ്പിക്കാനാണ്, അവസാനത്തെ തവണ.

അയാൾ തന്റെ മാതാവിന്റെ അടക്കിപ്പിടിച്ചതെന്നു നടിച്ച വാക്കുകൾ കേൾക്കുകയും അതിനെ അവഗണിക്കുകയും ചെയ്തു. അതയാൾ കേട്ടെന്ന് അവർ മന: പൂർവ്വം ഉറപ്പു വരുത്തിയെന്ന് അയാൾക്കറിയാമായിരുന്നു.

അയാളുടെ വിജയത്തിന്റെ ഫലമാണ് അവരുടെ നല്ല ജീവിതം. എന്നിട്ടോ അയാളോട് അവർ അങ്ങേയറ്റം മോശമായി പെരുമാറി.

പക്ഷെ, അവർക്കു വേണ്ടി തന്റെ സമയം പാഴാക്കാൻ അയാൾ ഒരുക്കമായിരുന്നില്ല. മോശമായി കൈകാര്യം ചെയ്തെന്ന് അയാൾക്കറിയാമായിരുന്ന ഒരാളുടെ മേൽ രാവണന് ശ്രദ്ധ ചെലുത്തേണ്ടതുണ്ട്.

അറയുടെ മധ്യത്തിലുള്ള ശസ്ത്രക്രിയാമേശയുടെ മുകളിലാണ് കുംഭകർണ്ണന്റെ ജഡം. അത് മരണശേഷമുള്ള വിറങ്ങലിപ്പിന്റെ ലക്ഷണങ്ങൾ കാണിച്ചു തുടങ്ങിയിട്ടുണ്ട്. രാവണൻ തന്റെ സഹോദരന്റെ വലതുകൈ പിടിച്ചു, വിരലുകൾ വഴങ്ങാത്തതും വളയാത്തതുമാണ്. ഉടലിന്റെ വിളുമ്പുകളാണ് ആദ്യം വഴങ്ങാത്തവയാകുന്നത്.

കൊട്ടാര വൈദ്യൻ മരണ മുഖംമൂടി നിർമ്മിക്കുകയാണ്, അത് സാങ്കേതികമായി പറഞ്ഞാൽ ഒരു വൈദ്യ പ്രക്രിയ അല്ലെങ്കിലും. ആദ്യം മുഖത്തും മുഖത്തെ മുടിയിലും അയാൾ കൊഴുപ്പ് തേച്ചു. കുമ്മായത്തിൽ രോമം ഒട്ടിപ്പിടിക്കാതിരിക്കാനാണത്. എന്നിട്ട് അതീവ ശ്രദ്ധയോടെ കുമ്മായക്കൂട്ട് മുഖത്ത് തേച്ചു പിടിപ്പിച്ചു. മുഖത്തിന്റെ ഓരോ വിശദാംശവും ഒപ്പിയെടുക്കാനാണത്.

കുമ്മായക്കൂട്ടിൽ പതിയെ കുംഭകർണ്ണന്റെ മുഖം മറയാൻ തുടങ്ങി. കൈകസി ഉറക്കെ വിലപിക്കാനും. നെഞ്ചത്തടിച്ചും മുടി പിടിച്ചു വലിച്ചും. 'എനിക്കെന്റെ മകനെ ഇനി കാണാൻ പോലുമാകില്ല! എനിക്കെന്റെ മകനെ ഇനി കാണാൻ പോലുമാകില്ല!' കൈകസി നാടകീമായി വിലപിച്ചതോടെ ശ്വാസതടസ്സവും അനുഭവപ്പെട്ടു. അവർ ഹതാശമായി കിതയ്ക്കുന്നുണ്ട്.

വൈദ്യൻ അൽപം നിർത്തി തന്റെ സഹായിയോട് രാജമാതാവിനെ പരിചരിക്കാൻ ആവശ്യപ്പെട്ടു. രാവണൻ ഒരു കയ്യുയർത്തി അയാളെ തടഞ്ഞു. 'എന്റെ സഹോദരനെ ശ്രദ്ധിക്കു,' രാവണൻ തന്റെ മാതാവിന് നേരെ വലിച്ചെറിയാൻ ആഗ്രഹിച്ച ശകാര പദങ്ങളെ നിയന്ത്രിച്ചു കൊണ്ട് സൗമ്യമായി മുരണ്ടു. അയാളുടെ നാഭി കഴിഞ്ഞ ഏതാനും മണിക്കൂറുകളായി കഠിനമായി വേദനിക്കുന്നുണ്ട്. അതിപ്പോൾ അസഹനീയമാണ്.

വൈദ്യൻ കുംഭകർണ്ണനു നേരെ തിരിഞ്ഞു. അയാൾ കുമ്മായക്കൂട്ടിന്റെ കൂടുതൽ കൂടുതൽ അടരുകൾ കുംഭകർണ്ണന്റെ മുഖത്ത് തേച്ചു. അടരുകൾ കൂടുന്തോറും മൂശയ്ക്ക് ശക്തി കൂടും. കുമ്മായക്കൂട്ട് ഉണങ്ങാൻ ഒന്നോ രണ്ടോ മണിക്കൂറുകൾ സാധാരണയെടുക്കുമെങ്കിലും ലങ്കയിലെ വൈദ്യന്മാർ പതിനഞ്ചോ ഇരുപതോ മിനുട്ടിനുള്ളിൽ ഉണങ്ങുന്ന പുതിയ കൂട്ട് വികസിപ്പിച്ചെടുത്തിട്ടുണ്ട്.

രാവണനെ സംബന്ധിച്ചിടത്തോളം ആ ഇരുപത് മിനുട്ടെന്നാൽ പശ്ചാത്തലത്തിൽ മാതാവിന്റെ അസഹനീയമായ വിലാപങ്ങളാണ്. അവസാനം അയാൾ അവരുടെ നേരെ തിരിഞ്ഞു. 'നിങ്ങൾക്കെന്തു കൊണ്ട്...നിങ്ങൾക്കെന്തു കൊണ്ട് മാരീചൻ അമ്മാവന്റെ

ശരീരത്തിനടുത്ത് കാത്തിരുന്നു കൂടാ? അദ്ദേഹത്തിന്റെ മരണ മുഖംമൂടി തയ്യാറായിക്കഴിഞ്ഞിട്ടുണ്ട്. വൈദ്യന്മാർ – '

'എന്റെ സഹോദരന്റെ ഉടൽ ഞാൻ വീണ്ടും കാണണമെന്നാണോ നിന്റെ ആഗ്രഹം?' കൈകസി ചീറ്റി. 'ആനകൾ ആ ഉടലിനോട് ചെയ്തതെന്താണെന്ന് നീ കണ്ടില്ലേ?! ആ ജന്തുക്കൾ ചവിട്ടിത്തേച്ച് കൊന്നതിനു ശേഷം അതിൽ കാര്യമായൊന്നും അവശേഷിച്ചിട്ടില്ല! തലയും ഉടലിന്റെ ചില ഭാഗങ്ങളുമല്ലാതെ!' കൈകസി അലർച്ച അൽപ്പം നിർത്തി വച്ച് ഉറക്കെ വീണ്ടും തേങ്ങിക്കരയാൻ തുടങ്ങി. നിലവിളിക്കും ആക്രോശത്തിനുമിടയിൽ അൽപ്പം കൂടെ പരാതി പറഞ്ഞു. 'ഞാൻ...ഞാൻ മരിക്കും...എനിക്ക്...മാരീചൻ ജ്യേഷ്ഠനെ വീണ്ടും കാണേണ്ടി വന്നാൽ! നീയെന്നെ... കൊല്ലാൻ ശ്രമിക്കുകയാണോ രാവണാ?! നീയെന്തിന് എന്നെ ഇത്രയധികം വെറുക്കുന്നു?!ഞാൻ നിന്റെ മാതാവാണ്!!'

കൈകസി നാടകീയതയോടെ നെഞ്ചിൽ പ്രഹരിക്കാൻ തുടങ്ങി. ഭിത്തിയിൽ തലയിട്ടടിച്ചു കൊണ്ട്. സ്വന്തം വിധിയെ പഴിച്ചു കൊണ്ട്.

രാവണൻ സ്വയം നിയന്ത്രിക്കാൻ ശ്രമിച്ചു. അയാളുടെ നാഭി ഹതാശമായി വേദനിച്ചു കൊണ്ടേയിരുന്നു. 'എങ്കിൽ എന്റെ അറയിൽ പോയി കാത്തിരുന്നു കൂടെ, മാതാവേ? കുംഭകർണ്ണന്റെ മരണമുഖം കൂടി തയ്യാറായാൽ ഞാൻ അറിയിക്കാം.'

'ഞാൻ പോകുന്നില്ല,' കൈകസി ദേഷ്യത്തോടെ ആക്രോശിച്ചു.

'ദയവായി...ദയവായി...' തലയിൽ കൈവെച്ചു കൊണ്ട് രാവണൻ പറഞ്ഞു. 'എനിക്കിപ്പോൾ നഷ്ടപ്പെട്ടത്...ദയവായി...എന്നെ ശുണ്ഠിപ്പിടിപ്പിക്കരുത്.'

'നീ കാരണമാണ് അവൻ മരിച്ചത്! നീയാണ് ഈ യുദ്ധത്തിന് കാരണം! എന്റെ നല്ല മകനെ നീ കാരണം എനിക്ക് നഷ്ടപ്പെട്ടു!'

രാവണൻ തന്റെ മാതാവിന് നേരെ വാളൂരാൻ ആഗ്രഹിച്ചു. പക്ഷെ കുംഭകർണ്ണന്റെ ആത്മാവ് ചുറ്റിലുമുണ്ടെന്ന് രാവണനറിയാം. മാതാവിനെതിരെ ഒരു ശകാര വാക്ക് പ്രയോഗിക്കുന്നതു പോലും കുംഭകർണ്ണന് ഇഷ്ടമാവില്ല. രാവണൻ ശൂർപ്പണഖയുടെ നേരെ തിരിഞ്ഞു. സാധാരണ അവൾ നിശബ്ദമോ ധ്വനിപ്പിച്ചതോ ആയ ഉത്തരവനുസരിക്കാൻ പോലും പാഞ്ഞുവരാറുണ്ട്. എന്നാലവൾ അവിടെത്തന്നെ നിന്നു. മുഖത്ത് പുച്ഛത്തോടെ.

വിഭീഷണനാണു രാജാവെന്ന് ചിലപ്പോൾ ഇപ്പോഴേ അവൾ കരുതുന്നുണ്ടാകും.

രാവണൻ തന്റെ പാറാവുകാർക്ക് നേരേ തിരിഞ്ഞു.' അമ്മ

മഹാറാണിയെ അറയിലേക്ക് കൂട്ടിക്കൊണ്ടു പോകൂ.' കൈകസി പാറാവുകാരെ ചെറുത്തില്ല. പക്ഷെ പുറത്തേക്കു പോകുമ്പോൾ പിറുപിറുത്തു കൊണ്ടേയിരുന്നു. അറുപത്തിയൊന്ന് വർഷം മുമ്പ് അവരുടെ ഗർഭപാത്രത്തിനേറ്റ ശാപം മൂലമാണ് തന്റെ നല്ല മകൻ മരിച്ചതെന്ന് അവൾ പരാതിപ്പെട്ടു. ശൂർപ്പണഖ തന്റെ അർദ്ധമാതാവിനെ അനുഗമിച്ചു. പുറത്തേക്കു പോകുമ്പോൾ അവൾ രാവണനെ തുറിച്ചു നോക്കി.

വൈദ്യൻ രാവണനെ അഭിമുഖീകരിക്കാനാകാതെ താഴേക്ക് നോക്കി. തന്റെ സഹോദരന്റെ മുഖം മറച്ച ഒട്ടുന്ന കുമ്മായക്കൂട്ട് രാവണൻ നോക്കി. അയാൾ കുംഭകർണ്ണന്റെ കൈ മുറുകെ പിടിച്ചു. കാത്തിരിക്കുകയല്ലാതെ ഇനിയൊന്നും ചെയ്യാനില്ല. അയാളുടെ ഇടതു കൈ ഒടിഞ്ഞതു കൊണ്ട് തൂക്കിയിട്ടിരിക്കുകയാണ്. മാംസപേശികൾ കോച്ചി വലിക്കുന്നുണ്ട്. അമ്പു കുറ്റികൾ നീക്കം ചെയ്ത് അണുനാശന ലേപനം പുരട്ടിയിട്ടുണ്ട്. മുറിവ് തുന്നിക്കെട്ടിയിട്ടുമുണ്ട്. വലതു കണ്ണിൽ നിന്ന് മൂർച്ചയുള്ള ലോഹക്കഷ്ണം നീക്കം ചെയ്ത് മുറിവ് വൃത്തിയാക്കി കെട്ടിവെച്ചിട്ടുണ്ട്. ഉടലിലെ നിരവധി മുറിവുകളിൽ ലേപനം പുരട്ടി കെട്ടിവെച്ചിട്ടുണ്ട്. കരുത്ത് തിരിച്ചു നേടാനുള്ള ഔഷധക്കൂട്ടുകൾ കഴിച്ചിട്ടുണ്ട്. യുദ്ധം അടുത്ത ദിവസം തുടരേണ്ടതുണ്ടല്ലോ.

വൈദ്യന്മാർ അൽപ്പം വിശ്രമം ഉപദേശിച്ചിട്ടുണ്ട്. രാവണന് അതു ചെയ്യാനാകില്ല. അയാൾക്ക് തന്റെ സഹോദരന്റെയടുത്ത് ഇരിക്കേണ്ടതുണ്ട്. ജീവിച്ചിരിക്കുമ്പോൾ അയാൾ സഹോദരനെ മോശമായി കൈകാര്യം ചെയ്തിട്ടുണ്ട്. അതിനിപ്പോൾ പ്രായശ്ചിത്തം ചെയ്യേണ്ടതുണ്ട്.

'നേരമായി, പ്രഭോ,' വൈദ്യൻ പറഞ്ഞു.

രാവണൻ ഘടികാരത്തിൽ നോക്കി. ഇരുപത് മിനുട്ട് കഴിഞ്ഞു പോയിരിക്കുന്നു. 'ശരി.'

കുമ്മായക്കൂട്ട് നല്ലതു പോലെ ഉറച്ചിട്ടുണ്ട്. അത് കുംഭകർണ്ണന്റെ മുഖത്തു നിന്നും എളുപ്പത്തിൽ പറിഞ്ഞു പോന്നു. നേരിയ തുണികൊണ്ട് വൈദ്യൻ അതിന്റെ ഉൾഭാഗം തുടച്ചെടുത്തു. സഹായി കുംഭകർണ്ണന്റെ മുഖവും. കുമ്മായക്കൂട്ടിന്റെയും കൊഴുപ്പിന്റെയും അംശങ്ങൾ അയാളുടെ മുഖത്ത് നിന്നും തുടച്ചെടുത്തു. അതിനിടയിൽ വൈദ്യൻ തിളച്ച മെഴുക് മൂശയിലേക്ക് ഒഴിച്ചു.

രാവണൻ ആശ്ചര്യത്തോടെ അയാളെ നോക്കി.

'ഇത് സൂക്ഷിച്ചു വെയ്ക്കാനാണ്, പ്രഭോ,' വൈദ്യൻ വിശദീകരിച്ചു. 'മൂശയുടെ ഒരു പകർപ്പ് മെഴുകിൽ എടുത്ത് വെക്കും. പിന്നീട് ആവശ്യം വന്നാലോ. ഇതേ മൂശയാണ് കുംഭകർണ്ണകുമാരന്റെ വെങ്കലം കൊണ്ടുള്ള മരണ

മുഖംമൂടിയുണ്ടാക്കാൻ ഉപയോഗിക്കുന്നത്. ഇന്ന് രാത്രിയാകുമ്പോഴേക്കും അതു തയ്യാറാകും.'

'ദയവായി രണ്ട് മുഖംമൂടികളുണ്ടാക്കു,' രാവണൻ പറഞ്ഞു.

അത് സാധാരണ പിന്തുടരുന്ന ആചാരങ്ങൾക്കെതിരാണ്. ഒരൊറ്റ മരണമുഖംമൂടിയേ ഉണ്ടാക്കാവൂ. പക്ഷേ, തന്റെ പൊന്നു തമ്പുരാനോട് തർക്കിക്കാൻ വൈദ്യൻ മുതിർന്നില്ല. 'തീർച്ചയായും, പ്രഭോ.'

രാവണൻ തന്റെ സഹോദരന്റെ കയ്യിലെ പിടി വിട്ടില്ല.

'നമുക്ക്...' വൈദ്യൻ കരുതലോടെ ചോദിച്ചു. 'ഈ ശരീരം.'

'ഇവിടെയല്ല,' രാവണൻ പറഞ്ഞു. 'കുംഭകർണ്ണനെ ഇവിടെ മറവ് ചെയ്യുന്നില്ല. എന്റെ സ്വദേശത്താണ് അവനെ മറവു ചെയ്യുന്നത്. ഞങ്ങൾ രണ്ടു പേരും ജനിച്ച സ്ഥലത്തിനടുത്ത്.'

'ശരി, പ്രഭോ. ഇപ്പോൾ നമ്മൾ ഇതെന്താണു ചെയ്യേണ്ടത്...'

'നാം ശീതീകരിച്ച ഒരു മുറി തയ്യാറാക്കേണ്ടതുണ്ട്. എന്റെ സഹോദരന്റെ ശരീരം അവിടെ സൂക്ഷിച്ചു വെയ്ക്കേണ്ടതുണ്ട്.'

'ശരി, പ്രഭോ.'

'എന്നിട്ട്...'

രാവണന്റെ ശങ്കയിൽ അമ്പരന്ന് വൈദ്യൻ കാത്തു നിന്നു.

'എന്നിട്ട്,' രാവണൻ തുടർന്നു. 'ഞാനോ ഇന്ദ്രജിത്തോ മരിക്കുകയാണെങ്കിൽ നിങ്ങൾ ഞങ്ങളുടെ ശരീരങ്ങളും ആ മുറിയിൽ സൂക്ഷിക്കണം. എന്നിട്ട് അനുയോജ്യമായ സമയത്ത് മറവു ചെയ്യാനായി പിറന്ന മണ്ണിലേക്ക് കൊണ്ടു പോകണം. ഞങ്ങൾ ഓരോരുത്തർക്കും രണ്ട് മരണ മുഖംമൂടികൾ വീതം നിങ്ങളുണ്ടാക്കണം. എന്റെ ആഗ്രഹം മനസ്സിലാക്കുന്ന ഒരാളിൽ നിന്ന് നിങ്ങൾക്ക് ഉത്തരവുകൾ ലഭിക്കും.'

വൈദ്യൻ പൊടുന്നനെ നിവർന്നു നിന്നു. 'നാളെ അങ്ങ് വിജയിക്കും, പ്രഭോ! അങ്ങയുടെ ദയനീയരായ ശത്രുക്കളുടെ മൃതശരീരങ്ങൾ നമ്മൾ അംഗഭംഗം വരുത്തും – '

'വായടച്ച് ഞാൻ പറയുന്നതു ചെയ്യ്,' രാവണൻ അസ്വസ്ഥതയോടെ മുരണ്ടു.

'ഉവ്വ്, പ്രഭോ.'

സീത കരിയിലകളുടെ കിരുകിരുപ്പു കേട്ട് തലയുയർത്തി നോക്കി.

വൈകുന്നേരമാണ്, സീത അശോകവനത്തിലെ ലതാഗൃഹത്തിന്

പുറത്തെ വരാന്തയിലിരിക്കുകയാണ്. നൂറ്റിയെട്ട് മുത്തുകളുള്ള രുദ്രാക്ഷ മാല ഉരുട്ടി അവൾ ഭാരതാംബയെ പ്രാർത്ഥിക്കുകയാണ്. തന്റെ ഭർത്താവിന്റേയും സൈന്യത്തിന്റേയും രക്ഷയ്ക്ക് വേണ്ടി മന്ത്രങ്ങൾ ഉരുക്കഴിക്കുകയാണ്.

ഒരു സൈനികൻ തള്ളിക്കൊണ്ടു വരുന്ന ചക്രകസേരയിൽ തന്റെ നേർക്കു വരുന്ന രാവണനെ അവൾ കണ്ടു. അയാളുടെ ഇടതു കൈ തൂക്കിയിട്ടുണ്ട്. വലതു കണ്ണിന് കുറുകെ മുറിവുതുണി കെട്ടി വെച്ചിട്ടുമുണ്ട്. ഉടലിലെ മുറിവുകളിൽ മുഴുവനും ചുറ്റിക്കെട്ടലുകളുമുണ്ട്. എഴുപത് സൈനികരുടെ സംരക്ഷണ സേന അയാളുടെ പുറകിലുണ്ട്. സീത ചുറ്റും നോക്കി. കുംഭകർണ്ണനില്ല.

രുദ്രഭഗവാനേ...കരുണ കാണിക്കണേ...

തന്റെ ഭർത്താവിന്റെ ശത്രുക്കളുടെ പക്ഷത്താണ് അയാൾ പോരാടിയതെന്നറിഞ്ഞിട്ടും, ആ ദിവസം വരുമെന്നറിഞ്ഞിട്ടും അവളുടെ ഹൃദയം സങ്കടത്താൽ കട്ടിയായി. സൗമ്യനായ ആ പടുകൂറ്റൻ മനുഷ്യനെയോർത്ത് അവൾ വിലപിച്ചു.

കുംഭകർണ്ണൻ.

അയാൾ ഒരു വീരനായിരുന്നു. തെറ്റായ ഇടത്തു പെട്ടു പോയ വീരൻ. അധർമ്മത്തിനു വേണ്ടി പോരാടിയ വീരൻ. എങ്കിലും വീരൻ വീരൻ തന്നെയാണല്ലോ.

ഒരു യുദ്ധത്തിൽ ഒരു പക്ഷത്തിനും വീരന്മാരുടെ കുത്തകയില്ല.

രാവണൻ സീതയുടെ മുന്നിലേക്ക് കൊണ്ടു വരപ്പെട്ടു. അയാൾ തന്റെ പാറാവുകാരെ ഒരു കൈവീശലിലൂടെ പറഞ്ഞയച്ചു. അവർ കേൾവിക്കപ്പുറത്തേക്ക് പിൻവാങ്ങി.

'എന്നോട് ക്ഷമിക്കൂ...' നനഞ്ഞ കണ്ണുകളോടെ കൈകൂപ്പി സീത പറഞ്ഞു.

'ഞാൻ അവനേക്കാൾ മുമ്പേ മരിക്കേണ്ടതായിരുന്നു...' രാവണൻ പറഞ്ഞു. 'അവൻ എന്നെക്കാൾ മികച്ചവനായിരുന്നു...'

'ഇതും നിങ്ങൾ താങ്ങേണ്ട ഭാരമായിരിക്കാം.'

രാവണൻ തല കുലുക്കി. 'ഇല്ല...ഞാനായിരുന്നു അവനു മേലുള്ള ഭാരം... എല്ലായ്പ്പോഴും...അവനിപ്പോൾ എന്നിൽ നിന്നും സ്വതന്ത്രനായിരിക്കുന്നു.'

സീത പ്രതികരിച്ചില്ല. രാവണൻ പറഞ്ഞതു നേരാണെന്ന് അവൾക്കറിയാം.

രാവണൻ അയാൾക്ക് ചുറ്റും നോക്കി. 'എനിക്കിപ്പോഴും അവന്റെ

സാന്നിദ്ധ്യമറിയാം... അവന്റെ ആത്മാവ് എന്റെ മുകളിലുണ്ടെന്നതു പോലെ..'

'എങ്ങനെയാണ് അദ്ദേഹം പോയത്?' സീത ചോദിച്ചു.

'ധീരരായ യോദ്ധാക്കൾ പോകുന്നതു പോലെ...'

സീത രാവണൻ ആ യുദ്ധം വിവരിക്കുന്നത് കേട്ടു നിന്നു. കുംഭകർണ്ണന്റെ അസാധാരണമായ ധീരത അവളെ അതിശയിപ്പിച്ചു. അതേസമയം തന്റെ ഭർത്താവിന്റെ ഗംഭീരമായ യുദ്ധതന്ത്രവും ഹനുമാന്റെ യുദ്ധമിടുക്കും അവളെ അമ്പരപ്പിച്ചു.

'കുംഭകർണ്ണൻ ഒരു യോദ്ധാവിന്റെ മരണമാണു നേടിയത്,' രാവണന്റെ കഥ പൂർത്തിയായപ്പോൾ സീത പറഞ്ഞു. 'അദ്ദേഹത്തിന്റെ ആത്മാവ് വൈതരണീനദി മുറിച്ച് കടക്കുമ്പോൾ പിതൃക്കൾ അദ്ദേഹത്തെ ആദരിക്കും.'

മരണത്തിന് ശേഷം ആത്മാവ് പതിമൂന്നു ദിവസം ഭൂമിയിൽ തങ്ങി നിൽക്കുമെന്നാണ് വേദകാലത്തുള്ളവർ വിശ്വസിച്ചിരുന്നത്, മരണാനന്തര ചടങ്ങുകൾ പൂർത്തിയാകുന്നതു വരെ. എന്നിട്ട് ആത്മാവ് മിത്തുകളിലെ വൈതരണീനദി കുറുകെ കടന്ന് പിതൃലോകത്തിലേക്കു പോകും. കാലത്തിന്റേയും ദേശത്തിന്റേയും നിയന്ത്രണങ്ങൾക്കപ്പുറമാണ് പിതൃലോകം. പിതൃലോകത്തിൽ മൂന്നു തലമുറ പിതൃക്കളുണ്ട്. അതിനപ്പുറമുള്ളവർ വീണ്ടും ഭൂമിയിൽ വന്നു പിറക്കുകയോ മോക്ഷം നേടുകയോ ചെയ്യും.

'ഞാൻ താമസിയാതെ അവനോടൊത്ത് ചേരും...'

സീത രാവണനെ ചോദ്യഭാവത്തോടെ നോക്കി.

'ഞാൻ നാളെ പോരാടും,' രാവണൻ വ്യക്തമാക്കി. 'എന്റെ വലതു കാലിൽ പരിക്കുണ്ട്, പക്ഷെ എനിക്ക് നടക്കാം. മുൻകരുതൽ എന്ന നിലയ്ക്ക് മാത്രമാണ് ചക്രക്കസേരയിൽ സഞ്ചരിക്കുന്നത്. എന്റെ കാലുകളുടെ ശക്തി വീണ്ടെടുക്കാൻ മാത്രം.'

സീത തലയാട്ടി.

'നിങ്ങൾ പറഞ്ഞതു നേരാണ്,' രാവണൻ പറഞ്ഞു. 'നിങ്ങളുടെ ഭർത്താവ് മിടുക്കനായ സൈന്യാധിപനാണ്.'

'അതെ.'

'നല്ല നേതാവും. നാലു വ്യത്യസ്ത സൈന്യങ്ങളെ ഒരൊറ്റ മുറുക്കമുള്ള പോരാട്ട സംഘമായി അയാൾ ഇണക്കിയെടുത്തു.'

'ഉം.'

'എന്റെ മകനായ ഇന്ദ്രജിത്ത് കഴിയാവുന്നത്ര ശ്രമിക്കുന്നുണ്ട്. അവൻ

എളുപ്പത്തിൽ കീഴടങ്ങില്ല. അവനൊരു മികച്ച തന്ത്രമുണ്ട്. നമുക്കു നോക്കാം...'

സീത തലയാട്ടി, 'നമുക്കു നോക്കാം...'

രാവണൻ ദീർഘമായി നിശ്വസിച്ചു. അയാൾ ചക്രക്കസേരയുടെ ഒരു വശത്തുള്ള അറയിൽ നിന്ന് കുംഭകർണ്ണന്റെ മരണ മുഖംമൂടി വലിച്ചെടുത്തു. സീത എഴുന്നേറ്റു നിന്ന് അതു രാവണനിൽ നിന്നും വാങ്ങി.രണ്ട് കൈകൾ കൊണ്ടും ആദരവോടെ.

അവൾ ആ മുഖംമൂടിയിൽ ഉറ്റു നോക്കി. കുംഭകർണ്ണന്റെ ജീവിതത്തിലെ അന്ത്യനിമിഷം വരും തലമുറകൾക്കായി അതിൽ രേഖപ്പെടുത്തിയിരുന്നു. വേദനയല്ല, ആനന്ദം പരന്നത്.

പല ജന്മങ്ങൾ കടന്നു പോയാലാണ് ആത്മാവിനെ സന്തോഷിപ്പിക്കുന്ന മരണത്താൽ ഒരു ജീവൻ അനുഗ്രഹിക്കപ്പെടുന്നത്.

'ഹനുമാൻ...' രാവണൻ പറഞ്ഞു. 'അയാൾ അവിടെ ഉണ്ടായിരുന്നു... അന്ത്യ നിമിഷത്തിൽ...കുംഭകർണ്ണനോടൊപ്പം... അവർ പരസ്പരം പറഞ്ഞതെന്താണെന്ന് എനിക്കറിയില്ല. പക്ഷെ എന്റെ സഹോദരൻ സമാധാനത്തോടെയാണ് ഇവിടം വിട്ടു പോയത്. സന്തോഷത്തോടെയും.'

സീത മുഖംമൂടി നോക്കി തല കുനിച്ചു.

'ഞങ്ങളുടെ ബ്രാഹ്മണ സമുദായത്തിന്റെ ഉപകുലത്തിൽ തനതായ ചടങ്ങുണ്ട്,' രാവണൻ പറഞ്ഞു.

'എനിക്കതറിയാം. കുംഭകർണ്ണൻ എന്നോടു പറഞ്ഞിട്ടുണ്ട്.'

'അതിൽ...' രാവണൻ വാക്കുകൾ കിട്ടാതെ കുഴങ്ങി.

സീത നിശബ്ദമായി കാത്തു നിന്നു.

'കുംഭകർണ്ണന്റെ ശരീരത്തിന്റെ വൈക്കോൽ രൂപം ദഹിപ്പിക്കാനായി തയ്യാറാണ്. അവന്റെ ഭൗതിക ശരീരം സിഗിരിയയിലെ രാജകീയ ആതുരാലയത്തിൽ സൂക്ഷിച്ചിരിക്കുകയാണ്... ശീതീകരിച്ച്.'

താൻ എന്താണ് ചെയ്യേണ്ടി വരികയെന്ന് സീതയ്ക്കറിയാം. എങ്കിലും അവൾ രാവണൻ അതു പറയാൻ കാത്തു നിന്നു.

'എന്റെ ശരീരവും അതേ പോലെ പരിചരിക്കാൻ ഞാൻ നിർദ്ദേശങ്ങൾ കൊടുത്തിട്ടുണ്ട്...ഇന്ദ്രജിത്ത് ജീവിച്ചിരിക്കുമെന്ന് ഞാൻ പ്രത്യാശിക്കുന്നു. പക്ഷെ, അങ്ങനെ സംഭവിച്ചില്ലെങ്കിൽ അവന്റെ ശരീരവും...ഞാൻ മരിച്ചാൽ, ഇന്ദ്രജിത്തും മരിക്കുകയാണെങ്കിൽ ഞങ്ങളുടെ ശരീരങ്ങൾ ജന്മസ്ഥലത്തേക്ക് കൊണ്ടു പോയി മറവു ചെയ്യുമെന്ന് നിങ്ങൾക്ക് ഉറപ്പു വരുത്താനാകുമോ? അങ്ങു വടക്ക് യമുനയുടെ തീരത്തുള്ള ഗ്രാമമാണത്. അതിന്റെ പേര് – '

'സിനൗളി,' സീത രാവണന്റെ വാചകം മുഴുമിച്ചു കൊണ്ട് പറഞ്ഞു. 'എനിക്കറിയാം, കുംഭകർണ്ണൻ ഒരിക്കൽ പറഞ്ഞിട്ടുണ്ട്.'

'എന്റെ അമ്മാവൻ മാരീചനെയും... അയാളൊരു നല്ല മനുഷ്യനായിരുന്നു ... അദ്ദേഹത്തിന്റെ ഭൗതിക ശരീരവും ആതുരാലയത്തിൽ ശീതീകരിച്ച് വയ്ക്കുകയാണ്. ആ ശരീരവും...'

'ഞാനത് ഉറപ്പു വരുത്താം.'

'നന്ദി. രാജകുടുംബത്തിലെ മറ്റുള്ളവരെക്കുറിച്ച് എനിക്ക് വേവലാതികളില്ല.'

'ഞങ്ങൾ രാമന്റെ നേതൃത്വത്തിലാണ് പോരാടുന്നത്. യുദ്ധം ചെയ്യാത്ത എല്ലാവരേയും മാന്യമായി പരിപാലിക്കും.'

രാവണൻ പതിയെ പൊട്ടിച്ചിരിച്ചു. 'രാജകുടുംബത്തിൽ അവശേഷിക്കുന്നവരെ എങ്ങനെ വേണമെങ്കിലും കൈകാര്യം ചെയ്യാം. പക്ഷെ, അവരെ വിശ്വസിക്കരുത്. എന്റെ ഭാര്യ മണ്ഡോദരിയെ ഒഴിച്ച്. അവൾ കട്ടപ്പക്കാരിയാണെങ്കിലും നല്ല സ്ത്രീയാണ്.' സീത തലയാട്ടി.

അപ്പോൾ മഴ ചാറാൻ തുടങ്ങി. ഏതാനും സൈനികർ ഒച്ചയുണ്ടാക്കാതെ ഓടിവന്നു. അവർ രാവണന്റെ ചക്രക്കസേരയുടെ മുകളിലുള്ള തുളയിൽ കുട ഉറപ്പിച്ചു വച്ചു. അവർ സീതയ്ക്കും ഒരു കുട നൽകി. എന്നിട്ട് നിശബ്ദമായിത്തന്നെ മരനിരകൾക്കപ്പുറത്തേക്ക് പിൻമാറി.

രാവണൻ ഇടതു കൈ കൊണ്ട് കുട ചെരിച്ചു വയ്ക്കുകയും മുഖം മുകളിലേക്കുയർത്തുകയും ചെയ്തു. മുഖം നനയ്ക്കാൻ മഴത്തുള്ളികളെ അയാൾ അനുവദിച്ചു. അയാൾ താഴേക്ക് നോക്കുകയും മുറിവുകളിലെ ചുറ്റിക്കെട്ടലുകൾ നനയുന്നതിന് മുമ്പേ കുട നേരെ വയ്ക്കുകയും ചെയ്തു.

'ഞാൻ താമസിയാതെ അവളുടെ അടുത്തെത്തും,' രാവണൻ പതിയെ പുഞ്ചിരിച്ചു കൊണ്ട് പറഞ്ഞു. അയാൾ മുഖം തുടച്ചു.

സീതയും പുഞ്ചിരിച്ചു.

പോകാനുള്ള നേരമായി. ഒരൊറ്റ കാര്യം മാത്രമേ ചെയ്യാൻ അവശേഷിച്ചിട്ടുള്ളു. രാവണൻ ദീർഘമായി നിശ്വസിക്കുകയും തന്റെ സ്വർണ്ണമാല മുറുകെ പിടിക്കുകയും ചെയ്തു. അയാൾ അതിന്റെ കൊളുത്തഴിച്ച് പതക്കം ഊരിയെടുത്തു. വേദപതിയുടെ വിരലുകളുടെ തരുണാസ്ഥിയാൽ മെനഞ്ഞെടുത്ത പതക്കം.

'നിങ്ങൾ എന്താണീ ചെയ്യുന്നത്?' അരുതെന്ന ഭാവത്തിൽ കൈകളുയർത്തിക്കൊണ്ട് സീത പറഞ്ഞു.

രാമൻ സീതയെ ഉറ്റു നോക്കി. അയാൾ പതക്കം കൈകളിലെടുത്തു. 'എനിയ്ക്കും നിങ്ങൾക്കും ഇത് ഒരു ദേവതയുടെ തിരുശേഷിപ്പുകളാണ്.

മറ്റേതൊരാൾക്കും ഇത് വെറും എല്ലുകളാണ്. നിങ്ങളിത് സൂക്ഷിച്ചു വയ്ക്കണം.'

'എന്റെ കയ്യിൽ ഒന്നുണ്ടല്ലോ,' സീത തന്റെ മാതാവിന്റെ തരുണാസ്ഥി കൊണ്ടുണ്ടാക്കിയ പതക്കം മുറുകെ പിടിച്ചു കൊണ്ടു പറഞ്ഞു. അത് ഒരു കറുത്ത ചരടിൽ അവളുടെ കഴുത്തിൽ തൂങ്ങിക്കിടക്കുന്നുണ്ട്. 'നിങ്ങൾക്കിനിയും എന്റെ മാതാവിനെ ആവശ്യമുണ്ട്.'

'ഞാൻ അവളുടെ അടുത്തേക്കു തന്നെയാണല്ലോ പോകുന്നത്,' രാവണൻ പുഞ്ചിരിച്ചു.

'അവരുടെ അടുത്തേക്ക് പോകരുത്. അവരുടെ കൂടെ പോകണം.'

രാവണൻ പുഞ്ചിരിച്ചു.

'നിങ്ങൾ പരലോകത്തേക്ക് കടക്കുന്നതെപ്പോഴായാലും – '

രാവണൻ സീതയെ തടസ്സപ്പെടുത്തി. 'ചിലപ്പോൾ അത് നാളെയാകാം.' രാവണന്റെ ഇടപെടൽ സീത അവഗണിച്ചു. 'നിങ്ങൾ പരലോകത്തിലേക്ക് കടക്കുന്നതെപ്പോഴായാലും, നിങ്ങളെ മറവു ചെയ്യുന്ന അറയിൽ ഈ പതക്കമുണ്ടെന്ന് ഉറപ്പു വരുത്തുന്നത് എന്റെ വ്യക്തിപരമായ ഉത്തരവാദിത്വമായിരിക്കും.'

രാവണൻ നിറഞ്ഞ കണ്ണുകളോടെ നെടുവീർപ്പിട്ടു.

'കണ്ണുനീർ ഉടലിനുള്ളിലിരുന്ന് വ്രണമാകും,' സീത പറഞ്ഞു. 'കണ്ണുനീരിനെ ഒഴുകാൻ അനുവദിക്കുന്നതിൽ യാതൊരു മാനക്കേടുമില്ല.'

'ഈ കണ്ണുനീർത്തുള്ളികൾ ഏതായാലും ഈ മഴയിൽ മറഞ്ഞിരിക്കും...' രാവണൻ തന്റെ ഇടം കണ്ണ് തുടച്ചു കൊണ്ട് പുഞ്ചിരിച്ചു. 'എന്റെ അഴലും ക്രോധവും എന്റെ മരണത്തോടെ മരിച്ചു പോകും. ഞാൻ സ്വതന്ത്രനാകും. ഞാൻ സുഖപ്പെടും.'

രാവണന്റെ നാഭിയിലുള്ള നിതാന്തമായ വേദന കുറഞ്ഞിരുന്നു. മരണമെന്ന മോചനത്തെക്കുറിച്ചുള്ള ചിന്ത അതിനയാളെ സഹായിച്ചു.

'വീണ്ടും ജീവിക്കുന്നതിനേക്കാൾ ഓർമ്മിക്കപ്പെടുന്നതാണ് നിങ്ങളെ സുഖപ്പെടുത്തുന്നത്. അപ്പോൾ ഹൃദയത്തിനുള്ളിൽ നിന്നും നിങ്ങൾക്ക് പുഞ്ചിരിക്കാം...'

'ഉം... അപ്പോൾ എനിയ്ക്ക് ഹൃദയത്തിനുള്ളിൽ നിന്ന് പുഞ്ചിരിക്കാം...' രാവണൻ വേദവതിയുടെ പതക്കം തന്റെ സ്വർണ്ണമാലയിൽ തിരിച്ച് കൊളുത്തിയിട്ടു.' നിങ്ങൾ എനിയ്ക്കു തന്ന വാക്ക് മറക്കരുത്. എന്നെ മറവു ചെയ്യുന്ന അറയിൽ നിങ്ങളുടെ സഹായം ആവശ്യമാണ്.'

'ഞാൻ മറക്കില്ല.'

'അപ്പോൾ...ഇനിയൊന്നും പറയാനില്ല,' രാവണൻ പറഞ്ഞു.

വിടയല്ലാതെ...

'വിട, പ്രിയപ്പെട്ട രാജകുമാരീ. നിങ്ങളായിരിക്കും എന്നും എന്റെ വിഷ്ണു.'

'വിട, ധീരനായ രാജാവേ.'

'യുദ്ധം ഇനിയും കഴിഞ്ഞിട്ടില്ല,' അകമ്പനൻ ഉറപ്പോടെ പറഞ്ഞു. 'കുമാരൻ ഇന്ദ്രജിത്തിന് കാര്യങ്ങൾ തിരിച്ച വയ്ക്കാനാകും.'

'എങ്കിലെന്തിനാണ് നിങ്ങൾ ഞങ്ങളെ കാണാമെന്ന സമ്മതിച്ചത്?' നാരദൻ ചോദിച്ചു. 'ഒന്നും സംസാരിക്കാനില്ലല്ലോ.'

വിഭീഷണനും നാരദനും അയോദ്ധ്യയുടെ യുദ്ധശിബിരത്തിൽ നിന്ന് ഏറെ ദൂരെയുള്ള, സിഗിരിയയുടെ തെക്കൻ ദിക്കിലെ ഒരു പ്രാന്ത പ്രദേശത്തേക്ക് പാത്തും പതുങ്ങിയും ചെന്നതാണ്. സിഗിരിയ കോട്ടയ്ക്കുള്ളിൽ നിന്നുള്ള ചെറിയ രഹസ്യ തുരംഗങ്ങളിലൊന്നുപയോഗിച്ച് അകമ്പനൻ അവിടെയെത്തി. നഗര കവാടങ്ങളിലെ ചുങ്കത്തിൽ നിന്നും രക്ഷപ്പെടാനായി സമാധാന കാലത്ത് കള്ളക്കടത്തുകാർ ഉപയോഗിച്ചിരുന്ന തുരങ്കങ്ങളാണത്. കോട്ടയുടെ പുറത്തെ മതിലുകളെ ചുറ്റുന്ന തുറസ്സായ സ്ഥലത്തിനപ്പുറത്ത്, കാട്ടിലെ മരനിരകൾക്കടുത്ത്, ആരുടെയും കണ്ണെത്താത്ത ഒരിടത്താണ് അവർ കണ്ടു മുട്ടിയത്. നോക്കിയാൽ പോലും കാണാത്തത്ര ഇരുട്ടുള്ള, ചന്ദ്രനില്ലാത്ത രാത്രിയായിരുന്നു അത്.

'എങ്കിൽ ഞാൻ പോയേക്കാം,' വേഗം ദേഷ്യം വരുന്ന അകമ്പനൻ പറഞ്ഞു.

'ശാന്തനാകൂ, എന്റെ സുഹൃത്തേ.'

അയാളുടെ തോളുകളിൽ കൈവെച്ചു കൊണ്ട് വിഭീഷണൻ പറഞ്ഞു.

വിഭീഷണൻ നാരദനെ രൂക്ഷവും കുറ്റപ്പെടുത്തുന്നതുമായ നോട്ടം നോക്കി. പുറത്തു മാത്രമേ അതങ്ങനെ ആയിരുന്നുള്ളൂ. അവർ സാമ്പ്രദായികമായ 'നല്ലവനും കെട്ടവനും' നാടകം കളിക്കുകയായിരുന്നു. പരിഭ്രമ സ്വഭാവിയായ അകമ്പനനെ എങ്ങനെയെങ്കിലും അവർക്ക് കൈയ്യിലെടുക്കേണ്ടതുണ്ടല്ലോ.

'നിങ്ങൾക്കെന്താണു വേണ്ടത്, വിഭീഷണാ?' അകമ്പനൻ ചോദിച്ചു.

'ഞങ്ങൾക്കെന്താണു വേണ്ടതെന്ന് മനസ്സിലാക്കാനുള്ള ബുദ്ധി നിങ്ങൾക്കുണ്ട്.' വിഭീഷണൻ പറഞ്ഞു. 'ഞാനത് പറയേണ്ടതില്ലല്ലോ.'

'വിമാനം പറത്താൻ വിസമ്മതിച്ചാൽ, ഞാൻ കൊല്ലപ്പെടും.'

'ഞങ്ങളതിന് വിമാനം പറത്തരുതെന്ന് നിങ്ങളോട് ആവശ്യപ്പെട്ടുന്നില്ലല്ലോ.' അകമ്പനൻ നെറ്റി ചുളിച്ചു. അവരുടെ പദ്ധതി എന്തെന്നു മനസ്സിലായപ്പോൾ അയാൾ കണ്ണുകൾ മിഴിച്ചു. 'നിങ്ങൾക്കു ഭ്രാന്താണ്! അത് അസാധ്യമാണ്.'

'അസാധ്യമായതെന്താണെന്നും സാധ്യമായതെന്താണെന്നും നിങ്ങൾ വേവലാതിപ്പെടേണ്ടതില്ല,' നാരദൻ പറഞ്ഞു. 'അത് ഞങ്ങൾക്കു വിട്ടേക്കൂ. നിങ്ങൾക്കതിന് സമ്മതമാണോ അല്ലയോ?'

'നിങ്ങളിതിൽ ജയിക്കാൻ യാതൊരു വഴിയുമില്ല. പുഷ്പകവിമാനം എത്ര വേഗത്തിലാണു നീങ്ങുന്നതെന്ന് നിങ്ങൾക്കറിയാമോ? നിങ്ങളിലാർക്കും സാധിക്കാത്ത കാര്യമാണ് – '

'എങ്കിൽ നിങ്ങൾക്ക് കൂടുതൽ നല്ലതാണ്,' നാരദൻ ഇടയ്ക്കു കയറി പറഞ്ഞു. 'അയോദ്ധ്യക്കാരെ തോൽപ്പിക്കാൻ ഇന്ദ്രജിത്തിനെ സഹായിച്ച നിങ്ങൾ ധീരനായകനാകും. നിങ്ങളിൽ ലങ്ക പാരിതോഷികങ്ങൾ വാരിച്ചൊരിയും.'

ഒന്നും പറഞ്ഞില്ലെങ്കിലും ഒരു തീരുമാനമെടുക്കാൻ കഴിയാത്ത അവസ്ഥ അയാളുടെ മുഖത്ത് എഴുതി വെച്ചിരുന്നു.

വിഭീഷണൻ പറഞ്ഞു, 'എന്റെ സുഹൃത്തേ, നിങ്ങൾക്കിതിൽ യാതൊരു അപകടവുമില്ല. പോരടിക്കുന്ന രണ്ട് പക്ഷങ്ങൾക്കിടയിൽപ്പെട്ടു പോയ ഒരാൾക്കു കിട്ടാവുന്ന ഏറ്റവും വലിയ സവിശേഷ അധികാരമാണിത്. നിങ്ങൾക്ക് രണ്ട് പക്ഷങ്ങളോട്ടും വില പേശാം. ഏതു വശം ജയിച്ചാലും നിങ്ങൾ ധീരനായി മാറുകയും ചെയ്യും.'

'പക്ഷെ ഇതസാധ്യമാണ്,' അകമ്പനൻ പറഞ്ഞു. 'വിമാനം വളരെ വേഗത്തിലാണ് നീങ്ങുന്നത്. വാതിലാകട്ടെ തീരെ ചെറുതുമാണ്. ദൂരം കൊണ്ടും കുമാരൻ ഇന്ദ്രജിത്തിന്റെ കട്ടിയുള്ള പടച്ചട്ടകൾ കൊണ്ടും അമ്പുകൾ ഉപയോഗ ശൂന്യമായിരിക്കും. അതൊരു – '

'അത് ഞങ്ങൾക്ക് വിട്ടു തരൂ, എന്റെ സുഹൃത്തേ,' തന്റെ കയ്യിലെ ഭൂപടത്തിലെ ഒരു ബിന്ദുവിൽ വിരൽ ചൂണ്ടി വിഭീഷണൻ ഇടയ്ക്ക് കയറി പറഞ്ഞു. 'ഈ ബിന്ദുവിൽ വച്ച് വിമാനം മരത്തലപ്പുകളുടെ അടുത്തേക്ക് കൊണ്ടു വരണം. അതിന്റെ വാതിൽ കാടിനെ അഭിമുഖീകരിക്കണം, ഒരൊറ്റ തവണ, ഒരൊറ്റ തവണ മാത്രം.'

അകമ്പനൻ ഒന്നും മിണ്ടാതെ ഭൂപടത്തിലേക്ക് തുറിച്ചു നോക്കി. എന്നിട്ട് തലയാട്ടി. 'എന്താണ്?' വിഭീഷണൻ ചോദിച്ചു.

അകമ്പനൻ വിഭീഷണനേയും നാരദനേയും നോക്കി. 'ഇത് അസാധ്യമാണ്. അത്രയും ദൂരേക്ക് ആർക്കും തന്നെ കൃത്യതയോടെ

കുന്തമെറിയാനാകില്ല. ഒന്നുകിൽ നിങ്ങൾക്ക് കൃത്യതയുണ്ടാകും അല്ലെങ്കിൽ ദൂരെയ്ക്കെറിയാനുള്ള കഴിവുണ്ടാകും. രണ്ടും ഒരു പോലെ കിട്ടില്ല.'

'പ്രസംഗത്തിനു നന്ദി,' നാരദൻ പറഞ്ഞു. 'നമ്മളിത് ചെയ്യുന്നുണ്ടോ?'

'അകമ്പനാ,' വിഭീഷണൻ ശാന്തവും സൗമ്യവുമായ ശബ്ദത്തിൽ പറഞ്ഞു. 'പുഷ്പകവിമാനം ഉപയോഗിച്ചാലും ഇന്ദ്രജിത്തിന് അനിവാര്യമായതിനെ വൈകിപ്പിക്കാനേ കഴിയൂ. നമുക്ക് ആനകളുണ്ട്, ലങ്കയ്ക്കതില്ല. നമുക്ക് വലിയ കുതിരപ്പടയുണ്ട്, ലങ്കയ്ക്കില്ല. ലങ്കയുടേതിനേക്കാൾ വലുതാണ് അയോദ്ധ്യയുടെ കാലാൾപ്പട. ഞങ്ങൾ വിജയിക്കുക തന്നെ ചെയ്യും. എപ്പോൾ എന്നത് മാത്രമാണറിയാനുള്ളത്. യുദ്ധം തീർന്നാൽ ഞാനായിരിക്കും ലങ്കാധിപൻ. രാജാവാകുമോ എന്നതല്ല, എപ്പോൾ എന്നതു മാത്രമാണ് ചോദ്യം. ലങ്കയുടെ നഷ്ടം കുറയ്ക്കുക മാത്രമാണ് ഇപ്പോൾ ചെയ്യുന്നത്. യുദ്ധം നീണ്ടു പോകുന്തോറും ലങ്കയ്ക്ക് കൂടുതൽ നഷ്ടങ്ങളുണ്ടാകും. നിങ്ങൾക്കതറിയാം. ഇപ്പോൾ ഞങ്ങളെ നിങ്ങൾ പിന്തുണച്ചാൽ ഞാനത് എല്ലായ്പ്പോഴും ഓർക്കും.'

അകമ്പനൻ തിടുക്കത്തിൽ തലയാട്ടി. എന്നിട്ട് പെട്ടെന്ന് സിഗിരിയയുടെ പുറം മതിലിനു നേരേ ഓടിപ്പോയി.

അദ്ധ്യായം 36

ഇന്ദ്രജിത്ത് അക്ഷമയോടെ കാത്തിരിക്കുകയാണ്. സ്വന്തം മാതാവിനെയും കാത്ത് നിലത്താണിരിക്കുന്നത്. അയാൾക്ക് മാതാവിനെ അറിയാം. ധ്യാനത്തിലിരിക്കുമ്പോൾ അവരെ ശല്യപ്പെടുത്തരുത്. ഒരിക്കലും.

മണ്ഡോദരി തന്റെ ലളിതമായ കുടിലിന് പുറത്തുള്ള മണ്ഡപത്തിൽ പത്മാസനത്തിൽ ഇരിക്കുകയാണ്. കല്ലും മരവും ഉപയോഗിച്ച് പണിതതാണ് മണ്ഡോദരിയുടെ കുടിൽ. ഒരു സന്യാസിനിയ്ക്ക് താമസിക്കാനുള്ള ഇടം. രാവണന്റെ ആഡംബരപൂർണ്ണമായ പട്ടുകുറ്റൻ കൊട്ടാര സമുച്ചയം സ്ഥിതി ചെയ്യുന്ന സിംഹശിലയിൽ നിന്ന് അധികം ദൂരെയല്ല അത്. സിംഹശിലയെ ചുറ്റി നിൽക്കുന്ന ഉദ്യാന സമുച്ചയത്തിനുള്ളിലാണത്. അതിന് ചുറ്റും ഭയങ്കരന്മാരായ സൈനികർ കാവൽ നിൽക്കുന്നുണ്ട്. സുരക്ഷാ ആവശ്യങ്ങൾക്കായി ആ ചെറിയ കീഴടങ്ങലല്ലാതെ മണ്ഡോദരി ജീവിതത്തിലെ തന്റെ തിരഞ്ഞെടുപ്പ് സമരസപ്പെടുത്താൻ വിസമ്മതിച്ചു. അധർമ്മത്താലും കുറ്റകൃത്യങ്ങളാലും കൊള്ളയടിക്കലിനാലും സൃഷ്ടിക്കപ്പെട്ട ആഡംബരങ്ങൾ അവർ പൂർണ്ണമായും ത്യജിച്ചു.

മണ്ഡോദരി വളരെ വ്യക്തമായി പറഞ്ഞു: എന്റെ ഭർത്താവ് ചെയ്തു കൂട്ടുന്ന കുറ്റകൃത്യങ്ങളുടെ ഫലമായി കൈവശം വരുന്ന ആഡംബര ജീവിതം ഞാൻ ആസ്വദിക്കുകയാണെങ്കിൽ അദ്ദേഹത്തിന്റെ കുറ്റകൃത്യങ്ങളിലും ഞാൻ പങ്കാളിയാണ്. ഒരു മരം വിഷമുള്ളതാണെങ്കിൽ അതിന്റെ പഴവും വിഷമുള്ളതായിരിക്കും. അതൊരു ലളിതമായ ചൊല്ലാണ്. പക്ഷേ മണ്ഡോദരിയെ പോലുള്ള ഒരു സ്ത്രീയ്ക്കു മാത്രമേ അത് പ്രായോഗിക തലത്തിലേക്കുയർത്താനാകൂ.

മണ്ഡോദരി ലളിതമായ കാവിത്തുണി കൊണ്ടുള്ള പരുത്തിക്കച്ചയും അംഗവസ്ത്രവും പുറം കുപ്പായവുമാണ് ധരിച്ചിരിക്കുന്നത്. കാവി ലൗകിക ജീവിതത്തിൽ നിന്നും വിരക്തി വന്ന സന്യാസിനിമാരുടെ നിറമാണ്. ശരാശരി ഉയരമുള്ള ആ സ്ത്രീ വെളുത്ത നിറമുള്ളവളും അൽപ്പം ശരീര ഭാരം കൂടിയവളുമാണ്. അവരുടെ നീളമുള്ള തവിട്ടു മുടി പുറകിലേക്ക് വെടിപ്പോടെ ചീന്തി പിന്നിയിട്ടിട്ടുണ്ട്. നഖങ്ങൾ വെട്ടിച്ചെറുതാക്കിയിട്ടുണ്ട്. കൈകൾ പരുക്കനാണ്. പരിചാരകരെ ഒഴിവാക്കി വീട്ടിലെ ജോലികളെല്ലാം ചെയ്യുന്നത് കൊണ്ട് കൈവെള്ളയിൽ തഴമ്പുണ്ട്. മുഖത്തെല്ലായ്പ്പോഴും സൗമ്യമായ പുഞ്ചിരി, ധർമ്മനിരതമായ ജീവിതത്തിന്റെ പ്രതിഫലനമാണത്. അവരുടെ കാരിരുമ്പിന്റെ ഉറപ്പുള്ള സ്വഭാവത്തിന്റെ ലക്ഷണമൊന്നും തന്നെ പുറത്തു കാണുന്നില്ല, കണ്ണുകളിലൊഴിച്ച്. അവരുടെ ഇരുണ്ടതും ആകർഷകവും ദൃഢനിശ്ചയം സ്ഫുരിക്കുന്നതുമായ കണ്ണുകൾ വഴങ്ങാത്തതും ധർമ്മനിരതവുമായ ആത്മാവിനെ സൂചിപ്പിച്ചു.

ആ കണ്ണുകൾ അപ്പോൾ അടഞ്ഞിരുന്നു.

ഇന്ദ്രജിത്ത് തന്റെ മാതാവുമായുള്ള ഒരു സംഭാഷണം ഓർത്തെടുത്തു. അന്നയാൾക്ക് പതിനാറു വയസ്സ്.

'ജീവിതം, എന്റെ മകനേ, ആന്തരികമായി വളരെ ലളിതമാണ്,' മണ്ഡോദരി പറഞ്ഞു. 'നമ്മൾ ആ ലളിതമായ സത്യം ഒഴിവാക്കാൻ അതിന് ചുറ്റും സങ്കീർണ്ണമായ അസംബന്ധം കെട്ടിയുയർത്തുന്നു. ആ സത്യം നമ്മളെ അസ്വസ്ഥരാക്കുന്നതു കൊണ്ടാകാം അത്. ചിലപ്പോൾ ആ സത്യം നമ്മളെ അസന്തുഷ്ടരാക്കുന്നതു കൊണ്ടുമാകാം. അങ്ങനെ ഒരു നുണ ജീവിക്കാൻ നമ്മുടെ ജീവിതങ്ങളെ പാഴാക്കുന്നു.'

ഇന്ദ്രജിത്ത് യാതൊന്നും തന്നെ പറഞ്ഞില്ല, നിശബ്ദനായി അതെല്ലാം കേട്ടിരുന്നു. ആയിടെയാണ് തന്റെ പിതാവിന്റെ ജീവിത പ്രണയിനിയായ കന്യാകുമാരി വേദവതിയെ കുറിച്ച് അയാൾ കണ്ടെത്തിയത്. എങ്ങനെയോ, അയാളുടെ കണ്ണുകളിൽ രാവണൻ അതോടെ കുറ്റവിമുക്തനായി. വ്യഭിചാരത്തിനും കുത്തഴിഞ്ഞ ജീവിതത്തിനും വെറുക്കപ്പെട്ടവനായിരുന്നു ആ പിതാവ്.

എന്നാൽ വേദവതിയെ കുറിച്ച് മണ്ഡോദരിയ്ക്ക് അറിയുമായിരുന്നെന്ന കാര്യം അയാളെ ഞെട്ടിപ്പിച്ചു.

'നിന്റെ പിതാവിൽ എന്തെങ്കിലും നന്മയുണ്ടെന്ന പ്രത്യാശയിലാണ് നീ ജീവിക്കുന്നത്. എന്റെ മകനേ, നിന്റെ ചെറിയച്ഛൻ കുംഭകർണ്ണനും ഇതുതന്നെയാണ് ചെയ്യുന്നത്. ഒരു നുണ ജീവിക്കാൻ ജീവിതം പാഴാക്കിയ ഒരു നല്ല മനുഷ്യനാണ് അദ്ദേഹം. നിന്റെ പിതാവിന് നന്മയുള്ള

ഒരാളാകാൻ കഴിയുമെന്നുള്ള നുണയാണത്. കന്യാകുമാരി ഈ ലങ്കയിൽ ജീവിച്ചിരുന്നുവെങ്കിൽ നിന്റെ പിതാവ് വ്യത്യസ്തനാകുമായിരുന്നെന്ന് നീ കരുതുന്നുണ്ടോ?'

ഇന്ദ്രജിത്ത് തലയാട്ടി. 'മാതാവേ, അദ്ദേഹം കുറേക്കൂടി മികച്ച ഒരാളാകുമായിരുന്നു എന്നു ഞാൻ കരുതുന്നു.'

'ഇല്ല,' മണ്ഡോദരി മറുപടി പറഞ്ഞു. 'അതൊരു ജന്തുവിന്റെ സ്വഭാവമാണ്. നിന്റെ പിതാവ് അൽപകാലം മികച്ചവനായി പെരുമാറിയേനേ. അൽപകാലം... കന്യാകുമാരിയിൽ മതിപ്പുളവാക്കാൻ മാത്രം. പക്ഷെ അദ്ദേഹത്തിന്റെ ആന്തരികമായ സ്വഭാവം അവസാനം പുറത്തുവരുമായിരുന്നു. രാവണൻ തന്നെ നിരാശപ്പെടുത്തുന്നതു കാണുന്നതിന് മുമ്പെ മൺമറഞ്ഞു പോയ കന്യാകുമാരി ഭാഗ്യവതിയാണ്. അല്ലെങ്കിൽ നിരാശ അനിവാര്യമായിരുന്നു. ഒരു ജന്തുവിന്റെ നേരായ സ്വഭാവം ആത്യന്തികമായി പുറത്ത് വരിക തന്നെ ചെയ്യും.'

ഇന്ദ്രജിത്ത് അസ്വസ്ഥതയോടെ ഇരുന്നിടത്തു നിന്ന് അനങ്ങി. ഏതൊരു നല്ലൊരു പുത്രനെയും പോലെ തന്റെ പിതാവിനെ സ്നേഹിക്കണമെന്ന് അയാളും ആഗ്രഹിച്ചു. ആ പിതാവ് അതിനു തക്ക കാരണമൊന്നും തന്നില്ലെങ്കിൽ പോലും. അയാളുടെ പിതാവ് ക്രൂരനും സ്വാർത്ഥനും താന്തോന്നിയുമായ ഒരു കടൽകൊള്ളക്കാരൻ എന്നതിനേക്കാളും എന്തൊക്കെയോ ആണെന്ന പ്രത്യാശയിൽ അള്ളിപ്പിടിച്ചു കിടക്കുകയാണ് അയാൾ. അസാധാരണമായ വിധത്തിൽ കഴിവുകളുള്ള കൊള്ളക്കാരനാണ് അയാൾ, കൂടാതെ ഭയങ്കരമായ ബുദ്ധിയും അനിതര സാധാരണമായ കഴിവുകളും. പക്ഷെ, കടൽക്കൊള്ളക്കാരൻ ഒരു കടൽക്കൊള്ളക്കാരൻ തന്നെയാണ്.

'എന്റെ മകനേ,' മണ്ഡോദരി തുടർന്നു. 'അധികാരം മനുഷ്യനെ ദുഷിപ്പിക്കുമെന്നും പരമമായ അധികാരം പരമമായ രീതിയിൽ മനുഷ്യനെ ദുഷിപ്പിക്കുമെന്നും പറഞ്ഞു കേട്ടിട്ടുണ്ട്. അതത്ര ലളിതമല്ല. അധികാരം ദുഷിപ്പിക്കുന്നില്ല, അത് യഥാർത്ഥ സ്വഭാവം പുറത്തു കൊണ്ടു വരികയാണു ചെയ്യുന്നത്. ഒരു മനുഷ്യന്റെ മൂടിവെയ്ക്കപ്പെട്ട സ്വഭാവം മാറ്റമില്ലാതെയിരിക്കും. അധികാരമുള്ളപ്പോഴും ഇല്ലാത്തപ്പോഴും. അധികാരം അതിനെ വെളിച്ചത്തേക്ക് കൊണ്ടു വരുന്നു എന്നു മാത്രം. എന്തുകൊണ്ട്? ഒരു ശക്തനായ മനുഷ്യൻ തന്റെ ദുഷ്ചെയ്തികൾ ശിക്ഷിക്കപ്പെടാതെ പോകുമെന്നു വിചാരിയ്ക്കുന്നു. നീ ഒരിക്കൽ ഒരു രാജാവാകും. ഒരു രാജാവ് ഒരു കാര്യത്തെ വിരൂപമായ സത്യത്തോടു കൂടി തന്നെ, നീ എങ്ങനെ അത് കാണാനാഗ്രഹിക്കുന്നുവോ അങ്ങനെയല്ല,

നോക്കിക്കാണേണ്ടതുണ്ട്. മായക്കാഴ്ചകൾ സർവ്വകലാശാലകളിലെ വിഡ്ഢികൾക്കുള്ളതാണ്; കാറ്റു നിറച്ച സിദ്ധാന്തങ്ങൾ അവരുണ്ടാക്കട്ടെ. രാജാക്കന്മാരും ഭരണാധികാരികളും യഥാർത്ഥ ലോകത്തിൽ ജീവിക്കേണ്ടവരാണ്. അങ്ങനെ ചെയ്താൽ മാത്രമേ അവർക്ക് ഉത്തരവാദിത്വങ്ങൾ നിറവേറ്റാനാകൂ. നിരവധി അപഹാസ്യമായ ചൊല്ലുകളും മിഥ്യകളും ലോകത്തിൽ ഒഴുകി നടക്കുന്നുണ്ട്. എല്ലാ മനുഷ്യരും ഉൾക്കാമ്പിൽ മാന്യരാണ് എന്ന പറച്ചിൽ പോലെ. അല്ലെങ്കിൽ എല്ലാ മതങ്ങളും ഒന്നാണെന്നും ആരും വിദ്വേഷം പ്രചരിപ്പിക്കുന്നില്ല എന്നും മറ്റുമുള്ള പറച്ചിലു പോലെ. അതുമല്ലെങ്കിൽ എല്ലാ സംസ്കാരങ്ങളും ആദരണീയമാണ് എന്നതു പോലെ. എന്നാൽ സത്യം വിരൂപമാണ്. എല്ലാ മനുഷ്യരും അടിസ്ഥാനപരമായി മാന്യന്മാരല്ല. ചിലർ നല്ലവരാണ്. ചിലർ കെട്ടവരാണ്. എല്ലാ മതങ്ങളും ഒരു പോലെയല്ല. ചില മതങ്ങൾ വിദ്വേഷം പരത്തുന്നുണ്ട്. അവരുടെ മതഗ്രന്ഥങ്ങൾ വായിച്ചു നോക്കൂ. ചില സംസ്കാരങ്ങൾ മറ്റുള്ളവയെക്കാൾ മികച്ചവയാണ്. ഇതാണ് യാഥാർത്ഥ്യം. അസംബന്ധത്തെ വലിച്ചെറിഞ്ഞ് ലളിതമായ സത്യത്തെ ഉൾക്കൊള്ളാനുള്ള ധീരത നേടൂ. ഓർക്കൂ. ജീവിതം സങ്കീർണ്ണമല്ല, ലളിതമാണ്. നമ്മളെ അസ്വസ്ഥരാക്കുന്ന ലളിതമായ സത്യം കാണുന്നതൊഴിവാക്കാൻ നമ്മളത് സങ്കീർണ്ണമാക്കുന്നുവെന്നു മാത്രം. അല്ലേ?'

'അതെ, മാതാവേ.'

'നീ നിന്റെ പിതാവിനെക്കുറിച്ചും നിന്നെക്കുറിച്ചുമുള്ള സത്യം മനസ്സിലാക്കേണ്ടതുണ്ട്. വളരുമ്പോൾ നീയൊരു യോദ്ധാവാകും. പല രീതിയിലും നീ ഇപ്പോഴേ ഒരു യോദ്ധാവാണ്.'

'അതെ, മാതാവേ.'

'യോദ്ധാക്കൾ അങ്ങേയറ്റം പുരുഷസ്വഭാവമുള്ളവരാണ്. പുരുഷത്വത്തിന്റെ മാഹാത്മ്യവും വൈരൂപ്യവും അവരിലുണ്ട്. ചിലർ തങ്ങളുടെ ജീവൻ ദുർബലരെ സംരക്ഷിക്കാനായി ത്യജിക്കാൻ തയ്യാറായി. എന്നാൽ ചിലരാകട്ടെ തങ്ങളാഗ്രഹിക്കുന്നത് നേടിയെടുക്കാനും മറ്റുള്ളവരെ കൊല്ലാനും കൊള്ളയടിക്കാനും മനസ്സുള്ളവരാണ്. സാധാരണ ജനങ്ങൾക്ക് യോദ്ധാക്കളുമായി സാധാരണ ബന്ധത്തിലേർപ്പെടാനാകില്ല. നമ്മളവരെ അളവില്ലാതെ ആദരിക്കുകയോ വെറുക്കുകയോ ചെയ്യും. നമ്മളവരെ ദൈവങ്ങളെപ്പോലെ ആരാധിക്കുകയും പിശാചുക്കളെ പോലെ വെറുക്കുകയും ചെയ്യും. ഇതിനിടയിൽ ഒരു മനോനില സാധ്യമല്ല.'

ഇന്ദ്രജിത്ത് ഒന്നും മിണ്ടിയില്ല.

'നീ ഒരു ദൈവമാകും എന്റെ മകനേ, നീ നിന്റെ പിതാവിനെപ്പോലെയാകില്ല. ആരാധനയ്ക്ക് പാത്രമാകാൻ അർഹമായ രീതിയിൽ നീ കാര്യങ്ങൾ ചെയ്യൂ.'

'ഉവ്വ്, മാതാവേ,' ഇന്ദ്രജിത്ത് ഉറക്കെ പറഞ്ഞു.

മണ്ഡോദരി കണ്ണുകൾ തുറന്നു. എന്നിട്ട് മകനെ കണ്ടപ്പോൾ പുഞ്ചിരിച്ചു. 'എപ്പോഴാണ് വന്നത്, എന്റെ കുഞ്ഞേ? നീ ഏറെ നേരമായോ കാത്തിരിക്കുന്നു!' ഇന്ദ്രജിത്ത് തലകുലുക്കി. 'ഏറെ നേരമായില്ല, മാതാവേ.'

മണ്ഡോദരി ഇന്ദ്രജിത്തിന്റെ കൈ പതിയെ തലോടി.

'മാതാവേ, കുംഭകർണ്ണൻ ചെറിയച്ഛൻ...'

'എനിക്കറിയാം. ഞാൻ അദ്ദേഹത്തിനു വേണ്ടി പ്രാർത്ഥിക്കുകയായിരുന്നു...' മണ്ഡോദരി പറഞ്ഞു. 'അദ്ദേഹം ഒരു നല്ല മനുഷ്യനായിരുന്നു. ധർമ്മനിഷ്ഠയുള്ളവൻ. അടുത്ത ജന്മത്തിൽ കൂടുതൽ എളുപ്പമുള്ള ജീവിതം കിട്ടാൻ ധർമ്മ ചക്രം അദ്ദേഹത്തെ അനുവദിക്കാൻ ഞാൻ പ്രാർത്ഥിച്ചിട്ടുണ്ട്. അദ്ദേഹം അത് അർഹിക്കുന്നുമുണ്ട്.'

ഇന്ദ്രജിത്ത് തലയാട്ടി.' പിന്നെ...'

'അറിയാം, ഞാൻ മാരീചൻ വലിയമ്മാവനു വേണ്ടിയും പ്രാർത്ഥിച്ചു. അദ്ദേഹം കുടുംബത്തോട് ഏറെ കൂറുള്ളവനായിരുന്നു. എല്ലായ്പ്പോഴും. അദ്ദേഹം നിന്റെ പിതാവിന്റെയും സഹോദരന്റെയും ജീവൻ പലതവണ രക്ഷിച്ചിട്ടുണ്ട്. ഓം ശാന്തി.'

വേദകാലത്തെ ഭാരതീയർ ആത്മാവിന്റെ ഉടലിൽ നിന്നുള്ള യാത്രയെ രണ്ട് വാക്കുകളാൽ അംഗീകരിച്ചു: 'ഓം ശാന്തി.' അതിലൂടെ അവർ ആത്മാവിന് സമാധാനവും സാധ്യമെങ്കിൽ മോക്ഷവും ആശിച്ചു.

'ഓം ശാന്തി,' ഇന്ദ്രജിത്ത് ആവർത്തിച്ചു.

മണ്ഡോദരി തന്റെ മകൻ പറയാൻ പോകുന്ന കാര്യത്തിനു വേണ്ടി കാത്തിരുന്നു.

'മാതാവേ...'

മണ്ഡോദരി കാത്തിരുന്നു.

'നാളെ ക്ലേശകരമായ ഒരു ദിവസമാണ്. ഇന്ന് നമുക്കേതാണ്ട് എല്ലാ സേനാധിപന്മാരെയും നഷ്ടപ്പെട്ടു. എല്ലാ കുതിരപ്പടയേയും. കാലാൾപ്പടയുടെ പാതിയും. നമ്മുടെ സൈന്യം ഏതാണ്ട് പൂർണ്ണമായി തന്നെ തകർന്നു പോയിരിക്കുന്നു.'

മണ്ഡോദരി വീണ്ടും ഇന്ദ്രജിത്തിന്റെ വാക്കുകൾക്കായി കാത്തിരിക്കുന്നു.

'ഞാൻ നാളെ പതിവില്ലാത്ത ഒരു കാര്യമാണ് ശ്രമിക്കാൻ പോകുന്നത്,' ഇന്ദ്രജിത്ത് പറഞ്ഞു. 'അത് വിജയിക്കുമോ എന്നെനിക്കറിയില്ല.'

'പുഷ്പക വിമാനമാണോ?'

'അതെ.'

'നീ വിജയിക്കുമെന്നാണ് എനിക്കു തോന്നുന്നത്.'

'നേരാണോ?!' ഇന്ദ്രജിത്ത് അതിശയത്തോടെ ചോദിച്ചു.

'യുദ്ധത്തിൽ വിജയത്തെക്കുറിച്ചുള്ള നിന്റെ നിർവചനമെന്താണ്?'

'അയോദ്ധ്യയെ തോൽപ്പിക്കൽ.'

മണ്ഡോദരി നിശബ്ദയായിരുന്നു. പക്ഷെ അവരുടെ കണ്ണുകൾ അതു സാധ്യമായ കാര്യമല്ലെന്ന് പറയുന്നുണ്ടായിരുന്നു.

'മാതാവ് എന്തിനെയാണ് വിജയം എന്നു വിളിക്കുന്നത്?' ഇന്ദ്രജിത്ത് ചോദിച്ചു.

'സമാധാനം.'

'അയോദ്ധ്യക്കാർ നമുക്കെന്തിന് സമാധാനം തരണം? അവർ നമ്മളെ തോൽപ്പിക്കാനാണു നോക്കുന്നത്.'

'രാമൻ...നിന്റെ പിതാവ് മരിച്ചാൽ നമുക്കതു തരും.'

'മാതാവേ...' മണ്ഡോദരിയ്ക്ക് രാവണനോടു വെറുപ്പാണെന്ന് ഇന്ദ്രജിത്തിന് അറിയാം. പക്ഷെ യുദ്ധത്തിന്റെ നടുവിൽ അദ്ദേഹത്തിന്റെ മരണത്തെക്കുറിച്ച് ഇത്രയും നിസ്സാരമായി സംസാരിക്കുന്നത് അയാളെ ഞെട്ടിച്ചു.

'ഞാൻ നിന്നോട് സത്യം പറയുക മാത്രമാണു ചെയ്യുന്നത്, എന്റെ കുഞ്ഞേ.'

ഇന്ദ്രജിത്ത് ഒന്നും പറഞ്ഞില്ല.

'നിന്റെ പിതാവ് മരിക്കുമ്പോൾ, നീ മാത്രമേ അവശേഷിക്കൂ. അപ്പോൾ രാമനോട് സമാധാനം വേണമെന്ന് പറയണം. അദ്ദേഹം അത് സ്വീകരിക്കും.'

'അദ്ദേഹം എന്തിനത് ചെയ്യണം?'

'ഞാൻ രണ്ട് തരം യോദ്ധാക്കളെക്കുറിച്ച് നിന്നോടു സംസാരിച്ചത് ഓർമ്മയുണ്ടോ? നിരവധി വർഷങ്ങൾക്ക് മുമ്പ്?'

'ഉവ്വ്, മാതാവേ. ദൈവത്തെപ്പോലെയുള്ള യോദ്ധാവും പിശാചിനെപ്പോലെയുള്ള യോദ്ധാവും.'

'അതെ. ദൈവത്തെപ്പോലെയുള്ള യോദ്ധാക്കൾ അമൂല്യമായതിനെ സംരക്ഷിയ്ക്കാൻ പോരാടും. പിശാചിനെ പോലെയുള്ള യോദ്ധാക്കളാകട്ടെ അമൂല്യമായതിനെ കൊള്ളയടിക്കാൻ പോരാടും. നീയൊരു ദൈവത്തെപ്പോലെയുള്ള യോദ്ധാവാണ്. ഞാൻ കേട്ടതുവച്ച്

ചക്രവർത്തി രാമനും അങ്ങനെ തന്നെ. അദ്ദേഹത്തിൽ നിന്നും ലങ്കയ്ക്ക് ഏറെ പഠിക്കാനുണ്ട്. ഉദാഹരണത്തിന്, നമ്മയ്ക്ക് വേണ്ടി പോരാടാൻ, സാമ്രാജ്യങ്ങൾ കൊള്ളയടിക്കാനും സ്ത്രീകളെ മാനഭംഗപ്പെടുത്താനും നിഷ്കളങ്കരായവരെ കൊലപ്പെടുത്താനുമല്ല, ഒരു സൈന്യത്തെ വാർത്തെടുക്കുന്നതെങ്ങനെയെന്ന്. എന്നാൽ ചക്രവർത്തി രാമന് ലങ്കയിൽ നിന്നും ഏറെ പഠിക്കാനുണ്ട്. വണിക്കുകളുടെ കുലത്തെ നശിപ്പിക്കാതിരിക്കാൻ. വണിക്കുകളുടെ കുലം മുടിഞ്ഞാൽ അതെല്ലാവർക്കും ദാരിദ്ര്യം വിളിച്ചു വരുത്തും. സപ്തസിന്ധുവിലെ രാജാക്കന്മാർ അതാണിപ്പോൾ ചെയ്തിട്ടുള്ളത്. നിന്റെ പിതാവ് ഇപ്പോൾ പോയാൽ ചക്രവർത്തി രാമൻ സമാധാനം സ്വീകരിക്കും. എന്നെ വിശ്വസിക്കൂ.'

'പക്ഷേ...' മാതാവേ.'

'പക്ഷേ കരുത്തുള്ള ഒരു ഘട്ടത്തിൽ സമാധാനം വാങ്ങിയെടുക്കണം,' മണ്ഡോദരി ഇടയ്ക്ക് കയറി പറഞ്ഞു. 'ദൗർബല്യത്തിൽ നിന്നല്ല. ലങ്കക്കാർക്ക് ഇന്നേറെ നഷ്ടപ്പെട്ടു. നിന്റെ പുഷ്പകവിമാനത്തിലേറി അയോദ്ധ്യയ്ക്കും നിനക്ക് നഷ്ടങ്ങളുണ്ടാക്കാം. നിന്റെ പിതാവ് നാളെ മരിക്കുമെന്ന് ആശിക്കാം. അദ്ദേഹം ജീവിച്ചിരിക്കുന്നിടത്തോളം കാലം സമാധാനം സാധ്യമല്ല.'

'മാതാവേ...' ഇന്ദ്രജിത്തിന്റെ കണ്ണുകൾ ഇഷ്ടക്കേടു വിളിച്ചു പറഞ്ഞു.

'നമ്മുടെ രാജ്യത്തിന്റെ നന്മയ്ക്കു വേണ്ടി മാത്രമാണ് ഞാൻ ജീവിക്കുന്നത്, നിന്റെ പിതാവിന്റെ നന്മയല്ല. രാജ്യം മാത്രമാണ് കാര്യമായിട്ടുള്ളത്, മകനെ രാജ്യം മാത്രമാണ് അമൂല്യമായിട്ടുള്ളത്. ദേശം സർവ്വോപരി.'

ഇന്ദ്രജിത്ത് ഒന്നും മിണ്ടിയില്ല.

'അവരുടെ കാലാളുകളെ കൊന്ന് നാളെ സമയം പാഴാക്കേണ്ടതില്ല,' മണ്ഡോദരി തുടർന്നു. 'നിനക്ക് പുഷ്പകവിമാനത്തിന്റെ ഇടുങ്ങിയ വാതിലിലൂടെ അമ്പെയ്തും കുന്തമെറിഞ്ഞും അത്രയധികം പേരെ കൊല്ലാനാകില്ല.'

'അപ്പോൾ ഞാൻ ചെയ്യേണ്ടതെന്താണ്?'

'അവരുടെ പ്രധാന കരുത്തിനെ ആക്രമിക്കണം.'

'അവരുടെ ആനകളെയോ?' ഇന്ദ്രജിത്ത് അമ്പരപ്പോടെ ചോദിച്ചു.

'അതെ.'

'പടച്ചട്ടയിട്ട ആനകളെ കുന്തങ്ങളും അമ്പുകളും കൊണ്ട് ഞാനെന്തു ചെയ്യും?'

'നിനക്ക് ആനകളെ അധികമൊന്നും ചെയ്യാനാകില്ലെന്നതു ശരി തന്നെ,' മണ്ഡോദരി പറഞ്ഞു. 'പക്ഷേ. ആനകളെ നിയന്ത്രിക്കുന്നവരെ പലതും ചെയ്യാനാകും.'

ആ ആശയത്തിന്റെ ലളിതമായ ബുദ്ധിയിൽ ഇന്ദ്രജിത്ത് പുഞ്ചിരിച്ചു.

'ഞാൻ എപ്പോഴും അതിശയിച്ചിട്ടുണ്ട്, മാതാവേ,' ഇന്ദ്രജിത്ത് പറഞ്ഞു. 'മാതാവിന് എല്ലാറ്റിനെക്കുറിച്ചും ഇത്രയധികം അറിയുന്നതെങ്ങനെയാണ്? യുദ്ധതന്ത്രം പോലും?'

മണ്ഡോദരി പുഞ്ചിരിച്ചു.' ജീവിതം ജീവിക്കാൻ പഠിക്കുന്നതിനെ ക്കുറിച്ചാണ്, മകനേ. പടിഞ്ഞാറു ജീവിക്കുന്ന മഹാനായ ധൈഷണികൻ സെനേക്ക ഒരിക്കൽ പറഞ്ഞതു പോലെ, നിങ്ങൾ ജീവിച്ചിരിക്കുന്നിടത്തോളം, എങ്ങനെ ജീവിക്കണമെന്ന് പഠിച്ചു കൊണ്ടേയിരിക്കും.'

ഇന്ദ്രജിത്ത് പുഞ്ചിരിച്ചു. 'നാടിനും നാട്ടുകാർക്കുമായി മാതാവ് എന്തെല്ലാം ചെയ്യാനിരിക്കുന്നുണ്ടെന്ന് ദൈവങ്ങൾക്കു മാത്രമേ അറിയൂ.'

മണ്ഡോദരി മുന്നോട്ടാഞ്ഞ് തന്റെ മകന്റെ നെറ്റിയിൽ ചുംബിച്ചു. 'അഭിമാനമുള്ള ഒരു മാതാവിന്റെ വേഷം മാത്രമാണ് എനിയ്ക്ക് ആടാൻ ആഗ്രഹം, എന്റെ പൊന്നേ. പ്രതാപിയായ മകനെയോർത്ത് അഭിമാനിക്കുന്ന മാതാവ്.'

***

'വേദനിക്കുന്നുണ്ടോ?' ശത്രുഘ്നൻ ചോദിച്ചു.

ശത്രുഘ്നനും ലക്ഷ്മണനും ശത്രുഘ്നന്റെ തമ്പിനു പുറത്തിരിക്കുകയാണ്. രണ്ടു പേരും ഒരുമിച്ച് ആഹാരം കഴിക്കുകയാണ്. യുദ്ധ ശിബിരത്തിലെ വൈദ്യൻ ലക്ഷ്മണന്റെ ഉളുക്കിയ തോളിൽ മഹാനാരായണ തൈലവും അശ്വഗന്ധ തൈലവും കൂട്ടിച്ചേർത്ത് പുരട്ടി കൊടുത്തിരുന്നു. എന്നിട്ട് ചൂട് പിടിപ്പിച്ച തുണി കൊണ്ട് മുറുക്കി കെട്ടി.

'ഇല്ല,' ലക്ഷ്മണൻ മറുപടി പറഞ്ഞു. 'വേദനിക്കുന്നില്ല. വൈകുന്നേരം പരിശീലിച്ചതിന്റെ ആയാസമാണ്. നാളെയാകുമ്പോഴേയ്ക്കും കൈ പൂർണ്ണമായും സുഖപ്പെടേണ്ടതുണ്ട്.'

'ഉം...നാളെ യുദ്ധം അവസാനിക്കുമെന്ന് നീ കരുതുന്നുണ്ടോ?'

'നോക്കാം... നാളെ അവസാനിച്ചാൽ അത് അതിശയമാണ്. ലങ്കക്കാർ അത്ര എളുപ്പത്തിൽ കീഴടങ്ങില്ല. ജ്യേഷ്ഠന്മാർ എവിടെ?'

'രണ്ടു പേരും കോട്ടമതിലുകളുടെ നേർക്ക് പോയിട്ടുണ്ട്. എന്തോ യുദ്ധ തന്ത്രമാണെന്ന് തോന്നുന്നു.'

'പുഷ്പകവിമാനത്തെ നിർവീര്യമാക്കാൻ കഴിഞ്ഞാൽ നാളെ യുദ്ധം അവസാനിക്കുമെന്ന് ഞാൻ കരുതുന്നു,' രാമൻ പറഞ്ഞു.

'ഞാൻ സമ്മതിക്കുന്നു,' ഭരതൻ പറഞ്ഞു. 'അവർക്ക് മറ്റൊരു വഴിയും അവശേഷിച്ചിട്ടില്ല.'

'ലക്ഷ്മണനോ നീയോ അയാളെ തീർക്കണം.'

'ഞങ്ങളത് ചെയ്യും, ദാദാ.'

'നമ്മുടെ ആനകൾക്കെതിരെ അവർ നാളെ തയ്യാറെടുക്കും,' രാമൻ പറഞ്ഞു. 'നമ്മുടെ ആനകൾക്കായി കൂടുതൽ പടച്ചട്ടകൾ ശത്രുഘ്നൻ പെട്ടെന്ന് പണികഴിപ്പിച്ചിട്ടുണ്ട്.'

'ഞാനതു കണ്ടിട്ടുണ്ട്. ആ പടച്ചട്ടകൾ കൊണ്ട് ആനകളെ പൊതിയണമെന്ന് ഞാൻ ഹനുമാനോടും അംഗദനോടും ആവശ്യപ്പെട്ടിട്ടുണ്ട്.'

'ഉം...'

'അത്താഴം വൈകിക്കാൻ ഇതൊരു കാരണമേയല്ല, ജ്യേഷ്ഠാ,' ഭരതൻ പറഞ്ഞു. 'എന്നെ എന്തിനാണ് വിളിച്ചത്?'

'നാളെ യുദ്ധം അവസാനിക്കുകയാണെങ്കിൽ കാര്യങ്ങൾ എങ്ങനെ കൈകാര്യം ചെയ്യണമെന്ന് നമുക്ക് വ്യക്തതയുണ്ടാകണം. പ്രത്യേകിച്ചും നമ്മുടെ സൈന്യം നഗരത്തിലേക്ക് എങ്ങനെ പ്രവേശിക്കണമെന്നത്. ഒരൊറ്റ കൊള്ളയോ കൊലയോ നമുക്ക് അനുവദിക്കാനാവില്ല.'

'ഞാൻ സമ്മതിക്കുന്നു. നമ്മുടെ ഭാവി യുദ്ധങ്ങൾക്ക് ലങ്കയെ സഖ്യ കക്ഷിയായി നമുക്കാവശ്യമുണ്ട്.'

'തീർച്ചയായും.'

'അപ്പോൾ എന്താണ് നമ്മുടെ പദ്ധതി?' ഭരതൻ ചോദിച്ചു.

അദ്ധ്യായം 37

സിഗിരിയയിലെ യുദ്ധത്തിന്റെ രണ്ടാമത്തെ ദിവസവും പുലർന്നു.

ലങ്കയുടെ സൈന്യം വീണ്ടും കോട്ടയ്ക്കു പുറത്ത് വിന്യസിക്കപ്പെട്ടിരുന്നു. ഗോകർണ്ണത്തിലെ വണിക്കുകളുടെ സംഘത്തിന്റെ ചെറുസേനകൾ തലേന്ന് വൈകുന്നേരം തന്നെ പിൻവലിക്കപ്പെട്ടിരുന്നു. സുരക്ഷ അപകടത്തിലായാൽ സൈനികരെ പിൻവലിക്കാമെന്ന ഉടമ്പടിയിലെ ഒരു നിബന്ധന ചൂണ്ടിക്കാട്ടിയായിരുന്നു അത്. അതോടെ ലങ്കയുടെ കാലാൾപ്പട തൊണ്ണൂറായിരത്തിൽ നിന്ന് അറുപത്തി അയ്യായിരമായി പിന്നെയും കുറഞ്ഞു.

കൊള്ള മുതലും സമ്പത്തും വാഗ്ദാനം ചെയ്ത് കെട്ടിപ്പെടുത്ത ഒരു സൈന്യം ഗൗരവമായ പ്രശ്നത്തിന്റെ ആദ്യത്തെ സൂചനയിൽ തന്നെ പിളർന്നു പോകും. മറിച്ച് തീവ്രമായ രാജ്യസ്നേഹത്തിനു മേൽ കെട്ടിപ്പടുക്കപ്പെട്ട സൈന്യത്തിലെ അവസാനത്തെ ആൾ വരെ പോരാടും.

സമ്പത്തിനേക്കാളും ആയുധങ്ങളേക്കാളും കരുത്തുള്ളതാണ് ആശയങ്ങൾ. ചിലർക്ക് മാത്രമേ അതിനുള്ള കഴിവുള്ളൂ. അതുള്ളവർ ലോകം ഭരിക്കും.

രാവണന്റെ ഏതാണ്ടെല്ലാ പ്രധാന സേനാപതികളും കുതിരപ്പടയാളികളും രഥസേനകളും തലേന്നത്തെ യുദ്ധത്തിൽ കൊല്ലപ്പെട്ടിരുന്നു. അയാളുടെ ജീവിച്ചിരിക്കുന്ന ഏറ്റവും മികച്ച സേനാപതിയായ ഇന്ദ്രജിത്ത് നഗരത്തിലുണ്ട്, പുഷ്പകവിമാനത്തിന്റെ കൂടെ. രാവണനു മറ്റൊരു നല്ല സേനാപതി കൂടിയുണ്ട്, കണ്ണിൽ ചോരയില്ലാത്തവനെങ്കിലും മിടുക്കനായ പ്രഹസ്തൻ. അയാളുടെ ദളപതികൾ അപ്പോഴുമുണ്ട്. അവരുടെ സഹായത്തോടെ അയാളിപ്പോൾ

കാലാൾപ്പടയുടെ വിന്യാസം പരിശോധിക്കുകയാണ്. അയോദ്ധ്യയുടെ ഗജസേനക്കെതിരെ അയാൾക്കൊരു പദ്ധതിയുണ്ട്. അത് ആനകളെ കൊല്ലുന്നതിനെക്കുറിച്ചല്ല, അത് ഏതാണ്ട് അസാധ്യമാണല്ലോ. ആനകളിൽ നിന്ന് അതിജീവിക്കലാണത്. ഇന്ദ്രജിത്ത് അയാളുടെ ആകാശ ആക്രമണം നടത്തുകയും അയോദ്ധ്യയുടെ സൈന്യത്തിന്റെ ഹൃദയഭാഗം ആക്രമിക്കുകയും ചെയ്യും.

രാവണന്റെ ഇടതു കൈയിലെ പേശി ലേപനങ്ങളാൽ കഴുകിയെടുത്ത് കട്ടിയുള്ള തുണികൊണ്ട് കെട്ടിവെച്ചിട്ടുണ്ട്. കേടുപാടു പറ്റിയ മാംസപേശികൾ അൽപസ്വൽപ്പം ചലിപ്പിക്കാൻ കഴിയും. ഇടതു കൈ പരിചയോടു ചേർത്ത് കെട്ടിവെച്ചിട്ടുണ്ട്. അത് പ്രതിരോധത്തിന് ഉപയോഗിക്കും. ശസ്ത്രക്രിയ വഴി നീക്കം ചെയ്ത വലതു കണ്ണിന് മുകളിൽ ഒരു തുണിക്കഷ്ണം കെട്ടിയിട്ടുണ്ട്. രക്തം വിഷമയമായി മാറാതിരിക്കാൻ അതെടുത്തു മാറ്റേണ്ടി വന്നു. മുറിവ് പറ്റിയ വലതു കാലിൽ അധിക ഭാരം കൊടുക്കുന്നത് ഒഴിവാക്കാൻ അയാൾ കുതിരപ്പുറത്ത് സഞ്ചരിച്ചു. ലങ്കയിലെ വിദഗ്ദ്ധരായ വൈദ്യന്മാർ രാവണന് ഊർജ്ജം പ്രദാനം ചെയ്യുന്ന കഷായങ്ങൾ നൽകിയിട്ടുണ്ട്. കരുത്തോടെ പോരാടാനും അതിനേക്കാൾ പ്രധാനമായി യുദ്ധത്തിന് മേൽനോട്ടം വഹിക്കാനും അതയാൾക്ക് വീര്യം പകർന്നു. രാവണൻ വേദനസംഹാരികൾ നിരസിച്ചിരുന്നു. അത് അയാളുടെ ബുദ്ധിയെ മന്ദീഭവിപ്പിക്കും.

ശാരീരികമായ വേദനയ്ക്ക് ദുർബലമായ ഒരു മനസ്സിനെ തകർക്കാൻ കഴിയും. പക്ഷെ കരുത്തുള്ള ഒരു മനസ്സിനെ സംബന്ധിച്ചിടത്തോളം ആ വേദനയ്ക്ക് മൂല്യമുണ്ട്. അത് ശ്രദ്ധ ഏകാഗ്രമാക്കും.

രാവണൻ സൈന്യവിന്യാസത്തിനൊരുങ്ങുമ്പോൾ മറുവശത്ത് രാമൻ തന്റെ സേനാധിപന്മാരാൽ പിന്തുണയ്ക്കപ്പെട്ട് തന്റെ സൈനിക വിന്യാസങ്ങൾ പരിശോധിക്കുകയായിരുന്നു.' ഇന്ദ്രജിത്ത് എപ്പോഴാണ് പറന്നു വരിക?' രാമന്റെ യുദ്ധതന്ത്രങ്ങളോട് അപ്പോഴേക്കും ആഴത്തിലുള്ള ആദരവുണ്ടായ അരിഷ്ടനേമി ചോദിച്ചു.

'പുഷ്പകവിമാനം ഉപയോഗിച്ചുള്ള അയാളുടെ യുദ്ധതന്ത്രങ്ങൾ നമ്മളറിഞ്ഞെന്ന് അയാൾക്കറിയില്ലെന്നാണ് എന്റെ ഊഹം,' രാമൻ പറഞ്ഞു. 'അതു കൊണ്ട് അയാൾ വൈകിയേ വരൂ. നമ്മൾ കാലാൾപ്പടയെ മുഴുവൻ യുദ്ധക്കളത്തിൽ ഇറക്കി മുന്നോട്ടു നീങ്ങുമ്പോൾ. അതുകൊണ്ടു തന്നെ നമ്മുടെ കാലാൾപ്പട മുന്നോട്ടു നീങ്ങരുത്. ഇന്ദ്രജിത്ത് നമ്മുടെ അടുത്തേക്കു വരണം. എങ്കിലേ നമ്മുടെ കെണി പ്രവർത്തിക്കൂ.'

'ആനകളും കുതിരപ്പടയാളികളും രഥങ്ങളും മാത്രം,' രാമന്റെ തൊട്ടടുത്തു നിന്ന അംഗദൻ പറഞ്ഞു.

'അതെ,' രാമൻ ഉറപ്പിച്ചു. 'ഹനുമാൻ...'

'പ്രഭോ,' ഹനുമാൻ മറുപടി പറഞ്ഞു.

'ചെയ്യേണ്ടതെന്താണെന്ന് നിങ്ങൾക്കറിയാമല്ലോ.'

ഹനുമാൻ കാടിനു നേർക്ക് നോക്കി. വലതു സേനാപാർശ്വത്തിന്റെ പുറകിൽ. അവിടെയാണ് ഭരതനും ലക്ഷ്മണനും ഒളിച്ചിരിക്കുന്നത്. രണ്ട് ആനകളുടെ മുകളിൽ. ഹനുമാനാണ് ഇന്ദ്രജിത്തിനെ കെണിയിലേക്ക് നയിക്കേണ്ടത്. യുദ്ധതന്ത്രത്തിലെ ഏറ്റവും അപകട സാധ്യതയുള്ള ദൗത്യം അയാളുടേതാണ്. അതുകൊണ്ട് തന്നെ ഏറ്റവും മഹത്തരവും.

'ഞാനത് കൈകാര്യം ചെയ്തു കൊള്ളാം,' ഹനുമാൻ പറഞ്ഞു. 'ഞാൻ ഇന്ദ്രജിത്തിനെ കാടിന്റെ നേർക്ക് ആകർഷിക്കാം.'

'എന്റെ സഹോദരന്മാർക്ക് ലക്ഷ്യം തെറ്റില്ല.'

'അതെനിക്കറിയാം.'

രാമൻ തലയാട്ടുകയും ഹനുമാന്റെ തോളുകളിൽ കൈ വയ്ക്കുകയും ചെയ്തു.

'രുദ്രഭഗവാൻ അനുഗ്രഹിക്കട്ടെ,' രാമൻ പറഞ്ഞു.

'പരശുരാമൻ അനുഗ്രഹിക്കട്ടെ,' ഹനുമാൻ മറുപടി പറഞ്ഞു.

രാമൻ അംഗദന്റെ നേർക്ക് കൈകൾ നീട്ടി. അംഗദൻ മുന്നോട്ടു വന്ന് രാമനെ കെട്ടി പുണർന്നു. അയോദ്ധ്യയുടെ രാജാവ് പുഞ്ചിരിയോടെ അംഗദനേയും പുണർന്നു. 'ഇന്നലെ നിങ്ങൾ ഏറെ ലങ്കക്കാരെ നശിപ്പിച്ചു. ഇന്ന് എല്ലാവരേയും നശിപ്പിക്കുന്ന ദിവസമാണ്.'

'തീർച്ചയായും, പ്രഭോ,' പുഞ്ചിരിയോടെ അംഗദൻ പറഞ്ഞു.

ഹനുമാനും അംഗദനും രാമനെ വണങ്ങി ഗജസേനയുടെ തലപ്പത്തേക്ക് പോയി.

അരിഷ്ടനേമിയും രാമനും കുതിരപ്പുറത്തു കയറി. എന്നിട്ട് മുന്നണിയിലേക്ക്.

'നാശം,' അരിഷ്ടനേമി പിറുപിറുത്തു.

രാമൻ അരിഷ്ടനേമിയെ നോക്കി, എന്നിട്ട് ആകാശത്തിലേക്ക്.

കോട്ടയുടെ മതിലുകൾക്കടുത്ത് മഴ പെയ്യാൻ തുടങ്ങിയിരുന്നു. ലങ്കയുടെ സൈനികരുടെ നേരെ. പക്ഷെ, മേഘങ്ങൾ നീങ്ങാൻ തുടങ്ങുകയാണ്. അൽപ്പ നേരത്തിനുള്ളിൽ...

'ഈ ദ്വീപിൽ വർഷം മുഴുവൻ മഴ പെയ്യും,' അരിഷ്ടനേമി പറഞ്ഞു. 'ഇവിടെ എങ്ങനെയാണ് മികച്ച യുദ്ധതന്ത്രങ്ങളുണ്ടാക്കുന്നത്?'

പെട്ടെന്നു തന്നെ മഴ അയോദ്ധ്യയുടെ സൈന്യത്തിന് മുകളിൽ

കോരിച്ചൊരിയാൻ തുടങ്ങി. മഴ – പ്രത്യേകിച്ചും ഭാരതത്തിന്റെ ഉപഭൂഖണ്ഡത്തിൽ പതിക്കുന്ന ഘോരമഴ – യുദ്ധത്തെ അങ്ങേയറ്റം ക്ലേശകരമാക്കി തീർത്തു. അത് നിലം കുതിർക്കുകയും രഥങ്ങളുടെ ചക്രങ്ങൾ മുന്നോട്ട് നീങ്ങാതിരിക്കുകയും ചെയ്തു. വേഗതയും വഴക്കവും ഇല്ലെങ്കിൽ രഥങ്ങൾക്ക് ഉപയോഗമില്ല. ചെളിയിൽ പുതഞ്ഞു പോയാൽ രഥങ്ങൾക്ക് യുദ്ധത്തിൽ യാതൊരു പങ്കുമില്ല.

രാവണന് രഥങ്ങളൊന്നും തന്നെ ബാക്കിയില്ല. പക്ഷെ രാമനുണ്ട്.

വില്ലുകളുടെ ഞാണിനെ മഴ ഈറനാക്കി. അതുപയോഗിച്ച് അമ്പുകളെയ്യുന്നത് ബുദ്ധിമുട്ടാണ്. വിഗദ്ധനായ ഒരു വില്ലാളി അതിൽ ജയിച്ചാൽ തന്നെ ലക്ഷ്യം കുറവായിരിക്കും.

രാവണന് വളരെ കുറച്ച് വില്ലാളികളേ ശേഷിച്ചിട്ടുള്ളു. രാമനാകട്ടെ ധാരാളം വില്ലാളികളുമുണ്ട്.

രാവണന്റെ പ്രധാന ദൗർബല്യങ്ങളെ മഴയ്ക്ക് ലഘൂകരിക്കാനാകും. രാമന്റെ പ്രധാന യുദ്ധതന്ത്രങ്ങളുടെ താളം തെറ്റിക്കാനും.

പ്രത്യക്ഷത്തിൽ.

'ഇത് മോശം വാർത്ത തന്നെ,' അരിഷ്ടനേമി പറഞ്ഞു.

'അല്ല... മഴ നല്ല വാർത്തയാണെന്നാണ് എനിക്കു തോന്നുന്നത്,' രാമൻ മറുപടി പറഞ്ഞു.

അരിഷ്ടനേമി ആശയക്കുഴപ്പത്തോടെ രാമനു നേർക്ക് തിരിഞ്ഞു. 'നമ്മുടെ ഗജസേനയെക്കുറിച്ചാണോ അങ്ങു ചിന്തിക്കുന്നത്?'

ആനകൾക്ക് മഴയോ വെയിലോ കുഴപ്പമില്ല. ചതുപ്പ് നിലത്തിലൂടെയും അവയ്ക്ക് മുന്നോട്ട് പോകാനാകും. ആവശ്യമെങ്കിൽ നീന്താനുമാകും.

മഴ രാമന്റെ ഗജസേനയുടെ കാര്യക്ഷമത കുറയ്ക്കില്ല.

'അല്ല...അത് നമ്മുടെ ആനകളെക്കുറിച്ചുള്ളതല്ല. മഴയുടെ യഥാർത്ഥ പ്രയോജനം മറ്റൊന്നാണ്.'

'പറയൂ,' അരിഷ്ടനേമി പൂർണ്ണമായ ആശയക്കുഴപ്പത്തിലാണ്.

'അവർക്ക് എത്രയും വേഗം പുഷ്പക വിമാനം യുദ്ധക്കളത്തിലിറക്കേണ്ടി വരും,' രാമൻ പറഞ്ഞു.

അരിഷ്ടനേമി രാമന്റെ വാക്കുകൾ കാത്തിരുന്നു.

'രാവണനും ഇന്ദ്രജിത്തും വിദഗ്ധരായ സൈന്യാധിപന്മാരാണ്. നമ്മളവരെ കുറച്ച് കാണേണ്ടതില്ല. നമുക്ക് ഒന്നരലക്ഷം സൈനികരുണ്ടെന്നും അവർക്ക് അറുപത്തിഅയ്യായിരം മാത്രമേ യുള്ളുവെന്നും ലങ്കയുടെ അധിപന്മാർക്കറിയാം. നമുക്ക് ധാരാളം രഥങ്ങളും കുതിരപ്പടയാളികളുമുണ്ട്. അവർക്കാകട്ടെ യതൊന്നുമില്ല. നമുക്ക്

ഗജസേനയുമുണ്ട്. എന്നിട്ടും നമ്മൾ പൂർണ്ണമായ തോതിൽ ആക്രമണം അഴിച്ച് വിട്ടില്ലെങ്കിൽ അവർ സംശയാലുക്കളാകും. പുഷ്പക വിമാനത്തിന്റെ കാര്യം നമുക്കറിയാമെന്ന് അവർ ഊഹിക്കും. അപ്പോൾ അവർ യുദ്ധ തന്ത്രം മാറ്റിയേക്കാം.'

അരിഷ്ടനേമി പുഞ്ചിരിച്ചു. ഒരു മികച്ച സൈന്യാധിപന്റെ മുദ്ര തന്റെ ശത്രുവിന്റെ മനസ്സ് വായിക്കാനുള്ള കഴിവാണ്. 'അപ്പോൾ, പൂർണ്ണമായ ആക്രമണം ആരംഭിക്കാത്തതിന് നമുക്കൊരു നല്ല കാരണമുണ്ട്, അല്ലേ? അവരുടെ സംശയമുണർത്താതെ തന്നെ!'

'അതുതന്നെ,' രാമൻ പറഞ്ഞു. 'നമ്മൾ മുഴുവൻ സേനയേയും പുറത്തിറക്കിയില്ലെങ്കിൽ, വിമാനത്തിന്റെ ആക്രമണം നമ്മളിൽ ഏശുകയുമില്ല. എന്നാൽ പുഷ്പക വിമാനം എന്ന ഘടകം മാറിയാലേ യുദ്ധം അവസാനിക്കുകയുള്ളൂ.'

'അവർ കോട്ടയ്ക്കുള്ളിലേക്ക് തിരിച്ച് പോകുമെന്നും നാളെ വരെ കാത്തിരിക്കുമെന്നുമാണോ അങ്ങേയ്ക്ക് തോന്നുന്നത്?'

'അല്ല, രാവണന് ഇന്ന് രാത്രി കൂടുതൽ പേരെ നഷ്ടപ്പെടും, കൂടുതൽ പേർ സൈന്യം വിട്ടു പോകും. യുദ്ധം ഇന്ന് തന്നെ അവസാനിക്കണം, ഏത് രീതിയിയിലായാലും.'

അരിഷ്ടനേമി ലങ്കയുടെ സൈന്യവിന്യാസത്തെ നോക്കി. അവർ തയ്യാറാണ്, കാത്തിരിക്കുകയാണ്. വലിയ മഴയൊന്നുമില്ല.

'അപ്പോൾ, അങ്ങയുടെ ഉത്തരവുകളെന്താണ്?' അരിഷ്ടനേമി ചോദിച്ചു.

രാമൻ ചിന്താകുലനായി താടിയിൽ തൊട്ടു, 'നമ്മുടെ ഗജസേന മാത്രം യുദ്ധക്കളത്തിൽ മുന്നോട്ട് നീങ്ങട്ടെ.'

അരിഷ്ടനേമി ഉത്തരവ് കൈമാറാനായി ഒരുങ്ങി.

'അമ്പത് ആനകൾ മാത്രം,' രാമൻ കൂട്ടിച്ചേർത്തു. അത് ഒരു ഗജസേനയുടെ മൂന്നിലൊന്നാണ്.

നേരിയ ആക്രമണം കാര്യമായ നാശനഷ്ടങ്ങൾ വരുത്താനുള്ളതല്ല, പ്രകോപിപ്പിക്കാൻ മാത്രം.

'പ്രഭോ,' അരിഷ്ടനേമി മറുപടി പറഞ്ഞു.

താമസിയാതെ തന്നെ അമ്പത് ആനകൾ അയോദ്ധ്യയുടെ സൈന്യത്തിനുള്ളിൽ നിന്ന് മുന്നോട്ട് പാഞ്ഞു. അവ ഉറക്കെ ചിന്നം വിളിക്കുകയും തുമ്പിക്കൈകൾ ചുഴറ്റുകയും ചെയ്യുന്നുണ്ട്, അമ്പാരിക്കുള്ളിൽ ഇരിക്കുന്ന ചില വില്ലാളികൾ ലങ്കയുടെ കാലാളുകൾക്കെതിരെ അമ്പെയ്യാനും തുടങ്ങി. പക്ഷെ ദൂരവും നനഞ്ഞ ഞാണുകളും അവരെ കാര്യമായ നാശനഷ്ടങ്ങളുണ്ടാക്കുന്നതിൽ നിന്ന് തടഞ്ഞു.

അമ്പുകളിലുള്ള അപര്യാപ്തത ആനകളുടെ കാലടികൾ കൊണ്ട് പരിഹരിക്കപ്പെട്ടുമായിരുന്നു. ആനകൾ സൈനികരിൽ ചവിട്ടി മെതിക്കും.

അതായിരുന്നു പദ്ധതി.

പക്ഷെ, രാവണന്റെ ആവനാഴിയിൽ തന്ത്രങ്ങൾ അവശേഷിച്ചിട്ടുണ്ടായിരുന്നു.

'വ്യൂഹം മുറിയ്ക്കൂ!' രാവണൻ ഉത്തരവിട്ടു.

അവിശ്വസനീയമായ വേഗതയിൽ ലങ്കയുടെ അണികൾ പുതുക്കപ്പെട്ടു. സൈനികർ വശങ്ങളിലേക്ക് മാറുകയും അഞ്ച് അണികൾ ഒറ്റയൊന്നായി പരിഗണിക്കപ്പെടുകയും ചെയ്തു. ഇതെല്ലാം നടന്നത് ഏതാനും നിമിഷങ്ങൾക്കുള്ളിലാണ്. തലേന്നു വൈകുന്നേരം നഗരത്തിനുള്ളിൽ അത് ആവർത്തിച്ച് പരിശീലിപ്പിക്കപ്പെട്ടിരുന്നു. അതിന്റെ ഫലം അതിശയകരമായിരുന്നു. സാമ്പ്രദായിക ചതുരംഗവ്യൂഹം ഇരുന്നൂറ് അണികളുള്ളതാണ്. അത് വെറും നാൽപ്പത് അണികളായി ഇടമുറിയാതെ ചുരുക്കപ്പെട്ടു. അവയ്ക്കിടയിൽ വലിയ തുറസ്സുകൾ.

ഇടതിങ്ങിയുള്ള സൈനികവ്യൂഹങ്ങളാണ് ആനകളുടെ ആക്രമണത്തിനു നല്ലത്. തൊട്ടു മുമ്പിലത്തെ ദിവസം പോലെ. ആനകൾക്ക് വലിയ തോതിൽ സൈനികരെ ചവിട്ടിയരച്ചാൽ മതിയല്ലോ. അതിനെ തുടർന്നുണ്ടാകുന്ന വിരണ്ടോട്ടം കൂടുതൽ നാശനഷ്ടങ്ങളുമുണ്ടാക്കും.

ഇപ്പോഴാകട്ടെ മുപ്പത്തിയൊമ്പത് വിശാലമായ വരികളായി തുറസ്സായ സ്ഥലങ്ങളുണ്ട്. രണ്ട് വശങ്ങളിലായി ഒരൊറ്റ വരിയിലാണ് സൈനികർ നിരന്നിട്ടുള്ളത്, അതും വളരെ പെട്ടെന്ന്.

പാപ്പാന്മാർ സൈനികരുടെ ഒറ്റ വരിയിലേക്ക് ആനകളെ ഇടിച്ചു കയറ്റാൻ ശ്രമിക്കുമായിരുന്നു, വളഞ്ഞ് പുളഞ്ഞ മട്ടിൽ. പക്ഷെ അത് അപകട സാധ്യതകൾ നിറഞ്ഞതാണ്. എല്ലാ ആനകളേയും വരി തെറ്റിക്കാതെ മുന്നോട്ടു കൊണ്ടു പോകണമെന്നതാണ് ആനകളെ കൊണ്ടുള്ള ആക്രമണത്തിന്റെ സുവർണ്ണനിയമം. ഒരൊറ്റ കാര്യത്തിനു മാത്രമേ ആനകളെ പൊടുന്നനെ നിലം പതിപ്പിക്കാനാകൂ, മറ്റൊരു ആനയ്ക്ക്.

ആനകൾ വളഞ്ഞു പുളഞ്ഞോടുമ്പോൾ പരസ്പരം കൂട്ടിയിടിക്കാൻ സാധ്യതയുണ്ട്. അങ്ങനെ സംഭവിച്ചാൽ അയോദ്ധ്യയുടെ ഗജസേന തകർന്നടിയും.

പാപ്പാന്മാർക്ക് മറ്റു വഴികളൊന്നുമില്ല. അവർക്ക് തുറന്ന സ്ഥലങ്ങളിലേക്ക് ഇടിച്ചു കയറേണ്ടതുണ്ട്. അമ്പാരിയിലിരിക്കുന്ന

വില്ലാളികൾ നിലത്തു നിൽക്കുന്ന സൈനികരിൽ കഴിയാവുന്നത്ര പേരെ അമ്പെയ്ത് വീഴ്ത്തുമെന്ന പ്രത്യാശ മാത്രം ശേഷിച്ചു.

പക്ഷെ ഞാണുകൾ നനഞ്ഞവയാണ്. അമ്പുകൾ ഫലപ്രദമല്ല.

പഞ്ചഭൂതങ്ങൾ ആ ദിവസം രാവണനെ തുണയ്ക്കുന്നതു പോലെ തോന്നി.

അയോദ്ധ്യയുടെ യോദ്ധാക്കൾ ലങ്കക്കാരുടെ നേരെ കുന്തം ചുഴറ്റിയെറിഞ്ഞു. അത് ഏതാനും പേരെ കൊലപ്പെടുത്തി. പക്ഷെ അവരെ അണി തെറ്റിക്കാൻ പ്രേരിപ്പിക്കുയായിരുന്നു പ്രധാന ലക്ഷ്യം. ലങ്കക്കാരാകട്ടെ അതിശയകരമായ അച്ചടക്കത്തോടെ, ആനകൾ ചവിട്ടിമെതിക്കുമെന്ന ഭയത്തെ വെല്ലുവിളിച്ച് അണി തെറ്റാതെ ഉറച്ചു നിന്നു.

എന്നിട്ട് രാവണൻ തന്റെ രഹസ്യായുധം പുറത്തെടുത്തു.

നീണ്ട മഴു.

പ്രധാനമായും അവ കുന്തങ്ങൾ തന്നെയാണ്, പക്ഷെ കുന്തമുനയുടെ സ്ഥാനത്ത് മഴുത്തലപ്പാണെന്ന് മാത്രം.

ഇടതു സേനാപാർശ്വത്തിലുണ്ടായ യുദ്ധത്തിൽ നിന്ന് രാവണൻ ഒരു പാഠം പഠിച്ചിരുന്നു. കുംഭകർണ്ണൻ രണ്ടാനകളെ നിലത്തു വീഴ്ത്തിയത് കാലുകൾ ഛേദിച്ചാണ്.

ലങ്കയുടെ സൈനികർ ആരും കാണാതെ നിലത്തു കിടന്ന മഴുകുന്തങ്ങൾ പെട്ടെന്ന് കയ്യിലെടുത്തു. കഴിയാവുന്നത്ര ആനക്കാലുകൾ ഛേദിച്ചു കളയാനായിരുന്നു അത്.

രാവണന് രഹസ്യായുധമുണ്ടെങ്കിൽ രാമന് രഹസ്യ പരിചയുമുണ്ട്!

നിർഭാഗ്യമെന്നു പറയട്ടെ, രാമനും കുംഭകർണ്ണന്റെ യുദ്ധതന്ത്രത്തിൽ നിന്ന് ചിലതു പഠിച്ചിരുന്നു. ശത്രുഘ്നൻ ആനകളുടെ കാലുകൾക്കായി തുകലു കൊണ്ടുള്ള പടച്ചട്ടകൾ തിടുക്കത്തിൽ പണികഴിപ്പിച്ചിരുന്നു.

അതുകൊണ്ട് തന്നെ മഴു കൊണ്ടുള്ള മിക്കവാറും വെട്ടുകൾ പാഴായിപ്പോയി.

വെട്ടുകൾ ചിലയാനകൾക്ക് കൊണ്ടെങ്കിലും അൽപ്പം രക്തം മാത്രമേ ചിന്തിയുള്ളൂ. ആനകൾ ക്രോധത്തോടെ തുമ്പിക്കൈകൾ ചുഴറ്റുകയും കുന്തങ്ങൾ തട്ടിയെറിയുകയും ചെയ്തു.

'കാര്യമായ നാശനഷ്ടങ്ങളൊന്നുമില്ല, പ്രഭോ,' അരിഷ്ടനേമി പറഞ്ഞു. 'നമുക്കുമില്ല, അവർക്കുമില്ല. സ്തംഭനാവസ്ഥയാണ്.'

'നമുക്ക് കാത്തിരിക്കാം,' രാമൻ മറുപടി പറഞ്ഞു.

'നമുക്കെന്തുകൊണ്ട് ഏതാനും കാലാൾപ്പട വ്യൂഹങ്ങളെ ഇറക്കിക്കൂടാ?'

'വേണ്ട. നമുക്ക് കാത്തിരിക്കാം.'

'പക്ഷെ...'

അരിഷ്ടനേമി മുകളിൽ നിന്നും ഒരു ശബ്ദം കേട്ടപ്പോൾ സംസാരം നിർത്തി. സ്പഷ്ടമായ ആ ഒച്ച. അയാൾ രാമനെ നോക്കി.

രാമൻ തലയാട്ടി. 'അവസാനം...' അദ്ദേഹം പതാകാവാഹകർക്ക് നേരെ തിരിഞ്ഞു. 'ഹനുമാന് സന്ദേശമയക്കൂ...പുഷ്പക വിമാനം വരുന്നുണ്ട്...'

സന്ദേശം പെട്ടെന്നു തന്നെ വലതു വശത്തെ സേനാപാർശ്വത്തിലേക്ക് കൈമാറ്റം ചെയ്യപ്പെട്ടു.

അതിനിടയിൽ അയോദ്ധ്യയുടെ കാലാളുകളുടെ മുഖം ആകാശത്തേക്കുയർന്നു.

വൂംഫ്!വൂംഫ്!

ലങ്കക്കാർക്കിടയിൽ നിന്ന് ആർപ്പു വിളികളുയർന്നു. അവരുടെ നേതാവ് വരുന്നുണ്ട്!

യുദ്ധത്തിൽ പങ്കെടുക്കുന്ന എല്ലാ മൃഗങ്ങളെയും പോലെ ആനകൾക്കും വലിയ പോർവിളികൾ സഹിക്കാനുള്ള പരിശീലനം ലഭിച്ചിട്ടുണ്ട്. എങ്കിൽ പോലും പറക്കും യന്ത്രത്തിന്റെ ചെകിടടപ്പിക്കുന്ന സ്ഫോടനം പരിഭ്രാന്തി പരത്തുന്നതായിരുന്നു. ലങ്കയുടെ സൈന്യത്തെ ആക്രമിച്ചു കൊണ്ടിരുന്ന ചില ആനകൾ നിശ്ചലരായി. പാപ്പാന്മാർ ആനകളെ തിരിച്ചു നടത്താൻ ശ്രമിച്ചു. അവയെ ശാന്തരാക്കാനും.

അപ്പോൾ...

കോട്ടമതിലുകളുടെ മുകളിലൂടെ പെട്ടെന്ന് വിമാനം പുറത്തേക്കു വന്നു. പൈശാചികമായ ഒരു രാക്ഷസന്റെ പെട്ടെന്നുള്ള പ്രത്യക്ഷപ്പെടൽ പോലെ. പട്ടുകുറ്റൻ പറക്കും യന്ത്രം. മുകളിലേക്ക് സൗമ്യമായി കൂർത്തു വരുന്ന ഗോപുരം പോലെയാണ് ആ പടുകൂറ്റൻ വിമാനം കരുപിടിപ്പിച്ചിട്ടുള്ളത്. ഗോപുരത്തിനു മുകളിലുള്ള പ്രധാന പങ്ക പടുകൂറ്റൻ വാളിന്റെ അലകുകൾ പോലെ താളത്തിൽ ഭ്രമണം ചെയ്തു. വിമാനത്തിന്റെ അടിത്തട്ടിനോടു ചേർന്നിരിക്കുന്നതും നെടുകയെയും കുറുകെയുമുള്ള അതിന്റെ ഗതി നിയന്ത്രിക്കുന്നതുമായ നിരവധി ചെറിയ പങ്കകൾ. അതിന്റെ അടിത്തറയോടു ചേർന്നു നിൽക്കുന്ന പ്രകാശദ്വാരങ്ങൾ കട്ടിയുള്ള ചില്ലു കൊണ്ട് അടച്ചിരുന്നു. അതിനു പുറകിൽ സൈനികരെ വ്യക്തമായും കാണാം. പ്രധാന വാതിൽ തുറന്നു വെച്ചിട്ടുണ്ട്. രണ്ട് യോദ്ധാക്കളെ അവിടെ വ്യക്തമായി കാണാം. അവരിലൊരാൾ ലങ്കയുടെ കുമാരനായ ഇന്ദ്രജിത്താണ്. സൈനിക മട്ടിൽ അയാൾ കറുത്ത കച്ച തറ്റുടുത്തിട്ടുണ്ട്. കയ്യില്ലാത്ത പടച്ചട്ട അയാളുടെ ഉടലിനെ മൂടി. ഇടതു കൈയിൽ വില്ലുണ്ട്.

അരയിൽ കെട്ടിയ കയർ വിമാനത്തിനുള്ളിൽ ബന്ധിച്ചിട്ടുണ്ട്, പെട്ടെന്നുള്ള ചലനത്തിൽ കുമാരൻ തല കുത്തി വീഴാതിരിക്കാൻ.

അയാൾ ഉള്ളിലേക്കു തിരിഞ്ഞ് വൈമാനികനോട് എന്തോ അട്ടഹസിച്ചു. അകമ്പനനാണ് വൈമാനികൻ.

വിമാനം താഴ്ന്നു പറന്നു. ശത്രുസൈന്യത്തെ തിടുക്കത്തിൽ വിലയിരുത്താനാണത്.

വൂംഫ്!വൂംഫ്!

വൂംഫ്!വൂംഫ്!

രാവണൻ വിമാനത്തെ നോക്കി. 'അവരെ തുരത്തു, മകനേ!'

യുദ്ധക്കളത്തിനിപ്പുറം രാമനും തന്റെ ഉത്തരവ് ഉറക്കെ വിളിച്ചു പറഞ്ഞു.

ആ ഉത്തരവുകൾ പതാക മുദ്രകളാൽ തിടുക്കത്തിൽ കൈമാറ്റം ചെയ്യപ്പെട്ടു.

തലേന്ന് കാലാളുകൾക്ക് നല്ലതു പോലെ പരിശീലനം ലഭിച്ചിരുന്നു. അവർ പടുകൂറ്റൻ പരിചകൾ ഉയർത്തി പിടിച്ചു, തലയ്ക്കു മുകളിൽ. ഒരു സൈനികന്റെ പരിച അയാളുടെ മുന്നിലുള്ളതും പിന്നിലുള്ളതുമായ രണ്ട് സൈനികരെ ഭാഗികമായി മൂടി. നിമിഷങ്ങൾക്കുള്ളിൽ അയോദ്ധ്യയുടെ കാലാൾപ്പട ആകാശത്ത് നിന്നു നോക്കിയാൽ പടുകൂറ്റൻ ആമകളെപ്പോലെ തോന്നിച്ചു: നിരവധി പരിചകളിൽ നിന്നുണ്ടാക്കിയ കട്ടിയുള്ള തോട്. ആകാശത്തു നിന്നുള്ള ആക്രമണത്തിൽ നിന്ന് സൈനികരെ രക്ഷിക്കാനാണത്. തുകൽ കൊണ്ടു പൊതിഞ്ഞ ലോഹപരിചകൾ, കരുത്തുള്ളതും വെള്ളത്തെ ചെറുക്കുന്നതും. അവയ്ക്ക് അമ്പുകളും കുന്തങ്ങളും തിളച്ച എണ്ണയെ പോലും പ്രതിരോധിക്കാനാകും.

ഇന്ദ്രജിത്ത് തന്റെ പുറകിൽ നിൽക്കുന്ന സൈനികനെ നോക്കി പൊട്ടിച്ചിരിച്ചു. 'നമ്മൾ കാലാളുകളെ ആക്രമിക്കുമെന്നാണോ അയോദ്ധ്യക്കാർ കരുതുന്നത്?'

സൈനികനും തന്റെ കുമാരനോടൊപ്പം പൊട്ടിച്ചിരിച്ചു.

രാമൻ നടക്കാത്ത ആക്രമണത്തിനു വേണ്ടിയാണ് തയ്യാറെടുത്തിട്ടുള്ളത്.

ഇന്ദ്രജിത്ത് കാലാളുകൾക്ക് മുകളിൽ തിളച്ച എണ്ണയൊഴിക്കാനല്ല പോകുന്നത്. അത് നിരവധി സൈനികരെ കൊന്നൊടുക്കിയേനെ. പക്ഷെ വിമാനത്തിനുള്ളിലെ സൈനികർക്കും അപകട സാധ്യതയുള്ളതാണ്. പറക്കുന്ന വാഹനത്തിന്റെ പെട്ടെന്നുള്ള ചലനങ്ങളും അതിനുള്ളിൽ തിളച്ച എണ്ണയുടെ വീപ്പകളും വിറകും... അതൊരു നല്ല മിശ്രണമല്ല. തിളച്ച എണ്ണ

വിമാനത്തിനുള്ളിലെ സൈനികരുടെ ദേഹത്തേക്കും തുളുമ്പി വീഴാം. തീ വിമാനത്തിനുള്ളിലും പടരാം.

അല്ല, തിളച്ച എണ്ണയല്ല. അതിനു പകരം ഇന്ദ്രജിത്ത് തന്റെ മാതാവിന്റെ ഉപദേശം കേട്ടു.

ശത്രുവിന്റെ ഏറ്റവും ദുർബലമായ ഭാഗമല്ല അയാളുടെ ലക്ഷ്യം. ഏറ്റവും ശക്തമായ ഭാഗമാണ്.

ജ്ജ്ജിറ്റ്സ്സു

വിമാനം പെട്ടെന്നു തിരിഞ്ഞു. യുദ്ധക്കളത്തിന് നടുവിലുള്ള കാലാൾപ്പടയാളികളിൽ നിന്ന് ഇടതു വശത്തെ സേനാപാർശ്വത്തിലേക്ക്.

ശത്രു എന്താണ് പദ്ധതിയിടുന്നതെന്നു മനസ്സിലാക്കാൻ രാമന് ഒരു നിമിഷം വേണ്ടി വന്നു.

'രുദ്രഭഗവാനേ, കരുണ കാണിക്കണേ...'

'നമ്മളെന്തു ചെയ്യും, പ്രഭോ?' അരിഷ്ടനേമി ചോദിച്ചു.

വിമാനം ഇടതുസേനാപാർശ്വത്തിലെ ഗജസേനയുടെ നേർക്കാണ് വരുന്നത്. തലേന്നത്തെ ധീരനായ അംഗദനാണ് അതു നയിക്കുന്നത്.

'അരിഷ്ടനേമീ, നിങ്ങൾ ഇവിടത്തെ നിയന്ത്രണം ഏറ്റെടുക്കൂ!' രാമൻ അലറി.

എന്ത്?! 'അരിഷ്ടനേമി ചോദിച്ചു. അപ്പോൾ തന്നെ അയാൾക്ക് കാര്യം മനസ്സിലായി. 'അരുത്, പ്രഭോ!'

പക്ഷെ രാമൻ ഇടതു സേനാപാർശ്വത്തിന്റെ നേർക്ക് കുതിരയെ പായിച്ചു കഴിഞ്ഞിരുന്നു. അപകടത്തിന്റെ വായയിലേക്കായിരുന്നു അദ്ദേഹത്തിന്റെ കുതിര കുതിച്ചു പാഞ്ഞത്.

അരിഷ്ടനേമി പെട്ടെന്നു തന്നെ ആത്മനിയന്ത്രണം തിരിച്ചു പിടിച്ചു. രാമന് ചില കാര്യങ്ങൾ ചെയ്തേ തീരൂ. അയാൾ കാലാളുകൾക്ക് തിടുക്കത്തിൽ ഉത്തരവുകൾ നൽകാൻ തുടങ്ങി. 'എല്ലാവരും അണികളിൽ ഉറച്ചു തന്നെ നിൽക്കണം!'

അരിഷ്ടനേമിയുടെ ദൗത്യം കാലാളുകളെ ഒന്നിച്ചു നിർത്തി പരിഭ്രമം തടയുക എന്നതാണ്. പക്ഷെ അതിനു മുമ്പ് രാമന് വിമാനത്തെ തടയേണ്ടതുണ്ട്. അല്ലെങ്കിൽ അതുണ്ടാക്കുന്ന നാശനഷ്ടത്തെ നിയന്ത്രിക്കുകയെങ്കിലും ചെയ്യേണ്ടതുണ്ട്.

രാമൻ കുതിച്ചു പായുകയാണ്. പുറകിൽ സുരക്ഷാഭടനുമുണ്ട്.

പക്ഷെ വിമാനം ഭീതിദമായ കഴിവുള്ള, പൈശാചികമായ യന്ത്രമാണ്. ഒരു കുതിരയ്ക്കും അതിനെ ഓടി തോൽപ്പിക്കാനാകില്ല. അത് ഇടതു സേനാപാർശ്വത്തിലെ ഗജസേനയ്ക്ക് മുകളിൽ വട്ടമിട്ടു തുടങ്ങിയിട്ടുണ്ട്.

ഇന്ദ്രജിത്തും സൈനികരും ആക്രമണം തുടങ്ങി. കുന്തങ്ങൾ, വിമാനത്തിനുള്ളിൽ മഴകൊള്ളാതെയിരുന്ന വില്ലുകളിൽ നിന്നുള്ള വിഷം പുരട്ടിയ അമ്പുകൾ. ഇന്ദ്രജിത്തിന്റെ പുറകെ നിൽക്കുന്ന സൈനികർ കല്ലുകൾ വർഷിക്കുന്നുണ്ട്. അത്രയും ഉയരത്തിൽ നിന്ന് വീഴുന്ന കല്ലുകൾ, കരുത്തുള്ള യോദ്ധാക്കളുടെ ഊർജ്ജവും ഭൂഗുരുത്വാകർഷണബലവും കൂടെച്ചേർന്നപ്പോൾ മാരകായുധങ്ങളായി താഴേക്ക് പതിച്ചു.

കുന്തങ്ങൾ, അമ്പുകൾ, കല്ലുകൾ.

ലക്ഷ്യവേധിയായ മിന്നലാക്രമണം. നിഷ്ഠുരമായ വിധത്തിൽ ഫലപ്രദവും.

അതിബുദ്ധിമതിയായ മാതാവിന്റെ ഉപദേശം ഇന്ദ്രജിത്ത് കേട്ടു.

ശത്രുവിന്റെ ശക്തി കേന്ദ്രത്തെ ആക്രമിക്കുക. ആനകളെ പ്രഹരിക്കുക. നേരിട്ടല്ല, അവരുടെ പാപ്പാന്മാരിലൂടെ.

നിലത്തു നിന്ന് പാപ്പാന്മാരെ ലക്ഷ്യം വെയ്ക്കുന്നത് ബുദ്ധിമുട്ടാണ്. അവർ ആനപ്പുറത്താണിരിക്കുന്നത്, കട്ടിയുള്ള പടച്ചട്ടയും ധരിച്ചിട്ടുണ്ട്. പക്ഷെ പുഷ്പകവിമാനത്തിന്റെ ഉയരത്തിൽ നിന്ന് അവർ എളുപ്പമുള്ള ലക്ഷ്യവുമാണ്. പാപ്പാന്മാരില്ലെങ്കിൽ ആനകൾ ശക്തിഹീനരാണ്. ചെറുപങ്കകളില്ലെങ്കിൽ പുഷ്പകവിമാനം നിശബ്ദമാകുന്നതു പോലെ. വിശ്വസ്തമായ ഒരു സ്രോതസ്സിൽ നിന്നുള്ള നിർദ്ദേശങ്ങൾ ലഭിക്കാതെ വരുമ്പോൾ ആനകൾ തളർന്നു പോകും. അല്ലെങ്കിൽ അവ കൊല്ലപ്പെട്ട പാപ്പാന്മാരെ കണ്ട് വിരണ്ടോടും.

'അംഗദാ!' ദൂരെ നിന്ന് രാമൻ അട്ടഹസിച്ചു. 'സൂക്ഷിച്ച്!'

പക്ഷെ അംഗദന് അപ്പോഴേക്കും പ്രഹരമേറ്റിരുന്നു. ഒരു കല്ല് ഊക്കോടെ അയാളുടെ മുകളിൽ വന്നു വീണു, തലയിൽ. തലയിലെ പടത്തൊപ്പി മരണകാരണമായേക്കാവുന്ന മുറിവു തടഞ്ഞെങ്കിലും അയാൾ ബോധരഹിതനായി നിലംപതിച്ചു. ഇരുപത് പാപ്പാന്മാരെങ്കിലും കൊല്ലപ്പെടുകയോ ബോധരഹിതരാകുകയോ ചെയ്തു. ഏതാണ്ടെല്ലാ ആനകളും നിശ്ചലരായി കഴിഞ്ഞിരുന്നു. പാപ്പാന്മാർ ചെന്നികളിൽ ചവിട്ടി കൈമാറാറുള്ള നിർദ്ദേശങ്ങൾ പെട്ടെന്നു നിലച്ചപ്പോൾ എന്തു ചെയ്യണമെന്നറിയാതെ ആനകൾ കുഴങ്ങി. അൽപ്പസമയത്തിനുള്ളിൽ അവ വിരണ്ടോടാൻ തുടങ്ങും.

ഒരൊറ്റ ആനയെങ്കിലും ചിന്നം വിളിക്കാനും വിരണ്ടോടാനും തുടങ്ങിയാൽ മറ്റുള്ളവയും അത് തന്നെ ചെയ്യും. ചുറ്റുമുള്ള അയോദ്ധ്യക്കാർ കൊല്ലപ്പെടും.

അത് സഹോദരന്മാരെ കൊല്ലലാകും.

തലേന്ന് ലങ്കക്കാരെ കൊന്നൊടുക്കിയ ആനകൾക്ക് ഇന്ന് അയോദ്ധ്യക്കാരെ കൊന്നൊടുക്കാനുമാകും.

ജ്ജ്ജിറ്റ്സു

പ്രതിയോഗിയുടെ ശക്തിയെ അയാൾക്കെതിരെ തന്നെ ഉപയോഗിക്കാം.

ഇന്ദ്രജിത്ത് യുദ്ധം തന്നത്താൻ നിയന്ത്രിക്കുകയാണ്. അല്ലെങ്കിൽ അങ്ങനെ എല്ലാവർക്കും തോന്നി.

ജ്ജ്ജിറ്റ്സുവിൽ അന്തലീനമായ യുദ്ധതന്ത്രത്തെ ഒരൊറ്റ രീതിയിലേ പ്രതിരോധിക്കാനാകൂ. പ്രതിയോഗി പുറകോട്ട് മാറുകയും ചെറുക്കാതിരിക്കുകയും ചെയ്യണം. നിങ്ങളുടെ ശക്തി നിങ്ങൾക്കെതിരെ തന്നെ ഉപയോഗിക്കപ്പെടുമ്പോൾ നിങ്ങൾ ആ ശക്തി ഉപയോഗിക്കരുത്.

രാമൻ മുന്നോട്ടു കുതിക്കുകയാണ്. അയാൾ ഗജസേനയുടെക്കൂട്ടത്തെ ത്തിയപ്പോൾ ഒരാന വിരണ്ടോടാൻ തുടങ്ങിയിരുന്നു.

അത് അംഗദന്റെ ആനയായിരുന്നു. ഗജസേനയുടെ നേതാവ്. തൊണ്ടയിൽ തുളച്ച കയറിയ രണ്ടമ്പുകളോടെ പാപ്പാൻ നിലത്തു വീഴുന്നതു കണ്ട അത് ക്രോധത്താൽ ചിന്നം വിളിച്ചു. ബുദ്ധിയുള്ള ആ ജന്തുവിന്റെ ചിന്ത വികാരങ്ങൾ മറയ്ക്കപ്പെട്ടു. അത് പുഷ്പകവിമാനത്തിനെതിരെ തുമ്പിക്കൈ ചുഴറ്റി ഉറക്കെ ചിന്നം വിളിച്ചു. പുഷ്പക വിമാനത്തിന്റെ നിഴലിനെ ആക്രമിക്കാൻ മുതിർന്നു. ഉന്മത്തരായി, പ്രകോപിതരായി മറ്റാനകളും അതിനെ പിന്തുടർന്നു.

മുമ്പിലുള്ള ഏതാനും സൈനികർ മണ്ണിൽ ചവിട്ടിയരക്കപ്പെട്ടു.

താമസിയാതെ ആനകൾ വിരണ്ടോടും.

'അരുത്, പ്രഭോ!' രാമൻ ആനകളുടെ തലവനു നേരെ വേഗത കുറയ്ക്കാതെ പാഞ്ഞു പോകുന്നതു കണ്ട് പരിഭ്രാന്തനായ സുരക്ഷാഭടൻ അലറി വിളിച്ചു.

ഇതിനിടയിൽ ഇന്ദ്രജിത്ത് പുഷ്പകവിമാനത്തിന്റെ ചെറു പങ്കകളുടെ അലർച്ചയ്ക്കു മുകളിൽ ഒച്ചയുയർത്തി കൊണ്ട് അകമ്പനനോട് അട്ടഹസിച്ചു, 'മറു സേനാപാർശ്വത്തിലേക്ക്! വേഗത്തിൽ!' അകമ്പനൻ വിമാനം തിരിക്കാനായി ശ്രമിക്കുമ്പോൾ ഇന്ദ്രജിത്ത് തന്റെയടുത്തുള്ള സൈനികനെ നോക്കി. 'നമ്മുടെ ഇവിടത്തെ ജോലി കഴിഞ്ഞിരിക്കുന്നു. ബാക്കി ആനകൾ ചെയ്യും. വലതു സേനാപാർശ്വം പിൻതിരിയുന്നതിന് മുമ്പ് നമുക്കവിടെ എത്തേണ്ടതുണ്ട്.'

ഇടതു സേനാപാർശ്വത്തിലെ ഗജസേനയുടെ തൊട്ടടുത്തു നിൽക്കുന്ന അയോദ്ധ്യയുടെ കാലാളുകൾ അണി ലംഘിക്കാൻ തുടങ്ങിയിരുന്നു, ആനകളുടെ ചവിട്ടു കൊണ്ട് അരഞ്ഞു തീരാതിരിക്കാനാണത്. രാമൻ

ആനത്തലവന്റെ നേർക്കു പാഞ്ഞു. അതിനെ നിയന്ത്രിക്കാൻ കഴിഞ്ഞാൽ മറ്റ് ജന്തുക്കളേയും ശാന്തരാക്കാം.

രാമൻ പാദാധാരങ്ങളിൽ നിന്ന് കാലുകളെടുക്കുകയും ജീനിയുടെ മുകളിൽ കുനിഞ്ഞിരിക്കുകയും ചെയ്തു. അദ്ദേഹം കടിഞ്ഞാൺ പല്ലുകൾക്കിടയിൽ കടിച്ചു പിടിച്ചു. എന്നിട്ടും കുതിരയെ വിദഗ്ധമായി നിയന്ത്രിച്ചു കൊണ്ട് കലിതുള്ളുന്ന ആനയുടെ നേർക്കു പാഞ്ഞു. അടുത്തെത്തിയപ്പോൾ അദ്ദേഹം കുതിരയെ ഒരു വശത്തേക്ക് വെട്ടിക്കുകയും ജീനിക്ക് മുകളിൽ നിവർന്നു നിൽക്കുകയും ചെയ്തു. ആന വിമാനത്തെ ഓടിക്കുകയാണ്. തന്റെ നേർക്കു പാഞ്ഞടുക്കുന്ന കുതിരയെ അത് കാണുന്നില്ല. രാമൻ കുതിരയെ ആനയുടെ വലതു വശം ചേർത്തു നിർത്തി. അതിന് അതിശയകരമായ മെയ്‌വഴക്കവും അതിമാനുഷികമായ കണിശതയും വേണം. അദ്ദേഹം ആനയുടെ പട്ടുകുറ്റൻ കൊമ്പിലേക്ക് ചാടുകയും അതിനെ ആധാരമാക്കി ആനപ്പുറത്തെത്തുകയും ചെയ്തു. ആനയുടെ തലയ്ക്ക് മുകളിൽ. എല്ലാം ഒരു നിമിഷത്തിനുള്ളിൽ. ആന മനുഷ്യന്റെ സാന്നിദ്ധ്യം തിരിച്ചറിഞ്ഞ് ക്രോധത്തോടെ തുമ്പിക്കൈ ഉയർത്തി. എന്നാൽ പരിചിതവും പ്രിയതരവുമായ മനുഷ്യഗന്ധം തിരിച്ചറിഞ്ഞ് ശാന്തനാകാൻ തുടങ്ങി.

അതിൽ വിശ്വാസമുണ്ട്.

പെട്ടെന്ന് ആനയ്ക്ക് അതിന്റെ ചെന്നികളിൽ സൗമ്യവും നിയന്ത്രിതവുമായ സമ്മർദ്ദം അനുഭവപ്പെട്ടു. രാമന്റെ കാലുകളുടേതാണത്.

ശാന്തനാകൂ.

ഞാനിവിടെയുണ്ട്.

വേഗത കുറയ്ക്കൂ.

ആ ജന്തു പതിയെ ശാന്തനാകാൻ തുടങ്ങി.

ശാന്തനാകൂ...

ആന പരിചിതമായ ശബ്ദം ശ്രദ്ധിച്ചു.

അത് തന്റെ ജ്യേഷ്ഠന്റെ ശബ്ദത്തിന് കാതോർത്തു.

കഴിഞ്ഞ ഏതാനും മാസങ്ങൾ രാമൻ സൈനികരോടു മാത്രമല്ല ഇടപഴകിയത്, ആനകളോടുമാണ്. ആ ജന്തുക്കൾ രാമനെ വിശ്വസിച്ചു, അദ്ദേഹം പറയുന്നതു കേട്ടു.

ശാന്തനാകൂ...

വേഗത കുറയ്ക്കൂ...

ഏതാനും നിമിഷങ്ങൾക്കുള്ളിൽ ആ ആന ഓട്ടം നിർത്തി. അതിന്റെ പുറകിലുള്ള മറ്റാനകളും.

അയോദ്ധ്യയുടെ കാലാളുകൾ ആർപ്പു വിളിച്ചു. അവരുടെ രാജാവ് അവരെ രക്ഷിച്ചിരിക്കുന്നു. പക്ഷെ അവരുടെ രാജാവ് അലറുന്നില്ല. അദ്ദേഹം വിദൂരതയിലേക്ക് ഉറ്റു നോക്കുകയാണ്. വലതു സേനാപാർശ്വത്തിനു നേർക്ക്.

'ഹനുമാൻ...' രാമൻ പിറുപിറുത്തു. 'അവരെ കാടിനു നേർക്ക് നയിക്കു...'

വലതു സേനാപാർശ്വത്തിൽ ഹനുമാനും ഗജസേനയും പിൻവാങ്ങുകയാണ്. കാടിനു നേർക്കാണ് അവർ പായുന്നത്.

'വിമാനം താഴ്ത്തു!' ഇന്ദ്രജിത്ത് അകമ്പനനെ നോക്കി അലറി. ആയുധങ്ങൾ ഫലപ്രദമാകണമെങ്കിൽ വിമാനം താഴ്ത്തിയേ തീരൂ.

വലതു സേനാപാർശ്വത്തിലെ ആനകൾ കുതിച്ചു പായുന്നുണ്ട്. മരങ്ങൾക്കു നേരെ. അവയിൽ ഏതാണ്ടെല്ലാം താമസിയാതെ കാട്ടിനുള്ളിലേക്ക് കടക്കും. കുന്തങ്ങളിൽ നിന്നും അമ്പുകളിൽ നിന്നും മരത്തലപ്പുകൾ അവയെ രക്ഷിക്കും.

'അകമ്പനാ, വിമാനം താഴ്ത്തു!'

അകമ്പനൻ ഇന്ദ്രജിത്തിനു നേരെ തിരിഞ്ഞു. അയാൾ വാതിൽക്കൽ നിൽക്കുകയാണ്. അകമ്പനൻ നെടുവീർപ്പിട്ടു.

ഞാൻ കുമാരന്റെ ഉത്തരവുകൾ അനുസരിക്കുക മാത്രമാണു ചെയ്യുന്നത്. മറ്റ് സൈനികർ എന്നെ പിന്തുണയ്ക്കും.

അയാൾ വൈദഗ്ധ്യത്തോടെ വിമാനം താഴ്ത്തി. താഴ്ത്തേണ്ടതിനേക്കാൾ കൂടുതൽ താഴേക്ക്. എന്നിട്ട് പുറകു വശത്തെ ഗതിയന്ത്രങ്ങളുടെ ശക്തി കൂട്ടി. വാതിലിന്റെ ദ്വാരം പതിയെ കാടിനു നേരെ കൊണ്ടു വന്നു.

ഏതാനും നിമിഷങ്ങൾക്കുള്ളിൽ ഇന്ദ്രജിത്തെന്ന ലക്ഷ്യം മികച്ച രീതിയിൽ ദൃശ്യമാകും.

അയോദ്ധ്യക്കാരേ, ചെയ്യേണ്ടതു ചെയ്യൂ...ചെയ്യേണ്ടതു ചെയ്യൂ...

അതു ചെയ്യേണ്ട അയോദ്ധ്യക്കാരൻ തയ്യാറായിരുന്നു.

ലക്ഷ്മണൻ പടച്ചട്ട ധരിച്ചിട്ടില്ല. ഏറ്റവും ദൂരത്തേയ്ക്ക് കുന്തം ചുഴറ്റിയെറിയാനുള്ള കഴിവിനെ അത് ബാധിക്കും. വിമാനം അടുത്തു വരുന്നതു കണ്ട അയാൾ ആനയെ മുന്നോട്ടു നീക്കാൻ പാപ്പാനോട് ഉത്തരവിട്ടു. മരച്ചാർത്തുകൾക്കിടയിൽ നിന്ന്.

'ലക്ഷ്മണാ! നിൽക്ക്!' ലക്ഷ്മണന്റെ ഇടതു വശത്തെ ആനപ്പുറത്തിരുന്ന ഭരതൻ അട്ടഹസിച്ചു.

വിമാനം അപ്പോഴും ഏറ്റവും മികച്ച നിലയിലെത്തിയിട്ടില്ല. പക്ഷെ വിമാനത്തിന്റെ ഗതിയന്ത്രങ്ങളുടെ ചെകിടടപ്പിക്കുന്ന ഒച്ച കാരണം ലക്ഷ്മണന് തന്റെ സഹോദരൻ പറഞ്ഞതൊന്നും കേൾക്കാനായില്ല.

അയാൾ കുന്തമെടുത്ത് ലക്ഷ്യം പിടിച്ചു. കാലുകൾ പരത്തി വച്ചു. പുറം കാൽ ശരീരത്തിന് ലംബമായി. ഇടതുകൈ വായുവിൽ ഉയർന്നു. വലതു കൈയ്യിന്റെ കൈവെള്ളയിൽ കുന്തപ്പിടി പതിഞ്ഞിരുന്നു. ചൂണ്ടുവിരലിനും നടുവിരലിനുമിടയിൽ. തള്ളവിരൽ പുറകോട്ടാണ്, ശേഷിച്ച വിരലുകൾ മറുദിശയിലേക്ക്.അയാൾ ക്രമത്തിലും താളത്തിലും ശ്വസിക്കുന്നുണ്ട്. കണ്ണുകൾ വിമാനത്തിന്റെ വാതിലിലാണ്.

അതിനിടയിൽ വിമാനത്തിനുള്ളിൽ ഇന്ദ്രജിത്തിന്റെ തൊട്ടടുത്തുള്ള ലങ്കക്കാരൻ ഇടതുകൈ ചൂണ്ടി കൊണ്ട് ഉറക്കെ പറഞ്ഞു, 'പ്രഭോ! അത് അയോദ്ധ്യയുടെ കുമാരനായ ലക്ഷ്മണനാണ്! അയാളെ കൊല്ലൂ!'

ഇന്ദ്രജിത്ത് തന്റെ ഉടൽ വലതു വശത്തേക്ക് വെട്ടിക്കുകയും മുൻകൂട്ടി നിശ്ചയിച്ച ലക്ഷ്യം മാറ്റി അമ്പെയ്യുകയും ചെയ്തു.

അതേ നിമിഷത്തിൽ ലക്ഷ്മണൻ കുന്തം മുകളിലേക്കെറിഞ്ഞു. എല്ലാ ശക്തിയുമെടുത്ത് ലക്ഷ്യം തെറ്റാതെ ഇന്ദ്രജിത്തിനു നേരെ.

വായു പ്രക്ഷുബ്ധമായതിനാൽ വിമാനം പെട്ടെന്ന് നേരിയ തോതിൽ ദിശ മാറ്റി.

'ലക്ഷ്മണാ!' പാഞ്ഞടുക്കുന്ന അമ്പു കണ്ട് ഭരതൻ അലറി.

ലക്ഷ്മണന്റെ കുന്തത്തിന് ലക്ഷ്യം പിഴച്ചു. വിമാനത്തിന്റെ നേരിയ ചലനത്താൽ. പക്ഷെ, ഇന്ദ്രജിത്തിന്റെ അമ്പിന് ലക്ഷ്യം തെറ്റിയില്ല. അത് ലക്ഷ്മണന്റെ നെഞ്ചിൽ തന്നെ തറച്ചു. കാളക്കുറ്റന്റേതു പോലുള്ള പേശിയടരുകളെ മാരകമായി മുറിച്ചു കൊണ്ട് അത് വാരിയെല്ലുകൾ തുളച്ച് അയാളുടെ വലതു ശ്വാസകോശത്തിൽ തുളയുണ്ടാക്കി. അയാൾ അമ്പാരിക്കുള്ളിൽ നിലംപതിച്ചു. നെഞ്ചിൽ നിന്നും രക്തം ഒഴുകി പരന്നു.

'ലക്ഷ്മണാ!' ഭരതൻ കൂവി വിളിച്ചു.

വിമാനം വീണ്ടും അൽപം ഗതി മാറ്റി പറന്നുയരാൻ തുടങ്ങി.

ഭരതന്റെ കയ്യിൽ കുന്തമുണ്ടായിരുന്നു. അയാൾ മുകളിലേക്ക് നോക്കി ഊക്കോടെ അതെറിഞ്ഞു. അയാളുടെ ചോദനകൾ ലക്ഷ്യം പറഞ്ഞു കൊടുത്തു.

വിമാനം വേഗത്തിൽ മുകളിലേക്കുയരുകയാണ്. ഭരതന്റെ എറിയലിന്റെ പരിധിയ്ക്കപ്പുറത്തേക്ക് താമസിയാതെ അത് കടക്കും. പക്ഷെ ഇത്തവണ കുന്തത്തിന്റെ ഗതി പേശികളുടെയും എല്ലിന്റെയും പരിശീലനത്തിന്റെയും അടിസ്ഥാനത്തിൽ മാത്രമായിരുന്നില്ല. ഒരു ജ്യേഷ്ഠന്റെ സംരക്ഷണ ഭാവത്തിലൂന്നിയ അടക്കാനാകാത്ത ക്രോധത്തിലുമായിരുന്നു.

കുന്തം ഇടിമിന്നലു പോലെ വായുവിനെ തുളച്ചു കൊണ്ട് മേലോട്ടു പൊന്തി.

അമ്പാരിക്കുള്ളിൽ വീണു കിടക്കുന്ന ലക്ഷ്മണന്റെ കാഴ്ച ആസ്വദിക്കുകയായിരുന്നു ഇന്ദ്രജിത്ത്. അയോദ്ധ്യയുടെ നാല് കുമാരന്മാർക്കിടയിലെ അടുപ്പം അയാൾക്കറിയാം. ഇതവരെ തകർക്കും. വിമാനം തിരിഞ്ഞപ്പോൾ മറ്റൊരാന കൂടി കാഴ്ചയിലേക്ക് കടന്നു വന്നു. ലങ്കയുടെ കുമാരൻ ആവനാഴിയിൽ നിന്ന് മറ്റൊരമ്പ് കൂടി എടുക്കാൻ ശ്രമിച്ചു. പക്ഷെ അമ്പാരിക്കു മുകളിലെ യോദ്ധാവ് മുന്നോട്ടാഞ്ഞ് കൈ താഴെയ്ക്കിടുന്നതാണു കണ്ടത്, ഒരു കുന്തം വലിച്ചെറിഞ്ഞതു പോലെ. അതെന്താണെന്ന് മനസ്സിലാക്കാൻ ഇന്ദ്രജിത്തിനു കഴിയുന്നതിനു മുമ്പേ ഭരതൻ വലിച്ചെറിഞ്ഞ ആയുധം അയാളുടെ നെഞ്ചിൽ തുളച്ചു കയറി. കുന്തമുന പല്ലുകളുള്ളതാണ്. കുന്തം ഭ്രാന്തമായ വേഗതയിൽ വലിച്ചെറിയപ്പെട്ടതും. അത് അയാളുടെ പടച്ചട്ട ഭേദിച്ച് വാരിയെല്ലുകൾക്കിടയിലൂടെ പുറം തുളച്ചു പുറത്തുവന്നു. അയാളുടെ വലതു ശ്വാസകോശം പിളർന്നു പോയി. ഇന്ദ്രജിത്ത് ഒരു നിമിഷം ചാഞ്ചാടി. വേദന അയാളെ തളർത്തിക്കഴിഞ്ഞിരുന്നു. എന്നിട്ടയാൾ മുന്നോട്ടു വീണു. വിമാനത്തിന്റെ തുറന്ന വാതിലിലൂടെ. ഒരു കല്ലു പോലെ. ഭൂഗുരുത്വാകർഷണബലം ആ വീഴ്ചയുടെ ആക്കം കൂട്ടി. അരയിൽ കെട്ടിയ കയർ അയാളെ വായുവിൽ തൂക്കിയിട്ടു. പക്ഷെ പെട്ടെന്നുള്ള തള്ളിൽ അയാളുടെ പുറവും കഴുത്തും ഒടിഞ്ഞു. തൽക്ഷണം അയാൾ മരണപ്പെട്ടു.

കാടിന്റെ വിളുമ്പിൽ വലതു വശത്തു നിന്നിരുന്ന ഹനുമാൻ വിമാനത്തിലേക്കു നോക്കി. അതിൽ നിന്നും ഇന്ദ്രജിത്തിന്റെ ശരീരം തൂങ്ങിക്കിടക്കുന്നുണ്ട്. അരയ്ക്ക് ചുറ്റും ഒരു കയർ കെട്ടിയിട്ടുണ്ട്. പക്ഷെ അയാളുടെ ഉടൽ കാലുകളിൽ നിന്നും വിചിത്രമായ എങ്കോണിപ്പോടെ പിരിഞ്ഞു കൂടി. പൊട്ടിയ കഴുത്തിൽ നിന്നും തല ചെരിഞ്ഞു തൂങ്ങിക്കിടന്നു. ശൂലം കോർത്ത ഉടൽ!

'ലക്ഷ്മണാ!' ഭരതൻ തന്റെ ആനയെ ലക്ഷ്മണനു നേരെ പായിച്ചു.

അതിനിടയിൽ വിമാനം താഴേക്കിറങ്ങാൻ തുടങ്ങിയിരുന്നു. അകമ്പനൻ അത് പതിയെ നിലത്തിറക്കുകയാണ്. ഇന്ദ്രജിത്തിന്റെ തൂങ്ങിക്കിടക്കുന്ന ശരീരത്തിൽ വിമാനം ഇറങ്ങരുതെന്ന ശ്രദ്ധയോടെ.

ലങ്കയുടെ കുമാരൻ മികച്ച യോദ്ധാവായിരുന്നു. ഒരു യന്ത്രത്താൽ അയാൾ അരഞ്ഞു തീരരുത്.

'താഴേക്കിറങ്ങ്!' ഹനുമാൻ തന്റെ സൈനികരോട് ഉത്തരവിട്ടു. 'വിമാനത്തിലുള്ളവരെയെല്ലാം പിടികൂടണം!കൊല്ലേണ്ടതില്ല!'

അദ്ധ്യായം 38

'ദാദാ...' നിറഞ്ഞ കണ്ണുകളോടെ ഭരതൻ പിറുപിറുത്തു.

പുഷ്പകവിമാനം നിലത്തിറങ്ങിയപ്പോൾ തന്നെ ശാന്തീദേവിയുടെ വെളുത്ത പതാക ഉയർന്നിരുന്നു. താൽക്കാലികമായ സമാധാന ഉടമ്പടി പ്രഖ്യാപിക്കപ്പെട്ടു.

മകന്റെ മരണവാർത്തയുമായി സന്ദേശവാഹകർ രാവണനെ തേടി പോയിട്ടുണ്ട്.

രാമൻ വലതു സേനാപാർശ്വത്തിലേക്ക് തിരക്കിട്ടെത്തി. വിമാനം ഇറങ്ങാൻ നിർബന്ധിതമായ കാടിന്റെ വിളുമ്പിലേക്ക്. പുഷ്പക വിമാനത്തിലെ സൈനികരെ ഹനുമാനും കൂട്ടാളികളും തടങ്കലിലാക്കിയിരുന്നു. പുറകിൽ കെട്ടിയ കൈകളോടെ അകമ്പനൻ മുന്നിൽ നിന്നു. ഇന്ദ്രജിത്തിന്റെ ഉടൽ കയറിൽ നിന്ന് അഴിച്ചെടുക്കുകയും ഒരു കമ്പളം തുണിയിൽ ആദരവോടെ നിലത്തു കിടത്തുകയും ചെയ്തു.

ഇത് രാമന്റെ സൈന്യമാണ്. ശത്രുക്കളോടു പോലും ആ സൈനികർ ധർമ്മനിരതമായേ പെരുമാറൂ.

രാമനും ഭരതനും മുട്ടു കുത്തിയിരുന്നു. ഭരതൻ ലക്ഷ്മണന്റെ തലയെടുത്ത് മടിയിൽ വെച്ചു. അവരുടെ പട്ടുകുറ്റനായ സഹോദരൻ അബോധാവസ്ഥയിലാണ്. ഉടലിൽ രക്തം കട്ടപിടിച്ചിരിക്കുന്നു. അവിടെ വെച്ചയാൾക്ക് പ്രഥമ ശുശ്രൂഷ നൽകി. അമ്പിന്റെ പിടി ഒടിഞ്ഞിട്ടുണ്ട്. അമ്പിന്റെ മുന ലക്ഷ്മണന്റെ വലതു ശ്വാസകോശത്തിനുള്ളിലാണ്. രക്തസ്രാവം തടയാൻ വൈദ്യന്മാർ അതിനു ചുറ്റും ലേപനങ്ങൾ പുരട്ടി. അയാളുടെ മൂക്കിൽ ഒരു ശ്വസനസഹായിയും ഘടിപ്പിച്ചിട്ടുണ്ട്.

രാമൻ ഭരതന്റെ ചുമലിൽ കൈ വെച്ച് വൈദ്യനു നേരെ തിരിഞ്ഞു.

മുഖത്ത് വേദന പരന്നിട്ടുണ്ടെങ്കിലും അദ്ദേഹം കരുത്തനായി തന്നെ നില കൊണ്ടു. അനുജൻ മരണത്തോടടുത്തു നിൽക്കുമ്പോൾ വൈകാരികമായി തകർന്ന ജ്യേഷ്ഠന് ഒന്നും ചെയ്യാനാകില്ല. ശാന്തതയോടെയും ഏകാഗ്രതയോടെയും ആ അപകടത്തിൽ നിന്നും അനുജനെ വലിച്ചു കയറ്റേണ്ടതുണ്ട്.

'നമുക്കെന്ത് ചെയ്യാനാകും?' രാമൻ വൈദ്യനോടു ചോദിച്ചു.

'അദ്ദേഹം ശ്വസിക്കുന്നുണ്ട്, പ്രഭോ,' വൈദ്യൻ പറഞ്ഞു. 'അദ്ദേഹത്തിന് ജീവനുണ്ട്. ഞാൻ ഒരു ശസ്ത്രക്രിയയിലൂടെ അമ്പിന്റെ അറ്റം പുറത്തെടുക്കാം. പക്ഷെ ആ ശസ്ത്രക്രി...'

'ശസ്ത്രക്രിയ?' ഭരതൻ ചോദിച്ചു.

'പ്രഭോ, ഇത് വിഷം പുരട്ടിയ അമ്പാണ് .വളരെ പ്രത്യേകതയുള്ള ഒരു വിഷം. അത് മുറിവിനു ചുറ്റുമുള്ള പേശികളെ താൽക്കാലികമായി തളർത്തും. ശസ്ത്രക്രിയ ചെയ്ത് അമ്പിന്റെ കഷ്ണം പുറത്തെടുത്താൽ വിഷം കൂടുതൽ വ്യാപിക്കും. ഏതാനും നിമിഷങ്ങൾക്കുള്ളിൽ കുമാരൻ മരിക്കും... പക്ഷെ അത് പുറത്തെടുത്തില്ലെങ്കിലും...'

ആ വാക്യം മുഴുമിക്കാതിരിക്കാൻ മാത്രം വിവേകമുള്ളവനായിരുന്നു വൈദ്യൻ. അവർ ഒരു ധർമ്മസങ്കടത്തിന്റെ വക്കത്താണ്. വൈദ്യൻ അമ്പിന്റെ അറ്റം പുറത്തെടുത്തില്ലെങ്കിൽ മുറിവിൽ അണുബാധ ഉണ്ടാകുകയും ലക്ഷ്മണൻ പതിയെ ഏതാനും ദിവസങ്ങൾക്കുള്ളിൽ മരിക്കുകയും ചെയ്യും. പക്ഷെ ശസ്ത്രക്രിയ ചെയ്ത് പുറത്തെടുത്താൽ വിഷം പരക്കുകയും ഏതാനും നിമിഷങ്ങൾക്കുള്ളിൽ കുമാരൻ മരിക്കുകയും ചെയ്യും. ചുരുക്കിപ്പറഞ്ഞാൽ ശസ്ത്രക്രിയ ദയയോടെ, വേദനയില്ലാതെ മരിക്കാൻ അയാളെ അനുവദിക്കും.

പക്ഷെ തോറ്റു കൊടുക്കുന്ന തരം സഹോദരന്മാരല്ല രാമനും ഭരതനും.

'ചെയ്യാൻ കഴിയാവുന്ന എന്തെങ്കിലുമുണ്ടാകുമല്ലോ,' ഭരതൻ പറഞ്ഞു. ആയുർവേദത്തിന് പ്രവർത്തിക്കാൻ കഴിയുന്ന അത്ഭുതങ്ങൾ അയാൾക്കറിയാം.

'നമ്മളെ സഹായിക്കാൻ കഴിയുന്ന ഒന്നുണ്ട്, പ്രഭോ. പക്ഷെ ആ ഔഷധം ഇവിടെയെത്തിക്കുകയെന്നത് ഏതാണ്ടസാധ്യമാണ്.'

'ഒന്നും അസാധ്യമല്ല,' രാമൻ പറഞ്ഞു. 'നിങ്ങൾക്കെന്താണു വേണ്ടത്?'

'എനിക്ക് മൂന്ന് പ്രത്യേക ഔഷധികൾ ആവശ്യമാണ്. വിഷല്യകരണിയും സാവർണ്യകരണിയും സംധാനിയും സഞ്ജീവനീ മരത്തിന്റെ ചില്ലകളും.'

ഭരതന്റെ മുഖം മങ്ങി. ഹിമാലയത്തിൽ മാത്രമേ ആ ഔഷധച്ചെടികൾ കാണുകയുള്ളൂ എന്നയാൾക്കറിയാം. അങ്ങ് ദൂരെ വടക്ക ദിക്കിൽ.

'അങ്ങ് കരുതുന്നത്ര ദൂരെയല്ല അതുള്ളത്, പ്രഭോ. തെക്കൻ മലകളിലും മിതമായ അളവിൽ അവ വളരുന്നുണ്ട്. കേരളത്തിലെ മഹോദയപുരം ശാലയിലെ ദ്രോണഗിരി പർവ്വതമാണ് ഈ ഔഷധികൾ കിട്ടാവുന്ന ഏറ്റവുമടുത്തുള്ള സ്ഥലം. പക്ഷെ അതുപോലും ദൂരെയാണ്. വിഷം പരക്കാതെ ലക്ഷ്മണ കുമാരനെ അങ്ങോട്ടു കൊണ്ടു പോകാനുമാകില്ല.'

'പക്ഷെ എന്തിന് ലക്ഷ്മണനെ ഇവിടെ നിന്നു മാറ്റണം? എനിയ്ക്ക് മനസ്സിലാകുന്നില്ല. ഇവിടെ ആ ഔഷധികളില്ലേ?'

'നമ്മുടെ കയ്യിൽ സഞ്ജീവനി മരത്തിന്റെ ചില്ലകളുണ്ട്. പക്ഷെ മറ്റു മൂന്നൗഷധികളും മണ്ണിൽ നിന്നും പറിച്ചെടുത്ത് അരമണിക്കൂറിനുള്ളിൽ ഉപയോഗിക്കണം. അതുകൊണ്ടു തന്നെ ശസ്ത്രക്രിയ മഹോദയപുരത്തു വെച്ചു തന്നെ നടത്തണം. അതാണ് പ്രശ്നം. മരുന്നുകൾ ഇങ്ങോട്ടു കൊണ്ടു വരികയെന്നത് അസാധ്യമാണ്. കുമാരനെ ഇവിടെ നിന്നും നീക്കാനുമാകില്ല. നമ്മൾ രണ്ട് ദുർഘടങ്ങൾക്കിടയിലാണ്.'

രാമനും ഭരതനും പരസ്പരം നോക്കി. രണ്ടു പേർക്കുമുണ്ടായ ചിന്ത ഒന്നു തന്നെയാണ്.

ലക്ഷ്മണന് മലയിലേക്ക് പോകാനായില്ലെങ്കിൽ മലയിലെ നിധികൾ ലക്ഷ്മണന്റെ അടുത്തേക്കു വരും.

'പുഷ്പകവിമാനം...' ഭരതൻ പറഞ്ഞു.

രാമൻ ദൂരത്തു നിൽക്കുന്ന അകമ്പനനെ നോക്കി.

വിമാനം നിയന്ത്രിച്ചതു രാമനാണ്. അകമ്പനൻ അതു പറത്താമെന്ന് സമ്മതിച്ചിരുന്നു. ലങ്കയുടെ മന്ത്രിയ്ക്ക് അയോദ്ധ്യയുടെ രാജ്യകുടുംബാംഗങ്ങളുടെ പ്രീതി സമ്പാദിക്കുന്നതിൽ സന്തോഷമേയുള്ളൂ. ഹനുമാനാണ് ആ ദൗത്യത്തെ നയിക്കുന്നത്. കൂടെ ശത്രുഘ്നനും നൂറു സൈനികരുമുണ്ട്. വൈദ്യന്മാരും ആ സംഘത്തിലുണ്ട്. ശരിയായ ഔഷധികൾ ശരിയായ രീതിയിൽ തന്നെയാണ് പറിച്ചെടുക്കുന്നതെന്ന് ഉറപ്പു വരുത്തുകയാണ് അവരുടെ ദൗത്യം. അരമണിക്കൂർ വിമാനത്തിൽ പറന്നാൽ ദ്രോണഗിരിയിൽ എത്തും. അതുകൊണ്ട് താമസിയാതെ അവർക്കു തിരിച്ചു വരാം.

യുദ്ധക്കളത്തിൽ തന്നെ ഒരു മെത്തയുണ്ടാക്കി ലക്ഷ്മണനെ അതിൽ

കിടത്തിയിരിക്കുകയാണ്. ബോധം തിരിച്ചു കിട്ടിയെങ്കിലും ദുർബലനായ അംഗദൻ തൊട്ടടുത്ത മെത്തയിലുണ്ട്. വൈദ്യന്മാർ ജാഗ്രതയോടെ തലച്ചോറിലുണ്ടായേക്കാവുന്ന ക്ഷതത്തിന്റെ ലക്ഷണങ്ങൾ നിരീക്ഷിക്കുന്നുണ്ട്. അവർക്ക് കൂടുതൽ ആപത്തൊന്നും വരാതിരിക്കാൻ വൈദ്യന്മാർ ജാഗരൂകരാണ്.

അതിനിടയിൽ വൈദ്യന്മാർ അവിടെത്തന്നെ ഒരു ചികിത്സാശിബിരം തയ്യാറാക്കുകയും മുറിവേറ്റവരെ ശുശ്രൂഷിക്കുകയും ചെയ്യുന്നുണ്ട്.

പെട്ടെന്നു ദൂരെ നിന്ന് പൊടിക്കാറ്റുയർത്തി ഇടിവെട്ടുന്നതു പോലെ കുതിര കുളമ്പടികളുയർന്നു. രാമനും ഭരതനും അരിഷ്ടനേമിയും പ്രതിരോധിക്കാനായി എഴുന്നേറ്റു നിന്നു.

അത് രാവണനായിരുന്നു. അയാളെ കുതിരപ്പുറത്ത് നിന്നിറങ്ങാൻ ഒരു സുരക്ഷാ ഭടൻ സഹായിച്ചു. അയാളുടെ ക്ഷീണിതമായ മുഖത്ത് ഏതാനും മണിക്കൂറുകൾക്കുള്ളിൽ ദശകങ്ങളുടെ പ്രായം കുടിയേറിയിരുന്നു. രണ്ട് പേരെ മാത്രമാണ് അയാൾ നേരായും സ്നേഹിച്ചത്. ആദ്യത്തേയാൾ തലേന്നു മരിച്ചു. രണ്ടാമത്തെയാളിന്റെ ജഡം കാണാനുള്ള വരവാണത്.

പണ്ടായിരുന്നെങ്കിൽ സഹായിക്കാൻ വന്നയാളിനെ അയാൾ ധാർഷ്ട്യത്തോടെ ആട്ടിയോടിക്കുമായിരുന്നു. പക്ഷെ ഇപ്പോഴയാൾ കുതിരപ്പുറത്തു നിന്നിറങ്ങാൻ സുരക്ഷാഭടന്റെ സഹായം സ്വീകരിക്കുകയും അയോദ്ധ്യയുടെ രാജാവിനു നേർക്ക് മുടന്തി നടക്കുകയും ചെയ്തു.

'രാവണാ' കൈകൂപ്പി വണങ്ങികൊണ്ട് രാമൻ പറഞ്ഞു. 'എന്റെ ആത്മാർത്ഥമായ അനുശോചനങ്ങൾ. നിങ്ങളുടെ മകൻ ധീരതയോടെ പൊരുതി, ഒരു നേരായ യോദ്ധാവിനെപ്പോലെ അയാൾ തന്റെ പൂർവ്വികരെ ഇന്ന് അഭിമാനിതരാക്കി.'

രാവണൻ കൈകൾ കൂപ്പി. 'രാമാ...എവിടെ എവിടെ...'

രാമൻ രാവണന്റെ കയ്യിൽ പിടിച്ച് സൗമ്യമായി മുന്നോട്ടു കൊണ്ടു പോയി. അവർ ശത്രുക്കളാണ്, പക്ഷെ രാമൻ വേദചര്യ പിന്തുടരുന്നവനാണ്. ധർമ്മത്തിന്റെ വഴിയിൽ ശത്രുതയിൽ പോലും അന്തസ്സ് കാത്തു സൂക്ഷിക്കേണ്ടതുണ്ട്, പെരുമാറ്റ സംഹിത ആദരിക്കപ്പെടേണ്ടതുണ്ട്.

രാമൻ രാവണനെ അയോദ്ധ്യയുടെ സൈനികർ കാവൽ നിൽക്കുന്ന ഇന്ദ്രജിത്തിന്റെ ജഡത്തിനടുത്തേക്ക് കൊണ്ടുപോയി. രാവണന്റെ സുരക്ഷാഭടന്മാർ അവരെ പിന്തുടർന്നു.

അയോദ്ധ്യയുടെ രാജാവ് സൈനികരെ നോക്കി തലയാട്ടി. അവർ അഭിവാദ്യത്തോടെ പുറകോട്ടു മാറി നിന്നു.

തന്റെ മകന്റെ ഉടഞ്ഞ ശരീരം കണ്ട രാവണന്റെ വായിൽ നിന്ന്

അടക്കിപ്പിടിച്ച ഒരു കരച്ചിൽ പുറത്തു വന്നു. അയാൾ മുട്ടു കുത്തി. മുഖത്ത് കണ്ണുനീർ തുള്ളികൾ ഒഴുകിപ്പടർന്നു. അയാളുടെ ആത്മാവ് ഞെരിക്കപ്പെട്ടു. അയാൾക്കിനിയതു താങ്ങാനാകില്ല. ദൈവങ്ങൾ അതിന് സാക്ഷ്യം വഹിക്കുകയാണെങ്കിൽ, രാവണന്റെ ഒരിക്കലും തോൽക്കാത്ത ആത്മവീര്യത്തെ തകർക്കുന്ന അവസാനത്തെ ദുരന്തമാണതെന്ന് വിധിയെഴുതിയേനെ.

ഇന്ദ്രജിത്ത് സൂര്യവംശികളുടെ അടയാളമുള്ള വലിയൊരു കഷ്ണം തുണിയിൽ കിടക്കുകയാണ്. ഇന്ദ്രജിത്തിന്റെ നെഞ്ചിൽ ആഴത്തിൽ തറച്ച കുന്തത്തിന്റെ പിടി ശ്രദ്ധയോടെ അറുത്തു മാറ്റിയിട്ടുണ്ട്. എങ്കിലും ബാക്കി ഭാഗം അയാളുടെ ശ്വാസകോശത്തിലും ഹൃദയത്തിലും തറച്ചിരിപ്പുണ്ട്. പുറം തുളച്ചു കയറിയ പല്ലുകളുള്ള, കൂർത്ത കുന്ത മുന അവിടെത്തന്നെ ഇരിക്കുന്നുണ്ട്. കട്ടിയുള്ള രക്തം അതിന് ചുറ്റും ഉണങ്ങിപ്പിടിച്ചിട്ടുണ്ട്. തല ശ്രദ്ധയോടെ നേരെ വച്ചിട്ടുണ്ടെങ്കിലും കഴുത്തൊടിഞ്ഞിട്ടുണ്ടെന്നത് വ്യക്തമാണ്. തലയോട്ടി നട്ടെല്ലിൽ നിന്നു വേർപെട്ടു കഴിഞ്ഞിട്ടുണ്ട്. ഇന്ദ്രജിത്തിന്റെ കാലുകളും അയോദ്ധ്യക്കാർ നിവർത്തി വെച്ചിട്ടുണ്ട്. അരയിൽ ചുറ്റിയ കയർ അറുത്തു മാറ്റിയിട്ടുണ്ട്. എങ്കിലും ഉടലിന്റെ അടിഭാഗവും കാലുകളും എങ്കോണിച്ചു തന്നെയാണുള്ളത്. വിമാനത്തിൽ നിന്നും താഴേക്കു വീണപ്പോൾ ഇടുപ്പെല്ല് നാലായി നുറുങ്ങി പോയിട്ടുണ്ട്.

ഒരു പിതാവിനും തന്റെ മകനെ അങ്ങനെ കാണേണ്ടി വരരുത്.

ഒരു പിതാവും തന്റെ മകനെ അങ്ങനെ കാണരുത്.

യുദ്ധത്തിൽ യാതൊരു മഹിമയുമില്ല. വേദനയും സർവ്വനാശവും മാത്രം. സംസ്കൃതത്തിലെ പ്രശസ്തനായ നാടകകൃത്ത് ഭാസൻ യുദ്ധക്കളം ബലിക്കളമാണെന്ന് എഴുതിയിട്ടുണ്ട്. അവിടെ കൊല്ലപ്പെടുന്ന യോദ്ധാക്കൾ ബലി കഴിക്കപ്പെട്ടവരാണ്. പോർവിളികൾ മന്ത്രങ്ങളാണ്. കൊല്ലപ്പെട്ട ആനകളാണ് ബലിപീഠം. അമ്പുകളാണ് ദർഭപുല്ല്. വെറുപ്പും ശത്രുതയുമാണ് ഹോമാഗ്നിയെ ആളിക്കത്തിക്കുന്നത്.

എന്നാൽ അവരിലൊരാൾ വെറുപ്പും ശത്രുതയും കൈവെടിയാൻ ഒരുക്കമായിരുന്നു.

രാമൻ മുട്ടു കുത്തി നിൽക്കുന്ന രാവണന്റെയടുത്തു ചെന്ന് ചുമലിൽ തൊട്ടു. 'ക്ഷമിക്കണം, ലങ്കാധിപാ.. നിങ്ങളുടെ മകൻ ഒരു ധീരനായിരുന്നു...'

രാവണൻ തന്റെ മകന്റെ മനോഹരമായ മുഖത്ത് ഉറ്റു നോക്കുകയാണ്. ഇന്ദ്രജിത്തിന് അയാളുടെ ഛായയാണ്. പക്ഷെ രാവണന്റെ മുഖത്തെ വിരൂപമായ വസൂരിക്കലകളില്ല. അയാൾ സുന്ദരനാണ്. തനിക്ക് നേടാനാകുമായിരുന്ന ഏറ്റവും മികച്ചതിനെ തന്റെ മകൻ

പ്രതിനിധീകരിക്കുന്നുവെന്ന് അയാൾക്കറിയാമായിരുന്നു. പിതാവിന്റെ ശാരീരിക പ്രത്യേകതകളും ഭീഷണമായ കഴിവും മാതാവിന്റെ കളങ്കമില്ലാത്ത സ്വഭാവ മഹിമയും ഒത്തു ചേർന്നതായിരുന്നു ഇന്ദ്രജിത്ത്.

'ഇന്ദ്രജിത്തിന്റെ ശരീരം സിഗിരിയയിലേക്കു കൊണ്ടു പോകാൻ എന്റെ സൈനികർ നിങ്ങളെ സഹായിക്കും,' രാമൻ പറഞ്ഞു. 'മരണാനന്തര ചടങ്ങുകൾ നടത്താൻ. ഞങ്ങൾ അദ്ദേഹത്തെ ആദരിക്കുന്നു. '

രാവണൻ രാമനെ തിരിഞ്ഞു നോക്കിയില്ല. അയാൾ അവിടെ ഉറഞ്ഞു പോയിരുന്നു, അയാൾ തന്റെ മകനെ കണ്ണിമ ചിമ്മാതെ നോക്കി. കണ്ണുനീർത്തുള്ളികൾ ഒഴുകിപ്പരന്നു. അയാളുടെ ആത്മാവ് അഗ്നിയിലെരിഞ്ഞു.

ആദരവ്...ജ്ഞാനം...സമ്പത്ത്....ധർമ്മം – എല്ലാം അസംബന്ധമാണ്.

രാവണൻ കരച്ചിൽ നിർത്തി. അയാൾ മുഖത്തു നിന്നും കണ്ണുനീർത്തുള്ളികൾ തുടച്ചു മാറ്റി എന്നിട്ട് മുകളിലേക്കു നോക്കി. മഴമേഘങ്ങൾ പിൻവാങ്ങിയിരിക്കുന്നു. പ്രസാദമില്ലാത്ത സൂര്യൻ ഭൂമിയെ എരിച്ചു കൊണ്ടിരിക്കുന്നു. തന്റെ അളവില്ലാത്ത കരുത്തിൽ അഹങ്കരിച്ചു കൊണ്ട് .മേഘങ്ങൾക്ക് കണ്ണുനീർ പോലുള്ള മഴത്തുള്ളികളാൽ അൽപ്പ നേരത്തേക്ക് അതിനെ മറച്ചു വയ്ക്കാം. പക്ഷേ സൂര്യൻ അവസാനം പുറത്തു വരിക തന്നെ ചെയ്യും. അത് മേഘങ്ങളെ കീഴടക്കും. അതിനെ വെല്ലുവിളിക്കുന്നവരെ എരിച്ചു കളയും. എന്തുകൊണ്ട്? സൂര്യൻ ചെയ്യേണ്ടത് അതായതു കൊണ്ട്.

അധികാരം... അതു മാത്രമാണുള്ളത്...അധികാരം...നിങ്ങളുടെ അധികാരം പ്രദർശിപ്പിക്കണം...നിങ്ങളുടെ അധികാരത്താൽ മറ്റുള്ളവരെ ഞെരിച്ചമർത്തണം...നിങ്ങളുടെ അധികാരത്താൽ എല്ലാവരും വിറങ്ങലിക്കണം.

രാവണൻ സൂര്യനെ തുറിച്ചു നോക്കി. സൂര്യൻ ഉച്ചിയിലെത്താൻ ഏതാനും മണിക്കൂറുകൾ മാത്രം. സൂര്യന് അപ്പോഴും ആവശ്യത്തിനു പ്രതാപമുണ്ട്. അതസ്തമിക്കാൻ തുടങ്ങിയിട്ടില്ല. നേരമായിട്ടില്ല, നേരമായിട്ടില്ല.

സൂര്യന് ഇനിയും എരിഞ്ഞു തീരേണ്ടതുണ്ട്. മറ്റുള്ളവരെ എരിക്കേണ്ടതുണ്ട്.

രാവണൻ രാമന്റെ സൗമ്യമായ കൈ തട്ടിമാറ്റി, പെട്ടെന്നെണീറ്റു നിന്നു. വലതു കാലിലെ വേദന അയാൾ മറന്നു പോയി. അയാൾ തിരിഞ്ഞു നിന്ന് തന്റെ ശത്രുവിനെ നോക്കി. അഭിമാനം തുളുമ്പുന്ന, താഴ്ത്താത്ത മുഖം. വെല്ലു വിളിക്കുന്ന, കുസലില്ലാത്ത കണ്ണുകൾ.

'ഇന്ദ്രഭഗവാന്റെ ദ്വന്ദയുദ്ധം,' രാവണൻ പിറുപിറുത്തു.

'എന്ത്?' അമ്പരന്നുപോയ രാമൻ ചോദിച്ചു. താൻ കേട്ടതു ശരിയല്ലേയെന്ന് അദ്ദേഹം ശങ്കിച്ചു.

'ഞാൻ നിങ്ങളെ ഇന്ദ്രഭഗവാന്റെ ദ്വന്ദയുദ്ധത്തിന് വെല്ലുവിളിക്കുന്നു!' രാവണൻ പരുഷമായി പറഞ്ഞു. ചുറ്റുമുള്ളവർക്കെല്ലാം അത് കേൾക്കാമായിരുന്നു.

രാമൻ രാവണനെ തുറിച്ചു നോക്കി. കണ്ണുകൾ നേർക്കുനേർ, മുഖം ശാന്തം. പക്ഷെ തന്റെ സഹോദരനിൽ തിളയ്ക്കുന്ന ക്രോധം അൽപം ചുരുട്ടി പിടിച്ച കൈകളുടെ പേശികളിൽ ഭരതനു കാണാം.

രാമൻ അങ്ങേയറ്റം മാന്യതയോടെയാണ് രാവണനോടു പെരുമാറിയത്, അന്തസ്സോടെ. ധർമ്മത്തോടെ.

പക്ഷെ, ആദരണീയരായവർക്ക് പറ്റുന്ന ഏറ്റവും പ്രധാനപ്പെട്ട ഒരു തെറ്റ് രാമനു പറ്റി. ആദരണീയരായവർ തിരിച്ചും അന്തസ്സു പ്രതീക്ഷിക്കും.

'ദാദാ...' ഭരതൻ പിറുപിറുത്തു.

ഇനിയൊരു ദ്വന്ദയുദ്ധത്തിന്റെ ആവശ്യമില്ല. അവർ യുദ്ധം ജയിച്ചു കഴിഞ്ഞിരിക്കുന്നു. പ്രായോഗികമതിയായ ഭരതന് അതറിയാം. പക്ഷെ, അയാൾക്ക് എന്തെങ്കിലും പറയാൻ കഴിയുന്നതിനു മുമ്പ് രാമൻ കൈ ഉയർത്തി.

രാവണനെ തുറിച്ചു നോക്കി, ഭീതിതമായ ശാന്തത തുളുമ്പുന്ന ശബ്ദത്തിൽ രാമൻ പറഞ്ഞു, 'ഞാനത് സ്വീകരിക്കുന്നു. ഇന്ദ്രഭഗവാന്റെ ദ്വന്ദയുദ്ധം. യുദ്ധക്കളത്തിന്റെ നടുവിൽ. മൂന്നാം യാമത്തിന്റെ നാലാം മണിക്കൂറിൽ ഇന്നു തന്നെ.'

ഇന്ദ്രഭഗവാന്റെ ദ്വന്ദയുദ്ധം മരണം വരെയുള്ള പോരാട്ടമാണ്.

രാവണൻ ഒന്നും മിണ്ടാതെ നിന്നു, ഇന്ദ്രജിത്തിന്റെ കൈ പിടിച്ചു കൊണ്ട്. അയാൾ തലേന്ന് കുംഭകർണ്ണന്റെ അടുത്തു നിന്നതു പോലെ തന്നെ. വൈദ്യൻ അയാളുടെ ജോലി ചെയ്യുകയാണ്, മരണത്തിന്റെ മുഖംമൂടി ഉണ്ടാക്കുകയാണ്. ഇന്ദ്രജിത്തിന്റെ അവസാന ഭാവത്തിന്റെ പ്രതിഫലനമാണത്, അത് തലമുറകൾക്കായി വെങ്കല മുഖംമൂടിയിൽ സൂക്ഷിച്ചു വെക്കപ്പെടും.

വീരരസമാണ് മുഖത്തുള്ളത്. അയാൾ തനിച്ച് യുദ്ധത്തിന്റെ ഗതി മാറ്റി വിട്ടിരുന്നു. രാമന്റെയും ഭരതന്റെയും യുദ്ധതന്ത്രവും ധീരതയുമാണ് അയാളുടെ

വഴി തടഞ്ഞത്. ചരിത്രമത് തങ്കലിപികളാൽ അടയാളപ്പെടുത്തും. ഇന്ദ്രജിത്ത് സിംഹത്തെപ്പോലെ തന്റെ പിതാവിനെയും നാടിനെയും പ്രതിരോധിച്ചത്. തോൽവിയുടെ മുമ്പിൽ ധീരമായ അവസാനത്തെ ചുവട്.

'പ്രഭോ...' വൈദ്യൻ പിറുപിറുത്തു. ഏതാനും മണിക്കൂറുകൾക്കുള്ളിൽ രാവണൻ ദ്വന്ദയുദ്ധത്തിന് പോകുകയാണെന്ന് അയാൾക്കറിയാം. തന്റെ യജമാനന് അൽപം വിശ്രമം ആവശ്യമാണ്. 'അങ്ങേയ്ക്കല്പമിരിയ്ക്കണോ? അൽപ്പം കഷായം തരട്ടെ?'

'നിങ്ങളുടെ ജോലി ചെയ്യൂ,' രാവണൻ മുരണ്ടു. 'എന്റെ മകന്റെ മരണ മുഖംമൂടി ഏറ്റവും മികച്ചതാണെന്ന് ഉറപ്പ് വരുത്തൂ.'

'ഉവ്വ്, പ്രഭോ,'

രാമൻ ലങ്കയുടെ സൈന്യത്തെ സിഗിരിയയിലേക്ക് തിരിച്ച് പോകാൻ അനുവദിച്ചില്ല. സൈന്യത്തെ നിരായുധമാക്കാനും കോട്ടമതിലുകൾക്ക പുറത്തുള്ള തുറസ്സായ സ്ഥലത്ത് തന്നെ അവർ തങ്ങാൻ ഉത്തരവിടാനും രാമൻ രാവണനോട് ശഠിച്ചു. അവരെ ചുറ്റി അയോദ്ധ്യയുടെ സൈന്യമുണ്ട്. മകന്റെ ശവശരീരവുമായി രാവണനെ കോട്ടയ്ക്കുള്ളിലേക്ക് പോകാൻ അനുവദിച്ചു. കൂടെ നൂറു സുരക്ഷാ ഭടന്മാരും, അതിൽ കൂടുതൽ ഒരാൾ പോലും പാടില്ല.

താൻ ദ്വന്ദയുദ്ധത്തിൽ ജയിക്കുകയാണെങ്കിൽ സിഗിരിയയുടെ നിയന്ത്രണം ഏറ്റെടുക്കാനായി വിജയയാത്ര നയിക്കുമ്പോൾ ഒരു തെരുവിലും പ്രതിരോധമുണ്ടാകരുതെന്ന് രാമൻ ഉറപ്പ് വരുത്തിയതാണ്. കാര്യക്ഷമമായും തൽക്ഷണവും രാമൻ സിഗിരിയയിലെ ക്രമസമാധാനനില പുന: സ്ഥാപിക്കും.

രാമൻ ഇന്ദ്രഭഗവാന്റെ ദ്വന്ദയുദ്ധമെന്ന വെല്ലുവിളി സ്വീകരിച്ചിരുന്നു. പക്ഷെ, അദ്ദേഹം സ്വന്തം ജീവൻ മാത്രമാണ് അപകടത്തിലാക്കുന്നത്. തന്റെ സൈന്യത്തിന് പിന്നീടുപദ്രവമാകുന്ന യാതൊന്നും അദ്ദേഹത്തിന്റെ ഭാഗത്തു നിന്നുണ്ടാകില്ല.

അന്തസ്സു കാണിക്കുന്നതിനും വിഡ്ഢിത്തം കാണിക്കുന്നതിനും തമ്മിൽ വ്യത്യാസമുണ്ട്. രാമൻ ഒരു വിഡ്ഢിയല്ല.

'പ്രഭോ?' ഇന്ദ്രജിത്തിന്റെ മുഖത്ത് കുമ്മായക്കൂട്ടൊഴിക്കാൻ വൈദ്യൻ രാവണന്റെ അനുമതി തേടി. മകന്റെ മുഖം അയാൾക്ക് പിന്നീടൊരിക്കലും കാണാനാകില്ല.

രാവണൻ മിണ്ടാതെ നിന്നു. അയാൾക്ക് തന്റെ മകന്റെ ധീരമായ മുഖത്തു നിന്നും കണ്ണുകൾ പറിച്ചെടുക്കാനായില്ല. താമസിയാതെ ഞാൻ നിന്റെയടുത്തെത്തും, മകനേ...'

അയാൾ ഇന്ദ്രജിത്തിന്റെ മുടിയിഴകളിലൂടെ വിരലോടിച്ചു. പക്ഷെ, നിന്നോടിതു ചെയ്ത ലോകത്തെ വെറുതെ വിടില്ല... സൂര്യനെ പോലെ തിളയ്ക്കുന്ന മഹിമയോടെ... ഞാൻ വിട പറയും...

സൂര്യൻ രാത്രിയിലേക്കു മായുന്നത് നിശബ്ദമായല്ല, ക്രോധത്തോടെയാണ്. സൂര്യൻ ആകാശത്തേക്ക് നാരങ്ങാനിറവും ഊതനിറവും വാരിയെറിയുകയും ചുറ്റുമുള്ളതെല്ലാം ക്രോധത്താൽ ചുട്ടെരിയ്ക്കുകയും ചെയ്യും.

ഞാൻ ഒന്നും മിണ്ടാതെ വിട പറയില്ല. മഹിമയുടെ തിളക്കത്തിൽ വിട പറയും...

'പ്രഭോ?' വൈദ്യൻ വീണ്ടും ചോദിച്ചു.

രാവണൻ മറുപടി പറയാനൊരുങ്ങിയപ്പോൾ വാതിൽക്കൽ ഒരൊച്ച കേട്ടു. ആരോ അറയിലെത്തിയിട്ടുണ്ട്. രാവണൻ തിരിഞ്ഞു നോക്കി.

മണ്ഡോദരി

'ഒന്നു നിൽക്കൂ,' വിനയത്തോടെയും സൗമ്യതയോടെയും മണ്ഡോദരി പറഞ്ഞു.

കഴിഞ്ഞ രണ്ടു ദശകത്തിനുള്ളിൽ അവർ കൊട്ടാര സമുച്ചയത്തിൽ പ്രവേശിക്കുന്നത് ആദ്യമായാണ്. എപ്പോഴും മുഖത്തുണ്ടാകാറുള്ള സന്യാസിനിയുടെ സൗമ്യമായ പുഞ്ചിരി കാണുന്നില്ല. കറുത്ത, ആകർഷകമായ കണ്ണുകൾ കീഴടങ്ങാത്ത, ധർമ്മനിരതമായ ആത്മവീര്യത്തെ പുറത്തു കാണിക്കാറുണ്ട്; പക്ഷെ ഇപ്പോഴത് തകർന്നതും ദുഃഖാകുലവുമായ ആത്മാവിന്റെ ജാലകമാണ്.

അവർ അവിടെ നിന്നു.

തന്റെ മകനെ നോക്കി.

അവരുടെ അഭിമാനവും ആനന്ദവും.

അവരുടെ ഏറ്റവും മികച്ച നേട്ടം.

അവരുടെ ചന്ദ്രനും സൂര്യനും.

ഭർത്താവു നൽകിയ ദുരിതത്തിന്റെ അഭയ കേന്ദ്രം.

അവൻ പോയിരിക്കുന്നു.

മണ്ഡോദരി ഇന്ദ്രജിത്തിന്റെ ശവശരീരത്തിനടുത്തേക്ക് ഇടറിയ കാലുകളോടെ നീങ്ങിയപ്പോൾ രാവണൻ നിശ്ശബ്ദമായി പുറകിലേക്കു മാറി.

വേദവതിയെ ഒഴിച്ചു നിർത്തിയാൽ രാവണൻ അംഗീകരിച്ച, ധാർമ്മിക ശക്തിയുള്ള ഒരേയൊരു സ്ത്രീയാണ് അയാളുടെ ഭാര്യയായ മണ്ഡോദരി. പക്ഷെ അയാൾ ഒരിക്കലും അവളെ സ്നേഹിച്ചിട്ടില്ല. അയാളുടെ

ഹൃദയത്തിൽ വേദവതിയ്ക്കു മാത്രമാണ് ഇടമുണ്ടായിരുന്നത്. പക്ഷെ ഹൃദയത്തിന്റെ അമർത്തപ്പെട്ട ഇരുണ്ട കോണുകളിൽ അയാൾക്കവരെ ഭയമായിരുന്നു എന്നതാണു നേര്.

ലങ്കയുടെ രാജ്ഞി ഇന്ദ്രജിത്തിന്റെ മുഖം പതിയെ തലോടി. അവർ ഒരു വാക്കു പോലും ഉച്ചരിച്ചില്ല, കരഞ്ഞതുമില്ല. കണ്ണുകൾ അഴലിനെ ആത്മാവിൽ നിന്നും പുറത്തു കടക്കാതെ തടഞ്ഞു വച്ചു.

അവർ കരഞ്ഞില്ല. രാവണന്റെ മുമ്പിൽ കരയുകയുമില്ല.

'എന്നോടു ക്ഷമിക്കു, മണ്ഡോദരരീ...' നിരവധി വർഷങ്ങൾക്ക് ശേഷം രാവണൻ ഭാര്യയോടു സംസാരിച്ചു. 'അവർ ഒരു ധീരനെപ്പോലെയാണു മരിച്ചത്...അവൻ ഏറ്റവും മികച്ച....അവൻ എന്നെക്കാളും മികച്ച ഒരാളായിരുന്നു...'

മണ്ഡോദരി രാവണനെ നോക്കിയില്ല. അവരുടെ കണ്ണുകൾ മകനിൽ തറഞ്ഞു നിന്നു.

'ഞാൻ...'

മണ്ഡോദരി തന്റെ ഭർത്താവിനെ അവഗണിച്ചു.

'ഞാൻ ഏതാനും മണിക്കൂറുകൾക്കുള്ളിൽ രാമനുമായി ദ്വന്ദയുദ്ധത്തിലേർപ്പെടാൻ പോകുകയാണ്. ഞാൻ ചിലപ്പോൾ....ഞാനും നീയും അവസാനമായി കാണുന്നു...'

മണ്ഡോദരി ഒന്നും പറഞ്ഞില്ല

'എല്ലാറ്റിനും മാപ്പു ചോദിക്കുന്നു...'

മണ്ഡോദരി നിശ്ശബ്ദമായി തന്നെ നിന്നു. തന്റെ മകനെ നോക്കി. ഒരേയൊരു മകനെ. അവർ അവന്റെ മുഖം പതിയെ തലോടി.

'ഞാൻ താമസിയാതെ നമ്മുടെ മകന്റെ അടുത്തെത്തും... ഉയർത്തിപ്പിടിച്ച തലയോടെ'

മണ്ഡോദരി രാവണനെ നോക്കി. എന്നിട്ട് പിറുപിറുത്തു, 'അപ്പോഴും നിങ്ങൾ ഉയർത്തിപ്പിടിക്കുന്ന ഒരേയൊരു കാര്യം എപ്പോഴും ഉയർത്തിപ്പിടിച്ചതു തന്നെയായിരിക്കും – നിങ്ങളുടെ അഹംഭാവം.'

രാവണൻ ആഴത്തിൽ ശ്വസിച്ചു. അയാളുടെ സിരകളിൽ ക്രോധം നുരഞ്ഞു പൊന്തി. ഭാര്യയ്ക്കു നേരെ പ്രാക്കുകളും അസഭ്യപദങ്ങളും വർഷിക്കാൻ അയാൾ കൊതിച്ചു. പക്ഷെ അയാൾക്കതിന് കഴിയില്ല, തന്റെ മകന്റെ മുന്നിൽ വച്ച്. കാരണം അയാൾക്കറിയാം... തന്റെ മകൻ മണ്ഡോദരിയെ ദേവതയെ പോലെ ആരാധിച്ചിരുന്നുവെന്ന്.

രാവണൻ കുനിഞ്ഞ് ഇന്ദ്രജിത്തിന്റെ നെറ്റിയിൽ ചുംബിച്ചു. എന്നിട്ട് കൊടുങ്കാറ്റു പോലെ അറയിൽ നിന്ന് പുറത്തേക്കു പോയി.

മണ്ഡോദരി തന്റെ മകന്റെ കൈകൾ ചേർത്തു പിടിച്ചു. അവസാനം കണ്ണുനീര് വെള്ളപ്പൊക്കം പോലെ പുറത്തേക്കു വന്നു. അവർ ഏങ്ങിയേങ്ങി കരഞ്ഞു.

മകനെ നഷ്ടപ്പെട്ട ഒരമ്മ. പ്രതാപിയായ മകൻ.

എല്ലാം നഷ്ടപ്പെട്ട ഒരമ്മ. ഉയിരു മാത്രമാണ് അവർക്കവശേഷിച്ചിട്ടുള്ളത്.

ജീവിതം. ഭയാനകമായ ജീവിതം. ഭാഗ്യമുള്ളവർക്കേ അതിൽ നിന്ന് രക്ഷപ്പെടാനാകൂ. നിർഭാഗ്യവാന്മാർ കൂടുതൽ സഹനങ്ങൾക്കായി ഭൂമിയിൽ നിലനിർത്തപ്പെടും.

അയാളിൽ നിന്നും നിന്നെ സംരക്ഷിക്കാനാകാത്തതിന് എന്നോടു ക്ഷമിയ്ക്കൂ, എന്റെ കുഞ്ഞേ. എനിയ്ക്ക് നിന്നെ നിന്റെ പിതാവിൽ നിന്നും സംരക്ഷിക്കാനാകാത്തതിന് എന്നോടു പൊറുക്കൂ.

അദ്ധ്യായം 39

ദ്വന്ദയുദ്ധത്തിനുള്ള കളം ഇന്ദ്രഭഗവാൻ തന്നെ നിർദ്ദേശിച്ച ചട്ടങ്ങളനുസരിച്ചാണ തയ്യാറാക്കിയത്. ഒരു വൃത്തം അതീവ ശ്രദ്ധയോടെ വരച്ചിട്ടുണ്ട്. വൃത്താകൃതിയിലുള്ള വല പോലെയാണ് യുദ്ധക്കളം. അതിന്റെ ചരടുകൾ വ്യാപിച്ച് കളത്തിനുള്ളിൽ പാതി പൂഴ്ന്നുകിടന്നു ഇന്ദ്രന്റെ വല. ഇന്ദ്രജാലം. ഇന്ദ്രന്റെ ദ്വന്ദയുദ്ധത്തിനുള്ള കളം.

ഇന്ദ്രന്റെ വലയ്ക്കുള്ളിലെ എല്ലാ അളവുകളും ആഴത്തിൽ പ്രതീകാത്മകമാണ്. വൃത്താകൃതിയിലുള്ള ആ യുദ്ധക്കളത്തിന്റെ വ്യാസാർദ്ധം കൃത്യമായി പത്ത് ദശാംശം ഒന്ന്, എട്ട്, അഞ്ചു മീറ്ററാണ്. വ്യാസ പരിധിയാകട്ടെ അറുപത്തിനാലു മീറ്ററും. ഇന്ദ്രഭഗവാന് വിശുദ്ധമായ സംഖ്യയാണത്. വൃത്താകൃതിയിലുള്ള വലയുടെ അതിരിലെ ചരടുകളുടെ ശിരോബിന്ദുക്കളിൽ, വൃത്തത്തിന്റെ ചുറ്റളവിന്റെ അരികിലൂടെ മഴവില്ലിന്റെ നിറമുള്ള വില്ലുകളുണ്ട്. ഇന്ദ്രധനുസ്സ്.

യുദ്ധക്കളത്തിന്റെ രൂപകൽപ്പനയുടെ പ്രതീകാത്മക അർത്ഥം നിഗൂഢമായ രഹസ്യത്തിൽ കുമിഞ്ഞു കൂടിയിരുന്നു.

അഥർവ്വവേദം ഇന്ദ്രജാലത്തെ വിശേഷിപ്പിക്കുന്നത് ആഴത്തിൽ താത്വികമായ രൂപകമായാണ്. അത് പ്രതിനിധീകരിക്കുന്നത് പരസ്പര ബന്ധിതവും പരസ്പര ആശ്രിതവുമായ പ്രപഞ്ചവലയെയാണ്. മുഴുവൻ പ്രപഞ്ചവും സമസ്തമായി സന്തുലിതാവസ്ഥ നിലനിർത്തുന്നുണ്ട്. പ്രപഞ്ചത്തിന്റെ ശിരോബിന്ദുക്കളെല്ലാം തന്നെ ഒന്നുകിൽ ധനാത്മകമോ അല്ലെങ്കിൽ ഋണാത്മകമോ ആയ പ്രതിഫലനങ്ങളാണ്. ഇവയെല്ലാം ശൂന്യത സൃഷ്ടിക്കാനായി ഒന്നിച്ചു ചേരുന്നു. അത് കൃത്യമായും പൂജ്യമല്ല. കാരണം പ്രപഞ്ചം പൂർണ്ണമായ സന്തുലനത്തിലല്ല. പക്ഷെ, അതിവിടെ

പ്രധാനമല്ല. ശൂന്യതയോടുള്ള യുക്തിസഹമായ പ്രതികരണം പ്രതിത്യസമുദ്പാതയാണ്-പരസ്പരാശ്രിതമായ ഉൽപത്തി. മഴവില്ലിലെ ഏഴ നിറങ്ങൾ വെള്ളനിറമുള്ള പ്രകാശത്തിൽ നിന്നുടലെടുക്കുന്നതു പോലെ.

ഒരു യോദ്ധാവിന്റെ ലളിതമായ ഭാഷയിൽ പറഞ്ഞാൽ ഫലത്തെ ഒഴിവാക്കണമെങ്കിൽ ആദ്യം കാരണത്തെ ഒഴിവാക്കേണ്ടതുണ്ട്. ഏഴ നിറങ്ങളെ ഒഴിവാക്കണമെങ്കിൽ വെളുത്ത നിറത്തെ ഒഴിവാക്കേണ്ടതുണ്ട്. ശത്രുതയെ ഒഴിവാക്കണമെങ്കിൽ ശത്രുക്കളെ ഒഴിവാക്കണം. അതുകൊണ്ട് ഇന്ദ്രന്റെ ജാലത്തിൽ പ്രവേശിക്കുന്നത് ശത്രുതകളെ അവസാനിപ്പിക്കുമെന്ന് സൈനികർ പറയാറുണ്ട്. അവർ പറയുന്നത് നേരാണ്. ശത്രുവില്ലെങ്കിൽ ശത്രുതയുമില്ലല്ലോ.

രാമനും രാവണനും വൃത്തത്തിന്റെ വിരുദ്ധ ദിശകളിൽ കാത്തിരുന്നു. പരസ്പരം അഭിമുഖീകരിച്ചു കൊണ്ട്. അവരുടെ സഹായികളും അടുത്തുണ്ട്. രാമനോടൊപ്പം ഭരതനും; രാവണനോടൊപ്പം പ്രഹസ്തനും., ഭരതനും മറ്റും ഔഷധികളുമായി മടങ്ങിയെത്തിയിരുന്നു. ദ്രോണഗിരി പർവ്വതത്തിലെ മണ്ണു നിറച്ച വലിയ ചട്ടികളിൽ കുഴിച്ചിട്ട് ശ്രദ്ധയോടെ അവർ അവ കൊണ്ടു വന്നു. സിഗിരിയയ്ക്ക് പുറത്തുള്ള യുദ്ധക്കളത്തിൽ വച്ച് വൈദ്യന്മാർ പൊട്ടിച്ചെടുക്കുമ്പോൾ ആ ഔഷധികൾക്ക് ജീവനുണ്ടായിരുന്നു. ലക്ഷ്മണന്റെ ശസ്ത്രക്രിയ നടന്നു. അയാൾ സുഖപ്പെട്ടിരുന്നു. അംഗദന്റെ തലച്ചോറിനേറ്റ ക്ഷതങ്ങളും സുഖപ്പെടാനും ആ ഔഷധികൾ ഉപയോഗിച്ചു. അംഗദന്റെ ഒടിഞ്ഞ കാലിനും അതുപകാരപ്പെട്ടു.

രാമന്റെ മനസ്സ് സ്വസ്ഥമാണ്. എല്ലാ സഹോദരന്മാരും സുരക്ഷിതരാണ്. തന്റെ ജീവൻ അപകടത്തിലേക്കു വലിച്ചെറിയാൻ അയാൾ സ്വതന്ത്രനാണ്. അയാൾ ദ്വന്ദയുദ്ധത്തിനു തയ്യാറാണ്.

ഇന്ദ്രഭഗവാന് സമർപ്പിക്കപ്പെട്ട ക്ഷേത്രത്തിലെ പുരോഹിത സിഗിരിയ നഗരത്തിന്റെ കവാടങ്ങളിലൂടെ പുറത്തേക്കു വന്നു. കൂടെ വലിയൊരു താലവുമായി സഹായിയുമുണ്ട്. അവർ യുദ്ധക്കളം വലം വച്ചു. താലത്തിൽ ഒരു ശംഖും ഏഴ നിറമുള്ള ചെറിയ വില്ലും ചെറിയ വലയും ഒരു കൊളുത്തും മിന്നൽ പിണരിന്റെ ആകൃതിയിലുള്ള കത്തിയായ വജ്രയുമുണ്ട്. അതെല്ലാം തന്നെ മഹാനായ ഇന്ദ്രഭഗവാന്റെ പ്രതീകങ്ങളാണ്.

ഇന്ദ്രഭഗവാന്റെ പുരോഹിതയുടെ യഥാർത്ഥ പേരോ ചരിത്രമോ ആർക്കും തന്നെയറിയില്ല. കശ്മീർ താഴ്വരയിലെ വിശുദ്ധ പർവ്വതത്തിൽ നിന്നാണ് അവർ വന്നതെന്ന് ഐതിഹ്യങ്ങൾ പറയുന്നു. അവർക്ക് മുമ്പുള്ള

പുരോഹിതമാരെപ്പോലെ തന്നെ. ലങ്കക്കാർക്ക് അവളുടെ സ്ഥാനപ്പേരു മാത്രമാണ് അറിയാവുന്നത്. ഇന്ദ്രാണി.

പുരോഹിത താലത്തിൽ നിന്നും ശംഖ് കയ്യിലെടുത്ത് ചുണ്ടോടു ചേർത്തു. ആഴത്തിൽ ശ്വസിച്ച് ഉച്ചത്തിലൂതി. ശംഖിന്റെ ആഴത്തിലുള്ള മാറ്റൊലി ദ്വന്ദയുദ്ധം കാണാനായി തടിച്ചുകൂടിയ കാണികളുടെ ശബ്ദബോധതലങ്ങളുടെ ചാലുകളിൽ പ്രതിധ്വനിച്ചു. ആ നൂറ്റാണ്ടിലെ, ചിലപ്പോൾ സഹസ്രാബ്ദത്തിലെ തന്നെ ഏറ്റവും മഹത്തായ ദ്വന്ദയുദ്ധമാണതെന്ന് അവർക്കറിയാം. അദൃശ്യമായ മേലങ്കി പോലെ ഒരു മൗനം എല്ലാവരേയും മൂടി.

ഇടതു കൈകൊണ്ട് ഇന്ദ്രാണി ഒരു ചെമ്പ് പാത്രം സൂക്ഷ്മതയോടെ പൊക്കിയെടുത്തു. അവർ അതിൽ നിന്നും വെള്ളമൊഴിച്ച്, വലതു കൈവെള്ളയിൽ വച്ച് ശംഖു കഴുകി. ശംഖ് പിഞ്ഞാണത്തിൽ തിരികെ വെച്ചതിന് ശേഷം ശേഷിച്ച വെള്ളം വലതു കൈവെള്ളയിലൂടെ മണ്ണിലേക്കൊഴിച്ചു. ആ ചടങ്ങ് അവർ മൂന്നു തവണ ആവർത്തിച്ചു.

പിന്നീടവൾ ഉച്ചത്തിലുള്ളതും വ്യക്തവുമായ ശബ്ദത്തിൽ സംസാരിച്ചു. 'ധീരനായ ഇന്ദ്രൻ, വജ്രായുധം വീശുന്നവൻ, വ്രിത്രാസുരനെ കൊന്നവൻ, അചഞ്ചലമായ പർവ്വതങ്ങളെ പിളർക്കുന്നവൻ, ഈ പോരാളികളുടെ ആത്മാവിനെ അനുഗ്രഹിക്കട്ടെ.

'ഓം ഇന്ദ്രായ നമ!' രാമനും രാവണനും ഒരുമിച്ചു പറഞ്ഞു.

'ഓം ഇന്ദ്രായ നമ!' കാണികളെല്ലാം വിളിച്ചു പറഞ്ഞു. ഇന്ദ്രാണി ഭരതന്റെ നേർക്കു തിരിഞ്ഞു. 'ദ്വന്ദയുദ്ധത്തിനുള്ള വെല്ലുവിളി സ്വീകരിച്ചയാളിന്റെ സഹായിയാണ് നിങ്ങൾ. ഇന്ദ്രഭഗവാന്റെ അചഞ്ചലമായ നിയമങ്ങളനുസരിച്ച് അയാൾക്കാണ് ദ്വന്ദയുദ്ധത്തിന്റെ ആയുധം തിരഞ്ഞെടുക്കാനുള്ള അവകാശം. എന്ത് പറയുന്നു?'

ഭരതൻ രാമന്റെ യടുത്തേക്കു നടന്നു.' ദാദാ?'

രാമൻ ഒരു നിമിഷം പോലും സംശയിച്ചില്ല. അദ്ദേഹം മന്ത്രിച്ചു. 'വാൾ. പടച്ചട്ട പാടില്ല.'

ഭരതൻ ഒന്നു ശങ്കിച്ചു. അന്തസ്സുറ്റ പെരുമാറ്റമേ തന്റെ സഹോദരന്റെ ഭാഗത്തു നിന്നുണ്ടാകൂ എന്നയാൾക്കറിയാമായിരുന്നു. എങ്കിലും രാമൻ പ്രായോഗിക ബുദ്ധി കാണിക്കുമെന്നാണ് അയാൾ പ്രത്യാശിച്ചത്. പക്ഷെ അദ്ദേഹം പ്രായോഗികതയ്ക്കു മുകളിൽ അന്തസ്സു തിരഞ്ഞെടുത്തിരിക്കുന്നു. രാമന്റെ പ്രിയപ്പെട്ട ആയുധം വില്ലാണ്. ജീവിച്ചിരിക്കുന്നവരിൽ ഏറ്റവും മികച്ച വില്ലാളി. പക്ഷെ രാവണന്റെ ഇടതുകൈയിൽ മുറിവാണെന്ന്

എല്ലാവർക്കുമറിയാം. ലങ്കാധിപന്റെ വില്ല് നല്ലതു പോലെ കൈകാര്യം ചെയ്യാനാകില്ല. അത് നീതിയുക്തമായ പോരാട്ടമാകില്ല.

ഒരു യോദ്ധാവ് തന്റെ ശത്രുവിനെ നീതിയോടെ തോൽപ്പിക്കണമെന്നാണ് ധർമ്മം അനുശാസിക്കുന്നത്. രാമൻ ആ ധർമ്മത്തെയാണു തിരഞ്ഞെടുത്തത്.

പക്ഷെ രാമന്റെയുള്ളിലും ക്രോധമുണ്ട്. നേരായ ക്രോധം. എന്തുകൊണ്ടെന്നാൽ അയാളുടെ അന്തസ്സും ധർമ്മവും രാവണൻ തട്ടിക്കളഞ്ഞു. അതുകൊണ്ടാണ് പടച്ചട്ട ഉപയോഗിക്കാൻ അനുവദിക്കാത്തത്.

ആ പോരാട്ടം മൃഗീയമായിരിക്കും.

ധാർമ്മിക രോഷത്തിന്റെ ശക്തിയില്ലാത്ത ധർമ്മം ദുർബലമായിരിക്കും. രാമൻ നന്മ തിരഞ്ഞെടുത്തെങ്കിലും ദൗർബല്യത്തെ നിരസിച്ചു.

ഭരതൻ പുരോഹിതയെ നോക്കി ഉച്ചത്തിൽ പ്രഖ്യാപിച്ചു, 'എന്റെ ജ്യേഷ്ഠനായ രാമൻ തിരഞ്ഞെടുപ്പ് നടത്തിക്കഴിഞ്ഞിരിക്കുന്നു. ഇന്ദ്രഭഗവാന്റെ അനുമതിയോടെ അദ്ദേഹം വാളാണ് ആയുധമായി തിരഞ്ഞെടുത്തിരിക്കുന്നത്. ഒരൊറ്റ നിബന്ധനയുണ്ട്, പടച്ചട്ട ഉപയോഗിക്കാൻ പാടില്ല.'

കാണികൾ അതിശയത്തോടെ വാ പിളർന്നു. അമ്പും വില്ലും ഉപയോഗിക്കുന്നതിലെ തന്ത്രപരമായ മേൽക്കൈ രാമൻ നിരസിച്ചിരിക്കുന്നു. ലങ്കയുടെ സൈനികർ പോലും ഉള്ളിന്റെയുള്ളിൽ രാമന്റെ അന്തസ്സ് അംഗീകരിക്കാൻ നിർബന്ധിതരായി: രാമൻ ഏറ്റവും ആദരണീയനായ യോദ്ധാവാണ്.

ഇന്ദ്രാണി പതിയെ പുഞ്ചിരിച്ചു. അവർക്കും രാമന്റെ പെരുമാറ്റത്തിൽ മതിപ്പു തോന്നിയിട്ടുണ്ട്. അവർ പ്രഹസ്തന്റെ നേരെ തിരിഞ്ഞു, 'നിങ്ങളെന്താണു പറയുന്നത്?'

പ്രഹസ്തൻ മോശം ഇനത്തിൽപ്പെട്ട യോദ്ധാവാണ്. അയാൾക്ക് തന്റെ യജമാനന്റെ ഭാഗ്യം വിശ്വസിക്കാൻ കഴിഞ്ഞില്ല. രാവണനോടു ചോദിക്കുക പോലും ചെയ്യാതെ അയാൾ മറുപടി പറഞ്ഞു. 'ഇന്ദ്രഭഗവാന്റെ അനുമതിയോടെ എന്റെ സഹോദരനായ രാവണൻ വാളു തന്നെ ആയുധമായി അംഗീകരിക്കുന്നു. കൂടെ പടച്ചട്ട ഉപയോഗിക്കരുതെന്ന നിബന്ധനയും.'

ഇന്ദ്രാണി കാണികളെ നോക്കി. 'അതങ്ങനെ തന്നെ രേഖപ്പെടുത്തപ്പെടട്ടെ.'

പ്രഹസ്തൻ ഇതിനിടയിൽ രാവണന്റെ അടുത്തേക്കു പോയി

പിറുപിറുത്തു, 'എന്തൊരു ഭാഗ്യമാണ്, 'എന്റെ രാജാവേ. നിങ്ങളുടെ പ്രതിയോഗി ധർമ്മം പറയുന്ന വിഡ്ഢിയാണ്! നിങ്ങൾക്കയാളെ എളുപ്പത്തിൽ തോൽപ്പിക്കാനാകും!'

രാവണൻ ഒന്നും തന്നെ പറഞ്ഞില്ല. അയാൾ രാമനെ ഉറ്റു നോക്കുന്നത് തുടർന്നു. പക്ഷെ, മണ്ഡോദരിയും അവരുടെ അവസാന വാക്കുകളും അയാളുടെ മനസ്സിനെ വേട്ടയാടി.

ഇന്ദ്രാണി രാമനെയും രാവണനെയും നോക്കി. 'ഇന്ദ്രജാലത്തിലേക്ക് പ്രവേശിക്കു.'

യോദ്ധാക്കൾ വലതു കൈകൊണ്ട് യുദ്ധക്കളത്തിന്റെ അതിരുകൾ തൊട്ടു വണങ്ങി. എന്നിട്ടവർ ഒരുമിച്ച് 'ഓം ഇന്ദ്രായ നമഃ' എന്നു മന്ത്രിച്ച് യുദ്ധക്കളത്തിനുള്ളിലേക്ക് കടന്നു.

മണ്ഡോദരിയെ തന്നെ ആലോചിച്ചു കൊണ്ട് രാവണൻ സൂര്യനെ നോക്കി. ഇന്ദ്രഭഗവാന്റെ പുരോഹിതയെയും. ശാന്തമായ ആത്മവിശ്വാസത്തോടെ യുദ്ധക്കളത്തിലേക്ക് കടന്ന രാമൻ രാവണനെ നേർക്ക് നേർ നോക്കി. അവർ രണ്ടു പേരും ഇന്ദ്രാണിയുടെ ഇരുവശത്തായി നിൽക്കുകയും കാത്തിരിക്കുകയും ചെയ്തു.

ഇന്ദ്രഭഗവാന്റെ പുരോഹിത ഇടിവെട്ടുന്ന ഒച്ചയിൽ പ്രഖ്യാപിച്ചു, 'അന്ത്യാഭിലാഷങ്ങൾ.'

ഇന്ദ്രഭഗവാന്റെ ദ്വന്ദയുദ്ധത്തിലെ ഒരു ചടങ്ങാണത്. രണ്ട് യോദ്ധാക്കളും അന്ത്യാഭിലാഷങ്ങളുടെ ഒരു പട്ടികയുണ്ടാക്കി പ്രതിയോഗിക്കു കൈമാറണം. ദ്വന്ദയുദ്ധം ജയിച്ച് മരണത്തെ അതിജീവിക്കുന്നയാൾ കൊല്ലപ്പെട്ടയാളിന്റെ അന്ത്യാഭിലാഷങ്ങൾ നടപ്പിലാക്കാൻ ബാധ്യസ്ഥനാണ്.

അതായിരുന്നു നിയമം.

രാവണൻ തന്റെ അരപ്പട്ടയിൽ നിന്ന് അന്ത്യാഭിലാഷങ്ങളുടെ പട്ടിക വലതു കൈകൊണ്ട് വലിച്ചെടുത്ത് ഇന്ദ്രാണിക്ക് നൽകി, ആദരവോടെ. രാമനും അതു തന്നെ ചെയ്തു. ഇന്ദ്രഭഗവാന്റെ പുരോഹിത അന്ത്യാഭിലാഷങ്ങൾ വായിച്ചു. ഒന്നും ചട്ടങ്ങളുടെയും സമ്പ്രദായങ്ങളുടെയും പരിധികൾ ലംഘിച്ചിട്ടില്ല. അവർ രാവണന്റെ അന്ത്യാഭിലാഷങ്ങളുടെ പട്ടിക രാമനും രാമന്റേത് രാവണനും കൈമാറി.

യോദ്ധാക്കൾ പട്ടികകൾ വായിച്ചു.

രാമൻ രാവണനോട് തന്റെ ഭാര്യയെയും സഹോദരന്മാരേയും സൈനികരെയും പ്രജകളേയും ഉപദ്രവിക്കരുതെന്ന് ആവശ്യപ്പെട്ടിട്ടുണ്ട്. രാമൻ മരിക്കുകയാണെങ്കിൽ രാവണൻ ആ മൂന്നാഗ്രഹങ്ങളും മാനിക്കണം.

വളരെ ലളിതമായ പട്ടിക. ലാളിത്യമുള്ളവരും നേരെവാ നേരെപോ മട്ടുകാരും അങ്ങനെയുള്ള ആവശ്യങ്ങൾ തന്നെയാണ് ഉന്നയിക്കാറുള്ളത്.

എന്നാൽ സങ്കീർണ്ണരായവർ സങ്കീർണ്ണമായ ആവശ്യങ്ങൾ ചോദിക്കും. രാവണന്റെ നീണ്ട പട്ടികയിലെ ആദ്യത്തെ ആവശ്യമിതാണ്, വിഭീഷണനെ ലങ്കയുടെ രാജാവാക്കരുത്. രണ്ടാമത്തേത്: രാവണന്റെയും കുംഭകർണ്ണന്റേയും ഇന്ദ്രജിത്തിന്റേയും ജഡങ്ങൾ പൂർണ്ണ രാജകീയ ബഹുമതികളോടെ അവരുടെ പൊക്കിൾകൊടികൾ കുഴിച്ചിട്ടതിനടുത്ത് മറവു ചെയ്യണം. രാവണൻ ആ സ്ഥലത്തിന്റെ പേരും എഴുതിയിരുന്നു, സിനൗളി. മൂന്നാമത്തെ ആഗ്രഹം: മൂന്നു പേരുടെയും വൈക്കോൽ രൂപങ്ങൾ മരണ മുഖംമൂടിയോടൊപ്പം ലങ്കയിൽ തന്നെ ദഹിപ്പിക്കണം. നാലാമത്തെ ആഗ്രഹം: രാമൻ വൈദ്യനാഥിൽ ഒരു ആശുപത്രിയ്ക്ക് ധനസഹായം നൽകാനും പരിപാലിക്കാനും വ്യക്തിപരമായ താത്പര്യമെടുക്കണം. ആശുപത്രിയുടെ പേരും വിശദാംശങ്ങളും അതിൽ എഴുതിയിട്ടുണ്ട്. അഞ്ചാമത്തെ ആവശ്യം: അയാളുടെ പതക്കം വിഷ്ണുവായ സീതയ്ക്ക് കൈമാറണം.

രാമൻ പട്ടികയിൽ നിന്നും തലയുയർത്തി. രാവണന്റെ കഴുത്തിൽ നിന്ന് ഒരു സ്വർണ്ണ ചങ്ങലയിൽ തൂങ്ങിക്കിടക്കുന്ന, എല്ലുകൊണ്ടുണ്ടാക്കിയ പതക്കം കണ്ടു.

വിചിത്രമായ ആവശ്യം.

പക്ഷെ ആ ആവശ്യങ്ങളെക്കുറിച്ചുള്ള ആഴത്തിലുള്ള ചിന്തകൾ തൽക്കാലം രാമൻ മാറ്റി വച്ചു. ഒരു യുദ്ധത്തിനു മുമ്പ് ശ്രദ്ധ വ്യതിചലിക്കാൻ ഒരു യോദ്ധാവ് അനുവദിക്കില്ല. അയാൾ പട്ടിക മുന്നോട്ടു വായിച്ചു.

ആറാമത്തെ ആവശ്യം: അയാളുടെ സംഗീതോപകരണങ്ങൾ അന്നപൂർണ്ണാദേവിയ്ക്ക് കൈമാറണം. രാമന് അന്നപൂർണ്ണാദേവിയെ അറിയാം. മലയപുത്രന്മാരുടെ തലസ്ഥാനമായ അഗസ്ത്യകൂടത്തിൽ താമസിക്കുന്ന മിടുക്കിയായ സംഗീതജ്ഞയാണ് അന്നപൂർണ്ണാ ദേവി. ഏഴാമത്തെ ആവശ്യം: രാവണന്റെ പുസ്തകങ്ങൾ രാമന്റെ അനുജനായ ശത്രുഘ്നന് കൈമാറണം.

രാമന് വികാരാധിക്യത്താൽ തൊണ്ടയിടറി. ആ ആവശ്യം അയാളെ നേരായും അതിശയിപ്പിച്ചു. പക്ഷെ, മുഖത്തെ ഭാവം മാറിയില്ല. അയാൾ തുടർന്നു വായിച്ചു.

എട്ടാമത്തെ ആവശ്യമിതാണ്: രാമന്റേയും സീതയുടേയും കഥ എപ്പോഴെങ്കിലും എഴുതപ്പെടുകയാണെങ്കിൽ, രാവണന്റേത് അതിൽ നിന്നും തുടച്ചു മാറ്റരുത്.

ഒമ്പതാമത്തെ ആവശ്യം: അത് പിന്നീട് തിടുക്കത്തിൽ കൂട്ടിച്ചേർത്തതാണെന്ന വ്യക്തമാണ്: രാവണന്റെ ഭാര്യയായ മണ്ഡോദരിയെ സിഗിരിയയിൽ താമസിക്കാൻ അനുവദിക്കരുത്.

രാമന് ആ ആവശ്യങ്ങൾ അംഗീകരിക്കാതെ തരമില്ല. അതാണ് ഇന്ദ്രഭഗവാന്റെ ദ്വന്ദയുദ്ധത്തിന്റെ നിയമം.

അയാൾ ഇന്ദ്രാണിയെ നോക്കി തലയാട്ടി.

'ഇനി രക്തപ്രതിജ്ഞ,' ഇന്ദ്രാണി പറഞ്ഞു. ഇന്ദ്രഭഗവാന്റെ പുരോഹിത മിന്നൽ പിണരിന്റെ ആകൃതിയുള്ള കത്തി – വജ്ര – രാമന്ന കൈമാറി. അദ്ദേഹം തന്റെ വലതുതള്ളവിരൽ മുറിച്ച് ഏതാനും തുള്ളി രക്തം ഇന്ദ്രന്റെ വില്ലിൽ വീഴ്ത്തി. ഇന്ദ്രാണി രാമന്റെ കയ്യിൽ നിന്നും കത്തി വാങ്ങി രാവണനു കൊടുത്തു. അയാളും രക്തപ്രതിജ്ഞ ആവർത്തിച്ചു.

ഇന്ദ്രാണി ഇന്ദ്രന്റെ വില്ലിന്റെ ചെറിയ, സൂക്ഷ്മമായ രൂപം ഉയർത്തുകയും – അതിൽ രാമന്റേയും രാവണന്റേയും രക്തം പുരണ്ടിട്ടുണ്ട് – തന്റെ ചെറിയ ശരീരത്തിനെ വെല്ലുവിളിച്ചു കൊണ്ട് മുഴങ്ങുന്ന ശബ്ദത്തിൽ പറയുകയും ചെയ്തു. 'ഇവർ രണ്ടുപേരും ഇന്ദ്രജാലത്തിന്റെ രക്ത പ്രതിജ്ഞയെടുത്ത് കഴിഞ്ഞിരിക്കുന്നു. തോൽപ്പിക്കപ്പെടുന്ന പ്രതിയോഗിയുടെ അന്ത്യാഭിലാഷം ഇവർ മാനിക്കും.' ആ പ്രതിജ്ഞ നിസ്സാരമാക്കേണ്ടതല്ല. എന്തുകൊണ്ടെന്നാൽ രക്തപ്രതിജ്ഞ ലംഘിക്കുന്നവരെ ഇന്ദ്രഭഗവാന്റെ മിന്നൽ പിണർ വന്നടിക്കും. ആ പ്രതിജ്ഞ ലംഘിക്കാത്തതിന് പ്രായോഗികമായ ഒരു കാരണം കൂടിയുണ്ട്, ഇന്ദ്രഭഗവാന്റെ ലോകത്തിന്റെ ൻറ ഏതു കോണിൽ നിന്നുള്ള നേരായ ശിഷ്യനും ഇന്ദ്രജാലത്തിന്റെ രക്ത പ്രതിജ്ഞ ലംഘിക്കുന്ന ഏതൊരാളെയും കൊല്ലാനുള്ള അവകാശമുണ്ട്.

സഹായികൾ തിടുക്കത്തിൽ നടന്ന് രണ്ടു പോരാളികളിൽ നിന്നും പട്ടികകൾ തിരിച്ചു വാങ്ങി.

പ്രാരംഭചടങ്ങുകൾ തീർന്നപ്പോൾ ഇന്ദ്രാണി സഹായിയുടെ കൂടെ യുദ്ധക്കളത്തിൽ നിന്നും പുറത്തേക്കു പോയി. രാമനും രാവണനും തല കുനിച്ചു നിന്നു.

എന്നിട്ടവർ നേർക്കുനേർ നിന്നു. രാമൻ വാളുരി നീട്ടിപ്പിടിച്ചു. രാവണനും വാളൂരിയെടുത്ത് അതിൽ തട്ടേണ്ടതുണ്ട്.

അതൊരു ചടങ്ങാണ്, ദ്വന്ദയുദ്ധം തുടങ്ങുന്നതിനു മുമ്പ്.

വാളുകൾ പരസ്പരം തട്ടി മന്ത്രിക്കണം, വിനാശകരമായ തർക്കം തുടങ്ങുന്നതിനു മുമ്പ്.

രാമൻ ആ പാരമ്പര്യത്തിൽ വിശ്വസിച്ചു. അതൊരു ആദരണീയമായ പാരമ്പര്യമാണ്.

രാവണൻ വാളു നീട്ടി പിടിച്ച് രാമനെ നോക്കി പുച്ഛത്തോടെ ചിരിച്ചു. പ്രതിയോഗിയുടെ വാൾതലപ്പിൽ തട്ടാതെ അയാൾ പുറകോട്ടൊഴിഞ്ഞു മാറി.

രാമൻ ദേഷ്യത്തോടെ പുറകോട്ടു മാറി. അൽപ ദൂരം നടന്നതിനു ശേഷം തിരിഞ്ഞു നിൽക്കുകയും വാൾപ്പയറ്റുകാരന്റെ സാമ്പ്രദായികമായ നില നേടുകയും ചെയ്തു. കാലുകൾ തോളുകളുടെ വീതിയിൽ അകറ്റി വച്ച്, ഇടതുകാൽ അൽപ്പം മുന്നോട്ട്, വലതു കാൽ അൽപ്പം പുറകോട്ട്, ഉടൽ വശങ്ങളിലേക്ക് പിണഞ്ഞ്, പ്രതിയോഗിക്ക് വീതി കുറഞ്ഞ ലക്ഷ്യം മാത്രം നൽകിക്കൊണ്ട്.

രാമൻ പരുക്കൻ വെള്ളത്തുണി കൊണ്ടുള്ള കച്ചയും കാവി നിറമുള്ള അരക്കച്ചയുമാണ് ധരിച്ചിരിക്കുന്നത്, അത് സൈനിക മട്ടിൽ തറ്റുടുത്തിട്ടുണ്ട്. കാലുകൾ എളുപ്പത്തിൽ ചലിപ്പിക്കാനാണത്. അദ്ദേഹം പരിച ഉടലിനോടടുപ്പിച്ചു പിടിച്ചു. പ്രതിയോഗിക്കു നേരെ. വലതുകൈ വാൾ മുറുകെ ഉയർത്തിപ്പിടിച്ചു. വാൾത്തലപ്പ് പരിചയുടെ മുകളിൽ വിശ്രമിച്ചു. വലതു കരത്തെ ആയാസപ്പെടുത്താൻ അദ്ദേഹം ഉദ്ദേശിക്കുന്നില്ല. നേരമായിട്ടില്ല.

രാവണൻ അൽപം ദൂരെ നിന്നു. അയാൾ ഊത നിറമുള്ള പട്ടു കച്ചയാണ് ധരിച്ചിരിക്കുന്നത്, രാജകുടുംബാംഗങ്ങൾക്ക് മാത്രം വാങ്ങാൻ കഴിയുന്ന നിറമാണത്. ഇളം ചുവപ്പു നിറമുള്ള അരക്കച്ചയും. അതും സൈനിക മട്ടിൽ തറ്റുടുത്തിട്ടുണ്ട്. വലതു കണ്ണ് ഒരു കഷ്ണം തുണി കൊണ്ട് മൂടി വച്ചിട്ടുണ്ട്. വലതു കാൽ സുഖപ്പെട്ടതു പോലെ തോന്നി; വിദഗ്ധരായ വൈദ്യന്മാരുടെ മന്ത്രജാലത്താലെന്നതു പോലെ.

മുഴുവൻ ഉടലും പ്രതിയോഗിയ്ക്കു നേരെ തുറന്നു കാട്ടിക്കൊണ്ട് അയാൾ നിവർന്നു നിന്നു. പരിചയും വാളും താഴ്ത്തിപ്പിടിച്ചിട്ടുണ്ട്. രാവണൻ അഹങ്കാരത്തോടെ മുഴുവൻ ശരീരവും ആക്രമിക്കാനായി കാട്ടികൊടുക്കുകയാണ്. തന്റെ പ്രതിയോഗിയെ വെല്ലുവിളിക്കുകയാണ്; ധൈര്യമുണ്ടെങ്കിൽ എന്നെ കൊല്ല്.

അരക്കച്ച കൊണ്ട് മൂടി വച്ചിട്ടുള്ള രാവണന്റെ നാഭി പരിചയമുള്ള നിതാന്ത വേദനയാൽ തുടിക്കുന്നുണ്ട്. വൈദ്യന്മാർക്ക് അത് കുറയ്ക്കാനാകില്ല. എല്ലായ്പ്പോഴുമുള്ളതായതിനാൽ അത് പലപ്പോഴും മറക്കപ്പെട്ടും. പക്ഷെ, ചിലപ്പോൾ അതിന്റെ തീക്ഷ്ണത കൂടും. രാവണനെ അത് തന്റെ സാന്നിദ്ധ്യം അറിയിക്കും. അയാൾ നാഗനാണെന്നതിന്റെ അടയാളം. അയാളുടെ ജീവിതമെന്ന ദുരന്ത നാടകത്തിന്റെ

രേഖപ്പെടുത്തലും ഓർമ്മപ്പെടുത്തലും. മറ്റൊരു ആഘാതം കൂടി അയാൾ സഹിച്ചുവെന്ന സൂചന.

മണ്ഡോദരി

അവൾ എല്ലായ്പ്പോഴും എന്നെ വെറുക്കും.

'ദ്വന്ദയുദ്ധം തുടങ്ങട്ടെ!' വൃത്തത്തിനു പുറത്തു നിന്ന് ഇന്ദ്രാണി ഉച്ചത്തിൽ ഉത്തരവിട്ടു.

രാമൻ കാത്തു നിന്നു. അനായാസമായി ശ്വസിച്ച്, ഏകാഗ്രതയോടെ.

രാവണന്റെ ശ്രദ്ധ വ്യതിചലിച്ചതു പോലെ തോന്നി. അയാൾ സൂര്യനെ പാളി നോക്കുകയും തോള് നീട്ടുകയും ചെയ്തു.

അത്തരം സൂത്രങ്ങളൊന്നും രാമനെപ്പോലൊരു മിടുക്കനായ വാൾപ്പയറ്റുകാരന് ഏശില്ല. അദ്ദേഹത്തിന്റെ ശ്രദ്ധ രാവണന്റെ കണ്ണുകളിൽ തന്നെയാണ്. ഉടൽ ചലിക്കുന്നതിനു മുമ്പ് കണ്ണ് ചലിക്കും.

പെട്ടെന്ന് രാവണൻ മുമ്പോട്ടു കുതിച്ചു, ഇടതുകാലാണ് അയാൾ ആദ്യം മുമ്പോട്ടു വെച്ചത്. വലതു കാൽവണ്ണയിലെ മാംസപേശികളുടെ സഹായത്തോടെ. അറുപതു വയസ്സായ ആളെ സംബന്ധിച്ചിടത്തോളം അതിശയകരമായ വേഗതയും ഗതിവേഗവും അതിനുണ്ടായിരുന്നു.

രാവണൻ പൊടുന്നനെ ആക്രമിച്ചപ്പോൾ രാമന്റെ മുഖത്ത് അതിശയത്തിന്റെ നാളം തെളിഞ്ഞു. ലങ്കാധിപൻ അക്രമാസക്തനായി തന്റെ ഉയരവും കൂറ്റൻ ശരീരവും ഉപയോഗിച്ചു വെട്ടി. രാമൻ തിടുക്കത്തിൽ പരിച ഉയർത്തുകയും ആ വെട്ടു തടുക്കുകയും ചെയ്തു. കട്ടിയുള്ള ലോഹത്തലപ്പ് പരിചയിൽ മുട്ടിയ ശബ്ദം വായുവിൽ പ്രതിധ്വനിച്ചു. ആ വെട്ട് രാമന്റെ പരിച പിടിച്ച കയ്യിൽ ആഘാതമേൽപ്പിച്ചു. അദ്ദേഹം കുനിഞ്ഞ്, രാവണന്റെ ഇടതു വശത്തെ വെട്ടു തടഞ്ഞ് മുന്നോട്ടു കുതിച്ചു. ഏതാനും ചുവടുകൾക്ക് ശേഷം അദ്ദേഹം വെട്ടിത്തിരിഞ്ഞു. എന്നിട്ട് ചുവടുറപ്പിച്ചു നിന്നു.

രാവണൻ രാമനെ അഭിമുഖീകരിക്കാൻ ചുറ്റിത്തിരിഞ്ഞു.

പല്ലിളിച്ചു കൊണ്ട്. തിളങ്ങുന്ന കണ്ണുകളോടെ.

എനിക്കത്ര വയസ്സായിട്ടൊന്നുമില്ല... എന്നിലിപ്പോഴും ശക്തി അവശേഷിച്ചിട്ടുണ്ട്, ചെറുപ്പക്കാരാ...

രാവണൻ രാമനേക്കാൾ മൂന്നിഞ്ച് കൂടുതൽ ഉയരമുള്ളവനും കൂടുതൽ പേശികളുള്ളവനുമാണ്. അയാളും ചുവടുറപ്പിച്ചു. അരക്കെട്ട് നേരിയ തോതിൽ വളച്ചിട്ടുണ്ട്, ഇടതു കാലാണ് കൂടുതൽ ഭാരവും താങ്ങുന്നത്. പരിച താഴ്ത്തിയിട്ടുണ്ട്. വാൾ ഒരു വശത്ത് ഉയർത്തിപ്പിടിച്ചിട്ടുണ്ട്. അഹങ്കാരിയും

ധിക്കാരിയും. കൂടുതൽ ചെറുപ്പവും മെലിഞ്ഞവനും ഉയരം കുറഞ്ഞവനുമായ പ്രതിയോഗിയെ വെല്ലുവിളിച്ചു കൊണ്ട്.

രാമനും ചുവടുറപ്പിച്ചു നിന്നു. അദ്ദേഹം പ്രകോപിതനാകില്ല. പരിച ഉടലിനോടടുപ്പിച്ച് ഉയർത്തിപ്പിടിച്ചിട്ടുണ്ട്, സാമ്പ്രദായിക മട്ടിൽ. വാൾ പരിചയുടെ മുകളിൽ തന്നെയുണ്ട്. കൈമുട്ടും ഉയർത്തിപ്പിടിച്ചിട്ടുണ്ട്. യുദ്ധം ചെയ്യുന്ന വലതു കൈയ്യിൽ ആയാസമില്ല. അദ്ദേഹം സുഗമമായി ശ്വസിക്കുന്നുണ്ട്.

രാവണൻ പിന്നെയും ആക്രമിച്ചു. വലതു വശത്തു നിന്നും വാൾ ചുഴറ്റി, ഇടതു വശത്തു നിന്നും. രാമൻ രാവണന്റെ ആഘാതങ്ങൾ ഒരു വശത്തേക്കു ചെരിഞ്ഞ് തടുത്തു. രാവണനെ തന്റെ വെട്ടുകൾ മുഴുമിപ്പിക്കാൻ അനുവദിക്കുകയാണ് രാമൻ. രാവണനിൽ നിന്ന് മറ്റൊരു വെട്ടു കൂടി, രാമൻ എളുപ്പത്തിൽ ഒഴിഞ്ഞു മാറി. അതിനിടയ്ക്ക് ഒരു പഴുതു കിട്ടിയപ്പോൾ രാമൻ മുമ്പോട്ടു കയറി.

പക്ഷെ രാവണനും പരിചയ സമ്പന്നനായ യോദ്ധാവാണ്.

അയാൾ ഒരു വശത്തേക്ക് ഒഴിഞ്ഞു മാറി വെട്ടു തടുത്തു. എന്നിട്ട് ഒരു ഗുസ്തിക്കാരനെ പോലെ പരിച മുന്നോട്ടു നീട്ടി. അത് രാമന്റെ മുഖത്ത് ശക്തിയായി വന്നിടിച്ചു.

രാവണൻ വിശാലമായി പല്ലിളിച്ചു. അയാളത് ആസ്വദിക്കുകയാണ്. സൂര്യൻ ഇനിയും ഉയരേണ്ടതുണ്ട്. സൂര്യന് ഇനിയും ഏറെ കാര്യങ്ങൾ ചുട്ടെരിക്കാനുണ്ട്.

വൃത്തികെട്ട നീലപ്പാട് രാമന്റെ വലതു കവിളിൽ പരന്നു. അദ്ദേഹം ചൂളിയില്ല. ആ ചതവ് തൊട്ടു നോക്കിയതു പോലുമില്ല.

ഒരിക്കലും നിങ്ങളുടെ വേദന പുറത്തു കാട്ടരുത്. പ്രത്യേകിച്ചും ഒരു ശത്രുവിനോട്. അതാണ് യോദ്ധാക്കളുടെ രീതി.

രാവണൻ രാമനെ തുറിച്ചു നോക്കി ചുവട് വെച്ചു. ചെറിയ വൃത്തങ്ങളിൽ വാൾ ചുഴറ്റുന്നുണ്ട്. അയോദ്ധ്യയുടെ രാജാവിനെ ആക്രമിക്കാൻ പ്രകോപിപ്പിച്ചു കൊണ്ട്.

രാമൻ നേരെ നില കൊണ്ടു, സാമ്പ്രദായിക മട്ടിൽ.

രാവണൻ വീണ്ടും ആക്രമിച്ചു, ഇടതു ഭാഗത്ത് നിന്ന്, പിന്നീട് വലതു ഭാഗത്ത് നിന്ന്. രാമൻ പുറകോട്ടു ചുവടുകൾ വച്ചു. പരിച കൊണ്ടും വാളു കൊണ്ടും വെട്ട് തടുത്തു. എന്താണ് വരാൻ പോകുന്നതെന്ന് അയാൾക്കറിയാം. പക്ഷെ അതെപ്പോഴാണെന്ന് പ്രവചിക്കാനാകില്ല. അവസാനം അതു വരിക തന്നെ ചെയ്തു. രാമൻ പ്രതീക്ഷിച്ചതിനു മുമ്പേ തന്നെ.

ഇന്ദ്രജാലത്തിന്റെ വിളുമ്പിലേക്ക് രാമൻ ഞെരുക്കപ്പെടുന്നത് വരെ രാവണൻ കാത്തിരിക്കേണ്ടതുണ്ട്. അതിർത്തിക്കപ്പുറത്തേക്ക് കടന്നാൽ പരാജയം സംഭവിക്കുകയും തോറ്റയാൾ കൊല്ലപ്പെടുകയും ചെയ്യും. രാമന്റെ സഞ്ചാര സ്വാതന്ത്ര്യം ഇന്ദ്രജാലത്തിന്റെ വിളുമ്പ് വരെയാണുള്ളത്.

പക്ഷെ, രാവണൻ അതിനേക്കാളെല്ലാം മുമ്പേ നീങ്ങി.

ലങ്കാധിപൻ അയോദ്ധ്യയുടെ രാജാവിനെ ഭീകരമായ വിധത്തിൽ മാരകമായ വെട്ടുകളാൽ പുറകോട്ട് തള്ളുന്നുണ്ടായിരുന്നു, ആവർത്തിച്ചാവർത്തിച്ച്. രാമന്റെ പരിചയും വാളും പ്രതിരോധത്തിൽ മുകളിലേക്കുയർന്നു. രാവണൻ പെട്ടെന്ന് അയാളുടെ പരിച മുകളിലേക്കുയർത്തിപ്പിടിച്ച് രാമന്റെ കാഴ്ച തടയാൻ ശ്രമിക്കുകയും അതിനിടയിൽ തന്റെ വാളു കൊണ്ട് വെട്ടാനുദ്ദേശിക്കുകയും ചെയ്തു, അടിവയറ്റിൽ. അയാളുടെ ഭാരം ആ വെട്ടിനെ മാരകമാക്കുമായിരുന്നു.

പക്ഷെ, രാമൻ പുതിയ ഒരാളല്ല. അദ്ദേഹമത് പ്രതീക്ഷിക്കുന്നുണ്ടായിരുന്നു. കൂടുതൽ വഴക്കമുള്ളതും മെലിഞ്ഞതുമായ ഉടലിന് ചില മേൽക്കൈകളുണ്ട്. കൂടുതൽ ഭാരമുള്ള ഉടൽ വഴക്കം കുറഞ്ഞതാണ്.

രാമൻ തന്റെ ഉടൽ പിണയ്ക്കുകയും വശങ്ങളിലേക്ക് ഒറ്റക്കാലിൽ തിരിയുകയും തന്റെ ഉടലിൽ ഒരു നേരിയ മുറിവ് മാത്രം വീഴ്ത്താൻ രാവണന്റെ വാളിനെ അനുവദിക്കുകയും ചെയ്തു. അതേ ചുവടോടെ അദ്ദേഹം വാളിനെ പുറകിൽ നിന്നും ചുഴറ്റി. തൊട്ടു മുമ്പ് ചെയ്ത ഒറ്റക്കാൽ തിരിയലിന്റെ ആക്കം കൂടി ചേർന്ന് വാൾ ശക്തിയോടെ പുറകു വശത്തു നിന്ന് പതിയെ മുന്നോട്ടു വന്നു. പരിചയയുർത്തിപ്പിടിച്ച് ആഞ്ഞു വെട്ടാനോങ്ങുന്ന രാവണനാകട്ടെ തന്റെ അടിവയറിനു നേരെ വരുന്ന മാരകമായ വെട്ട് ശ്രദ്ധിച്ചില്ല.

വാൾത്തലപ്പ് ആഴത്തിൽ രാവണന്റെ അടിവയർ കീറിമുറിച്ചു. അനായാസമായ അതേ ചലനം കൊണ്ട് രാമൻ ഏതാനും ചുവടുകൾ മുന്നോട്ടു നീങ്ങുകയും കറങ്ങിത്തിരിയുകയും ചെയ്തു. അദ്ദേഹം പരിച മുകളിലേക്കുയർത്തിപ്പിടിച്ചിട്ടുണ്ട്. രാവണന്റെ രക്തം പുരണ്ട വാൾ പരിചയ്ക്ക് മുകളിൽ വിശ്രമിക്കുന്നുണ്ട്. ഇടതു കാൽ മുന്നോട്ട്, വലതു കാൽ പുറകോട്ട്. പ്രശാന്തവും താളനിബദ്ധവുമായ ശ്വാസോച്ഛ്വാസം, സാമ്പ്രദായികമായ പോരാട്ട നില.

കാണികൾ – യുദ്ധമറിയാവുന്നവർ – ശ്വാസമടക്കിപ്പിടിച്ചു. ഏറ്റവും മികച്ച വാൾപ്പയറ്റു വൈദഗ്ധ്യങ്ങളാണ് രാമനും രാവണനും പുറത്തെടുക്കുന്നത്.

രാവണൻ കാലുകളിൽ ഭാരം മാറ്റിച്ചവിട്ടി രാമനെ അഭിമുഖീകരിച്ചു. രാമന്റെ ഉടലിന്റെ മുകൾ ഭാഗത്ത് തനിയ്ക്കേൽപ്പിക്കാൻ കഴിഞ്ഞ ചെറു മുറിവിൽ അയാളുടെ കണ്ണുകൾ ഉടക്കി. എന്നിട്ടയാൾ താഴേക്ക് നോക്കി.

അടിവയറ്റിൽ മാരകമായ വെട്ട്. അതിൽ നിന്നും രക്തം ധാരയായി പ്രവഹിക്കുന്നുണ്ട്.

രാവണൻ രാമനെ നോക്കി. അയാൾ പുരികങ്ങളുയർത്തി. അയാൾ തലയാട്ടി. അനിതരസാധാരണമായ വൈദഗ്ധ്യത്തോടു കൂടിയ ആ വെട്ട് അയാൾ അംഗീകരിച്ചു.

രാമന്റെ കണ്ണുകൾ ഉറച്ചു തന്നെ നിന്നു. അദ്ദേഹത്തിന് ഏകാഗ്രത നഷ്ടപ്പെട്ടില്ല. രാവണന്റെ അംഗീകാരത്തെ അദ്ദേഹം ശ്രദ്ധിച്ചില്ല. താനുണ്ടാക്കിയ മുറിവിൽ അദ്ദേഹം ഒരു നിമിഷം പോലും പാളി നോക്കിയില്ല. രാവണന്റെ അരക്കച്ച അഴിഞ്ഞപ്പോൾ പുറത്തു വന്ന, നാഭിയിലെ ഊത നിറമുള്ള വിരൂപമായ വളർച്ചയും. ഏതാണ്ടെല്ലാവർക്കും നാഗന്മാരുടെ വൈകല്യങ്ങളോട് രോഗാതുരമായ കമ്പമുണ്ട്. അവർക്കത് നോക്കാതിരിക്കാനാകില്ല. വീണ്ടും വീണ്ടും. പക്ഷെ രാമൻ അത്തരക്കാരനല്ല. അദ്ദേഹത്തിന്റെ കണ്ണുകൾ രാവണന്റെ കണ്ണുകളിൽ തന്നെ ഉറപ്പിച്ചു വെച്ചിരിക്കുകയാണ്. രാവണൻ വലതുവശത്തേക്കും പതിയെ വൃത്തത്തിന്റെ മദ്ധ്യത്തിലേക്കും നീങ്ങാൻ തുടങ്ങി. ഭീഷണമായി രാമനെ തുറിച്ചു നോക്കിക്കൊണ്ട്.

രാമനും അയാളെ പിന്തുടർന്നു. പതിയെ, അളന്നു മുറിച്ച്. ഒരിക്കലും സന്തുലനം കൈവിടാതെ. അദ്ദേഹം പ്രതിയോഗിയുടെ വേഗത്തിനൊപ്പം ചുവടു വച്ചു.

രാവണൻ വീണ്ടും പെട്ടെന്നാക്രമിച്ചു. രാമനാകട്ടെ രാവണന്റെ ഗതിവേഗത്തിനൊത്ത് ഇടതു വശത്തേക്ക് നീങ്ങിക്കൊണ്ട് ഒരു ചുവടിന്റെ പാതിയിലായിരുന്നു. അദ്ദേഹം തന്റെ വലതു കാൽ മണ്ണിൽ പൂഴ്ത്തുകയും പേശികൾ വലയ്ക്കുകയും പരിച ഉയർത്തുകയും രാവണന്റെ ആക്രമണം നേരിടാൻ തയ്യാറെടുക്കുകയും ചെയ്തു. പതിയെ, ഭീഷണമായി പരിചകൾ കൂട്ടിമുട്ടി. യോദ്ധാക്കൾ പരിചകളും വാളുകളും കൊണ്ട് പരസ്പരം തള്ളിമാറ്റാൻ ശ്രമിക്കും. രാവണന് ശരീര ഭാരം കൂടുതലാണ്. അയാൾ മെലിഞ്ഞ രാമനെ പുറകിലേക്ക് തള്ളിമാറ്റേണ്ടതായിരുന്നു. പക്ഷെ, അയാൾക്ക് പ്രായം കൂടുതലാണ്, മുറിവേറ്റിട്ടുമുണ്ട്. അടിവയറ്റിലേറ്റ മുറിവ് ആഴത്തിലുള്ളതുമാണ്.

ഏതാനും നിമിഷങ്ങൾ ആ സ്തംഭനാവസ്ഥ തുടർന്നു. എന്നിട്ട് രാവണൻ കുതറി മാറുകയും പുറകിലേക്ക് ചുവടു വയ്ക്കുകയും ചെയ്തു. സുരക്ഷിതമായ അകലത്തിലേക്ക് അയാൾ പരിച ഉയർത്തിപ്പിടിച്ചു, പ്രതിരോധിച്ചു കൊണ്ട്. അയാളുടെ വാൾത്തലപ്പ് പരിചയ്ക്ക് മുകളിൽ വിശ്രമിച്ചു. ആദ്യമായാണ് ആ ദ്വന്ദയുദ്ധത്തിൽ അയാൾ വാൾപ്പയറ്റുകാരന്റെ

വിശിഷ്ടമായ നില പ്രദർശിപ്പിക്കുന്നത്. അയാൾ രാമനെ തുറിച്ചു നോക്കി. ശ്വാസം ആഴത്തിലും ദ്രുതഗതിയിലുമാണ്.

രാമന് പെട്ടെന്നു കാര്യം മനസ്സിലായി. അതാണ് അവസരം. ആക്രമിക്കാനുള്ള അവസരം.

'അയോദ്ധ്യ വിജയിക്കട്ടെ!' രാമൻ അലറിക്കൊണ്ട് ആക്രമണം അഴിച്ചു വിട്ടു.

രാമൻ നിർദ്ദയമായി വാൾ ചുഴറ്റി, ഇടതു നിന്നും വലത്തോട്ട്. അദ്ദേഹം തന്റെ മാരകമായ വെട്ടുകൾ ഉടലിന്റെ നടുവിലെ നിലയിൽ നിർത്തി. ഭീഷണമായ ആയുധം പോലെ അദ്ദേഹം പരിചയുപയോഗിച്ചു. അദ്ദേഹം രാവണനെ പുറകിലേക്ക് നീങ്ങാൻ നിർബന്ധിതനാക്കി. അസാധാരണമായ കോണിൽ വേച്ചു പോയപ്പോൾ ലങ്കാധിപന്റെ പരിച ഉയർന്നു നിന്നു. അയാൾ പിന്നെയും ചുവടുറപ്പിച്ചു. രാമൻ വെട്ടിക്കയറിക്കൊണ്ടിരുന്നു. ഇടതുവശത്തേക്ക് സൂക്ഷ്മമായി ചലിച്ചു കൊണ്ട്. അദ്ദേഹം രാവണനെ മുറിപ്പെട്ട വലതുകാലിൽ കൂടുതൽ ഭാരം ചെലുത്താൻ നിർബന്ധിതനാക്കുകയാണ്. അയാളുടെ കാഴ്ചശക്തിയില്ലാത്ത വലം കണ്ണിന്റെ ദിശയിൽ രാമൻ നീങ്ങുന്നുമുണ്ട്.

ഇന്ദ്രജാലത്തിന്റെ വിളുമ്പിലേക്ക് രാമൻ തന്നെ ഉന്തി നീക്കുകയാണെന്ന് രാവണനു മനസ്സിലായി. ഇനി പുറകോട്ടു പോകാനാകില്ല. അയാൾ പെട്ടെന്ന് വലതു വശത്തു നിന്ന് കറങ്ങിത്തിരിഞ്ഞു. അത് അരുകിലൊതുക്കപ്പെട്ടവന്റെ ക്രോധമാണ്. രാമൻ വെട്ടിക്കൊണ്ട് മുന്നോട്ടു നീങ്ങിയപ്പോൾ അയാൾ പരിച കൊണ്ട് പുറകോട്ടു തള്ളാൻ ശ്രമിച്ചു. രാമൻ പുറകിലേക്ക് നീങ്ങുകയും അദ്ദേഹത്തിന്റെ കാലിടറുകയും ചെയ്തു. രാവണൻ അതിലൊരു സുവർണ്ണാവസരം കണ്ടെത്തി. അയാൾ വിജയഭേരി പോലെ അലറുകയും പരിച നിലത്തിട്ട് രണ്ടു കൈകൾ കൊണ്ടും മുറുകെ പിടിച്ച വാൾ ചുഴറ്റുകയും ചെയ്തു. അപ്രതീക്ഷിതമായ കോണിൽ നിന്നുള്ള വെട്ട്.

കെണി അടച്ചു കഴിഞ്ഞു, ഇര കുടുക്കിൽ വീണു. രാമൻ കാലിടറുന്നതായി നടിച്ചതായിരുന്നു. മണ്ണിൽ പൂഴ്ത്തിയ ഇടംകാലോടെ അദ്ദേഹം വൈദഗ്ധ്യത്തോടെ പരിച ചെരിക്കുകയും രാവണന്റെ വാൾത്തലപ്പ് വഴുതി മാറാൻ അനുവദിക്കുകയും ചെയ്തു, കാര്യമായി അതിനെ തടുക്കാതെ. രാവണന്റെ മാരകമായ വെട്ടിന്റെ ഭീതിതമായ ആക്കം ശരീരം തിരിയാൻ കാരണമായി. രാമൻ മിന്നൽ പിണർ പോലെ ചലിച്ചു. രാമൻ വിചാരിച്ചതു പോലെ തന്നെ പഴുത് പ്രത്യക്ഷപ്പെടുകയും ആ നിമിഷം അയോദ്ധ്യയുടെ

രാജാവ് പാഴാക്കാതിരിക്കുകയും ചെയ്തു. അദ്ദേഹം അക്രമാസക്തമായി വാളു കൊണ്ട് ആഞ്ഞു വെട്ടി.

വാൾ രാവണന്റെ അടിവയർ ഖേദമൊട്ടുമില്ലാതെ കീറി മുറിച്ചു. അതിന് യാതൊരു പ്രതിരോധവും നേരിടേണ്ടി വന്നില്ല. അത് നാഗന്റെ നാഭിയിലെ ഊത നിറമുള്ള വളർച്ച രണ്ടായി പിളരുകയും കുടലുകളും കരളും വൃക്കയും ഛേദിച്ച് ആഴ്ന്നിറങ്ങുകയും ചെയ്തു. രാമൻ ശങ്കയൊന്നുമില്ലാതെ തന്റെ തോളിന്റേയും പുറകുവശത്തിന്റെയും മുഴുവൻ ഭാരവുമുപയോഗിച്ച് ഇടിച്ചു കയറി. വാൾത്തലപ്പ് രാവണന്റെ പുറകു വശം തുളച്ച് പുറത്തു വന്നു.

ആവശ്യം വരികയാണെങ്കിൽ രാമൻ നിഷ്കരുണനായ യോദ്ധാവാണ്. പക്ഷെ, അദ്ദേഹം ക്രൂരനല്ല. അദ്ദേഹം പൊടുന്നനെ വാൾ വലിച്ചെടുത്തു. വലതു വശം ചേർത്ത് വലിച്ചെടുത്ത വാളിന്റെ മൂർച്ചയുള്ള അറ്റം രാവണന്റെ നട്ടെല്ലിനടുത്തുള്ള നാഡി മുറിച്ചു നീക്കി. ഇനി അയാൾക്ക് വേദനിക്കില്ല.

രാവണന്റെ കയ്യിൽ നിന്നും വാൾ ഊർന്നു വീണു. അയാൾ മുട്ടുകുത്തി. അയാൾ താഴേക്കു നോക്കി. അടിവയറ്റിലെ കുറ്റൻ മുറിവിൽ നിന്ന് ചെറു ജലധാര പോലെ രക്തമൊഴുകുന്നുണ്ട്. പക്ഷെ, അയാൾക്ക് വേദന തോന്നിയില്ല. തുറിച്ചു നോക്കുന്ന മുറിവിനെ അയാൾ നിർമമമായ അതിശയത്തോടു കൂടി നോക്കി. ഇതെന്റെ ശരീരമല്ലേ? എങ്കിൽ വേദന തോന്നേണ്ടതല്ലേ? അയാൾ മലർന്ന് തറയിൽ വീണു.

വേദവതി...ഞാൻ വരുന്നു...

രാമൻ മുന്നോട്ടു ചെല്ലുകയും കുനിഞ്ഞ് രാവണന്റെ കാലുകൾ നേരേയാക്കുകയും ചെയ്തു. നട്ടെല്ലറ്റു പോയതിനാൽ രാവണന് ഉടലിനു താഴെയുള്ള ഭാഗത്ത് നിയന്ത്രണങ്ങളൊന്നുമില്ല.

അതൊരു ചെറിയ പ്രവൃത്തി മാത്രമാണ്. പക്ഷെ, അവിടെ ക്കൂടിയവരെല്ലാം അതു ശ്രദ്ധിച്ചു. ഒരൊറ്റ ചിന്ത അവരുടെയെല്ലാം ഉള്ളിലൂടെ കടന്നു പോയി. രാമൻ ആദരണീയനായ യോദ്ധാവാണ്.

രാമൻ മുട്ടുകുത്തി, വാൾ മണ്ണിൽ കുത്തി രാവണന്റെ തലയുടെ അടുത്ത് കാത്തു നിന്നു. 'എപ്പോഴാണെന്ന്...'

രാവണൻ പതിയെ ശ്വസിക്കുന്നുണ്ട്. കണ്ണുകൾ അടയാൻ തുടങ്ങിയിട്ടുണ്ട്.

'നേരമായിട്ടില്ല...' രാവണൻ മന്ത്രിച്ചു.

രാമൻ കാത്തു നിന്നു.

രാവണൻ കഴുത്തിലേക്ക് കൈനീട്ടി സ്വർണ്ണമാല വലിച്ചെടുക്കുകയും വേദവതിയുടെ വിരലുകളുടെ തരുണാസ്ഥി അതിൽ നിന്ന് നീക്കം ചെയ്യുകയും ചെയ്തു. അയാളത് ചോരപുരണ്ട വലം കയ്യിൽ മുറുകെ പിടിച്ചു.

ശരീരത്തിന് ഊർജ്ജം പകരാൻ നീണ്ടതും സൗമ്യവുമായ നെടുവീർപ്പുകൾ രാവണനിൽ നിന്നുയർന്നു. അയാൾ രാമനെ നോക്കി.' ഞാൻ... നിങ്ങളുടെ ഭാര്യയെ ഒരിക്കലും തൊട്ടിട്ടില്ല...'

രാമന്റെ കണ്ണുകൾ ഭാവശൂന്യമാണ്. സഹതാപമില്ല. ക്രോധവുമില്ല. 'നിങ്ങളെ അതിനവൾ അനുവദിക്കില്ല. അവൾ സീതയാണ്. അവൾ വിഷ്ണുവാണ്. നിങ്ങളെക്കാൾ ശക്തയാണവൾ.'

രാവണൻ പതിയെ പുഞ്ചിരിച്ചു. 'അതല്ല...നിങ്ങൾക്ക് മനസ്സിലാകില്ല... ഞാൻ അവളുടെ അമ്മയെ പ്രണയിച്ചു...'

രാമൻ നെറ്റി ചുളിച്ചു. അദ്ദേഹമിപ്പോൾ നേരായും ആശയ ക്കുഴപ്പത്തിലാണ്.

രാവണൻ കൈ തുറന്ന് സ്വർണ്ണക്കൊളുത്തുകളാൽ ബന്ധിക്കപ്പെട്ട തരുണാസ്ഥികൾ രാമന് കാണിച്ചു കൊടുത്തു. 'ഞാനിപ്പോൾ എന്റെ ദേവതയുടെ അടുത്തേക്ക് മടങ്ങുകയാണ്...'

രാവണൻ ശ്വാസത്തിന് വേണ്ടി അൽപം നിൽക്കുകയും സംസാരം തുടരുകയും ചെയ്തു. 'ഞാൻ പോയതിനു ശേഷം... ഈ വിരൽ വേദവതിയുടെ മകൾക്ക് നൽകണം...സീത... അതെന്തു ചെയ്യണമെന്ന് സീതയ്ക്കറിയാം...'

രാമൻ തലയാട്ടി.

'എന്റെ മരണം രാമനെന്ന ഇതിഹാസത്തിന് ജന്മം നൽകും... ചിലപ്പോൾ അതായിരുന്നിരിക്കാം എന്റെ ജന്മലക്ഷ്യം...എന്തു കൊണ്ടെന്നാൽ ഇരുട്ടിന്റെ സന്താനമാണ് വെളിച്ചം...'

രാമൻ വീണ്ടും മിണ്ടാതിരിക്കാൻ ആഗ്രഹിച്ചു. രാവണൻ പറഞ്ഞതിനോട് അദ്ദേഹത്തിന് യോജിപ്പില്ല. പക്ഷെ മരണാസന്നനായ ഒരാളോട് തർക്കിക്കാതിരിക്കാനുള്ള വിവേകം അദ്ദേഹത്തിനുണ്ട്.

രാവണൻ നെടുവീർപ്പിട്ടു. 'ഞാൻ തയ്യാറാണ്...'

രാമൻ രാവണന്റെ വാളു നോക്കി. അത് ദൂരത്തു കിടക്കുന്നുണ്ട്. ഉടവാളു പിടിച്ച് മരിക്കണമെന്നാണ് ഇന്ദ്രഭഗവാനെ ആരാധിക്കുന്ന യോദ്ധാക്കൾ വിശ്വസിക്കുന്നത്. 'വാളു പിടിക്കണമെന്ന് ആഗ്രഹമുണ്ടോ?' രാവണൻ പുഞ്ചിരിച്ചു. 'നിങ്ങളുടെ ഭാര്യ പറഞ്ഞതു നേരാണ്....നിങ്ങളൊരു നല്ല മനുഷ്യനാണ്...' രാമൻ ഒന്നു നിന്നു. രാവണനിൽ നിന്നുള്ള അന്തസ്സിന്റെ ആദ്യസൂചനയെ അനുമോദിച്ചു. കുറേക്കൂടി സൗമ്യമായി അദ്ദേഹം തന്റെ ചോദ്യം ആവർത്തിച്ചു. 'രാവണാ, നിങ്ങളുടെ വാൾ കയ്യിലെടുക്കണമെന്നുണ്ടോ?'

'ഇല്ല...എനിക്കാവശ്യമുള്ളത് എന്റെ കയ്യിലുണ്ട്. നേരായും ആവശ്യമുണ്ടായിരുന്ന ഒരേ ഒരു കാര്യം...വേദവതിയുടെ കൈ...'

രാമൻ ഒരു നിമിഷത്തേക്ക് ശ്വാസമടക്കിപ്പിടിച്ചു. ഒരു സ്ത്രീയെ അത്രയും ഗംഭീരമായി പ്രണിയിച്ച ഒരാൾക്ക് മോശം മനുഷ്യനാകാൻ കഴിയില്ല. അയാൾക്കുള്ളിൽ അൽപ്പം നന്മ ഉണ്ടായിരുന്നിരിക്കാം...ചിലപ്പോൾ...

'സമാധാനത്തോടെ വിട പറയൂ, ലങ്കാധിപാ,' രാമൻ മന്ത്രിച്ചു.

രാമൻ തന്റെ വാളു കൈയ്യിലെടുത്ത് കുത്തനെ പിടിച്ചു. അദ്ദേഹം അതിന്റെ മുന രാവണന്റെ നെഞ്ചിനടുത്തേക്ക് കൊണ്ടു വന്നു. കൃത്യം ഹൃദയത്തിനു മുകളിൽ. അദ്ദേഹം രാവണന്റെ കണ്ണുകളിലേക്ക് നോക്കി. രാവണൻ പുഞ്ചിരിച്ചു. അയാളവളെ വീണ്ടും കാണാൻ പോകുകയാണ്.

വേദവതി...

രാമൻ ധൃതഗതിയിൽ വാൾ ആഞ്ഞു തള്ളി. അത് മാംസപേശികളും മാംസവും വകഞ്ഞുമാറ്റി വാരിയെല്ലുകൾക്കിടയിലൂടെ ഊർന്നിറങ്ങി. അത് ഹൃദയത്തെ കണ്ടെത്തി രണ്ടായി ഛേദിച്ചു. തിടുക്കത്തിലുള്ള, ദയ നിറഞ്ഞ ഒരൊറ്റ വെട്ടിലൂടെ! രാമൻ വിദഗ്ധനായ യോദ്ധാവാണ്.

രാവണന്റെ ഹൃദയം പിളർന്ന് രക്തം പുറത്തു ചാടുകയും അയാളുടെ ആത്മാവിന് രക്ഷപ്പെടാനുള്ള വഴി തുറന്നു കൊടുക്കുകയും ചെയ്തു. ദൂഷിയ്ക്കും വരെ കൂടിനകത്ത് പൂട്ടിയിടപ്പെട്ട പ്രണയം സ്വതന്ത്രമാക്കപ്പെട്ടു. നിസ്സാരമായ ഈ ലോകത്തിനപ്പുറത്തെ പ്രപഞ്ചത്തിലേക്ക്. ആത്മാവിന്റെ തിളക്കത്തിൽ ദൂഷിപ്പ് അതിജീവിക്കാത്ത ഇടത്തേക്ക്.

അയാളുടെ ആത്മാവ് പുറത്തേക്കു കുതിച്ചു പാഞ്ഞു. ഏറ്റവും പ്രധാനമായ ഒരോർമ്മയും വഹിച്ചു കൊണ്ട്. പ്രധാനമായ ഒരേയൊരു ഓർമ്മ.

വേദവതി.

അദ്ധ്യായം 40

അന്ന വൈകുന്നേരം രാമൻ അശോക വനത്തിൽ നിൽക്കുകയാണ്. ഇുറസ്സായ സ്ഥലത്തിന്റെ വിളുമ്പിൽ. അതിന്റെ നടുവിലെ കുടിലിലേക്ക് ഉറ്റു നോക്കിക്കൊണ്ട്.

അവൾ അകത്തുണ്ട്. അദ്ദേഹത്തിന്റെ സീത അകത്തുണ്ട്.

രാവണന്റെ മരണത്തിന ശേഷം കാര്യങ്ങൾ തിടുക്കത്തിൽ നടന്നു. രാവണന്റെ ജഡത്തെ അങ്ങേയറ്റത്തെ ആദരവോടെ പരിചരിക്കണമെന്ന് രാമൻ ഉത്തരവിട്ടിരുന്നു. സഹോദരന്മാരുടെയും സേനാപതികളുടെയും കൂടെ രാവണന്റെ ജഡം കൊട്ടാരത്തിലെത്തിച്ചു. മരണ മുഖംമൂടി നിർമ്മിക്കപ്പെട്ടു. രാമന്റെ സൈന്യത്തിലെ ചിലർ അതെല്ലാം അനാവശ്യമാണെന്നും ശത്രുവിനോടുള്ള അമിതമായ ആദരവാണെന്നും വാദിച്ചു. പക്ഷെ രാമൻ ഇന്ദ്രഭഗവാനെ തന്നെ ഉദ്ധരിച്ചു കൊണ്ട് അവരുടെ വായടപ്പിച്ചു: മരണാന്താനി വൈരാനി. മരണത്തോടൊപ്പം ശത്രുത അവസാനിക്കുന്നു.

ലങ്കയുടെ നിരായുധീകരിക്കപ്പെട്ട സൈന്യം അയോധ്യക്കാരാൽ ചുറ്റപ്പെട്ട് നഗരത്തിന പുറത്തു തന്നെയുണ്ട്. രാമന്റെ സൈന്യത്തിന്റെ ഒരു ചെറു വിഭാഗം സിഗിരിയയിൽ പ്രവേശിക്കുകയും പ്രധാന നിരത്തുകളിലൂടെ അയോദ്ധ്യയുടെ പതാകയും പാറിച്ച് ക്രമസമാധാന നില ഉറപ്പു വരുത്താനായി റോന്തു ചുറ്റുകയും ചെയ്തു. ഭാവിയെക്കുറിച്ച് പേടിയുണ്ടെങ്കിലും ലങ്കയുടെ പൗരന്മാർ അച്ചടക്കത്തോടെ അത് കണ്ടു നിന്നു.

നഗരത്തിൽ കുഴപ്പങ്ങളൊന്നുമില്ലെന്ന് ഉറപ്പു വരുത്തിയ രാമൻ അശോകവനത്തിലേക്കു പാഞ്ഞു. വിജയിയായ ഒരു സൈന്യാധിപൻ

ചെയ്യേണ്ട കാര്യങ്ങളെല്ലാം അദ്ദേഹം ചെയ്തു കഴിഞ്ഞിരുന്നു. ഇനി ഏകാന്തമായ ഹൃദയത്തിന്റെ നിരന്തരമായ വിളികൾക്ക് കാതോർക്കേണ്ട നേരമാണ് .ഒരു ഭർത്താവ് പ്രിയങ്കരിയായ ഭാര്യയെ കാണാൻ വന്നിരിക്കുകയാണ്. ഏറെ നാൾ നീണ്ടു നിന്ന വിരഹത്തിനു ശേഷം.

'ഇവിടെ കാത്തു നിൽക്കൂ,' രാമൻ തന്റെ സുരക്ഷാഭടന്മാരോട് മന്ത്രിച്ചു. എന്നിട്ട് കുടിലിനു നേർക്ക് നടന്നു. രാമന്റെ സുരക്ഷാ ഭടന്മാർ തുറസ്സിന്റെ വിളുമ്പിൽ നിശബ്ദരായി നോക്കി നിന്നു. ഭരതനും ശത്രുഘ്നനും വകതിരിവുള്ള ദൂരത്തിൽ പുറകെ നടന്നു. ശസ്ത്രക്രിയയ്ക്ക് ശേഷം ലക്ഷ്മണൻ അപ്പോഴും ശക്തി വീണ്ടെടുക്കുന്നതേയുള്ളൂ. അയാളെ സിഗിരിയയിലെ കൊട്ടാരം ആശുപത്രിയിലേക്കു മാറ്റിയിട്ടുണ്ട്.

രാമൻ കുടിലിനു പുറത്തു നിന്നു. അദ്ദേഹം വരാന്തകളിലെ ഈറ്റ കസേരകളും മേശകളും നോക്കി. അതിനുമപ്പുറം നിരവധി മാസങ്ങൾ അദ്ദേഹത്തിന്റെ ഭാര്യയുടെ ലളിതമായ കിടപ്പാടമായിരുന്ന കുടിലിലേക്കുള്ള തുറന്ന വാതിൽ.

അദ്ദേഹം ദീർഘമായി നിശ്വസിച്ചു. വന്യമായി പിടയ്ക്കുന്ന ഹൃദയത്തെ ശാന്തമാക്കി.

സീത.

അദ്ദേഹം മൂന്നു പടി കയറി വാതിലിനു നേർക്കു നടന്നു.

'സീത...'

അദ്ദേഹം നടത്തം നിർത്തി.

രാമന്റെ ജീവനായ സീത കുടിലിന്റെ വാതിലിൽ പ്രത്യക്ഷപ്പെട്ടിരുന്നു. വെളുത്ത കച്ചയും പുറം കുപ്പായവും കാവി നിറമുള്ള അംഗവസ്ത്രവും കയ്യിൽ സ്വർണ്ണ നിറമുള്ള പൂജാ പാത്രവും. അതിൽ മൺചിരാതും അൽപ്പം അരിമണികളും ഒരു നുള്ള് കുങ്കുമവും ചെറിയൊരു മൊന്തയിൽ വെള്ളവും. അവൾ വിജയശ്രീലാളിതനായ തന്റെ ഭർത്താവിനെ അഭിമാനം തുളുമ്പുന്ന കണ്ണുകളോടെ നോക്കി. പ്രണയം തുടിക്കുന്ന പുഞ്ചിരി ചുണ്ടിൽ പരന്നു.

രാമൻ നിന്നിടത്തു തന്നെ നിന്നു. അതാണ് പാരമ്പര്യം.

സീത അദ്ദേഹത്തിന്റെ അടുത്തേക്കു ചെന്ന് ആരതിയുഴിഞ്ഞു. മൂന്നു വട്ടം. ഭർത്താവ് അവളുടെ അടുത്തേക്ക് വിജയശ്രീലാളിതനായി തിരിച്ചു വന്നതിന് അഗ്നി ഭഗവാൻ സാക്ഷ്യം വഹിച്ചു.

പിടിച്ചടക്കാനാകാത്ത നഗരത്തിൽ നിന്നുള്ള അചഞ്ചലനായ വീരൻ.

അവൾ വെള്ളത്തിൽ കൈ മുക്കി. പിന്നീട് അരിമണികളിലും. അതവളുടെ വിരലുകളിൽ ഒട്ടിപ്പിടിച്ചു. അവൾ ധാന്യമണികൾ രാമന്റെ നെറ്റിയിലമർത്തി. അതദ്ദേഹത്തിന്റെ കണ്ണുകൾക്കിടയിൽ പറ്റിപ്പിടിച്ചു.

പിന്നീട് നനഞ്ഞ മോതിരവിരലു കൊണ്ട് കുങ്കുമമെടുത്ത് രാമന്റെ നെറ്റിയിൽ പുരട്ടി. വെടിപ്പോടെ, നെടുകേ.

വിജയശ്രീലാളിതരായ ഭർത്താക്കന്മാർ കൊട്ടാരത്തിലേക്ക് തിരിച്ചു വരുമ്പോൾ അയോദ്ധ്യയിലെ രാജ്ഞിമാർ ആരതിയ്ക്കു ശേഷം പറയുന്ന അഭിമാനം തുളുമ്പുന്ന വാക്കുകൾ സീത ആവർത്തിച്ചു. 'അങ്ങയുടെ മഹത്തായ വിജയത്തിന്റെ വാർത്ത പ്രതാപിയായ സൂര്യഭഗവാന്റെ ഓരോ രശ്മിയിലും സഞ്ചരിക്കട്ടെ, അവ പതിക്കുന്ന പ്രപഞ്ചത്തിന്റെ ഏതു കോണിലും ചെന്നെത്തട്ടെ.'

'സൂര്യദേവൻ ജയിക്കട്ടെ,' രാമൻ പറഞ്ഞു. സൂര്യവംശികളുടെ കുലദൈവമാണ് സൂര്യഭഗവാൻ.

'സൂര്യദേവൻ ജയിക്കട്ടെ,' സീതയും ആവർത്തിച്ചു.

രാമൻ ഭാര്യയുടെ കയ്യിൽ നിന്നും താലം വാങ്ങി മേശയുടെ മുകളിൽ വച്ചു. എന്നിട്ടവൾക്കു നേരെ കൈനീട്ടി. അവൾ അദ്ദേഹത്തിന്റെ കൈകളിൽ അലിഞ്ഞു ചേർന്നു. അദ്ദേഹം അവളുടെ കൈകളിലും.

ഏറെ മാസങ്ങളായി പരസ്പരം കണ്ടിട്ട്, ജീവിതം മുഴുവൻ നീണ്ട വിരഹം പോലെ.

ആകാശത്തിന്റെ ദേവനായ ദവ്യസിന് വിഷണ്ണനായിരിക്കാൻ ഇനി കാരണമൊന്നുമില്ല. അദ്ദേഹം ശുദ്ധമായ കാവി നിറമെടുത്തണിഞ്ഞു. സൂര്യഭഗവാൻ ശക്തിയായി പ്രകാശിക്കുന്നുണ്ടെങ്കിലും വൈകുന്നേരത്തെ ചൂട് കരുണയോടെ കുറച്ചിട്ടുണ്ട്. ചന്ദ്രഭഗവാനാകട്ടെ നേരത്തെ എത്തിയിട്ടുണ്ട്... എന്തുകൊണ്ടെന്നാൽ അനുരാഗലോലനായ ചന്ദ്രൻ സദാ പ്രണയത്താൽ ആവേശിക്കപ്പെട്ടവനാണ്. വായു ഭഗവാനാകട്ടെ സമൃദ്ധമായ ഉദ്യാനങ്ങൾക്കു ചുറ്റും പതിയെ വീശി, പ്രണയത്തിന്റെ സുഗന്ധം പരത്തിക്കൊണ്ട്. ഭൂമിദേവിയാകട്ടെ തന്റെ മകളെയും സൂര്യവംശത്തിന്റെ വിജയശ്രീലാളിതനായ പിൻമുറക്കാരനെയും പ്രശാന്തമായി തൊട്ടിലാട്ടി. അവർ പരസ്പരം പുണർന്നു നിന്നു.

ഏറെ മാസങ്ങളായി കണ്ടിട്ട്, ജീവിതം മുഴുവൻ നീണ്ട വിരഹം പോലെ.

ചെറുപ്പക്കാരുടെ പ്രണയം കൽക്കരി പോലെയാണെന്നാണ് പഴമക്കാർ പറയുന്നത്. അത് തിളക്കത്തോടെയും അഭിനിവേശത്തോടെയും എരിയും. എന്നാലത് നീണ്ടു നിൽക്കുന്നില്ല. എന്നാൽ അതികഠിനമായ സമ്മർദ്ദങ്ങൾക്ക് വിധേയമായാൽ അത് രത്നമായി തീരും. ലോകത്തിൽ വെച്ചു തന്നെ ഏറ്റവും ശക്തമായ പ്രണയം. രാമനും സീതയും... അവരുടെ പ്രണയം അഴലിന്റെ ചൂടിനാലും സമ്മർദ്ദത്താലും ശക്തിപ്പെടുത്തിയതാണ്.

വിരഹത്തിന്റെ ഭാരം കൊണ്ടും. അതിനെ ഒന്നിനും തകർക്കാനാകില്ല. ഒന്നിനും.

എല്ലാ ദിശയിലും അനന്തതയിലേക്ക് നീളുന്നതാണ് പ്രപഞ്ചമെങ്കിൽ, മധ്യഭാഗം എവിടെയാണ്? അനന്തതയ്ക്കുള്ളിൽ ഒരു കേന്ദ്രം കണ്ടെത്താൻ സാധ്യമാണോ? നിങ്ങൾ നിൽക്കുന്നിടത്താണ് കേന്ദ്രമെന്ന് ജ്ഞാനികൾ പറയുന്നു. എന്നാൽ നിങ്ങളുടെ പ്രണയിനി നിൽക്കുന്നിടത്താണ് കേന്ദ്രമെന്ന് ആത്മജ്ഞാനമുള്ളവർ പറയുന്നു.

രാമനും സീതയും അവരുടെ നേരായ കേന്ദ്രങ്ങൾ കണ്ടെത്തിയവരാണ്, ഒരിക്കൽ കൂടി.

'ഞാൻ നിന്നെ പ്രണയിക്കുന്നു, എന്റെ രാജകുമാരീ,' രാമൻ മന്ത്രിച്ചു.

'ഞാനങ്ങയെ പ്രണയിക്കുന്നു, എന്റെ ഹൃദയമേ.'

ശോകമില്ലാത്ത അശോകവനിക നേരായും ശോകമില്ലാത്ത ഇടമായി മാറി.

പിറ്റേന്ന് രണ്ടാം യാമത്തിന്റെ മൂന്നാം മണിക്കൂർ.

സൂര്യഭഗവാൻ ഉച്ചിയിലെത്താൻ തുടങ്ങിയിട്ടുണ്ട്.

രാമനും സീതയും നഗരഭരണത്തിന്റെ തിരക്കിലാണ്. എന്നിട്ടവർ ലങ്കയുടെ രാജ്ഞിയായ മണ്ഡോദരിയെ സന്ദർശിച്ചു, വസിഷ്ഠന്റെ ഉപദേശ പ്രകാരം. മണ്ഡോദരി രാജ്ഞി മാത്രമല്ല; ഭാരത ഉപഭൂഖണ്ഡത്തിലെ ഋഷിമാരും സന്യാസിമാരും ആദരിക്കുന്ന വ്യക്തിത്വം കൂടിയാണ്. മണ്ഡോദരി വേദപഥത്തിലെ മുൻനിര പണ്ഡിതകളിലൊരുവളാണ്.

രാമനും സീതയും ലങ്കയുടെ രാജ്ഞിയുടെ വീടായ നിരാഡംബരമായ കുടിലിനു പുറത്ത് കാത്തിരിക്കുകയാണ്. വസിഷ്ഠനുമുണ്ട്.

ഭരതൻ വിവേകത്തോടെ തന്റെ ജ്യേഷ്ഠനേയും ജ്യേഷ്ഠത്തിയേയും അനുഗമിച്ചിട്ടില്ല. മണ്ഡോദരിയുടെ മകനെ അയാളാണു കൊന്നത്. അതുകൊണ്ടു തന്നെ മണ്ഡോദരി അയാളെ കാണുന്നത് ഉചിതമല്ല, ഇത്ര വേഗത്തിലെങ്കിലും.

'മണ്ഡോദരീ,' വസിഷ്ഠൻ കൈകൾ കൂപ്പി വണങ്ങി. അയാൾ അവരുടെ അരികിൽ ചെന്നിരുന്ന് സൗമ്യമായി പറഞ്ഞു, 'നിങ്ങൾക്ക് ജീവിതത്തിൽ ഏറെ ചെയ്യാനുണ്ട്. ഭാരതാംബയ്ക്കു വേണ്ടി. നിങ്ങൾക്ക് പോകാനാകില്ല...'

മണ്ഡോദരി ലളിതമായ ഒരു തഴപ്പായയിൽ നിലത്തു കിടക്കുകയാണ്. പുരാതന ധർമ്മപാരമ്പര്യമായ പ്രായോപവേശത്തി

നൊരുങ്ങിയിരിക്കുകയാണ് മണ്ഡോദരി. പ്രാദേശിക ഭാഷയിൽ പ്രായോപവേശത്തിന് സന്താരയെന്നാണ് പറയുന്നത്. മരണം വരെ കിടക്കുകയെന്നാണ് അതിനർത്ഥം. ആ വ്രതമെടുത്താൽ ഒരാൾ സ്വമേധയാ മരണം വരെ നിരാഹാരം കിടക്കും. ഭക്ഷണത്തിന്റെയും പാനീയങ്ങളുടെയും അളവ് പതിയെ കുറച്ചു കൊണ്ടു വരും. ആത്മീയ തലത്തിൽ ആ കുറച്ചു കൊണ്ടുവരൽ ഉടലിന്റെയും ആശകളുടെയും മെലിയിപ്പിക്കലാണ്. ഈ ജന്മത്തിലെ കർമ്മങ്ങൾ കഴിഞ്ഞെന്നും അതവസാനിപ്പിക്കണമെന്നും ഒരാത്മാവ് തീരുമാനിക്കുകയാണ്.

ഈ ജീവിതത്തിൽ ഇനിയൊന്നും ചെയ്യാനില്ലെന്ന് മണ്ഡോദരി തീരുമാനിച്ചു കഴിഞ്ഞിരിക്കുന്നു. വസിഷ്ഠന് അതിനോടു യോജിപ്പില്ല.

'വസിഷ്ഠ ഗുരോ,' മണ്ഡോദരി എപ്പോഴും ചുണ്ടുകളിലുള്ള സൗമ്യമായ പുഞ്ചിരിയോടെ പറഞ്ഞു. പ്രായോപവേശത്തിലേക്ക് നീങ്ങുന്ന ഒരു ആത്മാവിന്റെ തിളക്കം മണ്ഡോദരിയുടെ മുഖത്തുണ്ട്. 'എനിയ്ക്കുള്ളതെല്ലാം ഭാരതാംബയ്ക്ക് ഞാൻ നൽകിക്കഴിഞ്ഞു. ഇപ്പോൾ ഭാരതാംബയെ മുന്നോട്ടു നയിക്കാൻ കെൽപ്പുള്ളവർക്ക് ഉപദേശം നൽകേണ്ടത് അങ്ങാണ്. എന്റെ കാലം കഴിഞ്ഞു. എന്റെ കർമ്മം കഴിഞ്ഞു.'

സീത കുടിലിനുള്ളിലേക്ക് നിശബ്ദമായി കടന്നു വന്നു. മുട്ടുകുത്തി മണ്ഡോദരിയുടെ കാലു തൊട്ടു, 'മാതാവിനേയും വസിഷ്ഠ ഗുരുവിനേയും പോലുള്ള മഹത്തുക്കൾക്കിടയിൽ വാ തുറക്കാൻ പോലും എനിയ്ക്ക് അർഹതയില്ല. എങ്കിലും മാതാവേ, ഞാൻ ചിലതു പറയട്ടെ...'

'തീർച്ചയായും, എന്റെ കുഞ്ഞേ,' മണ്ഡോദരി പറഞ്ഞു.

'അഴലിനാൽ ഉണ്ടാകുന്ന തളർച്ച ഒരാളുടെ കർമ്മം തീർന്നെന്ന തോന്നലുണ്ടാക്കും,' സീത പറഞ്ഞു. 'അത് മനസ്സിലാക്കാവുന്നതേയുള്ളൂ. പക്ഷെ ഈ തളർച്ച അവസാനിക്കും. എന്തുകൊണ്ടെന്നാൽ മാറ്റവും ചലനവും ജീവിതത്തിന്റെ സത്താണ്. നാം അഴലിനു മുന്നിൽ തോൽക്കാൻ പാടില്ല.'

മണ്ഡോദരി പുഞ്ചിരിച്ചു. 'അതല്ല, എന്റെ കുഞ്ഞേ. അഴലിനെ വില കുറച്ചു കാണരുത്. അതു മനസ്സിന് വ്യക്തത നൽകും. എന്റെ മനസ്സ് വ്യക്തമാണ്. സിഖി ബുദ്ധന്റെ വാക്കുകൾ ഓർക്കു; പ്രപഞ്ചത്തിലെ പരമമായ സത്യം അഴലാണ്.'

'അതു നേരാണ്, മാതാവേ,' സീത പറഞ്ഞു, 'പക്ഷേ, പ്രപഞ്ചത്തിന്റെ കണ്ണാടിയിലൂടെ നോക്കിയാൽ മാത്രം. മറ്റൊരു കണ്ണാടിയിലൂടെ, മനുഷ്യന്മാരുടെ കണ്ണാടിയിലൂടെ നോക്കിയാൽ അഴലെന്നാൽ പ്രകടിപ്പിക്കപ്പെടാൻ വെമ്പുന്ന സ്നേഹമാണ്. അഴലെന്നാൽ

പൂട്ടിയിടപ്പെട്ട സ്നേഹമാണ്. അണകെട്ടി നിർത്തിയ സ്നേഹം. എവിടെയും പോകാനില്ലാത്ത വികാരങ്ങളാലാണ് അഴലിനെ നിർമ്മിച്ചിരിക്കുന്നത്. നിങ്ങൾ സ്നേഹം പ്രകടിപ്പിക്കാൻ കൊതിച്ചയാൾ പോയതു കൊണ്ട്...'

മണ്ഡോദരി നിശബ്ദയായി ഇരുന്നു. അവരുടെ കണ്ണുകൾ നനഞ്ഞിട്ടുണ്ട്. അണകെട്ടി തടഞ്ഞ സ്നേഹം പോലെ.

കഴുത്തിൽ തൂങ്ങിക്കിടക്കുന്ന പതക്കം വിരലുകൾക്കിടയിൽ മുറുകെ പിടിച്ചുകൊണ്ട് സീത തുടർന്നു. അവളുടെ മാതാവിന്റെ വിരൽ. 'എന്തിലൂടെയാണ് മാതാവ് കടന്നു പോകുന്നതെന്ന് എനിക്കറിയാം. സ്നേഹത്തിന് ഒഴുകേണ്ടതുണ്ട്, എന്തുകൊണ്ടെന്നാൽ അതാണ് ആത്മാവിന്റെ ഉയിരും യൗവ്വനത്തിന്റെ ഊർജ്ജവും. സ്നേഹം നിശ്ചലമാകരുത്. അങ്ങനെ വന്നാൽ അത് ഉല്ലാസരഹിതമാകും. സ്നേഹിക്കുന്നയാളെ നഷ്ടപ്പെട്ടാൽ, സ്നേഹം നൽകാൻ ആരുമില്ലാതായാൽ, സ്നേഹം അഴലായി മാറുന്നു. വിഷാദത്താൽ തടയപ്പെട്ട പ്രണയമാണ് അഴൽ. നിങ്ങൾക്ക് സ്നേഹിക്കാൻ ആഗ്രഹമുള്ള ആൾ അടുത്തില്ലാത്തതല്ല അഴൽ. നിങ്ങളുടെ സ്നേഹം സ്വീകരിക്കാനാളില്ലാത്തതാണ്...ഞാൻ സ്നേഹിക്കാൻ ആഗ്രഹിച്ച ആളെ എനിക്ക് കാണാൻ കഴിഞ്ഞില്ല...എന്റെ പെറ്റമ്മയെ...ഞാൻ സ്നേഹം കൊടുത്തയാൾ എനിയ്ക്ക് നഷ്ടപ്പെടുകയും ചെയ്തു...എന്റെ പോറ്റമ്മ. പക്ഷെ എന്നെ പൂർണ്ണമാക്കുന്ന ഒരാളുണ്ട്.' വാതിൽക്കൽ നിശബ്ദനായി നിൽക്കുന്ന രാമനെ സീത നോക്കി. 'ഞാൻ കാത്തിരിക്കുകയും ഹൃദയം തുറക്കുകയും ചെയ്തു. അതോടെ എന്റെ വേദന മാറി...'

മണ്ഡോദരി ദീർഘമായി നിശ്വസിച്ചു. ആത്മാവിൽ നിന്നും കെട്ടഴിച്ചു വിടാൻ നിരന്തരമായി അപേക്ഷിച്ച കണ്ണുനീർത്തുള്ളികൾ തടഞ്ഞു വയ്ക്കാൻ അവർ പരിശ്രമിച്ചു. എന്തുകൊണ്ടെന്നാൽ അവർക്കുള്ളിൽ ഇനിയും പകരാൻ സ്നേഹമുണ്ട്. തന്റെ മകനു കൊടുക്കാൻ ഇനിയും സ്നേഹമുണ്ട്. ഇന്ദ്രജിത്തിന്.

'ആ സ്നേഹം എനിക്കു തരൂ, മാതാവേ,' രാമൻ പറഞ്ഞു.

മണ്ഡോദരി രാമനെ നോക്കി. കണ്ണുനീർ തുള്ളികൾ ഒഴുകിയിറങ്ങി. അവർ ഏങ്ങലടിച്ചു കരഞ്ഞു.

രാമൻ ലങ്കയുടെ രാജ്ഞിയ്ക്കടുത്ത് മുട്ടുകുത്തി. 'ആ സ്നേഹം എനിയ്ക്കു തരൂ, മാതാവേ. ഞാൻ വാക്കു തരുന്നു, ഞാൻ നല്ലൊരു മകനായിരിക്കും. ഞാനും എന്റെ സഹോദരന്മാരും എന്റെ പ്രജകളും ഇന്ദ്രജിത്തിനേയും കുംഭകർണ്ണനേയും എല്ലാ വർഷവും ആദരിക്കുമെന്ന് ഞാൻ വാക്കു തരുന്നു. യുഗാവസാനം വരെ. ഇതെന്റെ ദശരഥപ്രതിജ്ഞയാണ്.'

ദശരഥപ്രതിജ്ഞ ഒരിക്കലും ലംഘിക്കാനാകാത്ത വാഗ്ദാനമാണ്, ഏത് സാഹചര്യത്തിലും, ഏത് കാലത്തും, ഏത് ദേശത്തും.

മണ്ഡോദരി രാമന്റെ കവിളിൽ തടവി. തന്റെ കുഞ്ഞിനെ ആശ്വസിപ്പിക്കുന്ന മാതാവിനെപ്പോലെ. കണ്ണുനീർത്തുള്ളികൾ പിന്നെയും ഒഴുകിത്തുടങ്ങി. അതവരുടെ ആത്മാവിനെ കഴുകി തുടച്ചു.

'എല്ലാവർക്കും സഹനമുണ്ട്, മണ്ഡോദരീ,' വസിഷ്ഠൻ പറഞ്ഞു. 'ആരും സഹനത്തിൽ നിന്നും മുക്തരല്ല. ഇതാണ് ജീവിത യാഥാർത്ഥ്യം. പക്ഷെ, ആദരണീയരായവരുടെ സഹനത്തിൽ നിന്നും സ്വാർത്ഥരുടെ സഹനത്തിന് വ്യത്യാസമുണ്ട്. സ്വാർത്ഥർ അവരുടെ സഹനങ്ങളിൽ കരയുകയും മോങ്ങുകയും ശ്രദ്ധ ക്ഷണിക്കുകയും ചെയ്യും. മറ്റുള്ളവരുടെ സഹാനുഭൂതി അവർക്കാവശ്യമാണ്. തങ്ങൾ ഇരകളാണെന്നാണ് അവർ സ്വയം വിശ്വസിക്കുന്നത്. ആദരണീയവരാകട്ടെ തങ്ങളെ ഇരകളായി കാണുന്നില്ല. മറ്റുള്ളവരുടെ സഹനങ്ങൾ കുറയ്ക്കലാണ് തങ്ങളുടെ ജീവിത ദൗത്യമെന്ന് അവർ വിശ്വസിക്കുന്നു. അവർ സഹിക്കുന്നതു പോലെ മറ്റാരും സഹിക്കരുതെന്ന് ആദരണീയരായവർ ആഗ്രഹിക്കും. സ്വാർത്ഥരായവരുടെ സഹനം ലോകത്തെ മുറിപ്പെടുത്തും. എന്നാൽ ആദരണീയരായവരുടെ സഹനം ലോകത്തെ കൂടുതൽ മികച്ച ഇടമാക്കി മാറ്റും.'

മണ്ഡോദരി മിണ്ടാതെയിരുന്നു. പക്ഷെ അവരുടെ കണ്ണുകളിൽ ഒരു പുതിയ ബോധ്യം പ്രതിഫലിപ്പിച്ചു. വസിഷ്ഠന്റെ വാക്കുകൾ ഫലം കാണുകയാണ്.

'ഈ ലോകത്തു തന്നെ തുടരൂ, മണ്ഡോദരീ. അതിനെ കൂടുതൽ മികച്ച ഇടമാക്കി മാറ്റൂ.'

നാല് സഹോദരന്മാരിൽ മൂന്നു പേരും സീതയും ചില്ലു കൊണ്ടു മറച്ച ചെറു ദ്വാരങ്ങളിലൂടെ തങ്ങളുടെ വീട് ഉറ്റു നോക്കുകയാണ്. അവരുടെ സുന്ദരമായ വീട്. നാലാമത്തെ സഹോദരനായ ശത്രുഘ്നനാകട്ടെ ഒരു പുസ്തകം വായിക്കുകയാണ്.

പുഷ്പകവിമാനം അയോദ്ധ്യയുടെ ഗംഭീരമായ കോട്ടമതിലുകളെ ചുറ്റുന്ന കിടങ്ങുകൾക്ക് മുകളിൽ വട്ടമിട്ടു പറന്നു. ചക്രവർത്തി അയുത്തയൂസിന്റെ ഭരണകാലത്ത്, നൂറ്റാണ്ടുകൾക്കു മുമ്പ് പണിതതാണ് ആ കിടങ്ങുകൾ. സരയൂനദിയിൽ നിന്നും വെള്ളം വലിച്ചു കയറ്റി പണിത ആ ജലസേചന ചാലുകളുടെ അളവുകൾ അതിശയകരമാണ്. അതിന് എൺപതു

കിലോമീറ്ററിലധികം നീളമുണ്ട്. അയോദ്ധ്യാ നഗരത്തിന്റെ മൂന്നാമത്തെയും ഏറ്റവും പുറത്തുള്ളതുമായ മതിലിനെ അത് പ്രദക്ഷിണം വച്ചു. രണ്ടര കിലോമീറ്റർ വീതിയുമുണ്ട്. ശ്വാസമടക്കി പിടിച്ചേ അതു കാണാനാകൂ. രാമനേയും സീതയേയും ലക്ഷ്മണനേയും സംബന്ധിച്ചിടത്തോളം ആ കാഴ്ച ദിവ്യമായിരുന്നു. അവർണനീയം. പതിനാലു വർഷങ്ങൾക്ക് മുമ്പാണ് ഗംഭീരമായ ആ കാഴ്ച അവർ അവസാനമായി കണ്ടത്.

സൂര്യഭഗവാൻ മായാൻ തുടങ്ങിയിട്ടുണ്ട്. സന്ധ്യ മാഞ്ഞു തുടങ്ങി. അയോദ്ധ്യയിലെ പൗരന്മാർ ആഘോഷത്തിമിർപ്പിലാണ്. എല്ലാ വീടുകളിലും – വരാന്തയിലും ചവിട്ടു പടിയിലും മച്ചിലും മട്ടുപ്പാവിലും – ദീപങ്ങൾ കൊളുത്തി വച്ചിട്ടുണ്ട്. കോട്ടയുടെ കൊത്തളങ്ങളിൽ നിറയെ ദീപങ്ങളാണ്. അന്തരീക്ഷത്തിൽ ഒച്ചയും വെടിക്കെട്ടിന്റെ തിളക്കവുമുണ്ട്.

രാജാവും രാജ്ഞിയും തിരിച്ചു വരികയാണ്. രാമനും സീതയും വീട്ടിലേക്കു വരികയാണ്.

ശുഭകരമായ കാലത്തെ സവിശേഷമായ ദിവസമാണത്. ഏറ്റവും ധർമ്മനിരതമായ പഥങ്ങളെ ആഘോഷിച്ച അഞ്ചുദിവസങ്ങളിൽ മൂന്നാമത്തേതാണത്: ഭൂമിദേവി, മഹാദേവന്മാർ, വിഷ്ണുഭഗവാന്മാർ, ജൈനന്മാരായ തീർത്ഥങ്കരന്മാർ, ബുദ്ധന്മാർ; എല്ലാവരും പൗരാണിക കാലം മുതലേ ആദരിക്കപ്പെടുന്നവരാണ്. ഒന്നുകൂടെ അതിന്റെ കൂടെ ചേരും. എന്നന്നേക്കുമായി. രാമന്റേയും സീതയുടേയും ഇതിഹാസം ആ പൂക്കുടയിൽ ഉൾചേർക്കപ്പെട്ടിരിക്കുന്നു. അയോദ്ധ്യക്കാർക്ക് അപ്പോഴതറിയാമായിരുന്നില്ല. എന്നാൽ അവർ തങ്ങൾക്കും തങ്ങളുടെ നാടിനും സംസ്കാരത്തിനുമായി തിളങ്ങുന്ന ഒരു പാരമ്പര്യം സൃഷ്ടിച്ചു.

അതായിരുന്നു ആദ്യത്തെ ദീപാവലി. ഭാരതത്തിന് ശ്വാസമുള്ളിടത്തോളം ആ ദിവസം മോടിയോടെ ആഘോഷിക്കപ്പെടും.

രാമൻ സീതയുടെ കൈ പിടിച്ചു. രണ്ടു പേരും നഗരത്തെ നോക്കി, അതിശയത്തോടെയും ആനന്ദത്തോടെയും. ഹൃദയങ്ങൾ സ്നേഹത്താൽ നിറഞ്ഞു തുളുമ്പി.

'ലക്ഷ്മണാ, ഊർമ്മിള നിനക്കായി കൊട്ടാരത്തിൽ കാത്തിരിക്കുന്നുണ്ട്,' ഭരതൻ പറഞ്ഞു.

ലക്ഷ്മണൻ സഹോദരനെ നോക്കി ഊഷ്മളമായി പുഞ്ചിരിച്ചു. അയാൾ തന്റെ ഭാര്യയെ പതിനാല് വർഷമായി കണ്ടിട്ടില്ല. വീണ്ടും അവളെ കാണാൻ ഇനിയും കാത്തിരിക്കാനാകില്ല.

ഇന്ദ്രഭഗവാന്റെ ദ്വന്ദയുദ്ധ ദിവസം രാവണനു നൽകിയ വാക്കുകൾ പാലിച്ചുവെന്ന് രാമൻ ഉറപ്പു വരുത്തിയിട്ടുണ്ട്.

രാവണന്റെയും കുംഭകർണ്ണന്റെയും ഇന്ദ്രജിത്തിന്റെയും വൈക്കോൽ ശരീരങ്ങൾ മരണ മുഖമൂടികളാൽ അലങ്കരിക്കപ്പെട്ട് രാമൻ തന്നെ അഗ്നിഭഗവാനു നൽകി. അവരുടെ ശവശരീരങ്ങൾ പൂർണ്ണമായ രാജകീയ ബഹുമതികളോടെ ജന്മസ്ഥലത്ത് അടക്കം ചെയ്തു, സിനൗളിയിൽ. വേദവതിയുടെ വിരലിന്റെ ശേഷിപ്പ് രാമൻ സീതയ്ക്ക് നൽകി. സീതയത് രാവണന്റെ ജഡമടക്കിയ അറയിൽ വെച്ചു. വേദവതിയുടെ കൈ പിടിച്ച് ലങ്കാധിപൻ പിതൃലോകത്തേക്ക് പോകും. രാവണന്റെ അമ്മാവനായ മാരീചനേയും സിനൗളിയിൽ അടക്കി.

രാമൻ ഒരു വാക്ക് നൽകിയിരുന്നു; ഇന്ദ്രജിത്തിന്റെ മരണ വാർഷികത്തിന് തന്റെ മൂന്നു ശത്രുക്കളുടെയും ശരീരം ദഹിപ്പിച്ച ചടങ്ങുകൾ ആവർത്തിക്കുമെന്ന്: അശ്വിനമാസത്തിലെ ശുക്ലപക്ഷത്തിലെ പത്താം ദിവസം. എന്നാൽ കുംഭകർണ്ണനേയും ഇന്ദ്രജിത്തിനേയും മാത്രം ആദരിക്കുമെന്നാണ് മണ്ഡോദരിക്ക് വാക്ക് നൽകിയതെന്ന് രാമന്റെ സഹോദരന്മാർ അയാളെ ഓർമ്മപ്പെടുത്തി. എന്തിനാണ് രാവണനെ അതിലുൾപ്പെടുത്തുന്നത്? സ്വതസിദ്ധമായ അന്തസ്സോടെ രാമൻ ആവർത്തിച്ചു; 'മരണാന്താനി വൈരാനി'. മരണത്തോടൊപ്പം ശത്രുത അവസാനിക്കുന്നു.

രാമൻ വൈദ്യനാഥിലെ വേദവതിയുടെ പേരുള്ള ആശുപത്രിയ്ക്ക് ധനസഹായം നൽകി. രാവണന്റെ സംഗീതോപകരണങ്ങൾ അരിഷ്ടനേമി അഗസ്ത്യകൂടത്തിലേക്ക് കൊണ്ടു പോകുകയും അന്നപൂർണ്ണാ ദേവിക്ക് നൽകുകയും ചെയ്തു. ആ ശേഖരത്തിൽ രാവണൻ കണ്ടുപിടിച്ച രാവണഹഥയുമുണ്ട്. അയാളുടെ എല്ലാ പുസ്തകങ്ങളും അതേറ്റവും കൂടുതൽ ഇഷ്ടപ്പെടാനിടയുള്ള ശത്രുഘ്നനു നൽകി. അതിലൊന്നാണ് ചുറ്റും നടക്കുന്നതൊന്നും ശ്രദ്ധിക്കാതെ അയാൾ പുഷ്പകവിമാനത്തിലിരുന്നു വായിക്കുന്നത്.

രാവണന്റെ ഒരു അന്ത്യാഭിലാഷം നടപ്പിലാക്കാൻ വളരെയധികം ബുദ്ധിമുട്ടായിരുന്നു. വിഭീഷണനെ ലങ്കയുടെ രാജാവാക്കരുതെന്ന് അയാൾ ആവശ്യപ്പെട്ടിരുന്നു. പക്ഷെ, അയാളെ രാജാവാക്കുമെന്ന് രാമൻ നേരിട്ടു വാക്കു കൊടുത്തതാണ്. ആ വാക്ക് തെറ്റിക്കാനാകില്ല. പക്ഷെ രണ്ട് പ്രതിജ്ഞകൾ പരസ്പരവിരുദ്ധമായി നിൽക്കുമ്പോൾ ഒരാളെന്തു ചെയ്യും?

പ്രായോഗികമതിയായ ഭരതൻ അതിനൊരു പരിഹാരം കണ്ടെത്തി. വിഭീഷണനെ ലങ്കയുടെ രാജാവാക്കരുതെന്നു മാത്രമാണ് രാവണൻ ആവശ്യപ്പെട്ടിട്ടുള്ളതെന്ന് അഭിഭാഷകന്റെ വാചകമിടുക്കോടെ ഭരതൻ വാദിച്ചു. അതുകൊണ്ട് അവർ ലങ്കയെ പകുത്തു. തീരദേശപട്ടണമായ

ഗോകർണ്ണവും അതിനു ചുറ്റുമുള്ള പ്രദേശവും സ്വതന്ത്രഭരണ പ്രദേശമാക്കി മാറ്റി. ശാക്യന്മാരും വജ്ജികളും സപ്തസിന്ധുവിലെ പല ഗോത്രങ്ങളും സ്ഥാപിച്ച ജനാധിപത്യ പാരമ്പര്യങ്ങളിലൂന്നി വണിക്കുകളുടെ സംഘങ്ങളും പൗരന്മാരും അതിന്റെ ഭരണം ഏറ്റെടുത്തു. ലങ്കയെന്നാൽ സിഗിരിയയും ദ്വീപിന്റെ വടക്കൻ ഭാഗവുമായി ചുരുങ്ങി. ഭരതന്റെ ബുദ്ധിയുപയോഗിച്ച് രാമൻ വിഭീഷണനു കൊടുത്ത വാക്കും രാവണന്റെ അന്ത്യാഭിലാഷം നിറവേറ്റി.

രാവണൻ തിടുക്കത്തിലെഴുതിയ അവസാനത്തെ ആഗ്രഹവും സാധിക്കപ്പെട്ടു. മണ്ഡോദരി ലങ്കയിൽ താമസിക്കാനേ ആഗ്രഹിച്ചില്ല. അവരിപ്പോൾ പുഷ്പകവിമാനത്തിന്റെ പുറകിലിരുന്ന് വസിഷ്ഠനുമായി കാര്യമായ സംസാരത്തിലാണ്.

'രാവണന്റെ ഇതുവരെ പാലിക്കപ്പെടാത്ത ഒരേയൊരു അന്ത്യാഭിലാഷം,' ഭരതൻ പറഞ്ഞു. 'അങ്ങയുടെയും ജ്യേഷ്ഠത്തിയുടേയും കഥയിൽ രാവണനെ തുന്നിച്ചേർക്കലാണ്!'

സീത പൊട്ടിച്ചിരിച്ചു. 'അത്തരമൊരു ആവശ്യം ഉന്നയിക്കുന്നതു തന്നെ രാവണന്റെ അഹംഭാവമാണ്.'

രാമൻ വേദവതിയുടെ പുത്രിയെ നോക്കി. അവളുടെ കഴുത്തിൽ തൂങ്ങിക്കിടക്കുന്ന തരുണാസ്ഥി പതക്കം നോക്കി. സീതയുടെ പെറ്റമ്മയായ വേദവതിയുടെ അടയാളം. അയാൾ പുഞ്ചിരിച്ചു. 'എന്തും ആവശ്യപ്പെടുകയെന്നത് രാവണന്റെ അവകാശമായിരുന്നു. പക്ഷെ ഇതെന്റെ നിയന്ത്രണത്തിലുള്ള കാര്യമല്ല. അത് കഥപറച്ചിലുകാരുടെ കയ്യിലാണ്.'

'എങ്കിൽ അയാളെ അവർ തീർച്ചയായും കഥയിൽ തുന്നിച്ചേർക്കും!' ഭരതൻ പരിഹസിച്ചു ചിരിച്ചു. 'നശിച്ചുപോയ, കെട്ടുപോയ കഥാപാത്രങ്ങളുടെ കൂടെ ജീവിക്കാൻ ബുദ്ധിമുട്ടാണ്. പക്ഷെ, അവരെക്കുറിച്ച് വായിക്കാൻ രസകരമാണ്. നഷ്ടപ്പെട്ടുപോയ കപ്പൽ കരയെ തേടുമ്പോലെ കഥ പറച്ചിലുകാർ അത്തരം കഥാപാത്രങ്ങളെ തിരയും!'

രാമനും സീതയും ലക്ഷ്മണനും ഭരതനും പൊട്ടിച്ചിരിച്ചു.

വിമാനം താമസിയാതെ താഴെയിറങ്ങുമെന്ന് അറിയിപ്പു മുഴങ്ങി. സഹോദരന്മാരും സീതയും ഇരിപ്പിടങ്ങളിലേക്ക് മടങ്ങുകയും ചരടുകളാൽ സ്വയം ബന്ധിതരാകുകയും ചെയ്തു.

'ഇനിയാരാണ് നമ്മളെ ആദ്യം ആക്രമിക്കാൻ പോകുന്നത്?' ഭരതൻ രാമനോടും സീതയോടും ചോദിച്ചു.

'ഇനിയെന്തിന് മറ്റുള്ളവർ നമ്മെ ആക്രമിക്കണം?' ലക്ഷ്മണൻ ചോദിച്ചു.

'രാവണനായിരുന്നില്ല, യഥാർത്ഥ ശത്രു, ലക്ഷ്മണാ,' ഭരതൻ പറഞ്ഞു. 'അയാളൊരു ചവിട്ടുപടി മാത്രമായിരുന്നു. അയാളുടെ പരാജയം ഒരു വിഷ്ണുവിനെ തന്നു...' ഭരതൻ സംസാരം നിർത്തി രാമനേയും സീതയേയും ചൂണ്ടിക്കാട്ടി.' വിഷ്ണുവെന്ന പ്രഭാവലയം കൂടുതൽ നന്മകൾ ചെയ്യാനായി ഇവർക്ക് ആവശ്യമാണ്.'

'അതെന്താണ്?'

'അതാണ് യഥാർത്ഥ ദൗത്യം; ഭാരതാംബയെ നവീകരിക്കൽ. ഇവർ അയോദ്ധ്യയുടെ മാത്രം വിഷ്ണുഭഗവാന്മാരല്ല, ഭാരതത്തിന്റേതാണ്. അതൊരു നീണ്ട പോരാട്ടമായിരിക്കും. ഭരണവർഗ്ഗങ്ങൾക്കിടയിലെ നിരവധി സ്ഥാപിത താത്പര്യങ്ങളെ നമ്മൾ അസ്വസ്ഥമാക്കും.'

'പ്രഭു വർഗ്ഗങ്ങൾക്കിടയിൽ സഖ്യകക്ഷികളെ കണ്ടെത്താൻ കഴിയുമെന്ന് എനിക്കുറപ്പാണ്,' രാമൻ പറഞ്ഞു.

'എനിക്കും ഉറപ്പാണ്,' സീത പറഞ്ഞു. 'എന്നാൽ ജനങ്ങൾക്കു വേണ്ടി പ്രവർത്തിക്കുമ്പോൾ സഖ്യകക്ഷികൾ നമുക്കെതിരെ തിരിയും. പുരാതനമായ പ്രഭുവർഗ്ഗ താത്പര്യങ്ങൾ സാധാരണക്കാരുടെ താത്പര്യങ്ങളുമായി ഒത്തു പോകാറില്ല.'

'അതൊരു പോരാട്ടമായിരിക്കും,' രാമൻ പറഞ്ഞു. 'ചിലപ്പോൾ നീണ്ട പോരാട്ടം. പക്ഷെ നമ്മളതു ചെയ്യും, ഭാരതാംബയുടെ നന്മയ്ക്കു വേണ്ടി.'

'ഉം,' സീത പറഞ്ഞു. 'ഏറെ കാര്യങ്ങൾ ചെയ്യേണ്ടതുണ്ട്.'

'കഥ പറച്ചിലുകാർക്ക് ഏറെ രേഖപ്പെടുത്താനും!' ഭരതൻ പൊട്ടിച്ചിരിച്ചു.

ശത്രുഘ്നൻ പുഞ്ചിരിക്കുകയും താൻ വായിച്ചു കൊണ്ടിരുന്ന പുസ്തകത്തിൽ നിന്ന് ഒരു വാക്യം ഉറക്കെപ്പറയുകയും ചെയ്തു. 'കഥാ അദ്യാപി അവശിഷ്ടാ രേ വയസ്യ.'

അത് പഴയ സംസ്കൃതമാണ്. കഥയിനിയും തീർന്നിട്ടില്ല എന്റെ സുഹൃത്തേ!

ചുറ്റും പൊട്ടിച്ചിരികളുയർന്നു.

'ശരിയാണ്, ശത്രുഘ്നാ!' രാമൻ പറഞ്ഞു. 'കഥയിനിയും തീർന്നിട്ടില്ല.'

'പക്ഷെ ഇപ്പോൾ നമുക്ക് വിശ്രമിക്കാം,' സീത പറഞ്ഞു. 'ഇതൊരു പൂർണ്ണമായ അവസാനമായിരിക്കില്ല. പക്ഷേ തീർച്ചയായും അന്ത്യത്തിനു തൊട്ടു മുമ്പുള്ള മികച്ച അവസാനമാണ്.'

അന്നപൂർണ്ണ 'രാവണഹഥ' മാറ്റി വച്ചു.

വിശ്വാമിത്രൻ കണ്ണുകൾ തുടച്ചു. ആ രാഗം അയാളുടെ ഹൃദയത്തെ സ്പർശിക്കുകയും ആത്മാവിന്റെ ആഴങ്ങളിലേക്ക് ഇറങ്ങിച്ചെല്ലുകയും ചെയ്തിരുന്നു. അന്നപൂർണ്ണ 'രാവണഹഥ' പോലൊരു ഒതുക്കമുള്ള സംഗീതോപകരണത്തിൽ മാൽകൗസ് എന്ന സങ്കീർണ്ണമായ രാഗമാണു വായിച്ചത്. 'ലളിതമായ ഈ ഉപകരണത്തിൽ ഇത്രയും സങ്കീർണ്ണമായ രാഗം വായിക്കാൻ താങ്കളെപ്പോലെ ദിവ്യമായ കഴിവുകളുള്ളവർക്കേ കഴിയൂ. താങ്കൾക്ക് സരസ്വതീ ദേവിയുടെ അനുഗ്രഹമുണ്ട്.' വിശ്വാമിത്രനും അന്നപൂർണ്ണയും അഗസ്ത്യകൂടത്തിലെ പരശുരാമക്ഷേത്രത്തിലെ നൂറു തൂണുകളുള്ള തളത്തിലാണ്. അവൾ വീടിനു പുറത്തേക്കിറങ്ങിയിരുന്നു. രാവണന്റെ മരണത്തെ തുടർന്ന് അവളുടെ ശപഥം തീർന്നു. ഇപ്പോളവൾക്ക് വീടു വിട്ടു പുറത്തിറങ്ങാം. അരിഷ്ടനേമി കൊണ്ടുവന്ന സമ്മാനങ്ങൾ കൊടുത്ത് വിശ്വാമിത്രൻ അവളെ സന്തോഷിപ്പിക്കുകയും ചെയ്തു; രാവണന്റെ തന്നെ സംഗീതോപകരണങ്ങൾ.

'അതീ ഉപകരണത്തിന്റെ മന്ത്രവിദ്യയാണ്, ഗുരോ,' അന്നപൂർണ്ണ പറഞ്ഞു. 'അതു ലളിതമാണെന്ന് തോന്നാം. പക്ഷേ, രാവണഹഥയ്ക്ക് രാവണന്റെ ദിവ്യമായ കഴിവുകളുടെ താളമുണ്ട്. എന്നെയല്ല, അയാളെയാണ് സരസ്വതീദേവി അനുഗ്രഹിച്ചത്.'

വിശ്വാമിത്രൻ പുഞ്ചിരിയോടെ കൈകൂപ്പി. 'സരസ്വതീദേവിയുടെ അനുഗ്രഹം ലഭിച്ചത് ആർക്കായാലും എനിക്കാണ് രാവണഹഥയിൽ ഈ രാഗം കേട്ടപ്പോൾ പരമാനന്ദം തോന്നിയത്.'

അന്നപൂർണ്ണയും കൈകൂപ്പി പുഞ്ചിരിച്ചു. അവൾ വലതുവശത്തേക്കു നോക്കി. ക്ഷേത്രത്തിനു പുറത്ത് അഗസ്ത്യകൂടത്തിലെ പൗരന്മാർ കാത്തു നിൽക്കുന്നുണ്ട്. അരിഷ്ടനേമി അവരുടെ കൂടെയുണ്ട്. അവരും രാവണഹഥയുടെ ഉച്ചത്തിലുള്ള സംഗീതം കേട്ടിട്ടുണ്ട്, രാഗം ആസ്വദിക്കുകയും ചെയ്തിട്ടുണ്ട്. പക്ഷേ, വിശ്വാമിത്രനും അന്നപൂർണ്ണയും തമ്മിൽ നടന്ന സംസാരം കേട്ടിട്ടില്ല. അവൾ മലയപുത്രന്മാരുടെ തലവനെ നോക്കി, 'എന്താണ് ഗുരോ ചെയ്യാനുദ്ദേശിക്കുന്നത്?'

'എനിയ്ക്ക് താങ്കളുടെ ചോദ്യം മനസ്സിലായില്ല, അന്നപൂർണ്ണേ.'

'സീതയുടെ വിവരങ്ങൾ രാവണന്റെ ചെവിയിൽ എത്തിയതെങ്ങനെയെന്ന് എനിക്കറിയാം, ഗുരോ,' അന്നപൂർണ്ണ പുഞ്ചിരിയോടെ പറഞ്ഞു. 'ഞാനതിൽ എന്റെ പങ്ക് പൂർത്തിയാക്കുകയും ചെയ്തു. എന്തുകൊണ്ടെന്നാൽ എവിടെയും പോകാനില്ലാത്തപ്പോൾ എനിക്കഭയം നൽകിയത് അങ്ങാണ്. നമ്മളെ സഹായിച്ചവരോടുള്ള കടപ്പാട് ഏറ്റവും പ്രധാനപ്പെട്ട ധർമ്മമാണ്.'

അന്നപൂർണ്ണയെ എത്രമാത്രം വിശ്വസിക്കാമെന്ന് വിലയിരുത്തിക്കൊണ്ട് വിശ്വാമിത്രൻ അൽപനേരം മിണ്ടാതിരുന്നു. ഒരു തീരുമാനമെടുത്ത ശേഷം അദ്ദേഹം സംസാരിച്ചു. 'രാവണനെക്കുറിച്ച് എന്താണഭിപ്രായം?'

'കഴിവുകളുള്ള ഒരു വിഡ്ഢി. ദൈവം നൽകിയ അതിശയകരമായ കഴിവുകൾ കൈകാര്യം ചെയ്യാനറിയാത്ത ഒരാൾ. കഴിവുകൾ അയാൾക്ക് അനുഗ്രഹമായിരുന്നില്ല; ശാപമായിരുന്നു. എങ്കിലും അയാളിൽ അൽപം നന്മ അവശേഷിച്ചിട്ടുണ്ടായിരുന്നു.'

'ഉം...രാമനെക്കുറിച്ചോ?'

'ഒരു നല്ല മനുഷ്യൻ. അദ്ദേഹം അന്തസ്സുള്ളവനാണ്. യഥാർത്ഥ മനുഷ്യനാണെന്ന് വിശ്വസിക്കാൻ കഴിയാത്തവണ്ണം അന്തസ്സുള്ളവൻ.'

വിശ്വാമിത്രന്റെ മുഖം ഭാവരഹിതമാണ്. 'ഉം.'

'രാവണൻ മരിച്ചു പോയിരിക്കുന്നു.'

'അതെ, രാവണൻ മരിച്ചു കഴിഞ്ഞു.'

'അപ്പോൾ നമ്മൾ എന്താണു ചെയ്യാനുദ്ദേശിക്കുന്നത്, ഗുരോ?'

'താനാണ് കാര്യങ്ങൾ നിയന്ത്രിക്കുന്നതെന്ന് ദിവോദാസൻ കരുതുന്നു.'

വിശ്വാമിത്രന്റെ ഏറ്റവും കടുത്ത ശത്രുവായ വസിഷ്ഠന്റെ ഗുരുകുലത്തിലെ പേരാണ് ദിവോദാസൻ എന്ന് അന്നപൂർണ്ണയ്ക്കറിയാം. 'അപ്പോൾ അദ്ദേഹമല്ലേ?'

'അല്ല.'

'അതെന്താണ്?' അന്നപൂർണ്ണ ഉദ്വേഗത്തോടെ ചോദിച്ചു.

'അയോദ്ധ്യയുടെ ഹൃദയഭാഗത്ത് എന്റെ ഒരാളുണ്ട്, ഭേദകുടുംബത്തിലെ മൃഗസ്യൻ.'

അന്നപൂർണ്ണ ഞെട്ടിപ്പോയി. അവൾക്കതറിയില്ലായിരുന്നു. 'മൃഗസ്യൻ ഭേദകുടുംബത്തിലുള്ളവനാണോ?'

'അതെ. ദിവോദാസന്റെ കയ്യിൽ അരുമയായ രാമനും അയോദ്ധ്യയുടെ സാമ്രാജ്യവും മാത്രമേയുള്ളൂ. എന്റെ പക്കൽ പത്തു രാജാക്കന്മാരുണ്ട്.'

അന്നപൂർണ്ണ മുന്നോട്ടാഞ്ഞിരുന്ന് വിശ്വാമിത്രന്റെ പദ്ധതി ശ്രദ്ധയോടെ കേൾക്കാൻ തുടങ്ങി.

'സമാധാന കാലമാണിതെന്നു തോന്നുന്നു,' മണ്ഡോദരി പറഞ്ഞു. 'പക്ഷേ ഇത് അധികകാലം നീണ്ടു നിൽക്കില്ല.'

'അതെ,' വസിഷ്ഠൻ സമ്മതിച്ചു. 'എല്ലാ യുദ്ധങ്ങളേയും അവസാനിപ്പിക്കാനുള്ള യുദ്ധത്തിന് ശേഷമേ ശാശ്വതമായ സമാധാനം പുലരൂ... തോറ്റു കൊണ്ടിരിക്കുന്ന വരേണ്യവർഗ്ഗങ്ങൾ അവരുടെ വിധിയെ സമഗ്രമായി അംഗീകരിക്കുന്ന സമവാക്യങ്ങൾ കൊണ്ടു വരുന്ന യുദ്ധത്തിനു ശേഷം.'

ആദ്യത്തെ ദീപാവലിയ്ക്ക് ശേഷമുള്ള പുലരിയാണ്. വസിഷ്ഠനും മണ്ഡോദരിയും പ്രഭാതപൂജയ്ക്കായി കിടങ്ങിനടുത്തേക്കു പോയതാണ്. ചടങ്ങു പൂർത്തിയാക്കിയതിനു ശേഷം സുരക്ഷാഭടന്മാരെ മാറ്റി നിർത്തി കൊത്തളങ്ങളുടെ മുകളിലൂടെ അവർ നടക്കുകയാണ്.

'എല്ലാ യുദ്ധങ്ങളെയും അവസാനിപ്പിക്കാനുള്ള യുദ്ധം,' മണ്ഡോദരി പറഞ്ഞു. 'അതെ, അവിടെയാണ് യുദ്ധങ്ങൾക്കും സമ്പത്തിനുമിടയിലുള്ള വ്യത്യാസം.'

വസിഷ്ഠൻ ആശയക്കുഴപ്പത്തോടെ മണ്ഡോദരിയെ നോക്കി.

'ഞാനിത് പണ്ടേതോ പുസ്തകത്തിൽ വായിച്ചതാണ്,' മണ്ഡോദരി പറഞ്ഞു. 'പടിഞ്ഞാറൻ നാട്ടിലുള്ള ഷോപ്പെണവർ എന്ന തത്വജ്ഞാനി എഴുതിയതാണിത്; സമ്പത്ത് കടൽവെള്ളം പോലെയാണ്. കുടിക്കുന്തോറും ദാഹമേറും.'

വസിഷ്ഠൻ പതിയെ പൊട്ടിച്ചിരിച്ചു. 'നേരാണ്.'

'അവിടെയാണ് യുദ്ധം വ്യത്യസ്തമാകുന്നത്. കൂടുതൽ യുദ്ധം ചെയ്യുമ്പോൾ ആളുകൾക്കതു മടുക്കും. കൂടുതൽ യുദ്ധം കൂടുതൽ നീണ്ടു നിൽക്കുന്ന സമാധാനത്തിനുള്ള സാഹചര്യമൊരുക്കും.'

'നേരാണ്...'

'പഴയ സാമൂഹ്യക്രമത്തിലെ വരേണ്യവർഗ്ഗങ്ങൾ പൂർണ്ണമായും കീഴടങ്ങുമ്പോൾ മാത്രമേ ഒരു പുതിയ സാമൂഹ്യക്രമം നിലവിൽ വരൂ.'

'പക്ഷേ, അതു സംഭവിച്ചിട്ടില്ല...പഴയ വരേണ്യവർഗ്ഗം ഇപ്പോഴും ഭാരതത്തിൽ ശക്തമാണ്. അവർ പൂർണ്ണമായും തോൽപ്പിക്കപ്പെടേണ്ടതുണ്ട്. അവർ പുതിയ വരേണ്യവർഗ്ഗത്തെ പേടിക്കേണ്ടതുണ്ട്. എങ്കിലേ അവർ പുതിയ സാമൂഹ്യക്രമത്തെ അംഗീകരിക്കൂ. പേടിയാണ് സ്നേഹത്തിന്റെ മാതാവ്. പക്ഷേ നമ്മളവിടെ ഇനിയും എത്തിയിട്ടില്ല.'

'അതേ...നമ്മളിനിയും അവിടെയെത്തിയിട്ടില്ല. പക്ഷേ, അവർ പൂർണ്ണമായും തോൽപ്പിക്കപ്പെട്ടാൽ. പുതിയ രീതികൾ സ്വീകരിച്ചാൽ, പുത്തൻ സാമൂഹ്യക്രമം സൃഷ്ടിക്കാൻ നമുക്ക് രണ്ടു മികച്ച നേതാക്കളുണ്ട്.'

'മൂന്നു പേർ.'

'മൂന്നു പേരോ?'

'അതെ. രാമനും സീതയും ഭരതനും...സുദാസനും ഭ്രമിയും വസുവും.'

'അത് അവരുടെ ഗുരുകുലത്തിലെ പേരുകളല്ലേ?' മണ്ഡോദരി ചോദിച്ചു.

'അതെ,' വസിഷ്ഠൻ മറുപടി പറഞ്ഞു. 'നമുക്ക് ത്രിമൂർത്തികളുണ്ട്. നമ്മുടെ പുതിയ ത്രിമൂർത്തികൾ.'

'ഉം. അവർ പുതിയ സാമൂഹ്യ ക്രമം സൃഷ്ടിക്കും. അവർ ഭാരതാംബയുടെ മഹിമ തിരികെ കൊണ്ടു വരും.' മണ്ഡോദരി വസിഷ്ഠനെ നോക്കുകയും തിളങ്ങുന്ന കണ്ണുകളോടെ പുഞ്ചിരിക്കുകയും ചെയ്തു. 'എല്ലാ യുദ്ധങ്ങളേയും അവസാനിപ്പിക്കുന്ന ഒരു യുദ്ധം ശേഷിക്കുമെങ്കിലും.'

'തീർച്ചയായും നമ്മളതു ജയിക്കും. ദൈവങ്ങൾ നമ്മളുടെ കൂടെയുണ്ട്. നമ്മുടെ ധീരയോദ്ധാക്കൾ വിശുദ്ധമായ ഉയിരിന്റെ നാട് ഉറപ്പായും സൃഷ്ടിക്കും.'

'മെലൂഹയെന്നാണ് അവരതിനു പേരിട്ടിരിക്കുന്നത്, അല്ലേ?'

'അതെ. എല്ലാം തികഞ്ഞ ആ സാമ്രാജ്യം കെട്ടിപ്പെടുക്കാൻ അവരെ സഹായിക്കുകയെന്നതാണ് എന്റെ അവസാനത്തെ ലക്ഷ്യവും ജീവിതോദ്ദേശ്യവും. അത് എന്റെ അവസാനത്തെ യാത്രയായിരിക്കും. എഴുതേണ്ട അവസാനത്തെ കഥ. അത് രേഖപ്പെടുത്തപ്പെട്ടാൽ എന്റെ ജീവിത ലക്ഷ്യം പൂർത്തിയാകും. എനിക്ക് സന്തോഷത്തോടെ വിട പറയാം...ഞാൻ സന്തോഷത്തോടെ വിട പറയും... ഈ വലിയ ചങ്ങലയിലെ അവസാനത്തെ കഥ...മെലൂഹയുടെ ഉദയത്തിന്റെ കഥ.'

...

തുടരും

അമീഷിന്റെ മറ്റു പുസ്തകങ്ങൾ

ശിവത്രയം

ഇന്ത്യൻ പ്രസാധന ചരിത്രത്തിൽ
ഏറ്റവും വേഗം വിൽക്കപ്പെടുന്ന പുസ്തക പരമ്പര

മെലൂഹയിലെ ചിരഞ്ജീവികൾ

(ശിവത്രയത്തിന്റെ ആദ്യഭാഗം)

ബി.സി.ഇ 1900. ജീവിച്ചിരുന്നിട്ടുള്ളവരിൽ ഏറ്റവും വലിയ ചക്രവർത്തിമാരിലൊരാളായ ശ്രീരാമദേവൻ നൂറ്റാണ്ടുകൾക്കുമുമ്പു സൃഷ്ടിച്ചതാണ് മെലൂഹാരാജ്യമെന്ന് അക്കാലത്ത് അവിടെ അധിവസിച്ചവർ തിരിച്ചറിയുന്നു. ഇപ്പോൾ, അവരുടെ പ്രധാന നദിയായ സരസ്വതി വരണ്ടുകൊണ്ടിരിക്കയാണ്. കിഴക്കുമേഖലയിലുള്ള ശത്രുക്കളിൽ നിന്നുള്ള ഭീകരാക്രമണഭീഷണിയുമുണ്ട്. അവരുടെ ഇതിഹാസവീരനായകൻ തിന്മയെ നശിപ്പിക്കാൻ വേണ്ടി പ്രത്യക്ഷപ്പെടുമോ?

നാഗന്മാരുടെ രഹസ്യം

(ശിവത്രയത്തിന്റെ രണ്ടാം ഭാഗം)

ദുഷ്ടരൂപിയായ നാഗയോദ്ധാവ് ബൃഹസ്പതിയെ വധിച്ചുകഴിഞ്ഞു. ഇനി അയാൾ സതിയെ വേട്ടയാടിക്കൊണ്ടിരിക്കയാണ്. ദുഷ്ടസംഹാരകനെന്നു പ്രവചിക്കപ്പെട്ടിട്ടുള്ള ശിവന് തന്റെ പൈശാചിക പ്രതിയോഗിയെ കണ്ടുപിടിക്കുംവരെ വിശ്രമമില്ല. ശിവത്രയത്തിന്റെ രണ്ടാം ഭാഗമായ ഈ പുസ്തകത്തിൽ, ഘോരയുദ്ധങ്ങൾ നടക്കുകയും അവിശ്വസനീയ രഹസ്യങ്ങൾ വെളിപ്പെടുകയും ചെയ്യാൻ പോവുകയാണ്.

വായുപുത്രന്മാരുടെ ശപഥം

(ശിവത്രയത്തിന്റെ മൂന്നാം ഭാഗം)

ശിവൻ തന്റെ ശക്തി സമാഹരിച്ചുകൊണ്ടിരിക്കയാണ്. ശിവൻ നാഗരാജ്യത്തിന്റെ തലസ്ഥാനമായ പഞ്ചവടിയിലെത്തുന്നു. അവസാനം, തിന്മ പുറത്തുവരുന്നു. തന്റെ യഥാർത്ഥ ശത്രുവിനെതിരേ ഒരു വിശുദ്ധയുദ്ധത്തിനു തയ്യാറെടുക്കുന്ന നീലകണ്ഠൻ. അതിൽ വിജയിക്കുമോ? ഈ രഹസ്യങ്ങളുടെ ഉള്ളറിയാൻ ബസ്റ്റ് സെല്ലറായ ശിവത്രയത്തിന്റെ അവസാനഭാഗമായ ഈ പുസ്തകം വായിക്കുക.

രാമചന്ദ്രപരമ്പര

ഇന്ത്യൻ പ്രസാധന ചരിത്രത്തിൽ രണ്ടാമതായി ഏറ്റവും വേഗം വിൽക്കപ്പെടുന്ന പുസ്തകപരമ്പര

രാമൻ: ഇക്ഷ്വാകുവംശത്തിന്റെ യുവരാജാവ്

(പരമ്പരയിലെ ഒന്നാം പുസ്തകം)

ബി.സി.ഇ 3400. ഒരു കടന്ന യുദ്ധം കൊടുമ്പിരിക്കൊള്ളുകയും അയോദ്ധ്യ ദുർബ്ബലമാക്കയും ചെയ്തിരിക്കുന്നു. അതിന്റെ കേടുപാടുകൾ കാര്യമായി ബാധിക്കുന്നുണ്ട്. രാക്ഷസരാജാവായ രാവണൻ തോൽപിക്കപ്പെട്ട രാജ്യത്തിൽ തന്റെ ഭരണം അടിച്ചേൽപിക്കുന്നില്ല. മറിച്ച്, തന്റെ, വ്യാപാരം അടിച്ചേൽപിക്കുകയാണ്. സാമ്രാജ്യത്തിന്റെ ധനം മുഴുവൻ അയാൾ ഊറ്റിയെടുക്കുന്നു. യാതനകൾക്കിടയിൽ ജനങ്ങൾ തിരിച്ചറിയുന്നില്ല, ഒരു നേതാവ് തങ്ങളുടെ കൂട്ടത്തിലുണ്ടെന്ന്. സ്വയം ഒളിച്ചിരിക്കുന്ന ഒരു രാജകുമാരൻ. രാമൻ എന്ന രാജകുമാരൻ.

സീത: മിഥിലയിലെ വീരനായിക

(പരമ്പരയിലെ രണ്ടാം പുസ്തകം)

പാടത്ത് ഉപേക്ഷിക്കപ്പെട്ട നിലയിൽ ഒരു കുട്ടിയെ കണ്ടുകിട്ടുന്നു. ഏതാനും കൊലചെന്നായ്ക്കളുടെ പിടിയിൽനിന്ന് ഒരു കഴുകൻ സംരക്ഷിച്ച നിലയിലായിരുന്നു ആ കുട്ടി. എല്ലാവരാലും തഴയപ്പെട്ടതും ശക്തിഹീനവുമായ മിഥില എന്ന രാജ്യത്തിലെ രാജാവ് ആ കുട്ടിയെ ദത്തെടുക്കുന്നു. ഈ കുട്ടിക്ക് ഒത്തിരി പ്രാധാന്യമുണ്ടാകുമെന്ന് ആരും വിശ്വസിക്കുന്നില്ല. പക്ഷേ, അവർക്കു തെറ്റുപറ്റി. കാരണം ഒരു സാധാരണ പെൺകുട്ടിയല്ല അവൾ. അവൾ സീതയാണ്.

രാവണൻ: ആര്യാവർത്തത്തിന്റെ ശത്രു

(പരമ്പരയിലെ മൂന്നാം പുസ്തകം)

ഇരുളില്ലെങ്കിൽ വെളിച്ചത്തിനെന്തർഥം? പ്രതിനായകനില്ലെങ്കിൽ ദൈവങ്ങളെന്തുചെയ്യും? ഭാരതം, ബി.സി. 3500. അക്കാലത്തെ ഏറ്റവും പൂജനീയരായ മഹർഷിമാരിലൊരാളുടെ മകനായി പിറന്നയാളാണ് രാവണൻ. ദേവകൾ കഴിവുകൾ വാരിക്കോരി കൊടുത്തിട്ടുണ്ടയാൾക്ക്. രാവണനിൽ പാണ്ഡിത്യവും മൃഗീയമായ അക്രമവാസനയും ഉൾച്ചേർന്നിട്ടുണ്ട്. പ്രതിഫലമിച്ഛിക്കാതെ പ്രണയിക്കുന്നവനും പശ്ചാത്താപമില്ലാതെ കൊല്ലുന്നവനുമാണ് രാവണൻ. രാമചന്ദ്ര പരമ്പരയിലെ ത്രസിപ്പിക്കുന്ന ഈ മൂന്നാം പുസ്തകം ലങ്കാധിപനായ രാവണനിലാണ് വെളിച്ചം വീശുന്നത്.

ലേഖനം

അനശ്വര ഭാരതം

നിശിതമായ ലേഖനങ്ങളിലൂടെയും വൈവിധ്യമുള്ള പ്രഭാഷണങ്ങളിലൂടെയും ബൗദ്ധീക സംവാദങ്ങളിലൂടെയും ഇന്ത്യയെ തൊട്ടറിയൂ. രാജ്യത്തിന്റെ കഥാകാരൻ അമീഷ് ഇന്ത്യയെ മുമ്പെങ്ങുമില്ലാത്തവിധം മനസ്സിലാക്കാൻ നിങ്ങളെ സഹായിക്കും. ഭ്രമിപ്പിക്കുന്ന ആധുനിക വീക്ഷണമുള്ള വിശാലമായ ഒരു പുരാതന സംസ്കാരത്തെ വരച്ചിടുകയാണ് 'അനശ്വരഭാരത'ത്തിലൂടെ അമീഷ്.